ਮੰਟੋ ਦੇ ਨਾਂ

ਮੰਟੋ ਨੂੰ ਯਾਦ ਕਰਦਿਆਂ

ਮੰਟੋ, (ਸਆਦਤ ਹਸਨ ਮੰਟੋ) ਅਸਲ ਵਿੱਚ ਇਕ ਬਦਨਾਮ ਸਾਹਿਤਕਾਰ ਹੈ ਸ਼ਾਇਦ ਇਸ ਕਰਕੇ ਉਹ ਹਰ ਸਮੇਂ ਸਾਡੇ ਨਾਲ ਹੈ, ਮੰਟੋ ਇਹ ਜਾਣਦਾ ਸੀ ਕਿ ਆਦਮੀ ਸਭ ਤੋਂ ਵੱਡਾ ਸੱਚ ਹੈ, ਇਸੇ ਸੱਚ ਨੂੰ ਪੇਸ਼ ਕਰਦਿਆਂ ਉਹ ਅਖ਼ੀਰ ਤੱਕ ਆਪਣੀ ਕਲਮ ਚਲਾਉਂਦਾ ਰਿਹਾ, ਭਾਵੇਂ ਉਸਨੂੰ ਅਜਿਹਾ ਕਰਨ ਲਈ ਕਈ ਵਾਰ ਅਦਾਲਤਾਂ ਦਾ ਮੂੰਹ ਵੇਖਣਾ ਪਿਆ।

ਮੰਟੋ ਲਈ ਅਜਿਹਾ ਹੋਣਾ ਸੁਭਾਵਕ ਸੀ, ਉਸ ਦੀਆਂ ਜੜ੍ਹਾਂ ਮਜਬੂਤ ਸਨ ਉਸ ਨੂੰ ਪਤਾ ਸੀ ਕਿ ਉਹ ਕੀ ਰਚ ਰਿਹਾ ਹੈ। ਉਸਨੇ ਪਰਦਿਆਂ ਪਿੱਛੇ ਲੁਕੀ ਹੋਈ ਸੱਚਾਈ ਨੂੰ ਉਭਾਰਿਆ, ਲੋਕਾਂ ਦੀਆਂ ਗੱਲਾਂ ਸੁਣੀਆਂ। ਫਿਰ ਵੀ ਉਸ ਨੇ ਸਮਾਜ ਨੂੰ ਆਪਣੀਆਂ ਰਚਨਾਵਾਂ ਰਾਹੀਂ ਅਜਿਹਾ ਕੁਝ ਦਿਖਾ ਦਿੱਤਾ ਜਿਸ ਨੂੰ ਦੇਖਣ ਦੀ ਹਿੰਮਤ ਸਮਾਜ ਕੋਲ ਨਹੀਂ ਸੀ, ਇਸੇ ਕਰਕੇ ਮੰਟੋ ਤੇ ਉਸਦੇ ਸਮਾਜ ਦੀ ਲੜਾਈ ਦਾ ਲੰਬੇ ਸਮੇਂ ਤੱਕ ਚੱਲਣਾ ਜ਼ਰੂਰੀ ਹੋ ਜਾਂਦਾ ਹੈ। ਸਮਾਜ ਕੋਲ ਤਾਂ ਸਭ ਕੁਝ ਸੀ, ਮੰਟੋ ਕੋਲ ਤਾਂ ਸਿਰਫ਼ ਕਲਮ ਸੀ। ਮੰਟੋ ਜੇਕਰ ਚਾਹੁੰਦਾ ਤਾਂ ਸਮਾਜ ਸੁਧਾਰਕ ਬਣ ਸਕਦਾ ਸੀ, ਸਮਝੌਤਾ ਕਰ ਸਕਦਾ ਸੀ। ਪਰ ਉਸਨੇ ਅਜਿਹਾ ਨਹੀਂ ਕੀਤਾ ਕਿਉਂਕਿ ਉਹ ਇਮਾਨਦਾਰੀ ਨਾਲ ਆਪਣੇ ਕਰਮ ਨਾਲ ਜੁੜਿਆ ਹੋਇਆ ਸੀ। ਇਸੇ ਕਰਕੇ ਹਰ ਸਖ਼ਸ਼ ਬਿਨਾਂ ਕਿਸੇ ਝਿਜਕ ਦੇ ਸ਼ਰੇਆਮ ਉਸਦੀ ਕਲਾ ਦੀ ਦੁਨੀਆ 'ਚ ਪ੍ਰਵੇਸ਼ ਕਰ ਸਕਦਾ ਸੀ।

ਮੰਟੋ ਖੁਦ ਇਹ ਗੱਲ ਆਖਦਾ ਸੀ ਕਿ ਜ਼ਮਾਨੇ ਦੇ ਇਸ ਦੌਰ ਵਿਚ ਅਸੀਂ ਇਸ ਸਮੇਂ ਗੁਜ਼ਰ ਰਹੇ ਹਾਂ, ਜੇਕਰ ਤੁਸੀਂ ਉਸ ਤੋਂ ਵਾਕਿਫ਼ ਨਹੀਂ ਤਾਂ ਮੇਰੀਆਂ ਕਹਾਣੀਆਂ ਪੜ੍ਹੋ, ਜੇਕਰ ਤੁਸੀਂ ਇਨ੍ਹਾਂ ਨੂੰ ਬਰਦਾਸ਼ਤ ਨਹੀਂ ਕਰ ਸਕਦੇ ਤਾਂ ਇਸ ਦਾ ਇਹ ਅਰਥ ਹੈ ਕਿ ਇਹ ਜ਼ਮਾਨਾ ਬਰਦਾਸ਼ਤ ਕਰਨ ਲਾਇਕ ਨਹੀਂ।"

ਮੰਟੋ ਅਜ਼ਾਦਮਈ ਹਸਤੀ ਦਾ ਮਾਲਕ ਸੀ। ਇਸ ਕਰਕੇ ਉਹ ਕਿਸੇ ਕਿਸਮ ਦੀ ਹੱਦਬੰਦੀ ਨੂੰ ਕਬੂਲ ਨਹੀਂ ਕਰਦਾ। ਅਜਿਹੇ ਕਾਰਨਾਂ ਕਰਕੇ ਹੀ ਸਮਾਜ ਵਾਲੇ ਉਸਦੀਆਂ ਰਚਨਾਵਾਂ ਨੂੰ ਅਸ਼ਲੀਲਤਾ ਦਾ ਨਾਂ ਦਿੰਦੇ ਹਨ ਅਤੇ ਆਖਦੇ ਹਨ ਕਿ ਮੰਟੋ ਤਾਂ ਸਿਰਫ਼ ਘਟੀਆ ਔਰਤਾਂ ਤੇ ਮਰਦਾਂ ਬਾਰੇ ਹੀ ਲਿਖ ਸਕਦਾ ਹੈ।

'ਲਾਈਸੈਂਸ', 'ਖੁਸ਼ੀਆਂ', 'ਸੌ ਕੈਂਡਲ ਪਾਵਰ ਦਾ ਬਲਬ', 'ਕਾਲੀ ਸਲਵਾਰ' ਕਹਾਣੀਆਂ 'ਚ ਮੰਟੋ ਨੇ ਔਰਤ ਦੇ ਉਸ ਰੂਪ ਨੂੰ ਸਾਹਮਣੇ ਲਿਆਂਦਾ ਹੈ ਜੋ ਵੇਸਵਾ ਦਾ ਰੂਪ ਹੈ। ਇਸਦੇ ਨਾਲ ਹੀ 'ਧੂੰਆਂ', 'ਨੰਗੀਆਂ ਆਵਾਜ਼ਾਂ', 'ਸੜਕ ਕਿਨਾਰੇ' ਕਹਾਣੀਆਂ ਦਾ ਬੁਨਿਆਦੀ ਸਰੋਕਾਰ ਸੈਕਸ ਸਬੰਧੀ ਅਨੁਭਵਾਂ ਦੇ ਅਰਥ ਸਮਝਣ ਤੇ ਸੱਚ ਨੂੰ ਪੇਸ਼ ਕਰਨਾ ਹੈ, 'ਨਵਾਂ ਕਾਨੂੰਨ', 'ਸਾਹਿਬੇ ਕਰਾਮਾਤ', 'ਅੱਖਾਂ' ਦਾ ਸਬੰਧ ਸਮਾਜਿਕ ਸੱਚਾਈ ਨਾਲ ਹੁੰਦਾ ਹੋਇਆ ਨਿੱਜੀ ਅੰਦਰੂਨੀ ਸੱਚਾਈ ਨਾਲ ਹੈ, ਅਜਿਹੇ ਸਹਿਯੋਗ ਸਦਕਾ ਮੰਟੋ ਨੇ ਆਪਣੇ ਪਾਤਰਾਂ ਦੇ ਮਨੋਵਿਗਿਆਨ ਨੂੰ ਯਥਾਰਥਵਾਦ ਦਾ ਇਕ ਨਵਾਂ ਰੂਪ ਪ੍ਰਦਾਨ ਕੀਤਾ ਹੈ।

ਵੰਡ ਤੋਂ ਪਹਿਲਾਂ ਦਾ ਸਮਾਜਿਕ ਅਤੇ ਮਾਨਸਿਕ ਵਾਤਾਵਰਣ, ਫਿਰ ਵੰ

ਮੰਟੋ ਦੀਆਂ ਚਰਚਿਤ ਕਹਾਣੀਆਂ

ਸੰਪਾਦਕ ਤੇ ਅਨੁਵਾਦਕ
ਡਾ. ਕਰਾਂਤੀ ਪਾਲ

ਤਰ............................ਨਾਲਾ

Stories of Manto
Edit and Translation by
Dr. Krantipal
Associate Professor in Punjabi,
Department of Modern Indian Languages,
A.M.U. Aligarh (UP) India.
Email: krantipal@hotmail.com

© ਅਨੁਵਾਦਕ

ਪ੍ਰਕਾਸ਼ਕ : **ਤਰਕਭਾਰਤੀ ਪ੍ਰਕਾਸ਼ਨ,**

           ਪੁਰਾਣੀ ਸਬਜ਼ੀ ਮੰਡੀ, ਕੱਚਾ ਕਾਲਜ ਰੋਡ, ਬਰਨਾਲਾ।

           ਫੋਨ : 01679-241744, 233244 ਫੈਕਸ : 241744

           E-mail : tarksheel@gmail.com

           www.thepunjabi.com

ਛਾਪਕ : **ਸ਼ਿਵ ਸ਼ਕਤੀ ਪ੍ਰਿੰਟਰਜ਼, ਨਵੀਂ ਦਿੱਲੀ।**

ਕੀਮਤ : 150/-

ਤੋਂ ਬਾਅਦ ਦਾ ਵਾਤਾਵਰਣ, ਦੰਗੇ, ਸੰਪਰਦਾਇਕਤਾ ਅਤੇ ਸੰਪਰਦਾਇਕਤਾ 'ਚ ਉਲਝੀ ਹੋਈ ਹਿੰਦੂ ਮੁਸਲਿਮ ਰਾਜਨੀਤੀ 'ਮੂਤਰੀ', 'ਟੋਬਾ ਟੇਕ ਸਿੰਘ', 'ਖੋਲ੍ਹ ਦੋ', 'ਖੁਦਾ ਦੀ ਕਸਮ', 'ਰਾਮ ਖਿਲਾਵਣ' , 'ਸਰੀਫ਼ਨ', 'ਟੇਟਵਾਲ ਦਾ ਕੁੱਤਾ', 'ਆਖਰੀ ਸਲੂਟ', 'ਠੰਡਾ ਗੋਸ਼ਤ', 'ਗੁਰਮੁਖ ਸਿੰਘ ਦੀ ਵਸੀਅਤ', ਕਹਾਣੀਆਂ ਵਿੱਚ ਕਿਤੇ ਸਪਸ਼ਟ ਤੇ ਕਿਤੇ ਇਸ਼ਾਰਿਆਂ 'ਚ ਮਿਲਦੀ ਹੈ।

ਮੰਟੋ ਨੇ 1934 ਤੋਂ ਲੈ ਕੇ 1947 ਤੱਕ ਚੌਦਾਂ ਸਾਲਾਂ ਵਿਚ ਉਨੱਤਰ ਕਹਾਣੀਆਂ ਲਿਖੀਆਂ, 1947 ਤੋਂ ਲੈ ਕੇ 1955 ਤੱਕ ਸੱਤ ਸਾਲਾਂ ਵਿੱਚ ਇਕ ਸੌ ਇਕਾਹਟ ਕਹਾਣੀਆਂ ਲਿਖੀਆਂ। ਉਹ 1955 ਵਿਚ ਸਿਰਫ਼ ਅਠਾਰਾਂ ਦਿਨ ਜੀਅ ਸਕਿਆ। 'ਕਾਲੀ ਸਲਵਾਰ', 'ਧੂੰਆ', 'ਖੋਲ੍ਹ ਦੋ', 'ਠੰਡਾ ਗੋਸ਼ਤ' ਕਹਾਣੀਆਂ ਤੇ ਕਾਨੂੰਨੀ ਕਾਰਵਾਈ ਹੋਈ। 'ਖੋਲ੍ਹ ਦੋ' ਕਹਾਣੀ ਲਾਹੌਰੋਂ ਨਿੱਕਲਦੇ ਪਰਚੇ 'ਨਕੂਸ਼' 'ਚ ਛਪੀ ਤਾਂ ਇਸ ਪਰਚੇ ਤੇ ਵੀ ਛੇ ਮਹੀਨੇ ਲਈ ਪਾਬੰਦੀ ਲਗਾ ਦਿੱਤੀ ਗਈ।

ਮੰਟੋ ਆਪਣੇ ਆਪ ਵਿੱਚ ਇੱਕ ਵੱਡੀ ਘਟਨਾ ਸੀ ਜਿਸਦਾ ਆਰੰਭ 11 ਮਈ 1912 ਨੂੰ ਹੋਇਆ ਤੇ ਅੰਤ 18 ਜਨਵਰੀ 1955 ਨੂੰ। ਉਸਨੇ 1934 ਵਿੱਚ ਕਹਾਣੀ ਲਿਖਣੀ ਸ਼ੁਰੂ ਕਰ ਦਿੱਤੀ ਸੀ। ਮੁਸ਼ਕਿਲ ਨਾਲ ਉਸਨੂੰ ਵੀਹ ਇੱਕੀ ਸਾਲ ਸਾਹਿਤਕ ਜੀਵਨ ਪ੍ਰਾਪਤ ਹੋਇਆ, ਜਿਸ ਸਦਕਾ ਉਸ ਨੇ 'ਵੱਡੀ ਪ੍ਰਾਪਤੀ' ਹਾਸਲ ਕੀਤੀ। ਇਹੀ ਸਾਲ ਉਸ ਦੀ ਜ਼ਿੰਦਗੀ ਦੇ, ਉਰਦੂ ਗਲਪ ਦੇ ਵਿਵਾਦਮਈ ਚੈਪਟਰ ਸਿੱਧ ਹੋਏ ਹਨ।

ਮੰਟੋ ਦੀਆਂ ਕਹਾਣੀਆਂ ਨੂੰ ਪੰਜਾਬੀ ਰੂਪ ਦੇਣਾ ਕੋਈ ਜ਼ਰੂਰੀ ਨਹੀਂ ਸੀ, ਕੁਝ ਕਹਾਣੀਆਂ ਪਹਿਲਾਂ ਹੀ ਏਧਰ ਓਧਰ ਅਨੁਵਾਦ ਹੋ ਕੇ ਛਪ ਚੁੱਕੀਆਂ ਹਨ। ਉਨ੍ਹਾਂ ਕਹਾਣੀਆਂ ਦਾ ਲੇਖਕ ਮੰਟੋ ਜ਼ਰੂਰ ਹੈ, ਪਰ ਉਸ ਦੀ ਰੂਹ ਇਨ੍ਹਾਂ ਅਨੁਵਾਦਮਈ ਕਹਾਣੀਆਂ ਵਿੱਚੋਂ ਗਾਇਬ ਹੈ। ਮੰਟੋ ਸ਼ਬਦਾਂ ਦਾ ਜਾਦੂਗਰ ਸੀ, ਉਸ ਨੇ ਅਜਿਹੇ ਸ਼ਬਦ, ਵਾਕ, ਦ੍ਰਿਸ਼ ਕਹਾਣੀ ਵਿੱਚ ਲਿਆਂਦੇ ਜਿਹੜੇ ਆਪਣੇ ਆਪ ਵਿਚ 'ਵੱਡਾ ਕੰਮ' ਸੀ। ਅਜਿਹੇ ਵਾਤਾਵਰਣ ਤੋਂ ਪੰਜਾਬੀ ਚੰਗੀ ਤਰ੍ਹਾਂ ਜਾਣੂ ਹਨ, ਕੋਈ ਵੀ ਭਾਸ਼ਾ ਧਰਮ ਨਾਲ ਜੁੜੀ ਨਹੀਂ ਹੁੰਦੀ। ਉਰਦੂ ਨੂੰ ਇਹ ਸਮਝਣਾ ਕਿ ਇਹ ਮੁਸਲਮਾਨਾਂ ਦੀ ਭਾਸ਼ਾ ਹੈ ਪੰਜਾਬੀਆਂ ਨਾਲ ਇਸ ਦਾ ਕੀ ਰਿਸ਼ਤਾਂ? ਬਹੁਤ ਵੱਡੀ ਮੂਰਖਤਾ ਹੈ। ਪਤਾ ਨਹੀਂ ਅਜਿਹੀ ਮਾਨਸਿਕਤਾ ਕਦੋਂ ਕਿਵੇਂ ਬਣ ਕੇ ਪੱਕੀ ਹੋ ਗਈ। ਭਾਰਤੀ ਭਾਸ਼ਾਵਾਂ ਦੇ ਸਾਹਿਤ ਨੂੰ ਇਕ ਦੂਜੇ 'ਚ ਅਨੁਵਾਦ ਕਰਨਾ ਜਿੱਥੇ ਜਰੂਰੀ ਹੈ, ਉਥੇ ਇਕ ਦੂਜੀ ਭਾਸ਼ਾ 'ਚੋਂ ਆਏ, ਸ਼ਬਦਾਂ ਨੂੰ ਕਬੂਲ ਕਰਨਾ ਵੀ ਅਤਿ ਜ਼ਰੂਰੀ ਹੈ। ਹੋ ਸਕਦਾ ਹੈ ਕਿ ਇਹ ਅਨੁਵਾਦ ਤੁਹਾਨੂੰ ਰੜਕੇ। ਪਰ ਅਫ਼ਸੋਸ, ਮੈਂ ਮੰਟੋ ਨੂੰ ਉਸਦੀਆਂ ਆਪਣੀਆਂ ਹੀ ਕਹਾਣੀਆਂ 'ਚ ਮਾਰਨਾ ਨਹੀਂ ਚਾਹੁੰਦਾ ਸੀ। 'ਅਲੀਗੜ੍ਹ ਮੁਸਲਿਮ ਯੂਨੀਵਰਸਿਟੀ' ਅਲੀਗੜ੍ਹ, ਨਾਲ ਜੇ ਵਾਹ ਨਾ ਪੈਂਦਾ ਸ਼ਾਇਦ ਇਹ ਕੰਮ ਸਾਹਮਣੇ ਨਾ ਆਉਂਦਾ। ਇਹ ਉਹ ਥਾਂ ਹੈ ਜਿੱਥੋਂ ਮੰਟੋ ਨੂੰ ਤਪਦਿਕ ਦੀ ਬੀਮਾਰੀ ਹੋਣ ਕਰਕੇ ਕੱਢ ਦਿੱਤਾ ਸੀ।

- ਕਰਾਂਤੀ ਪਾਲ

ਤਤਕਰਾ

1. ਸੌ ਕੈਂਡਲ ਪਾਵਰ ਦਾ ਬਲਬ   7
2. ਸ਼ਾਹ ਦੌਲੇ ਦਾ ਚੂਹਾ...   15
3. ਮੋਜ਼ੇਲ...   21
4. ਮੰਮੀ...   42
5. ਲਾਈਸੈਂਸ   78
6. ਖ਼ੁਸ਼ੀਆ   86
7. ਕਾਲੀ ਸਲਵਾਰ   93
8. ਨਵਾਂ ਕਾਨੂੰਨ   107
9. ਸਾਹਿਬੇ-ਕਰਾਮਾਤ   117
10. ਅੱਖਾਂ   132
11. ਧੂੰਆਂ   137
12. ਨੰਗੀਆਂ ਆਵਾਜ਼ਾਂ   145
13. ਸੜਕ ਕਿਨਾਰੇ   152
14. ਮੂਤਰੀ   158
15. ਟੋਭਾ ਟੇਕ ਸਿੰਘ   160
16. ਖੋਲ੍ਹ ਦੋ   167
17. ਖ਼ੁਦਾ ਦੀ ਕਸਮ   171
18. ਰਾਮਖਿਲਾਵਨ   176
19. ਸ਼ਰੀਫਨ   184
20. ਟੇਟਵਾਲ ਦਾ ਕੁੱਤਾ   188
21. ਆਖ਼ਰੀ ਸਲੂਟ   196
22. ਗੁਰਮੁਖ ਸਿੰਘ ਦੀ ਵਸੀਅਤ   206
23. ਠੰਡਾ ਗੋਸ਼ਤ   213
24. ਫੌਜਾ ਹਰਾਮ ਦਾ   219
25. ਬਾਦਸ਼ਾਹਤ ਦਾ ਖਾਤਮਾ   226

ਸੌ ਕੈਂਡਲ ਪਾਵਰ ਦਾ ਬਲਬ

ਉਹ ਚੌਕ ਵਿਚ, ਕੈਸਰ ਪਾਰਕ ਦੇ ਬਾਹਰ, ਜਿਥੇ ਕੁਝ ਤਾਂਗੇ ਖੜ੍ਹੇ ਰਹਿੰਦੇ ਹਨ, ਬਿਜਲੀ ਦੇ ਇਕ ਖੰਭੇ ਦੇ ਨਾਲ ਖਾਮੋਸ਼ ਖੜ੍ਹਾ ਸੀ ਅਤੇ ਦਿਲ ਹੀ ਦਿਲ ਵਿਚ ਸੋਚ ਰਿਹਾ ਸੀ :

ਇਹੀ ਪਾਰਕ ਜੋ ਸਿਰਫ਼ ਦੋ ਸਾਲ ਪਹਿਲਾਂ ਐਨੀ ਰੌਣਕ ਨਾਲ ਭਰੀ ਹੋਏ ਜਗ੍ਹਾ ਸੀ, ਹੁਣ ਉਜੜ-ਪੁਜੜੀ ਦਿਖਾਈ ਦਿੰਦੀ ਸੀ। ਇਥੇ ਪਹਿਲਾਂ ਔਰਤ ਅਤੇ ਮਰਦ ਸੁੰਦਰ, ਆਕਰਸ਼ਕ ਫ਼ੈਸ਼ਨ ਦੇ ਲਿਬਾਸ਼ਾਂ ਵਿਚ ਏਧਰ-ਓਧਰ ਫਿਰ ਰਹੇ ਹੁੰਦੇ ਸਨ, ਪਰ ਹੁਣ ਇਥੇ ਮੈਲੇ ਕੁਚੈਲੇ ਕਪੜਿਆਂ ਵਿਚ ਲੋਕ ਬਿਨਾਂ ਮਤਲਬ ਤੋਂ ਫਿਰ ਰਹੇ ਸਨ ਬਾਜ਼ਾਰ ਵਿਚ ਕਾਫ਼ੀ ਭੀੜ ਸੀ ਪਰ ਉਹ ਰੰਗ ਨਹੀਂ ਸੀ, ਜਿਹੜਾ ਕਦੇ ਉਥੇ ਮੇਲੇ-ਠੇਲੇ ਦੀ ਤਰ੍ਹਾਂ ਹੋਇਆਂ ਕਰਦਾ ਸੀ, ਆਲੇ-ਦੁਆਲੇ ਸੀਮਿੰਟ ਦੀਆਂ ਬਣੀਆਂ ਹੋਈਆਂ ਬਿਲਡਿੰਗਾਂ ਵੀ ਆਪਣਾ ਰੂਪ ਗੁਆ ਚੁੱਕੀਆਂ ਸਨ; ਸਿਰ ਝਾੜ, ਮੂੰਹ ਫਾੜ ਉਹ ਇਕ ਦੂਸਰੇ ਵੱਲ ਫਟੀਆਂ। ਫਟੀਆਂ ਅੱਖਾਂ ਨਾਲ ਦੇਖ ਰਹੀਆਂ ਸਨ; ਜਿਵੇਂ ਉਹ ਵਿਧਵਾ ਔਰਤਾਂ ਹੋਣ।

ਉਹ ਹੈਰਾਨ ਸੀ ਕਿ ਉਹ ਪਾਊਡਰ ਕਿੱਥੇ ਗਿਆ, ਉਹ ਸੰਧੂਰ ਕਿੱਥੇ ਉਡ ਗਿਆ, ਉਹ ਸੁਰ ਕਿਥੇ ਗਾਇਬ ਹੋ ਗਏ, ਜੋ ਉਸ ਨੇ ਕਦੇ ਉਥੇ ਦੇਖੇ ਅਤੇ ਸੁਣੇ ਸਨ?....ਅਤੇ ਇਹ ਕੋਈ ਜ਼ਿਆਦਾ ਸਮੇਂ ਦੀ ਗੱਲ ਨਹੀ; ਅਤੇ ਉਹ ਕਲ੍ਹ ਹੀ ਤਾਂ... ਦੋ ਸਾਲ ਵਰ੍ਹੇ ਵੀ ਕੋਈ ਸਮਾਂ ਹੁੰਦਾ ਹੈ ਭਲਾ...ਉੱਥੇ ਆਇਆ ਸੀ ਕਲਕੱਤੇ ਤੋਂ ਜਦੋਂ ਉਸ ਨੂੰ ਉਥੋਂ ਦੀ ਇਕ ਫ਼ਰਮ ਨੇ ਚੰਗੀ ਤਨਖਾਹ 'ਤੇ ਬੁਲਾਇਆ ਸੀ; ਉਸ ਨੇ ਕੈਸਰ ਪਾਰਕ ਵਿਚ ਕਿੰਨੀ ਕੋਸ਼ਿਸ਼ ਕੀਤੀ ਸੀ ਕਿ ਉਸ ਨੂੰ ਕਿਰਾਏ 'ਤੇ ਇਕ ਕਮਰਾ ਹੀ ਮਿਲ ਜਾਵੇ, ਪਰ ਉਹ ਨਾਕਾਮ ਰਿਹਾ ਸੀ, ਹਜ਼ਾਰ ਫਰਮਾਇਸ਼ਾਂ ਦੇ ਬਾਵਜੂਦ-ਪਰ ਹੁਣ ਉਸ ਨੇ ਦੇਖਿਆ ਕਿ ਜਿਸ ਕੁੰਜੜੇ, ਜੁਲਾਹੇ ਤੇ ਮੋਚੀ ਦੀ ਤਬੀਅਤ ਚਾਹੁੰਦੀ ਹੈ, ਫ਼ਲੈਟਾਂ ਅਤੇ ਕਮਰਿਆਂ ਉੱਤੇ ਆਪਣਾ ਕਬਜ਼ਾ ਜਮਾ ਰਿਹਾ ਹੈ।

ਜਿਥੇ ਕਿਸੇ ਸ਼ਾਨਦਾਰ ਫ਼ਿਲਮ ਕੰਪਨੀ ਦਾ ਦਫ਼ਤਰ ਹੁੰਦਾ ਸੀ, ਉਥੇ ਚੁੱਲੇ ਸੁਲਗ ਰਹੇ ਸਨ; ਜਿਥੇ ਕਦੇ ਸ਼ਹਿਰ ਦੀਆਂ ਵੱਡੀਆਂ-ਵੱਡੀਆਂ ਰੰਗੀਨ ਹਸਤੀਆਂ ਜਮ੍ਹਾਂ ਹੁੰਦੀਆਂ ਸਨ, ਉਥੇ ਧੋਬੀ ਮੈਲੇ ਕੱਪੜੇ ਧੋ ਰਹੇ ਸਨ।

ਦੋ ਵਰ੍ਹਿਆਂ ਵਿਚ ਐਨਾ ਵੱਡਾ ਇਨਕਲਾਬ।

ਉਹ ਹੈਰਾਨ ਸੀ-ਉਹ ਇਸ ਇਨਕਲਾਬ ਦੀ ਪਿੱਠ-ਭੂਮੀ ਜਾਣਦਾ ਸੀ, ਕੁਝ

ਅਖਬਾਰਾਂ ਦੇ ਜ਼ਰੀਏ ਅਤੇ ਕੁਝ ਉਨ੍ਹਾਂ ਦੋਸਤਾਂ ਦੇ ਬਿਆਨ ਤੋਂ ਜਿਹੜੇ ਉਸ ਸ਼ਹਿਰ ਵਿਚ ਮੌਜੂਦ ਸਨ; ਉਸ ਨੂੰ ਸਭ ਪਤਾ ਲਗ ਚੁੱਕਿਆਂ ਸੀ ਕਿ ਉਥੇ ਕਿਹੋ-ਜਿਹਾ ਤੂਫ਼ਾਨ ਆਇਆ ਸੀ; ਉਹ ਸੋਚਦਾ ਸੀ, ਕੋਈ ਅਜੀਬੋ-ਗਰੀਬ ਤੂਫ਼ਾਨ ਹੋਵੇਗਾ ਜਿਹੜਾ ਇਮਾਰਤਾ ਦਾ ਰੰਗ-ਰੂਪ ਵੀ ਚੂਸ ਕੇ ਲੈ ਗਿਆ, ਇਨਸਾਨਾਂ ਨੇ ਇਸਸਾਨ ਕਤਲ ਕੀਤੇ, ਔਰਤਾਂ ਦੀ ਬੇਇੱਜ਼ਤੀ ਕੀਤੀ ਅਤੇ ਇਮਾਰਤਾਂ ਦੀਆਂ ਖੁਸ਼ਕ ਲੱਕੜਾਂ ਅਤੇ ਬੇਜਾਨ ਇੱਟਾਂ ਨਾਲ ਵੀ ਇਹੀ ਸਲੂਕ ਕੀਤਾ; ਉਸ ਨੇ ਸੁਣਿਆ ਸੀ ਕਿ ਉਸ ਤੂਫ਼ਾਨ ਵਿਚ ਔਰਤਾਂ ਨੂੰ ਨੰਗਾ ਕੀਤਾ ਗਿਆ ਸੀ, ਉਨ੍ਹਾਂ ਦੀਆਂ ਛਾਤੀਆਂ ਕੱਟੀਆਂ ਗਈਆਂ ਸਨ-ਹੁਣ ਜੋ ਕੁਝ ਵੀ ਉਹ ਆਪਣੇ ਆਲੇ-ਦੁਆਲੇ ਦੇਖ ਰਿਹਾ ਸੀ, ਸਭ ਨੰਗਾ ਅਤੇ ਜੋਬਨ ਰਹਿਤ ਸੀ।

ਉਹ ਬਿਜਲੀ ਦੇ ਖੰਭੇ ਨਾਲ ਲੱਗਿਆ ਆਪਣੇ ਇਕ ਦੋਸਤ ਦਾ ਇੰਤਜ਼ਾਰ ਕਰ ਰਿਹਾ ਸੀ, ਜਿਸਦੀ ਮੱਦਦ ਨਾਲ ਉਹ ਆਪਣੀ ਰਿਹਾਇਸ਼ ਦਾ ਕੋਈ ਬੰਦੋਬਸਤ ਕਰਨਾ ਚਾਹੁੰਦਾ ਸੀ-ਉਸ ਦੇ ਦੋਸਤ ਨੇ ਕਿਹਾ ਸੀ : ਤੂੰ ਕੈਸਰ ਪਾਰਕ ਦੇ ਕੋਲ, ਜਿੱਥੇ ਤਾਂਗੇ ਖੜ੍ਹੇ ਰਹਿੰਦੇ ਹਨ, ਮੇਰਾ ਇੰਤਜ਼ਾਰ ਕਰਨਾ!

ਦੋ ਵਰ੍ਹੇ ਹੋਏ, ਜਦੋਂ ਉਹ ਨੌਕਰੀ ਦੇ ਸਿਲਸਲੇ 'ਚ ਉਥੇ ਆਇਆ ਸੀ ਤਾਂ ਤਾਂਗਿਆਂ ਦਾ ਇਹ ਅੱਡਾ ਬਹੁਤ ਮਸ਼ਹੂਰ ਜਗ੍ਹਾ ਸੀ; ਸ਼ਹਿਰ ਦੇ ਸਭ ਤੋਂ ਲੁਭਾਉਣੇ, ਸਭ ਤੋਂ ਬਾਂਕੇ ਤਾਂਗੇ ਉਥੇ ਉਸੇ ਜਗ੍ਹਾ ਖੜ੍ਹੇ ਰਹਿੰਦੇ ਸਨ ਕਿ ਉਥੇ ਅਯਾਸ਼ੀ ਦਾ ਹਰ ਸਮਾਨ ਮੁਹੱਈਆਂ ਹੋ ਜਾਂਦਾ ਸੀ; ਚੰਗੇ ਤੋਂ ਚੰਗਾ ਰੈਸਟੋਰੈਂਟ ਅਤੇ ਹੋਟਲ ਕਰੀਬ ਸਨ। ਬੇਹਤਰੀਨ ਚਾਹ, ਬੇਹਤਰੀਨ ਖਾਣਾ ਅਤੇ ਦੂਸਰੀਆਂ ਤਮਾਮ ਚੀਜ਼ਾਂ ਵੀ ਮੌਜੂਦ ਸਨ- ਸ਼ਹਿਰ ਦੇ ਜਿੰਨੇ ਵੱਡੇ ਦਲਾਲ ਸਨ, ਉਥੋਂ ਹੀ ਮਿਲਿਆਂ ਕਰਦੇ ਸਨ ਕਿ ਕੈਸਰ ਪਾਰਕ ਵਿਚ ਵੱਡੀਆਂ-ਵੱਡੀਆਂ ਕੰਪਨੀਆਂ ਦੇ ਕਾਰਣ ਰੁਪਿਆ ਅਤੇ ਸਰਾਬ ਪਾਣੀ ਦੀ ਤਰ੍ਹਾਂ ਵਹਿੰਦੇ ਸਨ।

ਦੋ ਵਰ੍ਹੇ ਪਹਿਲਾਂ ਉਸ ਨੇ ਉਥੇ ਆਪਣੇ ਦੋਸਤ ਦੇ ਨਾਲ ਬੜੀਆਂ ਐਸ਼ਾਂ ਕੀਤੀਆਂ ਸਨ, ਚੰਗੀ ਤੋਂ ਚੰਗੀ ਲੜਕੀ ਹਰ ਰਾਤ ਉਨ੍ਹਾਂ ਦੀ ਆਗੋਸ਼ 'ਚ ਹੁੰਦੀ ਸੀ, ਸਕਾਚ, ਜਿਹੜੀ ਜੰਗ ਦੇ ਕਾਰਣ ਦੁਰਲੱਭ ਸੀ, ਇਕ ਮਿੰਟ ਵਿਚ ਉਸ ਦੀਆਂ ਦਰਜਨਾਂ ਬੋਤਲਾਂ ਮੁਹੱਈਆਂ ਹੋ ਜਾਂਦੀਆਂ ਸਨ।

ਤਾਂਗੇ ਹੁਣ ਵੀ ਖੜ੍ਹੇ ਰਹਿੰਦੇ ਸਨ, ਪਰ ਉਨ੍ਹਾਂ 'ਤੇ ਉਹ ਕਲਗੀਆਂ ਨਹੀਂ ਸਨ, ਉਹ ਫੁੰਦਨੇ ਨਹੀਂ ਸਨ, ਪਿੱਤਲ ਦੇ ਪਾਲਿਸ਼ ਕੀਤੇ ਹੋਏ ਸਾਜ਼ੋ-ਸਾਮਾਨ ਦੀ ਚਮਕ-ਦਮਕ ਨਹੀਂ ਸੀ, ਸਭ ਕੁਝ ਸ਼ਾਇਦ ਦੂਸਰੀਆਂ ਚੀਜ਼ਾਂ ਦੀ ਤਰ੍ਹਾਂ ਉਡ ਗਿਆ ਸੀ।

ਉਸ ਨੇ ਘੜੀ 'ਤੇ ਸਮਾਂ ਦੇਖਿਆ-ਸੱਤ ਵਜ ਚੁੱਕੇ ਸਨ।

ਫ਼ਰਵਰੀ ਦੇ ਦਿਨ ਸਨ ਅਤੇ ਸ਼ਾਮ ਗੂੜ੍ਹੀ ਹੋ ਚੁੱਕੀ ਸੀ।

ਉਸ ਨੇ ਮਨ ਹੀ ਮਨ ਵਿਚ ਆਪਣੇ ਦੋਸਤ ਨੂੰ ਲਾਹਨਤ-ਮਲਾਮਤ ਕੀਤੀ- ਉਹ ਸੱਜੇ ਹੱਥ ਦੇ ਵੀਰਾਨ ਹੋਟਲ ਵਿਚ ਮੋਰੀ ਦੇ ਪਾਣੀ ਨਾਲ ਬਣਾਈ ਚਾਹ ਪੀਣ ਲਈ ਜਾਣ ਵਾਲਾ ਸੀ ਕਿ ਕਿਸੇ ਨੇ ਹੌਲੇ ਜਿਹੇ ਉਸ ਨੂੰ ਪੁਕਾਰਿਆ।

ਉਸ ਨੇ ਖ਼ਿਆਲ ਕੀਤਾ ਕਿ ਸ਼ਾਇਦ ਉਸ ਦਾ ਦੋਸਤ ਆ ਗਿਆ ਹੈ, ਪਰ ਜਦੋਂ ਉਸ ਨੇ ਮੁੜ ਦੇ ਦੇਖਿਆਂ ਤਾਂ ਇਕ ਅਜਨਬੀ ਖੜ੍ਹਾ ਸੀ; ਆਮ ਸ਼ਕਲ ਸੂਰਤ,

ਲੱਠੇ ਦੀ ਨਵੀਂ ਸਲਵਾਰ ਜਿਸ ਵਿਚ ਹੋਰ ਜ਼ਿਆਦਾ ਵਲਾਂ ਦੀ ਗੁੰਜਾਇਸ਼ ਨਹੀਂ ਸੀ; ਅਤੇ ਨੀਲੀ ਪਾਪਲੀਨ ਦੀ ਕਮੀਜ਼, ਜਿਹੜੀ ਲਾਂਡਰੀ ਦੇ ਜਾਣ ਲਈ ਬੇਤਾਬ ਸੀ।

ਉਸ ਨੇ ਪੁੱਛਿਆ : "ਕਿਉਂ ਬਈ, ਤੂੰ ਮੈਨੂੰ ਬੁਲਾਇਆ?"

ਉਸ ਨੇ ਹੌਲੇ ਜਿਹੇ ਜਵਾਬ ਦਿੱਤਾ : "ਜੀ ਹਾਂ।"

ਉਸ ਨੇ ਖ਼ਿਆਲ ਕੀਤਾ ਕਿ ਕੋਈ ਸ਼ਰਨਾਰਥੀ ਹੈ ਅਤੇ ਭੀਖ ਮੰਗ ਰਿਹਾ ਹੈ : "ਕੀ ਮੰਗਦੇ ਹੋ?"

ਉਸ ਨੇ ਉਸੇ ਲਹਿਜੇ 'ਚ ਜਵਾਬ ਦਿੱਤਾ : "ਜੀ ਕੁਝ ਨਹੀ..." ਫਿਰ ਉਸ ਨੇ ਨੇੜੇ ਆ ਕੇ ਕਿਹਾ : "ਕੁਝ ਚਾਹੀਦਾ ਹੈ ਤੁਹਾਨੂੰ?

"ਕੀ?"

"ਕੋਈ ਲੜਕੀ-ਸ਼ੜਕੀ?" ਇਹ ਕਹਿ ਕੇ ਉਹ ਪਿੱਛ ਹੱਟ ਗਿਆ।

ਉਸ ਦੇ ਸੀਨੇ 'ਚ ਇਕ ਤੀਰ ਜਿਹਾ ਲੱਗਿਆ-ਉਸ ਨੇ ਅੱਖਾਂ ਫਾੜਦਿਆਂ ਉਸ ਨੂੰ ਦੇਖਿਆ; ਇਸ ਜ਼ਮਾਨੇ ਵਿਚ ਵੀ ਇਹ ਲੋਕਾਂ ਦਆਂ ਜਿਨਸੀ ਭਾਵਨਾਵਾਂ ਟਟੋਲਦਾ ਫਿਰ ਰਿਹਾ ਹੈ-ਫਿਰ ਇਨਸਾਨੀਅਤ ਬਾਰੇ ਉਪਰ ਥੱਲੇ ਉਸ ਦੇ ਦਿਮਾਗ ਵਿਚ ਹੌਸਲਾ ਤੋੜਣ ਵਾਲੇ ਖ਼ਿਆਲ ਉਭਰੇ; ਇਨ੍ਹਾਂ ਖ਼ਿਆਲਾਂ ਦੇ ਅਸਰ ਕਾਰਣ ਉਸ ਨੇ ਪੁੱਛਿਆ : ਕਿੱਥੇ ਹੈ?"

ਉਸ ਦਾ ਲਹਿਜਾ ਦਲਾਲ ਲਈ ਆਸ਼ਾਜਨਕ ਨਹੀਂ ਸੀ-ਦਲਾਲ ਨੇ ਕਦਮ ਉਠਾਉਂਦੇ ਹੋਏ ਕਿਹਾ : "ਜੀ ਨਹੀਂ ਤੁਹਾਨੂੰ ਜ਼ਰੂਰਤ ਨਹੀਂ...."

ਉਸ ਨੇ ਦਲਾਲ ਨੂੰ ਰੋਕਿਆਂ : ਇਹ ਤੂੰ ਕਿਸ ਤਰ੍ਹਾਂ ਜਾਣਿਆ...? ਆਦਮੀ ਨੂੰ ਹਰ ਸਮੇਂ ਉਸ ਚੀਜ਼ ਦੀ ਜ਼ਰੂਰਤ ਹੁੰਦੀ ਹੈ, ਜਿਹੜੀ ਤੁਸੀ ਮੁਹੱਈਆਂ ਕਰ ਸਕਦੇ ਹੋ...ਸੂਲੀ 'ਤੇ ਵੀ ਉਸ ਚੀਜ਼ ਦੀ ਜ਼ਰੂਰਤ ਹੁੰਦੀ ਹੈ ਅਤੇ ਜਲਦੀ ਚਿਤਾ ਵਿਚ ਵੀ....! ਉਹ ਦਾਰਸ਼ਨਿਕ ਬਣਦੇ ਬਣਦੇ ਰੁਕ ਗਿਆ : "ਵੇਖੋ, ਜੇਕਰ ਉਹ ਚੀਜ਼ ਕਿਤੇ ਨੇੜੇ ਹੀ ਹੈ ਤਾਂ ਮੈਂ ਚੱਲਣ ਲਈ ਤਿਆਰ ਹਾਂ....ਮੈਂ ਇੱਥੇ ਕਿਸੇ ਦੋਸਤ ਨੂੰ ਸਮਾਂ ਦੇ ਰੱਖਿਆ ਹੈ..."

ਦਲਾਲ ਉਸ ਦੇ ਨੇੜੇ ਆ ਗਿਆ : "ਨੇੜੇ ਹੀ ਹੈ, ਬਿਲਕੁਲ ਨੇੜੇ।"

"ਕਿੱਥੇ?"

ਇਹ ਸਾਹਮਣੇ ਵਾਲੀ ਬਿਲਡਿੰਗ 'ਚ"

ਉਸ ਨੇ ਸਾਹਮਣੇ ਵਾਲੀ ਬਿਲਡਿੰਗ ਨੂੰ ਦੇਖਿਆ : "ਇਸ ਵਿਚ....ਵੱਡੀ ਬਿਲਡਿੰਗ ਵਿਚ?"

"ਜੀ ਹਾਂ।"

ਉਹ ਲਰਜ਼ ਗਿਆ : "ਅੱਛਾ....ਮੈ ਵੀ ਨਾਲ ਚੱਲਾਂ?

"ਚੱਲੋ...ਲੇਕਿਨ ਮੈਂ ਅੱਗੇ-ਅੱਗੇ ਚਲਦਾ ਹਾਂ...." ਦਲਾਲ ਨੇ ਸਾਹਮਣੇ ਵਾਲੀ ਬਿਲਡਿੰਗ ਵੱਲ ਚੱਲਣਾ ਸ਼ੁਰੂ ਕਰ ਦਿੱਤਾ।

ਉਹ ਮਨ ਹੀ ਮਨ ਸੈਂਕੜੇ ਗੱਲਾਂ ਸੋਚਦਿਆਂ ਹੋਇਆਂ ਦਲਾਲ ਦੇ ਪਿੱਛੇ ਹੋ ਗਿਆ। ਥੋੜ੍ਹਾ ਜਿਹਾ ਫ਼ਾਸਲਾ ਸੀ : ਚੰਦ ਗਜ਼ ਤੇ ਉਹ ਬਿਲਡਿੰਗ ਸੀ-ਦੂਜੇ ਹੀ ਪਲ ਦਲਾਲ ਅਤੇ ਉਹ ਉਸ ਬਿਲਡਿੰਗ ਦੇ ਅੰਦਰ ਸਨ।

ਅੰਦਰੋਂ ਬਿਲਡਿੰਗ ਦੀ ਹਾਲਤ ਖ਼ਸਤਾ ਸੀ; ਜਗ੍ਹਾ-ਜਗ੍ਹਾ ਇੱਟਾਂ ਉਖੜੀਆਂ

ਹੋਈਆਂ ਸਨ; ਕੱਟੇ ਹੋਏ ਪਾਣੀ ਦੇ ਨਾਲ ਬਾਹਰ ਨੂੰ ਨਿਕਲੇ ਹੋਏ ਸਨ; ਹਰ ਪਾਸੇ ਕੂੜੇ-ਕਰਕਟ ਦੇ ਢੇਰ ਸਨ।

ਸ਼ਾਮ ਕਦੋਂ ਦੀ ਗਹਿਰੀ ਹੋ ਚੁੱਕੀ ਸੀ-ਡਿਊਢੀ ਵਿੱਚੋਂ ਦੀ ਲੰਘਦਿਆਂ ਉਹ ਅੱਗੇ ਵਧੇ ਤਾਂ ਹਨੇਰਾ ਸ਼ੁਰੂ ਹੋ ਗਿਆ।

ਚੌੜਾ ਚਕਲਾ ਵਿਹੜਾ ਤੈਅ ਕਰ ਕੇ ਦਲਾਲ ਇਕ ਪਾਸੇ ਮੁੜਿਆਂ ਜਿੱਥੇ ਕਿ ਇਮਾਰਤ ਬਣਦੇ-ਬਣਦੇ ਰੁਕ ਗਈ ਸੀ। ਇੱਟਾਂ ਨੰਗੀਆਂ ਸਨ; ਚੂਨਾ ਤੇ ਸੀਮਿੰਟ ਮਿਲੇ ਹੋਏ ਸਖ਼ਤ ਢੇਰ ਪਏ ਹੋਏ ਸਨ; ਥਾਂ-ਥਾਂ ਬੱਜਰੀ ਖਿਲਰੀ ਹੋਈ ਸੀ।

ਦਲਾਲ ਅਧੂਰੀਆਂ ਪੌੜੀਆਂ ਚੜ੍ਹਦੇ ਰੁਕ ਗਿਆ ਅਤੇ ਮੁੜ ਕੇ ਉਸ ਨੇ ਕਿਹਾ : "ਤੁਸੀ ਇਥੇ ਹੀ ਠਹਿਰੋ, ਮੈਂ ਹੁਣੇ ਆਇਆ।"

ਉਹ ਰੁਕ ਗਿਆ ਅਤੇ ਦਲਾਲ ਪੌੜੀਆਂ ਚੜ੍ਹ ਗਿਆ-ਉਸ ਨੇ ਗਰਦਨ ਚੁੱਕ ਕੇ ਪੌੜੀਆਂ ਦੇ ਆਖਿਰ ਵੱਲ ਵੇਖਿਆ ਤਾਂ ਉਸ ਨੂੰ ਤੇਜ਼ ਰੌਸ਼ਨੀ ਨਜ਼ਰ ਆਈ।

ਪਲ ਮਿੰਟ ਬਣ ਗਏ ਤਾਂ ਉਹ ਦੱਬੇ ਪੈਰੀ ਪੌੜੀਆਂ ਚੜ੍ਹਨ ਲੱਗਿਆ-ਉਹ ਆਖਰੀ ਪੌੜੀ 'ਤੇ ਪਹੁੰਚਿਆ ਤਾਂ ਉਸ ਨੂੰ ਦਲਾਲ ਦੀ ਬਹੁਤ ਜੋਰ ਦੀ ਕੜਕ ਆਵਾਜ਼ ਸੁਣਾਈ ਦਿੱਤੀ :

"ਉਠਦੀ ਹੈ ਕਿ ਨਹੀਂ?"

ਕੋਈ ਔਰਤ ਬੋਲੀ : "ਕਹਿ ਤਾਂ ਦਿੱਤਾ, ਮੈਨੂੰ ਸੌਣ ਦੇ।" ਔਰਤ ਦੀ ਆਵਾਜ਼ ਘੁਟੀ ਘੁਟੀ ਜਿਹੀ ਸੀ।

ਦਲਾਲ ਫਿਰ ਕੜਕਿਆ : 'ਮੈਂ ਕਹਿੰਦਾ ਹਾਂ ਉਠ....ਮੇਰਾ ਕਹਿਣਾ ਨਹੀਂ ਮੰਨੇਗੀ ਤਾਂ ਯਾਦ ਰੱਖ...."

ਔਰਤ ਦੀ ਆਵਾਜ਼ ਆਈ : 'ਤੂੰ ਮੈਨੂੰ ਮਾਰ ਸੁੱਟ, ਲੇਕਿਨ ਮੈਂ ਨਹੀਂ ਉਠਾਂਗੀ...ਖ਼ੁਦਾ ਦੇ ਲਈ ਮੇਰੇ ਹਾਲ 'ਤੇ ਰਹਿਮ ਕਰ।"

ਦਲਾਲ ਨੇ ਪੁਚਕਾਰਿਆ : "ਉਠ ਮੇਰੀ ਜਾਨ....ਜ਼ਿੱਦ ਨਾ ਕਰ...ਗੁਜ਼ਾਰਾ ਕਿਵੇਂ ਚੱਲੇਗਾ?"

ਔਰਤ ਬੋਲੀ : ਗੁਜ਼ਾਰਾ ਜਾਵੇ ਜਹੰਨਮ 'ਚ...ਮੈਂ ਮਰ ਜਾਵਾਂਗੀ...ਗੁਜ਼ਾਰਾ ਕਿਵੇਂ ਚੱਲੇਗਾ?"

ਦਲਾਲ ਦੀ ਆਵਾਜ਼ ਫਿਰ ਸਖ਼ਤ ਹੋਈ : "ਤੂੰ ਨਹੀਂ ਉਠੇਂਗੀ...ਹਰਾਮਜ਼ਾਦੀ, ਸੂਰ ਦੀ ਬੱਚੀ...."

ਔਰਤ ਚੀਕਣ ਲੱਗੀ : "ਮੈ ਨਹੀਂ ਉਠਾਂਗੀ, ਨਹੀਂ ਉਠਾਂਗੀ ਨਹੀਂ ਉਠਾਂਗੀ..."

ਦੇਖ ਮੈਂ ਹੱਥ ਜੋੜਦੀ ਹਾਂ...ਮੈਂ ਕਿੰਨੇ ਦਿਨਾਂ ਤੋਂ ਜਾਗ ਰਹੀ ਹਾਂ....ਰਹਿਮ ਕਰ, ਖ਼ੁਦਾ ਦੇ ਲਈ ਮੇਰੇ ਤੇ ਰਹਿਮ ਕਰ..." ਔਰਤ ਦੀ ਆਵਾਜ਼ 'ਚ ਪ੍ਰਾਥਨਾਂ ਸੀ।

"ਬਸ ਇਕ ਦੋ ਘੰਟੇ ਦੇ ਲਈ....ਫਿਰ ਸੌਂ ਜਾਣਾ...ਨਹੀਂ ਤਾਂ ਦੇਖ, ਮੈਨੂੰ ਸਖ਼ਤੀ ਕਰਨੀ ਪਵੇਗੀ।" ਦਲਾਲ ਦੀ ਆਵਾਜ਼ ਆਈ।

ਥੋੜੀ ਦੇਰ ਲਈ ਖ਼ਾਮੋਸ਼ੀ ਛਾ ਗਈ-ਉਸ ਨੇ ਦੱਬੇ ਪੈਰੀ ਅੱਗੇ ਵਧ ਕੇ ਉਸ ਕਮਰੇ ਵਿਚ ਝਾਕਿਆ, ਜਿਸ ਕਮਰੇ ਵਿਚੋਂ ਬੜੀ ਤੇਜ਼ ਰੋਸ਼ਨੀ ਆ ਰਹੀ ਸੀ।

ਉਸ ਨੇ ਦੇਖਿਆ ਕਿ ਇਕ ਛੋਟਾ ਜਿਹਾ, ਤੇਜ਼ ਰੋਸ਼ਨੀ 'ਚ ਜਗਮਗਾਉਂਦਾ

ਹੋਇਆ ਕਮਰਾ ਹੈ; ਫਰਸ਼ 'ਤੇ ਇਕ ਔਰਤ ਪਈ ਹੈ; ਕਮਰੇ ਵਿਚ ਦੋ-ਤਿੰਨ ਬਰਤਨ ਹਨ, ਬੱਸ ਹੋਰ ਕੁਝ ਨਹੀਂ; ਦਲਾਲ ਦਰਵਾਜ਼ੇ ਵੱਲ ਪਿੱਠ ਕਰ ਕੇ ਔਰਤ ਦੇ ਕੋਲ ਬੈਠਾ ਔਰਤ ਦੇ ਪੈਰ ਦਬਾ ਰਿਹਾ ਹੈ।

ਥੋੜ੍ਹੀ ਦੇਰ ਬਾਅਦ ਦਲਾਲ ਨੇ ਔਰਤ ਨੂੰ ਕਿਹਾ : "ਲੈ ਹੁਣ ਉਠ....ਕਸਮ ਖ਼ੁਦਾ ਦੀ ਤੂੰ ਇਕ ਦੋ ਘੰਟੇ 'ਚ ਆ ਜਾਵੇਂਗੀ...ਆ ਕੇ ਸੌਂ ਜਾਣਾ।"

ਉਹ ਔਰਤ ਇਕਦਮ ਉਠੀ, ਅਤੇ ਚੀਕੀ : ਅੱਛਾ ਉਠਦੀ ਹਾਂ।"

ਉਹ ਪਿੱਛੇ ਹਟ ਗਿਆ : ਉਸ ਪਲ ਉਹ ਡਰ ਗਿਆ ਸੀ, ਫਿਰ ਉਹ ਦੱਬੇ ਪੈਰੀ ਪੌੜੀਆਂ ਉਤਰ ਗਿਆ।

ਉਸ ਨੇ ਸੋਚਿਆਂ ਕਿ ਭੱਜ ਜਾਵੇ, ਇਸ ਸ਼ਹਿਰ 'ਚ ਹੀ ਭੱਜ ਜਾਵੇ, ਇਸ ਦੁਨੀਆਂ 'ਚੋਂ ਹੀ ਭੱਜ ਜਾਵੇ; ਪਰ ਕਿੱਥੇ?

ਫਿਰ ਉਸ ਨੇ ਸੋਚਿਆ ਕਿ ਉਹ ਔਰਤ ਕੌਣ ਹੈ; ਕਿਉਂ ਉਸ ਤੇ ਐਨਾ ਜ਼ੁਲਮ ਹੋ ਰਿਹਾ ਹੈ? ਅਤੇ ਉਹ ਦਲਾਲ ਕੌਣ ਹੈ; ਉਸ ਔਰਤ ਦਾ ਕੀ ਲਗਦਾ ਹੈ?

ਉਹ ਉਸ ਛੋਟੇ ਜਿਹੇ ਕਮਰੇ ਵਿਚ ਐਨਾ ਵੱਡਾ ਬਲਬ ਜਲਾ ਕੇ, ਜਿਹੜਾ ਸੌ ਕੈਂਡਲ ਪਾਵਰ ਤੋਂ ਕਿਸੇ ਵੀ ਤਰ੍ਹਾਂ ਘੱਟ ਨਹੀਂ ਹੈ, ਕਿਉਂ ਰਹਿੰਦੇ ਹਨ, ਕਦੋਂ ਤੋਂ ਰਹਿੰਦੇ ਹਨ?

ਉਸ ਦੇ ਦਿਮਾਗ ਵਿਚ ਸੋਚ ਅਤੇ ਉਸ ਦੀਆਂ ਅੱਖਾਂ ਵਿਚ ਉਸ ਤੇਜ਼ ਬਲਬ ਦੀ ਰੌਸ਼ਨੀ ਘੁਸੀ ਹੋਈ ਸੀ।

ਐਨੀ ਤੇਜ਼ ਰੌਸ਼ਨੀ 'ਚ ਕੌਣ ਸੌਂ ਸਕਦਾ ਹੈ; ਐਨਾ ਵੱਡਾ ਬਲਬ?

ਉਹ ਅਜੇ ਆਪਣੀ ਸੋਚ ਵਿਚ ਗੁੰਮ ਸੀ ਕਿ ਖੜਕਾ ਹੋਇਆ-ਉਸ ਨੇ ਦੇਖਿਆ, ਦੋ ਪਰਛਾਵੇਂ ਉਸ ਦੇ ਕੋਲ ਖੜ੍ਹੇ ਹਨ।

"ਦੇਖ ਲਵੋ..." ਦਲਾਲ ਦੇ ਪਰਛਾਵੇਂ ਨੇ ਕਿਹਾ।

ਉਸ ਨੇ ਕਿਹਾ : "ਦੇਖ ਲਿਆ...."

"ਠੀਕ ਹੈ ਨਾ?"

"ਠੀਕ ਹੈ!"

"ਚਾਲੀ ਰੁਪਏ ਹੋਣਗੇ?"

"ਠੀਕ ਹੈ!"

"ਦੇ ਦੇਵੋ।"

ਉਹ ਸੋਚਣ ਸਮਝਣ ਦੇ ਕਾਬਿਲ ਨਹੀਂ ਰਿਹਾ ਸੀ-ਉਸ ਨੇ ਜੇਬ ਵਿਚ ਹੱਥ ਪਾਇਆ, ਕੁਝ ਨੋਟ ਕੱਢੇ ਅਤੇ ਦਲਾਲ ਦੇ ਹਵਾਲੇ ਕਰ ਦਿੱਤੇ : "ਦੇਖ ਲਵੋ ਕਿੰਨੇ ਹਨ।"

ਪਹਿਲਾਂ ਨੋਟਾਂ ਦੀ ਖੜਖੜਾਹਟ ਹੋਈ : ਫਿਰ ਦਲਾਲ ਨੇ ਕਿਹਾ : "ਪੰਜਾਹ ਹਨ।"

ਉਸ ਨੇ ਕਿਹਾ : "ਪੰਜਾਹ ਹੀ ਰੱਖੋ..." ਉਸ ਦੇ ਮਨ 'ਚ ਆਇਆ ਕਿ ਉਹ ਇਕ ਬਹੁਤ ਵੱਡਾ ਪੱਥਰ ਚੁੱਕੇ ਅਤੇ ਦਲਾਲ ਦੇ ਸਿਰ 'ਤੇ ਦੇ ਮਾਰੇ।

ਦਲਾਲ ਨੇ ਕਿਹਾ : "ਲੈ ਜਾਓ....ਲੇਕਿਨ ਦੇਖੋ, ਇਸ ਨੂੰ ਤੰਗ ਨਾ ਕਰਨਾ ਅਤੇ ਇਕ ਦੋ ਘੰਟੇ ਦੇ ਬਾਅਦ ਛੱਡ ਜਾਣਾ।"

ਉਹ ਉਸ ਵੱਡੀ ਬਿਲਡਿੰਗ ਤੋਂ ਬਾਹਰ ਆ ਗਿਆ।

ਬਾਹਰ ਇਕ ਤਾਂਗਾ ਖੜ੍ਹਾ ਸੀ-ਉਹ ਅੱਗੇ ਬੈਠ ਗਿਆ ਤੇ ਉਹ ਔਰਤ ਪਿੱਛੇ।

ਦਲਾਲ ਨੇ ਸਲਾਮ ਕੀਤਾ-ਇਕ ਵਾਰ ਫਿਰ ਉਸ ਦੇ ਮਨ 'ਚ ਆਇਆ ਕਿ ਉਹ ਇਕ ਬਹੁਤ ਵੱਡਾ ਪੱਥਰ ਚੁੱਕੇ ਅਤੇ ਦਲਾਲ ਦੇ ਸਿਰ 'ਤੇ ਦੇ ਮਾਰੇ।

ਉਹ ਉਸ ਔਰਤ ਨੂੰ ਨੇੜੇ ਹੀ ਇਕ ਵੀਰਾਨ ਜਿਹੇ ਹੋਟਲ 'ਚ ਲੈ ਗਿਆ।

ਉਸ ਨੇ ਆਪਣੇ ਦਿਮਾਗ ਨੂੰ ਸਾਫ ਕਰਨ ਦੀ ਕੋਸ਼ਿਸ ਕੀਤੀ ਅਤੇ ਉਸ ਔਰਤ ਵੱਲ ਦੇਖਿਆ-ਉਹ ਔਰਤ ਸਿਰ ਤੋਂ ਪੈਰਾਂ ਤਕ ਉਜਾੜ ਸੀ, ਉਸ ਦੇ ਪੋਟੇ ਸੁੱਜੇ ਹੋਏ; ਅੱਖਾਂ ਝੁਕੀਆਂ ਹੋਈਆਂ ਸਨ; ਉਸ ਦਾ ਉਪਰਲਾ ਧੜ ਸਾਰੇ ਦਾ ਸਾਰਾ ਝੁਕਿਆ ਹੋਇਆ ਸੀ, ਜਿਵੇਂ ਉਹ ਇਕ ਅਜਿਹੀ ਖ਼ਸਤਾ ਇਮਾਰਤ ਹੋਵੇ, ਜਿਹੜੀ ਪਲ ਭਰ 'ਚ ਡਿੱਗਣ ਵਾਲੀ ਹੋਵੇ।

ਉਸ ਨੇ ਕਿਹਾ : "ਜ਼ਰਾ ਗਰਦਣ ਤਾਂ ਉਚੀ ਕਰੋ ਜੀ।"

ਉਹ ਜ਼ੋਰ ਦੀ ਚੀਕੀ : "ਕੀ?"

"ਕੁਝ ਨਹੀਂ....ਮੈਂ ਸਿਰਫ਼ ਐਨਾ ਕਿਹਾ ਸੀ ਕਿ ਕੋਈ ਗੱਲਬਾਤ ਤਾਂ ਕਰੋ ਜੀ।"

ਉਸ ਦੀਆਂ ਅੱਖਾਂ ਸੁਰਖ਼ ਹੋ ਰਹੀਆਂ ਸਨ, ਜਿਵੇਂ ਉਨ੍ਹਾਂ 'ਚ ਮਿਰਚਾਂ ਪਾਈਆਂ ਗਈਆਂ ਹੋਣ-ਉਹ ਖ਼ਾਮੋਸ਼ ਰਹੀ।

"ਤੁਹਾਡਾ ਨਾਂ?" ਉਸ ਨੇ ਪੁੱਛਿਆ।

"ਕੁਝ ਵੀ ਨਹੀ।" ਉਸ ਦੇ ਲਹਿਜ਼ੇ 'ਚ ਤੇਜ਼ਾਬ ਜਿਹੀ ਤੇਜ਼ੀ ਸੀ।

"ਤੁਸੀਂ ਕਿਥੋਂ ਦੇ ਰਹਿਣ ਵਾਲੇ ਹੋ?"

"ਜਿਥੋਂ ਦੀ ਤੂੰ ਸਮਝ ਲਵੇਂ।"

"ਤੁਸੀਂ ਐਨਾ ਰੁੱਖਾ ਕਿਉਂ ਬੋਲਦੇ ਹੋ?"

ਉਹ ਔਰਤ ਜਿਵੇਂ ਜਾਗ ਪਈ-ਉਹਦੇ ਵੱਲ ਲਾਲ ਅੱਖਾਂ ਨਾਲ ਦੇਖਦੇ ਹੋਏ ਉਸ ਨੇ ਕਿਹਾ : "ਤੂੰ ਆਪਣਾ ਕੰਮ ਕਰ ਮੈਂ ਜਾਣਾ ਹੈ।"

ਉਸ ਨੇ ਪੁੱਛਿਆ : "ਕਿੱਥੇ ਜਾਣਾ ਹੈ?"

ਔਰਤ ਨੇ ਬੜੀ ਲਾਪਰਵਾਹੀ ਨਾਲ ਜਵਾਬ ਦਿੱਤਾ : ਜਿਥੋਂ ਤੂੰ ਮੈਨੂੰ ਲੈ ਕੇ ਆਇਆ ਸੀ।"

"ਤੁਸੀਂ ਜਾਣਾ ਚਾਹੁੰਦੇ ਹੋ ਤਾਂ ਜਾ ਸਕਦੇ ਹੋ।"

"ਤੁਸੀਂ ਆਪਣਾ ਕੰਮ ਕਰੋ ਨਾ....ਮੈਨੂੰ ਤੰਗ ਕਿਉਂ ਕਰਦੇ ਹੋ?"

ਉਸ ਨੇ ਆਪਣੇ ਲਹਿਜ਼ੇ 'ਚ ਦਿਲ ਦਾ ਸਾਰਾ ਦਰਦ ਭਰ ਕੇ ਕਿਹਾ : "ਮੈਂ ਤੈਨੂੰ ਤੰਗ ਨਹੀਂ ਕਰਦਾ....ਮੈਨੂੰ ਤੇਰੇ ਨਾਲ ਹਮਦਰਦੀ ਹੈ...."

ਉਹ ਖਿਝ ਗਈ : "ਮੈਨੂੰ ਨਹੀਂ ਚਾਹੀਦੀ ਕੋਈ ਹਮਦਰਦੀ....ਫਿਰ ਉਹ ਲਗਭਗ ਚੀਖ਼ ਪਈ : "ਤੂੰ ਆਪਣਾ ਕੰਮ ਖ਼ਤਮ ਕਰ ਅਤੇ ਮੈਨੂੰ ਜਾਣ ਦੇ।

ਉਸ ਨੇ ਨੇੜੇ ਹੋ ਕੇ ਉਸ ਔਰਤ ਦੇ ਸਿਰ 'ਤੇ ਹੱਥ ਫੇਰਨਾ ਚਾਹਿਆ ਤਾਂ ਉਸ ਔਰਤ ਨੇ ਉਸ ਦਾ ਹੱਥ ਜ਼ੋਰ ਦੀ ਝਟਕ ਦਿੱਤਾ : "ਮੈਂ ਕਹਿੰਦੀ ਹਾਂ, ਮੈਨੂੰ ਤੰਗ ਨਾ ਕਰ...ਮੈਂ ਕਈ ਦਿਨਾਂ ਤੋਂ ਜਾਗ ਰਹੀ ਹਾਂ...ਜਦੋਂ ਦੀ ਇੱਥੇ ਆਈ ਹਾਂ, ਜਾਗ ਰਹੀ ਹਾਂ..."

ਉਹ ਸਿਰ ਤੋਂ ਪੈਰਾਂ ਤਕ ਹਮਦਰਦ ਬਣ ਗਿਆ : "ਸੌਂ ਜਾਓ ਇੱਥੇ।"

ਔਰਤ ਦੀਆਂ ਅੱਖਾਂ ਹੋਰ ਸੁਰਖ਼ ਹੋ ਗਈਆਂ; ਉਹ ਤੇਜ਼ ਲਹਿਜ਼ੇ 'ਚ ਬੋਲੀ : "ਮੈਂ ਇੱਥੇ ਸੌਣ ਨਹੀਂ ਆਈ...ਇਹ ਮੇਰਾ ਘਰ ਨਹੀਂ..."

"ਤੇਰਾ ਘਰ ਉਹ ਹੈ, ਜਿੱਥੋਂ ਤੂੰ ਆਈ ਹੈ ?"

"ਉਫ਼...ਬਕਵਾਸ ਬੰਦ ਕਰੋ...ਮੇਰਾ ਕੋਈ ਘਰ ਨਹੀਂ...ਤੂੰ ਆਪਣਾ ਕੰਮ ਕਰ, ਨਹੀਂ ਤਾਂ ਮੈਨੂੰ ਛੱਡ ਆਓ..., ਆਪਣੇ ਰੁਪਏ ਲੈ ਲੈਣਾ ਉਸ...ਉਸ..."ਉਹ ਗਾਲ ਕੱਢਦੀ-ਕੱਢਦੀ ਰਹਿ ਗਈ।

ਉਸ ਨੇ ਸੋਚਿਆ ਕਿ ਇਸ ਔਰਤ ਤੋਂ ਇਸ ਹਾਲਤ ਵਿਚ ਕੁਝ ਪੁੱਛਣਾ ਅਤੇ ਹਮਦਰਦੀ ਜਤਾਉਣਾ ਫ਼ਜ਼ੂਲ ਹੈ, ਉਸ ਨੇ ਕਿਹਾ : "ਚਲ, ਤੈਨੂੰ ਛੱਡ ਆਵਾਂ।" ਅਤੇ ਉਹ ਉਸ ਔਰਤ ਨੂੰ ਉਸ ਵੱਡੀ ਬਿਲਡਿੰਗ 'ਚ ਛੱਡ ਆਇਆ।

ਦੂਜੇ ਦਿਨ ਉਸ ਨੇ ਕੈਸਰ ਪਾਰਕ ਦੇ ਇਕ ਵੀਰਾਨ ਹੋਟਲ ਵਿਚ ਉਸ ਔਰਤ ਦੀ ਸਾਰੀ ਦਾਸਤਾਨ ਆਪਣੇ ਦੋਸਤ ਨੂੰ ਸੁਣਾਈ-ਦੋਸਤ ਭਿੱਜ ਗਿਆ; ਉਸ ਨੇ ਅਫ਼ਸੋਸ ਦਾ ਇਜ਼ਹਾਰ ਕਰਦਿਆਂ ਪੁੱਛਿਆ : "ਕੀ ਜਵਾਨ ਸੀ ?"

ਉਸ ਨੇ ਕਿਹਾ : "ਮੈਨੂੰ ਪਤਾ ਨਹੀਂ...ਮੈਂ ਉਸ ਨੂੰ ਚੰਗੀ ਤਰ੍ਹਾਂ ਦੇਖ ਨਾ ਸਕਿਆ...ਮੇਰੇ ਦਿਮਾਗ 'ਚ ਤਾਂ ਇਕ ਹੀ ਖਿਆਲ ਸੀ ਕਿ ਪੱਥਰ ਚੁੱਕ ਕੇ ਦਲਾਲ ਦਾ ਸਿਰ ਕਿਉਂ ਨਾ ਕੁਚਲ ਦਿੱਤਾ ?"

ਉਸ ਦੇ ਦੋਸਤ ਨੇ ਕਿਹਾ : "ਵਾਕਿਆ ਹੀ ਭਲੇ ਦਾ ਕੰਮ ਹੁੰਦਾ! "

ਉਹ ਜ਼ਿਆਦਾ ਦੇਰ ਹੋਟਲ ਵਿਚ ਆਪਣੇ ਦੋਸਤ ਨਾਲ ਨਾ ਬੈਠ ਸਕਿਆ : ਉਸ ਦੇ ਦਿਲੋ-ਦਿਮਾਗ 'ਤੇ ਪਿਛਲੇ ਦਿਨਾਂ ਦੀ ਘਟਨਾ ਦਾ ਬਹੁਤ ਬੋਝ ਸੀ, ਚਾਹ ਖ਼ਤਮ ਹੋਈ ਤਾਂ ਉਹ ਰੁਖ਼ਸਤ ਹੋ ਗਿਆ।

ਉਸ ਦਾ ਦੋਸਤ ਤਾਂਗੇ ਦੇ ਅੱਡੇ 'ਤੇ ਆਇਆ : ਥੋੜ੍ਹੀ ਦੇਰ ਤਕ ਉਸ ਦੀਆਂ ਨਿਗਾਹਾਂ ਉਸ ਦਲਾਲ ਨੂੰ ਲੱਭਦੀਆਂ ਰਹੀਆਂ, ਪਰ ਉਹ ਦਲਾਲ ਕਿਤੇ ਨਜ਼ਰ ਨਹੀਂ ਆਇਆ।

ਸੱਤ ਵੱਜ ਚੁੱਕੇ ਸਨ-ਉਹ ਵੱਡੀ ਬਿਲਡਿੰਗ ਦੇ ਸਾਹਮਣੇ ਸੀ, ਥੋੜ੍ਹੇ ਜਿਹੇ ਫ਼ਾਸਲੇ 'ਤੇ-ਉਸ ਨੇ ਕੁਝ ਕਦਮ ਉਠਾਏ ਅਤੇ ਬਿਲਡਿੰਗ 'ਚ ਦਾਖ਼ਲ ਹੋ ਗਿਆ; ਡਿਉਢੀ ਚੋਂ ਦੀ ਲੰਘ ਕੇ ਉਹ ਅੱਗੇ ਵਧਿਆ ਤਾਂ ਕਾਫੀ ਹਨ੍ਹੇਰਾ ਸੀ; ਪੌੜੀਆਂ ਦੇ ਕੋਲ ਪਹੁੰਚਿਆ ਤਾਂ ਉਪਰ ਉਸ ਨੂੰ ਰੋਸ਼ਨੀ ਦਿਖਾਈ ਦਿੱਤੀ; ਉਹ ਦੱਬੇ ਪੈਰੀਂ ਪੌੜੀਆਂ ਚੜ੍ਹਨ ਲੱਗਿਆ; ਕੁਝ ਦੇਰ ਉਹ ਆਖਰੀ ਪੌੜੀ 'ਤੇ ਖੜ੍ਹਾ ਰਿਹਾ-ਕਮਰੇ 'ਚੋਂ ਤੇਜ਼ ਰੋਸ਼ਨੀ ਆ ਰਹੀ ਸੀ, ਪਰ ਨਾ ਕੋਈ ਆਵਾਜ਼ ਸੀ, ਨਾ ਖੜਕਾ-ਉਸ ਨੇ ਹੌਲੀ ਦੇਣੇ ਪੈਰ ਅੱਗੇ ਵਧਾਏ।

ਕੰਧ ਦੀ ਓਟ 'ਚ ਉਹ ਕਮਰੇ ਦੇ ਅੰਦਰ ਝਾਕਿਆ-ਸਭ ਤੋਂ ਪਹਿਲਾਂ ਉਸ ਨੂੰ ਬਲਬ ਨਜ਼ਰ ਆਇਆ, ਤੇਜ਼ ਰੋਸ਼ਨੀ ਉਸ ਦੀਆਂ ਅੱਖਾਂ 'ਚ ਧੁੱਸ ਗਈ; ਉਸ ਨੇ ਫੌਰਨ ਮੂੰਹ ਫੇਰ ਲਿਆ ਕਿ ਹਨ੍ਹੇਰੇ ਵੱਲ ਮੂੰਹ ਕਰ ਕੇ ਆਪਣੀਆਂ ਅੱਖਾਂ ਵਿਚੋਂ ਤੇਜ਼ ਰੋਸ਼ਨੀ ਕੱਢ ਸਕੇ-ਫਿਰ ਉਸ ਨੇ ਗਰਦਨ ਝੁਕਾ ਕੇ ਕਮਰੇ ਵਿਚ ਝਾਕਿਆ ਕਿ ਉਸ ਦੀਆਂ ਅੱਖਾਂ ਬਲਬ ਦੀ ਰੋਸ਼ਨੀ ਦੇ ਘੇਰੇ 'ਚ ਨਾ ਆਉਣ, ਫਰਸ਼ ਦਾ ਜਿਹੜਾ ਹਿੱਸਾ ਉਸ ਦੀ ਪਹਿਲੀ ਨਜ਼ਰ ਨੇ ਦੇਖਿਆ, ਉਥੇ ਚਟਾਈ 'ਤੇ ਇਕ ਔਰਤ ਪਈ ਹੋਈ ਸੀ-

ਉਸ ਨੇ ਗੌਰ ਨਾਲ ਦੇਖਿਆ : ਉਹ ਔਰਤ ਸੌਂ ਰਹੀ ਸੀ-ਉਹ ਥੋੜ੍ਹਾ ਜਿਹਾ ਅੱਗੇ ਵਧਿਆ; ਉਸ ਨੇ ਮੁਸ਼ਕਲ ਨਾਲ ਚੀਕ ਨਿਕਲਦੀ ਹੋਈ ਦਬਾਈ : ਉਸ ਔਰਤ ਤੋਂ ਦੂਰ ਨੰਗੇ ਫ਼ਰਸ 'ਤੇ ਇਕ ਆਦਮੀ ਪਿਆ ਹੋਇਆ ਸੀ; ਉਸ ਆਦਮੀ ਦਾ ਸਿਰ ਟੁਕੜੇ-ਟੁਕੜੇ ਸੀ; ਨੇੜੇ ਹੀ ਖ਼ੂਨ ਨਾਲ ਲਿੱਬੜੀ ਇੱਟ ਪਈ ਸੀ-ਇਹ ਸਭ ਉਸ ਨੇ ਦੇਖਿਆ ਅਤੇ ਪੌੜੀਆਂ ਵੱਲ ਭੱਜਿਆ, ਉਸ ਦਾ ਪੈਰ ਫ਼ਿਸਲਿਆ ਅਤੇ ਅਗਲੇ ਹੀ ਪਲ ਉਹ ਹੇਠਾਂ ਸੀ; ਉਸ ਨੇ ਸੱਟਾਂ ਦੀ ਪਰਵਾਹ ਨਾ ਕਰਦੇ ਹੋਏ, ਆਪਣੇ ਹੋਸ਼ੋ-ਹਵਾਸ ਕਾਇਮ ਰੱਖਦੇ ਹੋਏ ਆਪਣੇ ਘਰ ਪਹੁੰਚਿਆ ਅਤੇ ਸਾਰੀ ਰਾਤ ਡਰਾਉਣੇ ਸੁਪਨੇ ਦੇਖਦਾ ਰਿਹਾ।

ਸ਼ਾਹ ਦੌਲੇ ਦਾ ਚੂਹਾ...

ਸਲੀਮਾ ਦਾ ਜਦੋਂ ਵਿਆਹ ਹੋਇਆ ਸੀ, ਉਹ ਇੱਕੀ ਸਾਲ ਦੀ ਸੀ। ਪੰਜ ਸਾਲ ਬੀਤ ਗਏ ਸਨ, ਪਰ ਉਸਦੇ ਕੋਈ ਬਾਲ-ਬੱਚਾ ਨਹੀਂ ਸੀ ਹੋਇਆ। ਉਸਦੀ ਮਾਂ ਤੇ ਸੱਸ ਨੂੰ ਇਸ ਗੱਲ ਦੀ ਬੜੀ ਚਿੰਤਾ ਲੱਗੀ। ਮਾਂ ਕੁਝ ਵਧੇਰੇ ਹੀ ਪ੍ਰੇਸ਼ਾਨ ਸੀ ਕਿਉਂਕਿ ਉਹ ਸੋਚਦੀ ਸੀ ਕਿ ਸਲੀਮਾ ਦਾ ਪਤੀ ਨਜ਼ੀਬ ਕਿਤੇ ਦੂਜਾ ਵਿਆਹ ਹੀ ਨਾ ਕਰਵਾ ਲਏ। ਕਈ ਡਾਕਟਰਾਂ ਨੂੰ ਵਿਖਾਇਆ ਗਿਆ, ਪਰ ਕੋਈ ਗੱਲ ਨਹੀਂ ਬਣੀ।

ਸਲੀਮਾ ਨੂੰ ਵੀ ਫਿਕਰ ਲੱਗਾ ਹੋਇਆ ਸੀ ਵਿਆਹ ਤੋਂ ਬਾਅਦ ਬੜੀਆਂ ਘੱਟ ਕੁੜੀਆਂ ਅਜਿਹੀਆਂ ਹੁੰਦੀਆਂ ਨੇ, ਜਿਹਨਾਂ ਨੂੰ ਸੰਤਾਨ ਦੀ ਇੱਛਾ ਨਹੀਂ ਹੁੰਦੀ। ਉਸਨੇ ਆਪਣੀ ਮਾਂ ਨਾਲ ਏਸ ਵਿਸ਼ੇ 'ਤੇ ਗੱਲ ਤੋਰੀ, ਉਸਦੀਆਂ ਹਦਾਇਤਾਂ ਉੱਤੇ ਪੂਰਾ-ਪੂਰਾ ਅਮਲ ਕੀਤਾ, ਪਰ ਸਿੱਟਾ ਕੁਝ ਵੀ ਨਾ ਨਿਕਲਿਆ।

ਇਕ ਦਿਨ ਉਸਦੀ ਇਕ ਸਹੇਲੀ, ਜਿਸਨੂੰ ਸਾਰੇ ਬਾਂਝ ਆਖਦੇ ਹੁੰਦੇ ਸਨ, ਉਹਨਾਂ ਦੇ ਘਰ ਆਈ। ਉਸਦੀ ਕੁੱਛੜ ਇਕ ਗੋਲ-ਮਟੋਲ ਜਿਹਾ ਮੁੰਡਾ ਦੇਖ ਕੇ ਸਲੀਮਾ ਹੈਰਾਨ ਹੀ ਰਹਿ ਗਈ। ਉਸਨੇ ਅਤਿ ਹੈਰਾਨੀ ਨਾਲ ਪੁੱਛਿਆ, "ਫਾਤਮੇਂ, ਤੇਰੇ ਅਹਿ ਮੁੰਡਾ ਕਿੰਜ ਜੰਮ ਪਿਆ ਨੀਂ?"

ਫਾਤਮਾ ਉਸ ਨਾਲੋਂ ਪੰਜ ਸਾਲ ਵੱਡੀ ਸੀ। ਉਸਨੇ ਰਤਾ ਮੁਸਕਰਾ ਕੇ ਕਿਹਾ, "ਸਭ ਸ਼ਾਹਦੌਲੇ ਸਾਹਬ ਦੀ ਮਿਹਰਬਾਨੀ ਏ। ਮੈਨੂੰ ਕਿਸੇ ਔਰਤ ਨੇ ਦੱਸਿਆ ਸੀ ਕਿ ਜੇ ਤੂੰ ਔਲਾਦ ਚਾਹੁੰਦੀ ਏਂ ਤਾਂ ਗੁਜਰਾਤ ਜਾ ਕੇ ਸ਼ਾਹਦੌਲੇ ਸਾਹਬ ਦੇ ਮਜ਼ਾਰ 'ਤੇ ਮਿੰਨਤ ਕਰ, ਤੇ ਕਹੁ ਕਿ ਜੋ ਮੇਰਾ ਪਹਿਲਾ ਬੱਚਾ ਹੋਏਗਾ, ਮੈਂ ਉਸਨੂੰ ਚੜ੍ਹਾਵੇ ਦੇ ਤੌਰ 'ਤੇ ਤੁਹਾਡੀ ਖਾਨਗਾਹ 'ਤੇ ਚੜ੍ਹਾਅ ਜਾਵਾਂਗੀ।"

ਉਸਨੇ ਸਲੀਮਾ ਨੂੰ ਇਹ ਵੀ ਦੱਸਿਆ ਸੀ ਕਿ ਜਦੋਂ ਸ਼ਾਹਦੌਲੇ ਸਾਹਬ ਦੇ ਮਜ਼ਾਰ ਉੱਤੇ ਅਜਿਹੀ ਮਿੰਨਤ ਮੰਗੀ ਜਾਏ ਤਾਂ ਪਹਿਲਾ ਬੱਚਾ ਅਜਿਹਾ ਪੈਦਾ ਹੁੰਦਾ ਏ, ਜਿਸਦਾ ਸਿਰ ਬੜਾ ਹੀ ਛੋਟਾ ਹੁੰਦਾ ਏ। ਫਾਤਮਾ ਦੀ ਇਹ ਗੱਲ ਸਲੀਮਾ ਨੂੰ ਬਹੁਤੀ ਚੰਗੀ ਨਹੀਂ ਸੀ ਲੱਗੀ ਤੇ ਜਦੋਂ ਉਸਨੇ ਆਪਣੇ ਪਤੀ ਨੂੰ ਦੱਸਿਆ ਕਿ ਇੰਜ ਪਹਿਲਾ ਬੱਚਾ ਉਹਨਾਂ ਦੀ ਖਾਨਗਾਹ ਵਿਚ ਛੱਡ ਕੇ ਆਉਣਾ ਪੈਂਦਾ ਏ ਤਾਂ ਉਸਨੂੰ ਵੀ ਬੜਾ ਦੁੱਖ ਹੋਇਆ ਸੀ।

ਉਸਨੇ ਸੋਚਿਆ ਸੀ, ਅਜਿਹੀ ਕਿਹੜੀ ਮਾਂ ਹੁੰਦੀ ਹੋਏਗੀ ਜਿਹੜੀ ਹਮੇਸ਼ਾ ਵਾਸਤੇ ਆਪਣੇ ਬੱਚੇ ਤੋਂ ਵੱਖ ਹੋ ਸਕਦੀ ਹੋਏ? ਉਸਦਾ ਸਿਰ ਭਾਵੇਂ ਕਿੰਨਾ ਹੀ ਛੋਟਾ,

ਨੱਕ ਚਪਟੀ ਜਾਂ ਅੱਖਾਂ ਭੈਂਗੀਆਂ ਹੋਣ, ਪਰ ਮਾਂ ਉਸਨੂੰ ਰੂੜੀ ਦੇ ਢੇਰ ਉੱਤੇ ਨਹੀਂ ਸੁੱਟ ਸਕਦੀ। ਭਾਵੇਂ ਕੁਝ ਵੀ ਸਹੀ, ਉਸਨੂੰ ਸੰਤਾਨ ਚਾਹੀਦੀ ਸੀ, ਸੋ ਉਸਨੇ ਆਪਣੇ ਨਾਲੋਂ ਵੱਡੀ ਉਮਰ ਦੀ ਆਪਣੀ ਸਹੇਲੀ ਦੀ ਗੱਲ ਮੰਨ ਲਈ। ਉਹ ਗੁਜਰਾਤ ਦੀ ਰਹਿਣ ਵਾਲੀ ਸੀ, ਜਿੱਥੇ ਸ਼ਾਹਦੌਲੇ ਦਾ ਮਜ਼ਾਰ ਸੀ। ਸਲੀਮਾ ਨੇ ਆਪਣੇ ਪਤੀ ਨੂੰ ਕਿਹਾ, "ਫਾਤਮਾ ਮਜਬੂਰ ਕਰ ਰਹੀ ਏ ਕਿ ਮੇਰੇ ਨਾਲ ਚਲ...ਤੁਸੀਂ ਇਜਾਜ਼ਤ ਦਿਓ ਤਾਂ ਹੋ ਆਵਾਂ?" ਉਸਦੇ ਪਤੀ ਨੂੰ ਭਲਾ ਕੀ ਇਤਰਾਜ਼ ਹੋ ਸਕਦਾ ਸੀ! ਉਸ ਕਿਹਾ, "ਹੋ-ਆ! ਪਰ ਛੇਤੀ ਮੁੜ ਆਵੀਂ।"

ਉਹ ਫਾਤਮਾ ਨਾਲ ਗੁਜਰਾਤ ਚਲੀ ਗਈ।

ਸ਼ਾਹਦੌਲੇ ਦੀ ਮਜ਼ਾਰ ਜਿਵੇਂ ਕਿ ਉਸਨੇ ਸੋਚਿਆ ਸੀ, ਕੋਈ ਕੀਮਤੀ ਪੱਥਰ ਦੀ ਇਮਾਰਤ ਨਹੀਂ ਸੀ। ਖਾਸੀ ਖੁੱਲ੍ਹੀ ਜਗਾਹ ਸੀ, ਜੋ ਸਲੀਮਾ ਨੂੰ ਬੜੀ ਪਸੰਦ ਆਈ ਸੀ। ਪਰ ਜਦੋਂ ਭੀੜ ਵਿਚ ਇਕ ਪਾਸੇ ਉਸਨੇ ਸ਼ਾਹਦੌਲੇ ਦੇ ਚੂਹੇ ਦੇਖੇ, ਜਿਹਨਾਂ ਦੇ ਨੱਕ ਵਗ ਰਹੇ ਸਨ ਤੇ ਸਿਰ ਬੜੇ ਹੀ ਛੋਟੇ ਸਨ ਤਾਂ ਉਹ ਸਹਿਮ ਗਈ।

ਉਸਦੇ ਸਾਹਮਣੇ ਇਕ ਜਵਾਨ ਕੁੜੀ ਖਲੋਤੀ ਸੀ; ਭਰਪੂਰ ਜਵਾਨ। ਪਰ ਉਹ ਅਜਿਹੀਆਂ ਹਰਕਤਾਂ ਕਰ ਰਹੀ ਸੀ ਕਿ ਗੰਭੀਰ ਤੋਂ ਗੰਭੀਰ ਬੰਦੇ ਨੂੰ ਵੀ ਹਾਸਾ ਆ ਜਾਂਦਾ ਸੀ। ਉਸਨੂੰ ਦੇਖ ਕੇ ਇਕ ਵਾਰੀ ਤਾਂ ਸਲੀਮਾ ਵੀ ਹੱਸ ਪਈ, ਪਰ ਫੇਰ ਉਸਦਾ ਰੋਣ ਨਿਕਲ ਗਿਆ। ਉਸ ਸੋਚਿਆ, ਇਸ ਕੁੜੀ ਦਾ ਕੀ ਬਣੇਗਾ। ਇੱਥੋਂ ਦੇ ਮਾਲਕ ਉਸਨੂੰ ਵੇਚ ਦੇਣਗੇ, ਤੇ 'ਉਹ' ਬਾਂਦਰੀ ਵਾਂਗ ਇਸਨੂੰ ਥਾਂ-ਥਾਂ ਨਚਾਉਂਦੇ ਫਿਰਨਗੇ। ਇਹ ਵਿਚਾਰੀ ਉਹਨਾਂ ਦੀ ਰੋਜੀ-ਰੋਟੀ ਦਾ ਸਾਧਨ ਬਣ ਕੇ ਰਹਿ ਜਾਏਗੀ।

ਉਸਦਾ ਸਿਰ ਬੜਾ ਹੀ ਛੋਟਾ ਸੀ। ਉਸਨੇ ਸੋਚਿਆ, ਸਿਰ ਛੋਟਾ ਹੋਏ ਤਾਂ ਬੱਚੇ ਦੀ ਕਿਸਮਤ ਤਾਂ ਛੋਟੀ ਨਹੀਂ ਹੁੰਦੀ। ਕਿਸਮਤ ਤਾਂ ਪਾਗਲਾਂ ਦੀ ਵੀ ਹੁੰਦੀ ਏ।

ਸ਼ਾਹਦੌਲੇ ਦੀ ਇਸ ਚੂਹੀ ਦਾ ਸਰੀਰ ਗੁੰਦਵਾਂ ਸੀ, ਸਾਰੇ ਅੰਗ ਹਰ ਪੱਖ ਤੋਂ ਠੀਕ-ਠਾਕ ਸਨ, ਪਰ ਜਾਪਦਾ ਸੀ...ਉਸਦੀ ਚੇਤਨ-ਸ਼ਕਤੀ ਜਾਣ ਬੁੱਝ ਕੇ ਖਤਮ ਕਰ ਦਿੱਤੀ ਗਈ ਏ। ਉਹ ਇੰਜ ਤੁਰਦੀ, ਫਿਰਦੀ ਤੇ ਹੱਸਦੀ ਜਿਵੇਂ ਚਾਬੀ ਭਰ ਕੇ ਛੱਡੀ ਹੋਈ ਹੋਏ। ਸਲੀਮਾ ਨੂੰ ਲੱਗਿਆ ਜਿਵੇਂ ਉਸ ਕੁੜੀ ਨੂੰ ਸਿਰਫ ਏਸੇ ਮੰਤਵ ਵਾਸਤੇ ਬਣਾਇਆ ਗਿਆ ਏ।

ਪਰ ਇਹਨਾਂ ਸਾਰੀਆਂ ਗੱਲਾਂ ਦੇ ਬਾਵਜੂਦ, ਉਸਨੇ ਆਪਣੀ ਸਹੇਲੀ ਫਾਤਮਾ ਦੇ ਕਹਿਣ 'ਤੇ ਸ਼ਹਦੌਲੇ ਸਾਹਬ ਦੇ ਮਜਾਰ 'ਤੇ ਮਿੰਨਤ ਮੰਗ ਹੀ ਲਈ ਕਿ ਉਹ ਆਪਣਾ ਪਹਿਲਾ ਬੱਚਾ ਉਹਨਾਂ ਦੀ ਖਾਨਗਾਹ ਦੀ ਭੇਂਟ ਕਰ ਦਏਗੀ।

ooo

ਡਾਕਟਰੀ ਇਲਾਜ਼ ਵੀ ਸਲੀਮਾ ਨੇ ਜਾਰੀ ਰੱਖਿਆ। ਦੋ ਸਾਲ ਬਾਅਦ ਬੱਚੇ ਦੀ ਪੈਦਾਇਸ਼ ਦੇ ਆਸਾਰ ਸਪਸ਼ਟ ਹੋ ਗਏ। ਸਲੀਮਾ ਬੜੀ ਖੁਸ਼ ਸੀ। ਠੀਕ ਸਮੇਂ 'ਤੇ ਉਹਨਾਂ ਦੇ ਘਰ ਇਕ ਮੁੰਡਾ ਜੰਮਿਆਂ, ਜਿਹੜਾ ਬੜਾ ਹੀ ਸੋਹਣਾ-ਸੁਨੱਖਾ ਸੀ। ਗਰਭ ਦੇ ਦੌਰਾਨ ਕਿਉਂਕਿ ਚੰਦ ਗ੍ਰਹਿਣ ਲੱਗਿਆ ਸੀ, ਇਸ ਲਈ ਬੱਚੇ ਦੀ ਸੱਜੀ ਗੱਲ੍ਹ ਉੱਤੇ ਇਕ ਕਾਲਾ ਧੱਬਾ ਜਿਹਾ ਵੀ ਸੀ, ਪਰ ਉਹ ਬੁਰਾ ਨਹੀਂ ਸੀ ਲੱਗਦਾ।

ਫਾਤਮਾ ਆਈ ਤੇ ਉਸਨੇ ਕਿਹਾ ਕਿ 'ਤੁਰੰਤ ਬੱਚੇ ਨੂੰ ਸ਼ਾਹਦੌਲੇ ਸਾਹਬ ਦੀ ਨਜ਼ਰ ਕਰ ਆਉਣਾ ਚਾਹੀਦਾ ਹੈ।' ਭਾਵੇਂ ਸਲੀਮਾ ਆਪ ਮਿੰਨਤ ਮੰਗ ਕੇ ਆਈ

ਸੀ, ਪਰ ਹੁਣ ਟਾਲ-ਮਟੋਲ ਕਰਨ ਲੱਗ ਪਈ। ਉਸਦੀ ਮਮਤਾ ਮੰਨਦੀ ਹੀ ਨਹੀਂ ਸੀ ਪਈ ਕਿ ਉਹ ਆਪਣੀਆਂ ਅੱਖਾਂ ਦੇ ਤਾਰੇ ਨੂੰ ਉੱਥੇ ਸੁੱਟ ਆਵੇ।

ਉਸਨੂੰ ਦੱਸਿਆ ਗਿਆ ਸੀ, ਸ਼ਾਹਦੌਲੇ ਹੁਰਾਂ ਤੋਂ ਜਿਹੜਾ ਸੰਤਾਨ ਮੰਗਦਾ ਹੈ, ਉਸਦੇ ਪਹਿਲੇ ਬੱਚੇ ਦਾ ਸਿਰ ਬੜਾ ਛੋਟਾ ਹੁੰਦਾ ਹੈ...ਪਰ ਉਸਦੇ ਆਪਣੇ ਪੁੱਤਰ ਦਾ ਸਿਰ ਤਾਂ ਕਾਫੀ ਵੱਡਾ ਸੀ। ਫਾਤਮਾ ਨੇ ਕਿਹਾ, "ਇਹ ਕੋਈ ਅਜਿਹੀ ਗੱਲ ਨਹੀਂ ਜਿਸਨੂੰ ਤੂੰ ਬਹਾਨਾ ਬਣਾ ਸਕੇਂ। ਤੇਰਾ ਬੱਚਾ ਸ਼ਾਹਦੌਲੇ ਸਾਹਬ ਦੀ ਇਮਾਨਤ ਏ, ਏਸ ਉਪਰ ਤੇਰਾ ਕੋਈ ਹੱਕ ਨਹੀਂ। ਜੇ ਤੂੰ ਆਪਣੇ ਵਾਅਦੇ ਤੋਂ ਮੁੱਕਰ ਗਈ ਤਾਂ ਚੇਤੇ ਰੱਖੀਂ ਤੇਰੇ ਤੇ ਅਜਿਹੇ ਕਹਿਰ ਟੁੱਟਣਗੇ ਕਿ ਤੂੰ ਸਾਰੀ ਜ਼ਿੰਦਗੀ ਯਾਦ ਕਰੇਂਗੀ।"

ਦੁਖੀ ਦਿਲ ਨਾਲ ਸਲੀਮਾ ਨੂੰ ਆਪਣਾ ਪਿਆਰਾ ਪੁੱਤਰ, ਜਿਸਦੀ ਸੱਜੀ ਗੱਲ੍ਹ ਉੱਤੇ ਕਾਲਾ ਵੱਡਾ ਤਿਲ ਸੀ, ਗੁਜਰਾਤ ਜਾ ਕੇ ਸ਼ਾਹਦੌਲੇ ਸਾਹਬ ਦੇ ਮਜ਼ਾਰ ਦੇ ਸੇਵਕਾਂ ਨੂੰ ਸੌਂਪ ਦੇਣਾ ਪਿਆ।

ਉਹ ਏਨਾ ਰੋਈ, ਏਨੀ ਦੁਖੀ ਹੋਈ ਕਿ ਬੀਮਾਰ ਪੈ ਗਈ। ਇਕ ਸਾਲ ਤਕ ਜ਼ਿੰਦਗੀ ਤੇ ਮੌਤ ਦੇ ਵਿਚਕਾਰ ਜੂਝਦੀ ਰਹੀ। ਉਹ ਆਪਣੇ ਬੱਚੇ ਦੀ ਯਾਦ ਨੂੰ ਭੁੱਲ ਹੀ ਨਹੀਂ ਸੀ ਸਕੀ। ਖਾਸ ਕਰਕੇ ਉਸਦੀ ਸੱਜੀ ਗੱਲ੍ਹ ਦਾ ਕਾਲਾ ਦਾਗ਼ ਉਸਨੂੰ ਵਾਰੀ-ਵਾਰੀ ਯਾਦ ਆਉਂਦਾ ਸੀ, ਜਿਸਨੂੰ ਉਹ ਅਕਸਰ ਚੁੰਮ ਲੈਂਦੀ ਹੁੰਦੀ ਸੀ। ਦਾਗ਼ ਸੀ ਵੀ ਬੜਾ ਪਿਆਰਾ ਚੰਨ ਦੇ ਦਾਗ਼ ਵਰਗਾ! ਛਿਣ-ਪਲ ਖਾਤਰ ਵੀ ਉਹ ਆਪਣੇ ਬੱਚੇ ਦੀ ਯਾਦ ਨੂੰ ਨਹੀਂ ਸੀ ਭੁੱਲ ਸਕੀ। ਅਜੀਬ-ਅਜੀਬ ਸੁਪਨੇ ਆਉਂਦੇ...ਸ਼ਾਹਦੌਲਾ ਚੂਹੇ ਰੂਪ ਵਿਚ ਪ੍ਰੇਸ਼ਾਨ ਜਿਹਾ ਪਰਗਟ ਹੁੰਦਾ ਤੇ ਉਸਦੇ ਮਾਸ ਨੂੰ ਆਪਣੇ ਤਿੱਖੇ ਦੰਦਾਂ ਨਾਲ ਕੁੱਤਰਨ ਲੱਗ ਪੈਂਦਾ। ਉਹ ਚੀਕਾਂ ਮਾਰਦੀ ਉਠ ਬਹਿੰਦੀ ਤੇ ਪਤੀ ਨੂੰ ਕਹਿੰਦੀ, "ਮੈਨੂੰ ਬਚਾਅ ਲਓ, ਦੇਖੋ ਚੂਹਾ ਮੇਰਾ ਮਾਸ ਖਾ ਰਿਹੈ।"

ਕਦੀ-ਕਦੀ ਉਸਦਾ ਬੈਚੇਨ ਦਿਮਾਗ਼ ਇੰਜ ਸੋਚਣ ਲੱਗ ਪੈਂਦਾ ਕਿ ਉਸਦਾ ਬੱਚਾ ਚੂਹਿਆਂ ਦੀ ਖੁੱਡ ਵਿਚ ਵੜਿਆ ਜਾ ਰਿਹਾ ਏ। ਉਹ ਉਸਨੂੰ ਪੂਛੋਂ ਫੜ ਕੇ ਬਾਹਰ ਵੱਲ ਖਿੱਚ ਰਹੀ ਏ, ਪਰ ਖੁੱਡ ਅੰਦਰਲੇ ਚੂਹੇ ਨੇ ਉਸਦਾ ਮੂੰਹ ਫੜ ਲਿਆ ਏ, ਸੋ ਉਹ ਉਸਨੂੰ ਬਾਹਰ ਨਹੀਂ ਕੱਢ ਸਕਦੀ।

ਕਦੇ ਉਸਦੀਆਂ ਅੱਖਾਂ ਸਾਹਮਣੇ ਉਹ ਭਰਪੂਰ ਜਵਾਨ ਕੁੜੀ ਖੇਡਾ ਪਾਉਣ ਲੱਗ ਪੈਂਦੀ, ਜਿਸਨੂੰ ਉਸਨੇ ਸ਼ਾਹਦੌਲੇ ਦੇ ਮਜ਼ਾਰ ਉੱਤੇ ਦੇਖਿਆ ਸੀ। ਸਲੀਮਾ ਹੱਸ ਪੈਂਦੀ ਤੇ ਫੇਰ ਝੱਟ ਹੀ ਰੋਣ ਲੱਗ ਪੈਂਦੀ। ਉਹ ਏਨਾ ਰੋਂਦੀ, ਏਨੀਆਂ ਚੀਕਾਂ ਮਾਰਦੀ ਕਿ ਉਸਦੇ ਪਤੀ ਦੀ ਸਮਝ ਵਿਚ ਨਾ ਆਉਂਦਾ ਕਿ ਉਸਨੂੰ ਚੁੱਪ ਕਿੰਜ ਕਰਾਇਆ ਜਾਏ।

ਉਸਨੂੰ ਜਗਾਹ-ਜਗਾਹ ਚੂਹੇ ਹੀ ਨਜ਼ਰ ਆਉਣ ਲੱਗ ਪਏ ਸਨਬਿਸਤਰੇ ਉਪਰ ਚੂਹੇ, ਰਸੋਈ-ਗੁਸਲਖਾਨੇ ਵਿਚ ਚੂਹੇ, ਸੋਫਿਆਂ-ਕੁਰਸੀਆਂ ਉੱਤੇ ਚੂਹੇ, ਹਿੱਕ ਦੇ ਅੰਦਰ ਚੂਹੇ ਤੇ ਨੱਕ ਤੇ ਕੰਨਾਂ ਵਿਚ ਚੂਹੇ! ਕਦੀ-ਕਦੀ ਉਸਨੂੰ ਇੰਜ ਵੀ ਮਹਿਸੂਸ ਹੁੰਦਾ ਸੀ, ਜਿਵੇਂ ਉਹ ਆਪ ਵੀ ਇਕ ਚੂਹੀ ਏ। ਉਸਦਾ ਨੱਕ ਵਗ ਰਿਹਾ ਏ। ਉਹ ਸ਼ਾਹਦੌਲੇ ਦੇ ਮਜ਼ਾਰ ਦੀ ਭੀੜ ਵਿਚਕਾਰ, ਆਪਣਾ ਛੋਟਾ ਜਿਹਾ ਸਿਰ, ਆਪਣੇ ਕਮਜ਼ੋਰ ਮੋਢਿਆਂ ਉਪਰ ਚੁੱਕੀ, ਅਜਿਹੀਆਂ ਹਰਕਤਾਂ ਕਰ ਰਹੀ ਏ ਕਿ ਦੇਖਣ

ਵਾਲਿਆਂ ਵਿਚ ਹਾਸੜ ਮੱਚੀ ਹੋਈ ਏ। ਉਸਦੀ ਹਾਲਤ ਬੜੀ ਤਰਸ ਯੋਗ ਹੋ ਗਈ ਸੀ। ਪੂਰੀ ਸਰਿਸ਼ਟੀ ਵਿਚ ਉਸਨੂੰ ਸਿਰਫ ਕਾਲੇ ਧੱਬੇ ਹੀ ਨਜ਼ਰ ਆਉਂਦੇ ਸਨ।

ਬੁਖਾਰ ਜ਼ਰਾ ਘਟਿਆ ਤਾਂ ਤਬੀਅਤ ਵੀ ਕੁਝ ਸੰਭਲੀ। ਨਜ਼ੀਬ ਨੂੰ ਰਤਾ ਹੌਸਲਾ ਹੋਇਆ। ਉਸਨੂੰ ਸਲੀਮਾ ਦੀ ਬਿਮਾਰੀ ਦਾ ਕਾਰਨ ਤਾਂ ਪਤਾ ਹੀ ਸੀ, ਪਰ ਉਹ ਬੜੇ ਗੰਭੀਰ ਸੁਭਾਅ ਦਾ ਆਦਮੀ ਸੀ। ਉਸਨੂੰ ਆਪਣੀ ਪਹਿਲੀ ਸੰਤਾਨ ਦੇ ਚਲੇ ਜਾਣ ਦਾ ਦੁੱਖ ਨਹੀਂ ਸੀ। ਜੋ ਵੀ ਕੀਤਾ ਗਿਆ ਸੀ, ਉਹ ਉਸਨੂੰ ਬਿਲਕੁਲ ਠੀਕ ਮੰਨਦਾ ਸੀ। ਉਹ ਤਾਂ ਇਹ ਵੀ ਸੋਚਦਾ ਸੀ ਕਿ ਉਹਨਾਂ ਦੇ ਘਰ ਜਿਹੜਾ ਪੁੱਤਰ ਹੋਇਆ ਸੀ ਸਿਰਫ ਸ਼ਾਹਦੌਲੇ ਦੀ ਇਮਾਨਤ ਸੀ।

ਜਦੋਂ ਸਲੀਮਾ ਦਾ ਬੁਖਾਰ ਉਤਰ ਗਿਆ ਤੇ ਉਹਦੇ ਦਿਲ-ਦਿਮਾਗ਼ ਵਿਚ ਮਚਲਦਾ ਤੂਫ਼ਾਨ ਰਤਾ ਮੱਠਾ ਪੈ ਗਿਆ ਤਾਂ ਨਜ਼ੀਬ ਨੇ ਉਸਨੂੰ ਆਖਿਆ, "ਮੇਰੀ ਜਾਨ, ਉਸ ਬੱਚੇ ਨੂੰ ਭੁੱਲ ਜਾਓ। ਉਹ ਤਾਂ ਹੈ ਹੀ ਸਦਕੇ (ਮੰਗ ਕੇ ਲਈ ਹੋਈ ਚੀਜ਼) ਦਾ ਸੀ।"

'ਮੈਂ ਨਹੀਂ ਮੰਨਦੀ, "ਸਲੀਮਾ ਨੇ ਦੁੱਖ ਪਰੁੱਚੀ ਆਵਾਜ਼ ਵਿਚ ਕਿਹਾ, "ਸਾਰੀ ਉਮਰ ਮੈਂ ਆਪਣੀ ਮਮਤਾ ਨੂੰ ਲਾਹਨਤਾਂ ਪਾਂਦੀ ਰਵਾਂਗੀ ਕਿ ਮੈਂ ਏਡਾ ਵੱਡਾ ਗੁਨਾਹ ਕਿੰਜ ਕਰ ਬੈਠੀ?...ਆਪਣੀਆਂ ਅੱਖਾਂ ਦਾ ਤਾਰਾ ਪੁੱਤਰ ਮਜਾਰ ਦੇ ਨੌਕਰਾਂ ਦੇ ਹਵਾਲੇ ਕਰ ਆਈ।...ਉਹ ਮਾਂ ਤਾਂ ਨਹੀਂ ਬਣ ਸਕਦੇ।"

ਇਕ ਦਿਨ ਅਚਾਨਕ ਉਹ ਗਾਇਬ ਹੋ ਗਈ ਸਿੱਧੀ ਗੁਜਰਾਤ ਜਾ ਪਹੁੰਚੀ ਤੇ ਸੱਤ ਅੱਠ ਦਿਨ ਉੱਥੇ ਹੀ ਰਹੀ। ਆਪਣੇ ਬੱਚੇ ਬਾਰੇ ਕਈ ਲੋਕਾਂ ਤੋਂ ਪੁੱਛ-ਗਿੱਛ ਕੀਤੀ, ਪਰ ਉਸਦਾ ਕੋਈ ਪਤਾ-ਥਹੁ ਨਾ ਲੱਗਿਆ। ਨਿਰਾਸ਼ ਹੋ ਕੇ ਵਾਪਸ ਮੁੜ ਆਈ ਤੇ ਆਪਣੇ ਪਤੀ ਨੂੰ ਕਹਿਣ ਲੱਗੀ, "ਹੁਣ ਮੈਂ ਉਸਨੂੰ ਕਦੇ ਯਾਦ ਨਹੀਂ ਕਰਾਂਗੀ।"

ਯਾਦ ਤਾਂ ਉਹ ਕਰਦੀ ਰਹੀ ਪਰ ਅੰਦਰੇ-ਅੰਦਰ। ਉਸਦੇ ਬੱਚੇ ਦੀ ਸੱਜੀ ਗੱਲ੍ਹ ਦਾ ਦਾਗ਼ ਉਸਦੇ ਦਿਲ ਦਾ ਦਾਗ਼ ਬਣ ਕੇ ਰਹਿ ਗਿਆ ਸੀ।

ooo

ਇਕ ਸਾਲ ਬਾਅਦ ਉਹਨਾਂ ਦੇ ਘਰ ਇਕ ਕੁੜੀ ਹੋਈ, ਜਿਸਦੀ ਸ਼ਕਲ-ਸੂਰਤ ਉਸਦੇ ਜੇਠੇ ਪੁੱਤਰ ਨਾਲ ਬੜੀ ਮਿਲਦੀ ਸੀ...ਪਰ ਉਸਦੀ ਗੱਲ੍ਹ ਉੱਤੇ ਕਾਲਾ ਨਿਸ਼ਾਨ ਨਹੀਂ ਸੀ। ਉਸਦਾ ਨਾਂ ਉਸਨੇ ਮੁਜੀਬਾ ਰੱਖ ਦਿੱਤਾ, ਕਿਉਂਕਿ ਆਪਣੇ ਪੁੱਤਰ ਦਾ ਨਾਂ ਉਸਨੇ ਮੁਜੀਬ ਸੋਚਿਆ ਹੋਇਆ ਸੀ। ਜਦੋਂ ਉਹ ਦੋ ਮਹੀਨਿਆਂ ਦੀ ਹੋ ਗਈ ਤਾਂ ਉਸਨੇ ਉਸਨੂੰ ਗੋਦੀ ਵਿਚ ਚੁੱਕ ਕੇ ਸੁਰਮੇਦਾਨੀ ਵਿਚੋਂ ਥੋੜ੍ਹਾ ਜਿਹਾ ਸੁਰਮਾ ਕੱਢਿਆ ਤੇ ਉਸਦੀ ਸੱਜੀ ਗੱਲ੍ਹ ਉੱਤੇ ਇਕ ਵੱਡਾ ਸਾਰਾ ਟਿੱਕਾ ਲਾ ਦਿੱਤਾ...ਤੇ ਫੇਰ ਮੁਜੀਬ ਨੂੰ ਯਾਦ ਕਰਕੇ ਰੋਣ ਲੱਗ ਪਈ। ਇਸ ਤੋਂ ਪਹਿਲਾਂ ਕਿ ਹੰਝੂ ਗੱਲ੍ਹਾਂ ਤੋਂ ਤਿਲ੍ਹਕ ਕੇ ਹੇਠ ਡਿੱਗ ਪੈਣ, ਉਸਨੇ ਉਹਨਾਂ ਨੂੰ ਆਪਣੇ ਦੁੱਪਟੇ ਦੇ ਲੜ ਵਿਚ ਸਮੇਟ ਲਿਆ...ਤੇ ਫੇਰ ਉਹ ਹੱਸਣ ਲੱਗ ਪਈ, ਜਿਵੇਂ ਆਪਣੇ ਦੁੱਖ ਨੂੰ ਭੁੱਲ ਜਾਣ ਦੀ ਕੋਸ਼ਿਸ਼ ਕਰ ਰਹੀ ਹੋਏ।

ਇਸ ਤੋਂ ਬਾਅਦ ਉਸਨੇ ਦੋ ਮੁੰਡੇ ਹੋਰ ਜੰਮੇ ਸਨ...ਤੇ ਉਸਦਾ ਪਤੀ ਬੜਾ ਹੀ ਖੁਸ਼ ਸੀ।

ਇਕ ਵਾਰੀ ਫੇਰ ਸਲੀਮਾ ਨੂੰ ਆਪਣੀ ਕਿਸੇ ਸਹੇਲੀ ਦੇ ਵਿਆਹ ਵਿਚ ਗੁਜਰਾਤ ਜਾਣਾ ਪਿਆ। ਐਤਕੀਂ ਫੇਰ ਉਸਨੇ ਆਪਣੇ ਮੁਜੀਬ ਬਾਰੇ ਖਾਸੀ ਪੁੱਛ-ਪੜਤਾਲ ਕੀਤੀ ਤੇ ਜਦੋਂ ਉਸਦੀ ਕੋਈ ਉੱਗ-ਸੁੱਘ ਨਾ ਮਿਲੀ ਤਾਂ ਉਸਨੇ ਸੋਚਿਆ ਕਿ ਉਹ ਮਰ-ਮੁੱਕ ਗਿਆ ਹੋਏਗਾ...ਤੇ ਫੇਰ ਜੁਮੇ ਵਾਲੇ ਦਿਨ ਉਸਨੇ ਉਸਦੇ ਨਮਿੱਤ ਅੰਤਿਮ ਸੰਸਕਾਰ ਪੂਰੇ ਕਰਵਾ ਦਿੱਤੇ ਸਨ।

ਆਂਢੀ-ਗੁਆਂਢੀ ਹੈਰਾਨ ਸਨ ਕਿ ਇਹ ਸਾਰਾ ਝੰਜਟ ਕਿਸ ਖਾਤਰ ਕੀਤਾ ਜਾ ਰਿਹਾ ਹੈ! ਕਿਸੇ ਕਿਸੇ ਨੇ ਪੁੱਛ ਵੀ ਲਿਆ ਸੀ, ਪਰ ਸਲੀਮਾ ਨੇ ਕਿਸੇ ਨੂੰ ਵੀ ਅਸਲ ਗੱਲ ਨਹੀਂ ਸੀ ਦੱਸੀ।

ਸ਼ਾਮ ਨੂੰ ਉਹ ਆਪਣੀ ਦਸ ਸਾਲਾ ਕੁੜੀ ਮੁਜੀਬਾ ਨੂੰ ਬਾਹੋਂ ਫੜ ਦੇ ਕਮਰੇ ਅੰਦਰ ਲੈ ਗਈ। ਸੁਰਮੇ ਨਾਲ ਉਸਦੀ ਸੱਜੀ ਗੱਲ੍ਹ ਉੱਤੇ ਵੱਡਾ ਸਾਰਾ ਟਿੱਕਾ ਲਾਇਆ ਤੇ ਬੜੀ ਦੇਰ ਤਕ ਉਸਨੂੰ ਚੁੰਮਦੀ ਰਹੀ।

ਉਹ ਮੁਜੀਬਾ ਨੂੰ ਹੀ ਆਪਣਾ ਗਵਾਚਿਆ ਹੋਇਆ ਪੁੱਤਰ ਸਮਝਣ ਲੱਗ ਪਈ ਸੀ ਤੇ ਉਸ ਬਾਰੇ ਉਸਨੇ ਹੁਣ ਸੋਚਣਾ ਵੀ ਛੱਡ ਦਿੱਤਾ ਸੀ। ਉਸਦੀਆਂ ਅੰਤਮ ਰਸਮਾਂ ਕਰ ਆਉਣ ਤੋਂ ਬਾਅਦ ਉਸਦੇ ਮਨ ਦਾ ਭਾਰ ਖਾਸਾ ਹੌਲਾ ਹੋ ਗਿਆ ਸੀ। ਉਸਨੇ ਆਪਣੇ ਦਿਲ ਦੀ ਦੁਨੀਆਂ ਵਿਚ ਉਸ ਦੀ ਕਬਰ ਬਣਾਅ ਲਈ ਸੀ, ਜਿਸ ਉੱਤੇ ਉਹ ਆਪਣੀ ਕਲਪਣਾ ਦੀ ਦੁਨੀਆਂ ਵਿਚ ਵਿਚਰਦੀ ਹੋਈ ਸ਼ਰਧਾ ਦੇ ਫ਼ੁੱਲ ਚੜ੍ਹਾ ਦਿੰਦੀ ਹੁੰਦੀ ਸੀ।

ਉਸਦੇ ਤਿੰਨੇ ਬੱਚੇ ਸਕੂਲ ਜਾਣ ਲੱਗ ਪਏ ਸਨ। ਉਹ ਸਵੇਰ ਸਾਰ ਉਠ ਕੇ ਉਹਨਾਂ ਵਾਸਤੇ ਨਾਸ਼ਤਾ ਤਿਆਰ ਕਰਦੀ, ਉਹਨਾਂ ਨੂੰ ਨੁਹਾਉਂਦੀ ਤੇ ਤਿਆਰ ਕਰਕੇ ਸਕੂਲ ਭੇਜ ਦਿੰਦੀ। ਜਦੋਂ ਉਹ ਚਲੇ ਜਾਂਦੇ, ਉਹ ਬਿੰਦ ਦਾ ਬਿੰਦ ਆਪਣੇ ਮੁਜੀਬ ਨੂੰ ਵੀ ਯਾਦ ਕਰ ਲੈਂਦੀ। ਹਾਲਾਂਕਿ ਉਹ ਆਪਣੇ ਹੱਥੀਂ ਉਸਦੀਆਂ ਅੰਤਮ ਰਸਮਾਂ ਕਰਵਾ ਆਈ ਸੀ ਤੇ ਉਸਦੇ ਦਿਲ ਦਾ ਬੋਝ ਵੀ ਹਲਕਾ ਹੋ ਗਿਆ ਸੀ, ਪਰ ਕਦੀ-ਕਦੀ ਉਸਨੂੰ ਇੰਜ ਮਹਿਸੂਸ ਹੋਣ ਲੱਗ ਪੈਂਦਾ ਸੀ ਜਿਵੇਂ ਮੁਜੀਬ ਦੀ ਸੱਜੀ ਗੱਲ੍ਹ ਦਾ ਦਾਗ਼ ਉਸਦੇ ਦਿਲ ਦਿਮਾਗ਼ ਉੱਤੇ ਦਗ ਰਿਹਾ ਹੈ।

ਇਕ ਦਿਨ ਉਸਦੇ ਤਿੰਨੇ ਬੱਚੇ ਨੱਠੇ-ਨੱਠੇ ਆਏ ਤੇ ਕਹਿਣ ਲੱਗੇ, "ਅੰਮੀ, ਅਸੀਂ ਤਮਾਸ਼ਾ ਦੇਖਣਾ ਏਂ।"

ਉਸਨੇ ਬੜੇ ਪਿਆਰ ਨਾਲ ਪੁੱਛਿਆ, "ਕੇਹਾ ਤਮਾਸ਼ਾ ਬੱਚਿਓ?"

ਉਸਦੀ ਕੁੜੀ ਨੇ ਕਿਹਾ, "ਅੰਮੀ ਜਾਨ, ਇਕ ਭਾਈ ਏ...ਬੜਾ ਈ ਵਧੀਆ ਤਮਾਸ਼ਾ ਦਿਖਾਂਦਾ ਏ।"

ਸਲੀਮਾ ਨੇ ਕਿਹਾ, "ਜਾਓ ਉਸਨੂੰ ਬੁਲਾਅ ਲਿਆਓ। ਅੰਦਰ ਨਾ ਵਾੜਿਓ, ਬਾਰ ਮੂਹਰੇ ਈ ਤਮਾਸ਼ਾ ਕਰਵਾ ਲਿਓ।"

ਬੱਚੇ ਨੱਠ ਗਏ। ਉਸ ਆਦਮੀ ਨੂੰ ਸੱਦ ਲਿਆਏ ਤੇ ਤਮਾਸ਼ਾ ਦੇਖਦੇ ਰਹੇ। ਜਦੋਂ ਤਮਾਸ਼ਾ ਖਤਮ ਹੋ ਗਿਆ ਤਾਂ ਮਜੀਬਾ ਆਪਣੀ ਮਾਂ ਕੋਲੋਂ ਪੈਸੇ ਲੈਣ ਆਈ। ਮਾਂ ਨੇ ਆਪਣੇ ਪਰਸ ਵਿਚੋਂ ਚਵਾਨੀ ਕੱਢੀ ਤੇ ਬਾਹਰ ਵਰਾਂਡੇ ਵਿਚ ਆ ਗਈ। ਦਰਵਾਜ਼ੇ ਕੋਲ ਪਹੁੰਚੀ ਤਾਂ ਸਾਹਮਣੇ ਸ਼ਾਹਦੌਲੇ ਦਾ ਇਕ ਚੂਹਾ ਖੜ੍ਹਾ, ਅਜੀਬ-ਅਜੀਬ ਢੰਗ ਨਾਲ ਸਿਰ ਹਿਲਾਉਂਦਾ ਨਜ਼ਰ ਆਇਆ, ਸਲੀਮਾ ਦਾ ਹਾਸਾ ਨਿਕਲ ਗਿਆ।

ਦਸ ਬਾਰਾਂ ਬੱਚੇ ਉਸਨੂੰ ਘੇਰੀ ਖੜ੍ਹੇ ਸਨ। ਐਨੀ ਚੀਕਾ-ਰੌਲੀ ਪਈ ਹੋਈ ਸੀ ਕਿ ਕੰਨ ਪਈ ਆਵਾਜ਼ ਸੁਣਾਈ ਨਹੀਂ ਸੀ ਦੇ ਰਹੀ। ਸਲੀਮਾ ਨੇ ਅੱਗੇ ਵਧ ਕੇ ਜਦੋਂ ਚਵਾਨੀ ਉਸ ਸ਼ਾਹਦੌਲੇ ਦੇ ਚੂਹੇ ਨੂੰ ਫੜਾਉਣੀ ਚਾਹੀ ਤਾਂ ਉਸਦਾ ਹੱਥ ਆਪ-ਮੁਹਾਰੇ ਹੀ ਪਿਛਾਂਹ ਵੱਲ ਖਿੱਚਿਆ ਗਿਆ ਜਿਵੇਂ ਬਿਜਲੀ ਦਾ ਕਰੰਟ ਲੱਗ ਗਿਆ ਹੋਏ। ਉਸ ਚੂਹੇ ਦੀ ਸੱਜੀ ਗੱਲ੍ਹ ਉੱਤੇ ਕਾਲਾ ਦਾਗ਼ ਸੀ। ਸਲੀਮਾ ਨੇ ਗਹੁ ਨਾਲ ਤੱਕਿਆ ਉਸਦਾ ਨੱਕ ਵਗ ਰਿਹਾ ਸੀ। ਉਦੋਂ ਹੀ ਕੋਲ ਖੜ੍ਹੀ ਮੁਜੀਬਾ ਨੇ ਆਪਣੀ ਮਾਂ ਨੂੰ ਪੁੱਛਿਆ, "ਇਹ ਚੂਹਾ ਅੰਮੀ ਜਾਨ, ਇਸਦੀ ਸ਼ਕਲ ਮੇਰੇ ਨਾਲ ਕਿਉਂ ਮਿਲਦੀ ਏ? ਕੀ ਮੈਂ ਵੀ ਚੂਹੀ ਆਂ?"

ਸਲੀਮਾ ਨੇ ਉਸ ਸ਼ਾਹਦੌਲੇ ਦੇ ਚੂਹੇ ਦੀ ਬਾਂਹ ਫੜ ਲਈ ਤੇ ਉਸਨੂੰ ਕਮਰੇ ਅੰਦਰ ਲੈ ਆਈ। ਬੂਹੇ ਭੀੜ ਕੇ ਉਸਨੂੰ ਚੁੰਮਿਆਂ, ਬਲਾਵਾਂ ਲਈਆਂ ਕਿਉਂਕਿ ਉਹ ਉਸਦਾ ਮੁਜੀਬ ਸੀ। ਪਰ ਉਹ ਅਜਿਹੀਆਂ ਅਜੀਬ-ਅਜੀਬ ਹਰਕਤਾਂ ਕਰ ਰਿਹਾ ਸੀ ਕਿ ਦੁਖੀ-ਦਿਲ ਮਾਂ ਨੇ ਬੜੀ ਮੁਸ਼ਕਿਲ ਨਾਲ ਆਪਣਾ ਹਾਸਾ ਰੋਕਿਆ ਹੋਇਆ ਸੀ।

ਉਸ ਕਿਹਾ, "ਪੁੱਤਰ ਮੈਂ ਤੇਰੀ ਮਾਂ-ਆਂ।"

ਸ਼ਾਹਦੌਲੇ ਦਾ ਚੂਹਾ ਉੱਚੀ-ਉੱਚੀ ਹੱਸਿਆ। ਆਪਣੀ ਵਗਦੀ ਨੱਕ ਨੂੰ ਕਮੀਜ਼ ਦੇ ਕਫ ਨਾਲ ਪੂੰਝਦਿਆਂ ਹੋਇਆਂ ਉਸਨੇ ਆਪਣੀ ਮਾਂ ਮੂ. ਤੇ ਹੱਥ ਅੱਡ ਲਏ, "ਇਕ ਪੈਸਾ!" ਮਾਂ ਨੇ ਆਪਣਾ ਪਰਸ ਖੋਹਲਿਆ...ਪਰ ਉਸ. ਆਂ ਅੱਖਾਂ ਆਪਣੇ ਹੰਝੂਆਂ ਦੀ ਨਦੀ ਦਾ ਬੰਨ੍ਹ ਪਹਿਲਾਂ ਹੀ ਖੋਲ੍ਹ ਚੁੱਕੀਆਂ ਸਨ। ਉਸਨੇ ਸੌ ਰੁਪਏ ਦਾ ਨੋਟ ਕੱਢਿਆ ਤੇ ਬਾਹਰ ਜਾ ਕੇ ਉਸ ਆਦਮੀ ਨੂੰ ਦੇਣਾ ਚਾਹਿਆ, ਜਿਹੜਾ ਮੁਜੀਬ ਦਾ ਤਮਾਸ਼ਾ ਦਿਖਾਉਂਦਾ ਫਿਰਦਾ ਸੀ...ਪਰ ਉਸਨੇ ਸਾਫ ਇਨਕਾਰ ਕਰ ਦਿੱਤਾ ਕਿ ਉਹ ਏਨੀ ਘੱਟ ਕੀਮਤ ਵਿਚ ਆਪਣੀ ਰੋਜ਼ੀ-ਰੋਟੀ ਦੇ ਸਾਧਨ ਨੂੰ ਨਹੀਂ ਵੇਚੇਗਾ। ਅਖੀਰ ਸਲੀਮਾ ਨੇ ਉਸਨੂੰ ਪੰਜ ਸੌ ਰੁਪਏ ਵਿਚ ਰਾਜੀ ਕਰ ਲਿਆ। ਰਕਮ ਤਾਰ ਕੇ ਜਦੋਂ ਉਹ ਵਾਪਸ ਅੰਦਰ ਆਈ ਤਾਂ ਮੁਜੀਬ ਗਾਇਬ ਸੀ। ਮੁਜੀਬਾ ਨੇ ਦੱਸਿਆ ਕਿ ਉਹ ਪਿੱਛਲੇ ਦਰਵਾਜ਼ੇ ਵਿਚੋਂ ਨਿਕਲ ਕੇ ਨੱਠ ਗਿਆ ਸੀ।

ਸਲੀਮਾ ਦੀ ਕੁੱਖ ਕੂਕਦੀ-ਕੁਰਲਾਉਂਦੀ ਰਹਿ ਗਈ ਕਿ ਮੁਜੀਬ, ਮੇਰੇ ਬੱਚੇ ਵਾਪਸ ਮੁੜ ਆ ਪਰ ਉਹ ਅਜਿਹਾ ਗਿਆ ਕਿ ਮੁੜ ਕਦੀ ਵਾਪਸ ਨਹੀਂ ਆਇਆ।

ਮੋਜ਼ੇਲ...

ਚਾਰ ਵਰ੍ਹਿਆਂ ਵਿਚ ਪਹਿਲੀ ਵਾਰ, ਪਹਿਲੀ ਵਾਰ ਤਰਲੋਚਨ ਨੇ ਰਾਤ ਨੂੰ ਆਸਮਾਨ ਵੇਖਿਆ ਸੀ ਤੇ ਉਹ ਵੀ ਇਸ ਲਈ ਕਿ ਉਸਦੀ ਤਬੀਅਤ ਬੜੀ ਘਬਰਾ ਰਹੀ ਸੀ ਤੇ ਉਹ ਸਿਰਫ਼ ਕੁਝ ਦੇਰ ਖੁੱਲ੍ਹੀ ਹਵਾ ਵਿਚ ਸੋਚਣ ਲਈ ਅਡਵਾਨੀ ਚੈਂਬਰ ਦੇ ਟੈਰੇਸ 'ਤੇ ਚਲਾ ਗਿਆ ਸੀ।

ਆਸਮਾਨ ਬਿਲਕੁਲ ਸਾਫ਼ ਸੀ ਤੇ ਵੱਡੇ ਸਾਰੇ ਖਾਕੀ ਤੰਬੂ ਵਾਂਗ ਪੂਰੀ ਬੰਬਈ ਉੱਤੇ ਤਣਿਆਂ ਹੋਇਆ ਸੀ। ਜਿੱਥੋਂ ਤੀਕ ਨਜ਼ਰ ਜਾ ਸਕਦੀ ਸੀ, ਬੱਤੀਆਂ ਹੀ ਬੱਤੀਆਂ ਨਜ਼ਰ ਆਉਂਦੀਆਂ ਸਨ। ਤਰਲੋਚਨ ਨੂੰ ਇੰਜ ਮਹਿਸੂਸ ਹੋਇਆ ਸੀ ਕਿ ਆਸਮਾਨ ਦੇ ਬਹੁਤ ਸਾਰੇ ਤਾਰੇ ਝੜ ਕੇ ਬਿਲਡਿੰਗਾਂ ਵਿਚ, ਜਿਹੜੀਆਂ ਰਾਤ ਦੇ ਹਨੇਰੇ ਵਿਚ ਵੱਡੇ-ਵੱਡੇ ਰੁੱਖ ਲੱਗ ਰਹੀਆਂ ਸਨ, ਅਟਕ ਗਏ ਸਨ ਤੇ ਜੁਗਨੂੰਆਂ ਵਾਂਗ ਟਿਮਟਿਮਾ ਰਹੇ ਸਨ।

ਤਰਲੋਚਨ ਲਈ ਇਹ ਇਕ ਬਿਲਕੁਲ ਨਵਾਂ ਅਨੁਭਵ ਸੀ ਇਕ ਨਵੀਂ ਸਥਿਤੀ ਸੀ ਰਾਤ ਨੂੰ ਖੁੱਲ੍ਹੇ ਆਸਮਾਨ ਹੇਠ ਸੌਣਾ। ਉਸਨੇ ਮਹਿਸੂਸ ਕੀਤਾ ਕਿ ਉਹ ਚਾਰ ਵਰ੍ਹੇ ਤਕ ਆਪਣੇ ਫਲੈਟ ਵਿਚ ਕੈਦ ਰਿਹਾ ਤੇ ਕੁਦਰਤ ਦੀ ਇਕ ਬੜੀ ਵੱਡੀ ਦਾਤ ਤੋਂ ਵਾਂਝਾ ਵੀ। ਲਗਭਗ ਤਿੰਨ ਵੱਜੇ ਸਨ। ਹਵਾ ਬੜੀ ਹਲਕੀ ਫੁਲਕੀ ਸੀ। ਤਰਲੋਚਨ ਪੱਖੇ ਦੀ ਨਕਲੀ ਹਵਾ ਦਾ ਆਦੀ ਸੀ, ਜਿਹੜੀ ਉਸਦੇ ਸਾਰੇ ਸਰੀਰ ਵਿਚ ਭਾਰੀਪਨ ਪੈਦਾ ਕਰ ਦਿੰਦੀ ਸੀ। ਸਵੇਰੇ ਉਠ ਕੇ ਉਹ ਹਮੇਸ਼ਾ ਇੰਜ ਮਹਿਸੂਸ ਕਰਦਾ ਸੀ, ਜਿਵੇਂ ਉਸਨੂੰ ਸਾਰੀ ਰਾਤ ਕੁੱਟਿਆ-ਮਾਰਿਆ ਜਾਂਦਾ ਰਿਹਾ ਹੋਵੇ। ਪਰ ਅੱਜ ਸਵੇਰ ਦੀ ਕੁਦਰਤੀ ਹਵਾ ਵਿਚੋਂ ਤਰੋਤਾਜ਼ਗੀ ਚੂਸ ਕੇ ਉਸਦੇ ਸਰੀਰ ਦਾ ਰੋਮ-ਰੋਮ ਤਰਿਪਤ ਹੋ ਰਿਹਾ ਸੀ। ਜਦੋਂ ਉਹ ਉੱਤੇ ਆਇਆ ਸੀ ਤਾਂ ਉਸਦਾ ਦਿਲ ਬੜਾ ਘਬਰਾ ਰਿਹਾ ਸੀ। ਪਰ ਅੱਧੇ ਘੰਟੇ ਵਿਚ ਹੀ ਜਿਹੜੀ ਬੇਚੈਨੀ ਤੇ ਘਬਰਾਹਟ ਉਸਨੂੰ ਦੁਖੀ ਕਰ ਰਹੀ ਸੀ, ਕਿਸੇ ਹੱਦ ਤਕ ਦੂਰ ਹੋ ਗਈ ਸੀ। ਹੁਣ ਉਹ ਸਪਸ਼ਟ ਰੂਪ ਵਿਚ ਸੋਚ ਸਕਦਾ ਸੀ।

ਕਿਰਪਾਲ ਕੌਰ ਤੇ ਉਸਦਾ ਪਰਿਵਾਰ ਉਸ ਮੁਹੱਲੇ ਵਿਚ ਸਨ, ਜਿਹੜਾ ਕੱਟੜ ਮੁਸਲਮਾਨਾਂ ਦਾ ਗੜ੍ਹ ਸੀ। ਇੱਥੇ ਕਈ ਘਰਾਂ ਨੂੰ ਅੱਗ ਲਾ ਦਿੱਤੀ ਗਈ ਸੀ। ਤਰਲੋਚਨ ਉਹਨਾਂ ਸਾਰਿਆਂ ਨੂੰ ਉੱਥੋਂ ਲੈ ਆਉਂਦਾ, ਪਰ ਮੁਸੀਬਤ ਇਹ ਸੀ ਕਿ ਉੱਥੇ ਕਰਫ਼ਿਊ ਲੱਗ ਗਿਆ ਸੀ ਤੇ ਉਹ ਵੀ ਪਤਾ ਨਹੀਂ ਕਿੰਨੇ ਘੰਟਿਆਂ ਲਈ। ਸ਼ਾਇਦ

ਅੜ੍ਹਤਾਲੀ ਘੰਟਿਆਂ ਲਈ। ਸੋ ਤਰਲੋਚਨ ਮਜ਼ਬੂਰ ਸੀ। ਆਸੇ-ਪਾਸੇ ਸਾਰੇ ਮੁਸਲਮਾਨ ਸਨ, ਉਹ ਵੀ ਬੜੇ ਕੱਟੜ ਕਿਸਮ ਦੇ ਮੁਸਲਮਾਨ। ਪੰਜਾਬ ਤੋਂ ਧੜਾਧੜ ਖ਼ਬਰਾਂ ਆ ਰਹੀਆਂ ਸਨ ਕਿ ਉੱਥੇ ਸਿੱਖ ਮੁਸਲਮਾਨਾਂ ਉੱਤੇ ਬੜੇ ਜ਼ੁਲਮ ਢਾਅ ਰਹੇ ਨੇ। ਕੋਈ ਵੀ ਹੱਥ ਮੁਸਲਮਾਨ ਹੱਥ ਬੜੀ ਆਸਾਨੀ ਨਾਲ ਨਰਮ ਤੇ ਨਾਜ਼ੁਕ ਕਿਰਪਾਲ ਕੌਰ ਦੀ ਬਾਂਹ ਫੜ ਕੇ ਉਸਨੂੰ ਮੌਤ ਦੇ ਮੂੰਹ ਵੱਲ ਲੈ ਜਾ ਸਕਦਾ ਸੀ।

ਕਿਰਪਾਲ ਦੀ ਮਾਂ ਅੰਨ੍ਹੀ ਸੀ ਤੇ ਪਿਓ ਅਪਾਹਜ਼। ਭਰਾ ਸੀ, ਪਰ ਕੁਝ ਸਮੇਂ ਤੋਂ ਉਹ ਦੇਵਲਾਲੀ ਵਿਚ ਸੀ ਤੇ ਉਸਨੇ ਉੱਥੇ ਨਵੇਂ-ਨਵੇਂ ਲਏ ਠੇਕੇ ਦੀ ਦੇਖਭਾਲ ਕਰਨੀ ਸੀ।

ਤਰਲੋਚਨ ਨੂੰ ਕਿਰਪਾਲ ਦੇ ਭਰਾ ਨਿਰੰਜਨ ਉੱਤੇ ਬੜਾ ਗੁੱਸਾ ਆਉਂਦਾ ਸੀ। ਉਸਨੇ, ਜਿਹੜਾ ਰੋਜ਼ ਅਖ਼ਬਾਰ ਪੜ੍ਹਦਾ ਸੀ, ਉਸਨੂੰ ਦੰਗਿਆਂ ਦੀ ਤੀਬਰਤਾ ਬਾਰੇ ਇਕ ਹਫ਼ਤਾ ਪਹਿਲਾਂ ਚੇਤਾਵਨੀ ਦੇ ਦਿੱਤੀ ਸੀ ਤੇ ਸਪਸ਼ਟ ਸ਼ਬਦਾਂ ਵਿਚ ਕਹਿ ਦਿੱਤਾ ਸੀ, 'ਨਿਰੰਜਨ, ਇਹ ਠੇਕੇ-ਵੇਕੇ ਅਜੇ ਰਹਿਣ ਦੇ, ਅਸੀਂ ਇਕ ਬੜੇ ਈ ਨਾਜ਼ੁਕ ਦੌਰ ਵਿਚੋਂ ਲੰਘ ਰਹੇ ਆਂ। ਭਾਵੇਂ ਤੁਹਾਡਾ ਉੱਥੇ ਰਹਿਣਾ ਬੜਾ ਜ਼ਰੂਰੀ ਹੈ, ਪਰ ਉੱਥੇ ਨਾ ਰਹੋ ਤੇ ਮੇਰੇ ਕੋਲ ਆ ਜਾਓ। ਇਸ ਵਿਚ ਸ਼ੱਕ ਨਹੀਂ ਕਿ ਜਗ੍ਹਾ ਘੱਟ ਏ, ਪਰ ਮੁਸੀਬਤ ਦੇ ਦਿਨਾਂ ਵਿਚ ਆਦਮੀ ਜਿਵੇਂ-ਤਿਵੇਂ ਗੁਜ਼ਾਰਾ ਕਰ ਲੈਂਦਾ ਏ।' ਪਰ ਉਹ ਨਹੀਂ ਸੀ ਮੰਨਿਆਂ। ਉਸਦਾ ਏਡਾ ਵੱਡਾ ਲੈਕਚਰ ਸੁਣ ਕੇ ਸਿਰਫ਼ ਆਪਣੀਆਂ ਸੰਘਣੀਆਂ ਮੁੱਛਾਂ ਵਿਚ ਮੁਸਰਾਇਆ ਸੀ, 'ਯਾਰ ਤੂੰ ਵਾਧੂ ਦਾ ਫਿਕਰ ਕਰੀ ਜਾਨਾਂ ਏਂ! ਮੈਂ ਇੱਥੇ ਅਜਿਹੇ ਕਈ ਫਸਾਦ ਦੇਖੇ ਨੇ। ਇਹ ਅੰਮ੍ਰਿਤਸਰ ਜਾਂ ਲਾਹੌਰ ਨਹੀਂ, ਬੌਮਬੇ ਐ, ਬੌਮਬੇ! ਤੈਨੂੰ ਇੱਥੇ ਆਇਆਂ ਸਿਰਫ਼ ਚਾਰ ਸਾਲ ਹੋਏ ਨੇ ਤੇ ਮੈਂ ਬਾਰ੍ਹਾਂ ਸਾਲਾਂ ਦਾ ਇੱਥੇ ਈ ਰਹਿ ਰਿਹਾਂ, ਬਾਰ੍ਹਾਂ ਸਾਲਾਂ ਦਾ!'

ਪਤਾ ਨਹੀਂ ਨਿਰੰਜਨ ਬੰਬਈ ਨੂੰ ਕੀ ਸਮਝਦਾ ਸੀ! ਉਸਦਾ ਖ਼ਿਆਲ ਸੀ ਕਿ ਇਹ ਅਜਿਹਾ ਸ਼ਹਿਰ ਹੈ ਜੇ ਦੰਗੇ ਹੋ ਵੀ ਜਾਣ ਤਾਂ ਉਹਨਾਂ ਦਾ ਅਸਰ ਆਪਣੇ-ਆਪ ਖ਼ਤਮ ਹੋ ਜਾਂਦਾ ਏ, ਜਿਵੇਂ ਉਸ ਕੋਲ ਛੂਮੰਤਰ ਹੋਵੇ ਜਾਂ ਉਹ ਕਹਾਣੀਆਂ ਦਾ ਕੋਈ ਅਜਿਹਾ ਕਿਲ੍ਹਾ ਹੋਵੇ, ਜਿਸ ਉੱਤੇ ਕੋਈ ਸੰਕਟ ਨਹੀਂ ਆ ਸਕਦਾ। ਪਰ ਤਰਲੋਚਨ ਨਿੱਤ-ਨਿੱਤ ਦੇ ਮਾਹੌਲ ਵਿਚ ਸਾਫ਼ ਦੇਖ ਰਿਹਾ ਸੀ ਕਿ...ਮੁਹੱਲਾ ਬਿਲਕੁਲ ਸੁਰੱਖਿਅਤ ਨਹੀਂ। ਉਹ ਤਾਂ ਸਵੇਰ ਦੇ ਅਖ਼ਬਾਰ ਵਿਚ ਇਹ ਵੀ ਪੜ੍ਹਨ ਲਈ ਤਿਆਰ ਸੀ ਕਿ ਕਿਰਪਾਲ ਕੌਰ ਤੇ ਉਸਦੇ ਮਾਂ-ਪਿਓ ਕਤਲ ਹੋ ਚੁੱਕੇ ਨੇ।

ਉਸਨੂੰ ਕਿਰਪਾਲ ਕੌਰ ਦੇ ਅਪਾਹਜ ਪਿਓ ਤੇ ਉਸਦੀ ਮਾਂ ਦੀ ਕੋਈ ਪ੍ਰਵਾਹ ਨਹੀਂ ਸੀ। ਉਹ ਮਰ ਜਾਂਦੇ ਤੇ ਕਿਰਪਾਲ ਕੌਰ ਬਚ ਜਾਂਦੀ ਤਾਂ ਤਰਲੋਚਨ ਲਈ ਚੰਗਾ ਸੀ। ਉੱਥੇ ਦੇਵਲਾਲੀ ਵਿਚ ਉਸਦਾ ਭਰਾ ਨਿਰੰਜਨ ਵੀ ਮਰ ਜਾਂਦਾ ਤਾਂ ਚੰਗਾ ਸੀ, ਕਿਉਂਕਿ ਇਸ ਤਰ੍ਹਾਂ ਤਿਰਲੋਚਨ ਲਈ ਮੈਦਾਨ ਸਾਫ਼ ਹੋ ਜਾਂਦਾ। ਖਾਸ ਕਰਕੇ ਨਿਰੰਜਨ ਉਸਦੇ ਰਸਤੇ ਦਾ ਰੋੜਾ ਹੀ ਨਹੀਂ, ਬੜਾ ਵੱਡਾ ਪੱਥਰ ਸੀ। ਤੇ ਇਹ ਕਿ ਜਦੋਂ ਕਦੀ ਕਿਰਪਾਲ ਕੌਰ ਬਾਰੇ ਗੱਲਾਂ ਹੁੰਦੀਆਂ ਤਾਂ ਉਹ ਉਸਨੂੰ ਨਿਰੰਜਨ ਸਿੰਘ ਦੀ ਬਜਾਏ ਅਲਖਨਿਰੰਜਨ ਸਿੰਘ ਕਹਿੰਦਾ ਹੁੰਦਾ ਸੀ।

ਸਵੇਰ ਦੀ ਹਵਾ ਹੌਲੀ-ਹੌਲੀ ਵਗ ਰਹੀ ਸੀ ਤੇ ਤਰਲੋਚਨ ਦਾ ਪੱਗੜੀ ਰਹਿਤ ਸਿਰ ਬੜੀ ਮੋਹਕ ਠੰਢਕ ਮਹਿਸੂਸ ਕਰ ਰਿਹਾ ਸੀ। ਪਰ ਉਸ ਅੰਦਰ ਅਨੇਕਾਂ

ਚਿੰਤਾਵਾਂ ਇਕ ਦੂਜੇ ਨਾਲ ਭਿੜ ਰਹੀਆਂ ਸਨ। ਕਿਰਪਾਲ ਕੌਰ ਨਵੀਂ-ਨਵੀਂ ਉਸਦੀ ਜ਼ਿੰਦਗੀ ਵਿਚ ਆਈ ਸੀ। ਉਂਜ ਤਾਂ ਉਹ ਹੱਟੇ-ਕੱਟੇ ਨਿਰੰਜਨ ਸਿੰਘ ਦੀ ਭੈਣ ਸੀ, ਪਰ ਬੜੀ ਹੀ ਨਰਮ, ਨਾਜ਼ੁਕ ਤੇ ਲਚਕੀਲੀ ਕੁੜੀ ਸੀ। ਉਹ ਪਿੰਡ ਵਿਚ ਪਲੀ ਸੀ। ਉੱਥੋਂ ਦੀਆਂ ਕਈ ਗਰਮੀਆਂ-ਸਰਦੀਆਂ ਦੇਖ ਚੁੱਕੀ ਸੀ, ਫੇਰ ਵੀ ਉਸ ਵਿਚ ਉਹ ਸਖ਼ਤੀ ਤੇ ਮਰਦਾਨਾਪਨ ਨਹੀਂ ਸੀ, ਜਿਹੜਾ ਪਿੰਡ ਦੀਆਂ ਆਮ ਸਿੱਖ ਕੁੜੀਆਂ ਵਿਚ ਹੁੰਦਾ ਹੈ। ਜਿਹਨਾਂ ਨੂੰ ਸਖ਼ਤ ਤੋਂ ਸਖ਼ਤ ਮਿਹਨਤ ਕਰਨੀ ਪੈਂਦੀ ਹੈ।

ਉਸਦੇ ਨੈਣ-ਨਕਸ਼ ਕੱਚੇ-ਕੱਚੇ ਸਨ, ਜਿਵੇਂ ਅਜੇ ਅਧੂਰੇ ਹੋਣ। ਆਮ ਪੇਂਡੂ ਸਿੱਖ ਕੁੜੀਆਂ ਵਾਂਗ ਉਸਦਾ ਰੰਗ ਗੋਰਾ ਸੀ, ਪਰ ਕੋਰੇ ਲੱਠੇ ਵਰਗਾ, ਸਰੀਰ ਕੂਲਾ ਸੀ, ਮਰਸਰਾਈਜ਼ਡ ਕੱਪੜੇ ਵਰਗਾ। ਤੇ ਉਹ ਬੜੀ ਸ਼ਰਮੀਲੀ ਸੀ। ਤਰਲੋਚਨ ਉਸਦੇ ਪਿੰਡ ਦਾ ਸੀ, ਪਰ ਉਹ ਬਹੁਤੇ ਦਿਨ ਉੱਥੇ ਨਹੀਂ ਸੀ ਰਿਹਾ। ਪ੍ਰਾਇਮਰੀ 'ਚੋਂ ਨਿਕਲ ਕੇ ਜਦੋਂ ਉਹ ਸ਼ਹਿਰ ਦੇ ਹਾਈ ਸਕੂਲ ਵਿਚ ਗਿਆ ਸੀ ਤਾਂ ਬੱਸ, ਉੱਥੋਂ ਦਾ ਹੀ ਹੋ ਕੇ ਰਹਿ ਗਿਆ ਸੀ। ਸਕੂਲੋਂ ਛੁੱਟੀ ਮਿਲੀ ਤਾਂ ਕਾਲਜ ਦੀ ਪੜ੍ਹਾਈ ਸ਼ੁਰੂ ਹੋ ਗਈ। ਇਸ ਦੌਰਾਨ ਉਹ ਕਈ ਵਾਰੀ ਕੀ ਅਨੇਕਾਂ ਵਾਰੀ ਆਪਣੇ ਪਿੰਡ ਗਿਆ, ਪਰ ਉਸਨੇ ਕਿਰਪਾਲ ਕੌਰ ਨਾਂ ਦੀ ਕਿਸੇ ਕੁੜੀ ਦਾ ਨਾਂ ਤੀਕ ਨਹੀਂ ਸੁਣਿਆਂ। ਸ਼ਾਇਦ ਇਸ ਲਈ ਕਿ ਹਰ ਵਾਰੀ ਉਹ ਇਸ ਹਫ਼ੜਾ-ਦਫ਼ੜੀ ਵਿਚ ਹੁੰਦਾ ਸੀ ਕਿ ਛੇਤੀ ਤੋਂ ਛੇਤੀ ਸ਼ਹਿਰ ਪਰਤ ਜਾਵੇ।

ਕਾਲਜ ਦਾ ਜ਼ਮਾਨਾ ਬੜਾ ਪਿੱਛੇ ਰਹਿ ਗਿਆ ਸੀ। ਅਡਵਾਨੀ ਚੈਂਬਰ ਦੇ ਟੈਰੇਸ ਤੇ ਕਾਲਜ ਦੀ ਇਮਾਰਤ ਵਿਚ ਸ਼ਾਇਦ ਦਸ ਵਰ੍ਹਿਆਂ ਦਾ ਫ਼ਾਸਲਾ ਸੀ, ਤੇ ਉਹ ਫ਼ਾਸਲਾ ਤਰਲੋਚਨ ਦੇ ਜੀਵਨ ਦੀਆਂ ਵਚਿੱਤਰ ਘਟਨਾਵਾਂ ਨਾਲ ਭਰਿਆ ਹੋਇਆ ਸੀ। ਬਰਮਾ, ਸਿੰਘਾਪੁਰ, ਹਾਂਗਕਾਂਗ, ਫੇਰ ਬੰਬਈ, ਜਿੱਥੇ ਉਹ ਚਾਰ ਵਰ੍ਹਿਆਂ ਦਾ ਰਹਿ ਰਿਹਾ ਸੀ। ਇਹਨਾਂ ਚਾਰ ਵਰ੍ਹਿਆਂ ਵਿਚ ਉਸਨੇ ਪਹਿਲੀ ਵਾਰੀ ਰਾਤ ਨੂੰ ਆਸਮਾਨ ਦੀ ਸ਼ਕਲ ਦੇਖੀ ਸੀ, ਜਿਹੜੀ ਬੁਰੀ ਨਹੀਂ ਸੀ ਖਾਕੀ ਰੰਗ ਦੇ ਤੰਬੂ ਵਿਚ ਹਜ਼ਾਰਾਂ ਦੀਵੇ ਟਿਮਟਿਮਾ ਰਹੇ ਸਨ ਤੇ ਹਵਾ ਠੰਢੀ ਤੇ ਹਲਕੀ-ਫੁਲਕੀ ਸੀ।

ਕਿਰਪਾਲ ਕੌਰ ਬਾਰੇ ਸੋਚਦਾ-ਸੋਚਦਾ ਉਹ ਮੋਜ਼ੇਲ ਬਾਰੇ ਸੋਚਣ ਲੱਗਾ। ਉਸ ਯਹੂਦੀ ਕੁੜੀ ਬਾਰੇ, ਜਿਹੜੀ ਅਡਵਾਨੀ ਚੈਂਬਰਜ਼ ਵਿਚ ਰਹਿੰਦੀ ਸੀ। ਉਸ ਨਾਲ ਤਰਲੋਚਨ ਨੂੰ 'ਗੋਡੇ-ਗੋਡੇ' ਇਸ਼ਕ ਹੋ ਗਿਆ ਸੀ। ਅਜਿਹਾ ਇਸ਼ਕ ਜਿਹੜਾ ਉਸਨੇ ਆਪਣੀ ਪੰਤਾਲੀ ਵਰ੍ਹਿਆਂ ਦੀ ਜਿੰਦਗੀ ਵਿਚ ਕਦੀ ਨਹੀਂ ਸੀ ਕੀਤਾ।

ਜਿਸ ਦਿਨ ਉਸਨੇ ਅਡਵਾਨੀ ਚੈਂਬਰਜ਼ ਵਿਚ ਆਪਣੇ ਇਕ ਈਸਾਈ ਮਿੱਤਰ ਦੀ ਮਦਦ ਨਾਲ ਦੂਜੇ ਫਲੋਰ 'ਤੇ ਫਲੈਟ ਲਿਆ, ਉਸੇ ਦਿਨ ਉਸਦੀ ਮੁੱਠਭੇੜ ਮੋਜ਼ੇਲ ਨਾਲ ਹੋਈ, ਜਿਹੜੀ ਪਹਿਲੀ ਨਜ਼ਰ ਵਿਚ ਉਸਨੂੰ ਖ਼ੌਫ਼ਨਾਕ ਹੱਦ ਤਕ ਦੀਵਾਨੀ ਲੱਗੀ ਸੀ। ਕੱਟੇ ਹੋਏ ਵਾਲ ਉਸਦੇ ਸਿਰ ਉੱਤੇ ਖਿੱਲਰੇ ਹੋਏ ਸਨ ਬੜੇ ਹੀ ਖਿੱਲਰੇ ਹੋਏ। ਬੁੱਲ੍ਹਾਂ 'ਤੇ ਲਿਪਸਟਿਕ ਇੰਜ ਜੰਮੀ ਸੀ, ਜਿਵੇਂ ਗਾੜ੍ਹਾ ਖ਼ੂਨ, ਤੇ ਉਹ ਵੀ ਜਗ੍ਹਾ-ਜਗ੍ਹਾ ਤੋਂ ਤਿੜਕੀ ਹੋਈ। ਉਸਨੇ ਢਿੱਲਾਢਾਲਾ ਸਫੇਦ ਚੋਗਾ ਪਾਇਆ ਹੋਇਆ ਸੀ। ਜਿਸਦੇ ਖੁੱਲ੍ਹੇ ਗਲ਼ੇ ਵਿਚੋਂ ਉਸਦੀਆਂ ਨੀਲੀਆਂ ਪਈਆਂ ਵੱਡੀਆਂ-ਵੱਡੀਆਂ ਛਾਤੀਆਂ ਦਾ ਲਗਭਗ ਚੌਥਾਈ ਹਿੱਸਾ ਨਜ਼ਰ ਆ ਰਿਹਾ ਸੀ। ਬਾਹਾਂ ਜੋ ਕਿ ਨੰਗੀਆਂ ਸਨ, ਉਹਨਾਂ ਉੱਤੇ ਨਿੱਕੇ-ਨਿੱਕੇ ਵਾਲਾਂ ਦੀ ਤੈਹ ਜੰਮੀ ਹੋਈ ਸੀ,

ਜਿਵੇਂ ਉਹ ਹੁਣੇ-ਹੁਣੇ ਕਿਸੇਂ ਸੈਲੂਨ ਵਿਚੋਂ ਵਾਲ ਕਟਵਾ ਕੇ ਆਈ ਹੋਵੇ ਤੇ ਉਹਨਾਂ ਦੇ ਨਿੱਕੇ-ਨਿੱਕੇ ਰੋਏਂ ਉਹਨਾਂ ਉੱਤੇ ਚਿਪਕ ਗਏ ਹੋਣ।

ਬੁੱਲ੍ਹ ਬਹੁਤੇ ਮੋਟੇ ਨਹੀਂ ਸਨ, ਪਰ ਗੂੜ੍ਹੇ ਉਨਾਭੀ ਰੰਗ ਦੀ ਲਿਪਸਟਿਕ ਕੁਛ ਇਸ ਤਰੀਕੇ ਨਾਲ ਲਾਈ ਗਈ ਸੀ ਕਿ ਉਹ ਮੋਟੇ ਤੇ ਝੋਟੇ ਦੇ ਮਾਸ ਦੇ ਟੁਕੜਿਆਂ ਵਰਗੇ ਲੱਗਦੇ ਸਨ।

ਤਰਲੋਚਨ ਦਾ ਫਲੈਟ ਬਿਲਕੁਲ ਉਸਦੇ ਫਲੈਟ ਦੇ ਸਾਹਮਣੇ ਸੀ। ਵਿਚਕਾਰ ਇਕ ਤੰਗ ਗਲੀ ਸੀ, ਬੜੀ ਹੀ ਤੰਗ। ਜਦੋਂ ਤਿਰਲੋਚਨ ਆਪਣੇ ਫਲੈਟ ਵਿਚ ਵੜਨ ਲਈ ਅੱਗੇ ਵਧਿਆ ਤਾਂ ਮੋਜ਼ੇਲ ਬਾਹਰ ਨਿਕਲੀ। ਉਹਨੇ ਖੜਾਵਾਂ ਪਾਈਆਂ ਹੋਈਆਂ ਸਨ। ਤਰਲੋਚਨ ਉਹਨਾਂ ਦੀ ਆਵਾਜ਼ ਸੁਣ ਕੇ ਰੁਕ ਗਿਆ। ਮੋਜ਼ੇਲ ਨੇ ਆਪਣੇ ਖਿੱਲਰੇ ਹੋਏ ਵਾਲਾਂ ਦੀਆਂ ਚਿਕਾਂ ਵਿਚੋਂ ਆਪਣੀਆਂ ਮੋਟੀਆਂ-ਮੋਟੀਆਂ ਅੱਖਾਂ ਨਾਲ ਤਰਲੋਚਨ ਵੱਲ ਦੇਖਿਆ ਤੇ ਹੱਸ ਪਈ ਤਰਲੋਚਨ ਬੌਂਦਲ ਗਿਆ। ਜੇਬ ਵਿਚੋਂ ਚਾਬੀ ਕੱਢ ਕੇ ਉਹ ਕਾਹਲ ਨਾਲ ਦਰਵਾਜ਼ੇ ਵੱਲ ਵਧਿਆ। ਮੋਜ਼ੇਲ ਦੀ ਇਕ ਖੜ ਸੀਮਿੰਟ ਦੇ ਚੀਕਣੇ ਫਰਸ਼ ਉੱਤੇ ਤਿਲ੍ਹਕੀ ਤੇ ਉਹ ਉਸਦੇ ਉੱਤੇ ਆ ਡਿੱਗੀ।

ਜਦੋਂ ਤਲਰੋਚਨ ਸੰਭਲਿਆ ਤਾਂ ਮੋਜ਼ੇਲ ਉਸਦੇ ਉੱਤੇ ਸੀ, ਕੁਛ ਇਸ ਤਰ੍ਹਾਂ ਕਿ ਉਸਦਾ ਲੰਮਾ ਚੋਗਾ ਉੱਤੇ ਚੜ੍ਹ ਗਿਆ ਸੀ ਤੇ ਉਸਦੀਆਂ ਦੋ ਨੰਗੀਆਂਕਾਫੀ ਨਰੋਈਆਂ ਲੱਤਾਂ ਉਸਦੇ ਇਧਰ-ਉਧਰ ਸਨ ਤੇ...ਜਦੋਂ ਤਿਰਲੋਚਨ ਨੇ ਉੱਠਣ ਦੀ ਕੋਸ਼ਿਸ਼ ਕੀਤੀ ਤਾਂ ਉਹ ਹੜਬੜਾਹਟ ਵਿਚ ਕੁਝ ਹੋਰ ਮੋਜ਼ੇਲ ਨਾਲ ਉਲਝ ਗਿਆ, ਜਿਵੇਂ ਉਹ ਸਾਬਨ ਵਾਂਗ ਉਸਦੇ ਸਾਰੇ ਪਿੰਡੇ 'ਤੇ ਫਿਰ ਗਈ ਹੋਵੇ।

ਹਫ਼ੇ ਹੋਏ ਤਿਰਲੋਚਨ ਨੇ ਬੜੇ ਸਭਿਅਕ ਸ਼ਬਦਾਂ ਵਿਚ ਉਸ ਤੋਂ ਮੁਆਫ਼ੀ ਮੰਗੀ। ਮੋਜ਼ੇਲ ਨੇ ਆਪਣਾ ਚੋਗਾ ਠੀਕ ਕੀਤਾ ਤੇ ਮੁਸਕਰਾ ਪਈ, "ਅਹਿ ਖੜਾਵਾਂ ਯਕਦਮ ਕੰਡਮ ਚੀਜ਼ ਨੇ।" ਤੇ ਉਹ ਲੱਥੀ ਹੋਈ ਖੜਾਂ ਵਿਚ ਆਪਣਾ ਅੰਗੂਠਾ ਤੇ ਉਸਦੇ ਨਾਲ ਵਾਲੀ ਉਂਗਲ ਫਸਾਉਂਦੀ ਹੋਈ ਕਾਰੀਡੋਰ 'ਚੋਂ ਬਾਹਰ ਚਲੀ ਗਈ।

ਤਰਲੋਚਨ ਦਾ ਖ਼ਿਆਲ ਸੀ ਕਿ ਮੋਜ਼ੇਲ ਨਾਲ ਦੋਸਤੀ ਕਰਨਾ ਸ਼ਾਇਦ ਮੁਸ਼ਕਿਲ ਹੋਵੇ, ਪਰ ਉਹ ਬੜੇ ਹੀ ਥੋੜ੍ਹੇ ਸਮੇਂ ਵਿਚ ਉਸ ਨਾਲ ਘੁਲਮਿਲ ਗਈ। ਹਾਂ, ਇਕ ਗੱਲ ਸੀ ਕਿ ਉਹ ਬੜੀ ਅੱਖੜ ਤੇ ਮੂੰਹਜ਼ੋਰ ਸੀ ਤੇ ਤਰਲੋਚਨ ਦੀ ਰਤਾ ਵੀ ਪ੍ਰਵਾਹ ਨਹੀਂ ਸੀ ਕਰਦੀ। ਉਹ ਉਸ ਤੋਂ ਖਾਂਦੀ ਸੀ, ਉਸ ਤੋਂ ਪੀਂਦੀ ਸੀ, ਉਸ ਨਾਲ ਸਿਨੇਮਾ ਦੇਖਣ ਜਾਂਦੀ ਸੀ। ਸਾਰਾ ਸਾਰਾ ਦਿਨ ਉਸ ਨਾਲ ਜੂਹ 'ਤੇ ਨਹਾਉਂਦੀ ਸੀ, ਪਰ ਜਦੋਂ ਉਹ ਬਾਹਾਂ ਤੇ ਬੁੱਲ੍ਹਾਂ ਨੂੰ ਕੁਛ ਅੱਗੇ ਵਧਾਉਣਾ ਚਾਹੁੰਦਾ ਤਾਂ ਉਹ ਉਸਨੂੰ ਝਿੜਕ ਦਿੰਦੀ। ਕੁਛ ਇਸ ਤਰ੍ਹਾਂ ਘੂਰਕਦੀ ਕਿ ਉਸਦੇ ਸਾਰੇ ਮਨਸੂਬੇ ਦਾੜ੍ਹੀ ਤੇ ਮੁੱਛਾਂ ਵਿਚ ਚੱਕਰ ਕੱਟਦੇ ਰਹਿ ਜਾਂਦੇ।

ਤਰਲੋਚਨ ਨੂੰ ਪਹਿਲਾਂ ਕਿਸੇ ਨਾਲ ਪ੍ਰੇਮ ਨਹੀਂ ਸੀ ਹੋਇਆ। ਲਾਹੌਰ ਵਿਚ, ਬਰਮਾ ਵਿਚ, ਸਿੰਘਾਪੁਰ ਵਿਚ ਉਹ ਕੁੜੀਆਂ ਕੁਛ ਸਮੇਂ ਲਈ ਖ਼ਰੀਦ ਲੈਂਦਾ ਹੁੰਦਾ ਸੀ। ਉਸਨੇ ਕਦੀ ਸੁਪਨੇ ਵਿਚ ਵੀ ਨਹੀਂ ਸੀ ਸੋਚਿਆ ਕਿ ਬੰਬਈ ਪਹੁੰਚਦਿਆਂ ਹੀ ਉਹ ਇਕ ਬੜੀ ਹੀ ਅੱਖੜ ਕਿਸਮ ਦੀ ਯਹੂਦੀ ਕੁੜੀ ਦੇ ਪ੍ਰੇਮ ਵਿਚ 'ਗੋਡੇ-ਗੋਡੇ' ਧਸ ਜਾਵੇਗਾ। ਉਹ ਉਸ ਤੋਂ ਕੁਛ ਵਚਿੱਤਰ ਤਰ੍ਹਾਂ ਦੀ ਦੂਰੀ ਰੱਖਦੀ ਸੀ। ਉਸਦੇ ਕਹਿਣ 'ਤੇ ਤੁਰੰਤ ਸਜ-ਧਜ ਕੇ ਸਿਨੇਮੇ ਜਾਣ ਲਈ ਤਿਆਰ ਹੋ ਜਾਂਦੀ, ਪਰ ਜਦੋਂ

ਉਹ ਆਪਣੀ ਸੀਟ 'ਤੇ ਬੈਠਦੇ ਤਾਂ ਉਹ ਇਧਰ-ਉਧਰ ਨਜ਼ਰਾਂ ਦੌੜਾਉਣੀਆਂ ਸ਼ੁਰੂ ਕਰ ਦਿੰਦੀ। ਜੇ ਕੋਈ ਉਸਦਾ ਜਾਣਕਾਰ ਨਿਕਲ ਆਉਂਦਾ ਤਾਂ ਜ਼ੋਰ ਨਾਲ ਹੱਥ ਹਿਲਾਉਂਦੀ ਤੇ ਤਰਲੋਚਨ ਤੋਂ ਪੁੱਛੇ ਬਿਨਾਂ ਉਸਦੇ ਕੋਲ ਜਾ ਬੈਠਦੀ।

ਹੋਟਲ ਵਿਚ ਬੈਠੇ ਤਰਲੋਚਨ ਨੇ ਮੋਜ਼ੇਲ ਲਈ ਵਿਸ਼ੇਸ਼ ਰੂਪ ਵਿਚ ਵੱਧ ਖਾਣੇ ਮੰਗਵਾਏ, ਪਰ ਉਸਨੂੰ ਆਪਣਾ ਕੋਈ ਪੁਰਾਣਾ ਦੋਸਤ ਨਜ਼ਰ ਆ ਗਿਆ ਤੇ ਉਹ ਆਪਣੀ ਹੱਥਲੀ ਬੁਰਕੀ ਛੱਡ ਕੇ ਉਸ ਕੋਲ ਜਾ ਬੈਠਦੀ ਤੇ ਤਰਲੋਚਨ ਦੀ ਹਿੱਕ 'ਤੇ ਮੂੰਗ ਦਲ ਰਹੀ ਹੁੰਦੀ।

ਤਰਲੋਚਨ ਕਦੀ-ਕਦੀ ਖਿਝ ਜਾਂਦਾ ਸੀ, ਕਿਉਂਕਿ ਉਹ ਉਸਨੂੰ ਇਕੱਲਾ ਛੱਡ ਕੇ ਆਪਣੇ ਉਸ ਦੋਸਤ ਜਾਂ ਜਾਣਕਾਰ ਨਾਲ ਚਲੀ ਜਾਂਦੀ ਤੇ ਕਈ-ਕਈ ਦਿਨਾਂ ਤਕ ਉਸਨੂੰ ਨਹੀਂ ਸੀ ਮਿਲਦੀ ਹੁੰਦੀ। ਕਦੀ ਸਿਰ ਦਰਦ ਦਾ ਬਹਾਨਾ, ਕਦੀ ਪੇਟ ਦੀ ਖ਼ਰਾਬੀ, ਜਿਸ ਬਾਰੇ ਤਰਲੋਚਨ ਨੂੰ ਪਤਾ ਹੁੰਦਾ ਸੀ ਕਿ ਉਹ ਲੋਹੇ ਵਾਂਗ ਕਰੜਾ ਸੀ ਤੇ ਕਦੀ ਖ਼ਰਾਬ ਨਹੀਂ ਸੀ ਹੋ ਸਕਦਾ।

ਜਦੋਂ ਉਸ ਨਾਲ ਮੁਲਾਕਾਤ ਹੁੰਦੀ ਤਾਂ ਉਹ ਉਸਨੂੰ ਕਹਿੰਦੀ "ਤੂੰ ਸਿੱਖ ਏਂ ਇਹ ਨਾਜ਼ੁਕ ਗੱਲਾਂ ਤੇਰੀ ਸਮਝ 'ਚ ਨਹੀਂ ਆ ਸਕਦੀਆਂ।"

ਇਹ ਸੁਣ ਕੇ ਤਰਲੋਚਨ ਸੜ-ਭੁੱਜ ਜਾਂਦਾ ਤੇ ਪੁੱਛਦਾ "ਕਿਹੜੀਆਂ ਨਾਜ਼ੁਕ ਗੱਲਾਂ ਤੇਰੇ ਪੁਰਾਣੇ ਯਾਰਾਂ ਦੀਆਂ?"

ਮੋਜ਼ੇਲ ਦੋਵੇਂ ਹੱਥ ਆਪਣੇ ਚੌੜੇ-ਚਕਲੇ ਕੂਹਲਿਆਂ 'ਤੇ ਰੱਖ ਕੇ ਆਪਣੀਆਂ ਨਰੋਈਆਂ ਲੱਤਾਂ ਚੌੜੀਆਂ ਕਰਕੇ ਖਲੋ ਜਾਂਦੀ ਤੇ ਕਹਿੰਦੀ "ਅਹਿ ਤੂੰ ਮੈਨੂੰ ਉਹਨਾਂ ਦੇ ਤਾਹਣੇ ਕੀ ਦੇਂਦਾ ਏਂ! ਹਾਂ, ਉਹ ਮੇਰੇ ਯਾਰ ਐਤੇ ਮੈਨੂੰ ਚੰਗੇ ਲੱਗਦੇ ਐ। ਤੂੰ ਮੱਚਦਾ ਏਂ ਤੇ ਮੱਚਦਾ ਰਹਿ।"

ਤਰਲੋਚਨ ਇਕ ਮਾਹਰ ਵਕੀਲ ਵਾਂਗ ਪੁੱਛਦਾ, "ਇਸ ਤਰ੍ਹਾਂ ਤੇਰੀ-ਮੇਰੀ ਕਿੰਜ ਨਿਭੇਗੀ?"

ਮੋਜ਼ੇਲ ਉੱਚੀ-ਉੱਚੀ ਹੱਸਣ ਲੱਗਦੀ, "ਤੂੰ ਸੱਚਮੁੱਚ ਸਿੱਖ ਐਂ! ਈਡੀਅਟ, ਤੈਨੂੰ ਕਿਸੇ ਨੇ ਕਿਹੈ ਬਈ ਮੇਰੇ ਨਾਲ ਨਿਭਾਅ? ਜੇ ਨਿਭਾਉਣ ਦੀ ਗੱਲ ਐ ਤਾਂ ਜਾਹ ਆਪਣੇ ਦੇਸ। ਕਿਸੇ ਸਿੱਖਣੀ ਨਾਲ ਵਿਆਹ ਕਰ ਲੈ। ਮੇਰੇ ਨਾਲ ਤਾਂ ਇਸੇ ਤਰ੍ਹਾਂ ਚੱਲੇਗਾ।"

ਤਰਲੋਚਨ ਨਰਮ ਪੈ ਜਾਂਦਾ। ਅਸਲ ਵਿਚ ਮੋਜ਼ੇਲ ਉਸਦੀ ਵੱਡੀ ਕਮਜ਼ੋਰੀ ਬਣ ਗਈ ਸੀ। ਉਹ ਹਰ ਹਾਲ ਵਿਚ ਉਸਦੇ ਸਾਥ ਦਾ ਇਛੁੱਕ ਸੀ। ਇਸ ਵਿਚ ਕੋਈ ਸ਼ੱਕ ਨਹੀਂ ਕਿ ਮੋਜ਼ੇਲ ਕਰਕੇ ਅਕਸਰ ਉਸਦੀ ਬੇਇੱਜ਼ਤੀ ਹੁੰਦੀ ਸੀ। ਨੱਥੂ ਖ਼ੈਰੇ ਕਰਿਸ਼ਚੀਅਨ ਛੋਹਰਾਂ ਸਾਹਵੇਂ ਜਿਹਨਾਂ ਦੀ ਕੋਈ ਹੈਸੀਅਤ ਨਹੀਂ ਸੀ, ਉਸਨੂੰ ਸ਼ਰਮਿੰਦਾ ਹੋਣਾ ਪੈਂਦਾ ਸੀ। ਪਰ ਦਿਲ ਹੱਥੋਂ ਮਜ਼ਬੂਰ ਹੋ ਕੇ ਉਸਨੇ ਇਹ ਸਭ ਕੁਛ ਸਹਿਣ ਦਾ ਫ਼ੈਸਲਾ ਕਰ ਲਿਆ ਸੀ।

ਆਮ ਤੌਰ ਤੇ ਨਿਰਾਦਰ ਤੇ ਬੇਇੱਜ਼ਤੀ ਦੀ ਪ੍ਰਤੀਕ੍ਰਿਆ ਬਦਲਾ ਹੁੰਦੀ ਹੈ, ਪਰ ਤਰਲੋਚਨ ਦੇ ਮਾਮਲੇ ਵਿਚ ਇੰਜ ਨਹੀਂ ਸੀ। ਉਸਨੇ ਆਪਣੇ ਦਿਲ ਤੇ ਦਿਮਾਗ਼ ਦੀਆਂ ਬਹੁਤ ਸਾਰੀਆਂ ਅੱਖਾਂ ਮੀਚ ਲਈਆਂ ਸਨ ਤੇ ਕੰਨਾਂ ਵਿਚ ਰੂੰ ਪਾ ਲਈ ਸੀ। ਉਸਨੂੰ ਮੋਜ਼ੇਲ ਪਸੰਦ ਸੀ। ਪਸੰਦ ਹੀ ਨਹੀਂ, ਜਿਵੇਂ ਕਿ ਉਹ ਅਕਸਰ ਆਪਣੇ ਦੋਸਤਾਂ

ਨੂੰ ਕਹਿੰਦਾ ਹੁੰਦਾ ਸੀ, ਗੋਡੇ ਗੋਡੇ ਉਸਦੇ ਪਿਆਰ ਵਿਚ ਧੱਸ ਗਿਆ ਸੀ। ਹੁਣ ਇਸ ਦੇ ਸਿਵਾਏ ਹੋਰ ਕੋਈ ਚਾਰਾ ਨਹੀਂ ਸੀ ਕਿ ਉਸਦੇ ਸਰੀਰ ਦਾ ਜਿੰਨਾ ਹਿੱਸਾ ਬਾਕੀ ਰਹਿ ਗਿਆ ਸੀ, ਉਹ ਵੀ ਇਸ ਪਿਆਰ ਦੀ ਦਲਦਲ ਵਿਚ ਧੱਸ ਜਾਵੇ ਤੇ ਕਿੱਸਾ ਖ਼ਤਮ ਹੋਵੇ।

ਦੋ ਵਰ੍ਹਿਆਂ ਤਕ ਉਹ ਇਸੇ ਤਰ੍ਹਾਂ ਬੇਇੱਜ਼ਤੀ ਦਾ ਜੀਵਨ ਬਿਤਾਉਂਦਾ ਰਿਹਾ, ਪਰ ਪੱਕਾ ਰਿਹਾ। ਆਖ਼ਰ ਇਕ ਦਿਨ ਜਦ ਮੋਜ਼ੇਲ ਮੌਜ ਵਿਚ ਸੀ, ਉਸਨੇ ਆਪਣੀਆਂ ਬਾਹਾਂ ਵਿਚ ਸਮੇਟ ਕੇ ਉਸਨੂੰ ਪੁੱਛਿਆ, "ਮੋਜ਼ੇਲ ਕੀ ਤੂੰ ਮੈਨੂੰ ਪਿਆਰ ਨਹੀਂ ਕਰਦੀ...?"

ਮੋਜ਼ੇਲ ਉਸਦੀਆਂ ਬਾਹਾਂ ਵਿਚੋਂ ਨਿਕਲ ਗਈ ਤੇ ਕੁਰਸੀ ਉੱਤੇ ਬੈਠ ਕੇ ਆਪਣੀ ਫ਼ਰਾਕ ਦਾ ਘੇਰਾ ਦੇਖਣ ਲੱਗੀ, ਫੇਰ ਉਸਨੇ ਆਪਣੀਆਂ ਮੋਟੀਆਂ-ਮੋਟੀਆਂ ਯਹੂਦੀ ਅੱਖਾਂ ਉਤਾਂਹ ਚੁੱਕੀਆਂ ਤੇ ਸੰਘਣੀਆਂ ਪਲਕਾਂ ਝਪਾ ਕੇ ਬੋਲੀ "ਮੈਂ ਸਿੱਖ ਨੂੰ ਪਿਆਰ ਨਹੀਂ ਕਰ ਸਕਦੀ।"

ਤਰਲੋਚਨ ਨੇ ਇੰਜ ਮਹਿਸੂਸ ਕੀਤਾ ਜਿਵੇਂ ਉਸਦੀ ਪੱਗ ਹੇਠ ਕਿਸੇ ਨੇ ਮਘਦੇ ਹੋਏ ਅੰਗਿਆਰ ਰੱਖ ਦਿੱਤੇ ਹੋਣ। ਉਸਦੇ ਤਨ-ਮਨ ਨੂੰ ਅੱਗ ਲੱਗ ਗਈ, "ਮੋਜ਼ੇਲ, ਤੂੰ ਹਮੇਸ਼ਾ ਮੇਰਾ ਮਜ਼ਾਕ ਉਡਾਉਂਦੀ ਏਂ ਇਹ ਮੇਰਾ ਮਜ਼ਾਕ ਨਹੀਂ, ਮੇਰੇ ਪਿਆਰ ਦਾ ਮਜ਼ਾਕ ਏ।"

ਮੋਜ਼ੇਲ ਉੱਠੀ ਤੇ ਉਸਨੇ ਆਪਣੇ ਭੂਰੇ ਕੱਟੇ ਹੋਏ ਵਾਲਾਂ ਨੂੰ ਇਕ ਦਿਲ-ਫਰੇਬ ਝਟਕਾ ਦਿੱਤਾ, "ਤੂੰ ਸ਼ੇਵ ਕਰਾ ਲਏਂ ਤੇ ਆਪਣੇ ਸਿਰ ਦੇ ਵਾਲ ਖੁੱਲ੍ਹੇ ਛੱਡ ਦਏਂ ਤਾਂ ਮੈਂ ਸ਼ਰਤ ਲਾਉਂਦੀ ਆਂ ਕਿ ਕਈ ਕੁੜੀਆਂ ਤੈਨੂੰ ਅੱਖਾਂ ਮਾਰਨਗੀਆਂ ਤੂੰ ਸੋਹਣਾ ਏਂ।"

ਤਰਲੋਚਨ ਦੇ ਕੇਸਾਂ ਵਿਚ ਹੋਰ ਵੀ ਅੰਗਿਆਰ ਭਰ ਗਏ। ਉਸਨੇ ਅੱਗੇ ਵਧ ਕੇ ਜ਼ੋਰ ਨਾਲ ਮੋਜ਼ੇਲ ਨੂੰ ਆਪਣੇ ਵੱਲ ਖਿੱਚ ਲਿਆ ਤੇ ਉਸਦੇ ਉਨਾਭੀ ਬੁੱਲ੍ਹਾਂ ਉੱਤੇ ਆਪਣੇ ਮੁੱਛਾਂ-ਭਰੇ ਬੁੱਲ੍ਹ ਰੱਖ ਦਿੱਤੇ।

ਮੋਜ਼ੇਲ ਨੇ ਯਕਦਮ 'ਫੂੰ-ਫੂੰ' ਕੀਤੀ ਤੇ ਉਸ ਤੋਂ ਆਪਣੇ-ਆਪ ਨੂੰ ਛੁਡਾਅ ਲਿਆ। "ਮੈਂ ਸਵੇਰੇ ਈ ਆਪਣੇ ਦੰਦਾਂ ਨੂੰ ਬੁਰਸ਼ ਕਰ ਚੁੱਕੀ ਆਂ ਤੂੰ ਕਸ਼ਟ ਨਾ ਕਰ।"

ਤਰਲੋਚਨ ਕੂਕਿਆ, "ਮੋਜ਼ੇਲ!"

ਮੋਜ਼ੇਲ ਵੈਨਿਟੀ ਬੈਗ ਵਿਚੋਂ ਛੋਟਾ-ਜਿਹਾ ਸ਼ੀਸ਼ਾ ਕੱਢ ਕੇ ਆਪਣੇ ਬੁੱਲ੍ਹ ਦੇਖਣ ਲੱਗੀ, ਜਿਹਨਾਂ 'ਤੇ ਲੱਗੀ ਗੂੜ੍ਹੀ ਲਿਪਸਟਿਕ 'ਤੇ ਝਰੀਟਾਂ ਪੈ ਗਈਆਂ ਸਨ। "ਖ਼ੁਦਾ ਦੀ ਸਹੁੰ, ਤੂੰ ਆਪਣੀਆਂ ਮੁੱਛਾਂ ਤੇ ਦਾੜ੍ਹੀ ਦਾ ਸਹੀ ਇਸਤੇਮਾਲ ਨਹੀਂ ਕਰਦਾ। ਇਹਨਾਂ ਦੇ ਵਾਲ ਐਨੇ ਵਧੀਆ ਨੇ ਕਿ ਮੇਰਾ ਨੇਵੀ ਬਲਿਊ ਸਕਰਟ ਚੰਗੀ ਤਰਾਂ ਸਾਫ਼ ਕਰ ਸਕਦੇ ਨੇ ਬੱਸ ਥੋੜ੍ਹਾ ਕੁ ਪਟਰੋਲ ਲਾਉਣ ਦੀ ਲੋੜ ਪਏਗੀ।"

ਤਰਲੋਚਨ ਗੁੱਸੇ ਦੀ ਉਸ ਹੱਦ ਤੀਕ ਪਹੁੰਚ ਚੁੱਕਿਆ ਸੀ, ਜਿੱਥੇ ਉਹ ਬਿਲਕੁਲ ਠੰਢਾ ਹੋ ਗਿਆ ਸੀ। ਉਹ ਆਰਾਮ ਨਾਲ ਸੋਫੇ 'ਤੇ ਬੈਠ ਗਿਆ। ਮੋਜ਼ੇਲ ਵੀ ਆ ਗਈ ਤੇ ਉਸਨੇ ਤਰਲੋਚਨ ਦੀ ਦਾੜ੍ਹੀ ਖੋਲ੍ਹਣੀ ਸ਼ੁਰੂ ਕਰ ਦਿੱਤੀ। ਉਸ ਵਿਚ ਜਿਹੜੀਆਂ ਪਿੰਨਾਂ ਲੱਗੀਆਂ ਸਨ, ਉਸਨੇ ਇਕ-ਇਕ ਕਰਕੇ ਆਪਣੇ ਦੰਦਾਂ ਹੇਠ ਨੱਪ ਲਈਆਂ।

ਤਰਲੋਚਨ ਸੋਹਣਾ ਸੀ। ਜਦੋਂ ਉਸਦੇ ਦਾੜ੍ਹੀ ਮੁੱਛਾਂ ਨਹੀਂ ਸੀ ਆਈਆਂ ਉਦੋਂ ਲੋਕ ਉਸਦੇ ਖੁੱਲ੍ਹੇ ਕੇਸਾਂ ਨੂੰ ਦੇਖ ਕੇ ਧੋਖਾ ਖਾ ਜਾਂਦੇ ਸਨ ਕਿ ਉਹ ਕੋਈ ਘੱਟ ਉਮਰ ਦੀ ਸੁੰਦਰ ਕੁੜੀ ਹੈ। ਪਰ ਹੁਣ ਵਾਲਾਂ ਦੇ ਇਸ ਘੇਰੇ ਨੇ ਉਸਦੇ ਨੈਣ-ਨਕਸ਼ ਸਾੜ੍ਹੀ ਵਾਂਗ ਅੰਦਰ ਲੁਕਾਅ ਲਏ ਸਨ ਤੇ ਇਸ ਗੱਲ ਨੂੰ ਉਹ ਖ਼ੁਦ ਵੀ ਜਾਣਦਾ ਸੀ। ਪਰ ਉਹ ਧਾਰਮਕ ਪ੍ਰਵਿਰਤੀ ਵਾਲਾ ਸੁਸ਼ੀਲ ਨੌਜਵਾਨ ਸੀ। ਉਸਦੇ ਦਿਲ ਵਿਚ ਧਰਮ ਦੇ ਪ੍ਰਤੀ ਸਨਮਾਨ ਸੀ। ਉਹ ਨਹੀਂ ਚਾਹੁੰਦਾ ਸੀ ਕਿ ਉਹ ਉਹਨਾਂ ਚੀਜ਼ਾਂ ਨੂੰ ਆਪਣੇ ਵਿਅਕਤੀਤਵ ਨਾਲੋਂ ਵੱਖ ਕਰ ਦਵੇ, ਜਿਹਨਾਂ ਨਾਲ ਉਸਦੇ ਧਰਮ ਦੀ ਪਛਾਣ ਹੁੰਦੀ ਸੀ।

ਜਦੋਂ ਦਾੜ੍ਹੀ ਪੂਰੀ ਖੁੱਲ੍ਹ ਗਈ ਤੇ ਉਸਦੀ ਛਾਤੀ 'ਤੇ ਲਟਕਣ ਲੱਗੀ ਤਾਂ ਉਸਨੇ ਮੋਜ਼ੇਲ ਨੂੰ ਪੁੱਛਿਆ, "ਅਹਿ ਤੂੰ ਕੀ ਕਰ ਰਹੀ ਏਂ?"

ਦੰਦਾਂ ਹੇਠ ਪਿੰਨਾਂ ਨੱਪੀ ਉਹ ਮੁਸਕਰਾਈ, "ਤੇਰੇ ਵਾਲ ਬੜੇ ਮੁਲਾਇਮ ਨੇ। ਮੇਰਾ ਅੰਦਾਜ਼ਾ ਗ਼ਲਤ ਸੀ ਕਿ ਇਹਨਾਂ ਨਾਲ ਮੇਰਾ ਨੇਵੀ ਬਲਿਊ ਸਕਰਟ ਸਾਫ਼ ਹੋ ਸਕਦੈ। ਤਰਲੋਚਨ! ਤੂੰ ਇਹ ਮੈਨੂੰ ਦੇ-ਦੇ, ਮੈਂ ਇਹਨਾਂ ਨੂੰ ਗੁੰਦ ਕੇ ਆਪਣੇ ਸਿਰ ਉੱਤੇ ਫਸਟ ਕਲਾਸ ਆਲ੍ਹਣਾ ਬਣਵਾ ਲਵਾਂਗੀ।"

ਹੁਣ ਤਰਲੋਚਨ ਦੀ ਦਾੜ੍ਹੀ ਵਿਚ ਫੇਰ ਅੰਗਿਆਰ ਭਖਣ ਲੱਗੇ। ਉਸਨੇ ਬੜੀ ਗੰਭੀਰ ਆਵਾਜ਼ ਵਿਚ ਮੋਜ਼ੇਲ ਨੂੰ ਕਿਹਾ, "ਮੈਂ ਅੱਜ ਤੀਕ ਕਦੀ ਤੇਰੇ ਧਰਮ ਦਾ ਮਜ਼ਾਕ ਨਹੀਂ ਉਡਾਇਆ ਤੂੰ ਕਿਓਂ ਉਡਾਉਂਦੀ ਏਂ? ਦੇਖ, ਕਿਸੇ ਦੀ ਧਾਰਮਕ ਭਾਵਨਾ ਨਾਲ ਖੇਡਣਾ ਚੰਗਾ ਨਹੀਂ ਹੁੰਦਾ। ਮੈਂ ਇਹ ਕਦੀ ਬਰਦਾਸ਼ਤ ਨਾ ਕਰਦਾ, ਸਿਰਫ਼ ਇਸ ਲਈ ਕਰ ਰਿਹਾਂ ਕਿ ਮੈਨੂੰ ਤੇਰੇ ਨਾਲ ਬਹੁਤ ਪਿਆਰ ਏਂ ਕੀ ਤੈਨੂੰ ਇਸਦਾ ਪਤਾ ਨਹੀਂ?"

ਮੋਜ਼ੇਲ ਨੇ ਤਰਲੋਚਨ ਦੀ ਦਾੜ੍ਹੀ ਨਾਲ ਖੇਡਣਾ ਬੰਦ ਕਰ ਦਿੱਤਾ ਤੇ ਬੋਲੀ, "ਮੈਨੂੰ ਪਤਾ ਏ।"

"ਫੇਰ?" ਤਰਲੋਚਨ ਨੇ ਆਪਣੀ ਦਾੜ੍ਹੀ ਦੇ ਵਾਲ ਬੜੀ ਸਫ਼ਾਈ ਨਾਲ ਤੇਹ ਕੀਤੇ ਤੇ ਮੋਜ਼ੇਲ ਦੇ ਦੰਦਾਂ ਵਿਚੋਂ ਪਿੰਨਾਂ ਕੱਢ ਲਈਆਂ। "ਤੂੰ ਚੰਗੀ ਤਰ੍ਹਾਂ ਜਾਣਦੀ ਏਂ ਕਿ ਮੇਰਾ ਪਿਆਰ ਬਕਵਾਸ ਨਹੀਂਮੈਂ ਤੇਰੇ ਨਾਲ ਵਿਆਹ ਕਰਨਾ ਚਾਹੁੰਦਾ ਆਂ।"

"ਮੈਨੂੰ ਪਤਾ ਐ।" ਵਾਲਾਂ ਨੂੰ ਇਕ ਹਲਕਾ-ਜਿਹਾ ਝਟਕਾ ਦੇ ਕੇ ਉਹ ਉੱਠੀ ਤੇ ਕੰਧ 'ਤੇ ਲਟਕੀ ਹੋਈ ਤਸਵੀਰ ਵੱਲ ਵੇਖਣ ਲੱਗੀ। "ਮੈਂ ਵੀ ਲਗਭਗ ਇਹੀ ਫ਼ੈਸਲਾ ਕਰ ਚੁੱਕੀ ਆਂ ਕਿ ਤੇਰੇ ਨਾਲ ਵਿਆਹ ਕਰਾਂਗੀ।"

ਤਰਲੋਚਨ ਖਿੜ-ਪੁੜ ਗਿਆ, "ਸੱਚ?"

ਮੋਜ਼ੇਲ ਦੇ ਉਨਾਬੀ ਬੁੱਲ੍ਹ ਬੜੀ ਮੋਟੀ ਮੁਸਕਰਾਹਟ ਨਾਲ ਖੁੱਲ੍ਹੇ ਤੇ ਉਸਦੇ ਸਫ਼ੇਦ ਮਜ਼ਬੂਤ ਦੰਦ ਇਕ ਛਿਣ ਲਈ ਚਮਕੇ, "ਹਾਂ।"

ਤਰਲੋਚਨ ਨੇ ਆਪਣੀ ਅੱਧੀ ਲਿਪਟੀ ਦਾੜ੍ਹੀ ਨਾਲ ਹੀ ਉਸਨੂੰ ਆਪਣੀ ਹਿੱਕ ਨਾਲ ਘੁੱਟ ਲਿਆ, "ਤ...ਤਾਂ...ਫੇਰ, ਕਦੋਂ?"

ਮੋਜ਼ੇਲ ਉਸ ਨਾਲੋਂ ਅੱਡ ਹੋਈ "ਜਦੋਂ ਤੂੰ ਆਪਣੇ ਇਹ ਵਾਲ ਕਟਵਾ ਦੇਵੇਂਗਾ।"

ਤਰਲੋਚਨ ਉਸ ਸਮੇਂ 'ਜੋ ਹੋਊ, ਦੇਖੀ ਜਾਊ' ਬਣ ਗਿਆ। ਉਸਨੇ ਕੁਝ ਨਹੀਂ

ਸੋਚਿਆ ਤੇ ਕਹਿ ਦਿੱਤਾ, "ਮੈਂ ਕਲ੍ਹ ਈ ਕਟਵਾ ਦਿਆਂਗਾ।"

ਮੋਜ਼ੇਲ ਫਰਸ਼ ਉੱਤੇ ਟੇਪ ਡਾਂਸ ਕਰਨ ਲੱਗੀ। "ਤੂੰ ਬਕਵਾਸ ਕਰ ਰਿਹੈਂ ਤਰਲੋਚਨ! ਤੇਰੇ 'ਚ ਐਨੀ ਹਿੰਮਤ ਨਹੀਂ।"

ਉਸਨੇ ਤਰਲੋਚਨ ਦੇ ਦਿਮਾਗ਼ ਵਿਚੋਂ ਧਰਮ ਦੇ ਬਚੇ-ਖੁਚੇ ਖ਼ਿਆਲ ਵੀ ਬਾਹਰ ਕੱਢ ਸੁੱਟੇ।

"ਤੂੰ ਦੇਖ ਲਵੀਂ।"

"ਦੇਖ ਲਵਾਂਗੀ।" ਤੇ ਉਹ ਕਾਹਲ ਨਾਲ ਅੱਗੇ ਵਧੀ। ਤਰਲੋਚਨ ਦੀਆਂ ਮੁੱਛਾਂ ਨੂੰ ਚੁੰਮਿਆਂ ਤੇ 'ਫੂੰ-ਫੂੰ' ਕਰਦੀ ਬਾਹਰ ਨਿਕਲ ਗਈ।

ਤਰਲੋਚਨ ਸਾਰੀ ਰਾਤ ਕਿਹੜੀਆਂ ਸੋਚਾਂ ਵਿਚ ਗੋਤੇ ਲਾਉਂਦਾ ਰਿਹਾ ਤੇ ਉਸਨੇ ਕੀ-ਕੀ ਤਕਲੀਫ਼ ਭੋਗੀ, ਇਸਦੀ ਚਰਚਾ ਵਿਅਰਥ ਹੈ, ਇਸ ਲਈ ਕਿ ਦੂਜੇ ਦਿਨ ਉਸਨੇ ਫੋਰਟ ਵਿਚ ਆਪਣੇ ਕੇਸ ਕਟਵਾ ਦਿੱਤੇ ਤੇ ਦਾੜ੍ਹੀ ਵੀ ਮੁੰਨਵਾ ਦਿੱਤੀ। ਇ ਸਭ ਕੁਛ ਹੁੰਦਾ ਰਿਹਾ ਤੇ ਉਹ ਅੱਖਾਂ ਮੀਚੀ ਬੈਠਾ ਰਿਹਾ। ਜਦੋਂ ਸਾਰਾ ਮਾਮਲਾ ਸਾਫ਼ ਹੋ ਗਿਆ, ਉਦੋਂ ਉਸਨੇ ਅੱਖਾਂ ਖੋਲ੍ਹੀਆਂ ਤੇ ਦੇਰ ਤੀਕ ਸ਼ੀਸ਼ੇ ਵਿਚ ਆਪਣੀ ਸ਼ਕਲ ਦੇਖਦਾ ਰਿਹਾ, ਜਿਸ ਉੱਤੇ ਬੰਬਈ ਦੀ ਸੋਹਣੀ ਤੋਂ ਸੋਹਣੀ ਕੁੜੀ ਵੀ ਕੁਛ ਚਿਰ ਲਈ ਧਿਆਨ ਦੇਣ ਲਈ ਮਜਬੂਰ ਹੋ ਜਾਂਦੀ।

ਇਸ ਸਮੇਂ ਵੀ ਤਰਲੋਚਨ ਉਹੀ ਇਕ ਵਚਿੱਤਰ ਠੰਢਕ ਮਹਿਸੂਸ ਕਰਨ ਲੱਗਾ, ਜਿਹੜੀ ਸੈਲੂਨ ਦੇ ਬਾਹਰ ਨਿਕਲ ਕੇ ਉਸਨੂੰ ਮਹਿਸੂਸ ਹੋਈ ਸੀ। ਉਸਨੇ ਟੈਰੇਸ 'ਤੇ ਤੇਜ਼-ਤੇਜ਼ ਤੁਰਨਾ ਸ਼ੁਰੂ ਕਰ ਦਿੱਤਾ, ਜਿੱਥੇ ਟੈਂਕੀਆਂ ਤੇ ਪਾਈਪਾਂ ਦੀ ਭਰਮਾਰ ਸੀ। ਉਹ ਚਾਹੁੰਦਾ ਸੀ ਕਿ ਉਸ ਕਹਾਣੀ ਦਾ ਬਾਕੀ ਦਾ ਹਿੱਸਾ ਉਸਦੇ ਦਿਮਾਗ਼ ਵਿਚ ਨਾ ਆਏ, ਪਰ ਉਹ ਆਏ ਬਿਨਾਂ ਨਾ ਰਿਹਾ।

ਵਾਲ ਕਟਵਾ ਕੇ ਉਹ ਪਹਿਲੇ ਦਿਨ ਘਰੋਂ ਬਾਹਰ ਨਹੀਂ ਸੀ ਨਿਕਲਿਆ। ਉਸਨੇ ਆਪਣੇ ਨੌਕਰ ਦੇ ਹੱਥ ਦੂਜੇ ਦਿਨ ਇਕ ਚਿਟ ਲਿਖ ਕੇ ਮੋਜ਼ੇਲ ਨੂੰ ਭੇਜੀ ਸੀ ਕਿ ਉਸਦੀ ਤਬੀਅਤ ਖ਼ਰਾਬ ਹੈ, ਥੋੜ੍ਹੀ ਦੇਰ ਲਈ ਆ ਜਾਏ। ਮੋਜ਼ੇਲ ਆਈ। ਤਰਲੋਚਨ ਨੂੰ ਵਾਲਾਂ ਦੇ ਬਗ਼ੈਰ ਦੇਖ ਕੇ ਉਹ ਛਿਣ ਭਰ ਲਈ ਠਿਠਕੀ, ਫੇਰ, "ਮਾਈ ਡਾਰਲਿੰਗ ਤਰਲੋਚਨ!" ਕਹਿ ਕੇ ਉਸ ਨਾਲ ਲਿਪਟ ਗਈ ਤੇ ਉਸਦਾ ਪੂਰਾ ਚਿਹਰਾ ਉਨਾਬੀ ਕਰ ਦਿੱਤਾ। ਉਸਨੇ ਤਿਰਲੋਚਨ ਦੀਆਂ ਸਾਫ਼ ਤੇ ਮੁਲਾਇਮ ਗੱਲ੍ਹਾਂ ਉੱਤੇ ਹੱਥ ਫੇਰਿਆ, ਉਸਦੇ ਛੋਟੇ-ਛੋਟੇ ਅੰਗਰੇਜ਼ੀ ਕਿਸਮ ਦੇ ਕੱਟੇ ਹੋਏ ਵਾਲਾਂ ਵਿਚ ਆਪਣੀਆਂ ਉਂਗਲਾਂ ਨਾਲ ਕੰਘੀ ਕੀਤੀ ਤੇ ਅਰਬੀ ਭਾਸ਼ਾ ਵਿਚ ਨਾਅਰੇ ਲਾਉਂਦੀ ਰਹੀ। ਉਸਨੇ ਐਨਾ ਰੌਲਾ ਪਾਇਆ ਕਿ ਉਸਦੀ ਨੱਕ ਵਿਚੋਂ ਪਾਣੀ ਵਗਣ ਲੱਗ ਪਿਆ। ਮੋਜ਼ੇਲ ਨੇ ਜਦੋਂ ਇਸਨੂੰ ਮਹਿਸੂਸ ਕੀਤਾ ਤਾਂ ਆਪਣੀ ਸਕਰਟ ਦਾ ਘੇਰਾ ਚੁੱਕਿਆ ਤੇ ਉਸਨੂੰ ਪੂੰਝਣਾ ਸ਼ੁਰੂ ਕਰ ਦਿੱਤਾ। ਤਿਰਲੋਚਨ ਸ਼ਰਮਾ ਗਿਆ। ਉਸਨੇ ਜਦੋਂ ਸਕਰਟ ਹੇਠਾਂ ਕੀਤੀ ਤਾਂ ਉਸਨੇ ਡਾਂਟਦਿਆਂ ਹੋਇਆਂ ਕਿਹਾ, "ਹੇਠਾਂ ਕੁਛ ਪਾ ਤਾਂ ਲਿਆ ਕਰ!" ਮੋਜ਼ੇਲ 'ਤੇ ਇਸਦਾ ਕੋਈ ਅਸਰ ਨਾ ਹੋਇਆ। ਬਾਸੀ ਤੇ ਜਗ੍ਹਾ ਜਗ੍ਹਾ ਤੋਂ ਉੱਖੜੀ ਹੋਈ ਲਿਪਸਟਿਕ ਲੱਗੇ ਬੁੱਲ੍ਹਾਂ ਨਾਲ ਮੁਸਕਰਾ ਕੇ ਸਿਰਫ਼ ਏਨਾ ਹੀ ਕਿਹਾ, "ਮੈਨੂੰ ਬੜੀ ਉਲਝਣ ਹੁੰਦੀ ਏ ਇੰਜ ਈ ਚਲਦਾ ਏ।"

ਤਰਲੋਚਨ ਨੂੰ ਉਹ ਪਹਿਲਾ ਦਿਨ ਯਾਦ ਆ ਗਿਆ, ਜਦੋਂ ਉਹ ਤੇ ਮੋਜ਼ੇਲ

ਦੋਵੇਂ ਟਕਰਾ ਗਏ ਸਨ ਤੇ ਆਪਸ ਵਿਚ ਕੁਛ ਅਜ਼ੀਬ ਤਰ੍ਹਾਂ ਗਡਮਡ ਹੋ ਗਏ ਸਨ। ਮੁਸਕਰਾ ਕੇ ਉਸਨੇ ਮੋਜ਼ੇਲ ਨੂੰ ਆਪਣੀ ਹਿੱਕ ਨਾਲ ਲਾ ਲਿਆ। "ਵਿਆਹ ਕਲ੍ਹ ਹੋਏਗਾ?"

"ਜ਼ਰੂਰ।" ਮੋਜ਼ੇਲ ਨੇ ਤਰਲੋਚਨ ਦੀ ਮੁਲਾਇਮ ਠੋਡੀ ਉੱਤੇ ਆਪਣੇ ਹੱਥ ਦਾ ਪੁੱਠਾ ਪਾਸਾ ਫੇਰਿਆ।

ਤੈਅ ਇਹ ਹੋਇਆ ਕਿ ਵਿਆਹ ਪੂਨੇ ਵਿਚ ਹੋਏਗਾ। ਕਿਉਂਕਿ ਸਿਵਲ ਮੈਰਿਜ ਸੀ, ਇਸ ਲਈ ਉਹਨਾਂ ਦਸ-ਪੰਦਰਾਂ ਦਿਨ ਦਾ ਨੋਟਿਸ ਦੇਣਾ ਸੀ। ਅਦਾਲਤੀ ਕਾਰਵਾਈ ਸੀ, ਇਸ ਲਈ ਠੀਕ ਸਮਝਿਆ ਕਿ ਪੂਨਾ ਬਿਹਤਰ ਹੈ, ਨੇੜੇ ਹੈ ਤੇ ਤਰਲੋਚਨ ਦੇ ਉੱਥੇ ਕਈ ਮਿੱਤਰ ਵੀ ਹੈਨ। ਦੂਜੇ ਦਿਨ ਉਹਨਾਂ ਨੇ ਪ੍ਰੋਗਰਾਮ ਦੇ ਅਨੁਸਾਰ ਪੂਨੇ ਰਵਾਨਾ ਹੋ ਜਾਣਾ ਸੀ। ਮੋਜ਼ੇਲ ਫੋਰਟ ਦੇ ਇਕ ਸਟੋਰ ਵਿਚ ਸੇਲਸ-ਗਰਲ ਸੀ, ਉਸ ਤੋਂ ਕੁਝ ਦੂਰੀ 'ਤੇ ਟੈਕਸੀ ਸਟੈਂਡ ਸੀ। ਬੱਸ, ਇੱਥੇ ਹੀ ਉਸਨੂੰ ਮੋਜ਼ੇਲ ਨੇ ਉਡੀਕ ਕਰਨ ਲਈ ਕਿਹਾ ਸੀ। ਠੀਕ ਸਮੇਂ 'ਤੇ ਤਰਲੋਚਨ ਉੱਥੇ ਪਹੁੰਚ ਗਿਆ। ਡੇਢ ਘੰਟਾ ਉਡੀਕਦਾ ਰਿਹਾ, ਪਰ ਉਹ ਨਹੀਂ ਆਈ। ਦੂਜੇ ਦਿਨ ਉਸਨੂੰ ਪਤਾ ਲੱਗਿਆ ਕਿ ਉਹ ਆਪਣੇ ਇਕ ਪੁਰਾਣੇ ਮਿੱਤਰ ਨਾਲ, ਜਿਸਨੇ ਨਵੀਂ-ਨਵੀਂ ਮੋਟਰ ਖ਼ਰੀਦੀ ਸੀ, ਦੇਵਲਾਲੀ ਚਲੀ ਗਈ ਸੀ ਤੇ ਅਣਮਿਥੇ ਸਮੇਂ ਲਈ ਉੱਥੇ ਹੀ ਰਹੇਗੀ।

ਤਰਲੋਚਨ ਉੱਤੇ ਕੀ ਬੀਤੀ, ਇਹ ਇਕ ਬੜੀ ਲੰਮੀ ਕਹਾਣੀ ਹੈ। ਸਾਰ ਇਸਦਾ ਇਹ ਹੈ ਕਿ ਉਸਨੇ ਜੀਅ ਕਰੜਾ ਕਰ ਲਿਆ ਤੇ ਉਸਨੂੰ ਭੁੱਲ ਗਿਆ। ਏਨੇ ਵਿਚ ਮੁਲਾਕਾਤ ਕਿਰਪਾਲ ਕੌਰ ਨਾਲ ਹੋ ਗਈ ਤੇ ਉਹ ਉਸਨੂੰ ਪ੍ਰੇਮ ਕਰਨ ਲੱਗਾ, ਤੇ ਕੁਝ ਸਮੇਂ ਵਿਚ ਉਸਨੇ ਮਹਿਸੂਸ ਕੀਤਾ ਕਿ ਮੋਜ਼ੇਲ ਬੜੀ ਵਾਹियਾਤ ਕੁੜੀ ਸੀ, ਜਿਸਦੇ ਦਿਲ ਦੀ ਜਗ੍ਹਾ ਪੱਥਰ ਰੱਖਿਆ ਹੋਇਆ ਸੀ, ਜਿਹੜਾ ਚਿੜੇ ਵਾਂਗ ਇਕ ਜਗ੍ਹਾ ਤੋਂ ਦੂਜੀ ਜਗ੍ਹਾ ਭੁੜਕਦਾ ਰਹਿੰਦਾ ਸੀ। ਉਸਨੂੰ ਇਸ ਗੱਲ ਦਾ ਬੜਾ ਸੰਤੋਖ ਹੋਇਆ ਕਿ ਉਸਨੇ ਮੋਜ਼ੇਲ ਨਾਲ ਵਿਆਹ ਕਰਨ ਦੀ ਗ਼ਲਤੀ ਨਹੀਂ ਸੀ ਕੀਤੀ।

ਪਰ ਫੇਰ ਵੀ ਕਦੀ-ਕਦੀ ਮੋਜ਼ੇਲ ਦੀ ਯਾਦ ਉਸਦੇ ਦਿਲ 'ਤੇ ਚੂੰਢੀ ਜਿਹੀ ਵੱਢਦੀ ਤੇ ਚੂੰਘੀਆਂ ਭਰਦੀ ਹੋਈ ਗ਼ਾਇਬ ਹੋ ਜਾਂਦੀ ਉਹ ਬੇਸ਼ਰਮ ਸੀ, ਬਦਲਿਹਾਜ਼ ਸੀ। ਉਸਨੂੰ ਕਿਸੇ ਦੀਆਂ ਭਾਵਨਾਵਾਂ ਦਾ ਖ਼ਿਆਲ ਨਹੀਂ ਸੀ, ਫੇਰ ਵੀ ਉਹ ਤਰਲੋਚਨ ਨੂੰ ਪਸੰਦ ਸੀ। ਇਸ ਲਈ ਉਹ ਕਦੀ-ਕਦੀ ਉਸ ਬਾਰੇ ਸੋਚਣ 'ਤੇ ਮਜਬੂਰ ਹੋ ਜਾਂਦਾ ਸੀ ਕਿ ਉਹ ਦੇਵਲਾਲੀ ਵਿਚ ਏਨੇ ਦਿਨਾਂ ਦੀ ਕੀ ਕਰ ਰਹੀ ਹੈ? ਉਸੇ ਆਦਮੀ ਨਾਲ ਹੈ, ਜਿਸ ਨੇ ਨਵੀਂ ਮੋਟਰ ਖ਼ਰੀਦੀ ਸੀ ਜਾਂ ਉਸਨੂੰ ਛੱਡ ਕੇ ਕਿਸੇ ਦੂਜੇ ਕੋਲ ਚਲੀ ਗਈ ਹੈ? ਉਸਨੂੰ ਇਹ ਸੋਚ ਕੇ ਬੜਾ ਦੁੱਖ ਹੁੰਦਾ ਸੀ ਕਿ ਉਹ ਉਸ ਦੀ ਬਜਾਏ ਕਿਸੇ ਹੋਰ ਕੋਲ ਸੀ, ਭਾਵੇਂ ਉਹ ਮੋਜ਼ੇਲ ਦੇ ਸੁਭਾਅ ਬਾਰੇ ਚੰਗੀ ਤਰ੍ਹਾਂ ਜਾਣਦਾ ਸੀ।

ਉਹ ਉਸ ਉੱਤੇ ਸੈਂਕੜੇ ਨਹੀਂ, ਹਜ਼ਾਰਾਂ ਰੁਪਏ ਖਰਚ ਕਰ ਚੁੱਕਿਆ ਸੀ, ਪਰ ਆਪਣੀ ਇੱਛਾ ਨਾਲ, ਵਰਨਾ ਮੋਜ਼ੇਲ ਮਹਿੰਗੀ ਨਹੀਂ ਸੀ। ਉਸਨੂੰ ਬੜੀ ਸਸਤੀ ਕਿਸਮ ਦੀਆਂ ਚੀਜ਼ਾਂ ਪਸੰਦ ਆਉਂਦੀਆਂ ਸਨ। ਇਕ ਵਾਰੀ ਤਰਲੋਚਨ ਨੇ ਉਸਨੂੰ ਸੋਨੇ ਦੇ ਟਾਪਸ ਦੇਣ ਦਾ ਇਰਾਦਾ ਕੀਤਾ ਜਿਹੜੇ ਉਸਨੂੰ ਬੜੇ ਪਸੰਦ ਸਨ, ਪਰ ਉਸ ਦੁਕਾਨ ਵਿਚ ਜਾ ਕੇ ਮੋਜ਼ੇਲ ਨਕਲੀ ਭੜਕੀਲੇ ਤੇ ਬੜੇ ਹੀ ਸਸਤੇ ਕਿਸਮ ਦੇ ਗਹਿਣੇ 'ਤੇ ਮਰ-ਮਿਟੀ ਸੀ ਤੇ ਸੋਨੇ ਦੇ ਟਾਪਸ ਛੱਡ ਕੇ ਤਰਲੋਚਨ ਦੀਆਂ ਮਿੰਨਤਾਂ

ਕਰਨ ਲੱਗ ਪਈ ਸੀ ਕਿ ਉਹ, ਉਹ ਖ਼ਰੀਦ ਦਵੇ।

ਤਰਲੋਚਨ ਹੁਣ ਤੀਕ ਨਹੀਂ ਸੀ ਸਮਝ ਸਕਿਆ ਕਿ ਮੋਜ਼ੇਲ ਕਿਸ ਤਰ੍ਹਾਂ ਦੀ ਕੁੜੀ ਹੈ। ਕਿਸ ਮਿੱਟੀ ਦੀ ਬਣੀ ਹੋਈ ਹੈ। ਉਹ ਘੰਟਿਆਂ ਬੱਧੀ ਉਸ ਨਾਲ ਲੇਟੀ ਰਹਿੰਦੀ ਸੀ, ਉਸਨੂੰ ਚੁੰਮਣ ਦੀ ਇਜਾਜ਼ਤ ਦੇ ਦਿੰਦੀ ਸੀ। ਉਹ ਸਾਰੇ ਦਾ ਸਾਰਾ ਸਾਬਨ ਵਾਂਗ ਉਸਦੇ ਸਰੀਰ 'ਤੇ ਫਿਰ ਜਾਂਦਾ ਸੀ, ਪਰ ਇਸ ਤੋਂ ਅੱਗੇ ਉਹ ਉਸਨੂੰ ਇਕ ਇੰਚ ਨਹੀਂ ਸੀ ਵਧਣ ਦਿੰਦੀ। ਉਸਨੂੰ ਚਿੜਾਉਣ ਲਈ ਏਨਾ ਕਹਿ ਦਿੰਦੀ, "ਤੂੰ ਸਿੱਖ ਏਂ, ਮੈਨੂੰ ਤੇਰੇ ਨਾਲ ਨਫ਼ਰਤ ਏ।"

ਤਰਲੋਚਨ ਚੰਗੀ ਤਰ੍ਹਾਂ ਜਾਣਦਾ ਸੀ ਕਿ ਮੋਜ਼ੇਲ ਨੂੰ ਉਸ ਨਾਲ ਨਫ਼ਰਤ ਨਹੀਂ ਸੀ। ਜੇ ਇੰਜ ਹੁੰਦਾ ਤਾਂ ਉਹ ਉਸਨੂੰ ਕਦੀ ਨਾ ਮਿਲਦੀ। ਸਹਿਣ-ਸ਼ਕਤੀ ਉਸ ਵਿਚ ਜ਼ਰਾ ਵੀ ਨਹੀਂ ਸੀ। ਉਹ ਕਦੀ ਦੋ ਵਰ੍ਹੇ ਉਸ ਨਾਲ ਨਾ ਬਿਤਾਉਂਦੀ। ਦੋ ਟੁੱਕ ਫੈਸਲਾ ਕਰ ਦੇਂਦੀ। ਅੰਡਰ-ਵੀਅਰ ਉਸਨੂੰ ਨਾਪਸੰਦ ਸੀ, ਇਸ ਲਈ ਕਿ ਉਸ ਨਾਲ ਉਸਨੂੰ ਉਲਝਣ ਹੁੰਦੀ ਸੀ। ਤਰਲੋਚਨ ਨੇ ਕਈ ਵਾਰੀ ਉਸਨੂੰ ਇਸਦੀ ਲੋੜ ਬਾਰੇ ਦੱਸਿਆ ਸੀ, ਸ਼ਰਮ-ਹਯਾ ਦਾ ਵਾਸਤਾ ਦਿੱਤਾ ਸੀ, ਪਰ ਉਸਨੇ ਇਹ ਸ਼ੈ ਕਦੀ ਨਹੀਂ ਪਾਈ।

ਤਰਲੋਚਨ ਜਦੋਂ ਕਦੀ ਉਸ ਨਾਲ ਸ਼ਰਮ-ਹਯਾ ਦੀ ਗੱਲ ਕਰਦਾ ਤਾਂ ਉਹ ਚਿੜ ਜਾਂਦੀ ਸੀ। "ਇਹ ਹਯਾ-ਵਯਾ ਕੀ ਬਕਵਾਸ ਐ? ਜੇ ਤੈਨੂੰ ਉਸਦਾ ਕੁਛ ਖ਼ਿਆਲ ਏ ਤਾਂ ਅੱਖਾਂ ਬੰਦ ਕਰ ਲਿਆ ਕਰ। ਤੂੰ ਮੈਨੂੰ ਇਹ ਦੱਸ, ਕਿਹੜਾ ਅਜਿਹਾ ਲਿਬਾਸ ਐ, ਜਿਸ ਵਿਚ ਆਦਮੀ ਨੰਗਾ ਨਹੀਂ ਹੋ ਸਕਦਾ ਜਾਂ ਜਿਸ ਨੂੰ ਤੁਹਾਡੀਆਂ ਨਜ਼ਰਾਂ ਪਾਰ ਨਹੀਂ ਕਰ ਸਕਦੀਆਂ? ਮੇਰੇ ਨਾਲ ਅਜਿਹੀ ਬਕਵਾਸ ਨਾ ਮਾਰਿਆ ਕਰ ਤੂੰ ਸਿੱਖ ਏਂ ਮੈਨੂੰ ਪਤਾ ਏ ਕਿ ਪਤਲੂਨ ਹੇਠ ਇਕ ਸਿੱਲੀ-ਜਿਹਾ ਅੰਡਰ-ਵੀਅਰ ਪਾਉਂਦਾ ਏਂ, ਜਿਹੜਾ ਨਿੱਕਰ ਨਾਲ ਮਿਲਦਾ-ਜੁਲਦਾ ਹੁੰਦਾ ਐ। ਇਹ ਵੀ ਤੁਹਾਡੀ ਦਾੜ੍ਹੀ ਤੇ ਸਿਰ ਦੇ ਵਾਲਾਂ ਵਾਂਗ ਤੁਹਾਡੇ ਮਜ਼ਹਬ ਵਿਚ ਸ਼ਾਮਲ ਏ ਸ਼ਰਮ ਆਉਣੀ ਚਾਹੀਦੀ ਏ ਤੈਨੂੰ, ਐਨੇ ਵੱਡਾ ਹੋ ਗਿਆ ਏਂ ਤੇ ਹੁਣ ਤਕ ਇਹੀ ਸਮਝਦਾ ਏਂ ਕਿ ਤੇਰਾ ਮਜ਼ਹਬ ਅੰਡਰ-ਵੀਅਰ ਵਿਚ ਲੁਕਿਆ ਬੈਠਾ ਆ!"

ਤਰਲੋਚਨ ਨੂੰ ਸ਼ੁਰੂ ਵਿਚ ਅਜਿਹੀਆਂ ਗੱਲਾਂ ਸੁਣ ਕੇ ਹਿਰਖ ਆ ਜਾਂਦਾ ਸੀ, ਪਰ ਸੋਚਣ-ਵਿਚਾਰਨ ਪਿੱਛੋਂ ਉਹ ਕਦੀ-ਕਦੀ ਲੁੜਕ ਜਾਂਦਾ ਤੇ ਸੋਚਦਾ ਕਿ ਮੋਜ਼ੇਲ ਦੀਆਂ ਗੱਲਾਂ ਸ਼ਾਇਦ ਗ਼ਲਤ ਨਹੀਂ। ਤੇ ਜਦੋਂ ਉਸਨੇ ਆਪਣੇ ਕੇਸਾਂ 'ਤੇ ਦਾੜ੍ਹੀ ਦਾ ਸਫ਼ਾਇਆ ਕਰਾ ਦਿੱਤਾ ਤਾਂ ਉਸਨੂੰ ਸੱਚਮੁੱਚ ਇੰਜ ਲੱਗਿਆ ਸੀ ਕਿ ਉਹ ਵਾਧੂ ਹੀ ਏਨੇ ਦਿਨ ਵਾਲਾਂ ਦਾ ਭਾਰ ਚੁੱਕੀ ਫਿਰਦਾ ਰਿਹਾ, ਜਿਸਦਾ ਕੋਈ ਮਤਲਬ ਨਹੀਂ ਸੀ।

ਪਾਣੀ ਵਾਲੀ ਟੈਂਕੀ ਕੋਲ ਪਹੁੰਚ ਕੇ ਤਰਲੋਚਨ ਰੁਕ ਗਿਆ। ਮੋਜ਼ੇਲ ਨੂੰ ਇਕ ਮੋਟੀ ਗਾਲ੍ਹ ਕੱਢ ਕੇ ਉਸਨੇ ਉਸ ਬਾਰੇ ਸੋਚਣਾ ਬੰਦ ਕਰ ਦਿੱਤਾ। ਕਿਰਪਾਲ ਕੌਰ ਇਕ ਪਵਿੱਤਰ ਕੁੜੀ ਸੀ, ਜਿਸ ਨਾਲ ਉਸਨੂੰ ਪਿਆਰ ਹੋ ਗਿਆ ਸੀ, ਤੇ ਜਿਹੜੀ ਖ਼ਤਰੇ ਵਿਚ ਸੀ। ਉਹ ਅਜਿਹੇ ਮੁਹੱਲੇ ਵਿਚ ਸੀ, ਜਿਸ ਵਿਚ ਕੱਟੜ ਕਿਸਮ ਦੇ ਮੁਸਲਮਾਨ ਰਹਿੰਦੇ ਸਨ ਤੇ ਉੱਥੇ ਦੋ-ਚਾਰ ਵਾਰਦਾਤਾਂ ਵੀ ਹੋ ਚੁੱਕੀਆਂ ਸਨ ਪਰ ਮੁਸੀਬਤ ਇਹ ਸੀ ਕਿ ਉਸ ਮੁਹੱਲੇ ਵਿਚ ਅੜਤਾਲੀ ਘੰਟਿਆਂ ਲਈ ਕਰਫ਼ਿਊ ਲੱਗਾ

ਹੋਇਆ ਸੀ। ਪਰ ਕਰਫ਼ਿਊਂ ਦੀ ਕੌਣ ਪ੍ਰਵਾਹ ਕਰਦਾ ਹੈ? ਉਸ ਚਾਲ ਦੇ ਮੁਸਲਮਾਨ ਜੇ ਚਾਹੁੰਦੇ ਤਾਂ ਅੰਦਰੇ-ਅੰਦਰ ਹੀ ਕਿਰਪਾਲ ਕੌਰ ਤੇ ਉਸਦੀ ਮਾਂ ਤੇ ਪਿਓ ਦਾ ਬੜੀ ਆਸਾਨੀ ਨਾਲ ਸਫ਼ਾਇਆ ਕਰ ਸਕਦੇ ਸਨ।

ਤਰਲੋਚਨ ਸੋਚਦਾ-ਸੋਚਦਾ ਪਾਣੀ ਦੀ ਮੋਟੀ ਪਾਈਪ ਉੱਤੇ ਬੈਠ ਗਿਆ। ਉਸਦੇ ਸਿਰ ਦੇ ਵਾਲ ਹੁਣ ਕਾਫੀ ਲੰਮੇ ਹੋ ਗਏ ਸਨ। ਉਸਨੂੰ ਵਿਸ਼ਵਾਸ ਸੀ ਕਿ ਉਹ ਇਸ ਵਰ੍ਹੇ ਦੇ ਅੰਦਰ-ਅੰਦਰ ਪੂਰੇ ਕੇਸਾਂ ਵਿਚ ਬਦਲ ਜਾਣਗੇ। ਉਸਦੀ ਦਾੜ੍ਹੀ ਤੇਜ਼ੀ ਨਾਲ ਵਧ ਰਹੀ ਸੀ, ਪਰ ਉਹ ਉਸਨੂੰ ਵਧਾਉਣਾ ਨਹੀਂ ਸੀ ਚਾਹੁੰਦਾ। ਫੋਰਟ ਵਿਚ ਇਕ ਨਾਈ ਸੀ, ਜਿਸ ਤੋਂ ਉਹ ਏਨੀ ਸਫ਼ਾਈ ਨਾਲ ਉਸਨੂੰ ਕਟਵਾਉਂਦਾ ਸੀ ਕਿ ਕੱਟੀ ਹੋਈ ਦਿਖਾਈ ਨਹੀਂ ਸੀ ਦਿੰਦੀ।

ਉਸਨੇ ਆਪਣੇ ਨਰਮ ਤੇ ਮੁਲਾਇਮ ਵਾਲਾਂ ਵਿਚ ਉਂਗਲਾਂ ਫੇਰੀਆਂ ਤੇ ਇਕ ਠੰਢਾ ਸਾਹ ਖਿੱਚਿਆ। ਉੱਠਣ ਦਾ ਇਰਾਦਾ ਕਰ ਹੀ ਰਿਹਾ ਸੀ ਕਿ ਉਸਨੂੰ ਖੜਾਵਾਂ ਦੀ ਕੁਰਖ਼ਤ ਆਵਾਜ਼ ਸੁਣਾਈ ਦਿੱਤੀ। ਉਸਨੇ ਸੋਚਿਆ, ਕੌਣ ਹੋ ਸਕਦਾ ਹੈ? ਬਿਲਡਿੰਗ ਵਿਚ ਕਈ ਯਹੂਦੀ ਔਰਤਾਂ ਸਨ, ਜਿਹੜੀਆਂ ਘਰੇ ਖੜਾਵਾਂ ਪਾਉਂਦੀਆਂ ਸਨ। ਆਵਾਜ਼ ਹੋਰ ਨੇੜੇ ਆਉਂਦੀ ਗਈ। ਯਕਦਮ ਉਸਨੇ ਦੂਜੀ ਟੈਂਕੀ ਕੋਲ ਮੋਜ਼ੇਲ ਨੂੰ ਦੇਖਿਆ, ਉਹ ਯਹੂਦੀਆਂ ਵਾਲਾ ਵਿਸ਼ੇਸ਼ ਢੰਗ ਦਾ ਢਿੱਲਾ-ਢਾਲਾ ਕੁੜਤਾ ਪਾਈ ਬੜੀ ਜ਼ੋਰਦਾਰ ਅੰਗੜਾਈ ਲੈ ਰਹੀ ਸੀ ਏਨੀ ਜ਼ੋਰਦਾਰ ਕਿ ਤਰਲੋਚਨ ਨੂੰ ਮਹਿਸੂਸ ਹੋਇਆ ਕਿ ਉਸਦੇ ਆਸ-ਪਾਸ ਦੀ ਹਵਾ ਤਿੜਕ ਜਾਵੇਗੀ।

ਤਰਲੋਚਨ ਪਾਣੀ ਵਾਲੇ ਪਾਈਪ ਤੋਂ ਉੱਠਿਆ। ਉਸਨੇ ਸੋਚਿਆ, ਇਹ ਯਕਦਮ ਕਿੱਥੋਂ ਆ ਟਪਕੀ ਤੇ ਇਸ ਸਮੇਂ ਟੈਰੇਸ 'ਤੇ ਕੀ ਕਰਨ ਆਈ ਹੈ? ਮੋਜ਼ੇਲ ਨੇ ਇਕ ਹੋਰ ਅੰਗੜਾਈ ਲਈ ਹੁਣ ਤਿਰਲੋਚਨ ਦੀਆਂ ਹੱਡੀਆਂ ਚਸਕਣ ਲੱਗੀਆਂ।

ਢਿੱਲੇ-ਢਾਲੇ ਕੁੜਤੇ 'ਚ ਉਸਦੀਆਂ ਮਜਬੂਤ ਛਾਤੀਆਂ ਛਲਕੀਆਂ ਤਰਲੋਚਨ ਦੀਆਂ ਅੱਖਾਂ ਸਾਹਵੇਂ ਕਈ ਗੋਲ-ਗੋਲ ਤੇ ਚਪਟੇ-ਚਪਟੇ ਨੀਲ ਉਭਰ ਆਏ। ਉਹ ਜ਼ੋਰ ਨਾਲ ਖੰਘਿਆ। ਮੋਜ਼ੇਲ ਨੇ ਪਲਟ ਕੇ ਉਸ ਵੱਲ ਦੇਖਿਆ। ਕੋਈ ਵਿਸ਼ੇਸ਼ ਪ੍ਰਤੀਕ੍ਰਿਆ ਨਹੀਂ ਹੋਈ। ਉਹ ਖੜਾਵਾਂ ਘਸੀਟਦੀ ਹੋਈ ਉਸਦੇ ਕੋਲ ਆਈ ਤੇ ਉਸਦੀ ਨੰਨ੍ਹੀ-ਮੁੰਨੀ ਦਾੜ੍ਹੀ ਦੇਖਣ ਲੱਗੀ। "ਤੂੰ ਫੇਰ ਸਿੱਖ ਬਣ ਗਿਆ ਏਂ, ਤਰਲੋਚਨ?"

ਦਾੜ੍ਹੀ ਦੇ ਵਾਲ ਤਰਲੋਚਨ ਨੂੰ ਚੁਭਣ ਲੱਗੇ।

ਮੋਜ਼ੇਲ ਨੇ ਅੱਗੇ ਵਧ ਕੇ ਉਸਦੀ ਠੋਡੀ ਨਾਲ ਆਪਣੇ ਹੱਥ ਦਾ ਪੁੱਠਾ ਪਾਸਾ ਰਗੜਿਆ ਤੇ ਮੁਸਕਰਾ ਕੇ ਕਿਹਾ, "ਹੁਣ ਇਹ ਬੁਰਸ਼ ਇਸ ਯੋਗ ਐ ਕਿ ਮੇਰੀ ਨੇਵੀ ਬਲਿਊ ਸਕਰਟ ਸਾਫ਼ ਕਰ ਸਕੇ। ਪਰ ਉਹ ਤਾਂ ਉੱਥੇ ਈ ਦੇਵਲਾਲੀ ਵਿਚ ਰਹਿ ਗਈ ਏ।"

ਤਰਲੋਚਨ ਚੁੱਪ ਰਿਹਾ।

ਮੋਜ਼ੇਲ ਨੇ ਉਸਦੀ ਬਾਂਹ 'ਤੇ ਚੂੰਢੀ ਵੱਢੀ। "ਬੋਲਦੇ ਕਿਓਂ ਨਹੀਂ ਸਰਦਾਰ ਸਾਹਬ?"

ਤਰਲੋਚਨ ਆਪਣੀ ਪੁਰਾਣੀ ਮੂਰਖਤਾ ਨੂੰ ਦੁਹਰਾਉਣਾ ਨਹੀਂ ਸੀ ਚਾਹੁੰਦਾ, ਫੇਰ ਵੀ ਉਸਨੇ ਸਵੇਰ ਦੇ ਧੁੰਦਲੇ ਹਨੇਰੇ ਵਿਚ ਦੇਖਿਆ ਕਿ ਮੋਜ਼ੇਲ ਵਿਚ ਕੋਈ ਖਾਸ ਪਰੀਵਰਤਨ ਨਹੀਂ ਆਇਆ ਸੀ, ਸਿਰਫ਼ ਉਹ ਕੁਛ ਕਮਜ਼ੋਰ ਨਜ਼ਰ ਆ ਰਹੀ ਸੀ।

ਤਰਲੋਚਨ ਨੇ ਉਸਨੂੰ ਪੁੱਛਿਆ, "ਬੀਮਾਰ ਰਹੀ ਏਂ?"

"ਨਹੀਂ।" ਮੋਜ਼ੇਲ ਨੇ ਆਪਣੇ ਕੱਟੇ ਹੋਏ ਵਾਲਾਂ ਨੂੰ ਇਕ ਹਲਕਾ ਜਿਹਾ ਝਟਕਾ ਦਿੱਤਾ।

"ਪਹਿਲਾਂ ਨਾਲੋਂ ਕਮਜ਼ੋਰ ਨਜ਼ਰ ਆ ਰਹੀ ਏਂ।"

"ਮੈਂ ਡਾਈਟਿੰਗ ਕਰ ਰਹੀ ਆਂ।" ਮੋਜ਼ੇਲ ਪਾਣੀ ਦੇ ਮੋਟੇ ਪਾਈਪ ਉੱਤੇ ਬੈਠ ਗਈ ਤੇ ਖੜਾਵਾਂ ਫਰਸ਼ ਨਾਲ ਵਜਾਉਣ ਲੱਗੀ। "ਤੂੰ, ਮਤਲਬ ਇਹ ਕਿ ਹੁਣ ਫੇਰ ਨਵੇਂ ਸਿਰੇ ਤੋਂ ਸਿੱਖ ਬਣ ਰਿਹਾ ਏਂ?"

ਤਿਰਲੋਚਨ ਨੇ ਰਤਾ ਕਰੜਾਈ ਨਾਲ ਕਿਹਾ, "ਹਾਂ।"

"ਮੁਬਾਰਕ ਹੋਵੇ!" ਮੋਜ਼ੇਲ ਨੇ ਇਕ ਖੜਾਂ ਪੈਰ ਵਿਚੋਂ ਲਾਹ ਲਈ ਤੇ ਪਾਣੀ ਦੇ ਪਾਈਪ 'ਤੇ ਵਜਾਉਣ ਲੱਗੀ। "ਕਿਸੇ ਹੋਰ ਕੁੜੀ ਨਾਲ ਪ੍ਰੇਮ ਕਰਨਾ ਸ਼ੁਰੂ ਕਰ ਦਿੱਤਾ ਏ?"

ਤਰਲੋਚਨ ਨੇ ਹੌਲੀ-ਜਿਹੀ ਕਿਹਾ, "ਹਾਂ।"

"ਮੁਬਾਰਕ ਹੋਵੇ ਇਸੇ ਬਿਲਡਿੰਗ ਦੀ ਐ ਕੋਈ?"

"ਨਹੀਂ।"

"ਇਹ ਬੜੀ ਬੁਰੀ ਗੱਲ ਏ।" ਮੋਜ਼ੇਲ ਖੜਾਂ ਆਪਣੀ ਉਂਗਲ ਵਿਚ ਟੁੰਗ ਕੇ ਉੱਠੀ। "ਆਦਮੀ ਨੂੰ ਹਮੇਸ਼ਾ ਆਪਣੇ ਗੁਆਂਢੀਆਂ ਦਾ ਖ਼ਿਆਲ ਰੱਖਣਾ ਚਾਹੀਦਾ ਏ।"

ਤਰਲੋਚਨ ਚੁੱਪ ਰਿਹਾ। ਮੋਜ਼ੇਲ ਨੇ ਉਸਦੀ ਦਾੜ੍ਹੀ ਨੂੰ ਆਪਣੀਆਂ ਉਂਗਲਾਂ ਨਾਲ ਛੇੜਿਆ। "ਕੀ ਉਸੇ ਕੁੜੀ ਨੇ ਤੈਨੂੰ ਵਾਲ ਵਧਾਉਣ ਦੀ ਰਾਏ ਦਿੱਤੀ ਏ?"

"ਨਹੀਂ।"

ਤਰਲੋਚਨ ਬੜੀ ਉਲਝਣ ਵਿਚ ਸੀ, ਜਿਵੇਂ ਕੰਘਾ ਕਰਦੇ-ਕਰਦੇ ਉਸਦੀ ਦਾੜ੍ਹੀ ਦੇ ਵਾਲ ਆਪਸ ਵਿਚ ਉਲਝ ਗਏ ਹੋਣ। ਜਦੋਂ ਉਸਨੇ 'ਨਹੀਂ' ਕਿਹਾ ਸੀ, ਉਸਦੀ ਆਵਾਜ਼ ਰਤਾ ਤਿੱਖੀ ਹੋ ਗਈ ਸੀ।

ਮੋਜ਼ੇਲ ਦੇ ਲਿਪਸਟਿਕ ਵਾਲੇ ਬੁੱਲ੍ਹ ਬੇਹੇ ਮਾਸ ਵਰਗੇ ਲੱਗ ਰਹੇ ਸਨ। ਉਹ ਮੁਸਕਰਾਈ ਤਾਂ ਤਰਲੋਚਨ ਨੂੰ ਇੰਜ ਲੱਗਿਆ ਕਿ ਉਸਦੇ ਪਿੰਡ ਦੀ ਝਟਕੇ ਦੀ ਦੁਕਾਨ 'ਤੇ ਝਟਕਈ ਨੇ ਛੁਰੀ ਨਾਲ ਮਾਸ ਦੇ ਦੋ ਟੁਕੜੇ ਕਰ ਦਿੱਤੇ ਹੋਣ।

ਮੁਸਕਰਾਉਣ ਪਿੱਛੋਂ ਉਹ ਹੱਸੀ। "ਤੂੰ ਹੁਣ ਇਹ ਦਾੜ੍ਹੀ ਮੁੰਨਵਾ ਦਵੇਂ ਤਾਂ ਕਿਸੇ ਦੀ ਵੀ ਸਹੁੰ ਲੈ ਲੈ, ਮੈਂ ਤੇਰੇ ਨਾਲ ਵਿਆਹ ਕਰ ਲਵਾਂਗੀ।"

ਤਰਲੋਚਨ ਦੇ ਦਿਲ ਵਿਚ ਆਇਆ ਕਿ ਉਸਨੂੰ ਕਹਿ ਦਏ ਕਿ ਉਹ ਇਕ ਬੜੀ ਸ਼ਰੀਫ਼, ਸੁਸ਼ੀਲ ਤੇ ਸ਼ਰਮੀਲੀ ਕੁੜੀ ਨੂੰ ਪਿਆਰ ਕਰ ਰਿਹਾ ਹੈ ਤੇ ਉਸ ਨਾਲ ਹੀ ਵਿਆਹ ਕਰੇਗਾ। ਮੋਜ਼ੇਲ ਉਸਦੇ ਮੁਕਾਬਲੇ ਵਿਚ ਨਿਰਲੱਜ ਹੈ, ਬਦਸੂਰਤ, ਬੇਵਫ਼ਾ ਤੇ ਕਪਟੀ ਹੈ। ਪਰ ਉਹ ਇਸ ਤਰ੍ਹਾਂ ਦਾ ਹੋਛਾ ਆਦਮੀ ਨਹੀਂ ਸੀ। ਉਸਨੇ ਮੋਜ਼ੇਲ ਨੂੰ ਸਿਰਫ਼ ਏਨਾ ਹੀ ਕਿਹਾ, "ਮੋਜ਼ੇਲ, ਮੈਂ ਆਪਣੇ ਵਿਆਹ ਦਾ ਫ਼ੈਸਲਾ ਕਰ ਚੁੱਕਿਆ ਆਂ। ਮੇਰੇ ਪਿੰਡ ਦੀ ਇਕ ਸਿੱਧੀ-ਸਾਦੀ ਕੁੜੀ ਏ, ਜਿਹੜੀ ਮਜ਼ਹਬ ਦੀ ਪਾਬੰਦ ਏ। ਉਸੇ ਦੇ ਲਈ ਮੈਂ ਵਾਲ ਵਧਾਉਣ ਦਾ ਫ਼ੈਸਲਾ ਕਰ ਲਿਆ ਏ।"

ਮੋਜ਼ੇਲ ਸੋਚ-ਵਿਚਾਰ ਦੀ ਆਦੀ ਨਹੀਂ ਸੀ। ਪਰ ਉਸਨੇ ਕੁਝ ਚਿਰ ਸੋਚਿਆ

ਤੇ ਖੜਾਵਾਂ ਉਪਰ ਅੱਧੇ ਦਾਇਰੇ ਵਿਚ ਘੁੰਮ ਕੇ ਤਰਲੋਚਨ ਨੂੰ ਕਿਹਾ, "ਜੇ ਉਹ ਮਜ਼ਹਬ ਦੀ ਪਾਬੰਦ ਏ ਤਾਂ ਉਹ ਤੈਨੂੰ ਕਿੰਜ ਸਵੀਕਾਰ ਕਰੇਗੀ? ਕੀ ਉਸਨੂੰ ਪਤਾ ਨਹੀਂ ਕਿ ਤੂੰ ਇਕ ਵਾਰੀ ਆਪਣੇ ਵਾਲ ਕਟਵਾ ਚੁੱਕਿਆ ਏਂ?"

"ਉਸਨੂੰ ਅਜੇ ਪਤਾ ਨਹੀਂ ਦਾੜ੍ਹੀ ਮੈਂ ਤੇਰੇ ਦੇਵਲਾਲੀ ਜਾਣ ਦੇ ਬਾਅਦ ਹੀ ਵਧਾਉਣੀ ਸ਼ੁਰੂ ਕਰ ਦਿੱਤੀ ਸੀ, ਸਿਰਫ਼ ਪ੍ਰਾਸ਼ਚਿਤ ਵਜੋਂ। ਉਸ ਪਿੱਛੋਂ ਮੇਰੀ ਕਿਰਪਾਲ ਕੌਰ ਨਾਲ ਮੁਲਾਕਾਤ ਹੋਈ। ਪਰ ਮੈਂ ਪੱਗ ਇਸ ਤਰ੍ਹਾਂ ਬੰਨ੍ਹਦਾ ਆਂ ਕਿ ਸੌ ਵਿਚੋਂ ਇਕ ਆਦਮੀ ਹੀ ਮੁਸ਼ਕਲ ਨਾਲ ਜਾਣ ਸਕਦਾ ਏ ਕਿ ਮੇਰੇ ਕੇਸ ਕੱਟੇ ਹੋਏ ਨੇ। ਪਰ ਹੁਣ ਮੈਂ ਬੜੀ ਜਲਦੀ ਠੀਕ ਹੋ ਜਾਵਾਂਗਾ।" ਤਰਲੋਚਨ ਨੇ ਆਪਣੇ ਮੁਲਾਇਮ ਵਾਲਾਂ ਵਿਚ ਉਂਗਲਾਂ ਨਾਲ ਕੰਘੀ ਕਰਨੀ ਸ਼ੁਰੂ ਕਰ ਦਿੱਤੀ। ਮੋਜ਼ੇਲ ਨੇ ਲੰਮਾ ਕੁੜਤਾ ਚੁੱਕ ਕੇ ਆਪਣਾ ਗੋਰਾ ਪੱਟ ਖੁਰਕਣਾ ਸ਼ੁਰੂ ਕੀਤਾ। "ਇਹ ਬੜੀ ਚੰਗੀ ਗੱਲ ਏ ਪਰ ਇਹ ਕੰਬਖ਼ਤ ਮੱਛਰ ਇੱਥੇ ਵੀ ਮੌਜੂਦ ਐ। ਦੇਖ, ਕਿੰਨੀ ਜ਼ੋਰ ਦੀ ਲੜਿਆ ਏ!"

ਤਰਲੋਚਨ ਨੇ ਦੂਜੇ ਪਾਸੇ ਦੇਖਣਾ ਸ਼ੁਰੂ ਕਰ ਦਿੱਤਾ। ਮੋਜ਼ੇਲ ਨੇ ਉਸ ਥਾਂ ਜਿੱਥੇ ਮੱਛਰ ਲੜਿਆ ਸੀ, ਉਂਗਲੀ ਨਾਲ ਥੁੱਕ ਲਾਇਆ ਤੇ ਕੁੜਤਾ ਛੱਡ ਕੇ ਸਿੱਧੀ ਖੜ੍ਹੀ ਹੋ ਗਈ। "ਕਦੋਂ ਹੋ ਰਿਹਾ ਏ ਤੁਹਾਡਾ ਵਿਆਹ?"

ਤਰਲੋਚਨ ਨੂੰ ਉਸ ਸਮੇਂ ਕਿਸੇ ਹਮਦਰਦ ਦੀ ਲੋੜ ਸੀ, ਭਾਵੇਂ ਉਹ ਮੋਜ਼ੇਲ ਹੀ ਕਿਉਂ ਨਾ ਹੋਵੇ। ਇਸ ਲਈ ਉਸਨੇ ਉਸਨੂੰ ਸਾਰਾ ਕਿੱਸਾ ਸੁਣਾ ਦਿੱਤਾ। ਮੋਜ਼ੇਲ ਹੱਸੀ, "ਤੂੰ ਅੱਵਲ ਦਰਜ਼ੇ ਦਾ ਈਡੀਅਟ ਏਂ। ਜਾਹ, ਉਸਨੂੰ ਲੈ ਆ, ਅਜਿਹੀ ਕੀ ਮੁਸ਼ਕਿਲ ਏ?"

"ਮੁਸ਼ਕਿਲ! ਮੋਜ਼ੇਲ ਤੂੰ ਇਸ ਮਾਮਲੇ ਦੀ ਨਜ਼ਾਕਤ ਨੂੰ ਕਦੀ ਨਹੀਂ ਸਮਝ ਸਕਦੀ ਕਿਸੇ ਵੀ ਮਾਮਲੇ ਦੀ ਨਜ਼ਾਕਤ ਤੂੰ ਬੜੀ ਹੀ ਛਿਛਲੀ ਕੁੜੀ ਏਂ। ਇਹੋ ਕਾਰਨ ਹੈ ਕਿ ਮੇਰੇ ਤੇ ਤੇਰੇ ਸੰਬੰਧ ਟੁੱਟ ਗਏ, ਜਿਸਦਾ ਮੈਨੂੰ ਸਾਰੀ ਉਮਰ ਅਫ਼ਸੋਸ ਰਹੇਗਾ।"

ਮੋਜ਼ੇਲ ਨੇ ਜ਼ੋਰ ਨਾਲ ਆਪਣੀ ਖੜਾਂ ਪਾਣੀ ਵਾਲੇ ਪਾਈਪ ਨਾਲ ਮਾਰੀ, "ਅਫ਼ਸੋਸ ਬੀ ਡੈਮਡਸਿਲੀ, ਈਡੀਅਟ! ਤੂੰ ਇਹ ਸੋਚ ਕਿ ਤੇਰੀ ਉਸਨੂੰ...ਕੀ ਨਾਂ ਏਂ ਉਸਦਾ...ਉਸ ਮੁਹੱਲੇ 'ਚੋਂ ਬਚਾ ਕੇ ਕਿੰਜ ਲਿਆਵੇਂ...ਤੇ ਤੂੰ ਬੈਠ ਗਿਆ ਏਂ ਸੰਬੰਧਾਂ ਦਾ ਰੋਣਾ-ਰੋਣ...ਤੇਰਾ-ਮੇਰਾ ਸੰਬੰਧ ਕਦੀ ਬਣਿਆਂ ਨਹੀਂ ਰਹਿ ਸਕਦਾ ਸੀ ਤੂੰ ਇਕ ਸਿਲੀ ਕਿਸਮ ਦਾ ਆਦਮੀ ਏਂ ਤੇ ਬੜਾ ਡਰਪੋਕ! ਮੈਨੂੰ ਨਿਡਰ ਆਦਮੀ ਚਾਹੀਦੈ...ਪਰ ਛੱਡ ਇਹਨਾਂ ਗੱਲਾਂ ਨੂੰ...ਚੱਲ ਆ, ਤੇਰੀ ਉਸਨੂੰ ਲੈ ਆਈਏ।"

ਉਸਨੇ ਤਰਲੋਚਨ ਦੀ ਬਾਂਹ ਫੜ ਲਈ। ਤਰਲੋਚਨ ਨੇ ਘਬਰਾ ਕੇ ਉਸਨੂੰ ਪੁੱਛਿਆ, "ਕਿੱਥੋਂ?"

"ਉੱਥੋਂ ਈ, ਜਿੱਥੇ ਉਹ ਹੈ। ਮੈਂ ਉਸ ਮੁਹੱਲੇ ਦੀ ਇਕ-ਇਕ ਇੱਟ ਨੂੰ ਜਾਣਦੀ ਆਂ ਚੱਲ, ਆ ਮੇਰੇ ਨਾਲ।"

"ਪਰ ਸੁਣ ਤਾਂ ਕਰਫ਼ਿਊ ਲੱਗਾ ਹੋਇਐ।"

"ਨਹੀਂ ਚੱਲ, ਆ।"

ਉਹ ਤਰਲੋਚਨ ਨੂੰ ਖਿੱਚਦੀ ਹੋਈ ਉਸ ਦਰਵਾਜ਼ੇ ਤਕ ਲੈ ਗਈ, ਜਿਹੜਾ ਹੇਠਾਂ ਪੌੜੀਆਂ ਵੱਲ ਖੁੱਲ੍ਹਦਾ ਸੀ। ਦਰਵਾਜ਼ਾ ਖੋਲ੍ਹ ਕੇ ਉਹ ਉਤਰਨ ਵਾਲੀ ਸੀ ਕਿ

ਰੁਕ ਗਈ ਤੇ ਤਰਲੋਚਨ ਦੀ ਦਾੜ੍ਹੀ ਵੱਲ ਦੇਖਣ ਲੱਗੀ।

ਤਰਲੋਚਨ ਨੇ ਪੁੱਛਿਆ, "ਕੀ ਗੱਲ ਏ?"

ਮੋਜ਼ੇਲ ਨੇ ਕਿਹਾ, "ਇਹ ਤੇਰੀ ਦਾੜ੍ਹੀ ਪਰ, ਖ਼ੈਰ ਠੀਕ ਐ। ਐਨੀ ਵੱਡੀ ਨਹੀਂ ਨੰਗੇ ਸਿਰ ਚੱਲੇਂਗਾ ਤਾਂ ਕੋਈ ਨਹੀਂ ਸਮਝੇਗਾ ਕਿ ਤੂੰ ਸਿੱਖ ਏਂ।"

"ਨੰਗੇ ਸਿਰ?" ਤਰਲੋਚਨ ਨੇ ਬੌਖਲਾ ਕੇ ਕਿਹਾ, "ਮੈਂ ਨੰਗੇ ਸਿਰ ਨਹੀਂ ਜਾਵਾਂਗਾ।"

ਮੋਜ਼ੇਲ ਨੇ ਬੜੀ ਭੋਲੀ ਸੂਰਤ ਬਣਾ ਕੇ ਪੁੱਛਿਆ, "ਕਿਓਂ?"

ਤਰਲੋਚਨ ਨੇ ਆਪਣੇ ਵਾਲਾਂ ਦੀ ਇਕ ਲਿਟ ਠੀਕ ਕੀਤੀ ਤੇ ਬੋਲਿਆ, "ਤੂੰ ਸਮਝਦੀ ਨਹੀਂ ਮੇਰਾ ਉੱਥੇ ਪੱਗ ਬਿਨਾਂ ਜਾਣਾ ਠੀਕ ਨਹੀਂ।"

"ਕਿਓਂ ਠੀਕ ਨਹੀਂ?"

"ਤੂੰ ਸਮਝਦੀ ਕਿਓਂ ਨਹੀਂ ਏਂ ਕਿ ਉਸਨੇ ਅਜੇ ਤਕ ਮੈਨੂੰ ਨੰਗੇ ਸਿਰ ਨਹੀਂ ਦੇਖਿਆ ਉਹ ਇਹੀ ਸਮਝਦੀ ਏ ਕਿ ਮੇਰੇ ਕੇਸ ਨੇ। ਮੈਂ ਉਸਨੂੰ ਇਹ ਭੇਦ ਨਹੀਂ ਜਾਣਨ ਦੇਣਾ ਚਾਹੁੰਦਾ।"

ਮੋਜ਼ੇਲ ਨੇ ਜ਼ੋਰ ਨਾਲ ਆਪਣੀ ਖੜਾਂ ਦਰਵਾਜ਼ੇ ਦੀ ਦਹਿਲੀਜ਼ 'ਤੇ ਮਾਰੀ। "ਤੂੰ ਸੱਚਮੁੱਚ ਅਵੱਲ ਦਰਜੇ ਦਾ ਈਡੀਅਟ ਏਂ ਗਧਾ ਕਿਤੋਂ ਦਾ! ਉਸਦੀ ਜ਼ਿੰਦਗੀ ਦਾ ਸਵਾਲ ਏ ਕੀ ਨਾਂ ਏਂ ਤੇਰੀ ਉਸ ਕੌਰ ਦਾ, ਜਿਸ ਨਾਲ ਤੈਨੂੰ ਪ੍ਰੇਮ ਹੋਇਐ?"

ਤਰਲੋਚਨ ਨੇ ਉਸਨੂੰ ਸਮਝਾਉਣ ਦੀ ਕੋਸ਼ਿਸ਼ ਕੀਤੀ। "ਮੋਜ਼ੇਲ, ਉਹ ਬੜੀ ਧਾਰਮਕ ਪ੍ਰਵਿਰਤੀ ਦੀ ਕੁੜੀ ਏ ਜੇ ਉਸਨੇ ਮੈਨੂੰ ਨੰਗੇ ਸਿਰ ਦੇਖ ਲਿਆ ਤਾਂ ਮੈਨੂੰ ਨਫ਼ਰਤ ਕਰਨ ਲੱਗੇਗੀ।"

ਮੋਜ਼ੇਲ ਚਿੜ ਗਈ। "ਔਹ, ਤੁਹਾਡਾ ਪਿਆਰ, ਬੀ ਡੈਮਡ ਪੁੱਛਦੀ ਆਂ, ਕੀ ਸਾਰੇ ਸਿੱਖ ਤੇਰੇ ਵਾਂਗ ਬੇਵਕੂਫ਼ ਹੁੰਦੇ ਨੇ? ਉਸਦੀ ਜਾਨ ਖ਼ਤਰੇ 'ਚ ਐ ਤੂੰ ਕਹਿਣਾ ਏਂ ਕਿ ਪੱਗ ਜ਼ਰੂਰ ਬੰਨ੍ਹੇਗਾ ਤੇ ਸ਼ਾਇਦ ਆਪਣਾ ਅੰਡਰ-ਵੀਅਰ ਵੀ, ਜਿਹੜਾ ਨਿੱਕਰ ਨਾਲ ਮਿਲਦਾ-ਜੁਲਦਾ ਏ।"

ਤਰਲੋਚਨ ਨੇ ਕਿਹਾ, "ਉਹ ਤਾਂ ਮੈਂ ਹਰ ਵੇਲੇ ਪਾਈ ਰੱਖਦਾਂ।"

"ਬੜਾ ਚੰਗਾ ਕਰਦੈਂ ਪਰ ਹੁਣ ਤੂੰ ਇਹ ਸੋਚ ਕਿ ਮਾਮਲਾ ਉਸ ਮਹੱਲੇ ਦਾ ਏ, ਜਿੱਥੇ ਮੀਏਂ ਈ ਮੀਏਂ ਭਰਾ ਰਹਿੰਦੇ ਨੇ, ਤੇ ਉਹ ਵੀ ਵੱਡੇ-ਵੱਡੇ ਦਾਦੇ। ਤੂੰ ਪੱਗ ਬੰਨ੍ਹ ਕੇ ਗਿਆ ਤਾਂ ਉੱਥੇ ਈ ਕਤਲ ਕਰ ਦਿੱਤਾ ਜਾਵੇਂਗਾ।"

ਤਲਰੋਲਨ ਨੇ ਸੰਖੇਪ ਜਿਹਾ ਉਤਰ ਦਿੱਤਾ,"ਮੈਨੂੰ ਉਸਦੀ ਪ੍ਰਵਾਹ ਨਹੀਂ। ਜੇ ਮੈਂ ਤੇਰੇ ਨਾਲ ਉੱਥੇ ਜਾਵਾਂਗਾ ਤਾਂ ਪੱਗ ਬੰਨ੍ਹ ਕੇ ਹੀ ਜਾਵਾਂਗਾ। ਮੈਂ ਆਪਣੇ ਪਿਆਰ ਨੂੰ ਖ਼ਤਰੇ ਵਿਚ ਪਾਉਣਾ ਨਹੀਂ ਚਾਹੁੰਦਾ।"

ਮੋਜ਼ੇਲ ਹਿਰਖ ਗਈ। ਉਸਦੇ ਅੰਦਰ ਇਕ ਜ਼ੋਰ ਦਾ ਉਫਾਨ ਆਇਆ ਕਿ ਉਸਦੀਆਂ ਛਾਤੀਆਂ ਆਪਸ ਵਿਚ ਭਿੜਨ ਲੱਗੀਆਂ। "ਗਧਾ ਕਿਤੋਂ ਦਾ ਤੇਰਾ ਪਿਆਰ ਈ ਕਿੱਥੇ ਰਹੇਗਾ, ਜਦੋਂ ਤੂੰ ਈ ਨਾ ਰਿਹਾ? ਤੇਰੀ ਉਹ...ਕੀ ਨਾਂ ਏਂ ਉਸ ਭੜਵੀ ਦਾ...ਜਦੋਂ ਉਹ ਨਾ ਰਹੀ, ਉਸਦਾ ਪਰਿਵਾਰ ਨਾ ਰਿਹਾ। ਬਈ ਤੂੰ ਸਿੱਖ ਏਂ ਖ਼ੁਦਾ ਦੀ ਸਹੁੰ, ਤੂੰ ਸਿੱਖ ਈ ਏਂ ਤੇ ਬੜਾ ਈਡੀਅਟ ਏਂ।"

ਤਰਲੋਚਨ ਹਿਰਖ ਗਿਆ। "ਬਕਵਾਸ ਨਾ ਕਰ!"

ਮੋਜ਼ੇਲ ਜ਼ੋਰ ਨਾਲ ਹੱਸੀ ਤੇ ਉਸਨੇ ਆਪਣੀ ਨਰਮ ਰੋਏਂਦਾਰ ਬਾਂਹ ਉਸਦੇ ਗਲ਼ ਵਿਚ ਪਾ ਦਿੱਤੀ ਤੇ ਥੋੜ੍ਹਾ ਜਿਹਾ ਝੂਲ ਕੇ ਬੋਲੀ, "ਡਾਰਲਿੰਗ, ਚੱਲ, ਜਿਵੇਂ ਤੇਰੀ ਮਰਜ਼ੀ। ਜਾਹ, ਪੱਗ ਬੰਨ੍ਹ ਆ ਮੈਂ ਹੇਠਾਂ ਬਾਜ਼ਾਰ 'ਚ ਖੜ੍ਹੀ ਆਂ।"

ਇਹ ਕਹਿ ਕੇ ਉਹ ਹੇਠਾਂ ਜਾਣ ਲੱਗੀ। ਤਰਲੋਚਨ ਨੇ ਉਸਨੂੰ ਟੋਕਿਆ। "ਤੂੰ ਕੱਪੜੇ ਨਹੀਂ ਪਾਉਣੇ?"

ਮੋਜ਼ੇਲ ਨੇ ਆਪਣੇ ਸਿਰ ਨੂੰ ਝਟਕਾ ਦਿੱਤਾ। "ਨਹੀਂ ਚੱਲੇਗਾ, ਇਸੇ ਤਰ੍ਹਾਂ।" ਇਹ ਕਹਿ ਕੇ ਉਹ ਖਟ-ਖਟ ਕਰਦੀ ਹੇਠਾਂ ਉਤਰ ਗਈ। ਤਿਰਲੋਚਨ ਹੇਠਲੀ ਮੰਜ਼ਿਲ ਦੀਆਂ ਪੌੜੀਆਂ 'ਤੇ ਵੀ ਉਸਦੀਆਂ ਖੜਾਵਾਂ ਦੀ ਆਵਾਜ਼ ਸੁਣਦਾ ਰਿਹਾ। ਫੇਰ ਉਸਨੇ ਆਪਣੇ ਲੰਮੇ ਵਾਲ ਉਂਗਲਾਂ ਨਾਲ ਪਿੱਛੇ ਵੱਲ ਸਮੇਟੇ ਤੇ ਹੇਠਾਂ ਉਤਰ ਕੇ ਆਪਣੇ ਫਲੈਟ ਵਿਚ ਚਲਾ ਗਿਆ। ਛੇਤੀ-ਛੇਤੀ ਉਸਨੇ ਕੱਪੜੇ ਬਦਲੇ। ਪੱਗ ਬੰਨ੍ਹੀ-ਬੰਨ੍ਹਾਈ ਪਈ ਸੀ, ਉਸਨੇ ਚੰਗੀ ਤਰ੍ਹਾਂ ਸਿਰ 'ਤੇ ਜਚਾ ਲਈ ਤੇ ਫਲੈਟ ਦੇ ਦਰਵਾਜ਼ੇ ਨੂੰ ਕੁੰਡੀ ਮਾਰ ਕੇ ਹੇਠਾਂ ਉਤਰ ਗਿਆ।

ਬਾਹਰ ਫੁਟਪਾਥ 'ਤੇ ਮੋਜ਼ੇਲ ਆਪਣੀਆਂ ਨਰੋਈਆਂ ਲੱਤਾਂ ਚੌੜੀਆਂ ਕਰੀ ਖੜ੍ਹੀ ਸਿਗਰਟ ਪੀ ਰਹੀ ਸੀ, ਬਿਲਕੁਲ ਮਰਦਾਂ ਵਾਂਗ। ਜਦੋਂ ਤਿਰਲੋਚਨ ਉਸਦੇ ਕੋਲ ਪਹੁੰਚਿਆ ਤਾਂ ਉਸਨੇ ਸ਼ਰਾਰਤ ਨਾਲ ਮੂੰਹ ਭਰ ਕੇ ਧੂੰਆਂ ਉਸਦੇ ਮੂੰਹ 'ਤੇ ਮਾਰਿਆ। ਤਰਲੋਚਨ ਨੇ ਹਿਰਖ ਕੇ ਕਿਹਾ, "ਤੂੰ ਬੜੀ ਜ਼ਲੀਲ ਏਂ।"

ਮੋਜ਼ੇਲ ਮੁਸਕਰਾਈ। ਇਹ ਤੂੰ ਕੋਈ ਨਵੀਂ ਗੱਲ ਨਹੀਂ ਆਖੀ...ਇਸ ਤੋਂ ਪਹਿਲਾਂ ਮੈਨੂੰ ਹੋਰ ਵੀ ਕਈ ਲੋਕ ਜ਼ਲੀਲ ਕਹਿ ਚੁੱਕੇ ਨੇ।

ਫੇਰ ਉਸਨੇ ਤਰਲੋਚਨ ਦੀ ਪੱਗ ਵੱਲ ਦੇਖਿਆ। "ਇਹ ਪੱਗ ਤੂੰ ਸੱਚਮੁੱਚ ਸੋਹਣੀ ਤਰ੍ਹਾਂ ਬੰਨ੍ਹੀ ਏਂ। ਇੰਜ ਲੱਗਦੈ, ਜਿਵੇਂ ਤੇਰੇ ਕੇਸ ਹੈਨ।"

ਬਾਜ਼ਾਰ ਬਿਲਕੁਲ ਸੁੰਨਸਾਨ ਸੀ ਸਿਰਫ਼ ਹਵਾ ਚੱਲ ਰਹੀ ਸੀ ਤੇ ਉਹ ਵੀ ਬੜੀ ਹੌਲੀ-ਹੌਲੀ, ਜਿਵੇਂ ਉਹ ਵੀ ਕਰਫ਼ਿਊ ਤੋਂ ਡਰਦੀ ਹੋਵੇ। ਬੱਤੀਆਂ ਜਗ ਰਹੀਆਂ ਸਨ, ਪਰ ਉਹਨਾਂ ਦਾ ਚਾਨਣ ਬਿਮਾਰ-ਜਿਹਾ ਲੱਗਦਾ ਸੀ। ਆਮ ਤੌਰ 'ਤੇ ਇਸ ਸਮੇਂ ਟਰਾਮਾਂ ਚੱਲਣੀਆਂ ਸ਼ੁਰੂ ਹੋ ਜਾਂਦੀਆਂ ਸਨ ਤੇ ਲੋਕਾਂ ਦਾ ਆਉਣ-ਜਾਣ ਵੀ ਸ਼ੁਰੂ ਹੋ ਜਾਂਦਾ ਸੀ। ਚੰਗੀ-ਖਾਸੀ ਚਹਿਲ-ਪਹਿਲ ਹੋ ਜਾਂਦੀ ਸੀ ਪਰ ਹੁਣ ਇੰਜ ਜਾਪਦਾ ਸੀ ਕਿ ਸੜਕ ਤੋਂ ਨਾ ਕਦੀ ਕੋਈ ਆਦਮੀ ਲੰਘਿਆ ਹੈ, ਨਾ ਲੰਘੇਗਾ।

ਮੋਜ਼ੇਲ ਅੱਗੇ-ਅੱਗੇ ਸੀ। ਫੁਟਪਾਥ ਦੇ ਪੱਥਰਾਂ ਉੱਤੇ ਉਸਦੀਆਂ ਖੜਾਵਾਂ ਖਟ-ਖਟ ਕਰ ਰਹੀਆਂ ਸਨ। ਇਹ ਆਵਾਜ਼ ਉਸ ਚੁੱਪ-ਗੜੂੱਪ ਵਾਤਾਵਰਣ ਵਿਚ ਬੜਾ ਸ਼ੋਰ ਕਰ ਰਹੀ ਸੀ। ਤਰਲੋਚਨ ਦਿਲ ਹੀ ਦਿਲ ਵਿਚ ਮੋਜ਼ੇਲ ਨੂੰ ਬੁਰਾ-ਭਲਾ ਕਹਿ ਰਿਹਾ ਸੀ ਕਿ ਦੋ ਮਿੰਟ ਵਿਚ ਹੋਰ ਕੁਝ ਨਹੀਂ ਤਾਂ ਆਪਣੀਆਂ ਇਹ ਬੇਹੂਦਾ ਖੜਾਵਾਂ ਲਾਹ ਕੇ ਕੋਈ ਹੋਰ ਚੀਜ਼ ਪਾ ਸਕਦੀ ਸੀ। ਉਸਨੇ ਚਾਹਿਆ ਕਿ ਮੋਜ਼ੇਲ ਨੂੰ ਕਹੇ, ਖੜਾਵਾਂ ਲਾਹ ਦੇ ਤੇ ਨੰਗੇ ਪੈਰੀਂ ਚੱਲ, ਪਰ ਉਸਨੂੰ ਵਿਸ਼ਵਾਸ ਸੀ ਕਿ ਉਹ ਕਦੀ ਨਹੀਂ ਮੰਨੇਗੀ, ਇਸ ਲਈ ਚੁੱਪ ਰਿਹਾ।

ਤਰਲੋਚਨ ਬੜਾ ਡਰਿਆ ਹੋਇਆ ਸੀ, ਕੋਈ ਪੱਤਾ ਵੀ ਖੜਕਦਾ ਤਾਂ ਉਸਦਾ ਦਿਲ ਹਿੱਲ ਜਾਂਦਾ ਪਰ ਮੋਜ਼ੇਲ ਸਿਗਰਟ ਦਾ ਧੂੰਆਂ ਉਡਾਉਂਦੀ ਹੋਈ ਬਿਲਕੁਲ ਨਿਡਰਤਾ ਨਾਲ ਤੁਰੀ ਜਾ ਰਹੀ ਸੀ, ਜਿਵੇਂ ਕੋਈ ਬੇਫ਼ਿਕਰੀ ਨਾਲ ਚਹਿਲ-ਕਦਮੀ

ਕਰਨ ਨਿਕਲਿਆ ਹੋਵੇ।

ਚੌਕ ਵਿਚ ਪਹੁੰਚੇ ਤਾਂ ਪੁਲਿਸਮੈਨ ਦੀ ਆਵਾਜ਼ ਕੜਕੀ, "ਓਇ, ਕਿੱਧਰ ਜਾ ਰਹੇ ਓਂ?"

ਤਰਲੋਚਨ ਡਰ ਗਿਆ। ਮੋਜ਼ੇਲ ਅੱਗੇ ਵਧੀ ਤੇ ਪੁਲਿਸਮੈਨ ਕੋਲ ਪਹੁੰਚ ਗਈ ਤੇ ਆਪਣੇ ਵਾਲਾਂ ਨੂੰ ਇਕ ਹਲਕਾ-ਜਿਹਾ ਝਟਕਾ ਦੇ ਕੇ ਕਿਹਾ, "ਓ-ਤੂੰ ਮੈਨੂੰ ਪਛਾਣਿਆਂ ਨਹੀਂ ਮੈਂ ਮੋਜ਼ੇਲ..." ਫੇਰ ਉਸਨੇ ਇਕ ਗਲੀ ਵੱਲ ਇਸ਼ਾਰਾ ਕੀਤਾ, "ਓਧਰ, ਉਸ ਨਾਲ ਵਾਲੀ ਗਲੀ 'ਚ ਮੇਰੀ ਭੈਣ ਰਹਿੰਦੀ ਐ, ਉਸਦੀ ਤਬੀਅਤ ਖ਼ਰਾਬ ਐ ਡਾਕਟਰ ਲੈ ਕੇ ਜਾ ਰਹੀ ਆਂ।"

ਸਿਪਾਹੀ ਉਸਨੂੰ ਪਛਾਣਨ ਦੀ ਕੋਸ਼ਿਸ਼ ਕਰ ਰਿਹਾ ਸੀ ਕਿ ਉਸਨੇ ਪਤਾ ਨਹੀਂ ਕਿੱਥੋਂ ਸਿਗਰਟ ਦੀ ਡੱਬੀ ਕੱਢੀ ਤੇ ਇਕ ਸਿਗਰਟ ਕੱਢ ਕੇ ਉਸਨੂੰ ਦੇ ਦਿੱਤੀ। "ਲੈ, ਪੀ!" ਸਿਪਾਹੀ ਨੇ ਸਿਗਰਟ ਲੈ ਲਈ। ਮੋਜ਼ੇਲ ਨੇ ਆਪਣੇ ਮੂੰਹ ਵਾਲੀ ਸੁਲਗਦੀ ਹੋਈ ਸਿਗਰਟ ਕੱਢੀ ਤੇ ਉਸ ਵੱਲ ਵਧਾ ਕੇ ਬੋਲੀ, "ਹੀਯਰ ਇਜ਼ ਲਾਈਟ।"

ਸਿਪਾਹੀ ਨੇ ਸਿਗਰਟ ਦਾ ਕਸ਼ ਲਿਆ ਮੋਜ਼ੇਲ ਨੇ ਸੱਜੀ ਅੱਖ ਉਸਨੂੰ ਤੇ ਖੱਬੀ ਅੱਖ ਤਰਲੋਚਨ ਨੂੰ ਮਾਰੀ ਤੇ ਖਟ-ਖਟ ਕਰਦੀ ਉਸ ਗਲੀ ਵੱਲ ਤੁਰ ਪਈ, ਜਿਸ ਵਿਚੋਂ ਲੰਘ ਕੇ ਉਹਨਾਂ ਮੁਹੱਲੇ ਵਿਚ ਜਾਣਾ ਸੀ।

ਤਰਲੋਚਨ ਚੁੱਪ ਰਿਹਾ, ਪਰ ਉਹ ਮਹਿਸੂਸ ਕਰ ਰਿਹਾ ਸੀ ਕਿ ਮੋਜ਼ੇਲ ਕਰਫ਼ਿਊ ਦੀ ਉਲੰਘਣਾ ਕਰਕੇ ਇਕ ਵਚਿੱਤਰ ਤਰ੍ਹਾਂ ਦੀ ਖ਼ੁਸ਼ੀ ਮਹਿਸੂਸ ਕਰ ਰਹੀ ਹੈ। ਖ਼ਤਰਿਆਂ ਨਾਲ ਖੇਡਣਾ ਉਸਨੂੰ ਪਸੰਦ ਸੀ। ਉਹ ਜਦੋਂ ਜੂਹ 'ਤੇ ਉਸਦੇ ਨਾਲ ਜਾਂਦੀ ਸੀ ਤਾਂ ਉਸਦੇ ਲਈ ਇਕ ਮੁਸੀਬਤ ਬਣ ਜਾਂਦੀ ਸੀ। ਸਮੁੰਦਰ ਦੀਆਂ ਵੱਡੀਆਂ-ਵੱਡੀਆਂ ਲਹਿਰਾਂ ਨਾਲ ਟਕਰਾਉਂਦੀ-ਭਿੜਦੀ ਉਹ, ਦੂਰ ਤਕ ਨਿਕਲ ਜਾਂਦੀ ਸੀ ਤੇ ਉਸਨੂੰ ਹਮੇਸ਼ਾ ਇਸ ਗੱਲ ਦਾ ਧੜਕੂ ਲੱਗਾ ਰਹਿੰਦਾ ਸੀ ਕਿ ਕਿਤੇ ਉਹ ਡੁੱਬ ਹੀ ਨਾ ਜਾਵੇ। ਜਦੋਂ ਵਾਪਸ ਆਉਂਦੀ ਤਾਂ ਉਸਦਾ ਸਰੀਰ ਨੀਲਾਂ ਤੇ ਜ਼ਖ਼ਮਾਂ ਨਾਲ ਭਰਿਆ ਹੁੰਦਾ ਸੀ, ਪਰ ਉਸਨੂੰ ਇਸਦੀ ਕੋਈ ਪ੍ਰਵਾਹ ਨਹੀਂ ਸੀ ਹੁੰਦੀ।

ਮੋਜ਼ੇਲ ਅੱਗੇ-ਅੱਗੇ ਸੀ ਤੇ ਤਰਲੋਚਨ ਉਸਦੇ ਪਿੱਛੇ-ਪਿੱਛੇ। ਡਰ ਕਰਕੇ ਉਹ ਇਧਰ-ਉਧਰ ਦੇਖਦਾ ਹੋਇਆ ਤੁਰ ਰਿਹਾ ਸੀ ਕਿ ਕਿਸੇ ਪਾਸਿਓਂ ਕੋਈ ਛੁਰੀਮਾਰ ਨਾ ਨਿਕਲ ਆਵੇ।

ਅਚਾਨਕ ਮੋਜ਼ੇਲ ਰੁਕ ਗਈ। ਜਦੋਂ ਤਰਲੋਚਨ ਕੋਲ ਆਇਆ ਤਾਂ ਉਸਨੇ ਉਸਨੂੰ ਸਮਝਾਉਣ ਵਾਲੀ ਸੁਰ ਵਿਚ ਕਿਹਾ, "ਡੀਅਰ ਤਰਲੋਚਨ, ਇਸ ਤਰ੍ਹਾਂ ਠੀਕ ਨਹੀਂ। ਤੂੰ ਡਰੇਂਗਾ ਤਾਂ ਜ਼ਰੂਰ ਕੁਛ ਨਾ ਕੁਛ ਹੋ ਕੇ ਰਹੇਗਾ। ਸੱਚ ਕਹਿੰਦੀ ਆਂ, ਇਹ ਮੇਰੀ ਆਜਮਾਈ ਹੋਈ ਗੱਲ ਏ।"

ਤਰਲੋਚਨ ਚੁੱਪ ਰਿਹਾ।

ਜਦੋਂ ਉਹ ਉਸ ਗਲੀ ਨੂੰ ਪਾਰ ਕਰਕੇ ਦੂਜੀ ਗਲੀ ਵਿਚ ਪਹੁੰਚੇ, ਜਿਹੜੀ ਉਹ ਮੁਹੱਲੇ ਵੱਲ ਨਿਕਲਦੀ ਸੀ, ਜਿਸ ਵਿਚ ਕਿਰਪਾਲ ਕੌਰ ਰਹਿੰਦੀ ਸੀ ਤਾਂ ਮੋਜ਼ੇਲ ਤੁਰਦੀ-ਤੁਰਦੀ ਯਕਦਮ ਰੁਕ ਗਈ ਕੁਝ ਦੂਰੀ ਤੇ ਬੜੇ ਆਰਾਮ ਨਾਲ ਇਕ ਮਾਰਵਾੜੀ ਦੀ ਦੁਕਾਨ ਲੁੱਟੀ ਜਾ ਰਹੀ ਸੀ। ਇਕ ਛਿਣ ਲਈ ਉਸਨੇ ਮਾਮਲੇ ਨੂੰ ਸਮਝਣ ਦੀ ਕੋਸ਼ਿਸ਼ ਕੀਤੀ ਤੇ ਤਰਲੋਚਨ ਨੂੰ ਕਿਹਾ "ਚੱਲ ਆ।"

ਦੋਵੇਂ ਤੁਰ ਪਏ। ਇਕ ਆਦਮੀ ਜਿਹੜਾ ਸਿਰ ਉੱਤੇ ਇਕ ਵੱਡੀ ਸਾਰੀ ਪਰਾਤ ਚੁੱਕੀ ਜਾ ਰਿਹਾ ਸੀ, ਤਰਲੋਚਨ ਨਾਲ ਟਕਰਾ ਗਿਆ। ਪਰਾਤ ਡਿੱਗ ਪਈ। ਉਸ ਆਦਮੀ ਨੇ ਧਿਆਨ ਨਾਲ ਤਰਲੋਚਨ ਵੱਲ ਦੇਖਿਆ। ਸਾਫ਼ ਪਤਾ ਲੱਗਦਾ ਸੀ ਕਿ ਉਹ ਸਿੱਖ ਹੈ। ਉਸ ਆਦਮੀ ਨੇ ਕਾਹਲ ਨਾਲ ਆਪਣੇ ਨੇਫੇ ਵਿਚ ਹੱਥ ਪਾਇਆ ਕਿ ਮੋਜ਼ੇਲ ਆ ਗਈ ਲੜਖੜਾਉਂਦੀ ਹੋਈ, ਜਿਵੇਂ ਨਸ਼ੇ ਵਿਚ ਟੁੰਨ ਹੋਵੇ। ਉਸਨੇ ਜ਼ੋਰ ਨਾਲ ਉਸ ਆਦਮੀ ਨੂੰ ਧੱਕਾ ਦਿੱਤਾ ਤੇ ਨਸ਼ੀਲੀ ਆਵਾਜ਼ ਵਿਚ ਕਿਹਾ, "ਓਇ, ਕਿਆ ਕਰਤਾ ਹੈ ਅਪਣੇ ਭਾਈ ਕੋ ਮਾਰਨਾ ਹੈ! ਹਮ ਇਸ ਸੇ ਸ਼ਾਦੀ ਬਨਾਨੇ ਕੋ ਮਾਂਗਤਾ ਹੈ!" ਫੇਰ ਉਹ ਤਰਲੋਚਨ ਵੱਲ ਮੁੜੀ। "ਕਰੀਮ, ਉਠਾਓ ਯਹ ਪਰਾਤ ਔਰ ਰੱਖ ਦੋ ਇਸ ਕੇ ਸਿਰ ਪਰ।"

ਉਸ ਆਦਮੀ ਨੇ ਨੇਫੇ ਤੋਂ ਆਪਣਾ ਹੱਥ ਹਟਾ ਲਿਆ ਤੇ ਲਲਚਾਈਆਂ ਨਜ਼ਰਾਂ ਨਾਲ ਮੋਜ਼ੇਲ ਵੱਲ ਦੇਖਣ ਲੱਗਾ। ਫੇਰ ਅੱਗੇ ਵਧ ਕੇ ਆਪਣੀ ਕੂਹਣੀ ਨਾਲ ਉਸਦੀਆਂ ਛਾਤੀਆਂ ਨੂੰ ਹੁਲਾਰਾ ਦਿੱਤਾ। "ਐਸ਼ ਕਰ ਸਾਲੀਏ ਐਸ਼ ਕਰ।" ਫੇਰ ਉਸਨੇ ਪਰਾਤ ਚੁੱਕੀ ਤੇ ਅਹਿ ਜਾਹ, ਔਹ ਜਾਹ।

ਤਿਰਲੋਚਨ ਬੁੜਬੁੜਾਇਆ, "ਹਰਾਮਜ਼ਾਦੇ ਨੇ ਕੈਸੀ ਜ਼ਲੀਲ ਹਰਕਤ ਕੀਤੀ!" ਮੋਜ਼ੇਲ ਨੇ ਆਪਣੀਆਂ ਛਾਤੀਆਂ 'ਤੇ ਹੱਥ ਫੇਰਿਆ। "ਕੋਈ ਜ਼ਲੀਲ ਹਰਕਤ ਨਹੀਂ ਸਭ ਚਲਦਾ ਏ, ਆ।"

ਤੇ ਉਹ ਕਾਹਲੀ-ਕਾਹਲੀ ਤੁਰਨ ਲੱਗੀ। ਤਰਲੋਚਨ ਨੇ ਵੀ ਕਦਮ ਤੇਜ਼ ਕਰ ਦਿੱਤੇ।

ਉਹ ਗਲੀ ਪਾਰ ਕਰਕੇ ਦੋਵੇਂ ਉਸ ਮੁਹੱਲੇ ਵਿਚ ਪਹੁੰਚ ਗਏ, ਜਿੱਥੇ ਕਿਰਪਾਲ ਕੌਰ ਰਹਿੰਦੀ ਸੀ। ਮੋਜ਼ੇਲ ਨੇ ਪੁੱਛਿਆ, "ਕਿਸ ਗਲੀ ਵਿਚ ਜਾਣਾ ਏਂ?"

ਤਿਰਲੋਚਨ ਨੇ ਹੌਲੀ-ਜਿਹੀ ਕਿਹਾ, "ਤੀਜੀ ਗਲੀ 'ਚ ਨੁੱਕਰ ਵਾਲੀ ਬਿਲਡਿੰਗ।"

ਮੋਜ਼ੇਲ ਨੇ ਉਸੇ ਪਾਸੇ ਤੁਰਨਾ ਸ਼ੁਰੂ ਕਰ ਦਿੱਤਾ। ਉਸ ਪਾਸੇ ਬਿਲਕੁਲ ਸੁੰਨ-ਮਸਾਨ ਸੀ। ਆਸੇ-ਪਾਸੇ ਏਨੀ ਸੰਘਣੀ ਆਬਾਦੀ ਸੀ, ਪਰ ਕਿਸੇ ਬੱਚੇ ਦੇ ਰੋਣ ਦੀ ਆਵਾਜ਼ ਵੀ ਨਹੀਂ ਸੀ ਸੁਣਾਈ ਦੇ ਰਹੀ।

ਜਦੋਂ ਉਹ ਉਸ ਗਲੀ ਕੋਲ ਪਹੁੰਚੇ ਤਾਂ ਕੁਝ ਗੜਬੜ ਦਿਖਾਈ ਦਿੱਤੀ। ਇਕ ਆਦਮੀ ਬੜੀ ਤੇਜ਼ੀ ਨਾਲ ਉਸ ਨੁੱਕਰ ਵਾਲੀ ਬਿਲਡਿੰਗ ਵਿਚ ਵੜਿਆ ਸੀ। ਇਸ ਬਿਲਡਿੰਗ ਵਿਚੋਂ ਥੋੜ੍ਹੀ ਦੇਰ ਬਾਅਦ ਤਿੰਨ ਆਦਮੀ ਨਿਕਲੇ। ਫੁਟਪਾਥ 'ਤੇ ਆ ਕੇ ਉਹਨਾਂ ਨੇ ਇਧਰ-ਉਧਰ ਦੇਖਿਆ ਤੇ ਬੜੀ ਫੁਰਤੀ ਨਾਲ ਦੂਜੀ ਬਿਲਡਿੰਗ ਵਿਚ ਚਲੇ ਗਏ। ਮੋਜ਼ੇਲ ਠਿਠਕ ਗਈ। ਉਸਨੇ ਤਰਲੋਚਨ ਨੂੰ ਇਸ਼ਾਰਾ ਕੀਤਾ ਕਿ ਹਨੇਰੇ ਵਿਚ ਹੋ ਜਾਏ, ਫੇਰ ਉਸਨੇ ਧੀਮੀ ਆਵਾਜ਼ ਵਿਚ ਕਿਹਾ, "ਤਰਲੋਚਨ ਡੀਅਰ, ਅਹਿ ਪੱਗ ਲਾਹ ਦੇ!"

ਤਰਲੋਚਨ ਨੇ ਜਵਾਬ ਦਿੱਤਾ, "ਮੈਂ ਇਹ ਕਿਸੇ ਹਾਲਤ 'ਚ ਨਹੀਂ ਲਾਹ ਸਕਦਾ।"

ਮੋਜ਼ੇਲ ਖਿਝ ਗਈ। "ਤੇਰੀ ਮਰਜ਼ੀ ਪਰ ਤੂੰ ਦੇਖਦਾ ਨਹੀਂ ਸਾਹਮਣੇ ਕੀ ਹੋ ਰਿਹਾ ਏ?"

ਸਾਹਮਣੇ ਜੋ ਕੁਝ ਹੋ ਰਿਹਾ ਸੀ, ਦੋਵਾਂ ਦੀਆਂ ਅੱਖਾਂ ਦੇ ਸਾਹਮਣੇ ਸੀ ਸਾਫ਼ ਗੜਬੜ ਹੋ ਰਹੀ ਸੀ ਤੇ ਬੜੇ ਰਹੱਸਮਈ ਢੰਗ ਨਾਲ। ਖੱਬੇ ਹੱਥ ਵਾਲੀ ਬਿਲਡਿੰਗ ਵਿਚੋਂ ਜਦ ਦੋ ਆਦਮੀ ਆਪਣੀ ਪਿੱਠ ਉੱਤੇ ਬੋਰੀਆਂ ਚੁੱਕੀ ਨਿਕਲੇ ਤਾਂ ਮੋਜ਼ੇਲ ਕੰਬ ਗਈ। ਉਹਨਾਂ ਵਿਚੋਂ ਗਾੜ੍ਹੇ-ਗਾੜ੍ਹੇ ਤਰਲ ਵਰਗਾ ਕੁਝ ਟਪਕ ਰਿਹਾ ਸੀ। ਮੋਜ਼ੇਲ ਆਪਣੇ ਬੁੱਲ੍ਹ ਟੁੱਕਣ ਲੱਗੀ। ਸ਼ਾਇਦ ਉਹ ਕੁਝ ਸੋਚ ਰਹੀ ਸੀ। ਜਦੋਂ ਉਹ ਦੋਵੇਂ ਆਦਮੀ ਗਲੀ ਦੇ ਦੂਜੇ ਸਿਰੇ 'ਤੇ ਪਹੁੰਚ ਕੇ ਗ਼ਾਇਬ ਹੋ ਗਏ ਤਾਂ ਉਸਨੇ ਤਰਲੋਚਨ ਨੂੰ ਕਿਹਾ, "ਦੇਖ, ਇੰਜ ਕਰ, ਮੈਂ ਭੱਜ ਕੇ ਨੁੱਕਰ ਵਾਲੀ ਬਿਲਡਿੰਗ ਵਿਚ ਜਾਂਦੀ ਆਂ ਤੂੰ ਮੇਰੇ ਪਿੱਛੇ-ਪਿੱਛੇ ਆਵੀਂ ਬੜੀ ਤੇਜ਼ੀ ਨਾਲ, ਜਿਵੇਂ ਤੂੰ ਮੇਰਾ ਪਿੱਛਾ ਕਰ ਰਿਹਾ ਹੋਵੇਂ ਸਮਝਿਆ? ਪਰ ਇਹ ਸਭ ਯਕਦਮ ਤੇ ਫੁਰਤੀ ਨਾਲ ਹੋਵੇ।"

ਮੋਜ਼ੇਲ ਨੇ ਤਰਲੋਚਨ ਦੇ ਜਵਾਬ ਦੀ ਉਡੀਕ ਨਾ ਕੀਤੀ ਤੇ ਨੁੱਕਰ ਵਾਲੀ ਬਿਲਡਿੰਗ ਵੱਲ ਖੜਾਵਾਂ ਖੜਕਾਉਂਦੀ ਹੋਈ ਤੇਜ਼ੀ ਨਾਲ ਦੌੜ ਪਈ। ਤਰਲੋਚਨ ਵੀ ਉਸਦੇ ਪਿੱਛੇ ਦੌੜਿਆ। ਕੁਝ ਛਿਣ ਵਿਚ ਉਹ ਬਿਲਡਿੰਗ ਦੇ ਅੰਦਰ ਸਨ। ਪੌੜੀਆਂ ਕੋਲ ਤਰਲੋਚਨ ਹਫ਼ ਰਿਹਾ ਸੀ, ਪਰ ਮੋਜ਼ੇਲ ਬਿਲਕੁਲ ਠੀਕ-ਠਾਕ ਸੀ। ਉਸਨੇ ਤਰਲੋਚਨ ਤੋਂ ਪੁੱਛਿਆ, "ਕਿਹੜੀ ਮੰਜ਼ਿਲ 'ਤੇ ਐ?"

ਤਰਲੋਚਨ ਨੇ ਆਪਣੇ ਸੁੱਕੇ ਹੋਏ ਬੁੱਲ੍ਹਾਂ 'ਤੇ ਜੀਭ ਫੇਰੀ, "ਦੂਜੀ 'ਤੇ।"

"ਚੱਲ।"

ਇਹ ਕਹਿ ਕੇ ਉਹ ਖਟਖਟ ਪੌੜੀਆਂ ਚੜ੍ਹਨ ਲੱਗੀ। ਤਰਲੋਚਨ ਉਸਦੇ ਪਿੱਛੇ ਹੋ ਲਿਆ। ਪੌੜੀਆਂ 'ਤੇ ਖ਼ੂਨ ਦੇ ਵੱਡੇ-ਵੱਡੇ ਧੱਬੇ ਪਏ ਹੋਏ ਸਨ। ਉਹਨਾਂ ਨੂੰ ਦੇਖ-ਦੇਖ ਕੇ ਉਸਦਾ ਖ਼ੂਨ ਸੁੱਕ ਰਿਹਾ ਸੀ।

ਦੂਜੀ ਮੰਜ਼ਿਲ 'ਤੇ ਪਹੁੰਚੇ ਤਾਂ ਕਾਰੀਡੋਰ ਵਿਚ ਕੁਝ ਦੂਰ ਜਾ ਕੇ ਤਰਲੋਚਨ ਨੇ ਹੌਲੀ-ਜਿਹੀ ਇਕ ਦਰਵਾਜ਼ੇ ਨੂੰ ਖੜਕਾਇਆ। ਮੋਜ਼ੇਲ ਦੂਰ ਪੌੜੀਆਂ ਕੋਲ ਖੜ੍ਹੀ ਰਹੀ।

ਤਰਲੋਚਨ ਨੇ ਇਕ ਵਾਰੀ ਫੇਰ ਦਰਵਾਜ਼ਾ ਖੜਕਾਇਆ ਤੇ ਉਸਦੇ ਨਾਲ ਮੂੰਹ ਜੋੜ ਕੇ ਆਵਾਜ਼ ਦਿੱਤੀ, "ਮਹਿੰਗਾ ਸਿੰਘ ਜੀ, ਮਹਿੰਗਾ ਸਿੰਘ ਜੀ!"

ਅੰਦਰੋਂ ਇਕ ਬਾਰੀਕ ਜਿਹੀ ਆਵਾਜ਼ ਆਈ "ਕੌਣ?"

"ਤਰਲੋਚਨ।"

ਦਰਵਾਜ਼ਾ ਹੌਲੀ-ਜਿਹੀ ਖੁੱਲ੍ਹਿਆ। ਤਰਲੋਚਨ ਨੇ ਮੋਜ਼ੇਲ ਨੂੰ ਇਸ਼ਾਰਾ ਕੀਤਾ। ਉਹ ਕਾਹਲ ਨਾਲ ਆਈ। ਦੋਵੇਂ ਅੰਦਰ ਵੜ ਗਏ। ਮੋਜ਼ੇਲ ਨੇ ਆਪਣੇ ਕੋਲ ਖੜ੍ਹੀ ਉਸ ਪਤਲੀ-ਜਿਹੀ ਕੁੜੀ ਨੂੰ ਦੇਖਿਆ, ਜਿਹੜੀ ਬੜੀ ਹੀ ਡਰੀ ਹੋਈ ਸੀ। ਮੋਜ਼ੇਲ ਨੇ ਇਕ ਛਿਣ ਲਈ ਉਸਨੂੰ ਧਿਆਨ ਨਾਲ ਦੇਖਿਆ। ਪਤਲੇ-ਪਤਲੇ ਨਕਸ਼ ਸਨ। ਨੱਕ ਬੜੀ ਹੀ ਪਿਆਰੀ ਜਿਹੀ, ਪਰ ਜੁਕਾਮ ਦੀ ਮਾਰੀ ਹੋਈ। ਮੋਜ਼ੇਲ ਨੇ ਉਸਨੂੰ ਆਪਣੀ ਚੌੜੀ ਛਾਤੀ ਨਾਲ ਲਾਇਆ ਤੇ ਆਪਣੇ ਢਿੱਲੇ-ਢਾਲੇ ਕੁੜਤੇ ਦਾ ਪੱਲਾ ਚੁੱਕ ਕੇ ਉਸਦੀ ਨੱਕ ਪੂੰਝੀ।

ਤਰਲੋਚਨ ਲਾਲ ਹੋ ਗਿਆ।

ਮੋਜ਼ੇਲ ਨੇ ਕਿਰਪਾਲ ਕੌਰ ਨੂੰ ਬੜੀ ਅਪਣੱਤ ਨਾਲ ਕਿਹਾ, "ਡਰ ਨਾ, ਤਰਲੋਚਨ ਤੈਨੂੰ ਲੈਣ ਆਇਆ ਏ।"

ਕਿਰਪਾਲ ਕੌਰ ਨੇ ਤਰਲੋਚਨ ਵੱਲ ਆਪਣੀਆਂ ਸਹਿਮੀਆਂ ਹੋਈ ਅੱਖਾਂ ਨਾਲ ਦੇਖਿਆ ਤੇ ਮੋਜ਼ੇਲ ਨਾਲੋਂ ਵੱਖ ਹੋ ਗਈ।

ਤਰਲੋਚਨ ਨੇ ਉਸਨੂੰ ਕਿਹਾ, "ਸਰਦਾਰ ਸਾਹਬ ਨੂੰ ਕਹੋ ਕਿ ਜਲਦੀ ਤਿਆਰ ਹੋ ਜਾਣਤੇ ਮਾਤਾ ਜੀ ਨੂੰ ਵੀ ਪਰ ਜਲਦੀ ਕਰੋ।"

ਏਨੇ ਵਿਚ ਉਪਰਲੀ ਮੰਜ਼ਿਲ ਤੋਂ ਉੱਚੀਆਂ-ਉੱਚੀਆਂ ਆਵਾਜ਼ਾਂ ਆਉਣ ਲੱਗੀਆਂ, ਜਿਵੇਂ ਕੋਈ ਚੀਕ-ਕੁਰਲਾ ਰਿਹਾ ਹੋਵੇ ਤੇ ਧੱਕਾ-ਮੁੱਕੀ ਹੋ ਰਹੀ ਹੋਵੇ।

ਕਿਰਪਾਲ ਕੌਰ ਦੇ ਮੂੰਹੋਂ ਹਲਕੀ-ਜਿਹੀ ਚੀਕ ਨਿਕਲ ਗਈ। "ਉਸਨੂੰ ਫੜ ਲਿਆ ਉਹਨਾਂ ਨੇ।"

ਤਰਲੋਚਨ ਨੇ ਪੁੱਛਿਆ, "ਕਿਸ ਨੂੰ?"

ਕਿਰਪਾਲ ਕੌਰ ਉਤਰ ਦੇਣ ਹੀ ਲੱਗੀ ਸੀ ਕਿ ਮੋਜ਼ੇਲ ਨੇ ਉਸਨੂੰ ਬਾਹੋਂ ਫੜਿਆ ਤੇ ਖਿੱਚ ਕੇ ਇਕ ਕੋਨੇ ਵਿਚ ਲੈ ਗਈ। "ਫੜ ਲਿਆ ਤਾਂ ਚੰਗਾ ਹੋਇਆ। ਤੂੰ ਇਹ ਕੱਪੜੇ ਲਾਹ ਦੇਅ।"

ਕਿਰਪਾਲ ਕੌਰ ਅਜੇ ਕੁਝ ਸੋਚ ਵੀ ਨਹੀਂ ਸੀ ਸਕੀ ਕਿ ਮੋਜ਼ੇਲ ਨੇ ਅੱਖ ਦੇ ਫੋਰੇ ਵਿਚ ਉਸਦੀ ਕਮੀਜ਼ ਲਾਹ ਕੇ ਇਕ ਪਾਸੇ ਰੱਖ ਦਿੱਤੀ। ਕਿਰਪਾਲ ਕੌਰ ਨੇ ਆਪਣੀਆਂ ਬਾਹਾਂ ਨਾਲ ਆਪਣੇ ਨੰਗੇ ਜਿਸਮ ਨੂੰ ਢਕ ਲਿਆ ਤੇ ਹੋਰ ਵੀ ਭੈਭੀਤ ਹੋ ਗਈ। ਤਰਲੋਚਨ ਨੇ ਮੂੰਹ ਦੂਜੇ ਪਾਸੇ ਕਰ ਲਿਆ। ਮੋਜ਼ੇਲ ਨੇ ਆਪਣਾ ਢਿੱਲਾ-ਢਾਲਾ ਕੁੜਤਾ ਲਾਹ ਕੇ ਉਸਦੇ ਪਾ ਦਿੱਤਾ ਤੇ ਖ਼ੁਦ ਨੰਗ-ਧੜ ਹੋ ਗਈ। ਫੇਰ ਜਲਦੀ-ਜਲਦੀ ਉਸਨੇ ਕਿਰਪਾਲ ਕੌਰ ਦਾ ਨਾਲਾ ਢਿੱਲਾ ਕੀਤਾ ਤੇ ਉਸਦੀ ਸਲਵਾਰ ਲਾਹ ਕੇ ਤਿਰਲੋਚਨ ਨੂੰ ਕਿਹਾ, "ਜਾਹ, ਇਸਨੂੰ ਲੈ ਜਾ ਪਰ ਠਹਿਰ!"

ਇਹ ਕਹਿ ਕੇ ਉਸਨੇ ਕਿਰਪਾਲ ਕੌਰ ਦੇ ਵਾਲ ਖੋਲ੍ਹ ਦਿੱਤੇ ਤੇ ਉਹਨਾਂ ਨੂੰ ਕਿਹਾ, "ਜਾਓ ਜਲਦੀ ਨਿਕਲ ਜਾਓ।"

ਤਰਲੋਚਨ ਨੇ ਉਸਨੂੰ, "ਕਿਹਾ ਆ।" ਪਰ ਫੇਰ ਤੁਰੰਤ ਹੀ ਰੁਕ ਗਿਆ। ਪਰਤ ਕੇ ਉਸਨੇ ਮੋਜ਼ੇਲ ਵੱਲ ਦੇਖਿਆ, ਜਿਹੜੀ ਖੁੱਲ੍ਹੇ ਦੀਦਿਆਂ ਵਾਂਗ ਨੰਗੀ ਖੜ੍ਹੀ ਸੀ। ਉਸਦੀਆਂ ਬਾਹਾਂ ਦੀ ਲੂੰਈਂ ਸਰਦੀ ਕਾਰਨ ਜਾਗੀ ਹੋਈ ਸੀ।

"ਤੁਸੀਂ ਜਾਂਦੇ ਕਿਓਂ ਨਹੀਂ?" ਮੋਜ਼ੇਲ ਦੀ ਆਵਾਜ਼ ਵਿਚ ਚਿੜਚਿੜਾਹਟ ਸੀ।

ਤਰਲੋਚਨ ਨੇ ਧੀਮੀ ਆਵਾਜ਼ ਵਿਚ ਕਿਹਾ, "ਇਸਦੇ ਮਾਂ-ਪਿਓ ਵੀ ਤਾਂ ਹੈਨ।"

"ਜਹੱਨੁਮ 'ਚ ਜਾਣ ਓਹ ਤੂੰ ਇਸ ਨੂੰ ਲੈ ਜਾਹ।"

"ਤੇ ਤੂੰ?"

"ਮੈਂ ਆ ਜਾਵਾਂਗੀ।"

ਯਕਦਮ ਉਪਰਲੀ ਮੰਜ਼ਿਲ 'ਚੋਂ ਕਈ ਆਦਮੀ ਦਗੜ-ਦਗੜ ਹੇਠਾਂ ਉੱਤਰਣ ਲੱਗੇ ਤੇ ਫੇਰ ਦਰਵਾਜ਼ੇ 'ਤੇ ਆ ਕੇ ਉਹਨਾਂ ਉਸਨੂੰ ਇੰਜ ਖੜਕਾਉਣਾ ਸ਼ੁਰੂ ਕਰ ਦਿੱਤਾ ਜਿਵੇਂ ਉਸਨੂੰ ਤੋੜ ਹੀ ਦੇਣਗੇ।

ਕਿਰਪਾਲ ਕੌਰ ਦੀ ਅੰਨ੍ਹੀ ਮਾਂ ਤੇ ਉਸਦਾ ਅਪਾਹਜ ਪਿਓ ਦੂਜੇ ਕਮਰੇ ਵਿਚ ਪਏ ਕਰਾਹ ਰਹੇ ਸਨ।

ਮੋਜ਼ੇਲ ਨੇ ਕੁਝ ਸੋਚਿਆ ਤੇ ਵਾਲਾਂ ਨੂੰ ਹਲਕਾ-ਜਿਹਾ ਝਟਕਾ ਦੇ ਕੇ ਤਰਲੋਚਨ ਨੂੰ ਕਿਹਾ, "ਸੁਣੋ, ਹੁਣ ਸਿਰਫ਼ ਇਕੋ ਤਰਕੀਬ ਮੇਰੀ ਸਮਝ 'ਚ ਆਉਂਦੀ ਏ। ਮੈਂ ਦਰਵਾਜ਼ਾ ਖੋਲ੍ਹਦੀ ਆਂ..."

ਕਿਰਪਾਲ ਕੌਰ ਦੇ ਸੁੱਕੇ ਗਲ਼ੇ ਵਿਚੋਂ ਚੀਕ ਨਿਕਲਦੀ-ਨਿਕਲਦੀ ਰਹਿ ਗਈ, "ਦਰਵਾਜ਼ਾ!"

ਮੋਜ਼ੇਲ ਤਰਲੋਚਨ ਵੱਲ ਮੁੜ ਕੇ ਕਹਿੰਦੀ ਰਹੀ, "ਮੈਂ ਦਰਵਾਜ਼ਾ ਖੋਲ੍ਹ ਕੇ ਬਾਹਰ ਨਿਕਲਦੀ ਆਂ ਤੂੰ ਮੇਰੇ ਪਿੱਛੇ-ਪਿੱਛੇ ਭੱਜੀਂ। ਮੈਂ ਉਪਰ ਚੜ੍ਹ ਜਾਵਾਂਗੀ ਤੇ ਤੂੰ ਵੀ ਉਪਰ ਚੜ੍ਹ ਆਵੀਂ। ਇਹ ਲੋਕ ਜਿਹੜੇ ਦਰਵਾਜ਼ਾ ਤੋੜ ਰਹੇ ਨੇ, ਸਭ ਕੁਝ ਭੁੱਲ ਜਾਣਗੇ ਤੇ ਸਾਡੇ ਪਿੱਛੇ ਆਉਣਗੇ।"

ਤਰਲੋਚਨ ਨੇ ਪੁੱਛਿਆ, "ਫੇਰ?"

ਮੋਜ਼ੇਲ ਨੇ ਕਿਹਾ, "ਇਹ ਤੇਰੀ? ਕੀ ਨਾਂ ਏਂ ਇਸਦਾ ਮੌਕਾ ਵੇਖ ਕੇ ਨਿਕਲ ਜਾਏ। ਇਸ ਭੇਸ ਵਿਚ ਇਸਨੂੰ ਕੋਈ ਕੁਛ ਨਹੀਂ ਕਹੇਗਾ।"

ਤਰਲੋਚਨ ਨੇ ਜਲਦੀ ਜਲਦੀ ਕਿਰਪਾਲ ਕੌਰ ਨੂੰ ਸਾਰੀ ਗੱਲ ਦੱਸ ਦਿੱਤੀ। ਮੋਜ਼ੇਲ ਜ਼ੋਰ ਨਾਲ ਚੀਕੀ। ਦਰਵਾਜ਼ਾ ਖੋਲ੍ਹਿਆ ਤੇ ਧੜੰਮ ਬਾਹਰ ਨਿਕਲ ਕੇ ਲੋਕਾਂ 'ਤੇ ਜਾ ਡਿੱਗੀ। ਸਾਰੇ ਬੌਂਦਲ ਗਏ। ਉਠ ਕੇ ਉਹ ਉਪਰ ਵਾਲੀਆਂ ਪੌੜੀਆਂ ਵੱਲ ਦੌੜੀ। ਤਰਲੋਚਨ ਉਸਦੇ ਪਿੱਛੇ-ਪਿੱਛੇ ਸੀ। ਸਾਰੇ ਇਕ ਪਾਸੇ ਹ ' ਗਏ।

ਮੋਜ਼ੇਲ ਅੰਨ੍ਹੇਵਾਹ ਪੌੜੀਆਂ ਚੜ੍ਹ ਰਹੀ ਸੀ ਖੜਾਵਾਂ ਉਸ ਪੈਰਾਂ ਵਿਚ ਸਨ। ਉਹ ਲੋਕ, ਜਿਹੜੇ ਦਰਵਾਜ਼ਾ ਤੋੜਨ ਦੀ ਕੋਸ਼ਿਸ਼ ਕਰ ਰਹੇ ਸਨ, ਸੰਭਲ ਕੇ ਉਹਨਾਂ ਦੇ ਪਿੱਛੇ ਦੌੜ ਪਏ। ਯਕਦਮ ਮੋਜ਼ੇਲ ਦਾ ਪੈਰ ਤਿਲ੍ਹਕ ਗਿਆ ਤੇ ਉਪਰਲੀ ਪੌੜੀ ਤੋਂ ਉਹ ਕੁਛ ਇਸ ਤਰ੍ਹਾਂ ਰੁੜ੍ਹੀ ਕਿ ਹਰ ਪੱਥਰੀਲੀ ਪੌੜੀ ਨਾਲ ਟਕਰਾਉਂਦੀ, ਲੋਹੇ ਦੇ ਜੰਗਲੇ ਨਾਲ ਵੱਜਦੀ ਹੇਠਾਂ ਆ ਡਿੱਗੀ ਪੱਥਰੀਲੇ ਫਰਸ਼ ਉੱਤੇ।

ਤਰਲੋਚਨ ਯਕਦਮ ਹੇਠਾਂ ਉਤਰਿਆ। ਝੁਕ ਕੇ ਉਸਨੇ ਦੇਖਿਆ ਤਾਂ ਉਸਦੀ ਨੱਕ ਵਿਚੋਂ ਖ਼ੂਨ ਵਗ ਰਿਹਾ ਸੀ। ਮੂੰਹ ਵਿਚੋਂ ਖ਼ੂਨ ਵਗ ਰਿਹਾ ਸੀ। ਕੰਨਾਂ ਵਿਚੋਂ ਵੀ ਖ਼ੂਨ ਨਿਕਲ ਰਿਹਾ ਸੀ। ਉਹ ਜਿਹੜੇ ਦਰਵਾਜ਼ਾ ਤੋੜਨ ਆਏ ਸਨ, ਇਰਦ-ਗਿਰਦ ਇਕੱਠੇ ਹੋ ਗਏ ਸਨ ਕਿਸੇ ਨੇ ਵੀ ਇਹ ਨਹੀਂ ਪੁੱਛਿਆ ਕਿ ਕੀ ਹੋਇਆ ਹੈ। ਸਾਰੇ ਚੁੱਪ ਸਨ ਤੇ ਮੋਜ਼ੇਲ ਦੇ ਨੰਗੇ ਦੇ ਗੋਰੇ ਜਿਸਮ ਨੂੰ ਦੇਖ ਰਹੇ ਸਨ, ਜਿਹੜਾ ਥਾਂ-ਥਾਂ ਤੋਂ ਛਿੱਲਿਆ-ਝਰੀਟਿਆ ਗਿਆ ਸੀ।

ਤਰਲੋਚਨ ਨੇ ਉਸਦੀ ਬਾਂਹ ਹਿਲਾਈ ਤੇ ਆਵਾਜ਼ ਮਾਰੀ, "ਮੋਜ਼ੇਲ! ਮੋਜ਼ੇਲ!"

ਮੋਜ਼ੇਲ ਨੇ ਆਪਣੀਆਂ ਮੋਟੀਆਂ-ਮੋਟੀਆਂ ਯਹੂਦੀ ਅੱਖਾਂ ਖੋਲ੍ਹੀਆਂ, ਜਿਹੜੀਆਂ ਬੀਰ-ਵਹੁਟੀ ਵਾਂਗ ਲਾਲ ਹੋਈਆਂ ਹੋਈਆਂ ਸਨ ਤੇ ਮੁਸਕਰਾਈ। ਤਰਲੋਚਨ ਨੇ ਆਪਣੀ ਪੱਗ ਲਾਹੀ ਤੇ ਖੋਲ੍ਹ ਕੇ ਉਸਦਾ ਨੰਗਾ ਸਰੀਰ ਢਕ ਦਿੱਤਾ। ਮੋਜ਼ੇਲ ਫੇਰ ਮੁਸਕਰਾਈ ਤੇ ਅੱਖ ਮਾਰ ਕੇ ਮੂੰਹੋਂ ਖ਼ੂਨ ਦੇ ਬੁਲਬੁਲੇ ਛੱਡਦਿਆਂ ਤਰਲੋਚਨ ਨੂੰ ਕਿਹਾ, "ਜਾਹ, ਦੇਖ ਮੇਰਾ ਅੰਡਰ-ਵੀਅਰ ਉੱਥੇ ਹੈ ਕਿ ਨਹੀਂ। ਮੇਰਾ ਮਤਲਬ ਏ ਕਿ ਉਹ..."

ਤਰਲੋਚਨ ਉਸਦਾ ਮਤਲਬ ਸਮਝ ਗਿਆ, ਪਰ ਉਹ ਉੱਠਿਆ ਨਹੀਂ। ਇਸ 'ਤੇ ਮੋਜ਼ੇਲ ਨੇ ਹਿਰਖ ਕੇ ਕਿਹਾ, "ਤੂੰ ਸੱਚਮੁੱਚ ਸਿੱਖ ਏਂ...ਜਾਹ, ਦੇਖ ਕੇ ਆ।"

ਤਰਲੋਚਨ ਉਠ ਕੇ ਕਿਰਪਾਲ ਦੇ ਫਲੈਟ ਵੱਲ ਚਲਾ ਗਿਆ। ਮੋਜ਼ੇਲ ਨੇ ਆਪਣੀਆਂ ਧੁੰਦਲੀਆਂ ਅੱਖਾਂ ਨਾਲ ਆਪਣੇ ਆਸੇ-ਪਾਸੇ ਖੜ੍ਹੇ ਲੋਕਾਂ ਨੂੰ ਦੇਖਿਆ ਤੇ ਕਿਹਾ, "ਇਹ ਮੀਆਂ ਭਾਈ ਏ...ਪਰ ਬਹੁਤ ਵੱਡਾ ਦਾਦਾ ਕਿਸਮ ਦਾ...ਮੈਂ ਇਸਨੂੰ ਸਿੱਖ ਕਹਿੰਦੀ ਆਂ।"

ਤਰਲੋਚਨ ਵਾਪਸ ਆ ਗਿਆ। ਉਸਨੇ ਅੱਖਾਂ-ਅੱਖਾਂ ਵਿਚ ਹੀ ਮੋਜ਼ੇਲ ਨੂੰ ਦੱਸਿਆ ਕਿ ਕਿਰਪਾਲ ਕੌਰ ਜਾ ਚੁੱਕੀ ਹੈ। ਮੋਜ਼ੇਲ ਨੇ ਸੁਖ ਦਾ ਸਾਹ ਲਿਆ ਪਰ ਇੰਜ ਕਰਨ ਨਾਲ ਬਹੁਤ ਸਾਰਾ ਖ਼ੂਨ ਉਸਦੇ ਮੂੰਹ ਵਿਚੋਂ ਬਾਹਰ ਨਿਕਲਿਆ। "ਓ ਡੈਮ ਇਟ..." ਇਹ ਕਹਿ ਕੇ ਉਸਨੇ ਆਪਣੀ ਰੋਏਂਦਾਰ ਬਾਂਹ ਨਾਲ ਆਪਣਾ ਮੂੰਹ ਪੂੰਝਿਆ ਤੇ ਤਰਲੋਚਨ ਵੱਲ ਦੇਖ ਕੇ ਬੋਲੀ, "ਆਲ ਰਾਈਟ ਡਾਰਲਿੰਗ ਬਾਈ-ਬਾਈ!"

ਤਰਲੋਚਨ ਨੇ ਕੁਝ ਕਹਿਣਾ ਚਾਹਿਆ, ਪਰ ਸ਼ਬਦ ਉਸਦੇ ਹਲਕ ਵਿਚ ਹੀ ਅਟਕ ਗਏ।

ਮੋਜ਼ੇਲ ਨੇ ਆਪਣੇ ਸਰੀਰ ਤੋਂ ਤਰਲੋਚਨ ਦੀ ਪੱਗ ਲਾਹੀ। "ਲੈ ਜਾ ਇਸਨੂੰ, ਆਪਣੇ ਮਜ਼ਹਬ ਨੂੰ!" ਤੇ ਉਸਦੀ ਨਰੋਈ ਬਾਂਹ ਉਸਦੀਆਂ ਨਿੱਗਰ ਛਾਤੀਆਂ ਉੱਤੇ ਬੇਜਾਨ ਹੋ ਕੇ ਡਿੱਗ ਪਈ।

ਮੰਮੀ...

ਉਸਦਾ ਨਾਂ ਮਿਸੇਜ਼ ਸਟੈਲਾ ਸੀ, ਪਰ ਸਾਰੇ ਉਸਨੂੰ ਮੰਮੀ ਕਹਿੰਦੇ ਸਨ। ਦਰਮਿਆਨੇ ਕੱਦ ਤੇ ਪੱਕੀ ਉਮਰ ਦੀ ਔਰਤ ਸੀ ਉਹ। ਉਸਦਾ ਪਤੀ ਜੈਕਸਨ ਪਹਿਲੇ ਮਹਾ-ਯੁੱਧ ਵਿਚ ਮਾਰਿਆ ਗਿਆ ਸੀ। ਜਿਸਦੀ ਪੈਨਸ਼ਨ ਸਟੈਲਾ ਨੂੰ ਲਗਭਗ ਦਸ ਸਾਲ ਤੋਂ ਮਿਲ ਰਹੀ ਸੀ।

ਉਹ ਪੂਨੇ ਵਿਚ ਕਿੰਜ ਆਈ, ਕਦੋਂ ਦੀ ਉੱਥੇ ਹੈ, ਇਸ ਬਾਰੇ ਮੈਨੂੰ ਕੁਝ ਵੀ ਨਹੀਂ ਸੀ ਪਤਾ। ਅਸਲ ਵਿਚ ਮੈਂ ਇਸ ਬਾਰੇ ਜਾਣਨ ਦੀ ਕਦੀ ਕੋਸ਼ਿਸ਼ ਹੀ ਨਹੀਂ ਸੀ ਕੀਤੀ। ਉਹ ਏਨੀ ਦਿਲਚਸਪ ਜ਼ਨਾਨੀ ਸੀ ਕਿ ਉਸਨੂੰ ਮਿਲ ਕੇ ਸਿਵਾਏ ਉਸਦੇ ਵਿਅੱਕਤੀਤਵ ਦੇ ਹੋਰ ਕਿਸੇ ਸ਼ੈ ਵਿਚ ਦਿਲਚਸਪੀ ਵੀ ਨਹੀਂ ਸੀ ਰਹਿੰਦੀ। ਉਸਦੇ ਸਬੰਧ ਕਿਸ ਨਾਲ ਨੇ, ਕਿਸ ਨਾਲ ਨਹੀਂ ਇਹ ਜਾਣਨ ਦੀ ਲੋੜ ਹੀ ਮਹਿਸੂਸ ਨਹੀਂ ਸੀ ਹੁੰਦੀ, ਕਿਉਂਕਿ ਉਹ ਪੂਨੇ ਦੇ ਕਣ-ਕਣ ਨੂੰ ਜਾਣਦੀ ਸੀ। ਹੋ ਸਕਦਾ ਹੈ ਕਿ ਇਹ ਇਕ ਹੱਦ ਤੱਕ ਕਿਸੇ ਲਈ ਹੈਰਾਨ ਕਰ ਦੇਣ ਵਾਲੀ ਗੱਲ ਹੋਵੇ, ਪਰ ਮੇਰੇ ਲਈ ਪੂਨਾ ਉਹੀ ਪੂਨਾ ਸੀ। ਉਸਦੇ ਉਹ ਕਣ ਉਹੀ ਸਾਰੇ ਕਣ ਨੇ, ਜਿਹਨਾਂ ਨਾਲ ਮੇਰੀਆਂ ਕੁਝ ਯਾਦਾਂ ਜੁੜੀਆਂ ਹੋਈਆਂ ਨੇ ਤੇ ਮੰਮੀ ਦਾ ਵਚਿੱਤਰ ਵਿਅੱਕਤੀਤਵ ਉਹਨਾਂ ਸਾਰਿਆਂ ਵਿਚ ਬਿਰਾਜਮਾਨ ਹੈ।

ਉਸ ਨਾਲ ਮੇਰੀ ਪਹਿਲੀ ਮੁਲਾਕਾਤ ਪੂਨੇ ਵਿਚ ਹੀ ਹੋਈ ਸੀ...ਮੈਂ ਬੜਾ ਹੀ ਸੁਸਤ ਕਿਸਮ ਦਾ ਆਦਮੀ ਹਾਂ। ਉਂਜ ਘੁੰਮਣ-ਫਿਰਨ ਦੀਆਂ ਵੱਡੀਆਂ-ਵੱਡੀਆਂ ਉਮੰਗਾਂ ਨੇ ਮੇਰੇ ਦਿਲ ਵਿਚ, ਤੇ ਜੇ ਤੁਸੀਂ ਮੇਰੇ ਬਾਰੇ ਗੱਲਾਂ ਸੁਣੋ ਤਾਂ ਤੁਹਾਨੂੰ ਇੰਜ ਲੱਗੇਗਾ ਕਿ ਮੈਂ ਕੰਚਨਜੰਗਾ ਜਾਂ ਹਿਮਾਲਿਆ ਦੀ ਇਸੇ ਵਰਗੀ ਕਿਸੇ ਹੋਰ ਚੋਟੀ ਨੂੰ ਫਤਿਹ ਕਰਨ ਲਈ ਤੁਰ ਜਾਣ ਵਾਲਾ ਹਾਂ। ਇੰਜ ਹੋ ਸਕਦਾ ਹੈ, ਪਰ ਇਸ ਨਾਲੋਂ ਵੀ ਵਧ ਸੰਭਾਵਨਾ ਇਸ ਗੱਲ ਦੀ ਹੈ ਕਿ ਉਹ ਚੋਟੀ ਫਤਿਹ ਕਰਕੇ ਮੈਂ ਉੱਥੋਂ ਦਾ ਹੋ ਕੇ ਹੀ ਰਹਿ ਜਾਵਾਂ।

ਰੱਬ ਜਾਣੇ ਕਿੰਨੇ ਵਰ੍ਹਿਆਂ ਦਾ ਬੰਬਈ ਵਿਚ ਸਾਂ। ਤੁਸੀਂ ਇਸ ਤੋਂ ਅੰਦਾਜ਼ਾ ਲਾ ਸਕਦੇ ਹੋ ਕਿ ਜਦੋਂ ਪੂਨੇ ਗਿਆ ਤਾਂ ਪਤਨੀ ਮੇਰੇ ਨਾਲ ਸੀ। ਮੁੰਡਾ ਹੋ ਕੇ ਗੁਜਰੇ ਨੂੰ ਲਗਭਗ ਚਾਰ ਸਾਲ ਹੋ ਚੁੱਕੇ ਸਨ। ਇਸ ਦੌਰਾਨ ਮੈਂ...ਠਹਿਰਨਾ, ਮੈਂ ਹਿਸਾਬ ਲਾ ਲਵਾਂ...ਤੁਸੀਂ ਇਹ ਸਮਝ ਲਓ ਕਿ ਅੱਠ ਸਾਲਾਂ ਤੋਂ ਬੰਬਈ ਵਿਚ ਸਾਂ, ਪਰ ਹਾਲੇ ਤੀਕ ਮੈਨੂੰ ਉੱਥੋਂ ਦਾ ਵਿਕਟੋਰੀਆ ਗਾਰਡਨ ਤੇ ਮਿਊਜ਼ਿਅਮ ਦੇਖਣ ਦੀ ਵਿਹਲ ਨਹੀਂ ਸੀ ਮਿਲੀ। ਇਹ ਤਾਂ ਸਿਰਫ ਸਬੱਬ ਦੀ ਗੱਲ ਸੀ ਕਿ ਮੈਂ ਯਕਦਮ ਪੂਨੇ ਜਾਣ ਲਈ

ਤਿਆਰ ਹੋ ਗਿਆ ਜਿਸ ਫ਼ਿਲਮ ਕੰਪਨੀ ਵਿਚ ਨੌਕਰ ਸਾਂ, ਉਸਦੇ ਮਾਲਕ ਨਾਲ ਇਕ ਨਿੱਕੀ-ਜਿਹੀ ਗੱਲ ਉੱਤੇ ਤਕਰਾਰ ਹੋ ਗਿਆ ਤਾਂ ਮੈਂ ਸੋਚਿਆ ਕਿ ਏਸ ਕੁਸੈਲ ਨੂੰ ਦੂਰ ਕਰਨ ਲਈ ਪੂਨੇ ਹੋ ਆਵਾਂ। ਉਹ ਵੀ ਇਸ ਲਈ ਕਿ ਉਹ ਨੇੜੇ ਸੀ ਤੇ ਮੇਰੇ ਕੁਝ ਦੋਸਤ ਉੱਥੇ ਰਹਿੰਦੇ ਸਨ।

ਮੈਂ ਪ੍ਰਭਾਤ ਨਗਰ ਜਾਣਾ ਸੀ, ਜਿੱਥੇ ਮੇਰਾ ਫ਼ਿਲਮਾਂ ਦਾ ਇਕ ਪੁਰਾਣਾ ਸਾਥੀ ਰਹਿੰਦਾ ਸੀ। ਸਟੇਸ਼ਨ 'ਚੋਂ ਬਾਹਰ ਨਿਕਲ ਕੇ ਪਤਾ ਲੱਗਿਆ ਕਿ ਉਹ ਜਗ੍ਹਾ ਕਾਫੀ ਦੂਰ ਹੈ, ਪਰ ਤਦ ਤੀਕ ਅਸੀਂ ਤਾਂਗਾ ਕਰ ਚੁੱਕੇ ਸਾਂ।

ਸੁਸਤ ਰਫ਼ਤਾਰ ਨਾਲ ਚੱਲਣ ਵਾਲੀਆਂ ਚੀਜ਼ਾਂ ਤੋਂ ਮੇਰੀ ਤਬੀਅਤ ਬੜੀ ਖਿਝ ਜਾਂਦੀ ਹੈ...ਤੇ ਮੈਂ ਆਪਣੇ ਦਿਲ ਦੀ ਖਿਝ ਮਿਟਾਉਣ ਖਾਤਰ ਇੱਥੇ ਆਇਆ ਸਾਂ, ਇਸ ਲਈ ਮੈਨੂੰ ਪ੍ਰਭਾਤ ਨਗਰ ਪਹੁੰਚਣ ਦੀ ਬੜੀ ਜਲਦੀ ਸੀ। ਤਾਂਗਾ ਬੜਾ ਹੀ ਘਟੀਆ ਕਿਸਮ ਦਾ ਸੀ, ਅਲੀਗੜ੍ਹ ਦੇ ਯੱਕਿਆਂ ਨਾਲੋਂ ਵੀ ਗਿਆ-ਬੀਤਿਆ, ਜਿਹਨਾਂ ਵਿਚੋਂ ਹਰ ਪਲ ਡਿੱਗਣ ਦਾ ਖਤਰਾ ਰਹਿੰਦਾ ਸੀ। ਘੋੜਾ ਅੱਗੇ ਵੱਲ ਘਿਸਟਦਾ ਰਹਿੰਦਾ ਹੈ ਤੇ ਸਵਾਰੀ ਪਿੱਛੇ ਵੱਲ ਰਿਸਕਦੀ ਰਹਿੰਦੀ ਹੈ। ਇਕ ਦੋ ਧੂੜ ਭਰੇ ਬਾਜ਼ਾਰਾਂ ਤੇ ਸੜਕਾਂ ਨੂੰ ਪਾਰ ਕਰਦੇ-ਕਰਦੇ ਮੇਰੀ ਤਬੀਅਤ ਬੇਹੱਦ ਖਰਾਬ ਹੋ ਗਈ। ਮੈਂ ਆਪਣੀ ਪਤਨੀ ਨਾਲ ਸਲਾਹ ਕੀਤੀ ਤੇ ਪੁੱਛਿਆ ਕਿ ਅਜਿਹੀ ਹਾਲਤ ਵਿਚ ਕੀ ਕਰਨਾ ਚਾਹੀਦਾ ਹੈ। ਉਸਨੇ ਕਿਹਾ ਕਿ 'ਧੁੱਪ ਤੇਜ਼ ਹੈ। ਮੈਂ ਜਿਹੜੇ ਹੋਰ ਤਾਂਗੇ ਦੇਖੇ ਨੇ ਉਹ ਵੀ ਇਸੇ ਕਿਸਮ ਦੇ ਨੇ। ਜੇ ਇਸ ਨੂੰ ਛੱਡ ਦਿੱਤਾ ਤਾਂ ਪੈਦਲ ਤੁਰਨਾ ਪਏਗਾ, ਜਿਹੜਾ ਪਰਤੱਖ ਹੈ ਸੀ ਕਿ ਇਸ ਸਵਾਰੀ ਨਾਲੋਂ ਵਧੇਰੇ ਤਕਲੀਫ ਦੇਅ ਸਿੱਧ ਹੋਏਗਾ।' ਗੱਲ ਠੀਕ ਸੀ। ਧੁੱਪ ਸੱਚਮੁੱਚ ਬੜੀ ਤੇਜ਼ ਸੀ।

ਘੋੜਾ ਇਕ ਫਰਲਾਂਗ ਅੱਗੇ ਵਧਿਆ ਹੋਏਗਾ ਕਿ ਨੇੜਿਓਂ ਉਸ ਵਰਗਾ ਹੀ ਇਕ ਵਾਹਿਯਾਤ ਕਿਸਮ ਦਾ ਟਾਂਗਾ ਲੰਘਿਆ। ਮੈਂ ਸਰਸਰੀ ਤੌਰ 'ਤੇ ਉਧਰ ਦੇਖਿਆ। ਉਦੋਂ ਹੀ ਯਕਦਮ ਕੋਈ ਚੀਕਿਆ, "ਓਇ, ਮੰਟੋ ਦੇ ਘੋੜੇ!"

ਮੈਂ ਹੈਰਾਨੀ ਨਾਲ ਤ੍ਰਭਕਿਆ। ਚੱਡਾ ਸੀ, ਇਕ ਘਿਸੀ ਹੋਈ ਮੇਮ ਨਾਲ। ਦੋਵੇਂ ਨਾਲੋ-ਨਾਲ ਜੁੜੇ ਬੈਠੇ ਸਨ। ਮੇਰੀ ਪਹਿਲੀ ਪ੍ਰਤੀਕ੍ਰਿਆ ਬੜੀ ਦੁਖਦਾਈ ਸੀ ਕਿ ਚੱਡੇ ਦਾ ਸੁੰਦਰਤਾ ਪ੍ਰਤੀ ਪਿਆਰ ਕਿੱਥੇ ਗਿਆ, ਜਿਹੜਾ ਇਸ ਲਾਲ-ਲਗਾਮੀਂ (ਬੁੱਢੀ ਘੋੜੀ ਲਾਲ ਲਗਾਮ ਮੁਹਾਵਰੇ ਵਜੋਂ ਅਨੁ.) ਨਾਲ ਢੁੱਕ ਕੇ ਬੈਠਾ ਹੋਇਆ ਹੈ। ਉਮਰ ਦਾ ਠੀਕ ਅੰਦਾਜ਼ਾ ਤਾਂ ਮੈਂ ਉਸ ਵੇਲੇ ਨਹੀਂ ਸਾਂ ਲਾ ਸਕਿਆ, ਪਰ ਔਰਤ ਦੀਆਂ ਝੁਰੜੀਆਂ, ਪਾਊਡਰ ਤੇ ਰੂਜ਼ ਦੀਆਂ ਪਰਤਾਂ ਹੇਠੋਂ ਵੀ ਸਾਫ ਦਿਖਾਈ ਦਿੰਦੀਆਂ ਸਨ। ਏਨਾ ਗੂੜ੍ਹਾ ਮੇਕਅੱਪ ਸੀ ਕਿ ਦੇਖਣ ਨਾਲ ਅੱਖਾਂ ਨੂੰ ਤਕਲੀਫ ਹੁੰਦੀ ਸੀ।

ਮੈਂ ਚੱਡੇ ਨੂੰ ਕਾਫੀ ਅਰਸੇ ਪਿੱਛੋਂ ਦੇਖਿਆ ਸੀ। ਉਹ ਮੇਰੇ ਨਾਲ ਕਾਫੀ ਖੁੱਲਿਆ ਹੋਇਆ ਸੀ। 'ਓਇ, ਮੰਟੋ ਦੇ ਘੋੜੇ' ਦੇ ਜਵਾਬ ਵਿਚ ਮੈਂ ਵੀ ਕੁਝ ਇਸੇ ਕਿਸਮ ਦਾ ਨਾਅਰਾ ਲਾਇਆ ਹੁੰਦਾ, ਪਰ ਉਸ ਔਰਤ ਨੂੰ ਦੇਖ ਕੇ ਮੇਰੀ ਸਾਰੀ ਖੁੱਲ੍ਹ-ਦਿਲੀ ਝਿਰਖੀ-ਝਰੀਟੀ ਗਈ।

ਮੈਂ ਆਪਣਾ ਤਾਂਗਾ ਰੁਕਵਾ ਲਿਆ। ਚੱਡੇ ਨੇ ਵੀ ਆਪਣੇ ਕੋਚਵਾਨ ਨੂੰ ਰੁਕਣ ਲਈ ਕਿਹਾ। ਫੇਰ ਉਸਨੇ ਉਸ ਔਰਤ ਨੂੰ ਅੰਗਰੇਜ਼ੀ ਵਿਚ ਕਿਹਾ, "ਮੰਮੀ, ਜਸਟ ਏ ਮਿੰਟ।"

ਤਾਂਗੇ ਵਿਚੋਂ ਛਾਲ ਮਾਰ ਕੇ ਉਹ ਮੇਰੇ ਵੱਲ ਆਪਣਾ ਹੱਥ ਲਹਿਰਾਉਂਦਾ ਹੋਇਆ ਬੋਲਿਆ, "ਤੂੰ...ਏਥੇ ਕਿਵੇਂ ਬਈ?" ਫੇਰ ਆਪਣਾ ਵਧਿਆ ਹੋਇਆ ਹੱਥ ਮੇਰੀ ਖੁੱਲ੍ਹ-ਦਿਲੀ-ਪਤਨੀ ਨਾਲ ਮਿਲਾਉਂਦਿਆਂ ਹੋਇਆਂ ਕਿਹਾ, "ਭਾਬੀ ਜਾਨ, ਤੁਸੀਂ ਤੇ ਕਮਾਲ ਈ ਕਰ ਦਿੱਤੈ! ਇਸ ਗੁਲਮੁਹੰਮਦ ਨੂੰ ਆਖ਼ਰ ਖਿੱਚ ਕੇ ਲੈ ਹੀ ਆਏ ਇੱਥੇ!"

ਮੈਂ ਉਸਨੂੰ ਪੁੱਛਿਆ, "ਤੂੰ ਜਾ ਕਿੱਥੇ ਰਿਹੈਂ?"

ਚੱਡੇ ਨੇ ਉੱਚੀ ਆਵਾਜ਼ ਵਿਚ ਕਿਹਾ, "ਇਕ ਕੰਮ ਜਾ ਰਿਹਾਂ ਤੁਸੀਂ ਇੰਜ ਕਰੋ, ਸਿੱਧੇ..." ਉਹ ਇਕਦਮ ਪਲਟ ਕੇ ਸਾਡੇ ਤਾਂਗੇ ਵਾਲੇ ਨੂੰ ਕਹਿਣ ਲੱਗਾ, "ਦੇਖ, ਸਾਹਬ ਨੂੰ ਸਾਡੇ ਘਰ ਲੈ ਜਾਅ ਕਿਰਾਇਆ-ਕਰੂਆ ਨਹੀਂ ਲੈਣਾ ਇਹਨਾਂ ਤੋਂ।" ਓਧਰੋਂ ਤੁਰੰਤ ਨਿੱਬੜ ਕੇ ਉਸਨੇ ਨਿਸ਼ਚਿੰਤ ਜਿਹਾ ਹੋ ਕੇ ਮੈਨੂੰ ਕਿਹਾ, "ਤੂੰ ਜਾਹ, ਨੌਕਰ ਹੋਏਗਾ ਉੱਥੇ, ਬਾਕੀ ਤੂੰ ਦੇਖ ਲਵੀਂ।"

ਤੇ ਉਹ ਭੁੜਕ ਕੇ ਆਪਣੇ ਤਾਂਗੇ ਵਿਚ ਉਸ ਬੁੱਢੀ ਮੇਮ ਕੋਲ ਜਾ ਬੈਠਾ, ਜਿਸਨੂੰ ਉਸਨੇ ਮੰਮੀ ਕਿਹਾ ਸੀ। ਇਸ ਨਾਲ ਮੇਰੇ ਮਨ ਨੂੰ ਇਕ ਤਸੱਲੀ ਜਿਹੀ ਹੋਈ ਜਾਂ ਇੰਜ ਕਹਿ ਲਓ ਕਿ ਜਿਹੜਾ ਬੋਝ ਉਹਨਾਂ ਦੋਵਾਂ ਨੂੰ ਇਕੱਠਿਆਂ ਦੇਖ ਕੇ ਮੇਰੇ ਦਿਲ ਨੇ ਮੰਨ ਲਿਆ ਸੀ, ਕਾਫੀ ਹੱਦ ਤਕ ਲੱਥ ਗਿਆ ਸੀ।

ਉਸਦਾ ਤਾਂਗਾ ਤੁਰ ਪਿਆ। ਮੈਂ ਆਪਣੇ ਤਾਂਗੇ ਵਾਲੇ ਨੂੰ ਕੁਝ ਨਹੀਂ ਕਿਹਾ। ਤਿੰਨ ਚਾਰ ਫਰਲਾਂਗ ਜਾਣ ਪਿੱਛੋਂ ਉਹ ਇਕ ਡਾਕ-ਬੰਗਲੇ ਵਰਗੀ ਇਮਾਰਤ ਅੱਗੇ ਰੁਕਿਆ ਤੇ ਹੇਠਾਂ ਉਤਰ ਕੇ ਬੋਲਿਆ, "ਚੱਲੋ ਸਾਹਬ..."

ਮੈਂ ਪੁੱਛਿਆ, "ਕਿੱਥੇ?"

ਉਸਨੇ ਉਤਰ ਦਿੱਤਾ, "ਚੱਡਾ ਸਾਹਬ ਦਾ ਮਕਾਨ ਇਹੀ ਏ।"

"ਓ-ਅ!" ਮੈਂ ਸਵਾਲੀਆ ਨਿਗਾਹਾਂ ਨਾਲ ਆਪਣੀ ਪਤਨੀ ਵੱਲ ਤੱਕਿਆ। ਉਸਦੀ ਤਿਊੜੀ ਨੇ ਉਤਰ ਦਿੱਤਾ ਕਿ ਉਹ ਚੱਡੇ ਦੇ ਮਕਾਨ ਵਿਚ ਰਹਿਣ ਦੇ ਹੱਕ ਵਿਚ ਨਹੀਂ। ਸੱਚ ਪੁੱਛੋ ਤਾਂ ਉਹ ਪੂਨੇ ਆਉਣ ਦੇ ਹੱਕ ਵਿਚ ਵੀ ਨਹੀਂ ਸੀ। ਉਸਨੂੰ ਯਕੀਨ ਸੀ, ਮੈਨੂੰ ਉੱਥੇ ਪੀਣ-ਪਿਆਉਣ ਵਾਲੇ ਦੋਸਤ ਮਿਲ ਜਾਣਗੇ। ਮਨ ਦਾ ਸੰਤਾਪ ਦੂਰ ਕਰਨ ਦਾ ਬਹਾਨਾ ਤਾਂ ਪਹਿਲਾਂ ਹੈ ਹੀ ਇਸ ਲਈ ਦਿਨ ਰਾਤ ਉੱਡੇਗੀ। ਮੈਂ ਤਾਂਗੇ ਵਿਚੋਂ ਉਤਰ ਗਿਆ। ਛੋਟਾ ਜਿਹਾ ਅਟੈਚੀ ਕੇਸ ਸੀ, ਉਹ ਮੈਂ ਚੁੱਕ ਲਿਆ ਤੇ ਆਪਣੀ ਪਤਨੀ ਨੂੰ ਕਿਹਾ, "ਚੱਲ ਉਤਰ!"

ਉਹ ਸ਼ਾਇਦ ਮੇਰੇ ਤੇਵਰ ਤਾੜ ਗਈ ਸੀ ਕਿ ਹਰ ਹਾਲਤ ਵਿਚ ਉਸਨੂੰ ਮੇਰਾ ਫ਼ੈਸਲਾ ਮੰਨਣਾ ਪਏਗਾ, ਇਸ ਲਈ ਉਸਨੇ ਕੋਈ ਹੀਲ-ਹੁੱਜਤ ਨਹੀਂ ਸੀ ਕੀਤੀ ਤੇ ਚੁੱਪਚਾਪ ਮੇਰੇ ਨਾਲ ਤੁਰ ਪਈ ਸੀ।

ਬੜਾ ਸਾਧਾਰਣ ਕਿਸਮ ਦਾ ਮਕਾਨ ਸੀ। ਇੰਜ ਲੱਗਦਾ ਸੀ ਜਿਵੇਂ ਮਿਲਟਰੀ ਵਾਲਿਆਂ ਨੇ ਟੈਂਪਰੇਰੀ ਤੌਰ 'ਤੇ ਇਹ ਛੋਟਾ ਜਿਹਾ ਬੰਗਲਾ ਬਣਾਇਆ ਸੀ ਤੇ ਕੁਝ ਚਿਰ ਇਸਤੇਮਾਲ ਕਰਨ ਪਿੱਛੋਂ ਛੱਡ ਕੇ ਚਲੇ ਗਏ ਸਨ। ਗਾਰੇ-ਚੂਨੇ ਦਾ ਕੰਮ ਬੜਾ ਕੱਚਾ ਸੀ। ਜਗ੍ਹਾ-ਜਗ੍ਹਾ ਤੋਂ ਪਲਸਤਰ ਉੱਖੜਿਆ ਹੋਇਆ ਸੀ ਤੇ ਘਰ ਦੇ ਅੰਦਰਲਾ ਹਿੱਸਾ ਵੀ ਓਹੋ-ਜਿਹਾ ਹੀ ਸੀ ਜਿਹੋ-ਜਿਹਾ ਕਿਸੇ ਕੁਆਰੇ ਆਦਮੀ ਦੇ ਘਰ ਦਾ ਹੋ ਸਕਦਾ ਹੈ, ਜਿਹੜਾ ਫ਼ਿਲਮਾਂ ਦਾ ਹੀਰੋ ਹੋਏ ਤੇ ਕਿਸੇ ਅਜਿਹੀ ਕੰਪਨੀ ਵਿਚ ਨੌਕਰ

ਹੋਏ, ਜਿੱਥੇ ਮਹੀਨੇ ਦੀ ਤਨਖ਼ਾਹ ਹਰ ਤੀਸਰੇ ਮਹੀਨੇ ਮਿਲਦੀ ਹੋਏ ਤੇ ਉਹ ਵੀ ਕਿਸ਼ਤਾਂ ਵਿਚ।

ਮੈਨੂੰ ਇਸ ਗੱਲ ਦਾ ਪੂਰਾ ਅਹਿਸਾਸ ਸੀ ਕਿ ਉਹ ਜ਼ਨਾਨੀ ਜਿਹੜੀ ਘਰਵਾਲੀ ਹੋਏ ਅਜਿਹੇ ਗੰਦੇ ਵਾਤਾਵਰਣ ਵਿਚ ਲਾਜ਼ਮੀਂ ਘੁਟਨ ਤੇ ਪ੍ਰੇਸ਼ਾਨੀ ਮਹਿਸੂਸ ਕਰੇਗੀ। ਪਰ ਮੈਂ ਸੋਚਿਆ ਸੀ ਕਿ ਚੱਡਾ ਆ ਜਾਏ ਤਾਂ ਉਸਦੇ ਨਾਲ ਹੀ ਪ੍ਰਭਾਤ ਨਗਰ ਚੱਲਾਂਗੇ। ਉੱਥੇ ਜਿਹੜਾ ਮੇਰਾ ਫ਼ਿਲਮਾਂ ਦਾ ਪੁਰਾਣਾ ਸਾਥੀ ਰਹਿੰਦਾ ਸੀ, ਉਸਦੀ ਪਤਨੀ ਤੇ ਬਾਲ-ਬੱਚੇ ਵੀ ਸਨ। ਉਸ ਵਾਤਾਵਾਰਣ ਵਿਚ ਮੇਰੀ ਪਤਨੀ ਜਿਵੇਂ-ਤਿਵੇਂ ਕਰਕੇ ਦੋ-ਤਿੰਨ ਦਿਨ ਕੱਟ ਸਕਦੀ ਸੀ।

ਨੌਕਰ ਵੀ ਅਜੀਬ ਬੇਫਿਕਰਾ ਆਦਮੀ ਸੀ। ਜਦੋਂ ਅਸੀਂ ਉਸ ਘਰ ਵਿਚ ਪਹੁੰਚੇ ਤਾਂ ਸਾਰੇ ਦਰਵਾਜ਼ੇ ਖੁੱਲ੍ਹੇ ਪਏ ਸਨ ਤੇ ਉਹ ਮੌਜੂਦ ਨਹੀਂ ਸੀ। ਜਦੋਂ ਉਹ ਆਇਆ ਤਾਂ ਉਸਨੇ ਸਾਡੀ ਹੋਂਦ ਵੱਲ ਕੋਈ ਧਿਆਨ ਹੀ ਨਾ ਦਿੱਤਾ, ਜਿਵੇਂ ਅਸੀਂ ਵਰ੍ਹਿਆਂ ਤੋਂ ਉੱਥੇ ਹੀ ਰਹਿੰਦੇ ਹੋਈਏ ਤੇ ਇਸੇ ਤਰ੍ਹਾਂ ਬੈਠੇ ਰਹਿਣ ਦੇ ਆਦੀ ਹੋਈਏ।

ਜਦੋਂ ਉਹ ਕਮਰੇ ਵਿਚ ਆਇਆ ਤੇ ਸਾਨੂੰ ਦੇਖੇ ਬਿਨਾਂ ਕੋਲੋਂ ਦੀ ਲੰਘ ਗਿਆ ਤਾਂ ਮੈਂ ਸੋਚਿਆ ਕਿ ਕੋਈ ਮਾਮੂਲੀ ਐਕਟਰ ਹੈ, ਜਿਹੜਾ ਚੱਡੇ ਨਾਲ ਰਹਿੰਦਾ ਹੈ...ਪਰ ਜਦੋਂ ਮੈਂ ਉਸ ਤੋਂ ਨੌਕਰ ਬਾਰੇ ਪੁੱਛਿਆ ਤਾਂ ਪਤਾ ਲੱਗਿਆ ਕਿ ਇਹੀ ਜਨਾਬ, ਚੱਡਾ ਸਾਹਬ ਦੇ ਚਹੇਤੇ ਨੌਕਰ ਨੇ।

ਮੈਨੂੰ ਤੇ ਮੇਰੀ ਪਤਨੀ ਦੋਵਾਂ ਨੂੰ ਹੀ ਪਿਆਸ ਲੱਗੀ ਹੋਈ ਸੀ। ਉਸਨੂੰ ਪਾਣੀ ਲਿਆਉਣ ਲਈ ਕਿਹਾ ਤਾਂ ਉਹ ਗ਼ਲਾਸ ਲੱਭਣ ਲੱਗ ਪਿਆ। ਬੜੀ ਦੇਰ ਬਾਅਦ ਉਸਨੇ ਇਕ ਟੁੱਟਿਆ ਹੋਇਆ ਜੱਗ ਅਲਮਾਰੀ ਹੇਠੋਂ ਕੱਢਿਆ ਤੇ ਬੜਬੜਾਇਆ, "ਰਾਤੀਂ ਇਕ ਦਰਜਨ ਗ਼ਿਲਾਸ ਸਾਹਬ ਨੇ ਮੰਗਵਾਏ ਸੀ, ਪਤਾ ਨਹੀਂ ਕਿੱਧਰ ਗਏ..."

ਮੈਂ ਉਸਦੇ ਹੱਥ ਵਿਚ ਫੜੇ ਜੱਗ ਵੱਲ ਇਸ਼ਾਰਾ ਕੀਤਾ, "ਕੀ ਤੁਸੀਂ ਇਸ ਵਿਚ ਤੇਲ ਲੈਣ ਜਾਓਗੇ?"

'ਤੇਲ ਲੈਣ ਜਾਣਾ' ਬੰਬਈ ਦਾ ਇਕ ਖਾਸ ਮੁਹਾਵਰਾ ਹੈ। ਮੇਰੀ ਪਤਨੀ ਇਸ ਦਾ ਮਤਲਬ ਨਹੀਂ ਸਮਝਦੀ, ਪਰ ਹੱਸ ਪਈ। ਨੌਕਰ ਬੌਂਦਲ ਗਿਆ, "ਨ-ਨਹੀਂ ਸਾਹਬ...ਮੈਂ ਤਾਂ...ਲੱਭ ਰਿਹਾਂ ਬਈ ਗ਼ਿਲਾਸ ਕਿੱਥੇ ਨੇ!"

ਮੇਰੀ ਪਤਨੀ ਨੇ ਉਸਨੂੰ ਪਾਣੀ ਲਿਆਉਣ ਤੋਂ ਮਨ੍ਹਾਂ ਕਰ ਦਿੱਤਾ। ਉਸਨੇ ਉਹ ਟੁੱਟਿਆ ਹੋਇਆ ਜੱਗ ਮੁੜ ਅਲਮਾਰੀ ਹੇਠ ਇੰਜ ਰੱਖ ਦਿੱਤਾ ਜਿਵੇਂ ਉਹੀ ਉਸਦੀ ਪੱਕੀ ਥਾਂ ਹੋਵੇ...ਜੇ ਉਸਨੂੰ ਕਿਤੇ ਹੋਰ ਰੱਖ ਦਿੱਤਾ ਗਿਆ ਤਾਂ ਸਾਰੀ ਸੈਟਿੰਗ ਖ਼ਰਾਬ ਹੋ ਜਾਏਗੀ। ਇਸ ਪਿੱਛੋਂ ਉਹ ਕਮਰੇ ਵਿਚੋਂ ਇੰਜ ਬਾਹਰ ਨੱਸਿਆ ਜਿਵੇਂ ਉਸਨੂੰ ਪਤਾ ਹੋਏ ਕਿ ਸਾਡੇ ਮੂੰਹ ਵਿਚ ਕਿੰਨੇ ਦੰਦ ਨੇ।

ਮੈਂ ਪਲੰਘ ਉੱਤੇ ਬੈਠ ਗਿਆ ਸਾਂ, ਜਿਹੜਾ ਸ਼ਾਇਦ ਚੱਡੇ ਦਾ ਸੀ। ਇਸ ਤੋਂ ਕੁਝ ਦੂਰੀ ਉੱਤੇ ਦੋ ਆਰਾਮ ਕੁਰਸੀਆਂ ਪਈਆਂ ਸਨ, ਉਹਨਾਂ ਵਿਚੋਂ ਇਕ ਉੱਤੇ ਬੈਠੀ ਮੇਰੀ ਪਤਨੀ ਪਾਸੇ ਪਰਤ ਰਹੀ ਸੀ। ਕਾਫੀ ਦੇਰ ਤਕ ਅਸੀਂ ਦੋਵੇਂ ਚੁੱਪ ਬੈਠੇ ਰਹੇ; ਏਨੇ ਵਿਚ ਚੱਡਾ ਆ ਗਿਆ। ਉਹ ਇਕੱਲਾ ਸੀ। ਉਸਨੂੰ ਇਸ ਗੱਲ ਦਾ ਜ਼ਰਾ ਵੀ ਅਹਿਸਾਸ ਨਹੀਂ ਸੀ ਕਿ ਅਸੀਂ ਉਸਦੇ ਮਹਿਮਾਨ ਹਾਂ ਤੇ ਇਸ ਲਿਹਾਜ਼ ਨਾਲ

ਉਸਨੂੰ ਸਾਡੀ ਖਾਤਰਦਾਰੀ ਕਰਨੀ ਚਾਹੀਦੀ ਹੈ। ਕਮਰੇ ਅੰਦਰ ਵੜਦਿਆਂ ਹੀ ਉਸਨੇ ਮੈਨੂੰ ਕਿਹਾ, "ਵੇਟ ਇਜ਼ ਵੇਟ। ਤਾਂ ਤੂੰ ਆ ਗਿਐਂ ਓਲਡ ਬੁਆਏ! ਚੱਲ ਜ਼ਰਾ ਸਟੂਡੀਓ ਤਕ ਹੋ ਆਈਏ। ਤੂੰ ਨਾਲ ਹੋਏਂਗਾ ਤਾਂ ਐਡਵਾਂਸ ਮਿਲਣ ਵਿਚ ਆਸਾਨੀ ਹੋ ਜਾਏਗੀ...ਅੱਜ ਸ਼ਾਮੀਂ..." ਮੇਰੀ ਪਤਨੀ ਉੱਤੇ ਨਜ਼ਰ ਪਈ ਤਾਂ ਉਹ ਰੁਕ ਗਿਆ ਤੇ ਖਿੜ-ਖਿੜ ਕਰਕੇ ਹੱਸਣ ਲੱਗਾ, "ਭਾਬੀ ਜਾਨ, ਕਿਤੇ ਤੁਸੀਂ ਇਸਨੂੰ ਮੌਲਵੀ ਤਾਂ ਨਹੀਂ ਬਣਾ ਦਿੱਤਾ ਨਾ?" ਫੇਰ ਹੋਰ ਜ਼ੋਰ ਨਾਲ ਹੱਸਿਆ, "ਤੇਰੇ ਮੌਲਵੀ ਦੀ ਐਸੀ ਦੀ ਤੈਸੀ! ਉੱਠ ਮੰਟੋ, ਭਾਬੀ ਜਾਨ ਇੱਥੇ ਬੈਠਦੇ ਨੇ, ਆਪਾਂ ਹੁਣੇ ਆਏ।"

ਮੇਰੀ ਪਤਨੀ ਬਲ ਕੇ ਕੋਇਲਾ ਹੋਈ ਹੋਈ ਸੀ, ਹੁਣ ਬੁਝ ਕੇ ਰਾਖ ਹੋ ਗਈ ਹੋਏਗੀ। ਮੈਂ ਉੱਠਿਆ ਤੇ ਚੱਡੇ ਨਾਲ ਹੋ ਲਿਆ। ਮੈਨੂੰ ਪਤਾ ਸੀ ਕਿ ਕੁਝ ਚਿਰ ਗੁੱਸੇ ਰਹੇਗੀ ਫੇਰ ਉਹ ਸੌਂ ਜਾਏਗੀ। ਸੋ ਇੰਜ ਹੀ ਹੋਇਆ। ਸਟੂਡੀਓ ਨੇੜੇ ਹੀ ਸੀ। ਹਫ਼ੜਾ-ਦਫ਼ੜੀ ਵਿਚ ਮਹਿਤਾ ਜੀ ਦੇ ਸਿਰ 'ਤੇ ਸਵਾਰ ਹੋ ਕੇ ਚੱਢੇ ਨੇ ਦੋ ਸੌ ਰੁਪਏ ਵਸੂਲ ਲਏ ਤੇ ਪੌਣੇ ਦੋ ਘੰਟੇ ਬਾਅਦ ਜਦੋਂ ਅਸੀਂ ਵਾਪਸ ਆਏ ਤਾਂ ਦੇਖਿਆ ਕਿ ਉਹ ਬੜੇ ਆਰਾਮ ਨਾਲ, ਆਰਾਮ ਕੁਰਸੀ ਉੱਤੇ ਸੁੱਤੀ ਹੋਈ ਸੀ। ਅਸੀਂ ਉਸਨੂੰ ਪ੍ਰੇਸ਼ਾਨ ਕਰਨਾ ਠੀਕ ਨਹੀਂ ਸਮਝਿਆ ਤੇ ਦੂਜੇ ਕਮਰੇ ਵਿਚ ਚਲੇ ਗਏ, ਜਿਹੜਾ ਕਿਸੇ ਕਬਾੜਖਾਨੇ ਨਾਲ ਰਲਦਾ-ਮਿਲਦਾ ਸੀ। ਇਸ ਵਿਚ ਜਿਹੜੀਆਂ ਵੀ ਚੀਜ਼ਾਂ ਸਨ, ਅਜੀਬ ਢੰਗ ਨਾਲ ਟੁੱਟੀਆਂ-ਭੱਜੀਆਂ ਹੋਈਆਂ ਸਨ ਤੇ ਸਾਰੀਆਂ ਰਲ ਕੇ ਇਕ ਪੂਰਨਤਾ ਦਾ ਦ੍ਰਿਸ਼ ਪੇਸ਼ ਕਰ ਰਹੀਆਂ ਸਨ।

ਹਰ ਚੀਜ਼ ਉੱਤੇ ਧੂੜ ਦੀ ਪਰਤ ਜੰਮੀ ਹੋਈ ਸੀ ਤੇ ਉਸ ਜੰਮੀ ਹੋਈ ਧੂੜ ਵਿਚ ਵੀ ਇਕ ਤਰ੍ਹਾਂ ਦੀ ਅਪਣੱਤ ਸੀ, ਜਿਵੇਂ ਉਸਦੀ ਮੌਜੂਦਗੀ ਉਸ ਕਮਰੇ ਵਿਚ ਜ਼ਰੂਰੀ ਹੋਏ। ਚੱਡੇ ਨੇ ਤੁਰੰਤ ਆਪਣੇ ਨੌਕਰ ਨੂੰ ਲੱਭ ਲਿਆ ਤੇ ਉਸਨੂੰ ਸੌ ਰੁਪਏ ਦਾ ਨੋਟ ਦੇ ਕੇ ਕਿਹਾ, "ਚੀਨ ਦੇ ਸ਼ਹਿਜ਼ਾਦੇ! ਦੋ ਬੋਤਲਾਂ ਥਰਡ ਕਲਾਸ ਰੰਮ ਦੀਆਂ ਫੜ ਲਿਆ...ਮੇਰਾ ਮਤਲਬ ਏ, 'ਥਰੀ ਐਕਸ ਰੰਮ' ਦੀਆਂ ਤੇ ਅੱਧੀ ਦਰਜਨ ਗ਼ਿਲਾਸ।"

ਮੈਨੂੰ ਬਾਅਦ ਵਿਚ ਪਤਾ ਲੱਗਾ ਕਿ ਉਸਦਾ ਨੌਕਰ ਸਿਰਫ ਚੀਨ ਦਾ ਹੀ ਨਹੀਂ, ਦੁਨੀਆਂ ਦੇ ਹਰ ਵੱਡੇ ਦੇਸ਼ ਦਾ ਸ਼ਹਿਜ਼ਾਦਾ ਸੀ। ਚੱਡੇ ਦੀ ਜ਼ਬਾਨ 'ਤੇ ਜਿਸ ਦੇਸ਼ ਦਾ ਨਾਂਅ ਆ ਜਾਂਦਾ, ਉਹ ਉਸੇ ਦਾ ਸ਼ਹਿਜ਼ਾਦਾ ਬਣ ਜਾਂਦਾ ਸੀ। ਉਸ ਸਮੇਂ ਦਾ ਚੀਨ ਦਾ ਸ਼ਹਿਜ਼ਾਦਾ ਸੌ ਦੇ ਨੋਟ ਨੂੰ ਉਂਗਲਾਂ ਵਿਚ ਖੜਖੜਾਉਂਦਾ ਹੋਇਆ ਚਲਾ ਗਿਆ।

ਚੱਡੇ ਨੇ ਟੁੱਟੇ ਹੋਏ ਸਪਰਿੰਗਾਂ ਵਾਲੇ ਪਲੰਘ ਉੱਤੇ ਬੈਠ ਕੇ ਆਪਣੇ ਬੁੱਲ੍ਹ ਥਰੀ ਐਕਸ ਰੰਮ ਦੇ ਸਵਾਗਤ ਵਿਚ ਚਟਖਾਰਦਿਆਂ ਕਿਹਾ, "ਵੇਟ ਇੰਜ ਵੇਟ ਆਫਟਰ ਆਲ, ਤੂੰ ਇੱਥੇ ਆ ਹੀ ਗਿਆ।" ਫੇਰ ਇਕਦਮ ਚਿੰਤਤ ਹੋ ਕੇ ਬੋਲਿਆ, "ਯਾਰ ਭਾਬੀ ਦਾ ਕੀ ਬਣੇਗਾ? ਇਹ ਤਾਂ ਘਬਰਾਅ ਜਾਏਗੀ!"

ਚੱਡਾ ਅਜੇ ਕੁਆਰਾ ਸੀ, ਪਰ ਉਸਨੂੰ ਦੂਜਿਆਂ ਦੀਆਂ ਪਤਨੀਆਂ ਦਾ ਬੜਾ ਖ਼ਿਆਲ ਰਹਿੰਦਾ ਸੀ। ਉਹ ਓਹਨਾਂ ਦਾ ਏਨਾਂ ਸਨਮਾਨ ਕਰਦਾ ਸੀ, ਜਿਵੇਂ ਸਾਰੀ ਉਮਰ ਕੁਆਰਾ ਰਹਿਣਾ ਚਾਹੁੰਦਾ ਹੋਵੇ। ਉਹ ਕਹਿੰਦਾ ਹੁੰਦਾ ਸੀ, 'ਇਹ ਹੀਣ ਭਾਵਨਾਂ ਹੈ, ਜਿਸ ਨੇ ਮੈਨੂੰ ਹੁਣ ਤਕ ਇਸ ਨੇਅਮਤ ਤੋਂ ਸੱਖਣਾ ਰੱਖਿਆ ਹੋਇਆ ਹੈ। ਜਦੋਂ

ਸ਼ਾਦੀ ਦਾ ਸਵਾਲ ਆਉਂਦਾ ਏ ਤਾਂ ਫੌਰਨ ਤਿਆਰ ਹੋ ਜਾਂਦਾ ਹਾਂ, ਪਰ ਬਾਅਦ ਵਿਚ ਇਹ ਸੋਚ ਕੇ ਕਿ ਮੈਂ ਪਤਨੀ ਰੱਖਣ ਦੇ ਕਾਬਿਲ ਨਹੀਂ ਹਾਂ ਤਾਂ ਸਾਰੀ ਤਿਆਰੀ ਕੋਲਡ ਸਟੋਰ ਵਿਚ ਸੁੱਟ ਦੇਂਦਾ ਹਾਂ।'

ਰੰਮ ਬੜੀ ਜਲਦੀ ਆ ਗਈ, ਗ਼ਲਾਸ ਵੀ। ਚੱਡੇ ਨੇ ਛੇ ਮੰਗਵਾਏ ਸਨ ਤੇ ਚੀਨ ਦਾ ਸ਼ਹਿਜ਼ਾਦਾ ਤਿੰਨ ਲਿਆਇਆ ਸੀ, ਬਾਕੀ ਦੇ ਤਿੰਨ ਰਸਤੇ ਵਿਚ ਟੁੱਟ ਗਏ ਸਨ। ਚੱਡੇ ਨੇ ਉਹਨਾਂ ਦੀ ਕੋਈ ਪ੍ਰਵਾਹ ਨਾ ਕੀਤੀ ਤੇ ਭਗਵਾਨ ਨੂੰ ਧੰਨਵਾਦ ਦਿੱਤਾ ਕਿ ਬੋਤਲਾਂ ਸਲਾਮਤ ਰਹਿ ਗਈਆਂ ਸਨ। ਇਕ ਬੋਤਲ ਕਾਹਲ ਨਾਲ ਖੋਹਲ ਕੇ ਉਸਨੇ ਕੋਰੇ ਗ਼ਲਾਸਾਂ ਵਿਚ ਰੰਮ ਪਾਈ ਤੇ ਕਿਹਾ, "ਤੇਰੇ ਪੂਨੇ ਆਉਣ ਦੀ ਖ਼ੁਸ਼ੀ ਵਿਚ।"

ਅਸਾਂ ਦੋਵਾਂ ਨੇ ਲੰਮੇਂ-ਲੰਮੇਂ ਘੁੱਟ ਭਰੇ 'ਤੇ ਗ਼ਲਾਸ ਖ਼ਾਲੀ ਕਰ ਦਿੱਤੇ।

ਦੂਜਾ ਦੌਰ ਸ਼ੁਰੂ ਕਰਕੇ ਚੱਡਾ ਉੱਠਿਆ ਤੇ ਕਮਰੇ ਵਿਚ ਦੇਖ ਆਇਆ ਕਿ ਮੇਰੀ ਪਤਨੀ ਅਜੇ ਤਕ ਸੁੱਤੀ ਹੋਈ ਹੈ। ਉਸਨੂੰ ਬੜਾ ਤਰਸ ਆਇਆ। ਕਹਿਣ ਲੱਗਾ, "ਮੈਂ ਬੜਾ ਰੌਲਾ ਪਾਂਨਾਂ ਯਾਰ, ਉਸਦੀ ਨੀਂਦ ਟੁੱਟ ਜਾਏਗੀ ਫੇਰ ਇੰਜ ਕਰਾਂਗੇ...ਠਹਿਰ...ਪਹਿਲਾਂ ਮੈਂ ਚਾਹ ਮੰਗਵਾ ਲਵਾਂ।" ਇਹ ਕਹਿ ਕੇ ਉਸਨੇ ਰੰਮ ਦਾ ਇਕ ਛੋਟਾ ਜਿਹਾ ਘੁੱਟ ਭਰਿਆ ਤੇ ਨੌਕਰ ਨੂੰ ਆਵਾਜ਼ ਮਾਰੀ, "ਓਇ...ਜਮੀਕਾ ਦੇ ਸ਼ਹਿਜ਼ਾਦੇ!"

ਜਮੀਕਾ ਦਾ ਸ਼ਹਿਜ਼ਾਦਾ ਤੁਰੰਤ ਆ ਬਹੁੜਿਆ। ਚੱਡੇ ਨੇ ਉਸਨੂੰ ਕਿਹਾ, "ਜਾਹ, ਮੰਮੀ ਨੂੰ ਕਹਿ, ਇਕਦਮ ਫਸਟ ਕਲਾਸ ਚਾਹ ਤਿਆਰ ਕਰਕੇ ਭੇਜ ਦਏ।"

ਨੌਕਰ ਚਲਾ ਗਿਆ। ਚੱਡੇ ਨੇ ਆਪਣਾ ਗ਼ਲਾਸ ਖ਼ਾਲੀ ਕੀਤਾ ਤੇ ਇਕ ਸਾਊਆਂ ਵਾਲਾ ਪੈਗ ਪਾ ਕੇ ਬੋਲਿਆ, "ਮੈਂ ਵੀਰੇ, ਜ਼ਿਆਦਾ ਨਹੀਂ ਪੀਆਂਗਾ। ਪਹਿਲੇ ਚਾਰ ਪੈਗ ਮੈਨੂੰ ਬੜਾ ਜਜ਼ਬਾਤੀ ਬਣਾ ਦੇਂਦੇ ਨੇ। ਮੈਂ ਭਾਬੀ ਨੂੰ ਛੱਡਣ ਤੇਰੇ ਨਾਲ ਪ੍ਰਭਾਤਨਗਰ ਵੀ ਤਾਂ ਜਾਣਾ ਏਂ।"

ਅੱਧੇ ਘੰਟੇ ਬਾਅਦ ਚਾਹ ਆ ਗਈ। ਬੜੇ ਸਾਫ-ਸੁਥਰੇ ਭਾਂਡੇ ਸਨ ਤੇ ਬੜੇ ਹੀ ਸੁਚੱਜੇ ਢੰਗ ਨਾਲ ਟਰੇ ਵਿਚ ਰੱਖੇ ਹੋਏ ਸਨ। ਚੱਡੇ ਨੇ ਟੀਕੋਜੀ ਚੁੱਕ ਕੇ ਚਾਹ ਦੀ ਖ਼ੁਸ਼ਬੂ ਸੁੰਘੀ ਤੇ ਖ਼ੁਸ਼ੀ ਪ੍ਰਗਟ ਕਰਦਾ ਹੋਇਆ ਬੋਲਿਆ, "ਮੰਮੀ ਇਜ਼ ਏ ਜਿਊਲ..." ਫੇਰ ਉਸਨੇ ਇਥੋਪੀਆ ਦੇ ਸ਼ਹਿਜ਼ਾਦੇ ਉੱਤੇ ਵਰ੍ਹਣਾ ਸ਼ੁਰੂ ਕਰ ਦਿੱਤਾ। ਉਸਨੇ ਏਨਾ ਰੌਲਾ ਪਾਇਆ ਕਿ ਮੇਰੇ ਕੰਨ ਸਾਂ-ਸਾਂ ਕਰਨ ਲੱਗ ਪਏ। ਉਸ ਪਿੱਛੋਂ ਉਸਨੇ ਟਰੇ ਚੁੱਕੀ ਤੇ ਕਿਹਾ, "ਆ...!"

ਮੇਰੀ ਪਤਨੀ ਜਾਗ ਪਈ ਸੀ। ਚੱਡੇ ਨੇ ਟਰੇ ਬੜੀ ਸਾਵਧਾਨੀ ਨਾਲ ਟੁੱਟੀ ਹੋਈ ਤਿਪਾਈ ਉੱਤੇ ਰੱਖ ਦਿੱਤੀ ਤੇ ਬੜੇ ਅਦਬ ਨਾਲ ਕਿਹਾ, "ਹਾਜ਼ਿਰ ਹੈ, ਬੇਗ਼ਮ ਸਾਹਿਬਾ..." ਮੇਰੀ ਪਤਨੀ ਨੂੰ ਇਹ ਮਜ਼ਾਕ ਪਸੰਦ ਨਹੀਂ ਸੀ ਆਇਆ, ਪਰ ਚਾਹ ਦਾ ਸਾਮਾਨ ਕਿਉਂਕਿ ਸਾਫ-ਸੁਥਰਾ ਸੀ, ਇਸ ਲਈ ਉਸਨੇ ਨਾਂਹ ਨਹੀਂ ਕੀਤੀ ਤੇ ਦੋ ਪਿਆਲੀਆਂ ਪੀ ਲਈਆਂ। ਇਸ ਨਾਲ ਉਸਨੂੰ ਕੁਝ ਤਾਜ਼ਗੀ ਮਿਲੀ। ਇਸ ਪਿੱਛੋਂ ਸਾਡੇ ਦੋਵਾਂ ਵੱਲ ਭੌਂ ਕੇ ਬੜੀ ਰਹੱਸਮਈ ਆਵਾਜ਼ ਵਿਚ ਕਿਹਾ, "ਤੁਸੀਂ ਆਪਣੀ ਚਾਹ ਤਾਂ ਪਹਿਲਾਂ ਹੀ ਪੀਤੀ ਬੈਠੇ ਓ!"

ਮੈਂ ਕੋਈ ਜਵਾਬ ਨਾ ਦਿੱਤਾ ਪਰ ਚੱਡੇ ਨੇ ਝੁਕ ਕੇ ਬੜੀ ਈਮਾਨਦਾਰੀ

ਦਿਖਾਂਦਿਆਂ ਹੋਇਆਂ ਕਿਹਾ, "ਜੀ ਹਾਂ, ਇਹ ਗ਼ਲਤੀ ਅਸੀਂ ਕਰੀ ਬੈਠੇ ਆਂ...ਪਰ ਸਾਨੂੰ ਵਿਸ਼ਵਾਸ ਸੀ ਕਿ ਤੁਸੀਂ ਜ਼ਰੂਰ ਮੁਆਫ਼ ਕਰ ਦਿਓਗੇ।"

ਮੇਰੀ ਪਤਨੀ ਮੁਸਕਰਾਈ ਤਾਂ ਉਹ ਖਿੜ-ਖਿੜ ਕਰਕੇ ਹੱਸਦਾ ਬੋਲਿਆ, "ਅਸੀਂ ਦੋਵੇਂ ਬੜੀ ਉੱਚੀ ਨਸਲ ਦੇ ਸੂਰ ਆਂ, ਜਿਹਨਾਂ ਲਈ ਹਰ ਹਰਾਮ ਚੀਜ਼, ਹਲਾਲ ਏ। ਚੱਲੋ, ਹੁਣ ਤੁਹਾਨੂੰ ਮਸਜਿਦ ਤੀਕ ਛੱਡ ਆਈਏ।"

ਮੇਰੀ ਪਤਨੀ ਨੂੰ ਫੇਰ ਚੱਡੇ ਦਾ ਇਹ ਮਜ਼ਾਕ ਪਸੰਦ ਨਹੀਂ ਸੀ ਆਇਆ। ਅਸਲ ਵਿਚ ਉਸਨੂੰ ਚੱਡੇ ਨਾਲ ਨਫ਼ਰਤ ਸੀ ਜਾਂ ਇੰਜ ਕਹੀਏ ਉਸਨੂੰ ਮੇਰੇ ਹਰੇਕ ਦੋਸਤ ਨਾਲ ਨਫ਼ਰਤ ਸੀ, ਤੇ ਚੱਡਾ ਉਸਨੂੰ ਸਭ ਤੋਂ ਵੱਧ ਰੜਕਦਾ ਸੀ, ਕਿਉਂਕਿ ਕਦੀ ਕਦੀ ਉਹ ਸਭਿਅਤਾ ਦੀਆਂ ਸਾਰੀਆਂ ਹੱਦਾਂ ਪਾਰ ਕਰ ਜਾਂਦਾ ਸੀ। ਪਰ ਚੱਡੇ ਨੂੰ ਇਸਦੀ ਕੋਈ ਪ੍ਰਵਾਹ ਨਹੀਂ ਸੀ। ਮੇਰਾ ਖ਼ਿਆਲ ਹੈ ਕਿ ਉਸਨੇ ਕਦੀ ਇਸ ਬਾਰੇ ਸੋਚਿਆ ਹੀ ਨਹੀਂ ਸੀ। ਉਹ ਅਜਿਹੀਆਂ ਬੇਕਾਰ ਗੱਲਾਂ 'ਤੇ ਦਿਮਾਗ਼ ਖਰਚ ਕਰਨ ਨੂੰ ਇਕ ਅਜਿਹੀ 'ਇਨ ਡੋਰ ਗੇਮ' ਸਮਝਦਾ ਸੀ, ਜਿਹੜੀ ਲੁੱਡੋ ਨਾਲੋਂ ਵੀ ਵੱਧ ਅਰਥਹੀਣ ਹੁੰਦੀ ਹੈ। ਉਸਨੇ ਮੇਰੀ ਪਤਨੀ ਦੇ ਵਿਗੜੇ ਤੇਵਰਾਂ ਨੂੰ ਬੜੀਆਂ ਖੁਸ਼-ਖੁਸ਼ ਨਜ਼ਰਾਂ ਨਾਲ ਦੇਖਿਆ ਤੇ ਨੌਕਰ ਨੂੰ ਆਵਾਜ਼ ਮਾਰੀ, "ਓਇ ਓ, ਕਬਾਬਿਸਤਾਨ ਦੇ ਸ਼ਹਿਜ਼ਾਦੇ! ਇਕ ਅੱਧਾ ਟਾਂਗਾ ਫੜ੍ਹ ਲਿਆ ਰੋਲਸ ਰਾਇਸ ਵਰਗਾ।"

ਕਬਰਸਤਾਨ ਦਾ ਸ਼ਹਿਜ਼ਾਦਾ ਚਲਾ ਗਿਆ ਤੇ ਨਾਲ ਹੀ ਚੱਡਾ ਵੀ। ਉਹ ਸ਼ਾਇਦ ਦੂਜੇ ਕਮਰੇ ਵਿਚ ਗਿਆ ਸੀ। ਇਕਾਂਤ ਮਿਲਿਆ ਤਾਂ ਮੈਂ ਆਪਣੀ ਪਤਨੀ ਨੂੰ ਸਮਝਾਇਆ ਕਿ ਕਬਾਬ ਹੋਣ (ਖਿਝਣ-ਕਰਿਝਣ) ਦੀ ਕੋਈ ਲੋੜ ਨਹੀਂ। ਆਦਮੀ ਦੀ ਜ਼ਿੰਦਗੀ ਵਿਚ ਕਦੀ ਕਦੀ ਅਜਿਹੇ ਪਲ ਵੀ ਆ ਹੀ ਜਾਂਦੇ ਨੇ, ਜਿਹੜੇ ਚਿੱਤ-ਚੇਤੇ ਵੀ ਨਹੀਂ ਹੁੰਦੇ। ਉਹਨਾਂ ਨੂੰ ਬਿਤਾਉਣ ਦਾ ਸਭ ਤੋਂ ਚੰਗਾ ਢੰਗ ਇਹੀ ਹੈ ਕਿ ਉਹਨਾਂ ਨੂੰ ਬੀਤ ਜਾਣ ਦਿੱਤਾ ਜਾਏ। ਪਰ ਸੁਭਾਅ ਅਨੁਸਾਰ ਉਸਨੇ ਮੇਰੀ ਇਸ ਸਿੱਖਿਆ ਵੱਲ ਕੋਈ ਧਿਆਨ ਨਾ ਦਿੱਤਾ ਤੇ ਬੁੜ-ਬੁੜ ਕਰਦੀ ਰਹੀ। ਏਨੇ ਵਿਚ ਕਬਰਸਤਾਨ ਦਾ ਸ਼ਹਿਜ਼ਾਦਾ ਰੋਲਸ ਰਾਇਸ ਕਿਸਮ ਦਾ ਤਾਂਗਾ ਲੈ ਕੇ ਆ ਗਿਆ ਤੇ ਅਸੀਂ ਪ੍ਰਭਾਤ ਨਗਰ ਵੱਲ ਤੁਰ ਪਏ।

ਬੜਾ ਹੀ ਚੰਗਾ ਹੋਇਆ ਮੇਰਾ ਫ਼ਿਲਮਾਂ ਦਾ ਪੁਰਾਣਾ ਸਾਥੀ ਘਰੇ ਹੈ ਨਹੀਂ ਸੀ, ਉਸਦੀ ਪਤਨੀ ਸੀ। ਚੱਡੇ ਨੇ ਮੇਰੀ ਪਤਨੀ ਨੂੰ ਉਸਦੇ ਹਵਾਲੇ ਕਰਦਿਆਂ ਕਿਹਾ, "ਖਰਬੂਜਾ, ਖਰਬੂਜੇ ਨੂੰ ਦੇਖ ਕੇ ਰੰਗ ਫੜਦਾ ਏ...ਪਤਨੀ, ਪਤਨੀ ਨੂੰ ਦੇਖ ਕੇ ਰੰਗ ਫੜਦੀ ਏ, ਇਹ ਹੁਣੇ ਆ ਕੇ ਦੇਖਦੇ ਹਾਂ ਬਈ ਕੀ ਬਣਦਾ ਏ।" ਫੇਰ ਉਹ ਮੇਰੇ ਵੱਲ ਭੌਂ ਕੇ ਬੋਲਿਆ, "ਚੱਲ ਮੰਟੋ, ਸਟੂਡੀਓ ਵਿਚ ਚੱਲ ਕੇ ਤੇਰੇ ਦੋਸਤ ਨੂੰ ਫੜਦੇ ਆਂ।"

ਚੱਡਾ ਕੁਝ ਅਜਿਹੀ ਹਫੜਾ-ਦਫੜੀ ਮਚਾਅ ਦਿੰਦਾ ਸੀ ਕਿ ਦੂਜੇ ਨੂੰ ਸੋਚਣ-ਸਮਝਣ ਦਾ ਬੜਾ ਘੱਟ ਮੌਕਾ ਮਿਲਦਾ ਸੀ। ਉਸਨੇ ਮੇਰੀ ਬਾਂਹ ਫੜੀ ਤੇ ਬਾਹਰ ਲੈ ਗਿਆ ਤੇ ਮੇਰੀ ਪਤਨੀ ਦੇਖਦੀ ਹੀ ਰਹਿ ਗਈ। ਤਾਂਗੇ ਵਿਚ ਸਵਾਰ ਹੋ ਕੇ ਜਦੋਂ ਚੱਡੇ ਨੇ ਕੁਝ ਸੋਚਦਿਆਂ ਹੋਇਆਂ ਕਿਹਾ, "ਇਹ ਤਾਂ ਨਿਬੜਿਆ, ਹੁਣ ਕੀ ਪ੍ਰੋਗਰਾਮ ਏਂ?" ਫੇਰ ਖਿੜ-ਖਿੜ ਕਰਕੇ ਹੱਸਿਆ, "ਮੰਮੀ...ਗ੍ਰੇਟ ਮੰਮੀ!"

ਮੈਂ ਉਸ ਤੋਂ ਪੁੱਛਣ ਹੀ ਵਾਲਾ ਸਾਂ ਕਿ ਇਹ ਮੰਮੀ ਕਿਸ ਚਿੜੀਮਾਰ ਦੀ ਔਲਾਦ ਹੈ ਕਿ ਚੱਡੇ ਨੇ ਗੱਲਾਂ ਦਾ ਅਜਿਹਾ ਸਿਲਸਿਲਾ ਸ਼ੁਰੂ ਕੀਤਾ ਤੇ ਮੇਰਾ ਪ੍ਰਸ਼ਨ

ਬੇਮੌਤ ਮਰ ਗਿਆ।

ਤਾਂਗਾ ਵਾਪਸ ਉਸ ਡਾਕ-ਬੰਗਲੇ ਵਰਗੀ ਕੋਠੀ ਸਾਹਮਣੇ ਆ ਪਹੁੰਚਿਆ, ਜਿਸਦਾ ਨਾਂਅ ਸਈਦਾ ਕਾਟੇਜ ਸੀ, ਪਰ ਚੱਡਾ ਉਸਨੂੰ 'ਰੰਜੀਦਾ ਕਾਟੇਜ' ਕਹਿੰਦਾ ਹੁੰਦਾ ਸੀ, 'ਕਿਉਂਕਿ ਉਸ ਵਿਚ ਰਹਿਣ ਵਾਲੇ ਸਾਰੇ ਹੀ ਰੰਜੀਦਾ (ਦੁੱਖੀ) ਰਹਿੰਦੇ ਨੇ।' ਹਾਲਾਂਕਿ ਇਹ ਗ਼ਲਤ ਸੀ, ਜਿਵੇਂ ਕਿ ਮੈਨੂੰ ਬਾਅਦ ਵਿਚ ਪਤਾ ਲੱਗਿਆ।

ਉਸ ਕਾਟੇਜ ਵਿਚ ਕਈ ਆਦਮੀ ਰਹਿੰਦੇ ਸਨ, ਹਾਲਾਂਕਿ ਪਹਿਲੀ ਨਜ਼ਰ ਨਾਲ ਦੇਖਣ ਨਾਲ ਇਹ ਜਗ੍ਹਾ ਬਿਲਕੁਲ ਗੈਰ-ਆਬਾਦ ਜਾਪਦੀ ਸੀ। ਸਾਰੇ ਹੀ ਉਸੇ ਫ਼ਿਲਮ ਕੰਪਨੀ ਦੇ ਨੌਕਰ ਸਨ, ਜਿਹੜੀ ਮਹੀਨੇ ਦੀ ਤਨਖ਼ਾਹ ਹਰ ਤਿੰਨ ਮਹੀਨਿਆਂ ਬਾਅਦ ਦਿੰਦੀ ਸੀ ਤੇ ਉਹ ਵੀ ਕਈ ਕਿਸ਼ਤਾਂ ਵਿਚ। ਇਕ ਇਕ ਕਰਕੇ ਜਦੋਂ ਉੱਥੇ ਦੇ ਵਾਸੀਆਂ ਨਾਲ ਮੇਰੀ ਜਾਣ-ਪਛਾਣ ਹੋਈ, ਤਾਂ ਪਤਾ ਲੱਗਾ ਕਿ ਸਾਰੇ ਹੀ ਅਸਿਸਟੈਂਟ ਡਾਇਰੈਕਟਰ ਸਨ, ਕੋਈ ਚੀਫ਼ ਅਸਿਸਟੈਂਟ ਡਾਇਰੈਕਟਰ ਸੀ ਕੋਈ ਉਸਦਾ ਸਹਾਇਕ ਤੇ ਕੋਈ ਉਸਦਾ ਸਹਾਇਕ। ਹਰ ਦੂਸਰਾ ਕਿਸੇ ਪਹਿਲੇ ਦਾ ਸਹਾਇਕ ਸੀ ਤੇ ਆਪਣੀ ਨਿੱਜੀ ਫ਼ਿਲਮ ਕੰਪਨੀ ਬਣਾਉਣ ਲਈ ਪੈਸੇ ਜੋੜ ਰਿਹਾ ਸੀ। ਆਪਣੇ ਪਹਿਰਾਵੇ, ਹਾਵ-ਭਾਵ ਤੇ ਚਾਲ-ਢਾਲ ਤੋਂ ਹਰੇਕ ਹੀ ਕੋਈ ਹੀਰੋ ਲੱਗਦਾ ਸੀ। ਕੰਟਰੋਲ ਦਾ ਜ਼ਮਾਨਾ ਸੀ, ਪਰ ਕਿਸੇ ਕੋਲ ਕੋਈ ਰਾਸ਼ਨ ਕਾਰਡ ਨਹੀਂ ਸੀ। ਉਹ ਚੀਜ਼ਾਂ ਵੀ ਜਿਹੜੀਆਂ ਥੋੜ੍ਹੀ ਜਿਹੀ ਤਕਲੀਫ਼ ਪਿੱਛੋਂ ਆਸਾਨੀ ਨਾਲ ਘੱਟ ਕੀਮਤ 'ਤੇ ਮਿਲ ਸਕਦੀਆਂ ਸਨ, ਇਹ ਲੋਕ ਬਲੈਕ ਮਾਰਕੀਟ ਵਿਚੋਂ ਖਰੀਦਦੇ ਸਨ। ਪਿਕਚਰ ਜ਼ਰੂਰ ਦੇਖਦੇ ਸਨ, ਰੇਸ ਦਾ ਦਿਨ ਹੁੰਦਾ ਤਾਂ ਰੇਸ ਖੇਡਦੇ ਸਨ, ਨਹੀਂ ਤਾਂ ਸੱਟਾ...ਜਿੱਤਦੇ ਕਦੀ-ਕਦਾਰ ਹੀ ਸਨ, ਪਰ ਹਾਰਦੇ ਰੋਜ਼ ਹੀ ਸਨ।

ਸਈਦਾ ਕਾਟੇਜ ਦੀ ਆਬਾਦੀ ਬੜੀ ਸੰਘਣੀ ਸੀ। ਕਿਉਂਕਿ ਜਗ੍ਹਾ ਘੱਟ ਸੀ, ਇਸ ਲਈ ਮੋਟਰ ਗੈਰੇਜ ਤੋਂ ਵੀ ਰਿਹਾਇਸ਼ ਦਾ ਕੰਮ ਲਿਆ ਜਾ ਰਿਹਾ ਸੀ। ਉਸ ਵਿਚ ਇਕ ਪਰਿਵਾਰ ਰਹਿੰਦਾ ਸੀ। ਸ਼ੀਰੀਂ ਨਾਂਅ ਦੀ ਇਕ ਜ਼ਨਾਨੀ ਸੀ, ਜਿਸ ਦਾ ਪਤੀ ਸ਼ਾਇਦ ਇਕਰੂਪਤਾ ਤੋੜਨ ਲਈ ਅਸਿਸਟੈਂਟ ਡਾਇਰੈਕਟਰ ਨਹੀਂ ਸੀ। ਉਹ ਉਸੇ ਫ਼ਿਲਮ ਕੰਪਨੀ ਦਾ ਨੌਕਰ ਸੀ, ਪਰ ਮੋਟਰ ਡਰਾਈਵਰ ਸੀ। ਪਤਾ ਨਹੀਂ ਉਹ ਕਦੋਂ ਆਉਂਦਾ ਸੀ ਤੇ ਕਦੋਂ ਚਲਾ ਜਾਂਦਾ ਸੀ, ਕਿਉਂਕਿ ਮੈਂ ਉਸ ਸ਼ਰੀਫ ਆਦਮੀ ਨੂੰ ਕਦੀ ਉੱਥੇ ਨਹੀਂ ਸੀ ਦੇਖਿਆ। ਸ਼ੀਰੀਂ ਦਾ ਇਕ ਛੋਟਾ ਜਿਹਾ ਮੁੰਡਾ ਸੀ, ਜਿਸਨੂੰ ਸਈਦਾ ਕਾਟੇਜ ਦੇ ਸਾਰੇ ਵਾਸੀ ਵਿਹਲੇ ਸਮੇਂ ਵਿਚ ਪਿਆਰ ਕਰਦੇ ਸਨ। ਸ਼ੀਰੀਂ, ਜਿਹੜੀ ਕਾਫੀ ਸੁੰਦਰ ਸੀ, ਆਪਣਾ ਵਧੇਰੇ ਸਮਾਂ ਗੈਰੇਜ ਵਿਚ ਹੀ ਬਿਤਾਉਂਦੀ ਸੀ।

ਕਾਟੇਜ ਦਾ ਸਭ ਨਾਲੋਂ ਵਧੀਆ ਹਿੱਸਾ ਚੱਡੇ ਤੇ ਉਸਦੇ ਦੋ ਸਾਥੀਆਂ ਕੋਲ ਸੀ। ਉਹ ਦੋਵੇਂ ਵੀ ਐਕਟਰ ਸਨ, ਪਰ ਹੀਰੋ ਨਹੀਂ ਸਨ। ਇਕ ਸਈਦ ਸੀ, ਜਿਸਦਾ ਫ਼ਿਲਮੀ ਨਾਂ ਰਣਜੀਤ ਕੁਮਾਰ ਸੀ। ਚੱਡਾ ਕਹਿੰਦਾ ਸੀ ਕਿ ਸਈਦਾ ਕਾਟੇਜ ਉਸੇ ਗਧੇ ਦੇ ਨਾਂਅ ਨਾਲ ਪ੍ਰਸਿੱਧ ਹੈ, ਨਹੀਂ ਤਾਂ ਇਸਦਾ ਨਾਂਅ 'ਰੰਜੀਦਾ ਕਾਟੇਜ' ਹੋਣਾ ਸੀ। ਉਹ ਬੜਾ ਸੁੰਦਰ ਤੇ ਘੱਟ ਬੋਲਣ ਵਾਲਾ ਆਦਮੀ ਸੀ। ਚੱਡਾ ਕਦੀ ਕਦੀ ਉਸਨੂੰ ਕੱਛੂ ਵੀ ਕਹਿੰਦਾ ਸੀ, ਕਿਉਂਕਿ ਉਹ ਹਰ ਕੰਮ ਬੜੀ ਧੀਮੀ ਰਫ਼ਤਾਰ ਨਾਲ ਕਰਦਾ ਸੀ।

ਦੂਜੇ ਐਕਟਰ ਦਾ ਨਾਂਅ ਪਤਾ ਨਹੀਂ ਕੀ ਸੀ, ਪਰ ਸਾਰੇ ਉਸਨੂੰ ਗ਼ਰੀਬ

ਨਵਾਜ਼ ਕਹਿੰਦੇ ਸਨ। ਉਹ ਹੈਦਰਾਬਾਦ ਦੇ ਇਕ ਸਰਦੇ-ਵਰਦੇ ਘਰਾਣੇ ਨਾਲ ਸੰਬੰਧ ਰੱਖਦਾ ਸੀ ਤੇ ਐਕਟਿੰਗ ਦੇ ਸ਼ੌਕ ਸਦਕਾ ਇੱਥੇ ਆ ਗਿਆ ਸੀ। ਤਨਖ਼ਾਹ ਢਾਈ ਸੌ ਰੁਪਏ ਮਹੀਨਾ ਵੱਝੀ ਸੀ, ਪਰ ਉਸਨੂੰ ਨੌਕਰੀ ਕਰਦਿਆਂ ਇਕ ਸਾਲ ਹੋ ਗਿਆ ਸੀ ਤੇ ਇਸ ਦੌਰਾਨ ਉਸਨੇ ਸਿਰਫ ਇਕ ਵਾਰੀ ਢਾਈ ਸੌ ਰੁਪਏ ਐਡਵਾਂਸ ਦੇ ਰੂਪ ਵਿਚ ਲਏ ਸਨ...ਉਹ ਵੀ ਚੱਡੇ ਦੀ ਖਾਤਰ, ਜਿਸਨੇ ਇਕ ਖ਼ੂੰਖ਼ਾਰ ਪਠਾਨ ਦੇ ਪੈਸੇ ਦੇਣੇ ਸਨ। ਊਟ-ਪਟਾਂਗ ਕਿਸਮ ਦੀ ਭਾਸ਼ਾ ਵਿਚ ਫ਼ਿਲਮੀ ਕਹਾਣੀਆਂ ਲਿਖਣਾ ਉਸਦਾ ਸ਼ੁਗਲ ਸੀ ਤੇ ਕਦੀ ਕਦੀ ਉਹ ਸ਼ਾਇਰੀ ਵੀ ਕਰ ਲੈਂਦਾ ਸੀ। ਕਾਟੇਜ਼ ਦਾ ਹਰ ਆਦਮੀ ਉਸਦਾ ਕਰਜਾਈ ਸੀ।

ਸ਼ਕੀਲ ਤੇ ਅਕੀਲ ਦੋ ਭਰਾ ਸਨ। ਦੋਵੇਂ ਕਿਸੇ ਅਸਿਸਟੈਂਟ ਡਾਇਰੈਕਟਰ ਦੇ ਅਸਿਸਟੈਂਟ ਸਨ ਤੇ ਸਾਰਿਆਂ ਵਾਂਗ ਆਪਣੀ ਫ਼ਿਲਮ ਕੰਪਨੀ ਬਣਾਉਣ ਲਈ ਪੈਸੇ ਇਕੱਠੇ ਕਰਨ ਦੇ ਚੱਕਰ ਵਿਚ ਸਨ।

ਤਿੰਨੇ ਵੱਡੇਯਾਨੀ ਚੱਡਾ, ਸਈਦ ਤੇ ਗਰੀਬ ਨਵਾਜ਼ ਸ਼ੀਂਗੀ ਦਾ ਬੜਾ ਖ਼ਿਆਲ ਰੱਖਦੇ ਸਨ। ਕਦੀ ਉਸਨੂੰ ਬਾਜ਼ਾਰੋਂ ਸੌਦਾ-ਪੱਤਾ ਲਿਆ ਦਿੰਦੇ, ਕਦੀ ਲਾਂਡਰੀ ਵਿਚ ਉਸਦੇ ਕੱਪੜੇ ਧੋਣੇ ਦੇ ਆਉਂਦੇ ਤੇ ਕਦੀ ਉਸਦੇ ਰੋਂਦੇ ਹੋਏ ਬੱਚੇ ਨੂੰ ਖਿਡਾਉਣ-ਵਰਾਉਣ ਜਾ ਬਹਿੰਦੇ। ਉਹਨਾਂ ਵਿਚੋਂ 'ਰੰਜੀਦਾ' ਕੋਈ ਵੀ ਨਹੀਂ ਸੀ ਲੱਗਿਆ, ਸਾਰੇ ਹੀ ਪ੍ਰਸੰਨ ਚਿੱਤ ਸਨ। ਆਪਣੀਆਂ ਔਖੀਆਂ ਪ੍ਰਸਥਿਤੀਆਂ ਦੀ ਚਰਚਾ ਵੀ ਕਰਦੇ ਸਨ ਤਾਂ ਬੜੇ ਉਤਸਾਹ ਨਾਲ। ਇਸ ਵਿਚ ਕੋਈ ਸ਼ੱਕ ਨਹੀਂ ਕਿ ਉਹਨਾਂ ਦੀ ਜ਼ਿੰਦਗੀ ਬੜੀ ਦਿਲਚਸਪ ਸੀ।

ਅਸੀਂ ਕਾਟੇਜ਼ ਦੇ ਗੇਟ ਅੰਦਰ ਵੜ ਰਹੇ ਸਾਂ ਤੇ ਗਰੀਬ ਨਵਾਜ਼ ਬਾਹਰ ਆ ਰਿਹਾ ਸੀ। ਚੱਡੇ ਨੇ ਉਸ ਵੱਲ ਗਹੁ ਨਾਲ ਦੇਖਿਆ ਤੇ ਆਪਣੀ ਜੇਬ ਵਿਚ ਹੱਥ ਪਾ ਕੇ ਨੋਟ ਕੱਢੇ। ਬਿਨਾਂ ਗਿਣੇ ਉਸਨੇ ਉਹ ਗਰੀਬ ਨਵਾਜ਼ ਨੂੰ ਫੜਾਂਦਿਆਂ ਹੋਇਆਂ ਕਿਹਾ, "ਚਾਰ ਬੋਤਲਾਂ ਸਕਾਚ ਦੀਆਂ ਚਾਹੀਦੀਆਂ ਨੇ। ਘੱਟ ਹੋਣ ਤਾਂ ਆਪਣੇ ਕੋਲੋਂ ਪਾ ਲਵੀਂ, ਵੱਧਣ ਤਾਂ ਮੈਨੂੰ ਵਾਪਸ ਕਰ ਦਵੀਂ।"

ਗਰੀਬ ਨਵਾਜ਼ ਦੇ ਹੈਦਰਾਬਾਦੀ ਬੁੱਲ੍ਹਾਂ ਉੱਤੇ ਗੂੜ੍ਹੀ, ਕਣਕ-ਵੰਨੀ ਮੁਸਕਾਨ ਆ ਗਈ। ਚੱਡਾ ਖਿੜ-ਖਿੜ ਕਰਕੇ ਹੱਸਿਆ ਤੇ ਮੇਰੇ ਵੱਲ ਦੇਖ ਕੇ ਉਸਨੇ ਗਰੀਬ ਨਵਾਜ਼ ਨੂੰ ਕਿਹਾ, "ਇਹ ਮਿਸਟਰ ਮੰਟੋ ਨੇ...ਪਰ ਇਹਨਾਂ ਨਾਲ ਭਰਪੂਰ ਮੁਲਾਕਾਤ ਦਾ ਸਮਾਂ ਇਸ ਸਮੇਂ ਨਹੀਂ ਦਿੱਤਾ ਜਾ ਸਕਦਾ। ਇਹਨਾਂ ਰੰਮ ਪੀਤੀ ਹੋਈ ਏ। ਸ਼ਾਮੀਂ ਸਕਾਚ ਆ ਜਾਏ ਤਾਂ...ਤੇ ਤੁਸੀਂ ਹੁਣ ਜਾ ਸਕਦੇ ਓ।"

ਗਰੀਬ ਨਵਾਜ਼ ਚਲਾ ਗਿਆ। ਅਸੀਂ ਅੰਦਰ ਚਲੇ ਗਏ। ਚੱਡੇ ਨੇ ਇਕ ਭਰਪੂਰ ਅੰਗੜਾਈ ਲਈ ਤੇ ਰੰਮ ਦੀ ਬੋਤਲ ਚੁੱਕ ਲਈ, ਜਿਹੜੀ ਅੱਧੀ ਤੋਂ ਵੱਧ ਖ਼ਾਲੀ ਸੀ। ਉਸਨੇ ਰੌਸ਼ਨੀ ਵਿਚ ਕਰਕੇ ਉਸਦੀ ਮਾਤਰਾ ਦਾ ਸਰਸਰੀ ਨਜ਼ਰੇ ਅੰਦਾਜ਼ਾ ਲਾਇਆ ਤੇ ਨੌਕਰ ਨੂੰ ਆਵਾਜ਼ ਮਾਰੀ, "ਕਜਾਕਿਸਤਾਨ ਦੇ ਸ਼ਹਿਜ਼ਾਦੇ!" ਜਦੋਂ ਉਹ ਨਾ ਆਇਆ ਤਾਂ ਉਸਨੇ ਆਪਣੇ ਗ਼ਲਾਸ ਵਿਚ ਵੱਡਾ ਸਾਰਾ ਪੈਗ ਪਾਂਦਿਆਂ ਕਿਹਾ, "ਵਹਵਾ ਪੀ ਗਿਆ ਏ ਕੰਮਬਖ਼ਤ!"

ਗ਼ਲਾਸ ਖ਼ਤਮ ਕਰਦਿਆਂ ਹੋਇਆਂ ਉਹ ਕੁਝ ਫਿਕਰਮੰਦ ਜਿਹਾ ਹੋ ਗਿਆ, "ਯਾਰ, ਭਾਬੀ ਨੂੰ ਤੂੰ ਖ਼ਾਹਮ-ਖ਼ਾਹ ਇੱਥੇ ਲੈ ਆਇਐਂ। ਸੌਂਹ ਖ਼ੁਦਾ ਦੀ ਮੈਨੂੰ ਆਪਣੀ

ਛਾਤੀ ਤੇ ਬੋਝ ਮਹਿਸੂਸ ਹੋ ਰਿਹੈ।" ਫੇਰ ਆਪੇ ਹੀ ਉਸਨੇ ਆਪਣੇ ਆਪ ਨੂੰ ਹੌਸਲਾ ਜਿਹਾ ਦਿੱਤਾ, "ਪਰ ਮੇਰਾ ਖ਼ਿਆਲ ਏ ਕਿ ਉਹ ਬੋਰ ਨਹੀਂ ਹੋਏਗੀ ਉੱਥੇ।"

ਮੈਂ ਕਿਹਾ, "ਹਾਂ, ਉੱਥੇ ਰਹਿ ਕੇ ਉਹ ਮੈਨੂੰ ਕਤਲ ਕਰਨ ਦਾ ਇਰਾਦਾ ਜਲਦੀ ਨਹੀਂ ਕਰ ਸਕਦੀ।" ਇਹ ਕਹਿ ਕੇ ਮੈਂ ਆਪਣੇ ਗ਼ਲਾਸ ਵਿਚ ਰੰਮ ਪਾਈ, ਜਿਸਦਾ ਸਵਾਦ ਬੁਸੇ ਹੋਏ ਗੁੜ ਵਰਗਾ ਸੀ।

ਜਿਸ ਕਬਾੜਖਾਨੇ ਵਿਚ ਅਸੀਂ ਬੈਠੇ ਸਾਂ, ਉਸ ਵਿਚ ਸਰੀਆਂ ਵਾਲੀਆਂ ਦੋ ਤਾਕੀਆਂ ਵੀ ਸਨ ਜਿਹਨਾਂ ਵਿਚੋਂ ਕਾਟੇਜ ਦਾ ਬਾਹਰਲਾ ਖ਼ਾਲੀ ਹਿੱਸਾ ਨਜ਼ਰ ਆਉਂਦਾ ਸੀ। ਇਧਰੋਂ ਕਿਸੇ ਨੇ ਚੱਡੇ ਦਾ ਨਾਂਅ ਲੈ ਕੇ ਜ਼ੋਰ ਨਾਲ ਆਵਾਜ਼ ਮਾਰੀ। ਮੈਂ ਤ੍ਰਬਕ ਗਿਆ ਤੇ ਦੇਖਿਆ ਮਿਊਜ਼ਿਕ ਡਾਇਰੈਕਟਰ ਵਣਕਤਰੇ ਹੈ। ਕੁਝ ਸਮਝ ਵਿਚ ਨਹੀਂ ਸੀ ਆਇਆ ਕਿ ਉਹ ਕਿਸ ਨਸਲ ਦਾ ਹੈ ਮੰਗੋਲ ਹੈ, ਹਬਸ਼ੀ ਹੈ, ਆਰੀਆ ਹੈ ਜਾਂ ਕੀ ਬਲਾਅ ਹੈ! ਕਦੀ-ਕਦੀ ਉਸਨੂੰ ਕਿਸੇ ਇਕ ਕੋਨੇ ਤੋਂ ਦੇਖਦਾ ਹੋਇਆ ਆਦਮੀ ਕਿਸੇ ਸਿੱਟੇ 'ਤੇ ਪਹੁੰਚਣ ਵਾਲਾ ਹੁੰਦਾ ਕਿ ਬਦਲੇ ਹੋਏ ਕੋਨੇ ਤੋਂ ਉਹ ਕੁਝ ਹੋਰ ਹੀ ਨਜ਼ਰ ਆਉਣ ਲੱਗ ਪੈਂਦਾ ਤੇ ਆਦਮੀ ਨੂੰ ਨਵੇਂ ਸਿਰੇ ਤੋਂ ਵਿਚਾਰ ਕਰਨੀ ਪੈ ਜਾਂਦੀ। ਵੈਸੇ ਉਹ ਮਰਾਠਾ ਸੀ, ਪਰ ਸ਼ਿਵਾ ਜੀ ਦੀ ਤਿੱਖੀ ਨੱਕ ਦੀ ਬਜਾਏ ਉਸਦੇ ਚਿਹਰੇ ਉੱਤੇ ਬੜੀ ਹੈਰਾਨ ਕਰ ਦੇਣ ਵਾਲੀ ਮੁੜੀ-ਤੁੜੀ, ਚਪਟੀ ਜਿਹੀ ਨੱਕ ਸੀ, ਜਿਹੜੀ ਉਸਦੇ ਵਿਚਾਰ ਅਨੁਸਾਰ ਉਹਨਾਂ ਸੁਰਾਂ ਲਈ ਬੜੀ ਜ਼ਰੂਰੀ ਸੀ, ਜਿਹਨਾਂ ਦਾ ਸਿੱਧਾ ਸੰਬੰਧ ਨੱਕ ਨਾਲ ਹੁੰਦਾ ਹੈ। ਉਸਨੇ ਮੈਨੂੰ ਦੇਖਿਆ ਤਾਂ ਕੂਕਿਆ, "ਮੰਟੋ ਸੇਠ!"

ਚੱਡੇ ਨੇ ਉਸ ਨਾਲੋਂ ਉੱਚੀ ਆਵਾਜ਼ ਵਿਚ ਕਿਹਾ, "ਸੇਠ ਦੀ ਐਸੀ ਦੀ ਤੈਸੀ ਚੱਲ, ਅੰਦਰ ਆ!"

ਉਹ ਝੱਟ ਅੰਦਰ ਆ ਗਿਆ। ਉਸਨੇ ਹੱਸਦਿਆਂ ਹੋਇਆਂ ਆਪਣੀ ਜੇਬ ਵਿਚੋਂ ਰੰਮ ਦੀ ਇਕ ਬੋਤਲ ਕੱਢੀ ਤੇ ਤਿਪਾਈ ਉੱਤੇ ਰੱਖ ਦਿੱਤੀ, "ਮੈਂ ਸਾਲਾ ਉਧਰ ਮੰਮੀ ਕੋਲ ਗਿਆ। ਉਹ ਬੋਲੀ, 'ਤੁਹਾਡਾ ਫਰੈਂਡ ਆਇਆ ਹੋਇਐ।' ਮੈਂ ਬੋਲਾ, 'ਸਾਲਾ ਇਹ ਫਰੈਂਡ ਕਿਹੜਾ ਆ ਗਿਆ...ਸਾਲਾ ਪਤਾ ਈ ਨਈਂ ਸੀ, ਸਾਲਾ ਮੰਟੋ ਐ!"

ਚੱਡੇ ਨੇ ਵਣਕਤਰੇ ਦੇ ਕੱਦੂ ਵਰਗੇ ਸਿਰ ਉੱਤੇ ਇਕ ਥੱਫਾ ਜੜ ਦਿੱਤਾ, "ਚੁੱਪ ਵੀ ਕਰ ਸਾਲੇ ਦਿਆ ਸਾਲਿਆ...ਤੂੰ ਰੰਮ ਲੈ ਆਇਐਂ...ਬਸ ਠੀਕ ਏ!" ਵਣਕਤਰੇ ਨੇ ਆਪਣਾ ਸਿਰ ਪਲੋਸਿਆ ਤੇ ਮੇਰਾ ਖ਼ਾਲੀ ਗ਼ਲਾਸ ਚੁੱਕ ਕੇ ਆਪਣੇ ਲਈ ਪੈਗ ਬਣਾਇਆ"ਮੰਟੋ, ਇਹ ਸਾਲਾ ਅੱਜ ਮਿਲਦਾ ਹੀ ਕਹਿਣ ਲੱਗਾ, 'ਅੱਜ ਪੀਣ ਨੂੰ ਜੀਅ ਕਰਦੈ'...ਮੈਂ ਯਕਦਮ ਖਾਲੀ-ਖੀਸੇ...ਸੋਚਿਆ, ਕੀ ਕਰਾਂ..."

ਚੱਡੇ ਨੇ ਇਕ ਹੋਰ ਥੱਫਾ ਉਸਦੇ ਸਿਰ ਉੱਤੇ ਮਾਰਿਆ, "ਚੁੱਪ ਕਰਕੇ ਬੈਠ, ਜਿਵੇਂ ਤੂੰ ਸੱਚਮੁੱਚ ਹੀ ਕੁਝ ਸੋਚ ਲਿਆ ਹੋਏਗਾ।"

"ਸੋਚਿਆ ਨਾ ਹੁੰਦਾ ਤਾਂ ਇਹ ਸਾਲੀ ਐਡੀ ਵੱਡੀ ਬੋਤਲ ਕਿੱਥੋਂ ਆਉਂਦੀ ਤੇਰਾ ਪਿਤਾ ਜੀ ਦੇ ਗਿਆ ਕੋਈ?" ਵਣਕਤਰੇ ਨੇ ਇਕੋ ਘੁੱਟ ਵਿਚ ਗ਼ਲਾਸ ਖ਼ਾਲੀ ਕਰ ਦਿੱਤਾ। ਚੱਡੇ ਨੇ ਉਸਦੀ ਗੱਲ ਸੁਣੀ-ਅਣਸੁਣੀ ਕਰ ਦਿੱਤੀ ਤੇ ਉਸਨੂੰ ਪੁੱਛਿਆ, "ਤੂੰ ਇਹ ਤਾਂ ਦੱਸ ਬਈ ਮੰਮੀ ਕੀ ਕਹਿ ਰਹੀ ਸੀ? ਦੱਸਿਐ, ਕੁਝ ਕਿ ਮੋਜ਼ੇਲ ਕਦ ਆਵੇਗੀ?...ਤੇ ਹਾਂ...ਉਹ ਪਲੇਟੀਨਮ ਬਲੌਂਡ!"

ਵਣਕਤਰੇ ਨੇ ਜਵਾਬ ਵਿਚ ਕੁਝ ਕਹਿਣਾ ਚਾਹਿਆ, ਪਰ ਚੱਡੇ ਨੇ ਮੇਰੀ ਬਾਂਹ ਫੜ੍ਹ ਕੇ ਕਹਿਣਾ ਸ਼ੁਰੂ ਕਰ ਦਿੱਤਾ, "ਮੰਟੋ ਸੌਂਹ ਖ਼ੁਦਾ ਦੀ, ਕਿਆ ਚੀਜ਼ ਏ! ਸੁਣਦੇ ਹੁੰਦੇ ਸਾਂ ਕਿ ਇਕ ਚੀਜ਼ ਪਲਾਟੀਨਮ ਬਲੌਂਡ ਵੀ ਹੁੰਦੀ ਏ, ਪਰ ਦੇਖਣ ਦਾ ਮੌਕਾ ਕੱਲ੍ਹ ਮਿਲਿਆ ਜਿਵੇਂ ਚਾਂਦੀ ਦੇ ਬਰੀਕ-ਬਰੀਕ ਤਾਰ...ਗ੍ਰੇਟ...ਸੌਂਹ ਖ਼ੁਦਾ ਦੀ ਮੰਟੋ, ਅਤਿ ਗ੍ਰੇਟ...ਮੰਮੀ ਜ਼ਿੰਦਾਬਾਦ!" ਫੇਰ ਉਸਨੇ ਗੁਸੈਲੀਆਂ ਨਜ਼ਰਾਂ ਨਾਲ ਵਣਕਤਰੇ ਵੱਲ ਦੇਖਿਆ ਤੇ ਕੜਕ ਕੇ ਕਿਹਾ, "ਓਇ ਕੰਨਕੁਤਰੇ ਦੇ ਬੱਚੇ ਨਾਅਰਾ ਕਿਉਂ ਨਹੀਂਓਂ ਲਗਾਂਦਾ ਪਿਆਮੰਮੀ ਜ਼ਿੰਦਾਬਾਦ!"

ਚੱਡੇ ਤੇ ਵਣਕਤਰੇ ਦੋਵਾਂ ਨੇ ਰਲ ਕੇ 'ਮੰਮੀ ਜ਼ਿੰਦਾਬਾਦ!' ਦੇ ਕਈ ਨਾਅਰੇ ਲਾਏ। ਇਸ ਪਿੱਛੋਂ ਵਣਕਤਰੇ ਨੇ ਫੇਰ ਚੱਡੇ ਦੇ ਸਵਾਲ ਦਾ ਜਵਾਬ ਦੇਣਾ ਚਾਹਿਆ, ਪਰ ਉਸਨੇ ਚੁੱਪ ਕਰਵਾ ਦਿੱਤਾ, "ਛੱਡ ਯਾਰ...ਮੈਂ ਜਜ਼ਬਾਤੀ ਹੋ ਗਿਆ ਆਂਇਸ ਵੇਲੇ ਇਹ ਸੋਚ ਰਿਹਾਂ ਬਈ ਆਮ ਕਰਕੇ ਮਾਸ਼ੂਕਾਵਾਂ ਦੇ ਵਾਲ ਕਾਲੇ ਹੁੰਦੇ ਨੇ, ਜਿਹਨਾਂ ਨੂੰ ਕਾਲੀਆਂ ਘਟਾਵਾਂ ਕਿਹਾ ਜਾਂਦਾ ਏ...ਪਰ ਇਹ ਤਾਂ ਕੁਝ ਹੋਰ ਹੀ ਮਾਮਲਾ ਹੋ ਗਿਆ।" ਫੇਰ ਉਹ ਮੇਰੇ ਵੱਲ ਭੌਂ ਕੇ ਕਹਿਣ ਲੱਗਾ, "ਮੰਟੋ ਬੜੀ ਗੜਬੜ ਹੋ ਗਈ ਏ, ਉਸਦੇ ਵਾਲ ਚਾਂਦੀ ਦੀਆਂ ਤਾਰਾਂ ਵਰਗੇ ਨੇ ਚਾਂਦੀ-ਰੰਗੇ ਵੀ ਨਹੀਂ ਕਹੇ ਜਾ ਸਕਦੇ ਪਤਾ ਨਹੀਂ, ਪਲੇਟੀਨਮ ਦਾ ਰੰਗ ਕੈਸਾ ਹੁੰਦੈ, ਕਿਉਂਕਿ ਮੈਂ ਅਜੇ ਤੀਕ ਇਹ ਧਾਤ ਦੇਖੀ ਨਹੀਂ...ਕੁਝ ਅਜੀਬ ਜਿਹਾ ਹੀ ਰੰਗ ਏ ਫੌਲਾਦ ਤੇ ਚਾਂਦੀ ਦੋਵਾਂ ਨੂੰ ਮਿਲਾ ਦਿੱਤਾ ਜਾਏ..."

ਵਣਕਤਰੇ ਨੇ ਦੂਜਾ ਪੈਗ ਖ਼ਤਮ ਕਰਦਿਆਂ ਹੋਇਆਂ ਕਿਹਾ, "ਤੇ ਉਸ ਵਿਚ ਥੋੜ੍ਹੀ ਜਿਹੀ ਥ੍ਰੀ ਐਕਸ ਰੰਮ ਵੀ ਮਿਕਸ ਕਰ ਦਿੱਤੀ ਜਾਏ।"

ਚੱਡੇ ਨੇ ਹਿਰਖ ਕੇ ਉਸਨੂੰ ਇਕ ਮੋਟੀ ਸਾਰੀ ਗਾਲ੍ਹ ਕੱਢੀ। "...ਬਕਵਾਸ ਨਾ ਕਰ!" ਫੇਰ ਉਸਨੇ ਬੜੀਆਂ ਉਦਾਸੀਆਂ ਹੋਈਆਂ ਨਜ਼ਰਾਂ ਨਾਲ ਮੇਰੇ ਵੱਲ ਦੇਖਿਆ, "ਯਾਰ...ਮੈਂ ਸੱਚਮੁੱਚ ਜਜ਼ਬਾਤੀ ਹੋ ਗਿਆਂ...ਹਾਂ...ਉਹ ਰੰਗ...ਸੌਂਹ ਖ਼ੁਦਾ ਦੀ, ਲਾਜਵਾਬ ਰੰਗ ਏ...ਉਹ ਤੂੰ ਦੇਖਿਐ...ਉਹ ਜਿਹੜਾ ਮੱਛੀ ਦੇ ਢਿੱਡ 'ਤੇ ਹੁੰਦੈ...ਨਹੀਂ-ਨਹੀਂ, ਸਾਰੇ ਪਿੰਡੇ 'ਤੇ ਨਹੀਂ ਹੁੰਦਾ...ਪੋਮਫ੍ਰੇਟ ਮੱਛੀ...ਉਸਦੇ ਉਹ ਕੀ ਹੁੰਦੇ ਨੇ?...ਨਹੀਂ, ਸੱਪਾਂ ਦੇ ਨਹੀਂ...ਉਹ ਛੋਟੇ-ਛੋਟੇ ਖਪਰੇ...ਹਾਂ, ਖਪਰੇ...ਬਸ, ਉਸਦਾ ਰੰਗ...ਖਪਰੇ..ਇਹ ਸ਼ਬਦ ਮੈਨੂੰ ਇਸ ਹਿੰਦੁਸਤੋੜੇ ਨੇ ਦੱਸਿਆ ਸੀ...ਏਡੀ ਸੁੰਦਰ ਚੀਜ਼ ਤੇ ਏਡਾ ਕੋਝਾ ਨਾਂਅ...ਪੰਜਾਬੀ ਵਿਚ ਆਪਾਂ ਲੋਕ ਇਹਨਾਂ ਨੂੰ ਚਾਨੇ ਕਹਿੰਦੇ ਆਂ। ਇਸ ਸ਼ਬਦ ਵਿਚ ਇਕ ਚਿਣਤੀ ਏ...ਉਹੀ, ਬਿਲਕੁਲ ਉਹੀ, ਜਿਹੜੀ ਉਸਦੇ ਵਾਲਾਂ ਦੀ ਏ। ਨਿੱਕੀਆਂ ਨਿੱਕੀਆਂ ਲਿਟਾਂ ਉਹਨਾਂ ਸਪੋਲੀਆਂ ਵਰਗੀਆਂ ਲੱਗਦੀਆਂ ਨੇ, ਜਿਹੜੇ ਵਲ-ਵਲੇਵੇਂ ਖਾ ਰਹੇ ਹੁੰਦੇ ਨੇ...।" ਉਹ ਅਚਾਨਕ ਉੱਠਿਆ। "ਸਪੋਲੀਆਂ ਦੀ ਐਸੀ ਦੀ ਤੈਸੀ! ਮੈਂ ਜਜ਼ਬਾਤੀ ਹੋ ਗਿਆਂ...।"

ਵਣਕਤਰੇ ਨੇ ਬੜੇ ਭੋਲੇਪਨ ਨਾਲ ਪੁੱਛਿਆ, "ਉਹ ਕੀ ਹੁੰਦੈ...?"

"ਸੈਂਟੀਮੈਂਟਲ," ਚੱਡੇ ਨੇ ਜਵਾਬ ਦਿੱਤਾ, "ਪਰ ਤੂੰ ਕੀ ਸਮਝੇਂਗਾ ਬਾਲਾਜੀ ਬਾਜੀਰਾਵ ਤੇ ਨਾਨਾ ਫਰਨਵੀਸ ਦੀਏ ਔਲਾਦੇ...!"

ਵਣਕਤਰੇ ਨੇ ਆਪਣੇ ਲਈ ਇਕ ਹੋਰ ਪੈਗ ਬਣਾਇਆ ਤੇ ਮੇਰੇ ਵੱਲ ਭੌਂ ਕੇ ਕਹਿਣ ਲੱਗਾ, "ਇਹ ਸਾਲਾ ਚੱਡਾ ਸਮਝਦਾ ਏ ਕਿ ਮੈਂ ਇੰਗਲਿਸ਼ ਨਹੀਂ ਸਮਝਦਾ।

ਮੈਟ੍ਰੀਕੁਲੇਟ ਹਾਂ...ਸਾਲਾ ਮੇਰਾ ਪਿਤਾਜੀ ਮੈਨੂੰ ਬੜਾ ਪਿਆਰ ਕਰਦਾ ਸੀ...ਉਸਨੇ...।"

ਚੱਡੇ ਨੇ ਚਿੜ ਕੇ ਕਿਹਾ, "ਉਸਨੇ ਤੈਨੂੰ ਤਾਨਸੈਨ ਬਣਾ ਦਿੱਤਾ...ਤੇ ਤੇਰੀ ਨੱਕ ਮਰੋੜ ਦਿੱਤੀ, ਤਾਂ ਕਿ ਨੁਕਰੇ ਸੁਰ ਆਸਾਨੀ ਨਾਲ ਤੇਰੀ ਨੱਕ ਵਿਚੋਂ ਨਿਕਲ ਸਕਣ। ਬਚਪਨ ਵਿਚ ਹੀ ਉਸਨੇ ਤੈਨੂੰ ਧ੍ਰੁਪਦ ਗਾਉਣਾ ਸਿਖਾਅ ਦਿੱਤਾ ਸੀ, ਤੇ ਦੁੱਧ ਪੀਣ ਲਈ ਤੂੰ ਮੀਆਂ ਦੀ ਟੋਡੀ ਵਿਚ ਰੋਂਦਾ ਹੁੰਦਾ ਸੈਂ ਤੇ ਪਿਸ਼ਾਬ ਕਰਨ ਵੇਲੇ ਅੜਾਨਾ ਰਾਗ ਵਿਚ...ਤੇ ਤੂੰ ਪਹਿਲੀ ਗੱਲ ਪਟਦੀਪ ਵਿਚ ਕੀਤੀ ਸੀ...ਤੇ ਤੇਰਾ ਪਿਤਾ ਜੀ... ਜਗਤ-ਉਸਤਾਦ ਸੀ, ਬੈਜੂ ਬਾਵਰੇ ਦੇ ਵੀ ਕੰਨ ਕੁਤਰਦਾ ਸੀ...ਤੇ ਤੂੰ ਅੱਜ ਕੱਲ੍ਹ ਉਸਦੇ ਕੰਨ ਕੁਤਰਦਾ ਏਂ, ਇਸ ਲਈ ਤੇਰਾ ਨਾਂਅ ਕੰਨਕੁਤਰੇ ਹੈ।" ਏਨਾ ਕਹਿ ਕੇ ਉਹ ਮੇਰੇ ਵੱਲ ਮੁੜਿਆ, "ਮੰਟੋ, ਇਹ ਸਾਲਾ ਜਦੋਂ ਵੀ ਪੀਂਦਾ ਏ, ਆਪਣੇ ਪਿਓ ਦੀ ਤਾਰੀਫ਼ ਸ਼ੁਰੂ ਕਰ ਦੇਂਦਾ ਏ। ਉਹ ਇਸਨੂੰ ਪਿਆਰ ਕਰਦਾ ਸੀ ਤਾਂ ਮੇਰੇ 'ਤੇ ਕੀ ਅਹਿਸਾਨ ਕਰਦਾ ਸੀ ? ਉਸਨੇ ਇਸਨੂੰ ਮੈਟ੍ਰੀਕੁਲੇਟ ਬਣਾ ਦਿੱਤਾ ਤਾਂ ਇਸਦਾ ਇਹ ਮਤਲਬ ਤਾਂ ਨਹੀਂ ਕਿ ਮੈਂ ਆਪਣੀ ਬੀ.ਏ. ਦੀ ਡਿਗਰੀ ਪਾੜ ਕੇ ਸੁੱਟ ਦਿਆਂ।"

ਵਣਕਤਰੇ ਨੇ ਇਸ ਬੌਛਾਰ ਉੱਤੇ ਇਤਰਾਜ਼ ਕਰਨਾ ਚਾਹਿਆ, ਪਰ ਚੱਡੇ ਨੇ ਉਸਨੂੰ ਉੱਥੇ ਹੀ ਰੋਕ ਦਿੱਤਾ, "ਚੁੱਪ ਰਹਿ...ਮੈਂ ਕਹਿ ਚੁੱਕਿਆਂ ਕਿ ਮੈਂ ਸੈਂਟੀਮੈਂਟਲ ਹੋ ਗਿਆਂ...ਹਾਂ, ਉਹ ਰੰਗ...ਪੋਮਫ੍ਰੇਟ ਮੱਛੀ ਦੇ...ਨਹੀਂ-ਨਹੀਂ ਸੱਪ ਦੇ ਨੰਨ੍ਹੇ-ਨੰਨ੍ਹੇ ਛਿੰਬ੍ਹ...ਬਸ, ਅਜਿਹਾ ਹੀ ਰੰਗ...ਮੰਮੀ ਨੇ ਰੱਬ ਜਾਣੇ ਆਪਣੀ ਬੀਨ ਉੱਤੇ ਕਿਹੜਾ ਰਾਗ ਵਜਾਅ ਕੇ ਉਸ ਨਾਗਨ ਨੂੰ ਬਾਹਰ ਕੱਢਿਆ ਏ!"

ਵਣਕਤਰੇ ਸੋਚਣ ਲੱਗਾ। ਫੇਰ ਬੋਲਿਆ, "ਪੇਟੀ ਮੰਗਾਓ, ਮੈਂ ਵਜਾਅ ਕੇ ਦਸਦਾਂ।"

ਚੱਡਾ ਠਹਾਕਾ ਮਾਰ ਕੇ ਹੱਸਿਆ, "ਚੁੱਪ ਬੈਠ ਓ ਮੈਟ੍ਰੀਕੁਲੇਟ ਦੇ ਚਾਕਲੇਟ...!" ਉਸਨੇ ਰੰਮ ਦੀ ਬੋਤਲ ਵਿਚ ਬਚੀ ਹੋਈ ਸ਼ਰਾਬ ਨੂੰ ਆਪਣੇ ਗ਼ਲਾਸ ਵਿਚ ਪਾਇਆ ਤੇ ਮੈਨੂੰ ਕਿਹਾ, "ਮੰਟੋ, ਜੇ ਉਹ ਪਲੇਟੀਨਮ ਬਲੌਂਡ ਨਾ ਫਸੀ ਤਾਂ ਚੱਡਾ ਹਿਮਾਲਿਆ ਪਹਾੜ ਦੀ ਕਿਸੇ ਚੋਟੀ ਉੱਤੇ ਧੂਨੀ ਰਮਾ ਕੇ ਬੈਠ ਜਾਏਗਾ...।" ਤੇ ਉਸਨੇ ਗ਼ਲਾਸ ਖ਼ਾਲੀ ਕਰ ਦਿੱਤਾ।

ਵਣਕਤਰੇ ਨੇ ਆਪਣੀ ਲਿਆਂਦੀ ਹੋਈ ਬੋਤਲ ਖੋਲ੍ਹਣੀ ਸ਼ੁਰੂ ਕੀਤੀ। "ਮੰਟੋ ਮੁਲਗੀ (ਕੁੜੀ) ਏਕਦਮ ਚਾਂਗਲੀ (ਸੋਹਣੀ) ਹੈ।"

ਮੈਂ ਕਿਹਾ, "ਦੇਖ ਲਵਾਂਗੇ।"

"ਅੱਜ ਹੀ...ਅੱਜ ਰਾਤੀਂ ਮੈਂ ਇਕ ਪਾਰਟੀ ਦੇ ਰਿਹਾਂ। ਇਹ ਬੜਾ ਹੀ ਚੰਗਾ ਹੋਇਆ ਕਿ ਤੂੰ ਆ ਗਿਐਂ ਤੇ ਸ਼੍ਰੀ-ਸ਼੍ਰੀ ਇਕ ਸੌ ਅੱਠ ਮਹਿਤਾ ਜੀ ਨੇ ਤੇਰੇ ਕਰਕੇ ਐਡਵਾਂਸ ਵੀ ਦੇ ਦਿੱਤੈ, ਨਹੀਂ ਤਾਂ ਬੜੀ ਮੁਸ਼ਕਿਲ ਹੋ ਜਾਣੀ ਸੀ...ਅੱਜ ਰਾਤ..." ਚੱਡੇ ਨੇ ਬੜੀਆਂ ਬੇਸੁਰੀਆਂ ਸੁਰਾਂ ਵਿਚ ਗਾਉਣਾ ਸ਼ੁਰੂ ਕਰ ਦਿੱਤਾ, "ਅੱਜ ਦੀ ਰਾਤ ਸਾਜੇ ਦਰਦ ਨਾ ਛੇੜ...ਓਇ!"

ਵਿਚਾਰਾ ਵਣਕਤਰੇ ਉਸਦੀ ਇਸ ਵਧੀਕੀ ਬਾਰੇ ਕੁਝ ਕਹਿਣ ਹੀ ਲੱਗਾ ਸੀ ਕਿ ਗਰੀਬ ਨਿਵਾਜ਼ ਤੇ ਰਣਜੀਤ ਕੁਮਾਰ ਆ ਗਏ। ਦੋਵਾਂ ਕੋਲ ਸਕਾਚ ਦੀਆਂ ਦੋ ਦੋ ਬੋਤਲਾਂ ਸਨ। ਉਹ ਉਹਨਾਂ ਮੇਜ਼ ਉੱਤੇ ਰੱਖ ਦਿੱਤੀਆਂ।

ਰਣਜੀਤ ਕੁਮਾਰ ਨਾਲ ਮੇਰੇ ਚੰਗੇ ਸਬੰਧ ਸਨ; ਪਰ ਅਸੀਂ ਬਹੁਤੇ ਖੁੱਲ੍ਹੇ ਨਹੀਂ

ਸਾਂ, ਇਸ ਲਈ ਦੋਵਾਂ ਨੇ ਥੋੜ੍ਹੀ ਜਿਹੀ, 'ਤੁਸੀਂ ਕਦੋਂ ਆਏ?', 'ਅੱਜ ਹੀ ਆਇਆਂ।' ਵਰਗੀਆਂ ਰਸਮੀਂ ਗੱਲਾਂ ਕੀਤੀਆਂ ਤੇ ਗ਼ਲਾਸ ਟਕਰਾਅ ਕੇ ਪੀਣ ਲੱਗ ਪਏ।

ਚੱਡਾ ਸੱਚਮੁੱਚ ਬੜਾ ਜਜ਼ਬਾਤੀ ਹੋ ਗਿਆ ਸੀ। ਹਰ ਗੱਲ ਵਿਚ ਉਸ ਪਲੈਟੀਨਮ ਬਲੌਂਡ ਦਾ ਜ਼ਿਕਰ ਲੈ ਆਉਂਦਾ। ਰਣਜੀਤ ਕੁਮਾਰ ਦੂਜੀ ਬੋਤਲ ਦਾ ਚੌਥਾ ਹਿੱਸਾ ਚੜ੍ਹਾ ਗਿਆ ਸੀ। ਗਰੀਬ ਨਿਵਾਜ਼ ਨੇ ਸਕਾਚ ਦੇ ਤਿੰਨ ਪੈਗ ਪੀਤੇ ਸਨ। ਨਸ਼ੇ ਦੇ ਮਾਮਲੇ ਵਿਚ ਓਹਨਾਂ ਸਭਨਾਂ ਦੀ ਹਾਲਤ ਇਕੋ ਜਿਹੀ ਸੀ। ਮੈਂ ਕਿਉਂਕਿ ਜ਼ਿਆਦਾ ਪੀਣ ਦਾ ਆਦੀ ਸਾਂ, ਇਸ ਲਈ ਮੈਂ ਜਿਉਂ ਦਾ ਤਿਉਂ ਬੈਠਾ ਸਾਂ। ਉਹਨਾਂ ਦੀ ਗੱਲਬਾਤ ਤੋਂ ਮੈਂ ਅੰਦਾਜ਼ਾ ਲਾਇਆ ਕਿ ਉਹ ਚਾਰੇ ਉਸ ਨਵੀਂ ਕੁੜੀ ਉੱਤੇ ਬੁਰੀ ਤਰ੍ਹਾਂ ਮਰ ਮਿਟੇ ਸਨ, ਜਿਹੜੀ ਮੰਮੀ ਨੇ ਪਤਾ ਨਹੀਂ ਕਿੱਧਰੋਂ ਪੈਦਾ ਕੀਤੀ ਸੀ। ਇਸ ਅਮੁੱਲ ਮੋਤੀ ਦਾ ਨਾਂ ਫਿਲਿਸ ਸੀ। ਪੂਨੇ ਵਿਚ ਕੋਈ ਹੇਅਰ ਡਰੈਸਿੰਗ ਸੈਲੂਨ ਸੀ, ਜਿੱਥੇ ਉਹ ਨੌਕਰੀ ਕਰਦੀ ਸੀ। ਉਸਦੇ ਨਾਲ ਆਮ ਕਰਕੇ ਇਕ ਖੁਸਰਿਆਂ ਵਰਗਾ ਮੁੰਡਾ ਹੁੰਦਾ ਸੀ। ਕੁੜੀ ਦੀ ਉਮਰ ਚੌਦਾਂ ਪੰਦਰਾਂ ਸਾਲ ਦੇ ਨੇੜੇ-ਤੇੜੇ ਸੀ। ਗਰੀਬ ਨਿਵਾਜ਼ ਤਾਂ ਇੱਥੋਂ ਤਕ ਉਸ ਉੱਤੇ ਰੀਝਿਆ ਹੋਇਆ ਸੀ ਕਿ ਉਹ ਹੈਦਰਾਬਾਦ ਵਿਚ ਆਪਣੇ ਹਿੱਸੇ ਦੀ ਜਾਇਦਾਦ ਵੇਚ ਕੇ ਵੀ ਉਸਦੇ ਦਾਅ 'ਤੇ ਲਾਉਣ ਲਈ ਤਿਆਰ ਸੀ। ਚੱਡੇ ਕੋਲ ਇਕੋ ਇਕ ਕੰਮ ਦਾ ਪੱਤਾ ਸੀ, ਆਪਣੇ ਰੂਪ ਦਾ। ਵਣਕਤਰੇ ਦਾ ਖ਼ਿਆਲ ਸੀ ਕਿ ਉਸਦੀ ਪੇਟੀ ਸੁਣ ਕੇ ਉਹ ਪਰੀ ਜ਼ਰੂਰ ਸ਼ੀਸ਼ੇ ਵਿਚ ਉਤਰ ਆਵੇਗੀ, ਤੇ ਰਣਜੀਤ ਕੁਮਾਰ ਦਾ ਵਿਸ਼ਵਾਸ ਜ਼ੋਰ ਜਬਰਦਸਤੀ ਵਿਚ ਸੀ...ਪਰ ਅੰਤ ਵਿਚ ਸਾਰੇ ਇਹੋ ਸੋਚਦੇ ਸਨ ਕਿ ਦੇਖੋ, ਮੰਮੀ ਕਿਸ ਉੱਤੇ ਕਿਰਪਾਲੂ ਹੁੰਦੀ ਹੈ। ਇਸ ਤੋਂ ਪਤਾ ਲੱਗਦਾ ਸੀ ਕਿ ਉਸ ਪਲੈਟੀਨਮ ਬਲੌਂਡ ਫਿਲਿਸ ਨੂੰ ਉਹ ਜ਼ਨਾਨੀ, ਜਿਸ ਨੂੰ ਮੈਂ ਚੱਡੇ ਨਾਲ ਤਾਂਗੇ ਵਿਚ ਦੇਖਿਆ ਸੀ, ਕਿਸੇ ਦੇ ਵੀ ਹਵਾਲੇ ਕਰ ਸਕਦੀ ਸੀ।

ਫਿਲਿਸ ਦੀਆਂ ਗੱਲਾਂ ਕਰਦਿਆਂ, ਚੱਡੇ ਨੇ, ਅਚਾਨਕ ਆਪਣੀ ਘੜੀ ਦੇਖੀ ਤੇ ਮੈਨੂੰ ਕਿਹਾ, "ਜਹਨੁੰਮ 'ਚ ਜਾਏ ਇਹ ਛੋਹਰੀ ਚੱਲ ਯਾਰ...ਭਾਬੀ ਉੱਥੇ ਕੋਇਲੇ ਹੋ ਰਹੀ ਹੋਵੇਗੀ ਪਰ ਮੁਸੀਬਤ ਇਹ ਹੈ ਕਿ ਮੈਂ ਉੱਥੇ ਵੀ ਕਿਤੇ ਸੈਂਟੀਮੈਂਟਲ ਨਾ ਹੋ ਜਾਵਾਂ...ਖ਼ੈਰ, ਤੂੰ ਮੈਨੂੰ ਸੰਭਾਲ ਲਵੀਂ।" ਆਪਣੇ ਗ਼ਲਾਸ ਦੀਆਂ ਕੁਝ ਬੂੰਦਾਂ ਆਪਣੇ ਮੂੰਹ ਵਿਚ ਉਲੱਦ ਕੇ ਉਸਨੇ ਨੌਕਰ ਨੂੰ ਆਵਾਜ਼ ਮਾਰੀ, "ਮੰਮੀਆਂ ਦੇ ਮੁਲਕ, ਮਿਸਰ ਦੇ ਸ਼ਹਿਜ਼ਾਦੇ..."

ਮੰਮੀਆਂ ਦੇ ਮੁਲਕ, ਮਿਸਰ ਦਾ ਸ਼ਹਿਜਾਦਾ ਇੰਜ ਅੱਖਾਂ ਮਲਦਾ ਹੋਇਆ ਉੱਥੇ ਆਇਆ, ਜਿਵੇਂ ਉਸਨੂੰ ਸਦੀਆਂ ਪਿੱਛੋਂ ਖੋਦ ਕੇ ਬਾਹਰ ਕੱਢਿਆ ਗਿਆ ਹੋਵੇ। ਚੱਡੇ ਨੇ ਉਸਦੇ ਮੂੰਹ ਉੱਤੇ ਰੰਮ ਦੇ ਛਿੱਟੇ ਮਾਰੇ ਤੇ ਕਿਹਾ, "ਦੋ ਵਧੀਆ ਤਾਂਗੇ ਲੈ ਆ...ਜਿਹੜੇ ਮਿਸਰ ਦੇ ਰਥ ਲੱਗਦੇ ਹੋਣ।"

ਤਾਂਗੇ ਆ ਗਏ। ਅਸੀਂ ਸਾਰੇ ਉਹਨਾਂ ਉੱਤੇ ਚੜ੍ਹ ਕੇ ਪ੍ਰਭਾਤਨਗਰ ਵੱਲ ਤੁਰ ਪਏ। ਮੇਰਾ ਪੁਰਾਣਾ ਫ਼ਿਲਮਾਂ ਦਾ ਸਾਥੀ ਹਰੀਸ਼ ਘਰੇ ਹੀ ਸੀ। ਏਨੀ ਦੂਰ ਸਥਿੱਤ ਸਥਾਨ ਉੱਤੇ ਰਹਿਣ ਦੇ ਬਾਵਜੂਦ ਉਸਨੇ ਮੇਰੀ ਪਤਨੀ ਦੀ ਖਾਤਰਦਾਰੀ ਵਿਚ ਕੋਈ ਕਸਰ ਨਹੀਂ ਸੀ ਰਹਿਣ ਦਿੱਤੀ। ਚੱਡੇ ਨੇ ਅੱਖ ਦੇ ਇਸ਼ਾਰੇ ਨਾਲ ਉਸਨੂੰ ਸਾਰਾ ਮਾਮਲਾ ਸਮਝਾ ਦਿੱਤਾ ਸੀ, ਸੋ ਉਹ ਬੜਾ ਲਾਭਕਾਰੀ ਸਾਬਤ ਹੋਇਆ। ਮੇਰੀ ਪਤਨੀ ਨੇ

ਆਪਣਾ ਕੋਪ ਜ਼ਾਹਰ ਨਹੀਂ ਕੀਤਾ। ਉਸਦਾ ਸਮਾਂ ਉੱਥੇ ਕੁਝ ਚੰਗਾ ਹੀ ਬੀਤਿਆ ਜਾਪਦਾ ਸੀ। ਹਰੀਸ਼ ਨੇ ਜਿਹੜਾ ਔਰਤਾਂ ਦੇ ਸੁਭਾਅ ਦਾ ਚੰਗਾ ਜਾਣਕਾਰ ਸੀ, ਬੜੀਆਂ ਮਜ਼ੇਦਾਰ ਗੱਲਾਂ ਕੀਤੀਆਂ ਤੇ ਅੰਤ ਵਿਚ ਮੇਰੀ ਪਤਨੀ ਨੂੰ ਬੇਨਤੀ ਕੀਤੀ ਕਿ ਉਹ ਉਸਦੀ ਸ਼ੂਟਿੰਗ ਦੇਖਣ ਚੱਲੇ, ਜਿਹੜੀ ਉਸ ਦਿਨ ਹੋਣੀ ਸੀ। ਮੇਰੀ ਪਤਨੀ ਨੇ ਪੁੱਛਿਆ, "ਕੋਈ ਗਾਣਾ ਫ਼ਿਲਮਾ ਰਹੇ ਹੋ ਤੁਸੀਂ?"

ਹਰੀਸ਼ ਨੇ ਉਤਰ ਦਿੱਤਾ, "ਜੀ ਨਹੀਂ ਉਹ ਕੱਲ੍ਹ ਦਾ ਪ੍ਰੋਗਰਾਮ ਏ। ਮੇਰਾ ਖ਼ਿਆਲ ਏ ਤੁਸੀਂ ਕੱਲ੍ਹ ਹੀ ਚੱਲਿਓ।"

ਹਰੀਸ਼ ਦੀ ਪਤਨੀ ਸ਼ੂਟਿੰਗ ਦੇਖ-ਦੇਖ ਕੇ ਤੇ ਦਿਖਾਅ-ਦਿਖਾਅ ਕੇ ਤੰਗ ਆਈ ਹੋਈ ਜਾਪਦੀ ਸੀ। ਉਸਨੇ ਝੱਟ ਮੇਰੀ ਪਤਨੀ ਨੂੰ ਕਿਹਾ, "ਹਾਂ, ਕੱਲ੍ਹ ਠੀਕ ਰਹੇਗਾ।" ਫੇਰ ਸਾਰਿਆਂ ਵੱਲ ਦੇਖ ਕੇ ਬੋਲੀ, "ਅੱਜ ਇਹਨਾਂ ਨੂੰ ਸਫ਼ਰ ਦੀ ਥਕਾਣ ਵੀ ਹੈ।"

ਅਸਾਂ ਸਾਰਿਆਂ ਨੇ ਸੁਖ ਦਾ ਸਾਹ ਲਿਆ। ਹਰੀਸ਼ ਨੇ ਫੇਰ ਕੁਝ ਚਿਰ ਹੋਰ ਮਜ਼ੇਦਾਰ ਗੱਲਾਂ ਕੀਤੀਆਂ, ਅਖੀਰ ਵਿਚ ਮੈਨੂੰ ਕਿਹਾ, "ਚੱਲ ਯਾਰ, ਤੂੰ ਚੱਲ ਮੇਰੇ ਨਾਲ," ਫੇਰ ਮੇਰੇ ਤਿੰਨਾਂ ਸਾਥੀਆਂ ਵੱਲ ਦੇਖਿਆ, "ਇਹਨਾਂ ਨੂੰ ਛੱਡੋ...ਸੇਠ ਸਾਹਬ ਤੁਹਾਡੀ ਕਹਾਣੀ ਸੁਣਨਾ ਚਾਹੁੰਦੇ ਨੇ।"

ਮੈਂ ਪਤਨੀ ਵੱਲ ਦੇਖਿਆ ਤੇ ਹਰੀਸ਼ ਨੂੰ ਕਿਹਾ, "ਇਹਨਾਂ ਤੋਂ ਇਜਾਜ਼ਤ ਲੈ ਲੈ ਬਈ।"

ਮੇਰੀ ਭੋਲੀ-ਭਾਲੀ ਪਤਨੀ ਜਾਲ ਵਿਚ ਫਸ ਚੁੱਕੀ ਸੀ। ਉਸਨੇ ਹਰੀਸ਼ ਨੂੰ ਕਿਹਾ, "ਮੈਂ ਬੰਬਈ ਤੋਂ ਤੁਰਨ ਲੱਗਿਆਂ ਇਹਨਾਂ ਨੂੰ ਪੁੱਛਿਆ ਵੀ ਸੀ ਕਿ ਆਪਣਾ ਡਾਕੂਮੈਂਟ ਵਾਲਾ ਬਕਸ ਨਾਲ ਲੈ ਚੱਲੀਏ, ਪਰ ਇਹਨਾਂ ਨੇ ਕਿਹਾ, ਕੋਈ ਲੋੜ ਨਹੀਂ। ਹੁਣ ਇਹ ਕਹਾਣੀ ਕੀ ਸੁਣਾਉਣਗੇ?"

ਹਰੀਸ਼ ਨੇ ਕਿਹਾ, "ਜ਼ਬਾਨੀ ਸੁਣਾ ਦਏਗਾ।" ਫੇਰ ਉਸਨੇ ਮੇਰੇ ਵੱਲ ਇੰਜ ਦੇਖਿਆ, ਜਿਵੇਂ ਕਹਿ ਰਿਹਾ ਹੋਵੇ ਕਿ ਜਲਦੀ ਹਾਂ ਕਹਿ ਬਈ।

ਮੈਂ ਹੌਲੀ ਜਿਹੇ ਕਿਹਾ, "ਹਾਂ, ਇੰਜ ਹੋ ਸਕਦਾ ਏ।"

ਚੱਡੇ ਨੇ ਉਸ ਡਰਾਮੇਂ ਨੂੰ ਅੰਤਿਮ ਟੱਚ ਦਿੱਤਾ, "ਤਾਂ ਭਰਾ ਅਸੀਂ ਚੱਲਦੇ ਆਂ।" ਤੇ ਉਹ ਤਿੰਨੇ ਸਲਾਮ-ਨਮਸਤੇ ਕਰਕੇ ਚਲੇ ਗਏ। ਥੋੜ੍ਹੇ ਚਿਰ ਪਿੱਛੋਂ ਮੈਂ ਤੇ ਹਰੀਸ਼ ਨਿਕਲੇ। ਪ੍ਰਭਾਤਨਗਰ ਦੇ ਬਾਹਰ ਤਾਂਗੇ ਖੜ੍ਹੇ ਸਨ। ਚੱਡੇ ਨੇ ਸਾਨੂੰ ਦੇਖਿਆ ਤੇ ਜ਼ੋਰਦਾਰ ਨਾਅਰਾ ਲਾਇਆ, "ਰਾਜਾ ਹਰੀਸ਼ ਚੰਦਰ ਦੀ, ਜੈ!"

--- --- ---

ਸ਼ਾਮੀਂ ਸਾਡੀ ਮਹਿਫ਼ਿਲ ਜੰਮੀ, ਮੰਮੀ ਦੇ ਘਰ।

ਇਹ ਵੀ ਇਕ ਕਾਟੇਜ ਸੀਸ਼ਕਲ ਸੂਰਤ ਤੇ ਬਨਾਵਟ ਵਿਚ ਸਈਦਾ ਕਾਟੇਜ ਵਰਗਾ ਹੀਪਰ ਬੜਾ ਸਾਫ-ਸੁਥਰਾ, ਜਿਸ ਵਿਚ ਮੰਮੀ ਦੇ ਸਲੀਕੇ ਦਾ ਪਤਾ ਲੱਗਦਾ ਸੀ। ਫਰਨੀਚਰ ਆਮ ਵਰਗਾ ਹੀ ਸੀ, ਪਰ ਜਿਹੜੀਆਂ ਚੀਜਾਂ ਇੱਥੇ ਸਨ, ਸਜੀਆਂ ਹੋਈਆਂ ਸਨ। ਮੈਂ ਸੋਚਿਆ ਸੀ ਮੰਮੀ ਦਾ ਘਰ ਕੋਈ ਰੰਡੀਖਾਨਾ ਹੋਏਗਾ, ਪਰ ਉਸ ਘਰ ਦੀ ਕਿਸੇ ਚੀਜ ਤੋਂ ਵੀ ਨਜ਼ਰਾਂ ਨੂੰ ਅਜਿਹੀ ਸ਼ੰਕਾ ਨਹੀਂ ਸੀ ਹੁੰਦੀ। ਉਹ ਓਨਾਂ ਹੀ ਸ਼ਰੀਫ਼ਾਨਾ ਸੀ ਜਿੰਨਾਂ ਇਕ ਮੱਧ ਵਰਗੀ ਈਸਾਈ ਦਾ ਘਰ ਹੁੰਦਾ ਹੈ। ਪਰ ਮੰਮੀ

ਦੀ ਉਮਰ ਦੇ ਮੁਕਾਬਲੇ ਉਹ ਕੁਝ ਵਧੇਰੇ ਹੀ ਜਵਾਨ ਦਿਖਾਈ ਦਿੱਤਾ ਸੀ। ਉਸ ਉੱਤੇ ਉਹ ਮੇਕਅੱਪ ਨਹੀਂ ਸੀ, ਜਿਹੜਾ ਮੈਂ ਮੰਮੀ ਦੇ ਝੁਰੜੀਆਂ ਵਾਲੇ ਚਿਹਰੇ ਉੱਤੇ ਦੇਖਿਆ ਸੀ। ਜਦੋਂ ਮੰਮੀ ਡਰਾਇੰਗ-ਰੂਮ ਵਿਚ ਆਈ ਤਾਂ ਮੈਂ ਸੋਚਿਆ ਕਿ ਆਲੇ ਦੁਆਲੇ ਦੀਆਂ ਜਿੰਨੀਆਂ ਚੀਜਾਂ ਨੇ, ਉਹ ਅੱਜ ਦੀਆਂ ਨਹੀਂ ਕਈ ਵਰ੍ਹੇ ਪੁਰਾਣੀਆਂ ਨੇ, ਸਿਰਫ ਮੰਮੀ ਅੱਗੇ ਨਿਕਲ ਕੇ ਬੁੱਢੀ ਹੋ ਗਈ ਹੈ ਤੇ ਉਹ ਜਿਵੇਂ ਦੀਆਂ ਤਿਵੇਂ ਹੀ ਪਈਆਂ ਨੇ। ਉਹਨਾਂ ਦੀ ਜੋ ਉਮਰ ਸੀ, ਉਹ ਉੱਥੇ ਹੀ ਅਟਕੀ ਰਹੀ...ਪਰ ਜਦੋਂ ਮੈਂ ਉਸਦੇ ਗੂੜ੍ਹੇ ਭੜਕੀਲੇ ਮੇਕਅੱਪ ਵੱਲ ਦੇਖਿਆ ਤਾਂ ਮੇਰੇ ਦਿਲ ਵਿਚ ਪਤਾ ਨਹੀਂ ਕਿਉਂ, ਇਹ ਇੱਛਾ ਪੈਦਾ ਹੋਈ ਕਿ ਉਹ ਵੀ ਆਪਣੇ ਆਲੇ-ਦੁਆਲੇ ਦੇ ਵਾਤਾਵਰਣ ਵਾਂਗ ਜਵਾਨ ਬਣ ਜਾਏ।

ਚੱਡੇ ਨੇ ਉਸ ਨਾਲ ਮੇਰੀ ਜਾਣ-ਪਛਾਣ ਕਰਵਾਈ, ਜਿਹੜੀ ਬੜੀ ਸੰਖੇਪ ਸੀ ਤੇ ਫੇਰ ਸੰਖੇਪ ਵਿਚ ਹੀ ਉਸਨੇ ਮੈਨੂੰ ਮੰਮੀ ਬਾਰੇ ਇਹ ਦੱਸਿਆ, "ਇਹ ਮੰਮੀ ਏਂ...ਦੀ ਗਰੇਟ ਮੰਮੀ...।"

ਮੰਮੀ ਆਪਣੀ ਪ੍ਰਸ਼ੰਸਾ ਸੁਣ ਕੇ ਮੁਸਕਰਾ ਪਈ ਤੇ ਮੇਰੇ ਵੱਲ ਦੇਖ ਕੇ ਉਸਨੇ ਚੱਡੇ ਨੂੰ ਅੰਗਰੇਜ਼ੀ ਵਿਚ ਕਿਹਾ, "ਤੂੰ ਜਿਹੜੀ ਚਾਹ ਮੰਗਵਾਈ ਸੀ, ਉਹ ਬੜੀ ਕਾਹਲੀ ਵਿਚ ਬਣੀ ਸੀ, ਉਹ ਸ਼ਾਇਦ ਇਹਨਾਂ ਨੂੰ ਪਸੰਦ ਨਾ ਆਈ ਹੋਵੇ।" ਫੇਰ ਉਸਨੇ ਮੇਰੇ ਵੱਲ ਭੌਂ ਕੇ ਕਿਹਾ, "ਮਿਸਟਰ ਮੰਟੋ, ਮੈਂ ਬੜੀ ਸ਼ਰਮਿੰਦਾ ਆਂ। ਅਸਲ ਵਿਚ ਸਾਰਾ ਕਸੂਰ ਤੁਹਾਡੇ ਦੋਸਤ ਚੱਡੇ ਦਾ ਏ, ਜਿਹੜਾ ਮੇਰਾ ਬੜਾ ਹੀ ਵਿਗੜਿਆ ਹੋਇਆ ਬੱਚਾ ਏ।"

ਮੈਂ ਯੋਗ ਸ਼ਬਦਾਂ ਵਿਚ ਚਾਹ ਦੀ ਪ੍ਰਸ਼ੰਸਾ ਕੀਤੀ ਤੇ ਉਸਨੂੰ ਧੰਨਵਾਦ ਦਿੱਤਾ। ਮੰਮੀ ਨੇ ਮੈਨੂੰ ਵਾਧੂ ਦੀ ਤਾਰੀਫ ਨਾ ਕਰਨ ਲਈ ਕਿਹਾ ਤੇ ਫੇਰ ਚੱਡੇ ਨੂੰ ਕਿਹਾ, "ਰਾਤ ਦਾ ਖਾਣਾ ਤਿਆਰ ਏ...ਇਹ ਮੈਂ ਇਸ ਲਈ ਕੀਤਾ ਕਿ ਤੂੰ ਐਨ ਮੌਕੇ 'ਤੇ ਮੇਰੇ ਸਿਰ 'ਤੇ ਸਵਾਰ ਹੋ ਜਾਏਂਗਾ...।"

ਚੱਡੇ ਨੇ ਮੰਮੀ ਨੂੰ ਗਲ਼ੇ ਲਾ ਲਿਆ, "ਯੂ ਆਰ ਏ ਜਿਊਲ ਮੰਮੀ! ਇਹ ਖਾਣਾ ਹੁਣ ਅਸੀਂ ਖਾਵਾਂਗੇ।"

ਮੰਮੀ ਨੇ ਤ੍ਰਬਕ ਕੇ ਕਿਹਾ, "ਕੀ?...ਨਹੀਂ, ਬਿਲਕੁਲ ਨਹੀਂ।" ਚੱਡੇ ਨੇ ਉਸਨੂੰ ਦੱਸਿਆ, "ਮਿਸੇਜ ਮੰਟੋ ਨੂੰ ਅਸੀਂ ਪ੍ਰਭਾਤ ਨਗਰ ਛੱਡ ਆਏ ਆਂ।"

ਮੰਮੀ ਕੂਕੀ, "ਖ਼ੁਦਾ ਤੈਨੂੰ ਗਰਕ ਕਰੇ ਇਹ ਤੁਸੀਂ ਕੀ ਕੀਤਾ ਇਹ ਤੂੰ ਕੀ ਕੀਤਾ!" ਚੱਡਾ ਖਿੜਖਿੜ ਕਰਕੇ ਹੱਸਿਆ, "ਅੱਜ ਪਾਰਟੀ ਜੋ ਹੋਣੀ ਸੀ।"

"ਉਹ ਤਾਂ ਮੈਂ ਮਿਸਟਰ ਮੰਟੋ ਨੂੰ ਦੇਖਦਿਆਂ ਹੀ ਆਪਣੇ ਵੱਲੋਂ ਕੈਂਸਲ ਕਰ ਦਿੱਤੀ ਸੀ।" ਮੰਮੀ ਨੇ ਆਪਣੀ ਸਿਗਰੇਟ ਸੁਲਗਾਈ।

ਚੱਡੇ ਦਾ ਦਿਲ ਬੈਠ ਗਿਆ। "ਖ਼ੁਦਾ ਹੁਣ ਤੈਨੂੰ ਗਰਕ ਕਰੇ...ਤੇ ਇਹ ਸਾਰਾ ਪਲਾਨ ਤਾਂ ਅਸੀਂ ਇਸੇ ਪਾਰਟੀ ਲਈ ਬਣਾਇਆ ਸੀ।" ਉਹ ਕੁਰਸੀ ਉੱਤੇ ਨਿਰਾਸ਼ ਜਿਹਾ ਹੋ ਕੇ ਬੈਠ ਗਿਆ ਤੇ ਕਮਰੇ ਦੇ ਕਣ-ਕਣ ਨੂੰ ਸੰਬੋਧਤ ਕਰਕੇ ਕਹਿਣ ਲੱਗਾ, "ਲੈ, ਸਾਰੇ ਸੁਪਨੇ ਮਲੀਆਮੇਟ ਹੋ ਗਏ ਨੇ...ਪਲੇਟੀਨਮ ਬਲੌਂਡ...ਮੂਧੇ ਸੱਪ ਦੇ ਨਿੱਕੇ-ਨਿੱਕੇ ਛਿੰਡਾਂ ਤੇ ਚਾਨਿਆਂ ਰੰਗੇ ਵਾਲਾਂ ਵਾਲੀਏ ਕੁੜੀਏ...।" ਯਕਦਮ ਉੱਠ ਕੇ ਉਸਨੇ ਮੰਮੀ ਨੂੰ ਬਾਹਾਂ ਤੋਂ ਫੜ੍ਹ ਲਿਆ, "ਕੈਂਸਲ ਕਰ ਦਿੱਤੀ ਆਪਣੇ ਵੱਲੋਂ ਕੈਂਸਲ

ਕੀਤੀ ਸੀ ਨਾ...ਲਓ, ਮੈਂ ਉਸ ਉੱਤੇ ਸਹੀ ਦਾ ਨਿਸ਼ਾਨ ਲਾ ਦੇਂਦਾ ਆਂ।" ਤੇ ਉਸਨੇ ਮੰਮੀ ਦੇ ਦਿਲ ਵਾਲੀ ਥਾਂ ਬੜੀ ਵੱਡੀ ਸਹੀ ਮਾਰੀ ਤੇ ਉੱਚੀ ਆਵਾਜ਼ ਵਿਚ ਕੂਕਿਆ, "ਹੁਰ-ਰੇ!"

ਮੰਮੀ ਸਬੰਧਤ ਲੋਕਾਂ ਨੂੰ ਸੁਨੇਹੇ ਭੇਜ ਚੁੱਕੀ ਸੀ ਕਿ ਪਾਰਟੀ ਕੈਂਸਲ ਹੋ ਚੁੱਕੀ ਹੈ। ਪਰ ਮੈਂ ਮਹਿਸੂਸ ਕੀਤਾ ਕਿ ਉਹ ਚੱਡੇ ਦਾ ਦਿਲ ਨਹੀਂ ਸੀ ਤੋੜਨਾ ਚਾਹੁੰਦੀ। ਇਸ ਲਈ ਉਸਨੇ ਬੜੇ ਲਾਡ ਨਾਲ ਉਸ ਦੀਆਂ ਗੱਲ੍ਹਾਂ ਥਾਪੜਦਿਆਂ ਹੋਇਆਂ ਕਿਹਾ, "ਤੂੰ ਫਿਕਰ ਨਾ ਕਰ ਮੈਂ ਹੁਣੇ ਇੰਤਜ਼ਾਮ ਕਰਦੀ ਆਂ।"

ਉਹ ਇੰਤਜ਼ਾਮ ਕਰਨ ਬਾਹਰ ਚਲੀ ਗਈ। ਚੱਡੇ ਨੇ ਖ਼ੁਸ਼ੀ ਦਾ ਇਕ ਹੋਰ ਨਾਅਰਾ ਲਾਇਆ ਤੇ ਵਣਕਤਰੇ ਨੂੰ ਕਿਹਾ, "ਜਨਰਲ ਵਣਕਤਰੇ ਜਾਓ, ਹੈਡਕਵਾਰਟਰ ਤੋਂ ਸਾਰੀਆਂ ਤੋਪਾਂ ਲੈ ਆਓ।"

ਵਣਕਤਰੇ ਨੇ ਸੈਲਯੂਟ ਕੀਤਾ ਤੇ ਆਗਿਆ ਦਾ ਪਾਲਨ ਕਰਨ ਲਈ ਚਲਾ ਗਿਆ। ਸਈਦਾ ਕਾਟੇਜ ਬਿਲਕੁਲ ਨੇੜੇ ਹੀ ਸੀ। ਦਸ ਮਿੰਟ ਦੇ ਅੰਦਰ-ਅੰਦਰ ਉਹ ਬੋਤਲਾਂ ਲੈ ਕੇ ਵਾਪਸ ਆ ਗਿਆ। ਉਸਦੇ ਨਾਲ ਚੱਡੇ ਦਾ ਨੌਕਰ ਵੀ ਸੀ। ਚੱਡੇ ਨੇ ਉਸਨੂੰ ਦੇਖਿਆ ਤਾਂ ਉਸਦਾ ਸਵਾਗਤ ਕੀਤਾ, "ਆਓ, ਆਓ ਮੇਰੇ ਕੋਹਕਾਫ ਦੇ ਸ਼ਹਿਜ਼ਾਦੇ...ਉਹ...ਉਹ ਸੱਪ ਦੇ ਛਿੰਬਾਂ ਤੇ ਚਾਨਿਆਂ ਦੀ ਰੰਗਤ ਵਾਲੇ ਵਾਲਾਂ ਵਾਲੀ ਕੁੜੀ ਆ ਰਹੀ ਹੈ...ਤੂੰ ਵੀ ਕਿਸਮਤ ਆਜ਼ਮਾਈ ਕਰ ਲਵੀਂ।"

ਰਣਜੀਤ ਕੁਮਾਰ ਤੇ ਗਰੀਬ ਨਿਵਾਜ਼ ਨੂੰ ਚੱਡੇ ਦਾ ਇੰਜ ਖੁੱਲ੍ਹਾ ਸੱਦਾ ਦੇਣਾ ਚੰਗਾ ਨਹੀਂ ਸੀ ਲੱਗਿਆ। ਦੋਵਾਂ ਨੇ ਮੈਨੂੰ ਕਿਹਾ ਕਿ ਇਹ ਚੱਡੇ ਨੇ ਬੜੀ ਘਟੀਆ ਗੱਲ ਕੀਤੀ ਹੈ। ਇਹ ਘਟੀਆ ਗੱਲ ਉਹਨਾਂ ਨੂੰ ਚੁਭ ਗਈ ਜਾਪਦੀ ਸੀ। ਚੱਡਾ ਆਦਤ ਅਨੁਸਾਰ ਆਪਣੇ ਘੋੜੇ ਦੌੜਾਉਂਦਾ ਰਿਹਾ ਤੇ ਉਹ ਚੁੱਪਚਾਪ ਇਕ ਨੁੱਕਰੇ ਬੈਠੇ, ਰੰਮ ਪੀਂਦੇ ਤੇ ਇਕ ਦੂਜੇ ਨਾਲ ਆਪਣਾ ਸੁਖ-ਦੁਖ ਸਾਂਝਾ ਕਰਦੇ ਰਹੇ।

ਮੈਂ ਮੰਮੀ ਬਾਰੇ ਸੋਚ ਰਿਹਾ ਸਾਂ। ਡਰਾਇੰਗ-ਰੂਮ ਵਿਚ ਗਰੀਬ ਨਿਵਾਜ਼, ਰਣਜੀਤ ਕੁਮਾਰ ਤੇ ਚੱਡਾ ਬੈਠੇ ਸਨ। ਇੰਜ ਲੱਗਦਾ ਸੀ ਕਿ ਛੋਟੇ-ਛੋਟੇ ਬੱਚੇ ਬੈਠੇ ਨੇ ਤੇ ਇਹਨਾਂ ਦੀ ਮਾਂ ਬਾਹਰ ਖਿਡੌਣੇ ਲੈਣ ਗਈ ਹੈ ਤੇ ਇਹ ਸਾਰੇ ਉਸ ਦੀ ਉਡੀਕ ਕਰ ਰਹੇ ਨੇ। ਚੱਡਾ ਸੰਤੁਸ਼ਟ ਹੈ ਕਿ ਸਭ ਤੋਂ ਵਧੀਆਂ ਖਿਡੌਣਾ ਉਸਨੂੰ ਮਿਲੇਗਾ, ਇਸ ਲਈ ਕਿ ਉਹ ਆਪਣੀ ਮਾਂ ਦਾ ਚਹੇਤਾ ਹੈ। ਬਾਕੀ ਦੋਵਾਂ ਦਾ ਦੁੱਖ ਕਿਉਂਕਿ ਇਕੋ ਜਿਹਾ ਸੀ, ਇਸ ਲਈ ਉਹ ਇਕ ਦੂਜੇ ਦੇ ਹਿਤੈਸ਼ੀ ਬਣ ਗਏ ਸਨ। ਸ਼ਰਾਬ ਇਸ ਵਾਤਾਵਰਣ ਵਿਚ ਦੁੱਧ ਜਾਪਦੀ ਸੀ। ਉਹ ਪਲੈਟੀਨਮ ਬਲੌਂਡ...ਉਸਦੀ ਕਲਪਣਾ ਦਿਮਾਗ਼ ਵਿਚ ਇਕ ਛੋਟੀ ਜਿਹੀ ਗੁੱਡੀਆ ਵਾਂਗ ਆਉਂਦੀ ਸੀ...ਹਰ ਵਾਤਾਵਰਣ ਦਾ ਆਪਣਾ ਇਕ ਵਿਸ਼ੇਸ਼ ਸੰਗੀਤ ਹੁੰਦਾ ਹੈ। ਉਸ ਸਮੇਂ ਜਿਹੜਾ ਸੰਗੀਤ ਮੇਰੇ ਦਿਲ ਤੇ ਕੰਨਾਂ ਤਕ ਪਹੁੰਚ ਰਿਹਾ ਸੀ, ਉਸ ਵਿਚ ਕੋਈ ਸੁਰ ਉਤੇਜਕ ਨਹੀਂ ਸੀ। ਹਰ ਚੀਜ ਮਾਂ ਤੇ ਉਸਦੇ ਬੱਚਿਆਂ ਦੇ ਆਪਸੀ ਸੰਬੰਧਾਂ ਵਾਂਗ ਸਪਸ਼ਟ ਸੀ।

ਮੈਂ ਜਦੋਂ ਉਸਨੂੰ ਤਾਂਗੇ ਵਿਚ ਚੱਡੇ ਨਾਲ ਦੇਖਿਆ ਸੀ, ਉਦੋਂ ਮੈਨੂੰ ਧੱਕਾ ਜਿਹਾ ਲੱਗਾ ਸੀ। ਮੈਨੂੰ ਅਫ਼ਸੋਸ ਹੋਇਆ ਕਿ ਮੇਰੇ ਦਿਲ ਵਿਚ ਉਹਨਾਂ ਦੋਵਾਂ ਦੇ ਸੰਬੰਧ ਬਾਰੇ ਬੁਰੇ ਵਿਚਾਰ ਪੈਦਾ ਹੋਏ; ਪਰ ਇਹ ਚੀਜ ਮੈਨੂੰ ਵਾਰ ਵਾਰ ਸਤਾਅ ਰਹੀ ਸੀ ਕਿ ਉਹ ਏਨਾ ਗੂੜ੍ਹਾ ਮੇਕਅੱਪ ਕਿਉਂ ਕਰਦੀ ਹੈ, ਜਿਹੜਾ ਉਸਦੀਆਂ ਝੁਰੜੀਆਂ

ਦੀ ਬੇਅਦਬੀ ਹੈ। ਉਸ ਮਮਤਾ ਦਾ ਅਪਮਾਨ ਹੈ, ਜਿਹੜੀ ਉਸਦੇ ਦਿਲ ਵਿਚ ਚੱਡੇ, ਗਰੀਬ ਨਿਵਾਜ਼ ਤੇ ਵਣਕਤਰੇ ਲਈ ਮੌਜੂਦ ਹੈ...ਤੇ ਰੱਬ ਜਾਣੇ ਹੋਰ ਕਿਸ ਕਿਸ ਲਈ...

ਗੱਲਾਂ ਗੱਲਾਂ ਵਿਚ ਮੈਂ ਚੱਡੇ ਤੋਂ ਪੁੱਛਿਆ, "ਯਾਰ, ਇਹ ਤਾਂ ਦੱਸ ਕਿ ਤੇਰੀ ਮੰਮੀ ਏਨਾ ਭੜਕੀਲਾ ਮੇਕਅੱਪ ਕਿਉਂ ਕਰਦੀ ਏ?"

"ਇਸ ਲਈ ਕਿ ਦੁਨੀਆਂ ਹਰੇਕ ਭੜਕੀਲੀ ਚੀਜ਼ ਨੂੰ ਪਸੰਦ ਕਰਦੀ ਏ ਤੇਰੇ ਤੇ ਮੇਰੇ ਵਰਗੇ ਉੱਲੂ ਇਸ ਦੁਨੀਆਂ ਵਿਚ ਬੜੇ ਘੱਟ ਨੇ, ਜਿਹੜੇ ਮੱਧਮ ਸੁਰਾਂ ਤੇ ਫਿੱਕੇ ਰੰਗ ਨੂੰ ਪਸੰਦ ਕਰਦੇ ਨੇ। ਜਿਹੜੇ ਜਵਾਨੀ ਨੂੰ ਬਚਪਨ ਦੇ ਰੂਪ ਵਿਚ ਨਹੀਂ ਦੇਖਣਾ ਚਾਹੁੰਦੇ ਤੇ...ਤੇ ਜਿਹੜੇ ਬੁਢੇਪੇ ਵਿਚ ਜਵਾਨੀ ਦੀ ਟਿੱਪ-ਟਾਪ ਨੂੰ ਪਸੰਦ ਨਹੀਂ ਕਰਦੇ। ਅਸੀਂ ਜਿਹੜੇ ਖ਼ੁਦ ਨੂੰ ਕਲਾਕਾਰ ਕਹਿੰਦੇ ਹਾਂ, ਉੱਲੂ ਦੇ ਪੱਠੇ ਆਂ...ਮੈਂ ਤੈਨੂੰ ਇਕ ਦਿਲਚਸਪ ਘਟਨਾ ਸੁਣਾਉਂਦਾ ਆਂ...ਵਿਸਾਖੀ ਦਾ ਮੇਲਾ ਸੀ...ਤੁਹਾਡੇ ਅੰਮ੍ਰਿਤਸਰ ਵਿਚ...ਰਾਮ ਬਾਗ ਦੇ ਉਸ ਬਾਜ਼ਾਰ ਵਿਚੋਂ, ਜਿੱਥੇ ਟਕੈਈਆਂ (ਵੇਸ਼ਵਾਵਾਂ) ਰਹਿੰਦੀਆਂ ਨੇ, ਕੁਝ ਜੱਟ ਲੰਘ ਰਹੇ ਸਨ...ਇਕ ਤੰਦਰੁਸਤ ਜਵਾਨ, ਖਾਲਸ ਦੁੱਧ ਤੇ ਮੱਖਣ ਉੱਤੇ ਪਲੇ ਹੋਏ ਜਵਾਨ ਨੇ, ਜਿਸਦੀ ਨਵੀਂ ਜੁੱਤੀ ਉਸਦੀ ਡਾਂਗ ਉੱਤੇ ਬਾਜ਼ੀਗਰੀ ਕਰ ਰਹੀ ਸੀ, ਉਪਰ ਇਕ ਕੋਠੇ ਵੱਲ ਦੇਖਿਆ, ਇਕ ਟਕੈਈ ਦੀਆਂ ਤੇਲ ਨਾਲ ਤਰ ਜ਼ੁਲਫ਼ਾਂ ਉਸਦੇ ਮੱਥੇ ਉੱਤੇ ਬੜੇ ਬਦਸੂਰਤ ਢੰਗ ਨਾਲ ਜੰਮੀਆਂ ਹੋਈਆਂ ਸਨ। ਉਸਨੇ ਆਪਣੇ ਸਾਥੀ ਦੀ ਵੱਖੀ ਵਿਚ ਹੁੱਜਾ ਜਿਹਾ ਮਾਰ ਕੇ ਕਿਹਾ, 'ਓਇ ਲਹਿਣਾ ਸਿਆਂ...ਵੇਖ, ਔਹ ਉਪਰ ਵੇਖ, ਅਸੀਂ ਤੇ ਪਿੰਡ ਵਿਚ ਮੱਝਾਂ ਈ...'" ਅੰਤਮ ਸ਼ਬਦ ਪਤਾ ਨਹੀਂ ਚੱਡੇ ਨੇ ਕਿਉਂ ਗੋਲ ਕਰ ਦਿੱਤੇ ਸਨ। ਹਾਲਾਂਕਿ ਉਹ ਕਿਸੇ ਕਿਸਮ ਦੀ ਫਾਰਮੈਲਟੀ ਵਰਤਨ ਵਾਲਾ ਬੰਦਾ ਨਹੀਂ ਸੀ। ਫੇਰ ਉਹ ਖਿੜਖਿੜ ਕਰਕੇ ਹੱਸਣ ਲੱਗਾ ਤੇ ਮੇਰੇ ਗ਼ਲਾਸ ਵਿਚ ਰੰਮ ਪਾ ਕੇ ਬੋਲਿਆ, "ਉਸ ਜੱਟ ਲਈ ਉਹ ਚੁੜੈਲ ਹੀ ਉਦੋਂ ਕੋਹਕਾਫ ਦੀ ਪਰੀ ਸੀ ਤੇ ਨਰੋਈਆਂ ਮੁਟਿਆਰਾਂ ਬੇਡੌਲ ਮੱਝਾਂ...ਅਸੀਂ ਸਾਰੇ ਝੱਬੂ ਹਾਂ...ਵਿਚਾਲੜੇ ਦਰਜ਼ੇ ਦੇ...ਇਸੇ ਲਈ ਕਿ ਇਸ ਦੁਨੀਆਂ ਵਿਚ ਕੋਈ ਚੀਜ ਅੱਵਲ ਦਰਜੇ ਦੀ ਨਹੀਂ...ਤੀਜੇ ਦਰਜੇ ਦੀ ਏ ਜਾਂ ਵਿਚਾਲੜੇ ਦਰਜੇ ਦੀ...ਪਰ...ਪਰ ਫਿਲਿਸ ਖਾਸਮ-ਖਾਸ ਦਰਜੇ ਦੀ ਚੀਜ ਹੈ...ਉਹ ਸੱਪ ਦੇ ਛਿੰਬ...।"

ਵਣਕਤਰੇ ਨੇ ਆਪਣਾ ਗ਼ਲਾਸ ਚੁੱਕ ਕੇ ਚੱਡੇ ਦੇ ਸਿਰ ਉੱਤੇ ਉਲਟ ਦਿੱਤਾ। "ਛਿੰਬ...ਚਾਣੇ...ਤੇਰਾ ਦਿਮਾਗ਼ ਖ਼ਰਾਬ ਹੋ ਗਿਐ।"

ਚੱਡੇ ਨੇ ਮੱਥੇ ਤੋਂ ਚੋ ਰਹੀ ਰੰਮ ਦੀਆਂ ਬੂੰਦਾਂ ਨੂੰ ਚੱਟਣਾ ਸ਼ੁਰੂ ਕਰ ਦਿੱਤਾ ਤੇ ਵਣਕਤਰੇ ਨੂੰ ਕਿਹਾ, "ਲੈ, ਹੁਣ ਸੁਣਾਅ...ਤੇਰਾ ਪਿਓ ਸਾਲਾ ਤੈਨੂੰ ਕਿੰਨੀ ਮੁਹੱਬਤ ਕਰਦਾ ਸੀ...ਮੇਰਾ ਦਿਮਾਗ਼ ਹੁਣ ਕਾਫੀ ਠੰਡਾ ਹੋ ਗਿਆ ਏ।"

ਵਣਕਤਰੇ ਬੜਾ ਗੰਭੀਰ ਹੋ ਕੇ ਮੈਨੂੰ ਕਹਿਣ ਲੱਗਾ, "ਬਾਈ ਗਾਡ, ਉਹ ਮੈਨੂੰ ਬੜੀ ਮੁਹੱਬਤ ਕਰਦਾ ਸੀ...ਮੈਂ ਫਿਫਟੀਨ ਈਅਰ ਦਾ ਸੀ ਕਿ ਉਸਨੇ ਮੇਰੀ ਸ਼ਾਦੀ ਕਰ ਦਿੱਤੀ।"

ਚੱਡਾ ਉੱਚੀ ਸਾਰੀ ਹੱਸਿਆ, "ਕਾਰਟੂਨ ਬਣਾ ਦਿੱਤਾ ਏ ਉਸ ਸਾਲੇ ਨੇ ਤੈਨੂੰ...ਭਗਵਾਨ ਉਸਨੂੰ ਸਵਰਗ ਵਿਚ ਵੀ ਕੇਸਰੀਅਲ ਦੀ ਪੇਟੀ ਦਏ ਕਿ ਉਹ ਉੱਥੇ ਵੀ ਉਸਨੂੰ ਵਜਾ-ਵਜਾ ਕੇ ਤੇਰੇ ਲਈ ਕੋਈ ਖ਼ੂਬਸੂਰਤ ਹੂਰ ਲੱਭਦਾ ਫਿਰੇ...ਤੇ ਤੇਰੀ ਖ਼ੂਸੂਰਤ ਪਤਨੀ ਦੀ ਐਸੀ ਦੀ ਤੈਸੀ...ਇਸ ਵੇਲੇ ਫਿਲਿਸ ਦੀ ਗੱਲ ਕਰ...ਉਸ ਨਾਲੋਂ

ਵੱਧ ਕੋਈ ਹੋਰ ਖ਼ੂਬਸੂਰਤ ਨਹੀਂ ਹੋ ਸਕਦੀ।" ਚੱਡੇ ਨੇ ਗਰੀਬ ਨਿਵਾਜ਼ ਤੇ ਰਣਜੀਤ ਕੁਮਾਰ ਵੱਲ ਦੇਖਿਆ, ਜਿਹੜੇ ਇਕ ਨੁੱਕਰ ਵਿਚ ਬੈਠੇ ਫਿਲਿਸ ਦੀ ਸੁੰਦਰਤਾ ਬਾਰੇ ਆਪਣੀ ਰਾਏ ਇਕ ਦੂਜੇ ਨਾਲ ਸਾਂਝੀ ਕਰਨ ਵਾਲੇ ਸਨ। "ਗਨ ਪਾਊਡਰ ਪਲਾਂਟ ਦੇ ਬਾਣੀਓਂ...ਸੁਣ ਲਓ, ਤੁਹਾਡੀ ਕੋਈ ਸਾਜਿਸ਼ ਕਾਮਯਾਬ ਨਹੀਂ ਹੋ ਸਕਦੀ ਮੈਦਾਨ ਚੱਡੇ ਦੇ ਹੱਥ ਰਹੇਗਾ...ਕਿਉਂ ਵੇਲਜ਼ ਦੇ ਸ਼ਹਿਜ਼ਾਦੇ?"

ਵੇਲਜ਼ ਦਾ ਸ਼ਹਿਜ਼ਾਦਾ ਰੰਮ ਦੀ ਖਾਲੀ ਹੋ ਰਹੀ ਬੋਤਲ ਵੱਲ ਹਸਰਤ ਭਰੀਆਂ ਨਜ਼ਰਾਂ ਨਾਲ ਦੇਖ ਰਿਹਾ ਸੀ। ਚੱਡੇ ਨੇ ਠਹਾਕਾ ਲਾਇਆ ਤੇ ਉਸਨੂੰ ਅੱਧਾ ਗ਼ਲਾਸ ਭਰ ਕੇ ਦੇ ਦਿੱਤਾ। ਗਰੀਬ ਨਿਵਾਜ਼ ਤੇ ਰਣਜੀਤ ਕੁਮਾਰ ਇਕ ਦੂਜੇ ਨਾਲ ਫਿਲਿਸ ਬਾਰੇ ਘੁਲ ਮਿਲ ਕੇ ਗੱਲਾਂ ਤਾਂ ਕਰ ਰਹੇ ਸਨ, ਪਰ ਆਪਣੇ ਦਿਮਾਗ਼ ਵਿਚ ਉਸਨੂੰ ਪ੍ਰਾਪਤ ਕਰਨ ਦੇ ਵੱਖੋ-ਵੱਖ ਪ੍ਰੋਗਰਾਮ ਬਣਾ ਰਹੇ ਸਨ ਇਹ ਉਹਨਾਂ ਦੀ ਗੱਲਬਾਤ ਦੇ ਢੰਗ ਤੋਂ ਸਾਫ ਨਜ਼ਰ ਆ ਰਿਹਾ ਸੀ।

ਡਰਾਇੰਗ ਰੂਮ ਵਿਚ ਹੁਣ ਬਿਜਲੀ ਦੇ ਬਲਬ ਜਗਾ ਦਿੱਤੇ ਗਏ ਸਨ, ਕਿਉਂਕਿ ਸ਼ਾਮ ਗੂੜ੍ਹੀ ਹੁੰਦੀ ਜਾ ਰਹੀ ਸੀ। ਚੱਡਾ ਮੈਨੂੰ ਬੰਬਈ ਦੀ ਫ਼ਿਲਮ ਇੰਡਸਟਰੀ ਦੇ ਤਾਜ਼ੇ ਸਮਾਚਾਰ ਸੁਣਾ ਰਿਹਾ ਸੀ ਕਿ ਬਾਹਰ ਵਰਾਂਡੇ ਵਿਚ ਮੰਮੀ ਦੀ ਤੇਜ਼ ਆਵਾਜ਼ ਸੁਣਾਈ ਦਿੱਤੀ। ਚੱਡੇ ਨੇ ਨਾਅਰਾ ਲਾਇਆ ਤੇ ਬਾਹਰ ਚਲਾ ਗਿਆ। ਗਰੀਬ ਨਿਵਾਜ਼ ਨੇ ਰਣਜੀਤ ਕੁਮਾਰ ਵੱਲ ਭੇਤ-ਭਰੀਆਂ ਨਜ਼ਰਾਂ ਨਾਲ ਦੇਖਿਆ। ਫੇਰ ਦੋਵੇਂ ਦਰਵਾਜ਼ੇ ਵੱਲ ਦੇਖਣ ਲੱਗੇ।

ਮੰਮੀ ਖਿੜੀ-ਪੁੜੀ ਅੰਦਰ ਆਈ। ਉਸ ਦੇ ਨਾਲ ਚਾਰ ਪੰਜ ਐਂਗਲੋ ਇੰਡੀਅਨ ਕੁੜੀਆਂ ਸਨ। ਵਚਿੱਤਰ ਜਿਹੇ ਨੈਣ-ਨਕਸ਼ਾਂ ਤੇ ਕੱਦ-ਕਾਠੀ ਵਾਲੀਆਂ। ਪੋਲੀ, ਡੋਲੀ, ਐਲੀਮਾ ਤੇ ਥੈਲੀਮਾ...ਤੇ ਉਹ ਖੁਸਰੇ ਵਰਗਾ ਮੁੰਡਾ...ਉਸਨੂੰ ਚੱਡਾ ਸਿਸੀ ਕਹਿ ਕੇ ਬੁਲਾਉਂਦਾ ਸੀ। ਫਿਲਿਸ ਸਭ ਤੋਂ ਪਿੱਛੋਂ ਆਈ ਤੇ ਉਹ ਵੀ ਚੱਡੇ ਦੇ ਨਾਲ। ਉਸਦੀ ਇਕ ਬਾਂਹ ਪਲੇਟੀਨਮ-ਬਲੌਂਡ ਦੇ ਪਤਲੇ ਲੱਕ ਪਿੱਛੇ ਸੀ। ਮੈਂ ਗਰੀਬ ਨਿਵਾਜ਼ ਤੇ ਰਣਜੀਤ ਕੁਮਾਰ ਦੀ ਪ੍ਰਤੀਕ੍ਰਿਆ ਨੋਟ ਕੀਤੀ। ਉਹਨਾਂ ਨੂੰ ਚੱਡੇ ਦੀ ਇਹ ਬਨਾਉਟੀ ਜੇਤੂਆਂ ਵਾਲੀ ਹਰਕਤ ਪਸੰਦ ਨਹੀਂ ਸੀ ਆਈ।

ਕੁੜੀਆਂ ਦੇ ਅੰਦਰ ਆਉਂਦਿਆਂ ਹੀ ਰੌਲਾ-ਰੱਪਾ ਤੇਜ਼ ਹੋ ਗਿਆ। ਯਕਦਮ ਏਨੀ ਅੰਗਰੇਜ਼ੀ ਵਰ੍ਹੀ ਕਿ ਵਣਕਤਰੇ ਮੈਟਰੀਕੂਲੇਸ਼ਨ, ਇਮਤਿਹਾਨ ਵਿਚ ਕਈ ਵਾਰੀ ਫੇਲ੍ਹ ਹੋਇਆ। ਪਰ ਉਸਨੇ ਕੋਈ ਪ੍ਰਵਾਹ ਨਹੀਂ ਕੀਤੀ ਤੇ ਲਗਾਤਾਰ ਬੋਲਦਾ ਰਿਹਾ। ਜਦੋਂ ਕਿਸੇ ਨੇ ਉਸਦਾ ਨੋਟਸ ਨਾ ਲਿਆ ਤਾਂ ਉਹ ਐਲੀਮਾ ਦੀ ਵੱਡੀ ਭੈਣ ਥੈਲੀਮਾ ਨਾਲ ਇਕ ਸੋਫੇ ਉੱਤੇ ਇਕ ਪਾਸੇ ਹੋ ਕੇ ਬੈਠ ਗਿਆ ਤੇ ਪੁੱਛਣ ਲੱਗਾ ਕਿ ਉਸਨੇ ਹਿੰਦੁਸਤਾਨੀ ਡਾਂਸ ਦੇ ਹੋਰ ਕਿੰਨੇ ਤੋੜ ਸਿੱਖ ਲਏ ਨੇ ਉਹ 'ਧਾ-ਨੀ-ਤਾ-ਕਤ-ਤਾ-ਥਈ-ਥਈ' ਦੀ 'ਵਨ-ਟੂ-ਥਰੀ' ਬਣਾ-ਬਣਾ ਕੇ ਉਸਨੂੰ ਤੋੜੇ ਦਸਦਾ ਰਿਹਾ, ਉਧਰ ਚੱਡਾ ਬਾਕੀ ਕੁੜੀਆਂ ਦੇ ਝੁਰਮੁਟ ਨੂੰ ਅੰਗਰੇਜ਼ੀ ਵਿਚ ਨਵੇਂ-ਨਵੇਂ ਚੁਟਕਲੇ ਸੁਣਾ ਰਿਹਾ ਸੀ, ਜਿਹੜੇ ਉਹਨੂੰ ਹਜ਼ਾਰਾਂ ਦੀ ਸੰਖਿਆ ਵਿਚ ਜ਼ਬਾਨੀ ਯਾਦ ਸਨ। ਮੰਮੀ ਸੋਢੇ ਦੀਆਂ ਬੋਤਲਾਂ ਤੇ ਖਾਣ-ਪੀਣ ਦਾ ਸਾਮਾਨ ਮੰਗਵਾ ਰਹੀ ਸੀ। ਰਣਜੀਤ ਕੁਮਾਰ ਸਿਗਰੇਟ ਦੇ ਕਸ਼ ਲਾਉਂਦਾ ਇਕ ਟੱਕ ਫਿਲਿਸ ਵੱਲ ਦੇਖ ਰਿਹਾ ਸੀ, ਤੇ ਗਰੀਬ ਨਿਵਾਜ਼ ਮੰਮੀ ਨੂੰ ਵਾਰੀ ਵਾਰੀ ਕਹਿ ਰਿਹਾ ਸੀ ਕਿ ਰੁਪਏ ਘੱਟ ਹੋਣ ਤਾਂ ਉਹ ਉਸ ਤੋਂ ਲੈ ਲਏ।

ਸਕਾਚ ਖੁੱਲ੍ਹੀ ਤੇ ਪਹਿਲਾ ਦੌਰ ਸ਼ੁਰੂ ਹੋਇਆ। ਫਿਲਿਸ ਨੂੰ ਜਦੋਂ ਸਾਥ ਦੇਣ ਲਈ ਕਿਹਾ ਗਿਆ ਤਾਂ ਉਸਨੇ ਆਪਣੇ ਪਲੇਟੀਨਮੀ-ਵਾਲਾਂ ਨੂੰ ਇਕ ਹਲਕਾ ਜਿਹਾ ਝਟਕਾ ਦੇ ਕੇ ਨਾਂਹ ਕਰ ਦਿੱਤੀ ਕਿ ਉਹ ਵਿਸਕੀ ਨਹੀਂ ਪੀਂਦੀ।

ਸਾਰਿਆਂ ਨੇ ਮਿੰਨਤ ਖ਼ੁਸ਼ਾਮਦ ਕੀਤੀ ਪਰ ਉਹ ਨਹੀਂ ਮੰਨੀ। ਚੱਡੇ ਨੇ ਇਸ ਉੱਤੇ ਦੁਖ ਪ੍ਰਗਟ ਕੀਤਾ ਤਾਂ ਮੰਮੀ ਨੇ ਇਕ ਨਿੱਕਾ ਜਿਹਾ ਪੈਗ ਤਿਆਰ ਕਰਕੇ ਫਿਲਿਸ ਦੇ ਬੁੱਲ੍ਹਾਂ ਨਾਲ ਲਾਂਦਿਆਂ ਬੜੇ ਦੁਲਾਰ ਨਾਲ ਕਿਹਾ, "ਬਹਾਦਰ ਕੁੜੀ ਬਣ, ਤੇ ਪੀ ਜਾ।"

ਫਿਲਿਸ ਨਾਂਹ ਨਹੀਂ ਕਰ ਸਕੀ। ਚੱਡਾ ਖੁਸ਼ ਹੋ ਗਿਆ ਤੇ ਉਸਨੇ ਏਸੇ ਖੁਸ਼ੀ ਵਿਚ ਵੀਹ ਪੱਚੀ ਹੋਰ ਨੰਗੇ ਚੁਟਕਲੇ ਸੁਣਾ ਦਿੱਤੇ। ਸਾਰੇ ਮਜ਼ੇ ਲੈਂਦੇ ਰਹੇ। ਮੈਂ ਸੋਚਿਆ, ਆਦਮੀ ਨੇ ਨੰਗੇਜ਼ ਤੋਂ ਤੰਗ ਆ ਕੇ ਕੱਪੜੇ ਪਾਉਣੇ ਸ਼ੁਰੂ ਕੀਤੇ ਹੋਣਗੇ। ਇਹੀ ਕਾਰਣ ਹੈ ਕਿ ਹੁਣ ਉਹ ਕੱਪੜਿਆਂ ਤੋਂ ਅੱਕ ਕੇ ਕਦੀ ਕਦੀ ਨੰਗੇਜ਼ ਵੱਲ ਦੌੜਨ ਲੱਗਦਾ ਹੈ। ਸਭਿਅਤਾ ਦਾ ਵਿਪਰੀਤ, ਅਸਭਿਅਤਾ ਜੋ ਹੁੰਦਾ ਹੈ। ਇਸ ਪ੍ਰਵਾਸ ਦਾ ਇਕ ਦਿਲਚਸਪ ਪੱਖ ਇਹ ਵੀ ਹੈ ਕਿ ਆਦਮੀ ਨੂੰ ਇੰਜ ਕਰਨ ਨਾਲ ਨਿਰੰਤਰ ਜੀਵਨ ਦੀ ਇਕ-ਰਸਤਾ ਦੇ ਕਸ਼ਟ ਤੋਂ ਕੁਝ ਪਲਾਂ ਲਈ ਮੁਕਤੀ ਮਿਲ ਜਾਂਦੀ ਹੈ...।

ਮੈਂ ਮੰਮੀ ਵੱਲ ਦੇਖਿਆ, ਜਿਹੜੀ ਉਹਨਾਂ ਜਵਾਨ ਕੁੜੀਆਂ ਵਿਚ ਘੁਲੀ ਮਿਲੀ ਬੈਠੀ ਚੱਡੇ ਦੇ ਨੰਗ-ਧੜੰਗੇ ਚੁਟਕਲੇ ਸੁਣ-ਸੁਣ ਹੱਸ ਰਹੀ ਸੀ ਤੇ ਠਹਾਕੇ ਲਾ ਰਹੀ ਸੀ। ਉਸਦੇ ਚਿਹਰੇ ਉੱਤੇ ਉਹੀ ਕੁਢੱਬਾ ਮੇਕਅੱਪ ਸੀ। ਉਸਦੇ ਹੇਠ ਉਸਦੀਆਂ ਝੁਰੜੀਆਂ ਸਾਫ ਨਜ਼ਰ ਆ ਰਹੀਆਂ ਸਨ। ਉਹ ਵੀ ਖਿੜੀ ਬੈਠੀ ਸੀ...ਮੈਂ ਸੋਚਿਆ, ਅਖ਼ੀਰ ਲੋਕ ਕਿਉਂ ਪ੍ਰਵਾਸ ਨੂੰ ਬੁਰਾ ਸਮਝਦੇ ਨੇ...ਉਹ ਪ੍ਰਵਾਸ, ਜਿਹੜਾ ਮੇਰੀਆਂ ਅੱਖਾਂ ਸਾਹਮਣੇ ਸੀ। ਉਸਦਾ ਵਿਰਾਟ ਰੂਪ ਭਾਵੇਂ ਸੁੰਦਰ ਨਹੀਂ ਸੀ ਪਰ ਸੂਖਮ ਬੜਾ ਸੁੰਦਰ ਸੀ...ਉਸ ਉੱਤੇ ਕੋਈ ਮੇਕਅੱਪ ਨਹੀਂ ਸੀ। ਕੋਈ ਲਿੱਪਾ-ਪੋਚੀ ਨਹੀਂ ਸੀ, ਕੋਈ ਵਟਨਾ-ਗਾਚੀ ਨਹੀਂ ਸੀ ਮਲੀ ਹੋਈ। ਪੋਲੀ ਸੀ, ਉਹ ਇਕ ਕੋਨੇ ਵਿਚ ਖੜ੍ਹੀ ਰਣਜੀਤ ਕੁਮਾਰ ਨਾਲ ਆਪਣੀ ਨਵੀਂ ਫਰਾਕ ਬਾਰੇ ਕੋਈ ਗੱਲ ਕਰ ਰਹੀ ਸੀ ਤੇ ਉਸਨੂੰ ਦੱਸ ਰਹੀ ਸੀ ਕਿ ਸਿਰਫ ਆਪਣੀ ਹੁਸ਼ਿਆਰੀ ਨਾਲ ਬੜੀ ਘੱਟ ਲਾਗਤ 'ਚ ਉਸਨੇ ਇਕ ਵਧੀਆ ਚੀਜ ਤਿਆਰ ਕਰ ਲਈ ਹੈ। ਦੋ ਟੋਟੇ ਸਨ, ਜਿਹੜੇ ਬਿਲਕੁਲ ਬੇਕਾਰ ਜਾਪਦੇ ਸਨ, ਪਰ ਹੁਣ ਉਹ ਇਕ ਸੁੰਦਰ ਪੋਸ਼ਾਕ ਵਿਚ ਬਦਲ ਗਏ ਸਨ। ਤੇ ਰਣਜੀਤ ਕੁਮਾਰ ਬੜੀ ਗੰਭੀਰਤਾ ਨਾਲ ਉਸਨੂੰ ਦੋ ਨਵੇਂ ਡਰੈੱਸ ਬਣਵਾ ਦੇਣ ਦਾ ਵਾਅਦਾ ਕਰ ਰਿਹਾ ਸੀ, ਹਾਲਾਂਕਿ ਉਸਨੂੰ ਫ਼ਿਲਮ ਕੰਪਨੀ ਤੋਂ ਏਨੇ ਰੁਪਏ ਇਕੱਠੇ ਮਿਲਣ ਦੀ ਕੋਈ ਆਸ ਨਹੀਂ ਸੀ। ਡੋਲੀ ਸੀ, ਉਹ ਗਰੀਬ ਨਿਵਾਜ਼ ਤੋਂ ਕੁਝ ਕਰਜਾ ਲੈਣ ਦੀ ਕੋਸ਼ਿਸ਼ ਕਰ ਰਹੀ ਸੀ ਤੇ ਉਸਨੂੰ ਵਿਸ਼ਵਾਸ ਦਿਵਾਅ ਰਹੀ ਸੀ ਕਿ ਦਫ਼ਤਰ ਵਿਚੋਂ ਤਨਖ਼ਾਹ ਮਿਲਦਿਆਂ ਹੀ ਉਹ ਇਹ ਕਰਜ਼ਾ ਜ਼ਰੂਰ ਲਾਹ ਦਏਗੀ। ਗਰੀਬ ਨਿਵਾਜ਼ ਨੂੰ ਪਤਾ ਸੀ ਕਿ ਉਹ ਇਹ ਰੁਪਏ ਵਾਅਦੇ ਮੁਤਾਬਿਕ ਕਦੀ ਵਾਪਸ ਨਹੀਂ ਕਰੇਗੀ, ਪਰ ਉਹ ਉਸਦੇ ਵਾਅਦੇ ਉੱਤੇ ਵਿਸ਼ਵਾਸ ਕਰ ਰਿਹਾ ਸੀ। ਥੈਲੀਮਾ ਵਣਕਤਰੇ ਤੋਂ ਤਾਂਡਵ ਨਾਚ ਦੇ ਬੜੇ ਔਖੇ ਤੋੜੇ ਸਿਖਣ ਦੀ ਕੋਸ਼ਿਸ਼ ਕਰ ਰਹੀ ਸੀ। ਵਣਕਤਰੇ ਨੂੰ ਪਤਾ ਸੀ ਕਿ ਸਾਰੀ ਉਮਰ ਉਸਦੇ ਪੈਰ ਕਦੀ ਉਸਦੇ ਭਾਵ ਨਹੀਂ ਦਰਸਾਅ ਸਕਣਗੇ, ਪਰ ਉਹ ਉਸਨੂੰ ਸਿਖਾ ਰਿਹਾ ਸੀ। ਥੈਲੀਮਾ ਵੀ ਪੱਕੀ ਤਰ੍ਹਾਂ

ਜਾਣਦੀ ਸੀ ਕਿ ਉਹ ਐਵੇਂ ਹੀ ਆਪਣਾ ਤੇ ਵਣਕਤਰੇ ਦਾ ਸਮਾਂ ਬਰਬਾਦ ਕਰ ਰਹੀ ਹੈ, ਪਰ ਉਹ ਬੜੀ ਲਗਣ ਤੇ ਤਤਪਰਤਾ ਨਾਲ ਪਾਠ ਯਾਦ ਕਰ ਰਹੀ ਸੀ। ਐਲੀਮਾ ਤੇ ਕਿਟੀ ਦੋਵੇਂ ਪੀ ਰਹੀਆਂ ਸਨ ਤੇ ਆਪਸ ਵਿਚ ਕਿਸੇ ਅਜਿਹੇ ਆਦਮੀ ਬਾਰੇ ਗੱਲਬਾਤ ਕਰ ਰਹੀਆਂ ਸਨ, ਜਿਸਨੇ ਪਿੱਛਲੀ ਰੇਸ ਵਿਚ ਰੱਬ ਜਾਣੇ ਕਦੋਂ ਦਾ ਬਦਲਾ ਲੈਣ ਲਈ ਟਿੱਪ ਦਿੱਤੀ ਸੀ। ਤੇ ਚੱਡਾ ਫਿਲਿਸ ਦੇ ਚਾਣੇ ਰੰਗੇ ਵਾਲਾਂ ਨੂੰ ਪਿਘਲੇ ਹੋਏ ਸੋਨੇ ਦੇ ਰੰਗ ਦੀ ਸ਼ਰਾਬ ਵਿਚ ਘੋਲ ਕੇ ਪੀ ਰਿਹਾ ਸੀ। ਫਿਲਿਸ ਦਾ ਖੁਸਰਿਆਂ ਵਰਗਾ ਦੋਸਤ ਵਾਰੀ ਵਾਰੀ ਜੇਬ ਵਿਚੋਂ ਕੰਘੀ ਕੱਢਦਾ ਤੇ ਆਪਣੇ ਵਾਲ ਵਾਹੁਣ ਲੱਗ ਪੈਂਦਾ। ਮੰਮੀ ਕਦੀ ਇਸ ਨਾਲ ਗੱਲ ਕਰਦੀ, ਕਦੀ ਉਸ ਨਾਲ; ਕਦੀ ਸੋਢਾ ਖੁਲਵਾਉਂਦੀ, ਕਦੀ ਟੁੱਟੇ ਹੋਏ ਗ਼ਲਾਸ ਦੇ ਟੁਕੜੇ ਚੁਕਵਾਉਂਦੀ...ਉਸਦੀ ਨਜ਼ਰ ਸਾਰਿਆਂ 'ਤੇ ਸੀ, ਉਸ ਬਿੱਲੀ ਵਾਂਗ, ਜਿਹੜੀ ਦੇਖਣ ਨੂੰ ਤਾਂ ਆਪਣੀਆਂ ਅੱਖਾਂ ਬੰਦ ਕਰੀ ਪਈ ਉਂਘ ਰਹੀ ਹੁੰਦੀ ਹੈ, ਪਰ ਉਸਨੂੰ ਪਤਾ ਹੁੰਦਾ ਹੈ ਕਿ ਉਸਦੇ ਪੰਜੇ ਬੱਚੇ ਕਿੱਥੇ ਕਿੱਥੇ ਨੇ ਤੇ ਕੀ-ਕੀ ਸ਼ਰਾਰਤਾਂ ਕਰ ਰਹੇ ਨੇ।

ਇਸ ਦਿਲਚਸਪ ਚਿੱਤਰ ਵਿਚ ਕਿਹੜਾ ਰੰਗ, ਕਿਹੜੀ ਲਕੀਰ ਗ਼ਲਤ ਸੀ?...ਮੰਮੀ ਦਾ ਉਹ ਭੜਕੀਲਾ ਤੇ ਗੂੜ੍ਹਾ ਮੇਕਅੱਪ ਵੀ ਇੰਜ ਜਾਪਦਾ ਸੀ ਕਿ ਉਸ ਚਿੱਤਰ ਦਾ ਇਕ ਜ਼ਰੂਰੀ ਅੰਗ ਹੈ।

ਗ਼ਲਿਬ ਕਹਿੰਦਾ ਹੈ :-

'ਕੈਦੇ-ਹਯਾਤ-ਓ-ਬੰਦੇ ਗ਼ਮ[1], ਅਸਲ ਮੇਂ ਦੋਨੋਂ ਏਕ ਹੈਂ।
ਮੌਤ ਸੇ ਪਹਿਲੇ ਆਦਮੀ ਗ਼ਮ ਸੇ ਨਿਜਾਤ[2] ਪਾਏ ਕਿਉਂ ?'

ਕੈਦੇ-ਹਯਾਤ ਤੇ ਬੰਦੇ-ਗ਼ਮ ਜੇ ਸੱਚਮੁੱਚ ਹੀ ਹੈ ਤਾਂ ਇਹ ਕਿਉਂ ਜ਼ਰੂਰੀ ਹੈ ਕਿ ਆਦਮੀ ਮੌਤ ਤੋਂ ਪਹਿਲਾਂ ਨਿਜਾਤ (ਮੁਕਤੀ) ਪ੍ਰਾਪਤ ਕਰਨ ਦੀ ਕੋਸ਼ਿਸ਼ ਹੀ ਨਾ ਕਰੇ? ਇਸ ਤੋਂ ਮੁਕਤੀ ਲਈ ਕੌਣ ਯਮਰਾਜ ਦਾ ਇੰਤਜ਼ਾਰ ਕਰੇ...ਕਿਉਂ ਆਦਮੀ ਕੁਝ ਪਲਾਂ ਲਈ ਮਨ ਦੀ ਮੌਜ਼ ਦੀ ਖੇਡ ਵਿਚ ਹਿੱਸਾ ਨਾ ਲਵੇ!...

ਮੰਮੀ ਹਰੇਕ ਦੀ ਪ੍ਰਸ਼ੰਸਾ ਕਰ ਰਹੀ ਸੀ। ਉਸਦੇ ਸੀਨੇ ਵਿਚ ਅਜਿਹਾ ਦਿਲ ਸੀ, ਜਿਸ ਵਿਚ ਉਹਨਾਂ ਸਾਰਿਆਂ ਲਈ ਮਮਤਾ ਸੀ। ਮੈਂ ਸੋਚਿਆ ਕਿ ਸ਼ਾਇਦ ਇਸ ਲਈ ਉਸਨੇ ਆਪਣੇ ਚਿਹਰੇ ਉੱਤੇ ਰੰਗ ਮਲ ਲਿਆ ਹੈ ਕਿ ਲੋਕਾਂ ਨੂੰ ਉਸਦੀ ਸੱਚਾਈ ਦਾ ਪਤਾ ਨਾ ਲੱਗੇ...ਉਸ ਵਿਚ ਸ਼ਾਇਦ ਏਨੀ ਸਰੀਰਕ ਸ਼ਕਤੀ ਨਹੀਂ ਸੀ ਕਿ ਉਹ ਹਰ ਕਿਸੇ ਦੀ ਮਾਂ ਬਣ ਸਕਦੀ ਤੇ ਇਸੇ ਲਈ ਉਸਨੇ ਆਪਣੀ ਮਮਤਾ ਤੇ ਸਨੇਹ ਦੀ ਖਾਤਰ ਕੁਝ ਵਿਅੱਕਤੀ ਚੁਣ ਲਏ ਸਨ ਤੇ ਬਾਕੀ ਸਾਰੀ ਦੁਨੀਆਂ ਨੂੰ ਛੱਡ ਦਿੱਤਾ ਸੀ।

ਮੰਮੀ ਨੂੰ ਪਤਾ ਸੀ ਕਿ ਚੱਡਾ ਇਕ ਤਗੜਾ ਪੈਗ ਫਿਲਿਸ ਨੂੰ ਪਿਆ ਚੁੱਕਿਆ ਹੈ। ਚੋਰੀ ਛਿੱਪੇ ਨਹੀਂ ਸਾਰਿਆਂ ਦੇ ਸਾਹਮਣੇ; ਪਰ ਮੰਮੀ ਤਾਂ ਉਦੋਂ ਰਸੋਈ ਵਿਚ ਪਟੇਟੋ ਚਿਪਸ ਤਲ ਰਹੀ ਸੀ...ਹੁਣ ਫਿਲਿਸ ਨਸ਼ੇ ਵਿਚ ਸੀ, ਤੇ ਜਿਸ ਤਰ੍ਹਾਂ ਉਸਦੇ ਪਾਲਿਸ਼ ਕੀਤੇ ਹੋਏ ਫੌਲਾਦ ਰੰਗੇ ਵਾਲ ਹੌਲੀ ਹੌਲੀ ਲਹਿਰਾ ਰਹੇ ਸਨ, ਉਸੇ ਤਰ੍ਹਾਂ ਉਹ ਆਪ ਵੀ ਲਹਿਰਾ ਰਹੀ ਸੀ।

1.ਜੀਵਨ ਰੂਪੀ ਕੈਦ ਤੇ ਗ਼ਮ ਦੀ ਪਕੜ; 2.ਮੁਕਤੀ-ਅਨੁ.

ਰਾਤ ਦੇ ਬਾਰਾਂ ਵੱਜ ਚੁੱਕੇ ਸਨ। ਵਣਕਤਰੇ ਥੈਲੀਮਾ ਨੂੰ ਤੋੜੇ ਸਿਖਾ-ਸਿਖਾ ਕੇ ਥੱਕ ਜਾਣ ਪਿੱਛੋਂ ਹੁਣ ਦਸ ਰਿਹਾ ਸੀ ਕਿ ਉਸਦਾ ਪਿਓ ਸਾਲਾ ਉਸ ਨਾਲ ਬੜਾ ਪਿਆਰ ਕਰਦਾ ਸੀ। ਬਚਪਨ ਵਿਚ ਹੀ ਉਸਨੇ ਉਸਦਾ ਵਿਆਹ ਕਰ ਦਿੱਤਾ ਸੀ। ਉਸਦੀ ਵਾਈਫ਼ ਬੜੀ ਬਿਊਟੀ-ਫੁੱਲ ਹੈ...ਤੇ ਗਰੀਬ ਨਿਵਾਜ਼ ਡੋਲੀ ਨੂੰ ਕਰਜ਼ਾ ਦੇ ਕੇ ਭੁੱਲ ਵੀ ਚੁੱਕਿਆ ਸੀ। ਰਣਜੀਤ ਕੁਮਾਰ ਪੋਲੀ ਨੂੰ ਆਪਣੇ ਨਾਲ ਕਿੱਧਰੇ ਬਾਹਰ ਲੈ ਗਿਆ ਸੀ। ਐਲੀਮਾ ਤੇ ਕਿਟੀ ਦੋਵੇਂ ਦੁਨੀਆਂ ਭਰ ਦੀਆਂ ਗੱਲ ਕਰਕੇ ਥੱਕ ਚੁੱਕੀਆਂ ਸਨ ਤੇ ਆਰਾਮ ਕਰਨਾ ਚਾਹੁੰਦੀਆਂ ਸਨ ਤਿਪਾਈ ਦੇ ਇਰਦ-ਗਿਰਦ ਫਿਲਿਸ, ਉਸਦਾ ਖੁਸਰੇ ਮੂੰਹਾਂ ਸਾਥੀ ਦੋਸਤ ਤੇ ਮੰਮੀ ਬੈਠੇ ਸਨ। ਚੱਡਾ ਹੁਣ ਜਜ਼ਬਾਤੀ ਨਹੀਂ ਸੀ। ਫਿਲਿਸ ਉਸਦੇ ਨਾਲ ਢੁੱਕ ਕੇ ਬੈਠੀ ਹੋਈ ਸੀ, ਜਿਸਨੇ ਪਹਿਲੀ ਵੇਰ ਸ਼ਰਾਬ ਦਾ ਸਵਾਦ ਚੱਖਿਆ ਸੀ ਉਸਨੂੰ ਪ੍ਰਾਪਤ ਕਰਨ ਦਾ ਸੰਕਲਪ ਉਸਦੀਆਂ ਅੱਖਾਂ ਵਿਚ ਸਾਕਾਰ ਸੀ। ਮੰਮੀ ਇਸ ਗੱਲ ਤੋਂ ਅਣਜਾਣ ਨਹੀਂ ਸੀ।

ਥੋੜ੍ਹੀ ਦੇਰ ਬਾਅਦ ਫਿਲਿਸ ਦਾ ਖੁਸਰੇ ਮੂੰਹਾਂ ਦੋਸਤ ਉਠ ਕੇ ਸੋਫੇ ਉੱਤੇ ਜਾ ਲੇਟਿਆ ਤੇ ਆਪਣੇ ਵਾਲਾਂ ਵਿਚ ਕੰਘੀ ਕਰਦਾ ਕਰਦਾ ਸੌਂ ਗਿਆ। ਗਰੀਬ ਨਿਵਾਜ਼ ਤੇ ਡੋਲੀ ਉਠ ਕੇ ਕਿੱਧਰੇ ਚੱਲੇ ਗਏ। ਏਲੀਮਾ ਤੇ ਕਿਟੀ ਨੇ ਵਿਦਾ ਲਈ ਤੇ ਚਲੀਆਂ ਗਈਆਂ...ਵਣਕਤਰੇ ਨੇ ਆਖ਼ਰੀ ਵਾਰੀ ਆਪਣੀ ਪਤਨੀ ਦੀ ਖ਼ੂਬਸੂਰਤੀ ਦੀ ਪ੍ਰਸ਼ੰਸਾ ਕੀਤੀ ਤੇ ਫਿਲਿਸ ਵੱਲ ਲਲਚਾਈਆਂ ਨਜ਼ਰਾਂ ਨਾਲ ਦੇਖਿਆ, ਫੇਰ ਥੈਲੀਮਾ ਵੱਲ ਜਿਹੜੀ ਉਸਦੇ ਕੋਲ ਬੈਠੀ ਸੀ, ਤੇ ਫੇਰ ਉਹ ਉਸਦੀ ਬਾਂਹ ਫੜ ਕੇ ਉਸਨੂੰ ਚੰਦ ਦਿਖਾਉਣ ਲਈ ਬਾਹਰ ਖੁੱਲ੍ਹੇ ਮੈਦਾਨ ਵਿਚ ਲੈ ਗਿਆ।

ਅਚਾਨਕ ਪਤਾ ਨਹੀਂ ਕੀ ਹੋਇਆ ਕਿ ਚੱਡੇ ਤੇ ਮੰਮੀ ਵਿਚਕਾਰ ਗਰਮਾ-ਗਰਮ ਬਹਿਸ਼ ਸ਼ੁਰੂ ਹੋ ਗਈ। ਚੱਡੇ ਦੀ ਆਵਾਜ਼ ਲੜਖੜਾ ਰਹੀ ਸੀ। ਉਹ ਇਕ ਨਾਲਾਇਕ ਪੁੱਤਰ ਵਾਂਗ ਮੰਮੀ ਨੂੰ ਅਵਾ-ਤਵਾ ਬੋਲਣ ਲੱਗਾ। ਫਿਲਿਸ ਨੇ ਕਿਸੇ ਹੱਦ ਤਕ ਬਚਾਅ ਕਰਨ ਦੀ ਕੋਸ਼ਿਸ਼ ਕੀਤੀ, ਪਰ ਚੱਡਾ ਹਵਾ ਦੇ ਘੋੜੇ 'ਤੇ ਸਵਾਰ ਸੀ। ਉਹ ਫਿਲਿਸ ਨੂੰ ਆਪਣੇ ਨਾਲ ਸਈਦਾ ਕਾਟੇਜ ਲੈ ਜਾਣਾ ਚਾਹੁੰਦਾ ਸੀ ਤੇ ਮੰਮੀ ਇਸ ਦੇ ਵਿਰੁੱਧ ਸੀ। ਉਹ ਉਸਨੂੰ ਬੜੀ ਦੇਰ ਤਕ ਸਮਝਾਉਂਦੀ ਰਹੀ ਕਿ ਉਹ ਇਸ ਇਰਾਦੇ ਤੋਂ ਬਾਅਜ਼ ਆਵੇ, ਪਰ ਉਹ ਸੀ ਕਿ ਮੰਨਦਾ ਹੀ ਨਹੀਂ ਸੀ ਪਿਆ ਤੇ ਵਾਰੀ-ਵਾਰੀ ਮੰਮੀ ਨੂੰ ਕਹਿ ਰਿਹਾ ਸੀ, 'ਤੂੰ ਪਾਗਲ ਹੋ ਗਈ ਏਂ...ਬੁੱਢੀਏ ਦਲਾਲਨੇ...ਫਿਲਿਸ ਮੇਰੀ ਹੈ...ਪੁੱਛ ਲੈ ਇਸ ਨੂੰ।'

ਮੰਮੀ ਨੇ ਬੜੀ ਦੇਰ ਤਕ ਉਸਦੀਆਂ ਗਾਲ੍ਹਾਂ ਸੁਣੀਆਂ, ਅੰਤ ਵਿਚ ਬੜੇ ਸਮਝਾਉਣ ਵਾਲੇ ਢੰਗ ਨਾਲ ਕਿਹਾ, "ਚੱਡੇ, ਮਾਈ ਸਨ...ਤੂੰ ਕਿਉਂ ਨਹੀਂ ਸਮਝਦਾ...ਸ਼ੀ ਇਜ ਯੰਗ...ਸ਼ੀ ਇਜ ਵੈਰੀ ਯੰਗ...।"

ਉਸਦੀ ਆਵਾਜ਼ ਕੰਬ ਰਹੀ ਸੀ, ਉਸ ਵਿਚ ਇਕ ਤਰਲਾ ਸੀ, ਇਕ ਤਾੜਨਾ ਸੀ, ਇਕ ਬੜੀ ਭਿਆਨਕ ਤਸਵੀਰ ਸੀ, ਪਰ ਚੱਡਾ ਉੱਕਾ ਨਹੀਂ ਸਮਝਿਆ। ਉਦੋਂ ਉਸਦੇ ਸਾਹਵੇਂ ਸਿਰਫ ਫਿਲਿਸ ਤੇ ਉਸਦੀ ਪ੍ਰਾਪਤੀ ਸੀ। ਮੈਂ ਫਿਲਿਸ ਵੱਲ ਦੇਖਿਆ ਤੇ ਪਹਿਲੀ ਵਾਰੀ ਇਸ ਗੱਲ ਨੂੰ ਮਹਿਸੂਸ ਕੀਤਾ ਕਿ ਉਹ ਸੱਚਮੁੱਚ ਬੜੀ ਛੋਟੀ ਉਮਰ ਦੀ ਸੀ, ਮੁਸ਼ਕਿਲ ਨਾਲ ਪੰਦਰਾਂ ਸਾਲ ਦੀ...ਉਸਦਾ ਗੋਰਾ ਚਿਹਰਾ, ਚਾਂਦੀ ਰੰਗੇ ਬੱਦਲਾਂ ਵਿਚ ਘਿਰਿਆ, ਬਰਸਾਤ ਦੀ ਪਹਿਲੀ ਬੂੰਦ ਵਾਂਗ ਲਰਜ਼ ਰਿਹਾ

ਸੀ।

ਚੱਡੇ ਨੇ ਉਸਨੂੰ ਬਾਹੋਂ ਫੜ੍ਹ ਕੇ ਆਪਣੇ ਵੱਲ ਖਿੱਚਿਆ ਤੇ ਫ਼ਿਲਮਾਂ ਦੇ ਹੀਰੋ ਵਾਂਗ ਆਪਣੀ ਛਾਤੀ ਨਾਲ ਲਾ ਕੇ ਘੁੱਟ ਲਿਆ। ਮੰਮੀ ਯਕਦਮ ਲਾਲ-ਪੀਲੀ ਹੋ ਕੇ ਕੂਕੀ, "ਚੱਡੇ...ਛੱਡ ਦੇ...ਫਾਰ ਗੋਡ ਸੇਕ...ਛੱਡ ਦੇ ਇਸਨੂੰ!"

ਜਦੋਂ ਚੱਡੇ ਨੇ ਆਪਣੀ ਚੌੜੀ ਛਾਤੀ ਨਾਲੋਂ ਫਿਲਿਸ ਨੂੰ ਵੱਖ ਨਾ ਕੀਤਾ ਤਾਂ ਮੰਮੀ ਨੇ ਉਸਦੇ ਮੂੰਹ ਉੱਤੇ ਇਕ ਜ਼ੋਰਦਾਰ ਚਪੇੜ ਕੱਢ ਮਾਰੀ ਤੇ ਕੂਕੀ, "ਗੇਟ ਆਊਟ...ਗੇਟ ਆਊਟ..."

ਚੱਡਾ ਭਵੱਤਰ ਗਿਆ। ਫਿਲਿਸ ਨੂੰ ਆਪਣੇ ਨਾਲੋਂ ਵੱਖ ਕਰਕੇ ਇਕ ਧੱਕਾ ਮਾਰਿਆ ਤੇ ਮੰਮੀ ਵੱਲ ਅੱਗ ਵਰ੍ਹਾਂਦੀਆਂ ਨਜ਼ਰਾਂ ਨਾਲ ਵੇਖਦਾ ਹੋਇਆ ਬਾਹਰ ਨਿਕਲ ਗਿਆ। ਮੈਂ ਵੀ ਉਠ ਕੇ ਵਿਦਾਅ ਲਈ ਤੇ ਚੱਡੇ ਦੇ ਪਿੱਛੇ ਪਿੱਛੇ ਤੁਰ ਪਿਆ।

ਸਈਦਾ ਕਾਟੇਜ ਪਹੁੰਚ ਕੇ ਮੈਂ ਦੇਖਿਆ ਉਹ ਪੈਂਟ, ਕਮੀਜ਼ ਤੇ ਬੂਟਾਂ ਸਮੇਤ, ਪਲੰਘ ਉੱਤੇ, ਮੂਧੜੇ- ਮੂੰਹ ਪਿਆ ਸੀ। ਮੈਂ ਉਸ ਨਾਲ ਕੋਈ ਗੱਲ ਨਾ ਕੀਤੀ ਤੇ ਦੂਜੇ ਕਮਰੇ ਵਿਚ ਵੱਡੀ ਮੇਜ਼ ਉੱਤੇ ਸੌਂ ਗਿਆ।

ਸਵੇਰੇ ਦੇਰ ਨਾਲ ਉਠਿਆ। ਦਸ ਵੱਜੇ ਹੋਏ ਸਨ। ਚੱਡਾ ਸਵੇਰੇ ਸਵੇਰੇ ਹੀ ਉਠ ਕੇ ਬਾਹਰ ਚਲਾ ਗਿਆ ਸੀ। ਕਿੱਥੇ, ਇਹ ਕਿਸੇ ਨੂੰ ਨਹੀਂ ਸੀ ਪਤਾ। ਪਰ ਜਦੋਂ ਮੈਂ ਗੁਸਲਖ਼ਾਨੇ ਵਿਚੋਂ ਬਾਹਰ ਨਿਕਲ ਰਿਹਾ ਸਾਂ ਤਾਂ ਮੈਨੂੰ ਉਸਦੀ ਆਵਾਜ਼ ਸੁਣਾਈ ਦਿੱਤੀ, ਜਿਹੜੀ ਗੈਰਾਜ ਦੇ ਬਾਹਰੋਂ ਆ ਰਹੀ ਸੀ। ਉਹ ਕਿਸੇ ਨੂੰ ਕਹਿ ਰਿਹਾ ਸੀ, "ਉਹ ਲਾਜਵਾਬ ਔਰਤ ਏ। ਖ਼ੁਦਾ ਦੀ ਸੌਂਹ, ਬੜੀ ਲਾਜਵਾਬ ਔਰਤ ਏ ਦੁਆ ਕਰ ਕਿ ਉਸਦੀ ਉਮਰ ਨੂੰ ਪਹੁੰਚ ਕੇ ਤੂੰ ਵੀ ਉਸ ਵਰਗੀ ਗਰੇਟ ਬਣ ਜਾਵੇਂ।"

ਉਸਦੀ ਆਵਾਜ਼ ਵਿਚ ਇਕ ਵਚਿੱਤਰ ਕੁਸੈਲ ਘੁਲੀ ਹੋਈ ਸੀ। ਪਤਾ ਨਹੀਂ ਉਸਦਾ ਨਿਸ਼ਾਨਾ ਉਸ ਦੇ ਆਪਣੇ ਵੱਲ ਸੀ ਜਾਂ ਉਸ ਵਿਅੱਕਤੀ ਵੱਲ, ਜਿਸ ਨੂੰ ਉਹ ਕਹਿ ਰਿਹਾ ਸੀ। ਮੈਂ ਬਹੁਤੀ ਦੇਰ ਉੱਥੇ ਰੁਕਿਆ ਰਹਿਣਾ ਠੀਕ ਨਹੀਂ ਸਮਝਿਆ ਤੇ ਅੰਦਰ ਚਲਾ ਗਿਆ। ਅੱਧਾ ਘੰਟਾ ਮੈਂ ਉਸਦੀ ਉਡੀਕ ਕੀਤੀ। ਜਦੋਂ ਉਹ ਨਾ ਆਇਆ ਤਾਂ ਮੈਂ ਪ੍ਰਭਾਤ ਨਗਰ ਵੱਲ ਤੁਰ ਗਿਆ।

ਮੇਰੀ ਪਤਨੀ ਦਾ ਮੂਡ ਠੀਕ ਸੀ ਹਰੀਸ਼ ਘਰੇ ਨਹੀਂ ਸੀ। ਹਰੀਸ਼ ਦੀ ਪਤਨੀ ਨੇ ਉਸ ਬਾਰੇ ਪੁੱਛਿਆ ਤਾਂ ਮੈਂ ਕਹਿ ਦਿੱਤਾ ਕਿ ਉਹ ਅਜੇ ਸਟੂਡੀਓ ਵਿਚ ਸੁੱਤਾ ਪਿਆ ਹੈ।

ਪੂਨੇ ਵਿਚ ਖਾਸਾ ਮੌਜ਼ ਮੇਲਾ ਹੋ ਗਿਆ ਸੀ, ਇਸ ਲਈ ਮੈਂ ਹਰੀਸ਼ ਦੀ ਪਤਨੀ ਤੋਂ ਜਾਣ ਦੀ ਆਗਿਆ ਮੰਗੀ। ਸਭਿਅਤਾ ਦੇ ਨਾਤੇ ਉਸਨੇ ਸਾਨੂੰ ਰੁਕਣ ਲਈ ਕਿਹਾ, ਪਰ ਮੈਂ ਸਈਦਾ ਕਾਟੇਜ ਵਿਚ ਹੀ ਫ਼ੈਸਲਾ ਕਰ ਲਿਆ ਸੀ ਕਿ ਰਾਤ ਵਾਲੀ ਘਟਨਾ ਮੇਰੀ ਮਾਨਸਿਕ ਜੁਗਾਲੀ ਲਈ ਵਾਧੂ ਹੈ।

ਅਸੀਂ ਤੁਰ ਪਏ। ਰਸਤੇ ਵਿਚ ਮੰਮੀ ਦੀਆਂ ਗੱਲਾਂ ਹੋਈਆਂ। ਜੋ ਕੁਝ ਵਾਪਰਿਆ ਸੀ, ਮੈਂ ਪਤਨੀ ਨੂੰ ਸਭ ਕੁਝ ਦਸ ਦਿੱਤਾ। ਉਸਦਾ ਕਹਿਣਾ ਸੀ ਕਿ ਫਿਲਿਸ ਉਸਦੀ ਕੋਈ ਰਿਸ਼ਤੇਦਾਰ ਹੋਏਗੀ ਜਾਂ ਉਹ ਉਸਨੂੰ ਕਿਸੇ ਚੰਗੀ ਅਸਾਮੀ ਨੂੰ ਪੇਸ਼ ਕਰਨਾ ਚਹੁੰਦੀ ਹੋਏਗੀ, ਤਦੇ ਉਸਨੇ ਚੱਡੇ ਨਾਲ ਲੜਾਈ ਕੀਤੀ...ਮੈਂ ਚੁੱਪ ਰਿਹਾ। ਨਾ ਹਾਮੀਂ ਭਰੀ, ਨਾ ਵਿਰੋਧ ਕੀਤਾ।

ਕਈ ਦਿਨ ਬੀਤ ਜਾਣ ਪਿੱਛੋਂ ਚੱਡੇ ਦਾ ਖ਼ਤ ਆਇਆ, ਜਿਸ ਵਿਚ ਉਸ ਰਾਤ ਵਾਲੀ ਘਟਨਾ ਦਾ ਸਰਸਰੀ ਜਿਹਾ ਜ਼ਿਕਰ ਸੀ ਤੇ ਉਸਨੇ ਆਪਣੇ ਬਾਰੇ ਵਿਚ ਇਹ ਕਿਹਾ ਸੀ, 'ਮੈਂ ਉਸ ਰਾਤ ਜਾਨਵਰ ਬਣ ਗਿਆ ਸਾਂ ਲਾਹਨਤ ਹੈ ਮੇਰੇ 'ਤੇ।'

ਤਿੰਨ ਮਹੀਨੇ ਬਾਅਦ ਮੈਨੂੰ ਇਕ ਜ਼ਰੂਰੀ ਕੰਮ ਲਈ ਫੇਰ ਪੂਨੇ ਜਾਣਾ ਪਿਆ। ਸਿੱਧਾ ਸਈਦਾ ਕਾਟੇਜ ਪਹੁੰਚਿਆ। ਚੱਡਾ ਉੱਥੇ ਨਹੀਂ ਸੀ। ਗਰੀਬ ਨਿਵਾਜ਼ ਨਾਲ ਉਸ ਸਮੇਂ ਮੁਲਾਕਾਤ ਹੋਈ ਜਦੋਂ ਉਹ ਗੈਰੇਜ ਵਿਚੋਂ ਨਿਕਲ ਕੇ ਸ਼ੀਰੀਂ ਦੇ ਨਿੱਕੇ ਬੱਚੇ ਨੂੰ ਪਿਆਰ ਕਰ ਰਿਹਾ ਸੀ। ਉਹ ਉੱਡ ਕੇ ਮਿਲਿਆ। ਥੋੜ੍ਹੀ ਦੇਰ ਬਾਅਦ ਰਣਜੀਤ ਕੁਮਾਰ ਆ ਗਿਆ, ਕੱਛੂ ਦੀ ਤੋਰ ਤੁਰਦਾ ਹੋਇਆ, ਤੇ ਚੁੱਪਚਾਪ ਬੈਠ ਗਿਆ। ਮੈਂ ਜਦ ਉਸਨੂੰ ਕੁਝ ਪੁੱਛਦਾ ਸਾਂ ਤਾਂ ਉਹ ਬੜਾ ਸੰਖੇਪ ਜਿਹਾ ਉਤਰ ਦੇ ਦਿੰਦਾ ਸੀ। ਉਸ ਨਾਲ ਹੋਈ ਗੱਲਬਾਤ ਤੋਂ ਪਤਾ ਲੱਗਿਆ ਕਿ ਚੱਡਾ ਉਸ ਰਾਤ ਤੋਂ ਪਿੱਛੋਂ ਮੰਮੀ ਵੱਲ ਨਹੀਂ ਗਿਆ ਤੇ ਨਾ ਹੀ ਉਹ ਇੱਥੇ ਆਈ ਹੈ। ਫਿਲਿਸ ਨੂੰ ਉਸਨੇ ਦੂਜੇ ਦਿਨ ਹੀ ਉਸਦੇ ਮਾਂ-ਪਿਓ ਕੋਲ ਭੇਜ ਦਿੱਤਾ ਸੀ। ਉਹ ਉਸ ਖੁਸਰੇ ਵਰਗੇ ਮੁੰਡੇ ਨਾਲ ਘਰੋਂ ਭੱਜ ਕੇ ਆਈ ਸੀ।...ਰਣਜੀਤ ਕੁਮਾਰ ਨੂੰ ਵਿਸ਼ਵਾਸ ਸੀ ਕਿ ਜੇ ਉਹ ਕੁਝ ਦਿਨ ਹੋਰ ਪੂਨੇ ਵਿਚ ਰਹਿੰਦੀ ਤਾਂ ਉਹ ਜ਼ਰੂਰ ਉਸਨੂੰ ਲੈ ਉੱਡਦਾ। ਗਰੀਬ ਨਿਵਾਜ਼ ਨੇ ਅਜਿਹਾ ਕੋਈ ਦਾਅਵਾ ਨਹੀਂ ਸੀ ਕੀਤਾ...ਪਰ ਏਨਾ ਅਫ਼ਸੋਸ ਜ਼ਰੂਰ ਸੀ ਕਿ ਉਹ ਚਲੀ ਗਈ ਸੀ।

ਚੱਡੇ ਬਾਰੇ ਇਹ ਪਤਾ ਲੱਗਿਆ ਕਿ ਦੋ ਤਿੰਨ ਦਿਨਾਂ ਦੀ ਉਸਦੀ ਤਬੀਅਤ ਠੀਕ ਨਹੀਂ ਹੈ, ਪਰ ਉਹ ਕਿਸੇ ਡਾਕਟਰ ਤੋਂ ਰਾਏ ਨਹੀਂ ਲੈਂਦਾ-ਸਾਰਾ ਦਿਨ ਇਧਰ ਉਧਰ ਭੌਂਦਾ ਰਹਿੰਦਾ ਹੈ। ਗਰੀਬ ਨਿਵਾਜ਼ ਨੇ ਜਦੋਂ ਮੈਨੂੰ ਗੱਲਾਂ ਦੱਸਣੀਆਂ ਸ਼ੁਰੂ ਕੀਤੀਆਂ ਤਾਂ ਰਣਜੀਤ ਕੁਮਾਰ ਉਠ ਕੇ ਚਲਾ ਗਿਆ। ਮੈਂ ਸਰੀਆਂ ਵਾਲੇ ਜੰਗਲੇ ਰਾਹੀਂ ਦੇਖਿਆ, ਉਹ ਗੈਰੇਜ ਵੱਲ ਗਿਆ ਸੀ।

ਮੈਂ ਗਰੀਬ ਨਿਵਾਜ਼ ਤੋਂ ਗੈਰੇਜ ਵਾਲੀ ਸ਼ੀਰੀਂ ਬਾਰੇ ਕੁਝ ਪੁੱਛਣ ਲਈ ਸੋਚ ਹੀ ਰਿਹਾ ਸਾਂ ਕਿ ਵਣਕਤਰਾ ਬੜਾ ਘਬਰਾਇਆ ਹੋਇਆ ਕਮਰੇ ਵਿਚ ਆ ਵੜਿਆ। ਉਸ ਤੋਂ ਪਤਾ ਲੱਗਾ ਕਿ ਚੱਡੇ ਨੂੰ ਤੇਜ਼ ਬੁਖ਼ਾਰ ਚੜ੍ਹਿਆ ਹੋਇਆ ਸੀ। ਉਹ ਉਸਨੂੰ ਤਾਂਗੇ ਵਿਚ ਲੱਦ ਕੇ ਇੱਥੇ ਲਿਆਇਆ ਹੈ ਕਿਉਂਕਿ ਉਹ ਰਸਤੇ ਵਿਚ ਬੇਹੋਸ਼ ਹੋ ਗਿਆ ਸੀ...ਮੈਂ ਤੇ ਗਰੀਬ ਨਿਵਾਜ਼ ਬਾਹਰ ਵੱਲ ਦੌੜੇ। ਤਾਂਗੇ ਵਾਲਾ ਬੇਹੋਸ਼ ਚੱਡੇ ਨੂੰ ਸੰਭਾਲੀ ਬੈਠਾ ਸੀ। ਅਸਾਂ ਸਾਰਿਆਂ ਨੇ ਉਸਨੂੰ ਚੁੱਕਿਆ ਤੇ ਕਮਰੇ ਵਿਚ ਲਿਆ ਕੇ ਬਿਸਤਰੇ ਉੱਤੇ ਲਿਟਾਅ ਦਿੱਤਾ। ਮੈਂ ਉਸਦੇ ਮੱਥੇ ਉੱਤੇ ਹੱਥ ਰੱਖ ਕੇ ਦੇਖਿਆ, ਸੱਚਮੁੱਚ ਬੜਾ ਤੇਜ਼ ਬੁਖ਼ਾਰ ਸੀ। ਇਕ ਸੌ ਛੇ ਡਿਗਰੀ ਤੋਂ ਘੱਟ ਨਹੀਂ ਹੋਣਾ।

ਮੈਂ ਗਰੀਬ ਨਿਵਾਜ਼ ਨੂੰ ਕਿਹਾ, "ਫੌਰਨ ਡਾਕਟਰ ਨੂੰ ਬੁਲਾਉਣਾ ਚਾਹੀਦਾ ਏ।" ਉਸਨੇ ਵਣਕਤਰੇ ਨਾਲ ਸਲਾਹ ਕੀਤੀ ਤੇ 'ਹੁਣੇ ਆਇਆ' ਕਹਿ ਕੇ ਬਾਹਰ ਚਲਾ ਗਿਆ। ਜਦੋਂ ਵਾਪਸ ਆਇਆ ਤਾਂ ਉਸ ਨਾਲ ਮੰਮੀ ਵੀ ਸੀ। ਉਹ ਹਫੀ ਹੋਈ ਸੀ। ਅੰਦਰ ਆਉਂਦਿਆਂ ਹੀ ਉਸਨੇ ਚੱਡੇ ਵੱਲ ਦੇਖਿਆ ਤੇ ਲਗਭਗ ਕੂਕ ਕੇ ਪੁੱਛਿਆ, "ਕੀ ਹੋਇਆ ਏ, ਮੇਰੇ ਬੱਚੇ ਨੂੰ?"

ਵਣਕਤਰੇ ਨੇ ਜਦੋਂ ਉਸਨੂੰ ਦੱਸਿਆ ਕਿ ਚੱਡਾ ਕਈ ਦਿਨਾਂ ਦਾ ਬਿਮਾਰ

ਸੀ ਤਾਂ ਮੰਮੀ ਨੇ ਬੜੇ ਦੁੱਖ ਤੇ ਗੁੱਸੇ ਨਾਲ ਕਿਹਾ, "ਤੁਸੀਂ ਕੈਸੇ ਲੋਗ ਓ ਮੈਨੂੰ ਖ਼ਬਰ ਕਿਉਂ ਨਹੀਂ ਕੀਤੀ?" ਫੇਰ ਉਸਨੇ ਗਰੀਬ ਨਿਵਾਜ਼, ਮੈਨੂੰ ਤੇ ਵਣਕਤਰੇ ਨੂੰ ਕਈ ਹਦਾਇਤਾਂ ਦਿੱਤੀਆਂ...ਇਕ ਨੂੰ ਚੱਡੇ ਦੇ ਪੈਰਾਂ ਦੀਆਂ ਤਲੀਆਂ ਝੱਸਣ ਦੀ, ਦੂਜੇ ਨੂੰ ਬਰਫ਼ ਲਿਆਉਣ ਦੀ ਤੇ ਤੀਜੇ ਨੂੰ ਪੱਖਾ ਝੱਲਣ ਦੀ। ਚੱਡੇ ਦੀ ਹਾਲਤ ਵੇਖ ਕੇ ਉਸਦੀ ਆਪਣੀ ਹਾਲਤ ਵੀ ਵਿਗੜ ਗਈ ਸੀ, ਪਰ ਉਸਨੇ ਹੌਸਲੇ ਤੋਂ ਕੰਮ ਲਿਆ ਤੇ ਡਾਕਟਰ ਨੂੰ ਬੁਲਾਉਣ ਚਲੀ ਗਈ।

ਪਤਾ ਨਹੀਂ ਰਣਜੀਤ ਕੁਮਾਰ ਨੂੰ ਗੈਰੇਜ ਵਿਚ ਕਿੰਜ ਪਤਾ ਲੱਗਿਆ। ਉਹ ਮੰਮੀ ਦੇ ਜਾਣ ਦੇ ਤੁਰੰਤ ਬਾਅਦ ਘਬਰਾਇਆ ਹੋਇਆ ਅੰਦਰ ਆਇਆ। ਉਸਦੇ ਪੁੱਛਣ 'ਤੇ ਵਣਕਤਰੇ ਨੇ ਉਸਦੇ ਬੇਹੋਸ਼ ਹੋਣ ਦੀ ਘਟਨਾ ਦਾ ਵਰਨਣ ਕਰ ਦਿੱਤਾ ਤੇ ਇਹ ਵੀ ਦੱਸਿਆ ਕਿ ਮੰਮੀ ਡਾਕਟਰ ਕੋਲ ਗਈ ਹੈ। ਇਹ ਸੁਣ ਕੇ ਰਣਜੀਤ ਕੁਮਾਰ ਦੀ ਬੇਚੈਨੀ ਕਿਸੇ ਹੱਦ ਤਕ ਦੂਰ ਹੋ ਗਈ।

ਮੈਂ ਦੇਖਿਆ ਕਿ ਉਹ ਤਿੰਨੇ ਬੜੇ ਸੰਤੁਸ਼ਟ ਸਨ, ਜਿਵੇਂ ਚੱਡੇ ਦੀ ਸਿਹਤ ਦੀ ਸਾਰੀ ਜ਼ਿੰਮੇਵਾਰੀ ਮੰਮੀ ਨੇ ਆਪਣੇ ਸਿਰ ਲੈ ਲਈ ਹੋਵੇ।

ਉਸਦੀ ਹਦਾਇਤ ਅਨੁਸਾਰ ਚੱਡੇ ਦੀਆਂ ਤਲੀਆਂ ਮਲੀਆਂ ਜਾ ਰਹੀਆਂ ਸਨ, ਮੱਥੇ ਉੱਤੇ ਠੰਡੇ ਪਾਣੀ ਦੀਆਂ ਪੱਟੀਆਂ ਰੱਖੀਆਂ ਜਾ ਰਹੀਆਂ ਸਨ। ਮੰਮੀ ਜਦੋਂ ਡਾਕਟਰ ਨੂੰ ਨਾਲ ਲੈ ਕੇ ਆਈ, ਉਹ, ਕੁਝ ਕੁਝ ਹੋਸ਼ ਵਿਚ ਆ ਚੁੱਕਿਆ ਸੀ। ਡਾਕਟਰ ਨੇ ਮੁਆਨੇ ਵਿਚ ਕਾਫੀ ਦੇਰ ਲਾ ਦਿੱਤੀ। ਉਸਦੇ ਚਿਹਰੇ ਤੋਂ ਇੰਜ ਜਾਪਦਾ ਸੀ ਜਿਵੇਂ ਚੱਡੇ ਦੀ ਜ਼ਿੰਦਗੀ ਖ਼ਤਰੇ ਵਿਚ ਹੈ। ਮੁਆਇਨਾਂ ਕਰਨ ਪਿੱਛੋਂ ਡਾਕਟਰ ਨੇ ਮੰਮੀ ਨੂੰ ਇਸ਼ਾਰਾ ਕੀਤਾ ਤੇ ਉਹ ਦੋਵੇਂ ਕਮਰੇ 'ਚੋਂ ਬਾਹਰ ਚਲੇ ਗਏ। ਮੈਂ ਸਲਾਖਾਂ ਰਾਹੀਂ ਦੇਖਿਆ ਕਿ ਗੈਰੇਜ ਦੇ ਟਾਟ ਦਾ ਪਰਦਾ ਹਿੱਲ ਰਿਹਾ ਸੀ।

ਥੋੜ੍ਹੀ ਦੇਰ ਬਾਅਦ ਮੰਮੀ ਆਈ। ਗਰੀਬ ਨਿਵਾਜ਼, ਵਣਕਤਰੇ ਤੇ ਰਣਜੀਤ ਕੁਮਾਰ ਨੂੰ ਵਾਰੀ ਵਾਰੀ ਨਾਲ ਕਿਹਾ ਕਿ ਘਬਰਾਉਣ ਵਾਲੀ ਕੋਈ ਗੱਲ ਨਹੀਂ। ਚੱਡਾ ਹੁਣ ਅੱਖਾਂ ਖੋਲ੍ਹ ਕੇ ਸੁਣ ਰਿਹਾ ਸੀ। ਮੰਮੀ ਨੂੰ ਉਸ ਨੇ ਹੈਰਾਨੀ ਨਾਲ ਨਹੀਂ ਦੇਖਿਆ ਸੀ, ਪਰ ਇਕ ਉਲਝਣ ਜਿਹੀ ਜ਼ਰੂਰ ਮਹਿਸੂਸ ਕਰ ਰਿਹਾ ਸੀ। ਕੁਝ ਛਿਣ ਬਾਅਦ ਜਦੋਂ ਉਹ ਸਮਝ ਗਿਆ ਕਿ ਮੰਮੀ ਕਿਉਂ ਤੇ ਕਿੰਜ ਆਈ ਹੈ, ਤਾਂ ਉਸਨੇ ਮੰਮੀ ਦਾ ਹੱਥ ਆਪਣੇ ਹੱਥ ਵਿਚ ਲੈਂਦਿਆਂ ਜ਼ਰਾ ਦਬਾਅ ਕੇ ਕਿਹਾ, "ਮੰਮੀ, ਯੂ ਆਰ ਗਰੇਟ!"

ਮੰਮੀ ਉਸ ਕੋਲ ਪਲੰਘ ਉੱਤੇ ਬੈਠ ਗਈ। ਉਹ ਮਮਤਾ ਦੀ ਸਾਕਾਰ ਮੂਰਤ ਲੱਗ ਰਹੀ ਸੀ। ਉਸਨੇ ਚੱਡੇ ਦੇ ਭਖਦੇ ਹੋਏ ਮੱਥੇ ਉੱਤੇ ਹੱਥ ਫੇਰ ਕੇ ਮੁਸਕਰਾਂਦਿਆਂ ਹੋਇਆਂ ਸਿਰਫ ਏਨਾ ਕਿਹਾ, "ਮੇਰੇ ਬੱਚੇ...ਮੇਰੇ ਗਰੀਬ ਬੇਟੇ!"

ਚੱਡੇ ਦੀਆਂ ਅੱਖਾਂ ਵਿਚ ਅੱਥਰੂ ਆ ਗਏ, ਪਰ ਤੁਰੰਤ ਹੀ ਉਸਨੇ ਉਹਨਾਂ ਨੂੰ ਪੀ ਜਾਣ ਦੀ ਕੋਸ਼ਿਸ਼ ਕੀਤੀ ਤੇ ਕਿਹਾ, "ਨਹੀਂ, ਤੇਰਾ ਬੇਟਾ ਅੱਵਲ ਦਰਜ਼ੇ ਦਾ ਸਕਾਉਂਡਰਲ ਏ...ਜਾਹ ਆਪਣੇ ਸਵਰਗਵਾਸੀ ਪਤੀ ਦਾ ਪਿਸਤੌਲ ਚੁੱਕ ਲਿਆ ਤੇ ਇਸਦੀ ਛਾਤੀ 'ਚੋਂ ਕੱਢ ਦੇ।"

ਮੰਮੀ ਨੇ ਚੱਡੇ ਦੀ ਗੱਲ੍ਹ ਉੱਤੇ ਪੋਲੀ ਜਿਹੀ ਚਪੇੜ ਮਾਰੀ, "ਵਾਧੂ ਦੀਆਂ ਗੱਲਾਂ ਨਾ ਕਰ।" ਫੇਰ ਉਹ ਕਿਸੇ ਚੁਸਤ ਤੇ ਸਮਝਦਾਰ ਨਰਸ ਵਾਂਗ ਉਠੀ ਤੇ ਸਾਡੇ ਸਾਰਿਆਂ ਵੱਲ ਭੌਂ ਕੇ ਬੋਲੀ, "ਮੁੰਡਿਓ, ਚੱਡਾ ਬਿਮਾਰ ਹੈ ਤੇ ਮੈਂ ਇਸਨੂੰ ਹਸਪਤਾਲ

ਲੈ ਜਾਣਾ ਏਂ ਸਮਝੇ?"

ਸਾਰੇ ਸਮਝ ਗਏ। ਗਰੀਬ ਨਿਵਾਜ਼ ਨੇ ਤੁਰੰਤ ਟੈਕਸੀ ਦਾ ਬੰਦੋਬਸਤ ਕਰ ਦਿੱਤਾ। ਚੱਡੇ ਨੂੰ ਚੁੱਕ ਕੇ ਉਸ ਵਿਚ ਪਾਇਆ ਗਿਆ। ਉਹ ਬੜਾ ਕਹਿੰਦਾ ਰਿਹਾ ਕਿ ਅਜਿਹੀ ਕੀ ਆਫ਼ਤ ਆਈ ਹੈ ਕਿ ਮੈਨੂੰ ਹਸਪਤਾਲ ਦੇ ਹਵਾਲੇ ਕੀਤਾ ਜਾ ਰਿਹਾ ਹੈ, ਪਰ ਮੰਮੀ ਕਹਿੰਦੀ ਰਹੀ ਕਿ ਗੱਲ ਕੁਝ ਵੀ ਨਹੀਂ, ਹਸਪਤਾਲ ਵਿਚ ਜ਼ਰਾ ਆਰਾਮ ਰਹਿੰਦਾ ਹੈ। ਚੱਡਾ ਬੜਾ ਜ਼ਿੱਦੀ ਸੀ, ਪਰ ਇਸ ਸਮੇਂ ਉਹ ਮੰਮੀ ਦੀ ਕਿਸੇ ਗੱਲ ਤੋਂ ਇਨਕਾਰ ਨਹੀਂ ਸੀ ਕਰ ਸਕਿਆ।

ਚੱਡੇ ਨੂੰ ਹਸਪਤਾਲ ਵਿਚ ਦਾਖਲ ਕਰਵਾ ਦਿੱਤਾ ਗਿਆ। ਮੰਮੀ ਨੇ ਮੈਨੂੰ ਇਕਾਂਤ ਵਿਚ ਲਿਜਾਅ ਕੇ ਦੱਸਿਆ ਕਿ ਬੀਮਾਰੀ ਬੜੀ ਖ਼ਤਰਨਾਕ ਹੈ ਯਾਨੀ ਪਲੇਗ। ਇਹ ਸੁਣ ਕੇ ਮੇਰੇ ਹੋਸ਼ ਉੱਡ ਗਏ। ਖ਼ੁਦ ਮੰਮੀ ਵੀ ਬੜੀ ਪ੍ਰੇਸ਼ਾਨ ਸੀ, ਪਰ ਉਸਨੂੰ ਉਮੀਦ ਸੀ ਕਿ ਇਹ ਬਲਾਅ ਟਲ ਜਾਏਗੀ ਤੇ ਚੱਡਾ ਬੜੀ ਛੇਤੀ ਠੀਕ ਹੋ ਜਾਏਗਾ।

ਇਲਾਜ਼ ਹੁੰਦਾ ਰਿਹਾ। ਪ੍ਰਾਈਵੇਟ ਹਸਪਤਾਲ ਸੀ। ਡਾਕਟਰਾਂ ਨੇ ਚੱਡੇ ਦਾ ਇਲਾਜ਼ ਬੜੇ ਧਿਆਨ ਨਾਲ ਕੀਤਾ, ਪਰ ਕਈ ਨਵੀਆਂ ਮੁਸ਼ਕਿਲਾਂ ਖੜ੍ਹੀਆਂ ਹੋ ਗਈਆਂ ਉਸਦਾ ਪਿੰਡਾ ਥਾਂ-ਥਾਂ ਤੋਂ ਪਾਟਨ ਲੱਗ ਪਿਆ ਤੇ ਬੁਖਾਰ ਵਧਦਾ ਗਿਆ। ਅੰਤ ਵਿਚ ਡਾਕਟਰਾਂ ਨੇ ਇਹ ਰਾਏ ਦਿੱਤੀ ਕਿ ਉਸਨੂੰ ਬੰਬਈ ਲੈ ਜਾਇਆ ਜਾਏ, ਪਰ ਮੰਮੀ ਨਹੀਂ ਮੰਨੀ। ਉਸਨੇ ਚੱਡੇ ਨੂੰ ਉਸੇ ਹਾਲਤ ਵਿਚ ਚੁੱਕਿਆ ਤੇ ਆਪਣੇ ਘਰ ਲੈ ਗਈ।

ਮੈਂ ਬਹੁਤੇ ਦਿਨ ਪੂਨੇ ਵਿਚ ਨਹੀਂ ਰਹਿ ਸਕਦਾ ਸਾਂ। ਵਾਪਸ ਬੰਬਈ ਆਇਆ ਤੇ ਟੈਲੀਫ਼ੋਨ ਦੇ ਜ਼ਰੀਏ ਕਈ ਵਾਰੀ ਉਸਦਾ ਹਾਲਚਾਲ ਪਤਾ ਕੀਤਾ। ਮੇਰਾ ਸ਼ੱਕ ਸੀ ਕਿ ਉਸ ਹੁਣ ਜਿਉਂਦੇ ਨਹੀਂ ਰਹਿਣਾ, ਪਰ ਮੈਨੂੰ ਪਤਾ ਲੱਗਿਆ ਕਿ ਹੌਲੀ ਹੌਲੀ ਉਸਦੀ ਹਾਲਤ ਸੰਭਲ ਰਹੀ ਹੈ। ਇਕ ਮੁਕੱਦਮੇ ਦੇ ਸਬੰਧ ਵਿਚ ਮੈਨੂੰ ਲਾਹੌਰ ਜਾਣਾ ਪਿਆ। ਉੱਥੋਂ ਪੰਦਰਾਂ ਦਿਨ ਬਾਅਦ ਵਾਪਸ ਪਰਤਿਆ ਤਾਂ ਮੇਰੀ ਪਤਨੀ ਨੇ ਚੱਡੇ ਦਾ ਇਕ ਖ਼ਤ ਦਿੱਤਾ, ਜਿਸ ਵਿਚ ਸਿਰਫ ਇਹ ਲਿਖਿਆ ਸੀ"ਮਹਾਮਾਇਆ ਮੰਮੀ ਨੇ ਆਪਣੇ ਕਪੂਤ ਨੂੰ ਮੌਤ ਦੇ ਮੂੰਹ ਵਿਚੋਂ ਕੱਢ ਲਿਆਂਦਾ ਹੈ।"

ਉਹਨਾਂ ਥੋੜ੍ਹੇ ਜਿਹੇ ਸ਼ਬਦਾਂ ਵਿਚ ਬੜਾ ਕੁਝ ਸੀ...ਭਾਵਨਾਵਾਂ ਦਾ ਇਕ ਪੂਰਾ ਸਮੁੰਦਰ। ਮੈਂ ਆਪਣੀ ਪਤਨੀ ਨਾਲ ਇਸ ਦਾ ਜ਼ਿਕਰ ਬੜੀ ਭਾਵੁਕਤਾ ਨਾਲ ਕੀਤਾ ਤਾਂ ਉਸਨੇ ਪ੍ਰਭਾਵਿਤ ਹੋ ਕੇ ਸਿਰਫ ਏਨਾ ਕਿਹਾ, "ਅਜਿਹੀਆਂ ਔਰਤਾਂ ਅਕਸਰ, ਸੇਵਾ ਭਾਵ ਵਾਲੀਆਂ ਹੁੰਦੀਆਂ ਨੇ।"

ਮੈਂ ਚੱਡੇ ਨੂੰ ਦੋ ਤਿੰਨ ਖ਼ਤ ਲਿਖੇ, ਜਿਹਨਾਂ ਦਾ ਜਵਾਬ ਨਹੀਂ ਆਇਆ। ਪਿੱਛੋਂ ਪਤਾ ਲੱਗਿਆ ਕਿ ਮੰਮੀ ਨੇ ਉਸਨੂੰ ਜਲਵਾਯੂ ਬਦਲਣ ਲਈ ਆਪਣੀ ਇਕ ਸਹੇਲੀ ਕੋਲ ਸੋਨਾਵਾਲ ਭੇਜ ਦਿੱਤਾ ਸੀ। ਚੱਡਾ ਬੜੀ ਮੁਸ਼ਕਿਲ ਨਾਲ ਉੱਥੇ ਇਕ ਹਫ਼ਤਾ ਰਿਹਾ ਤੇ ਉਕਤਾਅ ਕੇ ਵਾਪਸ ਆ ਗਿਆ। ਜਿਸ ਦਿਨ ਉਹ ਪੂਨੇ ਪਹੁੰਚਿਆ, ਸਬੱਬ ਨਾਲ ਮੈਂ ਉੱਥੇ ਹੀ ਸਾਂ। ਪਲੇਗ ਦੇ ਜਬਰਦਸਤ ਹਮਲੇ ਕਾਰਨ ਉਹ ਬੜਾ ਕਮਜ਼ੋਰ ਹੋ ਗਿਆ ਸੀ, ਪਰ ਉਸਦਾ ਹੁਲੜ੍ਹ ਮਚਾਉਣ ਵਾਲਾ ਸੁਭਾਅ ਅੱਜ ਵੀ ਜਿਵੇਂ ਦਾ ਤਿਵੇਂ ਹੀ ਸੀ। ਆਪਣੀ ਬੀਮਾਰੀ ਦਾ ਜ਼ਿਕਰ ਉਸਨੇ ਇੰਜ ਕੀਤਾ, ਜਿਵੇਂ ਆਦਮੀ ਸਾਈਕਲ ਦੀ ਮਾਮੂਲੀ ਜਿਹੀ ਫੇਟ ਦਾ ਕਿੱਸਾ ਸੁਣਾਉਂਦਾ ਹੈ। ਹੁਣ ਜਦੋਂ

ਕਿ ਉਹ ਬਚ ਗਿਆ ਸੀ, ਆਪਣੀ ਖ਼ਤਰਨਾਕ ਬੀਮਾਰੀ ਬਾਰੇ ਗੱਲ ਕਰਨਾ ਫਜ਼ੂਲ ਸਮਝਦਾ ਸੀ।

ਸਈਦਾ ਕਾਟੇਜ ਵਿਚ ਚੱਡੇ ਦੀ ਗੈਰਹਾਜ਼ਰੀ ਵਿਚ ਨਿੱਕੇ-ਨਿੱਕੇ ਕਈ ਪਰੀਵਰਤਨ ਹੋਏ ਸਨ। ਅਕੀਲ ਤੇ ਸ਼ਕੀ ਕਿਤੇ ਹੋਰ ਚਲੇ ਗਏ ਸਨ ਕਿਉਂਕਿ ਉਹਨਾਂ ਆਪਣੀ ਨਵੀਂ ਫ਼ਿਲਮ ਕੰਪਨੀ ਖੋਲ੍ਹਣੀ ਸੀ, ਜਿਸ ਲਈ ਉਹਨਾਂ ਨੂੰ ਸਈਦਾ ਕਾਟੇਜ ਦਾ ਮਾਹੌਲ ਠੀਕ ਨਹੀਂ ਸੀ ਲੱਗਿਆ। ਉਹਨਾਂ ਦੀ ਜਗ੍ਹਾ ਇਕ ਬੰਗਾਲੀ ਮਿਊਜ਼ਿਕ ਡਾਇਰੈਕਟਰ ਆ ਗਿਆ ਸੀ। ਉਸਦਾ ਨਾਂਅ ਸੈਨ ਸੀ। ਉਸ ਨਾਲ ਲਾਹੌਰ ਤੋਂ ਭੱਜਿਆ ਹੋਇਆ ਇਕ ਮੁੰਡਾ ਰਾਮ ਸਿੰਘ ਰਹਿੰਦਾ ਸੀ। ਸਈਦਾ ਕਾਟੇਜ ਵਿਚ ਰਹਿਣ ਵਾਲੇ ਸਾਰੇ ਲੋਕ ਹੀ ਉਸ ਤੋਂ ਆਪਣੇ ਕੰਮ ਕਰਵਾ ਲੈਂਦੇ ਸਨ। ਸੁਭਾਅ ਦਾ ਬੜਾ ਨਰਮ ਤੇ ਸਾਰਿਆਂ ਦਾ ਸੇਵਾਦਾਰ ਸੀ। ਚੱਡੇ ਕੋਲ ਉਹ ਉਦੋਂ ਆਇਆ ਸੀ ਜਦੋਂ ਉਹ ਮੰਮੀ ਦੇ ਕਹਿਣ 'ਤੇ ਸੋਨਾਵਾਲਾ ਜਾ ਰਿਹਾ ਸੀ। ਉਸਨੇ ਗਰੀਬ ਨਿਵਾਜ਼ ਤੇ ਰਣਜੀਤ ਨੂੰ ਕਹਿ ਦਿੱਤਾ ਸੀ ਕਿ ਉਸਨੂੰ ਸਈਦਾ ਕਾਟੇਜ ਵਿਚ ਰੱਖ ਲਿਆ ਜਾਵੇ। ਸੈਨ ਦੇ ਕਮਰੇ ਵਿਚ ਕਿਉਂਕਿ ਜਗ੍ਹਾ ਖਾਲੀ ਸੀ, ਇਸ ਲਈ ਉਸਨੇ ਉੱਥੇ ਹੀ ਆਪਣਾ ਡੇਰਾ ਲਾ ਲਿਆ ਸੀ।

ਰਣਜੀਤ ਕੁਮਾਰ ਨੂੰ ਕੰਪਨੀ ਦੀ ਨਵੀਂ ਫ਼ਿਲਮ ਲਈ ਹੀਰੋ ਵਜੋਂ ਚੁਣ ਲਿਆ ਗਿਆ ਸੀ ਤੇ ਉਸ ਦੇ ਨਾਲ ਵਾਅਦਾ ਕੀਤਾ ਗਿਆ ਸੀ ਕਿ ਜੇ ਫ਼ਿਲਮ ਸਫਲ ਹੋਈ ਤਾਂ ਉਸਨੂੰ ਦੂਜੀ ਫ਼ਿਲਮ ਡਾਇਰੈਕਟ ਕਰਨ ਦਾ ਮੌਕਾ ਦਿੱਤਾ ਜਾਏਗਾ। ਚੱਡਾ ਆਪਣੀ ਦੋ ਸਾਲਾਂ ਦੀ ਪੈਂਡਿੰਗ ਤਨਖ਼ਾਹ ਵਿਚੋਂ ਡੇਢ ਹਜ਼ਾਰ ਰੁਪਏ ਯਕ-ਮੁਸ਼ਤ ਪ੍ਰਾਪਤ ਕਰਨ ਵਿਚ ਸਫਲ ਹੋ ਗਿਆ ਸੀ, ਇਸ ਲਈ ਉਸਨੇ ਰਣਜੀਤ ਕੁਮਾਰ ਨੂੰ ਕਿਹਾ ਸੀ, "ਮੇਰੀ ਜਾਨ, ਜੇ ਕੁਝ ਵਸੂਲ ਕਰਨਾ ਚਾਹੁੰਦੇ ਹੋ ਤਾਂ ਮੇਰੇ ਵਾਂਗ 'ਪਲੇਗ-ਰੋਗੀ' ਹੋ ਜਾਓ...ਹੀਰੋ ਤੇ ਡਾਇਰੈਕਟਰ ਬਣਨ ਨਾਲੋਂ, ਇਹ ਵਧੇਰੇ ਚੰਗਾ ਏ।"

ਗਰੀਬ ਨਿਵਾਜ਼ ਕੁਝ ਦਿਨ ਪਹਿਲਾਂ ਹੀ ਹੈਦਰਾਬਾਦ ਹੋ ਕੇ ਆਇਆ ਸੀ, ਇਸ ਲਈ ਸਈਦਾ ਕਾਟੇਜ ਖੁਸ਼ਹਾਲ ਨਜ਼ਰ ਆ ਰਿਹਾ ਸੀ। ਮੈਂ ਦੇਖਿਆ, ਗੈਰੇਜ ਦੇ ਬਾਹਰ ਲਾਂਅਨ ਉੱਤੇ ਅਜਿਹੀਆਂ ਕਮੀਜ਼ਾਂ ਤੇ ਸਲਵਾਰਾਂ ਲਟਕ ਰਹੀਆਂ ਸਨ, ਜਿਹਨਾਂ ਦਾ ਕੱਪੜਾ ਚੰਗਾ ਤੇ ਕੀਮਤੀ ਸੀ। ਸ਼ੀਰੀਂ ਦੇ ਬੱਚੇ ਕੋਲ ਨਵੇਂ ਖਿਡੌਣੇ ਸਨ।

ਮੈਨੂੰ ਪੂਨੇ ਵਿਚ ਪੰਦਰਾਂ ਦਿਨ ਰਹਿਣਾ ਪਿਆ। ਮੇਰਾ ਪੁਰਾਣਾ ਫ਼ਿਲਮਾਂ ਦਾ ਸਾਥੀ ਹੁਣ ਨਵੀਂ ਫ਼ਿਲਮ ਦੀ ਹੀਰੋਇਨ ਨੂੰ ਪਿਆਰ ਦੀ ਫਾਹੀ ਵਿਚ ਫਾਹੁਣ ਦੀ ਕੋਸ਼ਿਸ਼ ਕਰ ਰਿਹਾ ਸੀ, ਪਰ ਡਰਦਾ ਸੀ, ਕਿਉਂਕਿ ਇਹ ਹੀਰੋਇਨ ਪੰਜਾਬਣ ਸੀ ਤੇ ਉਸਦਾ ਪਤੀ ਵੱਡੀਆਂ-ਵੱਡੀਆਂ ਮੁੱਛਾਂ ਵਾਲਾ ਹੱਟਾ-ਕੱਟਾ ਮੁਸ਼ਟੰਡਾ। ਚੱਡੇ ਨੇ ਸਲਾਹ ਦਿੱਤੀ ਸੀ, "ਕੋਈ ਪ੍ਰਵਾਹ ਨਾ ਕਰੀਂ, ਉਸ ਸਾਲੇ ਦੀ...ਜਿਸ ਪੰਜਾਬੀ ਐਕਟ੍ਰੇਸ ਦਾ ਪਤੀ ਵੱਡੀਆਂ ਮੁੱਛਾਂ ਵਾਲਾ ਪਹਿਲਵਾਨ ਹੋਵੇ, ਉਹ ਇਸ਼ਕ ਦੇ ਮੈਦਾਨ ਵਿਚ ਜ਼ਰੂਰ ਚਾਰੋ ਖਾਨੇ ਚਿੱਤ ਡਿੱਗਿਆ ਹੁੰਦੈ। ਬਸ ਏਨਾ ਕਰ ਕਿ ਸੌ ਰੁਪਏ ਫੀ ਗਾਲ੍ਹ ਦੇ ਹਿਸਾਬ ਨਾਲ ਮੈਥੋਂ ਦਸ-ਵੀਹ ਹੈਵੀ-ਵੇਟ ਗਾਲ੍ਹਾਂ ਸਿਖ ਲੈ। ਉਹ ਤੇਰੇ ਔਖੇ ਵੇਲੇ ਬੜਾ ਕੰਮ ਆਇਆ ਕਰਨਗੀਆਂ।"

ਹਰੀਸ਼ ਇਕ ਬੋਤਲ ਫੀ ਗਾਲ੍ਹ ਦੇ ਹਿਸਾਬ ਨਾਲ ਛੇ ਗਾਲ੍ਹਾਂ ਠੇਠ ਪੰਜਾਬੀ ਲਹਿਜ਼ੇ ਵਿਚ ਯਾਦ ਕਰ ਚੁੱਕਿਆ ਸੀ, ਪਰ ਅਜੇ ਤਕ ਉਸਨੂੰ ਆਪਣੇ ਇਸ਼ਕ ਦੇ

ਰਸਤੇ ਵਿਚ ਕੋਈ ਅਜਿਹੀ ਔਕੜ ਨਹੀਂ ਸੀ ਆਈ ਕਿ ਉਹ ਉਹਨਾਂ ਦਾ ਪ੍ਰਭਾਵ ਵੇਖ ਸਕੇ।

ਮੰਮੀ ਦੇ ਘਰ ਪਹਿਲਾਂ ਵਾਂਗ ਹੀ ਮਹਿਫ਼ਿਲਾਂ ਸਜਦੀਆਂ ਸਨ। ਪੋਲੀ, ਡੋਲੀ, ਕਿੱਟੀ, ਐਲਿਮਾ, ਥੈਲਿਮਾ ਆਦਿ ਸਾਰੀਆਂ ਆਉਂਦੀਆਂ ਸਨ। ਵਣਕਤਰੇ ਪਹਿਲਾਂ ਵਾਂਗ ਹੀ ਥੈਲਿਮਾ ਨੂੰ ਕਥਾਕਲੀ ਤੇ ਤਾਂਡਵ ਨਾਚ ਦੀ 'ਤਾ-ਥਈ', ਤੇ 'ਧਾ- ਨੀ-ਨਾ-ਕਤ' ਦਾ 'ਵਨ-ਟੂ-ਥਰੀ' ਬਣਾ-ਬਣਾ ਕੇ ਦਸਦਾ ਸੀ, ਤੇ ਉਹ ਉਸਨੂੰ ਸਿੱਖਣ ਦੀ ਪੂਰੀ ਕੋਸ਼ਿਸ਼ ਕਰਦੀ ਸੀ। ਗਰੀਬ ਨਿਵਾਜ਼ ਉਸੇ ਤਰ੍ਹਾਂ ਕਰਜੇ ਦੇ ਰਿਹਾ ਸੀ, ਤੇ ਰਣਜੀਤ ਕੁਮਾਰ ਜਿਸ ਨੂੰ ਹੁਣ ਕੰਪਨੀ ਵਿਚ ਨਵੀਂ ਫ਼ਿਲਮ ਦੇ ਹੀਰੋ ਦਾ ਚਾਂਸ ਮਿਲ ਰਿਹਾ ਸ਼ੀ, ਉਹਨਾਂ ਵਿਚੋਂ ਕਿਸੇ ਵੀ ਇਕ ਨੂੰ ਬਾਹਰ ਖੁੱਲ੍ਹੀ ਹਵਾ ਵਿਚ ਲੈ ਜਾਂਦਾ ਸੀ ਚੱਡੇ ਦੇ ਨੰਗੇ ਚਿੱਟੇ ਮਜ਼ਾਕ ਸੁਣ-ਸੁਣ ਕੇ ਉਸੇ ਤਰ੍ਹਾਂ ਠਹਾਕੇ ਗੂੰਜਦੇ ਸਨ ਇਕ ਸਿਰਫ ਉਹ ਨਹੀਂ ਸੀ ਹੁੰਦੀ...ਉਹ, ਜਿਸਦੇ ਵਾਲਾਂ ਦੇ ਰੰਗ ਦੀ ਸਹੀ ਉਪਮਾ ਲੱਭਣ ਲਈ ਚੱਡੇ ਨੇ ਕਾਫੀ ਸਮਾਂ ਲਾਇਆ ਸੀ। ਤੇ ਇਹਨਾਂ ਮਹਿਫਿਲਾਂ ਵਿਚ ਹੁਣ ਚੱਡੇ ਦੀਆਂ ਨਜ਼ਰਾਂ ਉਸਨੂੰ ਲੱਭਦੀਆਂ ਵੀ ਨਹੀਂ ਸਨ। ਪਰ ਫੇਰ ਵੀ ਜਦੋਂ ਕਦੀ ਚੱਡੇ ਦੀਆਂ ਨਜ਼ਰਾਂ ਮੰਮੀ ਦੀਆਂ ਨਜ਼ਰਾਂ ਨਾਲ ਟਕਰਾਅ ਕੇ ਝੁਕ ਜਾਂਦੀਆਂ ਤਾਂ ਮੈਂ ਮਹਿਸੂਸ ਕਰਦਾ ਕਿ ਉਸਨੂੰ ਆਪਣੀ ਉਸ ਰਾਤ ਦੀ ਦੀਵਾਨਗੀ ਦਾ ਅਫ਼ਸੋਸ ਹੈ। ਅਜਿਹਾ ਅਫ਼ਸੋਸ, ਜਿਸਨੂੰ ਯਾਦ ਕਰਕੇ ਉਸਨੂੰ ਤਕਲੀਫ ਹੁੰਦੀ ਹੈ। ਫੇਰ ਵੀ ਚੌਥੇ ਪੈਗ ਪਿੱਛੋਂ ਕਦੇ-ਕਦਾਰ ਇਕ-ਅੱਧਾ ਅਜਿਹਾ ਵਾਕ ਉਸਦੇ ਮੂੰਹੋਂ ਨਿਕਲ ਹੀ ਜਾਂਦਾ ਸੀ, "ਓਇ ਚੱਡਿਆ, ਯੂ ਆਰ ਏ ਡੇਮ ਬਰੂਟ!"

ਇਹ ਸੁਣ ਕੇ ਮੰਮੀ ਬੁੱਲ੍ਹਾਂ ਵਿਚ ਮੁਸਕਰਾ ਪੈਂਦੀ, ਜਿਵੇਂ ਉਹ ਉਸ ਮੁਸਕਰਾਹਟ ਦੀ ਮਿਠਾਸ ਵਿਚ ਲਪੇਟ ਕੇ ਕਹਿ ਰਹੀ ਹੋਵੇ 'ਡਾਂਟ ਟਾਕ ਰਾਟ!"

ਵਣਕਤਰੇ ਨਾਲ ਪਹਿਲਾਂ ਵਾਂਗ ਹੀ ਉਸਦੀ ਚਖ਼ਚਖ਼ ਚਲਦੀ ਸੀ। ਨਸ਼ੇ ਵਿਚ ਆ ਕੇ ਜਦੋਂ ਵੀ ਉਹ ਆਪਣੇ ਪਿਓ ਦੀ ਪ੍ਰਸ਼ੰਸਾ ਵਿਚ ਜਾਂ ਆਪਣੀ ਪਤਨੀ ਦੀ ਸੁੰਦਰਤਾ ਦੇ ਸੰਬੰਧ ਵਿਚ ਕੁਝ ਕਹਿਣ ਲੱਗਦਾ, ਉਹ ਉਸਦੀ ਗੱਲ ਵੱਡੇ ਗੰਡਾਸੇ ਨਾਲ ਟੁੱਕ ਦੇਂਦਾ। ਉਹ ਵਿਚਾਰਾ ਚੁੱਪ ਹੋ ਜਾਂਦਾ ਤੇ ਆਪਣਾ ਮੈਟ੍ਰੀਕੁਲੇਸ਼ਨ ਦਾ ਸਰਟੀਫਿਕੇਟ ਤੈਹ ਕਰਕੇ ਜੇਬ ਵਿਚ ਪਾ ਲੈਂਦਾ।

ਮੰਮੀ, ਉਹੀ ਮੰਮੀ ਸੀ...ਪੋਲੀ ਦੀ ਮੰਮੀ, ਡੋਲੀ ਦੀ ਮੰਮੀ, ਚੱਡੇ ਦੀ ਮੰਮੀ, ਰਣਜੀਤ ਕੁਮਾਰ ਦੀ ਮੰਮੀ। ਸੋਢੇ ਦੀਆਂ ਬੋਤਲਾਂ, ਖਾਣ-ਪੀਣ ਦੇ ਸਾਮਾਨ ਤੇ ਮਹਿਫਲ ਜਮਾਉਣ ਵਾਲੇ ਦੂਜੇ ਸਾਜ-ਸਾਮਾਨ ਦੇ ਪ੍ਰਬੰਧ ਵਿਚ ਉਹ ਓਵੇਂ ਹੀ ਸਨੇਹ-ਭਿੱਜੀ ਦਿਲਚਸਪੀ ਨਾਲ ਹਿੱਸਾ ਲੈਂਦੀ। ਉਸਦੇ ਚਿਹਰੇ ਦਾ ਮੇਕਅੱਪ ਵੀ ਓਨਾਂ ਹੀ ਵਾਹਿਯਾਤ ਹੁੰਦਾ ਸੀ। ਉਸਦੇ ਕੱਪੜੇ ਉਸੇ ਤਰ੍ਹਾਂ ਭੜਕੀਲੇ ਸਨ। ਲਾਲੀ ਦੀਆਂ ਤੇਹਾਂ ਹੇਠੋਂ ਉਸਦੀਆਂ ਝੁਰੜੀਆਂ ਓਵੇਂ ਹੀ ਝਾਕਦੀਆਂ ਸਨ, ਪਰ ਮੈਨੂੰ ਹੁਣ ਪਵਿੱਤਰ ਦਿਖਾਈ ਦਿੰਦੀਆਂ ਸਨ। ਏਨੀਆਂ ਪਵਿੱਤਰ ਕਿ ਪਲੇਗ ਦੇ ਕਿਟਾਣੂੰ ਉਹਨਾਂ ਤਕ ਨਹੀਂ ਸੀ ਪਹੁੰਚ ਸਕੇ। ਡਰ ਕੇ ਕਿਤੇ ਨੱਸ ਗਏ ਸਨ...ਚੱਡੇ ਦੇ ਸਰੀਰ ਵਿਚੋਂ ਵੀ ਨਿਕਲ ਕੇ ਨੱਸ ਗਏ ਸਨ, ਕਿਉਂਕਿ ਉਹ ਉਹਨਾਂ ਝੁਰੜੀਆਂ ਦੀ ਛਤਰ-ਛਾਇਆ ਹੇਠ ਜੋ ਸੀ ਉਹ ਪਵਿੱਤਰ ਝੁਰੜੀਆਂ ਜਿਹੜੀਆਂ ਹਰ ਵੇਲੇ ਬੜੇ ਹੀ ਵਾਹਿਯਾਤ ਰੰਗਾਂ ਨਾਲ ਲਿੱਪੀਆਂ ਹੁੰਦੀਆਂ ਸਨ।

ਵਣਕਤਰੇ ਦੀ ਖ਼ੂਬਸੂਰਤ ਪਤਨੀ ਦਾ ਜਦੋਂ ਗਰਭਪਾਤ ਹੋਇਆ ਸੀ ਤਾਂ ਮੰਮੀ ਦੀ ਝਟਫਟ ਸਹਾਇਤਾ ਨੇ ਉਸਦੀ ਜਾਨ ਬਚਾਈ ਸੀ। ਥੈਲਿਮਾ ਜਦੋਂ ਹਿੰਦੁਸਤਾਨੀ ਨਾਚ ਸਿੱਖਣ ਦੇ ਸ਼ੌਕ ਵਿਚ ਇਕ ਮਾਰਵਾੜੀ ਕਥਕ ਦੇ ਹੱਥੇ ਚੜ੍ਹ ਗਈ, ਤੇ ਉਸ ਸੌਦੇ ਵਿਚ ਜਦੋਂ ਇਕ ਦਿਨ ਉਸਨੂੰ ਪਤਾ ਲੱਗਿਆ ਕਿ ਉਸਨੇ ਇਕ ਖ਼ਤਰਨਾਕ ਰੋਗ ਖਰੀਦ ਲਿਆ ਹੈ ਤਾਂ ਮੰਮੀ ਨੇ ਉਸਨੂੰ ਬੜਾ ਝਿੜਕਿਆ ਸੀ ਤੇ ਉਸ ਨਾਲ ਕੋਈ ਸੰਬੰਧ ਨਾ ਰੱਖਣ ਦੀ ਪੱਕੀ ਠਾਣ ਲਈ ਸੀ, ਪਰ ਫੇਰ ਉਸ ਦੀਆਂ ਅੱਖਾਂ ਵਿਚ ਅੱਥਰੂ ਦੇਖ ਕੇ ਉਸਦਾ ਦਿਲ ਪਸੀਜ ਗਿਆ ਸੀ। ਉਸਨੇ ਉਸੇ ਦਿਨ ਸ਼ਾਮ ਨੂੰ ਆਪਣੇ ਪੁੱਤਰਾਂ ਨੂੰ ਸਾਰੀ ਗੱਲ ਦੱਸ ਦਿੱਤੀ ਸੀ ਤੇ ਉਹਨਾਂ ਨੂੰ ਬੇਨਤੀ ਕੀਤੀ ਸੀ ਕਿ ਥੈਲਿਮਾ ਦਾ ਇਲਾਜ਼ ਕਰਵਾਉਣ। ਕਿੱਟੀ ਨੂੰ ਇਕ ਪਜ਼ਲ (ਬੁਝਾਰਤ) ਹੱਲ ਕਰਨ ਬਦਲੇ ਪੰਜ ਸੌ ਰੁਪਏ ਦਾ ਇਨਾਮ ਮਿਲਿਆ ਸੀ ਤੇ ਮੰਮੀ ਨੇ ਉਸਨੂੰ ਮਜ਼ਬੂਰ ਕੀਤਾ ਸੀ ਕਿ ਘੱਟੋ ਘੱਟ ਅੱਧੇ ਰੁਪਏ ਗਰੀਬ ਨਿਵਾਜ਼ ਨੂੰ ਦੇ ਦੇਵੇ, ਕਿਉਂਕਿ ਉਦੋਂ ਗਰੀਬ ਦਾ ਹੱਥ ਤੰਗ ਸੀ। ਉਸਨੇ ਕਿੱਟੀ ਨੂੰ ਕਿਹਾ ਸੀ, "ਤੂੰ ਇਸ ਮੌਕੇ ਉਸਨੂੰ ਦੇ ਦੇ ਬਾਅਦ ਵਿਚ ਲੈਂਦੀ ਰਹੀਂ।" ਤੇ ਉਸਨੇ ਮੇਰੀ ਪੰਦਰਾਂ ਦਿਨ ਦੀ ਠਾਹਰ ਦੌਰਾਨ ਕਈ ਵਾਰੀ ਮੇਰੀ ਮਿਸੇਜ ਬਾਰੇ ਪੁੱਛਿਆ ਸੀ ਤੇ ਦੁੱਖ ਪ੍ਰਗਟ ਕੀਤਾ ਸੀ ਕਿ ਪਹਿਲੇ ਬੱਚੇ ਦੀ ਮੌਤ ਨੂੰ ਏਨੇ ਸਾਲ ਹੋ ਗਏ ਨੇ, ਦੂਜਾ ਬੱਚਾ ਕਿਉਂ ਨਹੀਂ ਹੋਇਆ। ਰਣਜੀਤ ਕੁਮਾਰ ਨਾਲ ਉਹ ਬਹੁਤੀ ਖੁੱਲ੍ਹ ਕੇ ਗੱਲਬਾਤ ਨਹੀਂ ਸੀ ਕਰਦੀ। ਇੰਜ ਜਾਪਦਾ ਸੀ ਜਿਵੇਂ ਉਸਦੀ ਦਿਖਾਵੇ ਵਾਲੀ ਆਦਤ ਉਸਨੂੰ ਚੰਗੀ ਨਹੀਂ ਸੀ ਲੱਗਦੀ। ਮੇਰੇ ਸਾਹਮਣੇ ਵੀ ਇਕ ਦੋ ਵਾਰੀ ਇਸ ਦੀ ਚਰਚਾ ਕਰ ਚੁੱਕੀ ਸੀ। ਮਿਊਜ਼ਿਕ ਡਾਇਰੈਕਟਰ ਸੈਨ ਨੂੰ ਉਹ ਨਫ਼ਰਤ ਕਰਦੀ ਸੀ। ਚੱਡਾ ਉਸਨੂੰ ਆਪਣੇ ਨਾਲ ਲੈ ਆਉਂਦਾ ਸੀ ਤਾਂ ਉਹ ਉਸਨੂੰ ਕਹਿੰਦੀ ਸੀ, "ਅਜਿਹੇ ਜ਼ਲੀਲ ਆਦਮੀ ਨੂੰ ਇੱਥੇ ਨਾ ਲਿਆਇਆ ਕਰੋ।" ਚੱਡਾ ਉਸਨੂੰ ਕਾਰਣ ਪੁੱਛਦਾ ਤਾਂ ਉਹ ਬੜੀ ਗੰਭੀਰਤਾ ਨਾਲ ਉਤਰ ਦੇਂਦੀ, "ਮੈਨੂੰ ਇਹ ਆਦਮੀ ਓਪਰਾ-ਓਪਰਾ ਜਿਹਾ ਲੱਗਦਾ ਹੈ, ਬਸ ਜਚਦਾ ਨਹੀਂ ਮੇਰੇ ਦਿਲ ਨੂੰ।" ਇਹ ਸੁਣ ਕੇ ਚੱਡਾ ਹੱਸ ਪੈਂਦਾ ਸੀ।

ਮੰਮੀ ਦੀਆਂ ਮਹਿਫ਼ਿਲਾਂ ਵਿਚੋਂ ਪਿਆਰ ਭਰਿਆ ਨਿੱਘ ਲੈ ਕੇ ਮੈਂ ਵਾਪਸ ਬੰਬਈ ਚਲਾ ਗਿਆ। ਇਹਨਾਂ ਮਹਿਫ਼ਿਲਾਂ ਵਿਚ ਸ਼ਰਾਬ ਦੀ ਮਸਤੀ ਸੀ, ਸੈਕਸ ਸੀ, ਪਰ ਕੋਈ ਓਹਲਾ ਨਹੀਂ ਸੀ। ਹਰ ਚੀਜ਼ ਗਰਭਵਤੀ ਜ਼ਨਾਨੀ ਦੇ ਢਿੱਡ ਵਾਂਗ ਸਪਸ਼ਟ ਸੀ। ਉਸੇ ਤਰ੍ਹਾਂ ਉੱਭਰੀ ਹੋਈ, ਦੇਖਣ ਵਿਚ ਉਸੇ ਵਾਂਗ ਕੁਢੱਬੀ ਤੇ ਚੌਧੀ ਲਾ ਦੇਣ ਵਾਲੀ, ਪਰ ਅਸਲ ਵਿਚ ਬੜੀ ਹੀ ਸਭਿਅਕ ਤੇ ਆਪਣੀ ਜਗ੍ਹਾ ਸਥਿਰ।

ਦੂਜੇ ਦਿਨ ਅਖ਼ਬਾਰਾਂ ਵਿਚ ਪੜ੍ਹਿਆ ਕਿ ਸਈਦਾ ਕਾਟੇਜ ਵਿਚ ਮਿਊਜ਼ਿਕ ਡਾਇਰੈਕਟਰ ਸੈਨ ਮਾਰਿਆ ਗਿਆ ਹੈ। ਉਸਦੀ ਹੱਤਿਆ ਕਰਨ ਵਾਲਾ ਕੋਈ ਰਾਮ ਸਿੰਘ ਹੈ, ਜਿਸਦੀ ਉਮਰ ਚੌਦਾਂ ਪੰਦਰਾਂ ਸਾਲ ਦੇ ਲਗਭਗ ਦੱਸੀ ਜਾਂਦੀ ਹੈ। ਮੈਂ ਤੁਰੰਤ ਪੂਨੇ ਫ਼ੋਨ ਕੀਤਾ, ਪਰ ਫ਼ੋਨ 'ਤੇ ਕੋਈ ਨਾ ਮਿਲ ਸਕਿਆ।

ਇਕ ਹਫ਼ਤੇ ਬਾਅਦ ਚੱਡੇ ਦਾ ਖ਼ਤ ਆਇਆ, ਜਿਸ ਵਿਚ ਉਸ ਹੱਤਿਆ ਕਾਂਢ ਦਾ ਪੂਰਾ ਵੇਰਵਾ ਸੀ। ਰਾਤ ਨੂੰ ਸਾਰੇ ਸੁੱਤੇ ਹੋਏ ਸਨ ਕਿ ਅਚਾਨਕ ਚੱਡੇ ਦੇ ਪਲੰਘ ਉਪਰ ਕੋਈ ਡਿੱਗਿਆ। ਉਹ ਘਬਰਾ ਕੇ ਉਠ ਖੜ੍ਹਾ ਹੋਇਆ। ਬਿਜਲੀ ਜਗਾਈ ਤਾਂ ਦੇਖਿਆ, ਸੈਨ ਹੈ, ਖ਼ੂਨ ਵਿਚ ਲੱਥਪੱਥ। ਚੱਡਾ ਅਜੇ ਪੂਰੀ ਤਰ੍ਹਾਂ ਚਤੰਨ

ਵੀ ਨਹੀਂ ਸੀ ਹੋਇਆ ਕਿ ਦਰਵਾਜ਼ੇ ਵਿਚ ਰਾਮ ਸਿੰਘ ਖੜ੍ਹਾ ਦਿਖਾਈ ਦਿੱਤਾ। ਉਸਦੇ ਹੱਥ ਵਿਚ ਛੁਰੀ ਸੀ। ਤੁਰੰਤ ਹੀ ਗਰੀਬ ਨਿਵਾਜ਼ ਤੇ ਰਣਜੀਤ ਕੁਮਾਰ ਵੀ ਆ ਗਏ। ਸਾਰਾ ਸਈਦਾ ਕਾਟੇਜ ਜਾਗ ਪਿਆ। ਰਣਜੀਤ ਕੁਮਾਰ ਤੇ ਗਰੀਬ ਨਿਵਾਜ਼ ਨੇ ਰਾਮ ਸਿੰਘ ਨੂੰ ਫੜ ਲਿਆ ਤੇ ਉਸਦੇ ਹੱਥੋਂ ਛੁਰੀ ਖੋਹ ਲਈ। ਚੱਡੇ ਨੇ ਸੈਨ ਨੂੰ ਆਪਣੇ ਪਲੰਘ ਉੱਤੇ ਲਿਟਾਅ ਦਿੱਤਾ ਤੇ ਉਸਦੇ ਜ਼ਖ਼ਮ ਬਾਰੇ ਕੁਝ ਪੁੱਛਣਾ ਹੀ ਚਾਹੁੰਦਾ ਸੀ ਕਿ ਉਸਨੇ ਆਖ਼ਰੀ ਹਿਚਕੀ ਲਈ ਤੇ ਠੰਡਾ ਹੋ ਗਿਆ।

ਰਾਮ ਸਿੰਘ ਗਰੀਬ ਨਿਵਾਜ਼ ਤੇ ਰਣਜੀਤ ਕੁਮਾਰ ਦੀ ਜਕੜ ਵਿਚ ਸੀ, ਪਰ ਉਹ ਦੋਵੇਂ ਕੰਬ ਰਹੇ ਸਨ। ਸੈਨ ਮਰ ਗਿਆ ਤਾਂ ਰਾਮ ਸਿੰਘ ਨੇ ਚੱਡੇ ਨੂੰ ਪੁੱਛਿਆ, "ਭਾਪਾਜੀ...ਮਰ ਗਿਆ?"

ਚੱਡੇ ਨੇ 'ਹਾਂ' ਵਿਚ ਉਤਰ ਦਿੱਤਾ, ਤਾਂ ਰਾਮ ਸਿੰਘ ਨੇ ਰਣਜੀਤ ਕੁਮਾਰ ਤੇ ਗਰੀਬ ਨਿਵਾਜ਼ ਨੂੰ ਕਿਹਾ, "ਮੈਨੂੰ ਛਡ ਦਿਓ, ਮੈਂ ਭੱਜਾਂਗਾ ਨਹੀਂ।"

ਚੱਡੇ ਦੀ ਸਮਝ ਵਿਚ ਨਹੀਂ ਆ ਰਿਹਾ ਸੀ ਕਿ ਉਹ ਕੀ ਕਰੇ...ਉਸਨੇ ਤੁਰੰਤ ਨੌਕਰ ਨੂੰ ਭੇਜ ਕੇ ਮੰਮੀ ਨੂੰ ਬੁਲਾਅ ਲਿਆ। ਮੰਮੀ ਆਈ ਤਾਂ ਸਾਰੇ ਨਿਸ਼ਚਿੰਤ ਹੋ ਗਏ ਕਿ ਹੁਣ ਮਾਮਲਾ ਸੁਲਝ ਜਾਏਗਾ। ਉਸਨੇ ਰਾਮ ਸਿੰਘ ਨੂੰ ਛੁਡਵਾ ਦਿੱਤਾ ਤੇ ਥੋੜ੍ਹੀ ਦੇਰ ਬਾਅਦ ਆਪਣੇ ਨਾਲ ਥਾਨੇ ਲੈ ਗਈ ਤੇ ਉਸਦਾ ਬਿਆਨ ਦਰਜ ਕਰਵਾ ਦਿੱਤਾ। ਇਸ ਪਿੱਛੋਂ ਚੱਡਾ ਤੇ ਉਸਦੇ ਸਾਥੀ ਕਈ ਦਿਨ ਤਕ ਪ੍ਰੇਸ਼ਾਨ ਰਹੇ। ਪੁਲਿਸ ਦੀ ਪੁੱਛਗਿੱਛ, ਬਿਆਨ, ਫੇਰ ਅਦਾਲਤ ਵਿਚ ਮੁਕੱਦਮੇ ਦੀ ਪੈਰਵੀ। ਮੰਮੀ ਇਸ ਦੌਰਾਨ ਖਾਸੀ ਭੱਜ-ਨੱਠ ਕਰਦੀ ਰਹੀ। ਚੱਡੇ ਨੂੰ ਵਿਸ਼ਵਾਸ ਸੀ ਕਿ ਰਾਮ ਸਿੰਘ ਬਰੀ ਹੋ ਜਾਏਗਾ, ਤੇ ਇਵੇਂ ਹੀ ਹੋਇਆ। ਅਦਾਲਤ ਨੇ ਉਸਨੂੰ ਸਾਫ ਬਰੀ ਕਰ ਦਿੱਤਾ। ਅਦਾਲਤ ਵਿਚ ਉਸਦਾ ਉਹੀ ਬਿਆਨ ਸੀ, ਜਿਹੜਾ ਉਸਨੇ ਥਾਨੇ ਵਿਚ ਦਿੱਤਾ ਸੀ। ਮੰਮੀ ਨੇ ਉਸਨੂੰ ਕਿਹਾ ਸੀ, "ਪੁੱਤਰ, ਘਬਰਾਉਣਾ ਨਹੀਂ, ਜੋ ਕੁਝ ਹੋਇਐ, ਸੱਚ-ਸੱਚ ਦੱਸ ਦੇਅ।" ਤੇ ਉਸਨੇ ਸਾਰੀ ਗੱਲ ਜਿਵੇਂ ਦੀ ਤਿਵੇਂ ਬਿਆਨ ਕਰ ਦਿੱਤੀ ਸੀ ਕਿ 'ਸੈਨ ਨੇ ਉਸਨੂੰ ਪਲੇਬੈਕ ਸਿੰਗਰ ਬਣਾ ਦੇਣ ਦਾ ਲਾਲਚ ਦਿੱਤਾ ਸੀ। ਖ਼ੁਦ ਉਸਨੂੰ ਵੀ ਸੰਗੀਤ ਨਾਲ ਬੜਾ ਪਿਆਰ ਸੀ ਤੇ ਸੈਨ ਬੜਾ ਚੰਗਾ ਗਵਈਆ ਸੀ। ਉਹ ਇਸ ਚੱਕਰ ਵਿਚ ਆ ਕੇ ਉਸਦੀ ਹੈਵਾਨੀ ਇੱਛਾ ਪੂਰੀ ਕਰਦਾ ਰਿਹਾ, ਪਰ ਉਸਨੂੰ ਇਸ ਨਾਲ ਬੜੀ ਨਫ਼ਰਤ ਸੀ। ਉਸਦਾ ਦਿਲ ਵਾਰੀ-ਵਾਰੀ ਉਸਨੂੰ ਲਾਹਨਤਾਂ ਪਾਉਂਦਾ ਸੀ। ਅੰਤ ਵਿਚ ਉਹ ਏਨਾ ਤੰਗ ਆ ਗਿਆ ਸੀ ਕਿ ਉਸਨੇ ਸੈਨ ਨੂੰ ਕਹਿ ਵੀ ਦਿੱਤਾ ਸੀ ਕਿ ਉਸਨੇ ਫੇਰ ਉਸਨੂੰ ਮਜ਼ਬੂਰ ਕੀਤਾ ਤਾਂ ਉਹ ਉਸਨੂੰ ਜਾਨੋਂ ਮਾਰ ਦਏਗਾ'। ਅਖ਼ੀਰ ਘਟਨਾ ਵਾਲੀ ਰਾਤ ਇੰਜ ਹੀ ਹੋਇਆ।

ਅਦਾਲਤ ਵਿਚ ਉਸਨੇ ਇਹੀ ਬਿਆਨ ਦਿੱਤਾ। ਮੰਮੀ ਵੀ ਉੱਥੇ ਸੀ। ਅੱਖਾਂ ਅੱਖਾਂ ਵਿਚ ਹੀ ਉਹ ਰਾਮ ਸਿੰਘ ਨੂੰ ਦਲਾਸੇ ਦੇਂਦੀ ਰਹੀ ਕਿ ਘਬਰਾਅ ਨਾ, ਜੋ ਸੱਚ ਹੈ, ਕਹਿ ਦੇ, ਸੱਚ ਦੀ ਹਮੇਸ਼ਾ ਜਿੱਤ ਹੁੰਦੀ ਹੈ। ਇਸ ਵਿਚ ਕੋਈ ਸ਼ੱਕ ਨਹੀਂ ਤੇਰੇ ਹੱਥਾਂ ਨੇ ਖ਼ੂਨ ਕੀਤਾ ਹੈ, ਪਰ ਇਕ ਮਹਾ ਮਨਹੂਸ ਜੀਵ ਦਾ, ਇਕ ਹੈਵਾਨ ਦਾ, ਇਕ ਅਮਾਨੁਸ਼ ਦਾ।

ਰਾਮ ਸਿੰਘ ਨੇ ਬੜੀ ਸਾਦਗੀ ਤੇ ਭੋਲੇਪਨ ਨਾਲ ਸਾਰੀ ਘਟਨਾ ਬਿਆਨ ਕਰ ਦਿੱਤੀ...ਮਜਿਸਟ੍ਰੇਟ ਏਨਾ ਪ੍ਰਭਾਵਿਤ ਹੋਇਆ ਕਿ ਉਸਨੇ ਰਾਮ ਸਿੰਘ ਨੂੰ ਬਰੀ

ਕਰ ਦਿੱਤਾ।

ਚੱਡੇ ਨੇ ਕਿਹਾ, "ਇਸ ਝੂਠ ਦੇ ਜ਼ਮਾਨੇ ਵਿਚ ਇਹ ਸੱਚ ਦੀ ਅਨੋਖੀ ਜਿੱਤ ਹੈ, ਤੇ ਇਸਦਾ ਸਿਹਰਾ ਮੇਰੀ ਬੁੱਢੀ ਮੰਮੀ ਦੇ ਸਿਰ ਹੈ।"

ਚੱਡੇ ਨੇ ਮੈਨੂੰ ਉਸ ਪਾਰਟੀ ਵਿਚ ਬੁਲਾਇਆ ਸੀ ਜਿਹੜੀ ਰਾਮ ਸਿੰਘ ਦੀ ਰਿਹਾਈ ਦੀ ਖ਼ੁਸ਼ੀ ਵਿਚ ਸਈਦਾ ਕਾਟੇਜ ਵਾਲੇ ਕਰ ਰਹੇ ਸਨ; ਪਰ ਮੈਂ ਰੁਝੇਵਿਆਂ ਕਾਰਨ ਉਹ ਵਿਚ ਸ਼ਾਮਲ ਨਹੀਂ ਸੀ ਹੋ ਸਕਿਆ।

ਸ਼ਕੀਲ ਤੇ ਅਕੀਲ ਦੋਵੇਂ ਸਈਦਾ ਕਾਟੇਜ ਵਿਚ ਵਾਪਸ ਆ ਗਏ ਸਨ। ਬਾਹਰਲਾ ਵਾਤਵਰਣ ਵੀ ਉਹਨਾਂ ਨੂੰ ਨਿੱਜੀ ਫ਼ਿਲਮ ਕੰਪਨੀ ਦੀ ਨੀਂਹ ਰੱਖਣ ਲਈ ਰਾਸ ਨਹੀਂ ਸੀ ਆਇਆ।

ਹੁਣ ਉਹ ਫੇਰ ਆਪਣੀ ਪੁਰਾਣੀ ਫ਼ਿਲਮ ਕੰਪਨੀ ਵਿਚ ਕਿਸੇ ਅਸਿਸਟੈਂਟ ਦੇ ਅਸਿਸਟੈਂਟ ਲੱਗੇ ਹੋਏ ਸਨ। ਉਹਨਾਂ ਦੋਵਾਂ ਕੋਲ ਉਸ ਪੂੰਜੀ ਵਿਚੋਂ ਕੁਝ ਸੈਂਕੜੇ ਬਚੇ ਸਨ ਜਿਹੜੀ ਉਹਨਾਂ ਨਿੱਜੀ ਫ਼ਿਲਮ ਕੰਪਨੀ ਦੀ ਨੀਂਹ ਰੱਖਣ ਲਈ ਬਚਾਈ ਹੋਈ ਸੀ। ਚੱਡੇ ਦੀ ਸਲਾਹ ਮੰਨ ਕੇ ਉਹਨਾਂ ਉਹ ਰੁਪਈਆ ਉਸ ਪਾਰਟੀ ਨੂੰ ਸਫਲ ਬਣਾਉਣ ਲਈ ਦੇ ਦਿੱਤਾ। ਚੱਡੇ ਨੇ ਉਹਨਾਂ ਨੂੰ ਕਿਹਾ ਸੀ, "ਹੁਣ ਮੈਂ ਚਾਰ ਪੈਗ ਪੀ ਕੇ ਅਰਦਾਸ ਕਰਾਂਗਾ ਕਿ ਉਹ ਤੁਹਾਡੀ ਨਿੱਜੀ ਫ਼ਿਲਮ ਕੰਪਨੀ ਜਲਦੀ ਬਣਾ ਦਏ।"

ਚੱਡੇ ਦਾ ਕਹਿਣਾ ਸੀ ਕਿ ਇਸ ਪਾਰਟੀ ਵਿਚ ਵਣਕਤਰੇ ਨੇ ਸ਼ਰਾਬ ਪੀ ਕੇ ਆਪਣੀ ਆਦਤ ਦੇ ਉਲਟ ਆਪਣੇ ਪਿਉ ਦੀ ਪ੍ਰਸ਼ੰਸਾ ਨਹੀਂ ਸੀ ਕੀਤੀ ਤੇ ਨਾ ਹੀ ਆਪਣੀ ਸੁੰਦਰ ਪਤਨੀ ਦਾ ਜ਼ਿਕਰ ਹੀ ਕੀਤਾ ਸੀ। ਗਰੀਬ ਨਿਵਾਜ਼ ਨੇ ਕਿੱਟੀ ਨੂੰ ਸਮੇਂ ਦੀਆਂ ਲੋੜਾਂ ਪੂਰੀਆਂ ਕਰਨ ਲਈ ਦੋ ਸੌ ਰੁਪਏ ਉਧਾਰ ਦਿੱਤੇ ਸਨ ਤੇ ਰਣਜੀਤ ਕੁਮਾਰ ਨੇ ਉਸਨੂੰ ਕਿਹਾ ਸੀ, "ਤੂੰ ਇਹਨਾਂ ਵਿਚਾਰੀਆਂ ਕੁੜੀਆਂ ਨੂੰ ਇੰਜ ਅਧੂਰੇ ਸੁਪਨੇ ਨਾ ਵੰਡਿਆ ਕਰ...ਹੋ ਸਕਦਾ ਹੈ ਤੇਰੀ ਨੀਅਤ ਸਾਫ ਹੋਵੇ, ਪਰ ਲੈਣ ਦੇ ਮਾਮਲੇ ਵਿਚ ਇਹਨਾਂ ਦੀ ਨੀਅਤ ਏਨੀ ਸਾਫ ਨਹੀਂ ਹੁੰਦੀ ਕੁਝ ਨਾ ਕੁਝ ਦੇਈ ਰੱਖਿਆ ਕਰ।"

ਮੰਮੀ ਨੇ ਉਸ ਪਾਰਟੀ ਵਿਚ ਰਾਮ ਸਿੰਘ ਨੂੰ ਬੜਾ ਪਿਆਰ ਕੀਤਾ ਤੇ ਸਾਰਿਆਂ ਨੂੰ ਸਲਾਹ ਦਿੱਤੀ ਕਿ ਉਸਨੂੰ ਘਰ ਵਾਪਸ ਜਾਣ ਲਈ ਕਿਹਾ ਜਾਵੇ। ਤੇ ਅਖ਼ੀਰ ਉਹੀ ਫ਼ੈਸਲਾ ਹੋਇਆ ਤੇ ਦੂਜੇ ਦਿਨ ਗਰੀਬ ਨਿਵਾਜ਼ ਨੇ ਉਸ ਲਈ ਟਿਕਟ ਦਾ ਪ੍ਰਬੰਧ ਕਰ ਦਿੱਤਾ। ਸ਼ੀਰੀਂ ਨੇ ਸਫ਼ਰ ਲਈ ਉਸਨੂੰ ਖਾਣਾ ਬਣਾਅ ਕੇ ਦਿੱਤਾ। ਸਟੇਸ਼ਨ ਤਕ ਸਾਰੇ ਉਸਨੂੰ ਛੱਡਣ ਗਏ। ਗੱਡੀ ਤੁਰੀ ਤਾਂ ਉਹ ਦੇਰ ਤਕ ਹੱਥ ਹਿਲਾਉਂਦੇ ਰਹੇ।

ਇਹ ਛੋਟੀਆਂ ਛੋਟੀਆਂ ਗੱਲਾਂ ਮੈਨੂੰ ਪਾਰਟੀ ਤੋਂ ਦਸ ਦਿਨ ਬਾਅਦ ਪਤਾ ਲੱਗੀਆਂ ਸਨ, ਜਦੋਂ ਮੈਨੂੰ ਇਕ ਜ਼ਰੂਰੀ ਕੰਮ ਪੂਨੇ ਜਾਣਾ ਪਿਆ ਸੀ। ਸਈਦਾ ਕਾਟੇਜ ਵਿਚ ਕੋਈ ਤਬਦੀਲੀ ਨਹੀਂ ਸੀ ਹੋਈ। ਇੰਜ ਜਾਪਦਾ ਸੀ, ਉਹ ਇਕ ਅਜਿਹਾ ਪੜਾਅ ਹੈ, ਜਿਸਦਾ ਰੰਗ-ਰੂਪ ਹਜ਼ਾਰਾਂ ਕਾਫਲਿਆਂ ਦੇ ਠਹਿਰਣ ਨਾਲ ਵੀ ਨਹੀਂ ਬਦਲਦਾ। ਉਹ ਜਗ੍ਹਾ ਹੀ ਕੁਝ ਅਜਿਹੀ ਸੀ, ਜਿਹੜੀ ਆਪਣੇ ਖਾਲੀਪਨ ਨੂੰ ਆਪੇ ਭਰ ਲੈਂਦੀ ਸੀ। ਮੈਂ ਜਿਸ ਦਿਨ ਉੱਥੇ ਪਹੁੰਚਿਆ, ਸ਼ੀਰਨੀ ਵੰਡੀ ਜਾ ਰਹੀ ਸੀ। ਸ਼ੀਰੀਂ

ਦੇ ਇਕ ਹੋਰ ਮੁੰਡਾ ਹੋਇਆ ਸੀ। ਵਣਕਤਰੇ ਦੇ ਹੱਥ ਵਿਚ ਗਲੇਕਸੋ ਦਾ ਡੱਬਾ ਸੀ। ਉਹਨੀਂ ਦਿਨੀਂ ਉਹ ਬੜੀ ਮੁਸ਼ਕਿਲ ਨਾਲ ਮਿਲਦਾ ਹੁੰਦਾ ਸੀ। ਆਪਣੇ ਬੱਚੇ ਲਈ ਉਸਨੇ ਕਿਧਰੋਂ ਦੋ ਲਿਆਂਦੇ ਸਨ, ਉਹਨਾਂ ਵਿਚੋਂ ਇਕ ਸ਼ੀਰੀਂ ਦੇ ਨਵੇਂ ਜੰਮੇ ਬਾਲ ਲਈ ਲੈ ਆਇਆ ਸੀ। ਚੱਡੇ ਨੇ ਆਖ਼ਰੀ ਦੋ ਲੱਡੂ ਉਸਦੇ ਮੂੰਹ ਵਿਚ ਤੁੰਨ ਦਿੱਤੇ ਤੇ ਕਿਹਾ, "ਤੂੰ ਗਲੇਕਸੋ ਦਾ ਡੱਬਾ ਲੈ ਆਇਆ...ਬੜਾ ਕਮਾਲ ਕੀਤਾ ਏ ਤੂੰ...ਪਰ ਦੇਖੀਂ, ਆਪਣੇ ਸਾਲੇ ਪਿਉ ਦੀ ਤੇ ਆਪਣੀ ਸਾਲੀ ਘਰਵਾਲੀ ਦੀ, ਕੋਈ ਗੱਲ ਨਾ ਕਰੀਂ।"

ਵਣਕਤਰੇ ਨੇ ਬੜੇ ਭੋਲੇਪਨ ਨਾਲ ਕਿਹਾ, "ਸਾਲਿਆ, ਮੈਂ ਕੋਈ ਪੀਤੀ ਹੋਈ ਏ ਹੁਣ?...ਉਹ ਤਾਂ ਦਾਰੂ ਬੋਲ ਰਹੀ ਹੁੰਦੀ ਏ...ਵੈਸੇ ਬਾਈ ਗਾਡ, ਮੇਰੀ ਘਰਵਾਲੀ ਬੜੀ ਹੈਂਡਸਮ ਏਂ...।"

ਚੱਡੇ ਨੇ ਏਨਾ ਜ਼ੋਰਦਾਰ ਠਹਾਕਾ ਲਾਇਆ ਕਿ ਵਣਕਤਰੇ ਨੂੰ ਕੁਝ ਹੋਰ ਕਹਿਣ ਦਾ ਮੌਕਾ ਨਹੀਂ ਮਿਲਿਆ। ਉਸ ਪਿੱਛੋਂ ਚੱਡਾ, ਗਰੀਬ ਨਿਵਾਜ਼ ਤੇ ਰਣਜੀਤ ਸਿੰਘ ਮੇਰੇ ਵੱਲ ਭੌਂ ਗਏ ਤੇ ਉਸ ਕਹਾਣੀ ਦੀਆਂ ਗੱਲਾਂ ਸ਼ੁਰੂ ਹੋ ਗਈਆਂ ਜਿਹੜੀ ਮੈਂ ਆਪਣੇ ਪੁਰਾਣੇ ਫ਼ਿਲਮਾਂ ਦੇ ਸਾਥੀ ਦੇ ਰਾਹੀਂ ਉੱਥੋਂ ਦੇ ਇਕ ਪ੍ਰੋਡਿਊਸਰ ਲਈ ਲਿਖ ਰਿਹਾ ਸਾਂ। ਫੇਰ ਕੁਝ ਚਿਰ ਸ਼ੀਰੀਂ ਦੇ ਨਵੇਂ ਜੰਮੇ ਮੁੰਡੇ ਦਾ ਨਾਂਅ ਰੱਖਿਆ ਜਾਂਦਾ ਰਿਹਾ। ਸੈਂਕੜੇ ਨਾਂਅ ਰੱਖੇ ਗਏ, ਪਰ ਚੱਡੇ ਨੂੰ ਕੋਈ ਪਸੰਦ ਨਾ ਆਇਆ। ਅੰਤ ਵਿਚ ਮੈਂ ਕਿਹਾ ਕਿ ਜਨਮ ਸਥਾਨ ਭਾਵ ਕਿ ਸਈਦਾ ਕਾਟੇਜ ਦੇ ਨਾਂਅ 'ਤੇ ਮੁੰਡੇ ਦਾ ਨਾਂਅ ਮਸਊਦ ਹੋਣਾ ਚਾਹੀਦਾ ਹੈ। ਚੱਡੇ ਨੂੰ ਪਸੰਦ ਨਹੀਂ ਆਇਆ, ਪਰ ਅਸਥਾਈ ਤੌਰ 'ਤੇ ਉਸਨੇ ਮੰਨ ਲਿਆ।

ਇਸ ਦੌਰਾਨ ਮੈਂ ਮਹਿਸੂਸ ਕੀਤਾ ਕਿ ਚੱਡਾ, ਗਰੀਬ ਨਿਵਾਜ਼ ਤੇ ਰਣਜੀਤ ਕੁਮਾਰ ਕੁਝ ਬੁਝੇ ਬੁਝੇ ਜਿਹੇ ਨੇ। ਮੈਂ ਸੋਚਿਆ, ਸ਼ਾਇਦ ਇਸ ਦਾ ਕਾਰਨ ਪਤਝੜ ਦਾ ਮੌਸਮ ਹੋਏ, ਜਦੋਂ ਆਦਮੀ ਬਿਨਾਂ ਕਾਰਨ ਹੀ ਥਕਾਵਟ ਜਿਹੀ ਮਹਿਸੂਸ ਕਰਨ ਲੱਗਦਾ ਹੈ। ਸ਼ੀਰੀਂ ਦਾ ਨਵਾਂ ਬੱਚਾ ਵੀ ਇਸ ਸਿੱਥਲਤਾ ਦਾ ਕਾਰਨ ਹੋ ਸਕਦਾ ਸੀ, ਪਰ ਇਹ ਕੋਈ ਠੋਸ ਕਾਰਨ ਨਹੀਂ ਸੀ ਜਾਪਦਾ। ਸੈਨ ਦੇ ਕਤਲ ਦੀ ਟ੍ਰੈਜਡੀ? ਪਤਾ ਨਹੀਂ ਕੀ ਕਾਰਨ ਸੀ...ਪਰ ਮੈਂ ਪੂਰੀ ਤਰ੍ਹਾਂ ਮਹਿਸੂਸ ਕੀਤਾ ਕਿ ਉਹ ਸਾਰੇ ਉਦਾਸ ਸਨ; ਅੰਦਰੇ-ਅੰਦਰ ਘੁੱਟੇ ਹੋਏ ਸਨ।

ਮੈਂ ਪ੍ਰਭਾਤ ਨਗਰ ਵਿਚ ਆਪਣੇ ਪੁਰਾਣੇ ਫ਼ਿਲਮੀਂ ਦੋਸਤ ਦੇ ਘਰ ਵਿਚ ਕਹਾਣੀ ਲਿਖਦਾ ਰਿਹਾ। ਇਹ ਰੁਝੇਵਾਂ ਪੂਰੇ ਸੱਤ ਦਿਨ ਚੱਲਿਆ। ਮੈਨੂੰ ਵਾਰੀ ਵਾਰੀ ਖ਼ਿਆਲ ਆਉਂਦਾ ਸੀ ਕਿ ਇਸ ਦੌਰਾਨ ਚੱਡੇ ਨੇ ਕੋਈ ਅੜਿਕਾ ਕਿਉਂ ਨਹੀਂ ਲਾਇਆ। ਵਣਕਤਰਾ ਵੀ ਕਿਤੇ ਗ਼ਾਇਬ ਸੀ। ਰਣਜੀਤ ਕੁਮਾਰ ਨਾਲ ਮੇਰਾ ਕੋਈ ਖਾਸ ਸਬੰਧ ਨਹੀਂ ਸੀ, ਜਿਹੜਾ ਉਹ ਮੇਰੇ ਕੋਲ ਏਨੀ ਦੂਰ ਆਉਂਦਾ। ਗਰੀਬ ਨਿਵਾਜ਼ ਬਾਰੇ ਮੈਂ ਸੋਚਿਆ ਸੀ, ਸ਼ਾਇਦ ਹੈਦਰਾਬਾਦ ਚਲਾ ਗਿਆ ਹੋਏਗਾ। ਤੇ ਮੇਰਾ ਪੁਰਾਣਾ ਫ਼ਿਲਮਾਂ ਦਾ ਸਾਥੀ ਆਪਣੀ ਨਵੀਂ ਫ਼ਿਲਮ ਦੀ ਹੀਰੋਇਨ ਨਾਲ, ਉਸਦੇ ਘਰ ਵਿਚ, ਉਸਦੀਆਂ ਵੱਡੀਆਂ ਵੱਡੀਆਂ ਮੁੱਛਾਂ ਵਾਲੇ ਪਤੀ ਦੀ ਮੌਜੂਦਗੀ ਵਿਚ, ਇਸ਼ਕ ਲੜਾਉਣ ਦਾ ਦ੍ਰਿੜ੍ਹ ਨਿਸ਼ਚਾ ਕਰ ਰਿਹਾ ਸੀ।

ਮੈਂ ਆਪਣੀ ਕਹਾਣੀ ਦੇ ਇਕ ਬੜੇ ਹੀ ਦਿਲਚਸਪ ਹਿੱਸੇ ਦੇ ਸੰਵਾਦਾਂ ਦੀ

ਵਿਉਂਤਬੰਦੀ ਕਰ ਰਿਹਾ ਸਾਂ ਕਿ ਚੱਡਾ ਆ ਗਿਆ ਤੇ ਕਮਰੇ ਵਿਚ ਵੜਦਿਆਂ ਹੋਇਆ ਉਸਨੇ ਮੈਨੂੰ ਪੁੱਛਿਆ, "ਇਸ ਬਕਵਾਸ ਦਾ ਤੈਨੂੰ ਕੁਝ ਮਿਲਿਆ ਵੀ ਏ ਕਿ ਨਹੀਂ?"

ਉਸਦਾ ਇਸ਼ਾਰਾ ਮੇਰੀ ਕਹਾਣੀ ਵੱਲ ਸੀ, ਜਿਸਦੇ ਮਿਹਨਤਾਨੇ ਦੀ ਦੂਜੀ ਕਿਸ਼ਤ ਮੈਂ ਦੋ ਦਿਨ ਪਹਿਲਾਂ ਹੀ ਵਸੂਲ ਕੀਤੀ ਸੀ। "ਹਾਂ, ਦੋ ਹਜ਼ਾਰ ਪਰਸੋਂ ਲਏ ਨੇ।"

"ਕਿੱਥੇ ਨੇ?" ਇਹ ਕਹਿੰਦਾ ਹੋਇਆ ਚੱਡਾ ਮੇਰੇ ਕੋਟ ਵੱਲ ਵਧਿਆ।

"ਮੇਰੀ ਜੇਬ ਵਿਚ।"

ਚੱਡੇ ਨੇ ਮੇਰੀ ਜੇਬ ਵਿਚ ਹੱਥ ਪਾਇਆ। ਸੌ ਸੌ ਦੇ ਚਾਰ ਨੋਟ ਕੱਢੇ ਤੇ ਮੈਨੂੰ ਕਿਹਾ, "ਅੱਜ ਸ਼ਾਮੀਂ ਮੰਮੀ ਦੇ ਪਹੁੰਚ ਜਾਵੀਂ...ਇਕ ਪਾਰਟੀ ਏ।"

ਮੈਂ ਉਸ ਪਾਰਟੀ ਬਾਰੇ ਕੁਝ ਪੁੱਛਣ ਹੀ ਲੱਗਾ ਸਾਂ ਕਿ ਉਹ ਚਲਾ ਗਿਆ। ਉਹ ਸਿੱਥਲਤਾ ਤੇ ਉਦਾਸੀ ਜਿਹੜੀ ਮੈਂ ਕੁਝ ਦਿਨ ਪਹਿਲਾਂ ਮਹਿਸੂਸ ਕੀਤੀ ਸੀ, ਜਿਵੇਂ ਦੀ ਤਿਵੇਂ ਸੀ। ਉਹ ਕੁਝ ਬੇਚੈਨ ਵੀ ਸੀ। ਮੈਂ ਉਸਦੇ ਬਾਰੇ ਵਿਚ ਸੋਚਣਾ ਚਾਹਿਆ, ਪਰ ਦਿਮਾਗ਼ ਤਿਆਰ ਨਾ ਹੋਇਆ। ਉਹ ਕਹਾਣੀ ਦੇ ਦਿਲਚਸਪ ਹਿੱਸੇ ਵਿਚ ਪੂਰੀ ਤਰ੍ਹਾਂ ਉਲਝਿਆ ਹੋਇਆ ਸੀ।

ਆਪਣੇ ਪੁਰਾਣੇ ਫ਼ਿਲਮਾਂ ਦੇ ਸਾਥੀ ਦੀ ਪਤਨੀ ਨਾਲ ਆਪਣੀ ਪਤਨੀ ਦੀਆਂ ਗੱਲਾਂ ਕਰਕੇ ਸ਼ਾਮ ਨੂੰ ਸਾਢੇ ਪੰਜ ਦੇ ਲਾਗੇ ਮੈਂ ਉੱਥੋਂ ਤੁਰ ਕੇ ਸੱਤ ਵਜੇ ਸਈਦਾ ਕਾਟੇਜ ਪਹੁੰਚ ਗਿਆ। ਗੈਰੇਜ ਦੇ ਬਾਹਰ ਵਾਲੀ ਲਾਂਅਨ ਉਪਰ ਗਿੱਲੇ ਪੋਤੜੇ ਲਮਕ ਰਹੇ ਸਨ ਤੇ ਨਲਕੇ ਕੋਲ ਅਕੀਲ ਤੇ ਸ਼ਕੀਲ ਸ਼ੀਰੀਂ ਦੇ ਵੱਡੇ ਮੁੰਡੇ ਨਾਲ ਖੇਡ ਰਹੇ ਸਨ। ਗੈਰੇਜ ਦੇ ਟਾਟ ਦਾ ਪਰਦਾ ਚੁੱਕਿਆ ਹੋਇਆ ਸੀ ਤੇ ਸ਼ੀਰੀਂ ਉਹਨਾਂ ਨਾਲ ਸ਼ਾਇਦ ਮੰਮੀ ਦੀਆਂ ਗੱਲਾਂ ਕਰ ਰਹੀ ਸੀ। ਮੈਨੂੰ ਦੇਖ ਕੇ ਉਹ ਚੁੱਪ ਹੋ ਗਏ। ਮੈਂ ਚੱਡੇ ਬਾਰੇ ਪੁੱਛਿਆ ਤਾਂ ਅਕੀਲ ਨੇ ਕਿਹਾ ਕਿ ਮੰਮੀ ਦੇ ਘਰ ਮਿਲੇਗਾ।

ਮੈਂ ਉੱਥੇ ਪਹੁੰਚਿਆ ਤਾਂ ਦੇਖਿਆ, ਇਕ ਸ਼ੋਰ ਮੱਚਿਆ ਹੋਇਆ ਸੀ ਸਾਰੇ ਨੱਚ ਰਹੇ ਸਨ। ਗਰੀਬ ਨਿਵਾਜ਼ ਪੋਲੀ ਨਾਲ, ਰਣਜੀਤ ਕੁਮਾਰ ਕਿੱਟੀ ਤੇ ਐਲਿਮਾ ਨਾਲ ਤੇ ਵਣਕਤਰੇ ਥੈਲਿਮਾ ਨਾਲ। ਉਹ ਉਸਨੂੰ ਕਥਾ ਕਲੀ ਦੀ ਮੁਦਰਾ ਦਸ ਰਿਹਾ ਸੀ। ਚੱਡਾ ਮੰਮੀ ਨੂੰ ਗੋਦੀ ਵਿਚ ਚੁੱਕ ਕੇ ਇਧਰ ਉਧਰ ਭੁੜਕ ਰਿਹਾ ਸੀ। ਸਾਰੇ ਨਸ਼ੇ ਵਿਚ ਸਨ। ਇਕ ਤੂਫ਼ਾਨ ਆਇਆ ਹੋਇਆ ਜਾਪਦਾ ਸੀ। ਜਦੋਂ ਅੰਦਰ ਵੜਿਆ ਤਾਂ ਸਭ ਤੋਂ ਪਹਿਲਾਂ ਚੱਡੇ ਨੇ ਨਾਅਰਾ ਲਾਇਆ। ਉਸ ਪਿੱਛੋਂ ਦੇਸੀ ਵਿਦੇਸ਼ੀ ਭਾਸ਼ਾਵਾਂ ਦਾ ਇਕ ਗੋਲਾ ਜਿਹਾ ਫੁੱਟਿਆ, ਜਿਸ ਦੀ ਗੂੰਜ ਦੇਰ ਤਕ ਕੰਨਾਂ ਵਿਚ ਸਰਸਰਾਉਂਦੀ ਰਹੀ। ਮੰਮੀ ਬੜੀ ਉੱਡ ਕੇ ਮਿਲੀ ਇੰਜ ਕਿ ਸ਼ਿਸ਼ਟਾਚਾਰ ਦੀਆਂ ਸਾਰੀਆਂ ਕੰਧਾਂ ਢਹਿ ਗਈਆਂ। ਮੇਰਾ ਹੱਥ ਆਪਣੇ ਹੱਥ ਵਿਚ ਲੈ ਕੇ ਉਸਨੇ ਕਿਹਾ, "ਕਿਸ ਮੀ ਡੀਅਰ!" ਪਰ ਉਸਨੇ ਖ਼ੁਦ ਹੀ ਮੇਰੀ ਗੱਲ੍ਹ ਚੁੰਮ ਲਈ ਤੇ ਮੈਨੂੰ ਘਸੀਟ ਕੇ ਨੱਚਣ ਵਾਲਿਆਂ ਦੇ ਝੁੰਡ ਵਿਚਕਾਰ ਲੈ ਗਈ। ਚੱਡਾ ਯਕਦਮ ਕੂਕਿਆ, "ਬੰਦ ਕਰੋ ਹੁਣ ਸ਼ਰਾਬ ਦਾ ਦੌਰ ਚੱਲੇਗਾ!" ਫੇਰ ਉਸਨੇ ਨੌਕਰ ਨੂੰ ਆਵਾਜ਼ ਮਾਰੀ, "ਸਕਾਟਲੈਂਡ ਦੇ ਸ਼ਹਿਜ਼ਾਦੇ! ਵਿਸਕੀ ਦੀ ਨਵੀਂ ਬੋਤਲ ਲਿਆ!" ਸਕਾਟਲੈਂਡ ਦਾ ਸ਼ਹਿਜ਼ਾਦਾ ਲੈ ਆਇਆ। ਉਹ ਨਸ਼ੇ ਵਿਚ ਟੁੰਨ ਸੀ...ਖੋਹਲਣ ਲੱਗਿਆ ਤਾਂ ਹੱਥੋਂ ਡਿੱਗੀ ਤੇ ਚੂਰ-ਚੂਰ ਹੋ ਗਈ।

ਮੰਮੀ ਨੇ ਤਾੜਨਾਂ ਚਾਹਿਆ ਤਾਂ ਚੱਡੇ ਨੇ ਰੋਕ ਦਿੱਤਾ, "ਇਹ ਤਾਂ ਬੋਤਲ ਟੁੱਟੀ ਏ ਮੰਮੀ, ਜਾਣ ਦਿਓ, ਏਥੇ ਦਿਲ ਟੁੱਟੇ ਹੋਏ ਨੇ।"

ਮਹਿਫ਼ਿਲ ਯਕਦਮ ਸੁੰਨੀ ਹੋ ਗਈ, ਪਰ ਤੁਰੰਤ ਹੀ ਚੱਡੇ ਨੇ ਉਦਾਸੀ ਨੂੰ ਆਪਣੇ ਠਹਾਕਿਆਂ ਨਾਲ ਲੀਰੋ-ਲੀਰ ਕਰ ਦਿੱਤਾ। ਨਵੀਂ ਬੋਤਲ ਆਈ। ਹਰ ਗ਼ਲਾਸ ਵਿਚ ਵੱਡਾ-ਤਕੜਾ ਪੈਗ ਪਾਇਆ ਗਿਆ। ਇਸ ਪਿੱਛੋਂ ਚੱਡੇ ਨੇ ਉੱਖੜਿਆ-ਪੁੱਖੜਿਆ ਜਿਹਾ ਭਾਸ਼ਣ ਸ਼ੁਰੂ ਕੀਤਾ, "ਲੇਡੀਜ਼ ਐਂਡ ਜੈਂਟਲ ਮੈਨ...ਤੁਸੀਂ ਸਾਰੇ ਜਹੱਨੁਮ (ਨਰਕ) ਵਿਚ ਜਾਓ...ਮੰਟੋ ਸਾਡੇ ਵਿਚਕਾਰ ਮੌਜੂਦ ਹੈ, ਜਿਹੜਾ ਆਪਣੇ ਆਪ ਨੂੰ ਬੜਾ ਵੱਡਾ ਕਹਾਣੀਕਾਰ ਸਮਝਦਾ ਹੈ। ਮਨੁੱਖੀ ਸੁਭਾਅ ਦੀ, ਉਹ ਕੀ ਕਹਿੰਦੇ ਨੇ, ਡੂੰਘਾਈ ਵਿਚ ਉਤਰ ਜਾਂਦਾ ਹੈ...ਪਰ ਮੈਂ ਕਹਿੰਦਾ ਹਾਂ ਕਿ ਬਕਵਾਸ ਹੈ...ਖੂਹ 'ਚ ਉਤਰਨ ਵਾਲੇ...ਖੂਹ ਦੇ ਡੱਡੂ..." ਉਸਨੇ ਇਧਰ ਉਧਰ ਦੇਖਿਆ, "ਅਫ਼ਸੋਸ ਹੈ ਕਿ ਇੱਥੇ ਕੋਈ ਹਿੰਦੁਸਤੂੜ ਨਹੀਂ, ਇਕ ਹੈਦਰਾਬਾਦੀ ਹੈ, ਜਿਹੜਾ 'ਕੱਕੇ' ਨੂੰ 'ਗੱਗਾ' ਕਹਿੰਦਾ ਹੈ, ਤੇ ਜਿਸ ਨਾਲ ਦਸ ਵਰ੍ਹੇ ਬਾਅਦ ਮੁਲਾਕਾਤ ਹੋਈ ਤਾਂ ਵੀ ਕਹੇਗਾ ਕਿ ਪਰਸੋਂ ਤੁਹਾਨੂੰ ਮਿਲਿਆ ਸਾਂ ਲਾਹਨਤ ਹੈ ਉਸਦੇ ਨਿਜ਼ਾਮ ਹੈਦਰਾਬਾਦ ਉੱਤੇ ਜਿਸ ਕੋਲ ਕਈ ਲੱਖਾਂ ਟਨ ਸੋਨਾ ਹੈ, ਕਰੋੜਾਂ ਦੇ ਜਵਾਹਰਾਤ ਨੇ, ਪਰ ਇਕ ਮੰਮੀ ਨਹੀਂ...ਹਾਂ...ਓ ਖੂਹ 'ਚ ਉਤਰਨ ਵਾਲੇ...ਮੈਂ ਕੀ ਕਿਹਾ ਸੀ ਕਿ ਸਭ ਬਕਵਾਸ ਹੈ? ਪੰਜਾਬ ਵਿਚ ਜਿਹਨਾਂ ਨੂੰ ਟਿੱਬੇ ਕਹਿੰਦੇ ਨੇ...ਉੱਥੇ ਲੇਟੇ ਲਾਉਣ ਵਾਲੇ, ਉਹ ਇਸਦੇ ਮੁਕਾਬਲੇ ਮਨੁੱਖੀ ਸੁਭਾਅ ਨੂੰ ਕਈ ਗੁਣਾ ਵੱਧ ਸਮਝਦੇ ਨੇ। ਇਸ ਲਈ ਮੈਂ ਕਹਿੰਦਾ ਹਾਂ..."

ਸਾਰਿਆਂ ਨੇ ਜ਼ਿੰਦਾਬਾਦ ਦਾ ਨਾਅਰਾ ਲਾਇਆ। ਚੱਡਾ ਕੂਕਿਆ, "ਇਹ ਸਾਜਿਸ਼ ਹੈ...ਇਸ ਮੰਟੋ ਦੀ ਸਾਜਿਸ਼ ਹੈ, ਨਹੀਂ ਤਾਂ ਮੈਂ ਹਰ-ਹਿਟਲਰ ਵਾਂਗ ਮੁਰਦਾਬਾਦ ਦੇ ਨਾਅਰੇ ਦਾ ਇਸ਼ਾਰਾ ਕੀਤਾ ਸੀ...ਤੁਸੀਂ ਸਾਰੇ ਮੁਰਦਾਬਾਦ...ਪਰ ਪਹਿਲਾਂ ਮੈਂ...ਮੈਂ...ਮੈਂ...।" ਉਹ ਜਜ਼ਬਾਤੀ ਹੋ ਗਿਆ। "ਮੈਂ...ਜਿਸ ਨੇ ਉਸ ਰਾਤ...ਸੱਪ ਦੇ ਛਿੰਬਾਂ ਰੰਗੇ ਵਾਲਾਂ ਵਾਲੀ ਇਕ ਕੁੜੀ ਲਈ ਆਪਣੀ ਮਾਂ ਨੂੰ ਨਾਰਾਜ਼ ਕਰ ਦਿੱਤਾ ਸੀ। ਮੈਂ ਖ਼ੁਦ ਨੂੰ, ਪਤਾ ਨਹੀਂ ਕਿੱਥੋਂ ਦਾ ਜੁਆਨ-ਜਹਾਨ ਸਮਝਦਾ ਸਾਂ...ਪਰ ਨਹੀਂ, ਉਸਨੂੰ ਪ੍ਰਾਪਤ ਕਰਨਾ ਕੋਈ ਮੁਸ਼ਕਿਲ ਕੰਮ ਨਹੀਂ ਸੀ। ਮੈਨੂੰ ਆਪਣੀ ਜਵਾਨੀ ਦੀ ਸੌਂਹ, ਇਕੋ ਚੁੰਮੀ ਵਿਚ ਉਸ ਪਲੈਟੀਨਮ ਬਲੌਂਡ ਦੇ ਕੁਆਰੇਪਨ ਦਾ ਸਾਰਾ ਰਸ ਮੈਂ ਆਪਣੇ ਇਹਨਾਂ ਮੋਟੇ-ਮੋਟੇ ਬੁੱਲ੍ਹਾਂ ਨਾਲ ਚੂਸ ਸਕਦਾ ਸਾਂ...ਪਰ ਇਹ ਇਕ ਗ਼ਲਤ ਕੰਮ ਹੁੰਦਾ...ਉਹ ਕੱਚੀ ਉਮਰ ਦੀ ਸੀ। ਏਨੀ ਘੱਟ ਉਮਰ, ਏਨੀਂ ਕਮਜ਼ੋਰ, ਏਨੀ ਕਰੇਕਟਰਲੈਸ...ਏਨੀ..." ਉਸਨੇ ਮੇਰੇ ਵੱਲ ਸਵਾਲੀਆ ਨਜ਼ਰਾਂ ਨਾਲ ਦੇਖਿਆ। "ਦੱਸ ਯਾਰ ਉਸਨੂੰ ਉਰਦੂ, ਫ਼ਾਰਸੀ ਜਾਂ ਅਰਬੀ ਵਿਚ ਕੀ ਆਖਾਂਗੇ...ਕਰੇਕਰਟਲੈਸ...ਲੇਡੀਜ਼ ਐਂਡ ਜੈਂਟਲ ਮੈਨ...ਉਹ ਏਨੀ ਛੋਟੀ, ਕੱਚੀ ਤੇ ਏਨੀ ਮਾਸੂਮ ਸੀ ਕਿ ਉਸ ਰਾਤ ਪਾਪਾਂ ਵਿਚ ਸ਼ਾਮਲ ਹੋ ਕੇ ਸਾਰੀ ਉਮਰ ਪਛਤਾਉਂਦੀ ਰਹਿੰਦੀ ਜਾਂ ਉਸਨੂੰ ਬਿਲਕੁਲ ਭੁੱਲ ਜਾਂਦੀ...ਉਹਨਾਂ ਥੋੜ੍ਹੇ ਛਿਣਾ ਦੇ ਆਨੰਦ ਦੀ ਯਾਦ ਦੇ ਸਹਾਰੇ ਜਿਊਣ ਦਾ ਸਲੀਕਾ ਉਸਨੂੰ ਬਿਲਕੁਲ ਨਾ ਆਉਂਦਾ...ਮੈਨੂੰ ਇਸਦਾ ਦੁਖ ਹੁੰਦਾ...ਚੰਗਾ ਹੋਇਆ ਕਿ ਮੰਮੀ ਨੇ ਉਸੇ ਸਮੇਂ ਮੇਰਾ ਹੁੱਕਾ ਪਾਣੀ ਬੰਦ ਕਰ ਦਿੱਤਾ...ਮੈਂ ਹੁਣ ਆਪਣੀ ਬਕਵਾਸ ਬੰਦ ਕਰਦਾ ਹਾਂ। ਮੇਰਾ ਅਸਲ ਵਿਚ ਇਕ ਬੜਾ ਲੰਮਾਂ ਚੌੜਾ ਲੈਕਚਰ ਕਰਨ ਦਾ ਇਰਾਦਾ

ਸੀ, ਪਰ ਮੈਥੋਂ ਕੁਝ ਬੋਲਿਆ ਨਹੀਂ ਜਾ ਰਿਹਾ...ਮੈਂ ਇਕ ਪੈਗ ਹੋਰ ਪੀਂਦਾ ਹਾਂ।"

ਉਸਨੇ ਇਕ ਪੈਗ ਹੋਰ ਪੀਤਾ। ਲੈਕਚਰ ਦੌਰਾਨ ਸਾਰੇ ਚੁੱਪ ਸਨ। ਉਸ ਪਿੱਛੋਂ ਵੀ ਚੁੱਪ ਰਹੇ। ਮੰਮੀ ਪਤਾ ਨਹੀਂ ਕੀ ਸੋਚ ਰਹੀ ਸੀ। ਪਾਊਡਰ ਤੇ ਲਾਲੀ ਦੀਆਂ ਤੈਹਾਂ ਹੇਠ ਝੁਰੜੀਆਂ ਵੀ ਇੰਜ ਦਿਖਾਈ ਦੇਂਦੀਆਂ ਸਨ ਜਿਵੇਂ ਉਹ ਵੀ ਕਿਸੇ ਡੂੰਘੀ ਚਿੰਤਾ ਵਿਚ ਡੁੱਬੀਆਂ ਹੋਈਆਂ ਨੇ। ਬੋਲਣ ਪਿੱਛੋਂ ਚੱਡਾ ਜਿਵੇਂ ਖਾਲੀ ਜਿਹਾ ਹੋ ਗਿਆ। ਉਹ ਇਧਰੋਂ ਉਧਰ, ਭਟਕ ਰਿਹਾ ਸੀ ਜਿਵੇਂ ਕੋਈ ਗਵਾਚੀ ਹੋਈ ਸ਼ੈ ਲੱਭਣ ਲਈ ਨੁੱਕਰ-ਕੋਨਾ ਦੇਖ ਰਿਹਾ ਹੋਵੇ, ਜਿਹੜੀ ਉਸਦੇ ਦਿਮਾਗ਼ ਵਿਚ ਪੂਰੀ ਤਰ੍ਹਾਂ ਸੁਰੱਖਿਅਤ ਰਹੇ। ਮੈਂ ਉਸਨੂੰ ਇਕ ਵੇਰ ਪੁੱਛਿਆ, "ਕੀ ਗੱਲ ਏ ਚੱਡਾ?"

ਉਸਨੇ ਠਹਾਕਾ ਲਾ ਕੇ ਉਤਰ ਦਿੱਤਾ, "ਕੁਛ ਨਹੀਂ...ਗੱਲ ਇਹ ਹੈ ਕਿ ਅੱਜ ਵਿਸਕੀ ਮੇਰੇ ਦਿਮਾਗ਼ ਦੇ ਚਿੱਤੜਾਂ ਤੇ ਲੱਤ ਨਹੀਂ ਮਾਰ ਰਹੀ।" ਉਸਦਾ ਠਹਾਕਾ ਖੋਖਲਾ ਸੀ।

ਵਣਕਤਰੇ ਨੇ ਥੈਲਿਮਾ ਨੂੰ ਉਠਾ ਕੇ ਮੈਨੂੰ ਆਪਣੇ ਕੋਲ ਬਿਠਾ ਲਿਆ ਤੇ ਇਧਰ ਉਧਰ ਦੀਆਂ ਗੱਲਾਂ ਕਰਨ ਪਿੱਛੋਂ ਆਪਣੇ ਪਿਉ ਦੀ ਪ੍ਰਸ਼ੰਸਾ ਸ਼ੁਰੂ ਕਰ ਦਿੱਤੀ ਕਿ ਉਹ ਬੜਾ ਗੁਣੀ ਆਦਮੀ ਸੀ। ਇਹੋ ਜਿਹਾ ਹਰਮੋਨੀਅਮ ਵਜਾਉਂਦਾ ਸੀ ਕਿ ਲੋਕ ਦੰਗ ਰਹਿ ਜਾਂਦੇ ਸਨ। ਫੇਰ ਉਸਨੇ ਆਪਣੀ ਪਤਨੀ ਦੀ ਸੁੰਦਰਤਾ ਦਾ ਜ਼ਿਕਰ ਕੀਤਾ ਤੇ ਦੱਸਿਆ ਕਿ ਬਚਪਨ ਵਿਚ ਹੀ ਉਸਦੇ ਪਿਉ ਨੇ ਉਸਨੂੰ ਵਿਆਹ ਦਿੱਤਾ ਸੀ। ਬੰਗਾਲੀ ਮਿਊਜ਼ਿਕ ਡਾਇਰੈਕਟਰ ਸੈਨ ਦੀ ਗੱਲ ਤੁਰੀ ਤਾਂ ਉਸਨੇ ਕਿਹਾ, "ਮਿਸਟਰ ਮੰਟੋ, ਉਹ ਇਕਦਮ ਫਰਾਡ ਆਦਮੀ ਸੀ...ਕਹਿੰਦਾ ਸੀ, ਮੈਂ ਖ਼ਾਨ ਸਾਹਿਬ ਅਬਦੁੱਲ ਕਰੀਮ ਦਾ ਚੇਲਾ ਆਂ...ਝੂਠ, ਬਿਲਕੁਲ ਝੂਠ...ਉਹ ਬੰਗਾਲ ਦੇ ਕਿਸੇ ਭੜੂਏ ਦਾ ਚੇਲਾ ਸੀ...।"

ਘੜੀ ਨੇ ਦੋ ਵਜਾਏ। ਚੱਡੇ ਨੇ ਕਿੱਟੀ ਨੂੰ ਧੱਕਾ ਮਾਰ ਕੇ ਇਕ ਪਾਸੇ ਸੁੱਟ ਦਿੱਤਾ ਤੇ ਅੱਗੇ ਵਧ ਕੇ ਵਣਕਤਰੇ ਦੇ ਕੱਦੂ ਵਰਗੇ ਸਿਰ ਉੱਤੇ ਧੱਫਾ ਮਾਰ ਕੇ ਕਿਹਾ, "ਬਕਵਾਸ ਬੰਦ ਓਇ...ਉੱਠ...ਤੇ ਕੁਝ ਗਾ...ਪਰ ਖ਼ਬਰਦਾਰ, ਜੇ ਤੂੰ ਕੋਈ ਪੱਕਾ ਰਾਗ ਗਾਇਆ।"

ਵਣਕਤਰੇ ਨੇ ਤੁਰੰਤ ਗਾਣਾ ਸ਼ੁਰੂ ਕਰ ਦਿੱਤਾ। ਆਵਾਜ਼ ਚੰਗੀ ਨਹੀਂ ਸੀ। ਇਕ ਸੁਰ ਦੀਆਂ ਕਈ ਕਈ ਗਰਾਰੀਆਂ ਉਸਦੇ ਗਲ਼ੇ ਵਿਚੋਂ ਨਿਕਲਦੀਆਂ ਸਨ; ਪਰ ਜੋ ਵੀ ਗਾਉਂਦਾ ਸੀ, ਪੂਰੀ ਲਗਣ ਨਾਲ ਗਾਉਂਦਾ ਸੀ। ਮਾਲਕੋਸ਼ ਵਿਚ ਉਸਨੇ ਦੋ ਤਿੰਨ ਫ਼ਿਲਮੀ ਗੀਤ ਸੁਣਾਏ, ਜਿਹਨਾਂ ਵਾਤਾਵਰਣ ਨੂੰ ਹੋਰ ਵੀ ਉਦਾਸ ਕਰ ਦਿੱਤਾ। ਮੰਮੀ ਤੇ ਚੱਡਾ ਇਕ ਦੂਜੇ ਵਲ ਦੇਖਦੇ ਸਨ ਤੇ ਨਜ਼ਰਾਂ ਕਿਸੇ ਹੋਰ ਪਾਸੇ ਭੁੰਆਂ ਲੈਂਦੇ ਸਨ...ਗਰੀਬ ਨਿਵਾਜ਼ ਏਨਾ ਪ੍ਰਭਾਵਿਤ ਹੋਇਆ ਕਿ ਉਸਦੀਆਂ ਅੱਖਾਂ ਵਿਚ ਅੱਥਰੂ ਆ ਗਏ। ਚੱਡੇ ਨੇ ਜ਼ੋਰ ਦਾ ਠਹਾਕਾ ਲਾਇਆ ਤੇ ਕਿਹਾ, "ਹੈਦਰਾਬਾਦ ਵਾਲਿਆਂ ਦੀਆਂ ਅੱਖਾਂ ਦਾ ਮਸਾਨਾ ਬੜਾ ਕਮਜ਼ੋਰ ਹੁੰਦਾ ਏ ਮੌਕੇ-ਬੇਮੌਕੇ ਟਪਕਨ ਲੱਗ ਪੈਂਦੈ। ਕਿਉਂ ਭਾਊ...?"

ਗਰੀਬ ਨਿਵਾਜ਼ ਨੇ ਆਪਣੇ ਅੱਥਰੂ ਪੂੰਝੇ ਤੇ ਏਲਿਮਾ ਨਾਲ ਨੱਚਣਾ ਸ਼ੁਰੂ ਕਰ ਦਿੱਤਾ। ਵਣਕਤਰੇ ਨੇ ਗਰਾਮੋਫ਼ੋਨ ਦੇ ਚਕਲੇ ਉੱਤੇ ਰਿਕਾਰਡ ਰੱਖ ਕੇ ਸੂਈ ਲਾ ਦਿੱਤੀ। ਘਿਸੀ ਹੋਈ ਟਿਊਨ ਵੱਜਣ ਲੱਗੀ। ਚੱਡੇ ਨੇ ਮੰਮੀ ਨੂੰ ਫੇਰ ਗੋਦੀ ਵਿਚ ਚੁੱਕ

ਲਿਆ ਤੇ ਉੱਛਲ-ਉੱਛਲ ਕੇ ਰੌਲਾ ਪਾਉਣ ਲੱਗ ਪਿਆ। ਉਸਦਾ ਗਲ਼ਾ ਬੈਠ ਗਿਆ ਸੀ, ਉਹਨਾਂ ਮਰਾਸੀਆਂ ਵਾਂਗ, ਜਿਹੜੇ ਸ਼ਾਦੀ ਵਿਆਹ ਦੇ ਮੌਕੇ 'ਤੇ ਉੱਚੀਆਂ ਸੁਰਾਂ ਵਿਚ ਗਾ-ਗਾ ਕੇ ਆਪਣੀ ਆਵਾਜ਼ ਦਾ ਨਾਸ ਮਾਰ ਲੈਂਦੇ ਨੇ।

ਉਸ ਉੱਛਲ-ਕੁੱਦ ਤੇ ਚੀਕਾ-ਰੌਲੀ ਵਿਚ ਸਵੇਰ ਦੇ ਚਾਰ ਵੱਜ ਗਏ। ਮੰਮੀ ਬਿਲਕੁਲ ਚੁੱਪ ਹੋ ਗਈ। ਫੇਰ ਉਸਨੇ ਚੱਡੇ ਵੱਲ ਮੁੜ ਕੇ ਕਿਹਾ, "ਬਸ, ਹੁਣ ਖਤਮ ਕਰੋ!"

ਚੱਡੇ ਨੇ ਬੋਤਲ ਨੂੰ ਮੂੰਹ ਲਾਇਆ ਤੇ ਉਸਨੂੰ ਖਾਲੀ ਕਰਕੇ ਇਕ ਪਾਸੇ ਸੁੱਟ ਦਿੱਤਾ ਤੇ ਮੈਨੂੰ ਕਿਹਾ, "ਚੱਲ ਮੰਟੋ, ਚੱਲੀਏ।"

ਮੈਂ ਉੱਠ ਕੇ ਮੰਮੀ ਤੋਂ ਇਜਾਜ਼ਤ ਲੈਣੀ ਚਾਹੀ ਕਿ ਚੱਡੇ ਨੇ ਮੈਨੂੰ ਆਪਣੇ ਵੱਲ ਖਿੱਚ ਲਿਆ, "ਅੱਜ ਕੋਈ ਵਿਦਾਈ ਨਹੀਂ ਲਏਗਾ।"

ਅਸੀਂ ਦੋਵੇਂ ਬਾਹਰ ਨਿਕਲ ਰਹੇ ਸਾਂ ਕਿ ਵਣਕਤਰੇ ਦੇ ਰੋਣ ਦੀ ਆਵਾਜ਼ ਸੁਣਾਈ ਦਿੱਤੀ। ਮੈਂ ਚੱਡੇ ਨੂੰ ਕਿਹਾ, "ਠਹਿਰ, ਦੇਖੀਏ ਕੀ ਗੱਲ ਏ।" ਪਰ ਉਹ ਮੈਨੂੰ ਧਰੀਕ ਕੇ ਅੱਗੇ ਲੈ ਗਿਆ। "ਉਸ ਸਾਲੇ ਦੀਆਂ ਅੱਖਾਂ ਦਾ ਮਸਾਨਾ ਵੀ ਕਮਜ਼ੋਰ ਐ।"

ਮੰਮੀ ਦੇ ਘਰ ਤੋਂ ਸਈਦਾ ਕਾਟੇਜ ਬਿਲਕੁਲ ਨੇੜੇ ਹੀ ਸੀ। ਰਸਤੇ ਵਿਚ ਚੱਡੇ ਨੇ ਕੋਈ ਗੱਲ ਨਹੀਂ ਕੀਤੀ। ਸੌਣ ਤੋਂ ਪਹਿਲਾਂ ਮੈਂ ਉਸ ਤੋਂ ਇਸ ਵਚਿੱਤਰ ਪਾਰਟੀ ਬਾਰੇ ਜਾਣਨਾ ਚਾਹਿਆ ਤਾਂ ਉਸ ਨੇ ਕਿਹਾ, "ਮੈਨੂੰ ਨੀਂਦ ਆ ਰਹੀ ਹੈ।" ਤੇ ਉਹ ਬਿਸਤਰੇ 'ਤੇ ਜਾ ਲੇਟਿਆ।

ਸਵੇਰੇ ਉੱਠ ਕੇ ਮੈਂ ਗੁਸਲਖ਼ਾਨੇ ਵਿਚ ਗਿਆ। ਬਾਹਰ ਨਿਕਲਿਆ ਤਾਂ ਦੇਖਿਆ ਕਿ ਗਰੀਬ ਨਿਵਾਜ਼ ਗੈਰੇਜ ਦੇ ਟਾਟ ਨਾਲ ਲੱਗਿਆ ਖਲੋਤਾ ਹੈ ਤੇ ਰੋ ਰਿਹਾ ਹੈ। ਮੈਨੂੰ ਦੇਖ ਕੇ ਉਹ ਹੰਝੂ ਪੂੰਝਦਾ ਉੱਥੋਂ ਪਰ੍ਹਾਂ ਵਲ ਹਟ ਗਿਆ। ਮੈਂ ਕੋਲ ਜਾ ਕੇ ਉਸਦੇ ਰੋਣ ਦਾ ਕਾਰਨ ਪੁੱਛਿਆ ਤਾਂ ਉਸਨੇ ਕਿਹਾ, "ਮੰਮੀ ਚਲੀ ਗਈ।"

"ਕਿੱਥੇ?"

"ਪਤਾ ਨਹੀਂ।" ਇਹ ਕਹਿ ਕੇ ਗਰੀਬ ਨਿਵਾਜ਼ ਸੜਕ ਵੱਲ ਤੁਰ ਗਿਆ।

ਚੱਡਾ ਬਿਸਤਰੇ 'ਤੇ ਲੇਟਿਆ ਹੋਇਆ ਸੀ। ਇੰਜ ਜਾਪਦਾ ਸੀ ਕਿ ਉਹ ਪਲ ਛਿਣ ਲਈ ਵੀ ਨਹੀਂ ਸੀ ਸੁੱਤਾ। ਮੈਂ ਉਸਨੂੰ ਮੰਮੀ ਬਾਰੇ ਪੁੱਛਿਆ ਤਾਂ ਉਸਨੇ ਮੁਸਕਰਾ ਕੇ ਕਿਹਾ, "ਚਲੀ ਗਈ, ਸਵੇਰ ਦੀ ਗੱਡੀ 'ਤੇ...ਉਸਨੇ ਪੂਨਾ ਛੱਡਣਾ ਸੀ।"

ਮੈਂ ਪੁੱਛਿਆ, "ਪਰ ਕਿਉਂ?"

ਚੱਡੇ ਦੀ ਆਵਾਜ਼ ਵਿਚ ਕੁਸੈਲ ਘੁਲ ਗਈ, "ਹਕੂਮਤ ਨੂੰ ਉਸਦੀ ਅਦਾ ਪਸੰਦ ਨਹੀਂ ਸੀ ਉਸਦੇ ਰੰਗ ਢੰਗ ਪਸੰਦ ਨਹੀਂ ਸਨ। ਉਸਦੇ ਘਰ ਦੀਆਂ ਮਹਿਫ਼ਿਲਾਂ ਉਹਨਾਂ ਦੀਆਂ ਨਜ਼ਰਾਂ ਵਿਚ ਇਤਰਾਜ਼ ਯੋਗ ਸਨ। ਇਸ ਲਈ ਕਿ ਪੁਲਿਸ ਉਸਦੇ ਸਨੇਹ ਤੇ ਮਮਤਾ ਨੂੰ ਭਰਿਸ਼ਟਾਚਾਰ ਦੇ ਰੂਪ ਵਿਚ ਦੇਖਣਾ ਚਾਹੁੰਦੀ ਸੀ...ਉਹ ਉਸਨੂੰ ਮਾਂ ਕਹਿ ਕੇ ਉਸ ਤੋਂ ਕਿਸੇ ਦੱਲੀ ਦਾ ਕੰਮ ਲੈਣਾ ਚਾਹੁੰਦੇ ਸਨ...ਇਕ ਲੰਮੇ ਸਮੇਂ ਤੋਂ ਉਸਦੇ ਇਕ ਕੇਸ ਦੀ ਛਾਣਬੀਨ ਹੋ ਰਹੀ ਸੀ। ਅਖ਼ੀਰ ਸਰਕਾਰ ਪੁਲਿਸ ਦੀ ਛਾਣਬੀਨ ਨਾਲ ਸਹਿਮਤ ਹੋ ਗਈ ਤੇ ਉਸਨੂੰ 'ਤੜੀ ਪਾਰ' ਕਰ ਦਿੱਤਾ। ਇਸ ਸ਼ਹਿਰ 'ਚੋਂ ਕੱਢ ਦਿੱਤਾ...ਜੇ ਉਹ ਵੇਸ਼ਿਆ ਸੀ, ਜਾਂ ਦੱਲੀ ਸੀ... ਉਸਦੀ ਹੋਂਦ ਸਮਾਜ ਲਈ

ਹਾਨੀਕਾਰਕ ਸੀ ਤਾਂ ਉਸਨੂੰ ਖਤਮ ਕਰ ਦੇਣਾ ਚਾਹੀਦਾ ਸੀ...ਪੂਨੇ ਦੀ ਗੰਦਗੀ ਨੂੰ ਇਹ ਕਿਉਂ ਕਿਹਾ ਗਿਆ ਕਿ ਤੂੰ ਇੱਥੋਂ ਚਲੀ ਜਾ ਤੇ ਜਿੱਥੇ ਮਰਜ਼ੀ ਜਾ ਕੇ ਫੇਰ ਹੋ ਜਾ?" ਚੱਡੇ ਨੇ ਬੜੇ ਜ਼ੋਰ ਨਾਲ ਠਹਾਕਾ ਲਾਇਆ ਤੇ ਥੋੜ੍ਹੀ ਦੇਰ ਚੁੱਪ ਰਿਹਾ। ਫੇਰ ਉਸਨੇ ਬੜੀ ਭਾਵੁਕ ਆਵਾਜ਼ ਵਿਚ ਕਿਹਾ, "ਮੈਨੂੰ ਦੁੱਖ ਹੈ ਮੰਟੋ ਕਿ ਉਸ ਗੰਦਗੀ ਦੇ ਨਾਲ ਇਕ ਅਜਿਹੀ ਪਵਿੱਤਰਤਾ ਵੀ ਚਲੀ ਗਈ ਹੈ, ਜਿਸਨੇ ਉਸ ਰਾਤ ਮੇਰੀ ਇਕ ਬੜੀ ਗ਼ਲਤ ਤੇ ਗੰਦੀ ਤਰੰਗ ਨੂੰ ਮੇਰੇ ਦਿਲ ਦਿਮਾਗ਼ ਵਿਚੋਂ ਕੱਢ ਦਿੱਤਾ ਸੀ ਪਰ ਮੈਨੂੰ ਅਫ਼ਸੋਸ ਨਹੀਂ ਹੋਣਾ ਚਾਹੀਦਾ...ਉਹ ਪੂਨੇ ਵਿਚੋਂ ਚਲੀ ਗਈ...ਮੇਰੇ ਵਰਗੇ ਜਵਾਨਾਂ ਵਿਚ ਅਜਿਹੀਆਂ ਗ਼ਲਤ ਤੇ ਗੰਦੀਆਂ ਤਰੰਗਾਂ ਉੱਥੇ ਵੀ ਪੈਦਾ ਹੁੰਦੀਆਂ ਹੋਣਗੀਆਂ, ਜਿੱਥੇ ਉਹ ਆਪਣਾ ਘਰ ਬਣਾਵੇਗੀ...ਮੈਂ ਆਪਣੀ ਮੰਮੀ ਉਹਨਾਂ ਦੇ ਹਵਾਲੇ ਕਰਦਾ ਹਾਂ...ਜ਼ਿੰਦਾਬਾਦ ਮੰਮੀ...ਜ਼ਿੰਦਾਬਾਦ...ਚੱਲ ਗਰੀਬ ਨਿਵਾਜ਼ ਨੂੰ ਲੱਭੀਏ। ਰੋ ਰੋ ਕੇ ਉਸਨੇ ਆਪਣਾ ਬੁਰਾ ਹਾਲ ਕਰ ਲਿਆ ਹੋਏਗਾ...ਇਹਨਾਂ ਹੈਦਰਾਬਾਦੀਆਂ ਦੀਆਂ ਅੱਖਾਂ ਦਾ ਮਸਾਨਾ ਬੜਾ ਕਮਜ਼ੋਰ ਹੁੰਦੈ, ਮੌਕੇ-ਬੇਮੌਕੇ ਟਪਕਦਾ ਰਹਿੰਦਾ ਏ..."

ਮੈਂ ਦੇਖਿਆ, ਚੱਡੇ ਦੀਆਂ ਅੱਖਾਂ ਵਿਚ ਅੱਥਰੂ ਇਸ ਤਰ੍ਹਾਂ ਤੈਰ ਰਹੇ ਸਨ, ਜਿਵੇਂ ਮੰਮੀ ਦੇ ਦੋਖ਼ੀਆਂ ਦੀਆਂ ਲਾਸ਼ਾਂ ਹੋਣ।

ਲਾਈਸੈਂਸ

ਅੱਬੂ ਕੋਚਵਾਨ ਬਹੁਤ ਛੈਲ-ਛਬੀਲਾ ਸੀ; ਉਸ ਦਾ ਤਾਂਗਾ-ਘੋੜਾ ਵੀ ਸ਼ਹਿਰ ਵਿਚ ਨੰਬਰ ਵਨ ਸੀ; ਉਹ ਕਦੇ ਮਾਮੂਲੀ ਸਵਾਰੀ ਨਹੀਂ ਬਿਠਾਉਂਦਾ ਸੀ; ਉਸ ਦੇ ਲੱਗੇ-ਪੱਕੇ ਗਾਹਕ ਸਨ, ਜਿਨ੍ਹਾਂ ਤੋਂ ਉਸ ਨੂੰ ਦਸ-ਪੰਦਰਾਂ ਰੁਪਏ ਵਸੂਲ ਹੋ ਜਾਂਦੇ ਸਨ। ਜਿਹੜੇ ਉਸ ਲਈ ਕਾਫੀ ਸਨ-ਦੂਜੇ ਕੋਚਵਾਨਾਂ ਦੀ ਤਰ੍ਹਾਂ ਨਸ਼ਾ-ਪਾਣੀ ਦੀ ਉਸ ਨੂੰ ਆਦਤ ਨਹੀਂ ਸੀ, ਲੇਕਿਨ ਸਾਫ਼-ਸੁਥਰੇ ਕੱਪੜੇ ਪਹਿਨਣਾ ਅਤੇ ਹਰ ਵਕਤ ਬਾਂਕਾ ਬਣੇ ਰਹਿਣ ਦਾ ਉਸ ਨੂੰ ਬੇਹੱਦ ਸ਼ੌਕ ਸੀ।

ਜਦੋਂ ਉਸ ਦਾ ਤਾਂਗਾ ਕਿਸੇ ਸੜਕ ਤੋਂ ਘੁੰਗਰੂ ਵਜਾਉਂਦਾ ਹੋਇਆ ਗੁਜ਼ਰਦਾ ਤਾਂ ਲੋਕਾਂ ਦੀਆਂ ਅੱਖਾਂ ਖ਼ੁਦ-ਬ-ਖ਼ੁਦ ਉਸ ਵੱਲ ਉੱਠ ਜਾਂਦੀਆਂ : "ਔਹ ਬਾਂਕਾ ਅੱਬੂ ਜਾ ਰਿਹਾ ਹੈ ... ਦੇਖੋ ਕਿਸ ਠਾਠ ਨਾਲ ਬੈਠਾ ਹੈ ... ਜਰਾ ਪਗੜੀ ਦੇਖੋ, ਕਿਵੇਂ ਤਿਰਛੀ ਬੰਨ੍ਹੀ ਹੈ ..."

ਉਹ ਲੋਕਾਂ ਦੀਆਂ ਨਿਗਾਹਾਂ ਤੋਂ ਇਹ ਗੱਲਾਂ ਸੁਣਦਾ ਤਾਂ ਉਸ ਦੀ ਧੌਣ ਵਿਚ ਇਕ ਬਾਂਕਾਂਪਣ ਪੈਦਾ ਹੋ ਜਾਂਦਾ ਅਤੇ ਉਸ ਦੇ ਘੋੜੇ ਦੀ ਚਾਲ ਹੋਰ ਜ਼ਿਆਦਾ ਸੋਹਣੀ ਹੋ ਜਾਂਦੀ; ਉਸ ਦੇ ਹੱਥਾਂ ਨੇ ਘੋੜੇ ਦੀਆਂ ਵਾਗਾਂ ਕੁਝ ਇਸ ਅੰਦਾਜ਼ ਨਾਲ ਫੜੀਆਂ ਹੁੰਦੀਆਂ, ਜਿਵੇਂ ਉਨ੍ਹਾਂ ਨੂੰ ਫੜਨ ਦੀ ਕੋਈ ਜ਼ਰੂਰਤ ਹੀ ਨਹੀਂ। ਇਸ ਤਰ੍ਹਾਂ ਲਗਦਾ, ਜਿਵੇਂ ਘੋੜਾ ਉਸ ਦੇ ਇਸ਼ਾਰਿਆਂ ਦੇ ਬਿਨਾਂ ਹੀ ਤੁਰਿਆ ਜਾ ਰਿਹਾ ਹੈ, ਜਿਵੇਂ ਘੋੜੇ ਨੂੰ ਆਪਣੇ ਮਾਲਕ ਦੇ ਹੁਕਮ ਦੀ ਜ਼ਰੂਰਤ ਹੀ ਨਹੀਂ, ਕਈ ਵਾਰ ਤਾਂ ਇਸ ਤਰ੍ਹਾਂ ਮਹਿਸੂਸ ਹੁੰਦਾ ਕਿ ਅੱਬੂ ਅਤੇ ਉਸ ਦਾ ਘੋੜਾ ਚੰਨੀ, ਦੋਵੇਂ ਬੱਸ ਇੱਕ ਹਨ, ਬਲਕਿ ਸਾਰਾ ਤਾਂਗਾ ਇਕ ਹਸਤੀ ਹੈ-ਅਤੇ ਉਹ ਹਸਤੀ ਅੱਬੂ ਦੇ ਬਿਨਾਂ ਹੋਰ ਕੌਣ ਹੋ ਸਕਦੀ ਹੈ।

ਉਹ ਸਵਾਰੀਆਂ, ਜਿਨ੍ਹਾਂ ਨੂੰ ਉਹ ਕਬੂਲ ਨਹੀਂ ਕਰਦਾ ਸੀ। ਦਿਲ ਹੀ ਦਿਲ ਵਿਚ ਉਸ ਨੂੰ ਗਾਲ੍ਹਾਂ ਦਿੰਦੀਆਂ; ਕਈ ਬਦ-ਦੁਆਵਾਂ ਵੀ ਦਿੰਦੀਆਂ, "ਖ਼ੁਦਾ ਕਰੇ ਇਸ ਦਾ ਘੁਮੰਡ ਟੁੱਟ ਜਾਵੇ ... ਖ਼ੁਦਾ ਕਰੇ ਇਸ ਦਾ ਤਾਂਗਾ-ਘੋੜਾ ਦਰਿਆ ਵਿਚ ਜਾ ਡਿੱਗੇ ... ਉਸ ਦੇ ਬੁੱਲ੍ਹਾਂ 'ਤੇ, ਜਿਹੜੇ ਹਲਕੀ-ਹਲਕੀ ਮੁੱਛਾਂ ਦੀ ਛਾਂ 'ਚ ਰਹਿੰਦੇ ਸਨ, ਖ਼ੁਦ ਮੁਸਕਰਾਹਟ ਨੱਚਦੀ ਰਹਿੰਦੀ; ਉਸ ਨੂੰ ਦੇਖ ਦੇ ਹੀ ਕਈ ਕੋਚਵਾਨ ਸੜ-ਭੁੱਜ ਜਾਂਦੇ-ਉਸ ਦੀ ਦੇਖਾ-ਦੇਖੀ ਕੁਝ ਕੋਚਵਾਨਾਂ ਨੇ ਏਧਰ-ਓਧਰ ਤੋਂ ਕਰਜ਼ਾ ਲੈ ਕੇ ਨਵੇਂ ਤਾਂਗੇ ਬਣਵਾਏ; ਤਾਂਗਿਆਂ ਨੂੰ ਪਿੱਤਲ ਦੇ ਸਾਜ਼ੋ-ਸਮਾਨ ਨਾਲ ਸਜਾਇਆ, ਫਿਰ ਵੀ ਅੱਬੂ ਦੇ ਤਾਂਗੇ ਜਿਹੀ ਸ਼ਾਨ ਪੈਦਾ ਨਾ ਹੋ ਸਕੀ, ਅਤੇ ਨਾ ਹੀ ਉਨ੍ਹਾਂ ਨੂੰ

ਉਹ ਗਾਹਕ ਨਸੀਬ ਹੋ ਸਕੇ, ਜਿਹੜੇ ਅੱਬੂ ਅਤੇ ਉਸ ਦੇ ਤਾਂਗੇ-ਘੋੜੇ ਦੇ ਸ਼ੁਦਾਈ ਸਨ।

ਇਕ ਦਿਨ ਦੁਪਹਿਰ ਨੂੰ ਅੱਬੂ ਦਰਖ਼ਤ ਦੀ ਛਾਂ 'ਚ ਤਾਂਗੇ 'ਤੇ ਬੈਠਾ ਊਂਘ ਰਿਹਾ ਸੀ ਕਿ ਇਕ ਆਵਾਜ਼ ਉਸ ਦੇ ਕੰਨਾਂ 'ਚ ਪਈ; ਉਸ ਨੇ ਅੱਖਾਂ ਖੋਲ੍ਹ ਕੇ ਵੇਖਿਆ ... ਇਕ ਔਰਤ ਤਾਂਗੇ ਦੇ ਬੰਬ ਕੋਲ ਖੜ੍ਹੀ ਸੀ।

ਉਸ ਨੇ ਔਰਤ ਨੂੰ ਬੜੀ ਮੁਸ਼ਕਿਲ ਇਕ ਨਜ਼ਰ ਦੇਖਿਆ, ਪਰ ਔਰਤ ਦੀ ਤਿੱਖੀ ਜਵਾਨੀ ਇਕਦਮ ਉਸ ਦੇ ਦਿਲ 'ਚ ਖੁਭ ਗਈ... ਉਹ ਔਰਤ ਨਹੀਂ, ਜਵਾਨ ਲੜਕੀ ਸੀ, ਸੋਲਾਂ-ਸਤਾਰਾਂ ਸਾਲ ਦੀ; ਦੁਬਲੀ-ਪਤਲੀ, ਲੇਕਿਨ ਮਜ਼ਬੂਤ; ਰੰਗ ਸਾਂਵਲਾ, ਪਰ ਚਮਕੀਲਾ, ਕੰਨਾ 'ਚ ਚਾਂਦੀ ਦੀਆਂ ਛੋਟੀਆਂ-ਛੋਟੀਆਂ ਬਾਲੀਆਂ, ਸਿੱਧਾ ਚੀਰ ਅਤੇ ਤਿੱਖਾ ਨੱਕ, ਨੱਕ 'ਤੇ ਇਕ ਛੋਟਾ ਜਿਹਾ ਚਮਕੀਲਾ ਤਿਲ; ਲੰਬਾ ਕੁੜਤਾ ਅਤੇ ਨੀਲਾ ਲਾਚਾ ਅਤੇ ਸਿਰ 'ਤੇ ਦੁਪੱਟਾ।

ਲੜਕੀ ਨੇ ਕੁਆਰੀ ਆਵਾਜ਼ 'ਚ ਪੁੱਛਿਆ : "ਵੀਰਾ, ਟੇਸ਼ਨ ਦਾ ਕੀ ਲਵੇਂਗਾ?"

ਉਸ ਦੇ ਬੁੱਲ੍ਹਾਂ ਦੀ ਮੁਸਕਰਾਹਟ ਸ਼ਰਾਰਤ ਅਖ਼ਤਿਆਰ ਕਰ ਗਈ: "ਕੁਝ ਨਹੀਂ।"

ਲੜਕੀ ਦੇ ਚਿਹਰੇ ਦਾ ਸਾਂਵਲਾਪਣ ਲਾਲੀ-ਭਾਅ ਮਾਰਨ ਲੱਗਿਆ: "ਕੀ ਲਏਂਗਾ ਟੇਸ਼ਨ ਦਾ?"-

ਉਸ ਨੇ ਲੜਕੀ ਨੂੰ ਆਪਣੀਆਂ ਨਜ਼ਰਾਂ 'ਚ ਆਉਂਦੇ ਹੋਏ ਕਿਹਾ, "ਤੈਥੋਂ ਕੀ ਲੈਣਾ ਭਾਗਭਰੀਏ ... ਚਲ ਆ, ਬੈਠ ਤਾਂਗੇ ਵਿਚ"

ਲੜਕੀ ਨੇ ਘਬਰਾਏ ਹੋਏ ਹੱਥਾਂ ਨਾਲ ਆਪਣਾ ਢਕਿਆ ਹੋਇਆ ਮਜ਼ਬੂਤ ਸੀਨਾ ਢਕਿਆ : "ਕਿਹਾ-ਜਿਹੀਆਂ ਗੱਲਾਂ ਕਰਦਾ ਹੈਂ ਤੂੰ।"

ਉਹ ਮੁਸਕਰਾਇਆ: "ਚਲ ਆ, ਹੁਣ ਬੈਠ ਵੀ ਜਾ... ਜੋ ਤੂੰ ਦੇਣਾ ਚਾਹੇਂ, ਦੇ ਦੇਣਾ।"

ਲੜਕੀ ਕੁਝ ਦੇਰ ਸੋਚਦੀ ਰਹੀ, ਫਿਰ ਪਾਏਦਾਨ 'ਤੇ ਪੈਰ ਰੱਖ ਤਾਂਗੇ 'ਚ ਬੈਠ ਗਈ : "ਚੱਲ ਜਲਦੀ ਲੈ ਚੱਲ ਟੇਸ਼ਨ"

ਉਸ ਨੇ ਪਿੱਛੇ ਮੁੜ ਕੇ ਵੇਖਿਆ : "ਬੜੀ ਜਲਦੀ ਹੈ ਤੈਨੂੰ ਸੋਹਣੀਏ!"

"ਹਾਏ-ਹਾਏ, ਤੂੰ ਤਾਂ..." ਲੜਕੀ ਕੁਝ ਹੋਰ ਕਹਿੰਦੀ-ਕਹਿੰਦੀ ਰੁਕ ਗਈ।

ਤਾਂਗਾ ਚਲ ਪਿਆ ... ਅਤੇ ਚਲਦਾ ਰਿਹਾ, ਕਈ ਸੜਕਾਂ ਘੋੜੇ ਦੀਆਂ ਸੁੰਮਾਂ ਹੇਠ ਨਿਕਲ ਗਈਆਂ।

ਉਸ ਦੇ ਬੁੱਲ੍ਹਾਂ 'ਤੇ ਸ਼ਰਾਰਤ-ਭਰੀ ਮੁਸਕਰਾਹਟ ਨੱਚ ਰਹੀ ਸੀ ... ਲੜਕੀ ਸਹਿਮੀ ਹੋਈ ਬੈਠੀ ਸੀ।

ਜਦੋਂ ਬਹੁਤ ਦੇਰ ਹੋ ਗਈ ਤਾਂ ਲੜਕੀ ਨੇ ਡਰੀ ਹੋਈ ਆਵਾਜ਼ 'ਚ ਪੁੱਛਿਆ : "ਟੇਸ਼ਨ ਨਹੀਂ ਆਇਆ ਅਜੇ?"

"ਆ ਜਾਵੇਗਾ ... ਤੇਰਾ ਮੇਰਾ ਟੇਸ਼ਨ ਇਕ ਹੀ ਹੈ।" ਉਸ ਨੇ ਅਰਥਪੂਰਨ ਅੰਦਾਜ਼ ਵਿਚ ਜਵਾਬ ਦਿੱਤਾ।

"ਕੀ ਮਤਲਬ?"

ਉਸ ਨੇ ਮੁੜ ਕੇ ਲੜਕੀ ਦੀ ਤਰਫ਼ ਦੇਖਿਆ ਅਤੇ ਕਿਹਾ : "ਅਲੜ੍ਹੇ, ਕੀ ਤੂੰ ਐਨਾ ਵੀ ਨਹੀਂ ਸਮਝਦੀ ਕਿ ਤੇਰਾ ਮੇਰਾ ਟੇਸ਼ਨ ਇਕ ਹੈ ... ਉਸੇ ਵਕਤ ਇਕ ਹੋ ਗਿਆ ਸੀ, ਜਦੋਂ ਅੱਬੂ ਨੇ ਤੇਰੇ ਤਰਫ਼ ਦੇਖਿਆ ਸੀ ... ਤੇਰੀ ਜਾਨ ਦੀ ਕਸਮ, ਤੇਰਾ ਇਹ ਗੁਲਾਮ ਝੂਠ ਨਹੀਂ ਬੋਲਦਾ।"

ਲੜਕੀ ਨੇ ਸਿਰ 'ਤੇ ਪੱਲਾ ਠੀਕ ਕੀਤਾ ... ਉਸ ਦੀਆਂ ਅੱਖਾਂ ਸਾਫ਼ ਦੱਸ ਰਹੀਆਂ ਸਨ ਕਿ ਉਹ ਅੱਬੂ ਦੀ ਗੱਲ ਦਾ ਮਤਲਬ ਸਮਝ ਚੁੱਕੀ ਹੈ; ਉਸ ਦੇ ਚਿਹਰੇ ਤੋਂ ਵੀ ਇਹ ਵੀ ਪਤਾ ਚਲਦਾ ਸੀ ਕਿ ਉਸ ਨੇ ਅੱਬੂ ਦੀ ਗੱਲ ਦਾ ਬੁਰਾ ਨਹੀਂ ਮੰਨਿਆ। ਉਹ ਕਸ਼ਮਕਸ਼ ਵਿਚ ਸੀ; ਦੋਹਾਂ ਦਾ ਟੇਸ਼ਨ ਇਕ ਹੋਵੇ ਜਾਂ ਨਾ ਹੋਵੇ, ਅੱਬੂ ਬਾਂਕਾ ਸਜੀਲਾ ਤਾਂ ਹੈ; ਕੀ ਉਹ ਆਪਣੀ ਗੱਲ ਦਾ ਪੱਕਾ ਵੀ ਹੈ; ਕੀ ਉਹ ਆਪਣਾ ਟੇਸ਼ਨ ਛੱਡ ਦੇਵੇ? ...

ਅੱਬੂ ਦੀ ਆਵਾਜ਼ ਨੇ ਉਸ ਨੂੰ ਹਿਲਾ ਦਿੱਤਾ : "ਕੀ ਸੋਚ ਰਹੀ ਹੈ ਭਾਗਭਰੀਏ?"

ਘੋੜਾ ਮਸਤ ਖ਼ੁਰਾਮੀ ਨਾਲ ਚਲ ਰਿਹਾ ਸੀ; ਹਵਾ ਠੰਡੀ ਸੀ; ਸੜਕ ਦੇ ਦੋਵੇਂ ਪਾਸੇ ਉਗੇ ਹੋਏ ਦਰਖ਼ਤ ਭੱਜ ਰਹੇ ਸਨ ਅਤੇ ਉਨ੍ਹਾਂ ਦੀਆਂ ਟਾਹਣੀਆਂ ਝੂਮ ਰਹੀਆਂ ਸਨ; ਘੁੰਗਰੂਆਂ ਦੀ ਛਣਕਾਰ ਤੋਂ ਬਿਨਾਂ ਹੋਰ ਕੋਈ ਆਵਾਜ਼ ਨਹੀਂ ਸੀ।

ਉਹ ਗਰਦਨ ਮੋੜੀ ਲੜਕੀ ਦੇ ਸਾਂਵਲੇ ਹੁਸਨ ਨੂੰ ਨਿਗਾਹਾਂ ਨਾਲ ਚੁੰਮ ਰਿਹਾ ਸੀ ... ਕੁਝ ਦੇਰ ਬਾਅਦ ਉਸ ਨੇ ਘੋੜੇ ਦੀਆਂ ਵਾਗਾਂ ਜੰਗਲੇ ਦੀ ਸਲਾਖ਼ ਨਾਲ ਬੰਨ ਦਿੱਤੀਆਂ ਅਤੇ ਛਾਲ ਮਾਰ ਕੇ ਪਿਛਲੀ ਸੀਟ 'ਤੇ ਲੜਕੀ ਦੇ ਕੋਲ ਆ ਬੈਠਾ।

ਲੜਕੀ ਖ਼ਾਮੋਸ਼ ਰਹੀ।

ਉਹ ਨੇ ਲੜਕੀ ਦੇ ਦੋਵੇਂ ਹੱਥ ਫੜ ਲਏ : "ਦੇ-ਦੇ ਆਪਣੀਆਂ ਵਾਗਾਂ ਮੇਰੇ ਹੱਥਾਂ ਵਿਚ।"

ਲੜਕੀ ਨੇ ਸਿਰਫ ਐਨਾ ਕਿਹਾ : "ਛੱਡ ਵੀ ਦੇ ਮੇਰਾ ਹੱਥ ..." ਲੇਕਿਨ ਦੂਜੇ ਹੀ ਪਲ ਉਹ ਅੱਬੂ ਦੀਆਂ ਬਾਹਾਂ 'ਚ ਸੀ ਅਤੇ ਉਸ ਦਾ ਦਿਲ ਜ਼ੋਰ-ਜ਼ੋਰ ਦੀ ਫੜਫੜਾ ਰਿਹਾ ਸੀ।

ਅੱਬੂ ਨੇ ਹੌਲੇ ਜਿਹੇ ਪਿਆਰ ਭਰੇ ਲਹਿਜੇ 'ਚ ਕਿਹਾ : "ਇਹ ਤਾਂਗਾ-ਘੋੜਾ ਮੈਨੂੰ ਆਪਣੀ ਜਾਨ ਤੋਂ ਜ਼ਿਆਦਾ ਅਜ਼ੀਜ਼ ਹੈ ... ਕਸਮ ਗਿਆਰਵੇਂ ਪੀਰ ਦੀ, ਮੈਂ ਤਾਂਗਾ-ਘੋੜਾ ਵੇਚ ਦੇਵਾਂਗਾ ਅਤੇ ਤੇਰੇ ਲਈ ਸੋਨੇ ਦੇ ਕੜੇ ਬਣਵਾਵਾਂਗਾ... ਖ਼ੁਦ ਫਟੇ-ਪੁਰਾਣੇ ਕੱਪੜੇ ਪਹਿਨਾਂਗਾ, ਲੇਕਿਨ ਤੈਨੂੰ ਰਾਣੀ ਬਣਾ ਕੇ ਰੱਖਾਂਗਾ... ਕਸਮ ਅੱਲਾ ਪਾਕ ਦੀ, ਜ਼ਿੰਦਗੀ ਵਿਚ ਇਹ ਮੇਰਾ ਪਹਿਲਾ ਪਿਆਰ ਹੈ ... ਤੂੰ ਮੇਰੀ ਨਾ ਬਣੀ ਤਾਂ ਮੈਂ ਤੇਰੇ ਸਾਹਮਣੇ ਆਪਣਾ ਗਲਾ ਕੱਟ ਲਵਾਂਗਾ..." ਉਸ ਨੇ ਲੜਕੀ ਨੂੰ ਆਪਣੀਆਂ ਬਾਹਾਂ ਤੋਂ ਹਲਕਾ ਜਿਹਾ ਅਲੱਗ ਕੀਤਾ : "ਖਬਰੇ ਕੀ ਹੋ ਗਿਆ ਮੈਨੂੰ... ਚਲ ਤੈਨੂੰ ਟੇਸ਼ਨ ਛੱਡ ਆਵਾਂ।"

ਲੜਕੀ ਨੇ ਹੌਲੇ ਜਿਹੇ ਕਿਹਾ : "ਨਹੀਂ ... ਹੁਣ ਤੂੰ ਮੈਨੂੰ ਹੱਥ ਲਗਾ ਚੁੱਕਾ ਹੈਂ।"

ਉਸ ਦੀ ਗਰਦਨ ਝੁਕ ਗਈ : "ਮੈਨੂੰ ਮਾਫ਼ ਕਰ ਦੇ ... ਮੈਥੋਂ ਗਲਤੀ ਹੋ ਗਈ।"

"ਨਿਭਾ ਲਏਂਗਾ ਇਸ ਗਲਤੀ ਨੂੰ?"

ਲੜਕੀ ਦੇ ਲਹਿਜੇ 'ਚ ਚੈਲਿੰਜ ਸੀ, ਜਿਵੇਂ ਕਿਸੇ ਨੇ ਅੱਬੂ ਨੂੰ ਕਿਹਾ ਹੋਵੇ: "ਲੈ ਜਾਵੇਂਗਾ ਆਪਣਾ ਤਾਂਗਾ ਉਸ ਤਾਂਗੇ ਤੋਂ ਅੱਗੇ ਕੱਢ ਕੇ?"

ਉਸ ਦਾ ਝੁਕਿਆ ਹੋਇਆ ਸਿਰ ਉਠਿਆ; ਉਸ ਦੀਆਂ ਅੱਖਾਂ ਚਮਕ ਉਠੀਆਂ : "ਭਾਗਭਰੀਏ ..." ਇਹ ਕਹਿ ਕੇ ਉਸ ਨੇ ਆਪਣੇ ਮਜ਼ਬੂਤ ਸੀਨੇ 'ਤੇ ਹੱਥ ਰੱਖਿਆ : "ਅੱਬੂ ਆਪਣੀ ਜਾਨ ਦੇ ਦੇਵੇਗਾ ..."

ਲੜਕੀ ਨੇ ਆਪਣਾ ਹੱਥ ਵਧਾਇਆ : "ਤਾਂ ਇਹ ਲੈ ਮੇਰਾ ਹੱਥ।"

ਉਸ ਨੇ ਲੜਕੀ ਦਾ ਹੱਥ ਮਜ਼ਬੂਤੀ ਨਾਲ ਫੜ ਲਿਆ : "ਕਸਮ ਆਪਣੀ ਜਵਾਨੀ ਦੀ, ਅੱਬੂ ਤੇਰਾ ਗੁਲਾਮ ਰਹੇਗਾ..."

ਦੂਸਰੇ ਰੋਜ਼ ਅੱਬੂ ਅਤੇ ਉਸ ਲੜਕੀ ਦਾ ਨਿਕਾਹ ਹੋ ਗਿਆ।

ਨਾਂ ਲੜਕੀ ਦਾ ਅਨਾਇਤ, ਯਾਨੀ ਨੀਤੀ ਸੀ ਅਤੇ ਉਹ ਜ਼ਿਲ੍ਹਾ ਗੁਜਰਾਤ ਦੀ ਮੋਚਣ ਸੀ।

ਉਹ ਆਪਣੇ ਰਿਸ਼ਤੇਦਾਰਾਂ ਦੇ ਨਾਲ ਆਈ ਸੀ; ਉਸ ਦੇ ਰਿਸ਼ਤੇਦਾਰ ਸਟੇਸ਼ਨ 'ਤੇ ਉਸ ਦਾ ਇੰਤਜ਼ਾਰ ਕਰਦੇ ਹੀ ਰਹਿ ਗਏ ਅਤੇ ਉਹ ਮੁਹੱਬਤ ਦੀਆਂ ਸਾਰੀਆਂ ਮੰਜ਼ਿਲਾਂ ਤਹਿ ਕਰ ਗਈ।

ਅੱਬੂ ਅਤੇ ਨੀਤੀ, ਦੋਵੇਂ ਬਹੁਤ ਖੁਸ਼ ਸਨ ... ਨਾ ਨੀਤੀ ਨੇ ਚਾਹਿਆ, ਨਾ ਅੱਬੂ ਨੇ ਤਾਂਗਾ-ਘੋੜਾ ਵੇਚਿਆ, ਨਾ ਨੀਤੀ ਦੇ ਲਈ ਸੋਨੇ ਦੇ ਕੜੇ ਬਣੇ, ਲੇਕਿਨ ਅੱਬੂ ਨੇ ਆਪਣੀ ਜਮ੍ਹਾਂ ਪੂੰਜੀ ਨਾਲ ਨੀਤੀ ਨੂੰ ਸੋਨੇ ਦੀਆਂ ਬਾਲੀਆਂ ਖਰੀਦ ਦਿੱਤੀਆਂ ਅਤੇ ਕਈ ਰੇਸ਼ਮੀ ਜੋੜੇ ਬਣਵਾ ਦਿੱਤੇ... ਨੀਤੀ ਲਈ ਇਹ ਘੱਟ ਨਹੀਂ ਸੀ।

ਲਸ਼-ਲਸ਼ ਕਰਦੇ ਰੇਸ਼ਮੀ ਲਾਚੇ ਵਿਚੋਂ ਜਦੋਂ ਉਹ ਅੱਬੂ ਦੇ ਸਾਹਮਣੇ ਆਉਂਦੀ ਤਾਂ ਅੱਬੂ ਦਾ ਦਿਲ ਨੱਚਣ ਲੱਗਦਾ : "ਕਸਮ ਅੱਲਾ ਪਾਕ ਦੀ, ਦੁਨੀਆ ਵਿਚ ਤੇਰੇ ਜਿਹਾ ਸੁੰਦਰ ਹੋਰ ਕੋਈ ਨਹੀਂ..." ਉਹ ਨੀਤੀ ਨੂੰ ਆਪਣੇ ਸੀਨੇ ਨਾਲ ਲਗਾ ਲੈਂਦਾ : "ਨੀਤੀ, ਤੂੰ ਮੇਰੇ ਦਿਲ ਦੀ ਰਾਣੀ ਹੈ।"

ਦੋਵੇਂ ਜਵਾਨੀ ਦੀਆਂ ਮਸਤੀਆਂ ਵਿਚ ਗਰਕ ਸਨ... ਦੋਵਾਂ ਨੂੰ ਗਾਉਂਦਿਆਂ, ਹੱਸਦਿਆਂ, ਸੈਰ ਕਰਦਿਆਂ ਅਤੇ ਇਕ-ਦੂਜੇ ਦੀਆਂ ਮੌਜਾਂ ਲੈਂਦੇ ਹੋਏ ਇਕ ਮਹੀਨਾ ਹੀ ਬੀਤਿਆ ਸੀ ਕਿ ਇਕ ਰੋਜ਼ ਪੁਲਿਸ ਨੇ ਅੱਬੂ ਨੂੰ ਗ੍ਰਿਫ਼ਤਾਰ ਕਰ ਲਿਆ, ਨੀਤੀ ਵੀ ਫੜੀ ਗਈ।

ਅੱਬੂ 'ਤੇ ਅਗਵਾ ਦਾ ਮੁਕੱਦਮਾ ਚਲਿਆ ਕਿ ਨੀਤੀ ਬਾਲਿਗ਼ ਨਹੀਂ ਸੀ, ਨੀਤੀ ਦੇ ਆਦਲਤ ਵਿਚ ਸਾਬਤ-ਕਤਮ ਰਹਿਣ ਦੇ ਬਾਵਜੂਦ ਅੱਬੂ ਨੂੰ ਦੋ ਸਾਲ ਦੀ ਸਜ਼ਾ ਹੋ ਗਈ।

ਜਦੋਂ ਨੀਤੀ ਨੇ ਅਦਾਲਤ ਦਾ ਹੁਕਮ ਸੁਣਿਆ ਤਾਂ ਉਹ ਅੱਬੂ ਦੇ ਨਾਲ ਚਿੰਬੜ ਗਈ, ਉਸ ਨੇ ਰੋਂਦੇ ਹੋਏ ਸਿਰਫ ਐਨਾ ਕਿਹਾ : "ਮੈਂ ਆਪਣੇ ਮਾਂ-ਬਾਪ ਦੇ ਕੋਲ ਨਹੀਂ ਜਾਵਾਂਗੀ... ਤੇਰੇ ਘਰ 'ਚ ਬੈਠ ਕੇ ਤੇਰਾ ਇੰਤਜ਼ਾਰ ਕਰਾਂਗੀ..."

ਅੱਬੂ ਨੇ ਉਸ ਦੀ ਪਿੱਠ 'ਤੇ ਥਾਪੀ ਦਿੱਤੀ : "ਜਿਉਂਦੀ ਰਹਿ... ਮੈਂ ਤਾਂਗਾ-ਘੋੜਾ ਦੀਨੇ ਦੇ ਸਪੁਰਦ ਕੀਤਾ ਹੋਇਆ ਹੈ... ਉਸ ਤੋਂ ਕਰਾਇਆ ਵਸੂਲ ਕਰਦੀ ਰਹਿਣਾ।"

ਨੀਤੀ ਦੇ ਮਾਂ-ਬਾਪ ਨੇ ਬਹੁਤ ਜ਼ੋਰ ਲਗਾਇਆ, ਪਰ ਉਹ ਉਨ੍ਹਾਂ ਦੇ ਨਾਲ ਨਾ ਗਈ; ਥੱਕ ਹਾਰ ਕੇ ਉਨ੍ਹਾਂ ਨੇ ਨੀਤੀ ਨੂੰ ਉਸ ਦੇ ਹਾਲ 'ਤੇ ਛੱਡ ਦਿੱਤਾ।

ਨੀਤੀ ਇਕੱਲੀ ਅੱਬੂ ਦੇ ਘਰ 'ਚ ਰਹਿਣ ਲੱਗੀ... ਹਰ ਸ਼ਾਮ ਦੀਨਾ ਉਸ ਨੂੰ ਪੰਜ ਰੁਪਏ ਦੇ ਜਾਂਦਾ, ਜਿਹੜੇ ਉਸ ਦੀਆਂ ਜ਼ਰੂਰਤਾਂ ਲਈ ਕਾਫੀ ਸਨ; ਇਸ ਤੋਂ ਇਲਾਵਾ ਕੁਝ ਥੋੜ੍ਹੇ ਜਿਹੇ ਰੁਪਏ ਉਸਨੇ ਜਮ੍ਹਾ ਵੀ ਕਰ ਰੱਖੇ ਸਨ।

ਹਫ਼ਤੇ 'ਚ ਇਕ ਵਾਰ ਅੱਬੂ ਨਾਲ ਉਸ ਦੀ ਮੁਲਾਕਾਤ ਜੇਲ੍ਹ ਵਿਚ ਹੁੰਦੀ, ਇਹ ਮੁਲਾਕਾਤ ਬਹੁਤ ਹੀ ਮੁਖ਼ਤਸਰ ਹੁੰਦੀ।

ਉਸ ਕੋਲ ਜਿੰਨੀ ਜਮ੍ਹਾ ਪੂੰਜੀ ਸੀ, ਉਹ ਉਸ ਨੇ ਅੱਬੂ ਨੂੰ ਜੇਲ੍ਹ ਵਿਚ ਸੁੱਖ-ਸੁਵਿਧਾ ਪਹੁੰਚਾਉਣ 'ਚ ਖਰਚ ਕਰ ਦਿੱਤੀ ... ਇਕ ਮੁਲਾਕਾਤ 'ਚ ਅੱਬੂ ਨੇ ਉਸ ਦੇ ਸੁੰਨੇ ਕੰਨਾਂ ਵੱਲ ਦੇਖਿਆ ਅਤੇ ਪੁੱਛਿਆ : "ਤੇਰੀਆਂ ਬਾਲੀਆਂ ਕਿੱਥੇ ਗਈਆਂ ਨੀਤੀ?"

ਉਹ ਸੰਤਰੀ ਵੱਲ ਵੇਖ ਕੇ ਮੁਸਕਰਾਈ : "ਗੁੰਮ ਹੋ ਗਈਆਂ ਨੇ ਕਿਤੇ।"

ਅੱਬੂ ਨੇ ਜ਼ਰਾ ਗੁੱਸੇ ਹੋ ਕੇ ਕਿਹਾ : "ਤੂੰ ਮੇਰਾ ਐਨਾ ਖ਼ਿਆਲ ਨਾ ਰੱਖਿਆ ਕਰ ... ਮੈਂ ਜਿਵੇਂ ਵੀ ਹਾਂ ਠੀਕ ਹਾਂ"

ਉਸ ਨੇ ਕੁਝ ਨਾ ਕਿਹਾ ਅਤੇ ਮੁਸਕਰਾਉਂਦੀ ਹੋਈ ਚਲੀ ਗਈ ਕਿਉਂਕਿ ਮੁਲਾਕਾਤ ਦਾ ਵਕਤ ਪੂਰਾ ਹੋ ਚੁੱਕਾ ਸੀ... ਘਰ ਪਹੁੰਚ ਕੇ ਉਹ ਬਹੁਤ ਰੋਈ, ਘੰਟਿਆਂ ਤੱਕ ਹੰਝੂ ਵਹਾਉਂਦੀ ਰਹੀ... ਉਸ ਮੁਲਾਕਾਤ ਵਿਚ ਉਸ ਨੇ ਬੜੀ ਹਿੰਮਤ ਤੋਂ ਕੰਮ ਲਿਆ ਸੀ ਅਤੇ ਮੁਸਰਾਉਂਦੀ ਰਹੀ ਸੀ; ਉਸ ਨੇ ਮਹਿਸੂਸ ਕੀਤਾ ਸੀ ਕਿ ਅੱਬੂ ਦੀ ਸਿਹਤ ਬੁਰੀ ਤਰ੍ਹਾਂ ਗਿਰ ਚੁੱਕੀ ਹੈ; ਉਹ ਗੱਭਰੂ ਅੱਬੂ ਘੁਲ-ਘੁਲ ਕੇ ਅੱਧਾ ਰਹਿ ਗਿਆ ਹੈ; ਉਹ ਉਸ ਨੂੰ ਪਹਿਚਾਣ ਨਹੀਂ ਸਕੀ ਸੀ।

ਉਸ ਨੇ ਸੋਚਿਆ : "ਅੱਬੂ ਨੂੰ ਮੇਰਾ ਗ਼ਮ ਖਾ ਰਿਹਾ ਹੈ... ਵਿਛੋੜੇ ਨੇ ਅੱਬੂ ਦੀ ਇਹ ਹਾਲਤ ਕਰ ਦਿੱਤੀ ਹੈ...।"

ਗ਼ਮ, ਵਿਛੋੜਾ, ਜੇਲ੍ਹ, ਜੇਲ੍ਹ ਦਾ ਘਟੀਆ ਖਾਣਾ; ਜੇਲ੍ਹ ਦੀਆਂ ਵੱਡੀਆਂ ਕਠਨਾਈਆਂ, ਐਨਾ ਕੁਝ ਤਾਂ ਉਸ ਨੂੰ ਪਤਾ ਸੀ, ਇਹ ਪਤਾ ਨਹੀਂ ਸੀ ਕਿ ਤਪਦਿਕ ਦਾ ਮਰਜ਼ ਅੱਬੂ ਨੂੰ ਵਿਰਸੇ ਵਿਚ ਮਿਲਿਆ ਹੈ।

ਅੱਬੂ ਦਾ ਬਾਪ ਅੱਬੂ ਤੋਂ ਕਿਤੇ ਜ਼ਿਆਦਾ ਤਕੜਾ ਜਵਾਨ ਸੀ, ਲੇਕਿਨ ਐਨ ਜਵਾਨੀ ਵਿਚ ਇਸ ਮਰਜ਼ ਨੇ ਉਸ ਨੂੰ ਦਬੋਚ ਲਿਆ ਸੀ... ਅੱਬੂ ਇਸ ਹਕੀਕਤ ਤੋਂ ਜਾਣੂ ਸੀ।

ਜਦੋਂ ਉਹ ਜੇਲ੍ਹ ਦੇ ਹਸਪਤਾਲ ਵਿਚ ਆਖ਼ਰੀ ਸਾਹ ਲੈ ਰਿਹਾ ਸੀ, ਉਸ ਨੇ ਅਫ਼ਸੋਸ ਭਰੇ ਲਹਿਜੇ ਵਿਚ ਨੀਤੀ ਨੂੰ ਕਿਹਾ : "ਮੈਨੂੰ ਪਤਾ ਹੁੰਦਾ ਕਿ ਮੈਂ ਐਨੀ ਜਲਦੀ ਮਰ ਜਵਾਂਗਾ ਤਾਂ ਕਸਮ ਖ਼ੁਦਾ ਦੀ, ਤੈਨੂੰ ਕਦੇ ਆਪਣੀ ਬੀਵੀ ਨਾ ਬਣਾਉਂਦਾ... ਮੈਂ ਤੇਰੇ ਨਾਲ ਜ਼ੁਲਮ ਕੀਤਾ ਹੈ, ਮੈਨੂੰ ਮਾਫ਼ ਕਰਦੇ... ਮੇਰੀ ਇਕ ਹੀ ਨਿਸ਼ਾਨੀ ਹੈ, ਮੇਰਾ ਤਾਂਗਾ-ਘੋੜਾ, ਉਸ ਦਾ ਖ਼ਿਆਲ ਰੱਖਣਾ... ਅਤੇ ਚੰਨੀ ਬੇਟੇ ਦੇ ਸਿਰ 'ਤੇ ਹੱਥ ਫੇਰ ਕੇ ਕਹਿਣਾ ਅੱਬੂ ਨੇ ਪਿਆਰ ਭੇਜਿਆ ਹੈ..."

ਅੱਬੂ ਮਰ ਗਿਆ; ਨੀਤੀ ਦਾ ਸਭ ਕੁਝ ਮਰ ਗਿਆ; ਐਨੀ ਜਲਦੀ ਸਭ ਕੁਝ ਮਰ ਗਿਆ। ਨੀਤੀ ਹੌਸਲੇ ਵਾਲੀ ਔਰਤ ਸੀ; ਉਸ ਨੇ ਸਦਮਾ ਬਰਦਾਸ਼ਤ ਕਰ

ਹੀ ਲਿਆ... ਉਹ ਤਮਾਮ ਦਿਨ ਘਰ ਵਿਚ ਬਿਲਕੁਲ ਇਕੱਲੀ ਪਈ ਰਹਿੰਦੀ।

ਸ਼ਾਮ ਨੂੰ ਦੀਨਾ ਆਉਂਦਾ, ਪੰਜ ਰੁਪਏ ਉਸ ਦੇ ਹਵਾਲੇ ਕਰਦਾ, ਉਸ ਨੂੰ ਦਮ-ਦਿਲਾਸਾ ਦਿੰਦਾ ਅਤੇ ਕਹਿੰਦਾ : "ਭਾਬੀ, ਅੱਲਾ ਮੀਆਂ ਦੇ ਅੱਗੇ ਕਿਸੇ ਦੀ ਪੇਸ਼ ਨਹੀਂ ਚਲਦੀ... ਅੱਬੂ ਮੇਰਾ ਦੋਸਤ ਹੀ ਨਹੀ ਭਾਈ ਵੀ ਸੀ... ਮੈਥੋਂ ਜੋ ਹੋ ਸਕੇਗਾ, ਖ਼ੁਦਾ ਦੇ ਹੁਕਮ ਨਾਲ ਜ਼ਰੂਰ ਕਰਾਂਗਾ..."

ਜਦੋਂ ਨੀਤੀ ਦੇ ਸੋਗ ਦੇ ਦਿਨ ਪੂਰੇ ਹੋ ਗਏ ਤਾਂ ਇਕ ਦਿਨ ਦੀਨੇ ਨੇ ਸਾਫ਼-ਸਾਫ਼ ਲਫ਼ਜ਼ਾਂ ਵਿਚ ਨੀਤੀ ਨੂੰ ਕਿਹਾ ਕਿ ਉਹ ਉਸ ਨਾਲ ਸ਼ਾਦੀ ਕਰ ਲਵੇ... ਨੀਤੀ ਦੇ ਜੀਅ ਵਿਚ ਆਇਆ ਕਿ ਉਹ ਦੀਨੇ ਨੂੰ ਧੱਕੇ ਮਾਰ ਕੇ ਬਾਹਰ ਕੱਢ ਦੇਵੇ, ਪਰ ਉਸ ਨੇ ਸਿਰਫ਼ ਐਨਾ ਕਿਹਾ : "ਭਾਈ, ਮੈਂ ਸ਼ਾਦੀ ਨਹੀਂ ਕਰਨੀ।"

ਉਸ ਦਿਨ ਤੋਂ ਦੀਨੇ ਦੇ ਰਵੱਈਏ ਵਿਚ ਫਰਕ ਆ ਗਿਆ ... ਪਹਿਲਾਂ ਉਹ ਬਿਨਾਂ ਨਾਗਾ ਸ਼ਾਮ ਨੂੰ ਪੰਜ ਰੁਪਏ ਦੇ ਜਾਂਦਾ ਸੀ, ਹੁਣ ਉਹ ਕਦੇ ਚਾਰ ਰੁਪਏ ਦੇਣ ਲੱਗਿਆ, ਕਦੇ ਤਿੰਨ ਕਿ ਬਹੁਤ ਮੰਦਾ ਹੈ, ਫਿਰ ਉਹ ਦੋ-ਦੋ, ਤਿੰਨ-ਤਿੰਨ ਦਿਨ ਗਾਇਬ ਰਹਿਣ ਲੱਗਿਆ, ਬਹਾਨਾ ਇਹ ਕਿ ਬੀਮਾਰ ਸੀ, ਇਸ ਲਈ ਤਾਂਗਾ ਜੋੜ ਨਾ ਸਕਿਆ; ਤਾਂਗੇ ਦਾ ਕੋਈ ਪੁਰਜ਼ਾ ਖਰਾਬ ਹੋ ਗਿਆ ਸੀ, ਮੁਰੰਮਤ ਦੇ ਚੱਕਰ ਵਿਚ ਸਾਰਾ ਦਿਨ ਬਰਬਾਦ ਹੋ ਗਿਆ।

ਜਦੋਂ ਪਾਣੀ ਸਿਰ ਤੋਂ ਲੰਘ ਗਿਆ ਤਾਂ ਨੀਤੀ ਨੇ ਦੀਨੇ ਨੂੰ ਕਿਹਾ : "ਭਾਈ ਦੀਨੇ, ਹੁਣ ਤੂੰ ਤਕਲੀਫ਼ ਨਾ ਕਰ... ਤਾਂਗਾ-ਘੋੜਾ ਮੇਰੇ ਹਵਾਲੇ ਕਰ ਦੇ।"

ਬੜੀ ਮੁਸ਼ਕਲ ਦੇ ਬਾਅਦ ਆਖ਼ਿਰ ਦੀਨੇ ਨੇ ਮਜ਼ਬੂਰਨ ਤਾਂਗਾ-ਘੋੜਾ ਨੀਤੀ ਨੂੰ ਟਾਲ-ਮਟੋਲ 'ਚ ਦੇ ਦਿੱਤਾ।

ਕਈ ਦਿਨ ਤੱਕ ਸੋਚਦੇ ਰਹਿਣ ਤੋਂ ਬਾਅਦ ਨੀਤੀ ਨੇ ਤਾਂਗਾ-ਘੋੜਾ ਅੱਬੂ ਦੇ ਇਕ ਹੋਰ ਗਹਿਰੇ ਦੋਸਤ ਮਾਂਝੇ ਦੇ ਸਪੁਰਦ ਕਰ ਦਿੱਤਾ, ਕੁਝ ਦਿਨਾਂ ਬਾਅਦ ਮਾਂਝੇ ਨੇ ਵੀ ਸ਼ਾਦੀ ਦੀ ਇੱਛਾ ਕੀਤੀ; ਨੀਤੀ ਨੇ ਇਨਕਾਰ ਕੀਤਾ ਤਾਂ ਮਾਂਝੇ ਦੀਆਂ ਅੱਖਾਂ ਹੀ ਬਦਲ ਗਈਆਂ... ਥੱਕ-ਹਾਰ ਕੇ ਨੀਤੀ ਨੇ ਤਾਂਗਾ-ਘੋੜਾ ਇਕ ਅਣਜਾਣੇ ਕੋਚਵਾਨ ਦੇ ਹਵਾਲੇ ਕਰ ਦਿੱਤਾ; ਇਕ ਸ਼ਾਮ ਉਹ ਅਣਜਾਣਾ ਕੋਚਵਾਨ ਪੈਸੇ ਦੇਣ ਆਇਆ ਤਾਂ ਨਸ਼ੇ 'ਚ ਧੁੱਤ ਸੀ। ਉਸ ਨੇ ਵਿਹੜੇ 'ਚ ਕਦਮ ਰਖਦੇ ਹੀ ਨੀਤੀ 'ਤੇ ਹੱਥ ਪਾਉਣ ਦੀ ਕੋਸ਼ਿਸ਼ ਕੀਤੀ; ਨੀਤੀ ਨੇ ਉਸ ਨੂੰ ਖਰੀਆਂ-ਖਰੀਆਂ ਸੁਣਾਈਆਂ ਅਤੇ ਘਰ ਵਿਚੋਂ ਬਾਹਰ ਕੱਢ ਦਿੱਤਾ।

ਨੀਤੀ ਅਜੀਬ ਉਲਝਣ 'ਚ ਗ੍ਰਿਫ਼ਤਾਰ ਸੀ।

ਅੱਠ-ਦਸ ਰੋਜ਼ ਤੋਂ ਤਾਂਗਾ-ਘੋੜੀ ਬੇਕਾਰ ਤਬੇਲੇ ਵਿਚ ਪਿਆ ਹੋਇਆ ਸੀ; ਘਾਹ-ਦਾਣੇ ਦਾ ਖਰਚ ਇਕ ਤਰਫ਼, ਤੇ ਤਬੇਲੇ ਦਾ ਕਰਾਇਆ ਦੂਜੀ ਤਰਫ਼... ਕੋਚਵਾਨ ਸੀ ਕਿ ਕੋਈ ਸ਼ਾਦੀ ਦੀ ਇੱਛਾ ਕਰਦਾ ਸੀ, ਕੋਈ ਉਸ ਦੇ ਸਰੀਰ 'ਤੇ ਹੱਥ ਪਾਉਣ ਦੀ ਕੋਸ਼ਿਸ਼ ਕਰਦਾ ਸੀ ਅਤੇ ਕੋਈ ਪੈਸੇ ਮਾਰ ਲੈਂਦਾ ਸੀ।

ਨੀਤੀ ਸੋਚ-ਸੋਚ ਕੇ ਪਾਗਲ ਹੋ ਗਈ... ਇਕ ਦਿਨ ਬੈਠੇ-ਬੈਠੇ ਉਸ ਨੂੰ ਖ਼ਿਆਲ ਆਇਆ : "ਕਿਉਂ ਨਾ ਤਾਂਗਾ ਮੈਂ ਆਪ ਹੀ ਜੋੜਾਂ, ਆਪ ਹੀ ਚਲਾਵਾਂ ..." ਜਦੋਂ ਉਹ ਅੱਬੂ ਨਾਲ ਘੁੰਮਣ ਲਈ ਨਿਕਲਦੀ ਸੀ ਤਾਂ ਤਾਂਗਾ-ਘੋੜਾ ਉਹ ਖ਼ੁਦ ਹੀ ਚਲਾਇਆ ਕਰਦੀ ਸੀ, ਸ਼ਹਿਰ ਦੇ ਰਸਤਿਆਂ ਤੋਂ ਵੀ ਉਹ ਵਾਕਿਫ਼ ਸੀ।

ਉਸ ਨੇ ਸੋਚਿਆ : "ਲੋਕ ਕੀ ਕਹਿਣਗੇ?"

ਫਿਰ ਖੁਦ ਹੀ ਉਸ ਨੇ ਆਪਣੇ ਸਵਾਲ ਦਾ ਜਵਾਬ ਦਿੱਤਾ : ਕੀ ਔਰਤਾਂ ਮਿਹਨਤ-ਮਜ਼ਦੂਰੀ ਨਹੀਂ ਕਰਦੀਆਂ ...? ਦਫ਼ਤਰਾਂ 'ਚ ਜਾਣ ਵਾਲੀਆਂ ਔਰਤਾਂ... ਕੋਲਾ ਚੁਗਣ ਵਾਲੀਆਂ ... ਘਰ 'ਚ ਬੈਠ ਕੇ ਵੀ ਤਾਂ ਹਜ਼ਾਰਾਂ ਔਰਤਾਂ ਕੰਮ ਕਰਦੀਆਂ ਹਨ... ਹਰਜ਼ ਹੀ ਕੀ ਹੈ, ਫਿਰ ਪੇਟ ਤਾਂ ਕਿਸੇ ਹੀਲੇ ਨਾਲ ਪਾਲਣਾ ਹੀ ਹੈ...।

ਉਸ ਨੇ ਕੁਝ ਦਿਨ ਸੋਚ-ਵਿਚਾਰ ਕੀਤਾ ਅਤੇ ਆਖਿਰ 'ਚ ਫ਼ੈਸਲਾ ਕਰ ਲਿਆ ਕਿ ਉਹ ਖ਼ੁਦ ਤਾਂਗਾ-ਘੋੜਾ ਚਲਾਏਗੀ... ਉਸ ਨੂੰ ਖੁਦ 'ਤੇ ਪੂਰਾ ਵਿਸ਼ਵਾਸ ਸੀ।

ਇਕ ਦਿਨ ਅੱਲਾ ਦਾ ਨਾਂ ਲੈ ਕੇ ਉਹ ਤਬੇਲੇ ਪਹੁੰਚ ਗਈ।

ਉਸ ਨੇ ਪਿੱਤਲ ਦਾ ਸਾਜ਼ੋ-ਸਮਾਨ ਚਮਕਾਇਆ, ਘੋੜੇ ਨੂੰ ਨਹਾਇਆ-ਧੁਆਇਆ ਅਤੇ ਖ਼ੂਬ ਪਿਆਰ ਕੀਤਾ; ਤਾਂਗਾ ਜੋੜਨ ਲੱਗੀ ਤਾਂ ਸਾਰੇ ਕੋਚਵਾਨ ਹੱਕੇ-ਬੱਕੇ ਰਹਿ ਗਏ... ਅਜੇ ਸਾਰੇ ਕੋਚਵਾਨ ਹੈਰਾਨ ਹੀ ਸਨ ਕਿ ਉਹ ਅੱਬੂ ਨਾਲ ਦਿਲ ਹੀ ਦਿਲ ਵਿਚ ਪਿਆਰ ਦੀਆਂ ਗੱਲਾਂ ਕਰਦੀ ਹੋਈ ਤਬੇਲੇ ਵਿਚੋਂ ਬਾਹਰ ਨਿਕਲ ਗਈ... ਉਸ ਦੇ ਹੱਥ ਰਵਾਂ ਸਨ, ਜਿਵੇਂ ਉਹ ਤਾਂਗਾ ਚਲਾਉਣ ਦੇ ਫ਼ਨ 'ਤੇ ਹਾਵੀ ਹੋਵੇ।

ਸ਼ਹਿਰ 'ਚ ਤਹਿਲਕਾ ਮੱਚ ਗਿਆ ਕਿ ਇਕ ਖ਼ੂਬਸੂਰਤ ਔਰਤ ਤਾਂਗਾ ਚਲਾ ਰਹੀ ਹੈ, ਹਰ ਜਗ੍ਹਾ ਇਸੇ ਗੱਲ ਦੀ ਚਰਚਾ ਸੀ... ਲੋਕ ਸੁਣਦੇ ਸਨ ਅਤੇ ਉਸ ਵਕਤ ਦਾ ਇੰਤਜ਼ਾਰ ਕਰਦੇ ਸਨ, ਜਦੋਂ ਨੀਤੀ ਅਤੇ ਉਸ ਦਾ ਤਾਂਗਾ ਉਨ੍ਹਾਂ ਦੀ ਸੜਕ ਤੋਂ ਦੀ ਗੁਜ਼ਰੇਗਾ।

ਸ਼ੁਰੂ-ਸ਼ੁਰੂ ਵਿਚ ਤਾਂ ਸਵਾਰੀਆਂ ਨੀਤੀ ਦੇ ਤਾਂਗੇ ਵਿਚ ਬੈਠਣ ਤੋਂ ਝਿਜਕਦੀਆਂ, ਪਰ ਕੁਝ ਦਿਨਾਂ ਬਾਅਦ ਉਨ੍ਹਾਂ ਦੀ ਇਹ ਝਿਜਕ ਦੂਰ ਹੋ ਗਈ ... ਹੁਣ ਇਕ ਮਿੰਟ ਲਈ ਵੀ ਨੀਤੀ ਦਾ ਤਾਂਗਾ ਖਾਲੀ ਨਾ ਰਹਿੰਦਾ; ਏਧਰ ਇਕ ਸਵਾਰੀ ਉਤਰਦੀ, ਓਧਰ ਦੂਸਰੀ ਸਵਾਰੀ ਬੈਠ ਜਾਂਦੀ, ਕਦੇ-ਕਦੇ ਤਾਂ ਸਵਾਰੀਆਂ ਆਪਸ ਵਿਚ ਲੜਣ-ਝਗੜਣ ਵੀ ਲੱਗ ਜਾਂਦੀਆਂ ਕਿ ਕਿਸ ਸਵਾਰੀ ਨੇ ਪਹਿਲਾਂ ਨੀਤੀ ਨੂੰ ਬੁਲਾਇਆ ਸੀ... ਨੀਤੀ ਨੂੰ ਖ਼ੂਬ ਆਮਦਨ ਹੋ ਰਹੀ ਸੀ।

ਉਸ ਨੇ ਮਹਿਸੂਸ ਕੀਤਾ ਕਿ ਤਾਂਗਾ ਦਿਨ-ਭਰ ਚਲਦਾ ਰਹਿੰਦਾ ਹੈ, ਨਾ ਉਸ ਨੂੰ ਅਤੇ ਨਾ ਹੀ ਅੱਬੂ ਦੇ ਚੰਨੀ ਨੂੰ ਆਰਾਮ ਕਰਨ ਦਾ ਕੋਈ ਵਕਤ ਮਿਲਦਾ ਹੈ... ਉਸ ਨੇ ਸੋਚ-ਸਮਝ ਕੇ ਤਾਂਗਾ ਜੋੜਨ ਦਾ ਸਮਾਂ ਮੁਕੱਰਰ ਕਰ ਲਿਆ; ਉਹ ਸਵੇਰੇ ਸੱਤ ਵਜੇ ਤੋਂ ਬਾਰਾਂ ਵਜੇ ਤੱਕ ਅਤੇ ਦੁਪਹਿਰ ਦੋ ਵਜੇ ਤੋਂ ਸ਼ਾਮ ਛੇ ਵਜੇ ਤੱਕ ਤਾਂਗਾ ਚਲਾਉਣ ਲੱਗੀ; ਹੁਣ ਆਰਾਮ ਵੀ ਮਿਲਣ ਲੱਗਿਆ, ਆਮਦਨ ਤਾਂ ਸੀ ਹੀ।

ਉਹ ਜਾਣਦੀ ਸੀ ਕਿ ਬੇਸ਼ਰਤ ਲੋਕ ਸਿਰਫ ਉਸ ਦੀ ਕੁਰਬਤ ਹਾਸਿਲ ਕਰਨ ਦੇ ਲਈ ਉਸ ਦੇ ਤਾਂਗੇ ਵਿਚ ਬੈਠਦੇ ਹਨ; ਉਹ ਬੇਮਤਲਬ, ਬੇਮਕਸਦ ਉਸ ਨੂੰ ਤਾਂਗਾ ਏਧਰ-ਓਧਰ ਘੁਮਾਉਣ-ਫਿਰਾਉਣ ਨੂੰ ਕਹਿੰਦੇ ਹਨ; ਤਾਂਗੇ ਵਿਚ ਬੈਠ ਕੇ ਆਪਸ ਵਿਚ ਗੰਦੇ-ਮੰਦੇ ਮਜ਼ਾਕ ਕਰਦੇ ਹਨ; ਉਸ ਨੂੰ ਸੁਣਾਉਣ ਲਈ ਅਜੀਬ-ਅਜੀਬ ਗੱਲਾਂ ਕਰਦੇ ਹਨ।

ਉਹ ਅਕਸਰ ਮਹਿਸੂਸ ਕਰਦੀ ਕਿ ਉਹ ਤਾਂ ਖ਼ੁਦ ਨੂੰ ਨਹੀਂ ਵੇਚਦੀ, ਲੇਕਿਨ

ਲੋਕ ਚੁਪਕੇ-ਚੁਪਕੇ ਉਸ ਨੂੰ ਖ਼ਰੀਦ ਲੈਂਦੇ ਨੇ... ਉਹ ਇਹ ਵੀ ਜਾਣਦੀ ਸੀ ਕਿ ਸ਼ਹਿਰ ਦੇ ਸਾਰੇ ਕੋਚਵਾਨ ਉਸ ਨੂੰ ਬੁਰਾ ਸਮਝਦੇ ਨੇ... ਇਨ੍ਹਾਂ ਤਮਾਮ ਗੱਲਾਂ ਦੇ ਬਾਵਜੂਦ ਉਸ ਨੂੰ ਆਪਣੇ ਕੀਤੇ 'ਤੇ ਪੂਰਾ ਸਕੂਨ ਸੀ।

ਇਕ ਦਿਨ ਸ਼ਹਿਰ ਦੀ ਕਮੇਟੀ ਨੇ ਉਸ ਨੂੰ ਬੁਲਾਇਆ ਅਤੇ ਕਿਹਾ : "ਤੂੰ ਤਾਂਗਾ ਨਹੀਂ ਚਲਾ ਸਕਦੀ।"

ਉਸ ਨੇ ਪੁੱਛਿਆ : "ਜਨਾਬ, ਮੈਂ ਤਾਂਗਾ ਕਿਉਂ ਨਹੀਂ ਚਲਾ ਸਕਦੀ?"

"ਲਾਈਸੈਂਸ ਦੇ ਬਿਨਾਂ ਤੂੰ ਤਾਂਗਾ ਨਹੀਂ ਚਲਾ ਸਕਦੀ... ਜੇਕਰ ਤੂੰ ਲਾਈਸੈਂਸ ਦੇ ਬਿਨਾਂ ਤਾਂਗਾ ਚਲਾਇਆ ਤਾਂ ਤੇਰਾ ਤਾਂਗਾ-ਘੋੜਾ ਜਬਤ ਕਰ ਲਏ ਜਾਣਗੇ... ਅਤੇ ਔਰਤ ਨੂੰ ਤਾਂਗਾ ਚਲਾਉਣ ਦਾ ਲਾਈਸੈਂਸ ਨਹੀਂ ਮਿਲ ਸਕਦਾ..." ਸ਼ਹਿਰ ਦੀ ਕਮੇਟੀ ਨੇ ਜਵਾਬ ਦਿੱਤਾ।

ਉਸ ਨੇ ਕਿਹਾ : "ਹਜ਼ੂਰ, ਤੁਸੀਂ ਮੇਰਾ ਤਾਂਘਾ-ਘੋੜਾ ਜਬਤ ਕਰ ਲਵੋ, ਪਰ ਮੈਨੂੰ ਇਹ ਤਾਂ ਦੱਸੋ ਕਿ ਔਰਤ ਤਾਂਗਾ ਕਿਉਂ ਨਹੀਂ ਚਲਾ ਸਕਦੀ... ਔਰਤ ਚਰਖਾ ਚਲਾ ਕੇ ਆਪਣਾ ਪੇਟ ਪਾਲ ਸਕਦੀ ਹੈ; ਔਰਤਾਂ ਟੋਕਰੀ ਢੋਅ ਕੇ ਰੋਜ਼ੀ ਕਮਾ ਸਕਦੀਆਂ ਹਨ; ... ਮੈਂ ਤਾਂਗਾ ਚਲਾ ਕੇ ਕਿਉਂ ਆਪਣਾ ਪੇਟ ਨਹੀਂ ਭਰ ਸਕਦੀ? ... ਮੈਨੂ ਹੋਰ ਕੋਈ ਕੰਮ ਕਰਨਾ ਨਹੀਂ ਆਉਂਦਾ ... ਤਾਂਗਾ-ਘੋੜਾ ਮੇਰੇ ਖ਼ਾਵੰਦ ਦਾ ਹੈ, ਮੈਂ ਉਸ ਨੂੰ ਕਿਉਂ ਨਹੀਂ ਚਲਾ ਸਕਦੀ? ... ਹਜ਼ੂਰ ਆਪ ਮੇਰੇ 'ਤੇ ਰਹਿਮ ਕਰੋ... ਆਪ ਮੈਨੂੰ ਮਿਹਨਤ-ਮਜ਼ਦੂਰੀ ਤੋਂ ਕਿਉਂ ਰੋਕਦੇ ਹੋ? ਮੈਂ ਆਪਣਾ ਗੁਜ਼ਾਰਾ ਕਿਵੇਂ ਕਰਾਂਗੀ... ਦੱਸੋ ਨਾ ਮੈਨੂੰ, ਦੱਸੋ...?"

ਸ਼ਹਿਰ ਦੀ ਕਮੇਟੀ ਨੇ ਜਵਾਬ ਦਿੱਤਾ : "ਜਾਓ, ਬਾਜ਼ਾਰ ਵਿਚ ਜਾ ਕੇ ਬੈਠ ਜਾਓ... ਉਥੇ ਕਮਾਈ ਜ਼ਿਆਦਾ ਹੈ..."

ਉਸ ਨੇ ਆਪਣਾ ਤਾਂਗਾ-ਘੋੜਾ ਵੇਚਿਆ ਅਤੇ ਸਿੱਧੀ ਅੱਬੂ ਦੀ ਕਬਰ 'ਤੇ ਗਈ। ਇਕ ਪਲ ਲਈ ਉਹ ਖ਼ਾਮੋਸ਼ ਖੜ੍ਹੀ ਰਹੀ... ਉਸ ਦੀਆਂ ਅੱਖਾਂ ਬਿਲਕੁਲ ਖੁਸ਼ਕ ਸਨ, ਜਿਵੇਂ ਬਰਸਾਤ ਦੇ ਬਾਅਦ ਕੜਕਦੀ ਧੁੱਪ ਨੇ ਸਾਰੀ ਨਮੀ ਚੂਸ ਲਈ ਹੋਵੇ।

ਫਿਰ ਉਸ ਦੇ ਬੰਦ ਬੁੱਲ੍ਹ ਖੁੱਲ੍ਹੇ ਅਤੇ ਉਹ ਅੱਬੂ ਨੂੰ ਮੁਖ਼ਾਤਿਬ ਹੋਈ : "ਅੱਬੂ, ਅੱਜ ਤੇਰੀ ਨੀਤੀ ਕਮੇਟੀ ਦਫ਼ਤਰ ਵਿਚ ਮਰ ਗਈ...।"

ਦੂਸਰੇ ਦਿਨ ਉਸ ਨੇ ਸ਼ਹਿਰ ਦੀ ਕਮੇਟੀ ਦੇ ਦਫ਼ਤਰ ਵਿਚ ਅਰਜ਼ੀ ਦਿੱਤੀ ਅਤੇ ਉਸ ਨੂੰ ਆਪਣਾ ਜਿਸਮ ਵੇਚਣ ਦਾ ਲਾਈਸੈਂਸ ਮਿਲ ਗਿਆ।

ਖੁਸ਼ੀਆ

ਖੁਸ਼ੀਆ ਸੋਚ ਰਿਹਾ ਸੀ।

ਬਨਵਾਰੀ ਤੋਂ ਕਾਲੇ ਤੰਬਾਕੂ ਵਾਲਾ ਪਾਨ ਲੈ ਕੇ ਉਹ ਬਨਵਾਰੀ ਦੀ ਦੁਕਾਨ ਦੇ ਨਾਲ ਲੱਗਦੇ ਉਸ ਸੰਗੀਨ ਚੌਂਤਰੇ 'ਤੇ ਬੈਠਾ ਹੋਇਆ ਸੀ, ਜਿਹੜਾ ਦਿਨ ਦੇ ਸਮੇਂ ਟਾਇਰਾਂ ਅਤੇ ਮੋਟਰਾਂ ਦੇ ਪੁਰਜ਼ਿਆਂ ਨਾਲ ਭਰਿਆ ਹੁੰਦਾ ਸੀ; ਰਾਤ ਦੇ ਸਾਢੇ ਅੱਠ ਵਜੇ ਦੇ ਕਰੀਬ ਮੋਟਰ ਦੇ ਪੁਰਜ਼ੇ ਅਤੇ ਟਾਇਰ ਵੇਚਣ ਵਾਲਿਆਂ ਦੀ ਉਹ ਦੁਕਾਨ ਬੰਦ ਹੋ ਜਾਂਦੀ ਸੀ ਅਤੇ ਦੁਕਾਨ ਦਾ ਸੰਗੀਨ ਚੌਂਤਰਾ ਖੁਸ਼ੀਆ ਦੇ ਲਈ ਖਾਲੀ ਜਾਂਦਾ ਸੀ।

ਉਹ ਕਾਲੇ ਤੰਬਾਕੂ ਵਾਲਾ ਪਾਨ ਆਹਿਸਤਾ-ਆਹਿਸਤਾ ਚਬਾ ਰਿਹਾ ਸੀ ਅਤੇ ਸੋਚ ਰਿਹਾ ਸੀ।

ਪਾਨ ਦੀ ਗਾੜ੍ਹੀ ਤੰਬਾਕੂ ਮਿਲੀ ਪੀਕ ਉਸ ਦੇ ਮੂੰਹ ਵਿਚ ਏਧਰ-ਓਧਰ ਤਿਲਕ ਰਹੀ ਸੀ.. ਉਸ ਨੂੰ ਇੰਝ ਲਗ ਰਿਹਾ ਸੀ ਕਿ ਉਸ ਦੇ ਖ਼ਿਆਲ ਦੰਦਾਂ ਥੱਲੇ ਪਿਸ ਕੇ ਉਸ ਪੀਕ ਵਿਚ ਘੁਲ ਰਹੇ ਹਨ... ਸ਼ਾਇਦ ਇਹੀ ਕਾਰਨ ਸੀ ਕਿ ਉਹ ਪੀਕ ਥੁੱਕਣਾ ਨਹੀਂ ਚਾਹੁੰਦਾ ਸੀ।

ਉਹ ਪਾਨ ਦੀ ਪੀਕ ਮੂੰਹ ਵਿਚ ਪੁਲ ਪੁਲਾ ਰਿਹਾ ਸੀ ਅਤੇ ਉਸ ਵਾਕੇ ਬਾਰੇ ਗ਼ੌਰ ਕਰ ਰਿਹਾ ਸੀ, ਜੋ ਉਸ ਦੇ ਨਾਲ ਪੇਸ਼ ਆਇਆ ਸੀ, ਬਸ ਕੋਈ ਅੱਧਾ ਘੰਟਾ ਪਹਿਲਾਂ।

ਜਾਣਕਾਰੀ ਦੇ ਮੁਤਾਬਿਕ ਉਸ ਚੌਂਤਰੇ 'ਤੇ ਬੈਠਣ ਤੋਂ ਪਹਿਲਾਂ ਉਸ ਨੂੰ ਖੇਤਬਾੜੀ ਦੀ ਪੰਜਵੀਂ ਗਲੀ ਵਿਚ ਜਾਣਾ ਪਿਆ ਸੀ... ਉਸ ਗਲੀ ਦੇ ਨੁੱਕਰ 'ਤੇ ਮੰਗਲੌਰ ਤੋਂ ਆਈ ਨਵੀਂ ਛੋਕਰੀ ਕਾਂਤਾ ਰਹਿੰਦੀ ਸੀ, ਖੁਸ਼ੀਆ ਨੂੰ ਕਿਸੇ ਨੇ ਕਿਹਾ ਸੀ ਕਿ ਉਹ ਆਪਣਾ ਮਕਾਨ ਤਬਦੀਲ ਕਰ ਰਹੀ ਹੈ ਅਤੇ ਉਹ ਇਸੇ ਗੱਲ ਦਾ ਪਤਾ ਲਗਾਉਣ ਲਈ ਉਥੇ ਗਿਆ ਸੀ।

ਉਸ ਨੇ ਕਾਂਤਾ ਦੇ ਘਰ ਦਾ ਦਰਵਾਜ਼ਾ ਖੜਕਾਇਆ ਸੀ ਅਤੇ ਅੰਦਰੋਂ ਆਵਾਜ਼ ਆਈ ਸੀ : "ਕੌਣ ਹੈ?"

ਖੁਸ਼ੀਆ ਨੇ ਕਿਹਾ ਸੀ : "ਮੈਂ ਖੁਸ਼ੀਆ..."

ਆਵਾਜ਼ ਸ਼ਾਇਦ ਪਿਛਲੇ ਕਮਰੇ ਚੋਂ ਆਈ ਸੀ... ਥੋੜ੍ਹੀ ਦੇਰ ਬਾਅਦ ਦਰਵਾਜ਼ਾ ਖੁੱਲ੍ਹਿਆ ਸੀ ਅਤੇ ਉਹ ਅੰਦਰ ਦਾਖ਼ਲ ਹੋਇਆ ਸੀ।

ਜਦੋਂ ਕਾਂਤਾ ਨੇ ਦਰਵਾਜ਼ਾ ਅੰਦਰੋਂ ਬੰਦ ਕੀਤਾ ਸੀ ਤਾਂ ਖੁਸ਼ੀਆ ਨੇ ਮੁੜ ਕੇ ਦੇਖਿਆ ਸੀ ਅਤੇ ਉਸ ਦੀ ਹੈਰਾਨੀ ਦੀ ਕੋਈ ਹੱਦ ਨਾ ਰਹੀ ਸੀ... ਕਾਂਤਾ ਨੰਗੀ ਖੜ੍ਹੀ ਸੀ, ਬਿਲਕੁਲ ਨੰਗੀ; ਉਸ ਨੇ ਆਪਣੇ ਜਿਸਮ ਨੂੰ ਸਿਰਫ਼ ਇਕ ਤੋਲੀਏ ਨਾਲ ਢਕਿਆ ਹੋਇਆ ਸੀ, ਢਕਿਆ ਹੋਇਆ ਵੀ ਕੀ ਕਿ ਢਕਣ ਦੀਆਂ ਜਿਹੜੀਆਂ ਚੀਜ਼ਾਂ ਹੁੰਦੀਆਂ ਹਨ, ਉਹ ਤਾਂ ਸਭ ਦੀਆਂ ਸਭ ਖੁਸ਼ੀਆ ਦੀਆਂ ਅੱਖਾਂ ਦੇ ਸਾਹਮਣੇ ਸਨ।

"ਕਹੋ ਖ਼ੁਸ਼ੀਆ, ਕਿਵੇਂ ਆਏ...? ਮੈਂ ਨਹਾਉਣ ਹੀ ਵਾਲੀ ਸੀ... ਬੈਠੋ-ਬੈਠੋ ... ਬਾਹਰ ਵਾਲੇ ਨੂੰ ਆਪਣੇ ਲਈ ਚਾਹ ਤਾਂ ਕਹਿ ਆਉਂਦਾ... ਤੂੰ ਤਾਂ ਜਾਣਦਾ

ਹੀ ਹੈਂ, ਉਹ ਮਰ ਜਾਣਾ ਰਾਮਾ ਇਥੋਂ ਭੱਜ ਗਿਆ ਹੈ...”

ਖੁਸ਼ੀਆਂ ਜਿਸ ਦੀਆਂ ਅੱਖਾਂ ਨੇ ਕਦੇ ਕਿਸੇ ਔਰਤ ਨੂੰ ਇੰਝ ਅਚਾਨਕ ਤੌਰ ’ਤੇ ਨੰਗਾ ਨਹੀਂ ਦੇਖਿਆ ਸੀ, ਬਹੁਤ ਘਬਰਾ ਗਿਆ ਸੀ-ਉਸ ਦੀ ਮਸਝ ਵਿਚ ਨਹੀਂ ਆਇਆ ਸੀ ਕਿ ਉਹ ਕੀ ਕਰੇ; ਉਹ ਦੀਆਂ ਅੱਖਾਂ ਜਿਹੜੀਆਂ ਇਕ ਦਮ ਦੋ ਚਾਰ ਹੋ ਗਈਆਂ ਸਨ, ਆਪਣੇ-ਆਪ ਨੂੰ ਕਿਤੇ ਲੁਕਾਉਣਾ ਚਾਹੁੰਦੀਆਂ ਸਨ।

ਉਸ ਨੇ ਜਲਦੀ ਜਲਦੀ ਸਿਰਫ਼ ਐਨਾ ਕਿਹਾ ਸੀ : “ਜਾਓ... ਜਾਓ ਨਹਾ ਲਵੋ...” ਫਿਰ ਇਕ ਦਮ ਉਸ ਦੀ ਜ਼ਬਾਨ ਖੁਲ੍ਹ ਗਈ ਸੀ : “ਪਰ ਜਦੋਂ ਤੂੰ ਨੰਗੀ ਸੀ ਤਾਂ ਦਰਵਾਜ਼ਾ ਖੋਲ੍ਹਣ ਦੀ ਕੀ ਜ਼ਰੂਰਤ ਸੀ... ਅੰਦਰੋਂ ਹੀ ਕਹਿ ਦਿੱਤਾ ਹੁੰਦਾ, ਮੈਂ ਫਿਰ ਆ ਜਾਂਦਾ... ਜਾਓ ਨਹਾ ਲਵੋ...”

ਉਸ ਦੀ ਗੱਲ ਸੁਣ ਕੇ ਕਾਂਤਾ ਮੁਸਕਰਾਈ ਸੀ : “ਜਦੋਂ ਤੂੰ ਕਿਹਾ, ਖੁਸ਼ੀਆ, ਤਾਂ ਮੈਂ ਸੋਚਿਆ, ਹਰਜ ਕੀ ਹੈ, ਆਪਣਾ ਖੁਸ਼ੀਆ ਹੀ ਤਾਂ ਹੈ... ਅਤੇ ਮੈਂ ਦਰਵਾਜ਼ਾ ਖੋਲ ਦਿੱਤਾ।”

ਕਾਂਤਾ ਦੀ ਉਹ ਮੁਸਕਰਾਹਟ ਅਜੇ ਤਕ ਉਸ ਦੇ ਦਿਲੋ-ਦਿਮਾਗ ’ਚ ਤੈਰ ਰਹੀ ਸੀ; ਕਾਂਤਾ ਦਾ ਨੰਗਾ ਜਿਸਮ ਹੁਣ ਵੀ ਮੋਮ ਦੇ ਪੁਤਲੇ ਵਾਂਗ ਉਸ ਦੀਆਂ ਅੱਖਾਂ ਦੇ ਸਾਹਮਣੇ ਖੜ੍ਹਾ ਸੀ ਅਤੇ ਪਿਘਲ ਪਿਘਲ ਕੇ ਉਸ ਦੇ ਅੰਦਰ ਦਾਖ਼ਲ ਹੋ ਰਿਹਾ ਸੀ।

ਕਾਂਤਾ ਦਾ ਜਿਸਮ ਖ਼ੂਬਸੂਰਤ ਸੀ... ਪਹਿਲੀ ਵਾਰ ਖੁਸ਼ੀਆ ਨੂੰ ਪਤਾ ਲੱਗਿਆ ਕਿ ਜਿਸਮ ਵੇਚਣ ਵਾਲੀਆਂ ਔਰਤਾਂ ਵੀ ਅਜਿਹਾ ਸਡੌਲ ਜਿਸਮ ਰਖਦੀਆਂ ਹਨ ਅਤੇ ਉਸ ਨੂੰ ਇਸ ਗੱਲ ’ਤੇ ਹੈਰਾਨੀ ਹੋਈ ਸੀ; ਲੇਕਿਨ ਉਸ ਨੂੰ ਇਸ ਗੱਲ ’ਤੇ ਜ਼ਿਆਦਾ ਹੈਰਾਨੀ ਹੋਈ ਸੀ ਕਿ ਕਾਂਤਾ ਨੰਗ-ਧੜੰਗ ਉਸ ਦੇ ਸਾਹਮਣੇ ਖੜ੍ਹੀ ਹੋ ਗਈ ਸੀ ਅਤੇ ਉਸ ਨੂੰ ਸ਼ਰਮ ਤੱਕ ਨਹੀਂ ਆਈ ਸੀ... ਕਾਂਤਾ ਨੇ ਕਿਹਾ ਸੀ : “ਜਦੋਂ ਤੂੰ ਕਿਹਾ, ਖੁਸ਼ੀਆ, ਤਾਂ ਮੈਂ ਸੋਚਿਆ, ਹਰਜ ਕੀ ਹੈ, ਆਪਣਾ ਖੁਸ਼ੀਆ ਹੀ ਤਾਂ ਹੈ ... ਅਤੇ ਮੈਂ ਦਰਵਾਜ਼ਾ ਖੋਲ੍ਹ ਦਿੱਤਾ।”

ਕਾਂਤਾ ਅਤੇ ਖੁਸ਼ੀਆ ਇਕ ਹੀ ਪੇਸ਼ੇ ’ਚ ਸ਼ਰੀਕ ਸਨ... ਉਹ ਕਾਂਤਾ ਦਾ ਦਲਾਲ ਸੀ, ਉਂਝ ਉਹ ਇਕ ਦੂਜੇ ਦੇ ਬਹੁਤ ਕਰੀਬ ਸਨ; ਲੇਕਿਨ ਇਹ ਕੋਈ ਅਜਿਹੀ ਗੱਲ ਨਹੀਂ ਸੀ ਕਿ ਕਾਂਤਾ ਉਸ ਦੇ ਸਾਹਮਣੇ ਨੰਗੀ ਖੜ੍ਹੀ ਹੋ ਜਾਂਦੀ।

ਉਹ ਕਾਂਤਾ ਦੇ ਅਲਫ਼ਾਜ਼ ’ਚ ਕੋਈ ਹੋਰ ਹੀ ਅਰਥ ਖੁਰਚ ਰਿਹਾ ਸੀ, ਇਹ ਮਤਲਬ ਇਸ ਕਦਰ ਸਾਫ਼ ਅਤੇ ਇਸ ਕਦਰ ਅਸਪਸ਼ਟ ਸੀ ਕਿ ਉਹ ਕਿਸੇ ਖਾਸ ਨਤੀਜੇ ’ਤੇ ਪਹੁੰਚ ਨਹੀਂ ਪਾ ਰਿਹਾ ਸੀ।

ਉਸ ਨੇ ਕਾਂਤਾ ਦਾ ਨੰਗਾ ਜਿਸਮ ਵੇਖਿਆ ਸੀ, ਜਿਹੜਾ ਢੋਲਕੀ ’ਤੇ ਮੜ੍ਹੇ ਹੋਏ ਚਮੜੇ ਦੀ ਤਰ੍ਹਾਂ ਤਣਿਆ ਹੋਇਆ ਸੀ, ਉਸ ਦੀਆਂ ਲਟਕਦੀਆਂ ਹੋਈਆਂ ਨਿਗਾਹਾਂ ਤੋਂ ਬਿਲਕੁਲ ਬੇਪ੍ਰਵਾਹ; ਕਈ ਵਾਰ ਹੈਰਾਨੀ ਦੇ ਆਲਮ ’ਚ ਉਸ ਨੇ ਕਾਂਤਾ ਦੇ ਸਾਂਵਲੇ ਜਿਸਮ ’ਤੇ ਟੋਹ ਲੈਣ ਵਾਲੀਆਂ ਨਿਗਾਹਾਂ ਗੱਡੀਆ ਸਨ, ਪਰ ਕਾਂਤਾ ਹਰ ਅਹਿਸਾਸ ਤੋਂ ਖਾਲੀ ਸਾਂਵਲੇ ਪੱਥਰ ਦੀ ਮੂਰਤੀ ਦੀ ਤਰ੍ਹਾਂ ਉਸ ਦੇ ਸਾਹਮਣੇ ਖੜ੍ਹੀ ਰਹੀ ਸੀ।

ਇਕ ਮਰਦ ਦੇ ਸਾਹਮਣੇ ਇਕ ਨੰਗੀ ਔਰਤ ਖੜ੍ਹੀ ਸੀ; ਮਰਦ, ਜਿਸ ਦੀਆਂ

ਨਿਗਾਹਾਂ ਤਾਂ ਕੱਪੜਿਆਂ 'ਚ ਢਕੀ ਔਰਤ ਦੇ ਜਿਸਮ ਤੱਕ ਪਹੁੰਚ ਜਾਂਦੀਆਂ ਹਨ ਅਤੇ ਜਿਹੜਾ ਖਿਆਲ ਹੀ ਖਿਆਲ 'ਚ ਪ੍ਰਮਾਤਮਾ ਜਾਣੇ, ਕਿੱਥੇ ਕਿੱਥੇ ਪਹੁੰਚ ਜਾਂਦਾ ਹੈ... ਲੇਕਿਨ ਕਾਂਤਾ ਜ਼ਰਾ ਵੀ ਨਾ ਘਬਰਾਈ; ਉਸ ਦੀਆਂ ਅੱਖਾਂ ਜਿਵੇਂ ਉਸੇ ਵਕਤ ਲਾਂਡਰੀ ਤੋਂ ਧੋ ਕੇ ਆਈਆਂ ਸਨ... ਕਾਂਤਾ ਨੂੰ ਥੋੜ੍ਹੀ ਜਿਹੀ ਸ਼ਰਮ ਤਾਂ ਆਉਣੀ ਚਾਹੀਦੀ ਸੀ; ਉਹ ਕਸਬੀ ਹੈ ਤਾਂ ਕੀ ਹੋਇਆ; ਪਰ ਕਸਬੀਆਂ ਇੰਝ ਨੰਗੀਆਂ ਤਾਂ ਨਹੀਂ ਹੋ ਜਾਂਦੀਆਂ...

ਖੁਸ਼ੀਆ ਨੂੰ ਦਲਾਲੀ ਕਰਦੇ ਹੋਏ ਦਸ ਸਾਲ ਹੋ ਗਏ ਸਨ। ਇਨ੍ਹਾਂ ਦਸ ਸਾਲਾਂ ਵਿਚ ਉਹ ਪੇਸ਼ਾ ਕਰਨ ਵਾਲੀਆਂ ਦੇ ਤਮਾਮ ਰਾਜ਼ਾਂ ਤੋਂ ਵਾਕਿਫ਼ ਹੋ ਚੁੱਕਿਆ ਸੀ... ਉਸ ਨੂੰ ਪਤਾ ਸੀ ਕਿ ਇਸ ਕੋਨੇ ਦੇ ਆਖ਼ਰੀ ਸਿਰ 'ਤੇ ਜਿਹੜੀ ਛੋਕਰੀ ਇਕ ਨੌਜਵਾਨ ਨੂੰ ਭਾਈ ਬਣਾ ਕੇ ਰਹਿੰਦੀ ਹੈ, ਇਸ ਲਈ 'ਅਛੂਤ ਕੰਨਿਆ' ਦਾ ਰਿਕਾਰਡ "ਕਾਹੇ ਕਰਤਾ ਮੂਰਖ ਪਿਆਰ", ਆਪਣੇ ਟੁੱਟੇ ਹੋਏ ਵਾਜੇ 'ਤੇ ਵਜਾਇਆ ਕਰਦੀ ਹੈ ਅਤੇ ਕਈ ਮਨਚਲੇ ਅਸ਼ੋਕ ਕੁਮਾਰ ਉਸ ਦੀ ਮੁਲਾਕਾਤ ਕਰਾਉਣ ਦਾ ਲਾਰਾ ਲਾ ਕੇ ਆਪਣਾ ਉਲੂ ਸਿੱਧਾ ਕਰ ਚੁੱਕੇ ਹਨ... ਉਸ ਨੂੰ ਪਤਾ ਸੀ ਕਿ ਦਾਦਰ 'ਚ ਜੋ ਪੰਜਾਬਣ ਰਹਿੰਦੀ ਹੈ, ਸਿਰਫ਼ ਇਸ ਲਈ ਕੋਟ-ਪਤਲੂਨ ਪਾਉਂਦੀ ਹੈ ਕਿ ਉਸ ਦੇ ਇਕ ਯਾਰ ਨੇ ਕਿਹਾ ਸੀ; ਤੇਰੀਆਂ ਟੰਗਾਂ ਤਾਂ ਬਿਲਕੁਲ ਉਸ ਅੰਗਰੇਜ ਐਕਟਰਸ ਦੀ ਤਰ੍ਹਾਂ ਹਨ, ਜਿਸ ਨੇ 'ਮਰਾਕੋ ਉਰਫ਼ ਖ਼ੂਨੇ-ਤਮੰਨਾ 'ਚ ਕੰਮ ਕੀਤਾ ਹੈ...' ਉਸ ਨੇ ਕਈ ਵਾਰ ਇਹ ਫ਼ਿਲਮ ਦੇਖੀ ਸੀ ਅਤੇ ਜਦੋਂ ਉਸ ਦੇ ਯਾਰ ਨੇ ਕਿਹਾ ਸੀ : 'ਮਾਰਲੇਨ ਡੇਟ੍ਰੈਚ' ਇਸ ਲਈ ਪਤਲੂਨ ਪਹਿਨਦੀ ਹੈ ਕਿ ਉਸ ਦੀਆਂ ਟੰਗਾਂ ਬਹੁਤ ਖ਼ੂਬਸੂਰਤ ਹਨ ਅਤੇ ਉਸ ਨੇ ਆਪਣੀਆਂ ਟੰਗਾਂ ਦਾ ਦੋ ਲੱਖ ਦਾ ਬੀਮਾ ਕਰਵਾ ਰੱਖਿਆ ਹੈ... ਤਾਂ ਉਸ ਨੇ ਪਤਲੂਨ ਪਹਿਨਣੀ ਸ਼ੁਰੂ ਕਰ ਦਿੱਤੀ ਸੀ, ਜਿਹੜੀ ਉਸ ਦੇ ਚਿੱਤੜਾਂ 'ਚ ਫਸ ਕੇ ਆਉਂਦੀ ਸੀ। ... ਉਸ ਨੂੰ ਇਹ ਵੀ ਪਤਾ ਸੀ ਕਿ ਮਜ਼ਗਾਂਵ ਵਾਲੀ ਦੱਖਣੀ ਛੋਕਰੀ ਸਿਰਫ਼ ਇਸ ਲਈ ਕਾਲਜ ਦੇ ਖ਼ੂਬਸੂਰਤ ਲੜਕਿਆਂ ਨੂੰ ਫਸਾਉਂਦੀ ਹੈ ਕਿ ਉਸ ਨੂੰ ਇਕ ਖ਼ੂਬਸੂਰਤ ਬੱਚੇ ਦੀ ਮਾਂ ਬਣਨ ਦਾ ਸ਼ੌਕ ਹੈ; ਉਸ ਨੂੰ ਇਹ ਵੀ ਪਤਾ ਸੀ ਕਿ ਉਹ ਇਹ ਕਦੇ ਵੀ ਆਪਣੀ ਇੱਛਾ ਪੂਰੀ ਨਾ ਕਰ ਸਕੇਗੀ, ਇਸ ਲਈ ਕਿ ਉਹ ਬਾਂਝ ਹੈ... ਉਸ ਨੂੰ ਇਹ ਵੀ ਪਤਾ ਹੈ ਕਿ ਉਹ ਕਾਲੀ ਮਰਾਸਣ ਦਾ, ਜੋ ਹਰ ਸਮੇਂ ਕੰਨਾਂ 'ਚ ਹੀਰੇ ਦੇ ਬੁੰਦੇ ਰੱਖਦੀ ਹੈ, ਰੰਗ ਕਦੇ ਗੋਰਾ ਨਹੀਂ ਹੋਵੇਗਾ; ਉਹ ਉਹਨਾਂ ਦਵਾਈਆਂ 'ਤੇ ਬੇਕਾਰ ਰੁਪਏ ਬਰਬਾਦ ਕਰ ਰਹੀ ਹੈ, ਜਿਹੜੀ ਉਹ ਆਪਣਾ ਰੰਗ ਸਫ਼ੈਦ ਕਰਨ ਲਈ ਆਏ ਦਿਨ ਖਰੀਦਦੀ ਰਹਿੰਦੀ ਹੈ... ਉਸ ਨੂੰ ਉਨ੍ਹਾਂ ਤਮਾਮ ਛੋਕਰੀਆਂ ਦੇ ਅੰਦਰ-ਬਾਹਰ ਦਾ ਹਾਲ ਪਤਾ ਸੀ, ਜਿਹੜੀਆਂ ਉਸ ਦੇ ਹਲਕੇ 'ਚ ਸ਼ਾਮਲ ਸਨ; ਪਰ ਇਹ ਗੱਲ ਉਸ ਦੇ ਧਿਆਨ ਵਿਚ ਕਦੇ ਆ ਹੀ ਨਹੀਂ ਸਕਦੀ ਸੀ ਕਿ ਇਕ ਦਿਨ ਕਾਂਤਾ ਕੁਮਾਰੀ, ਜਿਸ ਦਾ ਅਸਲੀ ਨਾਂ ਐਨਾ ਮੁਸ਼ਕਿਲ ਸੀ ਕਿ ਉਹ ਉਮਰ ਭਰ ਯਾਦ ਨਹੀਂ ਕਰ ਸਕਦਾ ਸੀ, ਇਸ ਤਰ੍ਹਾਂ ਉਸ ਦੇ ਸਾਹਮਣੇ ਨੰਗੀ ਖੜ੍ਹੀ ਹੋ ਜਾਵੇਗੀ ਅਤੇ ਉਸ ਨੂੰ ਜ਼ਿੰਦਗੀ ਦੀ ਸਭ ਤੋਂ ਵੱਡੀ ਹੈਰਾਨੀ 'ਚ ਪਾ ਦੇਵੇਗੀ।

ਖੁਸ਼ੀਆ ਸੋਚ ਰਿਹਾ ਸੀ; ਸੋਚਦੇ-ਸੋਚਦੇ ਉਸ ਦੇ ਮੂੰਹ ਵਿਚੋਂ ਪਾਨ ਦੀ ਪੀਕ ਇਸ ਕਦਰ ਜਮ੍ਹਾਂ ਹੋ ਗਈ ਸੀ ਕਿ ਹੁਣ ਉਹ ਮੁਸ਼ਕਿਲ ਨਾਲ ਛਾਲਿਆਂ ਦੇ ਨਿੱਕੇ-ਨਿੱਕੇ ਰੇਜਿਆਂ ਨੂੰ ਦਬਾ ਸਕਦਾ ਸੀ, ਜਿਹੜੇ ਉਸ ਦੇ ਦੰਦਾਂ ਦੀਆਂ ਰੇਖਾਵਾਂ 'ਚ

ਏਧਰ-ਓਧਰ ਤਿਲਕ ਜਾਂਦੇ ਸਨ।

ਉਸ ਦੇ ਤੰਗ ਮੱਥੇ 'ਤੇ ਪਸੀਨੇ ਦੀਆਂ ਨਿੱਕੀਆਂ ਨਿੱਕੀਆਂ ਬੂੰਦਾਂ ਹੋ ਗਈਆਂ ਸਨ, ਜਿਵੇਂ ਮਲਮਲ 'ਚ ਪਨੀਰ ਨੂੰ ਥੋੜ੍ਹਾ ਜਿਹਾ ਦਬਾ ਦਿੱਤਾ ਹੋਵੇ... ਜਦੋਂ ਉਹ ਕਾਂਤਾ ਦੇ ਨੰਗੇ ਜਿਸਮ ਨੂੰ ਆਪਣੇ ਸਾਹਮਣੇ ਲਿਆਉਂਦਾ ਸੀ ਤਾਂ ਉਸ ਦੇ ਮਰਦਾਨਾ ਵਕਾਰ ਨੂੰ ਧੱਕਾ ਜਿਹਾ ਲਗਦਾ ਸੀ ਅਤੇ ਉਸ ਨੂੰ ਮਹਿਸੂਸ ਹੁੰਦਾ ਸੀ ਜਿਵੇਂ ਉਸ ਦਾ ਅਪਮਾਨ ਹੋਇਆ ਹੈ।

ਇਕਦਮ ਉਸ ਨੇ ਆਪਣੇ-ਆਪ ਨੂੰ ਕਿਹਾ : "ਇਹ ਅਪਮਾਨ ਨਹੀਂ ਤਾਂ ਕੀ ਹੈ, ਇਹ ਛੋਕਰੀ ਨੰਗ-ਧੜੰਗ ਤੁਹਾਡੇ ਸਾਹਮਣੇ ਖੜ੍ਹੀ ਹੋ ਜਾਂਦੀ ਹੈ ਅਤੇ ਕਹਿੰਦੀ ਹੈ-ਹਰਜ ਕੀ ਹੈ, ਤੂੰ ਖੁਸ਼ੀਆ ਹੀ ਤਾਂ ਹੈਂ... ਖੁਸ਼ੀਆ ਨਾ ਹੋਇਆ, ਸਾਲਾ ਉਹ ਬਿੱਲਾ ਹੋ ਗਿਆ, ਜਿਹੜਾ ਹਰ ਸਮੇਂ ਤੇਰੇ ਬਿਸਤਰ 'ਤੇ ਊਂਘਦਾ ਰਹਿੰਦਾ ਹੈ... ਤਾਂ ਹੋਰ ਕੀ?"

ਹੁਣ ਉਸ ਨੂੰ ਯਕੀਨ ਹੋ ਗਿਆ ਕਿ ਸਚਮੁੱਚ ਉਸ ਦੀ ਹਤਕ ਹੋਈ ਹੈ... ਉਹ ਮਰਦ ਸੀ ਅਤੇ ਉਸ ਨੂੰ ਇਸ ਗੱਲ ਦੀ ਆਸ਼ਾ ਸੀ ਕਿ ਔਰਤਾਂ, ਸ਼ਰੀਫ਼ ਹੋਣ ਜਾਂ ਬਾਜ਼ਾਰੀ ਉਸ ਨੂੰ ਮਰਦ ਹੀ ਸਮਝਣਗੀਆਂ, ਅਤੇ ਉਸ ਦੇ ਅਤੇ ਆਪਣੇ ਦਰਮਿਆਨ ਉਹ ਪਰਦਾ ਕਾਇਮ ਰੱਖਣਗੀਆਂ, ਜਿਹੜਾ ਇਕ ਮੁੱਦਤ ਤੋਂ ਚਲਿਆ ਆ ਰਿਹਾ ਹੈ... ਉਹ ਤਾਂ ਸਿਰਫ਼ ਇਹ ਪਤਾ ਲਗਾਉਣ ਕਾਂਤਾ ਦੇ ਉਥੇ ਗਿਆ ਸੀ ਕਿ ਉਹ ਕਦੋਂ ਮਕਾਨ ਤਬਦੀਲ ਕਰ ਰਹੀ ਹੈ ਅਤੇ ਕਿਥੇ ਜਾ ਰਹੀ ਹੈ?

ਕਾਂਤਾ ਕੋਲ ਉਸ ਦਾ ਜਾਣਾ ਬਿਜ਼ਨਸ ਨਾਲ ਜੁੜਿਆ ਹੋਇਆ ਸੀ... ਜੇਕਰ ਉਹ ਕਾਂਤਾ ਬਾਰੇ ਸੋਚਦਾ ਕਿ ਜਦੋਂ ਉਹ ਉਸ ਦਾ ਦਰਵਾਜ਼ਾ ਖਟਖਟਾਏਗਾ, ਉਸ ਵਕਤ ਉਹ ਅੰਦਰ ਕੀ ਕਰ ਰਹੀ ਹੋਵੇਗੀ ਤਾਂ ਉਸ ਦੇ ਦਿਮਾਗ 'ਚ ਜ਼ਿਆਦਾ ਤੋਂ ਜ਼ਿਆਦਾ ਐਨੀ ਗੱਲ ਆਉਂਦੀ, ਸਿਰ 'ਤੇ ਪੱਟੀ ਬੰਨੀ ਪਈ ਹੋਵੇਗੀ; ਬਿੱਲੇ ਦੇ ਵਾਲਾਂ 'ਚੋਂ ਪਿੱਸੂ ਕੱਢ ਰਹੀ ਹੋਵੇਗੀ; ਉਸ ਵਾਲ-ਸਫ਼ਾ ਪਾਊਡਰ ਨਾਲ ਆਪਣੀਆਂ ਕੱਛਾਂ ਦੇ ਵਾਲ ਉਡਾ ਰਹੀ ਹੋਵੇਗੀ ਜੋ ਐਨੀ ਮੁਸ਼ਕ ਮਾਰਦਾ ਹੈ ਕਿ ਉਸ ਦੀ ਨੱਕ ਬਰਦਾਸ਼ਤ ਨਹੀਂ ਕਰ ਸਕਦੀ; ਤਾਸ਼ ਫੈਲਾਈ ਪਲੰਘ 'ਤੇ ਇਕੱਲੀ ਬੈਠੀ ਪੇਸ਼ੇਸ ਖੇਡਣ 'ਚ ਰੁੱਝੀ ਹੋਵੇਗੀ... ਬਸ ਐਨੀਆਂ ਗੱਲਾਂ ਸਨ ਜਿਹੜੀਆਂ ਉਸ ਦੇ ਜ਼ਿਹਨ 'ਚ ਆ ਸਕਦੀਆਂ ਸਨ... ਆਪਣੇ ਘਰ ਉਹ ਕਿਸੇ ਨੂੰ ਰੱਖਦੀ ਨਹੀਂ ਸੀ, ਇਸ ਲਈ ਉਸ ਗੱਲ ਦਾ ਖ਼ਿਆਲ ਤਾਂ ਆ ਹੀ ਨਹੀਂ ਸਕਦਾ ਸੀ... ਲੇਕਿਨ ਕਾਂਤਾ ਦਾ ਦਰਵਾਜ਼ਾ ਖਟਖਟਾਉਂਦੇ ਹੋਏ ਉਸ ਨੇ ਕੁਝ ਵੀ ਨਹੀਂ ਸੋਚਿਆ ਸੀ, ਉਹ ਤਾਂ ਉਥੇ ਕੰਮ ਦੇ ਲਈ ਗਿਆ ਸੀ; ਅਤੇ ਕਾਂਤਾ, ਉਹ ਕਾਂਤਾ, ਜਿਸ ਨੂੰ ਉਹ ਹਮੇਸ਼ਾ ਕੱਪੜਿਆਂ 'ਚ ਦੇਖਿਆ ਕਰਦਾ ਸੀ, ਅਚਾਨਕ ਉਸ ਦੇ ਸਾਹਮਣੇ ਨੰਗੀ ਖੜ੍ਹੀ ਸੀ, ਬਿਲਕੁਲ ਨੰਗੀ ਕਿ ਇਕ ਛੋਟਾ ਜਿਹਾ ਤੌਲੀਆ ਤਾਂ ਕੁਝ ਵੀ ਨਹੀਂ ਛੁਪਾ ਸਕਦਾ; ਉਸ ਨੇ ਮਹਿਸੂਸ ਕੀਤਾ ਸੀ ਜਿਵੇਂ ਉਹ ਖ਼ੁਦ ਨੰਗਾ ਹੋ ਗਿਆ ਹੈ... ਜੇਕਰ ਗੱਲ ਸਿਰਫ਼ ਐਨੀ ਹੁੰਦੀ ਤਾਂ ਉਹ ਆਪਣੀ ਹੈਰਤ ਕਿਸੇ ਨਾ ਕਿਸੇ ਹੀਲੇ ਦੂਰ ਕਰ ਲੈਂਦਾ, ਲੇਕਿਨ ਉਸ ਨੇ ਤਾਂ ਕਿਹਾ ਸੀ : ਜਦੋਂ ਤੂੰ ਕਿਹਾ, ਖੁਸ਼ੀਆ, ਤਾਂ ਮੈਂ ਸੋਚਿਆ, ਹਰਜ ਕੀ ਹੈ, ਆਪਣਾ ਖੁਸ਼ੀਆ ਹੀ ਤਾਂ ਹੈ... ਅਤੇ ਮੈਂ ਦਰਵਾਜ਼ਾ ਖੋਲ ਦਿੱਤਾ...। ਅਤੇ ਇਹੀ ਗੱਲ ਉਸ ਨੂੰ ਖਾਈ ਜਾ ਰਹੀ ਸੀ।

ਸਾਲੀ ਮੁਸਕਰਾ ਰਹੀ ਸੀ... ਉਹ ਵਾਰ-ਵਾਰ ਬੁੜਬੜਾ ਰਿਹਾ ਸੀ... ਉਹ ਮਹਿਸੂਸ ਕਰ ਰਿਹਾ ਸੀ ਕਿ ਕਾਂਤਾ ਦਾ ਜਿਸਮ ਹੀ ਨਹੀਂ, ਉਸ ਦੀ ਮੁਸਕਰਾਹਟ ਵੀ

ਨੰਗੀ ਸੀ।

ਉਸ ਨੂੰ ਵਾਰ-ਵਾਰ ਬਚਪਨ ਦੇ ਉਹ ਦਿਨ ਯਾਦ ਆ ਰਹੇ ਸਨ, ਜਦੋਂ ਗੁਆਂਢ ਦੀ ਇਕ ਔਰਤ ਉਸ ਨੂੰ ਕਿਹਾ ਕਰਦੀ ਸੀ : ਖੁਸ਼ੀਆ ਬੇਟਾ, ਜਾ ਭੱਜ ਕੇ ਜਾ, ਇਹ ਬਾਲਟੀ ਪਾਣੀ ਨਾਲ ਭਰ ਲਿਆ... ਜਦੋਂ ਉਹ ਬਾਲਟੀ ਭਰ ਕੇ ਲਿਆਇਆ ਕਰਦਾ ਸੀ ਤਾਂ ਉਹ ਔਰਤ ਧੋਤੀ ਦੇ ਪਰਦੇ ਦੇ ਪਿਛੋਂ ਕਿਹਾ ਕਰਦੀ ਸੀ : 'ਇੱਧਰ ਆ ਕੇ ਮੇਰੇ ਕੋਲ ਰੱਖ ਦੇ ... ਮੈਂ ਮੂੰਹ 'ਤੇ ਸਾਬਣ ਮਲਿਆ ਹੋਇਆ ਹੈ, ਮੈਨੂੰ ਕੁਝ ਦਿਖਾਈ ਨਹੀਂ ਦਿੰਦਾ... ਉਹ ਧੋਤੀ ਦਾ ਪਰਦਾ ਹਟਾ ਕੇ ਬਾਲਟੀ ਉਸ ਔਰਤ ਦੇ ਕੋਲ ਰੱਖਿਆ ਕਰਦਾ ਸੀ ਅਤੇ ਉਸ ਨੂੰ ਸਾਬਣ ਦੀ ਝੱਗ 'ਚ ਲਿਪਟੀ ਇਕ ਨੰਗੀ ਔਰਤ ਨਜ਼ਰ ਆਇਆ ਕਰਦੀ ਸੀ, ਪਰ ਉਸ ਦੇ ਦਿਲ 'ਚ ਕਿਸੇ ਕਿਸਮ ਦੀ ਹਰਕਤ ਪੈਦਾ ਨਹੀਂ ਹੁੰਦੀ ਸੀ : ਉਸ ਸਮੇਂ ਮੈਂ ਬੱਚਾ ਸੀ, ਬਿਲਕੁਲ ਭੋਲਾ-ਭਾਲਾ। ਬੱਚੇ ਅਤੇ ਮਰਦ ਵਿਚ ਬਹੁਤ ਫ਼ਰਕ ਹੁੰਦਾ ਹੈ... ਬੱਚਿਆਂ ਤੋਂ ਕੌਣ ਪਰਦਾ ਕਰਦਾ ਹੈ... ਪਰ ਹੁਣ ਤਾਂ ਮੈਂ ਪੂਰਾ ਮਰਦ ਹਾਂ... ਮੇਰੀ ਉਮਰ ਇਸ ਸਮੇਂ ਅਠਾਈ ਸਾਲ ਦੇ ਕਰੀਬ ਹੈ ਅਤੇ ਅਠਾਈ ਸਾਲ ਦੇ ਜਵਾਨ ਆਦਮੀ ਦੇ ਸਾਹਮਣੇ ਕੋਈ ਬੁੱਢੀ ਔਰਤ ਵੀ ਨੰਗੀ ਖੜ੍ਹੀ ਨਹੀਂ ਹੁੰਦੀ...।

ਖੁਸ਼ੀਆ ਦੀ ਸੋਚ ਉਸ ਦੀ ਉਲਝਣ ਬਣ ਗਈ ਸੀ... ਕਾਂਤਾ ਨੇ ਉਸ ਨੂੰ ਸਮਝਿਆ ਕੀ ਹੈ, ਕੀ ਉਸ ਵਿਚ ਉਹ ਸਾਰੀਆਂ ਗੱਲਾਂ ਨਹੀਂ ਹਨ, ਜਿਹੜੀਆਂ ਇਕ ਜਵਾਨ ਮਰਦ ਵਿਚ ਹੁੰਦੀਆਂ ਹਨ। ਇਸ ਵਿਚ ਕੋਈ ਸ਼ੱਕ ਨਹੀਂ ਕਿ ਉਹ ਕਾਂਤਾ ਨੂੰ ਇਕਦਮ ਨੰਗ-ਧੜੰਗ ਵੇਖ ਕੇ ਬਹੁਤ ਘਬਰਾ ਗਿਆ ਸੀ, ਲੇਕਿਨ ਚੋਰ ਨਿਗਾਹਾਂ ਨਾਲ ਕੀ ਉਸ ਨੇ ਕਾਂਤਾ ਦੀਆਂ ਉਨ੍ਹਾਂ ਚੀਜ਼ਾਂ ਦਾ ਜਾਇਜ਼ਾ ਨਹੀਂ ਲਿਆ ਸੀ, ਜਿਹੜੀਆਂ ਹਰ ਰੋਜ਼ ਦੇ ਇਸਤੇਮਾਲ ਦੇ ਬਾਵਜੂਦ ਅਜੇ ਆਪਣੀ ਅਸਲੀ ਹਾਲਤ 'ਤੇ ਕਾਇਮ ਸਨ; ਕੀ ਪਰੇਸ਼ਾਨ ਹੋਣ ਦੇ ਬਾਵਜੂਦ ਉਸ ਦੇ ਦਿਮਾਗ ਵਿਚ ਇਹ ਖ਼ਿਆਲ ਨਹੀਂ ਆਇਆ ਸੀ ਕਿ ਦਸ ਰੁਪਏ ਵਿਚ ਕਾਂਤਾ ਬਿਲਕੁਲ ਮਹਿੰਗੀ ਨਹੀਂ : ਕੀ ਉਸ ਨੇ ਸੋਚਿਆ ਸੀ ਕਿ ਦਸ਼ਹਿਰੇ ਵਾਲੇ ਦਿਨ ਬੈਂਕ ਦਾ ਉਹ ਮੁਨਸ਼ੀ, ਜਿਹੜਾ ਦੋ ਰੁਪਏ ਦੀ ਰਿਆਇਤ ਨਾ ਮਿਲਣ 'ਤੇ ਵਾਪਸ ਚਲਾ ਗਿਆ ਸੀ; ਕੀ ਇਕ ਪਲ ਲਈ ਉਸ ਨੇ ਤਮਾਮ ਅੰਗੜਾਈ ਨਹੀਂ ਲੈਣੀ ਚਾਹੀ ਸੀ ਕਿ ਉਸ ਦੀਆਂ ਹੱਡੀਆਂ ਤੱਕ ਹਿਲਣ ਲੱਗਣ; ਫਿਰ ਕਿਉਂ ਮੰਗਲੋਰ ਦੀ ਉਸ ਸਾਂਵਲੀ ਛੋਕਰੀ ਨੇ ਉਸ ਨੂੰ ਮਰਦ ਨਾ ਸਮਝਿਆ ਅਤੇ ਖੁਸ਼ੀਆ ਸਮਝ ਕੇ ਆਪਣਾ ਸਭ ਕੁਝ ਦੇਖਣ ਦਿੱਤਾ?

ਉਸ ਨੇ ਗੁੱਸੇ 'ਚ ਆ ਕੇ ਪਾਨ ਦੀ ਗਾੜ੍ਹੀ ਪੀਕ ਥੁੱਕ ਦਿੱਤੀ ਅਤੇ ਫੁੱਟਪਾਥ 'ਤੇ ਕਈ ਵੇਲ-ਬੂਟੇ ਬਣਾ ਦਿੱਤੇ... ਪੀਕ ਥੁੱਕ ਕੇ ਉਹ ਉਠਿਆ ਅਤੇ ਟਰਾਮ 'ਚ ਬੈਠ ਕੇ ਆਪਣੇ ਘਰ ਚਲਾ ਗਿਆ।

ਘਰ ਪਹੁੰਚਦੇ ਹੀ ਉਸ ਨੇ ਨਹਾ ਧੋ ਕੇ ਨਵੀਂ ਧੋਤੀ ਪਹਿਨੀ, ਨਵਾਂ ਕੁਰਤਾ ਪਹਿਨਿਆ... ਉਸੇ ਬਿਲਡਿੰਗ ਵਿਚ ਜਿਥੇ ਉਹ ਰਹਿੰਦਾ ਸੀ, ਇਕ ਸੈਲੂਨ ਸੀ, ਉਸ ਨੇੜੇ ਅੰਦਰ ਜਾ ਕੇ ਸ਼ੀਸ਼ੇ ਸਾਹਮਣੇ ਆਪਣੇ ਵਾਲਾਂ ਨੂੰ ਕੰਘੀ ਕੀਤੀ, ਫਿਰ ਫ਼ੌਰਨ ਹੀ ਉਸ ਨੂੰ ਖਿਆਲ ਆਇਆ ਤਾਂ ਉਹ ਕੁਰਸੀ 'ਤੇ ਬੈਠ ਗਿਆ, ਉਸ ਰੋਜ਼ ਉਹ ਦੂਜੀ ਵਾਰ ਦਾੜ੍ਹੀ ਮਨਾਉਣ ਬੈਠਿਆ ਸੀ।

ਹਜ਼ਾਮਤ ਕਰਨ ਵਾਲੇ ਨੇ ਕਿਹਾ : "ਉਹ ਭਾਈ ਖੁਸ਼ੀਆ, ਕੀ ਭੁੱਲ ਗਿਆ?

ਸਵੇਰੇ ਹੀ ਤਾਂ ਮੈਂ ਤੇਰੀ ਦਾੜ੍ਹੀ ਮੁੰਨੀ ਸੀ।"

ਉਸ ਨੇ ਦਾੜ੍ਹੀ 'ਤੇ ਉਲਟਾ ਹੱਥ ਫੇਰਦਿਆਂ ਕਿਹਾ : "ਯਾਰ, ਕੁਝ ਚੰਗੀ ਤਰ੍ਹਾਂ ਨਹੀਂ ਹੋਈ।"

ਸਾਹਮਣੇ ਹੀ ਟੈਕਸੀਆਂ ਦਾ ਅੱਡਾ ਸੀ... ਉਸ ਨੇ ਬੰਬਈ ਦੇ ਮਖ਼ਸੂਸ ਅੰਦਾਜ਼ 'ਚ 'ਛੀ ਛੀ' ਕਰਕੇ ਇਕ ਟੈਕਸੀ ਡਰਾਈਵਰ ਨੂੰ ਆਪਣੀ ਤਰਫ਼ ਹੱਥ ਦੇ ਇਸ਼ਾਰੇ ਨਾਲ ਟੈਕਸੀ ਲਿਆਉਣ ਲਈ ਕਿਹਾ।

ਜਦੋਂ ਉਹ ਟੈਕਸੀ 'ਚ ਬੈਠ ਗਿਆ ਤਾਂ ਡਰਾਈਵਰ ਨੇ ਮੁੜ ਕੇ ਉਸ ਨੂੰ ਪੁੱਛਿਆ : "ਕਿੱਥੇ ਜਾਣਾ ਹੈ ਸੇਠ?"

ਟੈਕਸੀ ਡਰਾਈਵਰ ਦੇ ਉਨ੍ਹਾਂ ਚਾਰ ਲਫ਼ਜ਼ਾ ਨੇ ਖਾਸ ਤੌਰ 'ਤੇ 'ਸੇਠ' ਨੇ ਉਸ ਨੂੰ ਬਹੁਤ ਖ਼ੁਸ਼ ਕੀਤਾ... ਮੁਸਕਰਾ ਕੇ ਉਸ ਨੇ ਬੜੇ ਹੀ ਦੋਸਤਾਨਾ ਲਹਿਜ਼ੇ 'ਚ ਜਵਾਬ ਦਿੱਤਾ : "ਉਹ ਵੀ ਦੱਸਾਂਗੇ... ਪਹਿਲਾਂ ਤੂੰ ਓਪਰਾ ਹਾਊਸ ਵੱਲ ਚੱਲ, ਲੈਮਿੰਗਟਨ ਤੋਂ ਹੁੰਦਿਆਂ।"

ਡਰਾਈਵਰ ਨੇ ਮੀਟਰ ਦੀ ਲਾਲ ਝੰਡੀ ਦਾ ਸਿਰ ਹੇਠਾਂ ਦਬਾ ਦਿੱਤਾ, ਟਨ-ਟਨ ਹੋਈ ਅਤੇ ਫਿਰ ਟੈਕਸੀ ਨੇ ਲੈਮਿੰਗਟਨ ਰੋਡ ਦਾ ਰੁਖ਼ ਅਖ਼ਤਿਆਰ ਕਰ ਲਿਆ।

ਜਦੋਂ ਲੈਮਿੰਗਟਨ ਰੋਡ ਦਾ ਸਿਰਾ ਆ ਗਿਆ ਤਾਂ ਉਸ ਨੇ ਡਰਾਈਵਰ ਨੂੰ ਹਦਾਇਤ ਦਿੱਤੀ : "ਸੱਜੇ ਹੱਥ ਨੂੰ ਮੋੜ ਲਵੋ।"

ਟੈਕਸੀ ਸੱਜੇ ਹੱਥ ਨੂੰ ਮੁੜ ਗਈ... ਅਜੇ ਡਰਾਈਵਰ ਨੇ ਗੇਯਰ ਵੀ ਨਹੀਂ ਬਦਲਿਆ ਸੀ ਕਿ ਉਸ ਨੇ ਕਿਹਾ : "ਇਹ ਸਾਹਮਣੇ ਵਾਲੇ ਖੰਭੇ ਦੇ ਕੋਲ ਰੋਕ ਲੈਣਾ ਜ਼ਰਾ।"

ਡਰਾਈਵਰ ਨੇ ਐਨ ਖੰਭੇ ਦੇ ਕੋਲ ਟੈਕਸੀ ਰੋਕ ਲਈ।

ਖੁਸ਼ੀਆ ਨੇ ਦਰਵਾਜ਼ਾ ਖੋਲ੍ਹਿਆ ਅਤੇ ਸਾਹਮਣੇ ਪਾਨ ਦੀ ਦੁਕਾਨ 'ਤੇ ਚਲਾ ਗਿਆ... ਉਸ ਨੇ ਇਕ ਪਾਨ ਲਿਆ ਅਤੇ ਫਿਰ ਇਕ ਆਦਮੀ ਨਾਲ, ਜਿਹੜਾ ਪਾਨ ਦੀ ਦੁਕਾਨ ਦੇ ਨਾਲ ਹੀ ਖੜ੍ਹਾ ਸੀ, ਕੁਝ ਗੱਲਾਂ ਕੀਤੀਆਂ; ਫਿਰ ਉਸ ਆਦਮੀ ਨੂੰ ਉਸ ਨੇ ਟੈਕਸੀ 'ਚ ਆਪਣੇ ਨਾਲ ਬਿਠਾ ਲਿਆ ਅਤੇ ਡਰਾਈਵਰ ਨੂੰ ਕਿਹਾ : "ਸਿੱਧਾ ਚਲੋ।"

ਟੈਕਸੀ ਦੇਰ ਤੱਕ ਚਲਦੀ ਰਹੀ-ਖੁਸ਼ੀਆ ਨੇ ਜਿੱਧਰ ਇਸ਼ਾਰਾ ਕੀਤਾ, ਡਰਾਈਵਰ ਨੇ ਟੈਕਸੀ ਓਧਰ ਘੁਮਾ ਦਿੱਤੀ।

ਆਖ਼ਿਰ ਭੀੜ ਭੜੱਕੇ ਵਾਲੇ ਬਾਜ਼ਾਰਾਂ ਵਿਚੋਂ ਲੰਘਦੀ ਟੈਕਸੀ ਇਕ ਘੱਟ ਰੌਸ਼ਨ ਗਲੀ ਵਿਚ ਦਾਖ਼ਲ ਹੋਈ... ਗਲੀ 'ਚ ਆਉਣ ਜਾਣ ਵਾਲਿਆਂ ਦੀ ਕਮੀ ਸੀ; ਕੁਝ ਲੋਕ ਸੜਕ ਦੇ ਕਿਨਾਰੇ ਬਿਸਤਰਾ ਲਗਾਈ ਪਏ ਹੋਏ ਸਨ, ਕੁਝ ਲੋਕ ਬੜੇ ਚਾਅ ਨਾਲ ਚੰਪੀ ਕਰਵਾ ਰਹੇ ਸਨ... ਟੈਕਸੀ ਜਦੋਂ ਉਨ੍ਹਾਂ ਚੰਪੀ ਕਰਾਉਣ ਵਾਲਿਆਂ ਦੇ ਅੱਗੇ ਨਿੱਕਲ ਗਈ ਅਤੇ ਗਲੀ ਦੇ ਨੁੱਕਰ 'ਤੇ ਲੱਕੜ ਦੇ ਇਕ ਬੰਗਲੇਨੁਮਾ ਮਕਾਨ ਦੇ ਕੋਲ ਪਹੁੰਚ ਗਈ ਤਾਂ ਖੁਸ਼ੀਆ ਨੇ ਡਰਾਈਵਰ ਨੂੰ ਠਹਿਰਣ ਲਈ ਕਿਹਾ : "ਬੱਸ ਹੁਣ ਇੱਥੇ ਰੁਕ ਜਾਓ।"

ਜਦੋਂ ਟੈਕਸੀ ਰੁੱਕ ਗਈ ਤਾਂ ਖੁਸ਼ੀਆ ਨੇ ਉਸ ਆਦਮੀ ਨੂੰ, ਜਿਸ ਨੂੰ ਉਹ ਪਾਨ ਦੀ ਦੁਕਾਨ ਤੋਂ ਆਪਣੇ ਨਾਲ ਬਿਠਾ ਲਿਆਇਆ ਸੀ, ਹੌਲੀ ਦੇਣੇ ਕਿਹਾ :

"ਜਾਓ... ਮੈਂ ਇੱਥੇ ਹੀ ਇੰਤਜ਼ਾਰ ਕਰਦਾ ਹਾਂ।"

ਉਹ ਆਦਮੀ ਬੇਵਕੂਫ਼ਾਂ ਦੀ ਤਰ੍ਹਾਂ ਖੁਸ਼ੀਆ ਵੱਲ ਦੇਖਦਾ ਹੋਇਆ ਟੈਕਸੀ 'ਚੋਂ ਬਾਹਰ ਨਿਕਲਿਆ ਅਤੇ ਸਾਹਮਣੇ ਵਾਲੇ ਮਕਾਨ 'ਚ ਦਾਖ਼ਲ ਹੋ ਗਿਆ।

ਖੁਸ਼ੀਆ ਜਮ ਕੇ ਬੈਠ ਗਿਆ... ਉਸ ਨੇ ਆਪਣੀ ਇਕ ਟੰਗ ਦੂਸਰੀ ਟੰਗ 'ਤੇ ਰੱਖ ਕੇ ਜੇਬ 'ਚੋਂ ਬੀੜੀ ਕੱਢੀ ਅਤੇ ਜਲਾਈ, ਫਿਰ ਇਕ-ਦੋ ਕਸ਼ ਲਾਉਣ ਤੋਂ ਬਾਅਦ ਸੜਕ 'ਤੇ ਸੁੱਟ ਦਿੱਤੀ।

ਉਹ ਬਹੁਤ ਕਾਹਲਾ ਸੀ; ਉਸ ਦੇ ਸੀਨੇ ਵਿਚ ਫੜਫੜਾਹਟ ਜਿਹੀ ਹੋ ਰਹੀ ਸੀ; ਉਸ ਨੂੰ ਇਸ ਤਰ੍ਹਾਂ ਲੱਗਿਆ ਕਿ ਡਰਾਈਵਰ ਨੇ ਬੇਕਾਰ ਹੀ ਟੈਕਸੀ ਦਾ ਇੰਜਣ ਚਲਾ ਰੱਖਿਆ ਹੈ... ਉਸ ਨੇ ਤੇਜੀ ਨਾਲ ਕਿਹਾ : "ਕਿਉਂ ਬੇਕਾਰ ਨੂੰ ਇੰਜਣ ਚਲਾ ਰੱਖਿਆ ਹੈ ਤੂੰ?"

ਡਰਾਈਵਰ ਨੇ ਮੁੜ ਕੇ ਖੁਸ਼ੀਆ ਵੱਲ ਦੇਖਿਆ ਅਤੇ ਕਿਹਾ : "ਸੇਠ, ਇੰਜਣ ਤਾਂ ਬੰਦ ਹੈ।"

ਜਦੋਂ ਖੁਸ਼ੀਆ ਨੂੰ ਆਪਣੀ ਗਲਤੀ ਦਾ ਅਹਿਸਾਸ ਹੋਇਆ ਤਾਂ ਉਸ ਦਾ ਕਾਹਲਾਪਣ ਹੋਰ ਵੀ ਵਧ ਗਿਆ ਅਤੇ ਉਸ ਨੇ ਕੁਝ ਕਹਿਣ ਦੀ ਥਾਂ ਆਪਣੇ ਬੁੱਲ੍ਹ ਚੱਥਣੇ ਸ਼ੁਰੂ ਕਰ ਦਿੱਤੇ; ਫਿਰ ਉਸ ਨੇ ਸਿਰ 'ਤੇ ਕਿਸ਼ਤੀ-ਨੁਮਾ ਟੋਪੀ ਪਹਿਣ ਲਈ ਜਿਹੜੀ ਅਜੇ ਤੱਕ ਉਸ ਨੇ ਆਪਣੀ ਕੱਛ 'ਚ ਲੈ ਰੱਖੀ ਸੀ। ਉਸ ਨੇ ਡਰਾਈਵਰ ਨੂੰ ਸਮਝਾਇਆ : "ਦੇਖ, ਹੁਣੇ ਇਕ ਛੋਕਰੀ ਆਵੇਗੀ... ਜਿਉਂ ਹੀ ਉਹ ਅੰਦਰ ਦਾਖ਼ਲ ਹੋਵੇ, ਤੂੰ ਟੈਕਸੀ ਚਲਾ ਦੇਣਾ... ਘਬਰਾਉਣ ਦੀ ਕੋਈ ਗੱਲ ਨਹੀ... ਮਾਮਲਾ ਐਸਾ-ਵੈਸਾ ਨਹੀਂ ਹੈ।"

ਐਨੇ ਨੂੰ ਸਾਹਮਣੇ ਮਕਾਨ 'ਚੋਂ ਦੋ ਜਣੇ ਬਾਹਰ ਨਿਕਲੇ; ਅੱਗੇ ਅੱਗੇ ਉਹ ਆਦਮੀ ਸੀ, ਜੋ ਖੁਸ਼ੀਆ ਦੇ ਨਾਲ ਆਇਆ ਸੀ ਅਤੇ ਪਿੱਛੇ-ਪਿੱਛੇ ਕਾਂਤਾ ਸੀ... ਕਾਂਤਾ ਨੇ ਸ਼ੋਖ਼ ਰੰਗ ਦੀ ਸਾੜ੍ਹੀ ਪਾ ਰੱਖੀ ਸੀ।

ਖੁਸ਼ੀਆ ਝੱਟ ਦੇਣੇ ਖੱਬੇ ਕੋਨੇ ਵੱਲ ਸਰਕ ਗਿਆ।

ਉਸ ਆਦਮੀ ਨੇ ਟੈਕਸੀ ਦਾ ਪਿਛਲਾ ਸੱਜਾ ਦਰਵਾਜ਼ਾ ਖੋਲ੍ਹਿਆ ਅਤੇ ਕਾਂਤਾ ਨੂੰ ਅੰਦਰ ਦਾਖ਼ਲ ਕਰ ਕੇ ਧੱਕੇ ਨਾਲ ਦਰਵਾਜ਼ਾ ਬੰਦ ਕਰ ਦਿੱਤਾ।

ਕਾਂਤਾ ਅਜੇ ਠੀਕ ਤਰ੍ਹਾਂ ਨਾਲ ਬੈਠੀ ਵੀ ਨਹੀਂ ਸੀ ਕਿ ਉਸ ਦੀ ਹੈਰਾਨੀ ਭਰੀ ਆਵਾਜ਼ ਜਿਹੜੀ ਚੀਖ਼ ਨਾਲ ਮਿਲਦੀ-ਜੁਲਦੀ ਸੀ, ਟੈਕਸੀ ਦੇ ਹਨੇਰੇ 'ਚ ਉਭਰੀ : "ਖੁਸ਼ੀਆ ਤੂੰ...?"

"ਹਾਂ ਮੈਂ... ਤੈਨੂੰ ਰੁਪਏ ਮਿਲ ਗਏ ਨਾਂ?" ਫਿਰ ਖੁਸ਼ੀਆ ਨੇ ਆਪਣੀ ਮੋਟੀ ਆਵਾਜ਼ 'ਚ ਕਿਹਾ : "ਦੇਖੋ ਡਰਾਈਵਰ, ਟੈਕਸੀ ਜੂਹੂ ਲੈ ਚਲੋ...।"

ਡਰਾਈਵਰ ਨੇ ਸੈਲਫ਼ ਦਬਾਇਆ ਤਾਂ ਇੰਜਣ ਫੜਫੜਾਇਆ... ਕਾਂਤਾ ਨੇ ਕੀ ਕਿਹਾ, ਖੁਸ਼ੀਆ ਨੇ ਕੀ ਸੁਣਿਆ, ਕੁਝ ਪਤਾ ਨਹੀਂ... ਟੈਕਸੀ ਇਕਦਮ ਅੱਗੇ ਵਧੀ ਅਤੇ ਉਸ ਆਦਮੀ ਨੂੰ ਸੜਕ ਦੇ ਵਿਚਕਾਰ ਹੈਰਤਜ਼ਦਾ ਛੱਡ ਕੇ ਘੱਟ ਰੋਸ਼ਨ ਗਲੀ 'ਚ ਗੁੰਮ ਹੋ ਗਈ।

ਇਸ ਦੇ ਬਾਅਦ ਕਦੇ ਕਿਸੇ ਨੇ ਖੁਸ਼ੀਆ ਨੂੰ ਮੋਟਰ ਦੇ ਪੁਰਜ਼ਿਆਂ ਦੀ ਦੁਕਾਨ ਦੇ ਸੰਗੀਨ ਚੌਤਰੇ 'ਤੇ ਨਹੀਂ ਦੇਖਿਆ।

ਕਾਲੀ ਸਲਵਾਰ

ਦਿੱਲੀ ਆਉਣ ਤੋਂ ਪਹਿਲਾਂ ਉਹ ਅੰਬਾਲਾ ਛਾਉਣੀ ਵਿਚ ਸੀ, ਜਿੱਥੇ ਕਈ ਗੋਰੇ ਉਸ ਦੇ ਗਾਹਕ ਸਨ। ਉਨ੍ਹਾਂ ਗੋਰਿਆਂ ਨੂੰ ਮਿਲਣ-ਜੁਲਣ ਦੇ ਕਾਰਣ ਉਹ ਅੰਗਰੇਜ਼ੀ ਦੇ ਦਸ-ਪੰਦਰਾਂ ਵਾਕ ਸਿੱਖ ਗਈ ਸੀ। ਉਨ੍ਹਾਂ ਨੂੰ ਉਹ ਆਮ ਗੁਫ਼ਤਗੂ ਵਿਚ ਇਸਤੇਮਾਲ ਨਹੀਂ ਕਰਦੀ ਸੀ। ਲੇਕਿਨ ਜਦੋਂ ਉਹ ਦਿੱਲੀ ਵਿਚ ਆਈ ਅਤੇ ਉਸ ਦਾ ਕਾਰੋਬਾਰ ਨਾ ਚਲਿਆ ਤਾਂ ਇਕ ਦਿਨ ਉਸ ਨੇ ਆਪਣੀ ਗੁਆਂਢਣ ਤਮੰਚਾਜਾਨ ਨੂੰ ਕਿਹਾ : "ਦਿਸ ਲੈਫ਼, ਵੈਡੀ ਬੈਡ..." ਅਰਥਾਤ ਇਹ ਜ਼ਿੰਦਗੀ ਬਹੁਤ ਬੁਰੀ ਹੈ ਜਦੋਂ ਕਿ ਖਾਣ ਨੂੰ ਵੀ ਕੁਝ ਨਹੀਂ ਮਿਲਦਾ।

ਅੰਬਾਲਾ ਛਾਉਣੀ ਵਿਚ ਉਸ ਦਾ ਧੰਦਾ ਬਹੁਤ ਚੰਗੀ ਤਰ੍ਹਾਂ ਚਲਦਾ ਸੀ। ਛਾਉਣੀ ਦੇ ਗੋਰੇ ਸ਼ਰਾਬ ਪੀ ਕੇ ਉਸ ਦੇ ਕੋਲ ਆਉਂਦੇ ਸਨ ਅਤੇ ਉਹ ਤਿੰਨ-ਚਾਰ ਘੰਟਿਆਂ 'ਚ ਅੱਠ-ਦਸ ਗੋਰਿਆਂ ਨੂੰ ਨਿਬੇੜ ਕੇ ਵੀਹ-ਤੀਹ ਰੁਪਏ ਪੈਦਾ ਕਰ ਲਿਆ ਕਰਦੀ ਸੀ। ਇਹ ਗੋਰੇ ਉਸ ਦੇ ਹਮਵਤਨਾਂ ਦੇ ਮੁਕਾਬਲੇ ਵਿਚ ਬਹੁਤ ਚੰਗੇ ਸਨ। ਇਸ ਵਿਚ ਕੋਈ ਸ਼ੱਕ ਨਹੀਂ ਕਿ ਉਹ ਅਜਿਹੀ ਜ਼ਬਾਨ ਬੋਲਦੇ ਸਨ, ਜਿਸ ਦਾ ਮਤਲਬ ਸੁਲਤਾਨਾ ਦੀ ਸਮਝ ਵਿਚ ਨਹੀਂ ਆਉਂਦਾ ਸੀ ਪਰ ਉਨ੍ਹਾਂ ਦੀ ਜ਼ਬਾਨ ਤੋਂ ਇਹ ਅਗਿਆਨਤਾ ਉਸ ਦੇ ਹੱਕ ਵਿਚ ਬਹੁਤ ਵਧੀਆ ਸਾਬਿਤ ਹੁੰਦੀ ਸੀ। ਜੇਕਰ ਉਹ ਉਸ ਤੋਂ ਕੁਝ ਰਿਆਇਤ ਚਾਹੁੰਦੇ ਤਾਂ ਉਹ ਸਿਰ ਹਿਲਾ ਕੇ ਕਹਿ ਦਿੰਦੀ ਸੀ; "ਸਾਹਿਬ, ਸਾਡੀ ਸਮਝ ਵਿਚ ਤੁਹਾਡੀ ਗੱਲ ਨਹੀਂ ਆਉਂਦੀ।" ਅਤੇ ਜੇਕਰ ਉਹ ਉਸ ਨਾਲ ਜ਼ਰੂਰਤ ਤੋਂ ਜ਼ਿਆਦਾ ਛੇੜਛਾੜ ਕਰਦੇ ਤਾਂ ਉਹ ਉਨ੍ਹਾਂ ਨੂੰ ਆਪਣੀ ਜ਼ਬਾਨ ਵਿਚ ਗਾਲਾਂ ਦੇਣੀਆ ਸ਼ੁਰੂ ਕਰ ਦਿੰਦੀ ਸੀ। ਉਹ ਹੈਰਤ 'ਚ ਉਸ ਦੇ ਮੂੰਹ ਵੱਲ ਦੇਖਦੇ ਤਾਂ ਉਹ ਉਨ੍ਹਾਂ ਨੂੰ ਕਹਿੰਦੀ : "ਸਾਹਿਬ, ਤੂੰ ਇਕਦਮ ਉਲੂ ਦਾ ਪੱਠਾ ਹੈ, ਹਰਾਮਜ਼ਾਦਾ ਹੈ-ਸਮਝਿਆ।" ਇਹ ਕਹਿੰਦੇ ਸਮੇਂ ਉਹ ਆਪਣੇ ਲਹਿਜ਼ੇ ਵਿਚ ਸਖ਼ਤੀ ਪੈਦਾ ਨਾ ਕਰਦੀ ਬਲਕਿ ਬਹੁਤ ਪਿਆਰ ਨਾਲ ਉਨ੍ਹਾਂ ਨਾਲ ਗੱਲਾਂ ਕਰਦੀ-ਗੋਰੇ ਹੱਸ ਪੈਂਦੇ ਅਤੇ ਹੱਸਦੇ ਸਮੇਂ ਉਹ ਸੁਲਤਾਨਾ ਨੂੰ ਬਿਲਕੁਲ ਉਲੂ ਦੇ ਪੱਠੇ ਦਿਖਾਈ ਦਿੰਦੇ।

ਪਰ ਇੱਥੇ ਦਿੱਲੀ ਵਿਚ ਉਹ ਜਦੋਂ ਦੀ ਆਈ ਸੀ, ਇਕ ਗੋਰਾ ਵੀ ਉਸ ਦੇ ਇੱਥੇ ਨਹੀਂ ਆਇਆ ਸੀ। ਤਿੰਨ ਮਹੀਨੇ ਉਸ ਨੂੰ ਹਿੰਦੁਸਤਾਨ ਦੇ ਇਸ ਸ਼ਹਿਰ ਵਿਚ ਰਹਿੰਦੇ ਹੋ ਗਏ ਸਨ। ਇਥੇ ਉਸ ਨੇ ਸੁਣਿਆ ਸੀ ਕਿ ਵੱਡੇ ਲਾਟ ਸਾਹਿਬ ਰਹਿੰਦੇ ਹਨ, ਜਿਹੜੇ ਗਰਮੀਆਂ ਵਿਚ ਸ਼ਿਮਲੇ ਚਲੇ ਜਾਂਦੇ ਹਨ-ਉਸ ਦੇ ਕੋਲ ਸਿਰਫ਼ ਛੇ

ਆਦਮੀ ਆਏ ਸਨ। ਸਿਰਫ਼ ਛੇ, ਯਾਨੀ ਕਿ ਮਹੀਨੇ ਵਿਚ ਦੋ ਅਤੇ ਉਨ੍ਹਾਂ ਛੇ ਗਾਹਕਾਂ ਤੋਂ ਉਸ ਨੇ, ਖ਼ੁਦਾ ਝੂਠ ਨਾ ਬੁਲਾਏ, ਸਾਢੇ ਅਠਾਰਾਂ ਰੁਪਏ ਵਸੂਲ ਕੀਤੇ ਸਨ। ਤਿੰਨ ਰੁਪਏ ਤੋਂ ਜ਼ਿਆਦਾ ਤੇ ਕੋਈ ਮੰਨਦਾ ਹੀ ਨਹੀਂ ਸੀ। ਸੁਲਤਾਨਾ ਨੇ ਉਨ੍ਹਾਂ 'ਚੋਂ ਪੰਜ ਆਦਮੀਆਂ ਨੂੰ ਆਪਣਾ ਰੇਟ ਦਸ ਰੁਪਏ ਦੱਸਿਆ ਸੀ ਪਰ ਤਾਅਜੁਬ ਦੀ ਗੱਲ ਹੈ ਕਿ ਉਨ੍ਹਾਂ ਵਿਚ ਹਰ ਇਕ ਨੇ ਇਹੀ ਕਿਹਾ ਸੀ; "ਭਾਈ, ਅਸੀਂ ਤਿੰਨ ਰੁਪਏ ਤੋਂ ਜ਼ਿਆਦਾ ਇਕ ਕੌਡੀ ਨਹੀਂ ਦੇਵਾਂਗੇ..." ਪਤਾ ਨਹੀਂ ਕੀ ਗੱਲ ਸੀ ਕਿ ਉਨ੍ਹਾਂ 'ਚੋਂ ਹਰ ਇਕ ਨੇ ਉਸ ਨੂੰ ਸਿਰਫ ਤਿੰਨ ਰੁਪਏ ਦੇ ਕਾਬਿਲ ਸਮਝਿਆ, ਜਦੋਂ ਛੇਵਾਂ ਆਇਆ ਤਾਂ ਉਸ ਨੇ ਖੁਦ ਉਸ ਨੂੰ ਕਿਹਾ : "ਦੇਖ, ਮੈਂ ਤਿੰਨ ਰੁਪਏ ਇਕ ਟਾਇਮ ਦੇ ਲਵਾਂਗੀ। ਇਸ ਤੋਂ ਇਕ ਧੇਲਾ ਤੂੰ ਘੱਟ ਕਹੇਂ ਤਾਂ ਨਹੀਂ ਹੋਵੇਗਾ। ਹੁਣ ਤੇਰੀ ਮਰਜ਼ੀ ਐ ਤਾਂ ਰਹਿ ਨਹੀਂ ਜਾ।" ਛੇਵੇਂ ਆਦਮੀ ਨੇ ਇਹ ਗੱਲ ਸੁਣ ਕੇ ਤਕਰਾਰ ਨਹੀਂ ਕੀਤਾ ਤੇ ਉਸ ਦੇ ਉਥੇ ਹੀ ਠਹਿਰ ਗਿਆ। ਜਦੋਂ ਦੂਸਰੇ ਕਮਰੇ ਵਿਚ ਦਰਵਾਜ਼ਾ ਬੰਦ ਕਰ ਕੇ ਉਹ ਆਪਣਾ ਕੋਟ ਉਤਾਰਨ ਲੱਗਿਆ ਤਾਂ ਸੁਲਤਾਨਾ ਨੇ ਕਿਹਾ : "ਲਿਆਓ ਇਕ ਰੁਪਿਆ ਦੁੱਧ ਦਾ।" ਉਸ ਨੇ ਇਕ ਰੁਪਿਆ ਤਾਂ ਨਾ ਦਿੱਤਾ ਬਾਦਸ਼ਾਹ ਦੀ ਚਮਕਦੀ ਹੋਈ ਅਠੰਨੀ ਜੇਬ 'ਚੋਂ ਕੱਢ ਕੇ ਉਸ ਨੂੰ ਦੇ ਦਿੱਤੀ ਅਤੇ ਸੁਲਤਾਨਾ ਨੇ ਵੀ ਚੁਪਕੇ ਜਿਹੇ ਲੈ ਲਈ ਕਿ ਚਲੋ ਜੋ ਆਇਆ, ਗਨੀਮਤ ਹੈ।

ਸਾਢੇ ਅਠਾਰਾਂ ਰੁਪਏ ਤਿੰਨ ਮਹੀਨਿਆਂ ਵਿਚ-ਵੀਹ ਰੁਪਏ ਮਹੀਨਾ ਤਾਂ ਉਸ ਕੋਠੇ ਦਾ ਕਿਰਾਇਆ ਸੀ, ਜਿਸ ਨੂੰ ਮਾਲਿਕ ਮਕਾਨ ਅੰਗਰੇਜ਼ੀ ਜ਼ਬਾਨ ਵਿਚ ਫ਼ਲੈਟ ਆਖਦਾ ਸੀ। ਉਸ ਫ਼ਲੈਟ ਵਿਚ ਅਜਿਹਾ ਪਾਖ਼ਾਨਾ ਸੀ ਜਿਸ ਵਿਚ ਜ਼ੰਜੀਰ ਖਿਚਣ ਨਾਲ ਸਾਰੀ ਗੰਦਗੀ ਪਾਣੀ ਦੇ ਜ਼ੋਰ ਨਾਲ ਇਕਦਮ ਹੇਠਾਂ ਨਲ ਵਿਚ ਗਾਇਬ ਹੋ ਜਾਂਦੀ ਸੀ ਅਤੇ ਬਹੁਤ ਸ਼ੋਰ ਹੁੰਦਾ ਸੀ। ਸ਼ੁਰੂ ਸ਼ੁਰੂ ਵਿਚ ਤਾਂ ਉਸ ਸ਼ੋਰ ਨੇ ਉਸ ਨੂੰ ਬਹੁਤ ਡਰਾਇਆ ਸੀ। ਪਹਿਲੇ ਦਿਨ ਜਦੋਂ ਉਹ ਜੰਗਲ ਪਾਣੀ ਲਈ ਉਸ ਪਖ਼ਾਨੇ 'ਚ ਗਈ ਸੀ ਤਾਂ ਉਸ ਦੀ ਕਮਰ ਵਿਚ ਬਹੁਤ ਦਰਦ ਹੋ ਰਿਹਾ ਸੀ। ਫ਼ਾਰਿਗ ਹੋ ਕੇ ਜਦੋਂ ਉਹ ਉਠਣ ਲੱਗੀ ਤਾਂ ਉਸ ਨੇ ਲਟਕੀ ਹੋਈ ਜ਼ੰਜੀਰ ਦਾ ਸਹਾਰਾ ਲੈ ਲਿਆ। ਉਸ ਜ਼ੰਜੀਰ ਨੂੰ ਦੇਖ ਕੇ ਉਸ ਨੇ ਖ਼ਿਆਲ ਕੀਤਾ, ਕਿਉਂਕਿ ਇਹ ਮਕਾਨ ਖ਼ਾਸ ਸਾਡੇ ਲੋਕਾਂ ਦੀ ਰਿਹਾਇਸ਼ ਲਈ ਤਿਆਰ ਕੀਤੇ ਗਏ ਹਨ, ਇਹ ਜ਼ੰਜੀਰ ਇਸ ਲਈ ਲਗਾਈ ਗਈ ਹੈ ਕਿ ਉਠਦੇ ਸਮੇਂ ਤਕਲੀਫ਼ ਨਾ ਹੋਵੇ ਅਤੇ ਸਹਾਰਾ ਮਿਲ ਜਾਇਆ ਕਰੇ। ਪਰ ਜਦੋਂ ਹੀ ਉਸ ਨੇ ਜ਼ੰਜੀਰ ਨੂੰ ਫੜ ਕੇ ਖਿਚਣਾ ਚਾਹਿਆ, ਉਪਰ ਖਟ-ਖਟ ਜਿਹੀ ਹੋਈ ਅਤੇ ਫਿਰ ਪਾਣੀ ਇਕਦਮ ਇਸ ਜ਼ੋਰ ਨਾਲ ਬਾਹਰ ਨਿਕਲਿਆ ਕਿ ਡਰ ਦੇ ਮਾਰੇ ਉਸ ਦੇ ਮੂੰਹ ਚੋਂ ਚੀਕ ਨਿਕਲ ਗਈ।

ਖ਼ੁਦਾਬਖਸ਼ ਦੂਸਰੇ ਕਮਰੇ ਵਿਚ ਆਪਣਾ ਫੋਟੋਗ੍ਰਾਫੀ ਦਾ ਸਮਾਨ ਠੀਕ ਕਰ ਰਿਹਾ ਸੀ ਅਤੇ ਇਕ ਸਾਫ਼ ਬੋਤਲ ਵਿਚ ਹਾਈਡਰੋ ਕੋਨੀਨ ਪਾ ਰਿਹਾ ਸੀ ਕਿ ਉਸ ਨੇ ਸੁਲਤਾਨਾ ਦੀ ਚੀਕ ਸੁਣੀ। ਭੱਜ ਕੇ ਉਹ ਬਾਹਰ ਨਿਕਲਿਆ ਅਤੇ ਸੁਲਤਾਨਾ ਨੂੰ ਪੁੱਛਿਆ : "ਕੀ ਹੋਇਆ...? ਇਹ ਚੀਕ ਤੇਰੀ ਸੀ...?"

ਸੁਲਤਾਨਾ ਦਾ ਦਿਲ ਧੜਕ ਰਿਹਾ ਸੀ। ਉਸ ਨੇ ਕਿਹਾ : "ਇਹ ਮੂਆ ਪੈਖ਼ਾਨਾ ਹੈ ਜਾਂ ਕੀ ਹੈ? ਵਿਚਾਲੇ ਇਹ ਰੇਲ ਗੱਡੀਆਂ ਦੀ ਤਰ੍ਹਾਂ ਜ਼ੰਜੀਰ ਕਿਉਂ ਲਟਕਾ ਰੱਖੀ ਹੈ? ਮੇਰੀ ਕਮਰ 'ਚ ਦਰਦ ਸੀ, ਮੈਂ ਕਿਹਾ, ਚਲੋ ਇਸ ਦਾ ਸਹਾਰਾ ਲੈ ਲਵਾਂਗੀ,

ਪਰ ਇਸ ਮੋਈ ਜ਼ੰਜੀਰ ਨੂੰ ਹੱਥ ਪਾਇਆ ਹੀ ਸੀ ਕਿ ਉਹ ਧਮਾਕਾ ਹੋਇਆ ਕਿ ਮੈਂ ਤੈਨੂੰ ਕੀ ਦੱਸਾਂ ...”

ਇਸ 'ਤੇ ਖ਼ੁਦਾਬਖਸ਼ ਬਹੁਤ ਹੱਸਿਆ ਸੀ ਉਸ ਨੇ ਸੁਲਤਾਨਾ ਨੂੰ ਇਸ ਪਖ਼ਾਨੇ ਬਾਰੇ ਸਭ ਕੁਝ ਦੱਸ ਦਿੱਤਾ ਸੀ ਕਿ ਇਹ ਨਵੇਂ ਫ਼ੈਸ਼ਨ ਦਾ ਹੈ, ਜਿਸ ਵਿਚ ਜ਼ੰਜੀਰ ਹਲਾਉਣ ਨਾਲ ਸਾਰੀ ਗੰਦਗੀ ਜ਼ਮੀਨ ਵਿਚ ਧੱਸ ਜਾਂਦੀ ਹੈ।

ਖ਼ੁਦਾਬਖਸ਼ ਅਤੇ ਸੁਲਤਾਨਾ ਦਾ ਆਪਸ ਵਿਚ ਕਿਵੇਂ ਸਬੰਧ ਹੋਇਆ, ਇਹ ਇਕ ਲੰਬੀ ਕਹਾਣੀ ਹੈ, ਖ਼ੁਦਾਬਖਸ਼ ਰਾਵਲਪਿੰਡੀ ਦਾ ਸੀ। ਐਟਰੇਂਸ ਪਾਸ ਕਰਨ ਦੇ ਬਾਅਦ ਉਸ ਨੇ ਲਾਰੀ ਚਲਾਉਣਾ ਸਿੱਖਿਆ, ਕਿਉਂਕਿ ਚਾਰ ਬਰਸ ਤੱਕ ਉਹ ਰਾਵਲਪਿੰਡੀ ਅਤੇ ਕਸ਼ਮੀਰ ਦੇ ਦਰਮਿਆਨ ਲਾਰੀ ਚਲਾਉਣ ਦਾ ਕੰਮ ਕਰਦਾ ਸੀ। ਉਸ ਦੇ ਬਾਅਦ ਕਸ਼ਮੀਰ ਵਿਚ ਉਸ ਦੀ ਦੋਸਤੀ ਇਕ ਔਰਤ ਨਾਲ ਹੋ ਗਈ। ਉਸ ਨੂੰ ਭਜਾ ਕੇ ਉਹ ਨਾਲ ਲੈ ਆਇਆ। ਲਾਹੌਰ ਵਿਚ ਕਿਉਂਕਿ ਉਸ ਨੂੰ ਕੋਈ ਕੰਮ ਨਾ ਮਿਲਿਆ, ਇਸ ਲਈ ਉਸ ਨੇ ਔਰਤ ਨੂੰ ਪੇਸ਼ੇ 'ਤੇ ਬਿਠਾ ਦਿੱਤਾ। ਦੋ ਤਿੰਨ ਬਰਸ ਤੱਕ ਇਹ ਸਿਲਸਿਲਾ ਜਾਰੀ ਰਿਹਾ। ਫਿਰ ਉਹ ਔਰਤ ਕਿਸੇ ਹੋਰ ਨਾਲ ਭੱਜ ਗਈ। ਖ਼ੁਦਾਬਖਸ਼ ਨੂੰ ਪਤਾ ਲੱਗਿਆ ਕਿ ਉਹ ਅੰਬਾਲਾ ਵਿਚ ਹੈ, ਉਹ ਉਸ ਦੀ ਤਲਾਸ਼ ਵਿਚ ਆਇਆ, ਇੱਥੇ ਉਸ ਨੂੰ ਸੁਲਤਾਨਾ ਮਿਲ ਗਈ, ਸੁਲਤਾਨਾ ਨੇ ਉਸ ਨੂੰ ਪਸੰਦ ਕੀਤਾ, ਦੋਹਾਂ ਦਾ ਸਬੰਧ ਹੋ ਗਿਆ।

ਖ਼ੁਦਾਬਖਸ਼ ਦੇ ਆਉਣ ਨਾਲ ਇਕਦਮ ਸੁਲਤਾਨਾ ਦਾ ਕਾਰੋਬਾਰ ਚਮਕ ਉਠਿਆ। ਔਰਤ ਕਿਉਂਕਿ ਭੋਲੀ ਸੀ, ਇਸ ਲਈ ਉਸ ਨੇ ਸਮਝਿਆ ਕਿ ਖ਼ੁਦਾਬਖਸ਼ ਭਾਗਵਾਨ ਹੈ, ਜਿਸ ਦੇ ਆਉਣ ਨਾਲ ਐਨੀ ਤਰੱਕੀ ਹੋ ਗਈ ਹੈ। ਸੋ ਉਸ ਵਿਸ਼ਵਾਸ ਨੇ ਖ਼ੁਦਾਬਖਸ਼ ਦੀ ਬੁੱਕਤ ਉਸ ਦੀਆਂ ਨਜ਼ਰਾਂ 'ਚ ਹੋਰ ਵਧਾ ਦਿੱਤੀ।

ਖ਼ੁਦਾਬਖਸ਼ ਆਦਮੀ ਮਿਹਨਤੀ ਸੀ, ਸਾਰਾ ਦਿਨ ਹੱਥ 'ਤੇ ਹੱਥ ਰੱਖ ਕੇ ਬੈਠਣਾ ਪਸੰਦ ਨਹੀਂ ਕਰਦਾ ਸੀ। ਇਸ ਲਈ ਉਸ ਨੇ ਇਕ ਫੋਟੋਗ੍ਰਾਫਰ ਨਾਲ ਦੋਸਤੀ ਪੈਦਾ ਕੀਤੀ, ਜਿਹੜਾ ਰੇਲਵੇ ਸਟੇਸ਼ਨ ਦੇ ਬਾਹਰ ਮਿੰਟ ਕੈਮਰੇ ਨਾਲ ਫੋਟੋ ਖਿੱਚਿਆ ਕਰਦਾ ਸੀ। ਉਸ ਤੋਂ ਉਸ ਨੇ ਫੋਟੋ ਖਿਚਣਾ ਸਿੱਖਿਆ। ਫਿਰ ਸੁਲਤਾਨਾ ਤੋਂ ਸੱਠ ਰੁਪਏ ਲੈ ਕੇ ਕੈਮਰਾ ਵੀ ਖ਼ਰੀਦ ਲਿਆ। ਹੌਲੀ ਹੌਲੀ ਇਕ ਪਰਦਾ ਬਣਵਾਇਆ। ਦੋ ਕੁਰਸੀਆਂ ਖ਼ਰੀਦੀਆਂ ਅਤੇ ਫੋਟੋ ਧੋਣ ਦਾ ਸਾਰਾ ਸਾਮਾਨ ਲੈ ਕੇ ਉਸ ਨੇ ਅਲੱਗ ਆਪਣਾ ਕੰਮ ਸ਼ੁਰੂ ਕਰ ਦਿੱਤਾ।

ਕੰਮ ਚੱਲ ਪਿਆ। ਉਸ ਨੇ ਥੋੜ੍ਹੀ ਦੇਰ ਬਾਅਦ ਆਪਣਾ ਅੱਡਾ ਅੰਬਾਲਾ ਛਾਉਣੀ ਵਿਚ ਕਾਇਮ ਕਰ ਦਿੱਤਾ। ਉਥੇ ਉਹ ਗੋਰਿਆਂ ਦੀ ਫੋਟੋ ਖਿੱਚਦਾ। ਇਕ ਮਹੀਨੇ ਦੇ ਅੰਦਰ ਅੰਦਰ ਉਸ ਦੀ ਛਾਉਣੀ ਦੇ ਬਹੁਤ ਸਾਰੇ ਗੋਰਿਆਂ ਨਾਲ ਜਾਣ-ਪਛਾਣ ਹੋ ਗਈ। ਇਸ ਲਈ ਉਹ ਸੁਲਤਾਨਾ ਨੂੰ ਉਥੇ ਹੀ ਲੈ ਆਇਆ। ਇਥੇ ਛਾਉਣੀ 'ਚ ਖ਼ੁਦਾਬਖਸ਼ ਕਰ ਕੇ ਕਈ ਗੋਰੇ ਸੁਲਤਾਨਾ ਦੇ ਪੱਕੇ ਗਾਹਕ ਬਣ ਗਏ।

ਸੁਲਤਾਨਾ ਨੇ ਕੰਨਾਂ ਲਈ ਬੁੰਦੇ ਖ਼ਰੀਦੇ, ਸਾਢੇ ਪੰਜ ਤੋਲੇ ਦੀਆਂ ਵੰਗਾਂ ਵੀ ਬਣਵਾ ਲਈਆਂ, ਦਸ ਪੰਦਰਾਂ ਵਧੀਆ-ਵਧੀਆ ਸਾੜ੍ਹੀਆਂ ਵੀ ਜਮ੍ਹਾਂ ਕਰ ਲਈਆਂ, ਘਰ ਵਿਚ ਫ਼ਰਨੀਚਰ ਵਗੈਰਾ ਵੀ ਆ ਗਿਆ। ਸਿੱਟਾ ਇਹ ਕਿ ਅੰਬਾਲਾ ਛਾਉਣੀ

ਵਿਚ ਉਹ ਬਹੁਤ ਖ਼ੁਸ਼ਹਾਲ ਸੀ, ਪਰੰਤੂ ਅਚਾਨਕ ਪਤਾ ਨਹੀਂ ਖ਼ੁਦਾਬਖਸ਼ ਦੇ ਦਿਲ ਵਿਚ ਕੀ ਆਇਆ ਉਸ ਨੇ ਦਿੱਲੀ ਜਾਣ ਦੀ ਠਾਣ ਲਈ। ਸੁਲਤਾਨਾ ਇਨਕਾਰ ਕਿਵੇਂ ਕਰਦੀ, ਜਦ ਕਿ ਖ਼ੁਦਾਬਖਸ਼ ਨੂੰ ਆਪਣੇ ਲਈ ਬਹੁਤ ਮੁਬਾਰਕ ਖਿਆਲ ਕਰਦੀ ਸੀ। ਉਸ ਨੇ ਖੁਸ਼ੀ ਖੁਸ਼ੀ ਦਿੱਲੀ ਜਾਣਾ ਕਬੂਲ ਕਰ ਲਿਆ। ਉਸ ਨੇ ਇਹ ਵੀ ਸੋਚਿਆ ਕਿ ਐਨੇ ਵੱਡੇ ਸ਼ਹਿਰ ਵਿਚ ਜਿੱਥੇ ਲਾਟ ਸਾਹਿਬ ਰਹਿੰਦੇ, ਉਸ ਦਾ ਧੰਦਾ ਹੋਰ ਵੀ ਚੰਗਾ ਚੱਲੇਗਾ। ਆਪਣੀਆਂ ਸਹੇਲੀਆਂ ਤੋਂ ਉਹ ਦਿੱਲੀ ਦੀ ਤਾਰੀਫ਼ ਸੁਣ ਚੁੱਕੀ ਸੀ। ਫਿਰ ਉਥੇ ਹਜ਼ਰਤ ਨਿਜ਼ਾਮੁਦੀਨ ਔਲੀਆ ਦੀ ਦਰਗਾਹ ਵੀ ਸੀ, ਜਿਸ 'ਚ ਉਸ ਨੂੰ ਬੇਹੱਦ ਸ਼ਰਧਾ ਸੀ। ਇਸ ਲਈ ਜਲਦੀ ਜਲਦੀ ਘਰ ਦਾ ਭਾਰੀ ਸਾਮਾਨ ਵੇਚ ਕੇ ਉਹ ਖ਼ੁਦਾਬਖਸ਼ ਦੇ ਨਾਲ ਦਿੱਲੀ ਆ ਗਈ। ਇਥੇ ਪਹੁੰਚ ਕੇ ਖ਼ੁਦਾਬਖਸ਼ ਨੇ ਵੀਹ ਰੁਪਏ ਮਹੀਨੇ 'ਤੇ ਫਲੈਟ ਲਿਆ, ਜਿਸ 'ਚ ਦੋਵੇਂ ਰਹਿਣ ਲੱਗੇ।

ਇਕ ਹੀ ਕਿਸਮ ਦੇ ਨਵੇਂ ਮਕਾਨਾਂ ਦੀ ਲੰਬੀ-ਜਿਹੀ ਕਤਾਰ ਸੜਕ ਦੇ ਨਾਲ ਨਾਲ ਚਲੀ ਗਈ ਹੈ। ਮਿਊਂਸੀਪਲ ਕਮੇਟੀ ਨੇ ਸ਼ਹਿਰ ਦਾ ਇਕ ਹਿੱਸਾ ਖਾਸ ਕਸਬੀਆਂ ਲਈ ਨਿਯਤ ਕਰ ਦਿੱਤਾ ਸੀ ਤਾਂ ਕਿ ਉਹ ਸ਼ਹਿਰ ਵਿਚ ਜਗ੍ਹਾ ਜਗ੍ਹਾ 'ਤੇ ਆਪਣੇ ਅੱਡੇ ਨਾ ਬਣਾਉਣ। ਹੇਠਾਂ ਦੁਕਾਨਾਂ ਸਨ ਤੇ ਉਪਰ ਦੋ ਮੰਜ਼ਲੇ ਰਿਹਾਇਸ਼ੀ ਫ਼ਲੈਟ। ਕਿਉਂਕਿ ਸਭ ਇਮਾਰਤਾਂ ਇਕੋ ਹੀ ਡਿਜ਼ਾਈਨ ਦੀਆਂ ਸਨ, ਇਸ ਲਈ ਸ਼ੁਰੂ ਸ਼ੁਰੂ 'ਚ ਸੁਲਤਾਨਾ ਨੂੰ ਆਪਣਾ ਫ਼ਲੈਟ ਤਲਾਸ਼ ਕਰਨ 'ਚ ਬਹੁਤ ਦਿੱਕਤ ਮਹਿਸੂਸ ਹੁੰਦੀ ਸੀ। ਪਰ ਜਦੋਂ ਲਾਂਡਰੀ ਵਾਲੇ ਨੇ ਆਪਣਾ ਬੋਰਡ ਘਰ ਦੀ ਪੇਸ਼ਾਨੀ ਉਤੇ ਲਗਾ ਦਿੱਤਾ ਤਾਂ ਉਸ ਨੂੰ ਇਕ ਪੱਕੀ ਨਿਸ਼ਾਨੀ ਮਿਲ ਗਈ। "ਇੱਥੇ ਮੈਲੇ ਕੱਪੜਿਆਂ ਦੀ ਧੁਲਾਈ ਕੀਤੀ ਜਾਂਦੀ ਹੈ।" ਇਹ ਬੋਰਡ ਪੜ੍ਹਦਿਆਂ ਹੀ ਉਹ ਆਪਣਾ ਫ਼ਲੈਟ ਤਲਾਸ਼ ਕਰ ਲਿਆ ਕਰਦੀ ਸੀ। ਇਸੇ ਤਰ੍ਹਾਂ ਉਸ ਨੇ ਹੋਰ ਬਹੁਤ ਸਾਰੀਆਂ ਨਿਸ਼ਾਨੀਆਂ ਕਾਇਮ ਕਰ ਲਈਆਂ ਸਨ। ਉਦਾਹਰਣ ਲਈ ਵੱਡੇ ਵੱਡੇ ਅੱਖਰਾਂ ਵਿਚ ਜਿੱਥੇ 'ਕੋਲਿਆਂ ਦੀ ਦੁਕਾਨ' ਲਿਖਿਆ ਸੀ, ਉਥੇ ਉਸ ਦੀ ਸਹੇਲੀ ਹੀਰਾਬਾਈ ਰਹਿੰਦੀ ਸੀ, ਜੋ ਕਦੇ ਕਦੇ ਰੇਡੀਓ-ਘਰ 'ਚ ਗਾਉਣ ਜਾਇਆ ਕਰਦੀ ਸੀ। ਜਿੱਥੇ 'ਸਭਿਆ ਲੋਕਾਂ' ਦੇ ਲਈ ਖਾਣ ਦਾ ਆਲ੍ਹਾ ਇੰਤਜ਼ਾਮ ਹੈ, ਲਿਖਿਆ ਸੀ, ਉਥੇ ਉਸ ਦੀ ਦੂਸਰੀ ਸਹੇਲੀ ਮੁਖ਼ਤਾਰ ਰਹਿੰਦੀ ਸੀ, ਨਿਵਾੜ ਦੇ ਕਾਰਖਾਨੇ ਦੇ ਉਪਰ ਅਨਵਰੀ ਰਹਿੰਦੀ ਸੀ, ਜਿਹੜੀ ਉਸ ਕਾਰਖਾਨੇ ਦੇ ਸੇਠ ਕੋਲ ਮੁਲਾਜ਼ਿਮ ਸੀ। ਕਿਉਂਕਿ ਸੇਠ ਸਾਹਿਬ ਨੂੰ ਰਾਤ ਦੇ ਸਮੇਂ ਆਪਣੇ ਕਾਰਖਾਨੇ ਦੀ ਦੇਖ ਭਾਲ ਕਰਨੀ ਹੁੰਦੀ ਸੀ, ਇਸ ਲਈ ਉਹ ਅਨਵਰੀ ਕੋਲ ਹੀ ਰਹਿੰਦੇ ਸਨ।

ਦੁਕਾਨ ਖੋਲ੍ਹਦੇ ਹੀ ਗਾਹਕ ਥੋੜ੍ਹਾ ਆਉਂਦੇ ਹਨ। ਇਸ ਲਈ ਜਦੋਂ ਇਕ ਮਹੀਨੇ ਤੱਕ ਸੁਲਤਾਨਾ ਬੇਕਾਰ ਰਹੀ ਤਾਂ ਉਸ ਨੇ ਇਹੀ ਸੋਚ ਕੇ ਆਪਣੇ ਦਿਲ ਨੂੰ ਤਸੱਲੀ ਦਿੱਤੀ, ਪਰ ਜਦੋਂ ਮਹੀਨੇ ਗੁਜ਼ਰ ਗਏ ਅਤੇ ਕੋਈ ਆਦਮੀ ਉਸ ਦੇ ਕੋਠੇ ਨਹੀਂ ਆਇਆ ਤਾਂ ਉਸ ਨੂੰ ਬਹੁਤ ਚਿੰਤਾ ਹੋਈ। ਉਸ ਨੇ ਖ਼ੁਦਾਬਖਸ਼ ਨੂੰ ਕਿਹਾ, ਕੀ ਗੱਲ ਐ ਖ਼ੁਦਾਬਖਸ਼? ਦੋ ਮਹੀਨੇ ਅੱਜ ਪੂਰੇ ਹੋ ਗਏ ਹਨ ਸਾਨੂੰ ਇਥੇ ਆਏ ਹੋਏ, ਕਿਸੇ ਨੇ ਏਧਰ ਮੂੰਹ ਨਹੀਂ ਕੀਤਾ। ਮੰਨਦੀ ਹਾਂ ਅੱਜਕਲ੍ਹ ਬਾਜ਼ਾਰ ਬਹੁਤ ਮੰਦਾ ਹੈ, ਐਨਾ ਮੰਦਾ ਵੀ ਨਈ ਕਿ ਮਹੀਨੇ ਭਰ ਵਿਚ ਕੋਈ ਸ਼ਕਲ ਦੇਖਣ ਹੀ ਨਾ ਆਵੇ। ਖ਼ੁਦਾਬਖਸ਼ ਨੂੰ ਵੀ ਇਹ ਗੱਲ ਬਹੁਤ ਅਰਸੇ ਤੋਂ ਖਟਕ ਰਹੀ ਸੀ, ਪਰ ਉਹ ਖਾਮੋਸ਼ ਸੀ, ਪਰ ਜਦੋਂ

ਸੁਲਤਾਨਾ ਨੇ ਖੁਦ ਗੱਲ ਛੇੜੀ ਤਾਂ ਉਸ ਨੇ ਕਿਹਾ, 'ਮੈਂ ਕਈ ਦਿਨਾਂ ਤੋਂ ਇਸ ਬਾਰੇ ਸੋਚ ਰਿਹਾ ਹਾਂ। ਇਕ ਗੱਲ ਸਮਝ ਵਿਚ ਆਉਂਦੀ ਹੈ, ਉਹ ਇਹ ਕਿ ਜੰਗ ਦੀ ਵਜ੍ਹਾ ਨਾਲ ਲੋਕ ਦੂਸਰੇ ਧੰਦਿਆਂ ਵਿਚ ਪੈ ਕੇ ਏਧਰ ਦਾ ਰਸਤਾ ਭੁੱਲ ਗਏ ਹਨ-ਜਾਂ ਫੇਰ ਹੋ ਸਕਦਾ ਹੈ ਕਿ ...।' ਉਹ ਇਸ ਦੇ ਅੱਗੇ ਕੁਝ ਕਹਿਣ ਹੀ ਵਾਲਾ ਸੀ ਕਿ ਪੌੜੀਆਂ 'ਚ ਕਿਸੇ ਦੇ ਚੜ੍ਹਨ ਦੀ ਆਵਾਜ਼ ਆਈ। ਖ਼ੁਦਾਬਖਸ਼ ਅਤੇ ਸੁਲਤਾਨਾ ਦੋਹਾਂ ਨੇ ਇਸ ਆਵਾਜ਼ ਵੱਲ ਧਿਆਨ ਦਿੱਤਾ। ਥੋੜ੍ਹੀ ਦੇਰ ਦੇ ਬਾਅਦ ਦਸਤਕ ਹੋਈ। ਖ਼ੁਦਾਬਖਸ਼ ਨੇ ਭੱਜ ਕੇ ਦਰਵਾਜ਼ਾ ਖੋਲ੍ਹਿਆ-ਇਕ ਆਦਮੀ ਅੰਦਰ ਦਾਖ਼ਲ ਹੋਇਆ। ਇਹ ਪਹਿਲਾ ਗਾਹਕ ਸੀ, ਜਿਸ ਨਾਲ ਤਿੰਨ ਰੁਪਏ 'ਚ ਸੌਦਾ ਤਹਿ ਹੋਇਆ। ਇਸ ਦੇ ਬਾਅਦ ਪੰਜ ਹੋਰ ਆਏ ਯਾਨੀ ਤਿੰਨ ਮਹੀਨੇ 'ਚ ਛੇ ਜਿਨ੍ਹਾਂ ਤੋਂ ਸੁਲਤਾਨਾ ਨੇ ਸਿਰਫ ਸਾਢੇ ਅਠਾਰਾਂ ਰੁਪਏ ਵਸੂਲ ਕੀਤੇ।

ਵੀਹ ਰੁਪਏ ਤਾਂ ਫ਼ਲੈਟ ਦੇ ਕਿਰਾਏ 'ਚ ਚਲੇ ਜਾਂਦੇ ਸਨ, ਪਾਣੀ ਦਾ ਟੈਕਸ ਅਤੇ ਬਿਜਲੀ ਦਾ ਬਿੱਲ ਅਲੱਗ ਸੀ। ਇਸ ਤੋਂ ਇਲਾਵਾ ਘਰ ਵਿਚ ਦੂਜੇ ਖ਼ਰਚੇ ਸਨ-ਖਾਣਾ -ਪੀਣਾ, ਕੱਪੜੇ ਲੱਤੇ, ਦਵਾ ਦਾਰੂ-ਅਤੇ ਆਮਦਨੀ ਕੁਝ ਵੀ ਨਹੀਂ ਸੀ। ਸਾਢੇ ਅਠਾਰਾਂ ਰੁਪਏ ਆਏ ਤਾਂ ਉਸ ਨੂੰ ਆਮਦਨੀ ਨਹੀਂ ਕਹਿ ਸਕਦੇ। ਸੁਲਤਾਨਾ ਪਰੇਸ਼ਾਨ ਹੋ ਗਈ। ਸਾਢੇ ਪੰਜ ਤੋਲੇ ਦੀਆਂ ਅੱਠ ਵੰਗਾਂ ਜਿਹੜੀਆਂ ਉਸ ਨੇ ਅੰਬਾਲੇ 'ਚ ਬਣਵਾਈਆਂ ਸਨ, ਆਹਿਸਤਾ-ਆਹਿਸਤਾ ਵਿਕ ਗਈਆਂ। ਆਖ਼ਿਰੀ ਵੰਗ ਦੀ ਜਦੋਂ ਵਾਰੀ ਆਈ ਤਾਂ ਉਸ ਨੇ ਖ਼ੁਦਾਬਖਸ਼ ਨੂੰ ਕਿਹਾ : "ਤੂੰ ਮੇਰੀ ਸੁਣ ਅਤੇ ਚੱਲ ਵਾਪਿਸ ਅੰਬਾਲੇ... ਇੱਥੇ ਕੀ ਧਰਿਆ ਪਿਆ ਹੈ? ਸਾਨੂੰ ਤਾਂ ਇਹ ਸ਼ਹਿਰ ਰਾਸ ਨਹੀਂ ਆਇਆ। ਤੇਰਾ ਕੰਮ ਵੀ ਉਥੇ ਖ਼ੂਬ ਚਲਦਾ ਸੀ, ਚੱਲ, ਉਥੇ ਹੀ ਚਲਦੇ ਹਾਂ, ਜਿਹੜਾ ਨੁਕਸਾਨ ਹੋਇਆ ਹੈ, ਉਸ ਨੂੰ ਸਿਰ ਸਦਕਾ ਸਮਝੋ, ਇਸ ਵੰਗ ਨੂੰ ਵੇਚ ਕੇ ਆਓ, ਮੈਂ ਸਾਮਾਨ ਵਗੈਰਾ ਬੰਨ ਕੇ ਤਿਆਰ ਰਖਦੀ ਹਾਂ, ਅੱਜ ਰਾਤ ਦੀ ਗੱਡੀ 'ਚ ਇੱਥੋਂ ਚਲ ਦਿਆਂਗੇ..."

ਖ਼ੁਦਾਬਖਸ਼ ਨੇ ਵੰਗ ਸੁਲਤਾਨਾ ਦੇ ਹੱਥੋਂ ਲੈ ਲਈ ਅਤੇ ਕਿਹਾ : "ਨਹੀਂ ਜਾਨੇ ਮਨ, ਅੰਬਾਲੇ ਨਹੀਂ ਜਾਵਾਂਗੇ। ਇਥੇ ਦਿੱਲੀ 'ਚ ਰਹਿ ਕੇ ਕਮਾਂਵਾਗੇ। ਇਹ ਤੇਰੀਆਂ ਚੂੜੀਆਂ ਸਭ ਦੀਆਂ ਸਭ ਇੱਥੇ ਵਾਪਿਸ ਆਉਣਗੀਆਂ। ਅੱਲਾ 'ਤੇ ਭਰੋਸਾ ਰੱਖੋ। ਉਹ ਬਹੁਤ ਕਾਰਸਾਜ਼ ਹੈ, ਇੱਥੇ ਵੀ ਉਹ ਕੋਈ ਨਾ ਕੋਈ ਸਬੱਬ ਬਣਾ ਹੀ ਦੇਵੇਗਾ।"

ਸੁਲਤਾਨਾ ਚੁੱਪ ਹੋ ਗਈ। ਇਸ ਲਈ ਆਖਰੀ ਵੰਗ ਵੀ ਹੱਥ ਚੋਂ ਉਤਰ ਗਈ। ਖਾਲੀ ਹੱਥ ਵੇਖ ਕੇ ਉਸ ਨੂੰ ਬਹੁਤ ਦੁੱਖ ਹੋਇਆ ਸੀ, ਪਰ ਕੀ ਕਰਦੀ? ਢਿੱਡ ਵੀ ਤਾਂ ਆਖ਼ਿਰ ਕਿਸੇ ਹੀਲੇ ਨਾਲ ਭਰਨਾ ਸੀ।

ਜਦੋਂ ਪੰਜ ਮਹੀਨੇ ਗੁਜ਼ਰ ਗਏ ਅਤੇ ਆਮਦਨੀ ਖਰਚ ਦੇ ਮੁਕਾਬਲੇ ਚੌਥਾਈ ਤੋਂ ਵੀ ਕੁਝ ਘੱਟ ਸੀ ਤਾਂ ਸੁਲਤਾਨਾ ਦੀ ਪਰੇਸ਼ਾਨੀ ਹੋਰ ਜ਼ਿਆਦਾ ਵੱਧ ਗਈ। ਖ਼ੁਦਾਬਖਸ਼ ਵੀ ਹੁਣ ਸਾਰਾ ਦਿਨ ਘਰੋਂ ਗਾਇਬ ਰਹਿਣ ਲੱਗਾ ਸੀ, ਸੁਲਤਾਨਾ ਨੂੰ ਇਸ ਦਾ ਵੀ ਦੁੱਖ ਸੀ। ਇਸ ਵਿਚ ਕੋਈ ਸ਼ੱਕ ਨਹੀਂ ਕਿ ਗੁਆਂਢ 'ਚ ਉਸ ਦੀਆਂ ਦੋ ਤਿੰਨ ਮਿਲਣ ਵਾਲੀਆਂ ਮੌਜੂਦ ਸਨ, ਜਿੰਨ੍ਹਾਂ ਨਾਲ ਉਹ ਆਪਣਾ ਵਕਤ ਕੱਟ ਸਕਦੀ ਸੀ। ਹਰ ਰੋਜ਼ ਉਨ੍ਹਾਂ ਦੇ ਘਰ ਜਾਣਾ ਅਤੇ ਘੰਟਿਆਂ ਤੱਕ ਬੈਠੇ ਰਹਿਣਾ ਉਸ ਨੂੰ ਬਹੁਤ ਬੁਰਾ ਲਗਦਾ ਸੀ। ਇਸ ਲਈ ਹੌਲੀ ਹੌਲੀ ਉਸ ਨੇ ਇਨ੍ਹਾਂ ਸਹੇਲੀਆਂ ਨੂੰ ਮਿਲਣਾ-

ਜੁਲਣਾ ਬਿਲਕੁਲ ਛੱਡ ਦਿੱਤਾ। ਸਾਰਾ ਦਿਨ ਉਹ ਆਪਣੇ ਸੁੰਨਸਾਨ ਮਕਾਨ 'ਚ ਬੈਠੀ ਰਹਿੰਦੀ, ਆਪਣੇ ਪੁਰਾਣੇ ਅਤੇ ਫਟੇ ਹੋਏ ਕੱਪੜਿਆਂ ਨੂੰ ਸਿਊਂਦੀ ਰਹਿੰਦੀ ਅਤੇ ਕਦੇ ਬਾਹਰ ਬਾਲਕੋਨੀ 'ਚ ਆ ਕੇ ਜੰਗਲੇ ਦੇ ਨਾਲ ਲੱਗ ਕੇ ਖੜ੍ਹੀ ਹੋ ਜਾਂਦੀ ਅਤੇ ਸਾਹਮਣੇ ਰੇਲਵੇ ਸ਼ੈਡ ਵਿਚ ਖੜ੍ਹੇ ਅਤੇ ਚਲਦੇ ਹੋਏ ਇੰਜਣਾਂ ਵੱਲ ਘੰਟਿਆਂ ਤੱਕ ਬੇਮਤਲਬ ਦੇਖਦੀ ਰਹਿੰਦੀ।

ਸੜਕ ਦੇ ਦੂਸਰੇ ਪਾਸੇ ਮਾਲਗੋਦਾਮ ਸੀ, ਜੋ ਇਸ ਕੋਨੇ ਤੋਂ ਉਸ ਕੋਨੇ ਤੱਕ ਫੈਲਿਆ ਹੋਇਆ ਸੀ। ਸੱਜੇ ਹੱਥ ਦੀ ਲੋਹੇ ਦੀ ਛੱਤ ਦੇ ਹੇਠਾਂ ਵੱਡੀਆਂ-ਵੱਡੀਆਂ ਗੱਠਾਂ ਪਈਆਂ ਰਹਿੰਦੀਆਂ ਸਨ ਅਤੇ ਹਰ ਕਿਸਮ ਦੇ ਮਾਲ ਦੇ ਢੇਰ ਲੱਗੇ ਰਹਿੰਦੇ ਸਨ, ਖੱਬੇ ਹੱਥ ਨੂੰ ਖੁੱਲ੍ਹਾ ਮੈਦਾਨ ਸੀ, ਜਿਸ ਵਿਚ ਅਣ-ਗਿਣਤ ਰੇਲ ਪਟੜੀਆਂ ਵਿਛੀਆਂ ਹੋਈਆਂ ਸਨ, ਧੁੱਪ ਵਿਚ ਲੋਹੇ ਦੀਆਂ ਪਟੜੀਆਂ ਚਮਕਦੀਆਂ ਤਾਂ ਸੁਲਤਾਨਾ ਆਪਣੇ ਹੱਥਾਂ ਵੱਲ ਵੇਖਦੀ ਜਿੰਨ੍ਹਾਂ ਉਤੇ ਨੀਲੀਆਂ-ਨੀਲੀਆਂ ਰਗਾਂ ਬਿਲਕੁਲ ਉਨ੍ਹਾਂ ਪਟੜੀਆਂ ਦੀ ਤਰ੍ਹਾਂ ਉਭਰੀਆਂ ਰਹਿੰਦੀਆਂ ਸਨ। ਇਸ ਲੰਮੇ ਅਤੇ ਖੁੱਲ੍ਹੇ ਮੈਦਾਨ ਵਿਚ ਹਰ ਵਕਤ ਇੰਜਣ ਅਤੇ ਗੱਡੀਆਂ ਚਲਦੀਆਂ ਰਹਿੰਦੀਆਂ ਸਨ। ਸਵੇਰੇ ਉਠ ਕੇ ਜਦੋਂ ਉਹ ਬਾਲਕੋਨੀ ਵਿਚ ਆਉਂਦੀ ਤਾਂ ਇਕ ਅਜੀਬ ਦ੍ਰਿਸ਼ ਨਜ਼ਰ ਆਉਂਦਾ। ਧੁੰਦ ਵਿਚ ਇੰਜਣਾਂ ਦੇ ਮੂੰਹੋਂ ਗਾੜ੍ਹਾ-ਗਾੜ੍ਹਾ ਧੂੰਆਂ ਨਿਕਲਦਾ ਸੀ ਅਤੇ ਗੰਧਲੇ ਆਸਮਾਨ ਵੱਲ ਮੋਟੇ ਅਤੇ ਭਾਰੀ ਆਦਮੀਆਂ ਦੀ ਤਰ੍ਹਾਂ ਉਠਦਾ ਦਿਖਾਈ ਦਿੰਦਾ ਸੀ। ਭਾਫ਼ ਦੇ ਵੱਡੇ-ਵੱਡੇ ਬੱਦਲ ਵੀ ਇਕ ਸ਼ੋਰ ਦੇ ਨਾਲ ਪਟੜੀਆਂ ਤੋਂ ਉਠਦੇ ਸਨ ਅਤੇ ਅੱਖ ਝਪਕਣ ਦੀ ਦੇਰ 'ਚ ਹਵਾ ਦੇ ਅੰਦਰ ਘੁਲ-ਮਿਲ ਜਾਂਦੇ। ਫਿਰ ਕਦੇ-ਕਦੇ ਜਦੋਂ ਉਹ ਗੱਡੀ ਦੇ ਕਿਸੇ ਡੱਬੇ ਨੂੰ ਜਿਸ ਨੂੰ ਇੰਜਣ ਨੇ ਧੱਕਾ ਦੇ ਕੇ ਛੱਡ ਦਿੱਤਾ ਹੋਵੇ, ਇਕੱਲੇ ਨੂੰ ਪਟੜੀਆਂ 'ਤੇ ਚਲਦਾ ਦੇਖਦੀ ਤਾਂ ਉਸ ਨੂੰ ਆਪਣਾ ਖਿਆਲ ਆਉਂਦਾ, ਉਹ ਸੋਚਦੀ ਕਿ ਉਸ ਨੂੰ ਵੀ ਕਿਸੇ ਨੇ ਜ਼ਿੰਦਗੀ ਦੀ ਪਟੜੀ 'ਤੇ ਧੱਕਾ ਦੇ ਕੇ ਛੱਡ ਦਿੱਤਾ ਹੈ ਅਤੇ ਉਹ ਖੁਦ-ਬ-ਖੁਦ ਚੱਲ ਰਹੀ ਹੈ। ਦੂਜੇ ਲੋਕ ਕਾਂਟਾ ਬਦਲ ਰਹੇ ਹਨ ਅਤੇ ਉਹ ਚੱਲੀ ਜਾ ਰਹੀ ਹੈ... ਪਤਾ ਨਹੀਂ ਕਿੱਧਰ? ਫਿਰ ਇਕ ਰੋਜ਼ ਅਜਿਹਾ ਆਵੇਗਾ, ਜਦੋਂ ਇਸ ਧੱਕੇ ਦਾ ਜ਼ੋਰ ਹੌਲੀ ਹੌਲੀ ਖਤਮ ਹੋ ਜਾਏਗਾ ਅਤੇ ਉਹ ਕਿਤੇ ਰੁਕ ਜਾਵੇਗੀ; ਕਿਸੇ ਅਜਿਹੇ ਮੁਕਾਮ 'ਤੇ ਜਿਹੜਾ ਉਸ ਦਾ ਦੇਖਿਆ ਭਾਲਿਆ ਨਹੀਂ ਹੋਵੇਗਾ।

ਉਂਝ ਤਾਂ ਉਹ ਬੇਮਤਲਬ ਘੰਟਿਆਂ ਤੱਕ ਰੇਲ ਦੀਆਂ ਇਨ੍ਹਾਂ ਟੇਢੀਆਂ-ਵਿੰਗੀਆਂ ਪਟੜੀਆਂ ਅਤੇ ਠਹਿਰੇ ਅਤੇ ਚਲਦੇ ਹੋਏ ਇੰਜਣਾਂ ਵੱਲ ਦੇਖਦੀ ਰਹਿੰਦੀ ਸੀ, ਪਰ ਤਰ੍ਹਾਂ-ਤਰ੍ਹਾਂ ਦੇ ਖਿਆਲ ਉਸ ਦੇ ਦਿਮਾਗ ਵਿਚ ਆਉਂਦੇ ਰਹਿੰਦੇ ਸਨ। ਅੰਬਾਲਾ-ਛਾਉਣੀ ਵਿਚ ਜਦੋਂ ਉਹ ਰਹਿੰਦੀ ਸੀ ਤਾਂ ਸਟੇਸ਼ਨ ਦੇ ਕੋਲ ਹੀ ਉਸ ਦਾ ਮਕਾਨ ਸੀ। ਪਰ ਉਥੇ ਉਸ ਨੇ ਕਦੇ ਇਨ੍ਹਾਂ ਚੀਜ਼ਾਂ ਨੂੰ ਅਜਿਹੀਆਂ ਨਜ਼ਰਾਂ ਨਾਲ ਨਹੀਂ ਦੇਖਿਆ ਸੀ। ਹੁਣ ਤਾਂ ਕਦੇ-ਕਦੇ ਉਸ ਦੇ ਦਿਮਾਗ ਵਿਚ ਇਹ ਖ਼ਿਆਲ ਵੀ ਆਉਂਦਾ ਕਿ ਇਹ ਜਿਹੜੀਆਂ ਸਾਹਮਣੇ ਰੇਲ ਦੀਆਂ ਪਟੜੀਆਂ ਦਾ ਜਾਲ ਜਿਹਾ ਵਿਛਿਆ ਹੈ ਅਤੇ ਥਾਂ-ਥਾਂ ਭਾਫ਼ ਅਤੇ ਧੂੰਆਂ ਉਠ ਰਿਹਾ ਹੈ, ਇਕ ਬਹੁਤ ਵੱਡਾ ਚਕਲਾ ਹੈ, ਬਹੁਤ ਸਾਰੀਆਂ ਗੱਡੀਆਂ ਹਨ, ਜਿੰਨ੍ਹਾਂ ਨੂੰ ਕੁਝ ਮੋਟੇ ਮੋਟੇ ਇੰਜਣ ਏਧਰ-ਓਧਰ ਧੱਕਦੇ ਰਹਿੰਦੇ ਹਨ। ਸੁਲਤਾਨਾ ਨੂੰ ਕਦੇ ਕਦੇ ਇਹ ਇੰਜਣ 'ਸੇਠ' ਲੱਗਦੇ ਸਨ ਜੋ ਕਦੇ ਕਦੇ ਅੰਬਾਲਾ ਵਿਚ ਉਸ ਦੇ ਕੋਲ ਆਇਆ ਕਰਦੇ ਸਨ। ਫੇਰ ਕਦੇ ਜਦੋਂ

ਕਿਸੇ ਇੰਜਣ ਨੂੰ ਗੱਡੀਆਂ ਦੀ ਕਤਾਰ ਦੇ ਕੋਲੋਂ ਲੰਘਦਾ ਹੋਇਆ ਦੇਖਦੀ ਤਾਂ ਉਸ ਨੂੰ ਅਜਿਹਾ ਮਹਿਸੂਸ ਹੁੰਦਾ ਕਿ ਕੋਈ ਆਦਮੀ ਚਕਲੇ ਦੇ ਕਿਸੇ ਬਾਜ਼ਾਰ ਵਿਚੋਂ ਉਪਰ ਕੋਠਿਆਂ ਵੱਲ ਦੇਖਦਾ ਜਾ ਰਿਹਾ ਹੈ।

ਸੁਲਤਾਨਾ ਸਮਝਦੀ ਸੀ ਕਿ ਅਜਿਹੀਆਂ ਗੱਲਾਂ ਸੋਚਣਾ ਦਿਮਾਗ ਦੀ ਖ਼ਰਾਬੀ ਦਾ ਕਾਰਣ ਹੈ, ਇਸ ਲਈ ਜਦੋਂ ਇਸ ਕਿਸਮ ਦੇ ਖ਼ਿਆਲ ਉਸ ਨੂੰ ਆਉਣ ਲੱਗੇ ਤਾਂ ਉਸ ਨੇ ਬਾਲਕੋਨੀ ਵਿਚ ਜਾਣਾ ਛੱਡ ਦਿੱਤਾ। ਖ਼ੁਦਾਬਖਸ਼ ਨੂੰ ਉਸ ਨੇ ਅਨੇਕਾਂ ਵਾਰ ਕਿਹਾ, 'ਦੇਖ ਮੇਰੇ ਹਾਲ ਉਤੇ ਰਹਿਮ ਕਰ। ਇਥੇ ਘਰੇ ਰਿਹਾ ਕਰ। ਮੈਂ ਸਾਰਾ ਦਿਨ ਇੱਥੇ ਬੀਮਾਰਾਂ ਦੀ ਤਰ੍ਹਾਂ ਪਈ ਰਹਿੰਦੀ ਹਾਂ', ਪਰ ਉਸ ਨੇ ਹਰ ਵਾਰ ਸੁਲਤਾਨਾ ਨੂੰ ਇਹ ਕਹਿ ਕੇ ਉਸ ਦੀ ਤਸੱਲੀ ਕਰਵਾ ਦਿੱਤੀ-"ਜਾਨੇ ਮਨ! ਮੈਂ ਬਾਹਰ ਕੁਝ ਕਮਾਉਣ ਦੀ ਫ਼ਿਕਰ ਕਰ ਰਿਹਾ ਹਾਂ। ਅੱਲਾ ਨੇ ਚਾਹਿਆ ਤਾਂ ਚੰਦ ਦਿਨਾਂ ਵਿਚ ਹੀ ਬੇੜਾ ਪਾਰ ਹੋ ਜਾਵੇਗਾ..."

ਪੂਰੇ ਪੰਜ ਮਹੀਨੇ ਹੋ ਗਏ ਸਨ ਪਰ ਅਜੇ ਤੱਕ ਨਾ ਸੁਲਤਾਨਾ ਦਾ ਬੇੜਾ ਪਾਰ ਹੋਇਆ ਸੀ ਨਾ ਖ਼ੁਦਾਬਖਸ਼ ਦਾ। ਮੁਹੱਰਮ ਦਾ ਮਹੀਨਾ ਸਿਰ ਤੇ ਆ ਰਿਹਾ ਸੀ, ਪਰ ਸੁਲਤਾਨਾ ਦੇ ਕੋਲ ਕਾਲੇ ਕੱਪੜੇ ਬਨਾਉਣ ਲਈ ਕੁਝ ਵੀ ਨਹੀਂ ਸੀ। ਮੁਖਤਾਰ ਨੇ ਲੇਡੀ ਹੈਮਿਲਟਨ ਦੀ ਇਕ ਨਵੀਂ ਕਿਸਮ ਦੀ ਕਮੀਜ਼ ਬਣਵਾਈ ਸੀ, ਜਿਸ ਦੀਆਂ ਬਾਹਾਂ ਕਾਲੀ ਜਾਰਜੇਟ ਦੀਆਂ ਸਨ। ਇਸ ਦੇ ਨਾਲ ਮੈਚ ਕਰਨ ਲਈ ਉਸ ਕੋਲ ਕਾਲੀ ਸਾਟਨ ਦੀ ਸਲਵਾਰ ਸੀ, ਜਿਹੜੀ ਕੱਜਲ ਦੀ ਤਰ੍ਹਾਂ ਚਮਕਦੀ ਸੀ। ਅਨਵਰੀ ਨੇ ਰੇਸ਼ਮੀ ਜਾਰਜੇਟ ਦੀ ਇਕ ਬੜੀ ਨਫੀਸ ਸਾੜੀ ਖ਼ਰੀਦੀ ਸੀ। ਉਸ ਨੇ ਸੁਲਤਾਨਾ ਨੂੰ ਕਿਹਾ ਸੀ ਕਿ ਉਹ ਇਸ ਸਾੜੀ ਦੇ ਹੇਠਾਂ ਸਫੈਦ ਬੋਸਕੀ ਦੇ ਪੇਟੀਕੋਟ ਪਹਿਨੇਗੀ, ਕਿਉਂ ਜੋ ਇਹ ਨਵਾਂ ਫੈਸ਼ਨ ਹੈ। ਉਹ ਸਾੜੀ ਦੇ ਨਾਲ ਪਹਿਨਣ ਲਈ ਅਨਵਰੀ ਮਖ਼ਮਲ ਦੀ ਇਕ ਜੁੱਤੀ ਲਿਆਈ ਸੀ, ਜਿਹੜੀ ਬੜੀ ਨਾਜ਼ੁਕ ਸੀ। ਸੁਲਤਾਨਾ ਨੇ ਜਦੋਂ ਇਹ ਸਾਰੀਆਂ ਚੀਜ਼ਾਂ ਦੇਖੀਆਂ ਤਾਂ ਉਸ ਨੂੰ ਇਸ ਅਹਿਸਾਸ ਨੇ ਬਹੁਤ ਦੁਖ ਦਿੱਤਾ ਕਿ ਉਹ ਮੁਹੱਰਮ ਮਨਾਉਣ ਲਈ ਅਜਿਹਾ ਲਿਬਾਸ ਖਰੀਦਣ ਦੀ ਹੈਸੀਅਤ ਨਹੀਂ ਰੱਖਦੀ।

ਅਨਵਰੀ ਅਤੇ ਮੁਖਤਾਰ ਕੋਲ ਇਹ ਲਿਬਾਸ ਦੇਖ ਕੇ ਜਦੋਂ ਉਹ ਘਰ ਆਈ ਤਾਂ ਉਸ ਦਾ ਦਿਲ ਗ਼ਮਗੀਨ ਸੀ, ਉਸ ਨੂੰ ਅਜਿਹਾ ਲੱਗਿਆ ਸੀ ਕਿ ਇਕ ਫੋੜਾ ਜਿਹਾ ਉਸ ਦੇ ਅੰਦਰ ਪੈਦਾ ਹੋ ਗਿਆ ਹੈ, ਘਰ ਬਿਲਕੁਲ ਖਾਲੀ ਸੀ। ਖ਼ੁਦਾਬਖਸ਼ ਹਮੇਸ਼ਾ ਦੀ ਤਰ੍ਹਾਂ ਬਾਹਰ ਸੀ। ਦੇਰ ਤੱਕ ਉਹ ਦਰੀ ਤੇ ਸਰਹਾਣਾ ਸਿਰ ਹੇਠਾਂ ਰੱਖ ਕੇ ਪਈ ਰਹੀ। ਪਰ ਜਦੋਂ ਉਸ ਦੀ ਗਰਦਨ ਉਚਾਈ ਦੇ ਕਾਰਣ ਆਕੜ ਜਿਹੀ ਗਈ ਤਾਂ ਉਠ ਕੇ ਉਹ ਬਾਹਰ ਬਾਲਕੋਨੀ ਵਿਚ ਚਲੀ ਗਈ ਤਾਂ ਕਿ ਗ਼ਮਗੀਨ ਖ਼ਿਆਲਾਤ ਨੂੰ ਆਪਣੇ ਦਿਮਾਗ 'ਚੋਂ ਕੱਢ ਦੇਵੇ।

ਸਾਹਮਣੇ ਪਟੜੀਆਂ 'ਤੇ ਗੱਡੀਆਂ ਦੇ ਡੱਬੇ ਖੜ੍ਹੇ ਸਨ, ਪਰ ਇੰਜਣ ਕੋਈ ਵੀ ਨਹੀਂ ਸੀ-ਸ਼ਾਮ ਦਾ ਵਕਤ ਸੀ। ਛੜਕਾਓ ਹੋ ਚੁਕਿਆ ਸੀ, ਇਸ ਲਈ ਗਰਦ-ਗੁਬਾਰ ਦਬ ਗਿਆ ਸੀ। ਬਾਜ਼ਾਰ ਵਿਚ ਅਜਿਹੇ ਆਦਮੀ ਚੱਲਣੇ ਸ਼ੁਰੂ ਹੋ ਗਏ ਸਨ ਜੋ ਤਾਕ-ਝਾਕ ਕਰਨ ਦੇ ਬਾਅਦ ਚੁੱਪਚਾਪ ਘਰਾਂ ਨੂੰ ਰੁਖ ਕਰਦੇ ਸਨ। ਇਸ ਤਰ੍ਹਾਂ ਇਕ ਆਦਮੀ ਨੇ ਗਰਦਨ ਉਚੀ ਕਰਕੇ ਸੁਲਤਾਨਾ ਵੱਲ ਦੇਖਿਆ। ਸੁਲਤਾਨਾ ਮੁਸਕਰਾ ਪਈ ਅਤੇ ਉਸ ਨੂੰ ਭੁੱਲ ਗਈ ਕਿਉਂਕਿ ਸਾਹਮਣੇ ਪਟੜੀਆਂ 'ਤੇ ਇਕ

ਇੰਜਣ ਪ੍ਰਗਟ ਹੋ ਗਿਆ ਸੀ। ਸੁਲਤਾਨਾ ਨੇ ਗੌਰ ਨਾਲ ਉਸ ਵੱਲ ਦੇਖਣਾ ਸ਼ੁਰੂ ਕਰ ਦਿੱਤਾ ਅਤੇ ਹੌਲੀ-ਹੌਲੀ ਉਹ ਇਹ ਖ਼ਿਆਲ ਉਸ ਦੇ ਦਿਮਾਗ ਵਿਚ ਆਇਆ ਕਿ ਇੰਜਣ ਨੇ ਵੀ ਕਾਲਾ ਲਿਬਾਸ ਪਹਿਨ ਰੱਖਿਆ ਹੈ। ਇਹ ਅਜੀਬੋ-ਗਰੀਬ ਖਿਆਲ ਦਿਮਾਗ ਵਿਚੋਂ ਕੱਢਣ ਦੀ ਖਾਤਿਰ ਜਦੋਂ ਉਸ ਨੇ ਸੜਕ ਵੱਲ ਦੇਖਿਆ ਤਾਂ ਉਸ ਨੂੰ ਉਹੀ ਆਦਮੀ ਬੈਲ-ਗੱਡੀ ਕੋਲ ਖੜ੍ਹਾ ਨਜ਼ਰ ਆਇਆ ਜਿਸ ਨੇ ਉਸ ਵੱਲ ਲਲਚਾਈਆਂ ਨਜ਼ਰਾਂ ਨਾਲ ਦੇਖਿਆ ਸੀ। ਸੁਲਤਾਨਾ ਨੇ ਹੱਥ ਨਾਲ ਉਸ ਨੂੰ ਇਸ਼ਾਰਾ ਕੀਤਾ। ਉਸ ਆਦਮੀ ਨੇ ਏਧਰ-ਓਧਰ ਦੇਖ ਕੇ ਇਸ਼ਾਰੇ ਨਾਲ ਪੁੱਛਿਆ, ਕਿੱਧਰ ਤੋਂ ਆਵਾਂ-ਸੁਲਤਾਨਾ ਨੇ ਉਸ ਨੂੰ ਰਸਤਾ ਦੱਸ ਦਿੱਤਾ। ਉਹ ਆਦਮੀ ਥੋੜ੍ਹੀ ਦੇਰ ਖੜ੍ਹਾ ਰਿਹਾ ਪਰ ਫਿਰ ਬੜੀ ਫੁਰਤੀ ਨਾਲ ਉਪਰ ਚਲਾ ਆਇਆ।

ਸੁਲਤਾਨਾ ਨੇ ਉਸ ਨੂੰ ਦਰੀ 'ਤੇ ਬਿਠਾਇਆ। ਜਦੋਂ ਉਹ ਬੈਠ ਗਿਆ ਤਾਂ ਉਸ ਨੇ ਗੱਲਬਾਤ ਸ਼ੁਰੂ ਕਰਨ ਲਈ ਕਿਹਾ : "ਤੁਸੀਂ ਉਪਰ ਆਉਂਦੇ ਡਰ ਕਿਉਂ ਰਹੇ ਸੀ? "

ਉਹ ਆਦਮੀ ਇਹ ਸੁਣ ਕੇ ਮੁਸਕਰਾਇਆ : "ਤੈਨੂੰ ਕਿਵੇਂ ਪਤਾ ਲੱਗਿਆ... ਡਰਨ ਦੀ ਗੱਲ ਹੀ ਕੀ ਹੈ?"

ਇਸ 'ਤੇ ਸੁਲਤਾਨਾ ਨੇ ਕਿਹਾ : "ਇਹ ਮੈਂ ਇਸ ਲਈ ਕਿਹਾ ਕਿ ਤੁਸੀਂ ਦੇਰ ਤੱਕ ਉਥੇ ਹੀ ਖੜ੍ਹੇ ਰਹੇ ਅਤੇ ਫਿਰ ਸੋਚ ਕੇ ਇੱਧਰ ਆਏ..."

ਉਹ ਇਹ ਸੁਣ ਕੇ ਫਿਰ ਮੁਸਕਰਾਇਆ : "ਤੈਨੂੰ ਗ਼ਲਤਫ਼ਹਿਮੀ ਹੋਈ ਹੈ... ਮੈਂ ਤੇਰੇ ਉਪਰ ਵਾਲੇ ਫ਼ਲੈਟ ਵੱਲ ਦੇਖ ਰਿਹਾ ਸੀ। ਉਥੇ ਕੋਈ ਔਰਤ ਖੜ੍ਹੀ ਇਕ ਮਰਦ ਨੂੰ ਠੇਂਗਾ ਦਿਖਾ ਰਹੀ ਸੀ। ਮੈਨੂੰ ਇਹ ਪਸੰਦ ਆਇਆ। ਫਿਰ ਬਾਲਕੋਨੀ ਵਿਚ ਹਰਾ ਬਲਬ ਰੌਸ਼ਨ ਹੋਇਆ ਤਾਂ ਮੈਂ ਕੁਝ ਦੇਰ ਦੇ ਲਈ ਰੁਕ ਗਿਆ, ਹਰੀ ਰੌਸ਼ਨੀ ਮੈਨੂੰ ਪਸੰਦ ਹੈ, ਅੱਖਾਂ ਨੂੰ ਬਹੁਤ ਚੰਗੀ ਲਗਦੀ ਹੈ..." ਇਹ ਕਹਿ ਕੇ ਉਸ ਨੇ ਕਮਰੇ ਦਾ ਜਾਇਜ਼ਾ ਲੈਣਾ ਸ਼ੁਰੂ ਕਰ ਦਿੱਤਾ। ਫਿਰ ਉਹ ਉਠ ਖੜ੍ਹਾ ਹੋਇਆ।

ਸੁਲਤਾਨਾ ਨੇ ਕਿਹਾ : "ਤੁਸੀਂ ਜਾ ਰਹੇ ਹੋ?"

ਉਸ ਆਦਮੀ ਨੇ ਜਵਾਬ ਦਿੱਤਾ, "ਨਹੀਂ, ਮੈਂ ਤੇਰੇ ਇਸ ਮਕਾਨ ਨੂੰ ਦੇਖਣਾ ਚਾਹੁੰਦਾ ਹਾਂ... ਚਲੋ ਮੈਨੂੰ ਸਾਰੇ ਕਮਰੇ ਦਿਖਾ।"

ਸੁਲਤਾਨਾ ਨੇ ਉਸ ਨੂੰ ਤਿੰਨੇ ਕਮਰੇ ਇਕ-ਇਕ ਕਰਕੇ ਦਿਖਾ ਦਿੱਤੇ। ਉਸ ਆਦਮੀ ਨੇ ਬਿਲਕੁਲ ਖਾਮੋਸ਼ੀ ਨਾਲ ਉਨ੍ਹਾਂ ਕਮਰਿਆਂ ਦਾ ਮੁਆਇਨਾ ਕੀਤਾ। ਜਦੋਂ ਉਹ ਦੋਵੇਂ ਫੇਰ ਉਸ ਕਮਰੇ ਵਿਚ ਆ ਗਏ ਜਿੱਥੇ ਪਹਿਲਾਂ ਬੈਠੇ ਸਨ, ਉਸ ਆਦਮੀ ਨੇ ਕਿਹਾ : "ਮੇਰਾ ਨਾਂ ਸ਼ੰਕਰ ਹੈ..."

ਸੁਲਤਾਨਾ ਨੇ ਪਹਿਲੀ ਵਾਰ ਗੌਰ ਨਾਲ ਸ਼ੰਕਰ ਵੱਲ ਦੇਖਿਆ। ਉਹ ਔਸਤ ਕੱਦ ਦਾ ਮਾਮੂਲੀ ਸ਼ਕਲ-ਸੂਰਤ ਦਾ ਆਦਮੀ ਸੀ, ਪਰ ਉਸ ਦੀਆਂ ਅੱਖਾਂ ਅਸਾਧਾਰਣ ਰੂਪ ਨਾਲ ਸਾਫ਼ ਤੇ ਸ਼ਫਾਫ ਸਨ। ਕਦੇ-ਕਦੇ ਉਨ੍ਹਾਂ ਵਿਚ ਇਕ ਅਜੀਬ ਕਿਸਮ ਦੀ ਚਮਕ ਵੀ ਪੈਦਾ ਹੁੰਦੀ ਸੀ, ਗਠੀਲਾ ਅਤੇ ਕਸਰਤੀ ਬਦਨ ਸੀ। ਕੰਨਪੱਟੀਆਂ ਉਤੇ ਉਸ ਦੇ ਵਾਲ ਸਫੈਦ ਹੋ ਰਹੇ ਸਨ। ਖਾਕੀ ਰੰਗ ਦੀ ਗਰਮ ਪਤਲੂਨ ਪਹਿਨੀ ਹੋਈ ਸੀ। ਸਫ਼ੈਦ ਕਮੀਜ ਸੀ, ਜਿਸ ਦਾ ਕਾਲਰ ਗਰਦਨ ਉਪਰ ਦੀ ਉਪਰ ਨੂੰ ਉਠਿਆ ਹੋਇਆ ਸੀ।

ਸ਼ੰਕਰ ਕੁਝ ਇਸ ਤਰ੍ਹਾਂ ਦਰੀ 'ਤੇ ਬੈਠਾ ਲਗਦਾ ਸੀ ਕਿ, ਸ਼ੰਕਰ ਦੀ ਥਾਵੇਂ ਸੁਲਤਾਨਾ ਖੁਦ ਗਾਹਕ ਹੈ। ਇਸ ਅਹਿਸਾਸ ਨੇ ਸੁਲਤਾਨਾ ਨੂੰ ਥੋੜ੍ਹਾ ਪਰੇਸ਼ਾਨ ਕਰ ਦਿੱਤਾ। ਇਸ ਲਈ ਉਸ ਨੇ ਸ਼ੰਕਰ ਨੂੰ ਕਿਹਾ, 'ਫਰਮਾਓ...?'

ਸ਼ੰਕਰ ਬੈਠਾ ਸੀ। ਇਹ ਸੁਣ ਕੇ ਲੇਟ ਗਿਆ, "ਮੈਂ ਕੀ ਫਰਮਾਵਾਂ, ਕੁਝ ਤੂੰ ਹੀ ਫ਼ਰਮਾ। ਮੈਨੂੰ, ਬੁਲਾਇਆ ਤੂੰ ਹੀ ਸੀ..."

ਜਦੋਂ ਸੁਲਤਾਨਾ ਕੁਝ ਨਹੀਂ ਬੋਲੀ ਤਾਂ ਉਹ ਉਠ ਬੈਠਾ, "ਮੈਂ ਸਮਝ ਲਿਆ ਲੈ... ਹੁਣ ਮੇਰੇ ਕੋਲੋਂ ਸੁਣ, ਜੋ ਕੁਝ ਤੂੰ ਸਮਝਿਆ ਹੈ, ਗ਼ਲਤ ਹੈ। ਮੈਂ ਉਨ੍ਹਾਂ ਲੋਕਾਂ ਚੋਂ ਨਹੀਂ ਹਾਂ, ਜਿਹੜੇ ਕੁਝ ਦੇ ਕੇ ਜਾਂਦੇ ਹਨ। ਡਾਕਟਰਾਂ ਦੀ ਤਰ੍ਹਾਂ ਮੇਰੀ ਵੀ ਫੀਸ ਹੈ, ਮੈਨੂੰ ਜਦੋਂ ਬੁਲਾਇਆ ਜਾਵੇ ਤਾਂ ਫੀਸ ਦੇਣੀ ਹੀ ਪੈਂਦੀ ਹੈ..."

ਸੁਲਤਾਨਾ ਇਹ ਸੁਣ ਕੇ ਚਕਰਾ ਗਈ ਪਰ ਇਸ ਦੇ ਬਾਵਜੂਦ ਉਸ ਨੂੰ ਬੇਅਖ਼ਤਿਆਰ ਹਾਸੀ ਆ ਗਈ : "ਤੁਸੀਂ ਕੰਮ ਕੀ ਕਰਦੇ ਹੋ?"

ਸ਼ੰਕਰ ਨੇ ਜਵਾਬ ਦਿੱਤਾ "ਇਹੀ ਜੋ ਤੁਸੀਂ ਲੋਕ ਕਰਦੇ ਹੋ।"

"ਕੀ?"

"ਤੂੰ ਕੀ ਕਰਦੀ ਹੈਂ??"

"ਮੈਂ... ਮੈਂ... ਮੈਂ ਕੁਝ ਵੀ ਨਹੀਂ ਕਰਦੀ।

"ਮੈਂ ਵੀ ਕੁਝ ਨਹੀਂ ਕਰਦਾ।"

ਸੁਲਤਾਨਾ ਨੇ ਖਿਝ ਕੇ ਕਿਹਾ "ਇਹ ਤਾਂ ਕੋਈ ਗੱਲ ਨਾ ਹੋਈ.... ਤੁਸੀਂ ਕੁਝ ਨਾ ਕੁਝ ਤਾਂ ਜ਼ਰੂਰ ਕਰਦੇ ਹੋਵੋਗੇ?"

ਸ਼ੰਕਰ ਨੇ ਬੜੀ ਤਸੱਲੀ ਨਾਲ ਜਵਾਬ ਦਿੱਤਾ: "ਤੂੰ ਵੀ ਤਾਂ ਕੁਝ ਨਾ ਕੁਝ ਜ਼ਰੂਰ ਕਰਦੀ ਹੋਵੇਂਗੀ?"

"ਮੈਂ ਝੱਖ ਮਾਰਦੀ ਹਾਂ..."

"ਮੈਂ ਵੀ ਝੱਖ ਮਾਰਦਾ ਹਾਂ..."

"ਤਾਂ ਆਓ, ਦੋਵੇਂ ਝੱਖ ਮਾਰੀਏ..."

"ਹਾਜ਼ਿਰ ਹਾਂ, ਪਰ ਝੱਖ ਮਾਰਨ ਦੀ ਕੀਮਤ ਮੈਂ ਕਦੇ ਨਹੀਂ ਦਿਆ ਕਰਦਾ।"

"ਹੋਸ਼ ਦੀ ਦਵਾ ਕਰੋ-ਇਹ ਲੰਗਰਖਾਨਾ ਨਹੀਂ।...."

"ਅਤੇ ਮੈਂ ਵੀ ਵਾਲੰਟੀਅਰ ਨਹੀਂ..."

ਸੁਲਤਾਨਾ ਇੱਥੇ ਰੁਕ ਗਈ। ਉਸ ਨੇ ਪੁੱਛਿਆ : "ਇਹ ਵਾਲੰਟੀਅਰ ਕੌਣ ਹੁੰਦੇ ਹਨ?"

ਸ਼ੰਕਰ ਨੇ ਜਵਾਬ ਦਿੱਤਾ : "ਉਲੂ ਦੇ ਪੱਠੇ..."

"ਮੈਂ ਉਲੂ ਦੀ ਪੱਠੀ ਨਹੀਂ..."

"ਪਰ ਉਹ ਆਦਮੀ ਖ਼ੁਦਾਬਖਸ਼ ਜਿਹੜਾ ਤੇਰੇ ਨਾਲ ਰਹਿੰਦਾ ਹੈ, ਜ਼ਰੂਰ ਉਲੂ ਦਾ ਪੱਠਾ ਹੈ।"

"ਕਿਉਂ?"

"ਇਸ ਲਈ ਕਿ ਉਹ ਕਈ ਦਿਨਾਂ ਤੋਂ ਅਜਿਹੇ ਅੱਲ੍ਹਾਵਾਲ ਫ਼ਕੀਰ ਦੇ ਕੋਲ ਆਪਣੀ ਕਿਸਮਤ ਖੁਲਵਾਉਣ ਦੀ ਖਾਤਿਰ ਜਾ ਰਿਹਾ ਹੈ, ਜਿਸ ਦੀ ਆਪਣੀ ਕਿਸਮਤ ਜ਼ੰਗ ਲੱਗੇ ਤਾਲੇ ਦੀ ਤਰ੍ਹਾਂ ਬੰਦ ਹੈ..." ਇਹ ਕਹਿ ਕੇ ਸ਼ੰਕਰ ਹੱਸਿਆ।

ਇਸ 'ਤੇ ਸੁਲਤਾਨਾ ਨੇ ਕਿਹਾ : "ਤੂੰ ਹਿੰਦੂ ਹੈਂ, ਇਸ ਲਈ ਸਾਡੇ ਇਨ੍ਹਾਂ ਬਜ਼ੁਰਗਾਂ ਦਾ ਮਜ਼ਾਕ ਉਡਾਉਂਦਾ ਹੈਂ।"

ਸ਼ੰਕਰ ਮੁਸਕਰਾਇਆ,"ਅਜਿਹੀਆਂ ਥਾਂਵਾਂ 'ਤੇ ਹਿੰਦੂ-ਮੁਸਲਿਮ ਸਵਾਲ ਪੈਦਾ ਨਹੀਂ ਹੋਇਆ ਕਰਦੇ। ਵੱਡੇ-ਵੱਡੇ ਪੰਡਤ ਅਤੇ ਮੌਲਵੀ ਵੀ ਇੱਥੇ ਆਉਣ ਤਾਂ ਸਰੀਫ਼ ਆਦਮੀ ਬਣ ਜਾਣ।"

"ਪਤਾ ਨਹੀਂ ਕੀ ਊਟਪਟਾਂਗ ਗੱਲਾਂ ਕਰਦੇ ਹੋ... ਬੋਲੋ, ਰਹੋਗੇ?"

"ਉਸੇ ਸ਼ਰਤ 'ਤੇ ਜਿਹੜੀ ਪਹਿਲਾਂ ਦੱਸ ਚੁੱਕਾ ਹਾਂ..."

ਸੁਲਤਾਨਾ ਉਠ ਖੜ੍ਹੀ ਹੋਈ : "ਤਾਂ ਜਾਹ, ਰਸਤਾ ਫੜ੍ਹ..."

ਸ਼ੰਕਰ ਆਰਾਮ ਨਾਲ ਉਠਿਆ, ਪਤਲੂਨ ਦੀਆਂ ਜੇਬਾਂ 'ਚ ਦੋਵੇਂ ਹੱਥ ਪਾਉਂਦਿਆਂ ਜਾਂਦੇ ਹੋਏ ਕਿਹਾ : "ਮੈਂ ਕਦੇ-ਕਦੇ ਇਸ ਬਾਜ਼ਾਰ ਵਿਚੋਂ ਗੁਜ਼ਰਿਆ ਕਰਦਾ ਹਾਂ, ਜਦੋਂ ਵੀ ਤੈਨੂੰ ਮੇਰੀ ਜ਼ਰੂਰਤ ਹੋਵੇ, ਬੁਲਾ ਲੈਣਾ, ਬਹੁਤ ਕੰਮ ਦਾ ਆਦਮੀ ਹਾਂ...।"

ਸ਼ੰਕਰ ਚਲਾ ਗਿਆ ਅਤੇ ਸੁਲਤਾਨਾ ਕਾਲੇ ਲਿਬਾਸ ਨੂੰ ਭੁੱਲ ਕੇ ਦੇਰ ਤਕ ਉਸ ਦੇ ਬਾਰੇ ਸੋਚਦੀ ਰਹੀ। ਉਸ ਆਦਮੀ ਦੀਆਂ ਗੱਲਾਂ ਨੇ ਉਸ ਦੇ ਦੁੱਖ ਨੂੰ ਬਹੁਤਾ ਹਲਕਾ ਕਰ ਦਿੱਤਾ ਸੀ। ਜੇਕਰ ਉਹ ਅੰਬਾਲੇ 'ਚ ਆਇਆ ਹੁੰਦਾ, ਜਿੱਥੇ ਕਿ ਉਹ ਖੁਸ਼ਹਾਲ ਸੀ ਤਾਂ ਉਸ ਨੇ ਕਿਸੇ ਹੋਰ ਰੰਗ 'ਚ ਇਸ ਆਦਮੀ ਨੂੰ ਦੇਖਿਆ ਹੁੰਦਾ ਅਤੇ ਮੁਮਕਿਨ ਹੈ ਕਿ ਉਸ ਨੂੰ ਧੱਕੇ ਦੇ ਕੇ ਬਾਹਰ ਕੱਢ ਦਿੱਤਾ ਹੁੰਦਾ। ਪਰ ਇੱਥੇ ਕਿਉਂਕਿ ਉਹ ਬਹੁਤ ਉਦਾਸ ਰਹਿੰਦੀ ਸੀ, ਇਸ ਲਈ ਸ਼ੰਕਰ ਦੀਆਂ ਗੱਲਾਂ ਉਸ ਨੂੰ ਪਸੰਦ ਆਈਆਂ।

ਸ਼ਾਮ ਨੂੰ ਜਦੋਂ ਖੁਦਾਬਖਸ਼ ਆਇਆ ਤਾਂ ਸੁਲਤਾਨਾ ਨੇ ਉਸ ਤੋਂ ਪੁੱਛਿਆ : "ਤੂੰ ਅੱਜ ਸਾਰਾ ਦਿਨ ਕਿੱਧਰ ਗਾਇਬ ਰਿਹਾ ਹੈਂ?"

ਖੁਦਾਬਖਸ਼ ਥੱਕ ਕੇ ਚੂਰ-ਚੂਰ ਹੋ ਰਿਹਾ ਸੀ। ਕਹਿਣ ਲੱਗਿਆ : "ਪੁਰਾਣੇ ਕਿਲੇ ਕੋਲੋਂ ਆ ਰਿਹਾ ਹਾਂ, ਉਥੇ ਇਕ ਬਜ਼ੁਰਗ ਕੁਝ ਦਿਨਾਂ ਤੋਂ ਠਹਿਰਿਆ ਹੋਇਆ ਹੈ। ਉਨ੍ਹਾਂ ਕੋਲ ਹਰ ਰੋਜ਼ ਜਾਂਦਾ ਹਾਂ ਕਿ ਸਾਡੇ ਦਿਨ ਫਿਰ ਜਾਣ..."

"ਕੁਝ ਉਨ੍ਹਾਂ ਨੇ ਤੈਨੂੰ ਕਿਹਾ?"

"ਨਹੀਂ, ਅਜੇ ਉਹ ਮਿਹਰਬਾਨ ਨਹੀਂ ਹੋਏ... ਪਰ ਸੁਲਤਾਨਾ, ਮੈਂ ਜੋ ਉਨ੍ਹਾਂ ਦੀ ਖ਼ਿਦਮਤ ਕਰ ਰਿਹਾ ਹਾਂ, ਉਹ ਅਨਰਥ ਕਦੇ ਨਹੀਂ ਜਾਵੇਗੀ, ਅੱਲਾਹ ਨੇ ਸਾਥ ਦਿੱਤਾ ਤਾਂ ਜ਼ਰੂਰ ਵਾਰੇ-ਨਿਆਰੇ ਹੋ ਜਾਣਗੇ।"

ਸੁਲਤਾਨਾ ਦੇ ਦਿਮਾਗ ਵਿਚ ਮੁਹੱਰਮ ਮਨਾਉਣ ਦਾ ਖਿਆਲ ਆਇਆ ਹੋਇਆ ਸੀ, ਖ਼ੁਦਾਬਖਸ਼ ਨੂੰ ਰੋਣੀ ਆਵਾਜ਼ 'ਚ ਕਹਿਣ ਲੱਗੀ : "ਤੂੰ ਸਾਰਾ-ਸਾਰਾ ਦਿਨ ਬਾਹਰ ਗਾਇਬ ਰਹਿੰਦਾ ਹੈਂ... ਮੈਂ ਇੱਥੇ ਪਿੰਜਰੇ 'ਚ ਕੈਦ ਰਹਿੰਦੀ ਹਾਂ, ਕਿਤੇ ਜਾ ਸਕਦੀ ਹਾਂ, ਨਾ ਕਿਤੇ ਆ ਸਕਦੀ ਹਾਂ, ਮੁਹੱਰਮ ਸਿਰ 'ਤੇ ਆ ਗਿਆ ਹੈ, ਕੁਝ ਤੂੰ ਇਸ ਦਾ ਫਿਕਰ ਕੀਤਾ ਕਿ ਮੈਨੂੰ ਕਾਲੇ ਕੱਪੜੇ ਚਾਹੀਦੇ ਨੇ, ਘਰ ਵਿਚ ਫੁੱਟੀ ਕੌਡੀ ਤੱਕ ਨਹੀਂ, ਵੰਗਾਂ ਸਨ ਸੋ ਉਹ ਇਕ-ਇਕ ਕਰ ਕੇ ਵਿਕ ਗਈਆਂ। ਹੁਣ ਤੂੰ ਹੀ ਦੱਸ, ਕੀ ਹੋਵੇਗਾ ... ਇੰਝ ਫ਼ਕੀਰਾਂ ਦੇ ਪਿੱਛੇ ਕਦੋਂ ਤੱਕ ਮਾਰਿਆ-ਮਾਰਿਆ ਫਿਰਿਆ ਕਰੇਂਗਾ? ਮੈਨੂੰ ਤਾਂ ਅਜਿਹਾ ਦਿਖਾਈ ਦਿੰਦਾ ਹੈ ਕਿ ਇੱਥੇ ਦਿੱਲੀ ਵਿਚ ਖੁਦਾ ਨੇ ਵੀ

ਸਾਥੋਂ ਮੂੰਹ ਮੋੜ ਲਿਆ ਹੈ, ਮੇਰੀ ਸੁਣ ਤਾਂ ਆਪਣਾ ਕੰਮ ਸ਼ੁਰੂ ਕਰ ਦੇ। ਕੁਝ ਤਾਂ ਸਹਾਰਾ ਹੋ ਹੀ ਜਾਵੇਗਾ..."

ਖ਼ੁਦਾਬਖਸ਼ ਦਰੀ 'ਤੇ ਲੇਟ ਗਿਆ ਅਤੇ ਕਹਿਣ ਲੱਗਾ- "ਪਰ ਇਹ ਕੰਮ ਸ਼ੁਰੂ ਕਰਨ ਦੇ ਲਈ ਵੀ ਤਾਂ ਥੋੜ੍ਹਾ ਬਹੁਤ ਸਰਮਾਇਆ ਚਾਹੀਦਾ ਹੈ... ਖ਼ੁਦਾ ਦੇ ਲਈ ਹੁਣ ਅਜਿਹੀ ਦੁੱਖ ਭਰੀ ਗੱਲ ਨਾ ਕਰੋ। ਮੇਰੇ ਕੋਲੋਂ ਹੁਣ ਇਹ ਬਰਦਾਸ਼ਤ ਨਹੀਂ ਹੋ ਸਕਦੀ, ਮੈਂ ਸੱਚਮੁੱਚ ਅੰਬਾਲਾ ਛੱਡਣ 'ਚ ਸਖ਼ਤ ਗਲਤੀ ਕੀਤੀ, ਪਰ ਜੋ ਕਰਦਾ ਹੈ, ਅੱਲਾ ਹੀ ਕਰਦਾ ਹੈ ਅਤੇ ਸਾਡੀ ਬੇਹਤਰੀ ਦੇ ਲਈ ਹੀ ਕਰਦਾ ਹੈ। ਕੀ ਪਤਾ ਹੈ, ਕੁਝ ਦੇਰ ਹੋਰ ਤਕਲੀਫ਼ਾਂ ਬਰਦਾਸ਼ਤ ਕਰਨ ਤੋਂ ਬਾਅਦ ਅਸੀਂ..."

ਸੁਲਤਾਨਾ ਨੇ ਗੱਲ ਕੱਟਦਿਆਂ ਕਿਹਾ : "ਤੂੰ ਖ਼ੁਦਾ ਲਈ ਕੁਝ ਕਰ। ਚੋਰੀ ਕਰੋ ਜਾਂ ਡਾਕਾ ਮਾਰੋ, ਪਰ ਮੈਨੂੰ ਇਕ ਸਲਵਾਰ ਦਾ ਕੱਪੜਾ ਜ਼ਰੂਰ ਲਿਆ ਦੋ, ਮੇਰੇ ਕੋਲ ਸਫ਼ੈਦ ਬੋਸਕੀ ਦੀ ਕਮੀਜ਼ ਪਈ ਹੈ, ਉਸ ਨੂੰ ਮੈਂ ਰੰਗਵਾ ਲਵਾਂਗੀ, ਸਫ਼ੈਦ ਲੀਲੋਨ ਦਾ ਇਕ ਨਵਾਂ ਦੁਪੱਟਾ ਵੀ ਮੇਰੇ ਕੋਲ ਮੌਜੂਦ ਹੈ, ਉਹੀ ਜਿਹੜਾ ਤੂੰ ਮੈਨੂੰ ਦੀਵਾਲੀ ਤੇ ਲਿਆ ਕੇ ਦਿੱਤਾ ਸੀ। ਇਹ ਵੀ ਕਮੀਜ਼ ਦੇ ਨਾਲ ਹੀ ਰੰਗਵਾ ਲਿਆ ਜਾਵੇਗਾ। ਇਕ ਸਿਰਫ਼ ਸਲਵਾਰ ਦੀ ਕਸਰ ਹੈ, ਸੋ ਉਹ ਤੂੰ ਕਿਵੇਂ ਨਾ ਕਿਵੇਂ ਪੈਦਾ ਕਰ ਦੇ... ਦੇਖ, ਤੈਨੂੰ ਮੇਰੀ ਜਾਨ ਦੀ ਕਸਮ! ਕਿਸੇ ਨਾ ਕਿਸੇ ਤਰ੍ਹਾਂ ਜ਼ਰੂਰ ਲਿਆ ਦੇ..."

ਖ਼ੁਦਾਬਖਸ਼ ਉਠ ਬੈਠਾ : "ਹੁਣ ਤੂੰ ਖਾਹਮਖਾਹ ਜ਼ੋਰ ਦੇਈ ਚਲੀ ਜਾ ਰਹੀ ਹੈਂ... ਮੈਂ ਕਿਥੋਂ ਲਿਆਵਾਂਗਾ... ਅਫ਼ੀਮ ਖਾਣ ਦੇ ਲਈ ਤਾਂ ਮੇਰੇ ਕੋਲ ਇਕ ਪੈਸਾ ਤੱਕ ਨਹੀਂ।"

"ਕੁਝ ਵੀ ਕਰ ਪਰ ਮੈਨੂੰ ਸਾਢੇ ਚਾਰ ਗਜ਼ ਕਾਲੀ ਸਾਟਨ ਲਿਆ ਦੇ।"

"ਦੁਆ ਕਰ ਕਿ ਅੱਜ ਰਾਤ ਹੀ ਅੱਲਾ ਦੋ-ਤਿੰਨ ਆਦਮੀ ਭੇਜ ਦੇਵੇ..."

"ਤੂੰ ਕੁਝ ਨਹੀਂ ਕਰੇਂਗਾ... ਤੂੰ ਜੇ ਚਾਹੇਂ ਤਾਂ ਜ਼ਰੂਰ ਐਨੇ ਪੈਸੇ ਪੈਦਾ ਕਰ ਸਕਦਾ ਹੈਂ, ਜੰਗ ਤੋਂ ਪਹਿਲਾਂ ਇਹ ਸਾਟਨ ਬਾਰਾਂ-ਚੌਦਾ ਆਨੇ ਗਜ਼ ਮਿਲ ਜ਼ਾਂਦੀ ਸੀ, ਹੁਣ ਸਵਾ ਰੁਪਏ ਗਜ਼ ਦੇ ਹਿਸਾਬ ਨਾਲ ਮਿਲਦੀ ਹੈ, ਸਾਢੇ ਚਾਰ ਗਜ਼ਾਂ ਦੇ ਕਿੰਨੇ ਰੁਪਏ ਖ਼ਰਚ ਹੋ ਜਾਣਗੇ?"

"ਹੁਣ ਤੂੰ ਕਹਿੰਦੀ ਹੈਂ ਤਾਂ ਮੈਂ ਹੀਲਾ ਕਰਾਂਗਾ।" ਇਹ ਕਹਿ ਕੇ ਖ਼ੁਦਾਬਖਸ਼ ਉਠਿਆ, "ਲੈ ਹੁਣ ਇਨ੍ਹਾਂ ਗੱਲਾਂ ਨੂੰ ਭੁੱਲ ਜਾ। ਮੈਂ ਹੋਟਲ ਤੋਂ ਖਾਣਾ ਲੈ ਆਵਾਂ।"

ਹੋਟਲ 'ਚੋਂ ਖਾਣਾ ਆਇਆ, ਦੋਵੇਂ ਜ਼ਬਰਦਸਤੀ ਖਾ ਕੇ ਸੌਂ ਗਏ। ਸਵੇਰ ਹੋਈ ਤਾਂ ਖ਼ੁਦਾਬਖਸ਼ ਪੁਰਾਣੇ ਕਿਲੇ ਵਾਲੇ ਫ਼ਕੀਰ ਦੇ ਕੋਲ ਚਲਾ ਗਿਆ ਅਤੇ ਸੁਲਤਾਨਾ ਇਕੱਲੀ ਰਹਿ ਗਈ। ਕੁਝ ਦੇਰ ਲੇਟੀ ਰਹੀ, ਕੁਝ ਦੇਰ ਸੁੱਤੀ ਰਹੀ। ਕੁਝ ਦੇਰ ਏਧਰ-ਓਧਰ ਕਮਰਿਆਂ 'ਚ ਟਹਿਲਦੀ ਰਹੀ-ਦੁਪਿਹਰ ਦਾ ਖਾਣਾ ਖਾਣ ਦੇ ਬਾਅਦ ਉਸ ਨੇ ਆਪਣਾ ਸਫ਼ੈਦ ਦੁਪੱਟਾ ਅਤੇ ਸਫ਼ੈਦ ਬੋਸਕੀ ਦੀ ਕਮੀਜ਼ ਕੱਢੀ ਅਤੇ ਹੇਠਾਂ ਲਾਂਡਰੀ ਵਾਲੇ ਨੂੰ ਰੰਗਣ ਲਈ ਦੇ ਆਈ। ਕੱਪੜੇ ਧੋਣ ਦੇ ਇਲਾਵਾ ਉਥੇ ਰੰਗਣ ਦਾ ਕੰਮ ਵੀ ਹੁੰਦਾ ਸੀ। ਇਹ ਕੰਮ ਕਰਨ ਬਾਅਦ ਉਸ ਨੇ ਵਾਪਸ ਆ ਕੇ ਫ਼ਿਲਮਾਂ ਦੀਆਂ ਕਿਤਾਬਾਂ ਪੜ੍ਹੀਆਂ, ਜਿਸ ਵਿਚ ਉਸ ਦੀਆਂ ਦੇਖੀਆਂ ਹੋਈਆਂ ਫ਼ਿਲਮਾ ਦੀ ਕਹਾਣੀਆਂ ਤੇ ਗੀਤ ਛਪੇ ਹੋਏ ਸਨ। ਇਹ ਕਿਤਾਬਾਂ ਪੜ੍ਹਦੀ ਪੜ੍ਹਦੀ ਉਹ ਸੌਂ ਗਈ। ਜਦੋਂ ਉਠੀ ਤਾਂ ਚਾਰ ਵੱਜ ਚੁੱਕੇ ਸਨ, ਕਿਉਂਕਿ ਧੁੱਪ ਵਿਹੜੇ ਵਿਚੋਂ ਮੋਰੀ ਦੇ ਕੋਲ

ਪਹੁੰਚ ਚੁੱਕੀ ਸੀ। ਨਹਾ ਧੋ ਕੇ ਗਰਮ ਚਾਦਰ ਲਪੇਟ ਕੇ ਬਾਲਕੋਨੀ ਵਿਚ ਆ ਖੜ੍ਹੀ ਹੋਈ, ਤਕਰੀਬਨ ਇਕ ਘੰਟਾ ਸੁਲਤਾਨਾ ਬਾਲਕੋਨੀ ਵਿਚ ਖੜ੍ਹੀ ਰਹੀ। ਹੁਣ ਸ਼ਾਮ ਹੋ ਗਈ ਸੀ, ਬੱਤੀਆਂ ਰੌਸ਼ਨ ਹੋ ਗਈਆਂ ਸਨ। ਹੇਠਾਂ ਸੜਕ ਉਤੇ ਰੌਣਕ ਦੇ ਆਸਾਰ ਨਜ਼ਰ ਆਉਣ ਲੱਗੇ ਸਨ। ਸਰਦੀ ਵਿਚ ਥੋੜ੍ਹੀ ਜਿਹੀ ਸ਼ਿਦਤ ਹੋ ਗਈ ਸੀ। ਪਰ ਸੁਲਤਾਨਾ ਇਸ ਤੋਂ ਪ੍ਰਭਾਵਿਤ ਨਾ ਹੋਈ, ਉਹ ਸੜਕ ਉਤੇ ਆਉਂਦੇ ਜਾਂਦੇ ਤਾਂਗਿਆਂ ਅਤੇ ਮੋਟਰਾਂ ਵਲ ਇਕ ਅਰਸੇ ਤੋਂ ਦੇਖ ਰਹੀ ਸੀ। ਅਚਾਨਕ ਉਸ ਨੂੰ ਸ਼ੰਕਰ ਨਜ਼ਰ ਆਇਆ। ਮਕਾਨ ਦੇ ਹੇਠਾਂ ਪਹੁੰਚ ਕੇ ਉਸ ਨੇ ਗਰਦਨ ਉਚੀ ਕੀਤੀ ਤੇ ਸੁਲਤਾਨਾ ਵੱਲ ਦੇਖ ਕੇ ਮੁਸਕਰਾ ਪਿਆ। ਸੁਲਤਾਨਾ ਨੇ ਗ਼ੈਰ-ਇਰਾਦੀ ਤੌਰ 'ਤੇ ਹੱਥ ਦਾ ਇਸ਼ਾਰਾ ਕੀਤਾ ਅਤੇ ਉਸ ਨੂੰ ਉਪਰ ਬੁਲਾ ਲਿਆ।

ਜਦੋਂ ਸ਼ੰਕਰ ਉਪਰ ਆ ਗਿਆ ਤਾਂ ਸੁਲਤਾਨਾ ਬਹੁਤ ਪਰੇਸ਼ਾਨ ਹੋਈ ਕਿ ਉਸ ਨੂੰ ਕੀ ਕਹੇ। ਦਰਅਸਲ ਉਸ ਨੇ ਉਂਜ ਹੀ ਬਿਨਾਂ ਸੋਚੇ ਸਮਝੇ ਉਸ ਨੂੰ ਇਸ਼ਾਰਾ ਕਰ ਦਿੱਤਾ ਸੀ। ਸ਼ੰਕਰ ਬੇਹੱਦ ਸੰਤੁਸ਼ਟ ਸੀ, ਜਿਵੇਂ ਇਹ ਉਸ ਦਾ ਆਪਣਾ ਘਰ ਹੈ। ਇਸ ਲਈ ਬੜੀ ਬੇਤਕੱਲਫ਼ੀ ਨਾਲ ਪਹਿਲੇ ਦਿਨ ਦੀ ਤਰ੍ਹਾਂ ਉਹ ਤਕੀਆ ਸਿਰ ਦੇ ਹੇਠਾਂ ਰੱਖ ਕੇ ਲੇਟ ਗਿਆ।

ਜਦੋਂ ਸੁਲਤਾਨਾ ਨੇ ਦੇਰ ਤੱਕ ਉਸ ਨਾਲ ਕੋਈ ਗੱਲ ਨਾ ਕੀਤੀ ਤਾਂ ਉਸ ਨੇ ਕਿਹਾ : "ਤੂੰ ਮੈਨੂੰ ਸੌ ਦਫ਼ਾ ਬੁਲਾ ਸਕਦੀ ਐਂ ਅਤੇ ਸੌ ਦਫ਼ਾ ਕਹਿ ਸਕਦੀ ਹੈਂ ਕਿ ਚਲਿਆ ਜਾਹ... ਮੈਂ ਅਜਿਹੀਆਂ ਗੱਲਾਂ 'ਤੇ ਕਦੇ ਨਰਾਜ਼ ਨਹੀਂ ਹੋਇਆ ਕਰਦਾ।"

ਸੁਲਤਾਨਾ ਸ਼ਸ਼ੋਪੰਜ 'ਚ ਗ੍ਰਿਫ਼ਤਾਰ ਹੋ ਗਈ। ਕਹਿਣ ਲੱਗੀ: "ਨਹੀਂ ਬੈਠੋ, ਤੁਹਾਨੂੰ ਜਾਣ ਨੂੰ ਕੌਣ ਕਹਿੰਦਾ ਹੈ..."

ਸ਼ੰਕਰ ਨੇ ਇਸ 'ਤੇ ਮੁਸਕਰਾ ਦਿੱਤਾ : "ਤਾਂ ਮੇਰੀਆਂ ਸ਼ਰਤਾਂ ਤੈਨੂੰ ਮਨਜ਼ੂਰ ਹਨ?"

"ਕਿਸ ਤਰ੍ਹਾਂ ਦੀਆਂ ਸ਼ਰਤਾਂ?" ਸੁਲਤਾਨਾ ਨੇ ਹੱਸ ਕੇ ਕਿਹਾ : "ਕੀ ਨਿਕਾਹ ਕਰ ਰਹੇ ਹੋ ਮੇਰੇ ਨਾਲ?"

"ਨਿਕਾਹ ਅਤੇ ਸ਼ਾਦੀ ਕਿਹੜੀ? ਨਾ ਤੂੰ ਉਮਰ ਭਰ ਕਿਸੇ ਨਾਲ ਨਿਕਾਹ ਕਰੇਂਗੀ, ਨਾ ਮੈਂ। ਇਹ ਰਸਮਾਂ ਸਾਡੇ ਵਰਗਿਆਂ ਲਈ ਨਹੀਂ... ਛੱਡੋ ਇਨ੍ਹਾਂ ਫ਼ਜ਼ੂਲ ਕਿਸਮ ਦੀਆਂ ਗੱਲਾਂ ਨੂੰ, ਕੋਈ ਕੰਮ ਦੀ ਗੱਲ ਕਰ।"

"ਬੋਲ, ਕੀ ਗੱਲਾਂ ਕਰਾਂ?"

"ਤੂੰ ਔਰਤ ਹੈਂ... ਕੋਈ ਅਜਿਹੀ ਗੱਲ ਸ਼ੁਰੂ ਕਰ, ਜਿਸ ਨਾਲ ਦੋ ਘੜੀ ਦਿਲ ਬਹਿਲ ਜਾਵੇ। ਇਸ ਦੁਨੀਆਂ ਵਿਚ ਸਿਰਫ਼ ਦੁਕਾਨਦਾਰੀ ਹੀ ਦੁਕਾਨਦਾਰੀ ਨਹੀਂ, ਕੁਝ ਹੋਰ ਵੀ ਹੈ..."

ਸੁਲਤਾਨਾ ਮਾਨਸਿਕ ਤੌਰ 'ਤੇ ਹੁਣ ਸ਼ੰਕਰ ਨੂੰ ਕਬੂਲ ਕਰ ਚੁੱਕੀ ਸੀ, ਕਹਿਣ ਲੱਗੀ: "ਸਾਫ਼-ਸਾਫ਼ ਕਹਿ, ਤੂੰ ਮੇਰੇ ਕੋਲੋਂ ਕੀ ਚਾਹੁੰਦਾ ਹੈਂ?"

"ਜੋ ਦੂਜੇ ਚਾਹੁੰਦੇ ਹਨ।" ਸ਼ੰਕਰ ਉਠ ਕੇ ਬੈਠ ਗਿਆ।

"ਤੇਰੇ 'ਚ ਤੇ ਦੂਸਰਿਆਂ 'ਚ ਫਿਰ ਫ਼ਰਕ ਕੀ ਰਿਹਾ?"

"ਮੇਰੇ 'ਚ ਤੇ ਤੇਰੇ 'ਚ ਕੋਈ ਫਰਕ ਨਹੀਂ। ਉਨ੍ਹਾਂ 'ਚ ਤੇ ਮੇਰੇ 'ਚ ਜ਼ਮੀਨ ਅਸਮਾਨ ਦਾ ਫ਼ਰਕ ਹੈ, ਅਜਿਹੀਆਂ ਬਹੁਤ ਸਾਰੀਆਂ ਗੱਲਾਂ ਹੁੰਦੀਆਂ ਹਨ ਜਿਹੜੀਆਂ

ਪੁੱਛਣੀਆਂ ਨਹੀਂ ਚਾਹੀਦੀਆਂ, ਖੁਦ ਸਮਝਣੀਆਂ ਚਾਹੀਦੀਆਂ ਹਨ।

ਸੁਲਤਾਨਾਂ ਨੇ ਥੋੜ੍ਹੀ ਦੇਰ ਤੱਕ ਸ਼ੰਕਰ ਦੀ ਇਸ ਗੱਲ ਨੂੰ ਸਮਝਣ ਦੀ ਕੋਸ਼ਿਸ਼ ਕੀਤੀ, ਫਿਰ ਕਿਹਾ "ਮੈਂ ਸਮਝ ਗਈ..."

"ਤਾਂ ਦੱਸ, ਕੀ ਇਰਾਦਾ ਹੈ।"

"ਤੂੰ ਜਿੱਤਿਆ ਮੈਂ ਹਾਰੀ। ਪਰ ਮੈਂ ਕਹਿੰਦੀ ਹਾਂ, ਅੱਜ ਤੱਕ ਕਿਸੇ ਨੇ ਅਜਿਹੀ ਗੱਲ ਕਬੂਲ ਨਹੀਂ ਕੀਤੀ ਹੋਵੇਗੀ।"

"ਤੂੰ ਗ਼ਲਤ ਕਹਿੰਦੀ ਹੈਂ -ਇਸ ਮੁਹੱਲੇ ਵਿਚ ਤੈਨੂੰ ਅਜਿਹੀਆਂ ਔਰਤਾਂ ਵੀ ਮਿਲ ਜਾਣਗੀਆਂ ਜੋ ਕਦੇ ਯਕੀਨ ਨਹੀਂ ਕਰਨਗੀਆਂ ਕਿ ਔਰਤ ਅਜਿਹੀ ਜ਼ਿਲਤ ਕਬੂਲ ਕਰ ਸਕਦੀ ਹੈ, ਜਿਹੜੀ ਤੂੰ ਬਿਨਾਂ ਕਿਸੇ ਅਹਿਸਾਸ ਦੇ ਕਬੂਲ ਕਰਦੀ ਰਹੀ ਹੈਂ, ਲੇਕਿਨ ਉਨ੍ਹਾਂ ਦੇ ਯਕੀਨ ਕਰਨ ਦੇ ਬਾਵਜੂਦ ਤੇਰੇ ਵਰਗੀਆਂ ਹਜ਼ਾਰਾਂ ਦੀ ਤਾਦਾਦ 'ਚ ਮੌਜੂਦ ਹਨ... ਤੇਰਾ ਨਾਂ ਸੁਲਤਾਨਾ ਹੈ ਨਾ?

"ਸੁਲਤਾਨਾ ਹੀ ਹੈ..."

ਸ਼ੰਕਰ ਉਠ ਖੜ੍ਹਾ ਹੋਇਆ ਅਤੇ ਹੱਸਣ ਲੱਗਿਆ ; "ਮੇਰਾ ਨਾਂ ਸ਼ੰਕਰ ਹੈ.. ਇਹ ਨਾਂ ਵੀ ਅਜੀਬ ਊਟਪਟਾਂਗ ਹੁੰਦੇ ਹਨ। ਚਲੋ ਆਓ, ਅੰਦਰ ਚੱਲੀਏ.."

ਸ਼ੰਕਰ ਅਤੇ ਸੁਲਤਾਨਾ ਵਿਚਕਾਰਲੇ ਕਮਰੇ ਵਿਚ ਵਾਪਸ ਆਏ ਤਾਂ ਦੋਵੇਂ ਹੱਸ ਰਹੇ ਸਨ, ਪਤਾ ਨਹੀ ਕਿਸ ਗੱਲ 'ਤੇ, ਜਦੋਂ ਸ਼ੰਕਰ ਜਾਣ ਲੱਗਾ ਤਾਂ ਸੁਲਤਾਨਾ ਨੇ ਕਿਹਾ, "ਸ਼ੰਕਰ ਮੇਰੀ ਇਕ ਗੱਲ ਮੰਨੇਗਾ?"

ਸ਼ੰਕਰ ਨੇ ਜਵਾਬ 'ਚ ਕਿਹਾ "ਪਹਿਲਾਂ ਗੱਲ ਦੱਸ।"

ਸੁਲਤਾਨਾ ਕੁਝ ਝੇਂਪ ਜਿਹੀ ਗਈ : "ਤੂੰ ਕਹੇਂਗਾ ਕਿ ਮੈਂ ਕੀਮਤ ਵਸੂਲ ਕਰਨਾ ਚਾਹੁੰਦੀ ਹਾਂ ਪਰ..."

"ਕਹਿ-ਕਹਿ ਰੁਕ ਕਿਉਂ ਗਈ?"

ਸੁਲਤਾਨਾ ਨੇ ਹਿੰਮਤ ਤੋਂ ਕੰਮ ਲੈਂਦਿਆਂ ਕਿਹਾ : "ਗੱਲ ਇਹ ਹੈ ਕਿ ਮੁਹੱਰਮ ਆ ਰਿਹਾ ਹੈ ਅਤੇ ਮੇਰੇ ਕੋਲ ਐਨੇ ਪੈਸੇ ਨਹੀਂ ਕਿ ਮੈਂ ਕਾਲੀ ਸਲਵਾਰ ਬਣਵਾ ਸਕਾਂ... ਇੱਥੋਂ ਦੇ ਸਾਰੇ ਦੁੱਖੜੇ ਤਾਂ ਤੂੰ ਮੈਥੋਂ ਸੁਣ ਚੁੱਕਾ ਹੈਂ, ਕਮੀਜ਼ ਅਤੇ ਦੁਪੱਟਾ ਮੇਰੇ ਕੋਲ ਮੌਜੂਦ ਸੀ, ਜਿਹੜਾ ਮੈਂ ਅੱਜ ਰੰਗਵਾਉਣ ਦੇ ਲਈ ਦੇ ਦਿੱਤਾ ਹੈ।"

ਸ਼ੰਕਰ ਨੇ ਇਹ ਸੁਣ ਕੇ ਕਿਹਾ : "ਤੂੰ ਚਾਹੁੰਦੀ ਹੈ ਕਿ ਮੈਂ ਤੈਨੂੰ ਕੁਝ ਰੁਪਏ ਦੇ ਦੇਵਾਂ ਜੋ ਤੂੰ ਕਾਲੀ ਸਲਵਾਰ ਬਣਵਾ ਸਕੇਂ।"

ਸੁਲਤਾਨਾ ਨੇ ਫ਼ੌਰਨ ਹੀ ਕਿਹਾ : "ਨਹੀਂ ਮੇਰਾ ਮਤਲਬ ਇਹ ਹੈ ਕਿ ਜੇਕਰ ਹੋ ਸਕੇ ਤਾਂ ਤੂੰ ਮੈਨੂੰ ਕਾਲੀ ਸਲਵਾਰ ਬਣਵਾ ਦੇ।"

ਸ਼ੰਕਰ ਮੁਸਕਰਾਇਆ : "ਮੇਰੀ ਜੇਬ 'ਚ ਇਤਫ਼ਾਕ ਨਾਲ ਹੀ ਕੁਝ ਹੁੰਦਾ ਹੈ, ਬਹਰਹਾਲ ਮੈਂ ਕੋਸ਼ਿਸ਼ ਕਰਾਂਗਾ, ਮੁਹੱਰਮ ਦੀ ਪਹਿਲੀ ਤਾਰੀਖ਼ ਨੂੰ ਤੈਨੂੰ ਇਹ ਸਲਵਾਰ ਮਿਲ ਜਾਵੇਗੀ... ਲੈ ਬਸ ਹੁਣ ਖੁਸ਼ ਹੋ ਗਈ ਨਾ।" ਫਿਰ ਸੁਲਤਾਨਾ ਦੇ ਬੁੰਦਿਆਂ ਵੱਲ ਦੇਖ ਕੇ ਸ਼ੰਕਰ ਨੇ ਪੁੱਛਿਆ : "ਕੀ ਇਹ ਬੁੰਦੇ ਤੂੰ ਮੈਨੂੰ ਦੇ ਸਕਦੀ ਹੈਂ?"

ਸੁਲਤਾਨਾ ਨੇ ਹੱਸ ਕੇ ਕਿਹਾ : "ਤੂੰ ਇਨ੍ਹਾਂ ਦਾ ਕੀ ਕਰੇਂਗਾ? ਚਾਂਦੀ ਦੇ ਮਾਮੂਲੀ ਬੁੰਦੇ ਹਨ, ਵੱਧ ਤੋਂ ਵੱਧ ਪੰਜ ਰੁਪਏ ਦੇ ਹੋਣਗੇ।"

ਇਸ ਤੇ ਸ਼ੰਕਰ ਨੇ ਕਿਹਾ : "ਮੈਂ ਤੈਥੋਂ ਬੁੰਦੇ ਮੰਗੇ ਹਨ, ਇਨ੍ਹਾਂ ਦੀ ਕੀਮਤ

ਨਹੀਂ ਪੁੱਛੀ। ਬੋਲ ਦਿੰਦੀ ਐਂ?"

"ਲੈ ਲਵੋ..." ਇਹ ਕਹਿ ਕੇ ਸੁਲਤਾਨਾ ਨੇ ਬੁੰਦੇ ਉਤਾਰ ਕੇ ਸ਼ੰਕਰ ਨੂੰ ਦੇ ਦਿੱਤੇ। ਫਿਰ ਉਸ ਨੂੰ ਅਫਸੋਸ ਹੋਇਆ, ਪਰ ਸ਼ੰਕਰ ਜਾ ਚੁੱਕਿਆ ਸੀ।

ਸੁਲਤਾਨਾ ਨੂੰ ਬਿਲਕੁਲ ਯਕੀਨ ਨਹੀਂ ਸੀ ਕਿ ਸ਼ੰਕਰ ਆਪਣਾ ਵਾਅਦਾ ਪੂਰਾ ਕਰੇਗਾ ਪਰ ਅੱਠ ਦਿਨਾਂ ਦੇ ਬਾਅਦ ਮੁਹੱਰਮ ਦੀ ਪਹਿਲੀ ਤਾਰੀਖ਼ ਨੂੰ ਸਵੇਰੇ ਨੌਂ ਵਜੇ ਦਰਵਾਜ਼ੇ 'ਤੇ ਦਸਤਕ ਹੋਈ, ਸੁਲਤਾਨਾ ਨੇ ਦਰਵਾਜ਼ਾ ਖੋਲ੍ਹਿਆ ਤਾਂ ਸ਼ੰਕਰ ਖੜ੍ਹਾ ਸੀ, ਅਖ਼ਬਾਰ 'ਚ ਲਿਪਟੀ ਹੋਈ ਚੀਜ਼ ਉਸ ਨੇ ਸੁਲਤਾਨਾ ਨੂੰ ਦਿੱਤੀ ਅਤੇ ਕਿਹਾ : "ਸਾਟਨ ਦੀ ਕਾਲੀ ਸਲਵਾਰ ਹੈ... ਦੇਖ ਲਵੀਂ ਸ਼ਾਇਦ ਲੰਬੀ ਹੋਵੇ... ਹੁਣ ਮੈਂ ਚਲਦਾ ਹਾਂ।"

ਸ਼ੰਕਰ ਸਲਵਾਰ ਦੇ ਕੇ ਚਲਾ ਗਿਆ ਅਤੇ ਕੋਈ ਗੱਲ ਉਸ ਨੇ ਸੁਲਤਾਨਾ ਨਾਲ ਨਹੀਂ ਕੀਤੀ। ਉਸ ਦੀ ਪਤਲੂਨ ਵਿਚ ਵਲ ਪਏ ਹੋਏ ਸਨ। ਵਾਲ ਖਿਲਰੇ ਹੋਏ ਸਨ। ਇਸ ਤਰ੍ਹਾਂ ਲੱਗ ਰਿਹਾ ਸੀ ਕਿ ਹੁਣੇ ਸੌਂ ਕੇ ਉਠਿਆ ਹੈ ਅਤੇ ਸਿੱਧਾ ਏਧਰ ਹੀ ਚਲਾ ਆਇਆ ਹੈ।

ਸੁਲਤਾਨਾ ਨੇ ਕਾਗਜ਼ ਖੋਲ੍ਹਿਆ, ਸਾਟਨ ਦੀ ਕਾਲੀ ਸਲਵਾਰ ਸੀ। ਉਸੇ ਤਰ੍ਹਾਂ ਦੀ ਜਿਸ ਤਰ੍ਹਾਂ ਦੀ ਉਹ ਮੁਖ਼ਤਾਰ ਕੋਲ ਦੇਖ ਕੇ ਆਈ ਸੀ। ਸੁਲਤਾਨਾ ਬਹੁਤ ਖ਼ੁਸ਼ ਹੋਈ। ਬੁੰਦੇ ਅਤੇ ਉਸ ਸੌਦੇ ਦਾ ਜੋ ਅਫ਼ਸੋਸ ਉਸ ਨੂੰ ਹੋਇਆ ਸੀ, ਉਸ ਸਲਵਾਰ ਨੇ ਅਤੇ ਸ਼ੰਕਰ ਦੇ ਵਾਅਦਾ ਪੂਰਾ ਕਰਨ ਨੇ ਦੂਰ ਕਰ ਦਿੱਤਾ।

ਦੁਪਿਹਰ ਨੂੰ ਉਹ ਹੇਠਾਂ ਲਾਂਡਰੀ ਵਾਲੇ ਤੋਂ ਆਪਣੀ ਰੰਗੀ ਹੋਈ ਕਮੀਜ਼ ਤੇ ਦੁਪੱਟਾ ਲੈ ਆਈ। ਤਿੰਨੋਂ ਕੱਪੜੇ ਜਦੋਂ ਉਸ ਨੇ ਪਹਿਨ ਲਏ ਤਾਂ ਦਰਵਾਜ਼ੇ 'ਤੇ ਦਸਤਕ ਹੋਈ।

ਸੁਲਤਾਨਾ ਦੇ ਦਰਵਾਜ਼ਾ ਖੋਲ੍ਹਿਆ ਤਾਂ ਮੁਖ਼ਤਾਰ ਅੰਦਰ ਦਾਖ਼ਲ ਹੋਈ। ਉਸ ਨੇ ਸੁਲਤਾਨਾ ਦੇ ਤਿੰਨੋਂ ਕੱਪੜਿਆਂ ਵੱਲ ਦੇਖਿਆ ਅਤੇ ਕਿਹਾ; "ਕਮੀਜ਼ ਅਤੇ ਦੁਪੱਟਾ ਤਾਂ ਰੰਗਿਆ ਹੋਇਆ ਲਗਦਾ ਹੈ, ਪਰ ਸਲਵਾਰ ਨਵੀਂ ਹੈ... ਕਦੋਂ ਬਣਵਾਈ?"

ਸੁਲਤਾਨਾ ਨੇ ਜਵਾਬ ਦਿੱਤਾ : "ਅੱਜ ਹੀ ਦਰਜ਼ੀ ਲਿਆਇਆ ਹੈ..." ਇਹ ਕਹਿੰਦੇ ਹੋਏ ਉਸ ਦੀਆਂ ਨਜ਼ਰਾਂ ਮੁਖ਼ਤਾਰ ਦੇ ਕੰਨਾਂ 'ਤੇ ਪਈਆਂ : "ਇਹ ਬੁੰਦੇ ਤੂੰ ਕਿੱਥੋਂ ਲਏ?"

ਮੁਖ਼ਤਾਰ ਨੇ ਜਵਾਬ ਦਿੱਤਾ : "ਅੱਜ ਹੀ ਮੰਗਵਾਏ ਹਨ..."

ਇਸ ਤੋਂ ਬਾਅਦ ਦੋਹਾਂ ਨੂੰ ਥੋੜ੍ਹੀ ਦੇਰ ਖਾਮੋਸ਼ ਰਹਿਣਾ ਪਿਆ।

ਨਵਾਂ ਕਾਨੂੰਨ

ਮੰਗੂ ਕੋਚਵਾਨ ਆਪਣੇ ਅੱਡੇ 'ਚ ਬਹੁਤ ਅਕਲਮੰਦ ਆਦਮੀ ਸਮਝਿਆ ਜਾਂਦਾ ਸੀ; ਭਾਵੇਂ ਉਸ ਦੀ ਵਿਦਿਅਕ ਯੋਗਤਾ ਸਿਫ਼ਰ ਦੇ ਬਰਾਬਰ ਸੀ ਅਤੇ ਸਕੂਲ ਦਾ ਮੂੰਹ ਵੀ ਨਹੀਂ ਦੇਖਿਆ ਸੀ, ਲੇਕਿਨ ਇਸ ਦੇ ਬਾਵਜੂਦ ਉਸ ਨੂੰ ਦੁਨੀਆਂ ਭਰ ਦੀਆਂ ਚੀਜ਼ਾਂ ਦਾ ਗਿਆਨ ਸੀ। ਅੱਡੇ ਦੇ ਉਹ ਤਮਾਮ ਕੋਚਵਾਨ, ਜਿਨ੍ਹਾਂ ਨੂੰ ਇਹ ਜਾਣਨ ਦੀ ਇੱਛਾ ਹੁੰਦੀ ਸੀ ਕਿ ਦੁਨੀਆਂ ਵਿਚ ਕੀ ਹੋ ਰਿਹਾ ਹੈ, ਉਸਤਾਦ ਮੰਗੂ ਦੀ ਵਿਸ਼ਾਲ ਜਾਣਕਾਰੀ ਤੋਂ ਭਲੀ-ਭਾਂਤ ਵਾਕਿਫ਼ ਸਨ।

ਪਿਛਲੇ ਦਿਨੀਂ ਜਦੋਂ ਉਸਤਾਦ ਮੰਗੂ ਨੇ ਆਪਣੀ ਇਕ ਸਵਾਰੀ ਤੋਂ ਸਪੇਨ ਵਿਚ ਜੰਗ ਛਿੜ ਜਾਣ ਬਾਰੇ ਅਫ਼ਵਾਹ ਸੁਣੀ ਸੀ ਤਾਂ ਉਸ ਨੇ ਗਾਮਾ ਚੌਧਰੀ ਦੇ ਚੌੜੇ ਮੋਢਿਆਂ ਉਤੇ ਥਾਪੀ ਦੇ ਕੇ ਆਗੂਆਂ ਵਾਂਗ ਭਵਿੱਖਬਾਣੀ ਕੀਤੀ ਸੀ : "ਦੇਖ ਲੈਣਾ ਗਾਮਾ ਚੌਧਰੀ, ਥੋੜ੍ਹੇ ਹੀ ਦਿਨਾਂ ਵਿਚ ਸਪੇਨ ਦੇ ਅੰਦਰ ਜੰਗ ਛਿੜ ਜਾਵੇਗੀ..." ਅਤੇ ਜਦੋਂ ਗਾਮਾ ਚੌਧਰੀ ਨੇ ਉਸ ਤੋਂ ਇਹ ਪੁੱਛਿਆ ਸੀ ਕਿ ਸਪੇਨ ਹੈ ਕਿੱਥੇ ਤਾਂ ਉਸਤਾਦ ਮੰਗੂ ਨੇ ਬੜੀ ਗੰਭੀਰਤਾ ਨਾਲ ਆਖਿਆ ਸੀ : ਵਲੈਤ ਵਿੱਚ, ਹੋਰ ਕਿੱਥੇ।"

ਸਪੇਨ ਵਿਚ ਜੰਗ ਛਿੜ ਗਈ ਅਤੇ ਜਦੋਂ ਹਰ ਸ਼ਖ਼ਸ ਨੂੰ ਪਤਾ ਲੱਗਿਆ ਤਾਂ ਸਟੇਸ਼ਨ ਦੇ ਅੱਡੇ ਵਿਚ ਜਿੰਨੇ ਕੋਚਵਾਨ ਘੇਰਾ ਬਣਾਈ ਹੁੱਕਾ ਪੀ ਰਹੇ ਸਨ, ਦਿਲ ਹੀ ਦਿਲ 'ਚ ਉਸਤਾਦ ਮੰਗੂ ਦੀ ਵਿਡੱਤਣ ਨੂੰ ਮੰਨ ਗਏ ਸਨ-ਉਸਤਾਦ ਮੰਗੂ ਉਸ ਸਮੇਂ ਮਾਲ ਰੋਡ ਦੀ ਚਮਕੀਲੀ ਤਹਿ 'ਤੇ ਤਾਂਗਾ ਚਲਾਉਂਦਾ ਹੋਇਆ ਆਪਣੀ ਸਵਾਰੀ ਨਾਲ ਤਾਜ਼ਾ ਹਿੰਦੂ-ਮੁਸਲਿਮ ਫ਼ਸਾਦ ਉਤੇ ਵਿਚਾਰ-ਵਟਾਂਦਰਾ ਕਰ ਰਿਹਾ ਸੀ।

ਉਹ ਰੋਜ਼ ਸ਼ਾਮ ਦੇ ਕਰੀਬ ਜਦੋਂ ਉਹ ਅੱਡੇ ਵਿਚ ਆਇਆ ਤਾਂ ਉਸ ਦਾ ਚਿਹਰਾ ਕੁਝ ਜ਼ਿਆਦਾ ਹੀ ਤਮਤਮਾਇਆ ਹੋਇਆ ਸੀ-ਹੁੱਕੇ ਦਾ ਦੌਰ ਚਲਦੇ-ਚਲਦੇ ਜਦ ਹਿੰਦੂ-ਮੁਸਲਿਮ ਫਸਾਦ ਦੀ ਗੱਲ ਛਿੜੀ ਤਾਂ ਉਸਤਾਦ ਮੰਗੂ ਨੇ ਸਿਰ ਤੋਂ ਖ਼ਾਕੀ ਪਗੜੀ ਉਤਾਰੀ ਅਤੇ ਕੱਛ 'ਚ ਦਬਾ ਕੇ ਬੜੇ ਸੋਚਵਾਨ ਸਿਆਣਿਆਂ ਵਾਂਗ ਕਿਹਾ : "ਇਹ ਕਿਸੇ ਦਰਵੇਸ਼ ਦੀ ਬਦਦੁਆ ਦਾ ਨਤੀਜਾ ਹੈ ਕਿ ਆਏ ਦਿਨ ਹਿੰਦੂਆਂ ਅਤੇ ਮੁਸਲਮਾਨਾਂ 'ਚ ਚਾਕੂ-ਛੁਰੀਆਂ ਚਲਦੀਆਂ ਰਹਿੰਦੀਆਂ ਹਨ... ਮੈਂ ਆਪਣੇ ਬਜ਼ੁਰਗਾਂ ਤੋਂ ਸੁਣਿਆ ਹੈ ਕਿ ਅਕਬਰ ਬਾਦਸ਼ਾਹ ਨੇ ਕਿਸੇ ਦਰਵੇਸ਼ ਦਾ ਦਿਲ ਦੁਖਾਇਆ ਸੀ ਅਤੇ ਉਸ ਦਰਵੇਸ਼ ਨੇ ਇਹ ਬਦਦੁਆ ਦਿੱਤੀ ਸੀ ਕਿ ਜਾਹ, ਤੇਰੇ ਹਿੰਦੁਸਤਾਨ ਵਿਚ ਹਮੇਸ਼ਾ ਫ਼ਸਾਦ ਹੀ ਫ਼ਸਾਦ ਹੁੰਦੇ ਰਹਿਣਗੇ... ਦੇਖ ਲਵੋ, ਜਦੋਂ ਤੋਂ ਅਕਬਰ ਬਾਦਸ਼ਾਹ

ਦਾ ਰਾਜ ਖ਼ਤਮ ਹੋਇਆ ਹੈ, ਹਿੰਦੁਸਤਾਨ ਵਿਚ ਫ਼ਸਾਦ ਤੇ ਫ਼ਸਾਦ ਹੁੰਦੇ ਰਹੇ ਨੇ..." ਇਹ ਕਹਿ ਕੇ ਉਸ ਨੇ ਠੰਡੀ ਆਹ ਭਰੀ ਅਤੇ ਹੁੱਕੇ ਦਾ ਦਮ ਲਗਾ ਕੇ ਫਿਰ ਆਪਣੀ ਗੱਲ ਸ਼ੁਰੂ ਕੀਤੀ : "ਇਹ ਕਾਂਗਰਸੀ ਹਿੰਦੁਸਤਾਨ ਨੂੰ ਆਜ਼ਾਦ ਕਰਵਾਉਣਾ ਚਾਹੁੰਦੇ ਹਨ... ਮੈਂ ਕਹਿੰਦਾ ਹਾਂ, ਜੇਕਰ ਇਹ ਲੋਕ ਹਜ਼ਾਰ ਸਾਲ ਵੀ ਸਿਰ ਪਟਕਦੇ ਰਹੇ ਤਾਂ ਵੀ ਕੁਝ ਨਹੀਂ ਹੋਣ ਲੱਗਿਆ... ਵੱਡੀ ਤੋਂ ਵੱਡੀ ਗੱਲ ਇਹ ਹੋਵੇਗੀ ਕਿ ਅੰਗਰੇਜ਼ ਚਲਿਆ ਜਾਵੇਗਾ ਅਤੇ ਕੋਈ ਇਟਲੀ ਵਾਲਾ ਆ ਜਾਵੇਗਾ ਜਾਂ ਫਿਰ ਉਹ ਰੂਸ ਵਾਲਾ, ਜਿਸ ਦੇ ਬਾਰੇ ਮੈਂ ਸੁਣਿਆ ਹੈ ਕਿ ਬਹੁਤ ਤਕੜਾ ਆਦਮੀ ਹੈ... ਅਤੇ ਹਾਂ, ਮੈਂ ਕਹਿਣਾ ਭੁੱਲ ਹੀ ਗਿਆ ਕਿ ਦਰਵੇਸ਼ ਨੇ ਇਹ ਬਦਦੁਆ ਵੀ ਦਿੱਤੀ ਸੀ ਕਿ ਹਿੰਦੁਸਤਾਨ ਉਤੇ ਹਮੇਸ਼ਾ ਬਾਹਰ ਦੇ ਆਦਮੀ ਰਾਜ ਕਰਦੇ ਰਹਿਣਗੇ..."

ਉਸਤਾਦ ਮੰਗੂ ਨੂੰ ਅੰਗਰੇਜ਼ਾਂ ਨਾਲ ਬਹੁਤ ਨਫ਼ਰਤ ਸੀ ਅਤੇ ਇਸ ਨਫ਼ਰਤ ਦਾ ਸਬੱਬ ਉਹ ਇਹ ਦੱਸਿਆ ਕਰਦਾ ਸੀ ਕਿ ਉਹ ਹਿੰਦੁਸਤਾਨ 'ਤੇ ਆਪਣਾ ਸਿੱਕਾ ਚਲਾਉਂਦੇ ਨੇ ਅਤੇ ਤਰ੍ਹਾਂ ਤਰ੍ਹਾਂ ਦੇ ਜ਼ੁਲਮ ਢਾਹੁੰਦੇ ਨੇ, ਪਰੰਤੂ ਉਸ ਦੀ ਘਿਰਣਾ ਦੀ ਸਭ ਤੋਂ ਵੱਡੀ ਵਜ੍ਹਾ ਇਹ ਸੀ ਕਿ ਛਾਉਣੀ ਦੇ ਗੋਰੇ ਉਸ ਨੂੰ ਬਹੁਤ ਸਤਾਇਆ ਕਰਦੇ ਸਨ, ਉਹ ਉਸ ਨਾਲ ਅਜਿਹਾ ਸਲੂਕ ਕਰਦੇ ਸਨ, ਜਿਵੇਂ ਉਹ ਕੋਈ ਜ਼ਲੀਲ ਕੁੱਤਾ ਹੋਵੇ, ਜਦ ਉਹ ਕਦੇ ਕਿਸੇ ਗੋਰੇ ਦੇ ਲਾਲ ਤੇ ਚਿੱਟੇ ਚਿਹਰੇ ਨੂੰ ਦੇਖਦਾ ਤਾਂ ਉਸ ਨੂੰ ਉਲਟੀ ਆ ਜਾਂਦੀ; ਪਤਾ ਨਹੀਂ ਕਿਉਂ, ਉਹ ਕਿਹਾ ਕਰਦਾ ਸੀ ਕਿ ਉਨ੍ਹਾਂ ਦੇ ਲਾਲ ਝੁਰੀਆਂ ਨਾਲ ਭਰੇ ਚਿਹਰੇ ਦੇਖ ਕੇ ਉਸ ਨੂੰ ਲਾਸ਼ ਯਾਦ ਆ ਜਾਂਦੀ ਹੈ, ਜਿਸ ਦੇ ਜਿਸਮ ਤੋਂ ਉਪਰਲੀ ਝਿੱਲੀ ਗਲ-ਗਲਕੇ ਝੜ ਰਹੀ ਹੋਵੇ।

ਜਦੋਂ ਕਿਸੇ ਸ਼ਰਾਬੀ ਗੋਰੇ ਨਾਲ ਉਸ ਦਾ ਝਗੜਾ ਹੋ ਜਾਂਦਾ ਤਾਂ ਸਾਰਾ ਦਿਨ ਉਸ ਉਤੇ ਉਦਾਸੀ ਛਾਈ ਰਹਿੰਦੀ ਅਤੇ ਉਹ ਆਥਣ ਨੂੰ ਅੱਡੇ 'ਚ ਆ ਕੇ ਹਲ ਮਾਰਕਾ ਸਿਗਰਟ ਪੀਂਦਿਆਂ ਜਾਂ ਹੁੱਕੇ ਦੇ ਕਸ਼ ਲਾਉਂਦਿਆਂ ਹੋਇਆਂ ਉਸ ਗੋਰੇ ਨੂੰ ਜੀਅ ਭਰ ਕੇ ਕੋਸਿਆ ਕਰਦਾ... ਇਕ ਮੋਟੀ ਜਿਹੀ ਗਾਲ੍ਹ ਦੇਣ ਪਿੱਛੋਂ ਆਪਣੇ ਸਿਰ ਨੂੰ ਢਿੱਲੀ ਪਗੜੀ ਸਮੇਤ ਝਟਕਾ ਦੇ ਕੇ ਉਹ ਕਿਹਾ ਕਰਦਾ : "ਅੱਗ ਲੈਣ ਆਏ ਸੀ, ਹੁਣ ਘਰ ਦੇ ਮਾਲਕ ਹੀ ਬਣ ਗਏ ਹਨ... ਨੱਕ 'ਚ ਦਮ ਕਰ ਰੱਖਿਆ ਹੈ ਇਨ੍ਹਾਂ ਬਾਂਦਰਾਂ ਦੀ ਔਲਾਦ ਨੇ... ਇਸ ਤਰ੍ਹਾਂ ਰੋਅਬ ਝਾੜਦੇ ਹਨ, ਜਿਵੇਂ ਅਸੀਂ ਇਨ੍ਹਾਂ ਦੇ ਪਿਉ ਦੇ ਨੌਕਰ ਹਾਂ..." ਪਰ ਇਸ 'ਤੇ ਵੀ ਉਹਦਾ ਗੁੱਸਾ ਠੰਢਾ ਨਾ ਹੁੰਦਾ, ਜਦ ਤਕ ਉਸ ਦਾ ਕੋਈ ਸਾਥੀ ਉਸ ਦੇ ਕੋਲ ਬੈਠਾ ਰਹਿੰਦਾ, ਉਹ ਆਪਣੇ ਸੀਨੇ ਦੀ ਅੱਗ ਕੱਢਦਾ ਰਹਿੰਦਾ : "ਸ਼ਕਲ ਤਾਂ ਦੇਖ ਇਨ੍ਹਾਂ ਦੀ... ਜਿਵੇਂ ਕੋੜ੍ਹ ਪਿਆ ਹੋਵੇ, ਬਿਲਕੁਲ ਮੁਰਦਾਰ... ਇਕ ਧੱਫੇ ਦੀ ਮਾਰ ਨੀ... ਅਤੇ ਗਿਟਮਿਟ-ਗਿਟਮਿਟ ਇਸ ਤਰ੍ਹਾਂ ਬਕ ਰਿਹਾ ਸੀ ਜਿਵੇਂ ਮਾਰ ਹੀ ਦੇਵੇਗਾ... ਤੇਰੀ ਜਾਨ ਦੀ ਕਸਮ ਪਹਿਲਾਂ ਤਾਂ ਮਨ 'ਚ ਆਇਆ ਕਿ ਦੁਸ਼ਟ ਦੀ ਖੋਪੜੀ ਦੇ ਪੁਰਜ਼ੇ ਉਡਾਦਿਆਂ, ਲੇਕਿਨ ਇਸ ਖ਼ਿਆਲ 'ਤੇ ਟਲ ਗਿਆ ਕਿ ਮੁਰਦਾਰ ਨੂੰ ਮਾਰਨਾ ਆਪਣੀ ਹਤਕ ਹੈ..." ਉਹ ਥੋੜ੍ਹੀ ਦੇਰ ਲਈ ਖਾਮੋਸ਼ ਹੋ ਜਾਂਦਾ ਅਤੇ ਨੱਕ ਨੂੰ ਆਪਣੇ ਖ਼ਾਕੀ ਕੁੜਤੇ ਦੀ ਬਾਂਹ ਨਾਲ ਸਾਫ਼ ਕਰਨ ਪਿੱਛੋਂ, ਫਿਰ ਆਪਣੇ ਦਿਲ ਦੀ ਭੜਾਸ ਕੱਢਣ ਲਗਦਾ : "ਸਹੁੰ ਹੈ ਰੱਬ ਦੀ, ਇਨ੍ਹਾਂ ਲਾਟ ਸਾਹਬਾਂ ਦੇ ਨਖ਼ਰੇ ਝੱਲਦਿਆਂ-ਝੱਲਦਿਆਂ ਤੰਗ ਆ ਗਿਆ ਹਾਂ... ਜਦੋਂ ਕਦੇ ਇਨ੍ਹਾਂ ਦਾ ਮਨਹੂਸ ਚਿਹਰਾ ਦੇਖਦਾ ਹਾਂ ਤਾਂ ਰਗਾਂ 'ਚ ਖ਼ੂਨ ਖੌਲਣ ਲਗਦਾ ਹੈ...

ਕੋਈ ਨਵਾਂ ਕਾਨੂੰਨ-ਕਨਾਨ ਬਣੇ ਤਾਂ ਇਨ੍ਹਾਂ ਲੋਕਾਂ ਤੋਂ ਛੁਟਕਾਰਾ ਮਿਲੇ... ਤੇਰੀ ਸਹੁੰ, ਜਾਨ 'ਚ ਜਾਨ ਆਏ..."

ਅਤੇ ਜਦੋਂ ਇਕ ਦਿਨ ਉਸਤਾਦ ਮੰਗੂ ਨੇ ਕਚਹਿਰੀਆਂ 'ਚੋਂ ਆਪਣੇ ਤਾਂਗੇ 'ਤੇ ਦੋ ਸਵਾਰੀਆਂ ਲੱਦੀਆਂ ਅਤੇ ਉਨ੍ਹਾਂ ਦੀ ਗੁਫ਼ਤਗੂ ਤੋਂ ਉਸ ਨੂੰ ਪਤਾ ਲੱਗਿਆ ਕਿ ਹਿੰਦੁਸਤਾਨ 'ਚ ਨਵਾਂ ਕਾਨੂੰਨ ਲਾਗੂ ਹੋਣ ਵਾਲਾ ਹੈ ਤਾਂ ਉਸ ਦੀ ਖ਼ੁਸ਼ੀ ਦੀ ਕੋਈ ਹੱਦ ਨਾ ਰਹੀ।

ਦੋ ਮਾਰਵਾੜੀ, ਜਿਹੜੇ ਕਚਹਿਰੀ 'ਚ ਆਪਣੇ ਦੀਵਾਨੀ ਮੁਕੱਦਮੇ ਦੇ ਸਿਲਸਿਲੇ 'ਚ ਆਏ ਸਨ, ਘਰ ਜਾਂਦੇ ਹੋਏ ਨਵੇਂ ਕਾਨੂੰਨ ਯਾਨੀ ਗਵਰਨਮੈਂਟ ਆਫ਼ ਇੰਡੀਆ ਐਕਟ', ਦੇ ਬਾਬਤ ਆਪਸ ਵਿਚ ਗੱਲਬਾਤ ਕਰ ਰਹੇ ਸਨ।

"ਸੁਣਿਆ ਹੈ, ਪਹਿਲੀ ਅਪ੍ਰੈਲ ਤੋਂ ਨਵਾਂ ਕਾਨੂੰਨ ਚੱਲੂਗਾ... ਕੀ ਹਰ ਚੀਜ਼ ਬ੍ਦਲ ਜਾਵੇਗੀ?"

"ਹਰ ਚੀਜ਼ ਤਾਂ ਨਹੀਂ ਬਦਲੇਗੀ, ਪਰ ਕਹਿੰਦੇ ਨੇ ਕਿ ਬਹੁਤ ਕੁਝ ਬਦਲ ਜਾਵੇਗਾ... ਕਾਫੀ ਆਜ਼ਾਦੀ ਮਿਲ ਜਾਵੇਗੀ।"

"ਕੀ ਵਿਆਜ ਬਾਰੇ ਵੀ ਨਵਾਂ ਕਾਨੂੰਨ ਪਾਸ ਹੋਵੇਗਾ?"

"ਇਹ ਤਾਂ ਪੁੱਛਣਾ ਪਵੇਗਾ... ਕੱਲ ਨੂੰ ਕਿਸੇ ਵਕੀਲ ਤੋਂ ਪਤਾ ਕਰਾਂਗੇ।"

ਉਨ੍ਹਾਂ ਮਾਰਵਾੜੀਆਂ ਦੀ ਗੱਲਬਾਤ ਉਸਤਾਦ ਮੰਗੂ ਦੇ ਦਿਲ 'ਚ ਅੰਤਾਂ ਦੀ ਖ਼ੁਸ਼ੀ ਪੈਦਾ ਕਰ ਰਹੀ ਸੀ-ਉਹ ਆਪਣੇ ਘੋੜੇ ਨੂੰ ਹਮੇਸ਼ਾ ਗਾਲ੍ਹਾਂ ਕੱਢਦਾ ਰਹਿੰਦਾ ਸੀ ਅਤੇ ਚਾਬਕ ਨਾਲ ਬੁਰੀ ਤਰ੍ਹਾਂ ਮਾਰਿਆ ਕਰਦਾ ਸੀ, ਪਰ ਉਸ ਰੋਜ਼, ਉਸ ਨੇ ਵਾਰ-ਵਾਰ ਪਿੱਛੇ ਮੁੜ ਕੇ ਮਾਰਵਾੜੀਆਂ ਵੱਲ ਦੇਖਿਆ ਅਤੇ ਆਪਣੀਆਂ ਵਧੀਆਂ ਹੋਈਆਂ ਮੁੱਛਾਂ ਦੇ ਵਾਲ ਇਕ ਉਂਗਲੀ ਨਾਲ ਬੜੀ ਸਫਾਈ 'ਚ ਉਚੇ ਕਰ ਕੇ ਘੋੜੇ ਦੀ ਪਿੱਠ 'ਤੇ ਵਾਗਾਂ ਢਿੱਲੀਆਂ ਛੱਡਦਿਆਂ, ਪਿਆਰ ਨਾਲ ਬੋਲਿਆ : "ਚੱਲ ਪੁੱਤਰਾ, ਜ਼ਰਾ ਹਵਾ ਨਾਲ ਗੱਲਾਂ ਕਰ ਕੇ ਦਿਖਾ।"

ਮਾਰਵਾੜੀਆਂ ਨੂੰ ਉਨ੍ਹਾਂ ਦੇ ਠਿਕਾਣੇ 'ਤੇ ਪਹੁੰਚਾ ਕੇ ਉਸ ਨੇ ਅਨਾਰਕਲੀ ਵਿਚ ਦੀਨੂੰ ਹਲਵਾਈ ਦੀ ਦੁਕਾਨ ਉਤੇ ਅੱਧ ਸੇਰ ਦਹੀਂ ਦੀ ਲੱਸੀ ਪੀ ਕੇ ਇਕ ਵੱਡਾ ਡਕਾਰ ਮਾਰਿਆ ਅਤੇ ਮੁੱਛਾਂ ਨੂੰ ਮੂੰਹ 'ਚ ਦਬਾ ਕੇ, ਉਨ੍ਹਾਂ ਨੂੰ ਚੂਸਦਿਆਂ, ਉਂਝ ਹੀ ਬੁਲੰਦ ਆਵਾਜ਼ 'ਚ ਕਿਹਾ : "ਹੱਤ ਤੇਰੀ ਐਸੀ-ਤੈਸੀ..."

ਸ਼ਾਮ ਨੂੰ ਜਦੋਂ ਉਹ ਅੱਡੇ ਪਰਤਿਆ ਤਾਂ ਪਹਿਲੇ ਦਿਨਾਂ ਦੇ ਉਲਟ ਉਸ ਨੂੰ ਉਥੇ ਆਪਣੀ ਜਾਣ-ਪਛਾਣ ਦਾ ਕੋਈ ਆਦਮੀ ਨਾ ਮਿਲਿਆ-ਉਸ ਦੇ ਸੀਨੇ ਵਿਚ ਇਕ ਅਜਬ ਜਿਹਾ ਤੂਫ਼ਾਨ ਉਸਲ-ਵੱਟੇ ਲੈ ਰਿਹਾ ਸੀ; ਉਹ ਇਕ ਵੱਡੀ ਖ਼ਬਰ ਮਿੱਤਰਾਂ ਨੂੰ ਸੁਣਾਉਣ ਵਾਲਾ ਸੀ, ਬਹੁਤ ਵੱਡੀ ਖ਼ਬਰ, ਅਤੇ ਉਸ ਖ਼ਬਰ ਨੂੰ ਉਹ ਆਪਣੇ ਅੰਦਰੋਂ ਬਾਹਰ ਕੱਢਣ ਲਈ ਸਖ਼ਤ ਮਜਬੂਰ ਹੋ ਰਿਹਾ ਸੀ, ਲੇਕਿਨ ਅੱਡੇ ਵਿਚ ਕੋਈ ਹੈ ਹੀ ਨਹੀਂ ਸੀ।

ਅੱਧੇ ਘੰਟੇ ਤੱਕ ਉਹ ਚਾਬਕ ਕੱਛ 'ਚ ਦਬਾਈ ਸਟੇਸ਼ਨ ਦੇ ਅੱਡੇ ਦੀ ਲੋਹੇ ਦੀ ਛੱਤ ਹੇਠਾਂ ਬੇਕਰਾਰੀ ਦੀ ਹਾਲਤ ਵਿਚ ਘੁੰਮਦਾ ਫਿਰਦਾ ਰਿਹਾ; ਉਸ ਦੇ ਦਿਮਾਗ ਵਿਚ ਬੜੇ ਚੰਗੇ-ਚੰਗੇ ਖ਼ਿਆਲ ਆ ਰਹੇ ਸਨ; ਨਵੇਂ ਕਾਨੂੰਨ ਦੇ ਲਾਗੂ ਹੋਣ ਦੀ ਖ਼ਬਰ ਨੇ ਉਸ ਨੂੰ ਇਕ ਨਵੀਂ ਦੁਨੀਆਂ 'ਚ ਲਿਆ ਕੇ ਖੜ੍ਹਾ ਕਰ ਦਿੱਤਾ ਸੀ; ਉਹ ਉਸ

ਨਵੇਂ ਕਾਨੂੰਨ ਦੇ ਬਾਰੇ, ਜਿਹੜਾ ਪਹਿਲੀ ਅਪ੍ਰੈਲ ਨੂੰ ਹਿੰਦੁਸਤਾਨ ਵਿਚ ਲਾਗੂ ਹੋਣ ਵਾਲਾ ਸੀ, ਆਪਣੇ ਦਿਮਾਗ ਦੀਆਂ ਤਮਾਮ ਬੱਤੀਆਂ ਜਗਾ ਕੇ ਸੋਚ-ਵਿਚਾਰ ਕਰ ਰਿਹਾ ਸੀ, ਉਸ ਦਿਆਂ ਕੰਨਾਂ ਵਿਚ ਮਾਰਵਾੜੀਆਂ ਦਾ ਅੰਦੇਸ਼ਾ 'ਕਿ ਵਿਆਜ ਬਾਰੇ ਵੀ ਕੋਈ ਨਵਾਂ ਕਾਨੂੰਨ ਪਾਸ ਹੋਵੇਗਾ?' ਵਾਰ-ਵਾਰ ਗੂੰਜ ਰਿਹਾ ਸੀ-ਕਈ ਵਾਰ ਆਪਣੀਆਂ ਸੰਘਣੀਆਂ ਮੁੱਛਾਂ ਅੰਦਰ ਹੱਸ ਕੇ ਉਸ ਨੇ ਉਨ੍ਹਾਂ ਮਾਰਵਾੜੀਆਂ ਨੂੰ ਗਾਲ੍ਹ ਕੱਢੀ : "ਗਰੀਬਾਂ ਦੀ ਮੰਜੀ ਵਿਚ ਘੁਸੇ ਹੋਏ ਖ਼ਟਮਲ... ਨਵਾਂ ਕਾਨੂੰਨ ਇਨ੍ਹਾਂ ਲਈ ਖੌਲਦਾ ਹੋਇਆ ਪਾਣੀ ਹਵੇਗਾ..."

ਉਹ ਬੇਹੱਦ ਪ੍ਰਸੰਨ ਸੀ, ਖਾਸ ਤੌਰ 'ਤੇ ਉਸ ਸਮੇਂ ਉਸ ਦੇ ਕਾਲਜੇ 'ਚ ਠੰਢ ਪੈਂਦੀ, ਜਦੋਂ ਉਹ ਸੋਚਦਾ ਕਿ ਗੋਰਿਆਂ, ਚਿੱਟੇ ਚੂਹਿਆਂ (ਉਹ ਉਨ੍ਹਾਂ ਨੂੰ ਇਸੇ ਨਾਉਂ ਨਾਲ ਯਾਦ ਕਰਦਾ ਹੁੰਦਾ ਸੀ) ਦੀਆਂ ਥੂਥਨੀਆਂ ਨਵਾਂ ਕਾਨੂੰਨ ਆਉਂਦਿਆਂ ਹੀ ਆਪਣੀਆਂ ਖੁੱਡਾਂ ਵਿਚ ਗੁੰਮ-ਗੁਆਚ ਜਾਣਗੀਆਂ।

ਜਦ ਨੱਥੂ ਗੰਜਾ ਪਗੜੀ ਕੱਛ 'ਚ ਦਬਾਈ ਅੱਡੇ 'ਚ ਵੜਿਆ ਤਾਂ ਉਸਤਾਦ ਮੰਗੂ ਉਸ ਨੂੰ ਭੱਜ ਕੇ ਮਿਲਿਆ ਅਤੇ ਉਸ ਦਾ ਹੱਥ ਆਪਣੇ ਹੱਥ 'ਚ ਲੈ ਕੇ ਬੁਲੰਦ ਆਵਾਜ਼ 'ਚ ਕਹਿਣ ਲੱਗਿਆ : "ਕੱਢ ਹੱਥ ਏਧਰ, ਐਸੀ ਖ਼ਬਰ ਸੁਣਾਵਾਂ ਕਿ ਜੀਅ ਖੁਸ਼ ਹੋ ਜਾਏ... ਤੇਰੀ ਇਸ ਗੰਜੀ ਖੋਪੜੀ 'ਤੇ ਬਾਲ ਉਗ ਆਉਣਗੇ..." ਅਤੇ ਇਹ ਕਹਿ ਕੇ ਉਸ ਨੇ ਬਹੁਤ ਸੁਆਦ ਲੈਂਦਿਆਂ ਨਵੇਂ ਕਾਨੂੰਨ ਬਾਰੇ ਨੱਥੂ ਗੰਜੇ ਨਾਲ ਗੱਲਾਂ ਸ਼ੁਰੂ ਕਰ ਦਿੱਤੀਆਂ-ਗੁਫ਼ਤਗੂ ਦੇ ਦੌਰਾਨ ਉਸ ਨੇ ਕਈ ਵਾਰੀ ਨੱਥੂ ਗੰਜੇ ਦੇ ਹੱਥ 'ਤੇ ਜ਼ੋਰ ਨਾਲ ਹੱਥ ਮਾਰ ਕੇ ਕਿਹਾ : "ਤੂੰ ਦੇਖੀਂ ਸਹੀ, ਕੀ ਬਣਦੈ... ਇਹ ਰੂਸਵਾਲਾ ਬਾਦਸ਼ਾਹ ਕੁਝ ਨਾ ਕੁਝ ਜ਼ਰੂਰ ਕਰ ਕੇ ਰਹੇਗਾ।"

ਉਸਤਾਦ ਮੰਗੂ ਵਰਤਮਾਨ ਸੋਵੀਅਤ ਪ੍ਰਬੰਧ ਦੀਆਂ ਸਾਮਵਾਦੀ ਗਤੀਵਿਧੀਆਂ ਦੇ ਬਾਬਤ ਬੜਾ ਕੁਝ ਸੁਣ ਚੁੱਕਿਆਂ ਸੀ ਅਤੇ ਉਸ ਨੂੰ ਉਥੋਂ ਦੇ ਨਵੇਂ ਕਾਨੂੰਨ ਅਤੇ ਦੂਜੀਆਂ ਨਵੀਆਂ ਚੀਜ਼ਾਂ ਬੜੀਆਂ ਪਸੰਦ ਸਨ। ਉਸ ਨੇ ਬਿਨਾਂ ਸਮਝਿਆਂ ਬੁੱਝਿਆਂ ਰੂਸਵਾਲੇ ਬਾਦਸ਼ਾਹ ਨੂੰ ਇੰਡੀਆ ਐਕਟ ਯਾਨੀ ਨਵੇਂ ਕਾਨੂੰਨ ਦੇ ਨਾਲ ਮਿਲਾ ਦਿੱਤਾ ਅਤੇ ਪਹਿਲੀ ਅਪ੍ਰੈਲ ਨੂੰ ਪੁਰਾਣੇ ਕਾਨੂੰਨ ਵਿਚ ਜੋ ਤਬਦੀਲੀਆਂ ਹੋਣ ਵਾਲੀਆਂ ਸਨ, ਉਨ੍ਹਾਂ ਨੂੰ ਉਹ ਰੂਸ ਵਾਲੇ ਬਾਦਸ਼ਾਹ ਦੇ ਅਸਰ ਦਾ ਨਤੀਜਾ ਸਮਝ ਬੈਠਾ। ਕੁਝ ਸਮੇਂ ਤੋਂ ਪਿਸ਼ਾਵਰ ਅਤੇ ਫਰੰਟੀਅਰ ਦੇ ਹੋਰ ਸ਼ਹਿਰਾਂ ਵਿਚ ਸੁਰਖ਼ਪੋਸ਼ਾਂ ਦਾ ਅੰਦੋਲਨ ਚੱਲ ਰਿਹਾ ਸੀ, ਉਸ ਨੇ ਉਸ ਅੰਦੋਲਨ ਨੂੰ ਵੀ ਆਪਣੇ ਦਿਮਾਗ ਵਿਚ ਰੂਸ ਵਾਲੇ ਬਾਦਸ਼ਾਹ ਅਤੇ ਨਵੇਂ ਕਾਨੂੰਨ ਨਾਲ ਰਲ-ਗੱਡ ਕਰ ਦਿੱਤਾ-ਇਸ ਦੇ ਇਲਾਵਾ ਜਦ ਕਦੇ ਉਹ ਕਿਸੇ ਤੋਂ ਸੁਣਦਾ ਕਿ ਫ਼ਲਾਨੇ ਸ਼ਹਿਰ ਵਿਚ ਐਨੇ ਬੰਦੇ ਬੰਬ ਬਨਾਉਣ ਵਾਲੇ ਫੜੇ ਗਏ ਨੇ ਜਾਂ ਫਲਾਣੀ ਜਗ੍ਹਾ ਐਨੇ ਆਦਮੀਆਂ ਉਤੇ ਬਗਾਵਤ ਦੇ ਇਲਜ਼ਾਮ ਵਿਚ ਮੁਕੱਦਮਾ ਚਲਾਇਆ ਗਿਆ ਹੈ ਤਾਂ ਉਨ੍ਹਾਂ ਸਾਰੀਆਂ ਘਟਨਾਵਾਂ ਨੂੰ ਉਹ ਨਵੇਂ ਕਾਨੂੰਨ ਦਾ ਅਗਲਾ ਪੜਾਅ ਸਮਝਦਾ ਅਤੇ ਦਿਲ ਹੀ ਦਿਲ ਵਿਚ ਬਹੁਤ ਖੁਸ਼ ਹੁੰਦਾ।

ਇਕ ਦਿਨ ਉਸ ਦੇ ਤਾਂਗੇ ਵਿਚ ਦੋ ਬੈਰਿਸਟਰ ਬੈਠੇ ਨਵੇਂ ਕਾਨੂੰਨ ਉਤੇ ਬੜੇ ਜ਼ੋਰ ਨਾਲ ਆਲੋਚਨਾ ਕਰ ਰਹੇ ਸਨ ਅਤੇ ਉਹ ਚੁੱਪ-ਚਾਪ ਉਨ੍ਹਾਂ ਦੀਆਂ ਗੱਲਾਂ ਸੁਣ ਰਿਹਾ ਸੀ।

ਇਕ ਬੈਰਿਸਟਰ ਦੂਜੇ ਬੈਰਿਸਟਰ ਨੂੰ ਕਹਿ ਰਿਹਾ ਸੀ : "ਨਵੇਂ ਕਾਨੂੰਨ ਦਾ

ਦੂਜਾ ਹਿੱਸਾ ਫੈਡਰੇਸ਼ਨ ਹੈ, ਜੋ ਮੇਰੀ ਸਮਝ ਵਿਚ ਅਜੇ ਤਕ ਨਹੀਂ ਆਇਆ... ਅਜਿਹੀ ਫੈਡਰੇਸ਼ਨ ਦੁਨੀਆਂ ਦੇ ਇਤਿਹਾਸ ਵਿਚ ਅੱਜ ਤਕ ਨਾ ਸੁਣੀ ਗਈ ਹੈ, ਨਾ ਦੇਖੀ ਗਈ ਹੈ... ਸਿਆਸੀ ਦ੍ਰਿਸ਼ਟੀਕੋਣ ਤੋਂ ਵੀ ਇਹ ਫੈਡਰੇਸ਼ਨ ਬਿਲਕੁਲ ਗ਼ਲਤ ਹੈ, ਸਗੋਂ ਇਹ ਕਹਿਣਾ ਚਾਹੀਦੈ ਕਿ ਇਹ ਕੋਈ ਫੈਡਰੇਸ਼ਨ ਹੈ ਈ ਨਹੀਂ।"

ਇਸ ਦੇ ਬਾਅਦ ਉਨ੍ਹਾਂ ਬੈਰਿਸਟਰਾਂ ਵਿਚਕਾਰ ਜੋ ਗੱਲਬਾਤ ਹੋਈ, ਉਸ ਵਿਚ ਬਹੁਤੇ ਲਫ਼ਜ਼ ਅੰਗਰੇਜ਼ੀ ਦੇ ਸਨ, ਇਸ ਕਰ ਕੇ ਉਸਤਾਦ ਮੰਗੂ ਕੁਝ ਖਾਸ ਸਮਝ ਨਾ ਸਕਿਆ। ਉਸ ਨੇ ਸੋਚਿਆ ਕਿ ਉਹ ਬੰਦੇ ਹਿੰਦੁਸਤਾਨ ਵਿਚ ਨਵੇਂ ਕਾਨੂੰਨ ਦੇ ਆਉਣ ਨੂੰ ਬੁਰਾ ਸਮਝਦੇ ਨੇ ਅਤੇ ਇਹ ਨਹੀਂ ਚਾਹੁੰਦੇ ਕਿ ਉਨ੍ਹਾਂ ਦਾ ਦੇਸ਼ ਆਜ਼ਾਦ ਹੋਵੇ। ਇਸੇ ਖ਼ਿਆਲ ਦੇ ਪ੍ਰਭਾਵ ਅਧੀਨ ਉਸ ਨੇ ਕਈ ਵਾਰ ਉਨ੍ਹਾਂ ਦੋਹਾਂ ਬੈਰਿਸਟਰਾਂ ਨੂੰ ਹਿਕਾਰਤ ਭਰੀਆਂ ਨਿਗਾਹਾਂ ਨਾਲ ਦੇਖਿਆ ਅਤੇ ਆਪਣੇ ਦਿਲ ਹੀ ਦਿਲ ਵਿਚ ਕਿਹਾ : "ਟੋਡੀ ਬੱਚੇ।"

ਜਦੋਂ ਕਦੇ ਉਹ ਕਿਸੇ ਨੂੰ ਦੱਬੀ ਜ਼ਬਾਨ ਵਿਚੋਂ 'ਟੋਡੀ ਬੱਚਾ' ਕਹਿੰਦਾ ਤਾਂ ਇਹ ਮਹਿਸੂਸ ਕਰਕੇ ਦਿਲ ਹੀ ਦਿਲ 'ਚ ਬੜਾ ਖੁਸ਼ ਹੁੰਦਾ ਕਿ ਉਹ 'ਟੋਡੀ ਬੱਚੇ' ਅਤੇ 'ਸ਼ਰੀਫ਼ ਆਦਮੀ' ਵਿਚ ਫ਼ਰਕ ਸਮਝਣ ਦੀ ਯੋਗਤਾ ਰੱਖਦਾ ਹੈ-ਉਸ ਦੀਆਂ ਨਜ਼ਰਾਂ ਵਿਚ 'ਟੋਡੀ ਬੱਚਾ' ਇਕ ਨਾਉਂ ਸੀ, ਜੋ ਕਿਸੇ ਸ਼ਰੀਫ਼ ਆਦਮੀ ਦਾ ਨਹੀਂ ਹੋ ਸਕਦਾ।

ਇਸ ਘਟਨਾ ਦੇ ਤੀਜੇ ਦਿਨ ਉਹ ਸਰਕਾਰੀ ਕਾਲਜ ਦੇ ਤਿੰਨ ਵਿਦਿਆਰਥੀਆਂ ਨੂੰ ਆਪਣੇ ਤਾਂਗੇ ਵਿਚ ਬਿਠਾ ਕੇ ਮਜ਼ੰਗ ਜਾ ਰਿਹਾ ਸੀ ਕਿ ਉਸ ਨੇ ਉਨ੍ਹਾਂ ਤਿੰਨਾਂ ਮੁੰਡਿਆਂ ਨੂੰ ਆਪਸ ਵਿਚ ਇਹ ਗੱਲਾਂ ਕਰਦੇ ਸੁਣਿਆ :

"ਨਵੇਂ ਕਾਨੂੰਨ ਨੇ ਮੇਰੀਆਂ ਉਮੀਦਾਂ ਵਧਾ ਦਿੱਤੀਆਂ... ਜੇ ਮੀਮ ਸਾਹਿਬ ਅਸੈਂਬਲੀ ਦੇ ਮੈਂਬਰ ਬਣ ਗਏ ਤਾਂ ਮੈਨੂੰ ਕਿਸੇ ਸਰਕਾਰੀ ਦਫ਼ਤਰ ਵਿਚ ਨੌਕਰੀ ਜ਼ਰੂਰ ਮਿਲ ਜਾਏਗੀ।"

"ਉਂਝ ਵੀ ਬਹੁਤ ਸਾਰੀਆਂ ਖਾਲੀ ਥਾਵਾਂ ਨਿਕਲਣਗੀਆਂ... ਸ਼ਾਇਦ ਸਾਡੇ ਹੱਥ ਵੀ ਕੁਝ ਲੱਗ ਜਾਏ।"

"ਹਾਂ-ਹਾਂ, ਕਿਉਂ ਨਹੀਂ।"

"ਉਹ ਗਰੈਜੂਏਟ ਜੋ ਬੇਕਾਰ ਮਾਰੇ-ਮਾਰੇ ਫਿਰ ਰਹੇ ਨੇ, ਉਨ੍ਹਾਂ 'ਚ ਕੁਝ ਤਾਂ ਕਮੀ ਹੋਵੇਗੀ।"

ਇਹ ਗੁਫ਼ਤਗੂ ਨੇ ਉਸਤਾਦ ਮੰਗੂ ਦੇ ਦਿਲ ਵਿਚ ਨਵੇਂ ਕਾਨੂੰਨ ਦੀ ਮਹੱਤਤਾ ਹੋਰ ਵੀ ਵਧਾ ਦਿੱਤੀ ਅਤੇ ਉਹ ਉਸ ਨੂੰ ਇਹੋ ਜਿਹੀ ਚੀਜ਼ ਸਮਝਣ ਲੱਗਾ, ਜੋ ਬਹੁਤ ਚਮਕਦੀ ਹੋਵੇ : "ਨਵਾਂ ਕਾਨੂੰਨ..." ਉਹ ਦਿਨ 'ਚ ਕਈ-ਕਈ ਵਾਰ ਸੋਚਦਾ : "ਯਾਨੀ ਕੋਈ ਨਵੀਂ ਚੀਜ਼।" ਅਤੇ ਹਰ ਵਾਰੀ ਉਸ ਦੀਆਂ ਨਜ਼ਰਾਂ ਦੇ ਸਾਹਮਣੇ ਆਪਣੇ ਘੋੜੇ ਦਾ ਉਹ ਨਵਾਂ ਸਾਜ਼ ਆ ਜਾਂਦਾ, ਜਦੋਂ ਉਸ ਨੇ, ਦੋ ਵਰ੍ਹੇ ਹੋਏ, ਚੌਧਰੀ ਖ਼ੁਦਾਬਖਸ਼ ਤੋਂ ਬੜੀ ਚੰਗੀ ਤਰ੍ਹਾਂ ਠੋਕ ਵਜਾ ਕੇ ਖ਼ਰੀਦਿਆ ਸੀ। ਉਸ ਸਾਜ਼ 'ਚੋਂ, ਜਦ ਉਹ ਨਵਾਂ-ਨਵਾਂ ਸੀ, ਥਾਂ-ਥਾਂ ਲੋਹੇ ਦੀਆਂ ਨਿਕਲ ਚੜ੍ਹੀਆਂ ਕਿੱਲਾਂ ਚਮਕਦੀਆਂ ਸਨ ਅਤੇ ਜਿੱਥੇ ਜਿੱਥੇ ਪਿੱਤਲ ਦਾ ਕੰਮ ਸੀ, ਉਹ ਤਾਂ ਸੋਨੇ ਦੀ ਤਰ੍ਹਾਂ ਦਮਕਦਾ ਸੀ-ਉਸ ਦੀਆਂ ਨਜ਼ਰਾਂ 'ਚ ਇਸ ਲਿਹਾਜ਼ ਨਾਲ ਨਵੇਂ ਕਾਨੂੰਨ ਦਾ ਚਮਕਦੇ-ਦਮਕਦੇ ਹੋਣਾ ਯਕੀਨੀ ਸੀ।

ਪਹਿਲੀ ਅਪ੍ਰੈਲ ਤੱਕ ਉਸਤਾਦ ਮੰਗੂ ਨੇ ਆਪਣੇ ਤਾਂਗੇ 'ਚ ਬੈਠਿਆਂ-ਬੈਠਿਆਂ ਨਵੇਂ ਕਾਨੂੰਨ ਦੇ ਹੱਕ ਵਿਚ ਅਤੇ ਵਿਰੁੱਧ ਕਈ ਕੁਝ ਸੁਣਿਆ-ਨਵੇਂ ਕਾਨੂੰਨ ਦੀ ਜੋ ਤਸਵੀਰ ਉਸ ਦੇ ਦਿਮਾਗ 'ਚ ਬਣੀ ਸੀ, ਕਾਇਮ ਰਹੀ। ਉਹ ਸਮਝਦਾ ਸੀ ਕਿ ਪਹਿਲੀ ਅਪ੍ਰੈਲ ਨੂੰ ਨਵੇਂ ਕਾਨੂੰਨ ਦੇ ਆਉਂਦਿਆਂ ਹੀ ਸਾਰਾ ਮਾਮਲਾ ਸਾਫ਼ ਹੋ ਜਾਵੇਗਾ ਅਤੇ ਉਸ ਨੂੰ ਭਰੋਸਾ ਸੀ ਕਿ ਨਵੇਂ ਕਾਨੂੰਨ ਦੇ ਆਉਣ 'ਤੇ ਜੋ ਤਬਦੀਲੀਆਂ ਦਿਖਾਈ ਦੇਣਗੀਆਂ, ਉਨ੍ਹਾਂ ਨਾਲ ਉਸ ਦੀਆਂ ਅੱਖਾਂ ਨੂੰ ਜ਼ਰੂਰ ਠੰਢਕ ਪੁੱਜੇਗੀ।

ਅਖ਼ੀਰ ਮਾਰਚ ਦੇ ਇਕੱਤੀ ਦਿਨ ਮੁੱਕ ਗਏ ਅਤੇ ਅਪ੍ਰੈਲ ਦੇ ਅਰੰਭ ਹੋਣ 'ਚ ਰਾਤ ਦੇ ਕੁਝ ਘੰਟੇ ਬਾਕੀ ਰਹਿ ਗਏ।

ਉਸ ਦਿਨ ਮੌਸਮ ਕੁਝ ਵਧੇਰੇ ਠੰਢਾ ਸੀ ਅਤੇ ਹਵਾ ਵਿਚ ਸੱਜਰਾਪਣ ਸੀ... ਪਹਿਲੀ ਅਪ੍ਰੈਲ ਨੂੰ ਸਵੇਰੇ-ਸਵੇਰੇ ਉਸਤਾਦ ਮੰਗੂ ਉਠਿਆ ਅਤੇ ਤਬੇਲੇ 'ਚ ਜਾ ਕੇ ਉਸ ਨੇ ਘੋੜੇ ਨੂੰ ਤਾਂਗੇ ਨਾਲ ਜੋੜਿਆ ਅਤੇ ਬਾਹਰ ਨਿੱਕਲ ਆਇਆ।

ਉਸ ਦੀ ਤਬੀਅਤ ਕੁਝ ਜ਼ਿਆਦਾ ਹੀ ਚੜ੍ਹਦੀਆਂ ਕਲਾਂ 'ਚ ਸੀ-ਉਹ ਨਵੇਂ ਕਾਨੂੰਨ ਨੂੰ ਦੇਖਣ ਵਾਲਾ ਸੀ।

ਉਸ ਨੇ ਸਵੇਰੇ ਠੰਢੇ ਧੁੰਦਲੇ 'ਚ ਕਈ ਤੰਗ ਅਤੇ ਖੁੱਲ੍ਹੇ ਬਾਜ਼ਾਰਾਂ ਦਾ ਚੱਕਰ ਲਾਇਆ। ਪਰ ਉਸ ਨੂੰ ਹਰ ਚੀਜ਼ ਪੁਰਾਣੀ ਨਜ਼ਰ ਆਈ, ਆਸਮਾਨ ਦੀ ਤਰ੍ਹਾਂ ਪੁਰਾਣੀ-ਉਸ ਦੀਆਂ ਨਿਗਾਹਾਂ ਖਾਸ ਤੌਰ 'ਤੇ ਨਵਾਂ ਰੰਗ ਦੇਖਣਾ ਚਾਹੁੰਦੀਆਂ ਸਨ, ਪਰ ਉਸ ਕਲਗੀ ਤੋਂ ਬਿਨਾਂ ਜੋ ਰੰਗ-ਬਰੰਗੇ ਖ਼ੰਭਾਂ ਨਾਲ ਬਣੀ ਸੀ ਅਤੇ ਉਸ ਦੇ ਘੋੜੇ ਦੇ ਸਿਰ ਉਤੇ ਸਜੀ ਹੋਈ ਸੀ, ਹੋਰ ਸਭ ਚੀਜ਼ਾਂ ਪੁਰਾਣੀਆਂ ਨਜ਼ਰ ਆ ਰਹੀਆਂ ਸਨ; ਉਹ ਨਵੀਂ ਕਲਗੀ ਉਸ ਨੇ ਨਵੇਂ ਕਾਨੂੰਨ ਦੀ ਖੁਸ਼ੀ ਵਿਚ ਇਕੱਤੀ ਮਾਰਚ ਨੂੰ ਚੌਧਰੀ ਖ਼ੁਦਾਬਖਸ਼ ਤੋਂ ਸਾਢੇ ਚੌਦਾਂ ਆਨਿਆਂ ਵਿਚ ਖਰੀਦੀ ਸੀ।

ਘੋੜੇ ਦੀਆਂ ਟਾਪਾਂ ਦੀ ਆਵਾਜ਼, ਕਾਲੀ ਸੜਕ, ਥੋੜ੍ਹੀ ਥੋੜ੍ਹੀ ਵਿੱਥ ਉਤੇ ਖੜ੍ਹੇ ਬਿਜਲੀ ਦੇ ਖੰਭੇ, ਦੁਕਾਨਾਂ ਦੇ ਬੋਰਡ, ਉਸ ਦੇ ਘੋੜੇ ਦੇ ਗਲ ਵਿਚ ਪਏ ਘੁੰਗਰੂਆਂ ਦੀ ਛਣ-ਛਣ, ਬਾਜ਼ਾਰਾਂ ਵਿਚ ਤੁਰੇ ਫਿਰਦੇ ਲੋਕ... ਇਨ੍ਹਾਂ ਵਿਚ ਕਿਹੜੀ ਚੀਜ਼ ਨਵੀਂ ਸੀ, ਜ਼ਾਹਿਰ ਹੈ, ਕੋਈ ਵੀ ਨਹੀਂ, ਪਰ ਉਸਤਾਦ ਮੰਗੂ ਨਿਰਾਸ਼ ਨਹੀਂ ਸੀ! ਅਜੇ ਬਹੁਤ ਸਵੇਰਾ ਹੈ... ਦੁਕਾਨਾਂ ਵੀ ਤਾ ਸਭ ਦੀਆਂ ਸਭ ਬੰਦ ਹਨ... ਬੰਦ ਦੁਕਾਨਾਂ ਦੇਖ ਉਸ ਨੂੰ ਧਰਵਾਸ ਹੋਇਆ, ਉਸ ਨੇ ਸੋਚਿਆ : "ਹਾਈ ਕੋਰਟ ਵਿਚ ਨੌਂ ਵਜੇ ਤੋਂ ਪਿੱਛੋਂ ਹੀ ਕੰਮ ਸ਼ੁਰੂ ਹੁੰਦਾ ਹੈ, ਹੁਣ ਇਸ ਤੋਂ ਪਹਿਲਾਂ ਨਵੇਂ ਕਾਨੂੰਨ ਦਾ ਕੀ ਦਿਖਾਈ ਦੇਵੇਗਾ?"

ਜਦ ਉਸ ਦਾ ਤਾਂਗਾ ਸਰਕਾਰੀ ਕਾਲਜ ਦੇ ਦਰਵਾਜ਼ੇ ਦੇ ਨੇੜੇ ਪੁੱਜਿਆ ਤਾਂ ਕਾਲਜ ਦੇ ਘੜਿਆਲ ਨੇ ਬੜੇ ਘਮੰਡ ਨਾਲ ਨੌਂ ਵਜਾਏ... ਜਿਹੜੇ ਵਿਦਿਆਰਥੀ ਕਾਲਜ ਦੇ ਵੱਡੇ ਦਰਵਾਜ਼ੇ ਤੋਂ ਅੰਦਰ ਜਾ ਰਹੇ ਸਨ, ਉਨ੍ਹਾਂ ਨੇ ਸੋਹਣੇ ਕੱਪੜੇ ਪਾਏ ਹੋਏ ਸਨ, ਪਰ ਪਤਾ ਨਹੀਂ ਕਿਉਂ ਉਸਤਾਦ ਮੰਗੂ ਨੂੰ ਉਨ੍ਹਾਂ ਦੇ ਕੱਪੜੇ ਮੈਲੇ-ਮੈਲੇ ਲੱਗੇ-ਇਸ ਦਾ ਕਾਰਨ ਇਹ ਸੀ ਕਿ ਉਸ ਦੀਆਂ ਨਿਗਾਹਾਂ ਕਿਸੇ ਚੁੰਧਿਆਉਣ ਵਾਲੇ ਜਲਵੇ ਦਾ ਨਜ਼ਾਰਾ ਦੇਖਣਾ ਚਾਹੁੰਦੀਆਂ ਸਨ।

ਤਾਂਗੇ ਨੂੰ ਸੱਜੇ ਹੱਥ ਮੋੜ ਕੇ ਉਹ ਥੋੜ੍ਹੇ ਚਿਰ ਪਿੱਛੋਂ ਫਿਰ ਅਨਾਰਕਲੀ ਵਿਚ ਸੀ-ਬਾਜ਼ਾਰ ਦੀਆਂ ਅੱਧੀਆਂ ਦੁਕਾਨਾਂ ਖੁੱਲ੍ਹ ਚੁੱਕੀਆਂ ਸਨ, ਲੋਕਾਂ ਦਾ ਆਉਣਾ

ਜਾਣਾ ਵੀ ਵਧ ਗਿਆ ਸੀ, ਹਲਵਾਈਆਂ ਦੀਆਂ ਦੁਕਾਨਾਂ 'ਤੇ ਗਾਹਕਾਂ ਦੀ ਖ਼ੂਬ ਭੀੜ ਸੀ, ਮਨਿਆਰੀ ਵਾਲਿਆਂ ਦੀਆਂ ਨੁਮਾਇਸ਼ੀ ਸ਼ੀਸ਼ੇ ਦੀਆਂ ਅਲਮਾਰੀਆਂ ਵਿਚ ਲੋਕਾਂ ਨੂੰ ਆਪਣਾ ਨਜ਼ਾਰਾ ਦਿਖਾਉਣ ਦਾ ਸੱਦਾ ਦੇ ਰਹੀਆਂ ਸਨ, ਬਿਜਲੀ ਦੀਆਂ ਤਾਰਾਂ ਉਤੇ ਕਈ ਕਬੂਤਰ ਇਕ ਦੂਜੇ ਨਾਲ ਚੁੰਝਾਂ ਲੜਾ ਰਹੇ ਸਨ-ਉਸਤਾਦ ਮੰਗੂ ਨੂੰ ਇਨ੍ਹਾਂ ਤਮਾਮ ਚੀਜਾਂ 'ਚ ਦਿਲਚਸਪੀ ਨਹੀਂ ਸੀ, ਉਹ ਤਾਂ ਨਵੇਂ ਕਾਨੂੰਨ ਨੂੰ ਦੇਖਣਾ ਚਾਹੁੰਦੇ ਸੀ, ਠੀਕ ਉਸ ਤਰ੍ਹਾਂ ਜਿਸ ਤਰ੍ਹਾਂ ਉਹ ਆਪਣੇ ਘੋੜੇ ਨੂੰ ਦੇਖ ਰਿਹਾ ਸੀ।

ਜਦ ਉਸਤਾਦ ਮੰਗੂ ਦੇ ਘਰ 'ਚ ਬੱਚਾ ਪੈਦਾ ਹੋਣ ਵਾਲਾ ਸੀ ਤਾਂ ਉਸ ਨੇ ਚਾਰ ਪੰਜ ਮਹੀਨੇ ਬੜੀ ਬੇਕਰਾਰੀ ਨਾਲ ਕੱਟੇ ਸਨ। ਉਸ ਨੂੰ ਭਰੋਸਾ ਸੀ ਕਿ ਬੱਚਾ ਕਿਸੇ ਨਾ ਕਿਸੇ ਦਿਨ ਜ਼ਰੂਰ ਜੰਮੇਗਾ, ਪਰ ਉਸ ਨੂੰ ਉਡੀਕ ਦੀਆਂ ਘੜੀਆਂ ਕੱਟਣੀਆਂ ਬੜੀਆਂ ਦੁੱਭਰ ਲੱਗ ਰਹੀਆਂ ਸਨ। ਉਹ ਚਾਹੁੰਦਾ ਸੀ ਕਿ ਆਪਣੇ ਬੱਚੇ ਨੂੰ ਇਕ ਵੇਰਾਂ ਦੇਖ ਲਵੇ, ਇਸ ਤੋਂ ਬਾਅਦ ਉਹ ਜੰਮਦਾ ਰਹੇ, ਇਸੇ ਨਾ ਪੂਰੀ ਹੋਣ ਵਾਲੀ ਇੱਛਾ ਦੇ ਅਸਰ ਅਧੀਨ ਉਸ ਨੇ ਕਈ ਵਾਰ ਆਪਣੀ ਨਿਢਾਲ ਪਤਨੀ ਦੇ ਢਿੱਡ ਨੂੰ ਦਬਾ-ਦਬਾਕੇ ਅਤੇ ਉਸ ਉਤੇ ਕੰਨ ਰੱਖ-ਰੱਖਕੇ ਆਪਣੇ ਬੱਚੇ ਦੀ ਬਾਬਤ ਕੁਝ ਜਾਣਨਾ ਚਾਹਿਆ ਸੀ, ਪਰ ਅਸਫ਼ਲ ਰਿਹਾ ਸੀ। ਇਕ ਵਾਰੀ ਤਾਂ ਉਹ ਉਡੀਕ-ਉਡੀਕ ਕੇ, ਐਨਾ ਤੰਗ ਆ ਗਿਆ ਸੀ ਕਿ ਆਪਣੀ ਪਤਨੀ ਉੱਤੇ ਵਰ੍ਹ ਹੀ ਪਿਆ : "ਤੂੰ ਹਰ ਵੇਲੇ ਮੁਰਦਿਆਂ ਵਾਂਗ ਪਈ ਰਹਿਣੀ ਐਂ... ਰਤਾ ਉਠ ਤੁਰ-ਫਿਰ ਕਿ ਤੇਰੇ ਅੰਗ 'ਚ ਥੋੜ੍ਹੀ ਕੁ ਤਾਕਤ ਤਾਂ ਆਵੇ... ਇਉਂ ਤਖ਼ਤਾ ਬਣੇ ਰਹਿਣ ਨਾਲ ਕੁਝ ਨੀ ਹੋਣ ਲੱਗਾ... ਤੂੰ ਸਮਝਦੀ ਹੈਂ, ਇਸ ਤਰ੍ਹਾਂ ਲੰਮੀ ਪਈ ਪਈ ਤੂੰ ਬੱਚਾ ਜੰਮ ਦੇਵੇਂਗੀ।"

ਉਸਤਾਦ ਮੰਗੂ ਬਹੁਤਾ ਕਾਹਲਾ ਸਾਬਤ ਹੋਇਆ ਸੀ, ਉਹ ਹਰ ਸਬੱਬ ਨੂੰ ਅਮਲੀ ਸ਼ਕਲ 'ਚ ਦੇਖਣ ਦਾ ਨਾ ਕੇਵਲ ਚਾਹਵਾਨ ਸੀ, ਸਗੋਂ ਜਗਿਆਸੂ ਵੀ ਸੀ।

ਉਸ ਦੀ ਪਤਨੀ ਗੰਗਾ ਦੇਵੀ ਉਸ ਦੀਆਂ ਇਸ ਕਿਸਮ ਦੀਆਂ ਬੇਕਰਾਰੀਆਂ ਨੂੰ ਦੇਖ ਕੇ ਆਮ ਤੌਰ 'ਤੇ ਕਿਹਾ ਕਰਦੀ ਸੀ : "ਅਜੇ ਖੂਹ ਪੁੱਟਿਆ ਨਹੀਂ ਗਿਆ ਤੇ ਤੁਸੀਂ ਪਿਆਸ ਨਾਲ ਬੇਹਾਲ ਹੋ ਰਹੇ ਹੋ।"

ਉਸਤਾਦ ਮੰਗੂ ਨਵੇਂ ਕਾਨੂੰਨ ਦੀ ਉਡੀਕ ਵਿਚ ਐਨਾ ਬੇਕਰਾਰ ਨਹੀਂ ਸੀ, ਜਿੰਨਾ ਕਿ ਉਸ ਨੂੰ ਆਪਣੇ ਸੁਭਾਅ ਅਨੁਸਾਰ ਹੋਣਾ ਚਾਹੀਦਾ ਸੀ। ਉਹ ਨਵੇਂ ਕਾਨੂੰਨ ਨੂੰ ਦੇਖਣ ਲਈ ਘਰੋਂ ਨਿਕਲਿਆ ਸੀ, ਠੀਕ ਉਸ ਤਰ੍ਹਾਂ ਜਿਸ ਤਰ੍ਹਾਂ ਉਹ ਮਹਾਤਮਾ ਗਾਂਧੀ ਜਾਂ ਜਵਾਹਰ ਲਾਲ ਨਹਿਰੂ ਦੇ ਜਲੂਸ ਦਾ ਨਜ਼ਾਰਾ ਦੇਖਣ ਲਈ ਨਿਕਲਦਾ ਹੁੰਦਾ ਸੀ।

ਲੀਡਰਾਂ ਦੀ ਇੱਜ਼ਤ ਦਾ ਅੰਦਾਜ਼ਾ ਉਸਤਾਦ ਮੰਗੂ ਹਮੇਸ਼ਾ ਉਨ੍ਹਾਂ ਦੇ ਜਲੂਸਾਂ 'ਚ ਇਕੱਠੀਆਂ ਹੋਈਆਂ ਭੀੜਾਂ ਅਤੇ ਉਨ੍ਹਾਂ ਦੇ ਗਲਾਂ 'ਚ ਪਾਏ ਗਏ ਹਾਰਾਂ ਤੋਂ ਲਾਉਂਦਾ ਹੁੰਦਾ ਸੀ। ਜੇ ਕੋਈ ਲੀਡਰ ਗੇਂਦੇ ਦੇ ਫੁੱਲਾਂ ਨਾਲ ਲੱਦਿਆ ਹੋਵੇ ਤਾਂ ਉਸ ਨੂੰ ਉਹ ਵੱਡਾ ਆਦਮੀ ਸਮਝਦਾ ਸੀ, ਅਤੇ ਜੇ ਕਿਸੇ ਲੀਡਰ ਦੇ ਜਲੂਸ ਜਾਂ ਜਲਸੇ ਵਿਚ ਭੀੜ ਕਾਰਨ ਦੋ-ਤਿੰਨ ਆਦਮੀ ਦਰੜੇ ਜਾਣ ਤਾਂ ਉਸ ਦੀਆਂ ਨਜ਼ਰਾਂ 'ਚ ਉਹ ਲੀਡਰ ਹੋਰ ਵੀ ਵੱਡਾ ਸੀ... ਨਵੇਂ ਕਾਨੂੰਨ ਨੂੰ ਉਹ ਆਪਣੇ ਦਿਮਾਗ ਦੀ ਇਸੇ ਤੱਕੜੀ 'ਚ ਤੋਲਣਾ ਚਾਹੁੰਦਾ ਸੀ।

ਅਨਾਰਕਲੀ 'ਚੋਂ ਨਿਕਲ ਕੇ ਉਹ ਮਾਲ ਰੋਡ ਦੀ ਚਮਕੀਲੀ ਤਹਿ 'ਤੇ

ਆਪਣੇ ਤਾਂਗੇ ਨੂੰ ਹੌਲੀ-ਹੌਲੀ ਚਲਾ ਰਿਹਾ ਸੀ ਕਿ ਮੋਟਰਾਂ ਦੀ ਦੁਕਾਨ ਦੇ ਕੋਲ ਉਸ ਨੂੰ ਛਾਉਣੀ ਦੀ ਇਕ ਸਵਾਰੀ ਮਿਲ ਗਈ।

ਕਿਰਾਇਆ ਤਹਿ ਕਰ ਕੇ ਉਸ ਨੇ ਘੋੜੇ ਨੂੰ ਛਾਂਟਾ ਦਿਖਾਇਆ ਅਤੇ ਦਿਲ 'ਚ ਖ਼ਿਆਲ ਕੀਤਾ : "ਚਲੋ ਇਹ ਵੀ ਚੰਗਾ ਈ ਹੋਇਆ... ਸ਼ਾਇਦ ਛਾਉਣੀ ਤੋਂ ਹੀ ਨਵੇਂ ਕਾਨੂੰਨ ਦਾ ਕੁਝ ਥਹੁ-ਪਤਾ ਲੱਗ ਜਾਵੇ।"

ਛਾਉਣੀ ਪੁੱਜ ਕੇ ਉਸ ਨੇ ਸਵਾਰੀ ਨੂੰ ਉਸ ਦੇ ਟਿਕਾਣੇ ਉਤੇ ਉਤਾਰ ਦਿੱਤਾ ਅਤੇ ਜੇਬ ਵਿਚੋਂ ਸਿਗਰਟ ਕੱਢ ਕੇ, ਖੱਬੇ ਹੱਥ ਦੀਆਂ ਆਖਰੀ ਦੋ ਉਂਗਲਾਂ 'ਚ ਦਬਾ ਕੇ ਉਸ ਨੂੰ ਸੁਲਗਾਇਆ ਅਤੇ ਪਿਛਲੀ ਸੀਟ ਦੇ ਗੱਦੇ ਉਤੇ ਬੈਠ ਗਿਆ-ਜਦ ਉਸ ਨੂੰ ਕਿਸੇ ਸਵਾਰੀ ਦੀ ਆਸ ਨਹੀਂ ਹੁੰਦੀ ਸੀ, ਜਾਂ ਉਸ ਨੇ ਕਿਸੇ ਹੋਰ ਬੀਤੀ ਘਟਨਾ ਬਾਰੇ ਸੋਚ-ਵਿਚਾਰ ਕਰਨੀ ਹੁੰਦੀ ਤਾਂ ਉਹ ਆਮ ਤੌਰ 'ਤੇ ਅਗਲੀ ਸੀਟ ਛੱਡ ਕੇ, ਪਿਛਲੀ ਸੀਟ 'ਤੇ ਨਿੱਠ ਕੇ ਬੈਠ, ਆਪਣੇ ਘੋੜੇ ਦੀਆਂ ਵਾਗਾਂ ਸੱਜੇ ਹੱਥ ਦੁਆਲੇ ਲਪੇਟ ਲਿਆ ਕਰਦਾ ਸੀ। ਅਜਿਹੇ ਮੌਕਿਆਂ 'ਤੇ ਉਸ ਦਾ ਘੋੜਾ ਥੋੜ੍ਹਾ ਜਿਹਾ ਹਿਣਕਣ ਤੋਂ ਬਾਅਦ ਬਹੁਤ ਹੀ ਧੀਮੀ ਚਾਲ ਚੱਲਣਾ ਸ਼ੁਰੂ ਕਰ ਦਿੰਦਾ ਸੀ, ਜਿਵੇਂ ਉਸ ਨੂੰ ਕੁਝ ਦੇਰ ਲਈ ਭੱਜ-ਦੌੜ ਤੋਂ ਛੁੱਟੀ ਮਿਲ ਗਈ ਹੈ।

ਘੋੜੇ ਦੀ ਚਾਲ ਅਤੇ ਉਸਤਾਦ ਮੰਗੂ ਦੇ ਦਿਮਾਗ ਵਿਚ ਵਿਚਾਰਾਂ ਦੀ ਆਮਦ ਬਹੁਤ ਸੁਸਤ ਸੀ। ਜਿਸ ਤਰ੍ਹਾਂ ਘੋੜਾ ਹੌਲੀ-ਹੌਲੀ ਕਦਮ ਪੁੱਟਣਾ ਰਿਹਾ ਸੀ, ਉਸੇ ਤਰ੍ਹਾਂ ਉਸਤਾਦ ਮੰਗੂ ਦੀ ਬੁੱਧੀ 'ਚ ਨਵੇਂ ਕਾਨੂੰਨ ਬਾਰੇ ਨਵੇਂ ਅਨੁਮਾਨ ਪ੍ਰਵੇਸ਼ ਕਰ ਰਹੇ ਸਨ। ਉਹ ਨਵੇਂ ਕਾਨੂੰਨ ਦੇ ਹੋਂਦ 'ਚ ਆਉਣ 'ਚ ਮਿਊਸਪਲ ਕਮੇਟੀ ਤੋਂ ਤਾਂਗਿਆਂ ਦੇ ਨੰਬਰ ਮਿਲਣ ਦੇ ਢੰਗ ਉਤੇ ਗ਼ੌਰ ਕਰ ਰਿਹਾ ਸੀ। ਉਹ ਕਿਸੇ ਸੋਚ-ਵਿਚਾਰ ਵਿਚ ਡੁੱਬਿਆ ਹੋਇਆ ਸੀ ਕਿ ਉਸ ਨੂੰ ਲੱਗਿਆ, ਕਿਸੇ ਸਵਾਰੀ ਨੇ ਉਸ ਨੂੰ ਬੁਲਾਇਆ ਹੈ, ਪਿੱਛੇ ਮੁੜ ਕੇ ਦੇਖਿਆ ਤਾਂ ਉਸ ਨੂੰ ਸੜਕ ਦੇ ਦੂਜੇ ਪਾਸੇ ਦੂਰ ਬਿਜਲੀ ਦੇ ਖੰਭੇ ਦੇ ਕੋਲ ਇਕ ਗੋਰਾ ਖੜ੍ਹਾ ਦਿਖਾਈ ਦਿੱਤਾ, ਜੋ ਹੱਥ ਦੇ ਇਸ਼ਾਰੇ ਨਾਲ ਉਸ ਨੂੰ ਬੁਲਾ ਰਿਹਾ ਸੀ।

ਜਿਵੇਂ ਕਿ ਪਹਿਲਾਂ ਬਿਆਨ ਕੀਤਾ ਜਾ ਚੁੱਕਾ ਹੈ, ਉਸਤਾਦ ਮੰਗੂ ਨੂੰ ਗੋਰਿਆਂ ਤੋਂ ਬੇਹੱਦ ਨਫ਼ਰਤ ਸੀ-ਜਦ ਉਸ ਨੇ ਆਪਣੀ ਨਵੀਂ ਸਵਾਰੀ ਨੂੰ ਗੋਰੇ ਦੀ ਸ਼ਕਲ ਵਿਚ ਦੇਖਿਆ ਤਾਂ ਉਸ ਦੇ ਦਿਲ 'ਚ ਘਿਰਣਾ ਜਾਗ ਪਈ। ਪਹਿਲਾਂ ਤਾਂ ਉਸ ਦੇ ਜੀਅ 'ਚ ਆਇਆ ਕਿ ਬਿਲਕੁਲ ਧਿਆਨ ਨਾ ਦੇਵੇ ਅਤੇ ਗੋਰੇ ਨੂੰ ਉਥੇ ਹੀ ਛੱਡ ਕੇ ਅੱਗੇ ਵਧ ਜਾਵੇ, ਪਰ ਬਾਅਦ 'ਚ ਉਸ ਨੂੰ ਖ਼ਿਆਲ ਆਇਆ : "ਇਨ੍ਹਾਂ ਦੇ ਪੈਸੇ ਛੱਡਣਾ ਬੇਵਕੂਫ਼ੀ ਹੈ... ਕਲਗੀ 'ਤੇ ਜੋ ਸਾਢੇ ਚੌਦਾਂ ਆਨੇ ਖ਼ਰਚ ਹੋਏ ਨੇ, ਇਨ੍ਹਾਂ ਦੀ ਜੇਬ 'ਚੋਂ ਹੀ ਵਸੂਲ ਕਰਨੇ ਚਾਹੀਦੇ ਨੇ... ਚਲੋ ਚਲਦੇ ਹਾਂ..."

ਖਾਲੀ ਸੜਕ ਉਤੇ ਬੜੀ ਹੁਸ਼ਿਆਰੀ ਨਾਲ ਤਾਂਗਾ ਮੋੜ ਕੇ ਉਸ ਨੇ ਘੋੜੇ ਨੂੰ ਛਾਂਟਾ ਦਿਖਾਇਆ... ਅੱਖ ਝਮਦਿਆਂ ਉਹ ਬਿਜਲੀ ਦੇ ਖੰਭੇ ਕੋਲ ਚਲਿਆ ਗਿਆ।

ਘੋੜੇ ਦੀਆਂ ਵਾਗਾਂ ਖਿਚ ਕੇ ਉਸ ਨੇ ਤਾਂਗਾ ਰੋਕਿਆ ਅਤੇ ਪਿਛਲੀ ਸੀਟ ਉਤੇ ਬੈਠਿਆਂ ਹੀ ਗੋਰੇ ਤੋਂ ਪੁੱਛਿਆ : "ਸਾਹਿਬ ਬਹਾਦੁਰ, ਕਹਾਂ ਜਾਨਾ ਮਾਂਗਟਾ ਹੈ?" ਉਸ ਦੇ ਸਵਾਲ ਵਿਚ ਅੰਤਾਂ ਦਾ ਵਿਅੰਗ ਸੀ। 'ਸਾਹਿਬ ਬਹਾਦੁਰ' ਕਹਿੰਦੇ ਸਮੇਂ ਉਸ ਦਾ ਉਰਪਲਾ ਮੁੱਛਾਂ ਭਰਿਆ ਬੁੱਲ ਹੇਠਾਂ ਨੂੰ ਖਿੱਚਿਆ ਗਿਆ ਅਤੇ ਨਾਲ ਲਗਦੀ

ਗੱਲ੍ਹ ਦੇ ਉਸ ਪਾਸੇ ਜੋ ਮੱਧਮ ਜਿਹੀ ਲਕੀਰ ਨੱਕ ਦੀਆਂ ਨਾਸਾਂ ਤੋਂ ਠੋਡੀ ਦੇ ਉਪਰਲੇ ਹਿੱਸੇ ਤੱਕ ਚਲੀ ਆ ਰਹੀ ਸੀ, ਇਕ ਕੰਬਣੀ ਨਾਲ ਡੂੰਘੀ ਹੋ ਗਈ, ਜਿਵੇਂ ਕਿਸੇ ਨੇ ਤਿੱਖੀ ਨੋਕ ਦੇ ਚਾਕੂ ਨਾਲ ਟਾਹਲੀ ਦੀ ਸਾਂਵਲੀ ਲੱਕੜੀ 'ਚ ਧਾਰੀ ਪਾ ਦਿੱਤੀ ਹੋਵੇ, ਉਸ ਦਾ ਸਾਰਾ ਚਿਹਰਾ ਹੱਸ ਰਿਹਾ ਸੀ-ਉਸ ਨੇ ਆਪਣੇ ਧੁਰ ਅੰਦਰਲੇ ਅਹਿਸਾਸ ਵਿਚ, ਆਪਣੇ ਸੀਨੇ ਦੀ ਅੱਗ 'ਚ ਜਲਾ ਕੇ ਉਸ ਗੋਰੇ ਨੂੰ ਭਸਮ ਕਰ ਕੇ ਰੱਖ ਦਿੱਤਾ ਸੀ।

ਜਦੋਂ ਗੋਰੇ ਨੇ, ਜਿਹੜਾ ਬਿਜਲੀ ਦੇ ਖੰਭੇ ਦੀ ਓਟ ਵਿਚ ਹਵਾ ਦਾ ਰੁਖ਼ ਬਚਾ ਕੇ ਸਿਗਰਟ ਸੁਲਗਾ ਰਿਹਾ ਸੀ, ਮੁੜ ਕੇ ਤਾਂਗੇ ਦੇ ਪਾਇਦਾਨ ਵੱਲ ਕਦਮ ਵਧਾਇਆ ਤਾਂ ਅਚਾਨਕ ਉਸਤਾਦ ਮੰਗੂ ਅਤੇ ਗੋਰੇ ਦੀਆਂ ਨਿਗਾਹਾਂ ਮਿਲੀਆਂ, ਜਿਵੇਂ ਇੱਕੋ ਸਮੇਂ ਆਹਮੋ-ਸਾਹਮਣੇ ਦੀਆਂ ਬੰਦੂਕਾਂ 'ਚੋਂ ਗੋਲੀਆਂ ਚਲੀਆਂ ਹੋਣ ਅਤੇ ਆਪਸ ਵਿਚ ਟਕਰਾ ਕੇ ਇਕ ਅੱਗ ਦਾ ਗੋਲਾ ਬਣ ਕੇ ਉਪਰ ਨੂੰ ਉਡ ਗਈਆਂ ਹੋਣ।

ਉਸਤਾਦ ਮੰਗੂ ਜਿਹੜਾ ਆਪਣੇ ਸੱਜੇ ਹੱਥ ਦੁਆਲੇ ਵਲ੍ਹੇਟੀ ਵਾਗ ਦੇ ਵਲ ਨੂੰ ਖੋਲ੍ਹ ਕੇ ਤਾਂਗੇ ਤੋਂ ਹੇਠਾਂ ਉਤਰਨ ਵਾਲਾ ਸੀ, ਆਪਣੇ ਸਾਹਮਣੇ ਖੜ੍ਹੇ ਗੋਰੇ ਨੂੰ ਇਉਂ ਦੇਖ ਰਿਹਾ ਸੀ, ਜਿਵੇਂ ਉਹ ਉਸ ਦੇ ਵਜੂਦ ਦੇ ਤਿਣਕੇ-ਤਿਣਕੇ ਨੂੰ ਆਪਣੀਆਂ ਨਜ਼ਰਾਂ ਨਾਲ ਚੱਬ ਰਿਹਾ ਹੋਵੇ-ਅਤੇ ਗੋਰਾ ਕੁਝ ਇਸ ਤਰ੍ਹਾਂ ਆਪਣੀ ਨੀਲੀ ਪਤਲੂਨ ਉਤੇ ਅਣ-ਦਿਸਦੀਆਂ ਚੀਜ਼ਾਂ ਝਾੜ ਰਿਹਾ ਸੀ, ਜਿਵੇਂ ਉਹ ਉਸਤਾਦ ਮੰਗੂ ਦੇ ਉਸ ਹਮਲੇ ਤੋਂ ਆਪਣੇ ਵਜੂਦ ਦੇ ਕੁਝ ਹਿੱਸੇ ਬਚਾ ਕੇ ਰੱਖਣ ਦੀ ਕੋਸ਼ਿਸ਼ ਕਰ ਰਿਹਾ ਹੋਵੇ।

ਗੋਰੇ ਨੇ ਸਿਗਰਟ ਦਾ ਧੂੰਆਂ ਛੱਡਦਿਆਂ ਹੋਇਆਂ ਆਖਿਆ "ਜਾਨਾ ਮਾਂਗਟਾ ਯਾ ਫਿਰ ਗੜਬੜ ਕਰਨੇ ਕਾ?"

"ਓਹੀ ਹੈ..." ਇਹ ਦੋ ਸ਼ਬਦ ਉਸਤਾਦ ਮੰਗੂ ਦੇ ਦਿਮਾਗ 'ਚ ਪੈਦਾ ਹੋਏ ਅਤੇ ਉਸ ਦੀ ਚੌੜੀ ਛਾਤੀ ਦੇ ਅੰਦਰ ਨੱਚਣ ਲੱਗੇ : 'ਉਹੀ ਹੈ...' ਉਸ ਨੇ ਫਿਰ ਉਹ ਦੋ ਲਫ਼ਜ਼ ਆਪਣੇ ਮੂੰਹ ਦੇ ਅੰਦਰ ਹੀ ਅੰਦਰ ਦੁਹਰਾਏ ਅਤੇ ਉਸ ਨੂੰ ਪੂਰਾ ਯਕੀਨ ਹੋ ਗਿਆ ਕਿ ਉਹ ਗੋਰਾ, ਜਿਹੜਾ ਉਸ ਦੇ ਸਾਹਮਣੇ ਖੜ੍ਹਾ ਸੀ, ਉਹੀ ਹੈ, ਜਿਸ ਨਾਲ ਪਿਛਲੇ ਸਾਲ ਉਸ ਦੀ ਝੜੱਪ ਹੋਈ ਸੀ, ਅਤੇ ਉਸ ਖ਼ਾਹਮਖ਼ਾਹ ਦੇ ਝਗੜੇ ਵਿਚ, ਜਿਸ ਕਾਰਨ ਗੋਰੇ ਦੇ ਦਿਮਾਗ ਨੂੰ ਚੜ੍ਹੀ ਹੋਈ ਸ਼ਰਾਬ ਸੀ, ਉਸ ਨੂੰ ਨਾ ਚਾਹੁੰਦਿਆਂ ਬਹੁਤ ਸਾਰੀਆਂ ਗੱਲਾਂ ਸਹਿਣੀਆਂ ਪਈਆਂ ਸਨ-ਉਸ ਨੇ ਗੋਰੇ ਦਾ ਦਿਮਾਗ ਦਰੁਸਤ ਕਰ ਦਿੱਤਾ ਹੁੰਦਾ, ਸਗੋਂ ਉਸ ਦੀ ਬੋਟੀ ਬੋਟੀ ਕਰ ਦਿੱਤੀ ਹੁੰਦੀ, ਪਰ ਉਹ ਇਹ ਸੋਚ ਕੇ ਚੁੱਪ ਹੋ ਗਿਆ ਸੀ ਕਿ ਇਸ ਕਿਸਮ ਦੇ ਝਗੜਿਆਂ ਵਿਚ ਪੁਲਿਸ ਅਤੇ ਅਦਾਲਤ ਦਾ ਨਜ਼ਲਾ ਆਮ ਤੌਰ 'ਤੇ ਕੋਚਵਾਨਾਂ 'ਤੇ ਹੀ ਡਿੱਗਿਆ ਕਰਦਾ ਹੈ।

ਉਸਤਾਦ ਮੰਗੂ ਨੇ ਪਿਛਲੇ ਵਰ੍ਹੇ ਦੀ ਲੜਾਈ ਅਤੇ ਪਹਿਲੀ ਅਪ੍ਰੈਲ ਦੇ ਨਵੇਂ ਕਾਨੂੰਨ ਉਤੇ ਗ਼ੌਰ ਕਰਦਿਆਂ ਹੋਇਆਂ ਗੋਰੇ ਨੂੰ ਕਿਹਾ : "ਕਹਾਂ ਜਾਨਾਂ ਮਾਂਗਟਾ ਹੈ? ਉਸ ਦੇ ਲਹਿਜੇ ਵਿਚ ਚਾਬਕ ਵਰਗੀ ਤੇਜ਼ੀ ਸੀ।

ਗੋਰੇ ਨੇ ਉਤਰ ਦਿੱਤਾ : "ਹੀਰਾ ਮੰਡੀ।"

"ਕਿਰਾਇਆ ਪਾਂਚ ਰੁਪਏ ਹੋਗਾ।" ਉਸਤਾਦ ਮੰਗੂ ਦੀਆਂ ਮੁੱਛਾਂ ਫਰਕੀਆਂ। ਗੋਰਾ ਹੈਰਾਨ ਹੋ ਗਿਆ, ਉਹ ਚੀਕਿਆ : "ਪਾਂਚ ਰੁਪਏ...? ਕਿਆ ਤੁਮ..."

"ਹਾਂ-ਹਾਂ ਪਾਂਚ ਰੁਪਏ..." ਉਸਤਾਦ ਮੰਗੂ ਦਾ ਸੱਜਾ ਵਾਲਾਂ ਭਰਿਆ ਹੱਥ

ਮਿਚ ਕੇ ਇਕ ਵਾਰੀ ਘਸੁੰਨ ਦੀ ਸ਼ਕਲ 'ਚ ਢਲ ਗਿਆ : "ਕਿਉਂ, ਚਲਤੇ ਹੋ ਜਾਂ ਬੇਕਾਰ ਬਾਤੇਂ ਬਨਾਓਗੇ?" ਉਸ ਦਾ ਲਹਿਜ਼ਾ ਜ਼ਿਆਦਾ ਸਖ਼ਤ ਹੋ ਗਿਆ।

ਗੋਰੇ ਦੇ ਦਿਮਾਗ 'ਚ ਪਿਛਲੇ ਵਰ੍ਹੇ ਦੀ ਘਟਨਾ ਘੁੰਮ ਰਹੀ ਸੀ, ਪਰ ਉਹ ਉਸਤਾਦ ਮੰਗੂ ਦੇ ਸੀਨੇ ਦੀ ਚੌੜਾਈ ਭੁੱਲ ਚੁੱਕਿਆ ਸੀ। ਉਹ ਸੋਚ ਰਿਹਾ ਸੀ ਕਿ ਉਸਤਾਦ ਮੰਗੂ ਦੀ ਖੋਪੜੀ 'ਚ ਫਿਰ ਖਾਜ ਹੋ ਰਹੀ ਹੈ-ਉਸ ਨੇ ਆਪਣੀ ਛੜੀ ਵਧਾਈ ਅਤੇ ਉਸਤਾਦ ਮੰਗੂ ਨੂੰ ਤਾਂਗੇ 'ਚੋਂ ਹੇਠਾਂ ਉਤਰਨ ਦਾ ਇਸ਼ਾਰਾ ਕੀਤਾ।

ਬੈਂਤ ਦੀ ਪਾਲਿਸ਼ ਕੀਤੀ ਹੋਈ ਪਤਲੀ ਛੜੀ ਦੀ ਹੁੱਜ ਉਸਤਾਦ ਮੰਗੂ ਦੇ ਮੋਟੇ ਪੱਟ ਉਤੇ ਦੋ-ਤਿੰਨ ਵਾਰੀ ਵੱਜੀ- ਉਸ ਨੇ ਬੈਠੇ ਬੈਠੇ ਨੇ ਮੱਧਰੇ ਕੱਦ ਦੇ ਗੋਰੇ ਨੂੰ ਦੇਖਿਆ-ਜਿਵੇਂ ਉਹ ਆਪਣੀਆਂ ਨਿਗਾਹਾਂ ਦੀ ਤਾਬ ਨਾਲ ਈ ਉਸ ਨੂੰ ਪੀਹ ਕੇ ਰੱਖ ਦੇਣਾ ਚਾਹੁੰਦਾ ਹੋਵੇ।

ਦੂਜੇ ਹੀ ਛਿਣ ਉਸਤਾਦ ਮੰਗੂ ਬੁੜਕਿਆ, ਫੇਰ ਉਸ ਦਾ ਘਸੁੰਨ ਕਮਾਨ ਚੋਂ ਤੀਰ ਵਾਂਗ ਉਪਰ ਨੂੰ ਉਠਿਆ ਅਤੇ ਪਲਕ ਝਮਕਦਿਆਂ ਹੀ ਗੋਰੇ ਦੀ ਠੋਡੀ ਦੇ ਹੇਠਲੇ ਪਾਸੇ ਜੜਿਆ ਗਿਆ-ਗੋਰਾ ਲੜਖੜਾ ਗਿਆ ਅਤੇ ਉਸਤਾਦ ਮੰਗੂ ਨੇ ਉਸ ਨੂੰ ਤਾਬੜ ਤੋੜ ਕੁੱਟਣਾ ਸ਼ੁਰੂ ਕਰ ਦਿੱਤਾ।

ਭਮੱਤਰੇ ਹੋਏ ਗੋਰੇ ਨੇ ਏਧਰ-ਓਧਰ ਸੁੰਗੜ ਕੇ ਮੰਗੂ ਦੇ ਭਾਰੇ ਤੇ ਨਰੋਏ ਮੁੱਕਿਆਂ ਤੋਂ ਬਚਣ ਦੀ ਕੋਸ਼ਿਸ ਕੀਤੀ ਅਤੇ ਜਦ ਦੇਖਿਆ ਕਿ ਉਸਤਾਦ ਨੇ ਵੱਖਰਾ ਹੀ ਰੂਪ ਬਣਾ ਲਿਆ ਹੈ ਤਾਂ ਉਸ ਨੇ ਜ਼ੋਰ ਜ਼ੋਰ ਦੀ ਚੀਕਣਾ ਸ਼ੁਰੂ ਕਰ ਦਿੱਤਾ।

ਗੋਰੇ ਦੀ ਚੀਖ਼ ਨੇ ਉਸਤਾਦ ਮੰਗੂ ਦੀਆਂ ਬਾਹਾਂ 'ਚ ਹੋਰ ਵੀ ਰੋਹ ਭਰ ਦਿੱਤਾ- ਉਹ ਗੋਰੇ ਨੂੰ ਜੀਅ ਭਰ ਕੇ ਕੁੱਟ ਰਿਹਾ ਸੀ ਅਤੇ ਨਾਲ ਦੀ ਨਾਲ ਇਹ ਆਖੀ ਜਾਂਦਾ ਸੀ : "ਪਹਿਲੀ ਅਪ੍ਰੈਲ ਨੂੰ ਵੀ ਉਹੀ ਆਕੜ ਫੂੰ... ਪਹਿਲੀ ਅਪ੍ਰੈਲ ਨੂੰ ਵੀ ਉਹੀ ਆਕੜ ਫੂੰ... ਹੁਣ ਸਾਡਾ ਰਾਜ ਹੈ ਬੱਚਾ...।"

ਲੋਕ ਇਕੱਠੇ ਹੋ ਗਏ ਅਤੇ ਪੁਲਿਸ ਦੇ ਸਿਪਾਹੀਆਂ ਨੇ ਗੋਰੇ ਨੂੰ ਬੜੀ ਮੁਸ਼ਕਲ ਨਾਲ ਉਸਤਾਦ ਮੰਗੂ ਦੀ ਜਕੜ ਚੋਂ ਛੁਡਾਇਆ।

ਉਸਤਾਦ ਮੰਗੂ ਦੋ ਸਿਪਾਹੀਆਂ ਦੇ ਵਿਚਾਲੇ ਖੜ੍ਹਾ ਸੀ। ਉਸ ਦੀ ਚੌੜੀ ਛਾਤੀ ਫੁੱਲੇ ਹੋਏ ਸਾਹ ਕਾਰਨ ਹੇਠਾਂ-ਉਤੇ ਹੋ ਰਹੀ ਸੀ, ਮੂੰਹ 'ਚੋਂ ਝੱਗ ਵਗ ਰਹੀ ਸੀ, ਉਹ ਆਪਣੀਆਂ ਫੈਲੀਆਂ ਹੋਈਆਂ ਅੱਖਾਂ ਨਾਲ ਪੂਰੇ ਹਜੂਮ ਵੱਲ ਦੇਖਦਿਆਂ ਹਫ਼ੀ ਹੋਈ ਆਵਾਜ਼ 'ਚ ਕਹਿ ਰਿਹਾ ਸੀ: "ਉਹ ਦਿਨ ਗੁਜ਼ਰ ਗਏ, ਜਦੋਂ ਖ਼ਲੀਲ ਖਾਂ ਤੋਤੇ ਉਡਾਇਆ ਕਰਦੇ ਸਨ... ਹੁਣ ਨਵਾਂ ਕਾਨੂੰਨ ਹੈ ਮੀਆਂ... ਨਵਾਂ ਕਾਨੂੰਨ।"

ਅਤੇ ਵਿਚਾਰਾ ਗੋਰਾ ਆਪਣੇ ਵਿਗੜੇ ਹੋਏ ਚਿਹਰੇ ਨਾਲ ਉਲੂਆਂ ਵਾਂਗ ਕਦੇ ਉਸਤਾਦ ਮੰਗੂ ਵੱਲ ਦੇਖ ਰਿਹਾ ਸੀ ਤੇ ਕਦੇ ਲੋਕਾਂ ਦੇ ਇਕੱਠ ਵੱਲ। ਉਸਤਾਦ ਮੰਗੂ ਨੂੰ ਪੁਲਿਸ ਦੇ ਸਿਪਾਹੀ ਠਾਣੇ 'ਚ ਲੈ ਗਏ।

ਰਸਤੇ ਵਿਚ ਵੀ ਅਤੇ ਠਾਣੇ ਅੰਦਰ ਵੀ ਉਹ 'ਨਵਾਂ ਕਾਨੂੰਨ, ਨਵਾਂ ਕਾਨੂੰਨ' ਚੀਖ਼ਦਾ ਰਿਹਾ, ਪਰ ਕਿਸੇ ਨੇ ਇਕ ਨਾ ਸੁਣੀ।

"ਨਵਾਂ ਕਾਨੂੰਨ, ਨਵਾਂ ਕਾਨੂੰਨ, ਕੀ ਬਕ ਰਿਹਾ ਹੈ... ਕਾਨੂੰਨ ਉਹੀ ਹੈ ਪੁਰਾਣਾ।" ਅਤੇ ਉਸ ਨੂੰ ਹਵਾਲਾਤ ਵਿਚ ਬੰਦ ਕਰ੍ਹ ਦਿੱਤਾ ਗਿਆ।

ਸਾਹਿਬੇ-ਕਰਾਮਾਤ

ਚੌਧਰੀ ਮੌਜੂ ਬੁੱਢੇ ਬੋਹੜ ਦੀ ਸੰਘਣੀ ਛਾਂ ਹੇਠਾਂ ਅਲਾਣੀ ਮੰਜੀ 'ਤੇ ਬੜੇ ਠਰੰਮੇ ਨਾਲ ਬੈਠਾ ਆਪਣਾ ਹੁੱਕਾ ਪੀ ਰਿਹਾ ਸੀ। ਧੂੰਏਂ ਦੇ ਹਲਕੇ-ਹਲਕੇ ਬੁੱਕੇ ਉਸ ਦੇ ਮੂੰਹ ਵਿਚੋਂ ਨਿਕਲਦੇ ਸਨ ਅਤੇ ਦੁਪਹਿਰ ਦੀ ਠਹਿਰੀ ਹੋਈ ਹਵਾ ਵਿਚ ਹੌਲੀ-ਹੌਲੀ ਗੁੰਮ ਹੋ ਜਾਂਦੇ ਸਨ।

ਉਹ ਸਵੇਰ ਤੋਂ ਆਪਣੇ ਛੋਟੇ ਜਿਹੇ ਖੇਤ ਵਿਚ ਹਲ ਚਲਾਉਂਦਾ ਰਿਹਾ ਸੀ ਅਤੇ ਹੁਣ ਥੱਕ ਗਿਆ ਸੀ। ਧੁੱਪ ਇਸ ਕਦਰ ਤੇਜ਼ ਸੀ ਕਿ ਚੀਲ ਵੀ ਆਪਣਾ ਅੰਡਾ ਛੱਡ ਦੇ, ਪਰ ਉਹ ਠਰੰਮੇ ਨਾਲ ਬੈਠਾ ਆਪਣੇ ਹੁੱਕੇ ਦਾ ਸੁਆਦ ਲੈ ਰਿਹਾ ਸੀ, ਜੋ ਚੁਟਕੀਆਂ 'ਚ ਉਸ ਦੀ ਥਕਾਵਟ ਦੂਰ ਕਰ ਰਿਹਾ ਸੀ।

ਉਸ ਦਾ ਪਸੀਨਾ ਖ਼ੁਸ਼ਕ ਹੋ ਗਿਆ ਸੀ, ਇਸ ਲਈ ਠਹਿਰੀ ਹੋਈ ਹਵਾ ਉਸ ਨੂੰ ਕੋਈ ਠੰਡਕ ਨਹੀਂ ਪਹੁੰਚਾ ਰਹੀ ਸੀ, ਪਰ ਚਮੋੜੇ ਦਾ ਠੰਡਾ-ਠੰਡਾ ਲਜ਼ੀਜ਼ ਧੂੰਆਂ ਉਸ ਦੇ ਦਿਲੋ-ਦਿਮਾਗ 'ਚ ਬਿਆਨ ਤੋਂ ਬਾਹਰੀਆਂ ਸੂਰ ਦੀਆਂ ਲਹਿਰਾਂ ਪੈਦਾ ਕਰ ਰਿਹਾ ਸੀ।

ਹੁਣ ਵਕਤ ਹੋ ਚੁੱਕਿਆ ਸੀ ਕਿ ਘਰ ਤੋਂ ਉਸ ਦੀ ਇਕਲੌਤੀ ਲੜਕੀ ਜੈਨਾਂ ਰੋਟੀ-ਲੱਸੀ ਲੈ ਕੇ ਆ ਜਾਵੇ-ਉਹ ਠੀਕ ਵਕਤ 'ਤੇ ਪਹੁੰਚ ਜਾਂਦੀ ਸੀ, ਹਾਲਾਂਕਿ ਘਰ ਵਿਚ ਉਸ ਦਾ ਹੱਥ ਵਟਾਉਣ ਵਾਲਾ ਹੋਰ ਕੋਈ ਨਹੀਂ ਸੀ; ਉਸ ਦੀ ਮਾਂ ਸੀ ਜਿਸ ਨੂੰ, ਦੋ ਸਾਲ ਹੋਏ, ਮੌਜੂ ਨੇ ਲੰਬੇ ਝਗੜੇ ਦੇ ਬਾਅਦ ਗੁੱਸੇ ਵਿਚ ਤਲਾਕ ਦੇ ਦਿੱਤਾ ਸੀ।

ਮੌਜੂ ਦੀ ਜਵਾਨ ਇਕਲੌਤੀ ਬੇਟੀ ਜੈਨਾਂ ਬੜੀ ਆਗਿਆਕਾਰੀ ਲੜਕੀ ਸੀ; ਉਹ ਆਪਣੇ ਬਾਪ ਦਾ ਬਹੁਤ ਖ਼ਿਆਲ ਰੱਖਦੀ ਸੀ; ਘਰ ਦਾ ਕੰਮ-ਕਾਜ, ਜਿਹੜਾ ਐਨਾ ਜ਼ਿਆਦਾ ਨਹੀਂ ਸੀ, ਬੜੀ ਕਾਹਲੀ ਨਾਲ ਕਰਦੀ ਸੀ ਕਿ ਇਸ ਤਰ੍ਹਾਂ ਜੋ ਖਾਲੀ ਵਕਤ ਮਿਲੇ, ਉਸ ਵਿਚ ਚਰਖ਼ਾ ਚਲਾਏ ਅਤੇ ਪੂਣੀਆਂ ਕੱਤੇ, ਜਾਂ ਆਪਣੀਆਂ ਸਹੇਲੀਆਂ ਨਾਲ, ਜੋ ਗਿਣਤੀ ਦੀਆ ਸਨ, ਏਧਰ-ਓਧਰ ਦੀਆਂ ਖ਼ੁਸ਼ ਗੱਪੀਆਂ ਵਿਚ ਗੁਜ਼ਾਰ ਦੇਵੇ।

ਚੌਧਰੀ ਮੌਜੂ ਦੀ ਜ਼ਮੀਨ ਵਾਜਬ ਸੀ ਅਤੇ ਉਸ ਦੇ ਗੁਜ਼ਾਰੇ ਲਈ ਕਾਫੀ ਸੀ-ਪਿੰਡ ਬਹੁਤ ਛੋਟਾ ਸੀ ਅਤੇ ਇਕ ਦੂਰ-ਦੁਰਾਡੇ ਜਗ੍ਹਾ 'ਤੇ ਸੀ, ਜਿੱਥੋਂ ਰੇਲ ਦਾ ਗੁਜ਼ਰ ਨਹੀਂ ਸੀ; ਇਕ ਕੱਚੀ ਸੜਕ ਸੀ, ਜਿਹੜੀ ਉਸ ਨੂੰ ਦੂਰ ਇਕ ਵੱਡੇ ਪਿੰਡ ਨਾਲ ਮਿਲਾਉਂਦੀ ਸੀ। ਚੌਧਰੀ ਮੌਜੂ ਹਰ ਮਹੀਨੇ ਦੋ ਮਰਤਬਾ ਆਪਣੀ ਘੋੜੀ 'ਤੇ ਸਵਾਰ

ਹੋ ਕੇ ਉਸ ਵੱਡੇ ਪਿੰਡ ਵਿਚ ਜਾਂਦਾ ਸੀ, ਜਿਸ ਵਿਚ ਦੋ-ਤਿੰਨ ਦੁਕਾਨਾਂ ਸਨ, ਅਤੇ ਆਪਣੀ ਜ਼ਰੂਰਤ ਦੀਆਂ ਚੀਜ਼ਾਂ ਲੈ ਆਉਂਦਾ ਸੀ।

ਪਹਿਲਾਂ ਉਹ ਬਹੁਤ ਖ਼ੁਸ਼ ਸੀ; ਉਸ ਨੂੰ ਕੋਈ ਗ਼ਮ ਨਹੀਂ ਸੀ; ਦੋ-ਤਿੰਨ ਵਰ੍ਹੇ ਉਸ ਨੂੰ ਇਸ ਖ਼ਿਆਲ ਨੇ ਅਲਬੱਤਾ ਜ਼ਰੂਰ ਸਤਾਇਆ ਸੀ ਕਿ ਉਸ ਦੇ ਕੋਈ ਲੜਕਾ ਔਲਾਦ ਨਹੀਂ ਹੈ, ਫਿਰ ਉਹ ਇਹ ਸੋਚ ਕੇ ਸਬਰ ਕਰ ਲੈਂਦਾ ਸੀ ਕਿ ਜੋ ਅੱਲਾ ਨੂੰ ਮੰਨਜ਼ੂਰ ਹੁੰਦਾ ਹੈ, ਉਹੀ ਹੁੰਦਾ ਹੈ-ਪਰ ਜਿਸ ਦਿਨ ਤੋਂ ਉਸ ਨੇ ਆਪਣੀ ਬੀਵੀ ਨੂੰ ਤਲਾਕ ਦੇ ਕੇ ਪੇਕੇ ਭੇਜ ਦਿੱਤਾ ਸੀ, ਉਸ ਦੀ ਜ਼ਿੰਦਗੀ ਸੁੱਕੀ ਹੋਈ ਟਾਹਣੀ ਜਿਹੀ ਬਣ ਕੇ ਰਹਿ ਗਈ ਸੀ; ਸਾਰੀ ਖੁਸ਼ੀ ਜਿਵੇਂ ਉਸ ਦੀ ਬੀਵੀ ਆਪਣੇ ਨਾਲ ਲੈ ਗਈ ਸੀ।

ਚੌਧਰੀ ਮੌਜੂ ਧਾਰਮਿਕ ਆਦਮੀ ਸੀ, ਹਾਲਾਂਕਿ ਉਸ ਨੂੰ ਆਪਣੇ ਧਰਮ ਦੇ ਮੁਤਾਲਿਕ ਸਿਰਫ ਦੋ-ਤਿੰਨ ਚੀਜ਼ਾਂ ਦਾ ਹੀ ਪਤਾ ਸੀ ਕਿ ਖੁਦਾ ਇਕ ਹੈ, ਜਿਸ ਦੀ ਪੂਜਾ ਲਾਜ਼ਮੀ ਹੈ ਅਤੇ ਮੁਹੰਮਦ ਹਨ ਉਸ ਦੇ ਰਸੂਲ, ਜਿਨ੍ਹਾਂ ਦਾ ਹੁਕਮ ਮੰਨਣਾ ਫ਼ਰਜ਼ ਹੈ ਅਤੇ ਕੁਰਾਨ ਪਾਕ ਖ਼ੁਦਾ ਦਾ ਕਲਾਮ ਹੈ, ਜਿਹੜਾ ਮੁਹੰਮਦ 'ਤੇ ਉਤਰਿਆ; ਅਤੇ ਬਸ।

ਨਮਾਜ਼-ਰੋਜ਼ੇ ਤੋਂ ਉਹ ਬੇਨਿਆਜ਼ ਸੀ-ਪਿੰਡ ਬਹੁਤ ਛੋਟਾ ਸੀ, ਜਿਸ ਵਿਚ ਕੋਈ ਮਸਜਿਦ ਨਹੀਂ ਸੀ; ਦਸ ਪੰਦਰਾਂ ਘਰ ਸਨ, ਉਹ ਵੀ ਇਕ-ਦੂਜੇ ਤੋਂ ਦੂਰ-ਦੂਰ-ਲੋਕ ਅੱਲ੍ਹਾ-ਅੱਲ੍ਹਾ ਕਰਦੇ ਸਨ; ਉਨ੍ਹਾਂ ਦੇ ਦਿਲ ਵਿਚ ਉਸ ਪਵਿੱਤਰ ਜਾਤ ਦਾ ਡਰ ਸੀ ਅਤੇ ਇਸ ਤੋਂ ਇਲਾਵਾ ਹੋਰ ਕੁਝ ਨਹੀਂ ਸੀ-ਕਰੀਬ-ਕਰੀਬ ਹਰ ਘਰ ਵਿਚ ਕੁਰਾਨ ਮੌਜੂਦ ਸੀ, ਪਰ ਪੜ੍ਹਨਾ ਕੋਈ ਵੀ ਨਹੀਂ ਜਾਣਦਾ ਸੀ; ਸਭ ਨੇ ਉਸ ਨੂੰ ਸਨਮਾਨ ਵਜੋਂ ਜੁਜ਼ਦਾਨ ਵਿਚ ਲਪੇਟ ਕੇ ਕਿਸੇ ਉਚੀ ਜਗ੍ਹਾ 'ਤੇ ਰੱਖ ਛੱਡਿਆ ਸੀ; ਉਸ ਦੀ ਜ਼ਰੂਰਤ ਸਿਰਫ ਉਸ ਵਕਤ ਪੇਸ਼ ਆਉਂਦੀ ਸੀ, ਜਦੋਂ ਕਿਸੇ ਤੋਂ ਕੋਈ ਸੱਚੀ ਗੱਲ ਕਹਾਉਣੀ ਹੁੰਦੀ ਸੀ, ਜਾਂ ਕਿਸੇ ਕੰਮ ਲਈ ਕੋਈ ਹਲਫ਼ ਉਠਾਉਣਾ ਹੁੰਦਾ ਸੀ। ਪਿੰਡ ਵਿਚ ਮੌਲਵੀ ਦੀ ਸ਼ਕਲ ਵੀ ਉਸੇ ਵਕਤ ਦਿਖਾਈ ਦਿੰਦੀ ਸੀ, ਜਦੋਂ ਕਿਸੇ ਲੜਕੇ ਜਾਂ ਲੜਕੀ ਦੀ ਸ਼ਾਦੀ ਹੁੰਦੀ ਸੀ-ਮਰਗ ਤੇ ਨਮਾਜ਼ੇ-ਜਨਾਜ਼ਾ ਵਗੈਰਾ ਪਿੰਡ ਦੇ ਲੋਕ ਖੁਦ ਹੀ ਪੜ੍ਹ ਲੈਂਦੇ ਸਨ, ਆਪਣੀ ਜ਼ਬਾਨ ਵਿਚ।

ਚੌਧਰੀ ਮੌਜੂ ਅਜਿਹੇ ਮੌਕਿਆਂ 'ਤੇ ਜ਼ਿਆਦਾ ਕੰਮ ਆਉਂਦਾ ਸੀ; ਉਸ ਦੀ ਜ਼ੁਬਾਨ ਵਿਚ ਅਸਰ ਸੀ, ਜਿਸ ਅੰਦਾਜ਼ 'ਚ ਉਹ ਮਰਹੂਮ ਦੀਆਂ ਖ਼ੂਬੀਆਂ ਬਿਆਨ ਕਰਦਾ ਸੀ ਅਤੇ ਉਸ ਦੀ ਮੁਕਤੀ ਲਈ ਦੁਆ ਕਰਦਾ ਸੀ, ਉਹ ਕੁਝ ਉਸੇ ਦਾ ਹਿੱਸਾ ਸੀ।

ਪਿਛਲੇ ਵਰ੍ਹੇ ਜਦੋਂ ਉਸ ਦੇ ਦੋਸਤ ਦੀਨੂ ਦਾ ਜਵਾਨ ਲੜਕਾ ਮਰ ਗਿਆ ਸੀ ਤਾਂ ਉਸ ਨੂੰ ਕਬਰ ਵਿਚ ਉਤਾਰ ਕੇ ਉਸ ਨੇ ਬੜੇ ਪ੍ਰਭਾਵਸ਼ਾਲੀ ਅੰਦਾਜ਼ ਵਿਚ ਇਹ ਕਿਹਾ ਸੀ : "ਕਿੱਡਾ ਹੁਸੀਨ ਜਵਾਨ ਲੜਕਾ ਸੀ, ਥੁੱਕ ਸੁੱਟਦਾ ਸੀ ਤਾਂ ਵੀਹ ਗਜ਼ ਦੂਰ ਜਾ ਕੇ ਡਿੱਗਦਾ ਸੀ, ਉਸ ਦੀ ਪੇਸ਼ਾਬ ਦੀ ਧਾਰ ਦਾ ਤਾਂ ਆਸਪਾਸ ਦੇ ਕਿਸੇ ਪਿੰਡ-ਖੇੜੇ ਵਿਚ ਵੀ ਮੁਕਾਬਲਾ ਕਰਨ ਵਾਲਾ ਮੌਜੂਦ ਨਹੀਂ ਸੀ ਅਤੇ ਵੀਣੀ ਫੜ੍ਹਣ ਵਿਚ ਤਾਂ ਜਵਾਬ ਨਹੀਂ ਸੀ ਉਸ ਦਾ ... ਤੇ ਘਸਣੀ ਦਾ ਨਾਰ੍ਹਾ ਮਾਰਦਾ ਅਤੇ ਦੋ ਉਂਗਲਾਂ ਨਾਲ ਇਉਂ ਵੀਣੀ ਖੋਲਣਾ ਜਿਵੇਂ ਕੁੜਤੇ ਦਾ ਬਟਨ ਖੋਲਦੇ ਹਨ...

ਦੀਨੂ ਯਾਰ, ਤੇਰੇ ਤੇ ਅੱਜ ਕਿਆਮਤ ਦਾ ਦਿਨ ਹੈ, ਤੂੰ ਇਹ ਸਦਮਾ ਕਿਵੇਂ ਬਰਦਾਸ਼ਤ ਕਰੇਂਗਾ... ਯਾਰੋ, ਉਸ ਨੂੰ ਮਰ ਜਾਣਾ ਚਾਹੀਦਾ ਸੀ... ਅਜਿਹਾ ਹੁਸੀਨ ਜਵਾਨ ਲੜਕਾ, ਅਜਿਹਾ ਖ਼ੂਬਸੂਰਤ ਗੱਭਰੂ ਜਵਾਨ... ਨੀਤੀ ਸੁਨਿਆਰੀ-ਜਿਹੀ ਸੁੰਦਰ ਅਤੇ ਹਰ ਸੁੰਦਰ ਅਤੇ ਹਠੀਲੀ ਨਾਰ ਉਸ ਨੂੰ ਕਾਬੂ ਕਰਨ ਲਈ ਤਾਵੀਜ਼-ਧਾਗੇ ਕਰਾਉਂਦੀ ਰਹੀ, ਪਰ ਸ਼ਾਬਾਸ਼ ਹੈ ਦੀਨੂੰ, ਤੇਰਾ ਲੜਕਾ ਲੰਗੋਟ ਦਾ ਪੱਕਾ ਰਿਹਾ... ਖ਼ੁਦਾ ਕਰੇ, ਉਸ ਨੂੰ ਜਨਤ ਵਿਚ ਸਭ ਤੋਂ ਖ਼ੂਬਸੂਰਤ ਹੂਰ ਮਿਲੇ ਅਤੇ ਉਥੇ ਵੀ ਉਹ ਲੰਗੋਟ ਦਾ ਪੱਕਾ ਰਹੇ... ਅੱਲਾ ਮੀਆਂ ਖ਼ੁਸ਼ ਹੋ ਕੇ ਉਸ 'ਤੇ ਆਪਣੀਆਂ ਰਹਿਮਤਾਂ ਦੀ ਬਖਸ਼ਸ਼ ਕਰੇ... ਆਮੀਨ।"

ਚੌਧਰੀ ਮੌਜੂ ਦੀ ਇਹ ਛੋਟੀ ਜਿਹੀ ਤਕਰੀਰ ਸੁਣ ਕੇ ਦਸ-ਵੀਹ ਆਦਮੀ, ਜਿਨ੍ਹਾਂ ਵਿਚ ਦੀਨੂ ਵੀ ਸ਼ਾਮਲ ਸੀ, ਢਾਹਾਂ ਮਾਰ ਮਾਰ ਕੇ ਰੋ ਪਏ ਸਨ-ਖ਼ੁਦ ਚੌਧਰੀ ਮੌਜੂ ਦੀਆਂ ਅੱਖਾਂ ਵਿਚ ਵੀ ਹੰਝੂ ਜਾਰੀ ਸਨ।

ਮੌਜੂ ਨੇ ਜਦੋਂ ਆਪਣੀ ਬੀਵੀ ਫਾਤਾਂ ਨੂੰ ਤਲਾਕ ਦੇਣਾ ਚਾਹਿਆ ਸੀ ਤਾਂ ਉਸ ਨੇ ਮੌਲਵੀ ਬੁਲਾਉਣ ਦੀ ਜ਼ਰੂਰਤ ਨਹੀਂ ਸਮਝੀ ਸੀ। ਉਸ ਨੇ ਵੱਡੇ-ਬੁੱਢਿਆਂ ਤੋਂ ਸੁਣ ਰੱਖਿਆ ਸੀ ਕਿ ਤਿੰਨ ਮਰਤਬਾ 'ਤਲਾਕ, ਤਲਾਕ, ਤਲਾਕ' ਕਹਿ ਦੇਵੋ ਤਾਂ ਕਿੱਸਾ ਖ਼ਤਮ ਹੋ ਜਾਂਦਾ ਹੈ-ਉਸ ਨੇ ਆਪਣਾ ਕਿੱਸਾ ਇਸ ਤਰ੍ਹਾਂ ਖ਼ਤਮ ਕੀਤਾ ਸੀ, ਪਰ ਦੂਸਰੇ ਹੀ ਦਿਨ ਉਸ ਨੂੰ ਬਹੁਤ ਅਫਸੋਸ ਹੋਇਆ ਸੀ, ਬੜੀ ਸ਼ਰਮਿੰਦਗੀ ਹੋਈ ਸੀ ਕਿ ਉਸ ਨੇ ਇਹ ਕੀ ਗਲਤੀ ਕੀਤੀ, ਮੀਆਂ-ਬੀਵੀ ਵਿਚ ਝਗੜੇ ਹੁੰਦੇ ਹੀ ਰਹਿੰਦੇ ਹਨ, ਤਲਾਕ ਦੀ ਨੌਬਤ ਤਾਂ ਨਹੀਂ ਆਉਂਦੀ; ਉਸ ਨੂੰ ਦਰਗੁਜ਼ਰ ਕਰਨਾ ਚਾਹੀਦਾ ਸੀ।

ਫਾਤਾਂ ਉਸ ਨੂੰ ਪਸੰਦ ਸੀ; ਭਾਵੇਂ ਉਹ ਉਸ ਵਕਤ ਜਵਾਨ ਨਹੀਂ ਸੀ, ਫਿਰ ਵੀ ਉਸ ਨੂੰ ਫਾਤਾਂ ਦਾ ਜਿਸਮ ਪਸੰਦ ਸੀ, ਉਸ ਦੀਆਂ ਗੱਲਾਂ ਪਸੰਦ ਸਨ-ਫਿਰ ਉਹ ਉਸ ਦੀ ਬੇਟੀ ਜੈਨਾਂ ਦੀ ਮਾਂ ਸੀ... ਪਰ ਤੀਰ ਕਮਾਨ ਵਿਚੋਂ ਨਿਕਲ ਚੁੱਕਾ ਸੀ ਅਤੇ ਵਾਪਸ ਨਹੀਂ ਆ ਸਕਦਾ ਸੀ-ਚੌਧਰੀ ਮੌਜੂ ਜਦੋਂ ਵੀ ਉਸ ਕਿੱਸੇ ਦੇ ਮੁਤਾਲਿਕ ਸੋਚਦਾ ਤਾਂ ਉਸ ਦੇ ਹੁੱਕੇ ਦਾ ਧੂੰਆਂ ਉਸ ਦੇ ਹਲਕ ਵਿਚ ਕੌੜਾ ਘੱਟ ਬਣ-ਬਣ ਕੇ ਜਾਣ ਲਗਦਾ।

ਜੈਨਾਂ ਖ਼ੂਬਸੂਰਤ ਸੀ, ਆਪਣੀ ਮਾਂ ਦੀ ਤਰ੍ਹਾਂ। ਇਨ੍ਹਾਂ ਦੋ ਸਾਲਾਂ ਵਿਚ ਉਸ ਨੇ ਇਕਦਮ ਵਧਣਾ ਸ਼ੁਰੂ ਕਰ ਦਿੱਤਾ ਸੀ ਅਤੇ ਦੇਖਦੇ ਦੇਖਦੇ ਜਵਾਨ ਮੁਟਿਆਰ ਬਣ ਗਈ ਸੀ; ਉਸ ਦੇ ਅੰਗ-ਅੰਗ ਵਿਚੋਂ ਜਵਾਨੀ ਫੁੱਟ-ਫੁੱਟ ਕੇ ਨਿਕਲ ਰਹੀ ਸੀ-ਚੌਧਰੀ ਮੌਜੂ ਨੂੰ ਹੁਣ ਉਸ ਦੇ ਹੱਥ ਪੀਲੇ ਕਰਨ ਦਾ ਫਿਕਰ ਵੀ ਸੀ; ਇੱਥੇ ਫਿਰ ਉਸ ਨੂੰ ਫਾਤਾਂ ਯਾਦ ਆ ਜਾਂਦੀ; ਉਹ ਇਹ ਕੰਮ ਕਿੰਨੀ ਆਸਾਨੀ ਨਾਲ ਕਰ ਸਕਦੀ ਸੀ।

ਅਲਾਣੀ ਮੰਜੀ 'ਤੇ ਚੌਧਰੀ ਮੌਜੂ ਨੇ ਆਪਣੀ ਥਾਂ 'ਤੇ ਆਪਣੀ ਤਹਿਮਤ ਠੀਕ ਕਰਦੇ ਹੋਏ ਗੈਰ ਮਾਮੂਲੀ ਲੰਬਾ ਕਸ਼ ਲਿਆ ਅਤੇ ਖੰਘਣ ਲੱਗਾ।

ਉਸ ਦੇ ਖੰਘਦਿਆਂ ਕਿਸੇ ਦੀ ਆਵਾਜ਼ ਆਈ : "ਅਸਲਾਮ ਅਲੈਕੁਮ ਵਰਹਮਤੁਲਾਹਿ ਵ ਬਰਾਕਾਤੁਹੁ।"

ਚੌਧਰੀ ਮੌਜੂ ਨੇ ਮੁੜ ਕੇ ਦੇਖਿਆ-ਉਸ ਨੂੰ ਸਫ਼ੈਦ ਕੱਪੜਿਆਂ ਵਿਚ ਇਕ ਲੰਮੀ ਦਾੜ੍ਹੀ ਵਾਲਾ ਬਜ਼ੁਰਗ ਨਜ਼ਰ ਆਇਆ।

ਉਸ ਨੇ ਸਲਾਮ ਦਾ ਜਵਾਬ ਦਿੱਤਾ ਅਤੇ ਸੋਚਣ ਲੱਗਿਆ ਕਿ ਇਹ ਸਖ਼ਸ਼ ਕਿੱਥੋਂ ਆ ਗਿਆ ਹੈ।

ਲੰਬੀ ਦਾੜ੍ਹੀ ਵਾਲੇ ਦੀਆਂ ਅੱਖਾਂ ਵੱਡੀਆਂ ਵੱਡੀਆਂ ਤੇ ਬਾ ਰੋਅਬ ਸਨ ਜਿਨ੍ਹਾਂ 'ਚ ਸੁਰਮਾ ਲੱਗਿਆ ਹੋਇਆ ਸੀ; ਲੰਮੇ ਲੰਮੇ ਪਟੇ ਸਨ ਅਤੇ ਦਾੜ੍ਹੀ ਦੇ ਵਾਲ ਖਿਚੜੀ ਸਨ; ਸਫੈਦ ਜ਼ਿਆਦਾ ਅਤੇ ਕਾਲੇ ਘੱਟ; ਸਿਰ 'ਤੇ ਸਫ਼ੈਦ ਅਮਾਮਾ ਸੀ; ਮੋਢੇ 'ਤੇ ਰੇਸ਼ਮ ਦਾ ਕੱਢਿਆ ਹੋਇਆ ਬਸੰਤੀ ਰੁਮਾਲ; ਹੱਥ ਵਿਚ ਚਾਂਦੀ ਦੀ ਮੁੱਠ ਵਾਲਾ ਮੋਟਾ ਸੋਟਾ ਸੀ, ਪੈਰਾਂ ਵਿਚ ਲਾਲ ਖੱਲ ਦਾ ਨਰਮ-ਨਾਜ਼ੁਕ ਜੁੱਤਾ।

ਚੌਧਰੀ ਮੌਜੂ ਨੇ ਜਦੋਂ ਉਸ ਬਜ਼ੁਰਗ ਦਾ ਸਭ ਕੁਝ ਗ਼ੌਰ ਨਾਲ ਦੇਖਿਆ ਤਾਂ ਉਸ ਦੇ ਦਿਲ ਵਿਚ ਫ਼ੌਰਨ ਹੀ ਇਹ ਅਹਿਤਰਾਮ ਪੈਦਾ ਹੋ ਗਿਆ-ਚਾਰਪਾਈ ਤੋਂ ਉਹ ਜਲਦੀ-ਜਲਦੀ ਉੱਠਿਆ ਅਤੇ ਬਜ਼ੁਰਗ ਨੂੰ ਮੁਖਾਤਿਬ ਹੋਇਆ : "ਆਪਾਂ ਕਿਥੋਂ ਆਏ? ਕਦੋਂ ਆਏ?"

ਬਜ਼ੁਰਗ ਦੇ ਬੁੱਲ੍ਹਾਂ ਵਿਚ ਕਤਰੀ ਹੋਈ ਸ਼ਰਈ ਮੁਸਕਰਾਹਟ ਪੈਦਾ ਹੋਈ : "ਫ਼ਕੀਰ ਕਿਥੋਂ ਆਉਣਗੇ... ਉਨ੍ਹਾਂ ਦੇ ਜਾਣ ਦਾ ਕੋਈ ਵਕਤ ਮੁਕਰਰ ਨਹੀ... ਅੱਲਾ ਤਬਾਰਕ ਤਾਆਲਾ ਨੇ ਜਿੱਧਰ ਹੁਕਮ ਦਿੱਤਾ, ਚਲ ਪਏ ਅਤੇ ਜਿੱਥੇ ਰਹਿਣ ਦਾ ਹੁਕਮ ਹੋਇਆ, ਉਥੇ ਠਹਿਰ ਗਏ।"

ਚੌਧਰੀ ਮੌਜੂ 'ਤੇ ਇਨ੍ਹਾਂ ਅਲਫ਼ਾਜ਼ ਦਾ ਬਹੁਤ ਅਸਰ ਹੋਇਆ-ਉਸ ਨੇ ਅੱਗੇ ਵਧ ਕੇ ਉਸ ਬਜ਼ੁਰਗ ਦਾ ਹੱਥ ਬੜੇ ਸਨਮਾਨ ਨਾਲ ਆਪਣੇ ਹੱਥਾਂ ਵਿਚ ਲਿਆ, ਚੁੰਮਿਆਂ, ਆਪਣੀਆਂ ਅੱਖਾਂ ਨਾਲ ਲਗਾਇਆ : "ਚੌਧਰੀ ਮੌਜੂ ਦਾ ਘਰ ਆਪ ਦਾ ਆਪਣਾ ਘਰ ਹੈ।"

ਬਜ਼ੁਰਗ ਮੁਸਕਰਾਉਂਦਾ ਹੋਇਆ ਮੰਜੀ 'ਤੇ ਬੈਠ ਗਿਆ ਅਤੇ ਫਿਰ ਆਪਣੇ ਚਾਂਦੀ ਦੇ ਮੁੱਠੇ ਵਾਲੇ ਸੋਟੇ ਨੂੰ ਦੋਵੇਂ ਹੱਥਾਂ ਵਿਚ ਥੰਮ ਕੇ ਉਸ 'ਤੇ ਬੈਠ ਗਿਆ ਅਤੇ ਫਿਰ ਆਪਣੇ ਚਾਂਦੀ ਦੇ ਮੁੱਠੇ ਵਾਲੇ ਸੋਟੇ ਨੂੰ ਦੋਵੇਂ ਹੱਥਾਂ ਵਿਚ ਥੰਮ ਕੇ ਉਸ 'ਤੇ ਆਪਣਾ ਸਿਰ ਝੁਕਾ ਦਿੱਤਾ : "ਅੱਲਾ ਜ਼ਿਲੇ ਸ਼ਾਹੂ ਨੂੰ ਪਤਾ ਨਹੀਂ ਤੇਰੀ ਕਿਹੜੀ ਅਦਾ ਪਸੰਦ ਆ ਗਈ ਕਿ ਆਪਣੇ ਇਸ ਹਕੀਰ ਅਤੇ ਆਸੀ ਬੰਦੇ ਨੂੰ ਤੇਰੇ ਕੋਲ ਭੇਜ ਦਿੱਤਾ।"

ਚੌਧਰੀ ਮੌਜੂ ਨੇ ਖੁਸ਼ ਹੋ ਕੇ ਪੁੱਛਿਆ : "ਤਾਂ ਮੌਲਵੀ ਸਾਹਿਬ, ਆਪ ਉਸ ਦੇ ਹੁਕਮ ਨਾਲ ਆਏ ਹੋ?"

ਮੌਲਵੀ ਸਾਹਿਬ ਨੇ ਆਪਣਾ ਝੁਕਿਆ ਹੋਇਆ ਸਿਰ ਉਠਾਇਆ ਅਤੇ ਇਸ ਕਦਰ ਕਰੋਧੀ ਲਹਿਜ਼ੇ 'ਚ ਕਿਹਾ : "ਤਾਂ ਕੀ ਅਸੀਂ ਤੇਰੇ ਹੁਕਮ ਨਾਲ ਆਏ ਹਾਂ... ਅਸੀਂ ਤੇਰੇ ਬੰਦੇ ਹਾਂ ਜਾਂ ਉਸ ਦੇ, ਜਿਸ ਦੀ ਬੰਦਗੀ ਵਿਚ ਅਸੀਂ ਪੂਰੇ ਚਾਲੀ ਸਾਲ ਗੁਜ਼ਾਰ ਕੇ ਇਹ ਥੋੜ੍ਹਾ-ਬਹੁਤ ਰੁਤਬਾ ਹਾਸਿਲ ਕੀਤਾ ਹੈ?"

ਚੌਧਰੀ ਮੌਜੂ ਕੰਬ ਗਿਆ-ਆਪਣੇ ਵਿਸ਼ੇਸ਼ ਗਵਾਰ ਲੇਕਿਨ ਮਿੱਠੇ ਅੰਦਾਜ਼ ਵਿਚ ਉਸ ਨੇ ਮੌਲਵੀ ਸਾਹਿਬ ਤੋਂ ਆਪਣੀ ਭੁੱਲ ਮਾਫ਼ ਕਰਾਈ ਅਤੇ ਕਿਹਾ : "ਮੌਲਵੀ ਸਾਹਿਬ, ਸਾਡੇ ਜਿਹੇ ਇਨਸਾਨਾਂ ਤੋਂ, ਜਿਨ੍ਹਾਂ ਨੂੰ ਨਮਾਜ਼ ਪੜ੍ਹਣੀ ਵੀ ਨਹੀਂ ਆਉਂਦੀ, ਅਜਿਹੀਆਂ ਗਲਤੀਆਂ ਹੋ ਜਾਂਦੀਆਂ ਹਨ... ਅਸੀਂ ਗੁਨਾਹਗਾਰ ਹਾਂ, ਸਾਨੂੰ ਬਖਸ਼ਣਾ ਅਤੇ ਬਖਸ਼ਾਣਾ ਆਪ ਦਾ ਕੰਮ ਹੈ।"

ਮੌਲਵੀ ਸਾਹਿਬ ਨੇ ਆਪਣੀਆਂ ਵੱਡੀਆਂ-ਵੱਡੀਆਂ ਸੁਰਮਾ ਲੱਗੀਆਂ ਅੱਖਾਂ

ਬੰਦ ਕੀਤੀਆਂ ਅਤੇ ਕਿਹਾ : "ਅਸੀਂ ਇਸੇ ਲਈ ਆਏ ਹਾਂ"

ਚੌਧਰੀ ਮੌਜੂ ਜ਼ਮੀਨ 'ਤੇ ਬੈਠ ਗਿਆ ਅਤੇ ਮੌਲਵੀ ਸਾਹਿਬ ਦੇ ਪੈਰ ਦਬਾਉਣ ਲੱਗਿਆ।

ਐਨੇ ਵਿਚ ਉਸ ਦੀ ਲੜਕੀ ਜੈਨਾਂ ਆ ਗਈ-ਉਸ ਨੇ ਮੌਲਵੀ ਸਾਹਿਬ ਨੂੰ ਦੇਖਿਆ ਅਤੇ ਘੁੰਡ ਕੱਢ ਲਿਆ।

ਮੌਲਵੀ ਸਾਹਿਬ ਨੇ ਮੁੰਦੀਆਂ ਹੋਈਆਂ ਅੱਖਾਂ ਨਾਲ ਪੁੱਛਿਆ : "ਕੌਣ ਹੈ ਚੌਧਰੀ ਮੌਜੂ?"

"ਮੌਲਵੀ ਸਾਹਿਬ, ਮੇਰੀ ਬੇਟੀ ਜੈਨਾਂ।"

ਮੌਲਵੀ ਸਾਹਬਿ ਨੇ ਕਾਣੀ ਅੱਖ ਨਾਲ ਜੈਨਾਂ ਨੂੰ ਦੇਖਿਆ ਅਤੇ ਮੌਜੂ ਨੂੰ ਕਿਹਾ : "ਇਸ ਤੋਂ ਪੁੱਛ, ਸਾਡੇ ਫ਼ਕੀਰਾਂ ਤੋਂ ਕਾਹਦਾ ਪਰਦਾ?"

"ਕੋਈ ਪਰਦਾ ਨਹੀਂ ਮੌਲਵੀ ਸਾਹਿਬ... ਪਰਦਾ ਕਾਹਦਾ?" ਫਿਰ ਚੌਧਰੀ ਮੌਜੂ ਆਪਣੀ ਬੇਟੀ ਨੂੰ ਮੁਖ਼ਾਤਿਬ ਹੋਇਆ : "ਜੈਨਾਂ, ਇਹ ਮੌਲਵੀ ਸਾਹਿਬ ਹਨ, ਅੱਲਾਹ ਦੇ ਖਾਸ ਬੰਦੇ... ਇਨ੍ਹਾਂ ਤੋਂ ਕਾਹਦਾ ਪਰਦਾ... ਚੁੱਕ ਲੈ ਆਪਣਾ ਘੁੰਡ।"

ਜੈਨਾਂ ਨੇ ਆਪਣਾ ਘੁੰਡ ਚੁੱਕ ਲਿਆ।

ਮੌਲਵੀ ਸਾਹਿਬ ਨੇ ਆਪਣੀਆਂ ਸੁਰਮੇ ਲੱਗੀਆਂ ਨਜ਼ਰਾਂ ਭਰ ਕੇ ਜੈਨਾਂ ਵੱਲ ਦੇਖਿਆ ਅਤੇ ਮੌਜੂ ਨੂੰ ਕਿਹਾ :

"ਤੇਰੀ ਬੇਟੀ ਖ਼ੂਬਸੂਰਤ ਹੈ ਚੌਧਰੀ ਮੌਜੂ।"

ਜੈਨਾਂ ਸ਼ਰਮਾ ਗਈ।

ਮੌਜੂ ਨੇ ਕਿਹਾ : "ਆਪਣੀ ਮਾਂ ਤੇ ਹੈ ਮੌਲਵੀ ਸਾਹਿਬ।"

"ਕਿੱਥੇ ਹੈ ਇਸਦੀ ਮਾਂ?" ਮੌਲਵੀ ਸਹਿਬ ਨੇ ਇਕ ਵਾਰ ਫਿਰ ਜੈਨਾਂ ਦੀ ਜਵਾਨੀ ਵੱਲ ਦੇਖਿਆ।

ਮੌਜੂ ਸਟਪਟਾ ਗਿਆ ਕਿ ਕੀ ਜਵਾਬ ਦੇਵੇ।

ਮੌਲਵੀ ਸਾਹਿਬ ਨੇ ਫਿਰ ਪੁੱਛਿਆ : "ਇਸ ਦੀ ਮਾਂ ਕਿੱਥੇ ਹੈ ਚੌਧਰੀ ਮੌਜੂ?"

ਮੌਜੂ ਨੇ ਛੇਤੀ ਦੇਣੇ ਕਿਹਾ : "ਮਰ ਚੁੱਕੀ ਹੈ ਜੀ।"

ਮੌਲਵੀ ਸਾਹਿਬ ਦੀਆਂ ਨਜ਼ਰਾਂ ਜੈਨਾਂ 'ਤੇ ਗੱਡੀਆਂ ਹੋਈਆਂ ਸਨ-ਜੈਨਾਂ ਦਾ ਰੱਦੇ-ਅਮਲ ਭਾਂਪ ਕੇ ਉਸ ਨੇ ਮੌਜੂ ਨੂੰ ਕੜਕ ਕੇ ਕਿਹਾ : "ਤੂੰ ਝੂਠ ਬੋਲਦਾ ਹੈਂ।"

ਮੌਜੂ ਨੇ ਮੌਲਵੀ ਸਾਹਿਬ ਦੇ ਪੈਰ ਫੜ੍ਹ ਲਏ ਅਤੇ ਸ਼ਰਮ ਭਰੀ ਆਵਾਜ਼ 'ਚ ਕਿਹਾ : "ਜੀ ਹਾਂ... ਜੀ ਹਾਂ, ਮੈਂ ਝੂਠ ਬੋਲਿਆ ਸੀ... ਮੈਨੂੰ ਮਾਫ਼ ਕਰ ਦੇਵੋ... ਮੈਂ ਬੜਾ ਝੂਠਾ ਆਦਮੀ ਹਾਂ... ਮੈਂ ਉਸ ਨੂੰ ਤਲਾਕ ਦੇ ਦਿੱਤਾ ਸੀ ਮੌਲਵੀ ਸਾਹਿਬ..."

ਮੌਲਵੀ ਸਾਹਿਬ ਨੇ ਇਕ ਲੰਬੀ 'ਹੂੰ' ਕੀਤੀ, ਨਜ਼ਰਾਂ ਜੈਨਾਂ ਤੋਂ ਹਟਾਈਆਂ ਤੇ ਮੌਜੂ ਨੂੰ ਮੁਖਾਤਿਬ ਹੋਏ : "ਤੂੰ ਬਹੁਤ ਵੱਡਾ ਗੁਨਾਹਗਾਰ ਹੈਂ... ਕੀ ਕਸੂਰ ਸੀ ਉਸ ਬੇਜ਼ਬਾਨ ਦਾ?"

ਮੌਜੂ ਸ਼ਰਮ 'ਚ ਗਰਕ ਸੀ : "ਕੁਝ ਨਹੀ ਮੌਲਵੀ ਸਾਹਿਬ ... ਮਾਮੂਲੀ-ਜਿਹੀ ਗੱਲ ਸੀ ਜੋ ਵਧਦੇ-ਵਧਦੇ ਤਲਾਕ ਤੱਕ ਪਹੁੰਚ ਗਈ... ਮੈਂ ਵਾਕਿਆ ਹੀ ਗੁਨਾਹਗਾਰ ਹਾਂ... ਤਲਾਕ ਦੇਣ ਦੇ ਦੂਸਰੇ ਹੀ ਦਿਨ ਮੈਂ ਸੋਚਿਆ ਸੀ ਕਿ ਮੌਜੂ, ਤੂੰ ਇਹ ਕੀ ਝੱਖ ਮਾਰੀ... ਪਰ ਕੀ ਹੋ ਸਕਦਾ ਸੀ, ਚਿੜੀਆਂ ਖੇਤ ਚੁਗ ਚੁੱਕੀਆਂ ਸਨ... ਪਛਤਾਵੇ

ਤੋਂ ਕੀ ਹੋ ਸਕਦਾ ਸੀ ਮੌਲਵੀ ਸਾਹਿਬ...”

ਮੌਲਵੀ ਸਾਹਿਬ ਨੇ ਚਾਂਦੀ ਦੀ ਮੁੱਠ ਵਾਲਾ ਸੋਟਾ ਮੌਜੂ ਦੇ ਮੋਢੇ 'ਤੇ ਰੱਖ ਦਿੱਤਾ : “ਅੱਲਾ ਤਬਾਰਕ ਤਾਆਲਾ ਦੀ ਜਾਤ ਬਹੁਤ ਵੱਡੀ ਹੈ... ਉਹ ਵੱਡਾ ਰਹੀਮ ਹੈ... ਵੱਡਾ ਕਰੀਮ ਹੈ... ਉਹ ਚਾਹੇ ਤਾਂ ਹਰ ਵਿਗੜੀ ਬਣਾ ਸਕਦਾ ਹੈ... ਉਸ ਦਾ ਹੁਕਮ ਹੋਇਆ ਤਾਂ ਇਹ ਹਕੀਰ ਫ਼ਕੀਰ ਹੀ ਤੇਰੀ ਨਿਜਾਤ ਦੇ ਲਈ ਕੋਈ ਰਸਤਾ ਲੱਭ ਕੱਢੇਗਾ।”

ਧੰਨਵਾਦੀ ਹੁੰਦਾ ਹੋਇਆ ਚੌਧਰੀ ਮੌਜੂ ਫ਼ੌਰਨ ਹੀ ਮੌਲਵੀ ਸਾਹਿਬ ਦੀਆਂ ਟੰਗਾਂ ਦੇ ਨਾਲ ਚਿੰਬੜ ਗਿਆ ਅਤੇ ਰੋਣ ਲੱਗਿਆ। ਮੌਲਵੀ ਸਾਹਿਬ ਨੇ ਜੈਨਾਂ ਵੱਲ ਦੇਖਿਆ-ਜੈਨਾਂ ਦੀਆਂ ਅੱਖਾਂ 'ਚ ਵੀ ਅਸ਼ਕ ਰਵਾਂ ਸਨ।

“ਏਧਰ ਆ ਲੜਕੀ।” ਮੌਲਵੀ ਸਾਹਿਬ ਦੇ ਲਹਿਜ਼ੇ ਵਿਚ ਅਜਿਹਾ ਆਦੇਸ਼ ਸੀ, ਜਿਸ ਨੂੰ ਰੱਦ ਕਰਨਾ ਜੈਨਾਂ ਲਈ ਨਾਮੁਮਕਿਨ ਸੀ; ਰੋਟੀ ਅਤੇ ਲੱਸੀ ਇਕ ਪਾਸੇ ਰੱਖ ਕੇ ਉਹ ਮੰਜੀ ਕੋਲ ਚਲੀ ਗਈ।

ਮੌਲਵੀ ਸਾਹਿਬ ਨੇ ਜੈਨਾਂ ਨੂੰ ਬਾਂਹ ਤੋਂ ਫੜਿਆ ਅਤੇ ਕਿਹਾ : “ਬੈਠ ਜਾ।”-

ਜੈਨਾ ਜ਼ਮੀਨ 'ਤੇ ਬੈਠਣ ਲੱਗੀ ਤਾਂ ਮੌਲਵੀ ਸਾਹਿਬ ਨੇ ਉਸ ਦੀ ਬਾਂਹ ਉਪਰ ਖਿੱਚੀ : “ਏਧਰ ਮੇਰੇ ਕੋਲ ਬੈਠ।”

ਜੈਨਾਂ ਸੁੰਗੜ ਕੇ ਮੌਲਵੀ ਸਾਹਿਬ ਕੋਲ ਬੈਠ ਗਈ।

ਮੌਲਵੀ ਸਾਹਿਬ ਨੇ ਉਸ ਦੀ ਕਮਰ ਵਿਚ ਹੱਥ ਦੇ ਕੇ ਉਸ ਨੂੰ ਆਪਣੇ ਕਰੀਬ ਕੀਤਾ ਅਤੇ ਫਿਰ ਜ਼ਰਾ ਦਬਾ ਕੇ ਪੁੱਛਿਆ : “ਕੀ ਲਿਆਈ ਹੈਂ ਤੂੰ ਸਾਡੇ ਖਾਣ ਲਈ?”

ਜੈਨਾਂ ਨੇ ਇਕ ਤਰਫ਼ ਹਟਣਾ ਚਾਹਿਆ, ਪਰ ਮੌਲਵੀ ਸਾਹਿਬ ਦੀ ਗ੍ਰਿਫ਼ਤ ਮਜ਼ਬੂਤ ਸੀ।

ਜੈਨਾਂ ਨੇ ਜਵਾਬ ਦਿੱਤਾ : “ਜੀ... ਜੀ ਰੋਟੀਆਂ ਹਨ, ਸਾਗ ਹੈ ਅਤੇ ਲੱਸੀ।”

ਮੌਲਵੀ ਸਾਹਿਬ ਨੇ ਜੈਨਾਂ ਦੀ ਪਤਲੀ ਅਤੇ ਮਜ਼ਬੂਤ ਕਮਰ ਇਕ ਵਾਰ ਫਿਰ ਦਬਾਈ : “ਚੱਲ ਲਿਆ ਖਾਣਾ ਅਤੇ ਸਾਨੂੰ ਖਵਾ...।”

ਜੈਨਾਂ ਉਠੀ ਤਾਂ ਮੌਲਵੀ ਸਾਹਿਬ ਨੇ ਮੌਜੂ ਦੇ ਮੋਢੇ ਤੋਂ ਆਪਣਾ ਚਾਂਦੀ ਦਾ ਮੁੱਠ ਵਾਲਾ ਸੋਟਾ ਛੋਟੀ ਜਿਹੀ ਜਰਬ ਦੇਣ ਤੋਂ ਬਾਅਦ ਚੁੱਕ ਲਿਆ: “ਉਠ ਮੌਜੂ, ਸਾਡੇ ਹੱਥ ਧੁਆ।”

ਮੌਜੂ ਫ਼ੌਰਨ ਉਠਿਆ-ਨੇੜੇ ਹੀ ਖੂਹ ਸੀ-ਉਹ ਪਾਣੀ ਲਿਆਇਆ ਅਤੇ ਉਸ ਨੇ ਮੌਲਵੀ ਸਾਹਿਬ ਦੇ ਹੱਥ ਬੜੀ ਸ਼ਰਧਾ ਨਾਲ ਧੁਆਏ।

ਜੈਨਾਂ ਨੇ ਚਾਰਪਾਈ 'ਤੇ ਖਾਣਾ ਰੱਖ ਦਿੱਤਾ।

ਮੌਲਵੀ ਸਾਹਿਬ ਨੇ ਸਾਰੇ ਦਾ ਸਾਰਾ ਖਾਣਾ ਖਾ ਗਿਆ ਅਤੇ ਫਿਰ ਉਨ੍ਹਾਂ ਨੇ ਜੈਨਾਂ ਨੂੰ ਹੁਕਮ ਦਿੱਤਾ ਕਿ ਉਹ ਉਨ੍ਹਾਂ ਦੇ ਹੱਥ ਧੁਆਏ।

ਜੈਨਾਂ ਹੁਕਮ ਅਦੂਲੀ ਨਹੀਂ ਕਰ ਸਕਦੀ ਸੀ ਕਿ ਮੌਲਵੀ ਸਾਹਿਬ ਦੀ ਸ਼ਕਲੋ-ਸੂਰਤ ਅਤੇ ਉਨ੍ਹਾਂ ਦੀ ਗੁਫ਼ਤਗੂ ਦਾ ਅੰਦਾਜ਼ ਹੀ ਕੁਝ ਅਜਿਹਾ ਹੁਕਮ ਭਰਿਆ ਸੀ।

ਮੌਲਵੀ ਸਾਹਿਬ ਨੇ ਡਕਾਰ ਲੈ ਕੇ ਬੜੇ ਜ਼ੋਰ ਨਾਲ ਅਲਹਮਦੁਲਿਲਾਹ ਕਿਹਾ, ਦਾੜ੍ਹੀ 'ਤੇ ਗਿੱਲਾ ਗਿੱਲਾ ਹੱਥ ਫੇਰਿਆ, ਇਕ ਹੋਰ ਡਕਾਰ ਲਿਆ ਅਤੇ ਚਾਰਪਾਈ 'ਤੇ ਲੇਟ ਗਏ ਅਤੇ ਇਕ ਅੱਖ ਬੰਦ ਕਰ ਕੇ ਦੂਜੀ ਅੱਖ ਨਾਲ ਜੈਨਾਂ ਵੱਲ ਦੇਖਦੇ

ਰਹੇ।

ਜਦੋਂ ਜੈਨਾਂ ਛੇਤੀ-ਛੇਤੀ ਭਾਂਡੇ ਸਮੇਟ ਕੇ ਚਲ ਗਈ ਤਾਂ ਮੌਲਵੀ ਸਾਹਿਬ ਨੇ ਅੱਖਾਂ ਬੰਦ ਕੀਤੀਆਂ ਅਤੇ ਮੌਜੂ ਨੂੰ ਕਿਹਾ : "ਚੌਧਰੀ ਮੌਜੂ, ਹੁਣ ਅਸੀਂ ਸੌਂਵਾਂਗੇ।"

ਮੌਜੂ ਕੁਝ ਦੇਰ ਤੱਕ ਉਨ੍ਹਾਂ ਦੇ ਪੈਰ ਘੁੱਟਦਾ ਰਿਹਾ-ਜਦੋਂ ਉਸ ਨੇ ਦੇਖਿਆ ਕਿ ਉਹ ਸੌਂ ਗਏ ਹਨ ਤਾਂ ਇਕ ਪਾਸੇ ਜਾ ਕੇ ਉਸ ਨੇ ਗੋਹੇ ਸੁਲਗਾਏ ਤੇ ਚਿਲਮ ਵਿਚ ਤੰਬਾਕੂ ਭਰ ਕੇ ਭੁੱਖੇ ਪੇਟ ਹੁੱਕਾ ਪੀਣਾ ਸ਼ੁਰੂ ਕਰ ਦਿੱਤਾ-ਉਹ ਖ਼ੁਸ਼ ਸੀ; ਉਸ ਨੂੰ ਅਜਿਹਾ ਲੱਗ ਰਿਹਾ ਸੀ ਕਿ ਉਸ ਦੀ ਜ਼ਿੰਦਗੀ ਦਾ ਕੋਈ ਬਹੁਤ ਵੱਡਾ ਬੋਝ ਦੂਰ ਹੋ ਗਿਆ ਹੈ-ਉਸ ਨੇ ਦਿਲ ਹੀ ਦਿਲ ਵਿਚ ਆਪਣੇ ਮਖ਼ਸੂਸ ਗਵਾਰ, ਪਰ ਨਿੱਗਰ ਭਾਵ 'ਚ ਅੱਲਾ ਤਾਆਲਾ ਦਾ ਸ਼ੁਕਰ ਅਦਾ ਕੀਤਾ, ਜਿਸ ਨੇ ਆਪਣੀ ਜਿਨਾਬ ਵਿਚੋਂ ਮੌਲਵੀ ਸਾਹਿਬ ਦੀ ਸ਼ਕਲ ਵਿਚ ਫ਼ਰਿਸ਼ਤਾ-ਏ-ਰਹਿਮਤ ਭੇਜਿਆ।

ਪਹਿਲਾਂ ਉਸ ਨੇ ਸੋਚਿਆ, ਮੌਲਵੀ ਦੇ ਕੋਲ ਹੀ ਬੈਠਾ ਰਹੇ ਕਿ ਸ਼ਾਇਦ ਉਨ੍ਹਾਂ ਨੂੰ ਕਿਸੇ ਚੀਜ਼ ਦੀ ਜ਼ਰੂਰਤ ਹੋਵੇ, ਪਰ ਜਦੋਂ ਦੇਰ ਹੋ ਗਈ ਅਤੇ ਸੁੱਤੇ ਰਹੇ ਤਾਂ ਉਹ ਉਠ ਕੇ ਆਪਣੇ ਖੇਤ ਵਿਚ ਚਲਾ ਗਿਆ ਅਤੇ ਆਪਣੇ ਕੰਮ ਵਿਚ ਰੁੱਝ ਗਿਆ। ਉਸ ਨੂੰ ਉਕਾ ਹੀ ਖ਼ਿਆਲ ਨਹੀਂ ਸੀ ਕਿ ਉਹ ਭੁੱਖਾ ਹੈ; ਉਸ ਨੂੰ ਬੇਹੱਦ ਖ਼ੁਸ਼ੀ ਸੀ ਕਿ ਉਸ ਦਾ ਖਾਣਾ ਮੌਲਵੀ ਸਾਹਿਬ ਨੇ ਖਾ ਲਿਆ ਹੈ ਅਤੇ ਇੰਝ ਉਸ ਨੂੰ ਐਨੀ ਵੱਡੀ ਸਆਦਤ ਨਸੀਬ ਹੋਈ ਹੈ।

ਸ਼ਾਮ ਹੋਣ ਤੋਂ ਪਹਿਲਾਂ-ਪਹਿਲਾਂ ਖੇਤ ਵਿਚ ਕੰਮ ਕਰਨ ਤੋਂ ਬਾਅਦ ਜਦੋਂ ਉਹ ਬੁੱਢੇ ਬੋਹੜ ਦੇ ਕੋਲ ਵਾਪਸ ਆਇਆ ਤਾਂ ਉਸ ਨੂੰ ਇਹ ਦੇਖ ਕੇ ਬਹੁਤ ਦੁੱਖ ਹੋਇਆ ਕਿ ਮੌਲਵੀ ਸਾਹਿਬ ਮੌਜੂਦ ਨਹੀਂ ਹਨ-ਉਸ ਨੇ ਆਪਣੇ ਆਪ ਨੂੰ ਕੋਸਿਆ ਕਿ ਉਹ ਕਿਉਂ ਚਲਾ ਗਿਆ ਸੀ; ਉਨ੍ਹਾਂ ਦਾ ਹਜ਼ੂਰ ਬੈਠਾ ਰਹਿੰਦਾ! 'ਸ਼ਾਇਦ ਉਹ ਨਾਰਾਜ਼ ਹੋ ਕੇ ਚਲੇ ਗਏ ਹੋਣ ਅਤੇ ਕੋਈ ਬਦ-ਦੁਆ ਵੀ ਦੇ ਗਏ ਹੋਣ...' ਜਦੋਂ ਉਸ ਨੇ ਇਹ ਸੋਚਿਆ ਤਾਂ ਉਸ ਦੀ ਸਾਦਾ ਰੂਹ ਲਰਜ਼ ਗਈ ਅਤੇ ਉਸ ਦੀਆਂ ਅੱਖਾਂ ਵਿਚ ਹੰਝੂ ਆ ਗਏ।

ਉਸ ਨੇ ਏਧਰ-ਉਧਰ ਮੌਲਵੀ ਸਾਹਿਬ ਨੂੰ ਤੁਲਾਸ਼ਿਆ, ਪਰ ਉਹ ਨਾ ਮਿਲੇ-ਸ਼ਾਮ ਗਹਿਰੀ ਹੋ ਗਈ, ਫਿਰ ਵੀ ਉਨ੍ਹਾਂ ਦਾ ਸੁਰਾਗ ਨਾ ਮਿਲਿਆ। ਥੱਕ ਹਾਰ ਕੇ ਆਪਣੇ ਆਪ ਨੂੰ ਦਿਲ ਹੀ ਦਿਲ ਵਿਚ ਕੋਸਦਾ ਅਤੇ ਲਾਨਤ-ਮਲਾਨਤ ਕਰਦਾ ਉਹ ਗਰਦਨ ਝੁਕਾ ਕੇ ਘਰ ਵੱਲ ਜਾ ਰਿਹਾ ਸੀ ਕਿ ਉਸ ਨੂੰ ਰਸਤੇ ਵਿਚ ਪਿੰਡ ਦੇ ਦੋ ਜਵਾਨ ਲੜਕੇ ਘਬਰਾਏ ਹੋਏ ਮਿਲੇ।

ਉਸ ਨੇ ਉਹਨਾਂ ਤੋਂ ਘਬਰਾਹਟ ਦਾ ਕਾਰਨ ਪੁੱਛਿਆ ਤਾਂ ਉਨ੍ਹਾਂ ਨੇ ਪਹਿਲਾਂ ਤਾਂ ਟਾਲਣਾ ਚਾਹਿਆ, ਪਰ ਫਿਰ ਅਸਲ ਗੱਲ ਦੱਸ ਦਿੱਤੀ; ਉਹ ਗਹੂਰੇ ਵਿਚ ਦੱਬਿਆ ਹੋਇਆ ਸ਼ਰਾਬ ਦਾ ਘੜਾ ਕੱਢ ਕੇ ਸ਼ਰਾਬ ਪੀਣ ਹੀ ਵਾਲੇ ਸਨ ਕਿ ਇਕ ਨੂਰਾਨੀ ਸੂਰਤ ਵਾਲੇ ਬਜ਼ੁਰਗ ਇਕਦਮ ਉਥੇ ਆ ਗਏ ਅਤੇ ਬੜੀਆਂ ਭਿਆਨਕ ਨਿਗਾਹਾਂ ਨਾਲ ਦੇਖਦੇ ਹੋਏ ਇਹ ਪੁੱਛਣ ਲੱਗੇ ਕਿ ਉਹ ਇਕ ਕੀ ਹਰਾਮਕਾਰੀ ਕਰ ਰਹੇ ਨੇ; ਜਿਸ ਚੀਜ਼ ਨੂੰ ਅੱਲਾ ਤਬਾਰਕ ਤੁਆਲਾ ਨੇ ਹਰਾਮ ਕਰਾਰ ਦਿੱਤਾ ਹੈ, ਉਹ ਉਸ ਨੂੰ ਪੀ ਕੇ ਐਨਾ ਵੱਡਾ ਗੁਨਾਹ ਕਰ ਰਹੇ ਹਨ, ਜਿਸ ਦਾ ਕੋਈ ਪਛਤਾਵਾ ਹੀ ਨਹੀਂ-ਉਨ੍ਹਾਂ ਵਿਚ ਐਨੀ ਜੁਅਰਤ ਹੀ ਨਹੀਂ ਸੀ ਕਿ ਕੁਝ ਬੋਲ ਸਕਦੇ; ਬਸ ਸਿਰ 'ਤੇ ਪੈਰ

ਰੱਖ ਕੇ ਭੱਜੇ...

ਮੌਜੂ ਨੇ ਉਨ੍ਹਾਂ ਦੋਹਾਂ ਨੌਜਵਾਨਾਂ ਨੂੰ ਦੱਸਿਆ ਕਿ ਉਹ ਰੂਹਾਨੀ ਸੂਰਤ ਵਾਲੇ ਸਚਮੁੱਚ ਅੱਲਾ ਨੂੰ ਪਹੁੰਚੇ ਹੋਏ ਬਜ਼ੁਰਗ ਹਨ : ਫਿਰ ਉਸ ਨੇ ਆਦੇਸ਼ਾ ਪ੍ਰਗਟ ਕੀਤਾ ਕਿ ਪਤਾ ਨਹੀਂ ਪਿੰਡ 'ਤੇ ਕੀ ਕਹਿਰ ਆਵੇਗਾ-ਇਕ ਤਾਂ ਉਸ ਨੇ ਮੌਲਵੀ ਸਾਹਿਬ ਨੂੰ ਛੱਡ ਕੇ ਜਾਣ ਦੀ ਬੁਰੀ ਹਰਕਤ ਕੀਤੀ ਸੀ, ਦੂਜਾ ਪਿੰਡ ਦੇ ਦੋ ਨੌਜਵਾਨ ਹਰਾਮ ਸ਼ੈ ਪੀਣ ਵਾਲੇ ਸਨ।

"ਹੁਣ ਅੱਲਾ ਹੀ ਬਚਾਏ... ਹੁਣ ਅੱਲਾ ਹੀ ਬਚਾਏ ਮੇਰੇ ਬੱਚਿਓ..." ਇਹ ਬੁੜਬੜਾਉਂਦਾ ਹੋਇਆ ਮੌਜੂ ਘਰ ਵੱਲ ਰਵਾਨਾ ਹੋਇਆ।

ਜੈਨਾਂ ਮੌਜੂਦ ਸੀ, ਪਰ ਮੌਜੂ ਨੇ ਉਸ ਨਾਲ ਕੋਈ ਗੱਲ ਨਾ ਕੀਤੀ ਅਤੇ ਮੰਜੀ 'ਤੇ ਖਾਮੋਸ਼ ਬੈਠ ਕੇ ਹੁੱਕਾ ਪੀਣ ਲੱਗਿਆ-ਉਸ ਦੇ ਦਿਲ-ਦਿਮਾਗ ਵਿਚ ਇਕ ਤੂਫ਼ਾਨ ਉਠਿਆ ਹੋਇਆ ਸੀ; ਉਸ ਨੂੰ ਯਕੀਨ ਸੀ ਕਿ ਉਸ 'ਤੇ ਅਤੇ ਪਿੰਡ 'ਤੇ ਜ਼ਰੂਰ ਕੋਈ ਖੁਦਾਈ ਆਫ਼ਤ ਆਵੇਗੀ।

ਸ਼ਾਮ ਦਾ ਖਾਣਾ ਤਿਆਰ ਸੀ ਅਤੇ ਜੈਨਾਂ ਨੇ ਮੌਲਵੀ ਸਾਹਿਬ ਲਈ ਵੀ ਪਕਾਇਆ ਸੀ।

ਜਦੋਂ ਜੈਨਾਂ ਨੇ ਮੌਜੂ ਤੋਂ ਪੁੱਛਿਆ ਕਿ ਮੌਲਵੀ ਸਾਹਿਬ ਕਿੱਥੇ ਹਨ ਤਾਂ ਮੌਜੂ ਨੇ ਬੜੇ ਦੁੱਖ ਭਰੇ ਲਹਿਜ਼ੇ ਵਿਚ ਕਿਹਾ : "ਗਏ... ਚਲੇ ਗਏ... ਸਾਡੇ ਗੁਨਾਹਗਾਰਾਂ ਕੋਲ ਉਨ੍ਹਾਂ ਦਾ ਕੀ ਕੰਮ।"

ਜੈਨਾਂ ਨੂੰ ਅਫ਼ਸੋਸ ਹੋਇਆ-ਮੌਲਵੀ ਸਾਹਿਬ ਨੇ ਕਿਹਾ ਸੀ ਕਿ ਉਹ ਕੋਈ ਅਜਿਹਾ ਰਾਸਤਾ ਲੱਭ ਕੱਢਣਗੇ, ਜਿਸ ਨਾਲ ਉਸ ਦੀ ਮਾਂ ਵਾਪਸ ਆ ਜਾਵੇਗੀ; ਪਰ ਉਹ ਤਾਂ ਜਾ ਚੁੱਕੇ ਸਨ; ਹੁਣ ਉਹ ਰਾਸਤਾ ਲੱਭਣ ਵਾਲਾ ਕੌਣ ਹੈ-ਉਹ ਖਾਮੋਸ਼ੀ 'ਚ ਪੀੜ੍ਹੀ 'ਤੇ ਬੈਠ ਗਈ ਅਤੇ ਖਾਣਾ ਠੰਡਾ ਹੁੰਦਾ ਰਿਹਾ।

ਥੋੜ੍ਹੀ ਦੇਰ ਬਾਅਦ ਡਿਉਢੀ 'ਚ ਖੜਾਕ ਹੋਇਆ-ਬਾਪ ਤੇ ਬੇਟੀ ਦੋਵੇਂ ਚੌਂਕੇ।

ਮੌਜੂ ਉਠ ਕੇ ਬਾਹਰ ਗਿਆ-ਕੁਝ ਚਿਰ ਬਾਅਦ ਮੌਜੂ ਅਤੇ ਮੌਲਵੀ ਸਾਹਿਬ ਵਿਹੜੇ ਵਿਚ ਸਨ।

ਦੀਵੇ ਦੀ ਧੁੰਦਲੀ ਰੌਸ਼ਨੀ ਵਿਚ ਜੈਨਾਂ ਨੇ ਦੇਖਿਆ ਕਿ ਮੌਲਵੀ ਸਾਹਿਬ ਲੜਖੜਾ ਰਹੇ ਹਨ ਅਤੇ ਉਨ੍ਹਾਂ ਦੇ ਹੱਥ ਵਿਚ ਇਕ ਘੜਾ ਹੈ।

ਮੌਜੂ ਨੇ ਸਹਾਰਾ ਦੇ ਕੇ ਮੌਲਵੀ ਸਾਹਿਬ ਨੂੰ ਚਾਰਪਾਈ 'ਤੇ ਬਠਾਇਆ। ਮੌਲਵੀ ਸਾਹਿਬ ਨੇ ਘੜਾ ਮੌਜੂ ਨੂੰ ਦਿੱਤਾ ਅਤੇ ਹਕਲਾਉਂਦਿਆਂ ਕਿਹਾ : "ਅੱਜ ਖੁਦਾ ਨੇ ਸਾਡਾ ਬਹੁਤ ਵੱਡਾ ਇਮਤਿਹਾਨ ਲਿਆ ਹੈ... ਤੇਰੇ ਪਿੰਡ ਦੇ ਦੋ ਜਵਾਨ ਲੜਕੇ ਸ਼ਰਾਬ ਦਾ ਘੜਾ ਕੱਢ ਕੇ ਸ਼ਰਾਬ ਪੀਣ ਵੀ ਵਾਲੇ ਸਨ ਕਿ ਅਸੀਂ ਪਹੁੰਚ ਗਏ... ਉਹ ਸਾਨੂੰ ਦੇਖਦੇ ਹੀ ਭੱਜ ਗਏ... ਸਾਨੂੰ ਬਹੁਤ ਦੁੱਖ ਹੋਇਆ ਕਿ ਐਨੀ ਛੋਟੀ ਉਮਰ ਅਤੇ ਐਨਾ ਵੱਡਾ ਗੁਨਾਹ... ਫਿਰ ਅਸੀਂ ਸੋਚਿਆ ਕਿ ਇਸ ਉਮਰ ਵਿਚ ਤਾਂ ਇਨਸਾਨ ਰਾਸਤੇ ਤੋਂ ਭਟਕਦਾ ਹੈ... ਅਸੀਂ ਉਨ੍ਹਾਂ ਲਈ ਅੱਲਾ ਤਬਾਰਕ ਤਆਲਾ ਦੇ ਹਜ਼ੂਰ ਵਿਚ ਗਿੜਗੜਾਉਂਦਿਆਂ ਦੁਆ ਮੰਗੀ ਕਿ ਉਨ੍ਹਾਂ ਬੱਚਿਆਂ ਦਾ ਗੁਨਾਹ ਮਾਫ਼ ਕੀਤਾ ਜਾਵੇ... ਜਵਾਬ ਮਿਲਿਆ... ਪਤਾ ਹੈ, ਕੀ ਜਵਾਬ ਮਿਲਿਆ? "

ਮੌਜੂ ਨੇ ਲਰਜ਼ਦੇ ਹੋਏ ਕਿਹਾ : "ਜੀ ਨਹੀਂ।"

ਜਵਾਬ ਮਿਲਿਆ : "ਕੀ ਤੂੰ ਉਨ੍ਹਾਂ ਦਾ ਗੁਨਾਹ ਆਪਣੇ ਸਿਰ ਲੈਂਦਾ ਹੈਂ...? ਅਸੀਂ ਅਰਜ਼ ਕੀਤੀ: "ਹਾਂ ਆਲਾ..." ਆਵਾਜ਼ ਆਈ : "ਤਾਂ ਜਾ ਇਹ ਸਾਰਾ ਘੜਾ ਸ਼ਰਾਬ ਦਾ ਤੂੰ ਪੀ... ਅਸੀਂ ਉਨ੍ਹਾਂ ਲੜਕਿਆਂ ਨੂੰ ਬਖਸ਼ਿਆ!"

ਮੌਜੂ ਦੇ ਰੌਂਗਟੇ ਖੜ੍ਹੇ ਹੋ ਗਏ : "ਤਾਂ ਆਪ ਨੇ ਪੀਤੀ?"

ਮੌਲਵੀ ਸਾਹਿਬ ਦਾ ਲਹਿਜ਼ਾ ਹੋਰ ਜ਼ਿਆਦਾ ਹਕਲਾਉਣ ਲੱਗਿਆ : "ਹਾਂ ਪੀ...ਪੀ... ਉਨ੍ਹਾਂ ਦਾ ਗੁਨਾਹ ਆਪਣੇ ਸਿਰ ਲੈਣ ਲਈ ਪੀਤੀ... ਰੱਬ ਉਲਇਜ਼ਤ ਦੀਆਂ ਨਜ਼ਰਾਂ ਵਿਚ ਸੁਰਖਰੂ ਹੋਣ ਲਈ ਪੀਤੀ... ਘੜੇ ਵਿਚ ਹੋਰ ਵੀ ਪਈ ਹੈ...ਇਹ ਵੀ ਅਸੀਂ ਪੀਣੀ ਹੈ... ਰੱਖ ਦੇ ਇਸ ਨੂੰ ਸੰਭਾਲ ਕੇ ਅਤੇ ਦੇਖ... ਹੋਰ ਦੇਖ, ਇਸ ਦੀ ਇਕ ਬੂੰਦ ਵੀ ਏਧਰ-ਉਧਰ ਨਾ ਹੋਵੇ..."

ਮੌਜੂ ਨੇ ਘੜਾ ਉਠਾ ਕੇ ਅੰਦਰ ਕੋਠੜੀ ਵਿਚ ਰੱਖ ਦਿੱਤਾ ਅਤੇ ਉਸ ਦੇ ਮੂੰਹ 'ਤੇ ਕੱਪੜਾ ਵੀ ਬੰਨ੍ਹ ਦਿੱਤਾ-ਜਦੋਂ ਉਹ ਵਾਪਸ ਵਿਹੜੇ ਵਿਚ ਆਇਆ ਤਾਂ ਉਸ ਨੇ ਦੇਖਿਆ ਕਿ ਮੌਲਵੀ ਸਾਹਿਬ ਉਸੇ ਤਰ੍ਹਾਂ ਚਾਰਪਾਈ 'ਤੇ ਬੈਠੇ ਨੇ, ਜੈਨਾਂ ਉਨ੍ਹਾਂ ਦੇ ਕੋਲ ਖੜ੍ਹੀ ਹੈ ਅਤੇ ਉਨ੍ਹਾਂ ਦਾ ਸਿਰ ਘੁੱਟ ਰਹੀ ਹੈ; ਉਹ ਜੈਨਾਂ ਨੂੰ ਕਹਿ ਰਹੇ ਸਨ : "ਜੋ ਆਦਮੀ ਦੂਸਰਿਆਂ ਲਈ ਜੋ ਕਰਦਾ ਹੈ, ਅੱਲਾ ਉਸ ਤੋਂ ਬਹੁਤ ਖੁਸ਼ ਹੁੰਦਾ ਹੈ.. ਉਹ ਇਸ ਵਕਤ ਤੇਰੇ ਤੋਂ ਵੀ ਖੁਸ਼ ਹੈ... ਅਸੀਂ ਵੀ ਤੇਰੇ ਤੋਂ ਖੁਸ਼ ਹਾਂ।"

ਆਪਣੀ ਖੁਸ਼ੀ ਵਿਚ ਮੌਲਵੀ ਸਾਹਿਬ ਨੇ ਜੈਨਾਂ ਨੂੰ ਆਪਣੇ ਕੋਲ ਬਿਠਾ ਕੇ ਉਸ ਦੀਆਂ ਅੱਖਾਂ ਚੁੰਮ ਲਈਆਂ, ਜੈਨਾਂ ਨੇ ਉਠਣਾ ਚਾਹਿਆ, ਪਰ ਉਸ ਦੀ ਗ੍ਰਿਫ਼ਤ ਮਜ਼ਬੂਤ ਸੀ।

ਮੌਲਵੀ ਸਾਹਿਬ ਨੇ ਜੈਨਾਂ ਨੂੰ ਆਪਣੇ ਗਲੇ ਨਾਲ ਲਗਾਇਆ ਅਤੇ ਮੌਜੂ ਨੂੰ ਕਿਹਾ : "ਚੌਧਰੀ ਮੌਜੂ, ਤੇਰੀ ਬੇਟੀ ਦਾ ਨਸੀਬ ਜਾਗ ਉਠਿਆ ਹੈ।"

ਚੌਧਰੀ ਸਿਰ ਤੋਂ ਪੈਰਾਂ ਤੱਕ ਧੰਨਵਾਦੀ ਸੀ : "ਇਹ ਸਭ ਆਪ ਦੀ ਦੁਆ ਹੈ, ਆਪ ਦੀ ਮੇਹਰਬਾਨੀ ਹੈ।"

ਮੌਲਵੀ ਸਾਹਿਬ ਨੇ ਜੈਨਾਂ ਨੂੰ ਇਕ ਵਾਰ ਫਿਰ ਆਪਣੇ ਸੀਨੇ ਨਾਲ ਲਾ ਕੇ ਘੁਟਿਆ : "ਅੱਲਾ ਮੇਹਰਬਾਨ ਤਾਂ ਸੋ ਕੁਲ ਮੇਹਰਬਾਨ... ਜੈਨਾਂ, ਅਸੀਂ ਤੈਨੂੰ ਇਕ ਵਜ਼ੀਫ਼ਾ ਦੱਸਾਂਗੇ... ਉਹ ਪੜ੍ਹਿਆ ਕਰਨਾ, ਅੱਲਾ ਹਮੇਸ਼ਾ ਮੇਹਰਬਾਨ ਰਹੇਗਾ... ਜਾਓ, ਸਾਡੇ ਲਈ ਖਾਣਾ ਲਿਆਓ...।"

ਦੂਸਰੇ ਦਿਨ ਸਵੇਰੇ ਮੌਲਵੀ ਸਾਹਿਬ ਬਹੁਤ ਦੇਰ ਨਾਲ ਉਠੇ।

ਮੌਜੂ ਡਰਦਿਆਂ ਖੇਤ ਨਾ ਗਿਆ, ਸਹਿਮਿਆਂ ਉਨ੍ਹਾਂ ਦੀ ਚਾਰਪਾਈ ਕੋਲ ਬੈਠਾ ਰਿਹਾ।

ਜਦੋਂ ਉਹ ਉਠੇ ਤਾਂ ਉਨ੍ਹਾਂ ਲਈ ਦਾਤਣ ਤਿਆਰ ਸੀ; ਪਾਣੀ ਸਾਬਣ, ਸਭ ਕੁਝ ਤਿਆਰ ਸੀ, ਨਾਸ਼ਤਾ ਵੀ।

ਕਾਫੀ ਦੇਰ ਦੇ ਬਾਅਦ ਮੌਲਵੀ ਸਾਹਿਬ ਦੇ ਆਦੇਸ਼ ਮੁਤਾਬਿਕ ਮੌਜੂ ਨੇ ਸ਼ਰਾਬ ਦਾ ਘੜਾ ਲਿਆ ਕੇ ਉਨ੍ਹਾਂ ਦੇ ਕੋਲ ਰੱਖ ਦਿੱਤਾ।

ਉਨ੍ਹਾਂ ਨੇ ਅੰਦਰ ਹੀ ਅੰਦਰ ਕੁਝ ਪੜ੍ਹਿਆ, ਘੜੇ ਦਾ ਮੂੰਹ ਖੋਲ ਕੇ ਉਸ ਵਿਚ ਤਿੰਨ ਵਾਰ ਫੂਕ ਮਾਰੀ ਅਤੇ ਤਿੰਨ ਕਟੋਰੇ ਸ਼ਰਾਬ ਪੀ ਗਏ; ਫਿਰ ਉਨ੍ਹਾਂ ਨੇ ਉਪਰ ਅਸਮਾਨ ਵੱਲ ਦੇਖਿਆ; ਕੁਝ ਪੜ੍ਹਿਆ ਅਤੇ ਬੁਲੰਦ ਆਵਾਜ਼ ਵਿਚ ਕਿਹਾ : "ਅਸੀਂ

ਤੇਰੇ ਹਰ ਇਮਤਿਹਾਨ ਵਿਚ ਪੂਰੇ ਉਤਰਾਂਗੇ ਮੌਲਾ...” ਫਿਰ ਉਹ ਮੌਜੂ ਨੂੰ ਮੁਖ਼ਾਤਿਬ ਹੋਇਆ : “ਮੌਜੂ ਜਾ... ਹੁਕਮ ਮਿਲਿਆ ਹੈ ਕਿ ਹੁਣੇ ਜਾ ਅਤੇ ਜੈਨਾਂ ਦੀ ਮਾਂ ਨੂੰ ਲੈ ਆ... ਰਸਤਾ ਮਿਲ ਗਿਆ ਹੈ ਸਾਨੂੰ।”

ਮੌਜੂ ਬਹੁਤ ਖ਼ੁਸ਼ ਹੋਇਆ-ਛੇਤੀ ਛੇਤੀ ਉਸ ਨੇ ਘੋੜੀ ’ਤੇ ਕਾਠੀ ਕੱਸੀ ਅਤੇ ਕਿਹਾ ਕਿ ਉਹ ਦੂਸਰੇ ਰੋਜ਼ ਸਵੇਰੇ ਵਾਪਸ ਪਹੁੰਚ ਜਾਵੇਗਾ; ਫਿਰ ਉਸ ਨੇ ਜੈਨਾਂ ਨੂੰ ਤਾਕੀਦ ਕੀਤੀ ਕਿ ਉਹ ਮੌਲਵੀ ਸਾਹਿਬ ਦੀ ਹਰ ਸੇਵਾ ਦਾ ਖ਼ਿਆਲ ਰੱਖੇ ਅਤੇ ਉਨ੍ਹਾਂ ਦੀ ਖ਼ਿਦਮਤਗੁਜ਼ਾਰੀ ਵਿਚ ਕੋਈ ਕਸਰ ਬਾਕੀ ਨਾ ਛੱਡੇ।

ਜੈਨਾਂ ਭਾਂਡੇ ਮਾਂਜਣ ਵਿਚ ਬਹੁਤ ਰੁੱਝੀ ਗਈ।

ਮੌਲਵੀ ਸਾਹਿਬ ਚਾਰਪਾਈ ’ਤੇ ਬੈਠੇ ਉਸ ਨੂੰ ਘੂਰਦੇ ਰਹੇ, ਹੌਲੀ ਹੌਲੀ ਕਟੋਰੇ ਭਰ-ਭਰ ਸ਼ਰਾਬ ਪੀਂਦੇ ਰਹੇ ਅਤੇ ਮੋਟੇ-ਮੋਟੇ ਦਾਨਿਆ ਵਾਲੀ ਤਸਬੀਹ ਫੇਰਦੇ ਰਹੇ।

ਜਦੋਂ ਉਹ ਕੰਮ ਤੋਂ ਫਾਰਿਗ ਹੋ ਗਈ ਤਾਂ ਉਨ੍ਹਾਂ ਨੇ ਉਸ ਨੂੰ ਕਿਹਾ : “ਜੈਨਾਂ, ਦੇਖੋ, ਵੁਜ਼ੂ ਕਰ ਲਵੋ।”

ਜੈਨਾਂ ਨੇ ਬੜੇ ਭੋਲੇਪਨ ਨਾਲ ਜਵਾਬ ਦਿੱਤਾ : “ਮੈਨੂੰ ਨਹੀਂ ਆਉਂਦਾ ਮੌਲਵੀ ਜੀ।”

ਉਨ੍ਹਾਂ ਨੇ ਬੜੇ ਪਿਆਰ ਨਾਲ ਉਸ ਨੂੰ ਝਿੜਕਿਆਂ : “ਵੁਜ਼ੂ ਕਰਨਾ ਨਹੀਂ ਆਉਂਦਾ... ਕੀ ਜਵਾਬ ਦੇਵੇਂਗੀ ਅੱਲਾ ਨੂੰ... ” ਇਹ ਕਹਿ ਕੇ ਉਹ ਉਠੇ ਅਤੇ ਉਨ੍ਹਾਂ ਨੇ ਜੈਨਾਂ ਨੂੰ ਵੁਜ਼ੂ ਕਰਾਇਆ-ਇਸ ਅੰਦਾਜ਼ ਵਿਚ ਉਸ ਨੂੰ ਸਮਝਾਉਂਦਾ ਰਿਹਾ ਸੀ ਕਿ ਉਸ ਦੇ ਸਰੀਰ ਦੇ ਇਕ-ਇਕ ਕੋਨੇ ਨੂੰ ਝਾਕ-ਝਾਕ ਦੇ ਦੇਖ ਸਕੇ।

ਵੁਜ਼ੂ ਕਰਨ ਤੋਂ ਬਾਅਦ ਉਨ੍ਹਾਂ ਨੇ ਜਾਂਨਮਾਜ਼ ਮੰਗੀ; ਉਹ ਨਾ ਮਿਲੀ ਤਾਂ ਫਿਰ ਪਿਆਰ ਨਾਲ ਝਿੜਕਿਆ ਅਤੇ ਥੱਪਥਪਾਇਆ।

ਉਨ੍ਹਾਂ ਨੇ ਖੇਸ ਮੰਗਵਾਇਆ ਅਤੇ ਅੰਦਰ ਕੋਠੜੀ ਵਿਚ ਵਿਛਾ ਦਿੱਤਾ, ਫਿਰ ਉਨ੍ਹਾਂ ਨੇ ਜੈਨਾਂ ਨੂੰ ਕਿਹਾ ਕਿ ਉਹ ਬਾਹਰ ਦੇ ਦਰਵਾਜ਼ੇ ਦੀ ਕੁੰਡੀ ਲਾ ਦੇਵੇ। ਜਦੋਂ ਉਹ ਕੁੰਡੀ ਲਾ ਕੇ ਮੁੜ ਆਈ ਤਾਂ ਉਨ੍ਹਾਂ ਨੇ ਕਿਹਾ ਕਿ ਉਹ ਘੜਾ ਅਤੇ ਕਟੋਰਾ ਕੋਠੜੀ ਵਿਚ ਲੈ ਆਵੇ। ਜਦੋਂ ਉਹ ਦੋਵੇਂ ਚੀਜ਼ਾਂ ਲੈ ਆਈ ਤਾਂ ਉਨ੍ਹਾਂ ਨੇ ਇਸ਼ਾਰੇ ਨਾਲ ਉਸ ਨੂੰ ਖੇਸ ’ਤੇ ਬੈਠਣ ਲਈ ਕਿਹਾ ਅਤੇ ਤਸਬੀਹ ਫੇਰਨਾ ਸ਼ੁਰੂ ਕਰ ਦਿੱਤਾ।

ਬਹੁਤ ਦੇਰ ਤੱਕ ਉਹ ਅੱਖਾਂ ਬੰਦ ਕਰਕੇ ਇਸੇ ਤਰ੍ਹਾਂ ਵਜ਼ੀਫ਼ਾ ਕਰਦੇ ਰਹੇ-ਜੈਨਾਂ ਉਸ ਦੇ ਕੋਲ ਖਾਮੋਸ਼ ਬੈਠੀ ਰਹੀ।

ਕਾਫੀ ਦੇਰ ਬਾਅਦ ਉਨ੍ਹਾਂ ਨੇ ਅੱਖਾਂ ਖੋਲ੍ਹੀਆਂ, ਅੱਧਾ ਕਟੋਰਾ ਭਰਿਆ, ਉਸ ਵਿਚ ਤਿੰਨ ਫੂਕਾਂ ਮਾਰੀਆਂ ਅਤੇ ਜੈਨਾਂ ਵੱਲ ਵਧਾ ਦਿੱਤਾ : “ਪੀ ਜਾਓ ਇਸ ਨੂੰ”

ਜੈਨਾਂ ਨੇ ਕਟੋਰਾ ਫੜ ਲਿਆ, ਪਰ ਉਸ ਦੇ ਹੱਥ ਕੰਬਣ ਲੱਗੇ।

ਮੌਲਵੀ ਸਾਹਿਬ ਨੇ ਬੜੇ ਜਲਾਲ ਭਰੇ ਅੰਦਾਜ਼ ਵਿਚ ਉਸ ਵੱਲ ਦੇਖਿਆ : “ਅਸੀਂ ਕਹਿੰਦੇ ਹਾਂ, ਪੀ ਜਾਓ ਇਸ ਨੂੰ... ਤੁਹਾਡੇ ਲੋਕਾਂ ਦੇ ਸਾਰੇ ਦਲਿਦਰ ਦੂਰ ਹੋ ਜਾਣਗੇ...”

ਜੈਨਾਂ ਕੰਬਦੇ ਹੱਥਾਂ ਨਾਲ ਅੱਧਾ ਕਟੋਰਾ ਪੀ ਗਈ ਅਤੇ ਉਸ ਦਾ ਸਰੀਰ ਸੁਲਗਨ ਲੱਗਿਆ।

ਮੌਲਵੀ ਸਾਹਿਬ ਆਪਣੀ ਦਾੜ੍ਹੀ ਵਿਚ ਮੁਸਕਰਾਇਆ : ਅਸੀਂ ਫਿਰ ਆਪਣਾ

ਵਜ਼ੀਫ਼ਾ ਸ਼ੁਰੂ ਕਰਦੇ ਹਾਂ...

"ਜਦੋਂ ਵੀ ਅਸੀਂ ਵਿਚਲੀ ਉਂਗਲੀ ਨਾਲ ਇਸ਼ਾਰਾ ਕਰੀਏ ਤਾਂ ਘੜੇ ਵਿਚੋਂ ਅੱਧਾ ਕਟੋਰਾ ਭਰ ਕੇ ਫ਼ੌਰਨ ਪੀ ਜਾਣਾ ਅਤੇ ਪੀਂਦੇ ਰਹਿਣਾ... ਸਮਝ ਗਈ?"

ਉਨ੍ਹਾਂ ਨੇ ਜੈਨਾਂ ਨੂੰ ਕੁਝ ਕਹਿਣ ਦਾ ਮੌਕਾ ਹੀ ਨਾ ਦਿੱਤਾ ਅਤੇ ਅੱਖਾਂ ਬੰਦ ਕਰ ਕੇ ਧਿਆਨ 'ਚ ਚਲੇ ਗਏ।

ਜੈਨਾਂ ਦੇ ਮੂੰਹ ਦਾ ਸੁਆਦ ਬੇਹੱਦ ਖ਼ਰਾਬ ਹੋ ਗਿਆ ਸੀ, ਸਰੀਰ ਵਿਚ ਅੱਗ ਜਿਹੀ ਲੱਗ ਗਈ ਸੀ, ਉਹ ਚਾਹੁੰਦੀ ਸੀ ਕਿ ਉਠ ਕੇ ਠੰਡਾ ਪਾਣੀ ਪੀਏ, ਪਰ ਉਹ ਕਿਵੇਂ ਉਠ ਸਕਦੀ ਸੀ।

ਇਕਦਮ ਮੌਲਵੀ ਸਾਹਿਬ ਦੀ ਵਿਚਲੀ ਉਂਗਲੀ ਉਠੀ-ਜੈਨਾਂ ਨੇ ਇਕ ਨਾਕਾਬਿਲੇਫ਼ਹਿਮ ਦਬਾਅ ਤਹਿਤ ਫ਼ੌਰਨ ਅੱਧਾ ਕਟੋਰਾ ਭਰਿਆ ਅਤੇ ਇਕੋ ਸਾਹ ਪੀ ਗਈ; ਉਸ ਨੂੰ ਉਲਟੀ ਜਿਹੀ ਆਉਣ ਲੱਗੀ ਪਰ ਉਸ ਨੇ ਰੋਕ ਲਈ; ਉਸ ਨੇ ਥੁੱਕਣਾ ਚਾਹਿਆ, ਪਰ ਅੰਦਰ ਲੰਘਾ ਲਿਆ; ਉਸ ਨੇ ਜ਼ੋਰ ਦੀ ਅੱਖਾਂ ਮੀਚੀਆਂ ਅਤੇ ਫਿਰ ਖੋਲੀਆਂ-ਮੌਲਵੀ ਸਾਹਿਬ ਅੱਖਾਂ ਬੰਦ ਕਰੀ ਤਸਬੀਹ ਦੇ ਦਾਣੇ ਫੇਰ ਰਹੇ ਸਨ-ਪਤਾ ਨਹੀਂ ਕਿੰਨੀ ਵਾਰ ਮੌਲਵੀ ਸਾਹਿਬ ਦੀ ਵਿਚਕਾਰਲੀ ਉਂਗਲ ਉਠੀ, ਪਤਾ ਨਹੀਂ ਕਿੰਨੀ ਵਾਰ ਜੈਨਾਂ ਨੇ ਅੱਧਾ ਕਟੋਰਾ ਭਰ ਕੇ ਪੀਤਾ-ਜੈਨਾਂ ਨੇ ਮਹਿਸੂਸ ਕੀਤਾ ਕਿ ਮੌਲਵੀ ਸਾਹਿਬ ਦੇ ਚਿਹਰੇ 'ਤੇ ਨੂਰ ਬਰਸ ਰਿਹਾ ਹੈ ਅਤੇ ਉਸ ਦੇ ਆਪਣੇ ਸਰੀਰ ਵਿਚ ਲਪਟਾਂ ਜਿਹੀਆਂ ਉਠ ਰਹੀਆਂ ਹਨ, ਇਕ ਰੋਸ਼ਨ ਜਿਹੀ ਧੁੰਦ ਫੈਲ ਰਹੀ ਹੈ ਅਤੇ ਉਸ ਦੀਆਂ ਅੱਖਾਂ ਨੂੰ ਦਿਖਾਈ ਦਿੰਦੇ ਹੋਏ ਵੀ ਕੁਝ ਦਿਖਾਈ ਨਹੀਂ ਦੇ ਰਿਹਾ ਹੈ, ਬਸ ਉਸ ਦਾ ਸਰੀਰ ਦੇਖ ਰਿਹਾ ਹੈ ਕਿ ਉਹ ਇਕ ਜਵਾਨ, ਮਜ਼ਬੂਤ, ਖ਼ੂਬਸੂਰਤ ਮਰਦ ਦੀ ਗੋਦ ਵਿਚ ਹੈ ਅਤੇ ਉਹ ਉਸ ਨੂੰ ਜਨਤ ਦਿਖਾਉਣ ਲੈ ਜਾ ਰਿਹਾ ਹੈ...

ਜਦੋਂ ਜੈਨਾਂ ਦੀਆਂ ਅੱਖਾਂ ਖੁੱਲ੍ਹੀਆਂ ਤਾਂ ਉਹ ਖੇਸ ਤੇ ਪਈ ਹੋਈ ਸੀ।

ਉਸ ਨੇ ਅੱਧ ਖੁੱਲ੍ਹੀਆਂ ਅੱਖਾਂ ਨਾਲ ਏਧਰ-ਓਧਰ ਦੇਖਿਆ।

ਉਹ ਉਥੇ ਕਿਉਂ ਪਈ ਹੈ, ਉਹ ਉਥੇ ਕਦੋਂ ਦੀ ਪਈ ਸੀ-ਉਸ ਨੇ ਸੋਚਣਾ ਚਾਹਿਆ ਤਾਂ ਉਸ ਨੂੰ ਧੁੰਦ-ਜਿਹੀ ਨਜ਼ਰ ਆਈ ਅਤੇ ਨੀਂਦ ਆਉਣ ਲੱਗੀ; ਉਸ ਦਾ ਸਰੀਰ ਦੁਖ ਰਿਹਾ ਸੀ, ਲੇਕਿਨ ਅਣਜਾਣੇ ਤੌਰ 'ਤੇ ਅਜਨਬੀ ਸੀ।

ਅਤੇ ਉਹ ਜੰਨਤ?

ਉਹ ਇਕਦਮ ਉਠ ਬੈਠੀ-ਬਾਹਰ ਵਿਹੜੇ ਵਿਚ ਆਈ ਤਾਂ ਉਸ ਨੇ ਦੇਖਿਆ ਕਿ ਦਿਨ ਢਲ ਚੁੱਕਿਆ ਹੈ ਅਤੇ ਮੌਲਵੀ ਸਾਹਿਬ ਘੜੇ ਦੇ ਕੋਲ ਬੈਠੇ ਵੁਜ਼ੂ ਕਰ ਰਹੇ ਹਨ।

ਖੜਾਕ ਸੁਣ ਕੇ ਉਨ੍ਹਾਂ ਨੇ ਮੁੜ ਕੇ ਜੈਨਾਂ ਵੱਲ ਦੇਖਿਆ ਅਤੇ ਮੁਸਕਰਾਏ।

ਜੈਨਾਂ ਦੀ ਸਮਝ ਵਿਚ ਕੁਝ ਨਾ ਆਇਆ; ਉਹ ਵਾਪਸ ਕੋਠੜੀ ਵਿਚ ਚਲੀ ਗਈ ਅਤੇ ਖੇਸ 'ਤੇ ਬੈਠ ਕੇ ਆਪਣੀ ਮਾਂ ਬਾਰੇ ਸੋਚਣ ਲੱਗੀ, ਜਿਸ ਨੂੰ ਵਾਪਸ ਲਿਆਉਣ ਲਈ ਉਸ ਦਾ ਬਾਪ ਗਿਆ ਹੋਇਆ ਸੀ ਅਤੇ ਪੂਰੀ ਰਾਤ ਬਾਕੀ ਸੀ ਉਸ ਦੀ ਵਾਪਸੀ ਵਿਚ।

ਉਸ ਨੂੰ ਸਖ਼ਤ ਭੁੱਖ ਲੱਗ ਰਹੀ ਸੀ; ਉਸ ਦੇ ਬੇਚੈਨ ਦਿਮਾਗ ਵਿਚ ਧੁੰਦ ਵਿਚ ਲਿੱਪਟੀਆਂ ਬੇਸ਼ੁਮਾਰ ਗੱਲਾਂ ਆ ਰਹੀਆਂ ਸਨ।

ਥੋੜ੍ਹੀ ਦੇਰ ਬਾਅਦ ਕੋਠੜੀ ਵਿਚ ਮੌਲਵੀ ਸਾਹਿਬ ਆ ਪਹੁੰਚੇ, ਉਨ੍ਹਾਂ ਕਿਹਾ : "ਅਸੀਂ ਤੁਹਾਡੇ ਬਾਪ ਲਈ ਇਕ ਵਜ਼ੀਫ਼ਾ ਕਰਨਾ ਹੈ... ਸਾਰੀ ਰਾਤ ਕਿਸੇ ਕਬਰ ਕੋਲ ਬੈਠਣਾ ਹੋਵੇਗਾ... ਸਵੇਰੇ ਆ ਜਾਵਾਂਗੇ... ਤੇਰੇ ਲਈ ਵੀ ਦੁਆ ਮੰਗਾਂਗੇ..." ਅਤੇ ਉਹ ਘੜਾ ਉਠਾ ਕੇ ਚਲੇ ਗਏ।

ਜੈਨਾਂ ਨੇ ਫਿਰ ਸੋਚਣ ਦੀ ਕੋਸ਼ਿਸ਼ ਕੀਤੀ-ਜੰਨਤ... ਇਕ ਜਵਾਨ, ਮਜ਼ਬੂਤ, ਖ਼ੂਬਸੂਰਤ ਮਰਦ ਦੀ ਗੋਦ...

ਉਹ ਧੁੰਦ ਵਿਚ ਗੁੰਮ ਜਿਹੀ ਸੌਂ ਗਈ।

ਸਵੇਰੇ ਉਸ ਦੀ ਨੀਂਦ ਖੁੱਲ੍ਹੀ ਹੀ ਸੀ ਕਿ ਮੌਲਵੀ ਸਾਹਿਬ ਆ ਗਏ-ਉਨ੍ਹਾਂ ਦੀਆਂ ਵੱਡੀਆਂ-ਵੱਡੀਆਂ ਅੱਖਾਂ, ਜਿਨ੍ਹਾਂ ਵਿਚੋਂ ਸੁਰਮੇ ਦੀ ਤਹਰੀਰ ਗ਼ਾਇਬ ਸੀ, ਬੇਹੱਦ ਸੁਰਖ਼ ਸੀ, ਉਨ੍ਹਾਂ ਦੇ ਪੈਰਾਂ ਵਿਚ ਲੜਖੜਾਹਟ ਸੀ-ਉਨ੍ਹਾਂ ਨੇ ਅੰਦਰ ਕੋਠੜੀ 'ਚ ਜਾਕੇ ਘੜਾ ਰੱਖ ਦਿੱਤਾ।

ਹੋਸ਼ 'ਚ ਆਉਂਦਿਆਂ ਹੀ ਮੁਸਕਰਾਉਂਦਿਆਂ ਉਨ੍ਹਾਂ ਨੇ ਜੈਨਾਂ ਵੱਲ ਦੇਖਦਿਆਂ ਅਤੇ ਅੱਗੇ ਵਧਦਿਆਂ ਉਸ ਨੂੰ ਗਲੇ ਨਾਲ ਲਾ ਲਿਆ; ਫਿਰ ਉਸ ਦੀਆਂ ਅੱਖਾਂ ਨੂੰ ਚੁੰਮਿਆ ਅਤੇ ਚਾਰਪਾਈ 'ਤੇ ਬੈਠ ਗਏ।

ਜੈਨਾਂ ਇਕ ਪਾਸੇ ਕੋਨੇ ਵਿਚ ਪੀੜ੍ਹੀ 'ਤੇ ਗੁਮਸੁੰਮ ਬੈਠ ਗਈ-ਉਸ ਨੂੰ ਆਪਣੇ ਪਿਉ ਦਾ ਇੰਤਜ਼ਾਰ ਸੀ, ਮਾਂ ਦਾ ਵੀ, ਜਿਸ ਤੋਂ ਵਿਛੜਿਆਂ ਹੋਇਆਂ ਉਸ ਨੂੰ ਦੋ ਸਾਲ ਹੋ ਚੁੱਕੇ ਸਨ।

ਮੌਲਵੀ ਸਾਹਿਬ ਨੇ ਕਿਹਾ : "ਜੈਨਾਂ, ਮੌਜੂ ਅਜੇ ਤੱਕ ਨਹੀਂ ਆਇਆ?"

ਉਹ ਖਾਮੋਸ਼ ਰਹੀ।

ਮੌਲਵੀ ਸਾਹਿਬ ਫਿਰ ਉਸ ਨੂੰ ਮੁਖ਼ਾਤਿਬ ਹੋਏ : "ਅਸੀਂ ਸਾਰੀ ਰਾਤ ਇਕ ਟੁੱਟੀ ਹੋਈ ਕਬਰ 'ਤੇ ਸਿਰ ਨਿਵਾਈ ਸੁੰਨਸਾਨ ਕਬਰਸਤਾਨ ਵਿਚ ਮੌਜੂ ਲਈ ਵਜ਼ੀਫ਼ਾ ਪੜ੍ਹਦੇ ਰਹੇ... ਕਦੋਂ ਆਏਗਾ ਉਹ... ਕੀ ਉਹ ਲੈ ਆਵੇਗਾ ਤੇਰੀ ਮਾਂ ਨੂੰ...?"

ਜੈਨਾਂ ਨੇ ਸਿਰਫ਼ ਇਸ ਕਦਰ ਕਿਹਾ : "ਜੀ, ਪਤਾ ਨਹੀ..."

ਥੋੜ੍ਹੀ ਦੇਰ ਬਾਅਦ ਖੜਕਾ ਹੋਇਆ ਤਾਂ ਜੈਨਾਂ ਉੱਠੀ-ਡਿਊਢੀ ਵਿਚ ਉਸ ਦੀ ਮਾਂ ਖੜ੍ਹੀ ਸੀ-ਉਹ ਉਸ ਨੂੰ ਦੇਖਦਿਆਂ ਹੀ ਉਸ ਨਾਲ ਚਿੰਬੜ ਗਈ ਅਤੇ ਰੋਣ ਲੱਗੀ।

ਫਿਰ ਮੌਜੂ ਆਇਆ। ਉਸ ਨੇ ਮੌਲਵੀ ਸਾਹਿਬ ਨੂੰ ਬੜੇ ਅਦਬ ਨਾਲ ਸਲਾਮ ਕੀਤਾ; ਫਿਰ ਉਸ ਨੇ ਆਪਣੀ ਬੀਵੀ ਨੂੰ ਕਿਹਾ : "ਫਾਤਾਂ, ਸਲਾਮ ਕਰੋ ਮੌਲਵੀ ਸਾਹਿਬ ਨੂੰ।"

ਫਾਤਾਂ ਆਪਣੀ ਬੇਟੀ ਤੋਂ ਅਲੱਗ ਹੋਈ, ਆਪਣੇ ਹੰਝੂ ਪੂੰਝਦੀ ਹੋਈ ਅੱਗੇ ਵਧੀ ਅਤੇ ਮੌਲਵੀ ਸਾਹਿਬ ਨੂੰ ਸਲਾਮ ਕੀਤਾ।

ਮੌਲਵੀ ਸਾਹਿਬ ਆਪਣੀਆਂ ਲਾਲ ਅੱਖਾਂ ਨਾਲ ਫਾਤਾਂ ਨੂੰ ਘੂਰਦਿਆਂ ਦੇਖਿਆ ਅਤੇ ਮੌਜੂ ਨੂੰ ਕਿਹਾ : "ਅਸੀਂ ਸਾਰੀ ਰਾਤ ਇਕ ਟੁੱਟੀ ਹੋਈ ਕਬਰ ਕੋਲ ਤੇਰੇ ਲਈ ਵਜ਼ੀਫ਼ਾ ਪੜ੍ਹਦੇ ਰਹੇ... ਹੁਣੇ-ਹੁਣੇ ਉਠ ਕੇ ਆਏ ਹਾਂ... ਅੱਲਾ ਨੇ ਸਾਡੀ ਸੁਣ ਲਈ... ਸਭ ਠੀਕ ਹੋ ਜਾਵੇਗਾ"

ਮੌਜੂ ਨੇ ਫ਼ਰਸ਼ 'ਤੇ ਬੈਠ ਕੇ ਮੌਲਵੀ ਸਾਹਿਬ ਦੇ ਪੈਰ ਦਬਾਉਣੇ ਸ਼ੁਰੂ ਕਰ ਦਿੱਤੇ,

ਉਹ ਐਨਾ ਮਿਹਰਬਾਨ ਸੀ ਕਿ ਕੁਝ ਵੀ ਨਾ ਕਹਿ ਸਕਿਆ-ਫਾਤਾਂ ਨੂੰ ਮੁਖ਼ਾਤਿਬ ਹੋ ਕੇ ਉਸ ਨੇ ਹੰਝੂਆਂ ਭਰੀ ਆਵਾਜ਼ ਵਿਚ ਕਿਹਾ : "ਤੂੰ ਹੀ ਮੌਲਵੀ ਸਾਹਿਬ ਦਾ ਸ਼ੁਕਰੀਆ ਅਦਾ ਕਰ...ਮੈਨੂੰ ਤਾਂ ਆਉਂਦਾ ਨਹੀਂ।"

ਫਾਤਾਂ ਉਸ ਦੇ ਕੋਲ ਹੀ ਬੈਠ ਗਈ ਅਤੇ ਮੌਲਵੀ ਸਾਹਿਬ ਨੂੰ ਸਿਰਫ਼ ਐਨਾ ਕਹਿ ਸਕੀ : "ਅਸੀਂ ਗਰੀਬ ਲੋਕ ਕੀ ਅਦਾ ਕਰ ਸਕਦੇ ਹਾਂ?"

ਮੌਲਵੀ ਸਾਹਿਬ ਨੇ ਗ਼ੌਰ ਨਾਲ ਫਾਤਾਂ ਨੂੰ ਦੇਖਿਆ : "ਮੌਜੂ ਤੂੰ ਠੀਕ ਕਹਿੰਦਾ ਸੀ... ਫਾਤਾਂ ਖ਼ੂਬਸੂਰਤ ਹੈ; ਇਸ ਉਮਰ ਵਿਚ ਵੀ ਜਵਾਨ ਲੱਗਦੀ ਹੈ, ਬਿਲਕੁਲ ਦੂਸਰੀ ਜੈਨਾਂ... ਉਸ ਤੋਂ ਵੀ ਵਧੀਆ..." ਫਿਰ ਉਹ ਫਾਤਾਂ ਨੂੰ ਮੁਖ਼ਾਤਿਬ ਹੋਏ : "ਅਸੀਂ ਸਭ ਠੀਕ ਕਰ ਦੇਵਾਂਗੇ ਫਾਤਾਂ ... ਅੱਲਾ ਦਾ ਫ਼ਰਜੇ-ਕਰਮ ਹੋ ਗਿਆ ਹੈ।"

ਮੌਜੂ ਅਤੇ ਫਾਤਾਂ ਦੋਵੇਂ ਖਾਮੋਸ਼ ਰਹੇ-ਮੌਜੂ ਮੌਲਵੀ ਸਾਹਿਬ ਦੇ ਪੈਰ ਘੁੱਟਦਾ ਰਿਹਾ, ਫਾਤਾਂ ਉਸ ਦੇ ਕੋਲ ਬੈਠੀ ਰਹੀ-ਜੈਨਾਂ ਚੁੱਲਾ ਭਖਾਉਣ ਵਿਚ ਰੁੱਝੀ ਹੋਈ ਸੀ।

ਆਖ਼ਿਰ ਮੌਲਵੀ ਸਾਹਿਬ ਉਠੇ, ਫਾਤਾਂ ਦੇ ਸਿਰ 'ਤੇ ਹੱਥ ਨਾਲ ਪਿਆਰ ਕੀਤਾ ਅਤੇ ਮੌਜੂ ਨੂੰ ਮੁਖ਼ਾਤਿਬ ਹੋਏ : "ਅੱਲਾ ਦਾ ਹੁਕਮ ਹੈ ਕਿ ਜਦੋਂ ਤਕ ਕੋਈ ਆਦਮੀ ਆਪਣੀ ਬੀਵੀ ਨੂੰ ਤਲਾਕ ਦੇਣ ਦੇ ਬਾਅਦ ਫਿਰ ਉਸ ਨੂੰ ਆਪਣੇ ਘਰ ਵਸਾਉਣਾ ਚਾਹੇ ਤਾਂ ਉਸ ਦੀ ਸਜ਼ਾ ਹੈ ਕਿ ਉਹ ਔਰਤ ਕਿਸੇ ਹੋਰ ਮਰਦ ਨਾਲ ਸ਼ਾਦੀ ਕਰੇ, ਉਸ ਤੋਂ ਤਲਾਕ ਲਵੇ, ਤਾਂ ਜਾਇਜ਼ ਹੈ।"

ਮੌਜੂ ਨੇ ਹੌਲੀ ਜਿਹੀ ਕਿਹਾ : "ਇਹ ਮੈਂ ਸੁਣ ਚੁੱਕਾ ਹਾਂ ਮੌਲਵੀ ਸਾਹਿਬ।"

ਮੌਲਵੀ ਸਾਹਿਬ ਨੇ ਮੌਜੂ ਨੂੰ ਉਠਾਇਆ ਅਤੇ ਉਸ ਦੇ ਮੋਢੇ 'ਤੇ ਹੱਥ ਰੱਖਿਆ : "ਲੇਕਿਨ ਅਸੀਂ ਖੁਦਾ ਦੇ ਅੱਗੇ ਗਿੜਗੜਾਉਂਦਿਆਂ ਦੁਆ ਮੰਗੀ ਕਿ ਅਜਿਹੀ ਕਰੜੀ ਸਜ਼ਾ ਨਾ ਦਿੱਤੀ ਜਾਵੇ ਗਰੀਬ ਮੌਜੂ ਨੂੰ; ਉਸ ਤੋਂ ਭੁੱਲ ਹੋ ਗਈ ਹੈ... ਆਵਾਜ਼ ਆਈ: "ਅਸੀਂ ਤੇਰੀਆਂ ਸਿਫ਼ਾਰਸ਼ਾਂ ਕਦੋਂ ਤਕ ਸੁਣਦੇ ਰਹਾਂਗੇ... ਤੂੰ ਆਪਣੇ ਲਈ ਜੋ ਵੀ ਮੰਗ, ਅਸੀਂ ਦੇਣ ਲਈ ਤਿਆਰ ਹਾਂ... ਅਸੀਂ ਅਰਜ਼ ਕੀਤੀ :"ਮੇਰੇ ਸ਼ਹਿਨਸ਼ਾਹ... ਸਾਗਰ ਅਤੇ ਧਰਤੀ ਦੇ ਮਾਲਕ... ਅਸੀਂ ਆਪਣੇ ਲਈ ਕੁਝ ਨਹੀਂ ਮੰਨਦੇ... ਤੇਰਾ ਦਿੱਤਾ ਸਾਡੇ ਕੋਲ ਬਹੁਤ ਹੈ... ਅਸੀਂ ਮੌਜੂ ਦੇ ਲਈ ਮੰਗਦੇ ਹਾਂ, ਇਸ ਲਈ ਕਿ ਮੌਜੂ ਨੂੰ ਫਾਤਾਂ ਨਾਲ ਮੁਹੱਬਤ ਹੈ... ਹੁਕਮ ਹੋਇਆ : "ਤਾਂ ਅਸੀਂ ਉਸ ਦੀ ਮੁਹੱਬਤ ਅਤੇ ਤੇਰੇ ਈਮਾਨ ਦਾ ਇਮਤਿਹਾਨ ਲੈਣਾ ਚਾਹੁੰਦੇ ਹਾਂ... ਇਕ ਦਿਨ ਲਈ ਤੂੰ ਫਾਤਾਂ ਨਾਲ ਨਿਕਾਹ ਕਰ ਲੈ ਅਤੇ ਦੂਸਰੇ ਦਿਨ ਉਸ ਨੂੰ ਤਲਾਕ ਦੇ ਕੇ ਮੌਜੂ ਦੇ ਹਵਾਲੇ ਕਰ ਦੇ... ਅਸੀਂ ਤੇਰੇ ਲਈ ਸਿਰਫ਼ ਇਹੀ ਕਰ ਸਕਦੇ ਹਾਂ ਕਿ ਤੂੰ ਚਾਲੀ ਸਾਲ ਦਿਲ ਨਾਲ ਸਾਡੀ ਇਬਾਦਤ ਕੀਤੀ ਹੈ..."

ਮੌਜੂ ਬਹੁਤ ਖੁਸ਼ ਹੋਇਆ : "ਮੈਨੂੰ ਮਨਜ਼ੂਰ ਹੈ ਮੌਲਵੀ ਸਾਹਿਬ, ਮੈਨੂੰ ਮਨਜ਼ੂਰ ਹੈ... ਫਿਰ ਉਸ ਨੇ ਫਾਤਾਂ ਦੇ ਜਵਾਬ ਦਾ ਇੰਤਜ਼ਾਰ ਤੱਥ ਨਾ ਕੀਤਾ : ਸਾਨੂੰ ਦੋਵਾਂ ਨੂੰ ਮਨਜ਼ੂਰ ਹੈ।"

ਮੌਲਵੀ ਸਾਹਿਬ ਨੇ ਅੱਖਾਂ ਬੰਦ ਕਰ ਲਈਆਂ ਅਤੇ ਦੇਰ ਤੱਕ ਕੁਝ ਪੜ੍ਹਦੇ ਰਹੇ; ਫਿਰ ਉਨ੍ਹਾਂ ਨੇ ਅੱਖਾਂ ਖੋਲ੍ਹ ਕੇ ਮੌਜੂ ਅਤੇ ਫਾਤਾਂ, ਦੋਹਾਂ ਦੇ ਫੂਕ ਮਾਰੀ ਅਤੇ ਅਸਮਾਨ ਵੱਲ ਨਜ਼ਰਾਂ ਉਠਾਈਆਂ : "ਅੱਲਾ ਸਾਨੂੰ ਸਾਰਿਆਂ ਨੂੰ ਇਸ ਇਮਤਿਹਾਨ ਵਿਚ ਪੂਰਾ ਉਤਾਰੇ..." ਫਿਰ ਉਹ ਮੌਜੂ ਨੂੰ ਮੁਖ਼ਾਤਿਬ ਹੋਏ : "ਚੰਗਾ ਮੌਜੂ, ਅਸੀਂ ਹੁਣ

ਚਲਦੇ ਹਾਂ... ਤੂੰ ਅਤੇ ਜੈਨਾਂ ਅੱਜ ਦੀ ਰਾਤ ਕਿਤੇ ਚਲੇ ਜਾਣਾ ਅਤੇ ਕੱਲ ਸਵੇਰੇ ਮੁੜ ਆਉਣਾ... ਅਸੀਂ ਸ਼ਾਮ ਨੂੰ ਆਵਾਂਗੇ...” ਇਹ ਕਹਿ ਕੇ ਉਹ ਚਲੇ ਗਏ।

ਸ਼ਾਮ ਢਲਣ ਵਾਲੀ ਸੀ ਕਿ ਮੌਲਵੀ ਸਾਹਿਬ ਵਾਪਿਸ ਆਏ-ਉਹ ਅੰਦਰੋ-ਅੰਦਰੀ ਕੁਝ ਪੜ੍ਹ ਰਹੇ ਸਨ।

ਕਾਫ਼ੀ ਦੇਰ ਬਾਅਦ ਜਦੋਂ ਉਨ੍ਹਾਂ ਨੇ ਇਸ਼ਾਰਾ ਕੀਤਾ ਤਾਂ ਮੌਜੂ ਅਤੇ ਜੈਨਾਂ ਡਿਉਢੀ ’ਚੋਂ ਬਾਹਰ ਨਿਕਲ ਗਏ।

ਮੌਲਵੀ ਸਾਹਿਬ ਉਠੇ ਅਤੇ ਡਿਉਢੀ ਦੀ ਕੁੰਡੀ ਚੜ੍ਹਾਉਣ ਤੋਂ ਬਾਅਦ ਫਾਤਾਂ ਨੂੰ ਬੋਲੇ : “ਫਾਤਾਂ, ਤੂੰ ਅੱਜ ਦੀ ਰਾਤ ਸਾਡੀ ਬੀਵੀ ਹੋ... ਜਾਓ ਅੰਦਰ ਤੋਂ ਬਿਸਤਰ ਲੈ ਆਓ ਅਤੇ ਚਾਰਪਾਈ ’ਤੇ ਵਿਛਾ ਦੇਵੋ... ਥੋੜ੍ਹੀ ਦੇਰ ਬਾਅਦ ਅਸੀਂ ਸੌਵਾਂਗੇ।”

ਜਦੋਂ ਫਾਤਾਂ ਨੇ ਅੰਦਰ ਕੋਠੜੀ ਵਿਚੋਂ ਬਿਸਤਰ ਲਿਆ ਕੇ ਚਾਰਪਾਈ ’ਤੇ ਬੜੇ ਸਲੀਕੇ ਨਾਲ ਵਿਛਾ ਦਿੱਤਾ ਤਾਂ ਮੌਲਵੀ ਸਾਹਿਬ ਨੇ ਕਿਹਾ : “ਤੂੰ ਬੈਠ, ਅਸੀਂ ਹੁਣੇ ਆਉਂਦੇ ਹਾਂ।”

ਇਹ ਕਹਿ ਕੇ ਉਹ ਕੋਠੜੀ ਵਿਚ ਚਲੇ ਗਏ-ਦੀਵਾ ਰੌਸ਼ਨ ਸੀ ਅਤੇ ਕੋਨੇ ਵਿਚ ਭਾਂਡਿਆਂ ਦੇ ਕੋਲ ਉਨ੍ਹਾਂ ਦਾ ਘੜਾ ਪਿਆ ਸੀ।

ਉਨ੍ਹਾਂ ਨੇ ਘੜਾ ਹਿਲਾ ਕੇ ਦੇਖਿਆ ਕਾਫੀ ਬਾਕੀ ਸੀ।

ਘੜਾ ਉਠਾ ਕੇ, ਉਸ ਦੇ ਨਾਲ ਹੀ ਮੂੰਹ ਲਗਾ ਕੇ ਉਨ੍ਹਾਂ ਨੇ ਕਈ ਵੱਡੇ-ਵੱਡੇ ਘੁੱਟ ਭਰੇ; ਫਿਰ ਘੜਾ ਰੱਖ ਕੇ ਰੇਸ਼ਮੀ ਫੁੱਲਾਂ ਵਾਲੇ ਬਸੰਤੀ ਰੁਮਾਲ ਨਾਲ ਮੁੱਛਾਂ ਅਤੇ ਬੁੱਲ੍ਹ ਸਾਫ ਕੀਤੇ ਅਤੇ ਵਿਹੜੇ ਵਿਚ ਆ ਗਏ-ਘੜਾ ਉਨ੍ਹਾਂ ਦੇ ਕੱਛ ਵਿਚ ਸੀ ਅਤੇ ਕਟੋਰਾ ਹੱਥ ਵਿਚ।

ਫਾਤਾਂ ਚਾਰਪਾਈ ’ਤੇ ਬੈਠੀ ਹੋਈ ਸੀ-ਮੌਲਵੀ ਸਾਹਿਬ ਨੇ ਇਸ਼ਾਰੇ ਨਾਲ ਫਾਤਾਂ ਨੂੰ ਬੈਠੇ ਰਹਿਣ ਲਈ ਕਿਹਾ ਅਤੇ ਉਸ ਦੇ ਬਿਲਕੁਲ ਕਰੀਬ ਫ਼ਰਸ਼ ’ਤੇ ਬੈਠ ਗਏ।

ਅੱਧਾ ਕਟੋਰਾ ਭਰਨ ਦੇ ਬਾਅਦ ਉਸ ਨੂੰ ਆਪਣੇ ਸਾਹਮਣੇ ਰੱਖ ਕੇ ਉਹ ਕਾਫੀ ਦੇਰ ਤੱਕ ਕੁਝ ਪੜ੍ਹਦੇ ਰਹੇ, ਫਿਰ ਤਿੰਨ ਦਫ਼ਾ ਫੂਕ ਮਾਰ ਕੇ ਉਨ੍ਹਾਂ ਨੇ ਕਟੋਰਾ ਉਠਾਇਆ ਅਤੇ ਫਾਤਾਂ ਵੱਲ ਵਧਾਇਆ : “ਲਓ ਇਕੋ ਸਾਹ ’ਚ ਇਸ ਨੂੰ ਪੀ ਜਾਓ।”

ਫਾਤਾਂ ਪੀ ਗਈ-ਉਸ ਨੂੰ ਉਲਟੀ ਆਈ ਤਾਂ ਮੌਲਵੀ ਸਾਹਿਬ ਤੇਜ਼ੀ ’ਚ ਉਠੇ ਅਤੇ ਉਸ ਦੀ ਪਿੱਠ ਥਪਥਪਾਉਂਦਿਆਂ ਕੜਕਦਾਰ ਆਵਾਜ਼ ’ਚ ਬੋਲੇ : “ਠੀਕ ਹੋ ਜਾਓ ਫ਼ੌਰਨ।”

ਫਾਤਾਂ ਸੰਭਲੀ ਅਤੇ ਉਸੇ ਕਦਰ ਠੀਕ ਹੋ ਗਈ।

ਮੌਲਵੀ ਸਾਹਿਬ ਨੇ ਕਿੰਨੀ ਵਾਰ ਅੱਧਾ ਕਟੋਰਾ ਭਰਿਆ, ਫੂਕ ਮਾਰੀ ਅਤੇ ਫਾਤਾਂ ਨੂੰ ਦਿੱਤੀ।

ਫਾਤਾਂ ਜਦੋਂ ਚਾਰਪਾਈ ’ਤੇ ਬੈਠਿਆਂ-ਬੈਠਿਆਂ ਥੱਕ ਗਈ ਤਾਂ ਟੰਗਾਂ ਫੈਲਾਅ ਕੇ ਪੈ ਗਈ-ਮੌਲਵੀ ਸਾਹਿਬ ਉਠੇ ਅਤੇ ਫਾਤਾਂ ’ਤੇ ਛਾਅ ਗਏ।

ਸਵੇਰੇ ਜਦੋਂ ਮੌਜੂ ਅਤੇ ਜੈਨਾਂ ਮੁੜੇ ਤਾਂ ਉਨ੍ਹਾਂ ਨੇ ਦੇਖਿਆ ਕਿ ਡਿਉਡੀ ਦਾ ਦਰਵਾਜ਼ਾ ਖੁੱਲ੍ਹਾ ਹੋਇਆ ਸੀ, ਵਿਹੜੇ ਵਿਚ ਫਾਤਾਂ ਸੌਂ ਰਹੀ ਸੀ, ਚਾਰਪਾਈ ਦੇ ਕੋਲ

ਹੀ ਘੜਾ ਅਤੇ ਕਟੋਰਾ ਪਿਆ ਹੈ, ਪਰ ਮੌਲਵੀ ਸਾਹਿਬ ਮੌਜੂਦ ਨਹੀਂ ਹਨ।

ਮੌਜੂ ਨੇ ਸੋਚਿਆ : "ਸ਼ਾਇਦ ਬਾਹਰ ਗਏ ਹੋਣਗੇ ਖੇਤਾਂ ਵਿਚ..." ਉਸ ਨੇ ਅੱਗੇ ਵਧਦਿਆਂ ਫਾਤਾਂ ਨੂੰ ਜਗਾਇਆ।

ਫਾਤਾਂ ਨੇ ਮੂੰ-ਮੂੰ ਕੀਤੀ, ਫਿਰ 'ਜੰਨਤ-ਜੰਨਤ' ਬੁੜਬੁੜਾਉਂਦਿਆਂ ਅੱਖਾਂ ਖੋਲ੍ਹੀਆਂ-ਜਦੋਂ ਉਸ ਨੇ ਮੌਜੂ ਅਤੇ ਜੈਨਾਂ ਨੂੰ ਦੇਖਿਆ ਤਾਂ ਫੌਰਨ ਉਠ ਕੇ ਬੈਠ ਗਈ।

ਮੌਜੂ ਨੇ ਪੁੱਛਿਆ : "ਮੌਲਵੀ ਕਿਥੇ ਹਨ?"

ਫਾਤਾਂ ਅੱਖਾਂ ਫਾੜਦਿਆਂ ਉਨ੍ਹਾਂ ਨੂੰ ਦੇਖ ਰਹੀ ਸੀ : "ਮੌਲਵੀ ਸਾਹਿਬ? ਕੌਣ ਮੌਲਵੀ ਸਾਹਿਬ...? ਉਹ, ਇਹ... ਇਥੇ ਨਹੀਂ ਹੈ ਕੀ?"

"ਨਹੀਂ ..." ਮੌਜੂ ਨੇ ਕਿਹਾ : "ਮੈਂ ਉਨ੍ਹਾਂ ਨੂੰ ਬਾਹਰ ਦੇਖਦਾ ਹਾਂ।"

ਉਹ ਅਜੇ ਡਿਉਢੀ ਵਿਚ ਸੀ ਕਿ ਉਸ ਨੂੰ ਫਾਤਾਂ ਦੀ ਹਲਕੀ ਜਿਹੀ ਚੀਖ਼ ਸੁਣਾਈ ਦਿੱਤੀ।

ਉਸ ਨੇ ਮੁੜ ਕੇ ਦੇਖਿਆ-ਫਾਤਾਂ ਤਕੀਆ ਉਠਾਉਂਦਿਆਂ ਕੁਝ ਦੇਖ ਰਹੀ ਸੀ।

ਜਦੋਂ ਉਹ ਕਰੀਬ ਆਇਆ ਤਾਂ ਫਾਤਾਂ ਨੂੰ ਪੁੱਛਿਆ : "ਇਹ ਕੀ ਹੈ?"

ਮੌਜੂ ਨੇ ਕਿਹਾ : "ਵਾਲ।"

ਜੈਨਾਂ ਨੇ ਕਿਹਾ : "ਮੌਲਵੀ ਸਾਹਿਬ ਦੀ ਦਾੜ੍ਹੀ ਤੇ ਪਟੇ।"

ਫਾਤਾਂ ਨੇ ਕਿਹਾ, "ਹਾਂ, ਮੌਲਵੀ ਸਾਹਿਬ ਦੀ ਦਾੜ੍ਹੀ ਤੇ ਪਟੇ।।"

ਮੌਜੂ ਨੇ ਅੱਗੇ ਵਧਦਿਆਂ ਦਾੜ੍ਹੀ ਅਤੇ ਪਟੇ ਉਠ ਲਏ-"ਮੌਲਵੀ ਸਾਹਿਬ ਕਿਥੇ ਹਨ?"

ਫ਼ੌਰਨ ਹੀ ਉਸ ਦੇ ਸਾਦਾ ਭੋਲੇ ਦਿਮਾਗ ਵਿਚ ਇਕ ਖ਼ਿਆਲ ਆਇਆ : "ਫਾਤਾਂ ... ਜੈਨਾਂ, ਤੁਸੀਂ ਨਹੀਂ ਸਮਝੀਆਂ... ਉਹ ਕੋਈ ਕਰਾਮਾਤ ਵਾਲੇ ਬਜ਼ੁਰਗ ਸਨ... ਸਾਡਾ ਕੰਮ ਕਰ ਗਏ ਅਤੇ ਆਪਣੀ ਨਿਸ਼ਾਨੀ ਛੱਡ ਗਏ..."

ਉਸ ਨੇ ਦਾੜ੍ਹੀ ਅਤੇ ਪਟਿਆਂ ਨੂੰ ਚੁੰਮਿਆਂ, ਅੱਖਾਂ ਨਾਲ ਲਗਾਇਆ ਅਤੇ ਫਿਰ ਉਨ੍ਹਾਂ ਨੂੰ ਜੈਨਾਂ ਦੇ ਹਵਾਲੇ ਕਰਦਿਆਂ ਕਿਹਾ : "ਦੇਖ ਬੇਟੀ, ਇਨ੍ਹਾਂ ਨੂੰ ਕਿਸੇ ਸਾਫ਼ ਕਪੜੇ ਵਿਚ ਲਪੇਟ ਕੇ ਵੱਡੇ ਸੰਦੂਕ ਵਿਚ ਹਿਫ਼ਾਜਤ ਨਾਲ ਰੱਖ ਦਿਓ... ਖ਼ੁਦਾ ਦੇ ਹੁਕਮ ਨਾਲ ਘਰ ਵਿਚ ਬਰਕਤ ਹੀ ਬਰਕਤ ਹੋਵੇਗੀ।"

ਜੈਨਾਂ ਦਾੜ੍ਹੀ ਅਤੇ ਪਟੇ ਲੈ ਕੇ ਅੰਦਰ ਕੋਠੜੀ ਵਿਚ ਚਲ ਗਈ ਤਾਂ ਮੌਜੂ ਫਾਤਾਂ ਦੇ ਕੋਲ ਬੈਠ ਗਿਆ ਅਤੇ ਬੜੇ ਪਿਆਰ ਨਾਲ ਕਹਿਣ ਲੱਗਿਆ : "ਮੈਂ ਹੁਣ ਨਮਾਜ਼ ਪੜ੍ਹਨਾ ਸਿੱਖਾਂਗਾ ਅਤੇ ਮੌਲਵੀ ਸਾਹਿਬ ਲਈ ਦੁਆ ਕਰਿਆ ਕਰੂੰਗਾ, ਜਿਨ੍ਹਾਂ ਨੇ ਸਾਨੂੰ ਦੋਵਾਂ ਨੂੰ ਫਿਰ ਤੋਂ ਮਿਲਾ ਦਿੱਤਾ।"

ਫਾਤਾਂ ਖ਼ਾਮੋਸ਼ ਰਹੀ।

ਅੱਖਾਂ

ਉਸ ਦੇ ਸਾਰੇ ਜਿਸਮ ਵਿਚ ਮੈਨੂੰ ਉਸ ਦੀਆਂ ਅੱਖਾਂ ਬਹੁਤ ਪਸੰਦ ਸਨ।

ਉਹ ਅੱਖਾਂ ਬਿਲਕੁਲ ਉਸੇ ਤਰ੍ਹਾਂ ਦੀਆਂ ਸਨ ਜਿਵੇਂ ਹਨੇਰੀ ਰਾਤ ਵਿਚ ਮੋਟਰ ਕਾਰ ਦੀਆਂ ਹੈਡ ਲਾਈਟਾਂ, ਜਿਨ੍ਹਾਂ ਨੂੰ ਆਦਮੀ ਸਭ ਤੋਂ ਪਹਿਲਾਂ ਦੇਖਦਾ ਹੈ।

ਤੁਸੀਂ ਇਹ ਨਾ ਸਮਝੋ ਕਿ ਉਹ ਬਹੁਤ ਖ਼ੂਬਸੂਰਤ ਅੱਖਾਂ ਸਨ-ਹਰਗਿਜ਼ ਨਹੀਂ- ਮੈਂ ਖ਼ੂਬਸੂਰਤੀ ਅਤੇ ਬਦਸੂਰਤੀ 'ਚ ਫ਼ਰਕ ਕਰ ਸਕਦਾ ਹਾਂ, ਲੇਕਿਨ ਮਾਫ਼ ਕਰਨਾ, ਉਨ੍ਹਾਂ ਅੱਖਾਂ ਦੇ ਮਾਮਲੇ ਵਿਚ ਸਿਰਫ਼ ਐਨਾ ਹੀ ਕਹਿ ਸਕਦਾ ਹਾਂ ਕਿ ਉਹ ਖ਼ੂਬਸੂਰਤ ਤਾਂ ਨਹੀਂ ਸਨ, ਪਰ ਇਸ ਦੇ ਬਾਵਜੂਦ ਉਨ੍ਹਾਂ ਵਿਚ ਬੇਪਨਾਹ ਕਸ਼ਿਸ਼ ਸੀ।

ਮੇਰੀਆਂ ਅਤੇ ਉਨ੍ਹਾਂ ਦੀਆਂ ਅੱਖਾਂ ਦੀ ਮੁਲਾਕਾਤ ਇਕ ਹਸਪਤਾਲ ਵਿਚ ਹੋਈ-ਮੈਂ ਉਸ ਹਸਪਤਾਲ ਦਾ ਨਾਂ ਤੁਹਾਨੂੰ ਦੱਸਣਾ ਨਹੀਂ ਚਾਹੁੰਦਾ, ਇਸ ਲਈ ਕਿ ਇਸ ਨਾਲ ਮੇਰੇ ਇਸ ਅਫ਼ਸਾਨੇ ਨੂੰ ਕੋਈ ਫ਼ਾਇਦਾ ਨਹੀਂ ਪਹੁੰਚੇਗਾ।

ਬਸ ਤੁਸੀਂ ਇਹੀ ਸਮਝ ਲਵੋ ਕਿ ਇਕ ਹਸਪਤਾਲ ਸੀ, ਜਿਸ ਵਿਚ ਮੇਰਾ ਇਕ ਅਜ਼ੀਜ਼ ਆਪ੍ਰੇਸ਼ਨ ਕਰਾਉਣ ਦੇ ਬਾਅਦ ਆਪਣੀ ਜ਼ਿੰਦਗੀ ਦਾ ਆਖ਼ਿਰੀ ਸਾਹ ਲੈ ਰਿਹਾ ਸੀ।

ਉਂਝ ਮੈਂ ਕੋਈ ਬਹੁਤਾ ਦਇਆਵਾਨ ਨਹੀਂ ਅਤੇ ਮਰੀਜ਼ਾਂ ਕੋਲ ਜਾ ਕੇ ਉਨ੍ਹਾਂ ਨੂੰ ਦਮ-ਦਿਲਾਸਾ ਦੇਣਾ ਵੀ ਮੈਨੂੰ ਨਹੀਂ ਆਉਂਦਾ, ਲੇਕਿਨ ਆਪਣੀ ਪਤਨੀ ਕਰ ਕੇ ਮੈਨੂੰ ਉਸ ਹਸਪਤਾਲ ਵਿਚ ਜਾਣਾ ਪਿਆ, ਤਾਂ ਕਿ ਮੈਂ ਆਪਣੇ ਮਰਨ ਵਾਲੇ ਅਜ਼ੀਜ਼ ਨੂੰ ਆਪਣੀ ਹਮਦਰਦੀ ਤੇ ਮੁਹੱਬਤ ਦੇ ਸਬੂਤ ਦੇ ਸਕਾਂ।

ਯਕੀਨ ਮੰਨੋ ਮੈਨੂੰ ਸਖ਼ਤ ਖਿਝ ਚੜ੍ਹ ਰਹੀ ਸੀ-ਹਸਪਤਾਲ ਦੇ ਨਾਂ ਤੋਂ ਹੀ ਮੈਨੂੰ ਨਫ਼ਰਤ ਹੈ, ਪਤਾ ਨਹੀਂ, ਕਿਉਂ? ਸ਼ਾਇਦ ਇਸ ਲਈ ਕਿ ਇਕ ਵਾਰ ਮੈਨੂੰ ਆਪਣੀ ਬੁੱਢੀ ਹਮਸਾਈ ਨੂੰ, ਜਿਸ ਦੀ ਬਾਂਹ ਨੂੰ ਮੋਚ ਆ ਗਈ ਸੀ, ਜੇ. ਜੇ. ਹਸਪਤਾਲ ਲੈ ਜਾਣਾ ਪਿਆ ਅਤੇ ਉਥੇ ਕੈਜ਼ੂਆਲਟੀ ਡਿਪਾਰਟਮੈਂਟ ਵਿਚ ਮੈਨੂੰ ਘੱਟੋ-ਘੱਟ ਢਾਈ ਘੰਟੇ ਇੰਤਜ਼ਾਰ ਕਰਨਾ ਪਿਆ ਸੀ।

ਹਾਂ, ਮੈਂ ਉਨ੍ਹਾਂ ਅੱਖਾਂ ਦਾ ਜ਼ਿਕਰ ਕਰ ਰਿਹਾ ਸੀ ਜਿਹੜੀਆਂ ਮੈਨੂੰ ਪਸੰਦ ਸਨ। ਪਸੰਦ ਦਾ ਮਾਮਲਾ ਵਿਅਕਤੀਗਤ ਹੈਸੀਅਤ ਰੱਖਦਾ ਹੈ-ਬਹੁਤ ਮੁਸ਼ਕਲ ਹੈ, ਜੇਕਰ ਤੁਸੀਂ ਉਹ ਅੱਖਾਂ ਦੇਖਦੇ ਤਾਂ ਤੁਹਾਡੇ ਦਿਲੋ ਦਿਮਾਗ ਵਿਚ ਕੋਈ ਹਰਕਤ ਪੈਦਾ ਨਾ ਹੁੰਦੀ; ਇਹ ਵੀ ਜ਼ਰੂਰੀ ਸੀ ਕਿ ਜੇਕਰ ਉਨ੍ਹਾਂ ਅੱਖਾਂ ਬਾਰੇ ਰਾਇ ਤਲਬ ਕਰੀ ਜਾਵੇ ਤਾਂ ਤੁਸੀਂ ਕਹਿੰਦੇ : 'ਨਿਹਾਇਤ ਭੱਦੀਆਂ ਅੱਖਾਂ ਹਨ...'

ਲੇਕਿਨ ਜਦੋਂ ਮੈਂ ਉਸ ਲੜਕੀ ਨੂੰ ਦੇਖਿਆ ਤਾਂ ਸਭ ਤੋਂ ਪਹਿਲਾਂ ਮੈਨੂੰ ਉਸ ਦੀਆਂ ਅੱਖਾਂ ਨੇ ਆਪਣੇ ਵੱਲ ਆਕਰਸ਼ਿਤ ਕੀਤਾ। ਉਸ ਨੇ ਬੁਰਕਾ ਪਾ ਰੱਖਿਆ ਸੀ, ਪਰ ਨਕਾਬ ਉਠਿਆ ਹੋਇਆ ਸੀ। ਉਸ ਦੇ ਸੱਜੇ ਹੱਥ ਇਕ ਖਾਲੀ ਬੋਤਲ ਸੀ ਅਤੇ ਉਹ ਜਨਰਲ ਵਾਰਡ 'ਚ ਇਕ ਛੋਟੇ ਜਿਹੇ ਲੜਕੇ ਨਾਲ ਤੁਰੀ ਆ ਰਹੀ ਸੀ।

ਮੈਂ ਉਸ ਵੱਲ ਦੇਖਿਆ ਤਾਂ ਉਸ ਦੀਆਂ ਅੱਖਾਂ ਵਿਚ, ਜੋ ਵੱਡੀਆਂ ਸਨ ਨਾ ਛੋਟੀਆਂ, ਕਾਲੀਆਂ ਸਨ ਨਾ ਭੂਰੀਆਂ, ਨੀਲੀਆਂ ਸਨ ਨਾ ਹਰੀਆਂ, ਇਕ ਅਜੀਬ ਕਿਸਮ ਦੀ ਚਮਕ ਪੈਦਾ ਹੋਈ ਸੀ-ਮੇਰੇ ਕਦਮ ਰੁਕ ਗਏ, ਉਹ ਵੀ ਰੁਕ ਗਈ-ਉਸ ਨੇ ਆਪਣੇ ਸਾਥੀ ਲੜਕੇ ਦਾ ਹੱਥ ਫੜ੍ਹਿਆ ਅਤੇ ਖਿੱਝੀ ਹੋਈ ਆਵਾਜ਼ 'ਚ ਕਿਹਾ

: 'ਤੈਥੋਂ ਤੁਰਿਆ ਨਹੀਂ ਜਾਂਦਾ?'

ਲੜਕੇ ਨੇ ਆਪਣੀ ਬਾਂਹ ਛੁਡਾਈ ਅਤੇ ਭੱਜ ਕੇ ਕਿਹਾ : 'ਤੁਰ ਤਾਂ ਰਿਹਾ ਹਾਂ... ਤੂੰ ਤਾਂ ਅੰਨ੍ਹੀ ਐਂ।'

ਮੈਂ ਇਹ ਸੁਣਿਆ ਤਾਂ ਉਸ ਲੜਕੀ ਦੀਆਂ ਅੱਖਾਂ ਵੱਲ ਦੁਬਾਰਾ ਦੇਖਿਆ-ਉਸ ਦੇ ਸਾਰੇ ਵਜੂਦ 'ਚ ਸਿਰਫ਼ ਉਸ ਦੀਆਂ ਅੱਖਾਂ ਹੀ ਸਨ ਜਿਹੜੀਆਂ ਮੈਨੂੰ ਪਸੰਦ ਆਈਆਂ ਸਨ। ਮੈਂ ਅੱਗੇ ਵਧਿਆ ਤੇ ਲੜਕੀ ਦੇ ਕੋਲ ਪਹੁੰਚ ਗਿਆ।

ਉਸ ਨੇ ਮੈਨੂੰ ਪਲਕਾਂ ਨਾ ਝਪਕਣ ਵਾਲੀਆਂ ਅੱਖਾਂ ਨਾਲ ਦੇਖਿਆ ਅਤੇ ਪੁੱਛਿਆ : "ਐਕਸ-ਰੇ ਕਿੱਥੇ ਲਿਆ ਜਾਂਦਾ ਹੈ?"

ਇਤਫ਼ਾਕ ਦੀ ਗੱਲ ਹੈ ਕਿ ਉਨ੍ਹਾਂ ਦਿਨਾਂ 'ਚ ਐਕਸ-ਰੇ ਡਿਪਾਰਟਮੈਂਟ ਵਿਚ ਮੇਰਾ ਇਕ ਦੋਸਤ ਕੰਮ ਕਰ ਰਿਹਾ ਸੀ ਅਤੇ ਮੈਂ ਆਪਣੇ ਸਾਹਿਤ ਪ੍ਰੇਮੀ ਅਜ਼ੀਜ਼ ਦੇ ਸਿਲਸਿਲੇ ਵਿਚ ਉਸੇ ਨੂੰ ਮਿਲਣ ਜਾ ਰਿਹਾ ਸੀ। ਮੈਂ ਉਸ ਲੜਕੀ ਨੂੰ ਕਿਹਾ : "ਆਓ ਮੈਂ ਤੁਹਾਨੂੰ ਉਥੇ ਲੈ ਜਾਂਦਾ ਹਾਂ... ਮੈਂ ਵੀ ਓਧਰ ਹੀ ਜਾ ਰਿਹਾ ਹਾਂ।"

ਲੜਕੀ ਨੇ ਆਪਣੇ ਸਾਥੀ ਲੜਕੇ ਦਾ ਹੱਥ ਫੜਿਆ ਅਤੇ ਮੇਰੇ ਨਾਲ ਤੁਰ ਪਈ।

ਮੈਂ ਐਕਸ-ਰੇ ਡਿਪਾਰਟਮੈਂਟ ਦੇ ਛੋਟੇ ਜਿਹੇ ਆਫਿਸ 'ਚ ਜਾ ਕੇ ਡਾਕਟਰ ਸਾਦਿਕ ਬਾਰੇ ਪੁੱਛਿਆ ਤਾਂ ਪਤਾ ਲੱਗਿਆ ਕਿ ਉਹ ਸਕਰੀਨਿੰਗ ਕਰਨ 'ਚ ਰੁੱਝਿਆ ਹੋਇਆ ਹੈ।

ਦਰਵਾਜ਼ਾ ਬੰਦ ਸੀ। ਮੈਂ ਖੜਕਾਇਆ ਤਾਂ ਅੰਦਰੋਂ ਆਵਾਜ਼ ਆਈ : "ਕੌਣ ਐ... ਦਰਵਾਜ਼ਾ ਨਾ ਖੜਕਾਓ।"

ਮੈਂ ਫਿਰ ਦਸਤਕ ਦਿੱਤੀ।

ਦਰਵਾਜ਼ਾ ਖੁਲ੍ਹਿਆ ਅਤੇ ਡਾਕਟਰ ਸਾਦਿਕ ਮੈਨੂੰ ਗਾਲ੍ਹ ਦਿੰਦਾ ਰਹਿ ਗਿਆ : "ਓਹ... ਤੂੰ ਐਂ...।"

"ਹਾਂ ਭਾਈ, ਤੈਨੂੰ ਮਿਲਣ ਆਇਆ ਹਾਂ... ਤੇਰੇ ਦਫ਼ਤਰ 'ਚ ਗਿਆ ਤਾਂ ਪਤਾ ਲੱਗਿਆ ਕਿ ਤੂੰ ਇਥੇ ਹੈਂ।"

"ਆ ਜਾਓ ਅੰਦਰ।"

ਮੈਂ ਲੜਕੀ ਵੱਲ ਦੇਖਿਆ ਅਤੇ ਕਿਹਾ : "ਆਓ... ਲੇਕਿਨ ਲੜਕੇ ਨੂੰ ਬਹਾਰ ਹੀ ਰਹਿਣ ਦਿਓ।"

ਡਾਕਟਰ ਸਾਦਿਕ ਨੇ ਹੌਲੀ ਜਿਹੀ ਮੈਨੂੰ ਪੁੱਛਿਆ : "ਕੌਣ ਹੈ?"

ਮੈਂ ਜਵਾਬ ਦਿੱਤਾ : ਪਤਾ ਨਹੀ! ਕੌਣ ਹੈ... ਐਕਸ-ਰੇ ਡਿਪਾਰਟਮੈਂਟ ਨੂੰ ਪੁੱਛ ਰਹੀ ਸੀ... ਮੈਂ ਕਿਹਾ : "ਚਲੋ, ਮੈਂ ਚਲਦਾ ਹਾਂ।"

ਡਾਕਟਰ ਸਾਦਿਕ ਨੇ ਦਰਵਾਜ਼ਾ ਹੋਰ ਜ਼ਿਆਦਾ ਖੋਲ੍ਹ ਦਿੱਤਾ-ਮੈਂ ਅਤੇ ਉਹ ਲੜਕੀ ਅੰਦਰ ਦਾਖ਼ਲ ਹੋ ਗਏ।

ਅੰਦਰ ਚਾਰ-ਪੰਜ ਮਰੀਜ਼ ਮੌਜੂਦ ਸਨ-ਡਾਕਟਰ ਸਾਦਿਕ ਨੇ ਜਲਦੀ ਜਲਦੀ ਉਨ੍ਹਾਂ ਦੀ ਸਕਰੀਨਿੰਗ ਕੀਤੀ ਅਤੇ ਉਨ੍ਹਾਂ ਨੂੰ ਵਿਹਲਾ ਕਰ ਦਿੱਤਾ।

ਹੁਣ ਕਮਰੇ ਵਿਚ ਸਿਰਫ਼ ਅਸੀਂ ਤਿੰਨ ਰਹਿ ਗਏ, ਡਾਟਟਰ ਸਾਦਿਕ, ਮੈਂ ਅਤੇ ਉਹ ਲੜਕੀ।

ਡਾਕਟਰ ਸਾਦਿਕ ਨੇ ਮੈਨੂੰ ਪੁੱਛਿਆ : "ਇਨ੍ਹਾਂ ਨੂੰ ਕੀ ਬੀਮਾਰੀ ਹੈ?"

ਮੈਂ ਲੜਕੀ ਨੂੰ ਪੁੱਛਿਆ : "ਕੀ ਬੀਮਾਰੀ ਹੈ ਤੈਨੂੰ...? ਐਕਸ-ਰੇ ਲਈ ਤੈਨੂੰ ਕਿਸ ਡਾਕਟਰ ਨੇ ਕਿਹਾ ਹੈ?"

ਹਨੇਰੇ ਕਮਰੇ ਵਿਚ ਲੜਕੀ ਨੇ ਮੇਰੇ ਵੱਲ ਦੇਖਿਆ ਅਤੇ ਜਵਾਬ ਦਿੱਤਾ : "ਮੈਨੂੰ ਪਤਾ ਨਹੀਂ, ਕੀ ਬੀਮਾਰੀ ਹੈ... ਸਾਡੇ ਮਹੱਲੇ 'ਚ ਇਕ ਡਾਕਟਰ ਹੈ, ਉਸ ਨੇ ਕਿਹਾ ਸੀ, ਐਕਸ-ਰੇ ਕਰਾ ਲਿਆਓ।"

ਡਾਕਟਰ ਸਾਦਿਕ ਨੇ ਉਸ ਨੂੰ ਮਸ਼ੀਨ ਵੱਲ ਆਉਣ ਨੂੰ ਕਿਹਾ।

ਉਹ ਅੱਗੇ ਵਧੀ ਤਾਂ ਮਸ਼ੀਨ ਦੇ ਨਾਲ ਜ਼ੋਰ ਦੀ ਟਕਰਾ ਗਈ।

ਡਾਕਟਰ ਸਾਦਿਕ ਨੇ ਉਚੀ ਆਵਾਜ਼ 'ਚ ਕਿਹਾ : "ਕੀ ਤੈਨੂੰ ਦਿਖਾਈ ਨਹੀਂ ਦਿੰਦਾ।"

ਲੜਕੀ ਖਾਮੋਸ਼ ਰਹੀ।

ਡਾਕਟਰ ਨੇ ਅੱਗੇ ਵਧ ਕੇ ਉਸ ਦਾ ਬੁਰਕਾ ਅਤੇ ਦੁਪੱਟਾ ਉਤਾਰਿਆ ਅਤੇ ਕੋਲ ਪਏ ਮੇਜ਼ 'ਤੇ ਰੱਖ ਦਿੱਤਾ। ਫਿਰ ਉਸ ਨੇ ਲੜਕੀ ਨੂੰ ਮੋਢਿਆਂ ਤੋਂ ਫੜ ਕੇ ਸਕਰੀਨ ਦੇ ਪਿੱਛੇ ਖੜ੍ਹਾ ਕਰ ਦਿੱਤਾ।

ਡਾਕਟਰ ਨੇ ਸਵਿੱਚ ਆਨ ਕੀਤਾ ਤਾਂ ਸਕਰੀਨ ਰੋਸ਼ਨ ਹੋ ਗਈ।

ਮੈਂ ਦੇਖਿਆ ਤਾਂ ਸਕਰੀਨ 'ਤੇ ਮੈਨੂੰ ਲੜਕੀ ਦੀਆਂ ਪਸਲੀਆਂ ਨਜ਼ਰ ਆਈਆਂ ਤੇ ਕਾਲੇ ਜਿਹੇ ਧੱਬੇ ਦੀ ਸੂਰਤ 'ਚ ਉਸ ਦਾ ਦਿਲ ਵੀ ਧੜਕਦਾ ਹੋਇਆ ਦਿਖਾਈ ਦਿੱਤਾ।

ਡਾਕਟਰ ਪੰਜ-ਛੇ ਮਿੰਟ ਤੱਕ ਸਕਰੀਨ ਨੂੰ ਉਪਰ-ਹੇਠਾਂ, ਏਧਰ-ਓਧਰ ਘੁਮਾਉਂਦਾ ਰਿਹਾ ਅਤੇ ਪਤਾ ਨਹੀਂ ਕੀ ਦੇਖਦਾ ਰਿਹਾ। ਫਿਰ ਉਸ ਨੇ ਸਵਿੱਚ ਆਫ਼ ਕਰ ਦਿੱਤਾ ਅਤੇ ਨਾਲ ਦੀ ਬੱਤੀ ਰੌਸ਼ਨ ਕੀਤੀ।

ਲੜਕੀ ਸਕਰੀਨ ਦੇ ਪਿੱਛੇ ਹੀ ਖੜ੍ਹੀ ਰਹੀ-ਡਾਕਟਰ ਨੇ ਉਸ ਨੂੰ ਮੋਢਿਆਂ ਤੋਂ ਫੜ ਕੇ ਬਾਹਰ ਕੱਢਿਆ ਅਤੇ ਮੈਨੂੰ ਮੁਖ਼ਾਤਿਬ ਹੋਇਆ : "ਛਾਤੀ ਬਿਲਕੁਲ ਸਾਫ਼ ਹੈ।"

ਲੜਕੀ ਨੇ ਪਤਾ ਨਹੀਂ ਕੀ ਸਮਝਿਆ ਕਿ ਉਸ ਨੇ ਫੌਰਨ ਆਪਣੇ ਲਮਕਦੇ ਹੋਏ ਹੱਥ ਉਠਾ ਕੇ ਆਪਣੀਆਂ ਛਾਤੀਆਂ ਨੂੰ ਢਕ ਲਿਆ ਜਿਹੜੀਆਂ ਕਾਫੀ ਵੱਡੀਆਂ-ਵੱਡੀਆਂ ਸਨ ਅਤੇ ਹਨੇਰੇ 'ਚ ਏਧਰ ਓਧਰ ਦੇਖਣ ਲੱਗੀ।

ਮੈਂ ਅੱਗੇ ਵਧ ਕੇ ਉਸ ਦਾ ਬੁਰਕਾ ਅਤੇ ਦੁਪੱਟਾ ਉਠਾਇਆ ਅਤੇ ਉਸ ਦੀਆਂ ਆਪਣੀਆਂ ਛਾਤੀਆਂ 'ਤੇ ਚਿੰਬੜੇ ਹੋਏ ਹੱਥਾਂ 'ਚ ਫੜਾ ਦਿੱਤਾ।

ਡਾਕਟਰ ਸਾਦਿਕ ਨੇ ਇਕ ਪਰਚੀ 'ਤੇ ਰਿਪੋਰਟ ਲਿਖੀ ਅਤੇ ਲੜਕੀ ਨੂੰ ਪੁੱਛਿਆ : "ਤੇਰਾ ਨਾਂ ਕੀ ਹੈ?"

ਲੜਕੀ ਨੇ ਬੁਰਕਾ ਪਾਉਂਦਿਆਂ ਜਵਾਬ ਦਿੱਤਾ : "ਜੀ ਮੇਰਾ ਨਾਂ ਹਨੀਫ਼ਾ ਹੈ।"

"ਹਨੀਫ਼ਾ..." ਡਾਕਟਰ ਸਾਦਿਕ ਨੇ ਉਸਦਾ ਨਾਂ ਪਰਚੀ 'ਤੇ ਲਿਖਿਆ ਅਤੇ ਉਸ ਨੂੰ ਦੇ ਦਿੱਤੀ। "ਜਾਓ, ਇਹ ਆਪਣੇ ਮੁਹੱਲੇ ਦੇ ਡਾਕਟਰ ਨੂੰ ਦਿਖਾ ਦੇਣਾ।"

ਲੜਕੀ ਨੇ ਪਰਚੀ ਬੁਰਕੇ 'ਚ ਹੱਥ ਪਾ ਕੇ ਕਮੀਜ਼ ਦੇ ਅੰਦਰ ਆਪਣੀਆਂ

ਅੰਗੀਆਂ 'ਚ ਫਸਾ ਲਈ।

ਮੈਂ ਆਪਣੇ ਹੱਥ ਨਾਲ ਲੜਕੀ ਦਾ ਹੱਥ ਫੜ੍ਹਿਆ ਤੇ ਕਿਹਾ : "ਆਓ, ਚਲੋ।"

ਕਮਰੇ 'ਚੋਂ ਬਾਅਦ ਉਹ ਉਸ ਛੋਟੇ ਜਿਹੇ ਲੜਕੇ ਦੇ ਨਾਲ ਇਕ ਪਾਸੇ ਤੁਰ ਗਈ।

ਮੈਂ ਕੁਝ ਪਲ ਲਈ ਬੁੱਤ ਬਣਿਆ ਖੜ੍ਹਾ ਰਿਹਾ, ਫਿਰ ਬਿਨਾਂ ਕਿਸੇ ਗੱਲ ਦੇ ਉਸ ਦੇ ਪਿੱਛੇ-ਪਿੱਛੇ ਹੋ ਲਿਆ।

ਮੈਨੂੰ ਇਸ ਗੱਲ ਦਾ ਪੂਰੀ ਤਰ੍ਹਾਂ ਅਹਿਸਾਸ ਸੀ ਕਿ ਡਾਕਟਰ ਸਾਦਿਕ ਮੈਨੂੰ ਸ਼ੱਕ ਦੀਆਂ ਨਜ਼ਰਾਂ ਨਾਲ ਦੇਖ ਰਿਹਾ ਹੈ ਅਤੇ ਉਸ ਨੂੰ ਯਕੀਨ ਹੋ ਗਿਆ ਹੈ ਕਿ ਉਸ ਲੜਕੀ ਨਾਲ ਮੇਰਾ ਕੋਈ ਸਬੰਧ ਜ਼ਰੂਰ ਹੈ, ਲੇਕਿਨ ਤੁਸੀਂ ਜਾਣਦੇ ਹੀ ਹੋ ਕਿ ਅਜਿਹਾ ਕੋਈ ਮਾਮਲਾ ਨਹੀਂ ਸੀ, ਸਿਵਾਏ ਇਸ ਦੇ ਕਿ ਮੈਨੂੰ ਉਸ ਦੀਆਂ ਅੱਖਾਂ ਪਸੰਦ ਆ ਗਈਆਂ ਸਨ।

ਮੈਂ ਉਸ ਦੇ ਪਿੱਛੇ-ਪਿੱਛੇ ਸੀ-ਉਸ ਨੇ ਆਪਣੇ ਸਾਥੀ ਲੜਕੇ ਦੀ ਉਂਗਲੀ ਫੜ੍ਹੀ ਹੋਈ ਸੀ, ਜਦੋਂ ਉਹ ਤਾਂਗਿਆਂ ਦੇ ਅੱਡੇ 'ਤੇ ਪਹੁੰਚੇ ਤਾਂ ਮੈਂ ਅੱਗੇ ਹੋ ਕੇ ਉਸ ਨੂੰ ਪੁੱਛਿਆ : "ਤੁਸੀਂ ਕਿੱਥੇ ਜਾਣਾ ਹੈ?"

ਉਸ ਨੇ ਕਿਸੇ ਗਲੀ ਦਾ ਨਾਂ ਲਿਆ ਤਾਂ ਮੈਂ ਝੂਠਮੂਠ ਕਿਹਾ : "ਮੈਂ ਵੀ ਓਧਰ ਹੀ ਜਾਣਾ ਹੈ... ਮੈਂ ਤੁਹਾਨੂੰ ਤੁਹਾਡੇ ਘਰ ਛੱਡ ਦੇਵਾਂਗਾ।"

ਮੈਂ ਜਦੋਂ ਉਸ ਦਾ ਹੱਥ ਫੜ੍ਹਿਆ ਅਤੇ ਉਸ ਦੀ ਕਮਰ ਨੂੰ ਸਹਾਰਾ ਦੇ ਕੇ ਉਸ ਨੂੰ ਤਾਂਗੇ 'ਚ ਬੈਠਾਇਆ ਤਾਂ ਮੈਨੂੰ ਇਜ ਮਹਿਸੂਸ ਹੋਇਆ ਕਿ ਮੇਰੀਆਂ ਅੱਖਾਂ ਐਕਸ-ਰੇ ਮਸ਼ੀਨ ਦੀ ਸਕਰੀਨ ਹਨ ਅਤੇ ਉਸ ਦਾ ਢਾਂਚਾ ਦੇਖ ਰਹੀਆਂ ਸਨ, ਗੋਸ਼ਤ-ਪੋਸ਼ਤ ਨਹੀਂ-ਲੇਕਿਨ ਉਸ ਦੀਆਂ ਅੱਖਾਂ-ਉਹ ਬਿਲਕੁਲ ਸਾਬਤ-ਸਬੂਤੀਆਂ ਸਨ ਅਤੇ ਉਨ੍ਹਾਂ ਵਿਚ ਬੇਪਨਾਹ ਕਸ਼ਿਸ਼ ਸੀ।

ਮੇਰਾ ਮਨ ਕਰ ਰਿਹਾ ਸੀ ਕਿ ਉਸ ਦੇ ਨਾਲ ਬੈਠਾਂ, ਲੇਕਿਨ ਇਹ ਸੋਚ ਕੇ ਕਿ ਕੋਈ ਕੀ ਕਹੇਗਾ, ਮੈਂ ਉਸ ਦੇ ਨਾਲ ਉਸ ਦੇ ਸਾਥੀ ਲੜਕੇ ਨੂੰ ਬਿਠਾ ਦਿੱਤਾ ਅਤੇ ਖ਼ੁਦ ਅੱਗੇ ਬੈਠ ਗਿਆ।

ਤਾਂਗਾਂ ਚੱਲਿਆ ਤਾਂ ਉਹ ਮੈਨੂੰ ਮੁਖ਼ਾਤਿਬ ਹੋਈ : "ਤੂੰ ਕੌਣ ਹੈ?"

"ਮੈਂ... ਮੈਂ ਸਆਦਤ ਹਸਨ ਮੰਟੋ ਹਾਂ।"

"ਮੰਟੋ... ਇਹ ਮਨ-ਟੋ ਕੀ ਹੋਇਆ?"

"ਕਸ਼ਮੀਰੀਆਂ ਦੀ ਇਕ ਜਾਤ ਹੈ।"

"ਅਸੀਂ ਵੀ ਕਸ਼ਮੀਰੀ ਹਾਂ।"

"ਅੱਛਾ?"

"ਅਸੀਂ ਕੁੰਗ ਵਾਇਸ ਹਾਂ।"

ਮੈਂ ਮੁੜ ਕੇ ਉਸ ਨੂੰ ਕਿਹਾ : "ਇਹ ਤਾਂ ਬਹੁਤ ਉੱਚੀ ਜਾਤ ਹੈ।"

ਉਹ ਮੁਸਕਰਾਈ ਤੇ ਉਸ ਦੀਆਂ ਅੱਖਾਂ ਦੀ ਹੋਰ ਜ਼ਿਆਦਾ ਕਸ਼ਿਸ਼ ਹੋ ਗਈ।

ਮੈਂ ਆਪਣੀ ਜ਼ਿੰਦਗੀ ਵਿਚ ਬੇਸ਼ੁਮਾਰ ਖ਼ੂਬਸੂਰਤ ਅੱਖਾਂ ਦੇਖੀਆਂ ਹਨ ਲੇਕਿਨ ਉਹ ਅੱਖਾਂ, ਜੋ ਹਨੀਫ਼ਾ ਦੇ ਚਿਹਰੇ 'ਤੇ ਸਨ, ਬੇਹੱਦ ਕਸ਼ਿਸ਼ ਵਾਲੀਆਂ ਸਨ। ਪਤਾ

ਨਹੀਂ, ਉਨ੍ਹਾਂ 'ਚ ਕੀ ਚੀਜ਼ ਸੀ-ਮੈਂ ਪਹਿਲਾਂ ਵੀ ਅਰਜ ਕਰ ਚੁੱਕਿਆ ਹਾਂ ਕਿ ਉਹ ਐਨੀਆਂ ਖ਼ੂਬਸੂਰਤ ਨਹੀਂ ਸਨ, ਲੇਕਿਨ ਇਸ ਦੇ ਬਾਵਜੂਦ ਮੇਰੇ ਦਿਲ 'ਚ ਖੁੱਭ ਰਹੀਆਂ ਸਨ।

ਮੈਂ ਹਿੰਮਤ ਤੋਂ ਕੰਮ ਲਿਆ ਅਤੇ ਉਸ ਦੇ ਵਾਲਾਂ ਦੀ ਇਕ ਲਟ ਨੂੰ, ਜਿਹੜੀ ਉਸ ਦੇ ਮੱਥੇ 'ਤੇ ਲਟਕ ਰਹੀ ਉਸ ਦੀ ਇਕ ਅੱਖ ਨੂੰ ਢੱਕ ਰਹੀ ਸੀ, ਆਪਣੀ ਉਂਗਲੀ ਨਾਲ ਚੁੱਕਿਆ ਅਤੇ ਉਸ ਦੇ ਸਿਰ ਤੇ ਉਸ ਦੇ ਸਿਰ 'ਤੇ ਚਿਪਕਾ ਦਿੱਤਾ-ਉਸ ਨੇ ਬੁਰਾ ਨਾ ਮੰਨਿਆ।

ਮੈਂ ਹੋਰ ਹਿੰਮਤ ਕੀਤੀ ਅਤੇ ਉਸ ਦਾ ਹੱਥ ਆਪਣੇ ਹੱਥ 'ਚ ਲੈ ਲਿਆ।

ਇਸ 'ਤੇ ਵੀ ਉਸ ਨੇ ਕੋਈ ਰੋਕ ਟੋਕ ਨਹੀਂ ਕੀਤੀ-ਉਹ ਆਪਣੇ ਸਾਥੀ ਲੜਕੇ ਨੂੰ ਮੁਖ਼ਾਤਿਬ ਹੋਈ : "ਤੂੰ ਮੇਰਾ ਹੱਥ ਕਿਉਂ ਘੁੱਟ ਰਿਹਾ ਹੈਂ?"

ਮੈਂ ਫ਼ੌਰਨ ਉਸ ਦਾ ਹੱਥ ਛੱਡ ਦਿੱਤਾ ਅਤੇ ਲੜਕੇ ਨੂੰ ਪੁੱਛਿਆ : "ਤੁਹਾਡਾ ਘਰ ਕਿੱਥੇ ਹੈ?"

ਲੜਕੇ ਨੇ ਹੱਥ ਨਾਲ ਇਸ਼ਾਰਾ ਕੀਤਾ : "ਉਸ ਬਾਜ਼ਾਰ ਤੋਂ ਅੱਗੇ ਗਲੀ 'ਚ।"

ਤਾਂਗੇ ਨੇ ਓਧਰ ਮੂੰਹ ਕਰ ਲਿਆ।

ਬਾਜ਼ਾਰ 'ਚ ਬਹੁਤ ਭੀੜ ਸੀ। ਟਰੈਫ਼ਿਕ ਹੱਦ ਤੋਂ ਜ਼ਿਆਦਾ ਸੀ-ਤਾਂਗਾ ਰੁਕ ਰੁਕ ਕੇ ਚੱਲ ਰਿਹਾ ਸੀ। ਸੜਕ ਖ਼ਰਾਬ ਸੀ, ਇਸ ਲਈ ਜ਼ੋਰ ਦੀ ਧੱਕੇ ਲੱਗ ਰਹੇ ਸਨ।

ਵਾਰ-ਵਾਰ ਉਸ ਦਾ ਸਿਰ ਮੇਰੇ ਮੋਢੇ ਨਾਲ ਟਕਰਾਉਂਦੇ ਰਿਹਾ ਅਤੇ ਮੇਰਾ ਜੀਅ ਚਾਹੁੰਦਾ ਕਿ ਉਸ ਦਾ ਸਿਰ ਆਪਣੀ ਗੋਦ 'ਚ ਰੱਖ ਲਵਾਂ ਤੇ ਉਸ ਦੀਆਂ ਅੱਖਾਂ ਨੂੰ ਦੇਖਦਾ ਰਹਾਂ।

ਥੋੜ੍ਹੀ ਦੇਰ ਬਾਅਦ ਉਨ੍ਹਾਂ ਦੀ ਗਲੀ ਆ ਗਈ-ਲੜਕੇ ਨੇ ਤਾਂਗੇ ਵਾਲੇ ਨੂੰ ਰੁਕਣ ਲਈ ਕਿਹਾ। ਜਦੋਂ ਤਾਂਗਾ ਰੁਕਿਆ ਤਾਂ ਲੜਕਾ ਹੇਠਾਂ ਉਤਰਿਆ।

ਲੜਕੀ ਬੈਠੀ ਰਹੀ ਤਾਂ ਮੈਂ ਕਿਹਾ : "ਤੁਹਾਡਾ ਘਰ ਆ ਗਿਆ ਹੈ।"

ਉਸ ਨੇ ਮੁੜ ਕੇ ਆਪਣੀਆਂ ਅਜੀਬੋ-ਗਰੀਬ ਅੱਖਾਂ ਨਾਲ ਮੇਰੇ ਵੱਲ ਦੇਖਿਆ : "ਬਦਰੂ ਕਿੱਥੇ ਹੈ?"

ਮੈ ਪੁੱਛਿਆ : "ਕੌਣ ਬਦਰੂ?"

"ਉਹ ਲੜਕਾ ਜੋ ਮੇਰੇ ਨਾਲ ਸੀ।"

ਮੈਂ ਲੜਕੇ ਵੱਲ ਦੇਖਿਆ, ਜੋ ਥੋੜ੍ਹਾ ਜਿਹਾ ਅੱਗੇ ਕੋਚਵਾਨ ਨਾਲ ਖੜ੍ਹਾ ਸੀ ਅਤੇ ਕਿਹਾ : "ਇਹ ਖੜ੍ਹਾ ਤਾਂ ਹੈ।"

"ਅੱਛਾ..." ਫਿਰ ਉਸ ਨੇ ਕਿਹਾ : "ਬਦਰੂ, ਪਹਿਲਾਂ ਮੈਨੂੰ ਉਤਾਰ ਦੇ..." ਲੜਕੇ ਨੇ ਉਸ ਦਾ ਹੱਥ ਫੜ੍ਹਿਆ ਅਤੇ ਬਹੁਤ ਮੁਸ਼ਕਿਲ ਨਾਲ ਉਸ ਨੂੰ ਹੇਠਾਂ ਉਤਾਰਿਆ।

ਮੈਂ ਬਹੁਤ ਹੈਰਾਨ ਸੀ-ਪਿਛਲੀ ਸੀਟ ਵੱਲ ਜਾਂਦੇ ਹੋਏ ਮੈਂ ਉਸ ਲੜਕੇ ਨੂੰ ਪੁੱਛਿਆ : "ਕੀ ਗੱਲ ਹੈ ... ਖ਼ੁਦ ਨਹੀਂ, ਉਤਰ ਸਕਦੀ?"

ਉਸ ਨੇ ਜਵਾਬ ਦਿੱਤਾ : "ਜੀ ਨਹੀਂ... ਇਸ ਦੀਆਂ ਅੱਖਾਂ ਖਰਾਬ ਹਨ... ਦਿਖਾਈ ਨਹੀਂ ਦਿੰਦਾ।"

ਧੂੰਆਂ

ਉਹ ਜਦੋਂ ਸਕੂਲ ਵੱਲ ਤੁਰਿਆ ਤਾਂ ਉਸ ਨੇ ਰਾਹ ਵਿਚ ਇਕ ਕਸਾਈ ਵੇਖਿਆ, ਜਿਸ ਦੇ ਸਿਰ 'ਤੇ ਵੱਡਾ ਸਾਰਾ ਟੋਕਰਾ ਸੀ ਤੇ ਉਸ ਵਿਚ ਦੋ ਤਾਜ਼ਾ ਹਲਾਲ ਕੀਤੇ ਹੋਏ ਬੱਕਰੇ ਸਨ। ਉਨ੍ਹਾਂ ਦੀਆਂ ਖੱਲਾਂ ਉਤਰੀਆਂ ਹੋਈਆਂ ਸਨ ਤੇ ਉਨ੍ਹਾਂ ਦੇ ਨੰਗੇ ਗੋਸ਼ਤ ਵਿਚੋਂ ਧੂੰਆਂ ਨਿਕਲ ਰਿਹਾ ਸੀ। ਥਾਂ-ਥਾਂ ਤੋਂ ਇਹ ਗੋਸ਼ਤ, ਜਿਸ ਨੂੰ ਦੇਖ ਕੇ ਮਸਊਦ ਦੀਆਂ ਠੰਡੀਆਂ ਗੱਲ੍ਹਾਂ 'ਤੇ ਗਰਮੀਆਂ ਦੀਆਂ ਲਹਿਰਾਂ ਜਿਹੀਆਂ ਦੌੜ ਰਹੀਆਂ ਸਨ, ਫੜਕ ਰਿਹਾ ਸੀ, ਜਿਵੇਂ ਕਦੇ ਕਦੇ ਉਸ ਦੀ ਅੱਖ ਫਰਕਿਆਂ ਕਰਦੀ ਸੀ।

ਸਵਾਂ ਨੌਂ ਵੱਜੇ ਹੋਣਗੇ, ਪਰ ਝੁਕੇ ਹੋਏ ਭੂਰੇ ਬੱਦਲਾਂ ਕਾਰਨ ਇੰਜ ਜਾਪਦਾ ਸੀ ਕਿ ਅਜੇ ਬਹੁਤ ਸਵੇਰਾ ਹੈ। ਸਰਦੀ ਵਿਚ ਸ਼ਿੱਦਤ ਨਹੀਂ ਸੀ, ਲੇਕਿਨ ਰਾਹ ਜਾਂਦੇ ਬੰਦਿਆਂ ਦੇ ਮੂੰਹੋਂ ਗਰਮ-ਗਰਮ ਚਿੱਟਾ ਧੂੰਆਂ ਭਾਫ਼ਾਂ ਮਾਰ ਰਿਹਾ ਸੀ। ਹਰ ਚੀਜ਼ ਭਾਰੀ-ਭਾਰੀ ਦਿਖਾਈ ਦੇ ਰਹੀ ਸੀ, ਜਿਵੇਂ ਬੱਦਲਾਂ ਦੇ ਭਾਰ ਥੱਲੇ ਦੱਬੀ ਹੋਵੇ। ਮੌਸਮ ਕੁਝ ਅਜਿਹਾ ਰੂਪ ਧਾਰਣ ਕਰਨ ਵਾਲਾ ਸੀ ਜਿਹੜਾ ਰਬੜ ਦੇ ਜੁੱਤੇ ਪਾ ਕੇ ਚੱਲਣ ਤੋਂ ਪੈਦਾ ਹੁੰਦਾ ਹੈ। ਇਸ ਦੇ ਬਾਵਜੂਦ ਬਾਜ਼ਾਰ ਵਿਚ ਲੋਕਾਂ ਦੀ ਆਵਾਜਾਈ ਜਾਰੀ ਸੀ ਤੇ ਦੁਕਾਨਾਂ ਵਿਚ ਜ਼ਿੰਦਗੀ ਦੇ ਆਸਾਰ ਪੈਦਾ ਹੋ ਚੁੱਕੇ ਸਨ। ਆਵਾਜ਼ਾਂ ਮੱਧਮ ਸਨ ਜਿਵੇਂ ਘੁਸਰ-ਘੁਸਰ ਹੋ ਰਹੀ ਹੋਵੇ, ਹੌਲੀ-ਹੌਲੀ ਗੱਲਾਂ ਹੋ ਰਹੀਆਂ ਸਨ, ਹੌਲੀ-ਹੌਲੀ ਲੋਕ ਪੈਰ ਪੁੱਟਦੇ ਸਨ ਕਿ ਉਚੀ ਆਵਾਜ਼ ਨਾ ਨਿਕਲੇ।

ਮਸਊਦ ਕੱਛ ਵਿਚ ਬਸਤਾ ਮਾਰੀ ਸਕੂਲ ਜਾ ਰਿਹਾ ਸੀ। ਅੱਜ ਉਸ ਦੀ ਤੋਰ ਬੜੀ ਢਿੱਲੀ ਸੀ। ਜਦੋਂ ਉਸ ਨੇ ਬਿਨਾਂ ਖੱਲਾਂ ਤੋਂ ਤਾਜ਼ਾ ਹਲਾਲ ਕੀਤੇ ਹੋਏ ਬੱਕਰਿਆਂ ਦੇ ਗੋਸ਼ਤ ਵਿਚੋਂ ਚਿੱਟਾ ਚਿੱਟਾ ਧੂੰਆਂ ਉਠਦਾ ਵੇਖਿਆ ਤਾਂ ਉਸ ਨੂੰ ਕੁਝ ਰਾਹਤ ਮਹਿਸੂਸ ਹੋਈ ਉਸ ਧੂੰਏਂ ਨੇ ਉਸ ਦੀਆਂ ਗੱਲ੍ਹਾਂ 'ਤੇ ਗਰਮ-ਗਮਰ ਲਕੀਰਾਂ ਦਾ ਇਕ ਜਾਲ ਬੁਣ ਦਿੱਤਾ। ਇਸ ਗਰਮੀ ਤੋਂ ਉਸ ਨੂੰ ਖੁਸ਼ੀ ਮਹਿਸੂਸ ਹੋਈ ਤੇ ਉਹ ਸੋਚਣ ਲੱਗਾ ਕਿ ਸਰਦੀਆਂ ਵਿਚ ਠੰਢੇ ਠਾਰ ਹੱਥਾਂ 'ਤੇ ਬੈਂਤ ਖਾਣ ਮਗਰੋਂ ਜੇ ਇਹ ਧੂੰਆਂ ਮਿਲ ਜਾਇਆ ਕਰੇ ਤਾਂ ਕਿੰਨਾ ਚੰਗਾ ਹੋਵੇ।

ਫ਼ਿਜ਼ਾ ਵਿਚ ਉਜਲਾਪਣ ਨਹੀਂ ਸੀ, ਰੌਸ਼ਨੀ ਸੀ ਪਰ ਧੁੰਦਲੀ। ਕੋਹਰੇ ਦੀ ਇਕ ਪਤਲੀ ਜਿਹੀ ਤਹਿ ਹਰ ਸ਼ੈਅ ਉਤੇ ਚੜ੍ਹੀ ਹੋਈ ਸੀ ਜਿਸ ਨਾਲ ਫ਼ਿਜ਼ਾ ਵਿਚ ਗੰਧਲਾਪਣ ਪੈਦਾ ਹੋ ਗਿਆ ਸੀ। ਇਹ ਗੰਧਲਾਪਣ ਅੱਖਾਂ ਨੂੰ ਚੰਗਾ ਲੱਗਦਾ ਸੀ, ਇਸ ਲਈ ਕਿ ਨਜ਼ਰ ਆਉਣ ਵਾਲੀਆਂ ਚੀਜ਼ਾਂ ਦੀ ਸ਼ਕਲ ਕੁਝ ਮੱਧਮ ਪੈ ਗਈ ਸੀ।

ਮਸਊਦ ਜਦੋਂ ਸਕੂਲ ਪਹੁੰਚਿਆ ਤਾਂ ਉਸ ਨੂੰ ਸਾਥੀਆਂ ਤੋਂ ਇਹ ਪਤਾ ਕਰ ਕੇ ਕੋਈ ਖੁਸ਼ੀ ਨਹੀਂ ਹੋਈ ਕਿ ਸਕੂਲ ਸਕੱਤਰ ਸਾਹਿਬ ਦੀ ਮੌਤ ਦੇ ਕਾਰਨ ਬੰਦ ਕਰ ਦਿੱਤਾ ਗਿਆ ਹੈ। ਸਾਰੇ ਮੁੰਡੇ ਖੁਸ਼ ਸਨ, ਜਿਸ ਦਾ ਸਬੂਤ ਇਹ ਸੀ ਕਿ ਉਹ ਆਪਣੇ ਬਸਤੇ ਇਕ ਥਾਂ ਰੱਖ ਕੇ ਸਕੂਲ ਦੇ ਵਿਹੜੇ ਵਿਚ ਊਟ-ਪਟਾਂਗ ਖੇਡਾਂ ਵਿਚ ਮਗਨ ਸਨ। ਕੁਝ ਛੁੱਟੀ ਦਾ ਪਤਾ ਕਰਕੇ ਹੀ ਘਰ ਚਲੇ ਗਏ ਸਨ। ਕੁਝ ਆ ਰਹੇ ਸਨ ਤੇ ਕੁਝ ਨੋਟਿਸ ਬੋਰਡ ਕੋਲ ਜਮ੍ਹਾ ਸਨ ਤੇ ਵਾਰ-ਵਾਰ ਇਕ ਹੀ ਲਿਖਤ ਨੂੰ ਪੜ੍ਹ ਰਹੇ ਸਨ।

ਮਸਊਦ ਨੇ ਜਦੋਂ ਸੁਣਿਆ ਕਿ ਸਕੱਤਰ ਸਾਹਿਬ ਮਰ ਗਏ ਹਨ ਤਾਂ ਉਸ ਨੂੰ ਬਿਲਕੁਲ ਅਫ਼ਸੋਸ ਨਾ ਹੋਇਆ, ਉਸ ਦਾ ਦਿਲ ਜਜ਼ਬਿਆਂ ਤੋਂ ਬਿਲਕੁਲ ਰਹਿਤ ਸੀ। ਉਸ ਨੇ ਇਹ ਜ਼ਰੂਰ ਸੋਚਿਆ ਕਿ ਪਿਛਲੇ ਸਾਲ ਜਦੋਂ ਉਸ ਦੇ ਦਾਦਾ ਜੀ ਦਾ ਇੰਤਕਾਲ ਇਨ੍ਹਾਂ ਹੀ ਦਿਨਾਂ ਵਿਚ ਹੋਇਆ ਸੀ ਤਾਂ ਉਨ੍ਹਾਂ ਦਾ ਜਨਾਜ਼ਾ ਲੈ ਜਾਣ ਵਿਚ ਬੜੀ ਤਕਲੀਫ਼ ਹੋਈ ਸੀ, ਇਸ ਲਈ ਕਿ ਮੀਂਹ ਸ਼ੁਰੂ ਹੋ ਗਿਆ ਸੀ। ਉਹ ਵੀ ਜਨਾਜ਼ੇ ਦੇ ਨਾਲ ਗਿਆ ਸੀ ਤੇ ਕਬਰਿਸਤਾਨ ਵਿਚ ਚੀਕਣੇ ਚਿਕੜ ਕਾਰਨ ਅਜਿਹਾ ਤਿਲਕਿਆ ਸੀ ਕਿ ਪੁੱਟੀ ਹੋਈ ਕਬਰ ਵਿਚ ਡਿੱਗਦੇ-ਡਿੱਗਦੇ ਮਸਾਂ ਬਚਿਆ ਸੀ। ਇਹ ਸਾਰੀਆਂ ਗੱਲਾਂ ਉਸ ਨੂੰ ਚੰਗੀ ਤਰ੍ਹਾਂ ਯਾਦ ਸਨ। ਸਰਦੀ ਦੀ ਸ਼ਿੱਦਤ, ਉਸ ਦੇ ਚਿੱਕੜ ਨਾਲ ਲਥ-ਪਥ ਕਪੜੇ, ਲਾਲ ਭਾਅ ਮਾਰਦੇ ਨੀਲੇ ਹੱਥ ਜਿਨ੍ਹਾਂ ਨੂੰ ਦਬਾਉਣ ਨਾਲ ਚਿੱਟੇ ਚਿੱਟੇ ਧੱਬੇ ਪੈ ਜਾਂਦੇ ਸਨ। ਨੱਕ ਜਿਹੜੀ ਬਰਫ਼ ਦੀ ਡਲੀ ਵਾਂਗ ਜਾਪਦੀ ਸੀ ਤੇ ਫਿਰ ਆ ਕੇ ਹੱਥ ਪੈਰ ਧੋਣ ਤੇ ਕਪੜੇ ਬਦਲਣ ਦਾ ਮਾਮਲਾ-ਇਹ ਸਭ ਕੁਝ ਉਸ ਨੂੰ ਚੰਗੀ ਤਰ੍ਹਾਂ ਯਾਦ ਸੀ। ਪਰ ਜਦੋਂ ਉਸ ਨੇ ਸਕੱਤਰ ਸਾਹਿਬ ਦੀ ਮੌਤ ਦੀ ਖ਼ਬਰ ਸੁਣੀ ਤਾਂ ਉਸ ਨੂੰ ਇਹ ਸਭ ਬੀਤੀਆਂ ਹੋਈਆਂ ਗੱਲਾਂ ਯਾਦ ਆ ਗਈਆਂ ਤੇ ਉਸ ਨੇ ਸੋਚਿਆ, ਜਦੋਂ ਸਕੱਤਰ ਸਾਹਿਬ ਦਾ ਜਨਾਜ਼ਾ ਉਠੇਗਾ ਤੇ ਮੀਂਹ ਸ਼ੁਰੂ ਹੋ ਜਾਏਗਾ ਅਤੇ ਕਬਰਿਸਤਾਨ ਵਿਚ ਐਨਾ ਚਿੱਕੜ ਹੋ ਜਾਵੇਗਾ ਕਿ ਕਈ ਲੋਕ ਤਿਲਕਣਗੇ ਤੇ ਉਨ੍ਹਾਂ ਦੇ ਅਜਿਹੀਆਂ ਸੱਟਾਂ ਲੱਗਣੀਆਂ ਕਿ ਉਹ ਚੀਕ ਉਠਣਗੇ।

ਮਸਊਦ ਇਹ ਖ਼ਬਰ ਸੁਣ ਕੇ ਸਿੱਧਾ ਆਪਣੀ ਕਲਾਸ ਵੱਲ ਗਿਆ। ਕਮਰੇ ਵਿਚ ਪਹੁੰਚ ਕੇ ਉਸ ਨੇ ਆਪਣੇ ਡੈਸਕ ਦਾ ਤਾਲਾ ਖੋਲਿਆ, ਦੋ ਤਿੰਨ ਕਿਤਾਬਾਂ ਜਿਹੜੀਆਂ ਭਲਕੇ ਫਿਰ ਉਸ ਨੇ ਲਿਆਉਣੀਆਂ ਸਨ, ਰੱਖੀਆਂ ਅਤੇ ਬਾਕੀ ਬਸਤਾ ਚੁਕ ਕੇ ਘਰ ਵਲ ਚਲ ਪਿਆ।

ਰਾਹ ਵਿਚ ਉਸ ਨੇ ਫਿਰ ਉਹੀ ਦੋ ਤਾਜ਼ਾ ਹਲਾਲ ਕੀਤੇ ਹੋਏ ਬੱਕਰੇ ਦੇਖੇ, ਉਨ੍ਹਾਂ ਵਿਚੋਂ ਇਕ ਨੂੰ ਹੁਣ ਕਸਾਈ ਨੇ ਲਟਕਾ ਦਿੱਤਾ ਸੀ। ਦੂਜਾ ਫੱਟੇ 'ਤੇ ਪਿਆ ਸੀ। ਜਦੋਂ ਮਸਊਦ ਦੁਕਾਨ ਕੋਲੋਂ ਲੰਘਿਆ ਤਾਂ ਉਸ ਦੇ ਦਿਲ ਵਿਚ ਇੱਛਾ ਪੈਦਾ ਹੋਈ ਕਿ ਉਹ ਗੋਸ਼ਤ ਨੂੰ, ਜਿਸ ਵਿਚੋਂ ਧੂੰਆਂ ਉਠ ਰਿਹਾ ਸੀ, ਛੂਹ ਕੇ ਦੇਖੇ। ਉਸ ਨੇ ਅੱਗੇ ਵੱਧ ਕੇ ਉਂਗਲੀ ਨਾਲ ਬੱਕਰੇ ਦੇ ਉਸ ਹਿੱਸੇ ਨੂੰ ਛੂਹ ਕੇ ਦੇਖਿਆ ਜਿਹੜਾ ਅਜੇ ਤਕ ਵੀ ਫੜਕ ਰਿਹਾ ਸੀ। ਗੋਸ਼ਤ ਗਰਮ ਸੀ। ਮਸਊਦ ਦੀ ਠੰਢੀ ਉਂਗਲੀ ਨੂੰ ਇਹ ਨਿੱਘ ਬੜਾ ਚੰਗਾ ਲੱਗਾ। ਕਸਾਈ ਦੁਕਾਨ ਅੰਦਰ ਛੁਰੀਆਂ ਤਿੱਖੀਆਂ ਕਰਨ ਵਿਚ ਰੁੱਝਿਆ ਹੋਇਆ ਸੀ। ਮਸਊਦ ਨੇ ਇਕ ਵਾਰ ਫੇਰ ਗੋਸ਼ਤ ਨੂੰ ਛੂਹ ਕੇ ਦੇਖਿਆ ਅਤੇ ਉਥੋਂ ਚਲਾ ਗਿਆ।

ਘਰ ਪਹੁੰਚਦਿਆਂ ਉਸ ਨੇ ਜਦੋਂ ਆਪਣੀ ਮਾਂ ਨੂੰ ਸਕੱਤਰ ਸਾਹਿਬ ਦੀ ਮੌਤ ਦੀ ਖ਼ਬਰ ਸੁਣਾਈ ਤਾਂ ਉਸ ਨੂੰ ਪਤਾ ਲੱਗਿਆ ਕਿ ਉਸ ਨੇ ਅੱਬਾ ਜੀ ਉਨ੍ਹਾਂ ਦੇ ਜ਼ਨਾਜ਼ੇ ਦੇ ਨਾਲ ਹੀ ਗਏ ਹਨ। ਹੁਣ ਘਰ ਵਿਚ ਸਿਰਫ਼ ਦੋ ਆਦਮੀ ਸਨ-ਮਾਂ ਅਤੇ ਵੱਡੀ ਭੈਣ। ਮਾਂ ਰਸੋਈ ਵਿਚ ਬੈਠੀ ਸਬਜੀ ਬਣਾ ਰ੍ਹੰਹੀ ਸੀ ਤੇ ਵੱਡੀ ਭੈਣ ਕੁਲਸੂਮ ਕੋਲ ਖੜ੍ਹੀ ਦਰਬਾਰੀ ਦੀ ਸਰਗਮ ਯਾਦ ਕਰ ਰਹੀ ਸੀ।

ਗਲੀ ਦੇ ਮੁੰਡੇ ਗੌਰਮਿੰਟ ਸਕੂਲ ਵਿਚ ਪੜ੍ਹਦੇ ਸਨ ਜਿੰਨ੍ਹਾਂ 'ਤੇ ਇਸਲਾਮੀਆ ਸਕੂਲ ਦੇ ਸਕੱਤਰ ਸਾਹਿਬ ਦੀ ਮੌਤ ਦਾ ਕੁਝ ਅਸਰ ਨਹੀਂ ਸੀ ਹੋਇਆ। ਇਸ ਲਈ ਮਸਊਦ ਨੇ ਆਪਣੇ ਆਪ ਨੂੰ ਬਿਲਕੁਲ ਵਿਹਲਾ ਮਹਿਸੂਸ ਕੀਤਾ। ਸਕੂਲ ਦਾ ਕੋਈ ਕੰਮ ਵੀ ਨਹੀਂ ਸੀ, ਛੇਵੀਂ ਜਮਾਤ ਵਿਚ ਜੋ ਕੁਝ ਪੜ੍ਹਾਇਆ ਜਾਂਦਾ ਹੈ, ਉਹ ਆਪਣੇ ਅੱਬਾ ਤੋਂ ਪਹਿਲਾਂ ਹੀ ਘਰ ਵਿਚ ਪੜ੍ਹ ਚੁੱਕਿਆ ਸੀ। ਖੇਡਣ ਲਈ ਵੀ ਉਸ ਕੋਲ ਕੋਈ ਚੀਜ਼ ਨਹੀਂ ਸੀ। ਇਕ ਮੈਲੀ ਕੁਚੈਲੀ ਤਾਸ਼ ਅਲਮਾਰੀ ਵਿਚ ਪਈ ਸੀ, ਪਰ ਉਸ ਨਾਲ ਮਸਊਦ ਨੂੰ ਕੋਈ ਲਗਨ ਨਹੀਂ ਸੀ, ਲੁੱਡੋ ਤੇ ਇਸ ਤਰ੍ਹਾਂ ਦੀਆਂ ਦੂਜੀਆਂ ਖੇਡਾਂ ਜਿਹੜੀਆਂ ਉਸ ਦੀ ਵੱਡੀ ਭੈਣ ਆਪਣੀਆਂ ਸਹੇਲੀਆਂ ਨਾਲ ਰੋਜ਼ ਖੇਡਦੀ ਸੀ, ਉਸ ਦੀ ਸਮਝ ਤੋਂ ਬਾਹਰ ਸਨ। ਸਮਝ ਤੋਂ ਬਾਹਰ ਇਸ ਲਈ ਕਿ ਮਸਊਦ ਨੇ ਕਦੇ ਉਨ੍ਹਾਂ ਨੂੰ ਸਮਝਣ ਦੀ ਕੋਸ਼ਿਸ਼ ਹੀ ਨਹੀਂ ਕੀਤੀ ਸੀ। ਉਸ ਨੂੰ ਕੁਦਰਤੀ ਇਹੋ-ਜਿਹੀਆਂ ਖੇਡਾਂ ਨਾਲ ਕੋਈ ਲਗਣ ਨਹੀਂ ਸੀ।

ਬਸਤਾ ਆਪਣੀ ਥਾਂ ਰੱਖਣ ਤੇ ਕੋਟ ਉਤਾਰਨ ਪਿੱਛੋਂ ਉਹ ਰਸੋਈ ਵਿਚ ਆਪਣੀ ਮਾਂ ਕੋਲ ਜਾ ਕੇ ਬਹਿ ਗਿਆ ਤੇ ਦਰਬਾਰੀ ਦੀ ਸਰਗਮ ਸੁਣਨ ਲੱਗ ਪਿਆ ਜਿਸ ਵਿਚ ਕਈ ਵਾਰ ਸਾ ਰੇ ਗਾ ਮਾ ਆਉਂਦਾ ਸੀ। ਉਸ ਦੀ ਮਾਂ ਪਾਲਕ ਚੀਰ ਰਹੀ ਸੀ। ਪਾਲਚ ਚੀਰਨ ਪਿੱਛੋਂ ਉਸ ਨੇ ਹਰੇ ਪੱਤਿਆਂ ਦਾ ਗਿੱਲਾ ਗਿੱਲਾ ਢੇਰ ਚੁੱਕ ਕੇ ਹਾਂਡੀ ਵਿਚ ਪਾ ਦਿੱਤਾ। ਥੋੜ੍ਹੇ ਚਿਰ ਪਿੱਛੋਂ ਜਦੋਂ ਪਾਲਕ ਨੂੰ ਸੇਕ ਲੱਗਿਆ ਤੇ ਉਸ ਵਿਚੋਂ ਚਿੱਟਾ ਚਿੱਟਾ ਧੂੰਆਂ ਨਿਕਲਣ ਲੱਗਾ। ਉਸ ਧੂੰਏਂ ਨੂੰ ਦੇਖ ਕੇ ਮਸਊਦ ਨੂੰ ਬੱਕਰੇ ਦਾ ਗੋਸ਼ਤ ਯਾਦ ਆ ਗਿਆ। ਉਸ ਨੇ ਆਪਣੀ ਮਾਂ ਨੂੰ ਕਿਹਾ, "ਅੰਮੀ ਜਾਨ! ਅੱਜ ਮੈਂ ਕਸਾਈ ਦੀ ਦੁਕਾਨ 'ਤੇ ਦੋ ਬੱਕਰੇ ਦੇਖੇ, ਉਨ੍ਹਾਂ ਦੀ ਖੱਲ ਉਤਰੀ ਹੋਈ ਸੀ ਉਨ੍ਹਾਂ 'ਚੋਂ ਧੂੰਆਂ ਨਿਕਲ ਰਿਹਾ ਸੀ, ਬਿਲਕੁਲ ਇਹੋ ਜਿਹਾ ਧੂੰਆਂ ਜਿਸ ਤਰ੍ਹਾਂ ਸਵੇਰੇ ਸਵੇਰੇ ਮੇਰੇ ਮੂੰਹ ਵਿਚੋਂ ਨਿਕਲਦਾ ਹੈ।"

"ਅੱਛਾ...।" ਇਹ ਕਹਿ ਕੇ ਉਸ ਦੀ ਮਾਂ ਚੁੱਲੇ ਵਿਚ ਲੱਕੜੀਆਂ ਦੇ ਕੋਲੇ ਝਾੜਣ ਲੱਗ ਪਈ।

"ਹਾਂ, ਤੇ ਮੈਂ ਗੋਸ਼ਤ ਨੂੰ ਆਪਣੀ ਉਂਗਲੀ ਨਾਲ ਛੂਹ ਕੇ ਵੇਖਿਆ ਤੇ ਉਹ ਗਰਮ ਸੀ।"

"ਅੱਛਾ...।" ਇਹ ਕਹਿ ਕੇ ਉਸ ਦੀ ਮਾਂ ਨੇ ਭਾਂਡਾ ਚੁੱਕਿਆ, ਜਿਸ ਵਿਚ ਉਸ ਨੇ ਪਾਲਕ ਦਾ ਸਾਗ ਧੋਤਾ ਸੀ ਤੇ ਰਸੋਈ ਤੋਂ ਬਾਹਰ ਚਲੀ ਗਈ।

"...ਤੇ ਉਹ ਗੋਸ਼ਤ ਕਈ ਥਾਂਵਾਂ ਤੋਂ ਫੜਕਦਾ ਵੀ ਸੀ।"

"ਅੱਛਾ..." ਮਸਊਦ ਦੀ ਵੱਡੀ ਭੈਣ ਨੇ ਦਰਬਾਰੀ ਦੀ ਸਰਗਮ ਯਾਦ ਕਰਨੀ ਛੱਡ ਦਿੱਤੀ ਤੇ ਕਹਿਣ ਲੱਗੀ, "ਕਿਵੇਂ ਫੜਕਦਾ ਸੀ?"

"ਇੰਜ... ਇੰਜ" ਮਸਊਦ ਨੇ ਉਂਗਲੀਆਂ ਨਾਲ ਫੜਕਣ ਪੈਦਾ ਕਰਦਿਆਂ

ਆਪਣੀ ਭੈਣ ਨੂੰ ਦੱਸਿਆ।

"ਫਿਰ ਕੀ ਹੋਇਆ?" ... ਇਹ ਸੁਆਲ ਕੁਲਸੂਮ ਨੇ ਆਪਣੇ ਸਰਗਮ ਭਰੇ ਦਿਮਾਗ ਵਿਚੋਂ ਕੁਝ ਇਸ ਤਰ੍ਹਾਂ ਕੱਢਿਆ ਕਿ ਮਸਊਦ ਪਲ ਭਰ ਲਈ ਮਨਫੀ ਹੋ ਗਿਆ।

"ਫਿਰ ਕੀ ਹੋਣਾ ਸੀ। ਮੈਂ ਤਾਂ ਸੁਭਾਵਿਕ ਗੱਲ ਕੀਤੀ ਸੀ ਕਿ ਕਸਾਈ ਦੀ ਦੁਕਾਨ 'ਤੇ ਗੋਸ਼ਤ ਫੜਕ ਰਿਹਾ ਸੀ। ਮੈਂ ਉਂਗਲੀ ਨਾਲ ਛੂਹ ਕੇ ਵੀ ਦੇਖਿਆ, ਗਰਮ ਸੀ।"

"ਗਰਮ ਸੀ। ... ਅੱਛਾ, ਮਸਊਦ ਇਹ ਦੱਸ ਤੂੰ ਮੇਰਾ ਇਕ ਕੰਮ ਕਰੇਂਗਾ?"

"ਦੱਸੋ?"

"ਆ, ਮੇਰੇ ਨਾਲ ਆ।"

"ਨਹੀਂ, ਤੂੰ ਪਹਿਲਾਂ ਦੱਸ ਕੰਮ ਕੀ ਐ?"

"ਤੂੰ, ਆ ਤਾਂ ਸਹੀ ਮੇਰੇ ਨਾਲ।"

"ਜੀ ਨਹੀਂ, ਪਹਿਲਾਂ ਕੰਮ ਦੱਸੋ।"

"ਦੇਖ, ਮੇਰੀ ਢੂਹੀ ਵਿਚ ਬਹੁਤ ਦਰਦ ਹੋ ਰਿਹਾ ਹੈ... ਮੈਂ ਪਲੰਘ 'ਤੇ ਲੇਟਦੀ ਹਾਂ, ਤੂੰ ਜਰਾ ਪੈਰਾਂ ਨਾਲ ਦਬਾ ਦੇਈਂ... ਬੀਬਾ ਵੀਰ ਜੋ ਹੋਇਆ, ਅੱਲਾ ਦੀ ਕਸਮ, ਬਹੁਤ ਦਰਦ ਹੋ ਰਿਹਾ ਹੈ।" ਇਹ ਕਹਿ ਕੇ ਮਸਊਦ ਦੀ ਭੈਣ ਨੇ ਆਪਣੀ ਢੂਹੀ 'ਤੇ ਮੁੱਕੀਆਂ ਮਾਰਨੀਆਂ ਸ਼ੁਰੂ ਕਰ ਦਿੱਤੀਆਂ।

"ਤੇਰੀ ਢੂਹੀ ਨੂੰ ਕੀ ਹੋ ਜਾਂਦਾ ਹੈ, ਜਦੋਂ ਦੇਖੋ, ਦਰਦ ਹੋ ਰਿਹਾ ਹੈ, ਅਤੇ ਫਿਰ ਦਬਾਉਂਦੀ ਵੀ ਮੇਰੇ ਕੋਲੋਂ ਹੈ। ਕਿਉਂ ਨਹੀਂ ਆਪਣੀਆਂ ਸਹੇਲੀਆਂ ਨੂੰ ਕਹਿੰਦੀ..." ਮਸਊਦ ਉਠ ਖੜ੍ਹਾ ਹੋਇਆ ਤੇ ਰਾਜ਼ੀ ਹੋ ਗਿਆ, "ਚੱਲ, ਲੇਕਿਨ ਤੈਨੂੰ ਇਹ ਕਹਿ ਦਿੰਦਾ ਹਾਂ ਕਿ ਦੱਸ ਮਿੰਟ ਤੋਂ ਵੱਧ ਮੈਂ ਬਿਲਕੁਲ ਨਹੀਂ ਦਬਾਵਾਂਗਾ।"

"ਸ਼ਾਬਾਸ਼! ਸ਼ਾਬਾਸ਼।" ਉਸ ਦੀ ਭੈਣ ਉਠ ਖੜ੍ਹੀ ਹੋਈ ਤੇ ਸਰਗਮਾਂ ਦੀ ਕਾਪੀ ਸਾਹਮਣੇ ਅਲਮਾਰੀ ਵਿਚ ਰੱਖ ਕੇ ਉਸ ਕਮਰੇ ਵੱਲ ਗਈ ਜਿੱਥੇ ਉਹ ਅਤੇ ਮਸਊਦ ਦੋਵੇਂ ਸੌਂਦੇ ਸਨ।

ਵਿਹੜੇ ਵਿਚ ਪਹੁੰਚਦਿਆਂ ਉਸ ਨੇ ਆਪਣੀ ਦੁਖਦੀ ਢੂਹੀ ਨੂੰ ਸਿੱਧਾ ਕਰਦਿਆਂ ਉਪਰ ਅਸਮਾਨ ਵੱਲ ਦੇਖਿਆ, ਗਹਿਰੇ ਬੱਦਲ ਸਨ, ਮਸਊਦ ਅੱਜ ਜ਼ਰੂਰ ਮੀਂਹ ਆਵੇਗਾ। ਇਹ ਕਹਿ ਕੇ ਜਦੋਂ ਉਸ ਨੇ ਮਸਊਦ ਵਲ ਦੇਖਿਆ, ਪਰ ਉਹ ਅੰਦਰ ਆਪਣੀ ਮੰਜੀ 'ਤੇ ਪਿਆ ਸੀ।

ਜਦੋਂ ਕੁਲਸੂਮ ਅਪਾਣੇ ਪਲੰਘ 'ਤੇ ਮੂਧੇ ਮੂੰਹ ਪੈ ਗਈ ਤਾਂ ਮਸਊਦ ਨੇ ਉਠ ਕੇ ਘੜੀ ਤੋਂ ਸਮਾਂ ਦੇਖਿਆ, "ਦੇਖ ਭੈਣ ਇਸ ਵੇਲੇ ਗਿਆਰਾਂ ਵੱਜਣ ਵਿਚ ਦਸ ਮਿੰਟ ਬਾਕੀ ਨੇ। ਮੈਂ ਪੂਰੇ ਗਿਆਰਾਂ ਵਜੇ ਢੂਹੀ ਘੁੱਟਣਾ ਛੱਡ ਦੇਵਾਂਗਾ।"

"ਬਹੁਤ ਅੱਛਾ! ਪਰ ਤੂੰ ਖੁਦ ਦੇ ਵਾਸਤੇ ਬਹੁਤ ਨਖ਼ਰੇ ਨਾ ਕਰ। ਏਧਰ ਮੇਰੇ ਪਲੰਘ 'ਤੇ ਆ ਕੇ ਛੇਤੀ ਨਾਲ ਮੇਰੀ ਢੂਹੀ ਘੁੱਟ। ਨਹੀਂ ਤਾਂ ਯਾਦ ਰੱਖੀਂ, ਪੂਰੇ ਜ਼ੋਰ ਨਾਲ ਕੰਨ ਪੱਟਾਂਗੀ।" ਕੁਲਸੂਮ ਨੇ ਮਸਊਦ 'ਤੇ ਰੋਹਬ ਪਾਇਆ, ਮਸਊਦ ਨੇ ਆਪਣੀ ਵੱਡੀ ਭੈਣ ਦੇ ਹੁਕਮ ਦੀ ਤਾਮੀਲ ਕਰਦਿਆਂ ਕੰਧ ਦਾ ਸਹਾਰਾ ਲੈ ਕੇ ਪੈਰਾਂ ਨਾਲ ਉਹਦੀ ਢੂਹੀ ਦਬਾਉਣ ਲੱਗ ਪਿਆ। ਮਸਊਦ ਦੇ ਭਾਰ ਥੱਲੇ ਕੁਲਸੂਮ ਦੀ ਚੌੜੀ

ਚਕਲੀ ਕਮਰ ਵਿਚ ਮਾੜਾ ਜਿਹਾ ਝੁਕਾਅ ਪੈਦਾ ਹੋ ਗਿਆ। ਜਦ ਉਸ ਨੇ ਪੈਰਾਂ ਨਾਲ ਦਬਾਉਣਾ ਸ਼ੁਰੂ ਕੀਤਾ, ਠੀਕ ਉਸੇ ਤਰ੍ਹਾਂ ਜਿਸ ਤਰ੍ਹਾਂ ਮਜ਼ਦੂਰ ਮਿੱਟੀ ਗੁੰਨਦੇ ਹਨ ਤੇ ਕੁਲਸੂਮ ਸੁਆਦ ਲੈਣ ਲਈ ਹੌਲੀ ਹੌਲੀ ਹਾਏ ਹਾਏ ਕਰਨ ਲੱਗ ਪਈ।

ਕੁਲਸੂਮ ਦੇ ਕੂਲਿਆਂ 'ਤੇ ਮਾਸ ਜ਼ਿਆਦਾ ਸੀ, ਜਦ ਮਸਊਦ ਦਾ ਪੈਰ ਉਸ ਹਿੱਸੇ 'ਤੇ ਪਿਆ ਤਾਂ ਉਸ ਨੂੰ ਇਝ ਮਹਿਸੂਸ ਹੋਇਆ ਜਿਵੇਂ ਉਹ ਉਸ ਬੱਕਰੇ ਦੇ ਗੋਸ਼ਤ ਨੂੰ ਦਬਾ ਰਿਹਾ ਹੈ ਜਿਹੜਾ ਉਸ ਨੇ ਕਸਾਈ ਦੀ ਦੁਕਾਨ 'ਤੇ ਆਪਣੀ ਉਂਗਲ ਨਾਲ ਛੂਹ ਕੇ ਦੇਖਿਆ ਸੀ, ਕੁਝ ਚਿਰ ਲਈ ਉਸ ਦੇ ਦਿਮਾਗ ਵਿਚ ਅਜਿਹੇ ਖ਼ਿਆਲ ਚੱਕਰ ਲਗਾਉਣ ਲੱਗ ਪਏ, ਜਿੰਨ੍ਹਾਂ ਦਾ ਨਾ ਕੋਈ ਸਿਰ ਸੀ ਨਾ ਪੈਰ। ਇਹ ਇਨ੍ਹਾਂ ਦਾ ਮਤਲਬ ਨਾ ਸਮਝ ਸਕਿਆ ਤੇ ਸਮਝਦਾ ਵੀ ਕਿਵੇਂ, ਜਦੋਂ ਕਿ ਕੋਈ ਖ਼ਿਆਲ ਮੁਕੰਮਲ ਹੀ ਨਹੀਂ ਸੀ।

ਇਕ ਦੋ ਵਾਰ ਮਸਊਦ ਨੇ ਇਹ ਵੀ ਮਹਿਸੂਸ ਕੀਤਾ ਕਿ ਉਸ ਦੇ ਪੈਰਾਂ ਹੇਠਾਂ ਗੋਸ਼ਤ ਦੇ ਲੋਥੜਿਆਂ ਵਿਚ ਹਿਲਜੁਲ ਪੈਦਾ ਹੋਈ ਹੈ। ਉਸੇ ਤਰ੍ਹਾਂ ਦੀ ਹਰਕਤ ਜਿਹੜੀ ਉਸ ਨੇ ਬੱਕਰੇ ਦੇ ਗਰਮ-ਗਰਮ ਗੋਸ਼ਤ ਵਿਚੋਂ ਦੇਖੀ ਸੀ। ਉਸ ਨੇ ਬੜੇ ਭੈੜੇ ਮਨ ਨਾਲ ਢੂਹੀ ਦਬਾਉਣੀ ਸ਼ੁਰੂ ਕੀਤੀ ਸੀ, ਪਰ ਹੁਣ ਉਸ ਨੂੰ ਇਹ ਕੰਮ ਵਿਚ ਸੁਆਦ ਮਹਿਸੂਸ ਹੋਣ ਲੱਗ ਪਿਆ। ਉਸ ਦੇ ਭਾਰ ਹੇਠਾਂ ਕੁਲਸੂਮ ਹੌਲੀ-ਹੌਲੀ ਹਾਏ ਹਾਏ ਕਰ ਰਹੀ ਸੀ। ਇਹ ਘੁੱਟੀ ਘੁੱਟੀ ਆਵਾਜ਼, ਜਿਹੜੀ ਕਿ ਮਸਊਦ ਦੇ ਪੈਰਾਂ ਦੀ ਹਰਕਤ ਦਾ ਸਾਥ ਦੇ ਰਹੀ ਸੀ, ਉਸ ਗੁੰਮਨਾਮ ਜਿਹੇ ਸੁਆਦ ਵਿਚ ਵਾਧਾ ਕਰ ਰਹੀ ਸੀ।

ਟਾਈਮਪੀਸ 'ਤੇ ਗਿਆਰਾਂ ਵੱਜ ਗਏ, ਪਰ ਮਸਊਦ ਆਪਣੀ ਭੈਣ ਦੀ ਢੂਹੀ ਦਬਾਉਂਦਾ ਰਿਹਾ। ਜਦੋਂ ਢੂਹੀ ਚੰਗੀ ਤਰ੍ਹਾਂ ਘੁੱਟੀ ਗਈ ਤਾਂ ਕੁਲਸੂਮ ਸਿੱਧੀ ਲੇਟ ਗਈ ਤੇ ਕਹਿਣ ਲੱਗੀ ; "ਸ਼ਾਬਾਸ਼ ਮਸਊਦ! ਸ਼ਾਬਾਸ਼! ਲੈ ਹੁਣ ਲੱਗੇ ਹੱਥ ਲੱਤਾਂ ਵੀ ਘੁੱਟ ਦੇ, ਬਿਲਕੁਲ ਇਸੇ ਤਰ੍ਹਾਂ... ਸ਼ਾਬਾਸ਼ ਮੇਰੇ ਭਾਈ..."

ਮਸਊਦ ਨੇ ਕੰਧ ਦਾ ਸਹਾਰਾ ਲੈ ਕੇ ਕੁਲਸੂਮ ਦੇ ਪੱਟਾਂ 'ਤੇ ਝਟ ਆਪਣਾ ਸਾਰਾ ਭਾਰ ਪਾਇਆ ਤਾਂ ਉਸ ਦੇ ਪੈਰਾਂ ਹੇਠ ਮੱਛੀਆਂ ਜਿਹੀਆਂ ਤੜਫ਼ ਉਠੀਆਂ ਤੇ ਉਹ ਆਪ-ਮੁਹਾਰੀ ਹੱਸਦੀ ਦੂਹਰੀ ਹੋ ਗਈ। ਮਸਊਦ ਡਿੱਗਦੇ-ਡਿੱਗਦੇ ਬਚਿਆ, ਪਰ ਉਸ ਦੀਆਂ ਤਲੀਆਂ ਵਿਚ ਮੱਛੀਆਂ ਦੀ ਉਹ ਤੜਪ ਜੰਮ ਜਿਹੀ ਗਈ, ਉਸ ਦੇ ਦਿਲ ਵਿਚ ਜ਼ਬਰਦਸਤ ਇੱਛਾ ਪੈਦਾ ਹੋਈ ਕਿ ਉਹ ਫੇਰ ਇਸੇ ਤਰ੍ਹਾਂ ਕੰਧ ਦਾ ਸਹਾਰਾ ਲੈ ਕੇ ਆਪਣੀ ਭੈਣ ਦੇ ਪੱਟ ਦਬਾਏ। ਉਸ ਨੇ ਕਿਹਾ... ਤੂੰ ਹੱਸਣਾ ਸ਼ੁਰੂ ਕਿਉਂ ਕਰ ਦਿੱਤਾ। ਸਿੱਧੀ ਲੇਟ ਜਾ, ਮੈਂ ਤੇਰੀਆਂ ਲੱਤਾਂ ਦਬਾ ਦਿਆਂ।

ਕੁਲਸੂਮ ਸਿੱਧੀ ਪੈ ਗਈ। ਪੱਟ ਦੀਆਂ ਮੱਛੀਆਂ ਏਧਰ-ਓਧਰ ਹੋਣ ਨਾਲ ਜਿਹੜੀ ਗੁਦਗੁਦੀ ਪੈਦਾ ਹੋਈ ਸੀ, ਉਸ ਦਾ ਅਸਰ ਅਜੇ ਤਕ ਉਸ ਦੇ ਸਰੀਰ ਵਿਚ ਬਾਕੀ ਸੀ। 'ਨਾ ਬਈ, ਮੇਰੇ ਗੁਦਗੁਦੀ ਹੁੰਦੀ ਹੈ। ਤੂੰ ਵਹਿਸ਼ੀਆਂ ਵਾਂਗ ਦਬਾਉਂਦਾ ਏਂ।'

ਮਸਊਦ ਨੇ ਖ਼ਿਆਲ ਕੀਤਾ ਕਿ ਸ਼ਾਇਦ ਉਸ ਨੇ ਗ਼ਲਤ ਤਰੀਕਾ ਇਸਤੇਮਾਲ ਕੀਤਾ ਹੈ : "ਨਹੀਂ! ਇਸ ਵਾਰ ਮੈਂ ਪੂਰਾ ਭਾਰ ਨਹੀਂ ਪਾਵਾਂਗਾ, ਹੁਣ ਐਨੀ ਚੰਗੀ ਤਰ੍ਹਾਂ ਦਬਾਵਾਂਗਾ ਕਿ ਤੈਨੂੰ ਕੋਈ ਤਕਲੀਫ਼ ਨਹੀਂ ਹੋਵੇਗੀ..."

ਕੰਧ ਦਾ ਸਹਾਰਾ ਲੈ ਕੇ ਸਮਊਦ ਨੇ ਆਪਣੇ ਸਰੀਰ ਨੂੰ ਤੋਲਿਆ ਤੇ ਇਸ

ਤਰ੍ਹਾਂ ਹੌਲੀ-ਹੌਲੀ ਕੁਲਸੂਮ ਦੇ ਪੱਟਾਂ 'ਤੇ ਆਪਣੇ ਪੈਰ ਧਰੇ ਕਿ ਉਸ ਦਾ ਅੱਧਾ ਭਾਰ ਪਤਾ ਨਹੀਂ ਕਿੱਥੇ ਚਲਾ ਗਿਆ। ਹੌਲੀ-ਹੌਲੀ ਬੜੀ ਹੁਸ਼ਿਆਰੀ ਨਾਲ ਉਸ ਨੇ ਪੈਰ ਚਲਾਉਣੇ ਸ਼ੁਰੂ ਕਰ ਦਿੱਤੇ। ਕੁਲਸੂਮ ਦੇ ਪੱਟਾਂ ਦੀਆਂ ਆਕੜੀਆਂ ਹੋਈਆਂ ਮੱਛੀਆਂ ਉਸ ਦੇ ਪੈਰਾਂ ਹੇਠ ਦਬ ਕੇ ਏਧਰ-ਓਧਰ ਤਿਲਕਣ ਲੱਗ ਪਈਆਂ। ਮਸਊਦ ਨੇ ਇਕ ਵਾਰੀ ਸਕੂਲ ਵਿਚ ਕਸੇ ਹੋਏ ਰੱਸੇ 'ਤੇ ਬਾਜ਼ੀਗਰ ਨੂੰ ਤੁਰਦੇ ਵੇਖਿਆ ਸੀ। ਉਸ ਨੇ ਸੋਚਿਆ ਕਿ ਬਾਜ਼ੀਗਰ ਦੇ ਪੈਰਾਂ ਥੱਲੇ ਕਸਿਆ ਹੋਇਆ ਰੱਸਾ ਇਸੇ ਤਰ੍ਹਾਂ ਫਿਲਕਦਾ ਹੋਏਗਾ।

ਇਸ ਤੋਂ ਪਹਿਲਾਂ ਕਈ ਵਾਰ ਉਸ ਨੇ ਆਪਣੀ ਭੈਣ ਦੀਆਂ ਲੱਤਾਂ ਦਬਾਈਆਂ ਸਨ ਪਰ ਉਹ ਸਵਾਦ ਜਿਹੜਾ ਉਸ ਨੂੰ ਹੁਣ ਆ ਰਿਹਾ ਸੀ, ਪਹਿਲਾਂ ਕਦੇ ਨਹੀਂ ਸੀ ਆਇਆ। ਬੱਕਰੇ ਦੇ ਗਰਮ-ਗਰਮ ਗੋਸ਼ਤ ਦਾ ਉਸ ਨੂੰ ਘੜੀ ਮੁੜੀ ਖ਼ਿਆਲ ਆਉਂਦਾ ਸੀ। ਇਕ ਦੋ ਵਾਰੀ ਉਸ ਨੇ ਸੋਚਿਆ, "ਕੁਲਸੂਮ ਨੂੰ ਜੇ ਹਲਾਲ ਕੀਤਾ ਜਾਵੇ ਤੇ ਖੱਲ ਉਤਰਨ 'ਤੇ ਕੀ ਉਸ ਤੇ ਗੋਸ਼ਤ ਵਿਚੋਂ ਵੀ ਧੂੰਆਂ ਨਿਕਲੇਗਾ?" ਪਰ ਇਸ ਤਰ੍ਹਾਂ ਦੀਆਂ ਫ਼ਜ਼ੂਲ ਗੱਲਾਂ ਸੋਚਣ 'ਤੇ ਉਸ ਨੇ ਆਪਣੇ ਆਪ ਨੂੰ ਦੋਸ਼ੀ ਸਮਝਿਆ ਤੇ ਦਿਮਾਗ ਨੂੰ ਇਨ੍ਹਾਂ ਖ਼ਿਆਲਾਂ ਤੋਂ ਇਸ ਤਰ੍ਹਾਂ ਸਾਫ਼ ਕੀਤਾ ਜਿਵੇਂ ਉਹ ਸਲੇਟ ਨੂੰ ਸਪੰਜ਼ ਨਾਲ ਸਾਫ਼ ਕਰਦਾ ਹੁੰਦਾ ਸੀ।

"ਬਸ, ਬਸ..." ਕੁਲਸੂਮ ਥੱਕ ਗਈ, "ਬੱਸ-ਬਸ..."

ਮਸਊਦ ਨੂੰ ਝੱਟ ਇਹ ਸ਼ਰਾਰਤ ਸੁੱਝੀ। ਉਹ ਪਲੰਘ ਤੋਂ ਹੇਠਾਂ ਉਤਰਣ ਲੱਗਿਆ ਤਾਂ ਉਸ ਨੇ ਕੁਲਸੂਮ ਦੀਆਂ ਦੋਹਾਂ ਕੱਛਾਂ ਵਿਚ ਕੁਤਕੁਤਾੜੀਆਂ ਕਰਨੀਆਂ ਸ਼ੁਰੂ ਕਰ ਦਿੱਤੀਆਂ। ਉਹ ਹਾਸੇ ਨਾਲ ਲੋਟ ਪੋਟ ਹੋ ਗਈ। ਉਸ ਵਿਚ ਐਨੀ ਹਿੰਮਤ ਨਹੀਂ ਸੀ ਕਿ ਉਹ ਸਮਊਦ ਦੇ ਹੱਥਾਂ ਨੂੰ ਪਰ੍ਹੇ ਧੱਕ ਦੇਵੇ। ਲੇਕਿਨ ਜਦੋਂ ਉਸ ਨੇ ਇਰਾਦਾ ਕਰ ਕੇ ਉਸ ਨੂੰ ਇਕ ਲੱਤ ਮਾਰਨੀ ਚਾਹੀ ਤਾਂ ਮਸਊਦ ਛਾਲ ਮਾਰ ਕੇ ਉਤਰ ਗਿਆ ਤੇ ਚੱਪਲਾਂ ਪਾ ਕੇ ਕਮਰੇ ਵਿਚੋਂ ਨਿੱਕਲ ਗਿਆ।

ਜਦੋਂ ਉਹ ਵਿਹੜੇ ਵਿਚ ਆਇਆ ਤਾਂ ਉਸ ਨੇ ਦੇਖਿਆ ਕਿ ਹਲਕੀ ਹਲਕੀ ਬੂੰਦਾਬਾਂਦੀ ਹੋ ਰਹੀ ਹੈ। ਬੱਦਲ ਹੋਰ ਹੇਠਾਂ ਆ ਗਏ ਹਨ। ਪਾਣੀ ਦੀਆਂ ਨਿੱਕੀਆਂ ਨਿੱਕੀਆਂ ਕਣੀਆਂ ਆਵਾਜ਼ ਕੀਤੇ ਬਿਨਾਂ ਵਿਹੜੇ ਦੀਆਂ ਇੱਟਾਂ ਵਿਚ ਹੌਲੀ ਹੋਲੀ ਜਜ਼ਬ ਹੋ ਰਹੀਆਂ ਸਨ। ਮਸਊਦ ਦਾ ਸਰੀਰ ਮੱਠੀ ਮੱਠੀ ਗਰਮੀ ਮਹਿਸੂਸ ਕਰ ਰਿਹਾ ਸੀ। ਜਦੋਂ ਹਵਾ ਦਾ ਠੰਡਾ-ਠੰਡਾ ਝੋਕਾ ਉਸ ਦੀਆਂ ਗੱਲ੍ਹਾਂ ਨਾਲ ਘਸਿਆ ਅਤੇ ਦੋ ਤਿੰਨ ਨਿੱਕੀਆਂ ਨਿੱਕੀਆਂ ਕਣੀਆਂ ਉਸ ਦੇ ਨੱਕ 'ਤੇ ਪਈਆਂ ਤਾਂ ਇਕ ਕੰਬਣੀ ਜਿਹੀ ਉਸ ਦੇ ਸਰੀਰ ਵਿਚ ਛਿੜ ਗਈ। ਸਾਹਮਣੇ ਕੋਠੇ ਦੀ ਕੰਧ ਉਤੇ ਇਕ ਕਬੂਤਰੀ ਨੇੜੇ ਨੇੜੇ ਖੰਭ ਫੈਲਾਈ ਬੈਠੇ ਸਨ। ਇਸ ਤਰ੍ਹਾਂ ਮਹਿਸੂਸ ਹੁੰਦਾ ਸੀ ਕਿ ਦੋਵੇਂ ਹਲਕੀ ਅੱਗ 'ਤੇ ਰੱਖੀ ਹੋਈ ਹਾਂਡੀ ਦੀ ਤਰ੍ਹਾਂ ਗਰਮ ਹਨ। ਗੁਲਦਾਊਦੀ ਅਤੇ ਕਾਜ਼ਬੂ ਦੇ ਹਰੇ ਹਰੇ ਪੱਤਿਆਂ ਉਪਰ ਲਾਲ ਲਾਲ ਗ਼ਮਲਿਆਂ ਵਿਚ ਨਹਾ ਰਹੇ ਸਨ। ਫ਼ਿਜ਼ਾ ਵਿਚ ਨੀਂਦਾਂ ਘੁਲੀਆਂ ਹੋਈਆਂ ਸਨ। ਅਜਿਹੀਆਂ ਨੀਂਦਾਂ ਜਿਨ੍ਹਾਂ ਵਿਚ ਜਾਗ੍ਰਿਤੀ ਜ਼ਿਆਦਾ ਹੁੰਦੀ ਹੈ ਤੇ ਇਨਸਾਨ ਦੇ ਆਲੇ-ਦੁਆਲੇ ਨਰਮ-ਨਰਮ ਸੁਪਨੇ ਇੰਜ ਲਿਪਟ ਜਾਂਦੇ ਹਨ ਜਿਵੇਂ ਗਰਮ ਕੱਪੜੇ।

ਮਸਊਦ ਅਜਿਹੀਆਂ ਗੱਲਾਂ ਸੋਚਣ ਲੱਗਿਆ, ਜਿਨ੍ਹਾਂ ਦਾ ਮਤਲਬ ਉਸ ਦੀ

ਸਮਝ ਵਿਚ ਨਹੀਂ ਆ ਰਿਹਾ ਸੀ। ਉਹ ਉਨ੍ਹਾਂ ਗੱਲਾਂ ਨੂੰ ਛੂਹ ਕੇ ਦੇਖ ਸਕਦਾ ਸੀ ਪਰ ਉਨ੍ਹਾਂ ਦਾ ਮਤਲਬ ਉਸ ਦੀ ਪਕੜ ਤੋਂ ਬਾਹਰ ਸੀ। ਫਿਰ ਵੀ ਇਕ ਗੁੰਮਨਾਮ ਜਿਹਾ ਸੁਆਦ ਇਸ ਸੋਚ-ਵਿਚਾਰ ਵਿਚ ਉਸ ਨੂੰ ਆ ਰਿਹਾ ਸੀ।

ਮੀਂਹ ਵਿਚ ਕੁਝ ਦੇਰ ਖੜ੍ਹੇ ਰਹਿਣ ਕਰ ਕੇ ਜਦ ਉਸ ਦੇ ਹੱਥ ਬਿਲਕੁਲ ਠੰਡੇ ਠਾਰ ਹੋ ਗਏ ਤਾਂ ਦੱਬਣ ਨਾਲ ਉਨ੍ਹਾਂ 'ਤੇ ਚਿੱਟੇ ਧੱਬੇ ਪੈਣ ਲੱਗੇ ਤਾਂ ਉਸ ਨੇ ਮੁੱਠੀਆਂ ਘੁੱਟ ਲਈਆਂ ਅਤੇ ਉਨ੍ਹਾਂ ਨੂੰ ਮੂੰਹ ਦੀ ਭਾਫ਼ ਨਾਲ ਗਰਮ ਕਰਨਾ ਸ਼ੁਰੂ ਕੀਤਾ। ਹੱਥਾਂ ਨੂੰ ਅਜਿਹਾ ਕਰਨ ਨਾਲ ਕੁਝ ਗਰਮਾਈ ਤਾਂ ਪੁੱਜੀ ਪਰ ਉਹ ਸਿਲ੍ਹੇ ਹੋ ਗਏ। ਅੱਗ ਸੇਕਣ ਲਈ ਉਹ ਰਸੋਈ ਵਿਚ ਚਲਾ ਗਿਆ। ਰੋਟੀ ਤਿਆਰ ਸੀ, ਅਜੇ ਉਸ ਨੇ ਪਹਿਲੀ ਹੀ ਬੁਰਕੀ ਤੋੜੀ ਸੀ ਕਿ ਉਸ ਦਾ ਅੱਬਾ ਕਬਰਿਸਤਾਨ ਤੋਂ ਵਾਪਸ ਆ ਗਿਆ। ਪਿਉ-ਪੁੱਤਰ ਵਿਚ ਕੋਈ ਗੱਲ ਨਹੀਂ ਹੋਈ। ਮਸਊਦ ਦੀ ਮਾਂ ਉਠ ਕੇ ਝੱਟ ਦੂਸਰੇ ਕਮਰੇ ਵਿਚ ਚਲੀ ਗਈ ਅਤੇ ਉਥੇ ਦੇਰ ਤਕ ਆਪਣੇ ਪਤੀ ਨਾਲ ਗੱਲਾਂ ਕਰਦੀ ਰਹੀ।

ਰੋਟੀ ਖਾਣ ਤੋਂ ਵਿਹਲਾ ਹੋ ਕੇ ਮਸਊਦ ਬੈਠਕ ਵਿਚ ਚਲਾ ਗਿਆ ਅਤੇ ਖਿੜਕੀ ਖੋਲ੍ਹ ਕੇ ਫ਼ਰਸ਼ 'ਤੇ ਹੀ ਲੇਟ ਗਿਆ। ਮੀਂਹ ਪੈਣ ਨਾਲ ਸਰਦੀ ਵੱਧ ਗਈ ਸੀ ਕਿਉਂਕਿ ਹੁਣ ਹਵਾ ਵੀ ਚੱਲ ਰਹੀ ਸੀ। ਪਰ ਇਹ ਠੰਢ ਚੰਗੀ ਲੱਗਦੀ ਸੀ। ਤਾਲਾਬ ਦੇ ਪਾਣੀ ਦੀ ਤਰ੍ਹਾਂ ਇਹ ਉਪਰੋਂ ਠੰਢੀ ਤੇ ਅੰਦਰੋਂ ਗਰਮ ਸੀ। ਮਸਊਦ ਦੇ ਫ਼ਰਸ਼ 'ਤੇ ਲੇਟਦਿਆਂ ਉਸ ਦੇ ਦਿਲ ਵਿਚ ਇਹ ਇੱਛਾ ਪੈਦਾ ਹੋਈ ਕਿ ਉਹ ਇਹੋ ਜਿਹੀਆਂ ਕੋਸੀਆਂ ਕੋਸੀਆਂ ਗੱਲਾਂ ਬਾਰੇ ਸੋਚਦਾ ਰਿਹਾ, ਜਿਸ ਨਾਲ ਉਸ ਦੇ ਪੱਠਿਆਂ ਵਿਚ ਮਾੜਾ ਮਾੜਾ ਦਰਦ ਹੋਣ ਲੱਗ ਪਿਆ। ਇਕ ਦੋ ਵਾਰ ਉਸ ਨੇ ਅੰਗੜਾਈ ਲਈ ਤਾਂ ਉਸ ਨੂੰ ਸੁਆਦ ਆਇਆ। ਉਸ ਦੇ ਕਿਸੇ ਹਿੱਸੇ ਵਿਚ, ਇਹ ਉਸ ਨੂੰ ਪਤਾ ਨਹੀਂ ਸੀ ਕਿੱਥੇ, ਕੋਈ ਚੀਜ਼ ਅਟਕ ਜਿਹੀ ਗਈ ਸੀ, ਇਹ ਚੀਜ਼ ਕੀ ਸੀ, ਉਸ ਦੇ ਬਾਰੇ ਵੀ ਮਸਊਦ ਨੂੰ ਪਤਾ ਨਹੀਂ ਸੀ, ਪਰ ਇਸ ਅਟਕਾ ਨੇ ਉਸ ਦੇ ਸਾਰੇ ਸਰੀਰ ਵਿਚ ਬੇਚੈਨੀ, ਇਕ ਦੱਬੀ ਹੋਈ ਬੇਚੈਨੀ ਦੀ ਹਾਲਤ ਪੈਦਾ ਕਰ ਦਿੱਤੀ ਸੀ। ਉਸ ਦਾ ਸਾਰਾ ਸਰੀਰ ਖਿੱਚ ਕੇ ਲੰਬਾ ਹੋ ਜਾਣਾ ਚਾਹੁੰਦਾ ਸੀ।

ਦੇਰ ਤੱਕ ਗੁਦਗੁਦੇ ਕਾਲੀਨ 'ਤੇ ਪਾਸੇ ਮਾਰਨ ਤੋਂ ਬਾਅਦ ਉਹ ਉਠਿਆ ਤੇ ਰਸੋਈ ਤੋਂ ਹੁੰਦਾ ਹੋਇਆ ਵਿਹੜੇ ਵਿਚ ਆ ਨਿਕਲਿਆ। ਨਾ ਕੋਈ ਰਸੋਈ ਵਿਚ ਸੀ ਤੇ ਨਾ ਹੀ ਵਿਹੜੇ ਵਿਚ। ਏਧਰ-ਓਧਰ ਜਿੰਨੇ ਕਮਰੇ ਸਨ ਸਭ ਬੰਦ ਸਨ। ਮੀਂਹ ਹੁਣ ਹਟ ਗਿਆ ਸੀ। ਮਸਊਦ ਨੇ ਹਾਕੀ ਅਤੇ ਗੇਂਦ ਕੱਢਦਿਆਂ ਵਿਹੜੇ ਵਿਚ ਖੇਡਣਾ ਸ਼ੁਰੂ ਕਰ ਦਿੱਤਾ। ਇਕ ਵਾਰ ਜਦ ਉਸ ਨੇ ਜ਼ੋਰ ਦੀ ਹਿੱਟ ਮਾਰੀ ਤੇ ਗੇਂਦ ਵਿਹੜੇ ਦੇ ਸੱਜੇ ਪਾਸੇ ਵਾਲੇ ਕਮਰੇ ਦੇ ਦਰਵਾਜ਼ੇ 'ਤੇ ਜਾ ਕੇ ਵੱਜੀ, ਅੰਦਰੋਂ ਮਸਊਦ ਦੇ ਅੱਬਾ ਦੀ ਆਵਾਜ਼ ਆਈ, "ਕੌਣ?"

"ਜੀ, ਮੈਂ ਹਾਂ ਮਸਊਦ।"

ਅੰਦਰੋਂ ਆਵਾਜ਼ ਆਈ, "ਕੀ ਕਰ ਰਿਹਾ ਹੈਂ?"

"ਜੀ, ਖੇਡ ਰਿਹਾ ਹਾਂ।"

"ਖੇਡ..." ਫਿਰ ਥੋੜ੍ਹੇ ਚਿਰ ਪਿਛੋਂ ਅੰਦਰੋਂ ਉਸ ਦੇ ਅੱਬੇ ਨੇ ਕਿਹਾ : "ਤੇਰੀ ਮਾਂ ਮੇਰਾ ਸਿਰ ਘੁੱਟ ਰਹੀ ਹੈ, ਜ਼ਿਆਦਾ ਰੌਲਾ ਨਾ ਪਾਉਣਾ।"

ਇਹ ਸੁਣ ਕੇ ਮਸਊਦ ਨੇ ਗੇਂਦ ਉਥੇ ਹੀ ਪਈ ਰਹਿਣ ਦਿੱਤੀ ਤੇ ਹਾਕੀ ਲੈ ਕੇ ਸਾਹਮਣੇ ਕਮਰੇ ਵੱਲ ਤੁਰ ਪਿਆ। ਉਸ ਦਾ ਇਕ ਦਰਵਾਜ਼ਾ ਬੰਦ ਸੀ ਤੇ ਦੂਸਰਾ ਅੱਧਾ ਖੁੱਲ੍ਹਾ... ਮਸਊਦ ਨੂੰ ਇਕ ਸ਼ਰਾਰਤ ਸੁੱਝੀ। ਦੱਬੇ ਪੈਰੀਂ ਉਹ ਅੱਧ ਖੁਲ੍ਹੇ ਦਰਵਾਜ਼ੇ ਵੱਲ ਵਧਿਆ ਅਤੇ ਧਮਾਕੇ ਨਾਲ ਉਸ ਨੇ ਦੋਵੇਂ ਬਾਰ ਖੋਲ੍ਹ ਦਿੱਤੇ। ਦੋ ਚੀਜ਼ਾਂ ਨਿੱਕਲੀਆਂ, ਕੁਲਸੂਮ ਤੇ ਉਸ ਦੀ ਸਹੇਲੀ ਬਿਮਲਾ ਜਿਹੜੀਆਂ ਨਾਲ-ਨਾਲ ਪਈਆਂ ਸਨ, ਡਰ ਕੇ ਰਜ਼ਾਈ ਉਤੇ ਲੈ ਲਈ।

ਬਿਮਲਾ ਦੇ ਬਲਾਊਜ਼ ਦੇ ਬਟਨ ਖੁੱਲ੍ਹੇ ਹੋਏ ਸਨ ਅਤੇ ਕੁਲਸੂਮ ਉਸ ਦੀਆਂ ਨੰਗੀਆਂ ਛਾਤੀਆਂ ਨੂੰ ਘੂਰ ਰਹੀ ਸੀ।

ਮਸਊਦ ਕੁਝ ਮਸਝ ਨਾ ਸਕਿਆ। ਉਸ ਦੇ ਦਿਮਾਗ 'ਤੇ ਧੂੰਆਂ ਜਿਹਾ ਛਾ ਗਿਆ। ਉਥੋਂ ਉਲਟੇ ਪੈਰ ਉਹ ਮੁੜ ਕੇ ਬੈਠਕ ਵੱਲੋਂ ਲੰਘਿਆ ਤੇ ਉਸ ਨੂੰ ਅਚਾਨਕ ਆਪਣੇ ਅੰਦਰ ਇਕ ਅਥਾਹ ਤਾਕਤ ਦਾ ਅਹਿਸਾਸ ਹੋਇਆ। ਜਿਸ ਨੇ ਕੁਝ ਸਮੇਂ ਲਈ ਉਸ ਦੀ ਸੋਚਣ ਸਮਝਣ ਦੀ ਤਾਕਤ ਬਿਲਕੁਲ ਕਮਜ਼ੋਰ ਕਰ ਦਿੱਤੀ।

ਬੈਠਕ ਵਿਚ ਖਿੜਕੀ ਦੇ ਕੋਲ ਬੈਠ ਕੇ ਜਦੋਂ ਮਸਊਦ ਨੇ ਹਾਕੀ ਨੂੰ ਦੋਹਾਂ ਹੱਥਾਂ ਨਾਲ ਫੜ ਕੇ ਗੋਡਿਆਂ 'ਤੇ ਰੱਖੀਆਂ ਅਤੇ ਇਹ ਸੋਚਿਆ ਕਿ ਮਾੜਾ ਜਿਹਾ ਦਬਾਉਣ ਨਾਲ ਹਾਕੀ ਵਿਚ ਵਲ ਪੈ ਜਾਵੇਗਾ ਤੇ ਜ਼ੋਰ ਲਾਉਣ 'ਤੇ ਹੈਂਡਲ ਪਟੱਕ ਦੇਣੇ ਟੁੱਟ ਜਾਵੇਗਾ। ... ਉਸ ਨੇ ਗੋਡੇ 'ਤੇ ਹਾਕੀ ਦੇ ਹੈਂਡਲ ਵਿਚ ਵਲ ਤਾਂ ਪਾ ਦਿੱਤਾ ਪਰ ਜ਼ਿਆਦਾ ਤੋਂ ਜ਼ਿਆਦਾ ਜ਼ੋਰ ਲਗਾਉਣ 'ਤੇ ਵੀ ਉਹ ਟੁੱਟ ਨਾ ਸਕਿਆ, ਦੇਰ ਤਕ ਉਹ ਹਾਕੀ ਨਾਲ ਕੁਸ਼ਤੀ ਲੜਦਾ ਰਿਹਾ, ਜਦ ਥੱਕ ਕੇ ਹਾਰ ਗਿਆ ਤਾਂ ਖਿਝ ਕੇ ਉਸ ਨੇ ਹਾਕੀ ਪਰੇ ਵਗਾਹ ਮਾਰੀ।

ਨੰਗੀਆਂ ਆਵਾਜ਼ਾਂ

ਭੋਲੂ ਅਤੇ ਗਾਮਾ ਦੋ ਭਾਈ ਸਨ, ਬੇਹੱਦ ਮਿਹਨਤੀ।

ਭੋਲੂ ਕਲੀਗਰ ਸੀ, ਸਵੇਰੇ ਧੌਂਕਣੀ ਸਿਰ 'ਤੇ ਰੱਖ ਕੇ ਨਿਕਲਦਾ ਅਤੇ ਦਿਨ ਭਰ ਸ਼ਹਿਰ ਦੀਆਂ ਗਲੀਆਂ ਵਿਚ 'ਭਾਂਡੇ ਕਲੀ ਕਰਾ ਲਓ' ਦੀਆਂ ਆਵਾਜ਼ਾਂ ਲਗਾਉਂਦਾ ਰਹਿੰਦਾ; ਸ਼ਾਮ ਨੂੰ ਘਰ ਮੁੜਦਾ ਤਾਂ ਉਸ ਦੇ ਡੱਬ ਵਿਚ ਤਿੰਨ ਚਾਰ ਰੁਪਏ ਜ਼ਰੂਰ ਹੁੰਦੇ।

ਗਾਮਾ ਖੋਂਚਾ ਲਗਾਉਂਦਾ ਸੀ, ਉਸ ਨੂੰ ਵੀ ਦਿਨ ਭਰ ਛਾਬੜੀ ਸਿਰ ਉਤੇ ਚੁੱਕੀ ਘੁੰਮਣਾ ਪੈਂਦਾ ਸੀ। ਤਿੰਨ ਚਾਰ ਰੁਪਏ ਉਹ ਵੀ ਕਮਾ ਲੈਂਦਾ ਸੀ, ਪਰ ਉਸ ਨੂੰ ਸ਼ਰਾਬ ਦੀ ਲਤ ਸੀ... ਸ਼ਾਮ ਨੂੰ ਦੀਨੇ ਦੇ ਭਟਿਆਰਖਾਨੇ ਤੋਂ ਰੋਟੀ ਖਾਣ ਤੋਂ ਪਹਿਲਾਂ ਇਕ ਪਊਆ ਸ਼ਰਾਬ ਉਸ ਨੂੰ ਜ਼ਰੂਰ ਚਾਹੀਦੀ ਸੀ। ਪੀਣ ਤੋਂ ਬਾਅਦ ਉਹ ਬਹਿਕਦਾ, ਦੀਨੇ ਦੇ ਭਟਿਆਰਖਾਨੇ ਵਿਚ ਰੌਣਕ ਲੱਗ ਜਾਂਦੀ-ਸਭ ਨੂੰ ਪਤਾ ਸੀ ਕਿ ਉਹ ਪੀਂਦਾ ਹੈ ਅਤੇ ਪੀਣ ਦੇ ਸਹਾਰੇ ਜਿਊਂਦਾ ਹੈ।

ਭੋਲੂ ਨੇ, ਜਿਹੜਾ ਗਾਮੇ ਤੋਂ ਦੋ ਸਾਲ ਛੋਟਾ ਸੀ, ਗਾਮੇ ਨੂੰ ਬਹੁਤ ਸਮਝਾਇਆ : "ਦੇਖ ਇਹ ਸ਼ਰਾਬ ਦੀ ਲਤ ਬਹੁਤ ਮਾੜੀ ਹੈ, ਤੂੰ ਸ਼ਾਦੀ-ਸ਼ੁਦਾ ਹੈਂ, ਫਿਰ ਕਿਉਂ ਬੇਕਾਰ ਪੈਸਾ ਬਰਬਾਦ ਕਰਦਾ ਹੈਂ... ਇਹੀ ਜਿਹੜਾ ਤੂੰ ਹਰ ਰੋਜ਼ ਇਕ ਪਊਆ ਸ਼ਰਾਬ ਉਤੇ ਖ਼ਰਚ ਕਰਦਾ ਹੈਂ, ਬਚਾ ਕੇ ਰੱਖੇਂ ਤਾਂ ਭਾਬੀ ਠਾਠ ਨਾਲ ਰਹੇ... ਨੰਗੀ-ਬੁੱਚੀ ਚੰਗੀ ਲੱਗਦੀ ਹੈ ਤੈਨੂੰ ਆਪਣੀ ਘਰਵਾਲੀ...?"

ਗਾਮਾ ਇਸ ਕੰਨੋਂ ਸੁਣਦਾ, ਉਸ ਕੰਨੋਂ ਕੱਢ ਦਿੰਦਾ।

ਭੋਲੂ ਜਦੋਂ ਥੱਕ ਹਾਰ ਗਿਆ ਤਾਂ ਉਸ ਨੇ ਕਹਿਣਾ ਸੁਣਨਾ ਹੀ ਛੱਡ ਦਿੱਤਾ। ਦੋਵੇਂ ਸ਼ਰਣਾਰਥੀ ਸਨ। ਇਕ ਵੱਡੀ ਬਿਲਡਿੰਗ ਦੇ ਸਰਵੇਂਟ ਕੁਆਟਰਾਂ ਉਤੇ, ਜਿੱਥੇ ਹੋਰਾਂ ਨੇ ਕਬਜ਼ਾ ਜਮ੍ਹਾ ਰੱਖਿਆ ਸੀ, ਉਥੇ ਇਨ੍ਹਾਂ ਦੋਹਾਂ ਭਾਈਆਂ ਨੇ ਵੀ ਇਕ ਕੁਆਟਰ, ਜੋ ਦੂਜੀ ਮੰਜ਼ਿਲ ਉਤੇ ਸੀ, ਰਿਹਾਇਸ਼ ਲਈ ਸੁਰੱਖਿਅਤ ਕਰ ਲਿਆ ਸੀ।

ਸਰਦੀਆਂ ਆਰਾਮ ਨਾਲ ਲੰਘ ਗਈਆਂ, ਗਰਮੀਆਂ ਆਈਆਂ ਤਾਂ ਗਾਮੇ ਨੂੰ ਬਹੁਤ ਤਕਲੀਫ਼ ਹੋਈ... ਭੋਲੂ ਤਾਂ ਉਪਰ ਲੰਬੀ ਚੌੜੀ ਛੱਤ 'ਤੇ ਮੰਜੀ ਵਿਛਾ ਕੇ ਸੌਂ ਜਾਂਦਾ ਸੀ, ਗਾਮਾ ਕੀ ਕਰਦਾ-ਉਸ ਦੀ ਘਰਵਾਲੀ ਸੀ ਅਤੇ ਉਪਰ ਪਰਦੇ ਦਾ ਕੋਈ ਬੰਦੋਬਸਤ ਹੀ ਨਹੀਂ ਸੀ...। ਇਕ ਗਾਮੇ ਨੂੰ ਹੀ ਇਹ ਤਕਲੀਫ਼ ਨਹੀਂ ਸੀ, ਕੁਆਟਰਾਂ ਵਿਚ ਜਿਹੜਾ ਵੀ ਸ਼ਾਦੀ-ਸ਼ੁਦਾ ਸੀ, ਇਸ ਮੁਸੀਬਤ ਵਿਚ ਗ੍ਰਿਫ਼ਤਾਰ ਸੀ।

ਕੱਲਨ ਨੂੰ ਇਕ ਗੱਲ ਸੁੱਝੀ... ਉਸ ਨੇ ਛੱਤ ਉਤੇ ਇਕ ਕੋਨੇ ਵਿਚ ਆਪਣੀ ਅਤੇ ਆਪਣੀ ਘਰਵਾਲੀ ਦੀ ਮੰਜੀ ਦੇ ਆਲੇ-ਦੁਆਲੇ ਟਾਟ ਤਾਣ ਦਿੱਤਾ ਅਤੇ ਇੰਜ ਪਰਦੇ ਦਾ ਇੰਤਜ਼ਾਮ ਕਰ ਲਿਆ।

ਕੱਲਨ ਦੇ ਦੇਖਾ-ਦੇਖੀ ਦੂਸਰਿਆਂ ਨੇ ਵੀ ਇਸੇ ਸਕੀਮ ਤੋਂ ਕੰਮ ਲਿਆ... ਭੋਲੂ ਨੇ ਭਾਈ ਦੀ ਮਦਦ ਕੀਤੀ ਅਤੇ ਕੁਝ ਹੀ ਦਿਨਾਂ ਵਿਚ ਬਾਂਸ ਵਗੈਰਾ ਗੱਡ ਕੇ, ਟਾਟ ਅਤੇ ਚਟਾਈ ਜੋੜ ਕੇ ਪਰਦੇ ਦਾ ਇੰਤਜ਼ਾਮ ਕਰ ਦਿੱਤਾ। ਇੰਜ ਹਵਾ ਤਾਂ ਰੁਕ ਜਾਂਦੀ ਸੀ, ਪਰ ਹੇਠਾਂ ਕਵਾਰਟਰ ਦੇ ਨਰਕ ਨਾਲੋਂ ਹਰ ਹਾਲਤ ਵਿਚ ਬੇਹਤਰ

ਸੀ।

ਹੁਣ ਕੁਝ ਹੀ ਦਿਨਾਂ ਵਿਚ ਭੋਲੂ ਦੀ ਤਬੀਅਤ ਵਿਚ ਇਕੋ ਅਜੀਬ ਇਨਕਲਾਬ ਪੈਦਾ ਹੋ ਗਿਆ... ਉਹ ਸ਼ਾਦੀ ਵਿਆਹ ਦਾ ਬਿਲਕੁਲ ਕਾਇਲ ਨਹੀਂ ਸੀ। ਉਸ ਨੇ ਦਿਲ ਵਿਚ ਨਿਸ਼ਚਾ ਕਰ ਰੱਖਿਆ ਸੀ ਕਿ ਉਹ ਇਹ ਜੰਜਾਲ ਕਦੇ ਨਹੀਂ ਪਾਲੇਗਾ... ਜਦੋਂ ਕਦੇ ਗਾਮਾ ਉਸ ਦੇ ਵਿਆਹ ਦੀ ਗੱਲ ਛੇੜਦਾ ਤਾਂ ਉਹ ਕਿਹਾ ਕਰਦਾ ਸੀ : "ਨਾ ਭਾਈ, ਮੈਂ ਆਪਣੇ ਨਰੋਏ ਪਿੰਡੇ ਉਤੇ ਜੋਕਾਂ ਨਹੀਂ ਲਵਾਉਣਾ ਚਾਹੁੰਦਾ...।" ਲੇਕਿਨ ਹੁਣ ਗਰਮੀਆਂ ਆਉਣ ਦੇ ਬਾਅਦ ਅਤੇ ਛੱਤ ਉਤੇ ਟਾਟ ਦੀਆਂ ਦੀਵਾਰਾਂ ਖੜੀਆਂ ਹੋਣ ਦੇ ਬਾਅਦ ਦਸ-ਪੰਦਰਾਂ ਦਿਨਾਂ ਵਿਚ ਹੀ ਉਸ ਦੇ ਵਿਚਾਰ ਬਦਲ ਗਏ।

ਇਕ ਸ਼ਾਮ ਦੀਨੇ ਦੇ ਭਟਿਆਰਖਾਨੇ ਵਿਚ ਉਸ ਨੇ ਆਪਣੇ ਭਾਈ ਨੂੰ ਕਿਹਾ "ਮੇਰੀ ਸ਼ਾਦੀ ਕਰਵਾ ਦਿਓ, ਨਹੀਂ ਤਾਂ ਮੈਂ ਪਾਗਲ ਹੋ ਜਾਵਾਂਗਾ।"

ਗਾਮੇ ਨੇ ਜਦੋਂ ਇਹ ਸੁਣਿਆ ਤਾਂ ਉਸ ਨੇ ਕਿਹਾ, "ਇਹ ਕੀ ਮਜ਼ਾਕ ਸੁੱਝਿਆ ਹੈ ਤੈਨੂੰ?"

ਉਹ ਬਹੁਤ ਗੰਭੀਰ ਹੋ ਗਿਆ : "ਤੈਨੂੰ ਨਹੀਂ ਪਤਾ... ਪੰਦਰਾਂ ਰਾਤਾਂ ਹੋ ਗਈਆਂ ਹਨ ਮੈਨੂੰ ਜਾਗਦੇ ਹੋਏ..."

ਗਾਮੇ ਨੇ ਪੁੱਛਿਆ-"ਕਿਉਂ, ਕੀ ਹੋਇਆ?"

"ਕੁਝ ਨਹੀਂ ਯਾਰ... ਏਧਰ-ਓਧਰ ਜਿਧਰ ਨਜ਼ਰ ਮਾਰੋ, ਕੁਝ ਨਾ ਕੁਝ ਹੋ ਰਿਹਾ ਹੁੰਦਾ ਹੈ... ਅਜੀਬ-ਅਜੀਬ ਆਵਾਜ਼ਾਂ ਆਉਂਦੀਆਂ ਹਨ, ਨੀਂਦ ਕੀ ਸੁਆਹ ਆਵੇਗੀ।"

ਗਾਮਾ ਜ਼ੋਰ ਨਾਲ ਆਪਣੀਆਂ ਸੰਘਣੀਆਂ ਮੁੱਛਾਂ ਵਿਚ ਹੱਸਿਆ।

ਭੋਲੂ ਸ਼ਰਮਾ ਗਿਆ! "ਉਹ ਜਿਹੜਾ ਕੱਲਨ ਹੈ, ਉਸ ਨੇ ਤਾਂ ਹੱਦ ਹੀ ਕਰ ਦਿੱਤੀ ਹੈ... ਸਾਲਾ ਸਾਰੀ ਰਾਤ ਬਕਵਾਸ ਕਰਦਾ ਹੈ... ਉਸ ਦੀ ਬੀਵੀ ਸਾਲੀ ਦੀ ਜ਼ਬਾਨ ਵੀ ਤਾਲੂ ਨਾਲ ਨਹੀਂ ਲਗਦੀ... ਬੱਚੇ ਹੋ ਰਹੇ ਹਨ, ਪਰ ਉਹ...।"

ਗਾਮਾ ਹਮੇਸ਼ਾ ਦੀ ਤਰ੍ਹਾਂ ਨਸ਼ੇ ਵਿਚ ਸੀ... ਭੋਲੂ ਜਦੋਂ ਚਲਿਆ ਗਿਆ ਤਾਂ ਉਸ ਨੇ ਦੀਨੇ ਦੇ ਭਟਿਆਰਖਾਨੇ ਵਿਚ ਆਪਣੇ ਸਭ ਜਾਣਕਾਰਾਂ ਨੂੰ ਪੂਰਾ ਚਹਿਕ ਚਹਿਕ ਕੇ ਦੱਸਿਆ ਕਿ ਉਸ ਦੇ ਭਾਈ ਨੂੰ ਅੱਜਕਲ੍ਹ ਨੀਂਦ ਨਹੀਂ ਆਉਂਦੀ। ਇਹ ਦੀ ਵਜ੍ਹਾ ਜਦੋਂ ਉਸ ਨੇ ਆਪਣੇ ਖਾਸ ਅੰਦਾਜ਼ ਵਿਚ ਬਿਆਨ ਕੀਤੀ ਤਾਂ ਸੁਣਨ ਵਾਲਿਆਂ ਦੇ ਹੱਸਦੇ-ਹੱਸਦੇ ਢਿੱਡੀਂ ਪੀੜਾਂ ਪੈ ਗਈਆਂ।

ਜਦੋਂ ਉਹ ਲੋਕ ਭੋਲੂ ਨੂੰ ਮਿਲੇ ਤਾਂ ਉਨ੍ਹਾਂ ਨੇ ਉਸ ਦਾ ਪੂਰਾ ਮਜ਼ਾਕ ਉਡਾਇਆ।

ਕੋਈ ਉਸ ਤੋਂ ਪੁੱਛਦਾ : "ਹਾਂ ਭਾਈ, ਤਾਂ ਕੱਲਨ ਫਿਰ ਆਪਣੀ ਘਰਵਾਲੀ ਨਾਲ ਕੀ ਗੱਲਾਂ ਕਰਦਾ ਹੈ?"

ਕੋਈ ਕਹਿੰਦਾ : "ਮੀਆਂ, ਮੁਫ਼ਤ ਵਿਚ ਸੁਆਦ ਲੈਂਦੇ ਹੋ... ਸਾਰੀ ਰਾਤ ਫ਼ਿਲਮ ਦੇਖਦੇ ਰਹਿੰਦੇ ਹੋ... ਸੌ ਫ਼ੀਸਦੀ ਗਾਉਂਦੀ, ਬੋਲਦੀ ਅਤੇ ਜਿਉਂਦੀ..."

ਕੁਝ ਨੇ ਗੰਦੇ ਮੰਦੇ ਮਜ਼ਾਕ ਕੀਤੇ।

ਇਕ ਦਿਨ ਜਦੋਂ ਗਾਮਾ ਸੋਫੀ ਹਾਲਤ ਵਿਚ ਸੀ ਤਾਂ ਉਸ ਨੇ ਗਾਮਾ ਨੇ

ਕਿਹਾ : "ਤੈ ਤਾਂ ਯਾਰ, ਮੇਰਾ ਮਜ਼ਾਕ ਬਣਾ ਦਿੱਤਾ... ਦੇਖ, ਜੋ ਕੁਝ ਮੈਂ ਤੈਨੂੰ ਕਿਹਾ ਹੈ, ਝੂਠ ਨਹੀਂ ਹੈ... ਮੈਂ ਇਨਸਾਨ ਹਾਂ... ਖ਼ੁਦ ਦੀ ਸਹੁੰ, ਮੈਨੂੰ ਨੀਂਦ ਆਉਂਦੀ... ਅੱਜ ਵੀਹ ਦਿਨ ਹੋ ਗਏ ਹਨ ਜਾਗਦੇ ਹੋਏ... ਤੂੰ ਮੇਰੀ ਸ਼ਾਦੀ ਦਾ ਬੰਦੋਬਸਤ ਕਰ ਦੇ, ਨਹੀਂ ਤਾਂ ਕਸਮ ਅੱਲਾ ਪਾਕ ਦੀ, ਮੇਰਾ ਸਭ ਕੁਝ ਵਿਗੜ ਜਾਵੇਗਾ... ਭਾਬੀ ਕੋਲ ਮੇਰੇ ਪੰਜ ਸੌ ਰੁਪਏ ਜਮ੍ਹਾ ਹਨ, ਬਸ ਜਲਦੀ ਕਰਦੇ ਬੰਦੋਬਸਤ...।"

ਗਾਮੇ ਨੇ ਮੁੱਛ ਮਰੋੜ ਕੇ ਪਹਿਲਾਂ ਕੁਝ ਸੋਚਿਆ, ਫੇਰ ਕਿਹਾ-"ਚੰਗਾ ਹੋ ਜਾਵੇਗਾ ਬੰਦੋਬਸਤ। ਤੇਰੀ ਭਾਬੀ ਨਾਲ ਅੱਜ ਹੀ ਗੱਲ ਕਰਦਾ ਹਾਂ ਕਿ ਉਹ ਆਪਣੀਆਂ ਮਿਲਣ ਵਾਲੀਆਂ ਨਾਲ ਗੱਲ ਕਰੇ।"

ਡੇਢ ਮਹੀਨੇ ਦੇ ਅੰਦਰ-ਅੰਦਰ ਗੱਲ ਪੱਕੀ ਹੋ ਗਈ।

ਸਮਦ ਕਲੀਗਰ ਦੀ ਲੜਕੀ ਆਇਸ਼ਾ, ਜਿਹੜੀ ਖ਼ੂਬਸੂਰਤ ਸੀ, ਗਾਮੇ ਦੀ ਘਰਵਾਲੀ ਨੂੰ ਪਸੰਦ ਆਈ, ਉਹ ਘਰ ਦਾ ਕੰਮ-ਕਾਰ ਜਾਣਦੀ ਸੀ... ਉਂਝ ਸਮਦ ਵੀ ਸ਼ਰੀਫ਼ ਸੀ ਅਤੇ ਮਹੱਲੇ ਵਾਲੇ ਉਸ ਦੀ ਇੱਜ਼ਤ ਕਰਦੇ ਸਨ।

ਭੋਲੂ ਮਿਹਨਤੀ ਸੀ... ਜੂਨ ਦੇ ਅੱਧ ਵਿਚ ਸ਼ਾਦੀ ਦੀ ਤਾਰੀਖ਼ ਪੱਕੀ ਹੋ ਗਈ।

ਸਮਦ ਨੇ ਬਹੁਤ ਕਿਹਾ ਕਿ ਉਹ ਆਪਣੀ ਲੜਕੀ ਐਨੀਆਂ ਗਰਮੀਆਂ ਵਿਚ ਨਹੀਂ ਵਿਆਹੁਣਾ ਚਾਹੁੰਦਾ, ਪਰ ਗਾਮੇ ਨੇ ਜਦੋਂ ਜ਼ੋਰ ਦਿੱਤਾ ਤਾਂ ਉਹ ਮੰਨ ਗਿਆ।

ਸ਼ਾਦੀ ਦੇ ਚਾਰ ਦਿਨ ਪਹਿਲਾਂ ਹੀ ਭੋਲੂ ਨੇ ਆਪਣੀ ਦੁਲਹਨ ਲਈ ਉਪਰ ਛੱਤ ਉਤੇ ਟਾਟ ਦੇ ਪਰਦੇ ਦਾ ਬੰਦੋਬਸਤ ਕੀਤਾ... ਬਾਂਸ ਬੜੀ ਮਜ਼ਬੂਤੀ ਨਾਲ ਫ਼ਰਸ਼ ਉਤੇ ਗੱਡਿਆ, ਟਾਟ ਪੂਰਾ ਕੱਸ ਕੇ ਬੰਨ੍ਹਿਆ, ਮੰਜਿਆਂ ਲਈ ਨਵੇਂ ਖੇਸ ਖਰੀਦੇ, ਨਵੀਂ ਸੁਰਾਹੀ ਖਰੀਦੀ, ਸ਼ੀਸ਼ੇ ਦਾ ਗਲਾਸ ਬਾਜ਼ਾਰ ਵਿਚੋਂ ਖਰੀਦਿਆ... ਸਾਰੇ ਕੰਮ ਉਸ ਨੇ ਬੜੇ ਸ਼ੌਕ ਨਾਲ ਕੀਤੇ।

ਰਾਤ ਨੂੰ ਜਦੋਂ ਉਹ ਟਾਟ ਦੇ ਪਰਦੇ ਵਿਚ ਫਸ ਕੇ ਸੁੱਤਾ ਤਾਂ ਉਸ ਨੂੰ ਅਜੀਬ ਜਿਹਾ ਲੱਗਿਆ : ਉਹ ਖੁੱਲ੍ਹੀ ਹਵਾ ਵਿਚ ਸੌਣ ਦਾ ਆਦੀ ਸੀ, ਪਰ ਹੁਣ ਉਸ ਨੇ ਅਜਿਹੀ ਆਦਤ ਪਾਉਣੀ ਸੀ। ਇਹੀ ਕਾਰਨ ਹੈ ਕਿ ਸ਼ਾਦੀ ਤੋਂ ਚਾਰ ਦਿਨ ਪਹਿਲਾਂ ਉਸ ਨੇ ਇੰਜ ਸੌਣਾ ਸ਼ੁਰੂ ਕਰ ਦਿੱਤਾ।

ਪਹਿਲੀ ਰਾਤ ਜਦੋਂ ਉਹ ਪਿਆ ਤਾਂ ਉਸ ਨੇ ਆਪਣੀ ਬੀਵੀ ਬਾਰੇ ਸੋਚਿਆ ਤਾਂ ਉਹ ਪਸੀਨੇ ਨਾਲ ਭਿੱਜ ਗਿਆ... ਉਸ ਦੇ ਕੰਨਾਂ ਵਿਚ ਆਵਾਜ਼ਾਂ ਗੂੰਜਣ ਲੱਗੀਆਂ, ਜਿਹੜੀਆਂ ਉਸ ਨੂੰ ਸੌਣ ਨਹੀਂ ਦਿੰਦੀਆਂ ਸਨ ਅਤੇ ਉਸ ਦੇ ਦਿਮਾਗ ਵਿਚ ਤਰ੍ਹਾਂ ਤਰ੍ਹਾਂ ਦੇ ਪ੍ਰੇਸ਼ਾਨ ਖਿਆਲ ਦੌੜਾਉਂਦੀਆਂ ਸਨ।

ਕੀ ਉਹ ਵੀ ਅਜਿਹੀਆਂ ਹੀ ਆਵਾਜ਼ਾਂ ਪੈਦਾ ਕਰੇਗਾ? ਕੀ ਆਲੇ-ਦੁਆਲੇ ਦੇ ਲੋਕ ਉਹ ਆਵਾਜ਼ਾਂ ਸੁਣਨਗੇ? ਕੀ ਉਹ ਵੀ ਰਾਤ ਜਾਗ ਕੇ ਕੱਟਣਗੇ? ਕਿਸੇ ਨੇ ਜੇ ਝਾਕ ਕੇ ਦੇਖ ਲਿਆ ਤਾਂ ਕੀ ਹੋਵੇਗਾ?

ਉਹ ਪਹਿਲਾਂ ਨਾਲੋਂ ਜ਼ਿਆਦਾ ਪਰੇਸ਼ਾਨ ਹੋ ਗਿਆ। ਹਰ ਵਕਤ ਉਸ ਨੂੰ ਇਹੀ ਗੱਲ ਸਤਾਉਂਦੀ ਰਹਿੰਦੀ ਕਿ ਟਾਟ ਦਾ ਪਰਦਾ ਵੀ ਕੋਈ ਪਰਦਾ ਹੈ, ਫਿਰ ਚਾਰੇ ਪਾਸੇ ਲੋਕ ਖਿੰਡੇ ਪਏ ਹਨ, ਰਾਤ ਦੀ ਖਾਮੋਸ਼ੀ ਵਿਚ ਹਲਕੀ ਜਿਹੀ ਆਵਾਜ਼ ਵੀ ਦੂਸਰਿਆਂ ਦੇ ਕੰਨਾਂ ਤੱਕ ਪਹੁੰਚ ਜਾਂਦੀ ਹੈ... ਲੋਕ ਕਿਵੇਂ ਇਹ ਨੰਗੀ ਜ਼ਿੰਦਗੀ ਸਹਿਣ ਕਰਦੇ ਹਨ; ਇੱਕ ਛੱਤ ਹੈ। ਇਸ ਮੰਜੇ 'ਤੇ ਬੀਵੀ ਪਈ ਹੈ ਤੇ ਉਸ ਮੰਜੇ 'ਤੇ ਘਰਵਾਲਾ

ਪਿਆ ਹੈ; ਸੈਂਕੜੇ ਅੱਖਾਂ ਅਤੇ ਕੰਨ ਆਲੇ-ਦੁਆਲੇ ਖੁੱਲੇ ਪਏ ਹਨ, ਨਾ ਦੇਖਦੇ ਹੋਏ ਵੀ ਆਦਮੀ ਸਭ ਕੁਝ ਦੇਖ ਲੈਂਦਾ ਹੈ, ਨਿੱਕੀ ਜਿਹੀ ਹਰਕਤ ਪੂਰੀ ਤਸਵੀਰ ਬਣ ਕੇ ਸਾਹਮਣੇ ਆ ਜਾਂਦੀ... ਇਹ ਟਾਟ ਦਾ ਪਰਦਾ ਕੀ ਹੈ, ਸੂਰਜ ਨਿੱਕਲਦਾ ਹੈ, ਰੌਸ਼ਨੀ ਹੁੰਦੀ ਹੈ ਅਤੇ ਸਾਰੀਆਂ ਚੀਜ਼ਾਂ ਬੇਪਰਦਾ ਹੋ ਜਾਂਦੀਆਂ ਹਨ... ਉਹ ਸਾਹਮਣੇ ਕੱਲਨ ਆਪਣੀ ਘਰਵਾਲੀ ਦੀਆਂ ਛਾਤੀਆਂ ਦਬਾ ਰਿਹਾ ਹੈ, ਉਹ ਕੋਨੇ ਵਿਚ ਉਸ ਦਾ ਆਪਣਾ ਭਾਈ ਗਾਮਾ ਪਿਆ ਹੋਇਆ ਹੈ ਉਸ ਦਾ ਤਹਿਮਦ ਖੁੱਲ੍ਹਾ ਪਿਆ ਹੈ, ਏਧਰ ਈਦੂ ਹਲਵਾਈ ਦੀ ਕੁਆਰੀ ਧੀ ਸ਼ਾਦਾਂ ਦਾ ਪੇਟ ਛਿੱਦੇ ਟਾਟ ਵਿਚੋਂ ਝਾਕ-ਝਾਕ ਕੇ ਦੇਖ ਰਿਹਾ ਹੈ।

ਸ਼ਾਦੀ ਦਾ ਦਿਨ ਆਇਆ ਤਾਂ ਭੋਲੂ ਦਾ ਜੀ ਕੀਤਾ ਕਿ ਉਹ ਕਿਤੇ ਭੱਜ ਜਾਵੇ, ਪਰ ਉਹ ਭੱਜ ਕੇ ਜਾਂਦਾ ਤਾਂ ਸਮਦ ਜ਼ਰੂਰ ਖੁਦਕਸ਼ੀ ਕਰ ਲੈਂਦਾ ਅਤੇ ਉਸ ਦੀ ਲੜਕੀ ਉਤੇ ਪਤਾ ਨਹੀਂ ਕੀ ਬੀਤਦੀ, ਅਤੇ ਜਿਹੜਾ ਤੂਫ਼ਾਨ ਮਚਦਾ, ਉਹ ਅਲੱਗ।

"ਚੰਗਾ, ਜੋ ਹੁੰਦਾ ਹੈ, ਹੋਣ ਦਿਓ-ਮੇਰੇ ਵਰਗੇ ਹੋਰ ਵੀ ਤਾਂ ਹਨ... ਹੌਲੀ ਹੌਲੀ ਆਦੀ ਹੋ ਜਾਵਾਂਗਾ ਮੈਂ ਵੀ..." ਉਸ ਨੇ ਖ਼ੁਦ ਨੂੰ ਧਰਵਾਸ ਦਿੱਤੀ ਅਤੇ ਆਪਣੀ ਨਵੀਂ ਨਵੇਲੀ ਦੁਲਹਨ ਦੀ ਡੋਲੀ ਘਰ ਲੈ ਆਇਆ।

ਕਵਾਰਟਰਾਂ ਵਿਚ ਚਹਿਲ-ਪਹਿਲ ਪੈਦਾ ਹੋ ਗਈ, ਲੋਕਾਂ ਨੇ ਭੋਲੂ ਅਤੇ ਗਾਮਾ ਨੂੰ ਖ਼ੂਬ ਮੁਬਾਰਕਾਂ ਦਿੱਤੀਆਂ। ਭੋਲੂ ਦੇ ਜਿਹੜੇ ਖ਼ਾਸ ਦੋਸਤ ਸਨ, ਉਨ੍ਹਾਂ ਨੇ ਉਸ ਨੂੰ ਛੇੜਿਆ ਅਤੇ ਪਹਿਲੀ ਰਾਤ ਲਈ ਕਈ ਕਾਮਯਾਬ ਗੁਰ ਦੱਸੇ; ਭੋਲੂ ਚੁੱਪ-ਚਾਪ ਸੁਣਦਾ ਰਿਹਾ।

ਉਸ ਦੀ ਭਾਬੀ ਨੇ ਉਪਰ ਛੱਤ 'ਤੇ ਟਾਟ ਦੇ ਪਰਦੇ ਦੇ ਵਿਚਕਾਰ ਸਾਫ਼ ਸੁਥਰਾ ਬਿਸਤ੍ਰਾ ਵਿਛਾ ਦਿੱਤਾ, ਉਸ ਦੇ ਭਾਈ ਨੇ ਮੋਤੀਆ ਦੇ ਚਾਰ ਵੱਡੇ-ਵੱਡੇ ਹਾਰ ਸਰ੍ਹਾਣੇ ਰੱਖ ਦਿੱਤੇ। ਇਕ ਦੋਸਤ ਉਸ ਲਈ ਜਲੇਬੀਆਂ ਨਾਲ ਭਰਿਆ ਦੁੱਧ ਦਾ ਗਿਲਾਸ ਲੈ ਆਇਆ।

ਦੇਰ ਤਕ ਭੋਲੂ ਹੇਠਾਂ ਕਵਾਰਟਰ ਵਿਚ ਦੁਲਹਨ ਕੋਲ ਬੈਠਾ ਰਿਹਾ... ਉਹ ਵਿਚਾਰੀ ਸ਼ਰਮ ਦੀ ਮਾਰੀ ਸਿਰ ਸਿੱਟ ਕੇ ਘੁੰਡ ਕੱਢੀ ਸੁੰਗੜੀ ਹੋਈ ਬੈਠੀ ਰਹੀ।

ਸਖ਼ਤ ਗਰਮੀ ਸੀ... ਭੋਲੂ ਦਾ ਨਵਾਂ ਕੁੜਤਾ ਉਸ ਦੇ ਜਿਸਮ ਨਾਲ ਚਿਪਕ ਰਿਹਾ ਸੀ, ਉਹ ਹੱਥ ਹਲਾ ਹਲਾ ਕੇ ਪੱਖਾ ਝੱਲ ਰਿਹਾ ਸੀ, ਪਰ ਹਵਾ ਜਿਵੇਂ ਬਿਲਕੁਲ ਗਾਇਬ ਸੀ।

ਉਸ ਨੇ ਸੋਚਿਆ ਸੀ ਕਿ ਉਹ ਉਪਰ ਛੱਤ 'ਤੇ ਨਹੀਂ ਜਾਵੇਗਾ, ਹੇਠਾਂ ਕਵਾਰਟਰ ਵਿਚ ਹੀ ਰਾਤ ਕੱਟੇਗਾ। ਪਰ ਗਰਮੀ ਦੇਖ ਕੇ ਉਹ ਉਠਿਆ ਅਤੇ ਉਸ ਨੇ ਆਪਣੀ ਦੁਲਹਨ ਨੂੰ ਉਪਰ ਚੱਲਣ ਲਈ ਕਿਹਾ।

ਰਾਤ ਅੱਧੀ ਤੋਂ ਜ਼ਿਆਦਾ ਲੰਘ ਗਈ ਸੀ ਅਤੇ ਸਾਰੇ ਕਵਾਰਟਰ ਵਿਚ ਖ਼ਾਮੋਸ਼ੀ ਸੀ... ਉਸ ਨੂੰ ਇਕ ਗੱਲ ਦਾ ਸੰਤੋਸ਼ ਸੀ ਕਿ ਸਭ ਲੋਕ ਸੌਂ ਰਹੇ ਹੋਣਗੇ, ਕੋਈ ਉਸ ਨੂੰ ਦੇਖੇਗਾ ਨਹੀਂ, ਉਹ ਆਪਣੀ ਦੁਲਹਨ ਸਮੇਤ ਚੁੱਪ-ਚਾਪ ਟਾਟ ਦੇ ਪਰਦੇ ਵਿਚ ਦਾਖ਼ਿਲ ਹੋ ਜਾਵੇਗਾ ਅਤੇ ਸਵੇਰੇ ਮੂੰਹ ਹਨੇਰੇ ਹੇਠਾਂ ਉਤਰ ਆਵੇਗਾ।

ਜਦੋਂ ਉਹ ਛੱਤ ਉਤੇ ਪਹੁੰਚਿਆ ਤਾਂ ਬਿਲਕੁਲ ਖ਼ਾਮੋਸ਼ੀ ਸੀ।

ਉਸ ਦੀ ਦੁਲਹਨ ਨੇ ਸ਼ਰਮਾਉਂਦਿਆਂ ਉਸਦੇ ਪਿੱਛੇ ਪਿੱਛੇ ਪੈਰ ਰੱਖੇ ਤਾਂ ਪੈਰਾਂ ਦੀਆਂ ਝਾਂਜਰਾਂ ਦੇ ਘੁੰਗਰੂ ਵੱਜਣ ਲੱਗੇ... ਇਕਦਮ ਉਸ ਨੇ ਮਹਿਸੂਸ ਕੀਤਾ ਕਿ ਜੋ ਨੀਂਦ ਚਾਰੇ ਪਾਸੇ ਬਿਖਰੀ ਹੋਈ ਸੀ, ਉਹ ਜਿਵੇਂ ਚੌਂਕ ਕੇ ਜਾਗ ਪਈ ਹੈ... ਮੰਜਿਆਂ 'ਤੇ ਪਏ ਲੋਕ ਪਾਸਾ ਬਦਲਨ ਲੱਗੇ, ਏਧਰ-ਓਧਰ ਤੋਂ ਖੰਘਣ ਦੀਆਂ ਆਵਾਜ਼ਾਂ ਉਭਰਨ ਲੱਗੀਆਂ... ਉਸ ਨੇ ਘਬਰਾ ਕੇ ਆਪਣੀ ਦੁਲਹਨ ਦਾ ਹੱਥ ਫੜਿਆ ਅਤੇ ਤੇਜ਼ੀ ਨਾਲ ਟਾਟ ਦੀ ਓਟ ਵਿਚ ਚਲਾ ਗਿਆ :

ਉਹ ਅਜੇ ਮੰਜੇ 'ਤੇ ਬੈਠਾ ਹੀ ਸੀ ਕਿ ਦੱਬੀ ਦੱਬੀ ਆਵਾਜ਼ ਉਸ ਦੇ ਕੰਨਾਂ ਨਾਲ ਟਕਰਾਈ... ਉਸ ਦੀ ਘਬਰਾਹਟ ਵਿਚ ਵਾਧਾ ਹੋ ਗਿਆ। ਉਸ ਨੇ ਹੌਲੀ ਜਿਹੀ ਆਪਣੀ ਦੁਲਹਨ ਨਾਲ ਗੱਲ ਕੀਤੀ ਤਾਂ ਏਧਰ-ਓਧਰ ਘੁਸਰ-ਮੁਸਰ ਸ਼ੁਰੂ ਹੋ ਗਈ।

ਸਾਹਮਣੇ ਕੱਲਰ ਦਾ ਮੰਜਾ ਚਰਹੂੰ-ਚਰਹੂੰ ਕਰਨ ਲੱਗਾ, ਕੱਲਨ ਦੀ ਚਾਰਪਾਈ ਹੌਲੀ ਹੋਈ ਤਾਂ ਉਸ ਦੇ ਭਾਈ ਗਾਮਾ ਦੀ ਚਾਰਪਾਈ ਬੋਲਣ ਲੱਗੀ, ਫਿਰ ਈਦੂ ਹਲਵਾਈ ਦੀ ਕੁਆਰੀ ਕੁੜੀ ਸ਼ਾਦਾਂ ਉਠ ਕੇ ਪਾਣੀ ਪੀਣ ਲੱਗੀ ਤਾਂ ਘੜੇ ਦੇ ਨਾਲ ਉਸ ਦਾ ਗਿਲਾਸ ਕਈ ਵਾਰ ਟਕਰਾਇਆ ਅਤੇ ਇਕ ਛਣਾਕਾ ਜਿਹਾ ਪੈਦਾ ਹੋ ਗਿਆ; ਓਧਰ ਖ਼ੈਰੇ ਕਸਾਈ ਦੇ ਲੜਕੇ ਦੇ ਮੰਜੇ 'ਤੇ ਵਾਰ-ਵਾਰ ਮਾਚਿਸ ਜਲੀ ਤੇ ਬੁਝੀ।

ਉਹ ਆਪਣੀ ਦੁਲਹਨ ਦੇ ਨਾਲ ਕੋਈ ਗੱਲਬਾਤ ਨਾ ਕਰ ਸਕਿਆ... ਉਹ ਡਰਨ ਲੱਗਿਆ ਕਿ ਆਲੇ-ਦੁਆਲੇ ਦੇ ਖੁੱਲ੍ਹੇ ਹੋਏ ਕੰਨ ਫੌਰਨ ਉਸ ਦੀ ਗੱਲ ਨਿਗਲ ਜਾਣਗੇ, ਮੰਜੇ ਚਰਚੂੰ-ਚਰਚੂੰ ਕਰਨ ਲੱਗ ਪੈਣਗੇ।

ਉਹ ਸਾਹ ਰੋਕੀ ਖ਼ਾਮੋਸ਼ ਪਿਆ ਰਿਹਾ... ਕਦੇ-ਕਦੇ ਸਹਿਮੀਆਂ ਹੋਈਆਂ ਨਜ਼ਰਾਂ ਨਾਲ ਦੁਲਹਨ ਨੂੰ ਵੇਖ ਲੈਂਦਾ, ਜਿਹੜੀ ਗੱਠੜੀ ਬਣੀ ਦੂਜੇ ਮੰਜੇ ਉਤੇ ਪਈ ਸੀ।

ਉਹ ਕੁਝ ਦੇਰ ਜਾਗਦੀ ਰਹੀ, ਫਿਰ ਸੌਂ ਗਈ।

ਉਸ ਨੇ ਚਾਹਿਆ ਕਿ ਉਹ ਵੀ ਸੌਂ ਜਾਵੇ, ਪਰ ਉਸ ਨੂੰ ਨੀਂਦ ਨਾ ਆਈ... ਥੋੜ੍ਹੀ-ਥੋੜ੍ਹੀ ਦੇਰ ਬਾਅਦ ਉਸ ਦੇ ਕੰਨਾਂ ਵਿਚ ਆਵਾਜ਼ਾਂ ਆਉਂਦੀਆਂ, ਆਵਾਜ਼ਾਂ ਜਿਹੜੀਆਂ ਇਕਦਮ ਤਸਵੀਰਾਂ ਬਣ ਜਾਂਦੀਆਂ ਅਤੇ ਉਸ ਦੀਆਂ ਅੱਖਾਂ ਦੇ ਸਾਹਮਣੇ ਲੰਘ ਜਾਂਦੀਆਂ।

ਉਸ ਦੇ ਦਿਲ ਵਿਚ ਬੜੀਆਂ ਉਮੰਗਾਂ ਸਨ, ਬੜਾ ਜੋਸ਼ ਸੀ, ਜਦੋਂ ਉਸ ਨੇ ਸ਼ਾਦੀ ਦਾ ਇਰਾਦਾ ਕੀਤਾ ਸੀ ਤਾਂ ਉਹ ਸਾਰੀਆਂ ਲੱਜ਼ਤਾਂ, ਜਿਨ੍ਹਾਂ ਤੋਂ ਉਹ ਨਾਵਾਕਫ਼ ਸੀ, ਉਸ ਦੇ ਦਿਲ ਦਿਮਾਗ ਵਿਚ ਚੱਕਰ ਲਾਉਂਦੀਆਂ ਰਹਿੰਦੀਆਂ ਸਨ, ਉਹ ਉਨ੍ਹਾਂ ਨਾਵਾਕਫ਼ ਲੱਜ਼ਤਾਂ ਦੀ ਗਰਮੀ ਮਹਿਸੂਸ ਕਰਦਾ ਸੀ, ਬਹੁਤ ਹੀ ਸੁਖਦਾਇਕ ਗਰਮੀ... ਪਰ ਹੁਣ ਇਸ ਪਹਿਲੀ ਰਾਤ ਨੂੰ ਉਹ ਸਹਿਮਿਆ ਹੋਇਆ ਸੀ, ਉਸ ਨੇ ਕਈ ਵਾਰ ਆਪਣਾ ਡਰ ਦੂਰ ਕਰਨ ਦੀ ਕੋਸ਼ਿਸ਼ ਕੀਤੀ, ਲੇਕਿਨ ਆਵਾਜ਼ਾਂ, ਉਹ ਤਸਵੀਰਾਂ ਖਿਚਣ ਵਾਲੀਆਂ ਆਵਾਜ਼ਾਂ ਸਭ ਕੁਝ ਅਸਤ-ਵਿਅਸਤ ਕਰ ਰਹੀਆਂ ਸਨ, ਉਹ ਖੁਦ ਨੂੰ ਨੰਗਾ ਮਹਿਸੂਸ ਕਰ ਰਿਹਾ ਸੀ, ਅਲਫ਼ ਨੰਗਾ, ਜਿਸ ਨੂੰ ਚਾਰੇ ਪਾਸਿਓਂ ਲੋਕ ਅੱਖਾਂ ਫਾੜ-ਫਾੜ ਕੇ ਦੇਖ ਰਹੇ ਸਨ ਅਤੇ ਹੱਸ ਰਹੇ ਸਨ।

ਸਵੇਰੇ ਚਾਰ ਵਜੇ ਦੇ ਕਰੀਬ ਉਹ ਉਠਿਆ, ਪਰਦੇ 'ਚੋਂ ਬਾਹਰ ਨਿਕਲ ਕੇ

ਉਸ ਨੇ ਠੰਡੇ ਪਾਣੀ ਦਾ ਇਕ ਗਿਲਾਸ ਪੀਤਾ, ਕੁਝ ਸੋਚਿਆ ਅਤੇ ਉਹ ਡਰ, ਉਹ ਝਿਜਕ ਜਿਹੜੀ ਉਸ ਦੇ ਦਿਲ ਵਿਚ ਬੈਠ ਗਈ ਸੀ, ਉਸ ਨੂੰ ਕੁਝ ਹੱਦ ਤਕ ਦੂਰ ਕੀਤਾ ਅਤੇ ਮਜ਼ਬੂਤੀ ਨਾਲ ਆਪਣੇ ਪਰਦੇ ਵੱਲ ਵਧਿਆ।

ਠੰਡੀ ਹਵਾ ਚੱਲ ਰਹੀ ਸੀ ਅਤੇ ਬਹੁਤ ਤੇਜ਼ ਸੀ... ਉਸ ਦੀ ਨਜ਼ਰ ਸਾਹਮਣੇ ਵੱਲ ਪਈ। ਕੱਲਨ ਦਾ ਘਸਿਆ ਹੋਇਆ ਟਾਟ ਹਿੱਲ ਰਿਹਾ ਸੀ ਅਤੇ ਉਹ ਆਪਣੀ ਘਰਵਾਲੀ ਦੇ ਨਾਲ ਨੰਗ-ਧੜੰਗ ਪਿਆ ਹੋਇਆ ਸੀ।

ਉਸ ਨੂੰ ਬੜੀ ਨਫ਼ਰਤ ਹੋਈ ਅਤੇ ਨਾਲ ਗੁੱਸਾ ਵੀ ਆਇਆ ਕਿ ਹਵਾ ਅਜਿਹੀ ਛੱਤ 'ਤੇ ਕਿਉਂ ਚਲਦੀ ਹੈ, ਚਲਦੀ ਹੈ ਤਾਂ ਪਰਦਿਆਂ ਨੂੰ ਕਿਉਂ ਛੇੜਦੀ ਹੈ... ਉਸ ਦੇ ਮਨ ਵਿਚ ਆਇਆ ਕਿ ਛੱਤ 'ਤੇ ਜਿੰਨੇ ਟਾਟ ਹਨ, ਸਭ ਪਾੜ ਸੁੱਟੇ ਤੇ ਨੰਗਾ ਹੋ ਕੇ ਨੱਚਣ ਲੱਗੇ।

ਉਹ ਆਪਣੇ ਪਰਦੇ ਵੱਲ ਜਾਣ ਦੀ ਥਾਂ ਹੇਠਾਂ ਉਤਰ ਆਇਆ।

ਜਦੋਂ ਉਹ ਕੰਮ 'ਤੇ ਨਿਕਲਿਆ ਤਾਂ ਉਸ ਨੂੰ ਕਈ ਦੋਸਤ ਮਿਲੇ ਅਤੇ ਸਭ ਨੇ ਉਸ ਤੋਂ ਪਹਿਲੀ ਰਾਤ ਦਾ ਹਾਲ ਪੁੱਛਿਆ।

ਫ਼ੌਜੇ ਦਰਜ਼ੀ ਨੇ ਉਸ ਨੂੰ ਦੂਰੋਂ ਹੀ ਆਵਾਜ਼ ਦਿੱਤੀ, "ਕਿਉਂ ਉਸਤਾਦ ਭੋਲੂ, ਕਿਵੇਂ ਰਹੀ... ਕੀਤੇ ਸਾਡੇ ਨਾਂ ਨੂੰ ਕਲੰਕ ਤਾਂ ਨਹੀਂ ਲਗਾ ਦਿੱਤਾ ਤੂੰ?"

ਛਾਂਗੇ ਟੀਨਸਾਜ ਨੇ ਬੜੀ ਭੇਦ ਭਰੀ ਸੁਰ 'ਚ ਕਿਹਾ, "ਦੇਖ, ਅਗਰ ਕੋਈ ਗੜਬੜ ਹੈ ਤਾਂ ਦੱਸ ਦੇ... ਇਕ ਬੜਾ ਵਧੀਆ ਨੁਸਖਾ ਮੇਰੇ ਕੋਲ ਹੈ।"

ਬਾਲੇ ਨੇ ਉਸ ਦੇ ਮੋਢੇ ਉਤੇ ਜ਼ੋਰ ਨਾਲ ਹੱਥ ਮਾਰਿਆ : "ਕਿਉਂ ਪਹਿਲਵਾਨ, ਕਿਵੇਂ ਰਿਹਾ ਦੰਗਲ?"

ਉਹ ਚੁੱਪ ਹੋ ਗਿਆ।

ਰਾਤ ਆਈ ਤਾਂ ਉਸ ਨੂੰ ਫਿਰ ਉਹ ਮੁਸੀਬਤ ਦਾ ਸਾਹਮਣਾ ਕਰਨਾ ਪਿਆ... ਛੱਤ 'ਤੇ ਸੌਣ ਵਾਲੇ ਉਨ੍ਹਾਂ ਦੇ ਆਉਣ ਦੇ ਇੰਤਜ਼ਾਰ 'ਚ ਸਨ।

ਜਿਵੇਂ ਹੀ ਉਹ ਆਪਣੀ ਦੁਲਹਨ ਨਾਲ ਪਰਦੇ ਵਿਚ ਪਹੁੰਚਿਆ ਤਾਂ ਉਹੀ ਘੁਸਰ-ਮੁਸਰ, ਉਹੀ ਚਰਚੂੰ-ਚਰਚੂੰ, ਉਹੀ ਖਾਂਸੀ, ਉਹੀ ਘੜੇ ਨਾਲ ਗਿਲਾਸ ਟਕਰਾਉਣ ਦੀ ਆਵਾਜ਼, ਉਹੀ ਪਾਸੇ ਮਾਰਦੇ ਲੋਕ, ਉਹੀ ਦੱਬੀ ਹੋਈ ਹਾਸੀ।

ਉਹ ਸਾਰੀ ਰਾਤ ਆਪਣੇ ਮੰਜੇ 'ਤੇ ਪਿਆ ਅਸਮਾਨ ਵੱਲ ਦੇਖਦਾ ਰਿਹਾ, ਕਦੇ ਕਦੇ ਉਹ ਠੰਡੀ ਆਹ ਭਰ ਕੇ ਆਪਣੀ ਦੁਲਹਨ ਨੂੰ ਦੇਖ ਲੈਂਦਾ ਅਤੇ ਦਿਲ ਵਿਚ ਕੁੜ੍ਹਦਾ : "ਮੈਨੂੰ ਕੀ ਹੋ ਗਿਆ ਹੈ? ਇਹ ਮੈਨੂੰ ਕੀ ਹੋ ਗਿਆ ਹੈ...? ਇਹ ਮੈਨੂੰ ਕੀ ਹੋ ਗਿਆ ਹੈ...?"

ਸੱਤ ਰਾਤਾਂ ਤੱਕ ਇਹੀ ਹੁੰਦਾ ਰਿਹਾ, ਆਖਿਰ ਤੰਗ ਆਕੇ ਉਸ ਨੇ ਆਪਣੀ ਦੁਲਹਨ ਨੂੰ ਉਸ ਦੇ ਪੇਕੇ ਭੇਜ ਦਿੱਤਾ।

ਵੀਹ ਪੱਚੀ ਦਿਨ ਲੰਘ ਗਏ ਤਾਂ ਗਾਮਾ ਨੇ ਉਸ ਨੰ ਕਿਹਾ : "ਯਾਰ ਤੂੰ ਬੜਾ ਅਜੀਬੋ-ਗਰੀਬ ਆਦਮੀ ਹੈਂ... ਤੇਰੀ ਨਵੀਂ-ਨਵੀਂ ਸ਼ਾਦੀ ਹੋਈ ਹੈ ਤੇ ਤੂੰ ਬੀਵੀ ਨੂੰ ਪੇਕੇ ਭੇਜ ਦਿੱਤਾ ਹੈ.. ਐਨੇ ਦਿਨ ਹੋ ਗਏ ਉਸ ਨੂੰ ਪੇਕੇ ਗਏ ਹੋਏ... ਤੂੰ ਇਕੱਲਾ ਕਿਵੇਂ ਸੌਂਦਾ ਹੈਂ?"

ਉਹ ਸਿਰਫ਼ ਐਨਾ ਕਹਿ ਸਕਿਆ : "ਸਭ ਠੀਕ ਹੈ।"

ਗਾਮਾ ਨੇ ਪੁੱਛਿਆ : "ਕੀ ਠੀਕ ਹੈ...? ਜਿਹੜੀ ਗੱਲ ਹੈ ਦੱਸ, ਕੀ ਤੈਨੂੰ ਪਸੰਦ ਨਹੀ ਆਇਸ਼ਾ?"

ਉਸ ਨੇ ਕਿਹਾ : "ਨਹੀਂ, ਇਹ ਗੱਲ ਨਹੀਂ ਹੈ।"

"ਇਹ ਗੱਲ ਨਹੀਂ ਤਾਂ ਫਿਰ ਹੋਰ ਕੀ ਗੱਲ ਹੈ?"

ਉਹ ਗੱਲ ਗੋਲ ਕਰ ਗਿਆ।

ਕੁਝ ਦਿਨਾਂ ਬਾਅਦ ਉਸ ਦੇ ਭਾਈ ਨੇ ਫਿਰ ਗੱਲ ਛੇੜੀ।

ਉਹ ਉਠ ਕੇ ਕਵਾਰਟਰ ਦੇ ਬਾਹਰ ਤੰਗ ਵਰਾਂਡੇ ਵਿਚ ਪਏ ਮੰਜੇ 'ਤੇ ਬੈਠ ਗਿਆ।

ਅੰਦਰੋਂ ਉਸ ਨੂੰ ਆਪਣੀ ਭਾਬੀ ਦੀ ਆਵਾਜ਼ ਸੁਣਾਈ ਦਿੱਤੀ, ਜਿਹੜੀ ਉਸ ਦੇ ਭਾਈ ਨੂੰ ਕਹਿ ਰਹੀ ਸੀ : "ਤੂੰ ਜਿਹੜਾ ਕਹਿੰਦਾ ਹੈਂ ਕਿ ਭੋਲੂ ਨੂੰ ਆਇਸ਼ਾ ਪਸੰਦ ਨਹੀਂ ਆਈ, ਇਹ ਗ਼ਲਤ ਹੈ।"

ਉਸ ਨੇ ਆਪਣੇ ਭਾਈ ਦੀ ਆਵਾਜ਼ ਸੁਣੀ : "ਤਾਂ ਫਿਰ ਹੋਰ ਕਿਹੜੀ ਗੱਲ ਹੋ ਸਕਦੀ ਹੈ... ਭੋਲੂ ਨੂੰ ਆਇਸ਼ਾ ਨਾਲ ਕੋਈ ਦਿਲਚਸਪੀ ਨਹੀਂ।"

"ਦਿਲਚਸਪੀ ਕੀ ਹੋਵੇ?"

"ਕਿਉਂ?"

ਉਹ ਆਪਣੀ ਭਾਬੀ ਦਾ ਜਵਾਬ ਸੁਣ ਨਾ ਸਕਿਆ... ਉਸ ਨੂੰ ਮਹਿਸੂਸ ਹੋਇਆ, ਉਸ ਦੀ ਸਾਰੀ ਹਸਤੀ ਕਿਸੇ ਨੇ ਉਖਲੀ ਵਿਚ ਪਾ ਕੇ ਕੁੱਟ ਦਿੱਤੀ ਹੋਵੇ।

ਇਕਦਮ ਉਸ ਨੇ ਭਾਈ ਦੀ ਉਚੀ ਆਵਾਜ਼ ਸੁਣੀ : "ਨਹੀਂ, ਨਹੀਂ, ਇਹ ਨਹੀਂ ਹੋ ਸਕਦਾ... ਤੈਨੂੰ ਕਿਸ ਨੇ ਕਿਹਾ?"

ਉਸ ਦੀ ਭਾਬੀ ਦੀ ਆਵਾਜ਼ ਆਈ : "ਆਇਸ਼ਾ ਨੇ ਆਪਣੀ ਕਿਸੇ ਸਹੇਲੀ ਨਾਲ ਜ਼ਿਕਰ ਕੀਤਾ ਅਤੇ ਗੱਲ ਉਡਦੀ ਉਡਦੀ ਮੇਰੇ ਤੱਕ ਪਹੁੰਚ ਗਈ..."

"ਇਹ ਤਾਂ ਬਹੁਤ ਮਾੜਾ ਹੋਇਆ..." ਉਸ ਦੇ ਭਾਈ ਦੀ ਆਵਾਜ਼ ਦੁਖਦਾਈ ਸੀ।

ਉਸ ਦੇ ਦਿਲ ਵਿਚ ਛੁਰੀ ਜਿਹੀ ਖੁਭ ਗਈ।

ਉਸ ਦਾ ਦਿਮਾਗੀ ਸੰਤੁਲਨ ਵਿਗੜ ਗਿਆ।

ਉਹ ਇਕਦਮ ਉਠਿਆ ਅਤੇ ਛੱਤ 'ਤੇ ਪਹੁੰਚ ਕੇ ਉਸ ਨੇ ਟਾਟ ਦੇ ਪਰਦੇ ਉਖਾੜਨੇ ਸ਼ੁਰੂ ਕਰ ਦਿੱਤੇ।

ਖਟ-ਖਟ, ਫਟ-ਫਟ ਸੁਣ ਕੇ ਬਿਲਡਿੰਗ ਦੇ ਲੋਕ ਇਕੱਠੇ ਹੋ ਗਏ।

ਉਨ੍ਹਾਂ ਨੇ ਉਸ ਨੂੰ ਰੋਕਣ ਦੀ ਕੋਸ਼ਿਸ਼ ਕੀਤੀ ਤਾਂ ਉਹ ਲੜਣ ਲੱਗਿਆ, ਗੱਲ ਵੱਧ ਗਈ।

ਕੱਲਨ ਨੇ ਇਕ ਬਾਂਸ ਚੁੱਕ ਕੇ ਉਸ ਦੇ ਸਿਰ 'ਤੇ ਮਾਰਿਆ।

ਉਹ ਚਕਰਾ ਕੇ ਡਿੱਗਿਆ ਤੇ ਬੇਹੋਸ਼ ਹੋ ਗਿਆ।

ਜਦੋਂ ਉਸ ਨੇ ਅੱਖਾਂ ਖੋਲੀਆਂ, ਉਸ ਦਾ ਦਿਮਾਗ ਚੱਲ ਚੁੱਕਾ ਸੀ।

ਹੁਣ ਉਹ ਅਲਫ਼ ਨੰਗਾ ਬਾਜ਼ਾਰਾਂ ਵਿਚ ਘੁੰਮਦਾ ਫਿਰਦਾ ਹੈ ਅਤੇ ਜਿੱਥੇ ਕਿਤੇ ਟਾਟ ਲਟਕਦਾ ਹੋਇਆ ਦੇਖਦਾ ਹੈ, ਉਤਾਰ ਕੇ ਟੁੱਕੜੇ-ਟੁੱਕੜੇ ਕਰ ਦਿੰਦਾ ਹੈ।

ਸੜਕ ਕਿਨਾਰੇ

ਇਹੀ ਦਿਨ ਸਨ; ਅਸਮਾਨ ਉਸ ਦੀਆਂ ਅੱਖਾਂ ਦੀ ਤਰ੍ਹਾਂ ਅਜਿਹਾ ਹੀ ਨੀਲਾ ਸੀ, ਜਿਸ ਤਰ੍ਹਾਂ ਕਿ ਅੱਜ ਹੈ, ਧੋਤਾ ਹੋਇਆ, ਨਿੱਖਰਿਆ ਹੋਇਆ... ਅਤੇ ਧੁੱਪ ਵੀ ਕੋਸੀ ਸੀ, ਖ਼ੂਬਸੂਰਤ ਸੁਪਨਿਆਂ ਦੀ ਤਰ੍ਹਾਂ... ਮਿਟੀ ਦੀ ਖ਼ੁਸ਼ਬੂ ਵੀ ਅਜਿਹੀ ਹੀ ਸੀ, ਜਿਹੋ ਜਿਹੀ ਇਸ ਸਮੇਂ ਮੇਰੇ ਦਿਲੋ-ਦਿਮਾਗ ਵਿਚ ਰਚ ਰਹੀ ਸੀ... ਅਤੇ ਮੈਂ ਇਸ ਤਰ੍ਹਾਂ ਪਏ-ਪਏ ਫੜ੍ਹਫੜਾਉਂਦੀ ਹੋਈ ਰੂਹ ਉਸ ਦੇ ਹਵਾਲੇ ਕੀਤੀ ਸੀ...

ਫਿਰ ਉਸ ਨੇ ਮੈਨੂੰ ਕਿਹਾ ਸੀ : "ਤੂੰ ਮੈਨੂੰ ਜੋ ਇਹ ਪਲ ਅਦਾ ਕੀਤੇ ਹਨ, ਯਕੀਨ ਮੰਨੋ ਮੇਰੀ ਜ਼ਿੰਦਗੀ ਇਨ੍ਹਾਂ ਤੋਂ ਖਾਲੀ ਸੀ... ਜਿਹੜੀ ਖਾਲ੍ਹੀ ਜਗ੍ਹਾ ਅੱਜ ਮੇਰੀ ਹਸਤੀ ਵਿਚ ਜ਼ਿੰਦਗੀ ਹਮੇਸ਼ਾ ਅਧੂਰੀ ਰਹਿੰਦੀ... ਮੇਰੀ ਸਮਝ 'ਚ ਨਹੀਂ ਆਉਂਦਾ, ਮੈਂ ਤੈਨੂੰ ਹੋਰ ਕੀ ਕਹਾਂ... ਮੇਰੀ ਇੱਛਾ ਪੂਰੀ ਹੋ ਗਈ ਹੈ, ਅਜਿਹਾ ਮੁਕੰਮਲ ਤੌਰ 'ਤੇ ਮਹਿਸੂਸ ਹੁੰਦਾ ਹੈ, ਕਿ ਮੈਨੂੰ ਹੁਣ ਤੇਰੀ ਜ਼ਰੂਰਤ ਨਹੀਂ ਰਹੀ...।"

ਅਤੇ ਉਹ ਚਲਾ ਗਿਆ... ਹਮੇਸ਼ਾ ਦੇ ਲਈ ਚਲਾ ਗਿਆ...

ਮੇਰੀਆਂ ਅੱਖਾਂ ਰੋਈਆਂ, ਮੇਰਾ ਦਿਲ ਰੋਇਆ... ਮੈਂ ਉਸ ਦੀਆਂ ਮਿੰਨਤਾਂ ਕੀਤੀਆਂ, ਉਸ ਤੋਂ ਲੱਖ ਵਾਰੀ ਪੁੱਛਿਆ : "ਹੁਣ ਤੈਨੂੰ ਮੇਰੀ ਜ਼ਰੂਰਤ ਕਿਉਂ ਨਹੀਂ ਰਹੀ... ਮੈਨੂੰ ਤੇਰੀ ਜ਼ਰੂਰਤ, ਆਪਣੀਆਂ ਤਮਾਮ ਸ਼ਿੱਦਤਾਂ ਦੇ ਨਾਲ ਹੁਣ ਹੈ... ਉਨ੍ਹਾਂ ਪਲਾਂ ਦੇ ਬਾਅਦ, ਜਿਨ੍ਹਾਂ ਨੇ ਤੇਰੇ ਕਰ ਕੇ, ਤੇਰੀ ਹਸਤੀ ਦੀਆਂ ਖਾਲੀ ਥਾਵਾਂ ਭਰੀਆਂ ਹਨ..."

ਉਸ ਨੇ ਕਿਹਾ : "ਤੇਰੇ ਵਜੂਦ ਦੇ ਜਿਸ ਜ਼ਰ੍ਹੇ ਦੀ ਮੇਰੀ ਹਸਤੀ ਨੂੰ ਪੂਰਤੀ ਦੇ ਲਈ ਜ਼ਰੂਰਤ ਸੀ, ਇਹ ਪਲ ਉਹ ਜ਼ਰਰੇ ਚੁਣ-ਚੁਣ ਕੇ ਮੈਨੂੰ ਦਿੰਦੇ ਰਹੇ, ਹੁਣ ਕਿ ਮੇਰੀ ਹਸਤੀ ਦੀ ਪੂਰਤੀ ਹੋ ਗਈ ਹੈ, ਤੇਰਾ ਅਤੇ ਮੇਰਾ ਰਿਸ਼ਤਾ ਖ਼ੁਦ-ਬ-ਖ਼ੁਦ ਹੋ ਗਿਆ ਹੈ...।

ਕਿਸ ਕਦਰ ਜਾਨ ਲੈਣ ਵਾਲੇ ਲਫ਼ਜ਼ ਸਨ... ਮੇਰੇ ਕੋਲੋਂ ਇਹ ਪਥਰਾਓ ਬਰਦਾਸ਼ਤ ਨਹੀਂ ਹੋ ਸਕਿਆ... ਮੈਂ ਚੀਖ਼-ਚੀਖ਼ ਕੇ ਰੋਣ ਲੱਗੀ, ਪਰ ਉਸ 'ਤੇ ਕੋਈ ਅਸਰ ਨਹੀਂ ਹੋਇਆ... ਮੈਂ ਉਸ ਨੂੰ ਕਿਹਾ : "ਉਹ ਜ਼ਰ੍ਹੇ, ਜਿਸ ਨਾਲ ਤੇਰੀ ਹਸਤੀ ਦੀ ਪੂਰਤੀ ਹੋਈ ਹੈ, ਮੇਰੇ ਵਜੂਦ ਦਾ ਇਕ ਹਿੱਸਾ ਸਨ। ਕੀ ਉਨ੍ਹਾਂ ਜ਼ਰਰਿਆਂ ਦਾ ਮੇਰੇ ਨਾਲ ਕੋਈ ਰਿਸ਼ਤਾ ਨਹੀਂ... ਕੀ ਮੇਰੇ ਵਜੂਦ ਦਾ ਬਾਕੀ ਹਿੱਸਾ ਉਨ੍ਹਾਂ ਜ਼ਰਰਿਆਂ ਤੋਂ ਆਪਣਾ ਨਾਤਾ ਤੋੜ ਸਕਦਾ ਹੈ... ਤੂੰ ਮੁਕੰਮਲ ਹੋ ਗਿਆ ਹੈਂ, ਲੇਕਿਨ ਮੈਨੂੰ ਅਧੂਰਾ ਕਰ ਕੇ... ਕੀ ਮੈਂ ਇਸ ਲਈ ਤੈਨੂੰ ਆਪਣਾ ਸਭ ਕੁਝ ਮੰਨਿਆ ਸੀ..."

ਉਸ ਨੇ ਕਿਹਾ : "ਫੁੱਲ ਅਤੇ ਕਲੀਆਂ ਦਾ ਰਸ ਚੂਸ-ਚੂਸ ਕੇ ਭੌਰੇ ਸ਼ਹਿਦ ਖਿੱਚਦੇ ਹਨ, ਪਰ ਉਹ ਸ਼ਹਿਦ ਤਾਂ ਕੀ, ਉਸ ਦੀ ਤਲਛਟ ਵੀ ਉਨ੍ਹਾਂ ਫੁੱਲਾਂ ਅਤੇ ਕਲੀਆਂ ਦੇ ਬੁੱਲ੍ਹਾਂ ਤੱਕ ਨਹੀਂ ਲਿਆਉਂਦੇ... ਖੁਦਾ ਆਪਣੀ ਪੂਜਾ ਕਰਵਾਉਂਦਾ ਹੈ, ਪਰ ਖੁਦ ਬੰਦਗੀ ਨਹੀਂ ਕਰਦਾ... ਆਦਮ ਨਾਲ ਇਕਾਂਤ 'ਚ ਕੁਝ ਪਲ ਗੁਜ਼ਾਰ ਕੇ ਉਸ ਨੇ ਵਜੂਦ ਦੀ... ਕੀਤੀ... ਲੇਕਿਨ ਹੁਣ ਆਦਮ ਕਿੱਥੇ ਹੈ...ਉਸ ਦੀ ਹੁਣ ਵਜੂਦ ਨੂੰ ਕੀ ਜ਼ਰੂਰਤ ਹੈ... ਆਦਮ ਇਕ ਅਜਿਹੀ ਮਾਂ ਸੀ, ਜਿਹੜੀ ਵਜੂਦ ਨੂੰ ਜਨਮ ਦਿੰਦੇ ਹੀ ਬਿਸਤਰ 'ਤੇ ਫ਼ਨਾਹ ਹੀ ਗਈ ਸੀ..."

ਔਰਤ ਰੋ ਸਕਦੀ ਹੈ, ਦਲੀਲਾਂ ਪੇਸ਼ ਨਹੀਂ ਕਰ ਸਕਦੀ... ਔਰਤ ਦੀ ਸਭ ਤੋਂ ਵੱਡੀ ਦਲੀਲ ਉਸ ਦੀਆਂ ਅੱਖ ਤੋਂ ਟਪਕਿਆ ਹੋਇਆ ਹੰਝੂ ਹੈ... ਮੈਂ ਉਸ ਨੂੰ ਕਿਹਾ : "ਦੇਖੋ, ਮੈਂ ਮੈਂ ਰੋ ਰਹੀ ਹਾਂ ਮੇਰੀਆਂ ਅੱਖਾਂ ਹੰਝੂ ਬਰਸਾ ਰਹੀਆਂ ਹਨ।...ਤੂੰ ਜਾਣਾ ਹੈ ਤਾਂ ਜਾਹ...ਮੈਂ ਤਾਂ ਸਾਰੀ ਉਮਰ ਰੋਂਦੀ ਰਹਾਂਗੀ, ਪਰ ਮੈਨੂੰ ਐਨਾ ਤਾਂ ਯਾਦ ਰਹੇਗਾ ਕਿ ਮੇਰੇ ਕੁਝ ਹੰਝੂਆਂ ਦੇ ਕਫ਼ਨ ਦਾ ਸਾਮਾਨ ਤੂੰ ਕੀਤਾ ਸੀ, ਮੈਨੂੰ ਖੁਸ਼ ਕਰਨ ਲਈ..."

ਉਸ ਨੇ ਕਿਹਾ : 'ਮੈਂ ਤੈਨੂੰ ਖੁਸ਼ ਕਰ ਚੁੱਕਾ ਹਾਂ... ਤੈਨੂੰ ਉਸ ਠੋਸ ਅਨੰਦ ਤੋਂ ਜਾਣੂ ਕਰ ਚੁੱਕਿਆ ਹਾਂ, ਜਿਸ ਦੇ ਤੂੰ ਸੁਪਨੇ ਹੀ ਦੇਖਿਆ ਕਰਦੀ ਸੀ... ਕੀ ਉਹ ਲੁਤਫ਼, ਉਹ ਤੇਰੀ ਜ਼ਿੰਦਗੀ ਦੇ ਬਾਕੀ ਪਲਾਂ ਦਾ ਸਹਾਰਾ ਨਹੀਂ ਬਣ ਸਕਦਾ... ਤੂੰ ਕਹਿੰਦੀ ਹੈਂ ਕਿ ਮੇਰੀ ਛੋਹ ਨੇ ਤੈਨੂੰ ਅਧੂਰਾ ਕਰ ਦਿੱਤਾ ਹੈ, ਲੇਕਿਨ ਇਹ ਅਧੂਰਾ ਪਣ ਹੀ ਕੀ ਤੇਰੀ ਜ਼ਿੰਦਗੀ ਨੂੰ ਮੁਕੰਮਲ ਰੱਖਣ ਲਈ ਕਾਫੀ ਨਹੀਂ... ਮੈਂ ਮਰਦ ਹਾਂ... ਅੱਜ ਤੂੰ ਮੇਰੀ ਪੂਰਤੀ ਕੀਤੀ ਹੈ, ਕਲ ਕੋਈ ਹੋਰ ਕਰੇਗਾ... ਮਰਦ ਦਾ ਵਜੂਦ ਕੁਝ ਅਜਿਹੇ ਪਾਣੀ-ਮਿੱਟੀ ਦਾ ਬਣਿਆ ਹੁੰਦਾ ਹੈ, ਅਤੇ ਉਸ ਦੀ ਜ਼ਿੰਦਗੀ ਵਿਚ ਅਜਿਹੇ ਕਈ ਪਲ ਆਉਂਦੇ ਹਨ, ਜਦੋਂ ਉਹ ਖ਼ੁਦ ਨੂੰ ਪੂਰਤੀ ਦਾ ਪਿਆਸਾ ਸਮਝਦਾ ਹੈ, ਅਤੇ ਹੋਰ ਤੇਰੇ ਵਰਗੀਆਂ ਕਈ ਔਰਤਾਂ ਆਉਂਦੀਆਂ ਹਨ, ਜਿਹੜੀਆਂ ਉਨ੍ਹਾਂ ਪਲਾਂ ਦੀਆਂ ਪੈਦਾ ਹੋਈਆਂ ਖਾਲੀ ਥਾਂਵਾਂ ਨੂੰ ਭਰਦੀਆਂ ਹਨ..."

ਮੈਂ ਰੋਂਦੀ ਰਹੀ, ਝੁੰਜਲਾਉਂਦੀ ਰਹੀ।

ਮੈਂ ਸੋਚਿਆ, ਉਹ ਕੁਝ ਪਲ ਹੁਣੇ-ਹੁਣੇ ਮੇਰੀ ਮੁੱਠੀ ਵਿਚ ਸਨ, ਨਹੀਂ-ਨਹੀਂ, ਮੈਂ ਉਨ੍ਹਾਂ ਪਲਾਂ ਦੀ ਮੁੱਠੀ ਵਿਚ ਸੀ... ਮੈਂ ਕਿਉਂ ਖੁਦ ਨੂੰ ਉਨ੍ਹਾਂ ਪਲਾਂ ਦੇ ਹਵਾਲੇ ਕੀਤਾ, ਕਿਉਂ ਆਪਣੀ ਫੜਫੜਾਉਂਦੀ ਰੂਹ ਉਸ ਦੇ ਖੁੱਲ੍ਹੇ ਮੂੰਹ 'ਚ ਪਾ ਦਿੱਤਾ... ਹਾਂ, ਇਕ ਸੁਆਦ ਸੀ, ਇਕ ਲੁਤਫ਼ ਸੀ, ਇਕ ਜੋਸ਼ ਸੀ, ਸੀ ਜ਼ਰੂਰ ਸੀ... ਅਤੇ ਇਹ ਉਸ ਦੇ ਅਤੇ ਮੇਰੇ ਸੰਘਰਸ਼ 'ਚ ਸੀ, ਲੇਕਿਨ ਇਹ ਕੀ ਕਿ ਉਹ ਸਾਬਤ-ਸਬੂਤਾ ਰਿਹਾ ਤੇ ਮੇਰੇ 'ਚ ਤਰੇੜਾਂ ਪੈ ਗਈਆਂ... ਇਹ ਕੀ ਕਿ ਉਹ ਹੁਣ ਮੇਰੀ ਜ਼ਰੂਰਤ ਮਹਿਸੂਸ ਨਹੀਂ ਕਰਦਾ, ਅਤੇ ਮੈਂ ਹੋਰ ਵੀ ਸ਼ਿੱਦਤ ਨਾਲ ਉਸ ਦੀ ਜ਼ਰੂਰਤ ਮਹਿਸੂਸ ਕਰਦੀ ਹਾਂ... ਉਹ ਤਾਕਤਵਰ ਬਣ ਗਿਆ ਹੈ, ਮੈਂ ਮਾੜੀ ਹੋ ਗਈ ਹਾਂ... ਇਹ ਕੀ ਕਿ ਅਸਮਾਨ 'ਤੇ ਦੋ ਬੱਦਲ ਇੱਕ-ਮਿਕ ਹੋਣ; ਇਕ ਰੋ-ਰੋ ਕੇ ਬਹਿ ਜਾਵੇ, ਦੂਜਾ ਬਿਜਲੀ ਬਣ ਕੇ ਚਮਕੇ, ਬਰਸੇ, ਸਿਮਟੇ ਅਤੇ ਗ਼ਾਇਬ ਹੋ ਜਾਏ... ਇਹ ਕਿਸ ਦਾ ਕਾਨੂੰਨ ਹੈ... ਅਸਮਾਨਾਂ ਦਾ ਜਾਂ ਜ਼ਮੀਨਾਂ ਦਾ... ਜਾਂ ਇਨ੍ਹਾਂ ਦੇ ਬਣਾਉਣ ਵਾਲਿਆਂ ਦਾ?

ਮੈਂ ਸੋਚਦੀ ਰਹੀ, ਝੁੰਜਲਾਉਂਦੀ ਰਹੀ : ਦੋ ਰੂਹਾਂ ਦਾ ਸਿਮਟ ਕੇ ਇਕ ਹੋ ਜਾਣਾ ਅਤੇ ਇਕ ਹੋ ਕੇ ਪ੍ਰੇਮੀਆਂ ਜਿਹੀ ਸ਼ਕਤੀ ਅਖ਼ਤਿਆਰ ਕਰ ਜਾਣਾ... ਕੀ ਇਹ ਸਭ

ਸ਼ਾਇਰੀ ਹੈ... ਨਹੀਂ, ਦੋ ਰੂਹਾਂ ਤਾਂ ਸਿਮਟ ਕੇ ਉਸ ਨਿੱਕੇ ਜਿਹੇ ਨੁਕਤੇ 'ਤੇ ਪਹੁੰਚਦੀਆਂ ਹਨ, ਜਿਹੜਾ ਫੈਲ ਕੇ ਕਾਇਨਾਤ ਬਣਦਾ ਹੈ... ਲੇਕਿਨ ਇਸ ਕਾਇਨਾਤ ਵਿਚ ਕਿਉਂ ਇਹ ਰੂਹ ਜ਼ਖ਼ਮੀ ਛੱਡ ਦਿੱਤੀ ਜਾਂਦੀ ਹੈ... ਕੀ ਇਸ ਕਸੂਰ 'ਤੇ ਕਿ ਉਸ ਨੇ ਦੂਸਰੀ ਰੂਹ ਨੂੰ ਉਸ ਨਿੱਕੇ ਜਿਹੇ ਨੁਕਤੇ ਤਕ ਪਹੁੰਚਣ 'ਚ ਮੱਦਦ ਕੀਤੀ ਸੀ...?

ਇਹ ਕਿਸ ਤਰ੍ਹਾਂ ਦੀ ਕਾਇਨਾਤ ਹੈ...

ਇਹੀ ਦਿਨ ਸਨ, ਅਸਮਾਨ ਉਸ ਦੀਆਂ ਅੱਖਾਂ ਦੀ ਤਰ੍ਹਾਂ ਅਜਿਹਾ ਹੀ ਨੀਲਾ ਸੀ, ਜਿਵੇਂ ਕਿ ਅੱਜ ਹੈ... ਅਤੇ ਧੁੱਪ ਵੀ ਇਸੇ ਤਰ੍ਹਾਂ ਕੋਸੀ ਸੀ... ਅਤੇ ਮੈਂ ਇਸੇ ਤਰ੍ਹਾਂ ਪਏ-ਪਏ ਆਪਣੀ ਫੜਫੜਾਉਂਦੀ ਹੋਈ ਰੂਹ ਉਸ ਦੇ ਹਵਾਲੇ ਕੀਤੀ ਸੀ...

ਹੁਣ ਉਹ ਮੌਜੂਦ ਨਹੀਂ ਹੈ... ਬਿਜਲੀ ਦੀ ਚਮਕ ਬਣ ਕੇ ਪਤਾ ਨਹੀਂ ਕਿੱਥੇ ਕਿਹੜੇ ਬੱਦਲਾਂ ਦੇ ਰੋਣੇ-ਧੋਣੇ ਨਾਲ ਖੇਡ ਰਿਹਾ ਹੈ... ਉਹ ਆਪਣੀ ਪੂਰਤੀ ਕਰ ਕੇ ਚਲਾ ਗਿਆ... ਉਹ ਇਕ ਸੱਪ ਸੀ, ਜਿਹੜਾ ਮੈਨੂੰ ਡੱਸ ਕੇ ਚਲਾ ਗਿਆ... ਕਿਉਂ ਉਸ ਦੀ ਛੱਡੀ ਹੋਈ ਲਕੀਰ ਮੇਰੇ ਢਿੱਡ ਵਿਚ ਕਰਵਟਾਂ ਲੈ ਰਹੀ ਹੈ... ਕੀ ਇਹ ਮੇਰੀ ਪੂਰਤੀ ਹੋ ਰਹੀ ਹੈ...

ਨਹੀਂ, ਨਹੀਂ, ਇਹ ਪੂਰਤੀ ਕਿਵੇਂ ਹੋ ਸਕਦੀ ਹੈ...ਇਹ ਤਾਂ ਤੋੜ-ਫੋੜ ਹੈ... ਲੇਕਿਨ ਇਹ ਮੇਰੇ ਜਿਸਮ ਦੀਆਂ ਖਾਲੀ ਥਾਵਾਂ ਕਿਉਂ ਭਰ ਰਹੀਆਂ ਹਨ...

ਇਹ ਮੇਰੇ ਜਿਸਮ ਦੇ ਟੋਏ ਕਿਸੇ ਮਲਬੇ ਨਾਲ ਜਾ ਰਹੇ ਹਨ... ਮੇਰੀਆਂ ਰਗਾਂ 'ਚ ਇਹ ਕਿਸ ਤਰ੍ਹਾਂ ਦੀ ਸਨਸਨੀ ਦੌੜ ਰਹੀ ਹੈ... ਇਹ ਮੇਰੇ ਅੰਦਰ ਬਲਦੇ ਹੋਏ ਚੁੱਲ੍ਹਿਆਂ 'ਤੇ ਕਿਸ ਮਹਿਮਾਨ ਦੇ ਲਈ ਦੁੱਧ ਗਰਮ ਕੀਤਾ ਜਾ ਰਿਹਾ ਹੈ... ਇਹ ਮੇਰਾ ਦਿਲ ਮੇਰੇ ਖ਼ੂਨ ਨੂੰ ਧੁਨਕ-ਧੁਨਕ ਕੇ ਕਿਸ ਦੇ ਲਈ ਨਰਮ ਨਾਜ਼ੁਕ ਰਜਾਈਆਂ ਤਿਆਰ ਕਰ ਰਿਹਾ ਹੈ... ਇਹ ਮੇਰਾ ਦਿਮਾਗ ਮੇਰੇ ਖ਼ਿਆਲ ਦੇ ਰੰਗ-ਬਰੰਗੇ ਧਾਗਿਆਂ ਨਾਲ ਕਿਸ ਦੇ ਲਈ ਨੰਨ੍ਹੀਆਂ-ਮੁੰਨੀਆਂ ਪੁਸ਼ਾਕਾਂ ਬੁਣ ਰਿਹਾ ਹੈ... ਮੇਰਾ ਰੰਗ ਕਿਸ ਲਈ ਨਿੱਖਰ ਰਿਹਾ ਹੈ... ਮੇਰੇ ਅੰਗ-ਅੰਗ ਅਤੇ ਰੋਮ-ਰੋਮ 'ਚ ਫਸੀਆਂ ਹੋਈਆਂ ਹਿੱਚਕੀਆਂ ਲੋਰੀਆਂ 'ਚ ਕਿਉਂ ਤਬਦੀਲ ਹੋ ਰਹੀਆਂ ਹਨ...

ਇਹੀ ਦਿਨ ਸਨ, ਅਸਮਾਨ ਉਸ ਦੀਆਂ ਅੱਖਾਂ ਦੀ ਤਰ੍ਹਾਂ ਅਜਿਹਾ ਹੀ ਨੀਲਾ ਸੀ, ਜਿਵੇਂ ਕਿ ਅੱਜ ਹੈ... ਲੇਕਿਨ ਹੁਣ ਇਹ ਅਸਮਾਨ ਆਪਣੀਆਂ ਬੁਲੰਦੀਆਂ 'ਚ ਉਤਰ ਕੇ ਕਿਉਂ ਮੇਰੇ ਪੇਟ 'ਚ ਤਣ ਗਿਆ ਹੈ... ਉਸ ਦੀਆਂ ਨੀਲੀਆਂ ਨੀਲੀਆਂ ਅੱਖਾਂ ਕਿਉਂ ਮੇਰੀਆਂ ਰਗਾਂ 'ਚ ਦੌੜਦੀਆਂ ਫਿਰਦੀਆਂ ਹਨ...

ਮੇਰੀਆਂ ਛਾਤੀਆਂ ਦੀਆਂ ਗੋਲਾਈਆਂ 'ਚ ਮਸਜਿਦਾਂ ਦੀ ਪਵਿੱਤਰਤਾ ਕਿਉਂ ਆ ਰਹੀ ਹੈ।

ਨਹੀਂ, ਨਹੀਂ, ਇਹ ਪਵਿੱਤਰਤਾ ਨਹੀਂ... ਮੈਂ ਇਨ੍ਹਾਂ ਨੂੰ ਢਾਹ ਦੇਵਾਂਗੀ... ਮੈਂ ਆਪਣੇ ਅੰਦਰ ਬਲਦੇ ਹੋਏ ਤਮਾਮ ਚੁੱਲ੍ਹੇ ਸਰਦ ਕਰ ਦੇਵਾਂਗੀ... ਜਿਨ੍ਹਾਂ 'ਤੇ ਬਿਨਾਂ ਬੁਲਾਏ ਮਹਿਮਾਨ ਦੀਆਂ ਖ਼ਾਤਿਰਦਾਰੀਆਂ ਚੜ੍ਹੀਆਂ ਹੋਈਆਂ ਹਨ... ਮੈਂ ਆਪਣੇ ਖਿਆਲਾਂ ਦੇ ਤਮਾਮ ਰੰਗ-ਬਰੰਗੇ ਧਾਗੇ ਉਲਝਾ ਦੇਵਾਂਗੀ...

ਇਹੀ ਦਿਨ ਸਨ; ਅਸਮਾਨ ਉਸ ਦੀਆਂ ਅੱਖਾਂ ਦੀ ਤਰ੍ਹਾਂ ਅਜਿਹਾ ਹੀ ਨੀਲਾਂ ਸੀ, ਜਿਵੇਂ ਕਿ ਅੱਜ... ਮੈਂ ਉਹ ਦਿਨ ਯਾਦ ਕਰਦੀ ਹਾਂ; ਉਹ ਦਿਨ, ਜਿਸ ਦੇ ਸੀਨੇ ਤੋਂ ਤਾਂ ਉਹ ਆਪਣੇ ਨਕਸ਼ੇ-ਕਦਮ ਉਠਾ ਕੇ ਲੈ ਗਿਆ ਹੈ... ਲੇਕਿਨ ਇਹ... ਇਹ

ਨਕਸ਼ੇ-ਕਦਮ ਕਿਸ ਦਾ ਹੈ, ਇਹ ਜਿਹੜਾ ਮੇਰੇ ਢਿੱਡ ਦੀਆਂ ਗਹਿਰਾਈਆਂ 'ਚ ਤੜਫ਼ ਰਿਹਾ ਹੈ... ਕੀ ਇਹ ਮੇਰਾ ਜਾਣਿਆ-ਪਛਾਣਿਆ ਨਹੀਂ, ਮੈਂ ਇਸ ਨੂੰ ਖੁਰਚ ਦੇਵਾਂਗੀ, ਇਸ ਨੂੰ ਮਿਟਾ ਦੇਵਾਂਗੀ... ਇਹ ਨਕਸ਼ੇ ਕਦਮ ਨਹੀਂ, ਰਸੌਲੀ ਹੈ, ਫੋੜਾ ਹੈ, ਬਹੁਤ ਖੌਫ਼ਨਾਕ ਫੜਾ...ਲੇਕਿਨ ਮੈਨੂੰ ਇਹ ਕਿਉਂ ਮਹਿਸੂਸ ਹੋ ਰਿਹਾ ਹੈ ਕਿ ਇਹ ਤਾਂ ਫਾਹਾ ਹੈ... ਫਾਹਾ ਹੈ ਤਾਂ ਕਿਹੜੇ ਜ਼ਖ਼ਮ ਦਾ... ਉਸ ਜ਼ਖ਼ਮ ਦਾ, ਜਿਹੜਾ ਉਹ ਮੈਨੂੰ ਲਗਾ ਕੇ ਚਲਾ ਗਿਆ ਸੀ... ਨਹੀਂ ਨਹੀਂ... ਅਜਿਹਾ ਲਗਦਾ ਹੈ, ਇਹ ਕਿਸੇ ਪੈਦਾਇਸ਼ੀ ਜ਼ਖ਼ਮ ਦਾ ਫਾਹਾ ਹੈ, ਅਜਿਹਾ ਜਖ਼ਮ, ਜਿਹੜਾ ਮੈਂ ਕਦੇ ਦੇਖਿਆ ਹੀ ਨਹੀਂ... ਜਿਹੜਾ ਮੇਰੀ ਕੁੱਖ ਵਿਚ ਪਤਾ ਨਹੀਂ ਕਦੋਂ ਤੋਂ ਸੌਂ ਰਿਹਾ ਹੈ...

ਇਹ ਕੁੱਖ ਹੈ ਕੀ... ਫਜ਼ੂਲ ਜਿਹੀ ਮਿੱਟੀ ਦੀ... ਬੱਚਿਆਂ ਦਾ ਖਿਡੌਣਾ... ਮੈਂ ਇਸ ਨੂੰ ਤੋੜ ਫੋੜ ਦੇਵਾਂਗੀ...

ਕੌਣ ਮੇਰੇ ਕੰਨ ਵਿਚ ਕਹਿ ਰਿਹਾ ਹੈ; ਇਹ ਦੁਨੀਆ ਇਕ ਚੌਰਾਹਾ ਹੈ... ਆਪਣਾ ਭਾਂਡਾ ਕਿਉਂ ਚੌਰਾਹੇ 'ਤੇ ਭੰਨਦੀ ਹੈ... ਯਾਦ ਰੱਖ, ਤੇਰੇ 'ਤੇ ਉਂਗਲੀਆਂ ਉਠਣਗੀਆਂ...

ਉਂਗਲੀਆਂ...ਉਂਗਲੀਆਂ ਉਧਰ ਕਿਉਂ ਨਹੀਂ ਉਠਣਗੀਆਂ, ਜਿੱਧਰ ਉਹ ਆਪਣੀ ਹਸਤੀ ਮੁਕੰਮਲ ਕਰ ਕੇ ਚਲਾ ਗਿਆ ਹੈ... ਕੀ ਉਨ੍ਹਾਂ ਉਂਗਲੀਆਂ ਨੂੰ ਉਹ ਰਸਤਾ ਪਤਾ ਨਹੀਂ... ਇਹ ਦੁਨੀਆਂ ਇਕ ਚੌਰਾਹਾ ਹੈ... ਲੇਕਿਨ ਉਹ ਤਾਂ ਮੈਨੂੰ ਇਕ ਚੌਰਾਹੇ 'ਤੇ ਛੱਡ ਕੇ ਚਲਾ ਗਿਆ ਸੀ... ਇਸ ਰਾਹ ਵੀ ਅਧੂਰਾਪਣ, ਤੇ ਉਸ ਰਾਹ ਵੀ ਅਧੂਰਾਪਣ... ਏਧਰ ਵੀ ਹੰਝੂ, ਓਧਰ ਵੀ ਹੰਝੂ...

ਇਹ ਕਿਸ ਦਾ ਹੰਝੂ ਮੇਰੀ ਸਿੱਪੀ ਵਿਚ ਮੋਤੀ ਬਣ ਰਿਹਾ ਹੈ... ਇਹ ਮੋਤੀ ਪਰੋਇਆ ਕਿੱਥੇ ਜਾਵੇਗਾ...

ਉਂਗਲੀਆਂ ਉਠਣਗੀਆਂ... ਜਦੋਂ ਸਿੱਪੀ ਦਾ ਮੂੰਹ ਖੁੱਲ੍ਹੇਗਾ, ਮੋਤੀ ਤਿਲਕ ਕੇ ਚੌਰਾਹੇ 'ਤੇ ਡਿਗ ਪਵੇਗਾ, ਫਿਰ ਉਂਗਲੀਆਂ ਉਠਣਗੀਆਂ... ਸਿੱਪੀ ਵੱਲ ਵੀ ਤੇ ਮੋਤੀ ਵੱਲ ਵੀ... ਉਂਗਲੀਆਂ ਸਪੋਲੀਆ ਬਣ ਕੇ ਦੋਵਾਂ ਨੂੰ ਡਸ ਲੈਣਗੀਆਂ ਅਤੇ ਆਪਣੇ ਜ਼ਹਿਰ ਨਾਲ ਉਨ੍ਹਾਂ ਨੂੰ ਨੀਲਾ ਕਰ ਦੇਣਗੀਆਂ...

ਅਸਮਾਨ ਉਸ ਦੀਆਂ ਅੱਖਾਂ ਦੀ ਤਰ੍ਹਾਂ ਅਜਿਹਾ ਹੀ ਨੀਲਾ ਸੀ, ਜਿਵੇਂ ਕਿ ਅੱਜ ਹੈ... ਅਸਮਾਨ ਡਿੱਗ ਕਿਉਂ ਨਹੀਂ ਪੈਂਦਾ... ਉਹ ਕਿਹੜੇ ਥੰਮ ਹਨ ਜਿਹੜੇ ਅਸਮਾਨ ਨੂੰ ਲੱਗੇ ਹੋਏ ਹਨ... ਉਸ ਦਿਨ ਜਿਹੜਾ ਜ਼ਲਜ਼ਲਾ ਆਇਆ ਸੀ, ਕੀ ਉਹ ਇਨ੍ਹਾਂ ਥੰਮਾਂ ਦੀਆਂ ਨੀਹਾਂ ਨੂੰ ਹਿਲਾਉਣ ਲਈ ਕਾਫੀ ਨਹੀਂ ਸੀ... ਇਹ ਕਿਉਂ ਹੁਣ ਤੱਕ ਉਸੇ ਤਰ੍ਹਾਂ ਤਣਿਆ ਹੋਇਆ ਹੈ...

ਮੇਰੀ ਰੂਹ ਪਸੀਨੇ 'ਚ ਗਰਕ ਹੈ... ਉਸ ਦਾ ਹਰ ਰੋਮ ਖੁੱਲ੍ਹਾ ਹੈ... ਚਾਰੇ ਪਾਸੇ ਅੱਗ ਦਹਿਕ ਰਹੀ ਹੈ... ਮੇਰੇ ਅੰਦਰ ਕੁਠਾਲੀ 'ਚ ਸੋਨਾ ਪਿਘਲ ਰਿਹਾ ਹੈ... ਸ਼ੋਲੇ ਭੜਕ ਰਹੇ ਹਨ... ਜਵਾਲਾਮੁਖੀ ਪਹਾੜ ਦੇ ਲਾਵੇ ਦੀ ਤਰ੍ਹਾਂ ਸੋਨਾ ਪਿਘਲ ਰਿਹਾ ਹੈ...ਮੇਰੀਆਂ ਰਗਾਂ 'ਚ ਨੀਲੀਆਂ ਅੱਖਾਂ ਦੌੜ ਰਹੀਆਂ ਹਨ, ਹੱਫ ਰਹੀਆਂ ਹਨ, ਘੰਟੀਆਂ ਵਜ ਰਹੀਆਂ ਹਨ...ਕੋਈ ਆ ਰਿਹਾ ਹੈ...ਕੋਈ ਆ ਰਿਹਾ ਹੈ...ਬੰਦ ਕਰ ਦਿਓ...ਦਰਵਾਜ਼ਾ ਬੰਦ ਕਰ ਦਿਓ...

ਕੁਠਾਲੀ ਉਲਟ ਗਈ ਹੈ...ਪਿਘਲਿਆ ਹੋਇਆ ਸੋਨਾ ਵਗ ਰਿਹਾ ਹੈ...ਘੰਟੀਆਂ

ਵਜ ਰਹੀਆਂ ਹਨ...ਮੇਰੀਆਂ ਅੱਖਾਂ ਮੁੰਦ ਰਹੀਆਂ ਹਨ...ਨੀਲਾ ਅਸਮਾਨ ਗੰਧਲਾ ਹੋ ਕੇ ਹੇਠਾਂ ਆ ਰਿਹਾ ਹੈ...

ਇਹ ਕਿਸ ਦੇ ਰੋਣ ਦੀ ਆਵਾਜ਼ ਆਈ ਹੈ...ਇਸ ਨੂੰ ਚੁੱਪ ਕਰਾਓ, ਇਸ ਨੂੰ ਚੁੱਪ ਕਰਾਓ...

ਮੈਂ ਗੋਦ ਬਣ ਰਹੀ ਹਾਂ... ਮੈਂ ਕਿਉਂ ਗੋਦ ਬਣ ਰਹੀ ਹਾਂ...

ਮੇਰੀਆਂ ਬਾਹਾਂ ਖੁੱਲ ਰਹੀਆਂ ਹਨ... ਚੁੱਲਿਆਂ 'ਤੇ ਦੁੱਧ ਉਬਲ ਰਿਹਾ ਹੈ...ਮੇਰੀ ਛਾਤੀ ਦੀਆਂ ਗੋਲਾਈਆਂ ਪਿਆਲੀਆਂ ਬਣ ਰਹੀਆਂ ਹਨ...

ਲਿਆਓ, ਇਹ ਗੋਸ਼ਤ ਦੇ ਲੋਥੜੇ ਨੂੰ ਮੇਰੇ ਦਿਲ ਦੇ ਧੁਣਕੇ ਹੋਏ ਖ਼ੂਨ ਦੇ ਨਰਮ-ਨਰਮ ਗਲੀਂ ਪਾ ਦਿਓ...

ਨਾ ਖੋਵੋ...ਨਾ ਖੋਵੋ ਇਸ ਨੂੰ...ਮੇਰੇ ਤੋਂ ਅਲੱਗ ਨਾ ਕਰੋ, ਖ਼ੁਦਾ ਲਈ ਮੈਥੋਂ ਜੁਦਾ ਨਾ ਕਰੋ...

ਉਂਗਲੀਆਂ...ਉਂਗਲੀਆਂ... ਉਠਣ ਦਿਓ ਉਂਗਲੀਆਂ, ਮੈਨੂੰ ਕੋਈ ਪ੍ਰਵਾਹ ਨਹੀਂ...ਇਹ ਦੁਨੀਆਂ ਚੌਰਾਹਾ ਹੈ... ਫੁੱਟ ਜਾਣ ਦਿਓ ਮੇਰੀ ਜ਼ਿੰਦਗੀ ਦੇ ਤਮਾਮ ਭਾਂਡੇ...

ਮੇਰੀ ਜ਼ਿੰਦਗੀ ਤਬਾਹ ਹੋ ਜਾਵੇਗੀ...

ਹੋ ਜਾਣ ਦਿਓ ਤਬਾਹ...ਮੈਨੂੰ ਮੇਰਾ ਗੋਸ਼ਤ ਵਾਪਸ ਦੇ ਦਿਓ...ਮੇਰੀ ਰੂਹ ਦਾ ਇਹ ਟੁਕੜਾ ਮੈਥੋਂ ਨਾ ਖੋਵੋ...ਇਹ ਬਹੁਤ ਕੀਮਤੀ ਹੈ...ਜਿਹੜਾ ਮੈਨੂੰ ਉਨ੍ਹਾਂ ਕੁਝ ਪਲਾਂ ਨੇ ਅਦਾ ਕੀਤਾ ਹੈ, ਉਨ੍ਹਾਂ ਕੁਝ ਪਲਾਂ ਨੇ, ਜਿਨ੍ਹਾਂ ਨੇ ਮੇਰੇ ਵਜੂਦ ਦੇ ਕਈ ਜ਼ੱਰੇ ਚੁਣ ਕੇ ਕਿਸੇ ਦੀ ਪੂਰਤੀ ਕੀਤੀ ਸੀ, ਅਤੇ ਜੋ ਮੈਨੂੰ ਆਪਣੇ ਖ਼ਿਆਲ 'ਚ ਅਧੂਰਾ ਛੱਡ ਕੇ ਚਲਿਆ ਗਿਆ ਸੀ...ਮੇਰੀ ਪੂਰਤੀ ਹੋਈ ਹੈ...

ਮੰਨ ਲਵੋ, ਮੰਨ ਲਵੋ...ਮੇਰੇ ਢਿੱਡ ਤੋਂ ਪੁੱਛੋ...ਮੇਰੀਆਂ ਦੁੱਧ ਭਰੀਆਂ ਛਾਤੀਆਂ ਨੂੰ ਪੁੱਛੋ...ਉਨ੍ਹਾਂ ਲੋਰੀਆ ਨੂੰ ਪੁੱਛੋ, ਜਿਹੜੀਆਂ ਮੇਰੇ ਅੰਗ-ਅੰਗ ਅਤੇ ਰੋਮ-ਰੋਮ ਵਿਚ ਤਮਾਮ ਹਿਚਕੀਆਂ ਸੁਆ ਕੇ ਜਾਗ ਰਹੀਆਂ ਸਨ...ਉਨ੍ਹਾਂ ਝੂਲਿਆਂ ਤੋਂ ਪੁੱਛੋ, ਜਿਹੜੇ ਮੇਰੀਆਂ ਬਾਹਾਂ 'ਚ ਪੈ ਰਹੇ ਹਨ...ਮੇਰੇ ਚਿਹਰੇ ਦੀਆਂ ਜ਼ਰਦੀਆਂ ਤੋਂ ਪੁੱਛੋ, ਜਿਹੜੀਆਂ ਗੋਸ਼ਤ ਦੇ ਇਸ ਲੋਥੜੇ ਦੀਆਂ ਗੱਲ੍ਹਾਂ ਨੂੰ ਆਪਣੀਆਂ ਤਮਾਮ ਸੁਰਖੀਆਂ ਚੂਸਾਂਦੀ ਰਹੀ ਹੈ...ਉਨ੍ਹਾਂ ਸਾਹਾਂ ਨੂੰ ਪੁੱਛੋ, ਜਿਹੜੇ ਚੋਰੀ ਛਿਪੇ ਇਸ ਨੂੰ ਇਸ ਦਾ ਹਿੱਸਾ ਪਹੁੰਚਾਉਂਦੇ ਰਹੇ ਹਨ।

ਉਂਗਲੀਆਂ...ਉਠਣ ਦਿਓ ਉਂਗਲੀਆਂ...ਮੈਂ ਉਨ੍ਹਾਂ ਨੂੰ ਕੱਟ ਦੇਵਾਂਗੀ...ਸ਼ੋਰ ਮੱਚੇਗਾ ਤਾਂ ਮੈਂ ਉਹ ਕੱਟੀਆਂ ਹੋਈਆਂ ਉਂਗਲਾਂ ਉਠਾ ਕੇ ਆਪਣੇ ਕੰਨਾਂ 'ਚ ਪਾ ਲਵਾਂਗੀ...ਮੈਂ ਗੂੰਗੀ ਹੋ ਜਾਵਾਂਗੀ, ਬੋਲੀ ਹੋ ਜਾਵਾਂਗੀ, ਅੰਨ੍ਹੀ ਹੋ ਜਾਵਾਂਗੀ...ਮੇਰਾ ਗੋਸ਼ਤ ਮੇਰੇ ਇਸ਼ਾਰੇ ਸਮਝ ਲਿਆ ਕਰੇਗਾ...ਮੈਂ ਇਸ ਨੂੰ ਲੱਭ ਲੱਭ ਕੇ ਪਛਾਣ ਲਿਆ ਕਰਾਂਗੀ...

ਨਾ ਖੋਵੋ...ਨਾ ਖੋਵੋ ਇਸ ਨੂੰ...ਇਹ ਮੇਰੀ ਕੁੱਖ ਦੀ ਮਾਂਗ ਦਾ ਸੰਧੂਰ ਹੈ, ਮੇਰੀ ਮਮਤਾ ਦੇ ਮੱਥੇ ਦੀ ਬਿੰਦੀ ਹੈ, ਮੇਰੇ ਗੁਨਾਹਾਂ ਦਾ ਕੌੜਾ ਫ਼ਲ ਹੈ...

ਲੋਕ ਇਸ 'ਤੇ ਥੂ-ਥੂ ਕਰਨਗੇ...

ਮੈਂ ਚੱਟ ਲਵਾਂਗੀ, ਪਰ ਥੁੱਕਣ...

ਦੇਖੋ, ਮੈਂ ਹੱਥ ਜੋੜਦੀ ਹਾਂ, ਪੈਰ ਫੜਦੀ ਹਾਂ... ਮੇਰੇ ਭਰੇ ਹੋਏ ਦੁੱਧ ਦੇ ਬਰਤਨ

ਮੂਧੇ ਨਾ ਕਰੋ...ਮੇਰੇ ਦਿਲ ਦੇ ਧੁਨਕੇ ਹੋਏ ਖ਼ੂਨ ਨੂੰ ਨਰਮ-ਨਰਮ ਗੱਲਾਂ 'ਚ ਨਾ ਲਗਾਓ...ਮੇਰੀਆਂ ਬਾਹਾਂ ਦੇ ਝੂਲਿਆਂ ਦੀਆਂ ਰੱਸੀਆਂ ਨਾ ਤੋੜੋ... ਮੇਰੇ ਕੰਨਾਂ ਨੂੰ ਉਨ੍ਹਾਂ ਗੀਤਾਂ ਤੋਂ ਜੁਦਾ ਨਾ ਕਰੋ, ਜਿਹੜਾ ਇਸ ਰੋਣੇ 'ਚ ਮੈਨੂੰ ਸੁਦਾਈ ਦਿੰਦਾ ਹੈ...

ਨਾ ਖੋਵੋ...ਨਾ ਖੋਵੋ...ਮੇਰੇ ਤੋਂ ਅਲੱਗ ਨਾ ਕਰੋ, ਖ਼ੁਦਾ ਦੇ ਲਈ ਮੈਥੋਂ ਇਹ ਜੁਦਾ ਨਾ ਕਰੋ...

ਲਾਹੌਰ : ਇਕ ਜਨਵਰੀ।

ਧੋਬੀ ਮੰਡੀ 'ਚ ਪੁਲਿਸ ਨੇ ਇਕ ਨਵ ਜਾਤ ਬੱਚੀ ਨੂੰ ਸਰਦੀ ਨਾਲ ਕੰਬਦੇ ਹੋਏ ਸੜਕ ਕਿਨਾਰੇ ਪਈ ਹੋਈ ਦੇਖਿਆ ਅਤੇ ਆਪਣੇ ਕਬਜ਼ੇ 'ਚ ਲੈ ਲਿਆ...ਕਿਸੇ ਬੇਰਹਿਮ ਨੇ ਬੱਚੀ ਦੀ ਗਰਦਨ ਨੂੰ ਮਜ਼ਬੂਤੀ ਨਾਲ ਕੱਪੜੇ ਵਿਚ ਜਕੜ ਰੱਖਿਆ ਸੀ ਅਤੇ ਜਿਸਮ ਨੂੰ ਗਿੱਲੇ ਕੱਪੜੇ ਵਿਚ ਬੰਨ੍ਹ ਕੇ ਰੱਖਿਆ ਸੀ ਕਿ ਉਹ ਸਰਦੀ ਨਾਲ ਮਰ ਜਾਵੇ, ਪਰ ਉਹ ਜਿਊਂਦੀ ਸੀ... ਬੱਚੀ ਬਹੁਤ ਖ਼ੂਬਸੂਰਤ ਹੈ, ਉਸ ਦੀਆਂ ਅੱਖਾਂ ਨੀਲੀਆਂ ਹਨ...ਬੱਚੀ ਨੂੰ ਹਸਪਤਾਲ ਪਹੁੰਚਾ ਦਿੱਤਾ ਗਿਆ ਹੈ।

ਮੂਤਰੀ

ਕਾਂਗਰਸ ਹਾਊਸ ਅਤੇ ਜਿਨਾਹ ਹਾਲ ਦੇ ਥੋੜ੍ਹੇ ਜਿਹੇ ਫਰਕ 'ਤੇ ਇਕ ਪਿਸ਼ਾਬਘਰ ਹੈ ਜਿਸ ਨੂੰ ਬੰਬਈ ਵਿਚ ਮੂਤਰੀ ਆਖਦੇ ਹਨ। ਆਲੇ-ਦੁਆਲੇ ਦੇ ਮੁਹੱਲਿਆਂ ਦੀ ਸਾਰੀ ਗੰਦਗੀ ਇਸ ਬਦਬੂ ਨਾਲ ਭਰੀ ਹੋਈ ਕੋਠੜੀ ਦੇ ਬਾਹਰ ਢੇਰੀਆਂ ਦੀ ਸੂਰਤ ਵਿਚ ਪਈ ਰਹਿੰਦੀ ਹੈ; ਇਸ ਕਦਰ ਬਦਬੂ ਹੁੰਦੀ ਹੈ ਕਿ ਆਦਮੀਆਂ ਨੂੰ ਨੱਕ ਉਤੇ ਰੁਮਾਲ ਰੱਖ ਕੇ ਬਾਜ਼ਾਰ 'ਚੋਂ ਗੁਜਰਨਾ ਪੈਂਦਾ ਹੈ।

ਇਸ ਮੂਤਰੀ ਵਿਚ ਇਕ ਦਫ਼ਾ ਉਸ ਨੂੰ ਮਜਬੂਰਨ ਜਾਣਾ ਪਿਆ, ਪੇਸ਼ਾਬ ਕਰਨ ਲਈ, ਨੱਕ 'ਤੇ ਰੁਮਾਲ ਰੱਖ ਕੇ, ਸਾਹ ਬੰਦ ਕਰਕੇ, ਉਹ ਬਦਬੂਆਂ ਦੇ ਸਥਾਨ 'ਚ ਦਾਖ਼ਲ ਹੋਇਆ।

ਫ਼ਰਸ਼ 'ਤੇ ਗੰਦਗੀ, ਬੁਲਬੁਲੇ ਬਣ-ਬਣ ਕੇ ਫਟ ਰਹੀ ਸੀ; ਦੀਵਾਰਾਂ 'ਤੇ ਲਿੰਗ ਤੇ ਯੋਨੀ ਦੀਆਂ ਭਿਆਨਕ ਤਸਵੀਰਾਂ ਬਣੀਆਂ ਹੋਈਆਂ ਸਨ; ਸਾਹਮਣੇ ਕੋਲੇ ਨਾਲ ਕਿਸੇ ਨੇ ਇਹ ਅਲਫ਼ਾਜ਼ ਲਿਖੇ ਹੋਏ ਸਨ :

'ਮੁਸਲਮਾਨਾਂ ਦੀ ਭੈਣ ਦਾ ਪਾਕਿਸਤਾਨ ਮਾਰਿਆ।'

ਇਹਨਾਂ ਅਲਫ਼ਾਜ਼ ਨੇ ਬਦਬੂ ਦੀ ਸ਼ਿਦਤ ਹੋਰ ਜ਼ਿਆਦਾ ਕਰ ਦਿੱਤੀ-ਉਹ ਜਲਦੀ ਜਲਦੀ ਬਾਹਰ ਨਿਕਲ ਆਇਆ।

ਜਿਨਾਹ ਹਾਲ ਅਤੇ ਕਾਂਗਰਸ ਹਾਊਸ, ਦੋਹਾਂ 'ਤੇ ਗੌਰਮਿੰਟ ਦਾ ਕਬਜ਼ਾ ਹੈ, ਲੇਕਿਨ ਥੋੜ੍ਹੇ ਜਿਹੇ ਫ਼ਰਕ 'ਤੇ ਜੋ ਮੂਤਰੀ ਹੈ, ਉਸੇ ਤਰ੍ਹਾਂ ਆਜ਼ਾਦ ਹੈ, ਆਪਣੀ ਗੰਦਗੀ ਅਤੇ ਸੜਾਂਧ ਫੈਲਾਉਣ ਲਈ।

ਆਲੇ-ਦੁਆਲੇ ਦੇ ਮਹੱਲਿਆਂ ਦਾ ਕੂੜਾ-ਕਰਕਟ ਹੁਣ ਕੁਝ ਜ਼ਿਆਦਾ ਹੀ ਢੇਰੀਆਂ ਦੀ ਸੂਰਤ ਵਿਚ ਬਾਹਰ ਪਿਆ ਦਿਖਾਈ ਦਿੰਦਾ ਹੈ। ਇਕ ਵਾਰ ਫਿਰ ਉਸ ਨੂੰ ਮਜਬੂਰਨ ਉਸ ਮੂਤਰੀ ਵਿਚ ਜਾਣਾ ਪਿਆ, ਜ਼ਾਹਿਰ ਹੈ ਕਿ ਪੇਸ਼ਾਬ ਕਰਨ ਲਈ; ਨੱਕ 'ਤੇ ਰੁਮਾਲ ਰੱਖ ਕੇ ਅਤੇ ਸਾਹ ਬੰਦ ਕਰਕੇ ਉਹ ਬਦਬੂਆਂ ਦੇ ਉਸ ਘਰ ਵਿਚ ਦਾਖ਼ਲ ਹੋਇਆ।

ਫ਼ਰਸ਼ 'ਤੇ ਪਤਲੇ ਪਾਖ਼ਾਨੇ ਦੀਆਂ ਪਾਪੜੀਆਂ ਜੰਮ ਰਹੀਆਂ ਸਨ, ਦੀਵਾਰਾਂ 'ਤੇ ਇਨਸਾਨ ਦੇ ਔਲਾਦ ਪੈਦਾ ਕਰਨ ਵਾਲੇ ਅੰਗ ਦੀ ਤਦਾਦ ਵਿਚ ਇਜ਼ਾਫ਼ਾ ਹੋ ਗਿਆ ਸੀ।

'ਮੁਸਲਮਾਨਾਂ ਦੀ ਭੈਣ ਦਾ ਪਾਕਿਸਤਾਨ ਮਾਰਿਆ' ਦੇ ਹੇਠਾਂ ਕਿਸੇ ਨੇ ਮੋਟੀ ਪੈਨਸਲ ਨਾਲ ਇਹ ਘਿਨਾਉਣੇ ਅਲਫ਼ਾਜ਼ ਤਹਿਰੀਰ ਕੀਤੇ ਹੋਏ ਸਨ :

'ਹਿੰਦੂਆਂ ਦੀ ਮਾਂ ਦਾ ਅਖੰਡ ਹਿੰਦੁਸਤਾਨ ਮਾਰਿਆ।'

ਇਸ ਤਹਿਰੀਰ ਨੇ ਮੂਤਰੀ ਦੀ ਬਦਬੂ ਵਿਚ ਤੇਜ਼ਾਬੀ ਕੈਫ਼ੀਅਤ ਪੈਦਾ ਕਰ

ਦਿੱਤੀ-ਉਹ ਜਲਦੀ-ਜਲਦੀ ਬਹਾਰ ਨਿਕਲ ਆਇਆ।

ਮਹਾਤਮਾ ਗਾਂਧੀ ਦੀ ਬਿਨਾਂ ਸ਼ਰਤ ਦੇ ਰਿਹਾਈ ਹੋਈ ਅਤੇ ਜਿਨਾਹ ਦੀ ਪੰਜਾਬ ਵਿਚ ਸ਼ਿਕਸਤ ਹੋਈ-ਜਿਨਾਹ ਹਾਲ ਅਤੇ ਕਾਂਗਰਸ ਹਾਊਸ, ਦੋਹਾਂ ਦੀ ਸ਼ਿਕਸਤ ਹੋਈ ਨਾ ਰਿਹਾਈ; ਉਨ੍ਹਾਂ ਤੇ ਗੌਰਮਿੰਟ ਦਾ ਕਬਜ਼ਾ ਰਿਹਾ; ਅਤੇ ਥੋੜ੍ਹੇ ਹੀ ਫ਼ਰਕ 'ਤੇ ਜੋ ਮੂਤਰੀ ਹੈ, ਉਸ 'ਤੇ ਬਦਬੂ ਦਾ ਕਬਜ਼ਾ ਰਿਹਾ।

ਆਲੇ-ਦੁਆਲੇ ਮਹੱਲਿਆਂ ਦਾ ਕੂੜਾ-ਕਰਕਟ ਹੁਣ ਇਕ ਢੇਰ ਦੀ ਸੂਰਤ ਵਿਚ ਬਾਹਰ ਪਿਆ ਰਹਿੰਦਾ ਹੈ।

ਤੀਜੀ ਵਾਰ ਫਿਰ ਉਸ ਨੂੰ ਉਸ ਮੂਤਰੀ ਵਿਚ ਜਾਣਾ ਪਿਆ, ਪੇਸ਼ਾਬ ਕਰਨ ਲਈ ਨਹੀਂ...।

ਨੱਕ 'ਤੇ ਰੁਮਾਲ ਰੱਖ ਕੇ ਅਤੇ ਸਾਹ ਬੰਦ ਕਰਕੇ ਉਹ ਗੰਦਗੀ ਦੀ ਉਸ ਕੋਠੜੀ ਵਿਚ ਦਾਖ਼ਲ ਹੋਇਆ।

ਫ਼ਰਸ਼ 'ਤੇ ਕੀੜੇ ਚੱਲ ਰਹੇ ਸਨ, ਦੀਵਾਰਾਂ 'ਤੇ ਇਨਸਾਨ ਦੀ ਸ਼ਰਮਨਾਕ ਹਿੱਸਿਆਂ ਦੀ ਨਕਾਸ਼ੀ ਕਰਨ ਲਈ ਹੁਣ ਕੋਈ ਜਗ੍ਹਾ ਬਾਕੀ ਨਹੀਂ ਰਹੀ ਸੀ।

'ਮੁਸਲਮਾਨਾਂ ਦੀ ਭੈਣ ਦਾ ਪਾਕਿਸਤਾਨ ਮਾਰਿਆ' ਅਤੇ 'ਹਿੰਦੂਆਂ ਦੀ ਮਾਂ ਦਾ ਅਖੰਡ ਹਿੰਦੁਸਤਾਨ ਮਾਰਿਆ' ਦੇ ਅਲਫ਼ਾਜ਼ ਮੱਧਮ ਪੈ ਗਏ ਸਨ, ਪਰ ਉਨ੍ਹਾਂ ਦੇ ਹੇਠਾਂ ਸਫੈਦ ਚਾਕ ਨਾਲ ਲਿਖੇ ਇਹ ਅਲਫ਼ਾਜ਼ ਉਭਰ ਰਹੇ ਸਨ :

'ਦੋਹਾਂ ਦੀ ਮਾਂ ਦਾ ਹਿੰਦੁਸਤਾਨ ਮਾਰਿਆ।'

ਇਨ੍ਹਾਂ ਲਫ਼ਜ਼ਾਂ ਨੇ ਇਕ ਪਲ ਲਈ ਮੂਤਰੀ ਦੀ ਬਦਬੂ ਗਾਇਬ ਕਰ ਦਿੱਤੀ।

ਉਹ ਜਦੋਂ ਹੌਲੀ-ਹੌਲੀ ਬਾਹਰ ਨਿਕਲਿਆ ਤਾਂ ਉਸ ਨੂੰ ਇੰਜ ਲੱਗਿਆ ਕਿ ਉਸ ਨੂੰ ਬਦਬੂਆਂ ਦੇ ਉਸ ਘਰ 'ਚੋਂ ਇਕ ਬੇਨਾਮ ਜਿਹੀ ਮਹਿਕ ਆਈ ਸੀ, ਸਿਰਫ਼ ਇਕ ਪਲ ਦੇ ਲਈ...

ਟੋਭਾ ਟੇਕ ਸਿੰਘ

ਬਟਵਾਰੇ ਦੇ ਦੋ-ਤਿੰਨ ਸਾਲ ਬਾਅਦ ਪਾਕਿਸਤਾਨ ਅਤੇ ਹਿੰਦੁਸਤਾਨ ਦੀਆਂ ਹਕੂਮਤਾਂ ਨੂੰ ਖ਼ਿਆਲ ਆਇਆ ਕਿ ਅਖ਼ਲਾਕੀ ਕੈਦੀਆਂ ਦੀ ਤਰ੍ਹਾਂ ਪਾਗਲਾਂ ਦਾ ਵੀ ਤਬਾਦਲਾ ਹੋਣਾ ਚਾਹੀਦਾ ਹੈ, ਯਾਨੀ ਕਿ ਜੋ ਮੁਸਲਮਾਨ ਪਾਗਲ ਹਿੰਦੁਸਤਾਨ ਦੇ ਪਾਗ਼ਲਖਾਨਿਆਂ 'ਚ ਹਨ, ਉਸ ਨੂੰ ਪਾਕਿਸਤਾਨ ਪਹੁੰਚਾ ਦਿੱਤਾ ਜਾਵੇ ਅਤੇ ਜੋ ਹਿੰਦੂ ਅਤੇ ਸਿੱਖ ਪਾਕਿਸਤਾਨ ਦੇ ਪਾਗ਼ਲਖਾਨਿਆਂ 'ਚ ਹਨ, ਉਸ ਨੂੰ ਹਿੰਦੁਤਾਨ ਦੇ ਹਵਾਲੇ ਕਰ ਦਿੱਤਾ ਜਾਵੇ।

ਪਤਾ ਨਹੀਂ, ਇਹ ਗੱਲ ਠੀਕ ਸੀ ਜਾਂ ਨਹੀਂ। ਬਹਿਰਹਾਲ ਬੁੱਧੀਮਾਨਾਂ ਦੇ ਫ਼ੈਸਲੇ ਮੁਤਾਬਿਕ ਏਧਰ-ਓਧਰ ਉਚੀ ਸਤਹ ਦੀਆਂ ਕਾਨਫਰੰਸਾਂ ਹੋਈਆਂ ਅਤੇ ਬਿਲ ਆਖ਼ਿਰ ਪਾਗਲਾਂ ਦੇ ਤਬਾਦਲੇ ਦੇ ਲਈ ਇਕ ਦਿਨ ਮੁਕਰਰ ਹੋ ਗਿਆ।

ਚੰਗੀ ਤਰ੍ਹਾਂ ਛਾਣਬੀਣ ਕੀਤੀ ਗਈ-ਉਹ ਮੁਸਲਮਾਨ ਪਾਗਲ ਜਿਨ੍ਹਾਂ ਦੇ ਸਬੰਧੀ ਹਿੰਦੁਸਤਾਨ 'ਚ ਹੀ ਸਨ, ਉਹੀ ਰਹਿਣ ਦਿੱਤੇ ਗਏ; ਬਾਕੀ ਜੋ ਬਚੇ, ਉਨ੍ਹਾਂ ਨੂੰ ਸਰਹੱਦ ਪਾਰ ਰਵਾਨਾ ਕਰ ਦਿੱਤਾ ਗਿਆ। ਪਾਕਿਸਤਾਨ ਤੋਂ ਕਿਉਂਕਿ ਕਰੀਬ-ਕਰੀਬ ਤਮਾਮ ਹਿੰਦੂ ਸਿੱਖ ਜਾ ਚੁੱਕੇ ਸਨ, ਇਸ ਲਈ ਕਿਸੇ ਨੂੰ ਰੱਖਣ ਰਖਾਉਣ ਦਾ ਸਵਾਲ ਹੀ ਪੈਦਾ ਨਹੀਂ ਹੋਇਆ; ਜਿੰਨੇ ਹਿੰਦੂ-ਸਿੱਖ ਪਾਗਲ ਸਨ; ਸਭ ਦੇ ਸਭ ਪੁਲਿਸ ਦੀ ਹਿਫਾਜ਼ਤ 'ਚ ਬਾਰਡਰ 'ਤੇ ਪਹੁੰਚਾ ਦਿੱਤੇ ਗਏ।

ਓਧਰ ਦਾ ਪਤਾ ਨਹੀਂ ਲੇਕਿਨ ਏਧਰ ਲਾਹੌਰ ਦੇ ਪਾਗਲਖਾਨੇ 'ਚ ਜਦੋਂ ਇਸ ਤਬਾਦਲੇ ਦੀ ਖ਼ਬਰ ਪਹੁੰਚੀ ਤਾਂ ਬੜੀਆਂ ਦਿਲਚਸਪ ਗੱਪ-ਸ਼ੱਪ ਹੋਣ ਲੱਗੀਆਂ।

ਇਕ ਮੁਸਲਮਾਨ ਪਾਗਲ ਜਿਹੜਾ ਬਾਰਾਂ ਬਰਸ ਤੋਂ, ਹਰ ਰੋਜ਼, ਬਾਕਾਇਦਗੀ ਨਾਲ 'ਜ਼ਮੀਂਦਾਰ' ਪੜ੍ਹਦਾ ਸੀ, ਉਸ ਤੋਂ ਜਦੋਂ ਉਸ ਦੇ ਇਕ ਦੋਸਤ ਨੇ ਪੁੱਛਿਆ : "ਮੌਲਵੀ ਸਾਬ੍ਹ, ਇਹ ਪਾਕਿਸਤਾਨ ਕੀ ਹੁੰਦਾ ਹੈ...?" ਤਾਂ ਉਸ ਨੇ ਬੜੇ ਸੋਚ ਵਿਚਾਰ ਦੇ ਬਾਅਦ ਜਵਾਬ ਦਿੱਤਾ : "ਹਿੰਦੁਸਤਾਨ ਵਿਚ ਇਕ ਅਜਿਹੀ ਜਗ੍ਹਾ ਹੈ ਜਿੱਥੇ ਉਸਤਰੇ ਬਣਦੇ ਹਨ..." ਇਹ ਜਵਾਬ ਸੁਣ ਕੇ ਉਸ ਦਾ ਦੋਸਤ ਸੰਤੁਸ਼ਟ ਹੋ ਗਿਆ।

ਇਸੇ ਤਰ੍ਹਾਂ ਇਕ ਸਿੱਖ ਪਾਗਲ ਨੇ ਇਕ ਦੂਸਰੇ ਸਿੱਖ ਪਾਗਲ ਤੋਂ ਪੁੱਛਿਆ : "ਸਰਦਾਰ ਜੀ, ਸਾਨੂੰ ਹਿੰਦੁਸਤਾਨ ਕਿਉਂ ਭੇਜਿਆ ਜਾ ਰਿਹਾ ਹੈ...ਸਾਨੂੰ ਤਾਂ ਉਥੋਂ ਦੀ ਬੋਲੀ ਨਹੀਂ ਆਉਂਦੀ...।" ਦੂਜਾ ਮੁਸਕਰਾਇਆ : "ਮੈਨੂੰ ਤਾਂ ਹਿੰਦੁਸਤਾਨ ਦੀ ਬੋਲੀ ਆਉਂਦੀ ਹੈ, ਹਿੰਦੁਸਤਾਨੀ ਬੜੇ ਸ਼ੈਤਾਨੀ ਆਕੜ-ਆਕੜ ਫਿਰਤੇ ਹੈਂ...।"

ਇਕ ਦਿਨ ਨਹਾਉਂਦੇ-ਨਹਾਉਂਦੇ, ਇਕ ਮੁਸਲਮਾਨ ਨੇ "ਪਾਕਿਸਤਾਨ ਜ਼ਿੰਦਾਬਾਦ" ਦਾ ਨਾਅਰਾ ਐਨੀ ਜ਼ੋਰ ਨਾਲ ਬੁਲੰਦ ਕੀਤਾ ਕਿ ਫ਼ਰਸ਼ 'ਤੇ ਫਿਸਲਕੇ ਡਿੱਗਿਆ ਅਤੇ ਬੇਹੋਸ਼ ਹੋ ਗਿਆ।

ਕੁਝ ਪਾਗਲ ਅਜਿਹੇ ਵੀ ਸਨ ਜੋ ਪਾਗਲ ਨਹੀਂ ਸਨ; ਉਨ੍ਹਾਂ 'ਚ ਜ਼ਿਆਦਾਤਰ ਅਜਿਹੇ ਕਾਤਲ ਸਨ ਜਿਨ੍ਹਾਂ ਦੇ ਰਿਸ਼ਤੇਦਾਰਾਂ ਨੇ ਅਫ਼ਸਰਾਂ ਨੂੰ ਕੁਝ ਦੇ ਦਿਵਾ ਕੇ ਪਾਗਲਖਾਨੇ ਭਿਜਵਾ ਦਿੱਤਾ ਸੀ ਕਿ ਉਹ ਫਾਂਸੀ ਦੇ ਫੰਦੇ ਤੋਂ ਬਚ ਜਾਣ; ਇਹ ਪਾਗਲ ਕੁਝ-ਕੁਝ ਸਮਝਦੇ ਸਨ ਕਿ ਹਿੰਦੁਸਤਾਨ ਕਿਉਂ ਤਕਸੀਮ ਹੋਇਆ ਹੈ

ਅਤੇ ਇਹ ਪਾਕਿਸਤਾਨ ਕੀ ਹੈ : ਲੇਕਿਨ ਸਹੀ ਵਾਕਿਆਤ ਤੋਂ ਇਹ ਵੀ ਬੇਖ਼ਬਰ ਸਨ; ਅਖਬਾਰਾਂ ਤੋਂ ਉਨ੍ਹਾਂ ਨੂੰ ਕੁਝ ਪਤਾ ਨਹੀਂ ਚਲਦਾ ਸੀ ਅਤੇ ਪਹਿਰੇਦਾਰ ਸਿਪਾਹੀ ਅਨਪੜ੍ਹ ਅਤੇ ਜਾਹਿਲ ਸਨ, ਜਿਨ੍ਹਾਂ ਦੀ ਗੁਫ਼ਤਗੂ ਤੋਂ ਵੀ ਉਹ ਕੋਈ ਨਤੀਜਾ ਬਰਾਮਦ ਨਹੀਂ ਕਰ ਸਕਦੇ ਸਨ। ਉਨ੍ਹਾਂ ਨੂੰ ਸਿਰਫ਼ ਐਨਾ ਪਤਾ ਸੀ ਕਿ ਇਕ ਆਦਮੀ ਮੁਹੰਮਦ ਅਲੀ ਜਿਨਾਹ ਹੈ ਜਿਸ ਨੂੰ ਕਾਇਦੇ-ਆਜ਼ਮ ਕਹਿੰਦੇ ਹਨ; ਉਸ ਨੇ ਮੁਸਲਮਾਨਾਂ ਲਈ ਇਹ ਅਲਿਹਦਾ ਮੁਲਕ ਬਣਾਇਆ ਹੈ ਜਿਸ ਦਾ ਨਾਂ ਪਾਕਿਸਤਾਨ ਹੈ; ਇਹ ਕਿੱਥੇ ਹੈ, ਇਸ ਦੀ ਭੂਗੋਲਿਕ ਸਥਿਤੀ ਕੀ ਹੈ, ਇਸ ਦੇ ਮੁਤਾਲਿਕ ਉਹ ਕੁਝ ਨਹੀਂ ਜਾਣਦੇ ਸਨ-ਇਹੀ ਕਾਰਨ ਹੈ ਕਿ ਉਹ ਸਭ ਪਾਗਲ ਜਿਨ੍ਹਾਂ ਦਾ ਦਿਮਾਗ ਪੂਰੀ ਤਰ੍ਹਾਂ ਵਿਗੜਿਆ ਹੋਇਆ ਨਹੀਂ ਸੀ, ਇਸ ਉਧੇੜਬੁਣ 'ਚ ਗ੍ਰਿਫ਼ਤਾਰ ਸਨ ਕਿ ਉਹ ਪਾਕਿਸਤਾਨ ਵਿਚ ਹਨ ਜਾਂ ਹਿੰਦੁਸਤਾਨ ਵਿਚ; ਜੇਕਰ ਹਿੰਦੁਸਤਾਨ ਵਿਚ ਹਨ ਤਾਂ ਇਹ ਕਿਵੇਂ ਹੋ ਸਕਦਾ ਹੈ ਕਿ ਉਹ ਕੁਝ ਅਰਸਾ ਪਹਿਲਾਂ ਏਥੇ ਰਹਿੰਦੇ ਹੋਏ ਹਿੰਦੁਸਤਾਨ ਵਿਚ ਸਨ।

ਇਕ ਪਾਗਲ ਤਾਂ ਹਿੰਦੁਸਤਾਨ ਅਤੇ ਪਾਕਿਸਤਾਨ, ਪਾਕਿਸਤਾਨ ਅਤੇ ਹਿੰਦੁਸਤਾਨ ਦੇ ਚੱਕਰ ਵਿਚ ਕੁਝ ਅਜਿਹਾ ਗ੍ਰਿਫ਼ਤਾਰ ਹੋਇਆ ਕਿ ਹੋਰ ਜ਼ਿਆਦਾ ਪਾਗਲ ਹੋ ਗਿਆ। ਝਾੜੂ ਮਾਰਦਾ-ਮਾਰਦਾ ਉਹ ਇਕ ਦਿਨ ਦਰਖ਼ਤ 'ਤੇ ਚੜ੍ਹ ਗਿਆ ਅਤੇ ਟਾਹਣੀ 'ਤੇ ਬੈਠ ਕੇ ਦੋ ਘੰਟੇ ਲਗਾਤਾਰ ਤਕਰੀਰ ਕਰਦਾ ਰਿਹਾ; ਜਿਹੜੀ ਪਾਕਿਸਤਾਨ ਅਤੇ ਮੁਸਲਮਾਨ ਦੇ ਨਾਜ਼ੁਕ ਮਸਲੇ ਉਤੇ ਸੀ... ਸਿਪਾਹੀਆਂ ਨੇ ਜਦੋਂ ਉਸ ਨੂੰ ਹੇਠਾਂ ਉਤਰਨ ਲਈ ਕਿਹਾ ਤਾਂ ਉਹ ਹੋਰ ਉਪਰ ਚੜ੍ਹ ਗਿਆ। ਜਦੋਂ ਉਸ ਨੂੰ ਡਰਾਇਆ ਧਮਕਾਇਆ ਗਿਆ ਤਾਂ ਉਸ ਨੇ ਕਿਹਾ : "ਮੈਂ ਨਾ ਹਿੰਦੁਸਤਾਨ ਵਿਚ ਰਹਿਣਾ ਚਾਹੁੰਦਾ ਹਾਂ ਨਾ ਪਾਕਿਸਤਾਨ ਵਿਚ... ਮੈਂ ਇਸ ਦਰਖ਼ਤ 'ਤੇ ਹੀ ਰਹਾਂਗਾ।" ਕਾਫੀ ਦੇਰ ਬਾਅਦ ਜਦੋਂ ਉਸ ਦਾ ਦਿਮਾਗ ਠੰਡਾ ਹੋਇਆ ਤਾਂ ਉਹ ਹੇਠਾਂ ਉਤਰਿਆ ਅਤੇ ਆਪਣੇ ਹਿੰਦੂ-ਸਿੱਖ ਦੋਸਤਾਂ ਨੂੰ ਗਲੇ ਮਿਲ-ਮਿਲਕੇ ਰੋਣ ਲੱਗਿਆ-ਇਸ ਖ਼ਿਆਲ ਨਾਲ ਉਹਦਾ ਦਿਲ ਭਰ ਆਇਆ ਕਿ ਉਹ ਉਹਨੂੰ ਛੱਡ ਕੇ ਹਿੰਦੁਸਤਾਨ ਚਲੇ ਜਾਣਗੇ...

ਇਕ ਐਮ. ਐਸ. ਸੀ. ਪੀ ਰੇਡੀਓ ਇੰਜੀਨੀਅਰ, ਜਿਹੜਾ ਮੁਸਲਮਾਨ ਸੀ ਅਤੇ ਦੂਸਰੇ ਪਾਗਲਾਂ ਤੋਂ ਬਿਲਕੁਲ ਅਲੱਗ-ਥਲੱਗ ਬਾਗ ਦੇ ਇਕ ਖਾਸ ਤੰਗ ਰਸਤੇ 'ਤੇ ਸਾਰਾ ਦਿਨ ਖ਼ਾਮੋਸ਼ ਟਹਿਲਦਾ ਰਹਿੰਦਾ ਸੀ, ਵਿਚ ਇਹ ਤਬਦੀਲੀ ਪ੍ਰਗਟ ਹੋਈ ਕਿ ਉਸ ਨੇ ਆਪਣੇ ਤਮਾਮ ਕੱਪੜੇ ਉਤਾਰ ਕੇ ਦਫ਼ੇਦਾਰ ਦੇ ਹਵਾਲੇ ਕਰ ਦਿੱਤੇ ਅਤੇ ਨੰਗ-ਧੜੰਗ ਸਾਰੇ ਬਾਗ ਵਿਚ ਚਲਣਾ-ਫਿਰਨਾ ਸ਼ੁਰੂ ਕਰ ਦਿੱਤਾ।

ਚਿਯੋਂਟ ਦੇ ਇਕ ਮੋਟੇ ਮੁਸਲਮਾਨ ਨੇ, ਜਿਹੜਾ ਮੁਸਲਿਮ ਲੀਗ ਦਾ ਸਰਗਰਮ ਕਾਰਕੁਨ ਰਹਿ ਚੁੱਕਾ ਸੀ ਅਤੇ ਦਿਨ ਵਿਚ ਪੰਦਰਾਂ-ਸੋਲਾਂ ਮਰਤਬਾ ਨਹਾਇਆ ਕਰਦਾ ਸੀ, ਇਕਦਮ ਇਹ ਆਦਤ ਛੱਡ ਦਿੱਤੀ-ਉਸ ਦਾ ਨਾਂ ਮੁਹੰਮਦ ਅਲੀ ਸੀ, ਕਿਉਂਕਿ ਉਸ ਨੇ ਇਕ ਦਿਨ ਆਪਣੇ ਜੰਗਲੇ ਵਿਚ ਐਲਾਨ ਕਰ ਦਿੱਤਾ ਕਿ ਉਹ ਕਾਇਦੇ ਆਜ਼ਮ ਮੁਹੰਮਦ ਅਲੀ ਜਿਨਾਹ ਹੈ; ਉਸ ਦੀ ਦੇਖਾ-ਦੇਖੀ ਇਕ ਸਿੱਖ ਪਾਗਲ ਮਾਸਟਰ ਤਾਰਾ ਸਿੰਘ ਬਣ ਗਿਆ-ਇਸ ਤੋਂ ਪਹਿਲਾਂ ਕਿ ਖ਼ੂਨ-ਖ਼ਰਾਬਾ ਹੋ ਜਾਵੇ, ਦੋਵਾਂ ਨੂੰ ਖ਼ਤਰਨਾਕ ਪਾਗਲ ਕਰਾਰ ਦੇ ਕੇ ਅਲਹਿਦਾ-ਅਲਹਿਦਾ ਬੰਦ ਕਰ ਦਿੱਤਾ ਗਿਆ।

ਲਾਹੌਰ ਦਾ ਇਕ ਨੌਜਵਾਨ ਮੁਸਲਮਾਨ ਵਕੀਲ ਮੁਹੱਬਤ ਵਿਚ ਨਾਕਾਮ ਹੋ ਕੇ ਪਾਗਲ ਹੋ ਗਿਆ ਸੀ; ਜਦੋਂ ਉਸ ਨੇ ਸੁਣਿਆ ਕਿ ਅੰਮ੍ਰਿਤਸਰ ਹਿੰਦੁਸਤਾਨ ਵਿਚ ਚਲਾ ਗਿਆ ਹੈ ਤਾਂ ਉਸ ਨੂੰ ਬਹੁਤ ਦੁੱਖ ਹੋਇਆ। ਅੰਮ੍ਰਿਤਸਰ ਦੀ ਇਕ ਹਿੰਦੂ ਲੜਕੀ ਨਾਲ ਉਸ ਨੂੰ ਮੁਹੱਬਤ ਸੀ ਜਿਸ ਨੇ ਉਸ ਨੂੰ ਠੁਕਰਾ ਦਿੱਤਾ ਸੀ ਪਰ ਦੀਵਾਨਗੀ ਦੀ ਹਾਲਤ ਵਿਚ ਵੀ ਉਹ ਉਸ ਲੜਕੀ ਨੂੰ ਨਹੀਂ ਭੁੱਲਿਆ ਸੀ-ਉਹ ਉਨ੍ਹਾਂ ਤਮਾਮ ਹਿਦੂ ਅਤੇ ਮੁਸਲਮਾਨ ਲੀਡਰਾਂ ਨੂੰ ਗਾਲਾਂ ਦੇਣ ਲੱਗਿਆ ਜਿੰਨ੍ਹਾ ਨੇ ਮਿਲ-ਮਿਲਕੇ ਹਿੰਦੁਸਤਾਨ ਦੇ ਦੋ ਟੁਕੜੇ ਕਰ ਦਿੱਤੇ ਸਨ, ਅਤੇ ਉਸ ਦੀ ਮਹਿਬੂਬਾ ਹਿੰਦੁਸਤਾਨੀ ਬਣ ਗਈ ਹੈ ਅਤੇ ਉਹ ਪਾਕਿਸਤਾਨੀ। ...ਜਦੋਂ ਤਬਾਦਲੇ ਛੋਟੇ ਨਾ ਕਰੋ...ਉਸ ਨੂੰ ਹਿੰਦੁਸਤਾਨ ਭੇਜ ਦਿੱਤਾ ਜਾਵੇਗਾ, ਉਹੀ ਹਿੰਦੁਸਤਾਨ ਵਿਚ ਜਿੱਥੇ ਉਹਦੀ ਮਹਿਬੂਬਾ ਰਹਿੰਦੀ ਹੈ-ਪਰ ਉਹ ਲਾਹੌਰ ਛੱਡਣਾ ਨਹੀਂ ਚਾਹੁੰਦਾ ਸੀ; ਉਸ ਦਾ ਖ਼ਿਆਲ ਸੀ ਕਿ ਅੰਮ੍ਰਿਤਸਰ ਵਿਚ ਉਸ ਦੀ ਪ੍ਰੈਕਟਿਸ ਨਹੀਂ ਚੱਲੇਗੀ।

ਯੂਰਪੀਅਨ ਵਾਰਡ ਵਿਚ ਦੋ ਐਂਗਲੋ ਇੰਡੀਅਨ ਪਾਗਲ ਸਨ। ਉਨ੍ਹਾਂ ਨੂੰ ਜਦੋਂ ਪਤਾ ਲੱਗਿਆ ਕਿ ਹਿੰਦੁਸਤਾਨ ਨੂੰ ਆਜ਼ਾਦ ਕਰ ਕੇ ਅੰਗਰੇਜ਼ ਚਲੇ ਗਏ ਸਨ ਤਾਂ ਉਨ੍ਹਾਂ ਨੂੰ ਬਹੁਤ ਸੱਦਮਾ ਹੋਇਆ;

ਉਹ ਲੁਕ ਲੁਕ ਕੇ ਘੰਟਿਆਂ ਤਕ ਆਪਸ ਵਿਚ ਇਸ ਅਹਿਮ ਮਸਲੇ ਤੇ ਗੁਫ਼ਤਗੂ ਕਰਦੇ ਰਹਿੰਦੇ ਕਿ ਪਾਗਲਖਾਨੇ ਵਿਚ ਹੁਣ ਉਨ੍ਹਾਂ ਦੀ ਹੈਸੀਅਤ ਕਿਸ ਕਿਸਮ ਦੀ ਹੋਵੇਗੀ; ਯੂਰਪੀਅਨ ਵਾਰਡ ਰਹੇਗਾ ਜਾਂ ਉਡਾ ਦਿੱਤਾ ਜਾਵੇਗਾ; ਬਰੇਕ ਫ਼ਾਸਟ ਮਿਲਿਆ ਕਰੇਗਾ ਜਾਂ ਨਹੀਂ; ਕੀ ਉਨ੍ਹਾਂ ਨੂੰ ਡਬਲ ਰੋਟੀ ਦੀ ਬਜਾਇ ਬਲੱਡੀ ਇੰਡੀਅਨ ਚਪਾਤੀ ਜਬਰਦਸਤੀ ਤਾਂ ਨਹੀਂ ਖਾਣੀ ਪਵੇਗੀ?

ਇਕ ਸਿੱਖ ਸੀ, ਜਿਸ ਨੂੰ ਪਾਗਲਖਾਨੇ ਵਿਚ ਦਾਖਿਲ ਹੋਏ ਪੰਦਰਾਂ ਬਰਸ ਹੋ ਗਏ ਸਨ। ਹਰ ਵਕਤ ਉਸ ਦੀ ਜ਼ੁਬਾਨ ਤੋਂ ਇਹ ਅਜੀਬੋ-ਗਰੀਬ ਅਲਫ਼ਾਜ਼ ਸੁਨਣ ਵਿਚ ਆਉਂਦੇ ਸਨ : "ਓਪੜ ਦੀ ਗੜਬੜ ਦੀ ਅਨੈਕਸ ਦੀ ਬੇਧਿਆਨਾਂ ਦੀ ਮੂੰਗ ਦੀ ਦਾਲ ਆਫ਼ ਦੀ ਲਾਲਟੈਨ..." ਉਹ ਦਿਨ ਨੂੰ ਸੌਂਦਾ ਸੀ ਨਾ ਰਾਤ ਨੂੰ। ਪਹਿਰੇਦਾਰਾਂ ਦਾ ਇਹ ਕਹਿਣਾ ਸੀ ਕਿ ਪੰਦਰਾਂ ਬਰਸ ਦੇ ਇਸ ਲੰਮੇ ਅਰਸੇ ਵਿਚ ਉਹ ਇਕ ਪਲ ਲਈ ਨਹੀਂ ਸੁੱਤਾ; ਉਹ ਪੈਂਦਾ ਵੀ ਨਹੀਂ ਸੀ, ਅਲਬੱਤਾ ਕਦੇ-ਕਦੇ ਕਿਸੇ ਕੰਧ ਨਾਲ ਟੇਕ ਲਗਾ ਲੈਂਦਾ ਸੀ-ਹਰ ਸਮੇਂ ਖੜ੍ਹਾ ਰਹਿਣ ਤੇ ਉਸ ਦੇ ਪੈਰ ਸੁੱਜ ਗਏ ਸਨ ਅਤੇ ਪਿੰਜਣੀਆਂ ਵੀ ਫੁੱਲ ਗਈਆਂ ਸਨ, ਲੇਕਿਨ ਜਿਸਮਾਨੀ ਤਕਲੀਫ਼ ਦੇ ਬਾਵਜੂਦ ਉਹ ਪੈ ਕੇ ਆਰਾਮ ਨਹੀਂ ਕਰਦਾ ਸੀ।

ਹਿੰਦੁਸਤਾਨ, ਪਾਕਿਸਤਾਨ ਅਤੇ ਪਾਗਲਾਂ ਦੇ ਤਬਾਦਲੇ ਮੁਤਾਲਿਕ ਜਦੋਂ ਕਦੇ ਪਾਗਲਖਾਨੇ ਵਿਚ ਗੁਫ਼ਤਗੂ ਹੁੰਦੀ ਸੀ ਤਾਂ ਉਹ ਧਿਆਨ ਨਾਲ ਸੁਣਦਾ ਸੀ, ਕੋਈ ਉਸ ਨੂੰ ਪੁੱਛਦਾ ਕਿ ਉਸ ਦਾ ਕੀ ਖ਼ਿਆਲ ਹੈ ਤਾਂ ਉਹ ਬਹੁਤ ਸੰਜੀਦਗੀ ਨਾਲ ਜਵਾਬ ਦਿੰਦਾ : "ਓਪੜ ਦੀ ਗੜਬਣ ਦੀ ਅਨੈਕਸ ਦੀ ਬੇਧਿਆਨਾਂ ਦੀ ਮੂੰਗ ਦੀ ਦਾਲ ਆਫ਼ ਦੀ ਪਾਕਿਸਤਾਨ ਗਵਰਨਮੈਂਟ..." ਲੇਕਿਨ ਬਾਅਦ ਵਿਚ 'ਆਫ਼ ਦੀ ਪਾਕਿਸਤਾਨ ਗਵਰਨਮੈਂਟ ਦੀ ਥਾਂ "ਆਫ਼ ਦੀ ਟੋਭਾ ਟੇਕ ਸਿੰਘ ਗਵਰਨਮੈਂਟ" ਨੇ ਲੈ ਲਈ, ਅਤੇ ਉਸ ਨੇ ਦੂਸਰੇ ਪਾਗਲਾਂ ਤੋਂ ਪੁੱਛਣਾ ਸ਼ੁਰੂ ਕਰ ਦਿੱਤਾ ਕਿ ਟੋਭਾ ਟੇਕ ਸਿੰਘ ਕਿੱਥੇ ਹੈ, ਜਿੱਥੋਂ ਦਾ ਉਹ ਰਹਿਣ ਵਾਲਾ ਹੈ, ਕਿਸੇ ਨੂੰ ਵੀ ਪਤਾ ਨਹੀਂ ਸੀ

ਕਿ ਟੋਬਾ ਟੇਕ ਸਿੰਘ ਪਾਕਿਸਤਾਨ ਵਿਚ ਹੈ ਜਾਂ ਹਿੰਦੁਸਤਾਨ ਵਿਚ; ਜੋ ਦੱਸਣ ਦੀ ਕੋਸ਼ਿਸ਼ ਕਰਦੇ ਸਨ ਉਹ ਖ਼ੁਦ ਇਸ ਉਲਝਣ ਵਿਚ ਗ੍ਰਿਫ਼ਤਾਰ ਹੋ ਜਾਂਦੇ ਸਨ ਕਿ ਸਿਆਲਕੋਟ ਪਹਿਲਾਂ ਹਿੰਦੁਸਤਾਨ ਵਿਚ ਹੁੰਦਾ ਸੀ, ਪਰ ਹੁਣ ਸੁਣਿਆ ਹੈ ਕਿ ਪਾਕਿਸਤਾਨ ਵਿਚ ਹੈ...। ਕੀ ਪਤਾ ਹੈ ਕਿ ਲਾਹੌਰ ਜਿਹੜਾ ਅੱਜ ਪਾਕਿਸਤਾਨ ਵਿਚ ਹੈ, ਕੱਲ ਹਿੰਦੁਸਤਾਨ ਵਿਚ ਚਲਾ ਜਾਵੇ... ਜਾਂ ਸਾਰਾ ਹਿੰਦੁਸਤਾਨ ਹੀ ਪਾਕਿਸਤਾਨ ਬਣ ਜਾਵੇ... ਅਤੇ ਇਹ ਵੀ ਕੌਣ ਸੀਨੇ 'ਤੇ ਹੱਥ ਰੱਖ ਕੇ ਕਹਿ ਸਕਦਾ ਹੈ ਕਿ ਹਿੰਦੁਸਤਾਨ ਅਤੇ ਪਾਕਿਸਤਾਨ, ਦੋਵੇਂ ਕਿਸੇ ਦਿਨ ਸਿਰੇ ਤੋਂ ਗ਼ਾਇਬ ਹੀ ਹੋ ਜਾਣਗੇ...।

ਇਸ ਸਿੱਖ ਪਾਗਲ ਦੇ ਕੇਸ਼ ਛਿੱਦੇ ਹੋ ਕੇ ਬਹੁਤ ਥੋੜ੍ਹੇ ਜਿਹੇ ਰਹਿ ਗਏ ਸਨ; ਕਿਉਂਕਿ ਘੱਟ ਨਹਾਉਂਦਾ ਸੀ, ਇਸ ਲਈ ਦਾੜ੍ਹੀ ਅਤੇ ਸਿਰ ਦੇ ਵਾਲ ਆਪਸ ਵਿਚ ਜੰਮ ਗਏ ਸਨ ਜਿਸ ਦੇ ਕਾਰਨ ਉਸ ਦੀ ਸ਼ਕਲ ਬਹੁਤ ਭਿਆਨਕ ਹੋ ਗਈ ਸੀ; ਪਰ ਉਸ ਤੋਂ ਕੋਈ ਡਰ ਨਹੀਂ ਸੀ-ਪੰਦਰਾਂ ਬਰਸਾਂ ਤੋਂ ਉਸ ਨੇ ਕਦੇ ਕਿਸੇ ਨਾਲ ਝਗੜਾ-ਫਸਾਦ ਨਹੀਂ ਕੀਤਾ ਸੀ। ਪਾਗਲਖਾਨੇ ਦੇ ਜਿਹੜੇ ਪੁਰਾਣੇ ਮੁਲਾਜ਼ਿਮ ਸਨ, ਉਹ ਉਸਦੇ ਮੁਤਾਲਿਕ ਐਨਾ ਜਾਣਦੇ ਸਨ ਕਿ ਟੋਬਾ ਟੇਕ ਸਿੰਘ ਵਿਚ ਉਸ ਦੀ ਕਾਫੀ ਜ਼ਮੀਨ ਸੀ, ਚੰਗਾ ਖਾਂਦਾ-ਪੀਂਦਾ ਜ਼ਿਮੀਦਾਰ ਸੀ ਕਿ ਅਚਾਨਕ ਦਿਮਾਗ ਉਲਟ ਗਿਆ, ਉਸ ਦੇ ਰਿਸ਼ਤੇਦਾਰ ਉਸਨੂੰ ਲੋਹੇ ਦੀਆਂ ਮੋਟੀਆਂ ਮੋਟੀਆਂ ਜ਼ੰਜੀਰਾਂ ਵਿਚ ਬੰਨ੍ਹ ਕੇ ਲਿਆਏ ਅਤੇ ਪਾਗਲਖਾਨੇ 'ਚ ਦਾਖਲ ਕਰਵਾ ਗਏ।

ਮਹੀਨੇ ਵਿਚ ਇਕ ਵਾਰ ਮੁਲਾਕਾਤ ਲਈ ਉਹ ਲੋਕ ਆਉਂਦੇ ਸਨ ਤੇ ਉਸ ਦੀ ਖ਼ੈਰ-ਖੈਰੀਅਤ ਕਰ ਕੇ ਚਲੇ ਜਾਂਦੇ ਸਨ; ਇਕ ਮੁੱਦਤ ਤਕ ਇਹ ਸਿਲਸਿਲਾ ਜਾਰੀ ਰਿਹਾ, ਜਦੋਂ ਪਾਕਿਸਤਾਨ, ਹਿੰਦੁਸਤਾਨ ਦੀ ਗੜਬੜ ਸ਼ੁਰੂ ਹੋਈ ਤਾਂ ਉਨ੍ਹਾਂ ਦਾ ਆਉਣਾ-ਜਾਣਾ ਬੰਦ ਹੋ ਗਿਆ।

ਉਸ ਦਾ ਨਾਂ ਬਿਸ਼ਨ ਸਿੰਘ ਸੀ ਪਰ ਉਸ ਨੂੰ ਟੋਬਾ ਟੇਕ ਸਿੰਘ ਕਹਿੰਦੇ ਸਨ। ਉਸ ਨੂੰ ਇਹ ਬਿਲਕੁਲ ਪਤਾ ਨਹੀਂ ਸੀ ਕਿ ਦਿਨ ਕਿਹੜਾ ਹੈ, ਮਹੀਨਾ ਕਿਹੜਾ ਹੈ ਜਾਂ ਕਿੰਨੇ ਸਾਲ ਬੀਤ ਚੁੱਕੇ ਸਨ; ਲੇਕਿਨ ਹਰ ਮਹੀਨੇ ਜਦੋਂ ਉਸ ਦੇ ਸਾਕ-ਸੰਬੰਧੀ ਉਸ ਨੂੰ ਮਿਲਣ ਲਈ ਆਉਣ ਦੇ ਕਰੀਬ ਹੁੰਦੇ ਤਾਂ ਉਸ ਨੂੰ ਆਪਣੇ ਆਪ ਪਤਾ ਲੱਗ ਜਾਂਦਾ ਸੀ; ਕਿਉਂਕਿ ਉਹ ਦਫ਼ੇਦਾਰ ਨੂੰ ਕਹਿੰਦਾ ਕਿ ਉਸ ਦੀ ਮੁਲਾਕਾਤ ਆ ਰਹੀ ਹੈ; ਉਸ ਦਿਨ ਉਹ ਚੰਗੀ ਤਰ੍ਹਾਂ ਨਹਾਉਂਦਾ, ਬਦਨ 'ਤੇ ਖ਼ੂਬ ਸਾਬਣ ਘਸਾਉਂਦਾ ਅਤੇ ਵਾਲਾਂ ਵਿਚ ਤੇਲ ਪਾ ਕੇ ਕੰਘਾ ਕਰਦਾ; ਆਪਣੇ ਕੱਪੜੇ ਜਿਹੜੇ ਉਹ ਕਦੇ ਇਸਤੇਮਾਲ ਨਹੀਂ ਕਰਦਾ ਸੀ, ਕਢਵਾ ਕੇ ਪਹਿਨਦਾ ਅਤੇ ਇੰਜ ਸੱਜ-ਧੱਜ ਕੇ ਮਿਲਣ ਵਾਲਿਆਂ ਕੋਲ ਜਾਂਦਾ। ਉਹ ਉਸ ਤੋਂ ਕੁਝ ਪੁੱਛਦੇ ਤਾਂ ਉਹ ਖ਼ਾਮੋਸ਼ ਰਹਿੰਦਾ ਜਾਂ ਕਦੇ-ਕਦਾਈਂ 'ਓਪੜ ਦਸ ਗੜਗੜ ਦੀ ਅਨੈਕਸ ਦੇ ਬੇਧਿਆਨਾਂ ਦੀ ਮੂੰਗ ਦੀ ਦਾਲ ਆਫ਼ ਦੀ ਲਾਲਟੈਨ...' ਕਹਿ ਦਿੰਦਾ।

ਉਸ ਦੀ ਇਕ ਲੜਕੀ ਸੀ ਜਿਹੜੀ ਹਰ ਮਹੀਨੇ ਇਕ ਉਂਗਲ ਵਧਦੀ ਵਧਦੀ ਪੰਦਰਾਂ ਬਰਸਾਂ ਵਿਚ ਜਵਾਨ ਹੋ ਗਈ ਸੀ। ਬਿਸ਼ਨ ਸਿੰਘ ਉਸ ਨੂੰ ਪਹਿਚਾਨਦਾ ਹੀ ਨਹੀਂ ਸੀ-ਉਹ ਬੱਚੀ ਸੀ ਉਦੋਂ ਵੀ ਆਪਣੇ ਬਾਪ ਨੂੰ ਦੇਖ ਕੇ ਰੋਂਦੀ ਸੀ, ਜਵਾਨ ਹੋਈ ਤਾਂ ਵੀ ਉਸ ਦੀਆਂ ਅੱਖਾਂ 'ਚੋਂ ਹੰਝੂ ਵਹਿੰਦੇ ਸਨ।

ਪਾਕਿਸਤਾਨ ਅਤੇ ਹਿੰਦੁਸਤਾਨ ਦਾ ਕਿੱਸਾ ਸ਼ੁਰੂ ਹੋਇਆ ਤਾਂ ਉਸ ਨੇ ਦੂਸਰੇ ਪਾਗਲਾਂ ਤੋਂ ਪੁੱਛਣਾ ਸ਼ੁਰੂ ਕੀਤਾ ਕਿ ਟੋਬਾ ਟੇਕ ਸਿੰਘ ਕਿੱਥੇ ਹੈ; ਜਦ ਉਸ ਨੂੰ ਤਸੱਲੀਬਖ਼ਸ਼ ਜਵਾਬ ਨਾ ਮਿਲਿਆ ਤਾਂ ਉਸ ਨੂੰ ਆਪਣੇ ਆਪ ਪਤਾ ਲੱਗ ਜਾਂਦਾ ਸੀ ਕਿ ਮਿਲਣ ਵਾਲੇ ਆ ਰਹੇ ਹਨ, ਪਰ ਹੁਣ ਜਿਵੇਂ ਉਸ ਦੇ ਦਿਲ ਦੀ ਆਵਾਜ਼ ਬੰਦ ਹੋ ਗਈ ਸੀ ਜਿਹੜੀ ਉਸ ਨੂੰ ਉਨ੍ਹਾਂ ਦੀ ਆਮਦ ਦੀ ਖ਼ਬਰ ਦੇ ਦਿੰਦੀ ਸੀ-ਉਸ ਦੀ ਬਹੁਤੀ ਇੱਛਾ ਸੀ ਕਿ ਉਹ ਲੋਕ ਆਉਣ ਜੋ ਉਸ ਨਾਲ ਹਮਦਰਦੀ ਦਾ ਇਜ਼ਹਾਰ ਕਰਦੇ ਸਨ ਅਤੇ ਉਸ ਦੇ ਲਈ ਫ਼ਲ, ਮਿਠਾਈਆਂ ਅਤੇ ਕੱਪੜੇ ਲਿਆਉਂਦੇ ਸਨ। ਉਹ ਆਉਣ ਤਾਂ ਉਹ ਉਨ੍ਹਾਂ ਤੋਂ ਪੁੱਛੇ ਕਿ ਟੋਬਾ ਟੇਕ ਸਿੰਘ ਕਿੱਥੇ ਹੈ...ਉਹ ਉਸ ਨੂੰ ਯਕੀਨਨ ਦੱਸ ਦੇਣਗੇ ਕਿ ਟੋਬਾ ਟੇਕ ਸਿੰਘ ਪਾਕਿਸਤਾਨ ਵਿਚ ਹੈ ਜਾਂ ਹਿੰਦੁਸਤਾਨ ਵਿਚ -ਉਸ ਦਾ ਖ਼ਿਆਲ ਸੀ ਕਿ ਉਹ ਟੋਬਾ ਟੇਕ ਸਿੰਘ ਤੋਂ ਹੀ ਆਉਂਦੇ ਹਨ ਜਿੱਥੇ ਉਸ ਦੀਆਂ ਜ਼ਮੀਨਾਂ ਹਨ।

ਪਾਗਲਖਾਨੇ ਵਿਚ ਇਕ ਪਾਗਲ ਅਜਿਹਾ ਵੀ ਸੀ ਜਿਹੜਾ ਖ਼ੁਦ ਨੂੰ ਖ਼ੁਦਾ ਕਹਿੰਦਾ ਸੀ। ਉਸ ਤੋਂ ਜਦੋਂ ਇਕ ਦਿਨ ਬਿਸ਼ਨ ਸਿੰਘ ਨੇ ਪੁੱਛਿਆ ਕਿ ਟੋਬਾ ਟੇਕ ਸਿੰਘ ਪਾਕਿਸਤਾਨ ਵਿਚ ਹੈ ਜਾਂ ਹਿੰਦੁਸਤਾਨ ਵਿਚ ਤਾਂ ਉਸਨੇ ਕਿਹਾ ਨਾ ਹਿੰਦੁਸਤਾਨ ਵਿੱਚ ਪਾਕਿਸਤਾਨ ਵਿੱਚ ਇਸ ਲਈ ਕਿ ਅਸੀਂ ਅਜੇ ਤੱਕ ਹੁਕਮ ਹੀ ਨਹੀਂ ਦਿੱਤਾ...!"

ਬਿਸ਼ਨ ਸਿੰਘ ਉਸ ਖ਼ੁਦਾ ਨੂੰ ਕਈ ਮਰਤਬਾ ਮਿੰਨਤਾ ਕਰਦਿਆਂ ਕਿਹਾ ਕਿ ਉਹ ਹੁਕਮ ਦੇ ਦੇਵੇ ਕਿ ਝੰਜਟ ਖ਼ਤਮ ਹੋਵੇ, ਪਰ ਖ਼ੁਦਾ ਬਹੁਤ ਮਸਰੂਫ਼ ਸੀ, ਇਸ ਲਈ ਕਿ ਉਸ ਨੇ ਹੋਰ ਬੇ-ਸ਼ੁਮਾਰ ਹੁਕਮ ਦੇਣੇ ਸਨ।

ਇਕ ਦਿਨ ਤੰਗ ਆ ਕੇ ਬਿਸ਼ਨ ਸਿੰਘ ਖ਼ੁਦਾ 'ਤੇ ਵਰ੍ਹ ਪਿਆ : "ਓੜ ਦੀ ਗੜ ਗੜ ਦੀ ਅਨੈਕਸ ਦੀ ਬੇਧਿਆਨਾਂ ਦੀ ਮੂੰਗ ਦੀ ਦਾਲ ਆਫ਼ ਵਾਹਿਗੁਰੂ ਜੀ ਦਾ ਖ਼ਾਲਸਾ ਐਂਡ ਵਾਹਿਗੁਰੂ ਜੀ ਕੀ ਫ਼ਤਿਹ...।"

ਇਸ ਦਾ ਸ਼ਾਇਦ ਮਤਲਬ ਸੀ ਕਿ ਤੁਸੀਂ ਮੁਸਲਮਾਨਾਂ ਦੇ ਖ਼ੁਦਾ ਹੋ, ਸਿੱਖਾਂ ਦੇ ਖ਼ੁਦਾ ਹੁੰਦੇ ਤਾਂ ਜ਼ਰੂਰ ਮੇਰੀ ਸੁਣਦੇ।

ਤਬਾਦਲੇ ਤੋਂ ਕੁਝ ਦਿਨ ਪਹਿਲਾਂ ਟੋਬਾ ਟੇਕ ਸਿੰਘ ਦਾ ਇਕ ਮੁਸਲਮਾਨ ਜਿਹੜਾ ਬਿਸ਼ਨ ਸਿੰਘ ਦਾ ਦੋਸਤ ਸੀ, ਮੁਲਾਕਾਤ ਲਈ ਆਇਆ, ਮੁਸਲਮਾਨ ਦੋਸਤ ਪਹਿਲਾਂ ਕਦੇ ਨਹੀਂ ਆਇਆ ਸੀ। ਜਦੋਂ ਬਿਸ਼ਨ ਸਿੰਘ ਨੇ ਉਸ ਨੂੰ ਦੇਖਿਆ ਤਾਂ ਇਕਦਮ ਪਾਸੇ ਹਟ ਗਿਆ, ਫਿਰ ਵਾਪਸ ਜਾਣ ਲੱਗਿਆ ਪਰ ਸਿਪਾਹੀਆਂ ਨੇ ਉਸ ਨੂੰ ਰੋਕਿਆ, "ਇਹ ਤੈਨੂੰ ਮਿਲਣ ਆਇਆ ਹੈ...ਤੇਰਾ ਦੋਸਤ ਫ਼ਜ਼ਲਦੀਨ ਹੈ...।"

ਬਿਸ਼ਨ ਸਿੰਘ ਨੇ ਫ਼ਜ਼ਲਦੀਨ ਨੂੰ ਇਕ ਨਜ਼ਰ ਦੇਖਿਆ ਅਤੇ ਕੁਝ ਬੁੜਬੁੜਾਉਣ ਲੱਗਿਆ।

ਫ਼ਜਲਦੀਨ ਨੇ ਅੱਗੇ ਵਧਦਿਆਂ ਉਸ ਦੇ ਮੋਢੇ 'ਤੇ ਹੱਥ ਰੱਖਿਆ : "ਮੈਂ ਬਹੁਤ ਸੋਚ ਰਿਹਾ ਸੀ ਤੈਨੂੰ ਮਿਲਾਂ ਲੇਕਿਨ ਫੁਰਸਤ ਹੀ ਨਹੀਂ ਮਿਲੀ...ਤੇਰੇ ਸਭ ਆਦਮੀ ਖ਼ੈਰੀਅਤ ਨਾਲ ਹਿੰਦੁਸਤਾਨ ਚਲੇ ਗਏ ਸਨ...ਮੈਥੋਂ ਜਿੰਨੀ ਮਦਦ ਹੋ ਸਕੀ, ਮੈਂ ਕੀਤੀ...ਤੇਰੀ ਬੇਟੀ ਰੂਪ ਕੌਰ..." ਉਹ ਕਹਿੰਦਾ ਕਹਿੰਦਾ ਰੁਕ ਗਿਆ।

ਬਿਸ਼ਨ ਸਿੰਘ ਕੁਝ ਯਾਦ ਕਰਨ ਲੱਗਿਆ, "ਬੇਟੀ ਰੂਪ ਕੌਰ..."

ਫ਼ਜ਼ਲਦੀਨ ਨੇ ਰੁਕ-ਰੁਕ ਕੇ ਕਿਹਾ : "ਹਾਂ...ਉਹ...ਉਹ ਵੀ ਠੀਕ ਠਾਕ ਹੈ...ਉਨ੍ਹਾਂ ਦੇ ਨਾਲ ਹੀ ਚਲੀ ਗਈ ਸੀ...।"

ਬਿਸ਼ਨ ਸਿੰਘ ਖਾਮੋਸ਼ ਰਿਹਾ।

ਫ਼ਜ਼ਲਦੀਨ ਨੇ ਫਿਰ ਕਹਿਣਾ ਸ਼ੁਰੂ ਕੀਤਾ : "ਉਨ੍ਹਾਂ ਮੈਨੂੰ ਕਿਹਾ ਸੀ ਕਿ ਤੇਰੀ ਖ਼ੈਰ-ਖ਼ੈਰੀਅਤ ਪੁੱਛਦਾ ਰਹਾਂ...ਭਾਈ ਬਲਬੀਰ ਸਿੰਘ ਅਤੇ ਭਾਈ ਵਧਾਵਾ ਸਿੰਘ ਨੂੰ ਮੇਰਾ ਸਲਾਮ ਕਹਿਣਾ ਅਤੇ ਭੈਣ ਅੰਮ੍ਰਿਤ ਕੌਰ ਨੂੰ ਵੀ...ਭਾਈ ਬਲਵੀਰ ਸਿੰਘ ਨੂੰ ਕਹਿਣਾ ਕਿ ਫ਼ਜ਼ਲਦੀਨ ਰਾਜ਼ੀ ਖੁਸ਼ੀ ਹੈ...ਦੋ ਬੂਰੀਆਂ ਮੱਝਾਂ ਜਿਹੜੀਆਂ ਉਹ ਛੱਡ ਗਏ ਸਨ, ਉਨ੍ਹਾਂ ਵਿਚੋਂ ਇਕ ਨੇ ਕੱਟਾ ਦਿੱਤਾ ਹੈ...ਦੂਸਰੀ ਦੇ ਕੱਟੀ ਹੋਈ ਸੀ, ਪਰ ਉਹ ਛੇ ਦਿਨ ਦੀ ਹੋ ਕੇ ਮਰ ਗਈ...ਅਤੇ ... ਮੇਰੇ ਲਾਇਕ ਜੋ ਕੋਈ ਖ਼ਿਦਮਤ ਹੋਵੇ, ਕਹਿਣਾ, ਮੈਂ ਹਰ ਵਕਤ ਤਿਆਰ ਹਾਂ...ਅਤੇ ਇਹ ਤੇਰੇ ਲਈ ਇਹ ਥੋੜ੍ਹੇ ਜਿਹੇ ਭਰੂੰਡੇ ਲਿਆਇਆ ਹਾਂ...।"

ਬਿਸ਼ਨ ਸਿੰਘ ਨੇ ਭਰੂੰਡਿਆਂ ਦੀ ਪੋਟਲੀ ਲੈ ਕੇ ਕੋਲ ਖੜ੍ਹੇ ਸਿਪਾਹੀ ਦੇ ਹਵਾਲੇ ਕਰ ਦਿੱਤੀ ਅਤੇ ਫ਼ਜ਼ਲਦੀਨ ਤੋਂ ਪੁੱਛਿਆ : "ਟੋਬਾ ਟੇਕ ਸਿੰਘ ਕਿੱਥੇ ਹੈ...?"

ਫ਼ਜ਼ਲਦੀਨ ਨੇ ਕਦਰੇ ਹੈਰਤ ਨਾਲ ਕਿਹਾ : "ਕਿੱਥੇ ਹੈ...? ਉਥੇ ਹੈ, ਜਿੱਥੇ ਸੀ...।"

ਬਿਸ਼ਨ ਸਿੰਘ ਨੇ ਫਿਰ ਪੁੱਛਿਆ : "ਪਾਕਿਸਤਾਨ ਵਿਚ ਹੈ ਜਾਂ ਹਿੰਦੁਸਤਾਨ ਵਿਚ...?"

"ਹਿੰਦੁਸਤਾਨ ਵਿਚ...ਨਹੀਂ, ਨਹੀਂ ਪਾਕਿਸਤਾਨ ਵਿਚ...।" ਫ਼ਜ਼ਲਦੀਨ ਬੌਖਲਾ ਜਿਹਾ ਗਿਆ।

ਬਿਸ਼ਨ ਸਿੰਘ ਬੁੜਬੁੜਾਉਂਦਾ ਹੋਇਆ ਚਲਾ ਗਿਆ : "ਓਪੜ ਦੀ ਗੜ ਗੜ ਦੀ ਅਨੈਕਸ ਦੀ ਬੇਧਿਆਨਾ ਦੀ ਮੂੰਗ ਦੀ ਦਾਲ ਆਫ਼ ਪਾਕਿਸਤਾਨ ਐਂਡ ਹਿੰਦੁਸਤਾਨ ਆਫ਼ ਦੀ ਦੁਰ ਫ਼ਿਟੇ ਮੂੰਹ...।"

ਤਬਾਦਲੇ ਦੀਆਂ ਤਿਆਰੀਆਂ ਮੁਕੰਮਲ ਹੋ ਚੁੱਕੀਆਂ ਸਨ, ਏਧਰ ਤੋਂ ਓਧਰ ਅਤੇ ਓਧਰ ਤੋਂ ਏਧਰ ਆਉਣ ਵਾਲੇ ਪਾਗਲਾਂ ਦੀਆਂ ਸੂਚੀਆਂ ਪਹੁੰਚ ਚੁੱਕੀਆਂ ਸਨ ਅਤੇ ਤਬਾਦਲੇ ਦਾ ਦਿਨ ਵੀ ਨਿਸ਼ਚਿਤ ਹੋ ਚੁੱਕਾ ਸੀ।

ਸ਼ਖ਼ਤ ਸਰਦੀਆਂ ਸਨ ਜਦੋਂ ਲਾਹੌਰ ਦੇ ਪਾਗਲਖਾਨੇ ਵਿਚੋਂ ਹਿੰਦੂ-ਸਿੱਖ ਪਾਗਲਾਂ ਦੀਆਂ ਭਰੀਆਂ ਹੋਈਆਂ ਲਾਰੀਆਂ ਪੁਲਿਸ ਦੀ ਰੱਖਿਆ ਦਸਤਿਆਂ ਦੇ ਨਾਲ ਰਵਾਨਾਂ ਹੋਈਆਂ; ਸੰਬੰਧਿਤ ਅਫ਼ਸਰ ਵੀ ਹਮਰਾਹ ਸਨ-ਵਾਗ੍ਹਾ ਬਾਰਡਰ 'ਤੇ ਦੋਹਾਂ ਤਰਫ਼ਾਂ ਦੇ ਸੁਪਰਿੰਟੈਂਡੈਂਟ ਇਕ ਦੂਜੇ ਨਾਲ ਮਿਲੇ ਅਤੇ ਆਰੰਭਿਕ ਕਾਰਵਾਈ ਖਤਮ ਹੋਣ ਤੋਂ ਬਾਅਦ ਤਬਾਦਲਾ ਸ਼ੁਰੂ ਹੋ ਗਿਆ, ਜਿਹੜਾ ਰਾਤ ਭਰ ਜਾਰੀ ਰਿਹਾ।

ਪਾਗਲਾਂ ਨੂੰ ਲਾਰੀਆਂ ਵਿਚੋਂ ਕੱਢਣਾ ਅਤੇ ਉਨ੍ਹਾਂ ਨੂੰ ਦੂਸਰੇ ਅਫ਼ਸਰਾਂ ਦੇ ਹਵਾਲੇ ਕਰਨਾ ਬਹੁਤ ਔਖਾਂ ਕੰਮ ਸੀ; ਕੁਝ ਤਾਂ ਬਾਹਰ ਨਿਕਲਦੇ ਹੀ ਨਹੀਂ ਸਨ, ਜਿਹੜੇ ਨਿਕਲਣ ਲਈ ਰਜ਼ਾਮੰਦ ਹੁੰਦੇ ਸੀ, ਉਨ੍ਹਾਂ ਨੂੰ ਸੰਭਾਲਣਾ ਮੁਸ਼ਕਲ ਹੋ ਜਾਂਦਾ ਸੀ; ਕਿਉਂਕਿ ਉਹ ਏਧਰ ਓਧਰ ਭੱਜ ਉਠਦੇ ਸਨ, ਜਿਹੜੇ ਨੰਗੇ ਸਨ, ਉਨ੍ਹਾਂ ਨੂੰ ਕੱਪੜੇ ਪਹਿਨਾਏ ਜਾਂਦੇ ਤਾਂ ਉਹ ਫਾੜ ਕੇ ਆਪਣੇ ਤਨ ਤੋਂ ਅਲੱਗ ਕਰ ਦਿੰਦੇ-ਕੋਈ ਗਾਲ੍ਹਾਂ ਕੱਢ ਰਿਹਾ ਹੈ...ਕੋਈ ਗਾ ਰਿਹਾ ਹੈ...ਕੁਝ ਆਪਸ ਵਿਚ ਝਗੜ ਰਹੇ

ਹਨ...ਕੁਝ ਰੋ ਰਹੇ ਹਨ, ਬਕ ਰਹੇ ਹਨ-ਕੰਨ ਪਈ ਆਵਾਜ਼ ਸੁਣਾਈ ਨਹੀਂ ਦਿੰਦੀ ਸੀ-ਪਾਗਲ ਔਰਤਾਂ ਦਾ ਸ਼ੋਰ-ਸ਼ਰਾਬਾ ਅਲੱਗ ਸੀ, ਅਤੇ ਸਰਦੀ ਐਨੀ ਕੜਾਕੇ ਦੀ ਸੀ ਕਿ ਦੰਦ ਨਾਲ ਦੰਦ ਵੱਜ ਰਹੇ ਸਨ।

ਪਾਗਲਾਂ ਦੀ ਅਕਸਰੀਅਤ ਇਸ ਤਬਾਦਲੇ ਦੇ ਹੱਕ ਵਿਚ ਨਹੀਂ ਸੀ, ਇਸ ਲਈ ਕਿ ਉਨ੍ਹਾਂ ਦੀ ਸਮਝ ਵਿਚ ਨਹੀਂ ਆ ਰਿਹਾ ਸੀ ਕਿ ਉਨ੍ਹਾਂ ਨੂੰ ਆਪਣੀ ਜਗ੍ਹਾ ਤੋਂ ਉਖਾੜ ਕੇ ਕਿੱਥੇ ਸੁੱਟਿਆ ਜਾ ਰਿਹਾ ਹੈ; ਉਨ੍ਹਾਂ 'ਚੋਂ ਜਿਹੜੇ ਕੁਝ ਸੋਚ-ਸਮਝ ਸਕਦੇ ਸਨ, 'ਪਾਕਿਸਤਾਨ : ਜਿੰਦਾਬਾਦ' ਅਤੇ 'ਪਾਕਿਸਤਾਨ : ਮੁਰਦਾਬਾਦ' ਦੇ ਨਾਅਰੇ ਲਗਾ ਰਹੇ ਸਨ; ਦੋ ਤਿੰਨ ਵਾਰ ਫਸਾਦ ਹੁੰਦੇ ਹੁੰਦੇ ਬਚਿਆ, ਕਿਉਂਕਿ ਕੁਝ ਮੁਸਲਮਾਨਾਂ ਅਤੇ ਸਿੱਖਾਂ ਨੂੰ ਇਹ ਨਾਅਰੇ ਸੁਣ ਕੇ ਤੈਸ਼ ਆ ਗਿਆ ਸੀ।

ਜਦੋਂ ਬਿਸ਼ਨ ਸਿੰਘ ਦੀ ਵਾਰੀ ਆਈ ਅਤੇ ਵਾਘਾ ਦੇ ਉਸ ਪਾਰ ਸੰਬੰਧਿਤ ਅਫ਼ਸਰ ਉਸ ਦਾ ਨਾਂ ਰਜਿਸਟਰ ਵਿਚ ਦਰਜ਼ ਕਰਨ ਲੱਗਿਆ ਤਾਂ ਉਸ ਨੇ ਪੁੱਛਿਆ : "ਟੋਭਾ ਟੇਕ ਸਿੰਘ ਕਿੱਥੇ ਹੈ... ਪਾਕਿਸਤਾਨ ਵਿਚ ਜਾਂ ਹਿੰਦੁਸਤਾਨ ਵਿਚ...?"

ਸੰਬੰਧਿਤ ਅਫ਼ਸਰ ਹੱਸਿਆ : "ਪਾਕਿਸਤਾਨ ਵਿਚ..."

ਇਹ ਸੁਣ ਕੇ ਬਿਸ਼ਨ ਸਿੰਘ ਕੁੱਦ ਕੇ ਇਕ ਤਰਫ਼ ਹਟਿਆ ਅਤੇ ਭੱਜ ਕੇ ਆਪਣੇ ਬਾਕੀ ਬਚੇ ਹੋਏ ਸਾਥੀਆਂ ਦੇ ਕੋਲ ਪਹੁੰਚ ਗਿਆ।

ਪਾਕਿਸਤਾਨੀ ਸਿਪਾਹੀਆਂ ਨੇ ਉਸ ਨੂੰ ਫੜ ਲਿਆ ਅਤੇ ਦੂਜੇ ਪਾਸੇ ਲਿਜਾਣ ਲੱਗੇ, ਪਰ ਉਸ ਨੇ ਤੁਰਨ ਤੋਂ ਇਨਕਾਰ ਕਰ ਦਿੱਤਾ : "ਟੋਭਾ ਟੇਕ ਸਿੰਘ ਇਥੇ ਹੈ...।" ਅਤੇ ਹੋਰ ਜ਼ੋਰ ਜ਼ੋਰ ਦੀ ਚੀਕਣ ਲੱਗਿਆ : "ਓਪੜ ਦੀ ਗੜ ਗੜ ਦੀ ਅਨੈਕਸ ਦੀ ਬੇਧਿਆਨਾਂ ਦੀ ਮੂੰਗ ਦੀ ਦਾਲ ਆਫ਼ ਦੀ ਟੋਭਾ ਟੇਕ ਸਿੰਘ ਐਂਡ ਪਾਕਿਸਤਾਨ...!"

ਉਸ ਨੂੰ ਬਹੁਤ ਸਮਝਾਇਆ ਗਿਆ ਕਿ ਦੇਖ, ਹੁਣ ਟੋਭਾ ਟੇਕ ਸਿੰਘ ਹਿੰਦੁਸਤਾਨ ਵਿਚ ਚਲਾ ਗਿਆ ਹੈ...ਜੇਕਰ ਨਹੀਂ ਗਿਆ ਤਾਂ ਉਸ ਨੂੰ ਫ਼ੌਰਨ ਉਥੇ ਭੇਜ ਦਿੱਤਾ ਜਾਵੇਗਾ, ਪਰ ਉਹ ਨਾ ਮੰਨਿਆ! ਜਦੋਂ ਉਸ ਨੂੰ ਜਬਦਰਸਤੀ ਦੂਜੇ ਪਾਸੇ ਲਿਜਾਣ ਦੀ ਕੋਸ਼ਿਸ਼ ਕੀਤੀ ਗਈ ਤਾਂ ਉਹ ਵਿਚਕਾਰ ਇਕ ਜਗ੍ਹਾ ਇਸ ਅੰਦਾਜ਼ ਵਿਚ ਆਪਣੀਆਂ ਸੁੱਜੀਆਂ ਹੋਈਆਂ ਟੰਗਾਂ 'ਤੇ ਖੜ੍ਹਾ ਹੋ ਗਿਆ ਜਿਵੇਂ ਹੁਣ ਉਸ ਨੂੰ ਕੋਈ ਤਾਕਤ ਨਹੀਂ ਹਲਾ ਸਕੇਗੀ... ਆਦਮੀ ਕਿਉਂਕਿ ਬੇ-ਜ਼ਰਰਸੀ, ਇਸ ਲਈ ਉਸ ਨਾਲ ਜ਼ਿਆਦਾ ਜ਼ਬਰਦਸਤੀ ਨਾ ਕੀਤੀ ਗਈ; ਉਸ ਨੂੰ ਉਥੇ ਹੀ ਖੜ੍ਹਾ ਰਹਿਣ ਦਿੱਤਾ ਗਿਆ; ਅਤੇ ਹੋਰ ਤਬਾਦਲੇ ਦਾ ਬਾਕੀ ਕੰਮ ਹੁੰਦਾ ਰਿਹਾ।

ਸੂਰਜ ਨਿਕਲਣ ਤੋਂ ਪਹਿਲਾਂ ਅਡੋਲ ਖੜ੍ਹੇ ਹੋਏ ਬਿਸ਼ਨ ਸਿੰਘ ਦੇ ਹਲਕ ਵਿਚੋਂ ਇਕ ਆਸਮਾਨ ਚੀਰਦੀ ਚੀਖ਼ ਨਿੱਕਲੀ।

ਏਧਰ ਓਧਰ ਤੋਂ ਕਈ ਅਫ਼ਸਰ ਭੱਜੇ ਆਏ ਅਤੇ ਉਨ੍ਹਾਂ ਦੇਖਿਆ ਕਿ ਉਹ ਆਦਮੀ ਜਿਹੜਾ ਪੰਦਰਾਂ ਬਰਸ ਤਕ ਦਿਨ ਰਾਤ ਆਪਣੀਆਂ ਟੰਗਾਂ 'ਤੇ ਖੜ੍ਹਾ ਰਿਹਾ ਸੀ, ਮੂਧੇ ਮੂੰਹ ਲੇਟਿਆ ਹੈ-ਓਧਰ ਖ਼ਾਰਦਾਰ ਤਾਰਾਂ ਦੇ ਪਿੱਛੇ ਹਿੰਦੁਸਤਾਨ ਸੀ, ਏਧਰ ਵੀ ਓਹੋ ਜਿਹੀਆਂ ਤਾਰਾਂ ਦੇ ਪਿੱਛੇ ਪਾਕਿਸਤਾਨ, ਵਿਚਕਾਰ ਜ਼ਮੀਨ ਦੇ ਉਸ ਟੁਕੜੇ ਉਤੇ ਜਿਸ ਦਾ ਕੋਈ ਨਹੀ ਸੀ, ਟੋਭਾ ਟੇਕ ਸਿੰਘ ਪਿਆ ਸੀ।

ਖੋਲ੍ਹ ਦੋ

ਅੰਮ੍ਰਿਤਸਰ ਤੋਂ ਸਪੈਸ਼ਲ ਟਰੇਨ ਦੁਪਹਿਰ ਦੇ ਦੋ ਵਜੇ ਚੱਲੀ ਅਤੇ ਅੱਠ ਘੰਟਿਆਂ ਦੇ ਬਾਅਦ ਮੁਗਲਪੁਰਾ ਪਹੁੰਚੀ-ਰਸਤੇ ਵਿਚ ਕਈ ਆਦਮੀ ਮਾਰੇ ਗਏ, ਬਹੁਤ ਜ਼ਖ਼ਮੀ ਹੋਏ ਅਤੇ ਕੁਝ ਏਧਰ-ਉਧਰ ਭਟਕ ਗਏ।

ਸਵੇਰੇ ਦਸ ਵਜੇ ਕੈਂਪ ਦੀ ਠੰਡੀ ਜ਼ਮੀਨ 'ਤੇ ਜਦੋਂ ਸਿਰਾਜੁਦੀਨ ਨੇ ਅੱਖਾਂ ਖੋਲ੍ਹੀਆਂ ਅਤੇ ਆਪਣੇ ਚਾਰੇ ਪਾਸੇ ਮਰਦਾਂ ਅਤੇ ਬੱਚਿਆਂ ਦਾ ਇਕ ਦੂਜੇ ਨੂੰ ਧੱਕਦਾ ਸਮੁੰਦਰ ਦੇਖਿਆ ਤਾਂ ਉਸ ਦੇ ਸੋਚਣ-ਸਮਝਣ ਦੀ ਸ਼ਕਤੀ ਹੋਰ ਕਮਜ਼ੋਰ ਹੋ ਗਈ ਅਤੇ ਉਹ ਦੇਰ ਤੱਕ ਧੁੰਦਲੇ ਆਸਮਾਨ ਨੂੰ ਟਿਕ ਟਿਕੀ ਬੰਨ੍ਹੀ ਦੇਖਦਾ ਰਿਹਾ-ਉਂਜ ਤਾਂ ਕੈਂਪ ਵਿਚ ਹਰ ਪਾਸੇ ਸ਼ੋਰ-ਸ਼ਰਾਬਾ ਮੱਚਿਆ ਹੋਇਆ ਸੀ ਲੇਕਿਨ ਬੁੱਢੇ ਸਿਰਾਜੁਦੀਨ ਦੇ ਕੰਨ ਬੰਦ ਸਨ। ਉਸ ਨੂੰ ਕੁਝ ਵੀ ਸੁਣਾਈ ਨਹੀਂ ਦੇ ਰਿਹਾ ਸੀ। ਕੋਈ ਉਸ ਨੂੰ ਵੇਖਦਾ ਤਾਂ ਇਹੀ ਖ਼ਿਆਲ ਕਰਦਾ ਸੀ ਕਿ ਉਹ ਕਿਸੇ ਗਹਿਰੀ ਫਿਕਰ ਵਿਚ ਹੈ-ਪਰ ਉਸ ਦੇ ਹੋਸ਼-ਹਵਾਸ ਸੁੰਨ ਸਨ। ਉਸ ਦਾ ਸਾਰਾ ਵਜੂਦ ਖਲਾਅ ਵਿਚ ਲਟਕਿਆ ਹੋਇਆ ਸੀ।

ਧੁੰਦਲੇ ਆਸਮਾਨ ਦੀ ਤਰਫ਼ ਬਿਨਾਂ ਕਿਸੇ ਇਰਾਦੇ ਦੇ ਦੇਖਦੇ ਸਿਰਾਜੁਦੀਨ ਦੀਆਂ ਨਿਗਾਹਾਂ ਸੂਰਜ ਨਾਲ ਟਕਰਾਈਆਂ ਤਾਂ ਤੇਜ਼ ਰੌਸ਼ਨੀ ਉਸ ਦੇ ਵਜੂਦ ਦੇ ਸਾਰੇ ਰੇਸ਼ਿਆਂ 'ਚ ਉਤਰ ਗਈ ਅਤੇ ਉਹ ਜਾਗ ਉਠਿਆ। ਉਪਰ-ਥੱਲੇ ਉਸ ਦੇ ਜ਼ਿਹਨ 'ਚ ਕਈ ਤਸਵੀਰਾਂ ਦੌੜ ਗਈਆਂ : ਲੁੱਟ, ਅੱਗ...ਭਜ ਦੌੜ...ਸਟੇਸ਼ਨ...ਗੋਲੀਆਂ...ਰਾਤ ਅਤੇ ਸਕੀਨਾ...

ਸਿਰਾਜੁਦੀਨ ਇਕਦਮ ਖੜ੍ਹਾ ਹੋ ਗਿਆ ਅਤੇ ਫਿਰ ਉਸ ਨੇ ਪਾਗਲਾਂ ਦੀ ਤਰ੍ਹਾਂ ਆਪਣੇ ਚਾਰੇ ਪਾਸੇ ਫੈਲੇ ਹੋਏ ਇਨਸਾਨਾਂ ਦੇ ਸਮੁੰਦਰ ਨੂੰ ਖੰਗਾਲਣਾ ਸ਼ੁਰੂ ਕਰ ਦਿੱਤਾ।

ਪੂਰੇ ਤਿੰਨ ਘੰਟੇ ਉਹ 'ਸਕੀਨਾ...ਸਕੀਨਾ...' ਪੁਕਾਰਦਾ ਕੈਂਪ ਦੀ ਖਾਕ ਛਾਣਦਾ ਰਿਹਾ ਪਰ ਉਸ ਨੂੰ ਆਪਣੀ ਜਵਾਨ ਇਕਲੌਤੀ ਧੀ ਦਾ ਕੋਈ ਪਤਾ ਨਾ ਚੱਲਿਆ.... ਚਾਰੇ ਪਾਸੇ ਇਕ ਧਾਂਦਲੀ ਜਿਹੀ ਮੱਚੀ ਹੋਈ ਸੀ। ਕੋਈ ਆਪਣਾ ਬੱਚਾ ਲੱਭ ਰਿਹਾ ਸੀ, ਕੋਈ ਮਾਂ, ਕੋਈ ਬੀਵੀ ਅਤੇ ਕੋਈ ਬੇਟੀ।

ਸਿਰਾਜੁਦੀਨ ਥੱਕ-ਹਾਰ ਕੇ ਇਕ ਤਰਫ਼ ਬੈਠ ਗਿਆ ਅਤੇ ਆਪਣੇ ਦਿਮਾਗ 'ਤੇ ਜ਼ੋਰ ਦੇ ਕੇ ਸੋਚਣ ਲੱਗਿਆ ਕਿ ਸਕੀਨਾ ਉਸ ਤੋਂ ਕਦੋਂ ਤੇ ਕਿੱਥੇ ਅਲੱਗ ਹੋਈ, ਲੇਕਿਨ ਸੋਚਦੇ ਹੋਏ, ਉਸ ਦਾ ਧਿਆਨ ਸਕੀਨਾ ਦੀ ਮਾਂ ਦੀ ਲਾਸ਼ 'ਤੇ ਜੰਮ ਗਿਆ, ਜਿਸ ਦੀਆਂ ਸਾਰੀਆਂ ਅੰਤੜੀਆਂ ਬਾਹਰ ਨਿੱਕਲੀਆਂ ਹੋਈਆਂ ਸਨ...ਉਹ ਉਸ ਤੋਂ ਅੱਗੇ ਕੁਝ ਹੋਰ ਸੋਚ ਨਾ ਸਕਿਆ।

ਸਕੀਨਾ ਦੀ ਮਾਂ ਮਰ ਚੁੱਕੀ ਸੀ, ਉਸ ਨੇ ਸਿਰਾਜੁਦੀਨ ਦੀਆਂ ਅੱਖਾਂ ਦੇ ਸਾਹਮਣੇ ਦਮ ਤੋੜਿਆ ਸੀ-ਲੇਕਿਨ ਸਕੀਨਾ ਕਿੱਥੇ ਹੈ ਜਿਸ ਦੇ ਬਾਰੇ ਉਸ ਦੀ ਮਾਂ ਨੇ ਮਰਦੇ ਹੋਏ ਕਿਹਾ ਸੀ..."ਮੈਨੂੰ ਛੱਡੋ, ਜਲਦੀ ਸਕੀਨਾ ਨੂੰ ਲੈ ਕੇ ਇਥੋਂ ਭੱਜ ਜਾਓ..."

ਸਕੀਨਾ ਉਸ ਦੇ ਨਾਲ ਹੀ ਸੀ-ਅਤੇ ਉਹ ਦੋਵੇਂ ਨੰਗੇ ਪੈਰ ਭੱਜ ਰਹੇ ਸਨ। ਸਕੀਨਾ ਦਾ ਦੁਪੱਟਾ ਡਿੱਗ ਪਿਆ ਸੀ। ਦੁਪੱਟਾ ਉਠਾਉਣ ਲਈ ਉਸ ਨੇ ਰੁਕਣਾ ਚਾਹਿਆ ਸੀ ਅਤੇ ਸਕੀਨਾ ਨੇ ਚੀਕ ਕੇ ਕਿਹਾ ਸੀ : "...ਅੱਬਾ ਜੀ ਛੱਡੋ ਪਰ੍ਹੇ...।" ਲੇਕਿਨ ਉਸ ਨੇ ਦੁਪੱਟਾ ਉਠਾ ਲਿਆ ਸੀ-ਇਹ ਧਿਆਨ ਆਉਂਦੇ ਹੀ ਉਸ ਨੇ ਆਪਣੇ ਕੋਟ ਦੀ ਉਭਰੀ ਹੋਈ ਜੇਬ ਵੱਲ ਦੇਖਿਆ ਅਤੇ ਜੇਬ ਵਿਚ ਹੱਥ ਪਾ ਕੇ ਦੁਪੱਟਾ ਕੱਢਿਆ, ਸਕੀਨਾ ਦਾ ਉਹੀ ਦੁਪੱਟਾ... ਲੇਕਿਨ ਸਕੀਨਾ ਕਿੱਥੇ ਹੈ?

ਸਿਰਾਜੁਦੀਨ ਨੇ ਆਪਣੇ ਥੱਕੇ ਹੋਏ ਦਿਮਾਗ 'ਤੇ ਬਹੁਤ ਜ਼ੋਰ ਦਿੱਤਾ ਪਰ ਉਹ ਕਿਸੇ ਨਤੀਜੇ ਤਕ ਨਾ ਪਹੁੰਚ ਸਕਿਆ : ਕੀ ਉਹ ਸਕੀਨਾ ਨੂੰ ਆਪਣੇ ਨਾਲ ਸਟੇਸ਼ਨ ਤੱਕ ਲੈ ਆਇਆ ਸੀ? ਕੀ ਉਹ ਉਸ ਨਾਲ ਗੱਡੀ 'ਚ ਘੁਸ ਆਉਣ 'ਤੇ ਉਹ ਬੇਹੋਸ਼ ਹੋ ਗਿਆ ਸੀ, ਜਿਹੜੇ ਸਕੀਨਾ ਨੂੰ ਉਠਾ ਕੇ ਲੈ ਗਏ...?

ਸਿਰਾਜੁਦੀਨ ਦੇ ਦਿਮਾਗ 'ਚ ਸਵਾਲ ਹੀ ਸਵਾਲ ਸਨ, ਜਵਾਬ ਕੋਈ ਨਹੀਂ ਸੀ-ਸਿਰਾਜੁਦੀਨ ਨੂੰ ਹਮਦਰਦੀ ਦੀ ਜ਼ਰੂਰਤ ਸੀ, ਲੇਕਿਨ ਚਾਰੇ ਪਾਸੇ ਜਿੰਨੇ ਵੀ ਇਨਸਾਨ ਫੈਲੇ ਹੋਏ ਸਨ, ਸਭ ਨੂੰ ਹਮਦਰਦੀ ਦੀ ਜ਼ਰੂਰਤ ਸੀ-ਉਸ ਨੇ ਰੋਣਾ ਚਾਹਿਆ ਪਰ ਉਸ ਦੀਆਂ ਅੱਖਾਂ ਨੇ ਉਸ ਦੀ ਮਦਦ ਨਹੀਂ ਕੀਤੀ। ਹੰਝੂ ਪਤਾ ਨਹੀਂ ਕਿੱਥੇ ਗਾਇਬ ਹੋ ਗਏ ਸਨ।

ਛੇ ਦਿਨਾਂ ਬਾਅਦ ਸਿਰਾਜੁਦੀਨ ਦੇ ਹੋਸ਼-ਹਵਾਸ ਕਿਸੇ ਤਰ੍ਹਾਂ ਦਰੁਸਤ ਹੋਏ ਤਾਂ ਉਹ ਉਨ੍ਹਾਂ ਲੋਕਾਂ ਨੂੰ ਮਿਲਿਆ ਜਿਹੜੇ ਉਸ ਦੀ ਮੱਦਦ ਕਰਨ ਲਈ ਤਿਆਰ ਸਨ-ਉਹ ਅੱਠ ਨੌਜਵਾਨ ਸਨ। ਉਨ੍ਹਾਂ ਕੋਲ ਲਾਰੀ ਸੀ, ਬੰਦੂਕਾਂ ਸਨ।

ਉਸ ਨੇ ਉਨ੍ਹਾਂ ਨੂੰ ਲੱਖ-ਲੱਖ ਦੁਆਵਾਂ ਦਿੱਤੀਆਂ ਅਤੇ ਸਕੀਨਾ ਦਾ ਹੁਲੀਆ ਦੱਸਿਆ : "ਗੋਰਾ ਰੰਗ ਹੈ ਉਸ ਦਾ ਅਤੇ ਬਹੁਤ ਹੀ ਖੂਬਸੂਰਤ ਹੈ ਉਹ..ਮੇਰੇ 'ਤੇ ਨਹੀਂ ਹੈ, ਆਪਣੀ ਮਾਂ 'ਤੇ ਹੈ...ਉਮਰ ਸਤਾਰਾਂ ਸਾਲ ਦੇ ਨੇੜੇ ਹੈ... ਅੱਖਾਂ ਵੱਡੀਆਂ ਵੱਡੀਆਂ, ਵਾਲ ਸਿਆਹ, ਸੱਜੀ ਗੱਲ 'ਤੇ ਮੋਟਾ ਜਿਹਾ ਤਿਲ..ਮੇਰੀ ਇਕਲੌਤੀ ਧੀ ਹੈ...ਲੱਭ ਲਿਆਓ ਉਸ ਨੂੰ, ਖੁਦਾ ਤੁਹਾਡਾ ਭਲਾ ਕਰੇਗਾ..."

ਸੰਵਯ ਸੇਵਕ ਨੌਜਵਾਨਾਂ ਨੇ ਬੜੇ ਜਜ਼ਬਸ ਨਾਲ ਬੁੱਢੇ ਸਿਰਾਜੁਦੀਨ ਨੂੰ ਯਕੀਨ ਦਿਵਾਇਆ ਕਿ ਜੇਕਰ ਉਸ ਦੀ ਧੀ ਜਿਉਂਦੀ ਹੋਈ ਤਾਂ ਕੁਝ ਹੀ ਦਿਨਾਂ 'ਚ ਉਹ ਉਸ ਦੇ ਕੋਲ ਹੋਵੇਗੀ।

ਅੱਠਾਂ ਨੌਜਵਾਨਾਂ ਨੇ ਕੋਸ਼ਿਸ਼ ਕੀਤੀ। ਜਾਨ ਹਥੇਲੀ 'ਤੇ ਰੱਖ ਕੇ ਉਹ ਅੰਮ੍ਰਿਤਸਰ ਗਏ। ਕਈ ਔਰਤਾਂ, ਕਈ ਮਰਦਾਂ ਅਤੇ ਕਈ ਬੱਚਿਆਂ ਨੂੰ ਕੱਢ ਕੱਢ ਕੇ ਉਨ੍ਹਾਂ ਨੇ ਸੁਰੱਖਿਅਤ ਥਾਵਾਂ 'ਤੇ ਪਹੁੰਚਾਇਆ-ਲੇਕਿਨ ਦਸ ਦਿਨ ਗੁਜ਼ਰ ਜਾਣ 'ਤੇ ਵੀ ਉਨ੍ਹਾਂ ਨੂੰ ਸਕੀਨਾ ਕਿਤੇ ਨਹੀਂ ਮਿਲੀ।

ਇਕ ਦਿਨ ਉਹ ਫਿਰ ਉਸੇ ਸੇਵਾ ਲਈ ਲਾਰੀ 'ਤੇ ਅੰਮ੍ਰਿਤਸਰ ਜਾ ਰਹੇ ਸਨ ਕਿ ਛੇਹਰਟਾ ਦੇ ਕੋਲ ਸੜਕ 'ਤੇ ਉਨ੍ਹਾਂ ਨੂੰ ਇਕ ਲੜਕੀ ਦਿਖਾਈ ਦਿੱਤੀ-ਲਾਰੀ ਦੀ ਆਵਾਜ਼ ਸੁਣ ਕੇ ਉਹ ਬੁੜਕੀ ਤੇ ਉਸ ਨੇ ਭੱਜਣਾ ਸ਼ੁਰੂ ਕਰ ਦਿੱਤਾ।

ਉਨ੍ਹਾਂ ਨੇ ਲਾਰੀ ਰੋਕੀ ਅਤੇ ਸਾਰੇ ਦੇ ਸਾਰੇ ਉਸ ਦੇ ਪਿੱਛੇ ਭੱਜੇ। ਇਕ ਖੇਤ ਵਿਚ ਉਨ੍ਹਾਂ ਨੇ ਲੜਕੀ ਨੂੰ ਫੜ ਲਿਆ-ਲੜਕੀ ਖ਼ੂਬਸੂਰਤ ਸੀ, ਸੱਜੀ ਗੱਲ੍ਹ 'ਤੇ ਮੋਟਾ ਜਿਹਾ ਤਿਲ ਸੀ।

ਇਕ ਨੌਜਵਾਨ ਨੇ ਲੜਕੀ ਨੂੰ ਕਿਹਾ . "ਘਬਰਾ ਨਾ...! ਕੀ ਤੇਰਾ ਨਾਂ ਸਕੀਨਾ ਹੈ...?"

ਲੜਕੀ ਦਾ ਰੰਗ ਹੋਰ ਪੀਲਾ ਹੋ ਗਿਆ। ਉਸ ਨੇ ਕੋਈ ਜਵਾਬ ਨਾ ਦਿੱਤਾ। ਜਦੋਂ ਤਮਾਮ ਨੌਜਵਾਨਾਂ ਨੇ ਉਸ ਨੂੰ ਦਿਲਾਸਾ ਦਿੱਤਾ ਤਾਂ ਲੜਕੀ ਦਾ ਡਰ ਦੂਰ ਹੋਇਆ ਅਤੇ ਉਸ ਨੇ ਮੰਨ ਲਿਆ ਕਿ ਉਹ ਸਿਰਾਜੁਦੀਨ ਦੀ ਬੇਟੀ ਸਕੀਨਾ ਹੈ।

ਅੱਠਾਂ ਨੌਜਵਾਨਾਂ ਨੇ ਹਰ ਤਰਫ਼ੋਂ ਸਕੀਨਾ ਦੀ ਸੇਵਾ ਕੀਤੀ : ਉਸ ਨੂੰ ਖਾਣਾ ਖੁਆਇਆ, ਦੁੱਧ ਪਿਲਾਇਆ, ਲਾਰੀ 'ਚ ਬਿਠਾਇਆ-ਇਕ ਨੇ ਆਪਣਾ ਕੋਟ ਉਤਾਰ ਕੇ ਉਸ ਨੂੰ ਦਿੱਤਾ, ਕਿਉਂਕਿ ਦੁਪੱਟਾ ਨਾ ਹੋਣ ਕਾਰਨ ਉਹ ਬਹੁਤ ਉਲਝਣ 'ਚ ਮਹਿਸੂਸ ਕਰ ਰਹੀ ਸੀ। ਉਹ ਵਾਰ-ਵਾਰ ਬਾਹਾਂ ਨਾਲ ਆਪਣੇ ਸੀਨੇ ਨੂੰ ਢਕਣ ਦੀ ਕੋਸ਼ਿਸ਼ ਕਰ ਰਹੀ ਸੀ।

ਕਈ ਦਿਨ ਗੁਜ਼ਰ ਗਏ-ਸਿਰਾਜੁਦੀਨ ਨੂੰ ਸਕੀਨਾ ਦੀ ਕੋਈ ਖ਼ਬਰ ਨਾ ਮਿਲੀ।

ਉਹ ਦਿਨ ਭਰ ਵੱਖ-ਵੱਖ ਕੈਂਪਾਂ ਤੇ ਦਫ਼ਤਰਾਂ ਦੇ ਚੱਕਰ ਕੱਟਦਾ ਰਹਿੰਦਾ ਲੇਕਿਨ ਕਿਤੇ ਵੀ ਉਸ ਨੂੰ ਬੇਟੀ ਦਾ ਪਤਾ ਨਾ ਲੱਗਿਆ। ਰਾਤ ਨੂੰ ਉਹ ਦੇਰ ਤਕ ਉਨ੍ਹਾਂ ਨੌਜਵਾਨਾਂ ਦੀ ਕਾਮਯਾਬੀ ਲਈ ਦੁਆ ਮੰਗਦਾ ਰਹਿੰਦਾ, ਜਿਨ੍ਹਾਂ ਨੇ ਉਸ ਨੂੰ ਯਕੀਨ ਦਿਵਾਇਆ ਸੀ ਕਿ ਜੇਕਰ ਉਸ ਦੀ ਬੇਟੀ ਜਿਉਂਦੀ ਹੈ ਤਾਂ ਕੁਝ ਹੀ ਦਿਨਾਂ 'ਚ ਉਹ ਉਸ ਦੇ ਕੋਲ ਹੋਵੇਗੀ...

ਇਕ ਦਿਨ ਸਿਰਾਜੁਦੀਨ ਨੇ ਕੈਂਪ 'ਚ ਉਨ੍ਹਾਂ ਨੌਜਵਾਨਾਂ ਨੂੰ ਦੇਖਿਆ-ਉਹ ਲਾਰੀ 'ਚ ਬੈਠੇ ਹੋਏ ਸਨ।

ਉਹ ਭੱਜਿਆ ਭੱਜਿਆ ਉਨ੍ਹਾਂ ਦੇ ਕੋਲ ਗਿਆ-ਲਾਰੀ ਚੱਲਣ ਹੀ ਵਾਲੀ ਸੀ ਕਿ ਉਸ ਨੇ ਪੁੱਛਿਆ : "ਬੇਟਾ...ਮੇਰੀ ਸਕੀਨਾ ਦਾ ਪਤਾ ਲੱਗਿਆ...?"

ਸਭ ਨੇ ਇਕ ਜ਼ਬਾਨ ਹੋ ਕੇ ਕਿਹਾ : "ਲੱਗ ਜਾਵੇਗਾ, ਲੱਗ ਜਾਵੇਗਾ..." ਅਤੇ ਲਾਰੀ ਚੱਲ ਪਈ।

ਉਸ ਨੇ ਇਕ ਵਾਰ ਫਿਰ ਉਨ੍ਹਾਂ ਨੌਜਵਾਨਾਂ ਦੀ ਕਾਮਯਾਬੀ ਲਈ ਦੁਆ ਮੰਗੀ-ਅਤੇ ਇੰਜ ਉਸ ਦਾ ਜੀਅ ਕੁਝ ਪਲ ਲਈ ਹਲਕਾ ਹੋ ਗਿਆ।

ਉਸੇ ਸ਼ਾਮ ਕੈਂਪ 'ਚ ਜਿੱਥੇ ਸਿਰਾਜੁਦੀਨ ਬੈਠਾ ਹੋਇਆ ਸੀ, ਉਸ ਦੇ ਕੋਲ ਹੀ ਕੁਝ ਗੜਬੜ ਹੋਈ-ਚਾਰ ਆਦਮੀ ਕੁਝ ਉਠਾ ਕੇ ਲਿਆ ਰਹੇ ਸਨ।

ਉਸ ਨੇ ਜਾਣਕਾਰੀ ਕੀਤੀ ਤਾਂ ਉਸ ਨੂੰ ਪਤਾ ਲੱਗਿਆ ਕਿ ਇਕ ਲੜਕੀ ਰੇਲਵੇ ਲਾਈਨ ਦੇ ਕੋਲ ਬੇਹੋਸ਼ ਪਈ ਸੀ, ਲੋਕ ਉਸ ਨੂੰ ਉਠਾ ਕੇ ਲਿਆ ਰਹੇ ਸਨ।

ਉਹ ਉਨ੍ਹਾਂ ਦੇ ਪਿੱਛੇ ਪਿੱਛੇ ਹੋ ਲਿਆ।

ਉਨ੍ਹਾਂ ਲੋਕਾਂ ਨੇ ਲੜਕੀ ਨੂੰ ਹਸਪਤਾਲ ਦੇ ਸਪੁਰਦ ਕੀਤਾ ਅਤੇ ਚਲੇ ਗਏ।

ਉਹ ਕੁਝ ਦੇਰ ਤੱਕ ਇਸ ਤਰ੍ਹਾਂ ਹੀ ਹਸਪਤਾਲ ਦੇ ਬਾਹਰ ਗੱਡੇ ਹੋਏ ਲੱਕੜੀ ਦੀ ਖੰਭੇ ਨਾਲ ਲਗਕੇ ਖੜ੍ਹਾ ਰਿਹਾ, ਫਿਰ ਆਹਿਸਤਾ-ਆਹਿਸਤਾ ਅੰਦਰ ਚਲਾ

ਗਿਆ।

ਕਮਰੇ ਵਿਚ ਕੋਈ ਵੀ ਨਹੀਂ ਸੀ, ਬਸ ਇਕ ਸਟਰੇਚਰ ਸੀ, ਜਿਸ 'ਤੇ ਇਕ ਲਾਸ਼ ਪਈ ਹੋਈ ਸੀ।

ਉਹ ਛੋਟੇ ਛੋਟੇ ਕਦਮ ਉਠਾਉਂਦਾ ਹੋਇਆ ਵਧਿਆ।

ਕਮਰੇ 'ਚ ਰੌਸ਼ਨੀ ਹੋਈ।

ਉਸ ਨੇ ਲਾਸ਼ ਦੇ ਪੀਲੇ ਚਿਹਰੇ 'ਤੇ ਚਮਕਦਾ ਹੋਇਆ ਤਿਲ ਦੇਖਿਆ ਅਤੇ ਚਿੱਲਾਇਆ : "ਸਕੀਨਾ...।"

ਡਾਕਟਰ ਨੇ, ਜਿਸ ਨੇ ਕਮਰੇ 'ਚ ਰੌਸ਼ਨੀ ਕੀਤੀ ਸੀ, ਉਸ ਤੋਂ ਪੁੱਛਿਆ : "ਕੀ ਹੈ?"

ਉਸ ਦੇ ਹਲਕ 'ਚੋਂ ਸਿਰਫ ਐਨਾ ਨਿਕਲ ਸਕਿਆ : "ਜੀ ਮੈ... ਜੀ ਮੈਂ ਇਸ ਦਾ ਬਾਪ ਹਾਂ..."

ਡਾਕਟਰ ਨੇ ਸਟਰੇਚਰ 'ਤੇ ਪਈ ਲਾਸ਼ ਵੱਲ ਵੇਖਿਆ, ਫਿਰ ਲਾਸ਼ ਦੀ ਨਬਜ਼ ਟੋਹੀ ਤੇ ਉਸ ਨੂੰ ਕਿਹਾ : "ਖਿੜਕੀ ਖੋਲ੍ਹ ਦੋ..."

ਮੁਰਦਾ ਜਿਸਮ 'ਚ ਹਲਚਲ ਹੋਈ...

ਬੇਜਾਨ ਹੱਥਾਂ ਨੇ ਇਜ਼ਾਰਬੰਦ ਖੋਲ੍ਹਿਆ...

ਅਤੇ ਸਲਵਾਰ ਹੇਠਾ ਸਰਕਾ ਦਿੱਤੀ...

ਬੁੱਢਾ ਸਿਰਾਜੁਦੀਨ ਖੁਸ਼ੀ 'ਚ ਚਿੱਲਾਇਆ : "ਜਿੰਦਾ ਹੈ...ਮੇਰੀ ਬੇਟੀ ਜ਼ਿੰਦਾ ਹੈ..."

ਡਾਕਟਰ ਸਿਰ ਤੋਂ ਪੈਰਾਂ ਤੱਕ ਪਸੀਨੇ 'ਚ ਗਰਕ ਹੋ ਚੁੱਕਿਆ ਸੀ।

ਖ਼ੁਦਾ ਦੀ ਕਸਮ

ਉਧਰੋਂ ਮੁਸਲਮਾਨ ਤੇ ਏਧਰੋਂ ਹਿੰਦੂ ਅਜੇ ਤੱਕ ਆ-ਜਾ ਰਹੇ ਸਨ; ਕੈਂਪਾਂ ਦੇ ਕੈਂਪ ਭਰੇ ਪਏ ਸਨ, ਜਿਸ ਵਿਚ ਕਹਾਵਤ ਦੀ ਤਰ੍ਹਾਂ ਤਿਲ ਧਰਨ ਲਈ ਵੀ ਵਾਕਿਆ ਕੋਈ ਜਗ੍ਹਾ ਨਹੀਂ ਸੀ। ਲੇਕਿਨ ਇਸ ਦੇ ਬਾਵਜੂਦ ਉਹ ਉਨ੍ਹਾਂ 'ਚ ਠੋਸੇ ਜਾ ਰਹੇ ਸਨ-ਸੁਰੱਖਿਆ ਦਾ ਕੋਈ ਇੰਤਜ਼ਾਮ ਨਹੀਂ, ਬੀਮਾਰੀਆਂ ਫੈਲ ਰਹੀਆਂ ਹਨ, ਇਸ ਦੀ ਹੋਸ਼ ਕਿਸ ਨੂੰ ਸੀ;

ਸੰਨ ਅਠਤਾਲੀ ਦਾ ਆਰੰਭ ਸੀ ਅਤੇ ਗਰਮੀਆਂ ਦਾ ਮਾਰਚ ਦਾ ਮਹੀਨਾ-ਏਧਰ ਤੇ ਓਧਰ, ਦੋਵੇਂ ਪਾਸੇ, ਵਲੰਟਰੀਆਂ ਦੇ ਆਸਰੇ ਨਾਲ ਔਰਤਾਂ ਅਤੇ ਬੱਚਿਆਂ ਦੀ ਬਰਾਮਦਗੀ ਦਾ ਪੁਨੀਤ ਕੰਮ ਸ਼ੁਰੂ ਹੋ ਚੁੱਕਾ ਸੀ। ਸੈਂਕੜੇ ਮਰਦ, ਔਰਤਾਂ, ਲੜਕੇ ਅਤੇ ਲੜਕੀਆਂ ਇਸ ਨੇਕ ਕੰਮ 'ਚ ਹਿੱਸਾ ਲੈ ਰਹੇ ਸਨ-ਮੈਂ ਜਦੋਂ ਉਨ੍ਹਾਂ ਨੂੰ ਜੋਸ਼ 'ਚ ਕੰਮ 'ਤੇ ਲੱਗੇ ਹੋਏ ਵੇਖਦਾ ਤਾਂ ਮੈਨੂੰ ਬਹੁਤ ਖੁਸ਼ੀ ਹੁੰਦੀ, ਇਸ ਲਈ ਕਿ ਖੁਦ ਇਨਸਾਨ, ਇਨਸਾਨੀ ਬੁਰਾਈਆਂ ਦੇ ਆਸਾਰ ਮਿਟਾਉਣ 'ਚ ਰੁੱਝਿਆ ਹੋਇਆ ਸੀ; ਜਿਹੜੀਆਂ ਇਸਮਤਾਂ ਲੁੱਟ ਚੁੱਕੀਆਂ ਸਨ, ਉਨ੍ਹਾਂ ਨੂੰ ਹੋਰ ਲੁੱਟ ਘਸੁੱਟ ਤੋਂ ਬਚਾਉਣਾ ਚਾਹੁੰਦਾ ਸੀ-ਕਿਸ ਲਈ...? ਇਸ ਲਈ ਕਿ ਉਸ ਦਾ ਦਾਮਨ ਧੱਬਿਆਂ ਤੇ ਦਾਗਾਂ ਨਾਲ ਭਰਿਆ ਨਾ ਹੋਵੇ, ਇਸ ਲਈ ਕਿ ਉਹ ਜਲਦੀ-ਜਲਦੀ ਆਪਣੀਆਂ ਖ਼ੂਨ ਨਾਲ ਲਿੱਬੜੀਆਂ ਹੋਈਆਂ ਉਂਗਲਾਂ ਚੱਟ ਲਵੇ। ਇਸ ਲਈ ਕਿ ਉਹ ਇਨਸਾਨੀਅਤ ਦਾ ਕੋਈ ਸੂਈ ਧਾਗਾ ਲੈ ਕੇ ਇਸਮਤਾਂ ਦੇ ਚਾਕ ਦਾਮਨ ਰਫ਼ੂ ਕਰ ਦੇਵੇ-ਕੁਝ ਸਮਝ 'ਚ ਨਹੀਂ ਆਉਂਦਾ ਸੀ, ਲੇਕਿਨ ਉਨ੍ਹਾਂ ਦੀ ਜੱਦੋ ਜਹਿਦ ਫਿਰ ਵੀ ਕਾਬਿਲੇ ਕਦਰ ਮਹਿਸੂਸ ਹੁੰਦੀ ਸੀ।

ਉਨ੍ਹਾਂ ਨੂੰ ਸੈਂਕੜੇ ਦੁਸ਼ਵਾਰੀਆਂ ਦਾ ਸਾਹਮਣਾ ਕਰਨਾ ਪਿਆ ਸੀ; ਹਜ਼ਾਰਾਂ ਬਖੇੜੇ ਸਨ ਜਿਹੜੇ ਉਨ੍ਹਾਂ ਨੂੰ ਉਠਾਉਣੇ ਪੈਂਦੇ ਸਨ, ਕਿਉਂਕਿ ਜਿਨ੍ਹਾਂ ਨੇ ਔਰਤਾਂ ਅਤੇ ਲੜਕੀਆਂ ਉਠਾਈਆਂ ਸਨ, ਪਾਰ ਦੀ ਤਰ੍ਹਾਂ ਇਕ ਜਗ੍ਹਾ ਨਾ ਠਹਿਰਣ ਵਾਲੇ ਸਨ; ਅੱਜ ਏਧਰ, ਕੱਲ ਓਧਰ; ਹੁਣੇ ਇਸ ਮਹੱਲੇ 'ਚ, ਕਦੇ ਉਸ ਮੁਹੱਲੇ 'ਚ ਅਤੇ ਫਿਰ ਆਸਪਾਸ ਦੇ ਆਦਮੀ ਵੀ ਉਨ੍ਹਾਂ ਦੀ ਮਦਦ ਨਹੀਂ ਕਰਦੇ ਸਨ।

ਅਜੀਬ ਅਜੀਬ ਦਾਸਤਾਨਾਂ ਵੀ ਸੁਣਨ 'ਚ ਆਉਂਦੀਆਂ ਸਨ।

ਇਕ ਜਾਣ-ਪਛਾਣ ਦੇ ਅਫ਼ਸਰ ਨੇ ਮੈਨੂੰ ਦੱਸਿਆ ਕਿ ਸਹਾਰਨਪੁਰ 'ਚ ਦੋ ਲੜਕੀਆਂ ਨੇ ਪਾਕਿਸਤਾਨ 'ਚ ਆਪਣੇ ਮਾਂ ਕੋਲ ਜਾਣ ਤੋਂ ਇਨਕਾਰ ਕਰ ਦਿੱਤਾ; ਦੂਸਰੇ ਨੇ ਦੱਸਿਆ ਕਿ ਜਦੋਂ ਜਲੰਧਰ 'ਚ ਜ਼ਬਰਦਸਤੀ ਇਕ ਲੜਕੀ ਨੂੰ ਕੱਢਿਆ ਗਿਆ ਤਾਂ ਕਬਜ਼ੇ 'ਚ ਰੱਖਣ ਵਾਲੇ ਸਾਰੇ ਖਾਨਦਾਨ ਨੇ ਉਸ ਨੂੰ ਇੰਜ ਅਲਵਿਦਾ

ਕਿਹਾ ਜਿਵੇਂ ਉਹ ਉਨ੍ਹਾਂ ਦੀ ਬਹੂ ਹੋਵੇ ਅਤੇ ਕਿਤੇ ਦੂਰ-ਦਰਾਜ਼ ਸਫ਼ਰ 'ਤੇ ਜਾ ਰਹੀ ਹੋਵੇ; ਕਈ ਲੜਕੀਆਂ ਨੇ ਮਾਂ ਬਾਪ ਦੇ ਡਰ ਤੋਂ ਰਸਤੇ 'ਚ ਹੀ ਖ਼ੁਦਕੁਸ਼ੀ ਕਰ ਲਈ, ਕਈ ਦੁੱਖਾਂ ਦੀ ਤਾਬ ਨਾ ਝੱਲਦੀਆਂ ਹੋਈਆਂ ਪਾਗਲ ਹੋ ਚੁੱਕੀਆਂ ਸਨ; ਕੁਝ ਅਜਿਹੀਆਂ ਵੀ ਸਨ ਜਿਨ੍ਹਾਂ ਨੂੰ ਸ਼ਰਾਬ ਦੀ ਆਦਤ ਪੈ ਚੁੱਕੀ ਸੀ, ਉਨ੍ਹਾਂ ਨੂੰ ਪਿਆਸ ਲੱਗਦੀ ਤਾਂ ਪਾਣੀ ਦੀ ਥਾਂ ਸ਼ਰਾਬ ਮੰਗਦੀਆਂ ਅਤੇ ਨੰਗੀਆਂ-ਨੰਗੀਆਂ ਗਾਲ੍ਹਾਂ ਕੱਢਦੀਆਂ।

ਮੈਂ ਉਨ੍ਹਾਂ ਬਰਾਮਦ ਕੀਤੀਆਂ ਹੋਈਆਂ ਲੜਕੀਆਂ ਅਤੇ ਔਰਤਾਂ ਬਾਰੇ ਸੋਚਦਾ ਤਾਂ ਮੇਰੇ ਦਿਮਾਗ 'ਚ ਸਿਰਫ਼ ਵਧੇ ਹੋਏ ਪੇਟ ਉਭਰਦੇ-ਇਨ੍ਹਾਂ ਢਿੱਡਾਂ ਦਾ ਕੀ ਹੋਵੇਗਾ; ਇਨ੍ਹਾਂ 'ਚ ਜੋ ਕੁਝ ਭਰਿਆ ਹੈ, ਉਸ ਦਾ ਮਾਲਿਕ ਕੌਣ ਹੈ, ਪਾਕਿਸਤਾਨ ਜਾਂ ਹਿੰਦੁਸਤਾਨ?

ਅਤੇ ਉਹ ਨੌਂ ਮਹੀਨਿਆਂ ਦਾ ਬੋਝ ਉਠਾਉਣਾ, ਇਸ ਦੀ ਮਜ਼ਦੂਰੀ ਪਾਕਿਸਤਾਨ ਅਦਾ ਕਰੇਗਾ ਜਾਂ ਹਿੰਦੁਸਤਾਨ, ਕੀ ਇਹ ਸਾਰਾ ਕੁਝ ਜ਼ਾਲਿਮ ਫ਼ਿਤਰਤ ਦੇ ਬਹੀਖਾਤੇ 'ਚ ਦਰਜ਼ ਹੋਵੇਗਾ; ਕੀ ਬਹੀਖਾਤੇ ਦਾ ਕੋਈ ਸਫ਼ਾ ਖਾਲੀ ਰਹਿ ਗਿਆ ਹੈ?

ਓਧਰੋਂ ਔਰਤਾਂ ਆ ਰਹੀਆਂ ਸਨ-ਏਧਰੋਂ ਔਰਤਾਂ ਜਾ ਰਹੀਆਂ ਸਨ। ਮੈਂ ਸੋਚਦਾ ਸੀ ਕਿ ਇਹ ਔਰਤਾਂ ਅਗਵਾ ਕੀਤੀਆਂ ਹੋਈਆਂ ਕਿਉਂ ਕਹਾਈਆਂ ਜਾਂਦੀਆਂ ਹਨ-ਇਨ੍ਹਾਂ ਨੂੰ ਅਗਵਾ ਕਦੋਂ ਕੀਤਾ ਗਿਆ ਹੈ।

ਅਗਵਾ ਤਾਂ ਇਕ ਰੁਮਾਂਟਿਕ ਫੇਲ ਹੈ, ਜਿਸ 'ਚ ਮਰਦ ਅਤੇ ਔਰਤ, ਦੋਵੇਂ ਸ਼ਰੀਕ ਹੁੰਦੇ ਹਨ; ਅਗਵਾ ਤਾਂ ਇਕ ਅਜਿਹੀ ਖਾਈ ਹੈ ਜਿਸ ਨੂੰ ਖੋਦਣ ਤੋਂ ਪਹਿਲਾਂ ਦੋਹਾਂ ਰੂਹਾਂ ਦੇ ਸਾਰੇ ਤਾਰ ਝਨਝਨਾ ਉਠਦੇ ਹਨ; ਲੇਕਿਨ ਇਹ ਕਿਸ ਤਰ੍ਹਾਂ ਦਾ ਅਗਵਾ ਹੈ ਕਿ ਇਕ ਨਿਹੱਥੀ ਨੂੰ ਫੜ ਕੇ ਕੋਠੜੀ 'ਚ ਕੈਦ ਕਰ ਲਿਆ-ਉਹ ਜ਼ਮਾਨਾ ਇਸ ਤਰ੍ਹਾਂ ਸੀ ਕਿ ਤਰਕ, ਦਲੀਲ ਅਤੇ ਫ਼ਲਸਫ਼ਾ ਬੇਕਾਰ ਚੀਜ਼ਾਂ ਸਨ। ਉਨ੍ਹਾਂ ਦਿਨਾਂ 'ਚ ਜਿਸ ਤਰ੍ਹਾਂ ਲੋਕ ਗਰਮੀਆਂ 'ਚ ਵੀ ਦਰਵਾਜ਼ੇ ਅਤੇ ਖਿੜਕੀਆਂ ਬੰਦ ਕਰ ਕੇ ਸੌਂਦੇ ਸਨ, ਉਸੇ ਤਰ੍ਹਾਂ ਮੈਂ ਵੀ ਆਪਣੇ ਦਿਲੋ-ਦਿਮਾਗ ਦੀਆਂ ਸਭ ਖਿੜਕੀਆਂ ਅਤੇ ਦਰਵਾਜ਼ੇ ਬੰਦ ਕਰ ਲਏ ਸਨ, ਹਾਲਾਂਕਿ ਉਨ੍ਹਾਂ ਨੂੰ ਖੁੱਲ੍ਹਾ ਰੱਖਣ ਦੀ ਜ਼ਿਆਦਾ ਜ਼ਰੂਰਤ ਉਸੇ ਵਕਤ ਸੀ, ਲੇਕਿਨ ਮੈਂ ਕੀ ਕਰਦਾ, ਮੈਨੂੰ ਕੁਝ ਸੁਝਦਾ ਹੀ ਨਹੀਂ ਸੀ।

ਓਧਰੋਂ ਔਰਤਾਂ ਆ ਰਹੀਆਂ ਸਨ-ਏਧਰੋਂ ਔਰਤਾਂ ਜਾ ਰਹੀਆਂ ਸਨ। ਇਹ ਓਧਰੋਂ ਅਤੇ ਏਧਰੋਂ ਜਾਰੀ ਸੀ, ਤਮਾਮ ਵਪਾਰਕ ਢੰਗ ਦੇ ਨਾਲ। ਪੱਤਰਕਾਰ, ਅਫ਼ਸਾਨਾਨਿਗਾਰ ਅਤੇ ਸ਼ਾਇਰ ਆਪਣੀ ਕਲਮ ਉਠਾਈ ਸ਼ਿਕਾਰ 'ਚ ਰੁੱਝੇ ਹੋਏ ਸਨ।

ਖ਼ਬਰਾਂ, ਅਫ਼ਸਾਨੇ ਅਤੇ ਨਜ਼ਮਾਂ ਦਾ ਹੜ੍ਹ ਆ ਗਿਆ ਸੀ-ਕਲਮਾਂ ਦੇ ਕਦਮ ਉਖੜ-ਉਖੜ ਜਾਂਦੇ-ਐਨੇ ਸ਼ਿਕਾਰ ਸਨ ਕਿ ਸਭ ਬੌਖ਼ਲਾਅ ਗਏ ਸਨ।

ਇਕ ਸੰਪਰਕ ਵਾਲਾ ਅਫ਼ਸਰ ਮੈਨੂੰ ਮਿਲਿਆ ਅਤੇ ਕਹਿਣ ਲੱਗਿਆ : "ਤੂੰ ਕਿਉਂ ਗੁੰਮ-ਸੁੰਮ ਰਹਿੰਦਾ ਹੈ?"

ਮੈਂ ਕੋਈ ਜਵਾਬ ਨਹੀਂ ਦਿੱਤਾ।

ਉਸ ਨੇ ਮੈਨੂੰ ਇਕ ਦਾਸਤਾਂ ਸੁਣਾਈ : "ਅਗਵਾ ਔਰਤਾਂ ਦੀ ਤਲਾਸ਼ 'ਚ ਅਸੀਂ ਮਾਰੇ ਮਾਰੇ ਫਿਰਦੇ ਸਾਂ; ਇਕ ਸ਼ਹਿਰ ਤੋਂ ਦੂਸਰੇ ਸ਼ਹਿਰ; ਇਕ ਪਿੰਡ ਤੋਂ ਦੂਸਰੇ

ਪਿੰਡ, ਫਿਰ ਤੀਸਰੇ ਪਿੰਡ, ਫਿਰ ਚੌਥੇ; ਗਲੀ-ਗਲੀ, ਮੁਹੱਲੇ-ਮੁਹੱਲੇ, ਕੂਚੇ-ਕੂਚੇ-ਬੜੀ ਮੁਸ਼ਕਿਲ ਨਾਲ ਮੋਤੀ ਹੱਥ ਆਉਂਦਾ ਹੈ।"

ਤੈਨੂੰ ਪਤਾ ਨਹੀਂ, ਸਾਨੂੰ ਕਿੰਨੀਆਂ ਦਿੱਕਤਾਂ ਦਾ ਸਾਹਮਣਾ ਕਰਨਾ ਪੈਂਦਾ ਹੈ... ਖ਼ੈਰ, ਮੈਂ ਤੈਨੂੰ ਇਕ ਗੱਲ ਦੱਸਣ ਵਾਲਾ ਸਾਂ।

ਅਸੀਂ ਬਾਰਡਰ ਦੇ ਉਸ ਪਾਰ ਸੈਂਕੜੇ ਫੇਰੇ ਲਾ ਚੁੱਕੇ ਹਾਂ। ਅਜੀਬ ਗੱਲ ਹੈ ਕਿ ਮੈਂ ਹਰ ਫੇਰੇ 'ਚ ਇਕ ਬੁੱਢੀ ਨੂੰ ਦੇਖਿਆ, ਇਕ ਮੁਸਲਮਾਨ ਬੁੱਢੀ ਨੂੰ...

ਪਹਿਲੀ ਵਾਰ ਮੈਂ ਉਸ ਨੂੰ ਜਲੰਧਰ ਦੀ ਇਕ ਬਸਤੀ 'ਚ ਦੇਖਿਆ। ਪਰੇਸ਼ਾਨ ਹਾਲ, ਖਿੰਡਿਆ ਹੋਇਆ ਦਿਮਾਗ, ਵੀਰਾਨ ਵੀਰਾਨ ਅੱਖਾਂ, ਗਰਦਨ 'ਚ ਉਲਝੇ ਹੋਏ ਵਾਲ, ਫਟੇ ਹੋਏ ਕੱਪੜੇ, ਉਸ ਨੂੰ ਤਨ ਦਾ ਹੋਸ਼ ਸੀ ਨਾ ਮਨ ਦਾ; ਲੇਕਿਨ ਉਸ ਦੀਆਂ ਨਿਗਾਹਾਂ ਤੋਂ ਸਾਫ਼ ਜ਼ਾਹਿਰ ਸੀ ਕਿ ਉਹ ਕਿਸੇ ਨੂੰ ਲੱਭ ਰਹੀ ਹੈ।

ਮੈਨੂੰ 'ਸ' ਭੈਣ ਨੇ ਦੱਸਿਆ ਕਿ ਇਹ ਔਰਤ ਸਦਮੇ ਕਰ ਕੇ ਪਾਗਲ ਹੋ ਗਈ ਹੈ...ਪਟਿਆਲੇ ਦੀ ਰਹਿਣ ਵਾਲੀ ਹੈ...ਆਪਣੀ ਇਕਲੌਤੀ ਲੜਕੀ ਤੋਂ ਵਿਛੜ ਗਈ ਹੈ...ਅਸੀਂ ਬਹੁਤ ਯਤਨ ਕੀਤੇ, ਇਸ ਦੀ ਲੜਕੀ ਨੂੰ ਲੱਭਣ ਲਈ, ਪਰ ਨਾਕਾਮ ਰਹੇ...ਉਹ ਮਾਰੀ ਗਈ ਹੈ, ਲੇਕਿਨ ਬੁੱਢੀ ਨਹੀਂ ਮੰਨਦੀ।

ਦੂਸਰੀ ਵਾਰ ਮੈਂ ਉਸ ਪਾਗਲ ਬੁੱਢੀ ਨੂੰ ਸਹਾਰਨਪੁਰ ਦੀਆਂ ਲਾਰੀਆਂ ਦੇ ਅੱਡੇ ਤੇ ਦੇਖਿਆ-ਉਸ ਦੀ ਹਾਲਤ ਪਹਿਲਾਂ ਨਾਲੋਂ ਵੀ ਮਾੜੀ ਸੀ, ਉਸ ਨੇ ਬੁੱਲ੍ਹਾਂ 'ਤੇ ਪਾਪੜੀਆਂ ਜੰਮੀਆਂ ਹੋਈਆਂ ਸਨ, ਵਾਲ ਸਾਧੂਆਂ ਵਰਗੇ ਹੋ ਗਏ ਸਨ।

ਮੈਂ ਉਸ ਨਾਲ ਗੱਲ ਕਰਨ ਦੀ ਕੋਸ਼ਿਸ਼ ਕੀਤੀ ਤੇ ਚਾਹਿਆ ਕਿ ਉਹ ਆਪਣੀ ਤਲਾਸ਼ ਛੱਡ ਦੇਵੇ-ਮੈਂ ਇਸ ਗਰਜ਼ ਨਾਲ ਉਸ ਨੂੰ ਕਿਹਾ : ਮਾਈ, ਤੇਰੀ ਲੜਕੀ ਕਤਲ ਕਰ ਦਿੱਤੀ ਗਈ ਸੀ...ਪਾਗਲ ਬੁੱਢੀ ਨੇ ਮੇਰੇ ਤਰਫ਼ ਦੇਖਿਆ : ਕਤਲ...? ਨਹੀਂ...ਉਸ ਦੇ ਲਹਿਜ਼ੇ 'ਚ ਫੌਲਾਦੀ ਯਕੀਨ ਪੈਦਾ ਹੋ ਗਿਆ; ਉਸ ਨੂੰ ਕੋਈ ਕਤਲ ਨਹੀਂ ਕਰ ਸਕਦਾ... ਮੇਰੀ ਬੇਟੀ ਨੂੰ ਕੋਈ ਕਤਲ ਨਹੀਂ ਕਰ ਸਕਦਾ...

ਅਤੇ ਉਹ ਚਲੀ ਗਈ, ਆਪਣੇ ਭਰਮ ਦੀ ਤਲਾਸ਼ 'ਚ...। ਲੇਕਿਨ ਉਸ ਪਾਗਲ ਨੂੰ ਕਿਉਂ ਐਨਾ ਯਕੀਨ ਸੀ ਕਿ ਉਸ ਦੀ ਬੇਟੀ 'ਤੇ ਕੋਈ ਕਿਰਪਾਨ ਨਹੀਂ ਉਠਾ ਸਕਦਾ, ਕੋਈ ਤੇਜ਼ ਧਾਰ ਜਾਂ ਖੁੰਢਾ ਛੁਰਾ ਉਸ ਦੀ ਗਰਦਨ ਵੱਲ ਨਹੀਂ ਵੱਧ ਸਕਦਾ -ਮਮਤਾ ਨਕਾਬਿਲੇ ਬਿਆਨ ਯਕੀਨ ਹੁੰਦੀ ਹੈ-ਤਾਂ ਕੀ ਉਹ ਆਪਣੀ ਮਮਤਾ ਲੱਭ ਰਹੀ ਸੀ?

ਤੀਜੇ ਫੇਰੇ 'ਤੇ ਮੈਂ ਉਸ ਨੂੰ ਫਿਰ ਦੇਖਿਆ-ਮੈਂ ਉਸ ਨੂੰ ਕਿਹਾ : ਮਾਈ, ਮੈਂ ਸੱਚ ਕਹਿੰਦਾ ਹਾਂ, ਤੇਰੀ ਲੜਕੀ ਪਟਿਆਲੇ 'ਚ ਹੀ ਕਤਲ ਕਰ ਦਿੱਤੀ ਗਈ ਸੀ।

ਉਸ ਨੇ ਫਿਰ ਉਸ ਫੌਲਾਦੀ ਯਕੀਨ ਨਾਲ ਕਿਹਾ : ਤੂੰ ਕਹਿੰਦਾ ਹੈਂ।

ਮੈਂ ਆਪਣੀ ਗੱਲ ਮਨਾਉਣ ਲਈ ਕਿਹਾ : ਨਹੀਂ ਮੈਂ ਸੱਚ ਆਖਦਾ ਹਾਂ... ਕਾਫੀ ਖ਼ਾਕ ਛਾਣ ਲਈ ਤੂੰ...ਕਾਫੀ ਰੋ-ਪਿੱਟ ਲਿਆ...ਚੱਲ ਮੇਰੇ ਨਾਲ, ਮੈਂ ਤੈਨੂੰ ਪਾਕਿਸਤਾਨ ਲੈ ਚੱਲਾਂਗਾ।

ਉਸ ਨੇ ਮੇਰੀ ਗੱਲ ਨਾ ਸੁਣੀ ਤੇ ਬੁੜਬੜਾਉਣ ਲੱਗੀ, ਬੁੜਬੜਾਉਂਦੇ ਹੋਏ ਉਹ ਇਕਦਮ ਚੌਂਕੀ; ਹੁਣ ਉਸ ਦੇ ਲਹਿਜ਼ੇ 'ਚ ਫੌਲਾਦ ਨਾਲੋਂ ਵੀ ਠੋਸ ਯਕੀਨ ਸੀ; ਨਹੀਂ ਮੇਰੀ ਬੇਟੀ ਨੂੰ ਕੋਈ ਕਤਲ ਨਹੀਂ ਕਰ ਸਰਦਾ...।

ਮੈਂ ਪੁੱਛਿਆ : ਕਿਉਂ ਕਤਲ ਨਹੀਂ ਕਰ ਸਕਦਾ?

ਬੁੱਢੀ ਨੇ ਹੌਲੀ ਹੌਲੀ ਕਿਹਾ : ਉਹ ਖ਼ੂਬਸੂਰਤ ਹੈ...ਐਨੀ ਖ਼ੂਬਸੂਰਤ ਹੈ ਕਿ ਉਸ ਨੂੰ ਕੋਈ ਕਤਲ ਨਹੀਂ ਕਰ ਸਕਦਾ...ਉਸ ਨੂੰ ਕੋਈ ਥੱਪੜ ਤੱਕ ਵੀ ਮਾਰ ਨਹੀਂ ਸਕਦਾ...।

ਮੈਂ ਸੋਚਣ ਲੱਗਿਆ : "ਕੀ ਵਾਕਿਆ ਹੀ ਉਹ ਐਨੀ ਖ਼ੂਬਸੂਰਤ ਸੀ ਕਿ ... ਹਰ ਮਾਂ ਦੀਆਂ ਅੱਖਾਂ 'ਚ ਉਸ ਦੀ ਔਲਾਦ ਚੰਦੇ ਆਫ਼ਤਾਬ, ਚੰਦੇ-ਮਾਹਤਾਬ ਹੁੰਦੀ ਹੈ...ਲੇਕਿਨ ਹੋ ਸਕਦਾ ਹੈ, ਉਹ ਲੜਕੀ ਬਹੁਤ ਖ਼ੂਰਸੂਰਤ ਹੋਵੇ...ਪਰ ਇਸ ਤੂਫ਼ਾਨ 'ਚ ਕਿਹੜੀ ਅਜਿਹੀ ਖ਼ੂਬਸੂਰਤੀ ਹੈ ਜਿਹੜੀ ਇਨਸਾਨ ਦੇ ਖੁਰਦੁਰੇ ਹੱਥਾਂ ਤੋਂ ਬਚੀ ਹੈ...ਪਰ ਫ਼ਰਾਰ ਦੇ ਲੱਖਾਂ ਰਸਤੇ ਹਨ... ਦੁੱਖ ਇਕ ਅਜਿਹਾ ਚੌਂਕ ਹੈ ਜੋ ਆਪਣੇ ਆਲੇ-ਦੁਆਲਾ ਲੱਖਾਂ ਬਲਕਿ ਕਰੋੜਾਂ ਸੜਕਾਂ ਦਾ ਜਾਲ ਬਣਾ ਦਿੰਦਾ ਹੈ..."

ਬਾਡਰ ਦੇ ਉਸ ਪਾਰ ਕਈ ਫੇਰੇ ਹੋਏ ਅਤੇ ਹਰ ਵਾਰ ਮੈਂ ਉਸ ਪਾਗਲ ਨੂੰ ਦੇਖਿਆ-ਹੁਣ ਉਹ ਹੱਡੀਆਂ ਦਾ ਢਾਂਚਾ ਰਹਿ ਗਈ ਸੀ, ਉਸ ਦੀ ਤਲਾਸ਼ ਜਾਰੀ ਸੀ, ਬੜੇ ਜ਼ੋਰ ਸ਼ੋਰ ਨਾਲ। ਉਸ ਦਾ ਯਕੀਨ ਉਸੇ ਤਰ੍ਹਾਂ ਪੱਕਾ ਸੀ ਕਿ ਉਸ ਦੀ ਬੇਟੀ ਜਿਉਂਦੀ ਹੈ, ਇਸ ਲਈ ਕਿ ਉਸ ਨੂੰ ਕੋਈ ਮਾਰ ਨਹੀਂ ਸਕਦਾ।

'ਸ' ਭੈਣ ਨੇ ਮੈਨੂੰ ਕਿਹਾ ਕਿ ਇਸ ਔਰਤ ਨਾਲ ਮਗਜ਼ ਫ਼ਜ਼ੂਲ ਹੈ...ਇਸ ਦਾ ਦਿਮਾਗ ਚੱਲ ਚੁੱਕਿਆ ਹੈ...ਬੇਹਤਰ ਇਹੀ ਹੈ ਕਿ ਇਸ ਨੂੰ ਪਾਕਿਸਤਾਨ ਲੈ ਜਾਓ ਅਤੇ ਪਾਗਲਖਾਨੇ 'ਚ ਦਾਖ਼ਲ ਕਰਵਾ ਦੇਵੋ।

ਮੈਂ ਮੁਨਾਸਿਬ ਨਹੀਂ ਸਮਝਿਆ-ਮੈਂ ਉਸ ਦੀ ਤਲਾਸ਼, ਜਿਹੜਾ ਉਸ ਦੀ ਜ਼ਿੰਦਗੀ ਦਾ ਪੱਕਾ ਸਹਾਰਾ ਸੀ, ਉਸ ਨੂੰ ਖੋਹਣਾ ਨਹੀਂ ਚਾਹੁੰਦਾ ਸੀ, ਮੈਂ ਉਸ ਨੂੰ ਲੰਬੇ ਚੌੜੇ ਪਾਗਲਖਾਨੇ ਤੋਂ ਜਿਸ 'ਚ ਉਹ ਮੀਲਾਂ ਦਾ ਫ਼ਾਸਲਾ ਤਹਿ ਕਰ ਕੇ ਆਪਣੇ ਛਾਲਿਆਂ ਦੀ ਪਿਆਸ ਬੁਝਾ ਸਕਦੀ ਸੀ, ਉਠਾ ਕੇ ਇਕ ਚਾਰਦੀਵਾਰੀ 'ਚ ਕੈਦ ਕਰਵਾਉਣਾ ਨਹੀਂ ਚਾਹੁੰਦਾ ਸੀ।

ਅਖ਼ੀਰਲੀ ਵਾਰ ਮੈਂ ਉਸ ਨੂੰ ਅੰਮ੍ਰਿਤਸਰ 'ਚ ਦੇਖਿਆ-ਉਸ ਨੂੰ ਵੇਖ ਕੇ ਮੇਰੀਆਂ ਅੱਖਾਂ 'ਚ ਹੰਝੂ ਆ ਗਏ ਅਤੇ ਮੈਂ ਫ਼ੈਸਲਾ ਕਰ ਲਿਆ ਕਿ ਉਸ ਨੂੰ ਪਾਕਿਸਤਾਨ ਲੈ ਜਾਵਾਂਗੇ ਤੇ ਪਾਗਲਖ਼ਾਨੇ 'ਚ ਦਾਖ਼ਲ ਕਰਵਾ ਦੇਵਾਂਗਾ।

ਉਹ ਫ਼ਰੀਦ ਚੌਂਕ 'ਚ ਖੜ੍ਹੀ ਆਪਣੀਆ ਨੀਮ ਅੰਨੀਆਂ ਅੱਖਾਂ ਨਾਲ ਏਧਰ-ਓਧਰ ਦੇਖ ਰਹੀ ਸੀ।

ਮੈਂ 'ਸ' ਭੈਣ ਦੇ ਨਾਲ ਇਕ ਦੁਕਾਨ 'ਚ ਬੈਠਾ ਇਕ ਅਗਵਾ ਲੜਕੀ ਦੇ ਸਬੰਧ 'ਚ ਗੱਲਬਾਤ ਕਰ ਰਿਹਾ ਸੀ; ਜਿਸ ਬਾਰੇ ਸਾਨੂੰ ਇਹ ਇਤਲਾਹ ਮਿਲੀ ਸੀ ਕਿ ਉਹ ਬਾਜ਼ਾਰ ਸਬੂਨਿਆਂ 'ਚ ਇਕ ਹਿੰਦੂ ਬਾਣੀਏ ਦੇ ਘਰ ਮੌਜੂਦ ਹੈ-ਇਹ ਗੁਫ਼ਤਗੂ ਖ਼ਤਮ ਹੋਈ ਤਾਂ ਮੈਂ ਉਠਿਆ ਕਿ ਉਹ ਪਾਗਲ ਨੂੰ ਝੂਠ-ਮੂਠ ਕਹਿ ਕੇ ਪਾਕਿਸਤਾਨ ਜਾਣ ਲਈ ਤਿਆਰ ਕਰਾਂ ਕਿ ਇਕ ਜੋੜਾ ਉਧਰ ਤੋਂ ਗੁਜ਼ਰਿਆ। ਔਰਤ ਨੇ ਘੁੰਡ ਕੱਢਿਆ ਹੋਇਆ ਸੀ, ਥੋੜ੍ਹਾ ਜਿਹਾ ਘੁੰਡ। ਉਸ ਦੇ ਨਾਲ ਇਕ ਸਿੱਖ ਨੌਜਵਾਨ ਸੀ, ਗੱਭਰੂ, ਤੰਦਰੁਸਤ, ਤਿੱਖੇ ਤਿੱਖੇ ਨੈਣ-ਨਕਸ਼ ਵਾਲਾ।

ਜਦੋਂ ਉਹ ਦੋਵੇਂ ਉਹ ਪਾਗਲ ਕੋਲੋਂ ਦੀ ਲੰਘੇ ਤਾਂ ਨੌਜਵਾਨ ਇਕਦਮ ਠਿਠਕ ਗਿਆ। ਉਸ ਨੇ ਦੋ ਹੱਥ ਪਿੱਛੇ ਹਟ ਕੇ ਔਰਤ ਦਾ ਹੱਥ ਫੜਿਆ, ਕੁਝ ਇਸ

ਅਚਾਨਕ ਤੌਰ 'ਤੇ ਕਿ ਔਰਤ ਨੇ ਆਪਣਾ ਥੋੜ੍ਹਾ ਜਿਹਾ ਘੁੰਡ ਉਠਾਇਆ-ਲੱਠੇ ਦੀ ਧੋਤੀ ਹੋਈ ਸਫ਼ੈਦ ਚਾਰਦ ਦੇ ਚੌਖਟੇ 'ਚ ਮੈਨੂੰ ਇਕ ਲੜਕੀ ਦਾ ਅਜਿਹਾ ਗੁਲਾਬੀ ਚਿਹਰਾ ਨਜ਼ਰ ਆਇਆ ਜਿਸ ਦਾ ਹੁਸਨ ਬਿਆਨ ਕਰਨ 'ਤੇ ਮੇਰੀ ਜ਼ੁਬਾਨ ਮਜਬੂਰ ਹੈ।

ਮੈਂ ਉਹਨਾਂ ਦੇ ਬਿਲਕੁਲ ਕੋਲ ਸੀ।

ਸਿੱਖ ਨੌਜਵਾਨ ਨੇ ਉਸ ਹੁਸਨੋ-ਜਮਾਲ ਦੀ ਦੇਵੀ ਨੂੰ ਪਾਗਲ ਵੱਲ ਇਸ਼ਾਰਾ ਕਰਦੇ ਹੋਏ ਕਿਹਾ : "ਤੇਰੀ ਮਾਂ...।"

ਗੁਲਾਬੀ ਚਿਹਰੇ ਵਾਲੀ ਲੜਕੀ ਨੇ ਇਕ ਪਲ ਲਈ ਪਾਗਲ ਵੱਲ ਦੇਖਿਆ ਅਤੇ ਘੁੰਡ ਕੱਢ ਲਿਆ, ਸਿੱਖ ਨੌਜਵਾਨ ਦੀ ਬਾਂਹ ਫੜਦੇ ਹੋਏ ਕਿਹਾ : "ਚੱਲ...।"

ਅਤੇ ਉਹ ਦੋਵੇਂ ਸੜਕ ਤੋਂ ਥੋੜ੍ਹਾ ਉਧਰ ਹਟੇ ਤੇਜ਼ੀ ਨਾਲ ਅੱਗੇ ਨਿੱਕਲ ਗਏ।

ਪਾਗਲ ਚੀਕੀ : "ਭਾਗ ਭਰੀ...ਭਾਗ ਭਰੀ!"

ਉਹ ਬਹੁਤ ਬੇਚੈਨ ਸੀ।

ਮੈਂ ਕੋਲ ਜਾ ਕੇ ਪੁੱਛਿਆ : "ਕੀ ਗੱਲ ਹੈ ਮਾਈ?"

ਉਹ ਕੰਬ ਰਹੀ ਸੀ : "ਮੈਂ ਉਸ ਨੂੰ ਦੇਖਿਆ ਹੈ... ਮੈਂ ਉਸ ਨੂੰ ਦੇਖਿਆ ਹੈ...।"

ਮੈਂ ਪੁੱਛਿਆ : "ਕਿਸ ਨੂੰ?"

"ਆਪਣੀ ਬੇਟੀ ਨੂੰ... ਆਪਣੀ ਭਾਗ ਭਰੀ ਨੂੰ...।"

ਮੈਂ ਕਿਹਾ : "ਉਹ ਮਰ-ਖਪ ਚੁੱਕੀ ਹੈ ਮਾਈ।"

ਉਸ ਨੇ ਚੀਖ਼ ਕੇ ਕਿਹਾ : "ਤੂੰ ਝੂਠ ਆਖਦਾ ਹੈਂ।"

ਇਸ ਸਮੇਂ ਮੈਂ ਉਸ ਨੂੰ ਪੂਰਾ ਯਕੀਨ ਦਿਵਾਉਣ ਖ਼ਾਤਰ ਕਿਹਾ : "ਮੈਂ ਖ਼ੁਦਾ ਦੀ ਕਸਮ ਖਾ ਕੇ ਕਹਿੰਦਾ ਹਾਂ, ਉਹ ਮਰ ਚੁੱਕੀ ਹੈ...।"

ਇਹ ਸੁਣਦੇ ਹੀ ਪਾਗਲ ਚੌਂਕ 'ਚ ਢੇਰ ਹੋ ਗਈ।

ਰਾਮਖਿਲਾਵਨ

ਖਟਮਲ ਮਾਰਨ ਤੋਂ ਬਾਅਦ ਮੈਂ ਟਰੰਕ ਵਿਚ ਪੁਰਾਣੇ ਕਾਗਜ ਦੇਖ ਰਿਹਾ ਸੀ ਕਿ ਸਈਦ ਭਾਈਜਾਨ ਦੀ ਤਸਵੀਰ ਮਿਲ ਗਈ-ਮੇਜ਼ 'ਤੇ ਇਕ ਖਾਲੀ ਫ਼ਰੇਮ ਪਿਆ ਸੀ। ਮੈਂ ਤਸਵੀਰ ਨਾਲ ਫ਼ਰੇਮ ਪੁਰ ਕਰ ਦਿੱਤਾ ਅਤੇ ਕੁਰਸੀ 'ਤੇ ਬੈਠ ਕੇ ਧੋਬੀ ਦਾ ਇੰਤਜ਼ਾਰ ਕਰਨ ਲੱਗਿਆ।

ਹਰ ਐਤਵਾਰ ਮੈਨੂੰ ਇਸੇ ਤਰ੍ਹਾਂ ਇੰਤਜ਼ਾਰ ਕਰਨਾ ਪੈਂਦਾ ਸੀ ਕਿਉਂਕਿ ਹਫ਼ਤੇ ਦੀ ਸ਼ਾਮ ਨੂੰ ਮੇਰੇ ਧੋਤੇ ਹੋਏ ਕੱਪੜਿਆਂ ਦਾ ਸਟਾਕ ਖ਼ਤਮ ਹੋ ਜਾਂਦਾ ਸੀ-ਮੈਨੂੰ ਸਟਾਕ ਤਾਂ ਨਹੀਂ ਕਹਿਣਾ ਚਾਹੀਦਾ, ਇਸ ਲਈ ਕਿ ਗਰੀਬੀ ਦੇ ਉਸ ਸਮੇਂ ਮੇਰੇ ਕੋਲ ਸਿਰਫ਼ ਐਨੇ ਕੱਪੜੇ ਸਨ ਜੋ ਮੁਸ਼ਕਲ ਨਾਲ ਛੇ, ਸੱਤ ਦਿਨ ਤੱਕ ਮੇਰਾ ਰੱਖ-ਰਖਾਵ ਕਾਇਮ ਰੱਖ ਸਕਦੇ ਸਨ।

ਮੇਰੀ ਸ਼ਾਦੀ ਦੀ ਗੱਲਬਾਤ ਹੋ ਰਹੀ ਸੀ ਅਤੇ ਇਸ ਸਿਲਸਿਲੇ ਵਿਚ ਮੈਂ ਪਿਛਲੇ ਦੋ ਤਿੰਨ ਐਤਵਾਰਾਂ ਤੋਂ ਮਾਹਿਮ ਜਾ ਰਿਹਾ ਸੀ-ਧੋਬੀ ਸ਼ਰੀਫ਼ ਆਦਮੀ ਸੀ, ਧੁਆਈ ਨਾ ਮਿਲਣ ਦੇ ਬਾਵਜੂਦ ਹਰ ਐਤਵਾਰ ਨੂੰ ਬਾਕਾਇਦਗੀ ਨਾਲ ਪੂਰੇ ਦਸ ਵਜੇ ਮੇਰੇ ਕੱਪੜੇ ਲੈ ਜਾਂਦਾ ਸੀ, ਫਿਰ ਵੀ ਮੈਨੂੰ ਖ਼ਦਸ਼ਾ ਲੱਗਿਆ ਰਹਿੰਦਾ ਸੀ ਕਿ ਅਜਿਹਾ ਨਾ ਹੋਵੇ, ਉਹ ਮੇਰੇ ਪੈਸੇ ਨਾ ਦੇਣ 'ਤੇ ਤੰਗ ਆ ਕੇ ਕਿਸੇ ਰੋਜ਼ ਮੇਰੇ ਕੱਪੜੇ ਚੋਰਬਾਜ਼ਾਰ 'ਚ ਵੇਚ ਦੇਵੇ ਅਤੇ ਮੈਨੂੰ ਆਪਣੀ ਸ਼ਾਦੀ ਦੀ ਗੱਲਬਾਤ ਵਿਚ ਬਿਨਾਂ ਕੱਪੜਿਆਂ ਤੋਂ ਹਿੱਸਾ ਲੈਣਾ ਪਵੇ ਜੋ ਕਿ, ਜ਼ਾਹਿਰ ਹੈ, ਬਹੁਤ ਹੀ ਬੁਰੀ ਗੱਲ ਹੋਵੇਗੀ।

ਮਰੇ ਹੋਏ ਖਟਮਲਾਂ ਦੀ ਬਹੁਤ ਹੀ ਭੈੜੀ ਬੂ ਫੈਲ ਗਈ ਸੀ। ਮੈਂ ਸੋਚ ਰਿਹਾ ਸੀ ਕਿ ਇਸ ਨੂੰ ਕਿਵੇਂ ਦੂਰ ਕਰਾਂ ਕਿ ਧੋਬੀ ਆ ਗਿਆ।

'ਸਾਬ੍ਹ ਸਲਾਮ' ਕਰ ਕੇ ਉਸ ਨੇ ਆਪਣੀ ਗੱਠੜੀ ਖੋਲੀ ਅਤੇ ਮੇਰੀ ਗਿਣਤੀ ਦੇ ਕੱਪੜੇ ਮੇਜ਼ 'ਤੇ ਰੱਖ ਦਿੱਤੇ। ਅਜਿਹਾ ਕਰਦੇ ਹੋਏ ਉਸ ਦੀ ਨਜ਼ਰ ਸਈਦ ਭਾਈਜਾਨ ਦੀ ਤਸਵੀਰ 'ਤੇ ਪਈ-ਇਕਦਮ ਤ੍ਰਭਕ ਕੇ ਉਸ ਨੇ ਗਹੁ ਨਾਲ ਤੱਕਣਾ ਸ਼ੁਰੂ ਕਰ ਦਿੱਤਾ ਤੇ ਇਕ ਅਜੀਬੋ-ਗਰੀਬ ਆਵਾਜ਼ ਹਲਕ 'ਚੋਂ ਕੱਢੀ : "ਹੈਂ ਏ ਏ ਹੈਂ।"

ਮੈਂ ਉਸ ਨੂੰ ਪੁੱਛਿਆ : "ਕੀ ਗੱਲ ਹੈ ਧੋਬੀ?"

ਧੋਬੀ ਦੀਆਂ ਅੱਖਾਂ ਤਸਵੀਰ 'ਤੇ ਜੰਮੀਆਂ ਰਹੀਆਂ, ਇਹ ਤਾਂ ਸਾਈਦ ਸ਼ਾਲੇਮ ਬਾਲਿਸ਼ਟਰ।"

"ਤੂੰ ਜਾਣਦਾ ਹੈਂ ਇਨ੍ਹਾਂ ਨੂੰ?"

ਧੋਬੀ ਨੇ ਜ਼ੋਰ ਦੀ ਸਿਰ ਹਲਾਇਆ : "ਹਾਂ... ਉਹ ਦੋ ਭਾਈ ਹੋਤਾ... ਏਧਰ ਉਨਕਾ ਕੋਠੀ ਹੋਤਾ...ਸਈਦ ਸ਼ਾਲੇਮ ਬਾਲਿਸ਼ਟਰ, ਮੈਂ ਉਨਕਾ ਕਪੜਾ ਧੋਤਾ ਹੋਤਾ।"

ਮੈਂ ਸੋਚਿਆ, ਇਹ ਦੋ ਸਾਲ ਪਹਿਲਾਂ ਦੀ ਗੱਲ ਹੋਵੇਗੀ, ਕਿਉਂਕਿ ਸਈਦ ਹਸਨ ਅਤੇ ਮੁਹੰਮਦ ਹਸਨ ਭਾਈਜਾਨ ਨੇ ਫ਼ਿਜੀ ਆਈਲੈਂਡ ਜਾਣ ਤੋਂ ਪਹਿਲਾਂ ਇਕ ਸਾਲ ਬੰਬਈ 'ਚ ਪ੍ਰੈਕਟਿਸ ਕੀਤੀ ਸੀ। ਮੈਂ ਧੋਬੀ ਨੂੰ ਕਿਹਾ : "ਦੋ ਸਾਲ ਪਹਿਲਾਂ ਦੀ ਗੱਲ ਕਰਦਾ ਹੈਂ ਤੂੰ?"

ਧੋਬੀ ਨੇ ਜ਼ੋਰ ਦੀ ਸਿਰ ਹਲਾਇਆ : "ਹਾਂ...। ਸਈਦ ਸ਼ਾਲੇਮ ਬਾਲਿਸ਼ਟਰ ਜਬ ਗਿਆ ਤੋਂ ਹਮਕੋ ਏਕ ਧੋਤੀ ਦੀਆਂ... ਏਕ ਕੁਰਤਾ ਦੀਆਂ... ਨਯਾ...ਬਹੁਤ ਅੱਛਾ ਲੋਗ ਹੋਤਾ...ਏਕ ਕੀ ਦਾੜ੍ਹੀ ਹੋਤਾ..ਯਹ ਬੜਾ..." ਉਸ ਨੇ ਹੱਥ ਨਾਲ ਦਾੜ੍ਹੀ ਦੀ ਲੰਬਾਈ ਦੱਸੀ...ਇਸਕਾ ਤੀਨ ਬਾਵਾ ਲੋਗ ਹੋਤਾ...ਦੋ ਲੜਕਾ, ਏਕ ਲੜਕੀ...ਹਮਾਰੇ ਸੰਗ ਬਹੁਤ ਖੇਲਤਾ ਹੋਤਾ...ਕੋਠੀ...ਬਹੁਤ ਬੜਾ..."

ਮੈਂ ਕਿਹਾ : "ਧੋਬੀ, ਇਹ ਮੇਰੇ ਭਾਈ ਹਨ।"

ਧੋਬੀ ਨੇ ਹਲਕ 'ਚੋਂ ਅਜੀਬੋ-ਗਰੀਬ ਆਵਾਜ਼ ਕੱਢੀ : "ਹੈਂ ਏ ਏ ਹੈਂ? ਸਈਦ ਸ਼ਾਲੇਮ ਬਾਲਿਸ਼ਟਰ।"

ਮੈਂ ਉਸ ਦੀ ਹੈਰਾਨੀ ਦੂਰ ਕਰਨ ਦੀ ਕੋਸ਼ਿਸ਼ ਕੀਤੀ ਅਤੇ ਕਿਹਾ : "ਇਹ ਤਸਵੀਰ ਸਈਦ ਹਸਨ ਭਾਈਜਾਨ ਦੀ ਹੈ... ਦਾੜ੍ਹੀ ਵਾਲੇ ਮੁਹੰਮਦ ਹਸਨ ਹਨ...ਸਾਡੇ 'ਚ ਸਭ ਤੋਂ ਵੱਡੇ।"

ਧੋਬੀ ਨੇ ਮੇਰੇ ਵੱਲ ਘੂਰ ਕੇ ਵੇਖਿਆ, ਫਿਰ ਮੇਰੇ ਚਾਰੇ ਪਾਸੇ ਫੈਲੀ ਬਦਬੂ ਦਾ ਜਾਇਜ਼ਾ ਲਿਆ-ਇਕ ਛੋਟੀ ਜਿਹੀ ਕੋਠੜੀ ਸੀ, ਬਿਜਲੀ ਦੀ ਰੌਸ਼ਨੀ ਤੋਂ ਬਿਨਾਂ; ਇਕ ਕੁਰਸੀ ਸੀ, ਇਕ ਮੇਜ਼ ਅਤੇ ਇਕ ਟਾਟ ਦੀ ਕੋਟ, ਜਿਸ ਵਿਚ ਹਜ਼ਾਰਾਂ ਖਟਮਲ ਸਨ।

ਧੋਬੀ ਨੂੰ ਯਕੀਨ ਨਹੀਂ ਆ ਰਿਹਾ ਸੀ ਕਿ ਮੈਂ ਸਈਦ ਸ਼ਾਲੇਮ ਬਾਲਿਸ਼ਟਰ ਦਾ ਭਾਈ ਹਾਂ, ਲੇਕਿਨ ਜਦੋਂ ਮੈਂ ਉਸ ਨੂੰ ਉਨ੍ਹਾਂ ਦੀਆਂ ਬਹੁਤ ਸਾਰੀਆਂ ਗੱਲਾਂ ਦੱਸੀਆਂ ਤਾਂ ਉਸ ਨੇ ਸਿਰ ਨੂੰ ਅਜੀਬ ਤਰ੍ਹਾਂ ਹਿਲਾ ਕੇ ਕਿਹਾ : "ਸਈਦ ਸ਼ਾਲੇਮ ਬਾਲਿਸ਼ਟਰ ਕੋਠੀ 'ਚ ਰਹਿਤਾ ਔਰ ਤੁਮ ਇਸ ਖੋਲੀ ਮੇਂ!"

ਮੈਂ ਫ਼ਲਸਫ਼ਿਆਨਾ ਕਿੱਧਰੇ ਧੁੱਪ, ਕਿਧਰੇ ਛਾਂ ਸਈਦ ਸ਼ਾਲੇਮ ਬਾਲਿਸ਼ਟਰ ਪੰਜੇ ਉਂਗਲੀਆ ਇਕ ਜਿਹੀਆਂ ਨਹੀਂ ਹੁੰਦੀਆਂ।"

"ਹਾਂ ਸਾਬ ਸਈਦ ਸ਼ਾਲੇਮ ਬਾਲਿਸ਼ਟਰ ਤੁਮ ਬਰੋਬਰ ਕਹਿਤਾ ਹੈ।" ਇਹ ਕਹਿ ਕੇ ਧੋਬੀ ਨੇ ਗੱਠੜੀ ਉਠਾਈ ਅਤੇ ਬਾਹਰ ਜਾਣ ਲੱਗਿਆ।

ਮੈਨੂੰ ਉਸ ਦੇ ਹਿਸਾਬ ਦਾ ਖ਼ਿਆਲ ਆਇਆ। ਜੇਬ ਵਿਚ ਸਿਰਫ਼ ਅੱਠ ਆਨੇ ਸਨ ਜੋ ਸ਼ਾਦੀ ਦੀ ਗੱਲਬਾਤ ਦੇ ਸਿਲਸਿਲੇ ਵਿਚ ਆਉਣ ਜਾਣ ਲਈ ਬਮੁਸ਼ਕਿਲ ਕਾਫ਼ੀ ਸਨ। ਸਿਰਫ਼ ਇਹ ਦੱਸਣ ਲਈ ਕਿ ਮੇਰੀ ਨੀਯਤ ਸਾਫ਼ ਹੈ, ਮੈਂ ਉਸ ਨੂੰ ਠਹਿਰਾਇਆ ਤੇ ਕਿਹਾ : "ਧੋਬੀ, ਕੱਪੜਿਆਂ ਦਾ ਹਿਸਾਬ ਯਾਦ ਰੱਖਣਾ...ਖ਼ਬਰੇ ਕਿੰਨੀਆਂ ਧੁਆਈਆਂ ਹੋ ਚੁੱਕੀਆਂ ਨੇ।"

ਧੋਬੀ ਨੇ ਆਪਣੀ ਧੋਤੀ ਦੀ ਲਾਂਗੜ ਠੀਕ ਕੀਤੀ ਅਤੇ ਕਿਹਾ : "ਸਾਬ, ਹਮ ਹਿਸਾਬ ਨਹੀਂ ਰਖਤਾ...ਸਈਦ ਸ਼ਾਲੇਮ ਬਾਲਿਸ਼ਟਰ ਕਾ ਏਕ ਬਰਸ ਕਾਮ ਕੀਆ...ਜੋ ਦੇ ਦਿਆ, ਲੇ ਲਿਆ...ਹਮ ਹਿਸਾਬ ਜਾਨਤ ਹੀ ਨਾ ਹੈਂ।"

ਇਹ ਕਹਿ ਕੇ ਉਹ ਚਲਾ ਗਿਆ ਅਤੇ ਮੈਂ ਸ਼ਾਦੀ ਦੀ ਗੱਲਬਾਤ ਦੇ ਸਿਲਸਿਲੇ 'ਚ ਮਾਹਿਮ ਜਾਣ ਲਈ ਤਿਆਰ ਹੋਣ ਲੱਗਿਆ।

ਗੱਲਬਾਤ ਕਾਮਯਾਬ ਰਹੀ।

ਮੇਰੀ ਸ਼ਾਦੀ ਹੋ ਗਈ, ਹਾਲਾਤ ਵੀ ਬੇਤਹਰ ਹੋ ਗਏ ਅਤੇ ਮੈਂ ਸੈਕਿੰਡ ਪੀਰਖਾਂ ਸਟਰੀਟ ਦੀ ਖੋਲੀ ਤੋਂ, ਜਿਸ ਦਾ ਕਿਰਾਇਆ ਨੌਂ ਰੁਪਏ ਮਹੀਨਾ ਸੀ, ਕਿਲੇਅਰ ਰੋਡ ਦੇ ਇਕ ਫਲੈਟ ਵਿਚ, ਜਿਸ ਦਾ ਕਿਰਾਇਆ ਪੈਂਤੀ ਰੁਪਏ ਮਹੀਨਾ ਸੀ, ਉਠ ਆਇਆ ਅਤੇ ਧੋਬੀ ਨੂੰ ਮਹੀਨੇ ਦੇ ਮਹੀਨੇ ਬਕਾਇਗੀ ਨਾਲ ਉਸ ਦੀਆਂ ਧੁਆਈਆਂ ਦੇ ਦਾਮ ਮਿਲਣ ਲੱਗੇ।

ਧੋਬੀ ਖੁਸ਼ ਸੀ ਕਿ ਮੇਰੇ ਹਾਲਾਤ ਪਹਿਲਾਂ ਨਾਲੋਂ ਬੇਹਤਰ ਹਨ। ਉਸ ਨੇ ਮੇਰੀ ਬੀਵੀ ਨੂੰ ਕਿਹਾ : "ਬੇਗਮ ਸਾਬ...ਸਾਬ ਦਾ ਭਾਈ ਸਈਦ ਸ਼ਾਲੇਮ ਬਾਲਿਸ਼ਟਰ ਬਹੁਤ ਬੜਾ ਆਦਮੀ ਹੋਤਾ...ਉਧਰ ਰਹਿਤਾ...ਜਬ ਗਿਆ ਤੋਂ ਹਮਕੋ ਏਕ ਪਗੜੀ, ਏਕ ਧੋਤੀ, ਏਕ ਕੁਰਤਾ ਦੀਆਂ ਹੋਤਾ...ਤੁਮਹਾਰਾ ਸਾਬ ਵੀ ਏਕ ਦਿਨ ਬੜਾ ਆਦਮੀ ਬਨਤਾ ਹੋਤਾ।"

ਮੈਂ ਆਪਣੀ ਬੀਵੀ ਨੂੰ ਤਸਵੀਰ ਵਾਲਾ ਕਿੱਸਾ ਸੁਣਾ ਚੁੱਕਿਆ ਸੀ ਅਤੇ ਉਸ ਨੂੰ ਇਹ ਵੀ ਦੱਸ ਚੁੱਕਿਆ ਸੀ ਕਿ ਤੰਗੀ ਦੇ ਦਿਨਾਂ 'ਚ ਕਿੰਨੀ ਦਰਿਆਦਿਲੀ ਨਾਲ ਧੋਬੀ ਨੇ ਮੇਰਾ ਸਾਥ ਦਿੱਤਾ ਸੀ-ਜੋ ਦੇ ਦਿੱਤਾ, ਸੌ ਦੇ ਦਿੱਤਾ-ਉਸ ਨੇ ਕਦੇ ਸ਼ਿਕਾਇਤ ਨਹੀਂ ਕੀਤੀ ਸੀ-ਲੇਕਿਨ ਮੇਰੀ ਬੀਵੀ ਨੂੰ ਥੋੜ੍ਹੇ ਅਰਸੇ .ਾਅਦ ਹੀ ਉਸ ਤੋਂ ਇਹ ਸ਼ਿਕਾਇਤ ਪੈਦਾ ਹੋ ਗਈ ਕਿ ਉਹ ਹਿਸਾਬ ਨਾ ਰੱਖਦਾ ਨਾ ਕਰਦਾ ਹੈ। ਮੈਂ ਕਿਹਾ : "ਉਹ ਚਾਰ ਸਾਲ ਤਕ ਮੇਰਾ ਕੰਮ ਕਰਦਾ ਰਿਹਾ ਹੈ...ਉਸ ਨੇ ਕਦੇ ਹਿਸਾਬ ਨਹੀਂ ਕੀਤਾ।"

ਮੈਨੂੰ ਇਹ ਜਵਾਬ ਮਿਲਿਆ : "ਹਿਸਾਬ ਕਿਉਂ ਕਰਦਾ...ਉਂਜ ਹੀ ਦੁਗਣੇ-ਚੌਗਣੇ ਵਸੂਲ ਕਰ ਲੈਂਦਾ ਹੋਵੇਗਾ।"

"ਉਹ ਕਿਵੇਂ?"

"ਤੁਸੀਂ ਨਹੀਂ ਜਾਣਦੇ... ਜਿਨ੍ਹਾਂ ਘਰਾਂ 'ਚ ਬੀਵੀਆਂ ਨਹੀਂ ਹੁੰਦੀਆਂ, ਉਨ੍ਹਾਂ ਨੂੰ ਅਜਿਹੇ ਲੋਕ ਬੇਵਕੂਫ਼ ਬਣਾਉਣਾ ਜਾਣਦੇ ਹਨ।"

ਕਰੀਬ-ਕਰੀਬ ਹਰ ਮਹੀਨੇ ਧੋਬੀ ਨਾਲ ਮੇਰੀ ਬੀਵੀ ਦੀ ਚਖ਼-ਚਖ਼ ਹੁੰਦੀ ਸੀ ਕਿ ਉਹ ਕੱਪੜਿਆਂ ਦਾ ਹਿਸਾਬ ਅਲੱਗ ਆਪਣੇ ਕੋਲ ਕਿਉਂ ਨਹੀਂ ਰਖਦਾ। ਉਹ ਬੜੀ ਸਾਦਗੀ ਨਾਲ ਸਿਰਫ ਐਨਾ ਕਹਿ ਦਿੰਦਾ : "ਬੇਗਮ ਸਾਬ, ਹਮ ਹਿਸਾਬ ਜਾਨਤ ਨਾਹੀਂ...ਤੁਮ ਝੂਠ ਨਾਹੀਂ ਬੋਲੇਗਾ... ਸਈਦ ਸ਼ਾਲੇਮ ਬਾਲਿਸ਼ਟਰ ਜੋ ਤੁਮਹਾਰੇ ਸਾਬ ਦਾ ਭਾਈ ਹੋਤਾ, ਹਮ ਏਕ ਬਰਸ ਉਸ ਕਾ ਕਾਮ ਕਿਆ ਹੋਤਾ...ਉਨਕਾ ਬੇਗਮ ਬੋਲਤਾ, ਧੋਬੀ ਤੁਹਾਡਾ ਇਤਨਾ ਪੈਸਾ ਹੂਆ... ਹਮ ਬੋਲਤਾ, ਠੀਕ ਹੈ!"

ਇਕ ਮਹੀਨੇ ਢਾਈ ਸੌ ਕਪੜੇ ਧੁਆਈ 'ਚ ਗਏ। ਮੇਰੀ ਬੀਵੀ ਨੇ ਅਜ਼ਮਾਉਣ ਲਈ ਉਸ ਨੂੰ ਕਿਹਾ : "ਧੋਬੀ, ਇਸ ਮਹੀਨੇ ਸੱਠ ਕੱਪੜੇ ਹੋਏ।"

ਉਸ ਨੇ ਕਿਹਾ : "ਠੀਕ ਹੈ... ਬੇਗਮ ਸਾਬ, ਤੁਮ ਝੂਠ ਨਹੀਂ ਬੋਲੇਗਾ।"

ਮੇਰੀ ਬੀਵੀ ਨੇ ਸੱਠ ਕੱਪੜਿਆਂ ਦੇ ਹਿਸਾਬ ਨਾਲ ਜਦੋਂ ਉਸ ਨੂੰ ਪੈਸੇ ਦਿੱਤੇ ਤਾਂ ਉਸ ਨੇ ਮੱਥੇ ਨਾਲ ਰੁਪਏ ਲਗਾ ਕੇ ਸਲਾਮ ਕੀਤਾ ਅਤੇ ਚੱਲਣ ਲੱਗਿਆ ਤਾਂ ਮੇਰੀ ਬੀਵੀ ਨੇ ਉਸ ਨੂੰ ਰੋਕਿਆ : "ਠਹਿਰ ਧੋਬੀ... ਸੱਠ ਨਹੀਂ, ਢਾਈ ਸੌ ਕੱਪੜੇ ਸਨ...ਲੈ ਆਪਣੀ ਬਾਕੀ ਰਕਮ...ਮੈਂ ਮਜ਼ਾਕ ਕੀਤਾ ਸੀ।"

ਧੋਬੀ ਨੇ ਸਿਰਫ਼ ਐਨਾ ਕਿਹਾ : "ਬੇਗਮ ਸਾਬ੍ਹ, ਤੁਮ ਝੂਠ ਨਹੀਂ ਬੋਲੇਗਾ..." ਬਾਕੀ ਦੇ ਰੁਪਏ ਆਪਣੇ ਮੱਥੇ ਨਾਲ ਲਗਾ ਕੇ ਉਸ ਨੇ ਸਲਾਮ ਕੀਤਾ ਤੇ ਚਲਾ ਗਿਆ।

ਸ਼ਾਦੀ ਦੇ ਦੋ ਸਾਲ ਬਾਅਦ ਮੈਂ ਦਿੱਲੀ ਚਲਾ ਗਿਆ। ਡੇਢ ਸਾਲ ਉਥੇ ਰਿਹਾ, ਫਿਰ ਵਾਪਸ ਬੰਬਈ ਆ ਗਿਆ ਅਤੇ ਮਾਹਿਮ 'ਚ ਰਹਿਣ ਲੱਗਿਆ।

ਤਿੰਨ ਮਹੀਨੇ ਦੌਰਾਨ ਅਸੀਂ ਚਾਰ ਧੋਬੀ ਤਬਦੀਲ ਕੀਤੇ, ਕਿਉਂਕਿ ਬੇਹੱਦ ਬੇਈਮਾਨ ਅਤੇ ਝਗੜਾਲੂ ਸਨ। ਹਰ ਧੁਆਈ 'ਤੇ ਝਗੜਾ ਖੜ੍ਹਾ ਹੋ ਜਾਂਦਾ ਸੀ। ਕਦੇ ਕੱਪੜੇ ਘੱਟ ਨਿਕਲਦੇ ਸਨ, ਕਦੇ ਧੁਆਈ ਜ਼ਲੀਲ ਹੁੰਦੀ ਸੀ -ਸਾਨੂੰ ਆਪਣਾ ਪੁਰਾਣਾ ਧੋਬੀ ਯਾਦ ਆਉਣ ਲੱਗਿਆ।

ਇਕ ਰੋਜ਼ ਜਦੋਂ ਕਿ ਅਸੀਂ ਬਿਲਕੁਲ ਬਿਨਾਂ ਧੋਬੀ ਦੇ ਰਹਿ ਗਏ ਸਾਂ, ਉਹ ਅਚਾਨਕ ਆ ਗਿਆ ਅਤੇ ਕਹਿਣ ਲੱਗਿਆ : "ਸਾਬ੍ਹ ਕੋ ਹਮਨੇ ਏਕ ਦਿਨ ਬਸ ਮੇਂ ਦੇਖਾ...ਹਮ ਬੋਲਾ, ਐਸਾ, ਕੈਸਾ...ਸਾਬ ਤੋਂ ਦਿੱਲੀ ਮੇਂ ਹੋਤਾ...ਹਮਨੇ ਓਧਰ ਬਾਈ ਕੁਲੀ ਮੈਂ ਤਲਾਸ਼ ਕੀਆ...ਛਾਪਾਵਾਲਾ ਬੋਲਾ, ਇਧਰ ਮਾਹਿਮ ਮੇਂ ਤਲਾਸ਼ ਕਰੋ...ਬਾਜ਼ੂਵਾਲੀ ਚਾਲੀ ਮੇਂ ਸਾਬ ਕਾ ਦੋਸਤ ਹੋਤਾ...ਹਮ ਉਸਸੇ ਪੂਛਾ ਔਰ ਆ ਗਿਆ।"

ਅਸੀਂ ਬਹੁਤ ਖੁਸ਼ ਹੋਏ ਅਤੇ ਸਾਡੇ ਕੱਪੜਿਆਂ ਦੇ ਦਿਨ ਹੱਸੀ ਖੁਸ਼ੀ ਗੁਜ਼ਰਨ ਲੱਗੇ।

ਕਾਂਗਰਸ ਦੀ ਸੱਤਾ ਆਈ ਤਾਂ ਸ਼ਰਾਬਬੰਦੀ ਦਾ ਹੁਕਮ ਲਾਗੂ ਹੋ ਗਿਆ - ਅੰਗਰੇਜ਼ੀ ਸ਼ਰਾਬ ਮਿਲਦੀ ਸੀ, ਲੇਕਿਨ ਦੇਸੀ ਸ਼ਰਾਬ ਦਾ ਕੱਢਣਾ ਤੇ ਵੇਚਣਾ ਬਿਲਕੁਲ ਬੰਦ ਕਰ ਦਿੱਤਾ ਗਿਆ। ਨੜਿਨਵੇਂ ਫ਼ੀਸਦੀ ਧੋਬੀ ਸ਼ਰਾਬ ਦੇ ਆਦੀ ਸਨ। ਦਿਨ ਭਰ ਪਾਣੀ 'ਚ ਰਹਿਣ ਬਾਅਦ ਸ਼ਾਮ ਨੂੰ ਪਾ ਅੱਧ ਪਾ ਸ਼ਰਾਬ ਉਨ੍ਹਾਂ ਦੀ ਜ਼ਿੰਦਗੀ ਦਾ ਹਿੱਸਾ ਬਣ ਚੁੱਕੀ ਸੀ-ਸਾਡਾ ਧੋਬੀ ਬੀਮਾਰ ਹੋ ਗਿਆ। ਆਪਣੀ ਬਿਮਾਰੀ ਦਾ ਇਲਾਜ ਉਸ ਨੇ ਉਸ ਜ਼ਹਿਰੀਲੀ ਸ਼ਰਾਬ ਨਾਲ ਕੀਤਾ ਜਿਹੜੀ ਨਾਜਾਇਜ਼ ਤੌਰ 'ਤੇ ਕੱਢ ਕੇ ਚੋਰੀ-ਛੁਪੇ ਵਿਕਦੀ ਸੀ। ਨਤੀਜਾ ਇਹ ਹੋਇਆ ਕਿ ਉਸ ਦੇ ਮਿਹਦੇ 'ਚ ਖ਼ਤਰਨਾਕ ਗੜਬੜ ਪੈਦਾ ਹੋ ਗਈ ਅਤੇ ਉਹ ਮੌਤ ਦੇ ਦਰਵਾਜ਼ੇ ਤੱਕ ਪਹੁੰਚ ਗਿਆ।

ਮੈਂ ਬੇਹੱਦ ਮਸਰੂਫ਼ ਸਾਂ, ਸਵੇਰੇ ਛੇ ਵਜੇ ਘਰ ਤੋਂ ਨਿਕਲਦਾ ਸੀ ਅਤੇ ਰਾਤ ਨੂੰ ਦਸ-ਸਾਢੇ ਦਸ ਵਜੇ ਮੁੜਦਾ ਸਾਂ-ਮੇਰੀ ਬੀਵੀ ਨੂੰ ਜਦੋਂ ਉਸ ਦੀ ਖ਼ਤਰਨਾਕ ਬੀਮਾਰੀ ਦਾ ਇਲਮ ਹੋਇਆ ਤਾਂ ਉਹ ਟੈਕਸੀ ਲੈ ਕੇ ਉਸ ਦੇ ਘਰ ਗਈ।

ਡਾਕਟਰ ਬਹੁਤ ਪ੍ਰਭਾਵਿਤ ਹੋਇਆ ਅਤੇ ਉਸ ਨੇ ਫ਼ੀਸ ਲੈਣ ਤੋਂ ਇਨਕਾਰ ਕਰ ਦਿੱਤਾ, ਲੇਕਿਨ ਮੇਰੀ ਬੀਵੀ ਨੇ ਕਿਹਾ : "ਡਾਕਟਰ ਸਾਹਿਬ, ਆਪ ਸਾਰਾ ਪੁੰਨ ਨਹੀਂ ਖਟ ਸਕਦੇ।"

ਡਾਕਟਰ ਮੁਸਕਰਾਇਆ : "ਫੇਰ ਅੱਧਾ ਅੱਧਾ ਕਰ ਲਵੋ।" ਡਾਕਟਰ ਨੇ ਮੇਰੀ ਫ਼ੀਸ ਕਬੂਲ ਕਰ ਲਈ।

ਧੋਬੀ ਦਾ ਬਾਕਾਇਦਾ ਇਲਾਜ਼ ਹੋਇਆ-ਮਿਹਦੇ ਦੀ ਤਕਲੀਫ਼ ਕੁਝ ਇੰਜੈਕਸ਼ਨਾਂ ਨਾਲ ਹੀ ਦੂਰ ਹੋ ਗਈ, ਕਮਜ਼ੋਰੀ ਸੀ ਉਹ ਹੌਲੀ-ਹੌਲੀ ਬਲਪੂਰਬਕ ਦਵਾਈਆਂ ਦੇ ਇਸਤੇਮਾਲ ਨਾਲ ਖ਼ਤਮ ਹੋ ਗਈ।

ਕੁਝ ਮਹੀਨਿਆਂ ਦੇ ਬਾਅਦ ਉਹ ਬਿਲਕੁਲ ਠੀਕ-ਠਾਕ ਸੀ, ਅਤੇ ਉਠਦੇ ਬੈਠਦੇ ਸਾਨੂੰ ਦੁਆ ਦਿੰਦਾ ਸੀ : "ਭਗਵਾਨ ਸਾਬ ਕੋ ਸਾਈਦ ਸ਼ਾਲੇਮ ਬਾਲਿਸ਼ਟਰ

ਬਣਾਏ, ਓਧਰ ਕੋਲਾਬੇ ਮੇਂ ਸਾਬ ਰਹਿਣੇ ਕੋ ਜਾਏ...ਬਾਵਾ ਲੋਗ ਹੈਂ... ਬਹੁਤ-ਬਹੁਤ ਪੈਸਾ ਹੈ...ਬੇਗਮ ਸਾਬ ਧੋਤੀ ਕੋ ਲੇਨੇ ਆਇਆ... ਮੋਟਰ ਮੇਂ...ਓਧਰ ਕਿਲੇ ਮੇਂ ਬਹੁਤ ਬੜੇ ਡਾਕਟਰ ਕੇ ਪਾਸ ਲੈ ਗਿਆ ਜਿਸਕੇ ਪਾਸ ਮੇਮ ਹੋਤਾ...ਭਗਵਾਨ ਬੇਗਮ ਸਾਬ੍ਹ ਕੋ ਖੁਸ਼ ਰੱਖੇ..."

ਕਈ ਬਰਸ ਗੁਜ਼ਰ ਗਏ। ਇਸ ਦੌਰਾਨ ਕਈ ਸਿਆਸੀ ਇਨਕਲਾਬ ਆਏ-ਧੋਬੀ ਬਿਨਾਂ ਨਾਗਾ ਐਤਵਾਰ ਨੂੰ ਆਉਂਦਾ ਰਿਹਾ। ਉਸ ਦੀ ਸਿਹਤ ਹੁਣ ਬਹੁਤ ਚੰਗੀ ਸੀ। ਐਨਾ ਅਰਸਾ ਗੁਜ਼ਰਨ 'ਤੇ ਵੀ ਉਹ ਸਾਡਾ ਸਲੂਕ ਨਹੀਂ ਭੁੱਲਿਆ ਸੀ। ਹਮੇਸ਼ਾ ਦੁਆਵਾਂ ਦਿੰਦਾ ਸੀ-ਸ਼ਰਾਬ ਬਿਲਕੁਲ ਬੰਦ ਸੀ। ਸ਼ੁਰੂ-ਸ਼ੁਰੂ 'ਚ ਉਹ ਕਦੇ ਕਦੇ ਸ਼ਰਾਬ ਦੀ ਤਲਬ ਮਹਿਸੂਸ ਕਰਿਆ ਕਰਦਾ ਸੀ ਪਰ ਹੁਣ ਨਾਉਂ ਤਕ ਵੀ ਨਹੀਂ ਲੈਂਦਾ ਸੀ। ਸਾਰਾ ਦਿਨ ਪਾਣੀ 'ਚ ਰਹਿਣ ਦੇ ਬਾਅਦ ਥਕਾਵਟ ਦੂਰ ਕਰਨ ਲਈ ਹੁਣ ਉਸ ਨੂੰ ਦਾਰੂ ਦੀ ਜ਼ਰੂਰਤ ਮਹਿਸੂਸ ਨਹੀਂ ਹੁੰਦੀ ਸੀ।

ਹਾਲਾਤ ਬਹੁਤ ਜ਼ਿਆਦਾ ਵਿਗੜ ਗਏ-ਬਟਵਾਰਾ ਹੋਇਆ ਤਾਂ ਹਿੰਦੂ-ਮੁਸਲਿਮ ਦੰਗੇ ਸ਼ੁਰੂ ਹੋ ਗਏ। ਹਿੰਦੂਆਂ ਦੇ ਇਲਾਕੇ 'ਚ ਮੁਸਲਮਾਨ ਅਤੇ ਮੁਲਸਮਾਨਾਂ ਦੇ ਇਲਾਕਿਆਂ 'ਚ ਹਿੰਦੂ ਦਿਨ ਦੀ ਰੌਸ਼ਨੀ ਅਤੇ ਰਾਤ ਦੀ ਤਾਰੀਕੀ 'ਚ ਹਲਾਕ ਕੀਤੇ ਜਾਣ ਲੱਗੇ-ਮੇਰੀ ਬੀਵੀ ਲਾਹੌਰ ਚਲੀ ਗਈ।

ਜਦੋਂ ਹਾਲਾਤ ਹੋਰ ਜ਼ਿਆਦਾ ਖਰਾਬ ਹੋ ਗਏ ਤਾਂ ਮੈਂ ਧੋਬੀ ਨੂੰ ਕਿਹਾ : "ਦੇਖ, ਹੁਣ ਤੂੰ ਕੰਮ ਬੰਦ ਕਰ ਦੇ... ਇਹ ਮੁਸਲਮਾਨਾਂ ਦਾ ਮਹੱਲਾ ਹੈ...ਅਜਿਹਾ ਨਾ ਹੋਵੇ ਕਿ ਕੋਈ ਤੈਨੂੰ ਮਾਰ ਦੇਵੇ।"

ਧੋਬੀ ਮੁਸਰਾਇਆ : "ਸਾਬ੍ਹ, ਆਪਨ ਕੋ ਕੋਈ ਨਹੀਂ ਮਾਰਤਾ।"

ਸਾਡੇ ਮੁਹੱਲੇ 'ਚ ਕਈ ਵਾਰਦਾਤਾਂ ਹੋਈਆਂ, ਲੇਕਿਨ ਧੋਬੀ ਬਰਾਬਰ ਆਉਂਦਾ ਰਿਹਾ।

ਇਕ ਐਤਵਾਰ ਮੈਂ ਘਰ ਵਿਚ ਬੈਠਾ ਅਖਬਾਰ ਪੜ੍ਹ ਰਿਹਾ ਸੀ-ਖੇਡਾਂ ਦੇ ਸਫੇ 'ਤੇ ਕ੍ਰਿਕਟ ਦੇ ਮੈਚ ਦਾ ਸਕੋਰ ਦਰਜ਼ ਸੀ ਅਤੇ ਪਹਿਲੇ ਸਫ਼ੇ 'ਤੇ ਫ਼ਸਾਦ ਦੇ ਸ਼ਿਕਾਰ ਹਿੰਦੂਆਂ ਅਤੇ ਮੁਸਲਮਾਨਾਂ ਦੇ ਅੰਕੜੇ। ਮੈਂ ਦੋਹਾਂ ਦੀ ਸਮਾਨਤਾ 'ਤੇ ਵਿਚਾਰ ਕਰ ਰਿਹਾ ਸੀ ਕਿ ਧੋਬੀ ਆ ਗਿਆ।

ਕਾਪੀ ਕੱਢ ਕੇ ਮੈਂ ਕੱਪੜਿਆਂ ਦੀ ਪੜਤਾਲ ਸ਼ੁਰੂ ਕੀਤੀ ਤਾਂ ਧੋਬੀ ਨੇ ਹੱਸ-ਹੱਸਕੇ ਗੱਲਾਂ ਸ਼ੁਰੂ ਕਰ ਦਿੱਤੀਆਂ : "ਸਈਦ ਸ਼ਾਲੇਮ ਬਾਲਿਸ਼ਟਰ ਬਹੁਤ ਅੱਛਾ ਆਦਮੀ ਹੋਤਾ...ਯਹਾਂ ਸੇ ਚਲਾ ਜਾਤਾ ਤੋ ਹਮਕੋ ਏਕ ਧੋਤੀ, ਏਕ ਕੁਰਤਾ ਦਿਆ ਹੋਤਾ...ਤੁਮਹਾਰਾ ਬੇਗਮ ਸਾਬ੍ਹ ਵੀ ਏਕਦਮ ਅੱਛਾ ਆਦਮੀ ਹੋਤਾ...ਬਾਹਰ ਗਾਮ ਗਿਆ ਹੈ ਨਾ...। ਆਪਣੇ ਮੁਲਕ ਮੇਂ...? ਓਧਰ ਕਾਗਜ਼ ਲਿਖੋ ਤੋਂ ਹਮਾਰਾ ਸਲਾਮ ਬੋਲੋ...ਮੋਟਰ ਲੇਕਰ ਆਇਆ ਹਮਾਰੀ ਖੋਲੀ ਮੇਂ... ਹਮਕੋ ਇਤਨਾ ਜਲਾਬ ਆਇਆ ਹੋਤਾ...ਡਾਕਟਰ ਨੇ ਸੂਈ ਲਗਾਇਆ...ਹਮ, ਏਕਦਮ ਠੀਕ ਹੋ ਗਿਆ...ਓਧਰ ਕਾਗਜ਼ ਲਿਖੇ ਤੋਂ ਹਮਾਰਾ ਸਲਾਮ ਬੋਲੋ..ਬੋਲੋ ਰਾਮਖਿਲਾਵਣ ਬੋਲਤਾ ਹੈ, ਹਮਕੋ ਵੀ ਕਾਗਜ਼ ਲਿਖੋ...।"

ਮੈਂ ਜ਼ਰਾ ਤੇਜ਼ੀ ਨਾਲ ਕਿਹਾ : "ਧੋਬੀ, ਤੂੰ ਫਿਰ ਦਾਰੂ ਸ਼ੁਰੂ ਕਰ ਦਿੱਤੀ? "

ਧੋਬੀ ਹੱਸਿਆ : "ਦਾਰੂ...? ਦਾਰੂ ਕਹਾਂ ਮਿਲਤੀ ਹੈ ਸਾਬ।"

ਮੈਂ ਕੁਝ ਹੋਰ ਕਹਿਣਾ ਮੁਨਾਸਿਬ ਨਾ ਸਮਝਿਆ-ਉਸ ਨੇ ਕੱਪੜਿਆ ਦੀ

ਗੱਠੜੀ ਬਣਾਈ ਤੇ ਸਲਾਮ ਕਰ ਕੇ ਚਲਾ ਗਿਆ।

ਕੁਝ ਦਿਨਾਂ 'ਚ ਹਾਲਾਤ ਬਹੁਤ ਹੀ ਜ਼ਿਆਦਾ ਖਰਾਬ ਹੋ ਗਏ। ਲਾਹੌਰ ਤੋਂ ਤਾਰ 'ਤੇ ਤਾਰ ਆਉਣ ਲੱਗੀ ਕਿ ਸਭ ਕੁਝ ਛੱਡ ਕੇ ਜਲਦੀ ਚਲੇ ਆਓ-ਮੈਂ ਹਫ਼ਤੇ ਦੇ ਰੋਜ਼ ਇਰਾਦਾ ਕਰ ਲਿਆ ਕਿ ਐਤਵਾਰ ਨੂੰ ਚੱਲ ਪਵਾਂਗਾ। ਐਤਵਾਰ ਨੂੰ ਮੈਂ ਮੂੰਹ ਹਨੇਰੇ ਜ਼ਰੂਰੀ ਕੰਮ 'ਤੇ ਨਿਕਲ ਜਾਣਾ ਸੀ ਅਤੇ ਕੱਪੜੇ ਧੋਬੀ ਕੋਲ ਸਨ। ਮੈਂ ਸੋਚਿਆ ਕਰਫਿਊ ਤੋਂ ਪਹਿਲਾਂ ਪਹਿਲਾਂ ਉਸ ਵੱਲ ਜਾ ਕੇ ਕੱਪੜੇ ਲੈ ਆਵਾਂ-ਸ਼ਾਮ ਨੂੰ ਵਿਕਟੋਰੀਆ ਲੈ ਕੇ ਮੈਂ ਮਹਾਂਲਕਸ਼ਮੀ ਰਵਾਨਾ ਹੋ ਗਿਆ।

ਕਰਫਿਊ 'ਚ ਅਜੇ ਇਕ ਘੰਟਾ ਬਾਕੀ ਸੀ। ਆਵਾਜਾਈ ਜਾਰੀ ਸੀ। ਟਰਾਮਾਂ ਚਲ ਰਹੀਆਂ ਸਨ-ਵਿਕਟੋਰੀਆ ਪੁਲ ਦੇ ਕੋਲ ਪਹੁੰਚੀ ਤਾਂ ਇਕਦਮ ਰੌਲਾ ਪਿਆ ਹੋਇਆ। ਲੋਕ ਅੰਨ੍ਹੇ ਵਾਹ ਭੱਜਣ ਲੱਗੇ। ਇਸ ਤਰ੍ਹਾਂ ਲੱਗਿਆ ਜਿਵੇਂ ਢੱਠਿਆਂ ਦੀ ਲੜਾਈ ਹੋ ਰਹੀ ਹੈ।

ਹਜੂਮ ਹਟਿਆ ਤਾਂ ਮੈਂ ਦੇਖਿਆ, ਦੂਰ ਭੱਠੀਆਂ ਕੋਲ ਬਹੁਤ ਸਾਰੇ ਧੋਬੀ ਹੱਥਾਂ 'ਚ ਡਾਂਗਾਂ ਲਈ ਨੱਚ ਰਹੇ ਹਨ ਅਤੇ ਤਰ੍ਹਾਂ ਤਰ੍ਹਾਂ ਦੀਆਂ ਆਵਾਜ਼ਾਂ ਕੱਢ ਰਹੇ ਹਨ।

ਮੈਂ ਉਧਰ ਹੀ ਜਾਣਾ ਸੀ, ਪਰ ਵਿਕਟੋਰੀਆ ਵਾਲੇ ਨੇ ਓਧਰ ਜਾਣ ਤੋਂ ਇਨਕਾਰ ਕਰ ਦਿੱਤਾ-ਮੈਂ ਕਿਰਾਇਆ ਅਦਾ ਕੀਤਾ ਤੇ ਪੈਦਲ ਹੀ ਚੱਲ ਪਿਆ।

ਜਦੋਂ ਧੋਬੀਆਂ ਦੇ ਕੋਲ ਪਹੁੰਚਿਆ ਤਾਂ ਉਹ ਮੈਨੂੰ ਦੇਖਕੇ ਖ਼ਾਮੋਸ਼ ਹੋ ਗਏ।

ਮੈਂ ਅੱਗੇ ਵਧਕੇ ਇਕ ਧੋਬੀ ਨੂੰ ਪੁੱਛਿਆਂ : "ਰਾਮਖਿਲਾਵਣ ਕਿੱਥੇ ਰਹਿੰਦਾ ਹੈ?"

ਇਕ ਧੋਬੀ, ਜਿਸ ਦੇ ਹੱਥ ਵਿਚ ਡਾਂਗ ਸੀ, ਝੂਮਦਾ ਹੋਇਆ ਉਸ ਧੋਬੀ ਕੋਲ ਆਇਆ ਜਿਸ ਨੂੰ ਮੈਂ ਸੁਆਲ ਕੀਤਾ ਸੀ : "ਕਿਆ ਪੂਛਤਾ ਹੈ?"

"ਪੂਛਤਾ ਹੈ, ਰਾਮਖਿਲਾਵਣ ਕਹਾਂ ਰਹਿਤਾ ਹੈ?"

ਸ਼ਰਾਬ 'ਚ ਮਸਤ ਧੋਬੀ ਨੇ ਮੇਰੇ ਉਤੇ ਚੜ੍ਹਦੇ ਹੋਏ ਪੁੱਛਿਆ : "ਤੁਮ ਕੌਨ ਹੋ?"

"ਮੈਂ...? ਰਾਮਖਿਲਾਵਣ ਮੇਰਾ ਧੋਬੀ ਹੈ।"

"ਰਾਮਖਿਲਾਵਣ ਤੁਮਹਾਰਾ ਧੋਬੀ ਹੈ... ਤੁਮ ਕਿਸ ਧੋਬੀ ਦਾ ਬੱਚਾ ਹੈ?"

ਇਕ ਹੋਰ ਧੋਬੀ ਬੋਲਿਆ : "ਹਿੰਦੂ ਧੋਬੀ ਦਾ ਯਾ ਮੁਸਲਮੀਨ ਕਾ?"

ਤਮਾਮ ਧੋਬੀ, ਜਿਹੜੇ ਸ਼ਰਾਬ ਦੇ ਨਸ਼ੇ 'ਚ ਚੂਰ ਸਨ, ਮੁੱਕੇ ਤਾਣੀ ਅਤੇ ਡਾਂਗਾਂ ਘੁਮਾਉਂਦੇ ਮੇਰੇ ਆਲੇ-ਦੁਆਲੇ ਇਕੱਠੇ ਹੋ ਗਏ, ਮੈਂ ਉਨ੍ਹਾਂ ਦੇ ਸਿਰਫ ਇਕ ਸੁਆਲ ਦਾ ਜਵਾਬ ਦੇਣਾ ਸੀ : ਹਿੰਦੂ ਜਾਂ ਮੁਸਲਮਾਨ...

ਮੈਂ ਬੇਹੱਦ ਸਹਿਮ ਗਿਆ। ਭੱਜਣ ਦਾ ਤਾਂ ਸੁਆਲ ਹੀ ਪੈਦਾ ਨਹੀਂ ਹੋ ਸਕਦਾ ਸੀ, ਕਿਉਂਕਿ ਮੈਂ ਉਨ੍ਹਾਂ 'ਚ ਘਿਰ ਗਿਆ ਸੀ। ਨਜ਼ਦੀਕ ਕੋਈ ਪੁਲਿਸ ਵਾਲਾ ਵੀ ਨਹੀਂ ਸੀ ਕਿ ਮੱਦਦ ਲਈ ਬੁਲਾਉਂਦਾ। ਜਦੋਂ ਮੇਰੀ ਸਮਝ ਵਿਚ ਕੁਝ ਨਾ ਆਇਆ ਤਾਂ ਮੈਂ ਬੇਜੋੜ ਅਲਫਾਜ਼ਾਂ ਵਿਚ ਉਨ੍ਹਾਂ ਨੂੰ ਕਿਹਾ : "ਰਾਮਖਿਲਾਵਣ ਹਿੰਦੂ ਹੈ... ਮੈਂ ਪੁੱਛਦਾ ਹਾਂ, ਉਹ ਕਿੱਧਰ ਰਹਿੰਦਾ ਹੈ...ਉਸ ਦਾ ਘਰ ਕਿਹੜਾ ਹੈ...ਦਸ ਸਾਲਾਂ ਤੋਂ ਉਹ ਸਾਡਾ ਧੋਬੀ ਹੈ... ਬਹੁਤ ਬੀਮਾਰ ਸੀ... ਅਸੀਂ ਉਸ ਦਾ ਇਲਾਜ ਕਰਾਇਆ ਸੀ...ਮੇਰੀ ਬੇਗਮ...ਮੇਰੀ ਮੇਮ ਸਾਹਿਬ ਇਥੇ ਮੋਟਰ ਲੈ ਕੇ ਆਈ ਸੀ..." ਇਥੋਂ ਤੱਕ ਮੈਂ

ਕਿਹਾ ਤਾਂ ਮੈਨੂੰ ਆਪਣੇ ਆਪ 'ਤੇ ਬਹੁਤ ਤਰਸ ਆਇਆ। ਦਿਲ ਹੀ ਦਿਲ ਵਿਚ ਬਹੁਤ ਕੱਚਾ ਹੋਇਆ ਕਿ ਇਨਸਾਨ ਆਪਣੀ ਜਾਨ ਬਚਾਉਣ ਲਈ ਕਿੰਨੇ ਨੀਵੇਂ ਪੱਧਰ 'ਤੇ ਉਤਰ ਆਉਂਦਾ ਹੈ, ਇਸ ਅਹਿਸਾਸ ਨੇ ਮੇਰੇ ਅੰਦਰ ਦਲੇਰੀ ਪੈਦਾ ਕਰ ਦਿੱਤੀ। ਮੈਂ ਉਨ੍ਹਾਂ ਨੂੰ ਕਿਹਾ : "ਮੈਂ ਮੁਸਲਮਾਨ ਹਾਂ..."

"ਮਾਰ ਡਾਲੋ, ਮਾਰ ਡਾਲੋ", ਦਾ ਰੌਲਾ ਮੱਚ ਗਿਆ।

ਉਹ ਧੋਬੀ ਜਿਹੜਾ ਸ਼ਰਾਬ ਦੇ ਨਸ਼ੇ 'ਚ ਚੂਰ ਸੀ, ਇਕ ਤਰਫ਼ ਦੇਖਕੇ ਚਿੱਲਾਇਆ : "ਠਹਿਰੋ... ਇਸੇ ਰਾਮਖਿਲਾਵਣ ਮਾਰੇਗਾ।"

ਮੈਂ ਮੁੜ ਕੇ ਵੇਖਿਆ-ਰਾਮਖਿਲਾਵਣ ਮੋਟਾ ਡੰਡਾ ਹੱਥ 'ਚ ਲਈ ਲੜਖੜਾ ਰਿਹਾ ਸੀ। ਉਸ ਨੇ ਮੇਰੇ ਵੱਲ ਦੇਖਿਆ ਅਤੇ ਮੁਸਲਮਾਨਾਂ ਨੂੰ ਆਪਣੀ ਜ਼ਬਾਨ 'ਚ ਗਾਲ੍ਹਾਂ ਦੇਣੀਆਂ ਸ਼ੁਰੂ ਕਰ ਦਿੱਤੀਆਂ। ਡੰਡਾ ਸਿਰ ਤੱਕ ਉਠਾ ਕੇ ਗਾਲ੍ਹਾਂ ਦਿੰਦਾ ਉਹ ਮੇਰੇ ਵੱਲ ਵਧਿਆ।

ਮੈਂ ਅੰਦੇਸ਼ਾਤਮਕ ਲਹਿਜ਼ੇ 'ਚ ਕਿਹਾ : "ਰਾਮਖਿਲਾਵਣ!"

ਰਾਮਖਿਲਾਵਣ ਬੁੜ੍ਹਕਿਆ : "ਚੁੱਪ ਕਰ ਬੇ ਰਾਮਖਿਲਾਵਣ ਕੇ..."

ਮੇਰੀ ਆਖ਼ਿਰੀ ਉਮੀਦ ਵੀ ਡੁੱਬ ਗਈ। ਜਦੋਂ ਉਹ ਮੇਰੇ ਕੋਲ ਆ ਪਹੁੰਚਿਆ ਤਾਂ ਮੈਂ ਖੁਸ਼ਕ ਗਲੇ ਨਾਲ ਹੌਲੀ ਜਿਹੀ ਕਿਹਾ : "ਮੈਨੂੰ ਪਹਿਚਾਣਦਾ ਨਹੀਂ ਰਾਮਖਿਲਾਵਣ?"

ਰਾਮਖਿਲਾਵਣ ਨੇ ਵਾਰ ਕਰਨ ਲਈ ਡੰਡਾ ਉਠਾਇਆ। ਇਕਦਮ ਉਸ ਦੀਆਂ ਅੱਖਾਂ ਸੁੰਗੜੀਆਂ, ਫਿਰ ਫੈਲੀਆਂ, ਫਿਰ ਸੁੰਗੜੀਆਂ। ਡੰਡਾ ਹੱਥ ਚੋਂ ਸੁੱਟ ਕੇ ਉਸ ਨੇ ਮੇਰੇ ਕੋਲ ਆ ਕੇ ਮੈਨੂੰ ਧਿਆਨ ਨਾਲ ਦੇਖਿਆ ਅਤੇ ਬੋਲਿਆ : "ਸਾਬ...।" ਫਿਰ ਉਹ ਦੂਸਰੇ ਧੋਬੀਆਂ ਨੂੰ ਮੁਖ਼ਾਤਿਬ ਹੋਇਆ : "ਯਹ ਮੁਸਲਮਾਨ ਨਹੀਂ, ਮੇਰਾ ਸਾਬ੍ਹ ਹੈ, ਬੇਗਮ ਸਾਬ੍ਹ ਕਾ ਸਾਬ੍ਹ...ਵੁਹ ਮੋਟਰ ਲੇਕਰ ਆਇਆ ਥਾਂ...ਡਾਕਟਰ ਕੇ ਪਾਸ ਲੇ ਗਿਆ ਥਾ...ਜਿਸਨੇ ਮੇਰਾ ਜੁਲਾਬ ਠੀਕ ਕਿਆ ਥਾ..."

ਰਾਮਖਿਲਾਵਣ ਨੇ ਸ਼ਰਾਬ ਦੇ ਨਸ਼ੇ ਵਿਚ ਦੂਸਰੇ ਧੋਬੀਆਂ ਨੂੰ ਬਹੁਤ ਸਮਝਾਇਆ। ਕੋਈ ਮੰਨਿਆ ਕੋਈ ਨਾ ਮੰਨਿਆ-ਸਾਰਿਆਂ ਨੇ ਸ਼ਰਾਬ ਪੀ ਰੱਖੀ ਸੀ। ਤੂੰ-ਤੂੰ ਮੈਂ-ਮੈਂ ਸ਼ੁਰੂ ਹੋ ਗਈ, ਕੁਝ ਧੋਬੀ ਰਾਮਖਿਲਾਵਣ ਵੱਲ ਹੋ ਗਏ ਅਤੇ ਕੁਝ ਦੂਜੇ ਪਾਸੇ, ਹੱਥੋਪਾਈ ਦੀ ਨੌਬਤ ਆ ਗਈ-ਮੈਂ ਮੌਕਾ ਤਾੜਦਿਆਂ ਉਥੋਂ ਖਿਸਕ ਆਇਆ।

ਦੂਜੇ ਦਿਨ ਸਵੇਰੇ ਨੌਂ ਵਜੇ ਦੇ ਕਰੀਬ ਮੇਰਾ ਸਾਮਾਨ ਤਿਆਰ ਸੀ। ਮੈਨੂੰ ਸਿਰਫ ਜਹਾਜ਼ ਦੇ ਟਿਕਟ ਦਾ ਇੰਤਜ਼ਾਰ ਸੀ ਜਿਹੜਾ ਇਕ ਦੋਸਤ ਬਲੈਕ ਮਾਰਕੀਟ ਤੋਂ ਹਾਸਿਲ ਕਰਨ ਗਿਆ ਸੀ।

ਮੈਂ ਬਹੁਤ ਬੇਕਰਾਰ ਸਾਂ। ਦਿਲ ਵਿਚ ਤਰ੍ਹਾਂ ਤਰ੍ਹਾਂ ਦੇ ਜਜ਼ਬਾਤ ਉਬਲ ਰਹੇ ਸਨ। ਚਿੱਤ ਕਰਦਾ ਸੀ ਕਿ ਟਿਕਟ ਜਲਦੀ ਆ ਜਾਵੇ ਅਤੇ ਮੈਂ ਬੰਦਰਗਾਹ ਵੱਲ ਚੱਲ ਪਵਾਂ। ਮੈਨੂੰ ਇਹ ਮਹਿਸੂਸ ਹੋ ਰਿਹਾ ਸੀ ਕਿ ਜੇਕਰ ਦੇਰ ਹੋ ਗਈ ਤਾਂ ਮੇਰਾ ਫ਼ਲੈਟ ਮੈਨੂੰ ਆਪਣੇ ਅੰਦਰ ਕੈਦ ਕਰ ਲਵੇਗਾ।

ਦਰਵਾਜ਼ੇ 'ਤੇ ਦਸਤਕ ਹੋਈ। ਮੈਂ ਸੋਚਿਆ, ਟਿਕਟ ਆ ਗਿਆ। ਦਰਵਾਜ਼ਾ ਖੋਲ੍ਹਿਆ ਤਾਂ ਬਾਹਰ ਧੋਬੀ ਖੜ੍ਹਾ ਸੀ।

"ਸਾਬ੍ਹ ਸਲਾਮ!"

"ਸਲਾਮ!"

"ਮੈਂ ਅੰਦਰ ਆ ਜਾਊਂ?"

"ਆਓ!"

ਉਹ ਖ਼ਾਮੋਸ਼ੀ 'ਚ ਅੰਦਰ ਦਾਖ਼ਿਲ ਹੋਇਆ। ਗੱਠੜੀ ਖੋਲ੍ਹ ਕੇ ਉਸ ਨੇ ਕੱਪੜੇ ਕੱਢ ਕੇ ਪਲੰਘ 'ਤੇ ਰੱਖ ਦਿੱਤੇ, ਫਿਰ ਧੋਬੀ ਨੇ ਆਪਣੀਆਂ ਅੱਖਾਂ ਪੂੰਝੀਆਂ ਅਤੇ ਰੋਂਦੀ ਆਵਾਜ਼ 'ਚ ਕਿਹਾ : "ਆਪ ਜਾ ਰਹੇ ਹੈਂ ਸਾਬ੍ਹ?"

"ਹਾਂ।"

ਉਸ ਨੇ ਰੋਣਾ ਸ਼ੁਰੂ ਕਰ ਦਿੱਤਾ : "ਸਾਬ ਮੁਝੇ ਮਾਫ਼ ਕਰ ਦੋ...ਯਹ ਸਭ ਦਾਰੂ ਕਾ ਕਸੂਰ ਥਾ...ਔਰ ਦਾਰੂ...ਦਾਰੂ...ਆਜਕਲ ਮੁਫ਼ਤ ਮਿਲਤੀ ਹੈ...ਸੇਠ ਲੋਗ ਬਾਂਟਤਾ ਹੈ ਕਿ ਪੀਕਰ ਮੁਸਲਮਾਨ ਕੋ ਮਾਰੋ...ਮੁਫ਼ਤ ਕੀ ਦਾਰੂ ਕੌਣ ਛੋੜਤਾ ਹੈ ਸਾਬ੍ਹ...ਹਮਕੋ ਮਾਫ਼ ਕਰਦੋ...ਹਮ ਪੀਏਲਾ ਥਾ...ਸਈਦ ਸ਼ਾਲੇਮ ਬਾਲਿਸ਼ਟਰ ਹਮਾਰਾ ਬਹੁਤ ਮਿਹਰਬਾਨ ਹੋਤਾ...ਹਮਕੋ ਏਗ ਪਗੜੀ, ਏਕ ਧੋਤੀ...ਏਕ ਕੁਰਤਾ ਦਿਆ ਹੋਤਾ...ਤੁਮਹਾਰਾ ਬੇਗਮ ਸਾਬ੍ਹ ਹਮਾਰਾ ਜਾਨ ਬਚਾਇਆ ਹੋਤਾ...ਜੁਲਾਬ ਸੇ ਹਮ ਮਰਤਾ ਹੋਤਾ...ਵਹ ਮੋਟਰ ਲੇਕਰ ਆਤਾ...ਡਾਕਟਰ ਕੇ ਪਾਸ ਲੇ ਜਾਤਾ...ਇਤਨਾ ਪੈਸਾ ਖ਼ਰਚ ਕਰਤਾ...ਤੁਮ ਮੁਲਕ ਜਾਤਾ...ਬੇਗਮ ਸਾਬ੍ਹ ਸੇ ਮੱਤ ਬੋਲਣਾ ਕਿ ਰਾਮਖਿਲਾਵਣ..."

ਉਸ ਦੀ ਆਵਾਜ਼ ਗਲੇ 'ਚ ਫਸ ਗਈ। ਗੱਠੜੀ ਮੋਢੇ 'ਤੇ ਸੁੱਟ ਕੇ ਉਹ ਚੱਲਣ ਲਗਿਆ ਤਾਂ ਮੈਂ ਕਿਹਾ : "ਠਹਿਰ ਰਾਮਖਿਲਾਵਣ..."

ਪਰ ਉਹ ਧੋਤੀ ਦੀ ਲਾਂਗੜ ਸੰਭਾਲਦਾ ਹੋਇਆ ਛੇਤੀ ਦੇਣੇ ਬਾਹਰ ਨਿੱਕਲ ਗਿਆ।

ਸ਼ਰੀਫ਼ਨ

ਜਦੋਂ ਕਾਸਿਮ ਨੇ ਆਪਣੇ ਘਰ ਦਾ ਦਰਵਾਜ਼ਾ ਖੋਲ੍ਹਿਆ ਤਾਂ ਉਸ ਨੂੰ ਸਿਰਫ ਗੋਲੀ ਦੀ ਜਲਨ ਦਾ ਅਹਿਸਾਸ ਸੀ ਜਿਹੜੀ ਉਸ ਦੀ ਸੱਜੀ ਪਿੰਜਣੀ 'ਚ ਖੁਭ ਗ਼ਈ ਸੀ, ਲੇਕਿਨ ਅੰਦਰ ਦਾਖ਼ਲ ਹੋ ਕੇ ਜਦੋਂ ਉਸ ਨੇ ਆਪਣੀ ਬੀਵੀ ਦੀ ਲਾਸ਼ ਦੇਖੀ ਤਾਂ ਉਸ ਦੀਆਂ ਅੱਖਾਂ 'ਚ ਖ਼ੂਨ ਉਤਰ ਆਇਆ। ਸੰਭਵ ਸੀ ਕਿ ਉਹ ਲੱਕੜੀਆਂ ਫਾੜਨ ਵਾਲਾ ਗੰਡਾਸਾ ਉਠਾ ਕੇ ਬਾਹਰ ਨਿੱਕਲ ਜਾਂਦਾ ਅਤੇ ਕਤਲੇ ਆਮ ਦਾ ਬਾਜ਼ਾਰ ਗਰਮ ਕਰ ਦਿੰਦਾ, ਪਰ ਉਸ ਨੂੰ ਆਪਣੀ ਲੜਕੀ ਸ਼ਰੀਫ਼ਨ ਦਾ ਖਿਆਲ ਆ ਗਿਆ।

"ਸ਼ਰੀਫਨ...ਸ਼ਰੀਫ਼ਨ...!" ਉਸ ਨੇ ਬੁਲੰਦ ਆਵਾਜ਼ 'ਚ ਬਲਾਉਣਾ ਸ਼ੁਰੂ ਕਰ ਦਿੱਤਾ।

ਸਾਹਮਣੇ ਵਰਾਂਡੇ ਦੇ ਦੋਵੇਂ ਦਰਵਾਜ਼ੇ ਬੰਦ ਸਨ। ਕਾਸਿਮ ਨੇ ਸੋਚਿਆ, ਸ਼ਾਇਦ ਉਹ ਡਰ ਦੇ ਮਾਰੇ ਅੰਦਰ ਲੁਕ ਗਈ ਹੈ, ਉਹ ਉਸ ਵੱਲ ਵਧਿਆ ਤੇ ਦਰਵਾਜ਼ੇ ਨਾਲ ਮੂੰਹ ਲਾ ਕੇ ਉਸ ਨੇ ਕਿਹਾ : "ਸ਼ਰੀਫ਼ਨ, ਸ਼ਰੀਫ਼ਨ...ਮੈਂ ਹਾਂ, ਤੇਰਾ ਬਾਪ...।" ਪਰ ਅੰਦਰੋਂ ਕੋਈ ਜਵਾਬ ਨਾ ਆਇਆ। ਕਾਸਿਮ ਨੇ ਦੋਹਾਂ ਹੱਥਾਂ ਨਾਲ ਦਰਵਾਜ਼ੇ ਨੂੰ ਧੱਕਾ ਦਿੱਤਾ, ਇਕਦਮ ਖੁੱਲ੍ਹੇ ਅਤੇ ਉਹ ਮੂਧੇ ਮੂੰਹ ਡਿੱਗ ਪਿਆ; ਸੰਭਲ ਕੇ ਜਦੋਂ ਉਸ ਨੇ ਉਠਣਾ ਚਾਹਿਆ ਤਾਂ ਉਸ ਨੂੰ ਮਹਿਸੂਸ ਹੋਇਆ ਕਿ ਉਸ ਨੇ ਕਿਸੇ...

ਕਾਸਿਮ ਚੀਖ਼ ਕੇ ਉਠ ਬੈਠਾ।

ਇਕ ਗ਼ਜ ਦੇ ਫਾਸਲੇ 'ਤੇ ਕਿਸੇ ਜਵਾਨ ਲੜਕੀ ਦੀ ਲਾਸ਼ ਪਈ ਸੀ, ਨੰਗੀ, ਬਿਲਕੁਲ ਨੰਗੀ; ਗੋਰਾ ਰੰਗ ਜਿਸਮ, ਛੱਤ ਦੀ ਤਰਫ਼ ਉਠੇ ਹੋਏ ਛੋਟੇ ਛੋਟੇ ਪਿਸਤਾਨ...

ਇਕਦਮ ਕਾਸਿਮ ਦਾ ਸਾਰਾ ਵਜੂਦ ਹਿੱਲ ਗਿਆ; ਉਸ ਦੀਆਂ ਗਹਿਰਾਈਆਂ ਚੋਂ ਇਕ ਚੀਖ਼ ਉਠੀ ਲੇਕਿਨ ਉਸ ਦੇ ਬੁੱਲ੍ਹ ਇਸ ਕਦਰ ਜ਼ੋਰ ਨਾਲ ਚਿਪਕੇ ਹੋਏ ਸਨ ਕਿ ਬਾਹਰ ਨਾ ਨਿਕਲ ਸਕੀ। ਉਸ ਦੀਆਂ ਅੱਖਾਂ ਆਪਣੇ ਆਪ ਬੰਦ ਹੋ ਗਈਆਂ ਸਨ, ਫਿਰ ਵੀ ਉਸ ਨੇ ਦੋਵੇਂ ਹੱਥਾਂ ਨਾਲ ਆਪਣਾ ਚਿਹਰਾ ਢੱਕ ਲਿਆ। ਮੁਰਦਾ ਜਿਹੀ ਆਵਾਜ਼ ਉਸ ਦੇ ਮੂੰਹੋਂ ਨਿਕਲੀ! "ਸ਼ਰੀਫ਼ਨ...।" ਅਤੇ ਉਸ ਨੇ ਅੱਖਾਂ ਬੰਦ ਕਰਦੇ ਹੋਏ ਨੇ ਏਧਰ ਓਧਰ ਹੱਥ ਮਾਰ ਕੇ ਕੱਪੜੇ ਉਠਾਏ ਅਤੇ ਸ਼ਰੀਫ਼ਨ ਦੀ ਲਾਸ਼ 'ਤੇ ਸਿੱਟ ਦਿੱਤੇ, ਅਤੇ ਇਹ ਦੇਖੇ ਬਿਨਾਂ ਬਾਹਰ ਨਿੱਕਲ ਗਿਆ ਕਿ ਕੱਪੜੇ ਲਾਸ਼ 'ਤੇ ਪਏ ਵੀ ਹਨ ਜਾਂ ਨਹੀਂ...

ਬਾਹਰ ਨਿਕਲ ਕੇ ਉਸ ਨੇ ਆਪਣੀ ਬੀਵੀ ਦੀ ਲਾਸ਼ ਵੀ ਦੇਖੀ; ਬਹੁਤ ਸੰਭਵ ਹੈ, ਉਸ ਨੂੰ ਨਜ਼ਰ ਹੀ ਨਾ ਆਈ ਹੋਵੇ, ਇਸ ਲਈ ਕਿ ਉਸ ਦੀਆਂ ਅੱਖਾਂ ਸ਼ਰੀਫ਼ਨ ਦੀ ਨੰਗੀ ਲਾਸ਼ ਨਾਲ ਭਰੀਆਂ ਹੋਈਆਂ ਸਨ-ਉਸ ਨੇ ਖੂੰਜੇ 'ਚ ਪਿਆ ਹੋਇਆ

ਲੱਕੜੀਆਂ ਫਾੜਣ ਵਾਲਾ ਗੰਡਾਸਾ ਉਠਾਇਆ ਅਤੇ ਘਰੋਂ ਬਾਹਰ ਨਿੱਕਲ ਗਿਆ।

ਕਾਸਿਮ ਦੀ ਸੱਜੀ ਪਿੰਜਣੀ 'ਚ ਗੋਲੀ ਖੁਭੀ ਹੋਈ ਸੀ, ਜਿਸ ਦਾ ਅਹਿਸਾਸ ਘਰ ਅੰਦਰ ਦਾਖ਼ਲ ਹੁੰਦੇ ਹੀ ਉਸ ਦੇ ਦਿਲੋ-ਦਿਮਾਗ 'ਚੋਂ ਉਡ ਗਿਆ ਸੀ ਕਿ ਉਸ ਦੀ ਵਫ਼ਾਦਾਰ ਪਿਆਰੀ ਬੀਵੀ ਹਲਾਕ ਹੋ ਚੁੱਕੀ ਸੀ-ਇਹ ਸਦਮਾ ਵੀ ਉਸ ਦੇ ਜ਼ਿਹਨ ਦੇ ਕਿਸੇ ਕੋਨੇ 'ਚ ਮੌਜੂਦ ਨਹੀ ਸੀ; ਵਾਰ ਵਾਰ ਉਸ ਦੀਆਂ ਅੱਖਾਂ ਦੇ ਸਾਹਮਣੇ ਇਕ ਤਸਵੀਰ ਆਉਂਦੀ, ਸ਼ਰੀਫ਼ਨ ਦੀ, ਨੰਗੀ ਸ਼ਰੀਫ਼ਨ ਦੀ; ਅਤੇ ਉਹ ਨੇਜ਼ੇ ਦੀ ਨੋਕ ਬਣਾ ਬਣਾਕੇ ਉਸ ਦੀਆਂ ਅੱਖਾਂ ਨੂੰ ਚੀਰਦੀ ਹੋਈ ਉਸ ਦੀ ਰੂਹ ਨੂੰ ਫਾੜ ਗਈ।

ਗੰਡਾਸਾ ਹੱਥ 'ਚ ਲਈ ਕਾਸਿਮ ਸੁੰਨਸਾਨ ਬਾਜ਼ਾਰਾਂ 'ਚ ਉਬਲਦੇ ਹੋਏ ਲਾਵੇ ਦੀ ਤਰ੍ਹਾਂ ਵਧਦਾ ਜਾ ਰਿਹਾ ਸੀ।

ਚੌਂਕ ਦੇ ਕੋਲ ਉਸ ਦੀ ਮੁੱਠਭੇੜ ਇਕ ਸਿੱਖ ਨਾਲ ਹੋ ਗਈ-ਸਿੱਖ ਤਕੜਾ ਜੁਆਨ ਸੀ, ਲੇਕਿਨ ਕਾਸਿਮ ਨੇ ਕੁਝ ਅਜਿਹੇ ਢੰਗ ਨਾਲ ਹਮਲਾ ਕੀਤਾ ਅਤੇ ਭਰਪੂਰ ਹੱਥ ਮਾਰਿਆ ਕਿ ਸਿੱਖ ਤੇਜ਼ ਤੂਫ਼ਾਨ 'ਚ ਉਖੜੇ ਹੋਏ ਦਰਖ਼ਤ ਦੀ ਤਰ੍ਹਾਂ ਜ਼ਮੀਨ 'ਤੇ ਆ ਗਿਆ।

ਕਾਸਿਮ ਦੀਆਂ ਰਗਾਂ 'ਚ ਖ਼ੂਨ ਹੋਰ ਜ਼ਿਆਦਾ ਗਰਮ ਹੋ ਗਿਆ ਅਤੇ ਵੱਜਣ ਲੱਗਿਆ ਤੜ-ਤੜ-ਤੜ-ਤੜ, ਜਿਵੇਂ ਜੋਸ਼ ਖਾਂਦੇ ਹੋਏ ਤੇਲ 'ਤੇ ਪਾਣੀ ਦਾ ਹਲਕਾ-ਜਿਹਾ ਛਿੱਟਾ ਪੈ ਗਿਆ ਹੋਵੇ।

ਦੂਰ ਸੜਕ ਦੇ ਉਸ ਪਾਰ, ਉਸ ਨੂੰ ਕੁਝ ਆਦਮੀ ਨਜ਼ਰ ਆਏ-ਤੀਰ ਦੀ ਤਰ੍ਹਾਂ ਉਹ ਉਨ੍ਹਾਂ ਵੱਲ ਵਧਿਆ-ਉਸ ਨੂੰ ਦੇਖ ਕੇ ਉਨ੍ਹਾਂ ਲੋਕਾਂ ਨੇ 'ਹਰ-ਹਰ ਮਹਾਂਦੇਵ' ਦੇ ਨਾਰ੍ਹੇ ਲਗਾਏ-ਕਾਸਿਮ ਨੇ ਜਵਾਬ 'ਚ ਨਾਰ੍ਹਾ ਲਗਾਉਣ ਦੀ ਬਜਾਏ ਉਨ੍ਹਾਂ ਨੂੰ ਮਾਂ-ਭੈਣ ਦੀਆਂ ਮੋਟੀਆਂ ਮੋਟੀਆਂ ਗਾਲ੍ਹਾਂ ਕੱਢੀਆਂ ਅਤੇ ਗੰਡਾਸਾ ਚੁੱਕੀ ਉਨ੍ਹਾਂ ਲੋਕਾਂ 'ਚ ਘੁਸ ਗਿਆ।

ਕੁਝ ਮਿੰਟਾਂ ਦੇ ਅੰਦਰ ਤਿੰਨ ਲਾਸ਼ਾਂ ਸੜਕ 'ਤੇ ਤੜਫ਼ ਰਹੀਆਂ ਸਨ-ਜਿਹੜੇ ਬਚੇ, ਉਹ ਭੱਜ ਗਏ-ਲੇਕਿਨ ਕਾਸਿਮ ਦਾ ਗੰਡਾਸਾ ਦੇਰ ਤਕ ਹਵਾ 'ਚ ਚਲਦਾ ਰਿਹਾ। ਅਸਲ ਵਿਚ ਉਸ ਦੀਆਂ ਅੱਖਾਂ ਬੰਦ ਸਨ; ਗੰਡਾਸਾ ਘੁੰਮਾਉਂਦੇ-ਘੁੰਮਾਉਂਦੇ ਉਹ ਇਕ ਲਾਸ਼ ਨਾਲ ਟਕਰਾਇਆ ਤੇ ਡਿੱਗ ਪਿਆ। ਉਸ ਨੇ ਸੋਚਿਆ ਸ਼ਾਇਦ ਉਸ ਨੂੰ ਡੇਗ ਲਿਆ ਗਿਆ ਹੈ, ਉਸੇ ਸਮੇਂ ਉਸ ਨੇ ਗੰਦੀਆਂ ਗੰਦੀਆਂ ਗਾਲ੍ਹਾਂ ਕੱਢਦੇ ਹੋਏ ਚੀਖ਼ਣਾ ਸ਼ੁਰੂ ਕਰ ਦਿੱਤਾ : "ਮਾਰਦੇ ਮੈਨੂੰ, ਮਾਰਦੇ ਮੈਨੂੰ...।"

ਜਦੋਂ ਕੋਈ ਹੱਥ ਉਸ ਦੀ ਗਰਦਨ 'ਤੇ ਮਹਿਸੂਸ ਨਾ ਹੋਇਆ ਅਤੇ ਕੋਈ ਜ਼ਰਬ ਉਸ ਦੇ ਸਰੀਰ 'ਤੇ ਨਾ ਪਈ ਤਾਂ ਉਸ ਨੇ ਆਪਣੀਆਂ ਅੱਖਾਂ ਖੋਲ੍ਹ ਦਿੱਤੀਆਂ-ਉਸ ਨੇ ਦੇਖਿਆ ਕਿ ਸੜਕ 'ਤੇ ਤਿੰਨ ਲਾਸ਼ਾਂ ਅਤੇ ਉਸ ਦੇ ਆਪਣੇ ਤੋਂ ਇਲਾਵਾ ਹੋਰ ਕੋਈ ਵੀ ਮੌਜੂਦ ਨਹੀਂ ਸੀ।

ਇਕ ਪਲ ਲਈ ਕਾਸਿਮ ਨੂੰ ਮਾਯੂਸੀ ਹੋਈ; ਸ਼ਾਇਦ ਉਹ ਮਰ ਜਾਣਾ ਚਾਹੁੰਦਾ ਸੀ, ਲੇਕਿਨ ਇਕਦਮ ਸ਼ਰੀਫ਼ਨ, ਨੰਗੀ ਸ਼ਰੀਫ਼ਨ ਦੀ ਤਸਵੀਰ ਉਸ ਦੀਆਂ ਅੱਖਾਂ 'ਚ ਪਿਘਲੇ ਹੋਏ ਸ਼ੀਸ਼ੇ ਦੀ ਤਰ੍ਹਾਂ ਉਤਰ ਗਈ ਅਤੇ ਉਸ ਦੇ ਵਜੂਦ ਨੂੰ ਬਾਰੂਦ ਦਾ ਜਲਦਾ ਹੋਇਆ ਫਲੀਤਾ ਬਣਾ ਗਈ-ਉਹ ਫੌਰਨ ਉਠਿਆ, ਗੰਡਾਸਾ ਹੱਥ 'ਚ ਲਿਆ ਅਤੇ ਖੌਲਦੇ ਹੋਏ ਲਾਵੇ ਦੀ ਤਰ੍ਹਾਂ ਸੜਕ 'ਤੇ ਵਹਿਣ ਲੱਗਿਆ।

ਜਿੰਨੇ ਬਾਜ਼ਾਰ ਕਾਸਿਮ ਨੇ ਤਹਿ ਕੀਤੇ, ਸਭ ਦੇ ਸਭ ਖਾਲੀ ਸਨ।

ਇਕ ਗਲੀ 'ਚ ਉਹ ਦਾਖ਼ਿਲ ਹੋਇਆ, ਲੇਕਿਨ ਉਸ 'ਚ ਸਭ ਮੁਸਲਮਾਨ ਸਨ-ਉਸ ਨੂੰ ਬਹੁਤ ਕੋਫ਼ਤ ਹੋਈ, ਉਸ ਨੇ ਆਪਣੇ ਲਾਵੇ ਦਾ ਰੁੱਖ ਦੂਜੀ ਤਰਫ਼ ਫੇਰ ਲਿਆ।

ਇਕ ਬਾਜ਼ਾਰ 'ਚ ਪਹੁੰਚ ਕੇ ਉਸ ਨੇ ਗੰਡਾਸਾ ਉਚਾ ਕੀਤਾ, ਹਵਾ 'ਚ ਲਹਿਰਾਇਆ ਅਤੇ ਮਾਂ-ਭੈਣ ਦੀਆਂ ਗਾਲ੍ਹਾਂ ਕੱਢਣੀਆਂ ਸ਼ੁਰੂ ਕਰ ਦਿੱਤੀਆਂ; ਇਕਦਮ ਉਸ ਨੂੰ ਬਹੁਤ ਹੀ ਤਕਲੀਫ਼ਦੇਹ ਅਹਿਸਾਸ ਹੋਇਆ ਕਿ ਹੁਣ ਤਕ ਉਹ ਮਾਂ-ਭੈਣ ਦੀਆਂ ਗਾਲ੍ਹਾਂ ਹੀ ਦਿੰਦਾ ਰਿਹਾ ਹੈ, ਉਸੇ ਸਮੇਂ ਉਸ ਨੇ ਫ਼ੌਰਨ ਬੇਟੀ ਦੀਆਂ ਗਾਲ੍ਹਾਂ ਦੇਣੀਆਂ ਸ਼ੁਰੂ ਕਰ ਦਿੱਤੀਆਂ ਅਤੇ ਅਜਿਹੀਆਂ ਜਿੰਨੀਆਂ ਗਾਲ੍ਹਾਂ ਉਸ ਨੂੰ ਯਾਦ ਸਨ, ਸਾਰੀਆ ਦੀਆਂ ਸਾਰੀਆਂ ਇਕ ਹੀ ਸਾਹ 'ਚ ਉਲਟਾ ਦਿੱਤੀਆਂ; ਫਿਰ ਵੀ ਉਸ ਦੀ ਤਸੱਲੀ ਨਾ ਹੋਈ।

ਝੁੰਜਲਾ ਕੇ ਉਹ ਇਕ ਮਕਾਨ ਵੱਲ ਵਧਿਆ ਜਿਸ ਦੇ ਦਰਵਾਜ਼ੇ ਉਪਰ ਹਿੰਦੀ ਵਿਚ ਕੁਝ ਲਿਖਿਆ ਸੀ।

ਦਰਵਾਜ਼ਾ ਅੰਦਰੋਂ ਬੰਦ ਸੀ।

ਕਾਸਿਮ ਨੇ ਪਾਗਲਾਂ ਦੀ ਤਰ੍ਹਾਂ ਗੰਡਾਸਾ ਚਲਾਉਣਾ ਸ਼ੁਰੂ ਕਰ ਦਿੱਤਾ-ਥੋੜ੍ਹੀ ਹੀ ਦੇਰ 'ਚ ਦੋਵੇਂ ਕਵਾੜ ਚੂਰਾ-ਚੂਰਾ ਹੋ ਗਏ।

ਉਹ ਅੰਦਰ ਦਾਖ਼ਲ ਹੋਇਆ-ਨਿੱਕਾ ਜਿਹਾ ਘਰ ਸੀ।

ਉਸ ਨੇ ਆਪਣੇ ਸੁੱਕੇ ਹੋਏ ਹਲਕ 'ਤੇ ਜ਼ੋਰ ਦੇ ਕੇ ਫਿਰ ਗਾਲ੍ਹਾਂ ਕੱਢਣੀਆਂ ਸ਼ੁਰੂ ਕਰ ਦਿੱਤੀਆਂ ਅਤੇ ਚੀਖ਼ਿਆ : "ਬਾਹਰ ਨਿੱਕਲੋ...ਬਾਹਰ ਨਿੱਕਲੋ...।"

ਸਾਹਮਣੇ ਵਰਾਂਡੇ ਦੇ ਦਰਵਾਜ਼ੇ 'ਚ ਚਰਚਰਾਹਟ ਪੈਦਾ ਹੋਈ।

ਕਾਸਿਮ ਆਪਣੇ ਸੁੱਕੇ ਹੋਏ ਹਲਕ 'ਤੇ ਜ਼ੋਰ ਦੇ ਕੇ ਗਾਲ੍ਹਾਂ ਕੱਢਦਾ ਰਿਹਾ।

ਦਰਵਾਜ਼ਾ ਖੁੱਲ੍ਹਿਆ ਅਤੇ ਇਕ ਲੜਕੀ ਪ੍ਰਗਟ ਹੋਈ।

ਕਾਸਿਮ ਦੇ ਬੁੱਲ੍ਹ ਚਿਪਕ ਗਏ, ਫਿਰ ਉਸ ਨੇ ਗਰਜਦੇ ਹੋਏ ਪੁੱਛਿਆ : "ਕੌਣ ਹੈਂ ਤੂੰ...?"

ਲੜਕੀ ਨੇ ਖੁਸਕ ਬੁੱਲ੍ਹਾਂ 'ਤੇ ਜ਼ੁਬਾਨ ਫੇਰੀ ਅਤੇ ਜਵਾਬ ਦਿੱਤਾ : "ਹਿੰਦੂ...।"

ਕਾਸਿਮ ਤਣ ਕੇ ਖੜ੍ਹਾ ਹੋ ਗਿਆ; ਅੰਗਾਰਿਆਂ ਨਾਲ ਭਰੀਆਂ ਅੱਖਾਂ ਨਾਲ ਉਸ ਨੇ ਲੜਕੀ ਵੱਲ ਦੇਖਿਆ, ਜਿਸ ਦੀ ਉਮਰ ਚੌਦਾਂ ਜਾਂ ਪੰਦਰਾਂ ਸਾਲਾਂ ਦੀ ਸੀ-ਉਸ ਨੇ ਹੱਥੋਂ ਗੰਡਾਸਾ ਸੁੱਟ ਦਿੱਤਾ; ਫਿਰ ਉਹ ਉਕਾਬ ਦੀ ਤਰ੍ਹਾਂ ਝਪਟਿਆ ਅਤੇ ਲਕੜੀ ਨੂੰ ਧਕੇਲ ਕੇ ਅੰਦਰ ਲੈ ਗਿਆ-ਉਸ ਨੇ ਦੋਹਾਂ ਹੱਥਾਂ ਨਾਲ ਲੜਕੀ ਦੇ ਕੱਪੜੇ ਫਾੜਣੇ ਸ਼ੁਰੂ ਕਰ ਦਿੱਤੇ...

ਤਕਰੀਬਨ ਅੱਧਾ ਘੰਟਾ ਕਾਸਿਮ ਆਪਣਾ ਇੰਤਕਾਮ ਲੈਣ 'ਚ ਰੁੱਝਿਆ ਰਿਹਾ-ਲੜਕੀ ਨੇ ਕੋਈ ਵਿਰੋਧ ਨਾ ਕੀਤਾ, ਇਸ ਲਈ ਕਿ ਉਹ ਫ਼ਰਸ 'ਤੇ ਡਿੱਗਦੇ ਹੀ ਬੇਹੋਸ਼ ਹੋ ਗਈ ਸੀ।

ਜਦੋਂ ਕਾਸਿਮ ਨੇ ਅੱਖਾਂ ਖੋਲ੍ਹੀਆਂ ਤਾਂ ਉਸ ਨੇ ਦੇਖਿਆ ਕਿ ਉਸ ਦੇ ਦੋਵੇਂ ਹੱਥ ਲੜਕੀ ਦੀ ਗਰਦਨ 'ਚ ਘੁਸੇ ਹੋਏ ਸਨ। ਇਕ ਝਟਕੇ ਨਾਲ ਹੱਥ ਅਲੱਗ ਕਰ ਕੇ ਉਹ ਉਠਿਆ, ਉਸ ਨੇ ਇਕ ਨਜ਼ਰ ਲੜਕੀ ਵੱਲ ਦੇਖਿਆ ਕਿ... ਉਸ ਦੀ ਹੋਰ

ਇਕ ਗ਼ਜ ਦੇ ਫਾਸਲੇ 'ਤੇ ਇਕ ਜਵਾਨ ਲੜਕੀ ਦੀ ਲਾਸ਼ ਪਈ ਸੀ, ਨੰਗੀ, ਬਿਲਕੁਲ ਨੰਗੀ, ਗੋਰਾ ਗੋਰਾ ਜਿਸਮ, ਛੱਤ ਦੀ ਤਰਫ਼ ਉਠੇ ਹੋਏ ਛੋਟੇ ਛੋਟੇ ਪਿਸਤਾਨ...

ਕਾਸਿਮ ਦੀਆਂ ਅੱਖਾਂ ਇਕਦਮ ਬੰਦ ਹੋ ਗਈਆਂ; ਦੋਹਾਂ ਹੱਥਾਂ ਨਾਲ ਉਸ ਨੇ ਆਪਣਾ ਚਿਹਰਾ ਢੱਕ ਲਿਆ; ਗਰਮ ਗਰਮ ਪਸੀਨਾ ਬਰਫ਼ ਹੋ ਗਿਆ ਅਤੇ ਉਸ ਦੀਆਂ ਰਗਾਂ 'ਚ ਖੌਲਦਾ ਹੋਇਆ ਗਰਮ ਲਾਵਾ ਪੱਥਰ ਦੀ ਤਰ੍ਹਾਂ ਜੰਮਣਾ ਸ਼ੁਰੂ ਹੋ ਗਿਆ।

ਥੋੜ੍ਹੀ ਦੇਰ ਬਾਅਦ ਹਥਿਆਰਬੰਦ ਇਕ ਆਦਮੀ ਮਕਾਨ ਅੰਦਰ ਦਾਖ਼ਲ ਹੋਇਆ-ਉਸ ਨੇ ਦੇਖਿਆ ਕਿ ਕੋਈ ਸ਼ਖ਼ਸ ਅੱਖਾਂ ਬੰਦ ਕਰੀ, ਲੱਰਜ਼ਦੇ ਹੱਥਾਂ ਨਾਲ ਫਰਸ਼ 'ਤੇ ਪਈ ਹੋਈ ਕਿਸੇ ਚੀਜ਼ 'ਤੇ ਕੰਬਲ ਪਾ ਰਿਹਾ ਹੈ-ਉਸ ਨੇ ਗਰਜਦੇ ਹੋਏ ਪੁੱਛਿਆ : "ਕੌਣ ਹੈਂ ਤੂੰ...?"

ਕਾਸਿਮ ਚੌਂਕਿਆ, ਉਸ ਦੀਆਂ ਅੱਖਾਂ ਖੁੱਲ੍ਹ ਗਈਆਂ, ਪਰ ਉਸ ਨੂੰ ਕੁਝ ਨਜ਼ਰ ਨਹੀਂ ਆਇਆ।

ਹਥਿਆਰਬੰਦ ਆਦਮੀ ਚੀਖ਼ਿਆ : "ਕਾਸਿਮ..."

ਕਾਸਿਮ ਇਕ ਵਾਰ ਫਿਰ ਚੌਂਕਿਆ, ਉਸ ਨੇ ਆਪਣੇ ਤੋਂ ਦੂਰ ਖੜ੍ਹੇ ਆਦਮੀ ਨੂੰ ਪਹਿਚਾਨਣ ਦੀ ਕੋਸ਼ਿਸ਼ ਕੀਤੀ ਪਰ ਉਸ ਦੀਆਂ ਅੱਖਾਂ ਨੇ ਉਸ ਦੀ ਮਦਦ ਨਾ ਕੀਤੀ।

ਹਥਿਆਰਬੰਦ ਆਦਮੀ ਨੇ ਘਬਰਾਂਦੇ ਹੋਏ ਪੁੱਛਿਆ : "ਕੀ ਕਰ ਰਿਹਾ ਹੈਂ ਤੂੰ ਇਥੇ...?"

ਕਾਸਿਮ ਨੇ ਲਰਜਦੇ ਹੋਏ ਹੱਥਾਂ ਨਾਲ ਫ਼ਰਸ਼ 'ਤੇ ਪਈ ਹੋਈ ਅਤੇ ਕੰਬਲ ਨਾਲ ਢੱਕੀ ਹੋਈ ਚੀਜ਼ ਵੱਲ ਇਸ਼ਾਰਾ ਕੀਤਾ ਅਤੇ ਖੋਖਲੀ ਆਵਾਜ਼ 'ਚ ਸਿਰਫ ਐਨਾ ਕਿਹਾ : "ਸ਼ਰੀਫ਼ਨ...।"

ਹਥਿਆਰਬੰਦ ਆਦਮੀ ਨੇ ਜਲਦੀ ਅੱਗੇ ਵਧਕੇ ਕੰਬਲ ਹਟਾਇਆ-ਨੰਗੀ ਲਾਸ਼ ਦੇਖ ਕੇ ਪਹਿਲਾਂ ਉਹ ਕੰਬਿਆ, ਫਿਰ ਇਕਦਮ ਉਸ ਨੇ ਆਪਣੀਆਂ ਅੱਖਾਂ ਬੰਦ ਕਰ ਲਈਆਂ। ਤਲਵਾਰ ਉਸ ਦੇ ਹੱਥ 'ਚੋਂ ਡਿੱਗ ਪਈ; ਫਿਰ ਉਹ ਅੱਖਾਂ 'ਤੇ ਹੱਥ ਰੱਖ ਕੇ 'ਬਿਮਲਾ, ਬਿਮਲਾ...' ਕਹਿੰਦਾ ਲੜਖੜਾਉਂਦੇ ਹੋਏ ਕਦਮਾਂ ਨਾਲ ਬਾਹਰ ਨਿੱਕਲ ਗਿਆ।

ਟੇਟਵਾਲ ਦਾ ਕੁੱਤਾ

ਕਈ ਦਿਨਾਂ ਤੋਂ ਦੋਵੇਂ ਆਪਣੇ-ਆਪਣੇ ਮੋਰਚੇ 'ਤੇ ਜੰਮੇ ਹੋਏ ਸਨ। ਦਿਨ ਵਿਚ ਏਧਰ ਅਤੇ ਓਧਰ ਤੋਂ ਦਸ ਬਾਰਾਂ ਫਾਇਰ ਹੋ ਜਾਂਦੇ, ਜਿਨਾਂ ਦੀ ਆਵਾਜ਼ ਨਾਲ ਕੋਈ ਇਨਸਾਨੀ ਚੀਖ਼ ਬੁਲੰਦ ਨਹੀਂ ਹੁੰਦੀ ਸੀ।

ਮੌਸਮ ਬਹੁਤ ਖ਼ੁਸ਼ਗਵਾਰ ਸੀ; ਹਵਾ ਆਪਣੇ ਆਪ ਉੱਗਣ ਵਾਲੇ ਫੁੱਲਾਂ ਦੀ ਮਹਿਕ ਵਿਚ ਵਸੀ ਹੋਈ ਸੀ; ਪਹਾੜੀਆਂ ਦੀਆਂ ਉਚਾਈਆਂ ਅਤੇ ਢਲਾਣਾਂ ਨਾਲ ਜੰਗ ਤੋਂ ਬੇਖ਼ਬਰ ਕੁਦਰਤ ਅਤੇ ਨਿਸ਼ਚਿਤ ਕੰਮ ਵਿਚ ਮਸਰੂਫ ਸੀ; ਪਰਿੰਦੇ ਉਸੇ ਤਰ੍ਹਾਂ ਚਹਿਚਹਾ ਰਹੇ ਸਨ, ਫੁੱਲ ਉਸੇ ਤਰ੍ਹਾਂ ਖਿੜ ਰਹੇ ਸਨ ਅਤੇ ਸ਼ਹਿਦ ਦੀਆਂ ਹੌਲੀ ਚੱਲਣ ਵਾਲੀਆਂ ਮੱਖੀਆਂ ਉਸੇ ਤਰ੍ਹਾਂ ਪੁਰਾਣੇ ਢੰਗ ਨਾਲ ਉਨ੍ਹਾਂ 'ਤੇ ਊਂਘ ਊਂਘ ਕੇ ਰਸ ਚੂਸ ਰਹੀਆਂ ਸਨ।

ਜਦੋਂ ਪਹਾੜੀਆਂ ਵਿਚ ਕਿਸੇ ਫਾਇਰ ਦੀ ਆਵਾਜ਼ ਗੂੰਜਦੀ ਤਾਂ ਚਹਿਚਹਾਉਂਦੇ ਪਰਿੰਦੇ ਚੌਂਕ ਕੇ ਉਡਣ ਲਗਦੇ ਜਿਵੇਂ ਕਿਸੇ ਦਾ ਹੱਥ ਸਾਜ਼ ਦੇ ਗ਼ਲਤ ਤਾਰ 'ਤੇ ਜਾ ਟਕਰਾਇਆ ਹੈ ਅਤੇ ਉਨ੍ਹਾਂ ਦੀ ਸੁਨਣ ਸ਼ਕਤੀ ਨੂੰ ਸਦਮਾ ਪਹੁੰਚਾਉਣ ਦਾ ਕਾਰਣ ਬਣਿਆ ਹੈ, ਸਤੰਬਰ ਦਾ ਅੰਜ਼ਾਮ ਅਕਤੂਬਰ ਦੇ ਆਗਾਜ਼ ਨਾਲ ਬੜੇ ਗੁਲਾਬੀ ਅੰਦਾਜ਼ ਵਿਚ ਬਗਲਗੀਰ ਹੋ ਰਿਹਾ ਸੀ; ਇਸ ਤਰ੍ਹਾਂ ਲਗਦਾ ਸੀ ਕਿ ਮੌਸਮ ਦੀ ਸਰਦੀ ਤੇ ਗਰਮੀ ਵਿਚ ਸੁਲ੍ਹਾ-ਸਫਾਈ ਹੋ ਰਹੀ ਹੈ; ਨੀਲੇ ਨੀਲੇ ਆਸਮਾਨ 'ਤੇ ਪਤਲੇ ਪਤਲੇ ਅਤੇ ਹਲਕੇ-ਹਲਕੇ ਬੱਦਲ ਤੈਰ ਰਹੇ ਸਨ ਜਿਵੇਂ ਆਪਣੇ ਏਰੀਏ 'ਚ ਤਫਰੀਹ ਕਰ ਰਹੇ ਹੋਣ।

ਪਹਾੜੀ ਮੋਰਚੇ ਵਿਚ ਦੋਵਾਂ ਪਾਸਿਆਂ ਦੇ ਸਿਪਾਹੀ ਕਈ ਦਿਨਾਂ ਤੋਂ ਡਰ ਮਹਿਸੂਸ ਕਰ ਰਹੇ ਸਨ ਕੋਈ ਫ਼ੈਸਲਾਕੁਨ ਗੱਲ ਕਿਉਂ ਨਹੀਂ ਹੋ ਰਹੀ-ਜਦੋਂ ਉਹ ਪਏ ਪਏ ਅੱਕ ਜਾਂਦੇ ਤਾਂ ਉਨ੍ਹਾਂ ਦਾ ਜੀਅ ਕਰਦਾ ਕਿ ਇਕ ਦੂਜੇ ਨੂੰ ਸ਼ੇਅਰ ਸੁਣਾਈਏ; ਕੋਈ ਨਾ ਸੁਣੇ ਤਾਂ ਬੱਸ ਗੁਣਗਣਾਉਂਦੇ ਰਹੀਏ-ਉਹ ਪਥਰੀਲੀ ਜ਼ਮੀਨ 'ਤੇ ਪੁੱਠੇ ਜਾਂ ਸਿੱਧੇ ਪਏ ਰਹਿੰਦੇ ਸਨ, ਅਤੇ ਜਦੋਂ ਹੁਕਮ ਮਿਲਦਾ ਸੀ ਤਾਂ ਇਕ ਦੋ ਫ਼ਾਇਰ ਕਰ ਦਿੰਦੇ ਸਨ।

ਦੋਵਾਂ ਦੇ ਮੋਰਚੇ ਮਹਿਫੂਜ ਜਗ੍ਹਾ 'ਤੇ ਸਨ। ਗੋਲੀਆਂ ਪੂਰੀ ਰਫ਼ਤਾਰ ਨਾਲ ਆਉਂਦੀਆਂ ਸਨ ਅਤੇ ਪੱਥਰਾਂ ਦੀ ਢਾਲ ਨਾਲ ਟਕਰਾ ਕੇ ਉਥੇ ਹੀ ਚਿੱਤ ਹੋ ਜਾਂਦੀਆ ਸਨ। ਦੋਵੇਂ ਪਹਾੜੀਆਂ, ਜਿੰਨ੍ਹਾਂ 'ਤੇ ਮੋਰਚੇ ਸਨ, ਕਰੀਬ-ਕਰੀਬ ਇਕੋ ਕੱਦ ਦੀਆਂ ਸਨ; ਦਰਮਿਆਨ ਛੋਟੀ ਜਿਹੀ ਵਾਦੀ ਸੀ, ਜਿਸ ਦੇ ਸੀਨੇ 'ਤੇ ਇਕ ਨਾਲਾ ਮੋਟੇ ਸੱਪ ਦੀ ਤਰ੍ਹਾਂ ਵਹਿੰਦਾ ਰਹਿੰਦਾ ਸੀ।

ਹਵਾਈ ਜਹਾਜ਼ਾਂ ਦਾ ਕੋਈ ਖ਼ਤਰਾ ਨਹੀਂ ਸੀ, ਤੋਪਾਂ ਇਨ੍ਹਾਂ ਦੇ ਕੋਲ ਸਨ ਜਾਂ ਉਨ੍ਹਾਂ ਦੇ ਕੋਲ; ਇਸ ਲਈ ਦੋਵਾਂ ਪਾਸਿਆਂ ਤੋਂ ਬਿਨਾਂ ਡਰ ਅੱਗ ਲਗਾਈ ਜਾਂਦੀ; ਧੂੰਆਂ ਉਠਦਾ ਅਤੇ ਹਵਾਵਾਂ 'ਚ ਘੁਲ-ਮਿਲ ਜਾਂਦਾ-ਰਾਤ ਨੂੰ ਬਿਲਕੁਲ ਖਾਮੋਸ਼ੀ ਹੁੰਦੀ, ਇਸ ਲਈ ਕਦੇ-ਕਦੇ ਦੋਵਾਂ ਮੋਰਚਿਆਂ ਦੇ ਸਿਪਾਹੀਆਂ ਨੂੰ ਇਕ ਦੂਜੇ ਦੀ ਕਿਸੇ ਗੱਲ ਤੇ ਕੀਤੇ ਹੋਏ ਮਜ਼ਾਕ ਸੁਣਾਈ ਦੇ ਦਿੰਦੇ। ਕਦੇ ਕੋਈ ਲਹਿਰ 'ਚ ਆ ਕੇ ਗਾਉਣ ਲਗਦਾ ਤਾਂ ਉਸਦੀ ਆਵਾਜ਼ ਰਾਤ ਦੇ ਸੱਨਾਟੇ 'ਚ ਜਗਾ ਦਿੰਦੀ; ਇਕ ਦੇ ਪਿੱਛੇ

ਇਕ ਧੁਨੀ ਗੂੰਜਦੀ ਤਾਂ ਇੰਜ ਲਗਦਾ ਕਿ ਪਹਾੜੀਆਂ, ਪੜ੍ਹਿਆ ਹੋਇਆ ਦੁਹਰਾ ਰਹੀਆਂ ਹਨ।

ਚਾਹ ਦਾ ਦੌਰ ਖ਼ਤਮ ਹੋ ਚੁੱਕਿਆ ਸੀ, ਪੱਥਰਾਂ ਦੇ ਚੁੱਲੇ ਵਿਚ ਚੀਲ ਦੇ ਹਲਕੇ ਹਲਕੇ ਕੋਲੇ ਕਰੀਬ ਕਰੀਬ ਠੰਡੇ ਹੋ ਚੁੱਕੇ ਸਨ। ਆਸਮਾਨ ਸਾਫ ਸੀ। ਹਵਾ 'ਚ ਫੁੱਲਾਂ ਦੀ ਮਹਿਕ ਸੀ।

ਸਾਰੇ ਕੰਬਲ ਓੜ੍ਹ ਰਹੇ ਸਨ ਪਰ ਕੁਝ ਇਸ ਤਰ੍ਹਾਂ ਕਿ ਥੋੜ੍ਹੇ ਜਿਹੇ ਇਸ਼ਾਰੇ 'ਤੇ ਉਠ ਕੇ ਲੜਨ-ਮਰਨ ਲਈ ਤਿਆਰ ਹੋ ਸਕਦੇ ਸਨ।

ਜਮਾਦਾਰ ਹਰਨਾਮ ਸਿੰਘ ਖ਼ੁਦ ਪਹਿਰੇ 'ਤੇ ਸੀ। ਉਸ ਦੀ ਘੜੀ 'ਤੇ ਦੋ ਵੱਜੇ ਤਾਂ ਉਸ ਨੇ ਗੰਡਾ ਸਿੰਘ ਨੂੰ ਜਗਾਇਆ ਅਤੇ ਪਹਿਰੇ 'ਤੇ ਨਿਯੁਕਤ ਕਰ ਦਿੱਤਾ। ਉਸ ਦਾ ਜੀਅ ਕੀਤਾ ਸੌਂ ਜਾਵੇ, ਪਰ ਜਦੋਂ ਉਹ ਪਿਆ ਤਾਂ ਉਸ ਨੇ ਅੱਖਾਂ ਤੋਂ ਨੀਂਦ ਨੂੰ ਐਨਾ ਦੂਰ ਪਾਇਆ ਜਿੰਨੇ ਆਸਮਾਨ ਦੇ ਤਾਰੇ-ਜਮਾਦਾਰ ਹਰਨਾਮ ਸਿੰਘ ਪਿਆ ਉਨ੍ਹਾਂ ਵੱਲ ਦੇਖਦਾ ਰਿਹਾ ਅਤੇ ਫਿਰ ਗੁਣਗਣਾਉਣ ਲੱਗਿਆ :

ਜੁੱਤੀ ਲੈਣੀ ਐਂ ਸਿਤਾਰਿਆਂ ਵਾਲੀ
ਸਿਤਾਰਿਆਂ ਵਾਲੀ
ਵੇ ਹਰਨਾਮ ਸਿੰਹਾਂ
ਉਹ ਯਾਰਾ, ਭਾਵੇਂ ਤੇਰੀ ਮੱਝ ਵਿਕ ਜਾਏ

ਹਰਨਾਮ ਸਿੰਘ ਨੂੰ ਅਸਮਾਨ 'ਤੇ ਹਰ ਪਾਸੇ ਸਿਤਾਰਿਆਂ ਵਾਲੀ ਜੁੱਤੀ ਨਜ਼ਰ ਆਈ ਜਿਹੜੀ ਝਿਲਮਿਲ-ਝਿਲਮਿਲ ਕਰ ਰਹੀ ਸੀ।

ਜੁੱਤੀ ਲੈ ਦੂੰ ਸਿਤਾਰਿਆਂ ਵਾਲੀ
ਸਿਤਾਰਿਆਂ ਵਾਲੀ
ਨੀ ਹਰਨਾਮ ਕੁਰੇ
ਹੋ ਨਾਰੇ, ਭਾਵੇਂ ਮੇਰੀ ਮੱਝ ਵਿਕ ਜਾਏ।

ਉਹ ਮੁਸਕਰਾਇਆ ਅਤੇ ਫਿਰ ਇਹ ਸੋਚਕੇ ਕਿ ਨੀਂਦ ਨਹੀਂ ਆਵੇਗੀ, ਉਸ ਨੇ ਸਭ ਨੂੰ ਜਗਾ ਦਿੱਤਾ। ਨਾਰ ਦੇ ਜ਼ਿਕਰ ਨੇ ਉਸ ਦੇ ਦਿਮਾਗ ਵਿਚ ਹਲਚਲ ਪੈਦਾ ਕਰ ਦਿੱਤੀ ਸੀ, ਉਹ ਚਾਹੁੰਦਾ ਸੀ ਕਿ ਊਟ-ਪਟਾਂਗ ਗਫ਼ਤਗੂ ਹੋਵੇ, ਜਿਸ ਤੋਂ ਉਸ ਬੋਲੀ ਦੀ ਹਰਨਾਮ ਕੌਰੀ ਕੈਫ਼ੀਅਤ ਪੈਦਾ ਹੋ ਜਾਵੇ।

ਗੱਲਾਂ ਸ਼ੁਰੂ ਹੋਈਆਂ ਲੇਕਿਨ ਉਖੜੀਆਂ-ਉਖੜੀਆਂ ਜਿਹੀਆਂ ਰਹੀਆਂ-ਬੰਤਾ ਸਿੰਘ ਜਿਹੜਾ ਉਨ੍ਹਾਂ ਸਾਰਿਆਂ ਤੋਂ ਘੱਟ ਉਮਰ ਅਤੇ ਖੁਸ਼ ਆਵਾਜ਼ ਸੀ, ਇਕ ਪਾਸੇ ਹੋ ਕੇ ਬੈਠ ਗਿਆ; ਬਾਕੀ ਗੱਲਾਂ ਕਰਦੇ ਸੁਆਦ ਲੈਂਦੇ ਰਹੇ। ਥੋੜ੍ਹੀ ਦੇਰ ਬਾਅਦ ਬੰਤਾ ਸਿੰਘ ਨੇ ਆਪਣੀ ਦਰਦ ਭਰੀ ਆਵਾਜ਼ ਵਿਚ ਹੀਰ ਗਾਉਣੀ ਸ਼ੁਰੂ ਕਰ ਦਿੱਤੀ:

ਹੀਰ ਆਖਦੀ ਜੋਗੀਆ ਝੂਠ ਬੋਲੇਂ, ਕੌਣ ਰੁਠੜੇ ਯਾਰ ਮਨਾਉਂਦਾ ਏ,

ਐਸਾ ਕੋਈ ਨਾ ਮਿਲਿਆ ਮੈਂ ਢੂੰਡ ਥੱਕੀ ਜਿਹੜਾ ਗਿਆਂ ਨੂੰ ਮੋੜ ਲਿਆਉਂਦਾ ਏ,

ਇਕ ਬਾਜ ਤੋਂ ਕਾਂਗ ਨੇ ਕੂੰਜ ਖੋਹੀ ਦੇਖਾਂ ਚੁੱਪ ਹੈ ਕਿ ਕਰਲਾਉਂਦਾ ਏ,

ਦੁਖਾਂ ਵਾਲਿਆਂ ਨੂੰ ਗੱਲਾਂ ਸੁਖ ਦੀਆਂ ਨੀ ਕਿੱਸੇ ਜੋੜ ਜਹਾਨ ਸੁਣਾਉਂਦਾ ਏ।

ਫਿਰ ਥੋੜ੍ਹੇ ਵਕਫ਼ੇ ਦੇ ਬਾਅਦ ਉਸ ਨੇ ਹੀਰ ਦੀਆਂ ਗੱਲਾਂ ਦਾ ਜਵਾਬ ਰਾਂਝੇ ਦੀ ਜ਼ੁਬਾਨ 'ਚ ਗਾਇਆ।

ਜਿਹੜੇ ਬਾਜ ਤੋਂ ਕਾਂਗ ਨੇ ਕੂੰਜ ਖੋਹੀ ਸਬਰ ਸ਼ੁਕਰ ਕਰ ਬਾਜ ਫ਼ਨਾ ਹੋਇਆ
ਐਵੇਂ ਹਾਲ ਹੈ ਉਸ ਫ਼ਕੀਰ ਦਾ ਨੀ ਧਨ ਮਾਲ ਗਿਆ ਤੇ ਤਬਾਹ ਹੋਇਆ
ਕਰੇਂ ਸਿਦਕ ਤੇ ਕੰਮ ਮਾਲੂਮ ਹੋਵੇ ਤੇਰਾ ਰੱਬ ਰਸੂਲ ਗਵਾਹ ਹੋਇਆ
ਦੁਨੀਆਂ ਛੱਡ ਉਦਾਸੀਆਂ ਪਹਿਨ ਲਈਆਂ ਸਯਦ ਵਾਰਿਸੋਂ ਹੁਣ ਵਾਰਿਸ਼ ਸ਼ਾਹ ਹੋਇਆ।

ਬੰਤ ਸਿੰਘ ਨੇ ਜਿਵੇਂ ਇਕਦਮ ਗਾਉਣਾ ਸ਼ੁਰੂ ਕੀਤਾ ਸੀ, ਉਸੇ ਤਰ੍ਹਾਂ ਉਹ ਇਕਦਮ ਖਾਮੋਸ਼ ਹੋ ਗਿਆ-ਇਸ ਤਰ੍ਹਾਂ ਲਗਦਾ ਸੀ ਕਿ ਜਿਵੇਂ ਪਹਾੜੀਆਂ ਨੇ ਵੀ ਉਦਾਸੀਆਂ ਪਹਿਨ ਲਈਆਂ ਹੋਣ।

ਜਮਾਦਾਰ ਹਰਨਾਮ ਸਿੰਘ ਨੇ ਥੋੜ੍ਹੀ ਦੇਰ ਬਾਅਦ ਕਿਸੇ ਗੈਰ ਮਰਮਰੀ ਨੂੰ ਮੋਟੀ ਜਿਹੀ ਗਾਲ੍ਹ ਦਿੱਤੀ ਅਤੇ ਪੈ ਗਿਆ-ਰਾਤ ਦੇ ਆਖ਼ਰੀ ਪਹਿਰ ਉਸ ਦੀ ਉਦਾਸ ਫ਼ਿਜ਼ਾ ਵਿਚ ਇਕ ਕੁੱਤੇ ਦੇ ਭੌਂਕਣ ਦੀ ਆਵਾਜ਼ ਗੂੰਜੀ। ਆਵਾਜ਼ ਨੇੜਿਓਂ ਹੀ ਆਈ ਸੀ- ਜਮਾਦਾਰ ਹਰਨਾਮ ਸਿੰਘ ਨੇ ਬੈਠਦਿਆਂ ਕਿਹਾ : "ਇਹ ਕਿਥੋਂ ਆ ਗਿਆ ਭੌਂਕੂ?"

ਕੁੱਤਾ ਫਿਰ ਭੌਂਕਿਆਂ। ਹੁਣ ਉਸ ਦੀ ਆਵਾਜ਼ ਹੋਰ ਵੀ ਨੇੜਿਓਂ ਆਈ ਸੀ- ਕੁਝ ਸਮੇਂ ਬਾਅਦ ਦੂਰ ਝਾੜੀਆਂ ਵਿਚ ਹਿੱਲਜੁਲ ਹੋਈ।

ਬੰਤ ਸਿੰਘ ਉਠਿਆ ਅਤੇ ਝਾੜੀਆਂ ਵੱਲ ਹੋਇਆ-ਜਦੋਂ ਉਹ ਵਾਪਿਸ ਆਇਆ ਤਾਂ ਉਸ ਦੇ ਹੱਥ ਵਿਚ ਆਵਾਰਾ ਜਿਹਾ ਕੁੱਤਾ ਸੀ, ਜਿਸ ਦੀ ਪੂਛ ਹਿੱਲ ਰਹੀ ਸੀ।

ਬੰਤ ਸਿੰਘ ਮੁਸਕਰਾਇਆ : "ਜਮਾਦਾਰ ਸਾਹਿਬ, ਮੈਂ ਪੁੱਛਿਆ ਤਾਂ ਕਹਿਣ ਲੱਗਿਆ, ਮੈਂ ਹਾਂ ਚੱਪੜ ਝੁਨਝੁਨ।"

ਸਾਰੇ ਹੱਸਣ ਲੱਗੇ। ਜਮਾਦਾਰ ਹਰਨਾਮ ਸਿੰਘ ਨੇ ਕੁੱਤੇ ਨੂੰ ਪੁਚਕਾਰਿਆ : "ਏਧਰ ਆ ਚੱਪੜ ਝੁਨਝੁਨ।"

ਕੁੱਤਾ ਪੂਛ ਹਲਾਉਂਦਾ ਹਰਨਾਮ ਸਿੰਘ ਦੇ ਕੋਲ ਚਲਾ ਗਿਆ, ਅਤੇ ਇਹ ਸਮਝ ਕੇ ਕਿ ਸ਼ਾਇਦ ਕੋਈ ਖਾਣ ਵਾਲੀ ਚੀਜ਼ ਸੁੱਟੀ ਪਈ ਹੈ, ਜ਼ਮੀਨ ਦੇ ਪੱਥਰ ਸੁੰਘਣ ਲੱਗਿਆ।

ਜਮਾਦਾਰ ਹਰਨਾਮ ਸਿੰਘ ਨੇ ਥੈਲਾ ਖੋਲ੍ਹ ਕੇ ਇਕ ਬਿਸਕੁਟ ਕੱਢਿਆ ਅਤੇ ਉਸ ਵੱਲ ਸੁੱਟਿਆ-ਕੁੱਤੇ ਨੇ ਬਿਸਕੁਟ ਨੂੰ ਸੁੰਘ ਕੇ ਮੂੰਹ ਖੋਲ੍ਹਿਆ ਹੀ ਸੀ ਕਿ ਹਰਨਾਮ ਸਿੰਘ ਨੇ ਭੱਜ ਕੇ ਬਿਸਕੁਟ ਚੁੱਕ ਲਿਆ : ਠਹਿਰ; ਕਿਤੇ ਪਾਕਿਸਤਾਨ ਦਾ ਤਾਂ ਨਹੀਂ।"

ਫਿਰ ਸਭ ਹੱਸਣ ਲੱਗੇ-ਬੰਤਾ ਸਿੰਘ ਨੇ ਅੱਗੇ ਹੁੰਦਿਆਂ ਕੁੱਤੇ ਦੀ ਪਿੱਠ 'ਤੇ ਹੱਥ ਫੇਰਿਆ ਅਤੇ ਜਮਾਦਾਰ ਹਰਨਾਮ ਸਿੰਘ ਨੂੰ ਕਿਹਾ : "ਨਹੀਂ ਜਮਾਦਾਰ ਸਾਹਿਬ, ਚੱਪੜ ਝੁਨਝੁਨ ਹਿੰਦੁਸਤਾਨੀ ਹੈ।"

ਜਮਾਦਾਰ ਹਰਨਾਮ ਸਿੰਘ ਹੱਸਿਆ ਅਤੇ ਕੁੱਤੇ ਨੂੰ ਮੁਖ਼ਾਤਿਬ ਹੋਇਆ : "ਨਿਸ਼ਾਨੀ ਦਿਖਾ ਓਏ।"

ਕੁੱਤਾ ਪੂਛ ਹਲਾਉਣ ਲੱਗਿਆ।

ਹਰਨਾਮ ਸਿੰਘ ਜ਼ਰਾ ਖੁੱਲ੍ਹ ਕੇ ਹੱਸਿਆ : "ਇਹ ਕੋਈ ਨਿਸ਼ਾਨੀ ਨਹੀਂ...ਪੂਛ

ਤਾਂ ਸਾਰੇ ਕੁੱਤੇ ਹਲਾਉਂਦੇ ਹਨ।"

ਬੰਤਾ ਸਿੰਘ ਨੇ ਕੁੱਤੇ ਦੀ ਹਿਲਦੀ ਪੂਛ ਫੜ ਲਈ : "ਸ਼ਰਨਾਰਥੀ ਹੈ ਬੇਚਾਰਾ।"

ਜਮਾਦਾਰ ਹਰਨਾਮ ਸਿੰਘ ਨੇ ਬਿਸਕੁਟ ਸੁੱਟਿਆ ਜਿਹੜਾ ਕੁੱਤੇ ਨੇ ਫ਼ੌਰਨ ਦਬੋਚ ਲਿਆ। ਇਕ ਜਵਾਨ ਨੇ ਆਪਣੇ ਬੂਟ ਦੀ ਅੱਡੀ ਨਾਲ ਜ਼ਮੀਨ ਖੁਰਚਦਿਆਂ ਕਿਹਾ : "ਹੁਣ ਕੁੱਤੇ ਨੂੰ ਵੀ ਜਾਂ ਤਾਂ ਹਿੰਦੁਸਤਾਨੀ ਹੋਣਾ ਪਵੇਗਾ ਜਾਂ ਪਾਕਿਸਤਾਨੀ।"

ਹਰਨਾਮ ਸਿੰਘ ਨੇ ਆਪਣੇ ਥੈਲੇ ਵਿਚੋਂ ਇਕ ਹੋਰ ਬਿਸਕੁਟ ਕੱਢਿਆ ਅਤੇ ਕੁੱਤੇ ਵੱਲ ਸੁੱਟਿਆ : "ਪਾਕਿਸਤਾਨੀਆਂ ਦੀ ਤਰ੍ਹਾਂ ਪਾਕਿਸਤਾਨੀ ਕੁੱਤੇ ਵੀ ਗੋਲੀ ਨਾਲ ਉਡਾ ਦਿੱਤੇ ਜਾਣਗੇ।"

ਇਕ ਹੋਰ ਜਵਾਨ ਨੇ ਜ਼ੋਰ ਦੀ ਨਾਅਰ੍ਹਾ ਬੁਲੰਦ ਕੀਤਾ : "ਹਿੰਦੁਸਤਾਨ : ਜ਼ਿੰਦਾਬਾਦ।"

ਕੁੱਤਾ ਦੂਜਾ ਬਿਸਕੁਟ ਚੁੱਕਣ ਲਈ ਅੱਗੇ ਹੋਇਆ ਹੀ ਸੀ ਕਿ ਡਰ ਗਿਆ ਅਤੇ ਪਿੱਛੇ ਹਟ ਗਿਆ, ਉਸ ਦੀ ਪੂਛ ਟੰਗਾਂ ਦੇ ਅੰਦਰ ਘੁਸ ਗਈ।

ਹਰਨਾਮ ਸਿੰਘ ਹੱਸਿਆ : "ਆਪਣੇ ਨਾਅਰ੍ਹੇ ਤੋਂ ਕਿਉਂ ਡਰਦਾ ਹੈ ਚੱਪੜ ਝੁਨਝੁਨ...ਖਾ...ਲੈ ਇਕ ਹੋਰ ਬਿਸਕੁਟ ਲੈ।" ਅਤੇ ਉਸ ਨੇ ਥੈਲੇ ਵਿਚੋਂ ਇਕ ਹੋਰ ਬਿਸਕੁਟ ਕੱਢ ਕੇ ਕੁੱਤੇ ਵੱਲ ਸੁੱਟ ਦਿੱਤਾ।

ਗੱਲਾਂ ਗੱਲਾਂ 'ਚ ਸਵੇਰ ਹੋ ਗਈ।

ਸੂਰਜ ਅਜੇ ਨਿਕਲਣ ਦਾ ਇਰਾਦਾ ਹੀ ਕਰ ਰਿਹਾ ਸੀ ਕਿ ਚਾਰੇ ਪਾਸੇ ਉਜਾਲਾ ਹੋ ਗਿਆ; ਜਿਵੇਂ ਬਟਨ ਦਬਾਉਣ ਨਾਲ ਇਕਦਮ ਬਿਜਲੀ ਦੀ ਰੌਸ਼ਨੀ ਹੋ ਜਾਂਦੀ ਹੈ, ਉਸੇ ਤਰ੍ਹਾਂ ਸੂਰਜ ਦੀਆਂ ਕਿਰਨਾਂ ਦੇਖਦੇ ਉਸ ਪਹਾੜੀ ਇਲਾਕੇ 'ਚ ਫੈਲ ਗਈਆਂ ਜਿਸ ਦਾ ਨਾਂ ਟੇਟਵਾਲ ਸੀ।

ਉਸ ਇਲਾਕੇ ਵਿਚ ਕਈ ਦਿਨਾਂ ਤੋਂ ਲੜਾਈ ਜਾਰੀ ਸੀ, ਇਕ ਇਕ ਪਹਾੜੀ ਲਈ ਦਰਜਨਾਂ ਜਵਾਨਾਂ ਦੀ ਜਾਨ ਜਾਂਦੀ ਸੀ, ਫਿਰ ਵੀ ਕਬਜ਼ਾ ਗੈਰ ਯਕੀਨੀ ਹੁੰਦਾ ਸੀ; ਅੱਜ ਇਹ ਪਹਾੜੀ ਉਨ੍ਹਾਂ ਦੇ ਕੋਲ ਹੈ ਤਾਂ ਕੱਲ; ਪਰਸੋਂ ਫਿਰ ਉਨ੍ਹਾਂ ਦੇ ਕਬਜ਼ੇ ਵਿਚ ਹੈ, ਤਾਂ ਅਗਲੇ ਰੋਜ਼ ਫਿਰ ਦੁਸ਼ਮਣ ਦੇ ਕਬਜ਼ੇ ਵਿਚ।

ਜਮਾਦਾਰ ਹਰਨਾਮ ਸਿੰਘ ਨੇ ਦੂਰਬੀਨ ਲਗਾ ਕੇ ਨੇੜੇ ਤੇੜੇ ਦਾ ਜਾਇਜ਼ਾ ਲਿਆ-ਸਾਹਮਣੇ ਦੀ ਪਹਾੜੀ 'ਚੋਂ ਧੂੰਆਂ ਉਠ ਰਿਹਾ ਸੀ; ਇਸ ਦਾ ਮਤਲਬ ਇਹ ਸੀ ਕਿ ਓਧਰ ਅੱਗ ਸੁਲਗਾਈ ਜਾ ਰਹੀ ਹੈ, ਚਾਹ ਦੀ ਤਿਆਰੀ ਹੋ ਰਹੀ ਹੈ, ਨਾਸ਼ਤੇ ਦੀ ਫ਼ਿਕਰ ਹੋ ਰਹੀ ਹੈ-ਓਧਰ ਵਾਲਿਆਂ ਨੂੰ ਵੀ ਯਕੀਨਨ ਏਧਰ ਤੋਂ ਧੂੰਆਂ ਉਠਦਾ ਦਿਖਾਈ ਦੇ ਰਿਹਾ ਹੋਵੇਗਾ।

ਨਾਸ਼ਤੇ 'ਤੇ ਸਾਰੇ ਜਵਾਨਾਂ ਨੇ ਥੋੜ੍ਹਾ-ਥੋੜ੍ਹਾ ਕੁੱਤੇ ਅੱਗੇ ਰੱਖਿਆ ਜਿਹੜਾ ਉਸ ਨੇ ਪੂਰਾ ਪੇਟ ਭਰ ਕੇ ਖਾਧਾ। ਸਾਰੇ ਉਸ ਵਿਚ ਦਿਲਚਸਪੀ ਲੈ ਰਹੇ ਸਨ ਜਿਵੇਂ ਉਹ ਉਸ ਨੂੰ ਆਪਣਾ ਦੋਸਤ ਬਣਾਉਣਾ ਚਾਹੁੰਦੇ ਹੋਣ। ਉਸ ਦੇ ਆਉਣ ਨਾਲ ਕਾਫ਼ੀ ਚਹਿਲ-ਪਹਿਲ ਹੋ ਗਈ ਸੀ। ਹਰੇਕ ਉਸ ਨੂੰ ਥੋੜ੍ਹੇ ਥੋੜ੍ਹੇ ਵਕਫ਼ੇ ਬਾਅਦ ਪੁਚਕਾਰ ਕੇ 'ਚੱਪੜ ਝੁਨਝੁਨ' ਦੇ ਨਾਂ ਨਾਲ ਪੁਕਾਰਦਾ ਅਤੇ ਉਸ ਨੂੰ ਪਿਆਰ ਕਰਦਾ।

ਸ਼ਾਮ ਦੇ ਕਰੀਬ, ਦੂਜੇ ਪਾਸੇ ਪਾਕਿਸਤਾਨੀ ਮੋਰਚੇ ਵਿਚ ਸੂਬੇਦਾਰ ਹਿੰਮਤ

ਖਾਂ ਆਪਣੀਆਂ ਵੱਡੀਆਂ ਵੱਡੀਆਂ ਮੁੱਛਾਂ ਨੂੰ, ਜਿੰਨ੍ਹਾਂ ਨਾਲ ਬੇਸ਼ੁਮਾਰ ਕਹਾਣੀਆਂ ਸੰਬੰਧਿਤ ਸਨ, ਮਰੋੜੇ ਦੇ ਕੇ ਟੇਟਵਾਲ ਦੇ ਨਕਸ਼ੇ ਦਾ ਅਧਿਐਨ ਕਰ ਰਿਹਾ ਸੀ। ਉਸ ਦੇ ਨਾਲ ਹੀ ਵਾਇਰਲੈਸ ਆਪਰੇਟਰ ਬੈਠਾ ਸੀ ਅਤੇ ਸੂਬੇਦਾਰ ਹਿੰਮਤ ਖਾਂ ਦੇ ਲਈ ਪਲਾਟੂਨ ਕਮਾਂਡਰ ਨੂੰ ਹਿਦਾਇਤ ਵਸੂਲ ਕਰ ਰਿਹਾ ਸੀ, ਕੁਝ ਦੂਰ ਇਕ ਪੱਥਰ ਨਾਲ ਟੇਕ ਲਈ ਅਤੇ ਆਪਣੀ ਬੰਦੂਕ ਫੜੀ ਬਸ਼ੀਰ ਹੌਲੀ-ਹੌਲੀ ਗੁਣਗੁਣਾ ਰਿਹਾ ਸੀ :

ਚੰਨ ਕਿੱਥਾਂ ਗੁਜਾਰੀ ਆਈ ਏ ਰਾਤ ਵੇ
ਚੰਨ ਕਿੱਥਾਂ ਗੁਜਾਰੀ ਏ ਆਈ

ਬਸ਼ੀਰ ਨੇ ਸੁਰ 'ਚ ਆਉਂਦਿਆਂ ਆਵਾਜ ਉਚੀ ਕੀਤੀ ਤਾਂ ਸੂਬੇਦਾਰ ਹਿੰਮਤ ਖਾਂ ਦੀ ਕੜਕ ਬੁਲੰਦ ਹੋਈ : "ਓਏ ਕਿੱਥੇ ਰਿਹਾ ਹੈਂ ਤੂੰ ਰਾਤ ਭਰ?"

ਬਸ਼ੀਰ ਨੇ ਸਵਾਲੀਆ ਨਜ਼ਰਾਂ ਤੋਂ ਹਿੰਮਤ ਖਾਂ ਨੂੰ ਦੇਖਿਆ ਜਿਹੜਾ ਕਿਸੇ ਹੋਰ ਨੂੰ ਮੁਖ਼ਾਤਿਬ ਸੀ : "ਦੱਸ ਓਏ...।"

ਬਸ਼ੀਰ ਨੇ ਦੇਖਿਆ।

ਕੁਝ ਫ਼ਾਸਲੇ 'ਤੇ ਉਹ ਆਵਾਰਾ ਕੁੱਤਾ ਬੈਠਾ ਸੀ ਜਿਹੜਾ ਕੁਝ ਦਿਨ ਹੋਏ, ਉਨ੍ਹਾਂ ਦੇ ਮੋਰਚੇ ਵਿਚ ਬਿਨਾਂ ਬੁਲਾਏ ਮਹਿਮਾਨ ਦੀ ਤਰ੍ਹਾਂ ਆਇਆ ਸੀ ਅਤੇ ਉਥੇ ਹੀ ਉਨ੍ਹਾਂ ਕੋਲ ਟਿਕ ਗਿਆ ਸੀ।

ਬਸ਼ੀਰ ਮੁਸਕਰਾਇਆ ਅਤੇ ਕੁੱਤੇ ਨੂੰ ਮੁਖ਼ਾਤਿਬ ਹੋ ਕੇ ਬੋਲਿਆ : "ਚੰਨ ਕਿੱਥੇ ਗੁਜਾਰੀ ਆਈ ਰਾਤ ਵੇ, ਚੰਨ ਕਿੱਥੇ ਗੁਜਾਰੀ ਆਈ...?"

ਕੁੱਤੇ ਨੇ ਜ਼ੋਰ ਦੀ ਪੂਛ ਹਲਾਉਣੀ ਸ਼ੁਰੂ ਕੀਤੀ, ਜਿਸ ਨਾਲ ਪਥਰੀਲੀ ਜ਼ਮੀਨ 'ਤੇ ਝਾੜੂ ਜਿਹਾ ਫਿਰਨ ਲੱਗਿਆ।

ਸੂਬੇਦਾਰ ਹਿੰਮਤ ਖਾਂ ਨੇ ਇਕ ਰੋੜਾ ਚੁੱਕ ਕੇ ਕੁੱਤੇ ਵੱਲ ਮਾਰਿਆ : "ਸਾਲੇ ਨੂੰ ਪੂਛ ਹਲਾਉਣ ਤੋਂ ਬਿਨਾਂ ਹੋਰ ਕੁਝ ਨਹੀਂ ਆਉਂਦਾ।"

ਬਸ਼ੀਰ ਨੇ ਕੁੱਤੇ ਵੱਲ ਗ਼ੌਰ ਨਾਲ ਦੇਖਿਆ : "ਇਸ ਦੀ ਗਰਦਨ ਵਿਚ ਕੀ ਹੈ?"

ਇਹ ਕਹਿ ਕੇ ਉਹ ਉਠਿਆ, ਪਰ ਉਸ ਤੋਂ ਪਹਿਲਾਂ ਹੀ ਇਕ ਹੋਰ ਜਵਾਨ ਨੇ ਕੁੱਤੇ ਨੂੰ ਫੜ ਕੇ ਉਸ ਦੀ ਗਰਦਨ ਵਿਚ ਬੰਨ੍ਹੀ ਹੋਈ ਰੱਸੀ ਉਤਾਰੀ। ਰੱਸੀ ਵਿਚ ਗੱਤੇ ਦਾ ਇਕ ਟੁਕੜਾ ਪਰੋਇਆ ਹੋਇਆ ਸੀ ਜਿਸ 'ਤੇ ਕੁਝ ਲਿਖਿਆ ਹੋਇਆ ਸੀ।

ਬਸ਼ੀਰ ਨੇ ਅੱਗੇ ਹੁੰਦਿਆਂ ਗੱਤੇ ਦਾ ਟੁਕੜਾ ਲਿਆ : "ਚੱਪੜ ਝੁਨਝੁਨ... ਇਹ ਕੀ ਹੋਇਆ?"

ਸੂਬੇਦਾਰ ਹਿੰਮਤ ਖਾਂ ਨੇ ਆਪਣੀਆਂ ਵੱਡੀਆਂ-ਵੱਡੀਆਂ ਤਾਰੀਖ਼ੀ ਮੁੱਛਾਂ ਨੂੰ ਜਬਰਦਸਤ ਮਰੋੜਾ ਦਿੱਤਾ : "ਕੋਡ ਵਰਡ ਹੋਵੇਗਾ ਕੋਈ..." ਫਿਰ ਉਸ ਨੇ ਬਸ਼ੀਰ ਤੋਂ ਪੁੱਛਿਆ : "ਬਸ਼ੀਰ, ਕੁਝ ਹੋਰ ਲਿਖਿਆ ਹੈ...?"

ਬਸ਼ੀਰ ਨੇ ਜਵਾਬ ਦਿੱਤਾ : "ਜੀ ਹਾਂ... ਇਹ ਹਿੰਦੁਸਤਾਨੀ ਕੁੱਤਾ ਹੈ...।"

ਸੂਬੇਦਾਰ ਹਿੰਮਤ ਖਾਂ ਨੇ ਸੋਚਣਾ ਸ਼ੁਰੂ ਕੀਤਾ : "ਮਤਲਬ ਕੀ ਹੋਇਆ ਇਸ ਦਾ...? ਕੀ ਪੜ੍ਹਿਆ ਸੀ ਤੂੰ...? ਚੱਪੜ...?"

ਬਸ਼ੀਰ ਨੇ ਫਿਰ ਜਵਾਬ ਦਿੱਤਾ : "ਚੱਪੜ ਝੁਨਝੁਨ।"

ਇਕ ਜਵਾਨ ਨੇ ਬੁੱਧੀਮਤ ਅੰਦਾਜ਼ 'ਚ ਕਿਹਾ : "ਜਿਹੜੀ ਵੀ ਗੱਲ ਹੈ,

ਇਸੇ ਵਿਚ ਹੈ।"

ਸੂਬੇਦਾਰ ਹਿੰਮਤ ਖਾਂ ਨੂੰ ਇਹ ਗੱਲ ਜੱਚ ਗਈ : "ਹਾਂ, ਕੁਝ ਇਸ ਤਰ੍ਹਾਂ ਹੀ ਲਗਦਾ ਹੈ!"

ਬਸ਼ੀਰ ਨੇ ਇਕ ਵਾਰ ਫਿਰ ਪੜ੍ਹਿਆ : "ਚੱਪੜ ਝੁਨਝੁਨ : ਇਹ ਹਿੰਦੁਸਤਾਨੀ ਕੁੱਤਾ ਹੈ।"

ਸੂਬੇਦਾਰ ਹਿੰਮਤ ਖਾਂ ਨੇ ਵਾਇਰਲੈਸ ਸੈਟ ਲਿਆ ਅਤੇ ਕੰਨਾਂ 'ਤੇ ਹੈਡਫ਼ੋਨ ਲਗਾ ਕੇ ਪਲਾਟੂਨ ਕਮਾਂਡਰ ਨਾਲ ਖੁਦ ਉਸ ਕੁੱਤੇ ਬਾਰੇ ਗੱਲਬਾਤ ਕੀਤੀ ਕਿ ਉਹ ਕਿਵੇਂ ਆਇਆ ਸੀ, ਕਿਵੇਂ ਉਨ੍ਹਾਂ ਕੋਲ ਕਈ ਦਿਨ ਰਿਹਾ ਸੀ, ਫਿਰ ਇਕ ਰਾਤ ਨੂੰ ਗਾਇਬ ਰਿਹਾ, ਹੁਣ ਆਇਆ ਹੈ ਤਾਂ ਉਸ ਦੇ ਗਲ ਵਿਚ ਇਕ ਰੱਸੀ ਬੰਨ੍ਹੀ ਹੋਈ ਹੈ ਅਤੇ ਰੱਸੀ ਵਿਚ ਗੱਤੇ ਦਾ ਇਕ ਟੁਕੜਾ ਪਰੋਇਆ ਹੋਇਆ ਹੈ, ਜਿਸ 'ਤੇ ਲਿਖਿਆ ਹੈ-ਉਸ ਨੇ ਤਿੰਨ-ਚਾਰ ਵਾਰੀ ਪਲਾਟੂਨ ਕਮਾਂਡਰ ਨੂੰ ਸੁਣਾਇਆ : ਚਪੜ ਝੁਨਝੁਨ : ਇਹ ਹਿੰਦੁਸਤਾਨੀ ਕੁੱਤਾ ਹੈ" ਪਰ ਕੋਈ ਨਤੀਜਾ ਬਰਾਮਦ ਨਾ ਹੋਇਆ।

ਬਸ਼ੀਰ ਅਲੱਗ ਕੁੱਤੇ ਕੋਲੇ ਬੈਠਾ ਕਦੇ ਉਸ ਨੂੰ ਪੁਚਕਾਰ ਕੇ, ਕਦੇ ਡਰਾ-ਧਮਕਾ ਕੇ ਪੁੱਛਦਾ ਰਿਹਾ ਕਿ ਉਹ ਰਾਤ ਭਰ ਕਿੱਥੇ ਗਾਇਬ ਰਿਹਾ ਹੈ, ਉਸ ਦੇ ਗਲ ਵਿਚ ਇਹ ਰੱਸੀ ਅਤੇ ਗੱਤੇ ਦਾ ਟੁਕੜਾ ਕਿਸ ਨੇ ਬੰਨ੍ਹਿਆ ਹੈ, ਪਰ ਉਸ ਨੂੰ ਵੀ ਕੋਈ ਮਨਚਾਹਿਆ ਜਵਾਬ ਨਾ ਮਿਲਿਆ। ਉਹ ਸਵਾਲ ਕਰਦਾ ਤਾਂ ਕੁੱਤਾ ਜਵਾਬ ਵਿਚ ਆਪਣੀ ਪੂਛ ਹਲਾ ਦਿੰਦਾ। ਆਖ਼ਿਰ ਗੁੱਸੇ ਵਿਚ ਬਸ਼ੀਰ ਨੇ ਉਸ ਨੂੰ ਜ਼ੋਰ ਦੀ ਝਟਕਾ ਦਿੱਤਾ। ਕੁੱਤਾ ਤਕਲੀਫ਼ ਦੇ ਕਾਰਣ ਚਾਊਂ-ਚਾਊ ਕਰਨ ਲੱਗਿਆ।

ਵਾਇਰਲੈਸ ਸੈਟ 'ਤੇ ਗੱਲਬਾਤ ਤੋਂ ਫਾਰਿਗ ਹੋ ਕੇ ਸੂਬੇਦਾਰ ਹਿੰਮਤ ਖਾਂ ਨੇ ਕੁਝ ਦੇਰ ਟੇਟਵਾਲ ਦੇ ਨਕਸ਼ੇ ਦਾ ਅਧਿਐਨ ਕੀਤਾ, ਫਿਰ ਫੈਸਲਾਕੁੰਨ ਅਦਾਜ਼ 'ਚ ਉਠਿਆ ਅਤੇ ਸਿਗਰਟ ਦੀ ਡੱਬੀ ਦਾ ਢੱਕਣ ਅਲੱਗ ਕਰ ਕੇ ਬਸ਼ੀਰ ਦੇ ਹਵਾਲੇ ਕੀਤਾ : "ਬਸ਼ੀਰ ਲੈ, ਲਿਖ ਇਸ 'ਤੇ..."

ਬਸ਼ੀਰ ਨੇ ਸਿਗਰਟ ਦੀ ਡੱਬੀ ਦਾ ਢੱਕਣ ਲਿਆ ਅਤੇ ਪੁੱਛਿਆ : "ਕੀ ਲਿਖਾਂ ਸੂਬੇਦਾਰ ਸਾਹਿਬ?"

ਸੂਬੇਦਾਰ ਹਿੰਮਤ ਖਾਂ ਨੇ ਮੁੱਛਾਂ ਨੂੰ ਮਰੋੜਦਿਆਂ ਸੋਚਣਾ ਸ਼ੁਰੂ ਕੀਤਾ : "ਲਿਖ ਦੇ... ਬਸ ਲਿਖ ਦੇ..." ਉਸ ਨੇ ਜੇਬ ਵਿਚੋਂ ਪੈਨਸਿਲ ਕੱਢ ਕੇ ਬਸ਼ੀਰ ਨੂੰ ਦਿੱਤੀ : "ਕੀ ਲਿਖਣਾ ਚਾਹੀਦਾ ਏ?"

ਬਸ਼ੀਰ ਪੈਨਸਿਲ ਨੂੰ ਬੁੱਲ੍ਹਾਂ 'ਚ ਦਬਾ ਕੇ ਸੋਚਣ ਲੱਗਿਆ, ਫਿਰ ਇਕਦਮ ਸਵਾਲੀਆ ਅੰਦਾਜ਼ ਵਿਚ ਬੋਲਿਆ : "ਸੱਪੜ ਸੁਨਸੁਨ..." ਅਤੇ ਫਿਰ ਫ਼ੌਰਨ ਹੀ ਉਸ ਨੇ ਫੈਸਲਾਕੁਨ ਲਹਿਜ਼ੇ 'ਚ ਕਿਹਾ : "ਠੀਕ ਹੈ...'ਚੱਪੜ ਝੁਨਝੁਨ' ਦਾ ਜਵਾਬ 'ਸੱਪੜ ਸੁਨਸੁਨ' ਹੀ ਹੋ ਸਕਦਾ ਹੈ... ਯਾਦ ਰੱਖਣਗੇ ਆਪਣੀ ਮਾਂ ਦੇ ਸਿੱਖੜੇ...।" ਬਸ਼ੀਰ ਨੇ ਪੈਨਸਿਲ ਸਿਗਰਟ ਦੀ ਡੱਬੀ ਦੇ ਢੱਕਣ 'ਤੇ ਜਮਾਈ : "ਸੱਪੜ ਸੁਨਸੁਨ।"

"ਸੋਲਾਂ ਆਨੇ ਲਿਖ 'ਸੱਪੜ ਸੁਨਸੁਨ'।" ਸੂਬੇਦਾਰ ਹਿੰਮਤ ਖਾਂ ਨੇ ਜ਼ੋਰਦਾਰ ਠਹਾਕਾ ਮਾਰਿਆ ਅਤੇ ਅੱਗੇ ਲਿਖ..."ਇਹ ਪਾਕਿਸਤਾਨੀ ਕੁੱਤਾ ਹੈ।"

ਸੂਬੇਦਾਰ ਹਿੰਮਤ ਖਾਂ ਨੇ ਢੱਕਣ ਬਸ਼ੀਰ ਦੇ ਹੱਥੋਂ ਲਿਆ, ਪੈਨਸਿਲ ਨਾਲ ਉਸ ਵਿਚ ਗਲੀ ਕੀਤੀ ਅਤੇ ਢੱਕਣ ਰੱਸੀ ਵਿਚ ਪਰੋ ਕੇ ਕੁੱਤੇ ਵਲ ਹੋਇਆ : "ਲੈ ਜਾ

ਇਹ ਆਪਣੀ ਔਲਾਦ ਕੋਲ।"

ਸਭ ਜਵਾਨ ਉਚੀ ਉਚੀ ਹੱਸ ਪਏ।

ਸੂਬੇਦਾਰ ਹਿੰਮਤ ਖਾਂ ਨੇ ਕੁੱਤੇ ਦੇ ਗਲ ਵਿਚ ਰੱਸੀ ਬੰਨ੍ਹ ਦਿਤੀ। ਕੁੱਤਾ ਇਸ ਦੌਰਾਨ ਆਪਣੀ ਪੂਛ ਹਲਾਉਂਦਾ ਰਿਹਾ। ਉਸ ਤੋਂ ਬਾਅਦ ਸੂਬੇਦਾਰ ਨੇ ਉਸ ਨੂੰ ਕੁਝ ਖਾਣ ਨੂੰ ਦਿੱਤਾ ਅਤੇ ਉਪਦੇਸ਼ਾਤਮਕ ਅੰਦਾਜ਼ 'ਚ ਕਿਹਾ : "ਦੇਖ ਦੋਸਤ, ਗਦਾਰੀ ਮੱਤ ਕਰਨਾ...ਯਾਦ ਰੱਖ, ਗਦਾਰੀ ਦੀ ਸਜ਼ਾ ਮੌਤ ਹੁੰਦੀ ਹੈ।"

ਕੁੱਤਾ ਪੂਛ ਹਲਾਉਂਦਾ ਰਿਹਾ... ਜਦੋਂ ਉਹ ਚੰਗੀ ਤਰ੍ਹਾਂ ਖਾ ਚੁੱਕਿਆ ਤਾਂ ਸੂਬੇਦਾਰ ਹਿੰਮਤ ਖਾਂ ਨੇ ਰੱਸੀ ਤੋਂ ਫੜ ਕੇ ਉਸ ਦਾ ਰੁਖ਼ ਪਹਾੜੀ ਦੀ ਇਕਲੌਤੀ ਪਗਡੰਡੀ ਵੱਲ ਕੀਤਾ ਤੇ ਕਿਹਾ : "ਜਾਓ ਸਾਡਾ ਖ਼ਤ ਦੁਸ਼ਮਣ ਤੱਕ ਪਹੁੰਚਾ ਦੇਵੋ...ਪਰ ਦੇਖ, ਵਾਪਿਸ ਆ ਜਾਣਾ...ਇਹ ਤੇਰੇ ਅਫ਼ਸਰ ਦਾ ਹੁਕਮ ਹੈ, ਸਮਝਿਆ?"

ਕੁੱਤੇ ਨੇ ਅਪਾਣੀ ਪੂਛ ਹਲਾਈ ਅਤੇ ਹੌਲੀ ਹੌਲੀ ਪਗਡੰਡੀ 'ਤੇ, ਜਿਹੜੀ ਬਲ ਖਾਂਦੀ ਹੋਈ ਹੇਠਾਂ ਪਹਾੜੀ ਨੂੰ ਜਾਂਦੀ ਸੀ, ਚੱਲਣ ਲੱਗਿਆ।

ਸੂਬੇਦਾਰ ਹਿੰਮਤ ਖਾਂ ਨੇ ਆਪਣੀ ਬੰਦੂਕ ਉਠਾਈ ਅਤੇ ਹਵਾ ਵਿਚ ਫ਼ਾਇਰ ਕੀਤਾ। ਫ਼ਾਇਰ ਦੀ ਆਵਾਜ਼ ਦੂਜੇ ਪਾਸੇ ਹਿੰਦੁਸਤਾਨੀਆਂ ਦੇ ਮੋਰਚੇ ਵਿਚ ਸੁਣੀ ਗਈ ਤਾਂ ਇਸ ਦਾ ਮਤਲਬ ਉਨ੍ਹਾਂ ਦੀ ਸਮਝ ਵਿਚ ਨਾ ਆਇਆ।

ਜਮਾਦਾਰ ਹਰਨਾਮ ਸਿੰਘ ਪਤਾ ਨਹੀਂ ਕਿਸ ਗੱਲ 'ਤੇ ਖਿਝ ਰਿਹਾ ਸੀ, ਫ਼ਾਇਰ ਦੀ ਆਵਾਜ਼ ਸੁਣ ਕੇ ਹੋਰ ਖਿਝਣ ਲੱਗਿਆ ਅਤੇ ਉਸ ਨੇ ਜ਼ੋਰ ਅਤੇ ਸਖ਼ਤੀ ਨਾਲ ਦਾੜ੍ਹੀ 'ਚ ਕੰਘਾ ਕਰਨਾ ਸ਼ੁਰੂ ਕਰ ਦਿੱਤਾ। ਇਸ ਤੋਂ ਫ਼ਾਰਿਗ ਹੋ ਕੇ ਉਸ ਨੇ ਜਾਲੀ ਅੰਦਰ ਸਾਰੇ ਵਾਲ ਜਿਵੇਂ ਤਿਵੇਂ ਜਮਾਏ ਅਤੇ ਬੰਤਾ ਸਿੰਘ ਨੂੰ ਪੁੱਛਿਆ : "ਓਏ ਬੰਤਾ ਸਿੰਘਾ, ਕੁੱਤੇ ਨੂੰ ਘਿਉ ਹਜ਼ਮ ਨਹੀਂ ਹੁੰਦਾ ਨਾ ... ਦੱਸ ਚੱਪੜ ਝੁਨਝੁਨ ਕਿੱਥੇ ਗਿਆ?"

ਬੰਤਾ ਸਿੰਘ ਮੁਹਾਵਰੇ ਦਾ ਮਤਲਬ ਨਾ ਸਮਝਿਆ : "ਅਸੀਂ ਤਾਂ ਉਸ ਨੂੰ ਘਿਉ ਦੀ ਕੋਈ ਚੀਜ਼ ਨਹੀਂ ਖਵਾਈ ਸੀ।"

ਜਮਾਦਾਰ ਹਰਨਾਮ ਸਿੰਘ ਜ਼ੋਰ ਦੀ ਹੱਸਿਆ : "ਓਏ ਅਨਪੜ੍ਹ, ਤੇਰੇ ਨਾਲ ਤਾਂ ਗੱਲ ਕਰਨਾ ਪਚਾਨਵੇਂ ਦਾ ਘਾਟਾ ਹੈ।"

ਐਨੇ 'ਚ ਉਹ ਸਿਪਾਹੀ ਜਿਹੜਾ ਪਹਿਰੇ 'ਤੇ ਸੀ ਅਤੇ ਦੂਰਬੀਨ ਲਗਾਈ ਓਧਰ ਉਪਰ ਹੇਠਾਂ ਦੇਖ ਰਿਹਾ ਸੀ, ਇਕਦਮ ਬੋਲਿਆ : "ਉਹ ਆ ਰਿਹਾ ਹੈ..."

ਸਭ ਚੌਂਕ ਪਏ।

ਜਮਾਦਾਰ ਹਰਨਾਮ ਸਿੰਘ ਨੇ ਪੁੱਛਿਆ : "ਕੌਣ?"

ਪਹਿਰੇਦਾਰ ਸਿਪਾਹੀ ਨੇ ਕਿਹਾ : 'ਚਪੜ ਝੁਨਝੁਨ...ਹੋਰ ਕੌਣ!'

"ਚੱਪੜ ਝੁਨਝੁਨ?" ਜਮਾਦਾਰ ਹਰਨਾਮ ਸਿੰਘ ਉਠਿਆ : "ਆ ਰਿਹਾ ਹੈ?"

ਪਹਿਰੇਦਾਰ ਸਿਪਾਹੀ ਨੇ ਜਵਾਬ ਦਿੱਤਾ : "ਹਾਂ, ਆ ਰਿਹਾ ਹੈ!"

ਜਮਾਦਾਰ ਹਰਨਾਮ ਸਿੰਘ ਨੇ ਦੂਰਬੀਨ ਪਹਿਰੇਦਾਰ ਸਿਪਾਹੀ ਦੇ ਹੱਥੋਂ ਲਈ ਅਤੇ ਦੇਖਣਾ ਸ਼ੁਰੂ ਕੀਤਾ "ਏਧਰ ਹੀ ਆ ਰਿਹਾ ਹੈ...ਰੱਸੀ ਬੰਨ੍ਹੀ ਹੋਈ ਹੈ ਗਲ ਵਿਚ...ਲੇਕਿਨ ਇਹ ਤਾਂ ਓਧਰ ਤੋਂ ਆ ਰਿਹਾ ਹੈ... ਦੁਸ਼ਮਣ ਦੇ ਮੋਰਚੇ ਤੋਂ..."

ਉਸ ਨੇ ਕੁੱਤੇ ਦੀ ਮਾਂ ਬਹੁਤ ਵੱਡੀ ਗਾਲ੍ਹ ਕੱਢੀ, ਬੰਦੂਕ ਉਠਾਈ ਅਤੇ

ਨਿਸ਼ਾਨਾ ਬੰਨ ਕੇ ਫ਼ਾਇਰ ਕੀਤਾ।

ਨਿਸ਼ਾਨਾ ਓਕ ਗਿਆ-ਗੋਲੀ ਕੁੱਤੇ ਤੋਂ ਕੁਝ ਫ਼ਾਸਲੇ 'ਤੇ ਪੱਥਰਾਂ ਦੀਆ ਕਿਰਚਾਂ ਉਡਾਉਂਦੀ ਜ਼ਮੀਨ 'ਚ ਦਫ਼ਨ ਹੋ ਗਈ-ਕੁੱਤਾ ਸਹਿਮ ਕੇ ਰੁਕ ਗਿਆ।

ਦੂਸਰੇ ਮੋਰਚੇ 'ਚ ਸੂਬੇਦਾਰ ਹਿੰਮਤ ਖਾਂ ਨੇ ਦੂਰਬੀਨ 'ਚ ਦੇਖਿਆ ਕਿ ਕੁੱਤਾ ਪਗਡੰਡੀ 'ਤੇ ਖੜ੍ਹਾ ਹੈ-ਓਧਰ ਤੋਂ ਇਕ ਹੋਰ ਫ਼ਾਇਰ ਹੋਇਆ ਤਾਂ ਕੁੱਤਾ ਪੂਛ ਦਬਾ ਕੇ ਉਲਟੇ ਪਾਸੇ ਭੱਜਿਆ, ਸੂਬੇਦਾਰ ਹਿੰਮਤ ਖਾਂ ਦੇ ਮੋਰਚੇ ਵੱਲ।

ਹਿੰਮਤ ਖਾਂ ਨੇ ਜ਼ੋਰ ਨਾਲ ਕਿਹਾ : "ਬਹਾਦਰ ਡਰਿਆ ਨਹੀਂ ਕਰਦੇ...ਚੱਲ ਵਾਪਿਸ " ਅਤੇ ਉਸ ਨੇ ਕੁੱਤੇ ਨੂੰ ਓਧਰ ਭੇਜਣ ਲਈ ਇਕ ਫ਼ਾਇਰ ਕੀਤਾ।

ਕੁੱਤਾ ਫਿਰ ਰੁਕ ਗਿਆ।

ਓਧਰ ਤੋਂ ਜਮਾਦਾਰ ਹਰਨਾਮ ਸਿੰਘ ਨੇ ਬੰਦੂਕ ਚਲਾਈ-ਗੋਲੀ ਕੁੱਤੇ ਦੇ ਕੰਨ ਦੇ ਕੋਲ ਦੀ ਗੁਜ਼ਰ ਗਈ।

ਉਸ ਨੇ ਟੱਪਦਿਆਂ ਜ਼ੋਰ ਜ਼ੋਰ ਨਾਲ ਕੰਨ ਫੜ੍ਹਫੜਾਉਣੇ ਸ਼ੁਰੂ ਕੀਤੇ।

ਏਧਰ ਤੋਂ ਸੂਬੇਦਾਰ ਹਿੰਮਤ ਖਾਂ ਨੇ ਦੂਸਰਾ ਫ਼ਾਇਰ ਕੀਤਾ ਜਿਹੜਾ ਕੁੱਤੇ ਦੇ ਅਗਲੇ ਪੰਜਿਆਂ ਕੋਲ ਪੱਥਰਾਂ 'ਚ ਘੁਸ ਗਿਆ।

ਘਬਰਾ ਕੇ ਉਹ ਕਦੇ ਓਧਰ ਭੱਜਿਆ, ਕਦੇ ਏਧਰ।

ਉਸ ਦੀ ਘਬਰਾਹਟ ਨਾਲ ਹਿੰਮਤ ਖਾਂ ਅਤੇ ਹਰਨਾਮ ਸਿੰਘ, ਦੋਵੇਂ, ਆਪਣੀ ਆਪਣੀ ਥਾਂ ਬਹੁਤ ਖੁਸ਼ ਹੋਏ ਅਤੇ ਹੱਸਣ ਲੱਗੇ।

ਕੁੱਤੇ ਨੇ ਜਮਾਦਾਰ ਹਰਨਾਮ ਸਿੰਘ ਦੇ ਮੋਰਚੇ ਵੱਲ ਭੱਜਣਾ ਸ਼ੁਰੂ ਕੀਤਾ ਤਾਂ ਹਰਨਾਮ ਸਿੰਘ ਨੇ ਗਰਮੀ 'ਚ ਆ ਕੇ ਉਸਨੂੰ ਮੋਟੀ ਜਿਹੀ ਗਾਲ੍ਹ ਕੱਢੀ ਅਤੇ ਚੰਗੀ ਤਰ੍ਹਾਂ ਨਿਸ਼ਾਨਾ ਬੰਨ ਕੇ ਫਾਇਰ ਕੀਤਾ।

ਗੋਲੀ ਕੁੱਤੇ ਦੀ ਟੰਗ 'ਚ ਲੱਗੀ ਅਤੇ ਅਕਾਸ਼ ਨੂੰ ਚੀਰਣ ਵਾਲੀ ਚੀਖ਼ ਬੁਲੰਦ ਹੋਈ।

ਕੁੱਤੇ ਨੇ ਆਪਣਾ ਰੁਖ ਬਦਲਿਆ ਅਤੇ ਲੰਗੜਾਉਣਾ ਹੋਇਆ ਸੂਬੇਦਾਰ ਹਿੰਮਤ ਖਾਂ ਦੇ ਮੋਰਚੇ ਵੱਲ ਭੱਜਣ ਲੱਗਾ।

ਹੁਣ ਏਧਰ ਤੋਂ ਫਾਇਰ ਹੋਇਆ-ਫ਼ਾਇਰ ਕਰਕੇ ਸਮੇਂ ਹਿੰਮਤ ਖਾਂ ਚੀਖ਼ਿਆ : "ਬਹਾਦਰ ਪ੍ਰਵਾਹ ਨਹੀਂ ਕਰਿਆ ਕਰਦੇ ਜਖ਼ਮਾਂ ਦੀ... ਖੇਡ ਜਾਓ ਆਪਣੀ ਜਾਨ 'ਤੇ...ਜਾਓ ਓਧਰ..."

ਕੁੱਤਾ ਫ਼ਾਇਰ ਤੋਂ ਘਬਰਾ ਕੇ ਓਧਰ ਵੱਲ ਮੁੜਿਆ-ਉਸ ਦੀ ਇਕ ਟੰਗ ਬਿਲਕੁਲ ਬੇਕਾਰ ਹੋ ਚੁੱਕੀ ਸੀ। ਬਾਕੀ ਦੀਆਂ ਤਿੰਨ ਟੰਗਾਂ ਦੀ ਮਦਦ ਨਾ ਉਸ ਨੇ ਖ਼ੁਦ ਨੂੰ ਕੁਝ ਕਦਮ ਓਧਰ ਵੱਲ ਘਸੀਟਿਆ ਹੀ ਸੀ ਜਮਾਦਾਰ ਹਰਨਾਮ ਸਿੰਘ ਨੇ ਨਿਸ਼ਾਨਾਂ ਬੰਨ ਕੇ ਗੋਲੀ ਚਲਾਈ-ਉਹ ਉਥੇ ਹੀ ਢੇਰੀ ਹੋ ਗਿਆ।

ਸੂਬੇਦਾਰ ਹਿੰਮਤ ਖਾਂ ਨੇ ਅਫ਼ਸੋਸ ਨਾਲ ਕਿਹਾ : "ਚਚ-ਚਚ ... ਸ਼ਹੀਦ ਹੋ ਗਿਆ ਬੇਚਾਰਾ।"

ਜਮਾਦਾਰ ਹਰਨਾਮ ਸਿੰਘ ਨੇ ਬੰਦੂਕ ਦੀ ਗਰਮ ਗਰਮ ਨਾਲੀ ਆਪਣੇ ਹੱਥ 'ਚ ਮਸਲੀ ਅਤੇ ਕਿਹਾ : "ਉਹੀ ਮੌਤ ਮਰਿਆ ਜਿਹੜੀ ਕੁੱਤੇ ਦੀ ਹੁੰਦੀ ਹੈ!"

ਆਖ਼ਰੀ ਸਲੂਟ

ਇਹ ਕਸ਼ਮੀਰ ਦੀ ਲੜਾਈ ਵੀ ਕੁਝ ਅਜੀਬੋ-ਗਰੀਬ ਸੀ-ਸੂਬੇਦਾਰ ਰਬਨਿਵਾਜ਼ ਦਾ ਦਿਮਾਗ ਅਜਿਹੀ ਬੰਦੂਕ ਬਣ ਗਿਆ ਸੀ ਜਿਸ ਦਾ ਘੋੜਾ ਖ਼ਰਾਬ ਹੋ ਗਿਆ ਹੋਵੇ।

ਪਿਛਲੀ ਵੱਡੀ ਜੰਗ ਵਿਚ ਉਹ ਕਈ ਮੋਰਚਿਆਂ 'ਤੇ ਲੜ ਚੁੱਕਾ ਸੀ, ਮਾਰਨਾ ਅਤੇ ਮਰਨਾ ਜਾਣਦਾ ਸੀ, ਛੋਟੇ-ਵੱਡੇ ਅਫ਼ਸਰਾਂ ਦੀ ਨਜ਼ਰ ਵਿਚ ਉਸ ਦਾ ਬੜਾ ਸਤਿਕਾਰ ਸੀ, ਇਸ ਲਈ ਕਿ ਉਹ ਬਹੁਤ ਬਹਾਦਰ, ਨਿਡਰ ਅਤੇ ਸਮਝਦਾਰ ਸਿਪਾਹੀ ਸੀ, ਪਲਟਣ-ਕਮਾਂਡਰ ਮੁਸ਼ਕਲ ਕੰਮ ਸਦਾ ਉਸ ਨੂੰ ਸੌਂਪਦੇ ਸਨ ਅਤੇ ਉਹ ਉਸ ਨੂੰ ਪੂਰਾ ਕਰ ਦਿੰਦਾ ਸੀ। ਪਰ ਇਸ ਲੜਾਈ ਦਾ ਢੰਗ ਹੀ ਨਿਰਾਲਾ ਸੀ-ਦਿਲ ਵਿਚ ਬੜਾ ਉਤਸ਼ਾਹ, ਬੜਾ ਜੋਸ਼ ਸੀ; ਭੁੱਖ ਪਿਆਸ ਤੋਂ ਬੇਪ੍ਰਵਾਹ ਸਿਰਫ਼ ਇਕ ਹੀ ਲਗਨ ਸੀ, ਦੁਸ਼ਮਣ ਦਾ ਸਫਾਇਆ ਕਰ ਦੇਣ ਦੀ ਪਰ ਜਦੋਂ ਉਸ ਨਾਲ ਸਾਹਮਣਾ ਹੁੰਦਾ ਤਾਂ ਜਾਣੀਆਂ ਪਛਾਣੀਆਂ ਸ਼ਕਲਾਂ ਨਜ਼ਰ ਆਉਂਦੀਆਂ। ਕਈ ਦੋਸਤ ਦਿਖਾਈ ਦਿੰਦੇ, ਕਈ ਅਜਿਹੇ ਦੋਸਤ, ਜੋ ਪਿਛਲੀ ਲੜਾਈ ਵਿਚ ਉਹਦੇ ਮੋਢੇ ਨਾਲ ਮੋਢਾ ਮਿਲਾ ਕੇ ਮਿੱਤਰ ਸ਼ਕਤੀਆਂ ਦੇ ਦੁਸ਼ਮਣਾਂ ਨਾਲ ਲੜੇ ਸਨ, ਪਰ ਹੁਣ ਇਕ-ਦੂਸਰੇ ਦੀ ਜਾਨ ਦੇ ਪਿਆਸੇ ਬਣੇ ਹੋਏ ਸਨ।

ਸੂਬੇਦਾਰ ਰਬਨਿਵਾਜ਼ ਸੋਚਦਾ ਸੀ ਕਿ ਇਹ ਸਭ ਸੁਪਨਾ ਤਾਂ ਨਹੀਂ-ਪਿਛਲੇ ਮਹਾਂਯੁੱਧ ਦਾ ਐਲਾਨ; ਭਰਤੀ, ਕੱਦ ਅਤੇ ਛਾਤੀਆਂ ਦੀ ਪੈਮਾਇਸ਼, ਪੀ. ਟੀ. ਚਾਂਦਮਾਰੀ ਅਤੇ ਫਿਰ ਮੋਰਚੇ; ਏਧਰੋਂ ਓਧਰ, ਓਧਰੋਂ ਏਧਰ; ਅਖੀਰ ਜੰਗ ਦਾ ਖ਼ਾਤਮਾ, ਫਿਰ ਇਕਦਮ ਪਾਕਿਸਤਾਨ ਦੀ ਸਥਾਪਨਾ ਅਤੇ ਨਾਲ ਹੀ ਕਸ਼ਮੀਰ ਦੀ ਲੜਾਈ, ਉਪਰ ਥੱਲੇ ਕਿੰਨੀਆਂ ਖ਼ਬਰਾਂ-ਰਬਨਿਵਾਜ਼ ਸੋਚਦਾ ਸੀ ਕਿ ਕਰਨ ਵਾਲੇ ਨੇ ਇਹ ਸਭ ਕੁਝ ਸੋਚ-ਸਮਝ ਕੇ ਕੀਤਾ ਹੈ, ਤਾਂ ਕਿ ਦੂਸਰੇ ਸਮਝ ਨਾ ਸਕਣ, ਦੇਖਿਆ ਜਾਵੇ ਇਹ ਵੀ ਕੋਈ ਗੱਲ ਹੈ ਕਿ ਐਨੀ ਜਲਦੀ ਐਨੇ ਵੱਡੇ ਇਨਕਲਾਬ ਬਰਸ ਪੈਣ।

ਐਨੀ ਗੱਲ ਤਾਂ ਸੂਬੇਦਾਰ ਰਬਨਿਵਾਜ਼ ਦੀ ਸਮਝ ਵਿਚ ਆਉਂਦੀ ਸੀ ਕਿ ਉਹ ਕਸ਼ਮੀਰ ਹਾਸਲ ਕਰਨ ਲਈ ਲੜ ਰਹੇ ਹਨ। ਕਸ਼ਮੀਰ ਕਿਉਂ ਹਾਸਲ ਕਰਨਾ ਹੈ; ਇਹ ਹੀ ਉਹ ਚੰਗੀ ਤਰ੍ਹਾਂ ਸਮਝਦਾ ਸੀ, ਪਾਕਿਸਤਾਨ ਦੀ ਜ਼ਿੰਦਗੀ ਲਈ ਉਹਦਾ ਮਿਲਣਾ ਅਤਿ ਜ਼ਰੂਰੀ ਹੈ ਪਰ ਨਿਸ਼ਾਨ ਬਿੰਨਦਿਆਂ ਜਦੋਂ ਕੋਈ ਜਾਣੀ ਪਛਾਣੀ ਸੂਰਤ ਦਿਸ ਪੈਂਦੀ ਸੀ, ਉਹ ਕੁਝ ਸਮੇਂ ਲਈ ਭੁੱਲ ਜਾਂਦਾ ਸੀ ਕਿ ਉਹ ਕਿਸ ਮਤਲਬ ਲਈ ਲੜ ਰਿਹਾ ਹੈ, ਕਿਸ ਮਕਸਦ ਲਈ ਉਸ ਨੇ ਬੰਦੂਕ ਉਠਾਈ ਹੈ-ਉਹ ਇਹ ਸ਼ਾਇਦ ਇਸੇ ਲਈ ਭੁੱਲਦਾ ਸੀ ਕਿ ਉਸ ਨੂੰ ਵਾਰ ਵਾਰ ਖੁਦ ਨੂੰ ਯਾਦ ਕਰਾਉਣਾ ਪੈਂਦਾ

ਸੀ ਕਿ ਹੁਣ ਉਹ ਸਿਰਫ ਤਨਖਾਹ, ਜ਼ਮੀਨ ਦੇ ਮੁਰੱਬਿਆਂ ਅਤੇ ਤਮਗਿਆਂ ਲਈ ਨਹੀਂ ਸਗੋਂ ਆਪਣੇ ਵਤਨ ਦੀ ਖ਼ਾਤਿਰ ਲੜ ਰਿਹਾ ਹੈ; ਇਹ ਵਤਨ ਪਹਿਲਾਂ ਵੀ ਉਸ ਦਾ ਵਤਨ ਸੀ, ਉਹ ਉਸੇ ਇਲਾਕੇ ਦਾ ਰਹਿਣ ਵਾਲਾ ਸੀ ਜਿਹੜਾ ਹੁਣ ਪਾਕਿਸਤਾਨ ਦਾ ਇਕ ਹਿਸਾ ਬਣ ਗਿਆ ਸੀ, ਹੁਣ ਉਸ ਨੂੰ ਆਪਣੇ ਉਸੇ ਹਮਵਤਨ ਦੇ ਖਿਲਾਫ਼ ਲੜਣਾ ਸੀ ਜੋ ਕਦੇ ਉਸ ਦਾ ਗੁਆਂਢੀ ਸੀ, ਜਿਸ ਦੇ ਖਾਨਦਾਨ ਨਾਲ ਉਸ ਦੇ ਖਾਨਦਾਨ ਦੀ ਪੀੜ੍ਹੀ-ਦਰ-ਪੀੜ੍ਹੀ ਡੂੰਘੇ ਸਬੰਧ ਸਨ। ਹੁਣ ਉਸ ਦਾ ਵਤਨ ਉਹੀ ਸੀ, ਜਿਸ ਦਾ ਪਾਣੀ ਤਕ ਉਸ ਨੇ ਕਦੇ ਨਹੀਂ ਪੀਤਾ ਸੀ, ਪਰ ਹੁਣ ਉਹਦੀ ਖਾਤਰ ਇਕਦਮ ਉਸ ਦੇ ਮੋਢੇ 'ਤੇ ਬੰਦੂਕ ਰੱਖ ਕੇ ਇਹ ਹੁਕਮ ਦਿੱਤਾ ਗਿਆ ਕਿ ਜਾਹ, ਇਹ ਥਾਂ, ਜਿਥੇ ਤੂੰ ਆਪਣੇ ਘਰ ਲਈ ਦੋ ਇੱਟਾਂ ਵੀ ਨਹੀਂ ਚਿਣੀਆਂ, ਜਿਸ ਦੀ ਹਵਾ ਅਤੇ ਪਾਣੀ ਦਾ ਸੁਆਦ ਵੀ ਅਜੇ ਤੱਕ ਤੇਰੇ ਮੂੰਹ ਵਿਚ ਠੀਕ ਤਰ੍ਹਾਂ ਨਹੀਂ ਬੈਠਿਆ, ਤੇਰਾ ਦੇਸ਼ ਹੈ... ਜਾਓ ਇਸ ਵਤਨ ਦੀ ਖ਼ਾਤਰ ਹਿੰਦੁਸਤਾਨ ਨਾਲ ਲੜੋ, ਉਸ ਹਿੰਦੁਸਤਾਨ ਨਾਲ ਜਿਸ ਦੀ ਹਿਕ ਵਿਚ ਤੂੰ ਆਪਣੀ ਉਮਰ ਦੇ ਦਿਨ ਗੁਜ਼ਾਰੇ ਹਨ।...

ਰਬਨਿਵਾਜ਼ ਸੋਚਦਾ ਸੀ ਕਿ ਇਹੋ ਹਾਲ ਉਨ੍ਹਾਂ ਮੁਸਲਮਾਨ ਫੌਜੀਆਂ ਦਾ ਹੈ, ਜੋ ਹਿੰਦੁਸਤਾਨ ਵਿਚ ਆਪਣਾ ਘਰ-ਬਾਰ ਛੱਡ ਕੇ ਇੱਥੇ ਆਏ ਹਨ, ਉਥੇ ਉਨ੍ਹਾਂ ਤੋਂ ਸਭ ਕੁਝ ਖੋਹ ਲਿਆ ਗਿਆ ਸੀ, ਜਿੱਥੇ ਆ ਕੇ ਉਨ੍ਹਾਂ ਨੂੰ ਹੋਰ ਤਾਂ ਕੁਝ ਨਹੀਂ ਮਿਲਿਆ ਪਰ ਬੰਦੂਕਾਂ ਮਿਲ ਗਈਆਂ ਹਨ, ਉਸੇ ਵਜ਼ਨ ਦੀਆਂ, ਉਸੇ ਸ਼ਕਲ ਦੀਆਂ, ਉਸੇ ਮਾਰਕਾ ਅਤੇ ਛਾਪ ਦੀਆਂ।

ਪਹਿਲਾਂ ਸਾਰੇ ਮਿਲ ਕੇ ਇਹ ਅਜਿਹੇ ਦੁਸ਼ਮਣ ਨਾਲ ਲੜਦੇ ਸਨ, ਜਿੰਨ੍ਹਾਂ ਨੂੰ ਉਨ੍ਹਾਂ ਦੇ ਪੇਟ ਅਤੇ ਪੈਸੇ ਖਾਤਰ ਆਪਣਾ ਦੁਸ਼ਮਣ ਮੰਨ ਲਿਆ ਸੀ-ਹੁਣ ਉਹ ਖੁਦ ਦੋ ਭਾਗਾਂ ਵਿਚ ਵੰਡੇ ਗਏ ਸਨ। ਪਹਿਲਾਂ ਸਾਰੇ ਹਿੰਦੁਸਤਾਨੀ। ਓਧਰ ਹਿੰਦੁਸਤਾਨ ਵਿਚ ਮੁਸਲਮਾਨ ਫ਼ੌਜੀ ਸਨ। ਰਬਨਿਵਾਜ਼ ਜਦੋਂ ਉਨ੍ਹਾਂ ਬਾਰੇ ਸੋਚਦਾ ਤਾਂ ਉਹਦੇ ਦਿਮਾਗ ਵਿਚ ਇਕ ਅਜੀਬ ਗੜਬੜ ਜਿਹੀ ਪੈਦਾ ਹੋ ਜਾਂਦੀ ਅਤੇ ਜਦੋਂ ਉਹ ਕਸ਼ਮੀਰ ਬਾਰੇ ਸੋਚਦਾ ਤਾਂ ਉਹਦਾ ਦਿਮਾਗ ਬਿਲਕੁਲ ਜਵਾਬ ਦੇ ਜਾਂਦਾ। ਪਾਕਿਸਤਾਨੀ ਫ਼ੌਜੀ ਕਸ਼ਮੀਰ ਲਈ ਲੜ ਰਹੇ ਸਨ ਜਾਂ ਕਸ਼ਮੀਰ ਦੇ ਮੁਸਲਮਾਨਾਂ ਲਈ। ਜੇਕਰ ਉਹ ਕਸ਼ਮੀਰ ਦੇ ਮੁਸਲਮਾਨਾਂ ਲਈ ਲੜ ਰਹੇ ਹਨ ਤਾਂ ਹੈਦਰਾਬਾਦ ਅਤੇ ਜੂਨਾਗੜ੍ਹ ਦੇ ਮੁਸਲਮਾਨਾਂ ਲਈ ਕਿਉਂ ਉਹਨਾਂ ਨੂੰ ਲੜਣ ਲਈ ਨਹੀਂ ਕਿਹਾ ਜਾਂਦਾ; ਅਤੇ ਜੇਕਰ ਇਹ ਜੰਗ ਠੀਕ ਇਸਲਾਮੀ ਜੰਗ ਹੈ ਤਾਂ ਦੁਨੀਆਂ ਦੇ ਦੂਸਰੇ ਇਸਲਾਮੀ ਮੁਲਕ ਇਸ ਜੰਗ ਵਿਚ ਕਿਉਂ ਹਿਸਾ ਨਹੀਂ ਲੈਂਦੇ-ਰਬਨਿਵਾਜ਼ ਬਹੁਤ ਸੋਚ ਵਿਚਾਰ ਤੋਂ ਬਾਅਦ ਇਸ ਨਤੀਜੇ 'ਤੇ ਪਹੁੰਚਿਆ ਕਿ ਅਜਿਹੀਆਂ ਬਾਰੀਕ-ਬਾਰੀਕ ਗੱਲਾਂ ਫ਼ੌਜੀ ਨੂੰ ਬਿਲਕੁਲ ਨਹੀਂ ਸੋਚਣੀਆਂ ਚਾਹੀਦੀਆਂ, ਫੌਜੀ ਦੀ ਅਕਲ ਮੋਟੀ ਹੋਣੀ ਚਾਹੀਦੀ ਹੈ, ਮੋਟੀ ਅਕਲਵਾਲਾ ਹੀ ਵਧੀਆ ਸਿਪਾਹੀ ਹੋ ਸਕਦਾ ਹੈ, ਪਰ ਕਦੇ ਕਦੇ ਉਹ ਚੋਰ ਦਿਮਾਗ ਨਾਲ ਇਨ੍ਹਾਂ ਗੱਲਾਂ 'ਤੇ ਗ਼ੌਰ ਕਰ ਲੈਂਦਾ ਸੀ ਅਤੇ ਬਾਅਦ ਵਿਚ ਆਪਣੀ ਇਸ ਹਰਕਤ 'ਤੇ ਖੁੱਲ੍ਹ ਕੇ ਹੱਸਦਾ ਸੀ।

ਕਿਸ਼ਨ ਗੰਗਾ ਦਰਿਆ ਦੇ ਕਿਨਾਰੇ ਉਸ ਸੜਕ ਲਈ ਜੋ ਮੁਜ਼ੱਫਰਾਬਾਦ ਤੋਂ ਕਰਨ ਜਾਂਦੀ ਹੈ, ਕੁਝ ਸਮੇਂ ਤੋਂ ਲੜਾਈ ਹੋ ਰਹੀ ਸੀ। ਅਜੀਬੋ-ਗਰੀਬ ਲੜਾਈ ਸੀ। ਰਾਤ ਨੂੰ ਕਈ ਵਾਰੀ ਆਸ-ਪਾਸ ਦੀਆਂ ਪਹਾੜੀਆਂ ਫ਼ਾਇਰਾਂ ਦੀ ਥਾਂ ਗੰਦੀਆਂ-

ਮੰਦੀਆਂ ਗਾਲ੍ਹਾਂ ਨਾਲ ਗੂੰਜ ਉਠਦੀਆਂ ਸਨ।

ਇਕ ਵਾਰ ਸੂਬੇਦਾਰ ਰਬਨਿਵਾਜ਼ ਆਪਣੀ ਪਲਟਣ ਦੇ ਜਵਾਨਾਂ ਨਾਲ ਰਾਤ ਦਾ ਹਮਲਾ ਕਰਨ ਲਈ ਤਿਆਰ ਹੋ ਰਿਹਾ ਸੀ ਕਿ ਦੂਰ ਹੇਠਾਂ ਇਕ ਖਾਈ ਤੋਂ ਗਾਲ੍ਹਾਂ ਦਾ ਰੌਲਾ ਉਠਿਆ। ਪਹਿਲਾਂ ਤਾਂ ਉਹ ਘਬਰਾ ਗਿਆ। ਅਜਿਹਾ ਲਗਦਾ ਸੀ ਕਿ ਬਹੁਤ ਸਾਰੇ ਭੂਤ ਮਿਲ ਕੇ ਨੱਚ ਰਹੇ ਹਨ, ਉਹ ਬੁੜਬੁੜਾਇਆ- "ਖੰਜ਼ੀਰ ਦੀ ਦੁੰਮ...ਇਹ ਕੀ ਹੋ ਰਿਹਾ ਹੈ?"

ਇਕ ਜਵਾਨ ਨੇ ਗੂੰਜਦੀਆਂ ਹੋਈਆਂ ਆਵਾਜ਼ਾਂ ਨੂੰ ਸੰਬੋਧਨ ਹੋ ਕੇ ਇਕ ਵੱਡੀ ਗਾਲ੍ਹ ਕੱਢੀ ਅਤੇ ਰਬਨਿਵਾਜ਼ ਨੂੰ ਕਿਹਾ : "ਸੂਬੇਦਾਰ ਸਾਹਿਬ, ਗਾਲ੍ਹਾਂ ਦੇ ਰਹੇ ਹਨ ਆਪਣੀ ਮਾਂ ਦੇ ਯਾਰ।"

ਰਬਨਿਵਾਜ਼ ਇਹ ਗਾਲ ਸੁਣ ਰਿਹਾ ਸੀ, ਜੋ ਬਹੁਤ ਉਕਸਾਉਣ ਵਾਲੀਆਂ ਸਨ। ਉਸ ਦੇ ਮਨ 'ਚ ਆਇਆ ਕਿ ਕਤਲੇ-ਆਮ ਦਾ ਹੁਕਮ ਬੋਲਦੇ ਪਰ ਅਜਿਹਾ ਕਰਨਾ ਗ਼ਲਤੀ ਸੀ ਇਸ ਲਈ ਉਹ ਚੁੱਪ ਰਿਹਾ। ਕੁਝ ਦੇਰ ਜਵਾਨ ਵੀ ਚੁੱਪ ਰਹੇ ਪਰ ਜਦੋਂ ਪਾਣੀ ਸਿਰੋਂ ਲੰਘ ਗਿਆ ਤਾਂ ਉਨ੍ਹਾਂ ਨੇ ਵੀ ਸੰਘ ਫਾੜ ਫਾੜ ਕੇ ਗਾਲ੍ਹਾ ਕੱਢਣੀਆਂ ਸ਼ੁਰੂ ਕਰ ਦਿੱਤੀਆਂ। ਰਬਨਿਵਾਜ਼ ਲਈ ਇਸ ਕਿਸਮ ਦੀ ਲੜਾਈ ਬਿਲਕੁਲ ਨਵੀਂ ਚੀਜ਼ ਸੀ, ਉਸ ਨੇ ਜਵਾਨਾਂ ਨੂੰ ਦੋ-ਤਿੰਨ ਵਾਰ ਚੁੱਪ ਰਹਿਣ ਲਈ ਕਿਹਾ, ਪਰ ਗਾਲ੍ਹਾਂ ਹੀ ਕੁਝ ਅਜਿਹੀਆਂ ਸਨ ਕਿ ਜਵਾਬ ਦਿੱਤੇ ਬਿਨਾਂ ਉਨ੍ਹਾਂ ਤੋਂ ਰਿਹਾ ਨਹੀਂ ਜਾਂਦਾ ਸੀ।

ਦੁਸ਼ਮਣ ਦੇ ਸਿਪਾਹੀ ਨਜ਼ਰਾਂ ਤੋਂ ਪਰ੍ਹੇ ਸਨ। ਰਾਤ ਨੂੰ ਤਾਂ ਖੈਰ ਹਨੇਰਾ ਸੀ ਪਰ ਉਹ ਦਿਨ ਨੂੰ ਵੀ ਨਜ਼ਰ ਨਹੀਂ ਆਉਂਦੇ ਸਨ, ਸਿਰਫ਼ ਉਨ੍ਹਾਂ ਦੀਆਂ ਗਾਲ੍ਹਾਂ ਹੇਠਾਂ ਪਹਾੜੀ ਦੇ ਪੈਰਾਂ ਤੋਂ ਉਠਦੀਆਂ ਸਨ ਅਤੇ ਪੱਥਰਾਂ ਨਾਲ ਟਕਰਾ ਕੇ ਹਵਾ ਵਿਚ ਮਿਲ ਜਾਂਦੀਆਂ ਸਨ-ਰਬਨਿਵਾਜ਼ ਦੀ ਪਲਟਣ ਦੇ ਜਵਾਨ ਜਦੋਂ ਇਨ੍ਹਾਂ ਗਾਲ੍ਹਾਂ ਦਾ ਜਵਾਬ ਦਿੰਦੇ ਸਨ ਤਾਂ ਉਨ੍ਹਾਂ ਨੂੰ ਇਉਂ ਲੱਗਦਾ ਸੀ ਕਿ ਉਹ ਹੇਠਾਂ ਨਹੀਂ ਜਾਂਦੀਆਂ, ਉਤਾਂਹ ਨੂੰ ਉਡ ਜਾਂਦੀਆਂ ਹਨ; ਇਸ ਲਈ ਉਸ ਨੂੰ ਕਾਫੀ ਕੋਫ਼ਤ ਹੁੰਦੀ ਸੀ-ਉਸ ਨੇ ਖਿਝ ਕੇ ਹਮਲਾ ਕਰਨ ਦਾ ਹੁਕਮ ਦੇ ਦਿੱਤਾ।

ਰਬਨਿਵਾਜ਼ ਨੂੰ ਉਥੋਂ ਦੀਆਂ ਪਹਾੜੀਆਂ ਵਿਚ ਇਕ ਅਜੀਬ ਗੱਲ ਨਜ਼ਰ ਆਈ ਸੀ-ਚੜ੍ਹਾਈ ਵੱਲ ਕੋਈ ਪਹਾੜੀ ਦਰਖ਼ਤਾਂ ਅਤੇ ਬੂਟਿਆਂ ਨਾਲ ਲੱਦੀ-ਸਜੀ ਹੁੰਦੀ ਸੀ ਅਤੇ ਉਤਰਾਈ ਵੱਲ ਗੰਜੀ,; ਕਿਸੇ ਪਹਾੜੀ ਦੀ ਚੜ੍ਹਾਈ ਦਾ ਹਿੱਸਾ ਗੰਜਾ ਹੁੰਦਾ ਸੀ ਅਤੇ ਉਤਰਾਈ ਵੱਲ ਉਸੀ ਪਹਾੜੀ 'ਤੇ ਦਰਖ਼ਤ ਹੀ ਦਰਖ਼ਤ ਹੁੰਦੇ ਸਨ, ਚੀਲ ਦੇ ਲੰਬੇ ਦਰਖ਼ਤ-ਜਿਸ ਪਹਾੜੀ 'ਤੇ ਸੂਬੇਦਾਰ ਰਬਨਿਵਾਜ਼ ਦੀ ਪਲਟਣ ਸੀ, ਉਹਦੀ ਉਤਰਾਈ ਰੁੱਖਾਂ ਅਤੇ ਝਾੜੀਆਂ ਤੋਂ ਬੇਖ਼ਬਰ ਸੀ। ਸਪਸ਼ਟ ਹੈ ਕਿ ਹਮਲਾ ਬਹੁਤ ਹੀ ਖਤਰਨਾਕ ਸੀ, ਪਰ ਸਭ ਜਵਾਨ ਖੁਸ਼ੀ ਨਾਲ ਤਿਆਰ ਰਹੇ, ਦੋ ਜਵਾਨ ਮਾਰੇ ਗਏ ਅਤੇ ਚਾਰ ਜ਼ਖ਼ਮੀ ਹੋਏ; ਦੁਸ਼ਮਣ ਦੇ ਤਿੰਨ ਆਦਮੀ ਮਾਰੇ ਗਏ, ਬਾਕੀ ਰਸਦ ਦਾ ਕੁਝ ਸਮਾਨ ਛੱਡ ਕੇ ਭੱਜ ਨਿਕਲੇ।

ਸੂਬੇਦਾਰ ਰਬਨਿਵਾਜ਼ ਅਤੇ ਉਸ ਦੇ ਜਵਾਨਾਂ ਨੂੰ ਇਸ ਗੱਲ ਦਾ ਬੜਾ ਦੁੱਖ ਸੀ ਕਿ ਦੁਸ਼ਮਣ ਦਾ ਕੋਈ ਜਿਉਂਦਾ ਸਿਪਾਹੀ ਉਨ੍ਹਾਂ ਦੇ ਹੱਥ ਨਹੀਂ ਆਇਆ ਜਿਸ ਨੂੰ ਗਾਲ੍ਹਾਂ ਦਾ ਖੂਬ ਮਜਾ ਚਖਾਉਂਦੇ; ਪਰ ਇਹ ਮੋਰਚਾ ਫ਼ਤਹਿ ਕਰਨ ਨਾਲ ਉਨ੍ਹਾਂ

ਨੇ ਇਕ ਮਹੱਤਵਪੂਰਨ ਪਹਾੜੀ 'ਤੇ ਕਬਜਾ ਕਰ ਲਿਆ ਸੀ-ਵਾਇਰਲੈਸ ਰਾਹੀਂ ਸੂਬੇਦਾਰ ਰਬਨਿਵਾਜ਼ ਨੇ ਪਲਟਣ ਕਮਾਂਡਰ ਮੇਜਰ ਅਸਲਮ ਨੂੰ ਫੌਰਨ ਆਪਣੇ ਹਮਲੇ ਦੇ ਨਤੀਜੇ ਤੋਂ ਜਾਣੂ ਕਰਵਾ ਦਿੱਤਾ ਸੀ ਅਤੇ ਸ਼ਾਬਾਸ਼ ਵਸੂਲ ਕੀਤੀ ਸੀ।

ਕਰੀਬ-ਕਰੀਬ ਹਰ ਪਹਾੜੀ ਦੀ ਚੋਟੀ 'ਤੇ ਪਾਣੀ ਦਾ ਇਕ ਤਲਾਅ ਜਿਹਾ ਹੁੰਦਾ ਸੀ। ਇਸ ਪਹਾੜੀ ਉਤੇ ਵੀ ਤਲਾਅ ਸੀ ਪਰ ਦੂਜੀਆਂ ਪਹਾੜੀਆਂ ਦੇ ਤਲਾਬਾਂ ਦੇ ਮੁਕਾਬਲੇ ਵਿਚ ਜ਼ਿਆਦਾ ਵੱਡਾ; ਇਸ ਦਾ ਪਾਣੀ ਸਾਫ਼ ਤੇ ਸਵੱਛ ਸੀ। ਭਾਵੇਂ ਮੌਸਮ ਸਖ਼ਤ ਸਰਦ ਸੀ ਪਰ ਸਾਰੇ ਨਹਾਏ, ਦੰਦ ਵਜਦੇ ਰਹੇ ਪਰ ਉਨ੍ਹਾਂ ਨੇ ਕੋਈ ਪ੍ਰਵਾਹ ਨਾ ਕੀਤੀ। ਉਹ ਅਜੇ ਇਸ ਸ਼ੁਗਲ ਵਿਚ ਮਸ਼ਰੂਫ ਸਨ ਕਿ ਫ਼ਾਇਰ ਦੀ ਆਵਾਜ਼ ਆਈ। ਸਭ ਨੰਗੇ ਹੀ ਲੇਟ ਗਏ। ਥੋੜ੍ਹੇ ਦੇਰ ਦੇ ਬਾਅਦ ਸੂਬੇਦਾਰ ਰਬਨਿਵਾਜ਼ ਨੇਂ ਦੂਰਬੀਨ ਲਗਾ ਕੇ ਹੇਠਾਂ ਢਲਾਨਾਂ 'ਤੇ ਨਜ਼ਰ ਮਾਰੀ, ਪਰ ਉਸ ਨੂੰ ਦੁਸ਼ਮਣ ਦੇ ਲੁਕਣ ਦੀ ਥਾਂ ਦਾ ਪਤਾ ਨਾ ਲੱਗਿਆ। ਉਸ ਦੇ ਦੇਖਦੇ-ਦੇਖਦੇ ਇਕ ਹੋਰ ਫ਼ਾਇਰ ਹੋਇਆ। ਦੂਰ ਉਤਰਾਈ ਪਿੱਛੇ ਇਕ ਛੋਟੀ ਜਿਹੀ ਪਹਾੜੀ ਦੀ ਦਾੜ੍ਹੀ ਚੋਂ ਧੂੰਆਂ ਉਠਦਾ ਦਿਸਿਆ, ਉਸ ਨੇ ਫ਼ੌਰਨ ਹੀ ਆਪਣੇ ਜਵਾਨਾਂ ਨੂੰ ਫ਼ਾਇਰ ਕਰਨ ਦਾ ਹੁਕਮ ਦਿੱਤਾ।

ਏਧਰੋਂ ਧੜਾ-ਧੜ ਫ਼ਾਇਰ ਹੋਏ। ਓਧਰੋਂ ਵੀ ਜਵਾਬ ਵਿਚ ਗੋਲੀਆਂ ਚੱਲਣ ਲੱਗੀਆਂ। ਸੂਬੇਦਾਰ ਰਬਨਿਵਾਜ਼ ਨੇ ਦੂਰਬੀਨ ਨਾਲ ਦੁਸ਼ਮਣ ਦੀ ਪੋਜ਼ੀਸ਼ਨ ਦਾ ਗ਼ੌਰ ਨਾਲ ਨਿਰੀਖਣ ਕੀਤਾ। ਉਹ ਸ਼ਾਇਦ ਵੱਡੇ ਪੱਥਰਾਂ ਪਿੱਛੇ ਸੁਰੱਖਿਅਤ ਸਨ, ਪਰ ਇਹ ਸੁਰੱਖਿਅਤ ਕੰਧ ਬਹੁਤ ਹੀ ਛੋਟੀ ਸੀ, ਜ਼ਿਆਦਾ ਦੇਰ ਤੱਕ ਉਹ ਜੰਮੇ ਨਹੀਂ ਰਹਿ ਸਕਦੇ ਸਨ; ਉਨ੍ਹਾਂ ਵਿਚੋਂ ਜੋ ਵੀ ਏਧਰ ਜਾਂ ਓਧਰ ਹੁੰਦਾ ਤਾਂ ਉਸ ਦਾ ਸੂਬੇਦਾਰ ਰਬਨਿਵਾਜ਼ ਦੀ ਜ਼ੱਦ 'ਚ ਆਉਣਾ ਯਕੀਨੀ ਸੀ।

ਕੁਝ ਚਿਰ ਫ਼ਾਇਰ ਹੁੰਦੇ ਰਹੇ। ਉਸ ਦੇ ਬਾਅਦ ਰਬਨਿਵਾਜ਼ ਨੇ ਆਪਣੇ ਜਵਾਨਾਂ ਨੂੰ ਮਨ੍ਹਾਂ ਕਰ ਦਿੱਤਾ ਕਿ ਉਹ ਗੋਲੀਆਂ ਨਸ਼ਟ ਨਾ ਕਰਨ, ਸਿਰਫ਼ ਤਾਕ 'ਚ ਰਹਿਣ...ਜਿਉਂ ਹੀ ਕੋਈ ਸਿਪਾਹੀ ਪੱਥਰਾਂ ਦੀ ਦੀਵਾਰ ਦੇ ਪਿਛੋਂ ਨਿਕਲ ਕੇ ਏਧਰ ਜਾਂ ਓਧਰ ਜਾਣ ਦੀ ਕੋਸ਼ਿਸ਼ ਕਰੇ, ਉਸ ਨੂੰ ਉਡਾ ਦਿਓ-ਇਹ ਹੁਕਮ ਦੇ ਕੇ ਉਸ ਨੇ ਆਪਣੇ ਅਲਫ਼ ਨੰਗੇ ਸਰੀਰ ਵੱਲ ਦੇਖਿਆ ਅਤੇ ਬੁੜਬੜਾਇਆ : "ਖਿੰਜ਼ੀਰ ਦੀ ਦੁਮ...ਕਪੜਿਆਂ ਤੋਂ ਬਿਨਾਂ ਆਦਮੀ ਹੈਵਾਨ ਹੁੰਦਾ ਹੈ।"

ਲੰਬੇ ਲੰਬੇ ਵਕਫ਼ਿਆਂ ਪਿੱਛੋਂ ਦੁਸ਼ਮਣ ਵੱਲੋਂ ਇੱਕਾ-ਦੁੱਕਾ ਫ਼ਾਇਰ ਹੁੰਦਾ ਰਿਹਾ; ਏਧਰੋਂ ਵੀ ਉਸ ਦਾ ਜਵਾਬ ਕਦੇ ਕਦੇ ਦੇ ਦਿੱਤਾ ਜਾਂਦਾ, ਇਹ ਖੇਡ ਪੂਰੇ ਦੋ ਦਿਨ ਜਾਰੀ ਰਹੀ।

ਮੌਸਮ ਇਕਦਮ ਬਹੁਤ ਸਰਦ ਹੋ ਗਿਆ ਸੀ। ਇਸ ਕਦਰ ਕਿ ਦਿਨ ਨੂੰ ਵੀ ਖ਼ੂਨ ਜੰਮਣ ਲਗ ਪੈਂਦਾ ਸੀ। ਇਸ ਲਈ ਸੂਬੇਦਾਰ ਰਬਨਿਵਾਜ਼ ਨੇ ਚਾਹ ਦੇ ਦੌਰ ਸ਼ੁਰੂ ਕਰਵਾ ਦਿੱਤੇ। ਹਰ ਵੇਲੇ ਅੱਗ 'ਤੇ ਕੇਤਲੀ ਧਰੀ ਰਹਿੰਦੀ। ਜਿਉਂ ਹੀ ਠੰਢ ਵਧੇਰੇ ਸਤਾਉਂਦੀ ਇਕ ਦੌਰ ਹੋਰ ਉਹ ਗਰਮ ਗਰਮ ਚਾਹ ਦਾ ਹੋ ਜਾਂਦਾ। ਉਂਜ ਦੁਸ਼ਮਣ 'ਤੇ ਬਰਾਬਰ ਨਜ਼ਰ ਸੀ। ਏਧਰ ਇਕ ਜਵਾਨ ਹਟਦਾ, ਓਧਰ ਦੂਜਾ ਉਸ ਦੀ ਜਗ੍ਹਾ ਫ਼ੌਰਨ ਦੂਰਬੀਨ ਲੈ ਕੇ ਬੈਠ ਜਾਂਦਾ।

ਹੱਡੀਆਂ ਤੱਕ ਲਹਿ ਜਾਣ ਵਾਲੀ ਠੰਢੀ ਹਵਾ ਚੱਲ ਰਹੀ ਸੀ-ਜਦੋਂ ਉਸ ਜਵਾਨ ਨੇ ਜੋ ਪਹਿਰੇ 'ਤੇ ਸੀ, ਦੱਸਿਆ ਕਿ ਪੱਥਰਾਂ ਦੀ ਦੀਵਾਰ ਦੇ ਪਿੱਛੇ ਕੁਝ ਗੜਬੜ

ਹੋ ਰਹੀ ਹੈ ਤਾਂ ਸੂਬੇਦਾਰ ਰਬਨਿਵਾਜ਼ ਨੇ ਉਸ ਤੋਂ ਦੂਰਬੀਨ ਲਈ ਅਤੇ ਗ਼ੌਰ ਨਾਲ ਦੇਖਿਆ। ਉਸ ਨੂੰ ਕੋਈ ਹਰਕਤ ਨਜ਼ਰ ਨਾ ਆਈ, ਲੇਕਿਨ ਫ਼ੌਰਨ ਹੀ ਇਕ ਆਵਾਜ਼ ਬੁਲੰਦ ਹੋਈ ਅਤੇ ਦੇਰ ਤਕ ਉਸ ਦੀ ਗੂੰਜ ਆਸਪਾਸ ਦੀਆਂ ਪਹਾੜੀਆਂ ਦੇ ਨਾਲ ਟਕਰਾਉਂਦੀ ਰਹੀ। ਰਬਨਿਵਾਜ਼ ਇਸ ਦਾ ਮਤਲਬ ਨਾ ਸਮਝਿਆ। ਇਸ ਦੇ ਜਵਾਬ ਵਿਚ ਉਸ ਨੇ ਆਪਣੀ ਬੰਦੂਕ ਦਾਗ ਦਿੱਤੀ, ਉਸ ਦੀ ਗੂੰਜ ਹਟੀ ਤਾਂ ਫਿਰ ਉਧਰੋਂ ਆਵਾਜ਼ ਬੁਲੰਦ ਹੋਈ ਜੋ ਸਾਫ਼ ਤੌਰ 'ਤੇ ਉਸ ਨੂੰ ਮੁਖ਼ਾਤਿਬ ਸੀ।

ਰਬਨਿਵਾਜ਼ ਚੀਖ਼ਿਆ : "ਖ਼ਿਜ਼ੀਰ ਦੀ ਦੁਮ, ਬੋਲ ਕੀ ਕਹਿੰਦਾ ਹੈ ਤੂੰ!"

ਫ਼ਾਸਿਲਾ ਜ਼ਿਆਦਾ ਨਹੀਂ ਸੀ-ਰਬਨਿਵਾਜ਼ ਦੇ ਅਲਫ਼ਾਜ ਦੁਸ਼ਮਣ ਤਕ ਪਹੁੰਚ ਗਏ, ਕਿਉਂਕਿ ਉਧਰੋਂ ਕਿਸੇ ਨੇ ਕਿਹਾ : "ਗਾਲ੍ਹ ਨਾ ਕੱਢ ਭਰਾਵਾ!"

ਰਬਨਿਵਾਜ਼ ਨੇ ਆਪਣੇ ਜਵਾਨਾਂ ਵੱਲ ਦੇਖਿਆ ਅਤੇ ਬੜੀ ਝੁੰਜਲਾਈ ਹਾਲਤ ਨਾਲ ਕਿਹਾ, "ਭਰਾ...?" ਫਿਰ ਉਹ ਆਪਣੇ ਮੂੰਹ ਦੇ ਅੱਗੇ ਦੋਵਾਂ ਹੱਥਾਂ ਦਾ ਭੋਂਪੂ ਬਣਾ ਕੇ ਚੀਕਿਆ : "ਭਾਈ ਹੋਵੇਗਾ ਤੇਰੀ ਮਾਂ ਦਾ ਜੰਮਿਆ... ਇਥੇ ਸਭ ਤੇਰੀ ਮਾਂ ਦੇ ਯਾਰ ਹਨ।"

ਇਕਦਮ ਉਧਰੋਂ ਇਕ ਜ਼ਖ਼ਮੀ ਆਵਾਜ਼ ਬੁਲੰਦ ਹੋਈ : "ਰਬਨਿਵਾਜ਼...।"

ਰਬਨਿਵਾਜ਼ ਕੰਬ ਗਿਆ।

ਜ਼ਖ਼ਮੀ ਆਵਾਜ਼ ਨੇੜੇ ਤੇੜੇ ਦੀਆਂ ਪਹਾੜੀਆਂ ਨਾਲ ਸਰ ਭੰਨਦੀ ਰਹੀ ਅਤੇ ਵਿਭਿੰਨ ਅੰਦਾਜ਼ ਵਿਚ 'ਰਬਨਿਵਾਜ਼, ਰਬਨਿਵਾਜ਼' ਦੁਹਰਾਉਂਦੀ ਅੰਤ 'ਚ ਖ਼ੂਨ ਜਮਾ ਦੇਣ ਵਾਲੀ ਠੰਢੀ ਹਵਾ ਦੇ ਨਾਲ ਪਤਾ ਨਹੀਂ ਕਿੱਥੇ ਉਡ ਗਈ।

ਬਹੁਤ ਦੇਰ ਬਾਅਦ ਰਬਨਿਵਾਜ਼ ਚੌਂਕਿਆ : "ਉਹ ਕੌਣ ਸੀ...?" ਫਿਰ ਉਹ ਆਹਿਸਤਾ ਨਾਲ ਬੁੜਬੁੜਾਇਆ : "ਖ਼ਿੰਜ਼ੀਰ ਦੀ ਦੁਮ!"

ਉਸ ਨੂੰ ਐਨਾ ਪਤਾ ਸੀ ਕਿ ਟੇਟਵਾਲ ਦੇ ਮੋਰਚੇ 'ਤੇ ਸਿਪਾਹੀਆਂ ਦੀ ਬਹੁਗਿਣਤੀ 6/9 ਰੈਜੀਮੈਂਟ ਦੀ ਹੈ; ਉਹ ਵੀ ਉਸੇ ਰੈਜੀਮੈਂਟ 'ਚ ਸੀ-ਪਰ ਇਹ ਆਵਾਜ਼ ਕਿਸ ਦੀ ਸੀ? ਉਹ ਅਜਿਹੇ ਜੇਸ਼ੁਮਾਰ ਆਦਮੀਆਂ ਨੂੰ ਜਾਣਦਾ ਸੀ ਜਿਹੜੇ ਕਦੇ ਉਸ ਦੇ ਨਿੱਘੇ ਦੋਸਤ ਸਨ, ਕੁਝ ਅਜਿਹੇ ਵੀ, ਜਿਨ੍ਹਾਂ ਨਾਲ ਉਸ ਦੀ ਦੁਸ਼ਮਣੀ ਸੀ ਕੁਝ ਨਿੱਜੀ ਕਾਰਨਾਂ ਕਰਕੇ; ਲੇਕਿਨ ਇਹ ਕੌਣ ਸੀ ਜਿਸ ਨੇ ਉਸ ਦੀ ਗਾਲ੍ਹ ਦਾ ਬੁਰਾ ਮੰਨ ਕੇ ਉਸ ਨੂੰ ਚੀਕ ਕੇ ਪੁਕਾਰਿਆ ਸੀ?

ਰਬਨਿਵਾਜ਼ ਨੇ ਦੂਰਬੀਨ ਲਗਾ ਕੇ ਦੇਖਿਆ, ਪਰ ਪਹਾੜੀ ਦੀ ਹਿੱਲਦੀ ਹੋਈ ਛਿਦਰੀ ਦਾੜ੍ਹੀ 'ਚ ਉਸ ਨੂੰ ਕੋਈ ਨਜ਼ਰ ਨਹੀਂ ਆਇਆ, ਦੋਵੇਂ ਹੱਥਾਂ ਦਾ ਫਿਰ ਭੋਂਪੂ ਬਣਾ ਕੇ ਉਸ ਨੇ ਜ਼ੋਰ ਨਾਲ ਆਪਣੀ ਆਵਾਜ਼ ਉਧਰ ਸੁੱਟੀ : "ਉਧਰ ਕੌਣ ਹੈ...? ਮੈਂ ਰਬਨਿਵਾਜ਼ ਬੋਲ ਰਿਹਾ ਹਾਂ...ਰਬਨਿਵਾਜ਼...ਰਬਨਿਵਾਜ਼।"

'ਰਬਨਿਵਾਜ਼' ਫਿਰ ਕੁਝ ਦੇਰ ਤਕ ਪਹਾੜੀਆਂ ਨਾਲ ਟਕਰਾਉਂਦਾ ਰਿਹਾ।

ਰਬਨਿਵਾਜ ਬੁੜਬੁੜਾਇਆ: "ਖ਼ਿੰਜ਼ੀਰ ਦੀ ਦੁਮ!"

ਫ਼ੌਰਨ ਹੀ ਉਧਰੋਂ ਆਵਾਜ਼ ਬੁਲੰਦ ਹੋਈ : "ਮੈਂ ਹਾਂ...ਮੈਂ ਹਾਂ ਰਾਮ ਸਿੰਘ।"

ਰਬਨਿਵਾਜ਼ ਇਹ ਸੁਣ ਕੇ ਇੰਜ ਕੁੱਦਿਆ ਜਿਵੇਂ ਉਹ ਛਾਲ ਮਾਰ ਕੇ ਦੂਜੇ ਪਾਸੇ ਜਾਣਾ ਚਹੁੰਦਾ ਹੋਵੇ। ਪਹਿਲਾਂ ਉਸ ਨੇ ਆਪਣੇ ਆਪ ਨੂੰ ਕਿਹਾ : "ਰਾਮ ਸਿੰਘ?" ਫਿਰ ਉਹ ਹਲਕ ਪਾੜ ਕੇ ਚੀਕਿਆ : "ਰਾਮ ਸਿੰਘ? ਓਏ ਰਾਮ ਸਿੰਘ...ਖ਼ਿੰਜ਼ੀਰ

ਦੀ ਦੁਮ...।"

'ਖ਼ਿੰਜ਼ੀਰ ਦੀ ਦੁਮ' ਅਜੇ ਪਹਾੜੀਆਂ ਦੇ ਨਾਲ ਟਕਰਾ-ਟਰਕਾ ਕੇ ਪੂਰੀ ਤਰ੍ਹਾਂ ਗੁੰਮ ਨਹੀਂ ਹੋਈ ਸੀ ਕਿ ਰਾਮ ਸਿੰਘ ਦੀ ਫਟੀ-ਫਟੀ ਆਵਾਜ਼ ਬੁਲੰਦ ਹੋਈ : "ਓਏ ਘੁਮਿਆਰ ਦੇ ਖੋਤੇ!"

ਰਬਨਿਵਾਜ਼ ਫੂ-ਫੂ ਕਰਨ ਲੱਗਿਆ। ਜਵਾਨਾਂ ਵੱਲ ਰੋਬਦਾਰ ਨਜ਼ਰਾਂ ਨਾਲ ਦੇਖਦੇ ਹੋਏ ਉਹ ਬੁੜਬੜਾਇਆ : "ਬਕਦਾ ਹੈ...ਖ਼ਿੰਜ਼ੀਰ ਦੀ ਦੁਮ।" ਫਿਰ ਉਸ ਨੇ ਰਾਮ ਸਿੰਘ ਨੂੰ ਜਵਾਬ ਦਿੱਤਾ : "ਓਏ ਬਾਬਾ ਟੱਲ ਦੇ ਕੜਾਹ ਪ੍ਰਸ਼ਾਦ...ਓਏ ਖ਼ਿੰਜ਼ੀਰ ਦੇ ਝਟਕੇ...।"

ਰਾਮ ਸਿੰਘ ਉਚੀ-ਉਚੀ ਠਹਾਕੇ ਮਾਰਨ ਲੱਗਾ, ਰਬਨਿਵਾਜ਼ ਵੀ ਜ਼ੋਰ ਜ਼ੋਰ ਦੀ ਹੱਸਣ ਲਗਿਆ; ਪਹਾੜੀਆਂ ਇਨ੍ਹਾਂ ਆਵਾਜ਼ਾਂ ਨੂੰ ਖੁਲ੍ਹੇ ਅੰਦਾਜ਼ ਵਿਚ ਇਕ ਦੂਜੇ ਵਲ ਉਛਾਲਦੀਆਂ ਰਹੀਆਂ।

ਸੂਬੇਦਾਰ ਰਬਨਿਵਾਜ਼ ਦੇ ਜਵਾਨ ਖ਼ਾਮੋਸ਼ ਸਨ।

ਜਦੋਂ ਹਾਸੇ ਦਾ ਦੌਰ ਖ਼ਤਮ ਹੋਇਆ ਤਾਂ ਓਧਰ ਤੋਂ ਰਾਮ ਸਿੰਘ ਦੀ ਆਵਾਜ਼ ਬੁਲੰਦ ਹੋਈ : "ਦੇਖੋ ਯਾਰ, ਅਸੀਂ ਚਾਹ ਪੀਣੀ ਹੈ।"

ਰਬਨਿਵਾਜ਼ ਬੋਲਿਆ : "ਪੀਓ ਨਾ...! ਐਸ਼ ਕਰੋ।"

ਰਾਮ ਸਿੰਘ ਚੀਕਿਆ : "ਓਏ ਐਸ਼ ਕਿਵੇਂ ਕਰੀਏ...ਸਾਮਾਨ ਤਾਂ ਸਾਡਾ ਓਧਰ ਪਿਆ ਹੈ।"

ਰਬਨਿਵਾਜ਼ ਨੇ ਪੁੱਛਿਆ : "ਕਿੱਧਰ?"

ਰਾਮ ਸਿੰਘ ਦੀ ਆਵਾਜ਼ ਆਈ : "ਓਧਰ... ਜਿੱਧਰ ਤੁਹਾਡਾ ਫ਼ਾਇਰ ਉਡਾ ਸਕਦਾ ਹੈ।"

ਰਬਨਿਵਾਜ਼ ਹੱਸਿਆ! "ਤਾਂ ਕੀ ਚਾਹੁੰਦੇ ਹੋ...ਖ਼ਿੰਜ਼ੀਰ ਦੀ ਦੁਮ।"

ਰਾਮ ਸਿੰਘ ਬੋਲਿਆ : "ਸਾਨੂੰ ਸਾਮਾਨ ਲੈ ਆਉਣ ਦੇ।"

"ਲੈ ਆ...!" ਰਬਨਿਵਾਜ਼ ਨੇ ਆਪਣੇ ਜਵਾਨਾਂ ਵੱਲ ਦੇਖਿਆ।

ਰਾਮ ਸਿੰਘ ਦੀ ਚਿੰਤਾ ਭਰੀ ਆਵਾਜ਼ ਬੁਲੰਦ ਹੋਈ : "ਤੂੰ ਉਡਾ ਦੇਵੇਂਗਾ ਸਾਨੂੰ, ਘੁਮਿਆਰ ਦੇ ਖੋਤੇ।"

ਰਬਨਿਵਾਜ਼ ਨੇ ਖਿਝ ਕੇ ਕਿਹਾ, "ਬਕ ਨਾ ਓਏ ਸੰਤੋਖਸਰ ਦੇ ਕੱਛੂਏ।"

ਰਾਮ ਸਿੰਘ ਹੱਸਿਆ : "ਕਸਮ ਖਾ ਕੇ ਤੂੰ ਸਾਨੂੰ ਨਹੀਂ ਮਾਰੇਂਗਾ?"

ਰਬਨਿਵਾਜ਼ ਨੇ ਪੁੱਛਿਆ : "ਕਿਸ ਦੀ ਕਸਮ ਖਾਵਾਂ?"

ਰਾਮ ਸਿੰਘ ਨੇ ਕਿਹਾ : "ਕਿਸੇ ਦੀ ਵੀ ਖਾ ਲੈ!"

ਰਬਨਿਵਾਜ਼ ਹੱਸਿਆ : "ਓਏ ਜਾ... ਮੰਗਵਾ ਲੈ ਆਪਣਾ ਸਾਮਾਨ।"

ਕੁਝ ਪਲ ਖ਼ਾਮੋਸ਼ੀ ਰਹੀ।

ਦੂਰਬੀਨ ਇਕ ਜਵਾਨ ਦੇ ਹੱਥ ਵਿਚ ਸੀ, ਉਸ ਨੇ ਅਰਥਪੂਰਨ ਨਜ਼ਰਾਂ ਨਾਲ ਸੂਬੇਦਾਰ ਰਬਨਿਵਾਜ਼ ਵੱਲ ਦੇਖਿਆ। ਉਹ ਬੰਦੂਕ ਚਲਾਉਣ ਹੀ ਵਾਲਾ ਸੀ ਕਿ ਰਬਨਿਵਾਜ਼ ਨੇ ਉਸ ਨੂੰ ਮਨ੍ਹਾ ਕਰ ਦਿੱਤਾ : "ਨਹੀਂ...ਨਹੀਂ।"

ਫਿਰ ਰਬਨਿਵਾਜ਼ ਨੇ ਦੂਰਬੀਨ ਲੈ ਕੇ ਖ਼ੁਦ ਹੀ ਦੇਖਿਆ।

ਦੁਸ਼ਮਣ ਦਾ ਇਕ ਸਿਪਾਹੀ ਡਰਦੇ-ਡਰਦੇ ਪੰਜਿਆਂ ਦੇ ਬਲ ਪੱਥਰਾਂ ਦੇ ਪਿੱਛੋਂ

ਨਿਕਲ ਰਿਹਾ ਸੀ; ਫਿਰ ਉਹ ਉਠਿਆ ਅਤੇ ਤੇਜ਼ੀ ਨਾਲ ਭੱਜਿਆ ਅਤੇ ਕੁਝ ਦੂਰ ਝਾੜੀਆਂ 'ਚ ਗਾਇਬ ਹੋ ਗਿਆ; ਕੁਝ ਦੇਰ ਬਾਅਦ ਉਹ ਝਾੜੀਆਂ 'ਚੋਂ ਨਿਕਲਿਆ ਤਾਂ ਉਸ ਦੇ ਦੋਵੇਂ ਹੱਥਾਂ 'ਚ ਕੁਝ ਸਾਮਾਨ ਸੀ, ਇਕ ਪਲ ਲਈ ਉਹ ਰੁਕਿਆ ਅਤੇ ਫਿਰ ਤੇਜ਼ੀ ਨਾਲ ਪੱਥਰਾਂ ਦੀ ਮਹਿਫ਼ੂਜ਼ ਦੀਵਾਰ ਵੱਲ ਭੱਜਿਆ ਅਤੇ ਆਖ਼ਿਰ ਉਥੇ ਪਹੁੰਚ ਗਿਆ।

ਉਹ ਨਜ਼ਰਾਂ ਤੋਂ ਪਰੇ ਹੋਇਆ ਤਾਂ ਰਬਨਿਵਾਜ਼ ਨੇ ਆਪਣੀ ਬੰਦੂਕ ਚਲਾ ਦਿੱਤੀ। ਤੜਾਕ ਨਾਲ ਰਬਨਿਵਾਜ਼ ਦਾ ਠਹਾਕਾ ਗੂੰਜਿਆ।

ਦੋਵੇਂ ਆਵਾਜ਼ਾਂ ਮਿਲ ਕੇ ਕੁਝ ਦੇਰ ਗੂੰਜਦੀਆਂ ਰਹੀਆਂ। ਫਿਰ ਰਾਮ ਸਿੰਘ ਦੀ ਆਵਾਜ਼ ਆਈ : "ਥੈਂਕਯੂ...।"

"ਨੋ ਮੈਂਸ਼ਨ...।" ਰਬਨਿਵਾਜ਼ ਨੇ ਇਹ ਕਹਿ ਕੇ ਜਵਾਨਾਂ ਵੱਲ ਦੇਖਿਆ : "ਤਾਂ ਇਕ ਰਾਊਂਡ ਹੋ ਜਾਏ।"

ਹਾਸੇ-ਮਜ਼ਾਕ ਦੇ ਤੌਰ 'ਤੇ ਦੋਹਾਂ ਪਾਸਿਆਂ ਤੋਂ ਗੋਲੀਆ ਚੱਲਣ ਲੱਗੀਆਂ-ਫਿਰ ਖ਼ਾਮੋਸ਼ੀ ਛਾ ਗਈ।

ਰਬਨਿਵਾਜ਼ ਨੇ ਦੂਰਬੀਨ ਲਗਾ ਕੇ ਦੇਖਿਆ-ਪੱਥਰਾਂ ਦੀ ਮਹਿਫ਼ੂਜ਼ ਦੀਵਾਰ ਦੀ ਓਟ 'ਚ ਧੂੰਆਂ ਉਠ ਰਿਹਾ ਸੀ। ਉਹ ਬੋਲਿਆ : "ਚਾਹ ਤਿਆਰ ਕਰ ਲਈ ਰਾਮ ਸਿੰਘ?"

ਓਧਰੋਂ ਜਵਾਬ ਮਿਲਿਆ : "ਅਜੇ ਕਿੱਥੇ ਓਏ ਘੁਮਿਆਰ ਦੇ ਖੋਤੇ।"

ਰਬਨਿਵਾਜ਼ ਜਾਤ ਦਾ ਘੁਮਿਆਰ ਸੀ, ਜਦੋਂ ਕੋਈ ਉਸ ਦੀ ਜਾਤ ਵੱਲ ਇਸ਼ਾਰਾ ਕਰਦਾ ਸੀ ਤਾਂ ਗੁੱਸੇ 'ਚ ਉਸ ਦਾ ਖ਼ੂਨ ਖੌਲਣ ਲਗਦਾ ਸੀ; ਇਕ ਸਿਰਫ਼ ਰਾਮ ਸਿੰਘ ਦੇ ਮੂੰਹ ਤੋਂ ਉਹ 'ਘੁਮਿਆਰ' ਬਰਦਾਸ਼ਤ ਕਰ ਲੈਂਦਾ ਸੀ, ਇਸ ਲਈ ਕਿ ਉਹ ਉਸ ਦਾ ਗੂੜ੍ਹਾ ਦੋਸਤ ਸੀ, ਇਕ ਹੀ ਪਿੰਡ ਵਿਚ ਪਲ ਕੇ ਦੋਵੇਂ ਜਵਾਨ ਹੋਏ ਸਨ; ਦੋਹਾਂ ਦੀ ਉਮਰ ਵਿਚ ਸਿਰਫ਼ ਕੁਝ ਦਿਨਾਂ ਦਾ ਫ਼ਰਕ ਸੀ, ਦੋਹਾਂ ਦੇ ਬਾਪ ਅਤੇ ਉਨ੍ਹਾਂ ਦੇ ਪਿਉ ਵੀ ਇਕ ਦੂਸਰੇ ਦੇ ਦੋਸਤ ਸਨ; ਦੋਵੇਂ ਇਕ ਹੀ ਸਕੂਲ ਵਿਚ ਪ੍ਰਾਇਮਰੀ ਤਕ ਪੜ੍ਹੇ ਸਨ। ਇਕ ਦਿਨ ਹੀ ਫ਼ੌਜ 'ਚ ਭਰਤੀ ਹੋਏ ਸਨ ਅਤੇ ਪਿਛਲੀ ਵੱਡੀ ਜੰਗ ਵਿਚ ਦੋਵੇਂ ਕਈ ਮੋਰਚਿਆਂ 'ਤੇ ਇਕੱਠੇ ਲੜੇ ਸਨ।

ਰਬਨਿਵਾਜ਼ ਆਪਣੇ ਜਵਾਨਾਂ ਦੀ ਨਜ਼ਰਾਂ 'ਚ ਖ਼ੁਦ ਨੂੰ ਸ਼ਰਮਿੰਦਾ ਕਰ ਕੇ ਬੁੜਬੁੜਾਇਆ : "ਖ਼ਿੰਜ਼ੀਰ ਦੀ ਦੁਮ ਅਜੇ ਵੀ ਬਾਜ਼ ਨਹੀਂ ਆਉਂਦਾ..." ਫਿਰ ਉਹ ਰਾਮ ਸਿੰਘ ਨੂੰ ਮੁਖ਼ਾਤਿਬ ਹੋਇਆ : "ਬਕ ਨਹੀਂ ਓਏ ਖੋਤੇ ਦੀ ਜੂੰ!"

ਰਾਮ ਸਿੰਘ ਦਾ ਠਹਾਕਾ ਗੂੰਜਿਆ।

ਰਬਨਿਵਾਜ਼ ਨੇ ਬਸ ਉਂਜ ਹੀ ਨਿਸ਼ਾਨਾ ਬੰਨ੍ਹ ਰੱਖਿਆ ਸੀ, ਉਂਜ ਹੀ ਉਸ ਨੇ ਲਬਲਬੀ ਦਬਾ ਦਿੱਤੀ। ਤੜਾਕ ਦੇ ਨਾਲ ਹੀ ਇਕ ਅਕਾਸ਼ ਨੂੰ ਚੀਰਦੀ ਚੀਕ ਬੁਲੰਦ ਹੋਈ।

ਰਬਨਿਵਾਜ਼ ਨੇ ਫ਼ੌਰਨ ਦੂਰਬੀਨ ਲਗਾਈ ਅਤੇ ਦੇਖਿਆ ਕਿ ਪੱਥਰਾਂ ਦੀ ਦੀਵਾਰ ਤੋਂ ਥੋੜ੍ਹਾ ਜਿਹਾ ਹਟ ਕੇ ਰਾਮ ਸਿੰਘ ਢਿੱਡ ਫੜੀ ਦੂਹਰਾ ਹੋਇਆ ਅਤੇ ਡਿੱਗ ਪਿਆ।

ਰਬਨਿਵਾਜ਼ ਜ਼ੋਰ ਦੀ ਚੀਕਿਆ : "ਰਾਮ ਸਿੰਘ...।" ਅਤੇ ਛਾਲ ਮਾਰ ਕੇ

ਖੜ੍ਹਾ ਹੋ ਗਿਆ। ਓਧਰੋਂ ਇਕੋ ਹੀ ਸਮੇਂ ਤਿੰਨ ਚਾਰ ਫਾਇਰ ਹੋਏ। ਇਕ ਗੋਲੀ ਰਬਨਿਵਾਜ਼ ਦੀ ਸੱਜੀ ਬਾਂਹ ਨੇੜਿਓਂ ਲੰਘ ਗਈ। ਫ਼ੌਰਨ ਹੀ ਮੂਧੇ ਮੂੰਹ ਜ਼ਮੀਨ 'ਤੇ ਡਿੱਗ ਗਿਆ।

ਹੁਣ ਦੋਵੇਂ ਪਾਸਿਆਂ ਤੋਂ ਫ਼ਾਇਰ ਸ਼ੁਰੂ ਹੋ ਗਏ। ਉਧਰ ਕੁਝ ਸਿਪਾਹੀਆਂ ਨੇ ਗੜਬੜੀ ਤੋਂ ਫ਼ਾਇਦਾ ਉਠਾ ਕੇ ਪੱਥਰਾਂ ਦੇ ਪਿੱਛੇ ਨਿਕਲ ਕੇ ਭੱਜਣਾ ਚਾਹਿਆ। ਏਧਰੋਂ ਫ਼ਾਇਰ ਜਾਰੀ ਸਨ। ਪਰ ਨਿਸ਼ਾਨੇ 'ਤੇ ਕੋਈ ਨਾ ਬੈਠਾ।

ਰਬਨਿਵਾਜ਼ ਨੇ ਜਵਾਨਾਂ ਨੂੰ ਆਪਣੀ ਪਹਾੜੀ ਉਤਰਣ ਦਾ ਹੁਕਮ ਦਿੱਤਾ। ਤਿੰਨ ਜਵਾਨ ਫ਼ੌਰਨ ਹੀ ਮਾਰੇ ਗਏ, ਲੇਕਿਨ ਬਾਕੀ ਜਵਾਨ ਡਿੱਗਦੇ-ਢਹਿੰਦੇ ਦੂਜੀ ਪਹਾੜੀ 'ਤੇ ਪਹੁੰਚ ਗਏ।

ਰਾਮ ਸਿੰਘ ਖ਼ੂਨ 'ਚ ਲਥਪਥ ਪਥਰੀਲੀ ਜ਼ਮੀਨ 'ਤੇ ਪਿਆ ਚੀਕ ਰਿਹਾ ਸੀ। ਗੋਲੀ ਉਸ ਦੇ ਢਿੱਡ ਵਿਚ ਲੱਗੀ ਸੀ। ਰਬਨਿਵਾਜ਼ ਨੂੰ ਵੇਖ ਕੇ ਉਸ ਦੀਆਂ ਅੱਖਾਂ ਚਮਕ ਉਠੀਆਂ। ਮੁਸਕਰਾਉਂਦਿਆਂ ਉਸ ਨੇ ਕਿਹਾ : "ਓਏ ਘੁਮਿਆਰ ਦੇ ਖੋਤਿਆ, ਇਹ ਤੂੰ ਕੀ ਕੀਤਾ...?"

ਰਾਮ ਸਿੰਘ ਦਾ ਜ਼ਖ਼ਮ ਰਬਨਿਵਾਜ਼ ਆਪਣੇ ਢਿੱਡ 'ਚ ਮਹਿਸੂਸ ਕਰ ਰਿਹਾ ਸੀ। ਪਰ ਉਹ ਮੁਸਕਰਾ ਕੇ ਉਸ 'ਤੇ ਝੁਕਿਆ ਅਤੇ ਗੋਡਿਆਂ ਭਾਰ ਹੋ ਕੇ ਉਹਦੀ ਪੇਟੀ ਖੋਲਣ ਲੱਗਾ, "ਖ਼ਿੰਜੀਰ ਦੀ ਦੁਮ! ਤੈਨੂੰ ਕਿਸ ਨੇ ਬਾਹਰ ਨਿਕਲਣ ਲਈ ਕਿਹਾ ਸੀ।"

ਪੇਟੀ ਲਾਹੁਣ ਨਾਲ ਰਾਮ ਸਿੰਘ ਨੂੰ ਸਖ਼ਤ ਪੀੜ ਹੋਈ। ਦਰਦ ਨਾਲ ਉਹ ਚੀਕ ਉਠਿਆ। ਜਦੋਂ ਪੇਟੀ ਲਹਿ ਗਈ ਤਾਂ ਰਬਨਿਵਾਜ਼ ਨੇ ਜਖ਼ਮ ਦਾ ਨਿਰੀਖਣ ਕੀਤਾ ਜ਼ਖ਼ਮ ਬਹੁਤ ਖ਼ਤਰਨਾਕ ਸੀ।

ਰਾਮ ਸਿੰਘ ਨੇ ਰਬਨਿਵਾਜ਼ ਦਾ ਹੱਥ ਦਬਾ ਕੇ ਕਿਹਾ : "ਮੈਂ ਆਪਣਾ ਆਪ ਤੈਨੂੰ ਦਿਖਾਉਣ ਲਈ ਬਾਹਰ ਨਿਕਲਿਆ ਸੀ ਕਿ ਤੂੰ... ਓਏ ਰੱਬ ਦੇ ਪੁੱਤਰ, ਤੂੰ ਫ਼ਾਇਰ ਕਰ ਦਿੱਤਾ।"

ਰਬਨਿਵਾਜ਼ ਦਾ ਗਲਾ ਭਰ ਆਇਆ : "ਕਸਮ ਅੱਲਾ ਦੀ, ਮੈਂ ਤਾਂ ਉਂਜ ਹੀ ਬੰਦੂਕ ਚਲਾ ਦਿੱਤੀ ਸੀ...ਮੈਨੂੰ ਪਤਾ ਨਹੀਂ ਕਿ ਤੂੰ ਖੋਤੇ ਦਾ ਸਿੰਗ ਬਾਹਰ ਨਿਕਲ ਰਿਹਾ ਹੈਂ...ਮੈਨੂੰ ਅਫ਼ਸੋਸ ਹੈ ਰਾਮ ਸਿੰਘ!"

ਰਾਮ ਸਿੰਘ ਦਾ ਖ਼ੂਨ ਕਾਫ਼ੀ ਵਹਿ ਗਿਆ ਸੀ। ਰਬਨਿਵਾਜ਼ ਅਤੇ ਉਸ ਦੇ ਜਵਾਨ ਕਈ ਘੰਟਿਆਂ ਤੱਕ ਉਥੇ ਪਹੁੰਚੇ ਸਨ। ਇਸ ਅਰਸੇ 'ਚ ਤਾਂ ਖ਼ੂਨ ਦੀ ਇਕ ਪੂਰੀ ਮਸ਼ਕ ਖਾਲੀ ਹੋ ਸਕਦੀ ਸੀ।

ਰਬਨਿਵਾਜ਼ ਨੂੰ ਹੈਰਾਨੀ ਸੀ ਕਿ ਰਾਮ ਸਿੰਘ ਐਨੀ ਦੇਰ ਤਕ ਜ਼ਿੰਦਾ ਰਹਿ ਸਕਿਆ ਹੈ; ਉਸ ਨੂੰ ਉਮੀਦ ਨਹੀਂ ਸੀ ਕਿ ਰਾਮ ਸਿੰਘ ਬਚੇਗਾ, ਉਸ ਨੂੰ ਹਿਲਾਉਣ-ਜੁਲਾਉਣਾ ਵੀ ਗ਼ਲਤ ਸੀ, ਇਸ ਲਈ ਉਸ ਨੇ ਫ਼ੌਰਨ ਵਾਇਰਲੈਸ ਰਾਹੀਂ ਪਲਟਨ-ਕਮਾਂਡਰ ਨੂੰ ਬੇਨਤੀ ਕੀਤੀ ਕਿ ਛੇਤੀ ਇਕ ਡਾਕਟਰ ਭੇਜਿਆ ਜਾਏ, ਉਸ ਦਾ ਦੋਸਤ ਰਾਮ ਸਿੰਘ ਜ਼ਖ਼ਮੀ ਹੋ ਗਿਆ ਹੈ।

ਡਾਕਟਰ ਦਾ ਉਥੋਂ ਤੱਕ ਪਹੁੰਚਣਾ ਅਤੇ ਫਿਰ ਸਮੇਂ ਸਿਰ ਪਹੁੰਚਣਾ ਬਿਲਕੁਲ ਕਠਿਨ ਸੀ। ਰਬਨਿਵਾਜ਼ ਨੂੰ ਯਕੀਨ ਸੀ ਕਿ ਰਾਮ ਸਿੰਘ ਸਿਰਫ ਕੁਝ ਘੰਟਿਆਂ ਦਾ

ਮਹਿਮਾਨ ਹੈ; ਫਿਰ ਵੀ ਵਾਇਰਲੈਸ 'ਤੇ ਪੈਗਾਮ ਭੇਜ ਕੇ ਉਸ ਨੇ ਮੁਸਕਰਾ ਕੇ ਰਾਮ ਸਿੰਘ ਨੂੰ ਕਿਹਾ : "ਡਾਕਟਰ ਆ ਰਿਹਾ ਹੈ...ਕੋਈ ਫਿਕਰ ਨਾ ਕਰ...।"

ਰਾਮ ਸਿੰਘ ਕੁਝ ਸੋਚਦੇ ਹਏ ਬੜੀ ਪਤਲੀ ਆਵਾਜ਼ 'ਚ ਬੋਲਿਆ : "ਫ਼ਿਕਰ ਕਿਸੇ ਗੱਲ ਦਾ ਨਹੀ...ਅੱਛਾ ਇਹ ਦੱਸ, ਕਿੰਨੇ ਜਵਾਨ ਮਾਰੇ ਹਨ ਤੁਸੀਂ ਲੋਕਾਂ ਨੇ?"

ਰਬਨਿਵਾਜ਼ ਨੇ ਜਵਾਬ ਦਿੱਤਾ : "ਸਿਰਫ਼ ਇਕ।"

ਰਾਮ ਸਿੰਘ ਦੀ ਆਵਾਜ਼ ਹੋਰ ਜ਼ਿਆਦਾ ਪਤਲੀ ਹੋ ਗਈ : "ਅਤੇ ਤੇਰੇ ਕਿੰਨੇ ਜਵਾਨ ਮਾਰੇ ਗਏ?" ਰਬਨਿਵਾਜ਼ ਨੇ ਆਪਣੇ ਜਵਾਨਾਂ ਵੱਲ ਦੇਖਿਆ : "ਛੇ..."

"ਛੇ...ਛੇ...।" ਰਾਮ ਸਿੰਘ ਨੇ ਆਪਣੇ ਦਿਲ 'ਚ ਗਿਣਿਆ : "ਜਦੋਂ ਮੈਂ ਜ਼ਖਮੀ ਹੋਇਆ ਤਾਂ ਉਹ ਦਿਲ ਛੱਡ ਗਏ...ਪਰ ਮੈਂ ਕਿਹਾ, ਖੇਡ ਜਾਓ ਆਪਣੀ ਅਤੇ ਦੁਸ਼ਮਣ ਦੀ ਜਾਨ ਨਾਲ...ਛੇ...ਠੀਕ ਹੈ।" ਫਿਰ ਉਹ ਅਤੀਤ ਦੀ ਪਰਤ 'ਚ ਚਲਾ ਗਿਆ : "ਰਬਨਿਵਾਜ਼... ਯਾਦ ਹਨ ਉਹ ਦਿਨ ਤੈਨੂੰ..."

ਰਾਮ ਸਿੰਘ ਨੇ ਬੀਤੇ ਦਿਨ ਯਾਦ ਕਰਨੇ ਸ਼ੁਰੂ ਕਰ ਦਿੱਤੇ : ਖੇਤਾਂ ਦੀਆਂ ਗੱਲਾਂ, ਸਕੂਲ ਦੇ ਕਿੱਸੇ, 6/9 ਰੈਜਿਮੈਂਟ ਦੀਆਂ ਦਾਸਤਾਨਾਂ, ਕਮਾਂਡਿੰਗ ਅਫ਼ਸਰਾਂ ਦੇ ਲਤੀਫ਼ੇ ਅਤੇ ਬਾਹਰ ਦੇ ਮੁਲਕਾਂ 'ਚ ਅਜਨਬੀ ਔਰਤਾਂ ਦੇ ਇਸ਼ਕ...

ਬੀਤੇ ਦਿਨਾਂ ਦਾ ਜ਼ਿਕਰ ਕਰਦੇ ਹੋਏ ਰਾਮ ਸਿੰਘ ਨੂੰ ਇਕ ਬਹੁਤ ਦਿਲਚਸਪ ਘਟਨਾ ਯਾਦ ਆ ਗਈ ਤਾਂ ਉਹ ਹੱਸਣ ਲੱਗਾ; ਹੱਸਦਿਆਂ ਹੀ ਉਸ ਦੇ ਪੀੜ ਉਠੀ ਪਰ ਉਸ ਨੇ ਪ੍ਰਵਾਹ ਨਾ ਕੀਤੀ ਅਤੇ ਕਹਿਣ ਲੱਗਿਆ : "ਓਏ ਸੂਰ ਦੇ ਨਲਕੇ...ਯਾਦ ਹੈ ਤੈਨੂੰ ਉਹ ਮੈਡਮ..."

ਰਬਨਿਵਾਜ਼ ਨੇ ਪੁੱਛਿਆ : "ਕੌਣ?"

ਰਾਮ ਸਿੰਘ ਨੇ ਕਿਹਾ : "ਉਹ...ਉਹ ਇਟਲੀ ਦੀ...ਕੀ ਨਾਂ ਰੱਖਿਆ ਸੀ ਆਪਾਂ ਉਸ ਦਾ...ਬੜੀ ਦਮਦਾਰ ਔਰਤ ਸੀ।..."

ਰਬਨਿਵਾਜ਼ ਨੂੰ ਫ਼ੌਰਨ ਹੀ ਉਹ ਔਰਤ ਯਾਦ ਆ ਗਈ : "ਹਾਂ-ਹਾਂ...ਉਹ ਮੈਡਮ ਮਨੀਤਾ ਫ਼ਨੀਤੋ...ਪੈਸਾ ਖ਼ਤਮ, ਤਮਾਸ਼ਾ ਖ਼ਤਮ...ਪਰ ਤੇਰੇ ਨਾਲ ਤਾਂ ਕਦੇ ਕਦੇ ਰਿਆਇਤ ਕਰ ਦਿੰਦੀ ਸੀ ਮੁਸੋਲਿਨੀ ਦੀ ਬੱਚੀ।"

ਰਾਮ ਸਿੰਘ ਜ਼ੋਰ ਦੀ ਹੱਸਿਆ...ਅਤੇ ਉਸ ਦੇ ਜ਼ਖ਼ਮ ਵਿਚੋਂ ਜੰਮਿਆ ਹੋਇਆ ਖ਼ੂਨ ਦਾ ਲੋਥੜਾ ਬਾਹਰ ਨਿਕਲ ਆਇਆ।

ਰਬਨਿਵਾਜ਼ ਨੇ ਕਿਹਾ : "ਰਾਮ ਸਿੰਘ, ਹੁਣ ਚੁੱਪ ਕਰ।"

ਰਾਮ ਸਿੰਘ ਨੂੰ ਬਹੁਤ ਤੇਜ਼ ਬੁਖ਼ਾਰ ਸੀ; ਉਸ ਦਾ ਦਿਮਾਗ ਵੀ ਤਪ ਰਿਹਾ ਸੀ; ਬੋਲਣ ਦੀ ਤਾਕਤ ਬਿਲਕੁਲ ਨਹੀਂ ਸੀ, ਪਰ ਉਹ ਬੋਲੀ ਜਾ ਰਿਹਾ ਸੀ, ਕਦੇ ਕਦ ਰੁਕ ਜਾਂਦਾ ਜਿਵੇਂ ਦੇਖ ਰਿਹਾ ਹੋਵੇ ਕਿ ਟੰਕੀ 'ਚ ਕਿੰਨਾ ਪੈਟਰੋਲ ਬਾਕੀ ਹੈ।

ਕੁਝ ਦੇਰ ਦੇ ਬਾਅਦ ਉਸ 'ਤੇ ਬੇਹੋਸ਼ੀ ਛਾ ਗਈ-ਉਸ ਦੌਰਾਨ ਕੁਝ ਅਜਿਹੇ ਵਕਫ਼ੇ ਵੀ ਆਏ ਜਦੋਂ ਉਸ ਦੇ ਹੋਸ਼ ਹਵਸ਼ ਸਲਾਮਤ ਸਨ। ਇਨ੍ਹਾਂ ਹੀ ਵਕਫਿਆਂ ਵਿਚ ਉਸ ਨੇ ਇਕ ਵਾਰ ਰਬਨਿਵਾਜ਼ ਨੂੰ ਸਵਾਲ ਕੀਤਾ : "ਯਾਰਾ, ਸੱਚ ਸੱਚ ਦੱਸ, ਕੀ ਵਾਕਿਆ ਹੀ ਤੁਹਾਨੂੰ ਕਸ਼ਮੀਰ ਚਾਹੀਦਾ ਹੈ?"

ਰਬਨਿਵਾਜ਼ ਨੇ ਪੂਰੀ ਸੁਹਿਰਤਾ ਨਾਲ ਕਿਹਾ : "ਹਾਂ ਰਾਮ ਸਿੰਘ।"

ਰਾਮ ਸਿੰਘ ਨੇ ਆਪਣਾ ਸਿਰ ਹਿਲਾਇਆ : "ਨਹੀਂ...ਮੈਂ ਨਹੀ ਮੰਨ

ਸਕਦਾ... ਤੁਹਾਨੂੰ ਬਹਿਕਾਇਆ ਗਿਆ ਹੈ..."

ਰਬਨਿਵਾਜ਼ ਨੇ ਯਕੀਨ ਦਵਾਉਣ ਦੇ ਅੰਦਾਜ਼ 'ਚ ਕਿਹਾ : "ਨਹੀਂ, ਤੁਹਾਨੂੰ ਬਹਿਕਾਇਆ ਗਿਆ ਹੈ...ਕਸਮ ਪੰਜਤਨ ਪਾਕ ਦੀ..."

ਰਾਮ ਸਿੰਘ ਨੇ ਰਬਨਿਵਾਜ਼ ਦਾ ਹੱਥ ਫੜ ਲਿਆ : "ਕਸਮ ਨਾ ਖਾ ਯਾਰਾ...ਠੀਕ ਹੀ ਹੋਵੇਗਾ..." ਲੇਕਿਨ ਉਸ ਦਾ ਲਹਿਜਾ ਸਾਫ਼ ਦਸ ਰਿਹਾ ਸੀ ਕਿ ਉਸ ਨੂੰ ਰਬਨਿਵਾਜ਼ ਦੀ ਕਸਮ 'ਤੇ ਯਕੀਨ ਨਹੀਂ ਹੈ।

ਦਿਨ ਢਲਣ ਤੋਂ ਕੁਝ ਚਿਰ ਪਹਿਲਾਂ ਪਲਟਣ ਮੇਜਰ ਅਸਲਮ ਆਇਆ, ਉਸ ਦੇ ਨਾਲ ਕੁਝ ਸਿਪਾਹੀ ਸਨ, ਪਰ ਡਾਕਟਰ ਨਾਲ ਨਹੀਂ ਸੀ।

ਰਾਮ ਸਿੰਘ ਬੇਹੋਸ਼ੀ ਅਤੇ ਪ੍ਰਾਣ ਤਿਆਗਣ ਦੀ ਹਾਲਤ 'ਚ ਕੁਝ ਬੁੜਬੁੜਾ ਰਿਹਾ ਸੀ, ਪਰ ਉਸ ਦੀ ਆਵਾਜ਼ ਇਸ ਕਦਰ ਕਮਜ਼ੋਰ ਅਤੇ ਟੁੱਟੀ-ਫੁੱਟੀ ਸੀ ਕਿ ਕੁਝ ਸਮਝ ਵਿਚ ਨਹੀਂ ਆ ਰਿਹਾ ਸੀ।

ਮੇਜਰ ਅਸਲਮ ਵੀ 6/9 ਜਾਟ ਰੈਜਿਮੈਂਟ ਦਾ ਹੀ ਸੀ; ਉਹ ਰਾਮ ਸਿੰਘ ਨੂੰ ਬਹੁਤ ਚੰਗੀ ਤਰ੍ਹਾਂ ਜਾਣਦਾ ਸੀ। ਰਬਨਿਵਾਜ਼ ਤੋਂ ਸਾਰੇ ਹਾਲਾਤ ਜਾਨਣ ਪਿੱਛੋਂ ਉਸ ਨੇ ਰਾਮ ਸਿੰਘ ਨੂੰ ਬੁਲਾਇਆ : "ਰਾਮ ਸਿੰਘ...ਰਾਮ ਸਿੰਘ...।"

ਰਾਮ ਸਿੰਘ ਨੇ ਅੱਖਾਂ ਖੋਲ੍ਹੀਆਂ, ਫਿਰ ਅੱਖਾਂ ਫਾੜ ਕੇ ਉਸ ਨੇ ਇਕ ਲਮਹੇ ਲਈ ਗ਼ੌਰ ਨਾਲ ਮੇਜਰ ਅਸਲਮ ਵੱਲ ਦੇਖਿਆ ਅਤੇ ਪਏ-ਪਏ ਅਟੈਂਸ਼ਨ ਹੋ ਕੇ ਉਸਨੂੰ ਸਲੂਟ ਕੀਤਾ; ਦੂਸਰੇ ਹੀ ਪਲ ਉਸ ਦਾ ਸਲੂਟ ਕਰਨ ਵਾਲਾ ਆਕੜਿਆ ਹੋਇਆ ਹੱਥ ਡਿੱਗ ਪਿਆ ਅਤੇ ਉਸ ਦੇ ਬੁੱਲ੍ਹ ਕੰਬੇ : "ਕੁਝ ਨਹੀਂ ਓਏ ਰਾਮ ਸਿੰਘ...ਭੁੱਲ ਹੀ ਗਿਆ ਤੂੰ ਸੂਰ ਦੇ ਨੱਲ੍ਹਾ ਕਿ ਇਹ ਲੜਾਈ...ਇਹ ਲੜਾਈ..."

ਰਾਮ ਸਿੰਘ ਆਪਣੀ ਗੱਲ ਪੂਰੀ ਨਾ ਕਰ ਸਕਿਆ; ਬੰਦ ਹੁੰਦੀਆਂ ਅੱਖਾਂ ਨਾਲ ਉਸ ਨੇ ਰਬਨਿਵਾਜ਼ ਵੱਲ ਸਵਾਲੀਆ ਅੰਦਾਜ਼ 'ਚ ਦੇਖਿਆ ਅਤੇ ਸਰਦ ਹੋ ਗਿਆ।

ਗੁਰਮੁਖ ਸਿੰਘ ਦੀ ਵਸੀਅਤ

ਪਹਿਲਾਂ ਛੁਰਾ ਖੋਭਣ ਦੀ ਇੱਕਾ-ਦੁੱਕਾ ਵਾਰਦਾਤ ਹੁੰਦੀ ਸੀ, ਹੁਣ ਦੋਹਾਂ ਫ਼ਿਰਕਿਆਂ 'ਚ ਬਾਕਾਇਦਾ ਲੜਾਈ ਦੀਆਂ ਖ਼ਬਰਾਂ ਆਉਣ ਲੱਗੀਆਂ ਸਨ, ਜਿੰਨ੍ਹਾਂ ਵਿਚ ਚਾਕੂ-ਛੁਰੇ ਤੋਂ ਇਲਾਵਾ ਕਿਰਪਾਨਾਂ, ਤਲਵਾਰਾਂ ਅਤੇ ਬੰਦੂਕਾਂ ਆਮ ਇਸਤੇਮਾਲ ਕੀਤੀਆਂ ਜਾਂਦੀਆਂ ਸਨ; ਕਦੇ-ਕਦੇ ਦੇਸ਼ੀ ਬੰਬ ਫਟਣ ਦੀ ਇਤਲਾਹ ਵੀ ਮਿਲਦੀ ਸੀ।

ਅੰਮ੍ਰਿਤਸਰ ਵਿਚ ਹਰ ਇਕ ਦਾ ਇਹ ਖਿਆਲ ਸੀ ਕਿ ਫਿਰਕਾਦਾਰੀ ਫ਼ਸਾਦ ਦੇਰ ਤਕ ਜਾਰੀ ਨਹੀਂ ਰਹਿਣਗੇ, ਜੋਸ਼ ਹੈ, ਠੰਡਾ ਹੋਇਆ, ਫਿਜ਼ਾ ਫਿਰ ਆਪਣੀ ਅਸਲੀ ਹਾਲਤ 'ਤੇ ਆ ਜਾਵੇਗੀ ਇਸ ਤੋਂ ਪਹਿਲਾਂ ਕਈ ਫਸਾਦ ਅੰਮ੍ਰਿਤਸਰ ਵਿੱਚ ਹੋ ਚੁੱਕੇ ਸਨ! ਦਸ-ਪੰਦਰਾਂ ਦਿਨਾਂ ਤਕ ਮਾਰ-ਕੁਟਾਈ ਦਾ ਹੰਗਾਮਾ ਰਹਿੰਦਾ ਸੀ, ਫਿਰ ਆਪਣੇ ਆਪ ਦਬ ਜਾਂਦਾ ਸੀ; ਪੁਰਾਣੇ ਤਜ਼ਰਬਿਆਂ ਕਾਰਨ ਲੋਕਾਂ ਦਾ ਇਹੀ ਖ਼ਿਆਲ ਸੀ ਕਿ ਇਹ ਅੱਗ ਥੋੜ੍ਹੀ ਦੇਰ ਬਾਅਦ ਆਪਣਾ ਜ਼ੋਰ ਖਤਮ ਕਰ ਕੇ ਠੰਡੀ ਹੋ ਜਾਵੇਗੀ- ਪਰ ਇਸ ਤਰ੍ਹਾਂ ਨਾ ਹੋਇਆ, ਦੰਗਿਆਂ ਦਾ ਜ਼ੋਰ ਦਿਨੋ ਦਿਨ ਵਧਦਾ ਹੀ ਗਿਆ।

ਹਿੰਦੂਆਂ ਦੇ ਮੁਹੱਲੇ ਵਿਚ ਜੋ-ਜੋ ਮੁਸਲਮਾਨ ਰਹਿੰਦੇ ਸਨ, ਭੱਜਣ ਲੱਗੇ; ਇਸੇ ਤਰ੍ਹਾਂ ਹਿੰਦੂ ਜਿਹੜੇ ਮੁਸਲਮਾਨਾਂ ਦੇ ਮੁਹੱਲੇ 'ਚ ਰਹਿੰਦੇ ਸਨ, ਆਪਣਾ ਘਰ-ਬਾਰ ਛੱਡ ਕੇ ਸਹੀ ਥਾਵਾਂ ਵੱਲ ਜਾਣ ਲੱਗੇ। ਪਰ ਇਹ ਇੰਤਜ਼ਾਮ ਸਭ ਲਈ ਆਰਜ਼ੀ ਸੀ, ਜਦੋਂ ਤੱਕ ਕਿ ਫ਼ਿਜ਼ਾ ਫ਼ਸਾਦ ਦੀ ਗੰਦਗੀ ਨਾਲੋਂ ਪਵਿੱਤਰ ਨਹੀਂ ਹੋ ਜਾਂਦੀ।

ਮੀਆਂ ਅਬਦੁੱਲ ਹਈ, ਰਿਟਾਇਰਡ ਸਬ-ਜੱਜ ਨੂੰ ਸੌ ਫ਼ੀਸਦੀ ਯਕੀਨ ਸੀ ਕਿ ਹਾਲਾਤ ਬਹੁਤ ਜਲਦੀ ਠੀਕ ਹੋ ਜਾਣਗੇ; ਇਹੀ ਕਾਰਨ ਹੈ ਕਿ ਉਹ ਜ਼ਿਆਦਾ ਪਰੇਸ਼ਾਨ ਨਹੀਂ ਸੀ। ਉਨ੍ਹਾਂ ਦਾ ਇਕ ਲੜਕਾ ਸੀ ਗਿਆਰਾਂ ਸਾਲ ਦਾ, ਇਕ ਲੜਕੀ ਸੀ ਸਤਾਰਾਂ ਸਾਲ ਦੀ; ਇਕ ਪੁਰਾਣਾ ਮੁਲਾਜ਼ਮ ਸੀ ਜਿਸ ਦੀ ਉਮਰ ਸੱਤਰ ਦੇ ਲਗਭਗ ਸੀ; ਚੰਗਾ ਖਾਨਦਾਨ ਸੀ।

ਜਦੋਂ ਫ਼ਸਾਦ ਸ਼ੁਰੂ ਹੋਏ ਤਾਂ ਮੀਆਂ ਸਾਹਿਬ ਨੇ ਕਾਫ਼ੀ ਸਾਰਾ ਰਾਸ਼ਨ ਘਰ 'ਚ ਜਮ੍ਹਾ ਕਰ ਲਿਆ ਸੀ, ਇਸ ਗੱਲੋਂ ਉਹ ਬੇਫ਼ਿਕਰ ਸਨ ਕਿ ਖੁਦਾ ਨਾ ਕਰੇ ਹਾਲਾਤ ਕੁਝ ਜ਼ਿਆਦਾ ਵਿਗੜ ਗਏ ਅਤੇ ਦੁਕਾਨਾਂ ਬੰਦ ਹੋ ਗਈਆਂ ਤਾਂ ਉਨ੍ਹਾਂ ਨੂੰ ਖਾਣ-ਪੀਣ ਦੇ ਮਾਮਲੇ 'ਚ ਤਰੱਦਦ ਨਹੀਂ ਕਰਨਾ ਪਵੇਗਾ; ਲੇਕਿਨ ਉਨ੍ਹਾਂ ਦੀ ਜਵਾਨ ਲੜਕੀ ਸੁਗਰਾ ਬਹੁਤ ਚਿੰਤਤ ਸੀ। ਉਨ੍ਹਾਂ ਦਾ ਘਰ ਤਿੰਨ ਮੰਜ਼ਲਾ ਸੀ, ਦੂਜੀਆਂ ਇਮਾਰਤਾਂ ਦੇ ਮੁਕਾਬਲੇ ਕਾਫੀ ਉਚਾ। ਉਸ ਦੀ ਮੰਮਟੀ ਤੋਂ ਸ਼ਹਿਰ ਦਾ ਕਾਫੀ ਹਿਸਾ

ਨਜ਼ਰ ਆਉਂਦਾ ਸੀ-ਸੁਗ਼ਰਾ ਹੁਣ ਕਈ ਦਿਨਾਂ ਤੋਂ ਦੇਖ ਰਹੀ ਸੀ ਕਿ ਨਜ਼ਦੀਕ-ਦੂਰ, ਕਿਤੇ ਨਾ ਕਿਤੇ, ਅੱਗ ਲੱਗੀ ਹੁੰਦੀ ਹੈ; ਸ਼ੁਰੂ-ਸ਼ੁਰੂ 'ਚ ਤਾਂ ਫ਼ਾਇਰ ਬ੍ਰਿਗੇਡ ਦੀ ਟਨ-ਟਨ ਸੁਣਾਈ ਦਿੰਦੀ ਸੀ, ਪਰ ਹੁਣ ਉਹ ਵੀ ਬੰਦ ਹੋ ਗਈ ਸੀ, ਇਸ ਲਈ ਕਿ ਹੁਣ ਥਾਂ-ਥਾਂ ਅੱਗ ਭੜਕਣ ਲੱਗੀ ਸੀ।

ਰਾਤ ਨੂੰ ਕੁਝ ਹੋਰ ਹੀ ਸਮਾਂ ਹੁੰਦਾ; ਘੁੱਪ ਹਨੇਰੇ 'ਚ ਅੱਗ ਦੇ ਵੱਡੇ-ਵੱਡੇ ਸ਼ੋਲੇ ਉਠਦੇ; ਫਿਰ ਅਜੀਬੋ-ਅਜੀਬ ਜਿਹੀਆਂ ਆਵਾਜ਼ਾਂ ਆਉਂਦੀਆਂ ਜਿਹੜੀਆਂ 'ਹਰ-ਹਰ ਮਹਾਂਦੇਵ ਅਤੇ ਅੱਲਾ ਹੂ ਅਕਬਰ' ਦੇ ਨਾਰ੍ਹਿਆਂ ਨਾਲ ਮਿਲਕੇ ਬਹੁਤ ਹੀ ਦਹਿਸ਼ਤਮਈ ਬਣ ਜਾਂਦੀਆਂ।

ਸੁਗ਼ਰਾ ਪਿਉ ਨਾਲ ਆਪਣੇ ਡਰ ਦਾ ਜ਼ਿਕਰ ਨਹੀਂ ਕਰਦੀ ਸੀ, ਇਸ ਲਈ ਕਿ ਉਹ ਇਕ ਵਾਰ ਘਰ ਵਿਚ ਕਹਿ ਚੁੱਕੇ ਸਨ; ਡਰਨ ਦੀ ਕੋਈ ਲੋੜ ਨਹੀਂ, ਸਭ ਠੀਕ-ਠਾਕ ਹੋ ਜਾਵੇਗਾ। ਮੀਆਂ ਸਾਹਿਬ ਦੀਆਂ ਗੱਲਾਂ ਅਕਸਰ ਸਹੀ ਹੋਇਆ ਕਰਦੀਆਂ ਸਨ।

ਜਦੋਂ ਬਿਜਲੀ ਦਾ ਸਿਲਸਲਾ ਠੱਪ ਹੋ ਗਿਆ ਅਤੇ ਨਾਲ ਹੀ ਪਾਣੀ ਆਉਣਾ ਬੰਦ ਹੋ ਗਿਆ ਤਾਂ ਸੁਗ਼ਰਾ ਨੇ ਮੀਆਂ ਸਾਹਿਬ ਨੂੰ ਆਪਣੀ ਗੱਲ ਜ਼ਾਹਿਰ ਕੀਤੀ ਅਤੇ ਡਰਦੇ-ਡਰਦੇ ਰਾਇ ਦਿੱਤੀ ਕਿ ਉਹ ਸਭ ਕੁਝ ਦਿਨਾਂ ਲਈ ਸ਼ਰੀਫ਼ਪੁਰੇ ਉਠ ਜਾਣ ਜਿੱਥੇ ਆਲੇ-ਦੁਆਲੇ ਦੇ ਸਾਰੇ ਮੁਸਲਮਾਨ ਹੌਲੀ-ਹੌਲੀ ਜਾ ਰਹੇ ਹਨ...

ਮੀਆਂ ਸਾਹਿਬ ਨੇ ਆਪਣਾ ਫ਼ੈਸਲਾ ਨਾ ਬਦਲਿਆ ਅਤੇ ਕਿਹਾ : "ਫਾਲਤੂ ਘਬਰਾਉਣ ਦੀ ਕੋਈ ਲੋੜ ਨਹੀਂ... ਹਾਲਾਤ ਬਹੁਤ ਜਲਦੀ ਠੀਕ ਹੋ ਜਾਣਗੇ...।"

ਹਾਲਾਤ ਬਹੁਤ ਜਲਦੀ ਠੀਕ ਨਾ ਹੋਏ ਅਤੇ ਦਿਨੋ ਦਿਨ ਵਿਗੜਦੇ ਗਏ। ਉਹ ਮੁਹੱਲਾ ਜਿਸ ਵਿਚ ਮੀਆਂ ਅਬਦੁੱਲ ਹਈ ਦਾ ਮਕਾਨ ਸੀ, ਮੁਸਲਮਾਨਾਂ ਤੋਂ ਖਾਲੀ ਹੋ ਗਿਆ-ਅਤੇ ਖ਼ੁਦਾ ਦੀ ਕਰਨੀ ਅਜਿਹਾ ਹੋਇਆ ਕਿ ਮੀਆਂ ਸਾਹਿਬ ਨੂੰ ਇਕ ਦਿਨ ਅਚਾਨਕ ਲਕਵਾ ਹੋ ਗਿਆ ਜਿਸ ਦੇ ਕਾਰਨ ਉਹ ਮੰਜੇ ਤੋਂ ਉਠ ਨਾ ਸਕੇ। ਉਨ੍ਹਾਂ ਦਾ ਲੜਕਾ ਬਸ਼ਾਰਤ, ਜਿਹੜਾ ਪਹਿਲਾਂ ਇਕੱਲਾ ਹੀ ਘਰ ਉੱਪਰ-ਹੇਠਾਂ ਤਰ੍ਹਾਂ-ਤਰ੍ਹਾਂ ਦੀਆਂ ਖੇਡਾਂ 'ਚ ਰੁਝਿਆ ਰਹਿੰਦਾ ਸੀ, ਹੁਣ ਪਿਓ ਦੀ ਚਾਰਪਾਈ ਨਾਲ ਲਗ ਕੇ ਬੈਠ ਗਿਆ ਅਤੇ ਹਾਲਾਤ ਬਾਰੇ ਸਮਝਣ ਲੱਗਿਆ।

ਉਹ ਬਾਜ਼ਾਰ ਜਿਹੜਾ ਉਨ੍ਹਾਂ ਦੇ ਘਰ ਦੇ ਨਾਲ ਭਰਿਆ ਰਹਿੰਦਾ ਸੀ, ਸੁੰਨਸਾਨ ਪਿਆ ਸੀ; ਡਾਕਟਰ ਗ਼ੁਲਾਮ ਮੁਸਤਫ਼ਾ ਦੀ ਡਿਸਪੈਂਸਰੀ ਮੁੱਦਤ ਤੋਂ ਬੰਦ ਪਈ ਸੀ, ਉਸ ਤੋਂ ਕੁਝ ਦੂਰ ਡਾਕਟਰ ਗੁਰਦਿੱਤਾ ਮੱਲ ਸਨ, ਅਤੇ ਸੁਗਰਾ ਨੇ ਉਚੀ ਥਾਂ ਤੋਂ ਦੇਖਿਆ ਸੀ ਕਿ ਉਨ੍ਹਾਂ ਦੀ ਦੁਕਾਨ ਨੂੰ ਵੀ ਜਿੰਦੇ ਲੱਗੇ ਹੋਏ ਸਨ। ਮੀਆਂ ਸਾਹਿਬ ਦੀ ਹਾਲਤ ਬਹੁਤ ਹੀ ਖ਼ਤਰਨਾਕ ਸੀ ਅਤੇ ਸੁਗ਼ਰਾ ਐਨੀ ਪਰੇਸ਼ਾਨ ਸੀ ਕਿ ਉਸ ਦੇ ਹੋਸ਼-ਹਵਾਸ ਬਿਲਕੁਲ ਜਵਾਬ ਦੇ ਗਏ ਸਨ। ਬਸ਼ਾਰਤ ਨੂੰ ਪਰ੍ਹੇ ਕਰ ਕੇ ਇਕੱਲੇ ਨੂੰ ਉਸ ਨੇ ਕਿਹਾ : "ਖ਼ੁਦਾ ਦੇ ਲਈ ਤੂੰ ਹੀ ਕੁਝ ਕਰ...ਮੈਂ ਜਾਣਦੀ ਹਾਂ ਬਾਹਰ ਨਿੱਕਲਣਾ ਖ਼ਤਰੇ ਤੋਂ ਖਾਲੀ ਨਹੀਂ, ਪਰ ਤੂੰ ਜਾ...ਕਿਸੇ ਨੂੰ ਵੀ ਬੁਲਾ ਲਿਆ...ਅੱਬਾ ਜੀ ਦੀ ਹਾਲਤ ਬਹੁਤ ਖ਼ਤਰਨਾਕ ਹੈ..."

ਬਸ਼ਾਰਤ ਗਿਆ ਪਰ ਫ਼ੌਰਨ ਹੀ ਵਾਪਸ ਆ ਗਿਆ। ਉਸ ਦਾ ਚਿਹਰਾ ਹਲਦੀ ਦੀ ਤਰ੍ਹਾਂ ਪੀਲਾ ਸੀ-ਚੌਕ 'ਚ ਉਸ ਨੇ ਇਕ ਲਾਸ਼ ਦੇਖੀ ਸੀ, ਖ਼ੂਨ ਨਾਲ

ਲੱਥ-ਪੱਥ, ਅਤੇ ਨੇੜੇ ਹੀ ਬਹੁਤ ਸਾਰੇ ਆਦਮੀ ਮੂੰਹ 'ਤੇ ਕੱਪੜਾ ਬੰਨ੍ਹੇ ਹੋਏ ਇਕ ਦੁਕਾਨ ਲੁੱਟ ਰਹੇ ਸਨ।

ਸੁਗ਼ਰਾ ਨੇ ਆਪਣੇ ਡਰੇ ਹੁਏ ਭਾਈ ਨੂੰ ਸੀਨੇ ਨਾਲ ਲਗਾਇਆ ਅਤੇ ਸਬਰ-ਸ਼ੁਕਰ ਕਰ ਕੇ ਬੈਠ ਗਈ।

ਸੁਗ਼ਰਾ ਤੋਂ ਆਪਣੇ ਪਿਓ ਦੀ ਹਾਲਤ ਦੇਖੀ ਨਹੀਂ ਜਾਂਦੀ ਸੀ-ਮੀਆਂ ਸਾਹਿਬ ਦੇ ਜਿਸਮ ਦਾ ਖੱਬਾ ਹਿਸਾ ਬਿਲਕੁਲ ਸੁੰਨ ਹੋ ਗਿਆ ਸੀ-ਜਿਵੇਂ ਉਸ ਵਿਚ ਜਾਨ ਹੀ ਨਹੀ; ਆਵਾਜ਼ 'ਚ ਵੀ ਫ਼ਰਕ ਪੈ ਗਿਆ ਸੀ। ਉਹ ਜ਼ਿਆਦਾ ਕਰ ਕੇ ਇਸ਼ਾਰਿਆਂ ਨਾਲ ਹੀ ਗੱਲਾਂ ਕਰਦੇ ਕਿ ਸੁਗ਼ਰਾ, ਘਬਰਾਉਣ ਦੀ ਕੋਈ ਗੱਲ ਨਹੀ...ਖ਼ੁਦਾ ਦੀ ਕਿਰਪਾ ਨਾਲ ਸਭ ਠੀਕ ਹੋ ਜਾਵੇਗਾ...

ਕੁਝ ਵੀ ਠੀਕ ਨਾ ਹੋਇਆ।

ਰੋਜ਼ੇ ਖ਼ਤਮ ਹੋਣ ਵਾਲੇ ਸਨ; ਸਿਰਫ਼ ਦੋ ਰੋਜ਼ੇ ਰਹਿ ਗਏ ਸਨ-ਮੀਆਂ ਸਾਹਿਬ ਦਾ ਖ਼ਿਆਲ ਸੀ ਕਿ ਈਦ ਤੋਂ ਪਹਿਲਾਂ-ਪਹਿਲਾਂ ਸਭ ਕੁਝ ਠੀਕ ਹੋ ਜਾਵੇਗਾ, ਪਰ ਹੁਣ ਇਸ ਤਰ੍ਹਾਂ ਮਹਿਸੂਸ ਹੁੰਦਾ ਸੀ ਕਿ ਸ਼ਾਇਦ ਈਦ ਦਾ ਹੀ ਦਿਨ ਰੋਜ਼ੇ-ਕਿਆਮਤ ਹੋਵੇ।

ਮੰਮਟੀ ਤੋਂ ਹੁਣ ਸ਼ਹਿਰ ਦੇ ਲਗਭਗ ਹਰ ਹਿੱਸੇ ਵਿਚੋਂ ਧੂੰਏਂ ਦੇ ਬੱਦਲ ਉਠਦੇ ਦਿਖਾਈ ਦਿੰਦੇ ਸਨ, ਅਤੇ ਰਾਤ ਨੂੰ ਬੰਬ ਫਟਣ ਦੀਆਂ ਅਜਿਹੀਆ ਖ਼ੌਫ਼ਨਾਕ ਆਵਾਜ਼ਾਂ ਆਉਂਦੀਆਂ ਸਨ ਕਿ ਸੁਗ਼ਰਾ ਅਤੇ ਬਸ਼ਾਰਤ ਇਕ ਪਲ ਲਈ ਵੀ ਸੌਂ ਨਹੀਂ ਸਕਦੇ ਸਨ।

ਸੁਗ਼ਰਾ ਨੂੰ ਤਾਂ ਉਂਜ ਵੀ ਪਿਓ ਦੀ ਬੀਮਾਰੀ ਕਰ ਕੇ ਜਾਗਣਾ ਪੈਂਦਾ ਸੀ; ਉਸ ਨੂੰ ਇਸ ਤਰ੍ਹਾਂ ਮਹਿਸੂਸ ਹੁੰਦਾ ਸੀ ਕਿ ਜਿਵੇਂ ਹੁਣ ਇਹ ਧਮਾਕੇ ਉਸ ਦੇ ਦਿਮਾਗ ਦੇ ਅੰਦਰ ਹੋ ਰਹੇ ਹਨ; ਕਦੇ ਉਹ ਅਪਾਹਜ ਪਿਓ ਵੱਲ ਦੇਖਦੀ ਅਤੇ ਕਦੇ ਆਪਣੇ ਡਰੇ ਹੋਏ ਭਾਈ ਵੱਲ-ਰਹਿ ਗਿਆ ਸੱਤਰ ਸਾਲ ਦਾ ਬੁੱਢਾ ਮੁਲਾਜ਼ਮ ਅਕਬਰ, ਉਸ ਦਾ ਵਜੂਦ ਹੋਣ-ਨਾ-ਹੋਣ ਦੇ ਬਰਾਬਰ ਸੀ। ਉਹ ਸਾਰਾ ਦਿਨ ਅਤੇ ਸਾਰੀ ਰਾਤ ਆਪਣੀ ਕੋਠੜੀ ਵਿਚ ਪਿਆ-ਪਿਆ ਖੰਘਦਾ, ਬਲਗ਼ਮ ਕੱਢਦਾ ਰਹਿੰਦਾ ਸੀ।

ਇਕ ਦਿਨ ਤੰਗ ਆ ਕੇ ਸੁਗ਼ਰਾ ਉਸ ਨੂੰ ਪੈ ਗਈ : "ਤੂੰ ਕਿਸ ਮਰਜ਼ ਦੀ ਦਵਾ ਹੈਂ...? ਦੇਖਦਾ ਨਹੀਂ, ਮੀਆਂ ਸਾਹਿਬ ਦੀ ਕੀ ਹਾਲਤ ਹੈ...ਅਸਲ ਵਿਚ ਤੂੰ ਇਕ ਨੰਬਰ ਦਾ ਨਮਕ ਹਰਾਮ ਹੈਂ...ਹੁਣ ਸੇਵਾ ਦਾ ਮੌਕਾ ਆਇਆ ਤਾਂ ਦਮੇ ਦਾ ਬਹਾਨਾ ਕਰ ਕੇ ਇੱਥੇ ਪਿਆ ਹੈਂ...ਇਕ ਉਹ ਸਨ ਜਿਹੜੇ ਆਪਣੀ ਜਾਨ ਤਕ ਕੁਰਬਾਨ ਕਰ ਦਿੰਦੇ ਸਨ...।"

ਸੁਗ਼ਰਾ ਆਪਣਾ ਮਨ ਹਲਕਾ ਕਰ ਕੇ ਚਲੀ ਗਈ, ਬਾਅਦ 'ਚ ਉਸ ਨੂੰ ਅਫਸੋਸ ਹੋਇਆ ਕਿ ਉਸ ਗਰੀਬ, ਬੀਮਾਰ ਬੁੱਢੇ ਨੂੰ ਐਨੀ ਲਾਹਨਤ ਕਿਉਂ ਪਾਈ। ਰਾਤ ਨੂੰ ਖਾਣਾ ਥਾਲੀ 'ਚ ਪਾ ਕੇ ਜਦੋਂ ਉਹ ਉਸ ਦੀ ਕੋਠੜੀ ਵਿਚ ਗਈ ਤਾਂ ਉਸ ਨੇ ਦੇਖਿਆ ਕੋਠੜੀ ਖਾਲੀ ਹੈ।

ਬਸ਼ਾਰਤ ਨੇ ਵੀ ਉਸ ਨੂੰ ਘਰ ਵਿਚ ਏਧਰ-ਓਧਰ ਲੱਭਿਆ, ਪਰ ਉਹ ਨਾ ਮਿਲਿਆ।

ਬਾਹਰ ਦੇ ਦਰਵਾਜ਼ੇ ਦੀ ਕੁੰਡੀ ਖੁੱਲ੍ਹੀ ਸੀ ਜਿਸ ਦਾ ਅਰਥ ਭਾਈ ਭੈਣ ਨੇ

ਇਹ ਕੱਢਿਆ ਕਿ ਉਹ ਮੀਆਂ ਸਾਹਿਬ ਲਈ ਕੁਝ ਕਰਨ ਗਿਆ ਹੈ।

ਸੁਗ਼ਰਾ ਨੇ ਬਹੁਤ ਦੁਆਵਾਂ ਮੰਗੀਆਂ ਕਿ ਖ਼ੁਦਾ ਉਸ ਨੂੰ ਕਾਮਯਾਬ ਕਰੇ-ਲੇਕਿਨ ਦੋ ਦਿਨ ਗੁਜ਼ਰ ਗਏ ਪਰ ਉਹ ਨਾ ਆਇਆ। ਸ਼ਾਮ ਦਾ ਵਕਤ ਸੀ-ਇਸ ਤਰ੍ਹਾਂ ਦੀਆਂ ਕਈ ਸ਼ਾਮਾਂ ਸੁਗ਼ਰਾ ਅਤੇ ਬਸ਼ਾਰਤ ਦੇਖ ਚੁੱਕੇ ਸਨ।

ਜਦੋਂ ਈਦ ਦੀ ਆਮਦ ਦੇ ਹੰਗਾਮੇ ਹੁੰਦੇ, ਆਸਮਾਨ 'ਤੇ ਚੰਦ ਦੇਖਣ ਲਈ ਉਨ੍ਹਾਂ ਦੀਆਂ ਨਜ਼ਰਾਂ ਜੰਮੀਆਂ ਰਹਿੰਦੀਆਂ-ਸਿਰਫ਼ ਚੰਦ ਨੇ ਈਦ ਦਾ ਐਲਾਨ ਕਰਨਾ ਹੁੰਦਾ ਸੀ, ਅਤੇ ਉਹ ਦੋਵੇਂ ਇਸ ਐਲਾਨ ਲਈ ਬੇਤਾਬ ਹੋਇਆ ਕਰਦੇ ਸਨ-ਜੇਕਰ ਅਸਮਾਨ 'ਤੇ ਚੰਦ ਵਾਲੀ ਜਗ੍ਹਾ ਬੱਦਲ ਦਾ ਕੋਈ ਟੁਕੜਾ ਜੰਮ ਜਾਂਦਾ ਤਾਂ ਉਨ੍ਹਾਂ ਨੂੰ ਬਹੁਤ ਗੁੱਸਾ ਆਉਂਦਾ ਸੀ।

ਸ਼ਾਮ ਦਾ ਵਕਤ ਸੀ-ਸੁਗ਼ਰਾ ਅਤੇ ਬਸ਼ਾਰਤ ਮੰਮਟੀ 'ਤੇ ਚੜ੍ਹੇ। ਚਾਰੇ ਪਾਸੇ ਧੂੰਏਂ ਦੇ ਬੱਦਲ ਸਨ; ਦੂਰ, ਕਿਤੇ-ਕਿਤੇ ਕੋਠਿਆਂ 'ਤੇ ਲੋਕਾਂ ਦੇ ਪਰਛਾਵੇਂ ਧੱਬਿਆਂ ਦੀ ਸੂਰਤ ਵਿਚ ਦਿਖਾਈ ਦੇ ਰਹੇ ਸਨ, ਪਤਾ ਨਹੀਂ ਉਹ ਚੰਦ ਦੇਖ ਰਹੇ ਸਨ ਜਾਂ ਥਾਂ-ਥਾਂ ਸੁਲਗਦੀ ਅਤੇ ਭੜਕਦੀ ਹੋਈ ਅੱਗ।

ਚੰਦ ਵੀ ਕੁਝ ਅਜਿਹਾ ਢੀਠ ਸੀ ਕਿ ਧੂੰਏਂ ਦੀ ਚਾਦਰ ਵਿਚੋਂ ਵੀ ਨਜ਼ਰ ਆ ਗਿਆ। ਸੁਗ਼ਰਾ ਨੇ ਹੱਥ ਉਠਾ ਕੇ ਦੁਆ ਮੰਗੀ ਕਿ ਖ਼ੁਦਾ ਮਿਹਰ ਕਰੇ ਉਸ ਦੇ ਪਿਓ ਨੂੰ ਤੰਦਰੁਸਤੀ ਬਖ਼ਸ਼ੇ। ਬਸ਼ਾਰਤ ਮਨ ਹੀ ਮਨ 'ਚ ਗੁੱਸਾ ਮਹਿਸੂਸ ਕਰ ਰਿਹਾ ਸੀ ਕਿ ਗੜਬੜ ਕਰ ਕੇ ਇਕ ਚੰਗੀ-ਭਲੀ ਈਦ ਚਲੀ ਗਈ।

ਸ਼ਾਮ ਦਾ ਵੇਲਾ ਅਜੇ ਗ਼ਹਿਰਾ ਨਹੀਂ ਹੋਇਆ ਸੀ। ਮੀਆਂ ਸਾਹਿਬ ਦੀ ਚਾਰਪਾਈ ਛਿੜਕੇ ਹੋਏ ਵਿਹੜੇ 'ਚ ਵਿਛੀ ਸੀ; ਉਹ ਉਸ 'ਤੇ ਬਿਨਾਂ ਕੁਝ ਹਰਕਤ ਕੀਤੇ ਪਏ ਹੋਏ ਸਨ ਅਤੇ ਦੂਰ ਅਸਮਾਨ 'ਤੇ ਅੱਖਾਂ ਜੰਮਾਈ ਪਤਾ ਨਹੀ ਕੀ ਸੋਚ ਰਹੇ ਸਨ।

ਈਦ ਦਾ ਚੰਦ ਦੇਖ ਕੇ ਜਦੋਂ ਸੁਗ਼ਰਾ ਨੇ ਕੋਲ ਆ ਕੇ ਉਨ੍ਹਾਂ ਨੂੰ ਸਲਾਮ ਕੀਤਾ ਤਾਂ ਉਨ੍ਹਾਂ ਨੇ ਇਸ਼ਾਰੇ ਨਾਲ ਜਵਾਬ ਦਿੱਤਾ। ਸੁਗ਼ਰਾ ਨੇ ਸਿਰ ਝੁਕਾਇਆ ਤਾਂ ਉਨ੍ਹਾਂ ਨੇ ਉਹ ਬਾਂਹ ਜੋ ਠੀਕ ਸੀ, ਉਠਾਈ ਅਤੇ ਉਸ ਦੇ ਸਿਰ 'ਤੇ ਸਨੇਹ ਨਾਲ ਹੱਥ ਫੇਰਿਆ। ਸੁਗ਼ਟਾ ਦੀਆਂ ਅੱਖਾਂ 'ਚ ਟਪ-ਟਪ ਹੰਝੂ ਡਿੱਗਣ ਲੱਗੇ। ਮੀਆਂ ਸਾਹਿਬ ਦੀਆਂ ਅੱਖਾਂ ਵੀ ਗਿੱਲੀਆਂ ਹੋ ਗਈਆਂ; ਉਨ੍ਹਾਂ ਨੇ ਤਸੱਲੀ ਦੇਣ ਲਈ ਮੁਸ਼ਕਲ ਨਾਲ ਟੁੱਟੀ-ਫੁੱਟੀ ਜ਼ੁਬਾਨ ਨਾਲ ਅਲਫ਼ਾਜ਼ ਕੱਢੇ : "ਅੱਲਾ ਤਾਲਾ, ਸਭ ਠੀਕ ਕਰ ਦੇਵੇਗਾ...।"

ਠੀਕ ਉਸ ਸਮੇਂ ਬਾਹਰ ਦਰਵਾਜ਼ੇ 'ਤੇ ਦਸਤਕ ਹੋਈ। ਸੁਗ਼ਰਾ ਦਾ ਕਲੇਜਾ ਧੱੜਕਦਾ ਰਹਿ ਗਿਆ। ਉਸ ਨੇ ਬਸ਼ਾਰਤ ਵੱਲ ਦੇਖਿਆ-ਬਸ਼ਾਰਤ ਦਾ ਚਿਹਰਾ ਕਾਗਜ਼ ਦੀ ਤਰ੍ਹਾਂ ਸਫ਼ੈਦ ਹੋ ਗਿਆ।

ਦਰਵਾਜ਼ੇ 'ਤੇ ਫਿਰ ਦਸਤਕ ਹੋਈ।

ਸੁਗ਼ਰਾ ਨੇ ਸੋਚਿਆ ਕਿ ਸ਼ਾਇਦ ਬੁੱਢਾ ਅਕਬਰ ਹੋਵੇ, ਇਸ ਖ਼ਿਆਲ ਨਾਲ ਉਸ ਦੀਆਂ ਅੱਖਾਂ ਤਮਤਮਾ ਉਠੀਆਂ। ਬਸ਼ਾਰਤ ਦੀ ਬਾਂਹ ਫੜਦਿਆਂ ਉਸ ਨੇ ਕਿਹਾ : ਜਾ ਦੇਖ, ਸ਼ਾਇਦ ਅਕਬਰ ਆਇਆ ਹੈ...।

ਇਹ ਸੁਣ ਕੇ ਮੀਆਂ ਸਾਹਿਬ ਨੇ ਉਂਜ ਹੀ ਨਾਂਹ 'ਚ ਸਿਰ ਹਲਾਇਆ ਜਿਵੇਂ

ਕਹਿ ਰਹੇ ਹੋਣ ਕਿ ਨਹੀਂ, ਅਕਬਰ ਨਹੀਂ...

ਸੁਗ਼ਰਾ ਨੇ ਕਿਹਾ : "ਤਾਂ ਹੋਰ ਕੌਣ ਹੋ ਸਕਦਾ ਹੈ ਅੱਬਾ ਜੀ?"

ਮੀਆਂ ਅਬਦੁਲ ਹਈ ਨੇ ਆਪਣੀ ਆਵਾਜ਼ ਤੇ ਕੁਝ ਜ਼ੋਰ ਦੇ ਕੇ ਕਹਿਣ ਦੀ ਕੋਸ਼ਿਸ਼ ਕੀਤੀ ਕਿ ਬਸ਼ਾਰਤ ਆ ਗਿਆ। ਉਹ ਕਾਫੀ ਘਬਰਾਇਆ ਹੋਇਆ ਸੀ। ਸੁਗ਼ਰਾ ਨੂੰ ਮੀਆਂ ਸਾਹਿਬ ਦੀ ਚਾਰਪਾਈ ਤੋਂ ਇਕ ਪਾਸੇ ਹਟ ਕੇ ਉਸ ਨੇ ਹੌਲੀ ਜਿਹੇ ਕਿਹਾ : "ਇਕ ਸਿੱਖ ਹੈ...।"

ਸੁਗ਼ਰਾ ਦੀ ਚੀਕ ਨਿੱਕਲ ਗਈ : "ਸਿੱਖ...? ਕੀ ਕਹਿੰਦਾ ਹੈ...?"

ਬਸ਼ਾਰਤ ਨੇ ਜਵਾਬ ਦਿੱਤਾ : "ਕਹਿੰਦਾ ਹੈ, ਦਰਵਾਜ਼ਾ ਖੋਲ੍ਹੋ...।"

ਸੁਗ਼ਰਾ ਨੇ ਕੰਬਦੇ ਹੋਏ ਬਸ਼ਾਰਤ ਨੂੰ ਖਿੱਚ ਕੇ ਆਪਣੇ ਨਾਲ ਲਾ ਲਿਆ ਅਤੇ ਪਿਉ ਦੀ ਚਾਰਪਾਈ 'ਤੇ ਬੈਠ ਗਈ ਅਤੇ ਫਿਰ ਆਪਣੇ ਪਿਉ ਵੱਲ ਵੀਰਾਨ ਅੱਖਾਂ ਨਾਲ ਦੇਖਣ ਲੱਗੀ।

ਮੀਆਂ ਅਬਦੁਲ ਹਈ ਦੇ ਪਤਲੇ ਪਤਲੇ ਬੁੱਲ੍ਹਾਂ 'ਤੇ ਇਕ ਅਜੀਬ ਜਿਹੀ ਮੁਸਕਰਾਹਟ ਲੱਗੀ।

ਬਸ਼ਾਰਤ ਨੇ ਨਾਂਹ 'ਚ ਸਿਰ ਹਲਾਇਆ : "ਕੋਈ ਹੋਰ ਹੈ...।"

ਮੀਆਂ ਸਾਹਿਬ ਨੇ ਫੈਸਲਾਕੁਨ ਅੰਦਾਜ਼ 'ਚ ਕਿਹਾ : "ਜਾਓ ਸੁਗ਼ਰਾ, ਉਹੀ ਹੈ।"

ਸੁਗ਼ਰਾ ਉਠੀ-ਉਹ ਗੁਰਮੁਖ ਸਿੰਘ ਨੂੰ ਜਾਣਦੀ ਸੀ। ਪੈਨਸ਼ਨ ਮਿਲਣ ਤੋਂ ਕੁਝ ਦਿਨ ਪਹਿਲਾਂ ਉਸ ਦੇ ਪਿਉ ਨੇ ਗੁਰਮੁਖ ਸਿੰਘ ਨਾਉਂ ਦੇ ਇਕ ਸਿੱਖ ਦਾ ਕੋਈ ਕੰਮ ਕੀਤਾ ਸੀ, ਸ਼ਾਇਦ ਇਕ ਝੂਠੇ ਮੁਕੱਦਮੇ ਤੋਂ ਪਹਿੜਾ ਛੁਡਵਾਇਆ ਸੀ-ਉਸੇ ਦਿਨ ਤੋਂ ਉਹ ਹਰ ਛੋਟੀ ਈਦ ਤੋਂ ਇਕ ਦਿਨ ਪਹਿਲਾਂ ਸੇਵੀਆਂ ਦਾ ਭਰਿਆ ਹੋਇਆ ਇਕ ਝੋਲਾ ਲੈ ਕੇ ਆਉਂਦਾ ਸੀ-ਉਸ ਦੇ ਪਿਉ ਨੇ ਕਈ ਵਾਰ ਕਿਹਾ ਸੀ : "ਸਰਦਾਰ ਜੀ, ਤੁਸੀਂ ਇਹ ਤਕਲੀਫ਼ ਨਾ ਕਰਿਆ ਕਰੋ...।" ਪਰ ਉਹ ਹਮੇਸ਼ਾ ਹੱਥ ਜੋੜ ਕੇ ਇਹ ਹੀ ਜਵਾਬ ਦਿਆ ਕਰਦਾ ਸੀ : ਛੋਟਾ ਜਿਹਾ ਤੋਹਫ਼ਾ ਹੈ ਜਿਹੜਾ ਮੈਂ ਜਨਾਬ ਦੀ ਖ਼ਿਦਮਤ ਵਿਚ ਹਰ ਸਾਲ ਲੈ ਕੇ ਆਉਂਦਾ ਹਾਂ...ਮੇਰੇ 'ਤੇ ਜੋ ਅਹਿਸਾਨ ਤੁਸੀਂ ਕੀਤਾ ਸੀ, ਉਸ ਦਾ ਬਦਲਾ ਤਾਂ ਮੇਰੀਆਂ ਸੌ ਪੁਸ਼ਤਾਂ ਵੀ ਨਹੀਂ ਚੁਕਾ ਸਕਦੀਆਂ... ਖੁਦਾ ਤੁਹਾਨੂੰ ਬੱਸ ਖੁਸ਼ ਰੱਖੇ...।

ਸਰਦਾਰ ਗੁਰਮੁਖ ਸਿੰਘ ਨੂੰ ਹਰ ਸਾਲ ਈਦ ਤੋਂ ਇਕ ਦਿਨ ਪਹਿਲਾਂ ਸੇਵੀਆਂ ਦਾ ਝੋਲਾ ਲਿਆਉਂਦਿਆਂ ਐਨੇ ਸਾਲ ਹੋ ਗਏ ਸਨ ਕਿ ਸੁਗ਼ਰਾ ਨੂੰ ਹੈਰਾਨੀ ਹੋਈ-ਉਸ ਨੇ ਦਸਤਕ ਸੁਣ ਕੇ ਇਹ ਖ਼ਿਆਲ ਨਹੀਂ ਕੀਤਾ ਕਿ ਗੁਰਮੁਖ ਸਿੰਘ ਹੋਵੇਗਾ; ਪਰ ਬਸ਼ਾਰਤ ਨੇ ਕਿਉਂ ਕਿਹਾ ਕਿ ਹੋਰ ਹੈ; ਬਸ਼ਾਰਤ ਵੀ ਤਾਂ ਕਈ ਵਾਰ ਉਸ ਨੂੰ ਦੇਖ ਚੁੱਕਿਆ ਹੈ।

"ਹੋਰ ਕੌਣ ਹੋ ਸਕਦਾ ਹੈ...।" ਇਹ ਸੋਚਦੀ ਹੋਈ ਸੁਗ਼ਰਾ ਅੱਗੇ ਵਧੀ-ਦਰਵਾਜ਼ਾ ਖੋਲ੍ਹੇ ਜਾਂ ਅੰਦਰੋਂ ਹੀ ਪੁੱਛੇ, ਇਸ ਬਾਰੇ ਉਹ ਫ਼ੈਸਲਾ ਅਜੇ ਨਹੀਂ ਕਰ ਸਕੀ ਕਿ ਦਰਵਾਜ਼ਾ ਜ਼ੋਰ ਦੀ ਖੜਕਣ ਦਾ ਸੁਰਾਗ ਲੱਗਿਆ।

ਸੁਗ਼ਰਾ ਦਾ ਦਿਲ ਜ਼ੋਰ ਦੀ ਧੜਕਣ ਲੱਗਿਆ : ਉਸ ਨੇ ਮੁਸ਼ਕਿਲ ਨਾਲ ਆਪਣੇ ਸੰਘ 'ਚੋਂ ਆਵਾਜ਼ ਕੱਢੀ : "ਕੌਣ ਹੈ...?"

ਬਸ਼ਾਰਤ ਕੋਲ ਹੀ ਖੜ੍ਹਾ ਸੀ; ਉਸ ਨੇ ਦਰਵਾਜ਼ੇ ਦੀ ਇਕ ਵਿਰਲ ਵੱਲ ਇਸ਼ਾਰਾ ਕੀਤਾ ਅਤੇ ਸੁਗ਼ਰਾ ਨੂੰ ਕਿਹਾ : "ਇਸ ਵਿਚੋਂ ਦੇਖੋ...।" ਸੁਗ਼ਰਾ ਨੇ ਵਿਰਲ ਵਿਚ ਦੀ ਦੇਖਿਆ-ਗੁਰਮੁਖ ਸਿੰਘ ਨਹੀਂ ਸੀ। ਉਹ ਤਾਂ ਬਹੁਤ ਬੁੱਢਾ ਸੀ, ਅਤੇ ਜੋ ਬਾਹਰ ਖੜ੍ਹਾ ਸੀ, ਜਵਾਨ ਸੀ। ਸੁਗ਼ਰਾ ਅਜੇ ਵਿਰਲ 'ਤੇ ਅੱਖ ਜੰਮਾਈ ਉਸ ਦਾ ਜਾਇਜ਼ਾ ਹੀ ਲੈ ਰਹੀ ਸੀ ਕਿ ਜਵਾਨ ਸਿੱਖ ਨੇ ਫਿਰ ਦਰਵਾਜ਼ਾ ਖਟਖਟਾਇਆ-ਸੁਗ਼ਰਾ ਨੇ ਦੇਖਿਆ ਕਿ ਉਸ ਦੇ ਹੱਥ ਵਿਚ ਕਾਗ਼ਜ਼ ਦਾ ਇਕ ਭਰਿਆ ਹੋਇਆ ਲਿਫ਼ਾਫਾ ਸੀ, ਉਸੇ ਤਰ੍ਹਾਂ ਜਿਸ ਤਰ੍ਹਾਂ ਕਿ ਗੁਰਮੁਖ ਸਿੰਘ ਲਿਆਇਆ ਕਰਦਾ ਸੀ।

ਸੁਗ਼ਰਾ ਨੇ ਵਿਰਲ ਤੋਂ ਅੱਖ ਉਠਾਈ ਅਤੇ ਉਚੀ ਆਵਾਜ਼ 'ਚ ਪੁੱਛਿਆ : "ਕੌਣ ਹੋ ਤੁਸੀਂ...?"

ਬਾਹਰੋਂ ਆਵਾਜ਼ ਆਈ : "ਜੀ...ਜੀ ਮੈਂ...ਮੈਂ ਸਰਦਾਰ ਗੁਰਮੁਖ ਸਿੰਘ ਦਾ ਪੁੱਤਰ ਹਾਂ...ਸੰਤੋਖ...।"

ਸੁਗ਼ਰਾ ਦਾ ਡਰ ਬਹੁਤ ਹੱਦ ਤੱਕ ਦੂਰ ਹੋ ਗਿਆ : ਬਹੁਤ ਸਾਦਗੀ ਨਾਲ ਉਸ ਨੇ ਪੁੱਛਿਆ : "ਫ਼ਰਮਾਈਏ...ਤੁਸੀਂ ਕਿਵੇਂ ਆਏ...?"

ਬਾਹਰੋਂ ਫਿਰ ਆਵਾਜ਼ ਆਈ : "ਜੀ...ਜੱਜ ਸਾਹਿਬ ਕਿੱਥੇ ਹਨ...?"

ਸੁਗ਼ਰਾ ਨੇ ਜਵਾਬ ਦਿੱਤਾ : "ਬਿਮਾਰ ਹਨ...।"

ਬਾਹਰੋਂ ਆਵਾਜ਼ ਨੇ ਅਫ਼ਸੋਸ ਭਰੇ ਲਹਿਜ਼ੇ ਕਿਹਾ : "ਓਹ...!" ਥੋੜ੍ਹੀ ਦੇਰ ਬਾਅਦ ਫਿਰ ਆਵਾਜ਼ ਆਈ : "ਜੀ, ਇਹ ਸੇਵੀਆਂ ਹਨ...ਸਰਦਾਰ ਜੀ ਦਾ ਦੇਹਾਂਤ ਹੋ ਗਿਆ ਹੈ...ਉਹ ਮਰ ਗਏ ਹਨ...।"

ਸੁਗ਼ਰਾ ਨੇ ਇਕਦਮ ਪੁੱਛਿਆ : "ਮਰ ਗਏ ਹਨ...?"

ਬਾਹਰੋਂ ਆਵਾਜ਼ ਆਈ : "ਜੀ ਹਾਂ... ਇਕ ਮਹੀਨਾ ਹੋ ਗਿਆ ਹੈ...ਮਰਨ ਤੋਂ ਪਹਿਲਾਂ ਉਨ੍ਹਾਂ ਨੇ ਮੈਨੂੰ ਕਿਹਾ ਸੀ ਕਿ ਦੇਖ ਪੁੱਤਰ, ਮੈਂ ਦਸ ਸਾਲਾਂ ਤੋਂ ਜੱਜ ਸਾਹਿਬ ਦੀ ਸੇਵਾ 'ਚ ਹਰ ਛੋਟੀ ਈਦ 'ਤੇ ਸੇਵੀਆਂ ਲੈ ਕੇ ਜਾਂਦਾ ਹਾਂ; ਮੇਰੇ ਮਰਨ ਤੋਂ ਬਾਅਦ ਇਹ ਕੰਮ ਤੈਨੂੰ ਕਰਨਾ ਹੋਵੇਗਾ...ਮੈਂ ਉਨ੍ਹਾਂ ਨੂੰ ਬਚਨ ਦਿੱਤਾ ਸੀ, ਜਿਹੜਾ ਮੈਂ ਪੂਰਾ ਕਰ ਰਿਹਾ ਹਾਂ...ਲੈ ਲਵੋ ਸੇਵੀਆਂ...।"

ਸੁਗ਼ਰਾ ਐਨੀ ਪ੍ਰਭਾਵਿਤ ਹੋਈ ਕਿ ਉਸ ਦੀਆਂ ਅੱਖਾਂ ਵਿਚ ਹੰਝੂ ਆ ਗਏ, ਉਸ ਨੇ ਥੋੜ੍ਹਾ ਜਿਹਾ ਦਰਵਾਜ਼ਾ ਖੋਲ੍ਹਿਆ।

ਸਰਦਾਰ ਗੁਰਮੁਖ ਸਿੰਘ ਦੇ ਪੁੱਤਰ ਨੇ ਸੇਵੀਆਂ ਦਾ ਲਿਫਾਫਾ ਅੱਗੇ ਵਧਾਇਆ, ਜਿਹੜਾ ਸੁਗ਼ਰਾ ਨੇ ਫੜ ਲਿਆ ਅਤੇ ਕਿਹਾ : "ਖੁਦਾ ਸਰਦਾਰ ਜੀ ਨੂੰ ਜੰਨਤ ਨਸੀਬ ਕਰੇ...।"

ਗੁਰਮੁਖ ਸਿੰਘ ਦਾ ਪੁੱਤਰ ਥੋੜ੍ਹੇ ਚਿਰ ਬਾਅਦ ਬੋਲਿਆ : "ਜੱਜ ਸਾਹਿਬ ਬੀਮਾਰ ਹਨ?"

ਸੁਗ਼ਰਾ ਨੇ ਜਵਾਬ ਦਿੱਤਾ : "ਜੀ ਹਾਂ...।"

"ਕੀ ਬੀਮਾਰੀ ਹੈ?"

"ਲੱਕਵਾ।"

"ਓਹ...! ਸਰਦਾਰ ਜੀ ਜਿਉਂਦੇ ਹੁੰਦੇ ਤਾਂ ਉਨ੍ਹਾਂ ਨੂੰ ਇਹ ਸੁਣ ਕੇ ਬਹੁਤ ਦੁੱਖ ਹੁੰਦਾ...ਮਰਦੇ ਦਮ ਤੱਕ ਉਨ੍ਹਾਂ ਨੂੰ ਜੱਜ ਸਾਹਿਬ ਦਾ ਅਹਿਸਾਨ ਯਾਦ ਸੀ...ਕਹਿੰਦੇ

ਸਨ ਕਿ ਜੱਜ ਸਾਹਿਬ ਇਨਸਾਨ ਨਹੀਂ, ਦੇਵਤਾ ਹਨ...ਅੱਲਾ ਮੀਆਂ ਉਨ੍ਹਾਂ ਨੂੰ ਜਿਉਂਦਾ ਰੱਖੇ...ਉਨ੍ਹਾਂ ਨੂੰ ਮੇਰਾ ਸਲਾਮ...।" ਅਤੇ ਉਹ ਇਹ ਕਹਿ ਕੇ ਥੜ੍ਹੇ ਤੋਂ ਉਤਰ ਗਿਆ।

ਸੁਗ਼ਰਾ ਸੋਚਦੀ ਰਹਿ ਗਈ ਕਿ ਉਸ ਨੂੰ ਠਹਿਰਣ ਲਈ ਕਹੇ ਕਿ ਉਹ ਜੱਜ ਸਾਹਿਬ ਲਈ ਕਿਸੇ ਡਾਕਟਰ ਦਾ ਬੰਦੋਬਸਤ ਕਰ ਦੇਵੇ।

ਸਰਦਾਰ ਗੁਰਮੁਖ ਸਿੰਘ ਦਾ ਪੁੱਤਰ ਸੰਤੋਖ ਸਿਘ ਜੱਜ ਸਾਹਿਬ ਦੇ ਥੜ੍ਹੇ ਤੋਂ ਉਤਰ ਕੇ ਕੁਝ ਗਜ਼ ਹੀ ਅੱਗੇ ਵਧਿਆ ਤਾਂ ਢਾਠ੍ਹਾਂ ਬੰਨੀ ਚਾਰ ਆਦਮੀ ਉਸ ਦੇ ਕੋਲ ਆਏ-ਦੋ ਦੇ ਕੋਲ ਬਲਦੀਆਂ ਮਸ਼ਾਲਾਂ ਸਨ ਅਤੇ ਦੋ ਦੇ ਕੋਲ ਮਿੱਟੀ ਦੇ ਤੇਲ ਦੀ ਢੋਲੀ ਅਤੇ ਕੁਝ ਹੋਰ ਚੀਜ਼ਾਂ।

ਇਕ ਨੇ ਸੰਤੋਖ ਤੋਂ ਪੁੱਛਿਆ : "ਕਿਉਂ ਸਰਦਾਰ ਜੀ, ਆਪਣਾ ਕੰਮ ਕਰ ਆਏ?"

ਸੰਤੋਖ ਨੇ ਸਿਰ ਹਿਲਾਉਂਦਿਆਂ ਜਵਾਬ ਦਿੱਤਾ : "ਹਾਂ, ਕਰ ਆਇਆ...।"

ਉਸ ਆਦਮੀ ਨੇ ਢਾਠ੍ਹੇ ਦੇ ਅੰਦਰ ਹੱਸਦਿਆਂ ਪੁੱਛਿਆ : "ਤਾਂ ਕਰ ਦਈਏ ਮਾਮਲਾ ਠੰਡਾ ਜੱਜ ਸਾਹਿਬ ਦਾ...।"

"ਹਾਂ...! ਜਿਵੇਂ ਤੁਹਾਡੀ ਮਰਜੀ।" ਇਹ ਕਹਿ ਕੇ ਸਰਦਾਰ ਗੁਰਮੁਖ ਦਾ ਪੁੱਤਰ ਚਲ ਪਿਆ।

ਠੰਡਾ ਗੋਸ਼ਤ

ਈਸ਼ਰ ਸਿੰਘ ਜਿਉਂ ਹੀ ਹੋਟਲ ਦੇ ਕਮਰੇ ਵਿਚ ਦਾਖ਼ਲ ਹੋਇਆ, ਕੁਲਵੰਤ ਕੌਰ ਪਲੰਘ ਤੋਂ ਉਠੀ। ਆਪਣੀਆਂ ਤੇਜ਼-ਤੇਜ਼ ਅੱਖਾਂ ਨਾਲ ਉਸ ਵਲ ਘੂਰ ਕੇ ਦੇਖਿਆ ਅਤੇ ਦਰਵਾਜ਼ੇ ਦੀ ਚਿਟਕਣੀ ਬੰਦ ਕਰ ਦਿੱਤੀ। ਰਾਤ ਦੇ ਬਾਰਾਂ ਵੱਜ ਚੁੱਕੇ ਸਨ। ਸ਼ਹਿਰ ਦਾ ਆਲਾ-ਦੁਆਲਾ ਰਹੱਸਮਈ ਖਾਮੋਸ਼ੀ ਵਿਚ ਗ਼ਰਕ ਸੀ।

ਕੁਲਵੰਤ ਕੌਰ ਪਲੰਘ ਉਤੇ ਚੌਂਕੜੀ ਮਾਰ ਕੇ ਬੈਠ ਗਈ। ਈਸ਼ਰ ਸਿੰਘ ਜਿਹੜਾ ਆਪਣੇ ਪਰੇਸ਼ਾਨ ਵਿਚਾਰਾਂ ਦੇ ਉਲਝੇ ਹੋਏ ਧਾਗੇ ਖੋਲ੍ਹ ਰਿਹਾ ਸੀ, ਹੱਥ ਵਿਚ ਕਿਰਪਾਨ ਲਈ ਇਕ ਕੋਨੇ ਵਿਚ ਖੜ੍ਹਾ ਸੀ। ਕੁਝ ਪਲ ਇਸੇ ਤਰ੍ਹਾਂ ਖਾਮੋਸ਼ੀ ਵਿਚ ਬੀਤ ਗਏ। ਕੁਲਵੰਤ ਕੌਰ ਨੂੰ ਥੋੜ੍ਹੀ ਦੇਰ ਬਾਅਦ ਆਪਣਾ ਆਸਣ ਪਸੰਦ ਨਾ ਆਇਆ ਅਤੇ ਉਹ ਦੋਵੇਂ ਲੱਤਾਂ ਪਲੰਘ ਦੇ ਹੇਠਾਂ ਲਮਕਾ ਕੇ ਹਿਲਾਉਣ ਲੱਗੀ, ਈਸ਼ਰ ਸਿੰਘ ਫੇਰ ਵੀ ਕੁਝ ਨਾ ਬੋਲਿਆ।

ਕੁਲਵੰਤ ਕੌਰ ਭਰੇ-ਭਰੇ ਹੱਥਾਂ ਪੈਰਾਂ ਵਾਲੀ ਸੀ, ਚੌੜੇ ਚਕਲੇ ਚਿੱਤੜ, ਥੁਲ-ਥੁਲ ਕਰਨ ਵਾਲੇ ਗੋਸ਼ਤ ਨਾਲ ਭਰਪੂਰ। ਕੁਝ ਬਹੁਤ ਹੀ ਜ਼ਿਆਦਾ ਉਪਰ ਨੂੰ ਉਠਿਆ ਹੋਇਆ ਸੀਨਾ, ਤੇਜ਼ ਅੱਖਾਂ, ਉਪਰਲੇ ਬੁੱਲ੍ਹ ਉਤੇ ਸੁਰਮਈ ਗੁਬਾਰ! ਠੋਡੀ ਦੀ ਬਨਾਵਟ ਤੋਂ ਪਤਾ ਲੱਗਦਾ ਸੀ ਕਿ ਬੜੀ ਧੜੱਲੇਦਾਰ ਔਰਤ ਹੈ।

ਈਸ਼ਰ ਸਿੰਘ ਸਿਰ ਨੀਵਾਂ ਕਰੀ ਇਕ ਖੂੰਜੇ ਵਿਚ ਚੁੱਪ-ਚਾਪ ਖੜ੍ਹਾ ਸੀ। ਸਿਰ 'ਤੇ ਉਸ ਦੇ ਕੱਸ ਕੇ ਬੰਨ੍ਹੀ ਹੋਈ ਪਗੜੀ ਢਿੱਲੀ ਹੋ ਰਹੀ ਸੀ, ਉਸ ਵਿਚ ਥੋੜ੍ਹੀ-ਥੋੜ੍ਹੀ ਕੰਬਣੀ ਸੀ, ਮਗਰ ਉਸ ਦੇ ਆਕਾਰ ਅਤੇ ਡੀਲ-ਡੋਲ ਤੋਂ ਪਤਾ ਲਗਦਾ ਸੀ ਕਿ ਕੁਲਵੰਤ ਕੌਰ ਵਰਗੀ ਔਰਤ ਲਈ ਬਹੁਤ ਢੁਕਵਾਂ ਮਰਦ ਹੈ।

ਕੁਝ ਪਲ ਜਦੋਂ ਇਸੇ ਤਰ੍ਹਾਂ ਖਾਮੋਸ਼ੀ ਵਿਚ ਬੀਤ ਗਏ ਤਾਂ ਕੁਲਵੰਤ ਕੌਰ ਉਛਲੀ ਪਈ, ਲੇਕਿਨ ਤੇਜ਼-ਤੇਜ਼ ਅੱਖਾਂ ਨੂੰ ਨਚਾ ਕੇ ਉਹ ਸਿਰਫ ਇਸ ਤਰ੍ਹਾਂ ਕਹਿ ਸਕੀ : "ਈਸ਼ਰ ਸਿੰਘ..."

ਈਸ਼ਰ ਸਿੰਘ ਨੇ ਗਰਦਨ ਚੁੱਕ ਕੇ ਕੁਲਵੰਤ ਕੌਰ ਵੱਲ ਦੇਖਿਆ, ਪਰ ਉਸ ਦੀਆਂ ਅੱਖਾਂ ਦੀਆਂ ਗੋਲਾਈਆਂ ਦੀ ਤਾਬ ਨਾ ਝੱਲਦਾ ਹੋਇਆ ਮੂੰਹ ਦੂਜੇ ਪਾਸੇ ਮੋੜ ਲਿਆ।

ਕੁਲਵੰਤ ਕੌਰ ਚੀਕੀ, "ਈਸ਼ਰ ਸਿੰਘ..." ਲੇਕਿਨ ਇਕਦਮ ਆਵਾਜ਼ ਘੁੱਟ ਲਈ ਅਤੇ ਪਲੰਘ ਤੋਂ ਉਠ ਕੇ ਉਸ ਵੱਲ ਹੁੰਦੀ ਹੋਈ ਬੋਲੀ-"ਕਿੱਥੇ ਰਿਹਾ ਤੂੰ, ਐਨੇ ਦਿਨ?"

ਈਸ਼ਰ ਸਿੰਘ ਨੇ ਖੁਸ਼ਕ ਬੁੱਲ੍ਹਾਂ ਉਤੇ ਜ਼ੁਬਾਨ ਫੇਰੀ : "ਮੈਨੂੰ ਪਤਾ ਨਹੀਂ।"

ਕੁਲਵੰਤ ਕੌਰ ਚਿੜ ਗਈ : "ਇਹ ਵੀ ਕੋਈ ਮਾਂ ਯਾਵ੍ਹਾ ਜਵਾਬ ਐ।"

ਈਸ਼ਰ ਸਿੰਘ ਨੇ ਕਿਰਪਾਨ ਇਕ ਪਾਸੇ ਸੁੱਟ ਦਿੱਤੀ ਅਤੇ ਪਲੰਘ 'ਤੇ ਪੈ ਗਿਆ। ਇੰਜ ਮਹਿਸੂਸ ਹੁੰਦਾ ਸੀ ਕਿ ਉਹ ਕਈ ਦਿਨਾਂ ਤੋਂ ਬੀਮਾਰ ਹੈ। ਕੁਲਵੰਤ ਕੌਰ ਨੇ ਪਲੰਘ ਵਲ ਦੇਖਿਆ ਜਿਹੜਾ ਹੁਣ ਈਸ਼ਰ ਸਿੰਘ ਨਾਲ ਲਬਾਲਬ ਭਰਿਆ ਪਿਆ ਸੀ। ਉਸ ਦੇ ਦਿਲ ਵਿਚ ਹਮਦਰਦੀ ਦਾ ਜਜ਼ਬਾ ਪੈਦਾ ਹੋ ਗਿਆ। ਇਸ ਲਈ ਉਸ ਦੇ ਮੱਥੇ 'ਤੇ ਹੱਥ ਰੱਖ ਕੇ ਉਸ ਨੇ ਬਹੁਤ ਪਿਆਰ ਨਾਲ ਪੁੱਛਿਆ : "ਜਾਨੀ, ਕੀ ਹੋਇਆ ਹੈ ਤੈਨੂੰ?"

ਈਸ਼ਰ ਸਿੰਘ ਛੱਤ ਵਲ ਵੇਖ ਰਿਹਾ ਸੀ, ਉਥੋਂ ਨਜ਼ਰਾਂ ਹਟਾ ਕੇ ਉਸ ਨੇ ਕੁਲਵੰਤ ਕੌਰ ਦੇ ਜਾਣੇ ਪਹਿਚਾਣੇ ਚਿਹਰੇ ਨੂੰ ਟਟੋਲਣਾ ਸ਼ੁਰੂ ਕਰ ਦਿੱਤਾ, "ਕੁਲਵੰਤ।" ਉਸ ਦੀ ਆਵਾਜ਼ ਵਿਚ ਦਰਦ ਸੀ।

ਕੁਲਵੰਤ ਕੌਰ ਸਾਰੀ ਇਕੱਠੀ ਹੋ ਕੇ ਆਪਣੇ ਉਪਰਲੇ ਬੁੱਲ੍ਹ ਵਿਚ ਆ ਗਈ : "ਹਾਂ ਜਾਨੀ।" ਕਹਿ ਕੇ ਉਹ ਉਸ ਨੂੰ ਦੰਦਾਂ ਨਾਲ ਕੱਟਣ ਲੱਗੀ।

ਈਸ਼ਰ ਸਿੰਘ ਨੇ ਪੱਗੜੀ ਲਾਹ ਦਿੱਤੀ। ਕੁਲਵੰਤ ਕੌਰ ਵੱਲ ਸਹਾਰਾ ਲੈਣ ਵਾਲੀਆਂ ਨਿਗਾਹਾਂ ਨਾਲ ਦੇਖਿਆ, ਉਸ ਦੇ ਗੋਸ਼ਤ ਭਰੇ ਚਿੱਤੜ ਉਤੇ ਜ਼ੋਰ ਨਾਲ ਧੱਫਾ ਮਾਰਿਆ ਅਤੇ ਸਿਰ ਨੂੰ ਝਟਕਾ ਦੇ ਆਪਣੇ ਆਪ ਨੂੰ ਕਿਹਾ, "ਇਹ ਕੁੜੀ ਯਾਵ੍ਹਾ ਦਿਮਾਗ਼ ਹੀ ਖ਼ਰਾਬ ਹੈ..."

ਝਟਕਾ ਦੇਣ ਨਾਲ ਉਸ ਦੇ ਕੇਸ ਖੁੱਲ੍ਹ ਗਏ। ਕੁਲਵੰਤ ਕੌਰ ਉਂਗਲੀਆਂ ਨਾਲ ਉਨ੍ਹਾਂ 'ਚ ਕੰਘੀ ਕਰਨ ਲੱਗੀ। ਅਜਿਹਾ ਕਰਦੇ ਹੋਏ ਉਸ ਨੇ ਬਹੁਤ ਪਿਆਰ ਨਾਲ ਪੁੱਛਿਆ : "ਈਸ਼ਰ ਸਿਆਂ, ਕਿੱਥੇ ਰਿਹਾ ਤੂੰ ਐਨੇ ਦਿਨ?"

"ਬੁਰੇ ਦੀ ਮਾਂ ਦੇ ਘਰ..." ਈਸ਼ਰ ਸਿੰਘ ਨੇ ਕੁਲਵੰਤ ਕੌਰ ਨੂੰ ਘੂਰ ਕੇ ਦੇਖਿਆ ਅਤੇ ਅਚਾਨਕ ਦੋਵੇਂ ਹੱਥਾਂ ਨਾਲ ਉਸ ਦੇ ਉਭਰੇ ਹੋਏ ਸੀਨੇ ਨੂੰ ਮਸਲਣ ਲੱਗਿਆ : "ਕਸਮ ਵਾਹਿਗੁਰੂ ਦੀ, ਬੜੀ ਜਾਨਦਰ ਔਰਤ ਹੈਂ।"

ਕੁਲਵੰਤ ਕੌਰ ਨੇ ਇਕ ਅਦਾ ਨਾਲ ਈਸ਼ਰ ਸਿੰਘ ਦੇ ਹੱਥ ਇਕ ਤਰਫ਼ ਝਟਕ ਦਿੱਤੇ ਅਤੇ ਪੁੱਛਿਆ : "ਤੁਹਾਨੂੰ ਮੇਰੀ ਕਸਮ, ਦੱਸੋ, ਕਿੱਥੇ ਰਹੇ...? ਸ਼ਹਿਰ ਗਏ ਸੀ?"

ਈਸ਼ਰ ਸਿੰਘ ਨੇ ਇਕ ਹੀ ਲਪੇਟ ਵਿਚ ਆਪਣੇ ਵਾਲਾਂ ਦਾ ਜੂੜਾ ਕਰਦੇ ਹੋਏ ਜਵਾਬ ਦਿੱਤਾ : "ਨਹੀਂ।।"

ਕੁਲਵੰਤ ਕੌਰ ਖਿਝ ਗਈ : "ਨਹੀਂ, ਤੂੰ ਜ਼ਰੂਰ ਗਿਆ ਸੀ... ਤੇ ਤੂੰ ਬਹੁਤ ਸਾਰਾ ਰੁਪਿਆ ਲੁੱਟਿਆ ਹੈ ਜਿਹੜਾ ਤੂੰ ਮੈਥੋਂ ਲੁਕਾ ਰਿਹਾ ਹੈ।"

"ਉਹ ਆਪਣੇ ਪਿਉ ਦਾ ਬੀਅ ਨਾ ਹੋਵੇ ਜੇ ਤੈਨੂੰ ਝੂਠ ਬੋਲੇ..."

ਕੁਲਵੰਤ ਕੌਰ ਥੋੜ੍ਹੀ ਦੇਰ ਲਈ ਖਾਮੋਸ਼ ਹੋ ਗਈ, ਲੇਕਿਨ ਨਾਲ ਦੀ ਨਾਲ ਭੜਕ ਪਈ : "ਲੇਕਿਨ ਮੇਰੀ ਸਮਝ ਵਿਚ ਨਹੀਂ ਆਉਂਦਾ, ਉਸ ਰਾਤ ਤੈਨੂੰ ਹੋਇਆ ਕੀ...? ਚੰਗਾ ਭਲਾ ਮੇਰੇ ਨਾਲ ਪਿਆ ਸੀ, ਮੈਨੂੰ ਤੂੰ ਉਹ ਤਮਾਮ ਗਹਿਣੇ ਪਹਿਨਾ ਰੱਖੇ ਸਨ, ਜਿਹੜੇ ਤੂੰ ਸ਼ਹਿਰੋਂ ਲੁੱਟ ਕੇ ਲਿਆਇਆ ਸੀ, ਮੇਰੀਆਂ ਪੱਪੀਆਂ ਲੈ ਰਿਹਾ ਸੀ, ਪਤਾ ਨਹੀਂ ਅਚਾਨਕ ਇਕਦਮ ਤੈਨੂੰ ਕੀ ਹੋ ਗਿਆ। ਉਠਿਆ ਅਤੇ ਕੱਪੜੇ ਪਾ ਕੇ ਬਾਹਰ ਨਿੱਕਲ ਗਿਆ...?"

ਈਸ਼ਰ ਸਿੰਘ ਦਾ ਰੰਗ ਜ਼ਰਦ ਹੋ ਗਿਆ। ਕੁਲਵੰਤ ਕੌਰ ਨੇ ਇਹ ਤਬਦੀਲੀ ਦੇਖਕੇ ਹੀ ਕਿਹਾ : "ਦੇਖਿਆ ਕਿਵੇਂ ਰੰਗ ਪੀਲਾ ਪੈ ਗਿਆ...ਈਸ਼ਰ ਸਿਆਂ, ਕਸਮ ਵਾਹਿਗੁਰੂ ਦੀ, ਜ਼ਰੂਰ, ਕੁਝ ਦਾਲ 'ਚ ਕਾਲਾ ਹੈ?"

"ਤੇਰੀ ਜਾਨ ਦੀ ਕਸਮ, ਕੁਝ ਵੀ ਨਹੀਂ।"

ਈਸ਼ਰ ਸਿੰਘ ਦੀ ਆਵਾਜ਼ ਬੇਜਾਨ ਸੀ। ਕੁਲਵੰਤ ਕੌਰ ਦਾ ਸ਼ੱਕ ਹੋਰ ਜ਼ਿਆਦਾ ਮਜ਼ਬੂਤ ਹੋ ਗਿਆ। ਉਪਰਲਾ ਬੁੱਲ੍ਹ ਘੁੱਟ ਕੇ ਉਸ ਨੇ ਇਕ ਲਫ਼ਜ਼ 'ਤੇ ਜ਼ੋਰ ਦਿੰਦਿਆਂ ਕਿਹਾ, "ਈਸ਼ਰ ਸਿਆਂ, ਕੀ ਗੱਲ ਹੈ, ਤੂੰ ਉਹ ਨਹੀਂ ਜਿਹੜਾ ਅੱਜ ਤੋਂ ਅੱਠ ਦਿਨ ਪਹਿਲਾਂ ਸੀ?"

ਈਸ਼ਰ ਸਿੰਘ ਇਕਦਮ ਉਠਿਆ, ਜਿਵੇਂ ਕਿਸੇ ਨੇ ਉਸ ਉਤੇ ਹਮਲਾ ਕੀਤਾ ਹੋਵੇ। ਕੁਲਵੰਤ ਕੌਰ ਨੂੰ ਆਪਣੀਆਂ ਮਜ਼ਬੂਤ ਬਾਹਾਂ ਵਿਚ ਲੈ ਕੇ ਪੂਰੀ ਹਿੰਮਤ ਨਾਲ ਉਸ ਨੂੰ ਘੁੱਟਣਾ ਸ਼ੁਰੂ ਕਰ ਦਿੱਤਾ : "ਜਾਨੀ, ਮੈਂ ਉਹੀ ਹਾਂ...ਘੁੱਟ-ਘੁੱਟ ਪਾ ਜੱਫੀਆਂ, ਤੇਰੀ ਨਿਕਲੇ ਹੱਡੀਆਂ ਦੀ ਗਰਮੀ..."

ਕੁਲਵੰਤ ਕੌਰ ਨੇ ਕੋਈ ਵਿਰੋਧ ਨਾ ਕੀਤਾ, ਲੇਕਿਨ ਉਹ ਸ਼ਿਕਾਇਤ ਕਰਦੀ ਰਹੀ : "ਤੈਨੂੰ ਉਸ ਰਾਤ ਹੋ ਕੀ ਗਿਆ ਸੀ?"

"ਬੁਰੇ ਦੀ ਮਾਂ ਦਾ ਉਹ ਹੋ ਗਿਆ ਸੀ।"

"ਦੱਸੇਂਗਾ ਨਹੀਂ?"

"ਕੋਈ ਗੱਲ ਹੋਵੇ ਤਾਂ ਦੱਸਾਂ।"

"ਮੈਨੂੰ ਆਪਣੇ ਹੱਥੀਂ ਫੂਕੇਂ ਜੇ ਤੂੰ ਝੂਠ ਬੋਲੇਂ।"

ਈਸ਼ਰ ਸਿੰਘ ਨੇ ਆਪਣੀਆਂ ਬਾਹਾਂ ਉਸ ਦੀ ਗਰਦਨ ਵਿਚ ਪਾ ਦਿੱਤੀਆਂ ਅਤੇ ਬੁੱਲ੍ਹ ਉਸ ਦੇ ਬੁੱਲ੍ਹਾਂ ਉਤੇ ਗੱਡ ਦਿੱਤੇ। ਮੁੱਛਾਂ ਦੇ ਵਾਲ ਕੁਲਵੰਤ ਕੌਰ ਦੀਆਂ ਨਾਸਾਂ ਵਿਚ ਵੜੇ ਤਾਂ ਉਸ ਨੂੰ ਛਿੱਕ ਆ ਗਈ। ਦੋਵੇਂ ਹੱਸਣ ਲੱਗੇ।

ਈਸ਼ਰ ਸਿੰਘ ਨੇ ਆਪਣੀ ਸਦਰੀ ਉਤਾਰ ਦਿੱਤੀ ਅਤੇ ਕੁਲਵੰਤ ਕੌਰ ਨੂੰ ਕਾਮੁਕ ਅੱਖਾਂ ਨਾਲ ਦੇਖ ਕੇ ਕਿਹਾ : "ਆ ਜਾਓ, ਇਕ ਬਾਜ਼ੀ ਤਾਸ਼ ਦੀ ਹੋ ਜਾਏ।"

ਕੁਲਵੰਤ ਕੌਰ ਦੇ ਉਪਰਲੇ ਬੁੱਲ੍ਹ ਉਤੇ ਪਸੀਨੇ ਦੀਆਂ ਛੋਟੀਆਂ-ਛੋਟੀਆਂ ਬੂੰਦਾਂ ਫੁੱਟ ਆਈਆਂ। ਇਕ ਅਦਾ ਨਾਲ ਉਸ ਨੇ ਆਪਣੀਆਂ ਅੱਖਾਂ ਦੀਆਂ ਪੁਤਲੀਆਂ ਘੁਮਾਈਆਂ ਅਤੇ ਕਿਹਾ, "ਚੱਲ ਦਫਾ ਹੋ।"

ਈਸ਼ਰ ਸਿੰਘ ਨੇ ਉਸ ਦੇ ਉਭਰੇ ਹੋਏ ਚਿੱਤੜਾਂ 'ਤੇ ਜ਼ੋਰ ਦੀ ਚੂੰਢੀ ਭਰੀ। ਕੁਲਵੰਤ ਕੌਰ ਤੜਫ਼ ਕੇ ਇਕ ਪਾਸੇ ਹਟ ਗਈ : "ਨਾ ਕਰ ਈਸ਼ਰ ਸਿਆਂ, ਮੇਰੇ ਦਰਦ ਹੁੰਦਾ ਹੈ..."

ਈਸ਼ਰ ਸਿੰਘ ਨੇ ਅੱਗੇ ਵਧ ਕੇ ਕੁਲਵੰਤ ਕੌਰ ਦਾ ਉਪਰਲਾ ਬੁੱਲ੍ਹ ਆਪਣੇ ਦੰਦਾਂ ਥੱਲੇ ਦਬਾ ਲਿਆ ਅਤੇ ਕਿਚਕਰਾਉਣ ਲੱਗਾ। ਕੁਲਵੰਤ ਕੌਰ ਬਿਲਕੁਲ ਪਿਘਲ ਗਈ। ਈਸ਼ਰ ਸਿੰਘ ਨੇ ਆਪਣਾ ਕੁੜਤਾ ਉਤਾਰ ਕੇ ਸੁੱਟ ਦਿੱਤਾ ਅਤੇ ਕਿਹਾ : "ਲੈ, ਫਿਰ ਹੋ ਜਾਵੇ ਤੁਰਪ ਚਾਲ..."

ਕੁਲਵੰਤ ਕੌਰ ਦਾ ਉਪਰਲਾ ਬੁੱਲ੍ਹ ਕੰਬਣ ਲੱਗਿਆ। ਈਸ਼ਰ ਸਿੰਘ ਨੇ ਦੋਵੇਂ ਹੱਥਾਂ ਨਾਲ ਕੁਲਵੰਤ ਕੌਰ ਦੀ ਕਮੀਜ਼ ਦਾ ਘੇਰਾ ਫੜਿਆ ਅਤੇ ਜਿਸ ਤਰ੍ਹਾਂ ਬੱਕਰੇ ਦੀ ਖੱਲ ਉਤਾਰਦੇ ਹਨ, ਉਸੇ ਤਰ੍ਹਾਂ ਉਸ ਨੂੰ ਉਤਾਰ ਕੇ ਇਕ ਪਾਸੇ ਰੱਖ ਦਿੱਤਾ।

ਫਿਰ ਉਸ ਨੇ ਘੂਰ ਕੇ ਉਸ ਦੇ ਨੰਗੇ ਜਿਸਮ ਨੂੰ ਦੇਖਿਆ ਅਤੇ ਜ਼ੋਰ ਦੀ ਉਸ ਦੀ ਬਾਂਹ 'ਤੇ ਚੂੰਢੀ ਭਰਦਿਆਂ ਕਿਹਾ : "ਕੁਲਵੰਤ, ਕਸਮ ਵਾਹਿਗੁਰੂ ਦੀ, ਬੜੀ ਕਰਾਰੀ ਔਰਤ ਹੈਂ ਤੂੰ..."

ਕੁਲਵੰਤ ਕੌਰ ਆਪਣੀ ਬਾਂਹ 'ਤੇ ਉਭਰ ਰਹੇ ਲਾਲ ਧੱਬੇ ਨੂੰ ਦੇਖਣ ਲੱਗੀ : "ਬੜਾ ਜ਼ਾਲਿਮ ਹੈਂ ਤੂੰ ਈਸ਼ਰ ਸਿਆਂ।"

ਈਸ਼ਰ ਸਿੰਘ ਆਪਣੀਆਂ ਸੰਘਣੀਆਂ ਕਾਲੀਆਂ ਮੁੱਛਾਂ ਵਿਚ ਮੁਸਕਰਾਇਆ : "ਹੋਣ ਦੇ ਅੱਜ ਜ਼ੁਲਮ?" ਅਤੇ ਇਹ ਕਹਿ ਕੇ ਉਸ ਨੇ ਹੋਰ ਜ਼ਿਆਦਾ ਜ਼ੁਲਮ ਢਾਹੁਣੇ ਸ਼ੁਰੂ ਕੀਤੇ... ਕੁਲਵੰਤ ਕੌਰ ਦਾ ਉਪਰਲਾ ਬੁੱਲ੍ਹ ਦੰਦਾਂ ਥੱਲੇ ਕਿਰਕਿਚਾਇਆ, ਕੰਨਾਂ ਦੀਆਂ ਲਵਾਂ ਨੂੰ ਕੱਟਿਆ, ਉਭਰੇ ਹੋਏ ਸੀਨੇ ਨੂੰ ਮਸਲਿਆ, ਭਰੇ ਹੋਏ ਚਿੱਤੜਾਂ 'ਤੇ ਆਵਾਜ਼ ਪੈਦਾ ਕਰਨ ਵਾਲੇ ਥੱਪੜ ਮਾਰੇ, ਗੱਲ੍ਹਾਂ 'ਤੇ ਮੂੰਹ ਭਰ ਭਰ ਕੇ ਬੋਸੇ ਲਏ, ਚੂਸ-ਚੂਸ ਕੇ ਉਸ ਦਾ ਸਾਰਾ ਸੀਨਾ ਥੁੱਕ ਨਾਲ ਲਬੇੜ ਦਿੱਤਾ...ਕੁਲਵੰਤ ਕੌਰ ਤੇਜ਼ ਅੱਗ ਉਤੇ ਚੜ੍ਹੀ ਹਾਂਡੀ ਦੀ ਤਰ੍ਹਾਂ ਉਬਲਣ ਲੱਗੀ, ਲੇਕਿਨ ਈਸ਼ਰ ਸਿੰਘ ਇਨ੍ਹਾਂ ਤਮਾਮ ਹੀਲਿਆਂ ਦੇ ਬਾਵਜੂਦ ਖ਼ੁਦ ਵਿਚ ਹਰਕਤ ਪੈਦਾ ਨਾ ਕਰ ਸਕਿਆ। ਜਿੰਨੇ ਗੁਰ ਅਤੇ ਜਿੰਨੇ ਦਾਅ ਉਸ ਨੂੰ ਯਾਦ ਸਨ, ਸਭ ਦੇ ਸਭ ਉਸ ਨੇ ਹਾਰ ਜਾਣ ਵਾਲੇ ਪਹਿਲਵਾਨ ਦੀ ਤਰ੍ਹਾਂ ਇਸਤੇਮਾਲ ਕਰ ਦਿੱਤੇ, ਪਰ ਕੋਈ ਕਾਰਗਰ ਨਾ ਹੋਇਆ। ਕੁਲਵੰਤ ਕੌਰ ਨੇ, ਜਿਸ ਦੇ ਸਰੀਰ ਦੇ ਸਾਰੇ ਤਾਰ ਤਣਕੇ ਖੁਦ-ਬ-ਖੁਦ ਵੱਜ ਰਹੇ ਸਨ, ਗੈਰ ਜ਼ਰੂਰੀ ਛੇੜ-ਛਾੜ ਤੋਂ ਤੰਗ ਆ ਕੇ ਕਿਹਾ : "ਕਾਫੀ ਫੈਂਟ ਚੁੱਕਿਆ ਹੈਂ, ਹੁਣ ਪੱਤਾ ਸੁੱਟ।"

ਇਹ ਸੁਣਦੇ ਹੀ ਈਸ਼ਰ ਸਿੰਘ ਦੇ ਹੱਥੋਂ ਜਿਵੇਂ ਤਾਸ਼ ਦੀ ਸਾਰੀ ਗੱਡੀ ਹੇਠਾਂ ਤਿਲਕ ਗਈ। ਹਫਦਾ ਹੋਇਆ ਉਹ ਕੁਲਵੰਤ ਕੌਰ ਦੇ ਪਹਿਲੂ 'ਚ ਪੈ ਗਿਆ ਅਤੇ ਉਸ ਨੂੰ ਗਰਮਾਉਣ ਦੀ ਬਹੁਤ ਕੋਸ਼ਿਸ਼ ਕੀਤੀ, ਮਗਰ ਨਾਕਾਮ ਰਹੀ। ਹੁਣ ਤਕ ਸਭ ਕੁਝ ਮੂੰਹੋਂ ਕਹੇ ਬਿਨਾਂ ਹੋ ਰਿਹਾ ਸੀ, ਲੇਕਿਨ ਜਦੋਂ ਕੁਲਵੰਤ ਕੌਰ ਦੇ ਪ੍ਰਭਾਵਿਤ ਅੰਗਾਂ ਨੂੰ ਸਖ਼ਤ ਨਿਰਾਸ਼ਾ ਹੋਈ ਤਾਂ ਉਹ ਝੱਲਾ ਕੇ ਪਲੰਘ ਤੋਂ ਉਤਰ ਗਈ। ਸਾਹਮਣੇ ਕਿੱਲੀ 'ਤੇ ਚਾਦਰ ਪਈ ਸੀ, ਉਸ ਨੂੰ ਉਤਾਰ ਕੇ ਜਲਦੀ-ਜਲਦੀ ਲਪੇਟ ਕੇ ਨਾਸਾਂ ਫੁਲਾ ਕੇ ਬਿਫ਼ਰੇ ਲਹਿਜ਼ੇ ਵਿਚ ਕਿਹਾ, "ਈਸ਼ਰ ਸਿਆਂ, ਉਹ ਕੌਣ ਹਰਾਮਜ਼ਾਦੀ ਹੈ ਜਿਸ ਦੇ ਕੋਲ ਤੂੰ ਐਨੇ ਦਿਨ ਰਹਿ ਕੇ ਆਇਆ ਹੈਂ, ਅਤੇ ਜਿਸ ਨੇ ਤੈਨੂੰ ਨਿਚੋੜ ਲਿਆ ਹੈ?"

ਈਸ਼ਰ ਸਿੰਘ ਪਲੰਘ 'ਤੇ ਪਿਆ ਹੋਇਆ ਹਫਦਾ ਰਿਹਾ ਅਤੇ ਉਸ ਨੇ ਕੋਈ ਜਵਾਬ ਨਾ ਦਿੱਤਾ।

ਕੁਲਵੰਤ ਕੌਰ ਗੁੱਸੇ 'ਚ ਉਬਲਣ ਲੱਗੀ: "ਮੈਂ ਪੁੱਛਦੀ ਹਾਂ, ਕੌਣ ਹੈ ਉਹ ਚੰਡੋ...ਕੌਣ ਹੈ ਉਹ ਅਲਿਫਤੀ ... ਕੌਣ ਹੈ ਉਹ ਚੋਰ-ਪੱਤਾ?"

ਈਸ਼ਰ ਸਿੰਘ ਨੇ ਥੱਕੇ ਹੋਏ ਲਹਿਜ਼ੇ ਵਿਚ ਜਵਾਬ ਦਿੱਤਾ : "ਕੋਈ ਵੀ ਨਹੀਂ ਕੁਲਵੰਤ, ਕੋਈ ਵੀ ਨਹੀਂ..."

ਕੁਲਵੰਤ ਕੌਰ ਨੇ ਆਪਣੇ ਭਰੇ ਹੋਏ ਚਿੱਤੜਾਂ 'ਤੇ ਹੱਥ ਰੱਖ ਕੇ ਦ੍ਰਿੜ੍ਹਤਾ ਨਾਲ ਕਿਹਾ, "ਈਸ਼ਰ ਸਿਆਂ, ਮੈਂ ਅੱਜ ਝੂਠ-ਸੱਚ ਜਾਣ ਕੇ ਰਹਾਂਗੀ...ਖਾ ਵਾਹਿਗੁਰੂ ਦੀ ਕਸਮ...ਕੀ ਇਸ ਦੀ ਤਹਿ ਵਿਚ ਕੋਈ ਔਰਤ ਨਹੀਂ?"

ਈਸ਼ਰ ਸਿੰਘ ਨੇ ਕੁਝ ਕਹਿਣਾ ਚਾਹਿਆ ਪਰ ਕੁਲਵੰਤ ਨੇ ਇਸ ਦੀ

ਇਜਾਜ਼ਤ ਨਾ ਦਿੱਤੀ: "ਕਸਮ ਖਾਣ ਤੋਂ ਪਹਿਲਾਂ ਸੋਚ ਲੈ ਕਿ ਮੈਂ ਵੀ ਸਰਦਾਰ ਨਿਹਾਲ ਸਿੰਘ ਦੀ ਧੀ ਹਾਂ...ਤਿੱਕਾ ਬੋਟੀ ਕਰ ਦਿਆਂਗੀ, ਜੇਕਰ ਤੂੰ ਝੂਠ ਬੋਲਿਆ...ਲੈ ਹੁਣ ਖਾ ਵਾਹਿਗੁਰੂ ਦੀ ਕਸਮ...ਕਿ ਇਸ ਦੀ ਤਹਿ ਵਿਚ ਕੋਈ ਔਰਤ ਨਹੀਂ...?"

ਈਸ਼ਰ ਸਿੰਘ ਨੇ ਬੜੇ ਦੁੱਖ ਨਾਲ ਹਾਂ ਵਿਚ ਸਿਰ ਹਿਲਾਇਆ। ਕੁਲਵੰਤ ਕੌਰ ਬਿਲਕੁਲ ਦੀਵਾਨੀ ਹੋ ਗਈ। ਉਸ ਨੇ ਝਪਟ ਦੇਣੇਂ ਕੋਣੇ ਵਿਚੋਂ ਕਿਰਪਾਨ ਉਠਾਈ, ਮਿਆਨ ਨੂੰ ਛਿਲਕੇ ਦੀ ਤਰ੍ਹਾਂ ਉਤਾਰ ਕੇ ਇਕ ਪਾਸੇ ਸੁੱਟਿਆ ਅਤੇ ਈਸ਼ਰ ਸਿੰਘ 'ਤੇ ਵਾਰ ਕਰ ਦਿੱਤਾ।

ਪਲ ਹੀ ਪਲ ਵਿਚ ਲਹੂ ਦੇ ਫੁਹਾਰੇ ਫੁੱਟ ਪਏ। ਕੁਲਵੰਤ ਕੌਰ ਨੂੰ ਇਸ ਨਾਲ ਤਸੱਲੀ ਨਾ ਹੋਈ ਤਾਂ ਉਸ ਨੇ ਵਹਿਸ਼ੀ ਬਿੱਲੀ ਦੀ ਤਰ੍ਹਾਂ ਈਸ਼ਰ ਸਿੰਘ ਦੇ ਕੇਸ ਨੋਚਣੇ ਸ਼ੁਰੂ ਕਰ ਦਿੱਤੇ। ਨਾਲ ਦੀ ਨਾਲ ਉਹ ਆਪਣੀ ਨਾ ਜਾਣੂ ਸੌਂਕਣ ਨੂੰ ਮੋਟੀਆਂ ਮੋਟੀਆਂ ਗਾਲਾਂ ਦਿੰਦੀ ਰਹੀ। ਈਸ਼ਰ ਸਿੰਘ ਨੇ ਥੋੜ੍ਹੀ ਦੇਰ ਬਾਅਦ ਮਰੀਅਲ ਆਵਾਜ਼ ਵਿਚ ਬੇਨਤੀ ਕੀਤੀ, "ਜਾਣ ਦੇ ਹੁਣ ਕੁਲਵੰਤ, ਜਾਣ ਦੇ। ਉਸ ਦੀ ਆਵਾਜ਼ 'ਚ ਦਰਦ ਸੀ, ਕੁਲਵੰਤ ਕੌਰ ਪਿੱਛੇ ਹਟ ਗਈ।"

ਖ਼ੂਨ ਈਸ਼ਰ ਸਿੰਘ ਦੇ ਸਿਰ ਚੋਂ ਉਤਰ ਕੇ ਉਸ ਦੀਆਂ ਮੁੱਛਾਂ ਉਤੇ ਡਿੱਗ ਰਿਹਾ ਸੀ। ਉਸ ਨੇ ਆਪਣੇ ਕੰਬਦੇ ਬੁੱਲ੍ਹ ਖੋਲ੍ਹੇ ਅਤੇ ਕੁਲਵੰਤ ਕੌਲ ਵਲ ਸ਼ੁਕਰੀਆਂ ਅਤੇ ਗਿਲੇ ਨਾਲ ਮਿਲੀਆਂ-ਜੁਲੀਆਂ ਨਿਗਾਹਾਂ 'ਚੋਂ ਦੇਖਿਆ, "ਮੇਰੀ ਜਾਨ ਤੂੰ ਬਹੁਤ ਜਲਦੀ ਕੀਤੀ...ਲੇਕਿਨ ਜੋ ਹੋਇਆ, ਠੀਕ ਹੈ..."

ਕੁਲਵੰਤ ਕੌਰ ਦੀ ਈਰਖਾ ਫਿਰ ਭੜਕੀ : "ਮਗਰ ਉਹ ਕੌਣ ਹੈ ਤੇਰੀ ਮਾਂ?"

ਲਹੂ ਈਸ਼ਰ ਸਿੰਘ ਦੀ ਜ਼ੁਬਾਨ ਤਕ ਪਹੁੰਚ ਗਿਆ। ਜਦੋਂ ਉਸ ਨੇ ਉਸ ਦਾ ਸੁਆਦ ਚੱਖਿਆ ਤਾਂ ਉਸ ਦੇ ਬਦਨ ਵਿਚ ਝੁਰਝੁਰੀ ਜਿਹੀ ਦੌੜ ਗਈ : "ਅਤੇ ਮੈਂ... ਅਤੇ ਮੈਂ...ਮਾਂ ਯਾਵਾ ਛੇ ਆਦਮੀਆਂ ਦਾ ਕਤਲ ਕਰ ਚੁੱਕਾ ਹਾਂ...ਇਸੇ ਕਿਰਪਾਨ ਨਾਲ..."

ਕੁਲਵੰਤ ਕੌਰ ਦੇ ਦਿਮਾਗ਼ ਵਿਚ ਸਿਰਫ ਦੂਸਰੀ ਔਰਤ ਸੀ : "ਮੈਂ ਪੁੱਛਦੀ ਹਾਂ, ਕੌਣ ਹੈ ਉਹ ਹਰਾਮਜ਼ਾਦੀ?"

ਈਸ਼ਰ ਸਿੰਘ ਦੀਆਂ ਅੱਖਾਂ ਧੁੰਦਲਾ ਰਹੀਆ ਸਨ। ਇਕ ਹਲਕੀ ਜਿਹੀ ਚਮਕ ਉਸ ਵਿਚ ਪੈਦਾ ਹੋਈ ਅਤੇ ਉਸ ਨੇ ਕੁਲਵੰਤ ਕੌਰ ਨੂੰ ਕਿਹਾ : "ਗਾਲ੍ਹ ਨਾ ਕੱਢ..."

ਕੁਲਵੰਤ ਚੀਕੀ : "ਮੈਂ ਪੁੱਛਦੀ ਹਾਂ, ਉਹ ਕੌਣ ਹੈ?"

ਈਸ਼ਰ ਸਿੰਘ ਦੇ ਗਲ 'ਚ ਆਵਾਜ਼ ਬੈਠ ਗਈ : "ਦੱਸਦਾ ਹਾਂ..." ਇਹ ਕਹਿ ਕੇ ਉਸ ਨੇ ਆਪਣੀ ਗਰਦਨ 'ਤੇ ਹੱਥ ਫੇਰਿਆ ਅਤੇ ਉਸ ਉਪਰ ਜਿਉਂਦਾ ਖ਼ੂਨ ਦੇਖ ਕੇ ਮੁਸਕਰਾਇਆਂ : "ਇਨਸਾਨ ਮਾਂ ਯਾਵ੍ਹਾ ਵੀ ਅਜੀਬ ਚੀਜ਼ ਹੈ..."

ਕੁਲਵੰਤ ਕੌਰ ਉਸ ਦੇ ਜਵਾਬ ਦਾ ਇਤਜ਼ਾਰ ਕਰ ਰਹੀ ਸੀ : "ਈਸ਼ਰ ਸਿਆਂ, ਤੂੰ ਮਤਲਬ ਦੀ ਗੱਲ ਕਰ..."

ਈਸ਼ਰ ਸਿੰਘ ਦੀ ਮੁਸਕਰਾਹਟ ਉਸ ਦੀਆਂ ਭਰੀਆਂ ਮੁੱਛਾ ਵਿਚ ਹੋਰ ਜ਼ਿਆਦਾ ਫੈਲ ਗਈ : "ਮਤਲਬ ਦੀ ਹੀ ਗੱਲ ਕਰ ਰਿਹਾਂ ਹਾਂ। ਗਲਾ ਚੀਰਿਆ ਹੋਇਆ ਹੈ ਮਾਂ ਯਾਵ੍ਹਾ ਮੇਰਾ...ਹੁਣ ਹੌਲੀ ਹੌਲੀ ਹੀ ਸਾਰੀ ਗੱਲ ਦੱਸਾਂਗਾ..."

ਅਤੇ ਜਦੋਂ ਉਹ ਗੱਲ ਦੱਸਣ ਲੱਗਿਆ ਤਾਂ ਉਸ ਦੇ ਮੱਥੇ 'ਤੇ ਠੰਡੇ ਪਸੀਨੇ

ਦੇ ਲੇਪ ਹੋਣ ਲੱਗੇ : "ਕੁਲਵੰਤ ਮੇਰੀ ਜਾਨ! ਮੈਂ ਤੈਨੂੰ ਨਹੀਂ ਦੱਸ ਸਕਦਾ, ਮੇਰੇ ਨਾਲ ਕੀ ਹੋਇਆ? ਇਨਸਾਨ ਕੁੜੀ ਯਾਵ੍ਹਾ ਵੀ ਇਕ ਅਜੀਬ ਚੀਜ਼ ਹੈ...ਸ਼ਹਿਰ ਵਿਚ ਲੁੱਟ ਮੱਚੀ ਤਾਂ ਸਭ ਦੀ ਤਰ੍ਹਾਂ ਮੈਂ ਵੀ ਉਸ 'ਚ ਹਿੱਸਾ ਲਿਆ...ਗਹਿਣੇ-ਪੱਤੇ ਅਤੇ ਰੁਪਏ-ਪੈਸੇ ਜੋ ਵੀ ਹੱਥ ਲੱਗੇ, ਉਹ ਮੈਂ ਤੈਨੂੰ ਦੇ ਦਿੱਤੇ...ਲੇਕਿਨ ਇਕ ਗੱਲ ਤੈਨੂੰ ਨਾ ਦੱਸੀ..."

ਈਸ਼ਰ ਸਿੰਘ ਨੇ ਮੁੱਛਾਂ 'ਤੇ ਜੰਮਦੇ ਹੋਏ ਲਹੂ ਨੂੰ ਫੂਕ ਦੇ ਜ਼ਰੀਏ ਉਡਾਉਂਦਿਆਂ ਕਿਹਾ, "ਜਿਸ ਮਕਾਨ 'ਤੇ...ਮੈਂ ਧਾਵਾ ਬੋਲਿਆ ਸੀ...ਉਸ ਵਿਚ ਸੱਤ ਆਦਮੀ ਸਨ-ਤੇ ਮੈਂ...ਕਤਲ ਕਰ ਦਿੱਤੇ...ਇਸੇ ਕਿਰਪਾਨ ਨਾਲ ਜਿਸ ਨਾਲ ਤੂੰ ਮੈਨੂੰ...ਛੱਡ ਇਸ ਨੂੰ...ਸੁਣ...ਇਕ ਲੜਕੀ ਸੀ ਬਹੁਤ ਸੁੰਦਰ...ਉਸ ਨੂੰ ਉਠਾ ਕੇ ਮੈਂ ਆਪਣੇ ਨਾਲ ਲੈ ਆਇਆ..."

ਕੁਲਵੰਤ ਕੌਰ ਖਾਮੋਸ਼ ਸੁਣਦੀ ਰਹੀ, ਈਸ਼ਰ ਸਿੰਘ ਨੇ ਇਕ ਵਾਰ ਫਿਰ ਫੂਕ ਮਾਰ ਕੇ ਮੁੱਛਾਂ ਉੱਤੋਂ ਲਹੂ ਉਡਾਇਆ : "ਕੁਲਵੰਤ ਜਾਨੀ, ਮੈਂ ਤੈਨੂੰ ਕੀ ਕਹਾਂ, ਕਿੰਨੀ ਸੁੰਦਰ ਸੀ...ਮੈਂ ਉਸ ਨੂੰ ਵੀ ਮਾਰ ਦਿੰਦਾ, ਪਰ ਮੈਂ ਕਿਹਾ, 'ਨਹੀਂ ਈਸ਼ਰ ਸਿਆਂ, ਕੁਲਵੰਤ ਕੌਰ ਦੇ ਤਾਂ ਹਰ ਰੋਜ਼ ਮਜ਼ੇ ਲੈਂਦਾ ਹੈ, ਇਹ ਮੇਵਾ ਵੀ ਚੱਖ ਕੇ ਦੇਖ।'

ਕੁਲਵੰਤ ਕੌਰ ਨੇ ਸਿਰਫ਼ ਇਸ ਕਦਰ ਕਿਹਾ : "ਹੂੰ..."

"ਅਤੇ ਮੈਂ ਉਸ ਨੂੰ ਮੋਢੇ 'ਤੇ ਸੁੱਟ ਕੇ ਚੱਲ ਪਿਆ...ਰਸਤੇ ਵਿਚ...ਕੀ ਕਹਿ ਰਿਹਾ ਸੀ ਮੈਂ...? ਹਾਂ ਰਸਤੇ ਵਿਚ...ਨਹਿਰ ਦੀ ਪੱਟੜੀ ਦੇ ਕੋਲ, ਥੋਹਰ ਦੀਆਂ ਝਾੜੀਆਂ ਦੇ ਹੇਠਾਂ ਮੈਂ ਉਸ ਨੂੰ ਲਿਟਾ ਦਿੱਤਾ...ਪਹਿਲਾਂ ਸੋਚਿਆ ਕਿ ਫੈਂਟੂ, ਲੇਕਿਨ ਫਿਰ ਖਿਆਲ ਆਇਆ ਕਿ ਨਹੀਂ..." ਇਹ ਕਹਿੰਦੇ ਕਹਿੰਦੇ ਈਸ਼ਰ ਸਿੰਘ ਦੀ ਜੁਬਾਨ ਸੁੱਕ ਗਈ।

ਕੁਲਵੰਤ ਕੌਰ ਨੇ ਥੁੱਕ ਨਿਗਲ ਕੇ ਆਪਣਾ ਹਲਕ ਤਰ ਕੀਤਾ ਅਤੇ ਪੁੱਛਿਆ : "ਫਿਰ ਕੀ ਹੋਇਆ?"

ਈਸ਼ਰ ਸਿੰਘ ਦੇ ਹਲਕ ਚੋਂ ਮੁਸ਼ਕਿਲ ਨਾਲ ਇਹ ਸ਼ਬਦ ਨਿਕਲੇ, "ਮੈਂ...ਮੈਂ ਪੱਤਾ ਸੁੱਟਿਆ...ਲੇਕਿਨ ...ਲੇਕਿਨ..." ਉਸ ਦੀ ਆਵਾਜ਼ ਡੁੱਬ ਗਈ।

ਕੁਲਵੰਤ ਕੌਰ ਨੇ ਉਸ ਨੂੰ ਝੰਜੋੜਿਆ, "ਫੇਰ ਕੀ ਹੋਇਆ?"

ਈਸ਼ਰ ਸਿੰਘ ਨੇ ਆਪਣੀਆਂ ਬੰਦ ਹੁੰਦੀਆਂ ਅੱਖਾਂ ਖੋਲ੍ਹੀਆਂ ਅਤੇ ਕੁਲਵੰਤ ਕੌਰ ਦੇ ਜਿਸਮ ਵਲ ਦੇਖਿਆ, ਜਿਸ ਦੀ ਬੋਟੀ-ਬੋਟੀ ਫਰਕ ਰਹੀ ਸੀ : "ਉਹ...ਉਹ ਮਰੀ ਹੋਈ ਸੀ...ਲਾਸ਼...ਬਿਲਕੁਲ ਠੰਡਾ ਗੋਸ਼ਤ...ਜਾਨੀ, ਮੈਨੂੰ ਆਪਣਾ ਹੱਥ ਦੇ..."

ਕੁਲਵੰਤ ਕੌਰ ਨੇ ਆਪਣਾ ਹੱਥ ਈਸ਼ਰ ਸਿੰਘ ਦੇ ਹੱਥ 'ਤੇ ਰੱਖਿਆ, ਜਿਹੜਾ ਬਰਫ਼ ਤੋਂ ਵੀ ਜ਼ਿਆਦਾ ਠੰਡਾ ਸੀ।

ਫੌਜਾ ਹਰਾਮ ਦਾ

ਟੀ ਹਾਊਸ ਵਿਚ ਹਰਾਮੀਆਂ ਦੀਆਂ ਗੱਲਾਂ ਸ਼ੁਰੂ ਹੋਈਆਂ ਤਾਂ ਇਹ ਸਿਲਸਲਾ ਬਹੁਤ ਦੇਰ ਤਕ ਜਾਰੀ ਰਿਹਾ।

ਹਰ ਇਕ ਨੇ ਘੱਟੋ-ਘੱਟ ਇਕ ਹਰਾਮੀ ਬਾਰੇ ਆਪਣੇ ਵਿਚਾਰ ਬਿਆਨ ਕੀਤੇ, ਜਿਨ੍ਹਾਂ ਨਾਲ ਉਨ੍ਹਾਂ ਦਾ ਆਪਣੀ ਜ਼ਿੰਦਗੀ ਵਿਚ ਵਾਹ ਪੈ ਚੁੱਕਾ ਸੀ-ਕੋਈ ਜਲੰਧਰ ਦਾ ਸੀ ਕੋਈ ਸਿਆਲਕੋਟ ਦਾ; ਕੋਈ ਲੁਧਿਆਣੇ ਦਾ ਅਤੇ ਕੋਈ ਲਾਹੌਰ ਦਾ; ਪਰ ਸਾਰੇ ਦੇ ਸਾਰੇ ਸਕੂਲ ਜਾਂ ਕਾਲਜ ਦੀ ਜ਼ਿੰਦਗੀ ਨਾਲ ਜੁੜੇ ਹੋਏ ਸਨ।

ਮੇਹਰ ਫ਼ਿਰੋਜ਼ ਸਾਹਿਬ ਸਭ ਤੋਂ ਅਖੀਰ 'ਚ ਬੋਲੇ-ਉਨ੍ਹਾਂ ਕਿਹਾ : "ਅੰਮ੍ਰਿਤਸਰ ਵਿਚ ਸ਼ਾਇਦ ਹੀ ਕੋਈ ਅਜਿਹਾ ਆਦਮੀ ਹੋਵੇ ਜਿਹੜਾ ਫੌਜੇ ਹਰਾਮ ਦੇ ਨਾਂ ਤੋਂ ਨਾਵਾਕਿਫ਼ ਹੋਵੇ। ਉਂਜ ਤਾਂ ਉਸ ਸ਼ਹਿਰ ਵਿਚ ਹੋਰ ਵੀ ਕਈ ਹਰਾਮਜ਼ਾਦੇ ਸਨ ਪਰ ਉਸ ਦੇ ਬਰਾਬਰ ਦੇ ਨਹੀਂ ਸਨ। ਉਹ ਨੰਬਰ ਇਕ ਹਰਾਮਜ਼ਾਦਾ ਸੀ। ਸਕੂਲ ਵਿਚ ਉਸ ਨੇ ਕਈ ਮਾਸਟਰਾਂ ਦੇ ਨੱਕ 'ਚ ਦਮ ਕਰ ਰੱਖਿਆ ਸੀ। ਹੈਡਮਾਸਟਰ; ਜਿਸ ਨੂੰ ਦੇਖ ਦੇ ਹੀ ਵੱਡੇ-ਵੱਡੇ ਸ਼ੈਤਾਨ ਲੜਕਿਆਂ ਦਾ ਪੇਸ਼ਾਬ ਨਿਕਲ ਜਾਂਦਾ ਸੀ, ਫੌਜੇ ਤੋਂ ਬਹੁਤ ਘਬਰਾਉਂਦਾ ਸੀ, ਇਸ ਲਈ ਕਿ ਉਸ 'ਤੇ ਉਨ੍ਹਾਂ ਦੇ ਮਸ਼ਹੂਰ ਬੈਂਤ ਦਾ ਕੋਈ ਅਸਰ ਹੀ ਨਹੀਂ ਹੁੰਦਾ ਸੀ; ਇਹੀ ਕਾਰਨ ਹੈ ਕਿ ਉਨ੍ਹਾਂ ਨੇ ਤੰਗ ਆ ਕੇ ਉਸ ਨੂੰ ਮਾਰਨਾ ਛੱਡ ਦਿੱਤਾ ਸੀ..."

"ਇਹ ਦਸਵੀਂ ਜਮਾਤ ਦੀ ਗੱਲ ਹੈ... ਇਕ ਦਿਨ ਯਾਰਾਂ ਨੇ ਉਸ ਨੂੰ ਕਿਹਾ : ਦੇਖ ਫੌਜੇ, ਜੇਕਰ ਤੂੰ ਕੱਪੜੇ ਉਤਾਰ ਕੇ ਨੰਗ-ਧੜੰਗ ਸਕੂਲ ਦਾ ਇਕ ਚੱਕਰ ਲਾਵੇਂ ਤਾਂ ਅਸੀਂ ਤੈਨੂੰ ਇਕ ਰੁਪਇਆ ਦੇਵਾਂਗੇ... ਫੌਜੇ ਨੇ ਰੁਪਇਆ ਲੈ ਕੇ ਕੰਨ 'ਚ ਫਸਾ ਲਿਆ, ਕੱਪੜੇ ਉਤਾਰ ਕੇ ਬਸਤੇ 'ਚ ਪਾਏ ਅਤੇ ਸਭ ਦੇ ਸਾਹਮਣੇ ਨੰਗ-ਧੜੰਗ ਤੁਰਨਾ ਸ਼ੁਰੂ ਕਰ ਦਿੱਤਾ। ਉਹ ਜਿਸ ਜਮਾਤ ਕੋਲ ਦੀ ਲੰਘਦਾ, ਉਹ ਹੱਸ ਹੱਸ ਕੇ ਪਾਗਲ ਹੋ ਜਾਂਦੀ...ਤੁਰਦੇ ਤੁਰਦੇ ਉਹ ਹੈਡਮਾਸਟਰ ਸਾਹਿਬ ਦੇ ਦਫ਼ਤਰ ਕੋਲ ਪਹੁੰਚ ਗਿਆ। ਉਸ ਨੇ ਚਿੱਕ ਉਠਾਈ ਅਤੇ ਇਕਦਮ ਅੰਦਰ ਦਾਖ਼ਿਲ ਹੋ ਗਿਆ। ਪਤਾ ਨਹੀਂ, ਕੀ ਹੋਇਆ ਕਿ ਹੈਡਮਾਸਟਰ ਸਾਹਿਬ ਸਖ਼ਤ ਘਬਰਾਏ ਹੋਏ ਬਾਹਰ ਨਿਕਲੇ ਅਤੇ ਉਨ੍ਹਾਂ ਨੇ ਚਪੜਾਸੀ ਨੂੰ ਬੁਲਾ ਕੇ ਉਸ ਨੂੰ ਕਿਹਾ : ਜਾਓ, ਭੱਜ ਕੇ ਫੌਜੇ ਦੇ ਘਰ ਜਾਓ ਅਤੇ ਉਸ ਦੇ ਕੱਪੜੇ ਲੈ ਆਓ...ਕਹਿੰਦਾ ਹੈ, ਮਸਜਿਦ ਦੇ ਕੋਨੇ 'ਚ ਨਹਾ ਰਿਹਾ ਸੀ ਕਿ ਚੋਰ ਉਸ ਦੇ ਕੱਪੜੇ ਉਠਾ ਕੇ ਲੈ ਗਿਆ..."

"ਧਰਮ ਅਧਿਐਨ ਦੇ ਮਾਸਟਰ ਮੌਲਵੀ ਪੋਟੇਟੋ ਸਨ...ਪਤਾ ਨਹੀਂ, ਉਨ੍ਹਾਂ ਨੂੰ ਪੋਟੇਟੋ ਕਿਸ ਰਿਆਤ ਨਾਲ ਕਹਿੰਦੇ ਸਨ ਕਿਉਂਕਿ ਆਲੂਆਂ ਦੇ ਤਾਂ ਦਾੜ੍ਹੀ ਨਹੀਂ ਹੁੰਦੀ...ਉਨ੍ਹਾਂ ਤੋਂ ਫੌਜਾ ਜਰਾ ਦੱਬਦਾ ਸੀ...ਇਕ ਦਿਨ ਅਜਿਹਾ ਹੋਇਆ ਕਿ ਪ੍ਰਬੰਧਕ ਮੈਂਬਰਾਂ ਦੇ ਸਾਹਮਣੇ, ਜਿਹੜੇ ਸਕੂਲ ਚਲਾਉਂਦੇ ਸਨ, ਮੌਲਵੀ ਸਾਹਿਬ ਨੇ ਗ਼ਲਤੀ ਨਾਲ ਫੌਜੇ ਤੋਂ ਇਕ ਆਇਤ ਦਾ ਤਰਜੁਮਾ ਪੁੱਛ ਲਿਆ। ਚਾਹੀਦਾ ਤਾਂ ਇਹ ਸੀ ਕਿ ਉਹ ਖਾਮੋਸ਼ ਰਹਿੰਦਾ ਪਰ ਫਿਰ ਫੌਜਾ ਹਰਾਮ ਦਾ ਪਹਿਚਾਣਿਆ ਕਿਵੇਂ ਜਾਂਦਾ। ਉਸ ਦੇ ਮੂੰਹ ਵਿਚ ਜੋ ਆਇਆ, ਉਸ ਨੇ ਊਲ-ਜਲੂਲ ਬਕ ਦਿੱਤਾ। ਮੌਲਵੀ ਪੇਟੇਟੋ ਨੂੰ ਪਸੀਨਾ ਆ ਗਿਆ। ਮੈਂਬਰਾਂ ਦੇ ਜਾਂਦੇ ਹੀ ਉਸ ਨੇ ਆਪਣਾ ਡੰਡਾ ਲਿਆ ਅਤੇ ਫੌਜੇ ਨੂੰ ਉਹ ਕੁੱਟਿਆ ਕਿ ਉਹ ਬਿਲਬਿਲਾ ਉਠਿਆ ਪਰ ਫਿਰ ਵੀ ਅਦਬ ਨਾਲ ਕਹਿੰਦਾ ਰਿਹਾ : 'ਮੌਲਵੀ ਸਾਹਿਬ, ਮੇਰਾ ਕੋਈ ਕਸੂਰ ਨਹੀਂ...ਮੈਨੂੰ ਕਲਮਾ ਠੀਕ ਤਰ੍ਹਾਂ ਨਹੀਂ ਆਉਂਦਾ ਅਤੇ ਆਪ ਨੇ ਇਕ ਪੂਰੀ ਆਇਤ ਦਾ ਮਤਲਬ ਪੁੱਛ ਲਿਆ...ਕੁੱਟਣ ਨਾਲ ਵੀ ਮੌਲਵੀ ਪੋਟੇਟੋ ਸਾਹਿਬ ਦਾ ਜੀਅ ਹਲਕਾ ਨਾ ਹੋਇਆ। ਉਹ ਫੌਜੇ ਦੇ ਬਾਪ ਕੋਲ ਗਏ ਅਤੇ ਉਨ੍ਹਾਂ ਨੂੰ ਸ਼ਿਕਾਇਤ ਕੀਤੀ। ਫੌਜੇ ਦੇ ਬਾਪ ਨੇ ਉਨ੍ਹਾਂ ਦੀਆਂ ਸਾਰੀਆਂ ਗੱਲਾਂ ਸੁਣੀਆਂ ਅਤੇ ਬੜੀ ਨਰਮੀ 'ਚ ਕਿਹਾ : 'ਮੌਲਵੀ ਸਾਹਿਬ, ਮੈਂ ਉਸ ਤੋਂ ਤੰਗ ਆ ਗਿਆ ਹਾਂ। ਮੇਰੀ ਸਮਝ ਤੋਂ ਬਾਹਰ ਹੈ ਕਿ ਉਸ ਦਾ ਸੁਧਾਰ ਕਿਵੇਂ ਹੋ ਸਕਦਾ ਹੈ...ਅਜੇ ਕੱਲ ਦੀ ਗੱਲ ਹੈ, ਮੈਂ ਪਾਖਾਨੇ ਗਿਆ ਤਾਂ ਉਸ ਨੇ ਬਾਹਰ ਤੋਂ ਕੁੰਡੀ ਲਾ ਦਿੱਤੀ। ਮੈਂ ਅੰਦਰੋਂ ਬਹੁਤ ਗਰਜਿਆ ਅਤੇ ਉਸ ਨੂੰ ਬੇਸ਼ੁਮਾਰ ਗਾਲ੍ਹਾਂ ਦਿੱਤੀਆਂ। ਉਹ ਇਹੀ ਕਹਿੰਦਾ ਰਿਹਾ ਕਿ ਜੇਕਰ ਮੈਂ ਅਠਾਨੀ ਦੇਣ ਦਾ ਵਾਅਦਾ ਕਰਾਂਗਾ ਤਾਂ ਦਰਵਾਜ਼ਾ ਖੁੱਲ੍ਹੇਗਾ ਅਤੇ ਜੇਕਰ ਵਾਅਦਾ ਕਰ ਕੇ ਮੁੱਕਰ ਗਿਆ ਤਾਂ ਅਗਲੀ ਵਾਰ ਕੁੰਡੀ ਵਿਚ ਤਾਲਾ ਵੀ ਮਾਰ ਦੇਵੇਗਾ...ਮਜਬੂਰਨ ਪਹਿਲਾਂ ਵਾਅਦਾ ਕਰਨਾ ਪਿਆ, ਫਿਰ ਅਠਾਨੀ ਦੇਣੀ ਪਈ। ਹੁਣ ਦੱਸੋ, ਮੈਂ ਅਜਿਹੇ ਨਿਕੰਮੇ ਲੜਕੇ ਦਾ ਕੀ ਕਰਾਂ...'

"ਅੱਲਾ ਹੀ ਬੇਹਤਰ ਜਾਣਦਾ ਸੀ ਕਿ ਉਸ ਦਾ ਕੀ ਹੋਵੇਗਾ...ਪੜ੍ਹਦਾ-ਪੜ੍ਹਦਾ ਖ਼ਾਕ ਵੀ ਨਹੀਂ ਸੀ...ਇੰਟਰੈਂਸ ਦੇ ਇਮਤਿਹਾਨ ਹੋਏ ਤਾਂ ਸਭ ਨੂੰ ਯਕੀਨ ਸੀ ਕਿ ਬਹੁਤ ਬੁਰੀ ਤਰ੍ਹਾਂ ਫੇਲ ਹੋਵੇਗਾ, ਪਰ ਨਤੀਜਾ ਨਿਕਲਿਆ ਤਾਂ ਸਭ ਤੋਂ ਜ਼ਿਆਦਾ ਨੰਬਰ ਉਸੇ ਦੇ ਸਨ। ਉਹ ਚਾਹੁੰਦਾ ਸੀ ਕਿ ਕਾਲਜ 'ਚ ਦਾਖ਼ਿਲ ਹੋਵੇ, ਪਰ ਉਸ ਦੇ ਬਾਪ ਦੀ ਇਹ ਇੱਛਾ ਸੀ ਕਿ ਉਹ ਕੋਈ ਹੁਨਰ ਸਿੱਖੇ। ਨਤੀਜਾ ਇਹ ਨਿੱਕਲਿਆ ਕਿ ਉਹ ਦੋ ਸਾਲ ਤੱਕ ਆਵਾਰਾ ਫਿਰਦਾ ਰਿਹਾ...ਇਸ ਦੌਰਾਨ ਉਸ ਨੇ ਜੋ ਹਰਾਮਜ਼ਾਦੀਆਂ ਕੀਤੀਆਂ, ਉਨ੍ਹਾਂ ਦੀ ਲਿਸਟ ਬਹੁਤ ਲੰਬੀ ਹੈ..."

"ਤੰਗ ਆ ਕੇ ਉਸ ਦੇ ਬਾਪ ਨੇ ਆਖ਼ਿਰ ਉਸ ਨੂੰ ਕਾਲਜ 'ਚ ਦਾਖ਼ਿਲ ਕਰਵਾ ਦਿੱਤਾ। ਪਹਿਲੇ ਹੀ ਦਿਨ ਉਸ ਨੇ ਇਕ ਸ਼ਰਾਰਤ ਕੀਤੀ ਕਿ ਮੈਥੇਮੈਟਿਕਸ ਦੇ ਪ੍ਰੋਫੈਸਰ ਦੀ ਸਾਈਕਲ ਚੁੱਕ ਕੇ ਇਕ ਦਰਖ਼ਤ ਦੀ ਟਾਹਣੀ 'ਤੇ ਟੰਗ ਦਿੱਤੀ, ਸਭ ਹੈਰਾਨ ਕਿ ਸਾਈਕਲ ਉਥੇ ਪਹੁੰਚੀ ਕਿਵੇਂ, ਪਰ ਉਹ ਲੜਕੇ, ਜਿਹੜੇ ਸਕੂਲ ਵਿਚ ਫੌਜੇ ਨਾਲ ਪੜ੍ਹੇ ਚੁੱਕੇ ਸਨ, ਚੰਗੀ ਤਰ੍ਹਾਂ ਜਾਣਦੇ ਸਨ ਕਿ ਕਾਰਸਤਾਨੀ ਫੌਜੇ ਤੋਂ ਬਿਨਾਂ ਕਿਸੇ ਦੀ ਨਹੀਂ ਹੋ ਸਕਦੀ। ਉਸ ਦੀ ਇਕ ਸ਼ਰਾਰਤ ਨਾਲ ਹੀ ਪੂਰੇ ਕਾਲਜ 'ਚ ਜਾਣ-ਪਛਾਣ ਹੋ ਗਈ..."

"ਸਕੂਲ ਵਿਚ ਉਸ ਦੀਆਂ ਸਰਗਰਮੀਆਂ ਦਾ ਮੈਦਾਨ ਭਖ ਗਿਆ। ਕਾਲਜ

ਵਿਚ ਇਹ ਮੈਦਾਨ ਬਹੁਤ ਵੱਡਾ ਹੋ ਗਿਆ...ਪੜ੍ਹਾਈ ਵਿਚ, ਖੇਡਾਂ ਵਿਚ, ਮੁਸ਼ਾਇਰਿਆਂ ਅਤੇ ਬਹਿਸਾਂ ਵਿਚ, ਕਿਆਮਤ ਦੀਆਂ ਸ਼ਰਾਰਤਾਂ 'ਚ ਹਰ ਜਗ੍ਹਾ ਫੌਜੇ ਦਾ ਨਾਂ ਰੌਸ਼ਨ ਸੀ ਅਤੇ ਥੋੜ੍ਹੇ ਹੀ ਦਿਨਾਂ ਵਿਚ ਉਸ ਦਾ ਨਾਂ ਐਨਾ ਰੌਸ਼ਨ ਹੋਇਆ ਕਿ ਸਾਰੇ ਸ਼ਹਿਰ ਵਿਚ ਉਸ ਦੇ ਗੁੰਡੇਪਣ ਦੀ ਧਾਕ ਬੈਠ ਗਈ ਅਤੇ ਉਹ ਵੱਡੇ-ਵੱਡੇ ਬਦਮਾਸ਼ਾਂ ਦੇ ਕੰਨ ਕੱਟਣ ਲੱਗਾ..."

"ਉਸ ਦਾ ਕੱਦ ਛੋਟਾ ਸੀ ਪਰ ਸਰੀਰ ਕਸਰਤੀ ਸੀ, ਉਸ ਦੀ ਟੱਕਰ ਬਹੁਤ ਮਸ਼ਹੂਰ ਸੀ, ਉਹ ਐਨੇ ਜ਼ੋਰ ਨਾਲ ਛਾਤੀ ਜਾਂ ਢਿੱਡ ਵਿਚ ਟੱਕਰ ਮਾਰਦਾ ਕਿ ਇਕ ਵਾਰ ਤਾਂ ਦੂਜੇ ਨੂੰ ਹਲਾ ਕੇ ਰੱਖ ਦਿੰਦਾ..."

"ਐਫ਼. ਏ. ਦੇ ਦੂਜੇ ਸਾਲ ਵਿਚ ਉਸ ਨੇ ਪ੍ਰਿੰਸੀਪਲ ਦੀ ਨਵੀਂ ਮੋਟਰ ਦੇ ਪੈਟਰੋਲ ਟੈਂਕੀ ਵਿਚ ਚਾਰ ਆਨੇ ਦੀ ਸ਼ੱਕਰ ਪਾ ਦਿੱਤੀ ਜਿਸ ਨੇ ਕਾਰ ਦਾ ਸਾਰਾ ਇੰਜਣ ਜਾਮ ਕਰ ਦਿੱਤਾ।"

ਪ੍ਰਿੰਸੀਪਲ ਨੂੰ ਕਿਸੇ ਨਾ ਕਿਸੇ ਤਰੀਕੇ ਨਾਲ ਪਤਾ ਲੱਗ ਗਿਆ ਕਿ ਇਹ ਖ਼ਤਰਨਾਕ ਸ਼ਰਾਰਤ ਫੌਜੇ ਦੀ ਹੈ, ਪਰ ਹੈਰਾਨੀ ਹੈ ਕਿ ਉਨ੍ਹਾਂ ਨੇ ਉਸ ਨੂੰ ਮਾਫ਼ ਕਰ ਦਿੱਤਾ। ਬਾਅਦ ਵਿਚ ਪਤਾ ਲੱਗਿਆ ਕਿ ਫੌਜੇ ਨੂੰ ਉਨ੍ਹਾਂ ਦੇ ਬਹੁਤ ਸਾਰੇ ਰਾਜ਼ ਪਤਾ ਸਨ...

"ਇਹ ਉਹ ਜ਼ਮਾਨਾ ਸੀ, ਜਦੋਂ ਕਾਂਗਰਸ ਦਾ ਬਹੁਤ ਜ਼ੋਰ ਸੀ...ਅੰਗਰੇਜ਼ਾਂ ਦੇ ਖ਼ਿਲਾਫ਼ ਸ਼ਰੇਆਮ ਜਲਸੇ ਹੁੰਦੇ ਸਨ। ਗ੍ਰਿਫ਼ਤਾਰੀਆਂ ਦੀ ਭਰਮਾਰ ਸੀ। ਸਾਰੀਆਂ ਜੇਲਾਂ ਬਾਗੀਆਂ ਨਾਲ ਭਰੀਆਂ ਪਈਆਂ ਸਨ। ਆਏ ਦਿਨ ਰੇਲ ਦੀਆਂ ਪਟੜੀਆਂ ਉਖਾੜੀਆਂ ਜਾਂਦੀਆਂ ਸਨ। ਬੰਬ ਬਣਾਏ ਜਾ ਰਹੇ ਸਨ। ਪਿਸਤੌਲ ਬਰਾਮਦ ਹੁੰਦੇ ਸਨ। ਅਜਿਹਾ ਹੀ ਇਕ ਹੰਗਾਮਾ ਹੋਇਆ ਸੀ, ਕਿ ਸਕੂਲ ਅਤੇ ਕਾਲਜ ਵੀ ਸ਼ਾਮਿਲ ਸਨ..."

"ਫੌਜਾ ਸਿਆਸੀ ਆਦਮੀ ਬਿਲਕੁਲ ਨਹੀਂ ਸੀ...ਮੇਰਾ ਖ਼ਿਆਲ ਹੈ, ਉਸ ਨੂੰ ਇਹ ਵੀ ਪਤਾ ਨਹੀਂ ਸੀ ਕਿ ਮਹਾਤਮਾ ਗਾਂਧੀ ਕੌਣ ਹੈ, ਲੇਕਿਨ ਜਦੋਂ ਅਚਾਨਕ ਇਕ ਰੋਜ਼ ਉਸ ਨੂੰ ਪੁਲਿਸ ਨੇ ਗ੍ਰਿਫ਼ਤਾਰ ਕਰ ਲਿਆ ਅਤੇ ਉਹ ਵੀ ਇਕ ਸਾਜ਼ਿਸ਼ ਦੇ ਸਿਲਸਿਲੇ 'ਚ, ਤਾਂ ਸਭ ਨੂੰ ਬਹੁਤ ਹੈਰਾਨੀ ਹੋਈ..."

"ਇਸ ਤੋਂ ਪਹਿਲਾਂ ਕਈ ਸਾਜ਼ਿਸ਼ਾਂ ਫੜ੍ਹੀਆਂ ਜਾ ਚੁੱਕੀਆਂ ਸਨ, ਸਾਂਡਰਸ ਦੇ ਕਤਲ ਦੇ ਸਿਲਸਲੇ ਵਿਚ ਭਗਤ ਸਿੰਘ ਅਤੇ ਦੱਤ ਨੂੰ ਫਾਂਸੀ ਹੋ ਚੁੱਕੀ ਸੀ। ਇਸ ਲਈ ਇਹ ਨਵਾਂ ਮਾਮਲਾ ਵੀ ਕੁਝ ਸੰਗੀਨ ਹੀ ਲਗਦਾ ਸੀ... ਇਲਜ਼ਾਮ ਇਹ ਸੀ ਕਿ ਕਾਲਜਾਂ ਦੇ ਲੜਕਿਆਂ ਨੇ ਮਿਲ ਕੇ ਇਕ ਖ਼ੁਫ਼ੀਆ ਜਮਾਤ ਬਣਾਈ ਹੈ ਜਿਸ ਦਾ ਮਕਸਦ ਤਖ਼ਤਾ ਉਲਟਾਉਣਾ ਹੈ..."

"ਕੁਝ ਲੜਕਿਆਂ ਨੇ ਕਾਲਜ ਦੀ ਲੈਬੋਰੇਟਰੀ ਵਿਚੋਂ ਪਿਕਰਿਕ ਐਸਿਡ ਚੁਰਾਇਆ ਸੀ ਜਿਹੜਾ ਬੰਬ ਬਣਾਉਣ ਦੇ ਕੰਮ ਆਉਂਦਾ ਹੈ...ਫੌਜੇ ਬਾਰੇ ਸ਼ੱਕ ਸੀ ਕਿ ਉਹ ਉਸ ਚੋਰੀ ਵਿਚ ਸ਼ਰੀਕ ਸੀ ਅਤੇ ਉਸ ਨੂੰ ਤਮਾਮ ਖ਼ੁਫ਼ੀਆ ਗੱਲਾਂ ਦਾ ਇਲਮ ਸੀ..."

"ਉਸ ਨਾਲ ਕਾਲਜ ਦੇ ਦੋ ਹੋਰ ਲੜਕੇ ਵੀ ਫੜ੍ਹੇ ਗਏ ਸਨ। ਉਨ੍ਹਾਂ ਵਿਚੋਂ ਇਕ, ਮਸ਼ਹੂਰ ਬੈਰਿਸ਼ਟਰ ਦਾ ਲੜਕਾ ਸੀ ਅਤੇ ਦੂਸਰਾ ਰਾਈਸਜ਼ਾਦਾ। ਦੋਵੇਂ ਡਾਕਟਰੀ

ਮੁਆਇਨੇ ਦੇ ਮੁਤਾਬਿਕ ਮਰੀਜ਼ ਸਨ; ਇਸ ਲਈ ਪੁਲਿਸ ਦੀ ਮਾਰ ਤੋਂ ਬਚ ਗਏ...ਸ਼ਾਮਤ ਗਰੀਬ ਫੌਜੇ ਹਰਾਮ ਦੇ ਦੀ ਆਈ। ਥਾਣੇ ਵਿਚ ਉਸ ਨੂੰ ਉਲਟਾ ਲਟਕਾ ਕੇ ਕੁੱਟਿਆ ਗਿਆ। ਬਰਫ਼ ਦੀਆਂ ਸਿੱਲਾਂ 'ਤੇ ਖੜ੍ਹਾ ਕੀਤਾ ਗਿਆ। ਹਰ ਕਿਸਮ ਦੀ ਜਿਸਮਾਨੀ ਤਕਲੀਫ਼ ਉਸ ਨੂੰ ਪਹੁੰਚਾਈ ਗਈ ਕਿ ਉਹ ਰਾਜ਼ ਦੀਆਂ ਗੱਲਾਂ ਦੱਸ ਦੇਵੇਂ, ਲੇਕਿਨ ਉਹ ਵੀ ਕੁੱਤੇ ਦੀ ਇਕ ਹੱਡੀ ਸੀ, ਟੱਸ ਤੋਂ ਮੱਸ ਨਾ ਹੋਇਆ, ਬਲਕਿ ਥਾਣੇ ਵਿਚ ਵੀ ਕਮਬਖ਼ਤ ਆਪਣੀਆਂ ਸ਼ਰਾਰਤਾਂ ਤੋਂ ਬਾਜ਼ ਨਾ ਆਇਆ..."

"ਇਕ ਵਾਰ ਜਦੋਂ ਉਹ ਮਾਰ ਬਰਦਾਸ਼ਤ ਨਾ ਕਰ ਸਕਿਆ ਤਾਂ ਉਸ ਨੇ ਥਾਣੇਦਾਰ ਨੂੰ ਹੱਥ ਰੋਕ ਲੈਣ ਦੀ ਅਰਜ਼ ਕੀਤੀ ਤੇ ਵਾਅਦਾ ਕੀਤਾ ਕਿ ਉਹ ਸਭ ਕੁਝ ਦੱਸ ਦੇਵੇਗਾ...ਉਹ ਬਿਲਕੁਲ ਨਿਢਾਲ ਸੀ, ਇਹ ਲਈ ਉਸ ਨੇ ਗਰਮ ਗਰਮ ਦੁੱਧ ਅਤੇ ਜਲੇਬੀਆਂ ਮੰਗੀਆਂ। ਜਦੋਂ ਉਸ ਦੀ ਤਬੀਅਤ ਠੀਕ ਹੋਈ ਤਾਂ ਥਾਣੇਦਾਰ ਨੇ ਕਾਗਜ਼-ਕਲਮ ਸੰਭਾਲਿਆ ਅਤੇ ਉਸ ਨੂੰ ਕਿਹਾ : "ਹੁਣ ਦੱਸੋ..." ਫੌਜੇ ਨੇ ਆਪਣੇ ਪਈ ਮਾਰ ਦਾ ਜਾਇਜ਼ਾ ਅੰਗੜਾਈ ਲੈਂਦਿਆਂ ਲਿਆ ਅਤੇ ਜਵਾਬ ਦਿੱਤਾ : "ਹੁਣ ਕੀ ਦੱਸਾਂ ਤਾਕਤ ਆ ਗਈ ਹੈ...ਚਾੜ੍ਹ ਦੇ ਮੈਨੂੰ ਫਿਰ ਟਕਟਕੀ 'ਤੇ ..."

"ਅਜਿਹੇ ਹੋਰ ਵੀ ਕਈ ਕਿੱਸੇ ਹਨ ਜੋ ਮੈਨੂੰ ਯਾਦ ਨਹੀਂ ਰਹੇ, ਪਰ ਇਹ ਕਿੱਸਾ ਬਹੁਤ ਪੁਰ੍ਹਲੁਤਫ਼ ਹੈ...ਮਲਿਕ ਹਫ਼ੀਜ਼, ਜਿਹੜਾ ਸਾਡਾ ਹਮਜਮਾਤ ਸੀ, ਉਸ ਦੀ ਜ਼ਬਾਨ ਤੋਂ ਸੁਣਦੇ ਤਾਂ ਹੋਰ ਵੀ ਮਜ਼ਾ ਆਉਂਦਾ..."

"ਇਕ ਦਿਨ ਪੁਲਿਸ ਦੇ ਦੋ ਸਿਪਾਹੀ ਫੌਜੇ ਨੂੰ ਅਦਾਲਤ 'ਚ ਪੇਸ਼ ਕਰਨ ਲਈ ਲੈਜਾ ਰਹੇ ਸਨ ਕਿ ਕਚਹਿਰੀ 'ਚ ਉਸ ਦੀ ਨਜ਼ਰ ਮਲਿਕ ਹਫ਼ੀਜ਼ 'ਤੇ ਪੈ ਗਈ ਜਿਹੜਾ ਕਿਸੇ ਕੰਮ ਲਈ ਉਥੇ ਆਇਆ ਸੀ...ਮਲਿਕ ਹਫ਼ੀਜ਼ ਨੂੰ ਦੇਖਦਿਆਂ ਹੀ ਫੌਜਾ ਬੋਲਿਆ : "ਅਸਲਾਮ ਅਲੈਕੁਮ ਹਫ਼ੀਜ਼ ਸਾਹਿਬ", ਮਲਿਕ ਹਫ਼ੀਜ਼ ਚੌਂਕਿਆ। ਫੌਜਾ ਹੱਥਕੜੀਆਂ 'ਚ ਉਸ ਦੇ ਸਾਹਮਣੇ ਖੜ੍ਹਾ ਮੁਸਕਰਾ ਰਿਹਾ ਸੀ; 'ਮਲਿਕ ਸਾਹਿਬ ਬਹੁਤ ਉਦਾਸ ਹੋ ਗਿਆ ਹਾਂ...ਜੀ ਕਰਦਾ ਹੈ, ਆਪ ਵੀ ਆ ਜਾਓ ਮੇਰੇ ਕੋਲ... ਬਸ ਮੇਰਾ ਨਾਉਂ ਲੈ ਦੇਣਾ ਹੀ ਕਾਫੀ ਹੈ...'

"ਮਲਿਕ ਹਫ਼ੀਜ਼ ਨੇ ਜਦੋਂ ਫੌਜੇ ਦੀ ਗੱਲ ਸੁਣੀ ਤਾਂ ਉਸ ਦੀ ਰੂਹ ਕੰਬ ਗਈ...ਫੌਜੇ ਨੇ ਮਲਿਕ ਹਫ਼ੀਜ਼ ਨੂੰ ਦਲਾਸਾ ਦਿੱਤਾ : "ਘਬਰਾਓ ਨਹੀਂ ਮਲਿਕ, ਮੈਂ ਤਾਂ ਮਜ਼ਾਕ ਕਰ ਰਿਹਾ ਹਾਂ...ਵੈਸੇ ਮੇਰੇ ਲਾਇਕ ਕੋਈ ਖਿਦਮਤ ਹੋਵੇ ਤਾਂ ਦੱਸੋ...ਹੁਣ ਤੁਸੀਂ ਹੀ ਦੱਸੋ ਕਿ ਫੌਜਾ ਕਿਸੇ ਤਰ੍ਹਾਂ ਦਾ ਸੀ। ਮਲਿਕ ਹਫ਼ੀਜ਼ ਘਬਰਾ ਰਿਹਾ ਸੀ ਅਤੇ ਕੰਨੀ ਕਤਰਾ ਕੇ ਭੱਜਣ ਹੀ ਵਾਲਾ ਸੀ ਕਿ ਫੌਜੇ ਨੇ ਕਿਹਾ : 'ਭਾਈ ਹੋਰ ਤਾਂ ਸਾਡੇ ਤੋਂ ਕੁਝ ਹੋ ਨਹੀਂ ਸਕਦਾ, ਕਹੋ ਤਾਂ ਤੁਹਾਡੇ ਬਦਬੂਦਾਰ ਖੂਹ ਦੀ ਗਾਰ ਕਢਵਾ ਦੇਵਾਂ...'

"ਮਲਿਕ ਹਫ਼ੀਜ਼ ਹੀ ਤੁਹਾਨੂੰ ਦੱਸ ਸਕਦਾ ਹੈ ਕਿ ਫੌਜੇ ਨੂੰ ਉਹ ਖੂਹ ਤੋਂ ਕਿੰਨੀ ਨਫਰਤ ਸੀ...ਉਸ ਖੂਹ ਦੇ ਪਾਣੀ ਤੋਂ ਐਨੀ ਸੜਾਂਦ ਆਉਂਦੀ ਸੀ ਜਿਵੇਂ ਮਰੇ ਹੋਏ ਚੂਹਿਆਂ 'ਚੋਂ ਆਉਂਦੀ ਹੈ...ਪਤਾ ਨਹੀਂ, ਲੋਕ ਉਸ ਨੂੰ ਸਾਫ਼ ਕਿਉਂ ਨਹੀਂ ਕਰਾਉਂਦੇ ਸਨ..."

"ਇਕ ਹਫ਼ਤੇ ਬਾਅਦ, ਜਿਵੇਂ ਕਿ ਮਲਿਕ ਹਫ਼ੀਜ਼ ਦਾ ਬਿਆਨ ਹੈ, ਉਹ ਬਾਹਰ ਨਹਾਉਣ ਲਈ ਨਿਕਲਿਆ ਤਾਂ ਕੀ ਦੇਖਦਾ ਹੈ ਕਿ ਦੋ-ਤਿੰਨ ਜਾਣੇ ਖੂਹ ਦੀ ਗੰਦਗੀ ਕੱਢਣ 'ਚ ਮਸਰੂਫ ਹਨ...ਮਲਿਕ ਹਫ਼ੀਜ਼ ਬਹੁਤ ਹੈਰਾਨ ਹੋਇਆ ਕਿ ਮਾਜਰਾ

ਕੀ ਹੈ। ਇਨ੍ਹਾਂ ਨੂੰ ਬੁਲਾਇਆ ਕਿਸ ਨੇ...ਗੁਆਂਢੀਆਂ ਦਾ ਖ਼ਿਆਲ ਸੀ ਕਿ ਵੱਡੇ ਮਲਿਕ ਸਾਹਿਬ ਨੂੰ ਬੈਠਿਆਂ-ਬੈਠਿਆਂ ਖ਼ਿਆਲ ਆ ਗਿਆ ਹੋਵੇਗਾ ਕਿ ਚਲੋ ਖੂਹ ਦੀ ਸਫ਼ਾਈ ਹੋ ਜਾਵੇ, ਲੋਕ ਵੀ ਕੀ ਯਾਦ ਰੱਖਣਗੇ...ਲੇਕਿਨ ਗੁਆਂਢੀਆਂ ਨੂੰ ਜਦੋਂ ਇਹ ਪਤਾ ਲੱਗਾ ਕਿ ਛੋਟੇ ਮਲਿਕ ਤਾਂ ਸ਼ਿਕਾਰ 'ਤੇ ਗਏ ਹੋਏ ਹਨ ਤਾਂ ਉਨ੍ਹਾਂ ਨੂੰ ਵੀ ਹੈਰਾਨੀ ਹੋਈ...ਪੁਲਿਸ ਦੇ ਬੇਵਰਦੀ ਸਿਪਾਹੀਆਂ ਤੋਂ ਪੁੱਛਿਆ ਗਿਆ ਤਾਂ ਪਤਾ ਲੱਗਿਆ ਕਿ ਉਹ ਫੌਜੇ ਹਰਾਮ ਦੇ ਦੀ ਨਿਸ਼ਾਨਦਹੀ 'ਤੇ ਖੂਹ ਵਿਚੋਂ ਬੰਬ ਕਢਵਾ ਰਹੇ ਹਨ..."

"ਬਹੁਤ ਦੇਰ ਤੱਕ ਗੰਦਗੀ ਨਿਕਲਦੀ ਰਹੀ। ਪਾਣੀ ਸਾਫ਼-ਸੁਥਰਾ ਹੋ ਗਿਆ, ਪਰ ਬੰਬ ਤਾਂ ਕੀ ਇਕ ਛੋਟਾ ਜਿਹਾ ਪਟਾਖ਼ਾ ਵੀ ਬਰਾਮਦ ਨਾ ਹੋਇਆ। ਪੁਲਿਸ ਬਹੁਤ ਘਬਰਾਈ। ਫੌਜੇ ਦੀ ਜਵਾਬਤਲਬੀ ਹੋਈ। ਉਸ ਨੇ ਮੁਸਕਰਾਉਂਦਿਆਂ ਥਾਣੇਦਾਰ ਨੂੰ ਕਿਹਾ : "ਭੋਲੇ ਬਾਦਸ਼ਾਹੋ, ਅਸੀਂ ਤਾਂ ਆਪਣੇ ਯਾਰ ਦਾ ਖੂਹ ਸਾਫ਼ ਕਰਾਉਣਾ ਸੀ, ਸੋ ਅਸੀਂ ਕਰਵਾ ਲਿਆ..."

"ਬਹੁਤ ਹੀ ਖ਼ੂਬਸੂਰਤ ਸ਼ਰਾਰਤ ਸੀ, ਪਰ ਪੁਲਿਸ ਨੇ ਫੌਜੇ ਨੂੰ ਇਉਂ ਮਾਰਿਆ, ਕਿ ਉਸ ਨੂੰ ਅੱਧ ਮਰਿਆ ਕਰ ਦਿੱਤਾ...ਅਤੇ ਫਿਰ ਇਕ ਦਿਨ ਖ਼ਬਰ ਆਈ ਕਿ ਫੌਜਾ ਸੁਲਤਾਨੀ ਗਵਾਹ ਬਣ ਗਿਆ ਹੈ, ਉਸ ਨੇ ਵਾਅਦਾ ਕਰ ਲਿਆ ਹੈ ਕਿ ਉਹ ਸਭ ਕੁਝ ਬਕ ਦੇਵੇਗਾ..."

"ਕਹਿੰਦੇ ਨੇ, ਉਸ 'ਤੇ ਬੜੀ ਲਾਹ-ਪਾਹ ਹੋਈ...ਉਸ ਦੇ ਦੋਸਤ ਮਲਿਕ ਹਫ਼ੀਜ਼ ਨੇ ਵੀ, ਜਿਹੜਾ ਹਕੂਮਤ ਤੋਂ ਬਹੁਤ ਡਰਦਾ ਸੀ, ਉਸ ਨੂੰ ਬਹੁਤ ਗਾਲ੍ਹਾਂ ਕੱਢੀਆਂ : ਹਰਾਮਜ਼ਾਦਾ ਡਰ ਦਾ ਮਾਰਿਆਂ ਗਦਾਰ ਬਣ ਗਿਆ ਹੈ...ਪਤਾ ਨਹੀਂ, ਹੁਣ ਕਿਸ ਕਿਸ ਨੂੰ ਫਸਾਏਗਾ ..."

"ਗੱਲ ਅਸਲ ਵਿਚ ਇਹ ਸੀ ਕਿ ਉਹ ਮਾਰ ਖਾ-ਖਾਕੇ ਥੱਕ ਗਿਆ ਸੀ, ਜੇਲ੍ਹ ਵਿਚ ਉਸ ਨੂੰ ਕਿਸੇ ਨਾਲ ਮਿਲਣ ਨਹੀਂ ਦਿੱਤਾ ਜਾਂਦਾ ਸੀ, ਖਾਣਾ ਤਾਂ ਦਿੱਤਾ ਜਾਂਦਾ ਸੀ, ਪਰ ਸੌਣ ਦੀ ਮਨਾਹੀ ਸੀ। ਕਮਬਖ਼ਤ ਨੂੰ ਨੀਂਦ ਬਹੁਤ ਪਿਆਰੀ ਸੀ, ਇਸ ਲਈ ਤੰਗ ਆ ਕੇ ਉਸ ਨੇ ਸੱਚੇ ਦਿਲ ਨਾਲ ਵਾਅਦਾ ਕਰ ਲਿਆ ਕਿ ਉਹ ਬੰਬ ਬਣਾਉਣ ਦੀ ਸਾਜਿਸ਼ ਦੇ ਹਾਲਾਤ ਦੱਸ ਦੇਵੇਗਾ।"

"ਰੱਖਿਆ ਤਾਂ ਉਸ ਨੂੰ ਜੇਲ੍ਹ ਵਿਚ ਹੀ ਗਿਆ, ਪਰ ਹੁਣ ਉਸ 'ਤੇ ਕੋਈ ਸਖ਼ਤੀ ਨਹੀਂ ਸੀ। ਕਈ ਦਿਨ ਤਾਂ ਉਸ ਨੇ ਆਰਾਮ ਕੀਤਾ ਕਿਉਂਕਿ ਉਸ ਦਾ ਅੰਗ-ਅੰਗ ਢਿੱਲਾ ਹੋ ਚੁੱਕਾ ਸੀ...ਚੰਗੀ ਖੁਰਾਕ ਮਿਲੀ ਅਤੇ ਸਰੀਰ 'ਤੇ ਮਾਲਿਸ਼ ਹੋਈ ਤਾਂ ਉਹ ਬਿਆਨ ਲਿਖਵਾਉਣ ਦੇ ਕਾਬਿਲ ਹੋ ਗਿਆ।

"ਸਵੇਰੇ ਲੱਸੀ ਦੇ ਉਹ ਦੋ ਵੱਡੇ ਗਿਲਾਸ ਪੀ ਕੇ ਆਪਣੀ ਦਾਸਤਾਨ ਸ਼ੁਰੂ ਕਰ ਦਿੰਦਾ। ਥੋੜ੍ਹੀ ਦੇਰ ਬਾਅਦ ਨਾਸ਼ਤਾ ਆਉਂਦਾ ਤਾਂ ਉਸ ਤੋਂ ਫ਼ਾਰਿਗ ਹੋ ਕੇ ਉਹ ਪੰਦਰਾਂ-ਵੀਹ ਮਿੰਟ ਆਰਾਮ ਕਰਦਾ ਅਤੇ ਫਿਰ ਕੜੀ ਨਾਲ ਕੜੀ ਮਿਲਾ ਕੇ ਆਪਣਾ ਬਿਆਨ ਜਾਰੀ ਰੱਖਦਾ..."

"ਤੁਸੀਂ ਮੁਹੰਮਦ ਹੁਸੈਨ ਸਟੈਨੋਗ੍ਰਾਫ਼ਰ ਤੋਂ ਪੁੱਛੋ, ਜਿਸ ਨੇ ਫੌਜੇ ਦਾ ਬਿਆਨ ਟਾਇਪ ਕੀਤਾ ਸੀ...ਉਸ ਦਾ ਕਹਿਣਾ ਹੈ ਕਿ ਫੌਜੇ ਹਰਾਮਦੇ ਨੇ ਪੂਰਾ ਇਹ ਮਹੀਨਾ ਲਿਆ ਅਤੇ ਉਹ ਸਾਰਾ ਜਾਲ੍ਹ ਖੋਲ੍ਹ ਕੇ ਰੱਖ ਦਿੱਤਾ ਜੋ ਸਾਜ਼ਿਸ਼ਕਾਰਾਂ ਨੇ ਮੁਲਕ ਦੇ

ਇਸ ਕੋਨੇ ਤੋਂ ਉਸ ਕੋਨੇ ਤੱਕ ਵਿਛਾਇਆ ਹੋਇਆ ਸੀ ਅਤੇ ਹੋਰ ਵਿਛਾਉਣ ਦਾ ਇਰਾਦਾ ਰੱਖਦੇ ਸਨ। ਉਸ ਨੇ ਸੈਂਕੜੇ ਆਦਮੀਆਂ ਦੇ ਨਾਂ ਲਏ ਅਤੇ ਅਜਿਹੀਆਂ ਹਜ਼ਾਰਾਂ ਥਾਵਾਂ ਦਾ ਪਤਾ ਦੱਸਿਆ ਜਿੱਥੇ ਸਾਜ਼ਿਸ਼ੀ ਚੋਰੀਓਂ ਮਿਲਦੇ ਸਨ ਅਤੇ ਹਕੂਮਤ ਦਾ ਤਖ਼ਤਾ ਉਲਟਾਉਣ ਦੀਆਂ ਤਰਕੀਬਾਂ ਸੋਚਦੇ ਸਨ।"

"ਇਹ ਬਿਆਨ, ਮੁਹੰਮਦ ਹੁਸੈਨ ਸਟੈਨੋਗ੍ਰਾਫਰ ਦਾ ਕਹਿਣਾ ਹੈ, ਫੁਲ ਸਕੇਪ ਦੇ ਢਾਈ ਸੌ ਸਫ਼ੇ 'ਤੇ ਫੈਲਿਆ ਹੋਇਆ ਹੈ...ਜਦੋਂ ਫੌਜੇ ਦਾ ਬਿਆਨ ਖ਼ਤਮ ਹੋਇਆ ਤਾਂ ਪੁਲਿਸ ਨੇ ਉਸ ਨੂੰ ਸਾਹਮਣੇ ਰੱਖ ਕੇ ਪਲਾਨ ਬਣਾਇਆ। ਫ਼ੌਰਨ ਨਵੀਆਂ ਗ੍ਰਿਫ਼ਤਾਰੀਆਂ ਅਮਲ ਵਿਚ ਆਈਆਂ ਅਤੇ ਇਕ ਵਾਰ ਫਿਰ ਫੌਜੇ ਦੀ ਮਾਂ-ਭੈਣ ਇਕ ਹੋਣ ਲੱਗੀ।"

"ਅਖ਼ਬਾਰਾਂ ਨੇ ਵੀ ਦੱਬੀ ਜ਼ਬਾਨ 'ਚ ਫੌਜੇ ਦੇ ਖਿਲਾਫ਼ ਕਾਫੀ ਜ਼ਹਿਰ ਉਭਾਰਿਆ...ਬਹੁਮਤੀ ਉਸ ਦੇ ਖਿਲਾਫ਼ ਸੀ, ਇਸ ਲਈ ਫੌਜੇ ਦੀ ਗਦਾਰੀ ਦੀ ਹਰ ਜਗ੍ਹਾ ਨਿੰਦਾ ਹੋਣ ਲੱਗੀ।

"ਫੌਜਾ ਜੇਲ ਵਿਚ ਸੀ ਜਿੱਥੇ ਉਸ ਦੀ ਖ਼ੂਬ ਖ਼ਾਤਿਰ ਹੋ ਰਹੀ ਸੀ...ਉਹ ਵੱਡੀ ਟੌਹਰੇ ਵਾਲੀ ਕਲਫ ਲੱਗੀ ਪਗੜੀ ਸਿਰ 'ਤੇ ਬੰਨ੍ਹੀ, ਦੋ ਘੋੜੇ ਵਾਲੀ ਬੋਸਕੀ ਦੀ ਕਮੀਜ਼ ਅਤੇ ਚਾਲੀ ਹਜ਼ਾਰੀ ਲੱਠੇ ਦੀ ਘੇਰੇਦਾਰ ਸਲਵਾਰ ਪਾ ਕੇ ਉਹ ਜੇਲ ਵਿਚ ਇੰਜ ਟਹਿਲਦਾ ਸੀ ਜਿਵੇਂ ਕੋਈ ਅਫ਼ਸਰ ਮੁਆਇਨਾ ਕਰ ਰਿਹਾ ਹੋਵੇ।"

"ਜਦੋਂ ਸਾਰੀਆਂ ਗ੍ਰਿਫ਼ਤਾਰੀਆਂ ਅਮਲ ਵਿਚ ਆ ਗਈਆਂ ਅਤੇ ਪੁਲਿਸ ਨੇ ਆਪਣੀ ਕਾਰਵਾਈ ਮੁਕੰਮਲ ਕਰ ਲਈ ਤਾਂ ਸਾਜ਼ਿਸ਼ ਦਾ ਇਹ ਕੇਸ ਅਦਾਲਤ ਵਿਚ ਪੇਸ਼ ਹੋਇਆ। ਲੋਕਾਂ ਦੀ ਭੀੜ ਜਮ੍ਹਾ ਸੀ।"

"ਪੁਲਿਸ ਦੀ ਹਿਫ਼ਾਜਤ 'ਚ ਜਦੋਂ ਫੌਜਾ ਹਾਜ਼ਰ ਹੋਇਆ ਤਾਂ ਗੁੱਸੇ 'ਚ ਭਰੇ ਨਾਅਰੇ ਬੁਲੰਦ ਹੋਏ : 'ਫੌਜਾ ਹਰਾਮਦਾ...ਮੁਰਦਾਬਾਦ...ਫੌਜਾ ਹਰਾਮਦਾ : ਮੁਰਦਾਬਾਦ...ਹਜੂਮ ਬਹੁਤ ਭੜਕਿਆ ਹੋਇਆ ਸੀ ਅਤੇ ਖ਼ਤਰਾ ਸੀ ਕਿ ਫੌਜੇ 'ਤੇ ਟੁੱਟ ਨਾ ਪਵੇ, ਇਸ ਲਈ ਪੁਲਿਸ ਨੂੰ ਲਾਠੀਚਾਰਜ ਕਰਨਾ ਪਿਆ ਜਿਸ ਕਾਰਨ ਕਈ ਆਦਮੀ ਜ਼ਖ਼ਮੀ ਹੋਏ।"

"ਅਦਾਲਤ 'ਚ ਮੁਕੱਦਮਾ ਪੇਸ਼ ਹੋਇਆ...ਜਦੋਂ ਫੌਜੇ ਤੋਂ ਪੁੱਛਿਆ ਗਿਆ ਕਿ ਉਹ ਉਸ ਬਿਆਨ ਦੇ ਮੁਤਾਬਿਕ ਕ੍ਰੀ ਕਹਿਣਾ ਚਾਹੁੰਦਾ ਹੈ ਜਿਹੜਾ ਉਸ ਨੇ ਪੁਲਿਸ ਨੂੰ ਦਿੱਤਾ ਸੀ। ਉਸ ਨੇ ਆਪਣੀ ਲਾਇਲਮੀ ਦਾ ਇਜ਼ਹਾਰ ਕੀਤਾ : ਜਨਾਬ, ਮੈਂ ਕੋਈ ਬਿਆਨ-ਵਿਆਨ ਨਹੀਂ ਦਿੱਤਾ ਹੈ...ਇਨ੍ਹਾਂ ਲੋਕਾਂ ਦੇ ਖੁਦ ਹੀ ਇਕ ਪੁਲੰਦਾ-ਜਾ ਤਿਆਰ ਕੀਤਾ ਸੀ ਅਤੇ ਜ਼ਬਰਦਸਤੀ ਮੇਰੇ ਤੋਂ ਦਸਖ਼ਤ ਕਰਵਾ ਲਏ ਸਨ..." ਇਹ ਸੁਣ ਕੇ ਪੁਲਿਸ ਦੀ, ਫੌਜੇ ਕਰ ਕੇ, ਭੰਬੀਰੀ ਘੁੰਮ ਗਈ, ਅਤੇ ਜਦੋਂ ਇਹ ਖ਼ਬਰ ਅਖ਼ਬਾਰਾਂ 'ਚ ਛਪੀ ਤਾਂ ਸਭ ਚਕਰਾ ਗਏ ਕਿ ਫੌਜੇ ਹਰਾਮਦੇ ਨੇ ਇਹ ਕੀ ਨਵਾਂ ਚੱਕਰ ਚਲਾਇਆ ਹੈ।"

"ਚੱਕਰ ਨਵਾਂ ਹੀ ਸੀ, ਕਿਉਂਕਿ ਅਦਾਲਤ ਵਿਚ ਉਸ ਨੇ ਇਕ ਨਵਾਂ ਬਿਆਨ ਲਿਖਵਾਉਣਾ ਸ਼ੁਰੂ ਕਰ ਦਿੱਤਾ ਜਿਹੜਾ ਪਹਿਲੇ ਬਿਆਨ ਦੇ ਉਲਟ ਸੀ...ਨਵਾਂ ਬਿਆਨ ਕਰੀਬ-ਕਰੀਬ ਪੰਦਰਾਂ ਦਿਨ ਵਿਚ ਖ਼ਤਮ ਹੋਇਆ, ਅਤੇ ਜਦੋਂ ਖ਼ਤਮ ਹੋਇਆ ਤਾਂ ਫੁਲ-ਸਕੇਪ ਦੇ ਇਕ ਸੌ ਅੱਠਵੰਜਾ ਸਫ਼ੇ ਕਾਲੇ ਹੋ ਚੁੱਕੇ ਸਨ... ਫੌਜੇ ਦਾ ਕਹਿਣਾ

ਹੈ ਕਿ ਉਸ ਨਵੇਂ ਬਿਆਨ ਤੋਂ ਜੋ ਹਾਲਤ ਪੁਲਿਸ ਵਾਲਿਆਂ ਦੀ ਹੋਈ, ਨਾਕਾਬਿਲੇ-ਬਿਆਨ ਹੈ...ਪੁਲਿਸ ਨੇ ਜਿਹੜੀ ਇਮਾਰਤ ਖੜ੍ਹੀ ਕੀਤੀ ਸੀ, ਕਮਬਖ਼ਤ ਨੇ ਉਸ ਦੀ ਇਕ-ਇਕ ਇੱਟ ਉਖਾੜ ਕੇ ਰੱਖ ਦਿੱਤੀ...”

“ਸਾਰਾ ਕੇਸ ਚੌਪਟ ਹੋ ਗਿਆ...ਨਤੀਜਾ ਇਹ ਨਿੱਕਲਿਆ ਕਿ ਉਸ ਸਾਜਿਸ਼ ਵਿਚ ਜਿੰਨੇ ਲੋਕ ਗ੍ਰਿਫ਼ਤਾਰ ਹੋਏ ਸਨ, ਉਨ੍ਹਾਂ ਵਿਚੋਂ ਤਕਰੀਬਨ ਸਾਰੇ ਬਰੀ ਹੋ ਗਏ।”

“ਦੋ ਨੂੰ ਤਿੰਨ-ਤਿੰਨ ਸਾਲਾਂ ਦੀ ਅਤੇ ਪੰਜ ਨੂੰ ਛੇ-ਛੇ ਮਹੀਨਿਆਂ ਦੀ ਸਜ਼ਾਏ-ਕੈਦ ਹੋਈ।”

ਜੋ ਲੋਕ ਇਹ ਕਿੱਸਾ ਮੇਹਰ ਫ਼ਿਰੋਜ਼ ਸਾਹਿਬ ਤੋਂ ਸੁਣ ਰਹੇ ਸਨ, ਉਨ੍ਹਾਂ ’ਚੋਂ ਇਕ ਨੇ ਪੁੱਛਿਆ : “ਅਤੇ ਫੌਜੇ ਨੂੰ?”

ਮੇਹਰ ਫ਼ਿਰੋਜ਼ ਸਾਹਿਬ ਨੇ ਕਿਹਾ : “ਫੌਜੇ ਨੂੰ ਕੀ ਹੋਣਾ ਸੀ...ਉਹ ਤਾਂ ਵਾਅਦਾ ਮਾਫ਼ ਯਾਨੀ ਕਿ ਸੁਲਤਾਨੀ ਗਵਾਹ ਸੀ।”

ਸਭ ਨੇ ਫੌਜੇ ਦੀ ਕਰਾਮਾਤ ਨੂੰ ਸਲਾਹਿਆ ਕਿ ਉਸ ਨੇ ਪੁਲਿਸ ਨੂੰ ਕਿਸ ਸਫ਼ਾਈ ਨਾਲ ਚਕਮਾ ਦਿੱਤਾ।

ਇਕ ਨੇ, ਜਿਸ ਦੇ ਦਿਲੋ-ਦਿਮਾਗ ਨੂੰ ਫੌਜੇ ਹਰਾਮਦੇ ਦੀ ਸ਼ਖ਼ਸੀਅਤ ਨੇ ਬਹੁਤ ਜ਼ਿਆਦਾ ਪ੍ਰਭਾਵਿਤ ਕੀਤਾ ਸੀ, ਮੇਹਰ ਫ਼ਿਰੋਜ਼ ਸਾਹਿਬ ਤੋਂ ਪੁੱਛਿਆ : “ਫੌਜਾ ਅੱਜਕਲ ਕਿਥੇ ਹੁੰਦਾ ਹੈ?”

“ਇੱਥੇ ਲਾਹੌਰ ਵਿਚ...ਆੜ੍ਹਤ ਦੀ ਦੁਕਾਨ ਕਰਦਾ ਹੈ।”

ਐਨੇ ’ਚ ਬੈਰ੍ਹਾ ਬਿਲ ਲੈ ਕੇ ਆਇਆ ਅਤੇ ਮੇਹਰ ਫ਼ਿਰੋਜ਼ ਸਾਹਿਬ ਦੇ ਸਾਹਮਣੇ ਰੱਖ ਦਿੱਤਾ, ਕਿਉਂਕਿ ਚਾਹ ਵਗੈਰਾ ਦਾ ਆਰਡਰ ਉਨ੍ਹਾਂ ਨੇ ਦਿੱਤਾ ਸੀ।

ਫੌਜੇ ਦੀ ਸਖ਼ਸੀਅਤ ਤੋਂ ਪ੍ਰਭਾਵਿਤ ਸਾਹਿਬ ਨੇ ਬਿਲ ਦੇਖਿਆ ਉਨ੍ਹਾਂ ਦਾ ਵੱਧਦਾ ਹੋਇਆ ਹੱਥ ਰੁਕ ਗਿਆ, ਇਸ ਲਈ ਕਿ ਰਕਮ ਜ਼ਿਆਦਾ ਸੀ, ਉਂਜ ਹੀ ਉਹ ਮੇਹਰ ਫ਼ਿਰੋਜ਼ ਨੂੰ ਮੁਖ਼ਾਤਿਬ ਹੋਏ : “ਤੁਹਾਡੇ ਇਸ ਫੌਜੇ ਨੂੰ ਕਦੇ ਮਿਲਣਾ ਚਾਹੀਦਾ ਏ।”

ਮੇਹਰ ਫ਼ਿਰੋਜ਼ ਉਠੇ : “ਤੁਸੀਂ ਉਸ ਨੂੰ ਮਿਲ ਚੁੱਕੇ ਹੋ...ਇਹ ਖ਼ਾਕਸਾਰ ਹੀ ਫੌਜਾ ਹਰਾਮ ਦਾ ਹੈ...ਬਿਲ ਆਪ ਅਦਾ ਕਰ ਦੇਵੋ...ਅਸਲਾਮ ਅਲੈਕਮ” ਇਹ ਕਹਿ ਕੇ ਤੇਜ਼ੀ ਨਾਲ ਬਾਹਰ ਨਿਕਲ ਗਏ।

ਬਾਦਸ਼ਾਹਤ ਦਾ ਖਾਤਮਾ

ਟੈਲੀਫ਼ੋਨ ਦੀ ਘੰਟੀ ਵੱਜੀ।

ਉਹ ਕੋਲ ਹੀ ਬੈਠਾ ਸੀ-ਉਸ ਨੇ ਰਿਸੀਵਰ ਚੁੱਕਿਆ ਅਤੇ ਕਿਹਾ, "ਹੈਲੋ, ਫੋਰ ਫੋਰ ਫੋਰ ਫਾਈਵ ਸੈਵਨ।"

ਦੂਜੇ ਪਾਸਿਓਂ ਔਰਤ ਦੀ ਪਤਲੀ ਜਿਹੀ ਆਵਾਜ਼ ਆਈ, "ਸੌਰੀ..."

ਉਸ ਨੇ ਰਿਸੀਵਰ ਰੱਖ ਦਿੱਤਾ ਅਤੇ ਕਿਤਾਬ ਪੜ੍ਹਨ ਲੱਗ ਪਿਆ।

ਉਹ ਇਹ ਕਿਤਾਬ ਵੀਹ ਵਾਰ ਪੜ੍ਹ ਚੁੱਕਾ ਸੀ, ਇਸ ਲਈ ਨਹੀਂ ਕਿ ਇਸ ਕਿਤਾਬ ਵਿਚ ਕੋਈ ਖਾਸ ਗੱਲ ਸੀ-ਉਸ ਦਫ਼ਤਰ ਵਿਚ, ਜੋ ਵੀਰਾਨ ਪਿਆ ਸੀ, ਬਸ ਇਕ ਓਹੀ ਕਿਤਾਬ ਮੌਜੂਦ ਸੀ ਅਤੇ ਉਸ ਦੇ ਸਫ਼ੇ ਕੀੜਿਆਂ ਨੇ ਖਾਧੇ ਹੋਏ ਸਨ।

ਉਹ ਦਫ਼ਤਰ ਇਕ ਹਫ਼ਤੇ ਤੋਂ ਉਸ ਦੇ ਸਪੁਰਦ ਸੀ-ਉਸ ਦਫ਼ਤਰ ਦਾ ਮਾਲਕ ਉਹਦਾ ਦੋਸਤ ਸੀ ਅਤੇ ਇਕ ਵੱਡੀ ਰਕਮ ਕਰਜ਼ ਲੈਣ ਲਈ ਕਿਸੇ ਹੋਰ ਸ਼ਹਿਰ ਗਿਆ ਹੋਇਆ ਸੀ-ਉਹਦੇ ਕੋਲ ਰਹਿਣ ਲਈ ਕੋਈ ਜਗ੍ਹਾ ਨਹੀਂ ਸੀ, ਇਸ ਲਈ ਉਹ ਆਰਜ਼ੀ ਤੌਰ 'ਤੇ ਫੁਟਪਾਥ ਤੋਂ ਉਸ ਦਫ਼ਤਰ ਵਿਚ ਆ ਗਿਆ ਸੀ ਅਤੇ ਇਕ ਹਫ਼ਤੇ 'ਚ ਉਸ ਦਫ਼ਤਰ ਦੀ ਉਸ ਇਕਲੌਤੀ ਕਿਤਾਬ ਨੂੰ ਤਕਰੀਬਨ ਵੀਹ ਵਾਰ ਪੜ੍ਹ ਹਟਿਆ ਸੀ।

ਦਫ਼ਤਰ 'ਚ ਉਹ ਇਕੱਲਾ ਪਿਆ ਰਹਿੰਦਾ।

ਨੌਕਰੀ ਤੋਂ ਉਸ ਨੂੰ ਨਫ਼ਰਤ ਸੀ -ਜੇ ਉਹ ਚਾਹੁੰਦਾ ਤਾਂ ਉਹਨੂੰ ਕਿਸੇ ਫ਼ਿਲਮ ਕੰਪਨੀ ਵਿਚ ਨੌਕਰੀ ਮਿਲ ਸਕਦੀ ਸੀ, ਪਰ ਉਹ ਗੁਲਾਮੀ ਨਹੀਂ ਚਹੁੰਦਾ ਸੀ।

ਉਹ ਬੜਾ ਹੀ ਅਕੱਟ ਅਤੇ ਅਟੱਲ ਆਦਮੀ ਸੀ, ਇਸ ਲਈ ਉਸ ਦੇ ਯਾਰ -ਦੋਸਤ ਉਸ ਦੇ ਰੋਜ਼ਮੱਰਾ ਦੇ ਖ਼ਰਚੇ ਦਾ ਬੰਦੋਬਸਤ ਕਰ ਦਿੰਦੇ ਸਨ - ਉਸ ਦੇ ਖ਼ਰਚੇ ਬਹੁਤ ਥੋੜ੍ਹੇ ਸਨ...ਸਵੇਰੇ ਇਕ ਪਿਆਲੀ ਚਾਹ ਅਤੇ ਦੋ ਤੋਸ; ਬਾਅਦ ਦੁਪਹਿਰ ਦੋ ਫੁਲਕੇ ਅਤੇ ਥੋੜ੍ਹਾ ਜਿਹਾ ਸਾਲਨ; ਸਾਰੇ ਦਿਨ 'ਚ ਇਕ ਪੈਕਟ ਸਿਗਰਟ, ਬਸ ਸਿਰਫ ਏਨਾ ਕੁਝ।

ਉਸ ਦਾ ਕੋਈ ਅਜੀਜ਼ ਜਾਂ ਰਿਸ਼ਤੇਦਾਰ ਨਹੀਂ ਸੀ - ਬੇਹੱਦ ਖ਼ਾਮੋਸ਼ੀ ਪਸੰਦ ਸੀ; ਦੁੱਖਾਂ 'ਚ ਰਹਿਣ ਵਾਲਾ ਸੀ, ਕਈ-ਕਈ ਦਿਨ ਫਾਕਿਆਂ 'ਚ ਰਹਿ ਸਕਦਾ ਸੀ - ਉਸ ਦੇ ਦੋਸਤ ਹੋਰ ਕੁਝ ਨਹੀਂ ਤਾਂ ਇੰਨਾ ਜ਼ਰੂਰ ਜਾਣਦੇ ਸਨ ਕਿ ਉਹ ਬਚਪਨ ਵਿਚ ਹੀ ਆਪਣਾ ਘਰ-ਬਾਰ ਛੱਡ ਕੇ ਨਿਕਲ ਆਇਆ ਸੀ ਅਤੇ ਇਕ ਮੁੱਦਤ ਤੋਂ ਬੰਬਈ ਦੇ ਫੁਟਪਾਥਾਂ 'ਤੇ ਆਬਾਦ ਸੀ।

ਜ਼ਿੰਦਗੀ ਵਿਚ ਉਸ ਨੂੰ ਸਿਰਫ ਇਕ ਚੀਜ ਦੀ ਹਸਰਤ ਸੀ -ਔਰਤ ਦੀ ਮੁਹੱਬਤ ਦੀ।

ਉਹ ਆਖਿਆ ਕਰਦਾ ਸੀ, ਜੇ ਮੈਨੂੰ ਕਿਸੇ ਔਰਤ ਦੀ ਮੁਹੱਬਤ ਮਿਲ ਗਈ ਤਾਂ ਮੇਰੀ ਜ਼ਿੰਦਗੀ ਬਦਲ ਜਾਏਗੀ।

ਉਸ ਦੇ ਦੋਸਤ ਉਹਨੂੰ ਕਹਿੰਦੇ, "ਕੰਮ ਤਾਂ ਤੂੰ ਫਿਰ ਵੀ ਨਾ ਕਰੇਂਗਾ।"

ਉਹ ਆਹ ਭਰ ਕੇ ਜਵਾਬ ਦਿੰਦਾ, "ਕੰਮ...ਤਾਂ ਮੈਂ ਆਪ ਬਣ ਜਾਵਾਂਗਾ।"

ਦੋਸਤ ਕਹਿੰਦੇ, "ਤਾਂ ਸ਼ੁਰੂ ਕਰ ਕਿਸੇ ਨਾਲ ਇਸ਼ਕ।"

ਉਹ ਜਵਾਬ ਦਿੰਦਾ, "ਨਹੀਂ...ਮੈਂ ਐਸੇ ਇਸ਼ਕ ਦਾ ਕਾਇਲ ਨਹੀਂ ਜੋ ਮਰਦ ਵੱਲੋਂ ਸ਼ੁਰੂ ਹੋਵੇ।"

ਉਸ ਨੇ ਸਾਮ੍ਹਣੇ ਦੀਵਾਰ 'ਤੇ ਕਲਾਕ ਵੱਲ ਵੇਖਿਆ - ਖਾਣੇ ਦਾ ਵਕਤ ਕਰੀਬ ਆ ਰਿਹਾ ਸੀ। ਉਹ ਬਾਹਰ ਜਾਣ ਬਾਰੇ ਸੋਚ ਹੀ ਰਿਹਾ ਸੀ ਕਿ ਟੈਲੀਫ਼ੋਨ ਦੀ ਘੰਟੀ ਵੱਜਣੀ ਸ਼ੁਰੂ ਹੋਈ। ਉਸ ਨੇ ਰਸੀਵਰ ਚੁੱਕਿਆ ਅਤੇ ਕਿਹਾ, "ਹੈਲੋ!"

ਦੂਜੇ ਪਾਸਿਓਂ ਪਤਲੀ ਜਿਹੀ ਆਵਾਜ਼ ਆਈ, "ਫੋਰ ਫੋਰ ਫੋਰ ਫਾਈਵ ਸੈਵਨ?"

ਉਸ ਨੇ ਜਵਾਬ ਦਿੱਤਾ, "ਜੀ ਹਾਂ!"

ਔਰਤ ਦੀ ਆਵਾਜ਼ ਨੇ ਪੁੱਛਿਆ, "ਤੁਸੀਂ ਕੌਣ ਓਂ?"

"ਮਨਮੋਹਨ...ਫਰਮਾਉ?"

ਦੂਜੇ ਪਾਸਿਓਂ ਕੋਈ ਆਵਾਜ਼ ਨਾ ਆਈ ਤਾਂ ਉਹਨੇ ਪੁੱਛਿਆ, "ਫਰਮਾਉ, ਕਿਸ ਨਾਲ ਗੱਲ ਕਰਨੀ ਐਂ ਤੁਸੀਂ?"

ਆਵਾਜ਼ ਨੇ ਜਵਾਬ ਦਿੱਤਾ, "ਤੁਹਾਡੇ ਨਾਲ!"

ਉਸ ਨੇ ਜ਼ਰਾ ਹੈਰਤ ਨਾਲ ਪੁੱਛਿਆ, "ਮੇਰੇ ਨਾਲ?"

"ਜੀ ਹਾਂ, ਤੁਹਾਡੇ ਨਾਲ...ਕੀ ਤੁਹਾਨੂੰ ਕੋਈ ਇਤਰਾਜ਼ ਹੈ?"

ਉਹ ਘਬਰਾ ਗਿਆ, "ਜੀ? ! ...ਜੀ ਨਹੀਂ?"

ਆਵਾਜ਼ ਮੁਸਕਰਾਈ, "ਤੁਸੀਂ ਆਪਣਾ ਨਾਮ ਮਦਨ ਮੋਹਨ ਦੱਸਿਆ ਸੀ ਨਾ?"

"ਜੀ ਨਹੀਂ...ਮਨਮੋਹਨ।"

ਕੁਝ ਪਲ ਖ਼ਾਮੋਸ਼ੀ ਵਿਚ ਲੰਘ ਗਏ ਤਾਂ ਉਸ ਨੇ ਕਿਹਾ, "ਤੁਸੀਂ ਗੱਲਾਂ ਕਰਨੀਆਂ ਚਾਹੁੰਦੇ ਸੀ ਮੇਰੇ ਨਾਲ?"

ਆਵਾਜ਼ ਆਈ, "ਜੀ ਹਾਂ!"

"ਤਾਂ ਕਰੋ।"

ਥੋੜ੍ਹੇ ਵਕਫ਼ੇ ਬਾਅਦ ਆਵਾਜ਼ ਆਈ, "ਸਮਝ ਨਹੀਂ ਆਉਂਦੀ, ਕੀ ਗੱਲ ਕਰਾਂ...ਤੁਸੀਂ ਹੀ ਸ਼ੁਰੂ ਕਰੋ ਨਾ ਕੋਈ ਗੱਲ!"

"ਬਹੁਤ ਬੇਹਤਰ..." ਇਹ ਕਹਿ ਕੇ ਉਸ ਨੇ ਥੋੜ੍ਹਾ ਚਿਰ ਸੋਚਿਆ, "ਨਾਮ ਆਪਣਾ ਦੱਸ ਚੁੱਕਿਆ ਹਾਂ; ਆਰਜ਼ੀ ਤੌਰ 'ਤੇ ਮੇਰਾ ਟਿਕਾਣਾ ਇਹ ਦਫ਼ਤਰ ਹੈ...ਪਹਿਲਾਂ ਫੁਟਪਾਥ 'ਤੇ ਸੌਂਦਾ ਸੀ, ਹੁਣ ਇਕ ਹਫ਼ਤੇ ਤੋਂ ਇਸ ਦਫ਼ਤਰ ਦੀ ਵੱਡੀ ਮੇਜ਼ 'ਤੇ ਸੌਂਦਾ ਹਾਂ।"

ਆਵਾਜ਼ ਮੁਸਕਰਾਈ, "ਫੁਟਪਾਥ 'ਤੇ ਤੁਸੀ ਮਸਹਿਰੀ ਲਾ ਕੇ ਸੌਂਦੇ ਸੀ?"

ਉਹ ਹੱਸਿਆ, "ਇਸ ਤੋਂ ਪਹਿਲਾਂ ਕਿ ਮੈਂ ਤੁਹਾਡੇ ਨਾਲ ਹੋਰ ਗੱਲਾਂ ਕਰਾਂ, ਮੈਂ ਇਹ ਦੱਸ ਦੇਣਾ ਚਾਹੁੰਦਾ ਹਾਂ ਕਿ ਮੈਂ ਕਦੇ ਝੂਠ ਨਹੀਂ ਬੋਲਿਆ ਹੈ...ਫੁਟਪਾਥਾਂ 'ਤੇ ਸੌਂਦੇ ਹੋਏ ਮੈਨੂੰ ਇਕ ਜ਼ਮਾਨਾ ਹੋ ਗਿਆ ਹੈ...ਇਹ ਦਫ਼ਤਰ ਤਕਰੀਬਨ ਇਕ ਹਫ਼ਤੇ ਤੋਂ ਮੇਰੇ ਕਬਜ਼ੇ ਵਿਚ ਹੈ ਅਤੇ ਅੱਜਕਲ੍ਹ ਮੈਂ ਐਸ਼ ਕਰ ਰਿਹਾ ਹਾਂ।"

ਆਵਾਜ਼ ਫਿਰ ਮੁਸਕਰਾਈ, "ਕਿਹੋ ਜਿਹੀ ਐਸ਼?"

ਉਸ ਨੇ ਜਵਾਬ ਦਿੱਤਾ, "ਇਕ ਕਿਤਾਬ ਮਿਲ ਗਈ ਸੀ ਇਸ ਦਫ਼ਤਰ ਵਿਚ...ਆਖ਼ਰੀ ਸਫ਼ਾ ਗੁੰਮ ਹੈ, ਵੀਹ ਵਾਰ ਪੜ੍ਹ ਚੁੱਕਿਆ ਹਾਂ...ਸਾਲਮ ਕਿਤਾਬ ਕਦੇ ਹੱਥ ਲੱਗੀ ਤਾਂ ਪਤਾ ਲੱਗੇਗਾ ਕਿ ਹੀਰੋ ਅਤੇ ਹੀਰੋਇਨ ਦੇ ਇਸ਼ਕ ਦਾ ਅੰਜਾਮ ਕੀ ਹੋਇਆ?"

ਆਵਾਜ਼ ਹੱਸੀ, "ਤੁਸੀਂ ਬੜੇ ਦਿਲਚਸਪ ਹੋ।"

ਉਸ ਨੇ ਉਚੇਚ ਨਾਲ ਆਖਿਆ, "ਤੁਹਾਡੀ ਜ਼ੱਰਾਨਿਵਾਜ਼ੀ ਹੈ।"

ਉਸ ਨੇ ਥੋੜ੍ਹੇ ਤਕੱਲੁਫ਼ ਦੇ ਬਾਅਦ ਪੁੱਛਿਆ, "ਤੁਹਾਡਾ ਸ਼ੁਗਲ ਕੀ ਹੈ?"

"ਸ਼ੁਗਲ?"

"ਮੇਰਾ ਮਤਲਬ ਹੈ, ਤੁਸੀਂ ਕਰਦੇ ਕੀ ਹੋ?"

"ਕੀ ਕਰਦਾ ਹਾਂ...? ਕੁਝ ਵੀ ਨਹੀਂ...ਇਕ ਬੇਕਾਰ ਇਨਸਾਨ ਕੀ ਕਰ ਸਕਦਾ ਹੈ...ਬਸ ਸਾਰਾ ਦਿਨ ਅਵਾਰਾਗਰਦੀ ਕਰਦਾ ਹਾਂ ਅਤੇ ਰਾਤ ਨੂੰ ਸੌਂ ਜਾਂਦਾ ਹਾਂ।"

ਆਵਾਜ਼ ਨੇ ਪੁੱਛਿਆ, "ਇਹ ਜ਼ਿੰਦਗੀ ਤੁਹਾਨੂੰ ਚੰਗੀ ਲਗਦੀ ਹੈ?"

"ਠਹਿਰੋ..." ਉਹ ਸੋਚਣ ਲੱਗਾ, "ਗੱਲ ਦਰਅਸਲ ਇਹ ਹੈ ਕਿ ਮੈਂ ਇਸ ਬਾਰੇ 'ਚ ਗ਼ੌਰ ਹੀ ਨਹੀਂ ਕੀਤਾ...ਜਦੋਂ ਤੁਸੀਂ ਪੁੱਛਿਆ ਹੈ ਤਾਂ ਮੈਂ ਆਪਣੇ ਆਪ ਤੋਂ ਵੀ ਪੁੱਛ ਰਿਹਾ ਹਾਂ : ਇਹ ਜ਼ਿੰਦਗੀ ਮੈਨੂੰ ਚੰਗੀ ਲਗਦੀ ਹੈ?"

"ਕੋਈ ਜਵਾਬ ਮਿਲਿਆ?"

ਥੋੜ੍ਹੇ ਵਕਫ਼ੇ ਤੋਂ ਬਾਅਦ ਉਸ ਨੇ ਜਵਾਬ ਦਿੱਤਾ, "ਜੀ ਨਹੀਂ, ਕੋਈ ਜਵਾਬ ਨਹੀਂ ਮਿਲਿਆ... ਲੇਕਿਨ ਮੇਰਾ ਖ਼ਿਆਲ ਹੈ ਕਿ ਐਸੀ ਜ਼ਿੰਦਗੀ ਮੈਨੂੰ ਚੰਗੀ ਹੀ ਲੱਗਦੀ ਹੋਵੇਗੀ, ਤਾਂ ਹੀ ਤਾਂ ਇਕ ਅਰਸੇ ਤੋਂ ਬਸਰ ਕਰ ਰਿਹਾ ਹਾਂ।"

ਆਵਾਜ਼ ਫਿਰ ਹੱਸੀ।

ਉਸ ਨੇ ਕਿਹਾ, "ਤੁਹਾਡਾ ਹਾਸਾ ਬੜਾ ਸੁਰੀਲਾ ਹੈ।"

ਆਵਾਜ਼ ਸ਼ਰਮਾ ਗਈ। "ਸ਼ੁਕਰੀਆ!"

ਅਤੇ ਸਿਲਸਿਲਾ-ਏ-ਗੁਫ਼ਤਗੂ ਹੋਰ ਵਧ ਗਿਆ।

ਉਹ ਥੋੜ੍ਹਾ ਚਿਰ ਰਿਸੀਵਰ ਹੱਥ ਵਿਚ ਲਈ ਖੜ੍ਹਾ ਰਿਹਾ, ਫਿਰ ਉਸ ਨੇ ਰਿਸੀਵਰ ਰੱਖ ਦਿੱਤਾ ਅਤੇ ਦਫ਼ਤਰ ਬੰਦ ਕਰਕੇ ਬਾਜ਼ਾਰ ਵੱਲ ਨਿਕਲ ਗਿਆ।

ਦੂਜੇ ਦਿਨ ਸੁਬ੍ਹਾ ਅੱਠ ਵਜੇ ਟੈਲੀਫੋਨ ਦੀ ਘੰਟੀ ਵੱਜਣੀ ਸ਼ੁਰੂ ਹੋਈ।

ਉਹ ਦਫ਼ਤਰ ਦੇ ਵੱਡੇ ਮੇਜ਼ 'ਤੇ ਸੌਂ ਰਿਹਾ ਸੀ – ਉਬਾਸੀਆਂ ਲੈਂਦੇ ਹੋਏ ਉਸ ਨੇ ਰਿਸੀਵਰ ਚੁੱਕਿਆ ਅਤੇ ਕਿਹਾ , "ਹੈਲੋ...ਫੋਰ ਫੋਰ ਫੋਰ ਫਾਈਵ ਸੈਵਨ।"

ਦੂਜੇ ਪਾਸਿਓਂ ਆਵਾਜ਼ ਆਈ, "ਆਦਾਬ ਅਰਜ਼ ਮਨਮੋਹਨ ਸਾਹਬ।"

"ਆਦਾਬ ਅਰਜ਼..." ਉਹ ਇਕਦਮ ਚੌਂਕਿਆ, "ਓਹ ਤੁਸੀਂ...ਆਦਾਬ ਅਰਜ਼, ਤਸਲੀਮਾਨ!"

ਆਵਾਜ਼ ਆਈ, "ਤੁਸੀਂ ਹਾਲੇ ਤੱਕ ਸੌਂ ਰਹੇ ਸੀ?"

"ਜੀ ਹਾਂ...ਏਥੇ ਆ ਕੇ ਮੇਰੀ ਆਦਤ ਕੁਝ ਵਿਗੜ-ਜਿਹੀ ਰਹੀ ਹੈ...ਦੁਬਾਰਾ ਫੁਟਪਾਥ 'ਤੇ ਜਾਵਾਂਗਾ ਤਾਂ ਬੜੀ ਮੁਸੀਬਤ ਹੋ ਜਾਵੇਗੀ।"

ਆਵਾਜ਼ ਮੁਸਕਰਾਈ, "ਕਿਉਂ?"

"ਉਥੇ ਸੁਬ੍ਹਾ ਪੰਜ ਵਜੇ ਤੋਂ ਪਹਿਲਾਂ ਉੱਠਣਾ ਪੈਂਦਾ ਹੈ।"

ਆਵਾਜ਼ ਹੱਸੀ।

ਉਸ ਨੇ ਪੁੱਛਿਆ, "ਕੱਲ੍ਹ ਤੁਸੀਂ ਇਕਦਮ ਫੋਨ ਬੰਦ ਕਰ ਦਿੱਤਾ।"

ਆਵਾਜ਼ ਸ਼ਰਮਾ ਗਈ, "ਤੁਸੀਂ ਮੇਰੇ ਹਾਸੇ ਦੀ ਤਾਰੀਫ਼ ਕਿਉਂ ਕੀਤੀ ਸੀ?"

ਉਸ ਨੇ ਕਿਹਾ, "ਵਾਹ ਸਾਹਬ, ਏਹ ਵੀ ਅਜੀਬ ਗੱਲ ਕਹੀ ਤੁਸੀਂ...ਕੋਈ ਚੀਜ਼ ਖ਼ੂਬਸੂਰਤ ਹੋਵੇ ਤਾਂ ਉਸ ਦੀ ਤਾਰੀਫ ਨਹੀਂ ਕਰਨੀ ਚਾਹੀਦੀ?"

"ਬਿਲਕੁਲ ਨਹੀਂ।"

"ਇਹ ਸ਼ਰਤ ਤੁਸੀਂ ਮੇਰੇ 'ਤੇ ਲਾਗੂ ਨਹੀਂ ਕਰ ਸਕਦੇ...ਮੈਂ ਅੱਜ ਤਕ ਕੋਈ ਵੀ ਸ਼ਰਤ ਆਪਣੇ 'ਤੇ ਲਾਗੂ ਨਹੀਂ ਹੋਣ ਦਿੱਤੀ...ਤੁਸੀਂ ਹੱਸੋਗੇ ਤਾਂ ਮੈਂ ਜ਼ਰੂਰਤ ਤਾਰੀਫ਼ ਕਰਾਂਗਾ।"

"ਤੁਸੀਂ ਤਾਰੀਫ਼ ਕਰੋਗੇ ਤਾਂ ਮੈਂ ਫੋਨ ਬੰਦ ਕਰ ਦੇਵਾਂਗੀ।"

"ਬੜੇ ਸ਼ੌਕ ਨਾਲ।"

"ਤੁਹਾਨੂੰ ਮੇਰੀ ਨਾਰਾਜ਼ਗੀ ਦਾ ਕੋਈ ਖਿਆਲ ਨਹੀਂ?"

"ਪਹਿਲੀ ਗੱਲ ਤਾਂ ਮੈਂ ਤੁਹਾਨੂੰ ਨਾਰਾਜ਼ ਨਹੀਂ ਕਰਨਾ ਚਾਹੁੰਦਾ...ਦੂਜੀ ਗੱਲ!, ਜੇ ਮੈਂ ਤੁਹਾਡੇ ਹਾਸੇ ਦੀ ਤਾਰੀਫ਼ ਨਾ ਕਰਾਂ ਤਾਂ ਮੇਰਾ ਜ਼ੌਕ ਮੈਥੋਂ ਨਰਾਜ਼ ਹੋ ਜਾਏਗਾ...ਔਰ ਮੇਰਾ ਜ਼ੌਕ ਮੈਨੂੰ ਬਹੁਤ ਅਜ਼ੀਜ਼ ਹੈ।"

ਥੋੜ੍ਹੀ ਦੇਰ ਦੀ ਖ਼ਾਮੋਸ਼ੀ ਤੋਂ ਬਾਅਦ ਦੂਜੇ ਪਾਸਿਓਂ ਆਵਾਜ਼ ਆਈ, "ਮਾਫ਼ ਕਰਨਾ, ਮੈਂ ਮੁਲਾਜ਼ਮਾਂ ਨੂੰ ਕੁਝ ਕਹਿ ਰਹੀ ਸੀ...ਤਾਂ ਤੁਹਾਨੂੰ ਆਪਣਾ ਜ਼ੌਕ ਬਹੁਤ ਅਜ਼ੀਜ਼ ਹੈ...ਹਾਂ, ਏਹ ਤਾਂ ਦੱਸੋ, ਕਿ ਤੁਹਾਨੂੰ ਸ਼ੌਕ ਕਿਸ ਚੀਜ ਦਾ ਹੈ?"

"ਕੀ ਮਤਲਬ?"

"ਯਾਨੀ ਕੋਈ ਸ਼ੁਗਲ...ਕੋਈ ਕੰਮ...ਮੇਰਾ ਮਤਲਬ ਕਿ ਤੁਹਾਨੂੰ ਆਉਂਦਾ ਕੀ ਹੈ?"

ਉਹ ਹੱਸਿਆ, "ਮੈਨੂੰ ਕੋਈ ਕੰਮ ਨਹੀਂ ਆਉਂਦਾ... ਬੱਸ ਫੋਟੋਗ੍ਰਾਫੀ ਦਾ ਥੋੜ੍ਹਾ-ਜਿਹਾ ਸ਼ੌਕ ਹੈ।"

"ਬਹੁਤ ਅੱਛਾ ਸ਼ੌਕ ਹੈ।"

"ਇਸ ਸ਼ੌਕ ਦੀ ਅੱਛਾਈ ਜਾਂ ਬੁਰਾਈ ਦੇ ਬਾਰੇ ਤਾਂ ਮੈਂ ਕਦੇ ਸੋਚਿਆ ਨਹੀਂ।"

ਆਵਾਜ਼ ਨੇ ਪੁੱਛਿਆ, "ਕੈਮਰਾ ਤਾਂ ਤੁਹਾਡੇ ਕੋਲ ਬਹੁਤ ਅੱਛਾ ਹੋਏਗਾ?"

ਉਹ ਹੱਸਿਆ, "ਮੇਰੇ ਕੋਲ ਆਪਣਾ ਤਾਂ ਕੋਈ ਕੈਮਰਾ ਹੈ ਨਹੀਂ...ਦੋਸਤਾਂ ਤੋਂ ਮੰਗ ਕੇ ਸ਼ੌਕ ਪੂਰਾ ਕਰ ਲੈਨਾ ਹਾਂ...ਹਾਂ, ਇਕ ਕੈਮਰਾ ਮੇਰੀ ਨਜ਼ਰ 'ਚ ਹੈ...ਅਗਰ ਮੈਂ ਕਦੇ ਕੁਝ ਕਮਾਇਆ ਤਾਂ ਖ਼ਰੀਦਾਂਗਾ।"

"ਕਿਹੜਾ ਕੈਮਰਾ?"

ਉਸ ਨੇ ਜਵਾਬ ਦਿੱਤਾ, "ਐਗਜ਼ੈਕਟਾ...ਰਿਫ਼ੈਲਕਸ ਕੈਮਰਾ ਹੈ, ਮੈਨੂੰ ਪਸੰਦ ਹੈ।"

ਥੋੜ੍ਹੀ ਦੇਰ ਖ਼ਾਮੋਸ਼ੀ ਰਹੀ, ਓਧਰੋਂ ਆਵਾਜ਼ ਆਈ, "ਮੈਂ ਕੁਝ ਸੋਚ ਰਹੀ ਸੀ।"

ਉਸ ਨੇ ਪੁੱਛਿਆ, "ਕੀ ਸੋਚ ਰਹੇ ਸੀ ਤੁਸੀਂ?"

"ਤੁਸੀਂ ਮੇਰਾ ਨਾਮ ਪੁੱਛਿਆ ਨਾ ਨੰਬਰ ਦਰਯਾਫ਼ਤ ਕੀਤਾ।"

"ਮੈਨੂੰ ਜ਼ਰੂਰਤ ਹੀ ਮਹਿਸੂਸ ਨਹੀਂ ਹੋਈ।"

"ਕਿਉਂ?"

"ਨਾਮ ਤੁਹਾਡਾ ਕੁਝ ਵੀ ਹੋਵੇ, ਕੀ ਫ਼ਰਕ ਪੈਂਦਾ ਹੈ...ਤੁਹਾਨੂੰ ਮੇਰਾ ਨੰਬਰ ਪਤਾ ਹੈ। ਬਸ ਠੀਕ ਹੈ...ਹਾਂ, ਜੇ ਤੁਸੀਂ ਚਾਹੋਗੇ ਕਿ ਮੈਂ ਤੁਹਾਨੂੰ ਫੋਨ ਕਰਾਂ ਤਾਂ ਆਪਣਾ ਨਾਮ ਅਤੇ ਨੰਬਰ ਦੱਸ ਦਿਓ।"

"ਮੈਂ ਨਹੀਂ ਦੱਸਾਂਗੀ।"

"ਵਾਹ ਸਾਹਬ, ਏਹ ਵੀ ਖ਼ੂਬ ਰਹੀ...ਜਦ ਮੈਂ ਤੁਹਾਡੇ ਤੋਂ ਪੁੱਛਾਂਗਾ ਹੀ ਨਹੀਂ ਤਾਂ ਦੱਸਣ ਯਾ ਨਾ ਦੱਸਣ ਦਾ ਸਵਾਲ ਹੀ ਕਿਵੇਂ ਪੈਦਾ ਹੋਵੇਗਾ?"

"ਤੁਸੀਂ ਵੀ ਅਜੀਬੋ-ਗਰੀਬ ਆਦਮੀ ਹੋ।"

ਉਹ ਮੁਸਰਾਇਆ, "ਜੀ ਹਾਂ, ਕੁਝ ਐਸਾ ਹੀ ਆਦਮੀ ਹਾਂ।"

ਕੁਝ ਸਕਿੰਟ ਖਾਮੋਸ਼ੀ ਰਹੀ।

ਉਸ ਨੇ ਕਿਹਾ, "ਤੁਸੀਂ ਫਿਰ ਕੁਝ ਸੋਚਣ ਲੱਗੇ?"

"ਜੀ ਹਾਂ...ਕੋਈ ਹੋਰ ਗੱਲ ਸੋਚ ਰਹੀ ਸੀ।"

"ਤਾਂ ਫੋਨ ਬੰਦ ਕਰ ਦਿਓ...ਫੇਰ ਸਹੀ!"

ਆਵਾਜ਼, ਕਿਸੇ ਤਰ੍ਹਾਂ ਤਿੱਖੀ ਹੋ ਗਈ, "ਤੁਸੀਂ ਬਹੁਤ ਰੁੱਖੇ ਆਦਮੀ ਹੋ...ਫੋਨ ਬੰਦ ਕਰ ਦਿਓ, ਲਓ ਕਰਦੀ ਹਾਂ।"

ਉਸ ਨੇ ਰਿਸੀਵਰ ਰੱਖ ਦਿੱਤਾ ਅਤੇ ਮੁਸਕਰਾਉਣ ਲੱਗਾ।

ਅੱਧੇ ਘੰਟੇ ਬਾਅਦ ਜਦ ਉਹ ਮੂੰਹ-ਹੱਥ ਧੋ ਕੇ, ਕੱਪੜੇ ਬਦਲ ਕੇ ਬਾਹਰ ਨਿਕਲਣ ਹੀ ਵਾਲਾ ਸੀ ਕਿ ਟੈਲੀਫੋਨ ਦੀ ਘੰਟੀ ਵੱਜੀ।

ਉਸ ਨੇ ਰਿਸੀਵਰ ਚੁੱਕਿਆ ਅਤੇਂ ਕਿਹਾ, "ਫੋਰ ਫੋਰ ਫੋਰ ਫਾਈਵ ਸੈਵਨ!"

ਆਵਾਜ਼ ਆਈ, "ਮਿਸਟਰ ਮਨਮੋਹਨ?"

ਉਸ ਨੇ ਜਵਾਬ ਦਿੱਤਾ, "ਜੀ ਹਾਂ ਮਨਮੋਹਨ...ਇਰਸ਼ਾਦ?"

ਆਵਾਜ਼ ਆਈ, "ਇਰਸ਼ਾਦ ਇਹ ਐ ਕਿ ਮੇਰੀ ਨਾਰਾਜ਼ਗੀ ਦੂਰ ਹੋ ਗਈ ਹੈ।"

ਉਸ ਨੇ ਬੜੀ ਪ੍ਰਸੰਨਤਾ ਨਾਲ ਕਿਹਾ, "ਮੈਨੂੰ ਬੜੀ ਖੁਸ਼ੀ ਹੋਈ ਹੈ।"

"ਨਾਸ਼ਤਾ ਕਰਦੇ ਹੋਏ ਮੈਨੂੰ ਖ਼ਿਆਲ ਆਇਆ ਕਿ ਤੁਹਾਡੇ ਨਾਲ ਨਹੀਂ ਵਿਗਾੜਨੀ ਚਾਹੀਦੀ...ਹਾਂ ਤੁਸੀਂ ਨਾਸ਼ਤਾ ਕਰ ਲਿਆ?"

"ਜੀ ਨਹੀਂ...ਬਸ ਐਵੇਂ ਈ...ਬਾਹਰ ਨਿਕਲਣ ਹੀ ਵਾਲਾ ਸੀ ਕਿ ਤੁਹਾਡਾ ਫੋਨ ਆ ਗਿਆ।"

"ਓਹ...ਤਾਂ ਤੁਸੀਂ ਜਾਓ।"

"ਜੀ ਨਹੀਂ, ਮੈਨੂੰ ਕੋਈ ਜਲਦੀ ਨਹੀਂ, ਕੋਈ ਕੰਮ ਵੀ ਨਹੀਂ...ਅਤੇ ਅੱਜ ਮੇਰੇ ਕੋਲ ਪੈਸੇ ਵੀ ਨਹੀਂ ਹਨ...ਅੱਜ ਮੈਂ ਨਾਸ਼ਤਾ ਨਹੀਂ ਕਰਾਂਗਾ।"

"ਤੁਹਾਡੀਆਂ ਗੱਲਾਂ...ਤੁਸੀਂ ਐਸੀਆਂ ਗੱਲਾਂ ਕਿਉਂ ਕਰਦੇ ਹੋ...ਮੇਰਾ ਮਤਲਬ ਐ, ਕੀ ਐਸੀਆਂ ਗੱਲਾਂ ਕਰਨ ਨਾਲ ਤੁਹਾਡਾ ਦੁੱਖ ਘਟ ਹੋ ਜਾਂਦਾ ਹੈ?"

ਉਸ ਨੇ ਇਕ ਪਲ ਲਈ ਸੋਚਿਆ, "ਜੀ ਨਹੀਂ, ਮੈਨੂੰ ਇਲਮ ਨਹੀਂ... ਜੇ ਮੇਰਾ ਕੋਈ ਦੁੱਖ ਦਰਦ ਹੈ ਤਾਂ ਮੈਂ ਉਸ ਦਾ ਆਦੀ ਹੋ ਚੁੱਕਾ ਹਾਂ।"

ਆਵਾਜ਼ ਨੇ ਪੁੱਛਿਆ, "ਮੈਂ ਤੁਹਾਨੂੰ ਕੁਝ ਰੁਪਏ ਭੇਜ ਦੇਵਾਂ?"

ਉਸ ਨੇ ਜਵਾਬ ਦਿੱਤਾ, "ਭੇਜ ਦਿਓ...ਮੇਰੇ ਫਾਈਨੈਂਸਰਾਂ ਦੀ ਤਾਦਾਦ ਵਿਚ ਵਾਧਾ ਹੋ ਜਾਏਗਾ।"

"ਨਹੀਂ, ਮੈਂ ਨਹੀਂ ਭੇਜਾਂਗੀ।"

"ਤੁਹਾਡੀ ਮਰਜ਼ੀ!"

"ਮੈਂ ਫੋਨ ਬੰਦ ਕਰ ਰਹੀ ਹਾਂ।"

"ਬੇਹਤਰ।"

ਉਸ ਨੇ ਰਿਸੀਵਰ ਰੱਖ ਦਿੱਤਾ ਅਤੇ ਮੁਸਕਰਾਉਂਦਾ ਹੋਇਆ ਦਫ਼ਤਰ 'ਚੋਂ ਨਿਕਲ ਗਿਆ।

ਰਾਤ ਨੂੰ ਦਸ ਵਜੇ ਦੇ ਕਰੀਬ ਉਹ ਵਾਪਸ ਆਇਆ ਅਤੇ ਕੱਪੜੇ ਬਦਲ ਕੇ ਮੇਜ਼ 'ਤੇ ਪੈ ਗਿਆ-ਥੋੜ੍ਹੀ ਦੇਰ ਬਾਅਦ ਉਸ ਨੇ ਹੱਥ ਵਧਾ ਕੇ ਵੀਹ ਵਾਰ ਪੜ੍ਹੀ ਹੋਈ ਕਿਤਾਬ ਚੁੱਕੀ ਅਤੇ ਪੜ੍ਹਨ ਲੱਗਾ : "ਉਹ ਕੌਣ ਹੈ ਜੋ ਉਸ ਨੂੰ ਫ਼ੋਨ ਕਰਦੀ ਹੈ..ਆਵਾਜ਼ ਤੋਂ ਪਤਾ ਚੱਲਦਾ ਹੈ ਕਿ ਜਵਾਨ ਹੈ...ਹਾਸਾ ਬਹੁਤ ਮੁਤਰਨਿੰਮ ਹੈ...ਗੁਫ਼ਤਗੂ ਤੋਂ ਜ਼ਾਹਿਰ ਹੁੰਦਾ ਹੈ ਕਿ ਤਾਲੀਮ-ਯਾਫਤਾ ਅਤੇ ਸ਼ਾਲੀਨ ਹੈ"-ਬਹੁਤ ਦੇਰ ਤਕ ਸੋਚਦਾ ਰਿਹਾ।

ਏਧਰ ਕਲਾਕ ਨੇ ਗਿਆਰਾਂ ਵਜਾਏ, ਓਧਰ ਟੈਲੀਫੋਨ ਦੀ ਘੰਟੀ ਵੱਜੀ।

ਉਸ ਨੇ ਰਿਸੀਵਰ ਚੁੱਕਿਆ, "ਹੈਲੋ!"

ਦੂਜੇ ਪਾਸਿਓਂ ਆਵਾਜ਼ ਆਈ, "ਮਿਸਟਰ ਮਨਮੋਹਨ?"

"ਜੀ ਹਾਂ ਮਨਮੋਹਨ...ਇਰਸ਼ਾਦ!"

"ਇਰਸ਼ਾਦ ਇਹ ਹੈ ਕਿ ਮੈਂ ਅੱਜ ਦਿਨ 'ਚ ਕਈ ਵਾਰੀ ਰਿੰਗ ਕੀਤੀ...ਤੁਸੀਂ ਕਿੱਥੇ ਗ਼ਾਇਬ ਸੀ?"

"ਸਾਹਬ ਬੇਕਾਰ ਆਦਮੀ ਹਾਂ, ਲੇਕਿਨ ਫਿਰ ਵੀ ਕੰਮ 'ਤੇ ਜਾਂਦਾ ਹਾਂ।"

"ਕਿਸ ਕੰਮ 'ਤੇ?"

"ਆਵਾਰਗਰਦੀ ਵੀ ਇਕ ਵੱਡਾ ਕੰਮ ਹੈ।"

"ਇਸ ਵੱਡੇ ਕੰਮ ਤੋਂ ਕਦੋਂ ਮੁੜੇ?"

"ਦਸ ਵਜੇ ਦੇ ਕਰੀਬ।"

"ਉਦੋਂ ਦੇ ਕੀ ਕਰ ਰਹੇ ਸੀ?"

"ਮੇਜ਼ ਤੇ ਪਿਆ-ਪਿਆ ਤੁਹਾਡੀ ਆਵਾਜ਼ ਤੋਂ ਤਸਵੀਰ ਬਣਾ ਰਿਹਾ ਸੀ।"

"ਬਣ ਗਈ ਮੇਰੀ ਤਸਵੀਰ?"

"ਜੀ ਨਹੀਂ...ਹਾਲੀ ਨਹੀਂ।"

"ਮੇਰੀ ਤਸਵੀਰ ਬਣਾਉਣ ਦੀ ਕੋਸ਼ਿਸ਼ ਨਾ ਕਰਿਓ...ਤੁਹਾਨੂੰ ਮਾਯੂਸੀ ਹੋਊ...ਮੈਂ ਬੜੀ ਬਦਸੂਰਤ ਹਾਂ।"

"ਮਾਫ਼ ਕਰਨਾ, ਤੁਸੀਂ ਗ਼ਲਤ ਫਰਮਾ ਰਹੇ ਹੋ...ਅਗਰ ਤੁਸੀਂ ਵਾਕਿਏ ਹੀ ਬਦਸੂਰਤ ਹੋ ਤਾਂ ਫੋਨ ਬੰਦ ਕਰ ਦਿਓ...ਬਦਸੂਰਤੀ ਤੋਂ ਮੈਨੂੰ ਸਖ਼ਤ ਨਫ਼ਰਤ ਹੈ।"

ਆਵਾਜ਼ ਮੁਸਕਰਾਈ, "ਐਸਾ ਹੈ ਤਾਂ ਚਲੋ ਮੈਂ ਖ਼ੂਬਸੂਰਤ ਹਾਂ...ਮੈਂ ਤੁਹਾਡੇ ਦਿਲ 'ਚ ਨਫ਼ਰਤ ਪੈਦਾ ਨਹੀਂ ਕਰਨਾ ਚਾਹੁੰਦੀ।"

ਪਲ-ਛਿਣ ਦੀ ਖ਼ਾਮੋਸ਼ੀ ਰਹੀ।

ਉਸ ਨੇ ਪੁੱਛਿਆ, "ਕੁਝ ਸੋਚਣ ਲੱਗ ਗਈ।"

ਆਵਾਜ਼ ਚੌਂਕੀ, "ਜੀ ਨਹੀਂ...ਮੈਂ ਤੁਹਾਡੇ ਤੋਂ ਪੁੱਛਣ ਵਾਲੀ ਸੀ ਕਿ..."

ਉਸ ਨੇ ਆਵਾਜ਼ ਕੱਟ ਦਿੱਤੀ, "ਪਹਿਲਾਂ ਸੋਚ ਲਵੋ ਚੰਗੀ ਤਰ੍ਹਾਂ ਕਿ..."

ਆਵਾਜ਼ ਹੱਸ ਪਈ, "ਤੁਹਾਨੂੰ ਗ਼ਜ਼ਲ ਸੁਣਾਵਾਂ?"

"ਜ਼ਰੂਰ।"

"ਜ਼ਰਾ ਠਹਿਰੋ ਨਾ..."

ਪਹਿਲਾਂ ਉਸ ਨੇ ਆਵਾਜ਼ ਨੂੰ ਗਲ਼ਾ ਸਾਫ ਕਰਦੇ ਸੁਣਿਆ, ਫਿਰ ਉਸ ਨੂੰ ਗ਼ਾਲਿਬ ਦੀ ਗ਼ਜ਼ਲ ਸੁਣਾਈ ਦਿੱਤੀ, "ਨੁਕਤਾ ਚੀਂ ਹੈ ਗ਼ਮੇ-ਦਿਲ, ਮੁਝੇ ਸਕੂੰ ਨਹੀਂ..."

ਧੁਨ ਉਹੀ ਸਹਿਗਲ ਵਾਲੀ ਸੀ ਆਵਾਜ਼ 'ਚ ਦਰਦ ਅਤੇ ਖ਼ੁਲੂਸ ਸੀ।

ਜਦੋਂ ਗ਼ਜ਼ਲ ਖ਼ਤਮ ਹੋਈ ਤਾਂ ਉਸ ਨੇ ਦਾਦ ਦਿੱਤੀ, "ਬਹੁਤ ਖ਼ੂਬ...ਜਿਉਂਦੇ ਰਹੋ।"

ਆਵਾਜ਼ ਸ਼ਰਮਾ ਗਈ, "ਸ਼ੁਕਰੀਆ!"

ਟੈਲੀਫੋਨ ਬੰਦ ਹੋ ਗਿਆ।

ਉਸ ਦੇ ਦਿਲ-ਦਿਮਾਗ਼ 'ਚ ਸਾਰੀ ਰਾਤ ਗ਼ਾਲਿਬ ਦੀ ਗ਼ਜ਼ਲ ਗੂੰਜਦੀ ਰਹੀ।

ਉਹ ਸੁਬ੍ਹਾ ਜਲਦੀ ਉਠਿਆ ਅਤੇ ਫੋਨ ਦਾ ਇੰਤਜ਼ਾਰ ਕਰਨ ਲੱਗਿਆ; ਤਕਰੀਬਨ ਢਾਈ ਘੰਟੇ ਉਹ ਕੁਰਸੀ 'ਤੇ ਬੈਠਾ ਰਿਹਾ, ਮਗਰ ਟੈਲੀਫ਼ੋਨ ਦੀ ਘੰਟੀ ਨਾ ਵੱਜੀ - ਉਸ ਨੇ ਇਕ ਅਜੀਬ-ਜਿਹੀ ਤਲਖੀ ਆਪਣੇ ਹਲਕ ਵਿਚ ਮਹਿਸੂਸ ਕੀਤੀ।

ਕੁਰਸੀ ਤੋਂ ਉਠ ਕੇ ਉਹ ਕਮਰੇ ਵਿਚ ਟਹਿਲਣ ਲੱਗਾ, ਫਿਰ ਉਹ ਮੇਜ਼ 'ਤੇ ਪੈ ਗਿਆ।

ਥੋੜ੍ਹੀ ਦੇਰ ਤੋਂ ਬਾਅਦ ਉਸ ਨੇ ਉਸ ਕਿਤਾਬ ਦੀ ਵਰਕਗਰਦੀ ਸ਼ੁਰੂ ਕਰ ਦਿੱਤੀ, ਜਿਸ ਨੂੰ ਉਹ ਮੁੱਦਤਾਂ ਵਾਰ ਪੜ੍ਹ ਚੁੱਕਾ ਸੀ।

ਪਏ-ਪਏ ਵਰਕਗਰਦੀ ਕਰਦੇ-ਕਰਦੇ ਸ਼ਾਮ ਹੋ ਗਈ-ਤਕਰੀਬਨ ਸੱਤ ਵਜੇ ਟੈਲੀਫ਼ੋਨ ਦੀ ਘੰਟੀ ਵੱਜੀ।

ਉਸ ਨੇ ਰਿਸੀਵਰ ਚੁੱਕਿਆ ਅਤੇ ਤੇਜ਼ੀ ਨਾਲ ਪੁੱਛਿਆ, "ਕੌਣ ਹੈ?"

ਉਹੀ ਆਵਾਜ਼ ਆਈ, "ਮੈਂ।"

"ਏਨਾ ਚਿਰ ਤੂੰ ਕਿੱਥੇ ਸੀ?" ਉਸ ਦਾ ਲਹਿਜ਼ਾ ਤੇਜ਼ ਰਿਹਾ।

ਆਵਾਜ਼ ਲਰਜ਼ੀ, "ਕਿਉਂ?"

"ਮੈਂ ਸੁਬ੍ਹਾ ਦਾ ਝੱਖ ਮਾਰ ਰਿਹਾ ਹਾਂ ਨਾ ਨਾਸ਼ਤਾ ਕੀਤਾ ਐ ਨਾ ਖਾਣਾ ਖਾਧਾ

ਐ, ਨਾ ਕੁਝ ਖਾਧਾ, ਨਾ ਕੁਝ ਪੀਤਾ, ਬਚਪਨਾ ਹੈ ਸਾਫ਼...”

ਆਵਾਜ਼ ਡੁੱਬ ਜਿਹੀ ਗਈ, “ਕਾਸ਼! ਮੇਰੇ ਤੋਂ ਏਹ ਗ਼ਲਤੀ ਨਾ ਹੋਈ ਹੁੰਦੀ...ਮੈਂ ਜਾਣ-ਬੁੱਝ ਕੇ ਸੁਬ੍ਹਾ ਫੋਨ ਨਹੀਂ ਕੀਤਾ ਸੀ।”

“ਕਿਉਂ?”

“ਇਹ ਪਤਾ ਕਰਨ ਲਈ ਕਿ ਤੁਸੀਂ ਇੰਤਜ਼ਾਰ ਕਰੋਗੇ ਯਾ ਨਹੀਂ!”

ਉਹ ਹੱਸਿਆ, “ਬਹੁਤ ਚੀਜ਼ ਹੋ ਤੁਸੀ...ਚੰਗਾ ਹੁਣ ਫੋਨ ਕਟ ਦਿਓ...ਮੈਂ ਖਾਣਾ ਜਾ ਰਿਹਾ ਹਾਂ।”

“ਕਦ ਤਕ ਮੁੜੋਗੇ?”

“ਅੱਧੇ ਘੰਟੇ ਤਕ।”

ਅੱਧੇ ਘੰਟੇ ਤਕ ਜਦੋਂ ਉਹ ਖਾਣਾ ਖਾ ਕੇ ਮੁੜਿਆ ਤਾਂ ਟੈਲੀਫੋਨ ਦੀ ਘੰਟੀ ਵੱਜੀ।

ਦੇਰ ਤੱਕ ਗੱਲਾਂ ਹੁੰਦੀਆਂ ਰਹੀਆਂ; ਫਿਰ ਆਵਾਜ਼ ਨੇ ਗ਼ਾਲਿਬ ਦੀ ਇਕ ਗਜ਼ਲ ਸੁਣਾਈ, ਉਸ ਨੇ ਦਿਲੋਂ ਦਾਦ ਦਿੱਤੀ - ਫਿਰ ਫੋਨ ਬੰਦ ਕਰ ਦਿੱਤਾ ਗਿਆ।

ਹੁਣ ਹਰ ਰੋਜ਼ ਸੁਬਹੋ-ਸ਼ਾਮ ਉਸ ਨੂੰ ਫੋਨ ਆਉਂਦਾ-ਘੰਟੀ ਦੀ ਆਵਾਜ਼ ਸੁਣਦਾ ਹੀ ਉਹ ਟੈਲੀਫੋਨ ਦੇ ਵੱਲ ਭੱਜਦਾ - ਬਾਜ਼-ਔਕਾਤ ਘੰਟਿਆਂ-ਬੱਧੀ ਗੱਲਾਂ ਜਾਰੀ ਰਹਿੰਦੀਆਂ।

ਇਸ ਦੌਰਾਨ ਉਸ ਨੇ ਨਾ ਆਵਾਜ਼ ਤੋਂ ਉਸ ਦਾ ਨੰਬਰ ਪੁੱਛਿਆ ਤੇ ਨਾ ਉਹਦਾ ਨਾਮ-ਸ਼ੁਰੂ ਸ਼ੁਰੂ ਵਿਚ ਉਹਨੇ ਆਵਾਜ਼ ਦੀ ਹੀ ਮਦਦ ਨਾਲ ਆਪਣੇ ਤਖ਼ੱਈਅਲ ਦੇ ਪਰਦੇ 'ਤੇ ਆਵਾਜ਼ ਦੀ ਤਸਵੀਰ ਖਿੱਚਣ ਦੀ ਕੋਸ਼ਿਸ਼ ਕੀਤੀ ਸੀ, ਪਰ ਹੁਣ ਉਹ ਆਵਾਜ਼ ਤੋਂ ਹੀ ਤ੍ਰਿਪਤ ਹੋ ਗਿਆ ਸੀ - ਉਸ ਦੇ ਲਈ ਆਵਾਜ਼ ਹੀ ਸ਼ਕਲ ਸੀ, ਆਵਾਜ਼ ਹੀ ਸੂਰਤ ਸੀ, ਆਵਾਜ਼ ਹੀ ਜਿਸਮ ਸੀ, ਆਵਾਜ਼ ਹੀ ਰੂਹ ਸੀ।

ਇਕ ਦਿਨ ਉਸ ਨੇ ਪੁੱਛਿਆ, “ਤੂੰ ਮੇਰਾ ਨਾਮ ਕਿਉਂ ਨਹੀਂ ਪੁੱਛਦਾ?”

ਉਸ ਮੁਸਕਰਾ ਨੇ ਕਿਹਾ, “ਤੇਰਾ ਨਾਮ ਆਵਾਜ਼ ਹੈ...!”

ਉਸ ਨੇ ਆਖਿਆ, “ਇਸ 'ਚ ਕੀ ਸ਼ੱਕ ਹੈ?”

ਇਕ ਦਿਨ ਆਵਾਜ਼ ਨੇ ਬੜਾ ਟੇਢਾ ਸਵਾਲ ਕੀਤਾ, “ਮੋਹਨ, ਤੁਸੀਂ ਕਦੇ ਕਿਸੇ ਕੁੜੀ ਨੂੰ ਪਿਆਰ ਕੀਤਾ ਹੈ?”

ਉਸ ਨੇ ਜਵਾਬ ਦਿੱਤਾ, “ਨਹੀਂ।”

“ਕਿਉਂ?”

ਉਹ ਇਕਦਮ ਉਦਾਸ ਹੋ ਗਿਆ : “ਇਸ ‘ਕਿਉਂ’ ਦਾ ਜਵਾਬ ਲਫ਼ਜ਼ਾਂ 'ਚ ਨਹੀਂ ਦਿੱਤਾ ਜਾ ਸਕਦਾ...ਮੈਨੂੰ ਆਪਣੀ ਜ਼ਿੰਦਗੀ ਦਾ ਸਾਰਾ ਮਲਬਾ ਉਠਾਉਣਾ ਪਏਗਾ...ਅਤੇ ਜੇ ਕੋਈ ਜਵਾਬ ਨਾ ਮਿਲਿਆ ਤਾਂ ਬੜੀ ਕੋਫ਼ਤ ਹੋਵੇਗੀ...ਅਤੇ ਕੋਫ਼ਤ ਹੋਈ ਤਾਂ...!”

“ਛੱਡੋ ਜਾਣ ਦਿਉ ਮੋਹਨ!”

ਟੈਲੀਫੋਨ ਨਾਲ ਰਿਸ਼ਤਾ ਕਾਇਮ ਹੋਏ ਤਕਰੀਬਨ ਇਕ ਮਹੀਨਾ ਹੋ ਚੁੱਕਿਆ ਸੀ -ਬਿਨਾ ਨਾਗਾ ਦਿਨ 'ਚ ਦੋ ਵਾਰ ਉਸ ਨੂੰ ਫੋਨ ਆਉਂਦਾ।

ਫਿਰ ਉਸ ਦੇ ਦੋਸਤ ਦਾ ਖ਼ਤ ਮਿਲਿਆ ਕਿ ਕਰਜ਼ ਦਾ ਬੰਦੋਬਸਤ ਹੋ ਗਿਆ ਹੈ ਅਤੇ ਉਹ ਕਿਸੇ ਵੀ ਦਿਨ ਬੰਬਈ ਪਹੁੰਚ ਸਕਦਾ ਹੈ -ਦੋਸਤ ਦਾ ਖ਼ਤ ਪੜ੍ਹ ਕੇ ਉਹ ਉਦਾਸ ਹੋ ਗਿਆ।

ਟੈਲੀਫ਼ੋਨ ਦੀ ਘੰਟੀ ਵੱਜੀ ਤਾਂ ਉਸ ਨੇ ਰਿਸੀਵਰ ਚੁੱਕ ਕੇ ਕਿਹਾ, "ਸੁਣ, ਮੇਰੀ ਬਾਦਸ਼ਾਹਤ ਦੀ ਜ਼ਿੰਦਗੀ ਹੁਣ ਥੋੜ੍ਹੇ ਦਿਨ ਹੋਰ ਹੈ।"

ਆਵਾਜ਼ ਆਈ, "ਕਿਉਂ?"

ਉਸ ਨੇ ਜਵਾਬ ਦਿੱਤਾ, "ਮੇਰਾ ਦੋਸਤ ਕਿਸੇ ਵੀ ਦਿਨ ਪਹੁੰਚ ਸਕਦਾ ਹੈ... ਉਹਦਾ ਖ਼ਤ ਆਇਆ ਹੈ -ਦਫ਼ਤਰ ਆਬਾਦ ਹੋ ਜਾਏਗਾ ਅਤੇ..."

"ਤੁਹਾਡੇ ਕਿਸੇ ਹੋਰ ਦੋਸਤ ਦੇ ਘਰ ਫੋਨ ਨਹੀਂ ਹੈ?"

"ਮੇਰੇ ਦੋਸਤਾਂ ਦੇ ਘਰ 'ਚ ਫੋਨ ਐ, ਪਰ ਮੈਂ ਤੈਨੂੰ ਉਨ੍ਹਾਂ ਦਾ ਨੰਬਰ ਨਹੀਂ ਦੇ ਸਕਦਾ।"

"ਕਿਉਂ?"

"ਮੈਂ ਨਹੀਂ ਚਾਹੁੰਦਾ, ਏਹ ਆਵਾਜ਼ ਕੋਈ ਹੋਰ ਸੁਣੇ।"

"ਵਜ੍ਹਾ?"

"ਮੈਂ ਬਹੁਤ ਈਰਖਾਲੂ ਹਾਂ।"

ਆਵਾਜ਼ ਮੁਸਕਰਾਈ, "ਇਹ ਤਾਂ ਬੜੀ ਮੁਸੀਬਤ ਹੋਈ।"

"ਬੋਲੋ, ਹੁਣ ਕੀ ਕੀਤਾ ਜਾਏ?"

"ਅੱਛਾ, ਜਿਸ ਦਿਨ ਤੁਹਾਡੀ ਬਾਦਸ਼ਾਹਤ ਖ਼ਤਮ ਹੋਏਗੀ, ਉਸ ਦਿਨ ਤੁਹਾਨੂੰ ਮੈਂ ਆਪਣਾ ਨੰਬਰ ਦੱਸ ਦੇਵਾਂਗੀ..."

"ਹਾਂ, ਏਹ ਠੀਕ ਹੈ।"

ਉਸ ਦੀ ਸਾਰੀ ਉਦਾਸੀ ਦੂਰ ਹੋ ਗਈ - ਉਹ ਉਸ ਦਿਨ ਦਾ ਇੰਤਜ਼ਾਰ ਕਰਨ ਲੱਗਾ, ਜਦ ਉਸ ਦਾ ਦੋਸਤ ਮੁੜ ਆਏਗਾ ਅਤੇ ਉਸ ਦੀ ਬਾਦਸ਼ਾਹਤ ਖ਼ਤਮ ਹੋਏਗੀ।

ਉਸ ਨੇ ਨਾ ਚਾਹੁੰਦੇ ਹੋਏ ਵੀ ਆਵਾਜ਼ ਦੀ ਹੀ ਮਦਦ ਨਾਲ ਆਪਣੇ ਤਖ਼ੱਈਯਲ ਦੇ ਪਰਦੇ 'ਤੇ ਆਵਾਜ਼ ਦੀ ਤਸਵੀਰ ਖਿੱਚਣ ਦੀ ਕੋਸ਼ਿਸ਼ ਕੀਤੀ -ਕਈ ਤਸਵੀਰਾਂ ਬਣੀਆਂ, ਪਰ ਉਹ ਸੰਤੁਸ਼ਟ ਨਾ ਹੋਇਆ।

ਉਸ ਨੇ ਸੋਚਿਆ, "ਚਾਰ ਦਿਨਾਂ ਦੀ ਹੀ ਤਾਂ ਗੱਲ ਹੈ...ਫੋਨ ਨੰਬਰ ਮਿਲ ਜਾਏਗਾ ਤਾਂ ਪਤਾ ਵੀ ਮਿਲ ਜਾਏਗਾ...ਫਿਰ ਮੈਂ ਉਸ ਨੂੰ ਦੇਖ ਵੀ ਸਕਾਂਗਾ..." ਸੋਚਦੇ ਹੀ ਉਹਦਾ ਦਿਲੋ-ਦਿਮਾਗ ਸੁੰਨ ਹੋ ਗਿਆ, 'ਮੇਰੀ ਜ਼ਿੰਦਗੀ ਦਾ ਉਹ ਲਮਹਾ ਕਿੰਨਾ ਵੱਡਾ ਹੋਏਗਾ...'

ਅਗਲੇ ਦਿਨ ਸੁਬ੍ਹਾ ਜਦੋਂ ਟੈਲੀਫੋਨ ਦੀ ਘੰਟੀ ਵੱਜੀ ਤਾਂ ਉਸ ਨੇ ਕਿਹਾ, "ਇਕ ਗੱਲ ਕਹਾਂ?...ਤੈਨੂੰ ਦੇਖਣ ਦੀ ਹਸਰਤ ਪੈਦਾ ਹੋ ਗਈ ਹੈ।"

"ਕਿਉਂ?"

"ਤੁਸੀਂ ਆਖਿਆ ਸੀ ਕਿ ਮੇਰੀ ਬਾਦਸ਼ਾਹਤ ਦੇ ਆਖ਼ਰੀ ਦਿਨ ਤੁਸੀਂ ਮੈਨੂੰ ਆਪਣਾ ਨੰਬਰ ਦੱਸ ਦੇਉਗੇ।"

"ਹਾਂ, ਆਖਿਆ ਸੀ।"